இந்திய சரித்திரக் களஞ்சியம்

1821-1830

ப.சிவனடி

பதிப்பு
அ.வெண்ணிலா

வெளியீடு

வெளியீடு : 25
ISBN : 978-81-921785-1-6

இந்திய சரித்திரக் களஞ்சியம்
ப.சிவனடி

பதிப்பு : அ.வெண்ணிலா

முதல் பதிப்பு : 28, டிசம்பர்-2011 / இரண்டாம் பதிப்பு : டிசம்பர்-2018 / பக்கங்கள் : 660
ஒளியச்சு : எஸ்.தீபா, வசந்தி, ரேணுகா தேவி, கலைவாணி
அட்டை வடிவமைப்பு : டிராட்ஸ்கி மருது / நூல் வடிவமைப்பு : எஸ்.மாரீஸ்,
த.டேனியல் பிரபாகர் / அச்சாக்கம் : மணி ஆப்செட், சென்னை.
வெளியீடு : அகநி வெளியீடு,
எண் : 3, பாடசாலை வீதி, அம்மையப்பட்டு, வந்தவாசி - 604 408.
பேசி : 98426 37637 / 94443 60421
மின்னஞ்சல் : akaniveliyeedu@gmail.com

விலை : ரூ 7500 /- (எட்டுத் தொகுப்புகளும் சேர்த்து)

Indhiya Sarithira Kalangiyam
Pa.Sivanadi

Edited by : A.Vennila

First Edition : 28th December - 2011 / Second Edition : December - 2018 / Pages : 660
Laser typeset : S.Deepa, Vasanthi, Renugadevi, Kalaivani / Wrapper : Trostky Marudhu
Layout : S.Maries, D.Daniel Prabakar / Printed by : Mani Offset, Chennai.
Published by : Akani Veliyeedu, No : 3, Paadasalai Street,
Ammaiyappattu, Vandavasi - 604 408.
Cell : 98426 37637 / 94443 60421
e-mail : akaniveliyeedu@gmail.com

காலத்தின் பக்கமிருந்து...

வரலாறு என்பது வெறும் நிலப்பரப்பையோ அரசர்களின் பெருமையையோ கற்களாலான கோட்டைகள் பற்றியோ பேசுவது மட்டுமல்ல; இப்புவியில் வாழ்ந்து மடிந்த மனிதர்களின் இரத்தமும் சதையுமான வாழ்க்கையைப் பதிவு செய்வதே உண்மையான வரலாறாக இருக்க முடியும்.

தமிழர்களுக்கு வரலாற்றுப் பதிவுகள் மீது அக்கறை இல்லை, தமிழில் நல்ல வரலாற்று நூல்கள் வெளிவரவில்லை என்கிற நெடுங்காலப் பெருங்கவலையைத் தீர்க்கும் வகையில் 25 ஆண்டுகளுக்கு முன் (1987 இல் முதல் தொகுதி வெளியீடு) வெளிவந்த தமிழின் மிகச் சிறந்த வரலாற்றுத் தொகுப்பு ப.சிவனடி அவர்கள் எழுதிய 'இந்திய சரித்திரக் களஞ்சியம்'.

கி.பி.1700 தொடங்கி 1840 வரை 140 ஆண்டுகால உலக, இந்திய, தமிழக வரலாற்றைப் பல்வேறு சுவாரசியமான புள்ளி விவரங்களோடும், பலதரப்பட்ட நூல்களின் குறிப்புகளோடும் அரிதினும் முயன்று தொகுக்கப்பட்டுள்ளது இந்நூல். 10 ஆண்டுகளுக்கு ஒரு நூலென 140 ஆண்டுகால வரலாற்றை 15 தொகுதிகளாக (1711-1720 ஆண்டு இரண்டாம் பத்து, இரு தொகுதிகளாக வந்துள்ளது) எழுதியுள்ளார் வரலாற்றறிஞர் ப.சிவனடி.

நம் சிந்தனைக்கு எட்டாத இந்த 140 ஆண்டுகால வரலாற்றின் ஒரு செய்தியை, ஒரு நிகழ்வை எடுத்துக்கொண்டு, அதனைத் தமிழக - இந்திய - உலகளாவிய நிகழ்வுகளுடன் ஒப்பிட்டு, வாசகர்கள் எளிமையாய் புரிந்துகொள்ளும் வண்ணம் எழுதப்பட்டுள்ளது இந்நூலின் சிறப்பாகும்.

இந்நூலின் இரண்டொரு தொகுதிகளை மட்டும் கையில் வைத்துக் கொண்டு, "இதை மறுபதிப்பாக கொண்டுவர வேண்டும்..." என்று அ.வெண்ணிலா சொன்ன போது மலைப்பாகத்தான் இருந்தது.அவரது தளராத ஆர்வமும், ஈடுபாடான உழைப்பும் "முடியும்" என்கிற நம்பிக்கையைத் தர "செய்வோம்" என்று சம்மதித்தேன்.

இந்நூலுக்கான முன்வெளியீட்டுத் திட்டப் பணிகளை விரைந்து துவங்கி, தமிழகம் முழுவதுமுள்ள முந்நூறுக்கும் மேற்பட்ட புத்தக ஆர்வலர்கள், கல்லூரிகள், இதழ்கள் எனக் கடிதங்களை அனுப்பிவிட்டு, புத்தகங்களைத் தேடும் பணிகளில் தீவிரமாய் இறங்கினோம்.

வழக்கம்போலவே, தமிழ்ச் சமூகத்தின் ஆழ்ந்த மௌனம் லேசாய் கலங்கடித்தது. எவ்விதமான பதிலும் யாரிடமிருந்துமில்லை. கனத்த மௌனத்தை உடைத்தெறிந்தது, முதல் குரலாய் ஒலித்த அன்புத்தோழர் இயக்குநர் பாரதிகிருஷ்ணகுமாரின் அழைப்பு.

"வாழ்த்துகள்... முருகேஷ். நல்ல முயற்சியில இறங்கியிருக்கீங்க. நண்பர்கள் வட்டத்தில் நானும் அறிமுகம் செய்றேன்..."

பிறகு பலரிடமிருந்தும் பதில் வர ஆரம்பித்தது.

விமர்சகர், எழுத்தாளர் டாக்டர். கே.எஸ்.சுப்ரமணியன், 'கதைசொல்லி' பதிப்பாசிரியர், வழக்கறிஞர் கே.எஸ்.ராதாகிருஷ்ணன், கவிஞர் தங்கம்மூர்த்தி, திருச்சி கோ.செண்பகநாதன், பொள்ளாச்சி டாக்டர் மகாலிங்கம் காலேஜ் ஆப் இஞ்சினியரிங் அண்டு டெக்னாலஜி ஆகியோர் வாழ்த்துகளோடு முன்வெளியீட்டுத் திட்டத் தொகையையும் அனுப்பித் தந்து, ஆதரித்தனர்.

விழித்திறன் மாற்றுத்திறனாளியாய் இருந்தும், புத்தக வாசிப்பில் தீராக் காதலோடு இருக்கும் சிதம்பரம் அரசுப் பெண்கள் மேல்நிலைப்பள்ளியின் அறிவியல் பட்டதாரி ஆசிரியர் ந.இரவிச்சந்திரனின் வாழ்த்தும் பாராட்டும் செயல்பாட்டிற்கு ஊக்கம் தந்தன. நூல் அறிமுகத்திற்காகக் கோவை மாநகரக் கல்லூரிகளை என்னோடு சுற்றிவந்த தோழர் ஆ.பாலாஜியின் அன்பும், 'உயிர் எழுத்து' வாசகர்களிடத்து நூல் வருகையை அறிமுகம் செய்த அன்புத் தோழர் சுதீர்செந்திலின் தோழமையும் மறக்க முடியாதவை.

"அந்தப் புண்ணிய புருஷரோட வாரிசுகளாயிருந்து, இந்தப் புத்தகத்தைக் கொண்டு வாரீக. ரொம்ப மகிழ்ச்சிய்யா...!" என்ற பேராசிரியர் சாலமன் பாப்பையாவின் பாராட்டும் பங்களிப்பும் நெகிழ வைத்தன.

தோழமையோடு நல்ல பல ஆலோசனைகளை வழங்கிய 'கலைஞன்' பதிப்பகம் மா.நந்தன், புன்னகை ததும்பும் வார்த்தைகளால் நூல் வருகையைக் கொண்டாடி, அட்டையையும் வடிவமைத்துத் தந்த அன்பினிய அண்ணன் ஓவியக்கலைஞர் டிராட்ஸ்கி மருது ஆகியோரின் தோழமைக்கு என்றும் நன்றி. இத்தொகுப்புத் தயாரிப்புப் பணிகளில் ஒரு குடும்பமாய் இருந்து பிழை திருத்தித் தந்த எழுத்தாளர் கமலாலயன், ஒளியச்சு மற்றும் வடிவமைப்புப் பணிகளைத் தூங்கா விழிகளோடு செய்து தந்த எஸ்.மாரீஸ், த.டேனியல் பிரபாகரன் என்றும் நினைவில் நிற்பார்கள்.

எல்லாவற்றிற்கும் மேலாய் புத்தகம் தேடும் முயற்சிக்கு உறுதுணையாய் இருந்து அரிய பல ஆலோசனைகளை வழங்கியதோடு, இந்நூல் உருவாக்கத்தில் பேருதவி புரிந்த அன்பிற்கினிய அண்ணன் டாக்டர் மு.ராஜேந்திரன், இ.ஆ.ப., அவர்களின் வழிகாட்டுதலுக்கும் நன்றி.

சமகால வரலாற்று நூல்களில் மிக முக்கியமானதும், தனித்துவமானதுமான நூல் எனப் பல்வேறு ஆராய்ச்சியாளர்கள், எழுத்தாளர்களால் பாராட்டுப் பெற்ற இந்நூலை, இன்றைய தலைமுறை வாசகர்கள், ஆய்வு மாணவர்கள், கல்லூரிகள், நிறுவனங்கள் எனப் பலரும் பயன்பெற வேண்டும் என்கிற நல்நோக்கில், இந்தத் தொகுப்புப் பணியை, தன் படைப்புப் பணியினும் மேலாய் நினைத்துத் தொகுத்துத் தந்த அ.வெண்ணிலாவின் இப்பணியைத் தமிழ்கூறு நல்லுலகம் போற்றிக்கொண்டாடும் என உறுதியாய் நம்புகின்றேன்.

இந்தத் தொகுப்புப் பணியில் கற்றுக்கொண்டவை ஏராளம். கடந்த 25 ஆண்டுகளாக காதலோடு செய்த நண்பர்களுக்கான புத்தகத் தயாரிப்புப் பணிகளில் இதுவரை நூற்றுக்கும் மேற்பட்ட நூல்களைக் கொண்டுவந்திருந்த போதிலும், 'அகநி' வெளியீட்டைத் தொடங்கிய இந்தப் பத்தாவது ஆண்டில், 25 ஆவது நூலாக வரலாற்றறிஞர் ப.சிவனடியின் இந்தத் தொகுப்பைக் கொண்டு வருவது, மிகுந்த மனநிறைவையும் நெகிழ்வையும் தருவதாக உள்ளது.

பெரும் சுமையுடன் தடுமாறிக்கொண்டிருந்த எங்களுக்கு ஆதரவுக் கரம் நீட்டிய அன்புள்ளங்களை நினைவுகூர்வது இரண்டாம் பதிப்பு வரும் இவ்வேளையில் அவசியமாகிறது. அரிய இந்த முயற்சியைக் கொண்டாடியதோடு, தென் மாவட்டங்களின் கல்லூரிகளில் இத்தொகுதியை அறிமுகம் செய்தவர், தூத்துக்குடி காமராஜ் கல்லூரியின் முன்னாள் முதல்வர், பேராசிரியர் சா.செல்வராஜ், அன்னம்மாள் கல்லூரியின் தாளாளர் திரு.டி.கணேசன், தினத்தந்தியின் உரிமையாளர் திரு.சிவந்தி ஆதித்தன், பிராட்லைன் கம்ப்யூட்டர்ஸ் உரிமையாளர் டாக்டர் எம்.ஆறுமுகம், ஆனந்தா மெட்டல்ஸ் உரிமையாளர் திரு.குமரப்பன், இந்து சமய அறநிலையத் துறை உதவி இயக்குநர் தேவிகாபுரம் சிவகுமார் முதலானோருக்கு நெஞ்சம் கனிந்த நன்றிகள்.

ஆனந்த விகடன் சிறந்த நூல்களுக்கான 'சிறந்த வெளியீடு' பிரிவில் விருது வழங்கி கௌரவித்தது. மணிவாசகம் பதிப்பகத்தின் நிறுவனர் ச.மெய்யப்பன் அறக்கட்டளை வழங்கிய சிறந்த பதிப்பக விருதை இத்தொகுதி பெற்றுத் தந்தது. நம்பிக்கைத் தந்த எல்லோருக்குமான நன்றிகளுடன்.

- மு.முருகேஷ்,

வெளியீட்டாளர்.

பெருங்கடலின் கரையோரத்தில்...

காஞ்சிபுரம் இலக்கிய வட்டம் நாராயணன் தமிழில் வெளியாகும் முக்கிய புத்தகங்களை உடனே தேடிப் பிடித்து வாங்கிவிடுவார். அவர் நடத்தும் கூட்டங்களில் கலந்து கொள்பவர்களுக்கு உடனுக்குடன் சுடச்சுட அப்புதிய புத்தகங்களைப் பரிசாகத் தருவார். தொட்டுத் தடவிப் பார்த்து பெரும் மகிழ்ச்சியோடு பைக்குள் வைத்துக் கொண்டு பயணம் செய்வோம். எங்கள் திருமணம் முடிந்து இரண்டரை மாதங்களே முடிந்திருந்த நேரத்தில் நானும் முருகேஷும் இலக்கிய வட்டம் கூட்டத்திற்குச் சென்றிருந்தோம். அது 28.06.1998. 'அன்புடன் இலக்கிய வட்டம் நாராயணன்' எனக் கையெழுத்திட்டு இந்திய சரித்திரக் களஞ்சியம் தொகுதி-6 ஐ முருகேஷுக்கும், தொகுதி 8-ஐ எனக்கும் பரிசளித்தார். நூலின் தயாரிப்போ, வரலாறு பற்றிய ஆர்வமில்லாததோ, சரியான காரணத்தைக் கூறமுடியவில்லை... எந்தச் சுவாரசியமுமின்றி புத்தகத்தைப் பைக்குள் போட்டுக் கொண்டு, நாங்கள் இருவரும் பேருந்தில் வெறும் பேச்சோடு பயணம் செய்தோம். இரண்டு தொகுதிகளும் எங்கள் புத்தக அலமாரிகளில் அடைக்கலம் புகுந்தன. வேறெதாவது புத்தகத்தைத் தேடும்போது கண்ணில் படும். 'அய்யோ இந்தப் புத்தகத்தை இன்னும் படிக்கவில்லையே' என ஒரு விநாடி தோன்றும். பிறகு அவசரமாக அந்தப் புத்தக நினைவைக் கடந்து விடுவேன்.

சரியாகப் பதினொரு ஆண்டுகள் கழித்து அந்தப் புத்தகத்தை நான் தேடியலையும் நிலை உண்டானது. டாக்டர் மு.ராஜேந்திரன்,இ.ஆ.ப அவர்களுடன் இணைந்து தொகுத்த 'வந்தவாசிப் போர்-250' புத்தகத் தயாரிப்பிற்காக வந்தவாசியின் வரலாற்றைத் தேடியலைந்தேன். வந்தவாசி பற்றிய குறிப்புகள் இடம்பெற்றுள்ள நூல்களைத் தேடியலைகையில் நண்பர்கள் பரிந்துரைத்த நூல்களில் முதல் இடம் பிடித்தது ப.சிவனடி எழுதிய இந்திய சரித்திரக் களஞ்சியம். மனத்திற்குள் மிகப்பெரிய வேதனைப் பந்து சுழன்றது. என் வேரை எனக்கு அறிமுகப்படுத்தும் பொக்கிஷத்தைக் கைகளில் வைத்துக் கொண்டு, பாராமுகமாய் இருந்த என் அறியாமை எனக்கு உறைத்தது. தவிர்க்க இயலாமல் மனத்திற்குள் நான் இழந்த என் தந்தையின் நினைவு வந்தது. புத்தகப் பெரும் புதையலுக்குள் தேடி தொகுதி-6-ஐக் கண்டெடுத்தவுடன் மனம் முழுக்கப் பரவசம். வந்தவாசிக் கோட்டையைப் பற்றியும், வந்தவாசிப் போர் பற்றியும் அவ்வளவு தகவல்கள்.

காலம் கடந்து நான் கண்டெடுத்தாலும் இரண்டு உண்மைகளை உணர்ந்தேன். ஒன்று, இத்தொகுப்புகள் எழுதப்பட்டு 25 ஆண்டுகள் கழித்தும் அதனுடைய தேவை இன்றும் மாறாமல் இருந்தது. மற்றொன்று, அத்தொகுப்புகளுக்குச் சமமான புத்தகங்கள் பின்வந்த காலங்களில் வேறொன்றும் வெளிவராதது. புறக்கணிக்கவே முடியாத இடத்தில் சிவனடியின் தொகுப்புகள் எக்காலத்தும் நிற்கும் என்ற உண்மை, என்னை மொத்தத் தொகுப்புகளையும் தேட வைத்தது. இணையம், நூலகங்கள், ஆய்வு மையங்கள் என பல இடங்களில் சுற்றியலைந்தேன். எழுத்தாளர் எஸ்.ராமகிருஷ்ணன் தன் வலைப்பக்கத்தில் ப.சிவனடியின் ராட்சஸத்தனமான பங்களிப்புப் பற்றி எழுதியிருந்ததைப் படித்தேன். ப.சிவனடியின் மேல் தீராப் பிரமிப்பு உண்டானது.

புதுச்சேரி பிரெஞ்சு ஆய்வியல் நிறுவனத்திற்குச் சென்று அங்கிருந்த அவரின் 14 தொகுதிகளையும் பார்த்தேன். புரட்டிப் பார்த்தால் மயக்கம் வருவது போல் இருந்தது. ஒரு தனி நபர், இவ்வளவு பெரிய பணியை எப்படிச் செய்ய முடிந்தது என்ற திகைப்பில் இருந்து மீள முடியவில்லை. ஆனால் அந்த ஆய்வியல் நிறுவனத்தில் குறிப்புகள் எடுத்துக்கொள்ள வாய்ப்பிருந்ததே தவிர மொத்தப் புத்தகத்தையும் பிரதி எடுக்க அனுமதியில்லை. அவரின் 14 தொகுதிகளையும் எனக்கென்று வைத்துக்கொள்ளத் தொடர்ந்து தேடினேன். பிறகு அத்தனைத் தொகுதிகளையும் பெற இயக்குனர் சிம்புதேவன், நியூ புக் லேண்ட்ஸ் சீனுவாசன் ஆகியோர் ஊக்கம் தந்தனர். முன்னாள் நூலக இயக்குனர் ஆவுடையப்பன், உலகத் தமிழாராய்ச்சி நிறுவன இயக்குனர் பெருமாள்சாமி, மாவட்ட மைய நூலகங்களில் இருந்து தொகுதிகளைப் பெற உதவிய நண்பர்கள் டி.ரமேஷ், சி.ஜெயக்குமார், என்.ஆர்.அரங்கநாதன், பி.முருகன் ஆகியோரின் உதவியுடன் மொத்தத் தொகுதிகளையும் ஒன்று திரட்டினேன்.

தமிழ் இலக்கிய உலகிற்குள் வரலாறும் இணைந்து செயல்படுகிறதா என்ற சந்தேகம் உள்ளது. அப்படி இருப்பின் தமிழ் இலக்கியவாதிகளும் வரலாற்றறிஞர்களும் ப.சிவனடியை உச்சி முகர்ந்து கொண்டாடலாம்.ஒரு பல்கலைக்கழகம் முயன்று இப்படிப்பட்ட பெரும் பணியைச் செய்திருக்க வேண்டும். தனிநபராய்ச் சிவனடி செய்திருக்கிறார்.

ப.சிவனடி தன்னுடைய சுய உழைப்பில், பொருளாதாரத்தில் இத்தொகுதிகளைக் கொண்டு வந்துள்ளார். கி.பி. 1700-முதல் கி.பி. 2000 வரையான 300 ஆண்டுத் தமிழக, இந்திய, உலக வரலாற்றை எழுதத் திட்டமிட்டு, தன் வாழ்நாளையே அதற்காகச் செலவிட்டுள்ளார். 1987-தொடங்கி ஆண்டுக்கொரு புத்தகம் என முயன்று 14

மிகப்பெரிய பாதிப்புகளை, இழப்புகளை உண்டாக்கும். ப.சிவனடியின் மரணம், தமிழகம் 160 ஆண்டுகால வரலாற்றைப் பதிவு செய்ய முடியாமல் செய்துவிட்டது.

ப.சிவனடி அவர்களின் தனிப்பட்ட வாழ்வைப் பற்றி எனக்கொன்றும் தெரியாது. அவர் சென்னையில் வசித்ததாகக் கேள்விப்பட்டு எழும்பூர், அசோக் நகர் பகுதிகளில் தேடித் திரிந்தேன். அவரைத் தினம் சந்தித்த, அவருடைய கடைக்கருகில் வசித்த முதியவர் ஒருவரிடம் சிவனடி பற்றிப் பேசும் வாய்ப்பு மட்டுமே கிடைத்தது. கலைஞன் பதிப்பகம் மாசிலாமணி அவர்கள் மூலம் ஓவியர் டிராட்ஸ்கி மருதுவும், எழுத்தாளர் மா.அரங்கநாதனும் சிவனடியை அறிந்திருந்தனர். நண்பர்கள் மூலமாக அவர் விருதுநகர்க்காரர் என்றறிந்து, விருதுநகரிலும் தேடினேன். செய்தியறிய முடியவில்லை, அவரைப் பற்றிய தகவல்கள் ஒன்றும் கிடைக்காமல் போகப் போக, அவரின் தொகுப்புகள் என்னை மிகமிக நெருங்கி வரத் தொடங்கின. அவரின் தொகுப்புகளை மீண்டும் கொண்டுவர வேண்டும் என்ற ஆர்வம் மேலெழத் தொடங்கியது.

கடந்த ஏப்ரல் 5-ஆம் தேதி துவங்கி இன்றுவரை என் நினைவில் வேறெதுவும் இல்லை. புத்தகங்களைத் தட்டச்சு செய்யச் செய்வது, பிழைதிருத்தம் பார்ப்பது, பொருத்தமான படங்களைத் தேடுவது என 5,000 பக்கங்களை மொத்தமாக அச்சுக்கு கொண்டுவருவதற்கான அத்தனை நெருக்கடிகளையும் நான் அனுபவித்துவிட்டேன். அத்தனை வேலைகளிலும், ப.சிவனடி மீதான மதிப்பும் பிரமிப்பும் கணந்தோறும் கூடிக்கொண்டேயிருந்தது.

ப.சிவனடி 14 தொகுதிகளிலும் வரலாற்றைச் சொல்லப் பயன்படுத்திய உத்தி, மொழிநடை, சொன்ன விதம் குறித்து தமிழின் மிக முக்கியமான வரலாற்றறிஞரான டாக்டர் ராஜைய்யன் தன் முன்னுரையில் விரிவாகக் கூறியுள்ளார் ஒரு வாசகியாக நான் ப.சிவனடியை வாசித்து அறிந்த விதம் தனிப்பட்ட விதத்தில் எனக்கு நெகிழ்ச்சியானது.

ஒரு சிறு வரலாற்று நிகழ்வைச் சொல்ல முனையும் போது, அவரின் மனத்தில் அந்நிகழ்வு மட்டும் முக்கியத்துவம் பெறுவதில்லை. அந்நிகழ்வு போன்று ஏற்கனவே வரலாற்றில் இடம் பெற்றுள்ள விதம், நிகழ்வு நடைபெற்ற இடம், அதன் வரலாற்றுப் பின்னணி, அதன் அரசியல் விளைவுகள்... என ஆழமான பார்வையுடன் வரலாற்றைப் பதிவு செய்கிறார். வரலாறு அறிஞர்களுக்கு மட்டுமல்ல; சாமான்ய மக்களுக்குமே என்ற புரிதல் அவரின் பார்வையில் உள்ளது. வரலாற்றைத் தனித்துப் புரிந்து கொள்ளாமல் அதன் அத்தனைப் பரிமாணங்களுடன் சேர்த்து புரிந்து கொள்வதே முழுமையான புரிதலாக இருக்க முடியும் என்பதையும் உணர்த்துகிறது இத்தொகுப்பு.

ஆசிரியரின் கருத்தாக எதையும் கூறாமல், பல இடங்களில் வரலாற்று நிகழ்வுகளை மட்டுமே பதிவு செய்துள்ளார். மிகச் சில இடங்களில் மட்டுமே நிகழ்வுகள் குறித்துத் தன் கருத்துகளைப் பதிவு செய்கிறார். அக்கருத்துகள் சிலவற்றில் எனக்கு உடன்பாடு கிடையாது. குறிப்பாகச் சமணம், பௌத்த சமயம் சார்ந்த கருத்துகளைக் கூறலாம். இத்தொகுப்புகளில் ஒன்றுடன் ஒன்று மிக நேர்த்தியாகப் பின்னப்பட்டுள்ள அரிய தகவல்களைத் தமிழ் வரலாற்று விரும்பிகளிடம் கொண்டு சேர்க்கவே இத்தொகுப்பை மறுபதிப்பு செய்ய விரும்பினேன்.

நான் ரசித்துப் படித்து பாதுகாக்க விரும்பிய இத்தொகுப்பைப் பாதுகாத்துக் கொள்ள வேண்டும் என்ற உணர்வுடன் நிறுத்திக் கொண்டிருக்கலாம். மீண்டும் இந்த தொகுதிகளை மறுபதிப்பு கொண்டு வர வேண்டும் என்ற பேராவல் என்னைப் புதைமணலில் உள்ளிழுப்பதைப் போல் உள்ளிழுத்துக் கொண்டே இருந்தது. என்

சொந்தப் படைப்புப் பணிகளை முழுமையாகத் தொலைத்துவிட்டு இம்மறுபதிப்புப் பணியில் ஈடுபடுத்திக் கொண்டேன். காரணம் தமிழ் வாசகர்களுக்கு நல்ல புத்தகத்தைக் கொண்டு சேர்க்க வேண்டும் என்ற அக்கறை. இதுவும் படைப்புப் பணியின் மிக முக்கிய அங்கமாக நினைக்கிறேன்.

மறுபதிப்புப் பணியில் நான் சந்தித்த பிரச்சனைகளையும் எதிர்கொண்ட இடர்களையும் இங்கு நிச்சயம் பதிவு செய்ய வேண்டியுள்ளது. ஆனால் அது மிக நீளும். ஒரு தனிநபரின் சத்தமில்லாத, எந்த அணியாலும் அங்கீகரிக்கப்படாத, மிகப்பெரிய பங்களிப்பைக் கொண்டாட வேண்டும் என்ற எளிய நோக்கத்தின் முன் அப்பிரச்சனைகளை எல்லாம் எளிதாகக் கடந்தேன். நான் நம்பிக்கை இழந்த நேரங்களில் நம்பிக்கைக் கொடுத்து ஊக்கப்படுத்திய டாக்டர் மு.ராஜேந்திரன்,இ.ஆ.ப, நான் சோர்வுறும் போதெல்லாம் என்னைத் தேற்றி, உற்சாகப்படுத்திய மு.முருகேஷ், இருவரின் அன்பு இல்லையேல் இப்பணி நிறைவேறியிருக்காது.

'இந்தப் புத்தகத்தை எப்படியும் கொண்டு வந்துடும்மா' என உற்சாகப்படுத்திய அண்ணன் டிராட்ஸ்கி மருது, நான்கு மாதமாக வீட்டை மறந்து எங்களோடு இப்பணியில் இருக்கும் தம்பி டேனியல் பிரபாகர், 'ஆள பிச்சி எடுக்காத ஆத்தா' என அன்பாய்க் கடிந்து கொண்டே வேலை பார்த்த மாரீஸ். 'சிவனடி புத்தக வேலை எப்பம்மா முடியும், எங்க கூட எப்ப வெளிய வருவ' என தினம் ஏக்கமாய்க் கேள்விகளால் நாட்களைக் கடத்திய என் அன்பு மகள்கள், 'நீ ரொம்ப பெரிய வேலைய எடுத்திட்ட' என கூறிக்கொண்டே, வீடு குறித்த சிந்தனையையே நான் முழுமையாய் மறந்திருக்க, என்னை அரவணைத்துக் கொண்ட அம்மாவும்... இப்பணியினைச் சுமந்திருக்கிறார்கள்.

எல்லோருக்குமான ஈர அன்புடன்,
அ.வெண்ணிலா.
02.12.2011

முனைவர். **கே.ராஜைய்யன்,** எம்.ஏ., எம்.லிட்., பி.எச்டி.,
முன்னாள் பேராசிரியர் மற்றும் தலைவர்
வரலாற்றுப் படிப்பியல் துறை
மதுரை காமராஜர் பல்கலைக்கழகம்
மதுரை - 625 021

வரலாற்றை வாசிப்பதில் ப.சிவனடியின் அணுகுமுறை

1927-ஆம் ஆண்டு விருதுநகரில் பிறந்த ப.சிவனடி ஆரம்ப காலக் கட்டத்தில் இருந்தே மிக எளிமையானவர். அவர் பல இடங்களில் சொல்லியுள்ளது போல் ஆரம்ப காலத்தில் எந்த எழுத்துப் பணிகளிலும் அவர் ஈடுபடவில்லை.

இவருடைய "இந்திய சரித்திரக் களஞ்சியம்" 15 நூல்களாக வெளி வந்துள்ளது. இவர் எடுத்துக் கொண்ட காலம் கி.பி.1700 இல் ஆரம்பித்து கி.பி. 1840 இல் முடிவடைகிறது. ஆனால் இவர் கி.பி. 2000 வரை எழுத திட்டமிட்டிருந்தார். ஒவ்வொரு பத்து வருடங்களுக்கும் ஒரு தொகுப்பு என திட்டமிட்டு ஒவ்வொரு தொகுப்பிலும் 10 ஆண்டுகளின் சமூக, அரசியல், பொருளாதார, மருத்துவ மற்றும் விஞ்ஞான வளர்ச்சி பற்றி வரிசைக்கிரமமாக எடுத்துரைத்துள்ளார்.

இவருடைய படைப்புகள் தொகைநூல் (Anthology) என்று கூறப் பட்டாலும், இவர் உருவாக்கிய 15 நூல்களும் தொகைநூல்களுக்கான வடிவத்தில் அமையவில்லை. தொகைநூல்களில் பொருட்கள் வருடவாரியாகவும் வரிசைக்கிரமமாகவும் அமைக்கப்பட வேண்டும். ஆனால் திரு ப.சிவனடி அவர்களின் படைப்புகள் வருடவாரியாக மட்டும் அமைக்கப்பட்டுள்ளது. வரிசைக்கிரமமாக அமையப்பெறவில்லை. எனவே, தொகை நூல்களுக்கான முழு வடிவம் இவருடைய படைப்புகளில் பின்பற்றப்படவில்லை. இதுவே இவருடைய தொகுப்பு நூல்களுக்கான சுவாரசியமாகவும் உள்ளது.

திரு ப.சிவனடி அவர்கள் பின்பற்றிய வடிவம் புதியது என்றாலும் அவை குறிப்பிடத்தக்கது. பத்து வருடங்களுக்கு ஒரு தொகுப்பு என்பதே ஒரு புதிய முறை. ஒவ்வொரு தொகுப்பிலும் முதல் சில பக்கங்கள் அப்புத்தகம் பற்றிய குறிப்பிற்கு ஒதுக்கப்பட்டுள்ளது. இக்குறிப்பிலிருந்து அத்தொகுப்பில் இடம் பெற்றுள்ள வரலாற்று நிகழ்வுகள் குறித்து அறிந்துகொள்ளலாம்.

இவர் 5000ம் பக்கங்கள் கொண்ட 14 தொகுப்புகளை வெளியிட மிகுந்த சிரத்தை எடுத்துக்கொண்டுள்ளார். இவர் பின்பற்றிய தொகுப்புமுறை, பொருள் மற்றும் வடிவம் ஆகியன தமிழ் இலக்கியத்தில் ஒரு புதிய அணுகுமுறை. அச்சுத் தொழில்நுட்பம் வளர்ச்சியடையாத காலகட்டத்தில் இவர் தனது தன்னம்பிக்கை, விடாமுயற்சியின் மூலமும் இந்த சாதனையை செய்துள்ளார். இவரது நூல்களை தற்போது மறுபதிப்பு கொண்டு வருவதின் மூலம் பலரின் எதிர்பார்ப்புகள் நிறைவேறியுள்ளன.

திரு ப.சிவனடி அவர்களின் தொகுப்புகள் கி.பி. 1700 முதல் கி.பி.1840 வரையான காலகட்டத்தை உள்ளடக்கியது. இவர் எடுத்துக்கொண்ட இக்காலகட்டம் இந்திய வரலாற்றில் மிகவும் முக்கியமானது. இக்கால கட்டத்தில்தான் பல முக்கிய நிகழ்வுகள், புரட்சிகள், அரசியல், சமூக, பொருளாதார மாற்றங்கள் மற்றும் அறிவியல் கண்டுபிடிப்புகள் நடை பெற்றுள்ளன.

இவர், நிகழ்வுகளை வருடவாரியாக மட்டும் குறிப்பிடாமல் சில இடங்களில் நாட்கள் வாரியாகவும் குறிப்பிட்டுள்ளார். மேலும் ஒரே நிகழ்ச்சி வேறு இடங்களில் நடந்திருந்தால் அத்தகைய நிகழ்வுகளையும் குறிப்பிட்டு விளக்கியுள்ளார். இத்தகைய ஒப்பியல் வரலாற்றை எழுத இவர் மிகுந்த சிரத்தை எடுத்துக்கொண்டுள்ளது தெரிய வருகிறது.

வரலாற்றை எழுதுவது என்பது ஒரு புதிய பரிமாணத்தை அடைந்துள்ளது. வரலாறு என்பது வெறும் பெயர்கள், ஆண்டுகள், சம்பவங்களை குறிப்பிடுவது மட்டும் அல்ல. கடந்த காலங்களில் நடந்த நிகழ்ச்சிகளை அப்படியே பிரதிபலிக்கக் கூடியதாக இருக்கவேண்டும். வரலாற்று ஆசிரியர்கள் தங்களுடைய கருத்துக்களை பதிவுசெய்வதோடு தக்க குறிப்புகளுடன் வரலாற்றை எழுதி ஒரு முடிவுரையும் கொடுக்கவேண்டும். திரு ப.சிவனடி அவர்கள், தன்னுடைய படைப்புகளில் மேற்படி வடிவத்தை பின்பற்ற உரிய முயற்சி எடுத்துக் கொண்டுள்ளார். இவருடைய படைப்புகளின் ஆரம்பக் கட்டம் பழமையான வடிவத்தில் இருந்தாலும் அவருடைய படைப்புகளின் அட்டவணை மற்றும் குறிப்புகளில் புதிய அணுகுமுறை உள்ளது. இது ஒரு குறிப்பிடத்தக்க வளர்ச்சியாகும்.

இவர் தன்னுடைய படைப்புகளின் பலனை அனுபவிக்க அதிகநாட்கள் வாழவில்லை. ஆனால் அவரைப் பற்றி தெரிந்தவர்கள் மற்றும் அவருக்கு அதிகமாக அறிமுகமானவர்கள் அவருடைய இலக்கிய தேடுதல் பற்றியும் அவர் பல்வேறு நூல்களில் இருந்து எடுத்துவைத்துள்ள குறிப்புகள் பற்றியும் தெரிவித்துள்ளனர்.

இந்திய நாடு தனது பரந்த நிலப்பரப்பு, பல்வேறு வகையான கலாச்சாரம், வாழ்க்கையை அதன் போக்கிலேயே ஏற்றுக்கொள்ளும் மக்கள், இயற்கை வளங்கள், மதிப்பற்ற இரத்தின கற்கள், வாசனை திரவியங்கள் போன்றவைகள் காரணமாக, அயல்நாட்டு வணிகர்களின் கவனத்தை ஈர்த்தது. இந்தியாவில் அந்த காலக்கட்டத்தில் இருந்த குறுநில மன்னர்களிடையே இருந்த பகைமை மற்றும் ஒற்றுமையின்மை அயல்நாட்டினர்களின் படையெடுப்பிற்கு வழிகோலியது. இக்காரணங்களினால் பேராசைக் கொண்ட பல ஏதேச்சதிகார நாடுகள் இந்தியா மீது படையெடுத்து தங்கள் பேராசை, ஏதேச்சதிகாரம், கனவுகளை, இந்தியாவில் தேட ஆரம்பித்தனர். எனவே, இந்திய வரலாற்றைப் பற்றி எழுதும் எந்தவொரு எழுத்தாளரும் பிற நாடுகளைப் பற்றிய விவரங்கள் தெரிந்திருக்க வேண்டும். பல நாடுகள் பற்றிய அறிவை திரு ப.சிவனடி என்ற இப் புகழ்பெற்ற எழுத்தாளரும் பெற்றிருக்கிறார்.

திரு ப.சிவனடி அவர்களின் எடுத்துரைக்கும் முறையினை குறிப்பிட வேண்டும் என்றால் குறிப்பாக ஓராண்டை -அதாவது 1751-ஆம் ஆண்டை

விவரிக்கும் போது அவ்வாண்டின் முக்கிய நிகழ்வான இராபர்ட் கிளைவின் ஆற்காடு வெற்றியை மட்டும் குறிப்பிடாமல் இந்திய போர்க்களத்தில் முதன்முறையாக பயன்படுத்தப்பட்ட பீரங்கிகள் பற்றியும் இதே ஆண்டு நடந்த ஒரிசா மற்றும் மராத்திய போர்கள், இந்த ஆண்டில் ஆங்கிலேயர்கள் இந்தியாவில் மேற்கொண்ட நில அளவை கணக்கெடுப்பு, இங்கிலாந்தின் பெத்தலகேமில் ஆரம்பிக்கப்பட்ட மனநல மருத்துவமனை, விடுதலை வீரர் புலித்தேவர் ஸ்ரீவில்லிப்புத்தூர் கோட்டையைக் கைப்பற்றியது, “நிக்கல்” என்ற உலோகம் கண்டுபிடிக்கப்பட்டது மற்றும் சருகணி மாதாகோவில் கட்டப்பட்டது ஆகியவற்றை பற்றியும் குறிப்பிடுகின்றார். இவ்விவரங்கள் மிக விரிவாக குறிப்பிடப்பட்டுள்ளன.

இத் தொகுப்புகளில் புகழ்பெற்ற மெகாலே, இராபர்ட் கிளைவ், டார்வின், ரப்பர் டயரைக் கண்டுபிடித்த குட்இயர், ஜி.யூ.போப், கவிஞர் ஷெல்லி, ஹெர்குலிஸ், நெப்போலியன், இராணி மங்கம்மாள், இந்தியாவின் முதல் சுதந்திரப் போரின் வீரர்களான, மருதுபாண்டியன், சின்னமருது, திப்பு சுல்தான் மற்றும் பலரைப் பற்றி குறிப்பிட்டுள்ளார்.

இவர் ஒரு வருடத்தைப் பற்றி குறிப்பிடும் போது அவ்வருடத்தோடு தொடர்புடைய மனிதர்கள், நாடு மற்றும் நகரங்களோடு குறிப்பிட்டு விவரிக்கிறார். ஒரு சம்பவத்தை விவரிக்கும் போது அது தொடர்பான வேறு சம்பவத்தைக் குறிப்பிட்டு எவ்வாறு ஒவ்வொன்றும் மற்றவற்றுடன் சம்பந்தப்பட்டுள்ளது என்பதையும் விவரிக்கிறார். இது ஒரு வரலாற்று இணைப்பு ஆகும்.

திரு ப.சிவனடி அவர்களின் படைப்புகளை மறுபதிப்பு செய்ததற்காக அகநி பதிப்பகம் கவிஞர் மு. முருகேஷ் ஐ மனதாரப் பாராட்டுகிறேன்.

மேலும், விவரங்களை சரிபார்த்து தவறுகளை திருத்திக் கொடுத்த டாக்டர். மு.ராஜேந்திரன்,இ.ஆ.ப., அவரின் பணியை பாராட்டுகிறேன். 15 தொகுப்பு களையும் தேடிக்கண்டுபிடித்து தகுந்த இடங்களில் புகைப்படங்களையும் இணைத்து மறுபதிப்பு கொண்டுவரும் அ.வெண்ணிலா அவர்களின் பணியை பாராட்டுகிறேன்.

இந்த மறுபதிப்பின் மூலம் திரு ப.சிவனடி அவர்களின் இலக்கிய பங்கினை நாம் அறிந்து கொள்வதுடன் அவர் நமக்களித்துள்ள வரலாற்றுப் புதையலை முழுமனதோடு பாராட்டக் கடமைப் பட்டுள்ளோம்.

K. Rajayyan

31-10-2011

இந்திய சரித்திரக் களஞ்சியம்

பதின்மூன்றாம் தொகுதி

பத்தொன்பதாம் நூற்றாண்டு- பதின்மூன்றாம் பத்து

அறிவெழுச்சிப் பத்து

1821 - 1830

முதல் பதிப்பின் முன்னுரை

மனித மனமும் மானுட இன வரலாறும் மேம்பாடடைந்து வந்ததை விளங்கிக் கொள்வதற்குப் பல்வேறு அறிவியல் துறைகளின் படிமுறை வளர்ச்சியைக் கற்றுணர்வது கட்டாயமாகும். ஒன்று அல்லது பல வேறான குறிப்பிட்ட அறிவியல் களின் வரலாற்றைக் கற்றுணர்வது மட்டும் போதாது; அறிவியல்கள் அனைத்தையும் ஒன்று கூட்டி, அவற்றின் சரித்திரங்களைக் கற்றாக வேண்டும்.

-(இசிடோர்) அகஸ்டி (மாரி ஃபிரான்சுவா) காம்டி (1798-1857)

உலகம் தோன்றிச் சுமார் 350 கோடி ஆண்டுகளாய் விட்டன என்று மனிதன் இன்று கணித்திருக்கின்றான். உயிரின வாழ்க்கைச் சூழல் மண்டலமான உலகில் பல்லுயிர்கள் பல கோடி ஆண்டுகள் படிமுறை வளர்ச்சி பெற்ற பின், மிகக் குறுகிய காலத்தில் குறிப்பிட்ட சில பகுதிகளில் கிட்டத்தட்ட ஐயாயிரம் ஆண்டுகளுக்கு முன்னர் எழுந்த நகரங்களில் மானுட நாகரிகங்கள் பிறந்து தவழலாயின. கடந்த சுமார் நூற்றைம்பது ஆண்டுகளாய் அண்மைக் கிழக்கு, எகிப்து, சிந்து வெளி, சீனம் போன்ற தொன்மையான நாகரிகங்களை அகழ்ந்தெடுத்து, அருமுயற்சிக்குப் பின்னர் அறிந்துள்ள மெய்ப்பு களிலிருந்து மானுட நாகரிகம் நடந்து வருதல் தெளிவாகின்றது. அதைக் கொண்டு வசதி கருதி வரலாற்றை வகுக்கும் வண்ணம் இந்த ஐயாயிரமாண்டு என்ற எல்லைக்கு அப்பாலிருப்பதை வரலாற்றுக்கு முற்பட்ட காலம் என்றும் இப்பாலிருப்பதை வரலாற்றுக் காலம் என்றும் பிரித்துப் பார்க்கின்றோம். மானுட நாகரிகம் என்பது குத்துமதிப்பாய் ஐயாயிரம் - ஆறாயிரம் ஆண்டுப் பழமையானது என்பது நமது அனுமானம்.

கலை, கல்வி, இலக்கியம், வானியல், சோதிடம், மெய்யியல், அறிவியல், சமயம், கட்டுமானம், போரியல் கலை என்று மானுட எண்ணமும் சிந்தனையும் அங்கு முதிர்ந்து நகரங்கள் மேன்மை எய்தியிருந்தன. வளம் பெற்றுத் திகழ்ந்த மொழியில் ஏறத்தாழ நாலாயிரம் ஆண்டுகளுக்கு முன்னர் அங்கு ஒரு வீர காவியமே எழுதப்பட்டது. ஆப்பு வடிவ எழுத்துகளில் களிமண் தகடுகளில் பதிந்து வைத்த அந்நாகரிகத்தின் கூறுகளை நம்மால் அறிந்து கொள்ள முடிகின்றது. மேற்சொன்ன மையங்களே உலக

நாகரிகத்தின் தொட்டில்களாயின. உலகின் மாபெரும் சமயங்களெல்லாம் அவற்றில் அல்லது அவற்றின் மருங்கே பிறந்தன. இறைவன் ஆதி மனிதனைப் படைத்ததாய் நம்புகின்ற ஏதேன் தோட்டம் அங்குதான் உள்ளது என்று நிலை நாட்ட முற்படுவோரும் உள்ளனர்.

தொன்மையான இந்நாகரிகங்கள் ஒன்றன் பின் ஒன்றாய் மறைந்து மண் மேடிட்ட பிறகு, சுமார் இரண்டாயிரத்து ஐநூறாண்டுகள் கழிந்த பின்னர் புத்தர், மகாவீரர்,ஜராதுஷ்டிரர், கன்ஃபூசியஸ், இசையா என்று பெயர் கூறும் பேறு பெற்ற அறிவர்கள் தன்னுயிர் போல் மன்னுயிரை நேசிக்க வேண்டும் என்பது குறித்துச் சிந்திக்கவும் கற்பிக்கவும் செய்தனர். மனிதர் இன்றும் அவர்களில் சிலரை இறை நிலைக்கு ஏற்றி வழிபட்டு வருகின்றனர். இருந்த போதிலும் மானுட நேய மாண்பை மானுடர் முற்றும் உணர்ந்தாரிலர். இந்த உண்மையைத்தான் வரலாறு நெடுகிலும் கண்கூடாய்க் காண்கின்றோம். அதற்கு சிறு காலத் துளியான இந்தப் பத்தும் விதிவிலக்கன்று என்பதை இந்தக் காலப் பரப்பில் நிகழ்ந்தவற்றை உன்னிப்பாய்ப் பார்த்தால் உணரமுடியும்.

மனித நேயம் செத்து விட்டது என்னும்படி அமெரிக்க ஒன்றியத்தில் இந்தியர்களைப் பூண்டொடு இடம் பெயர்க்கும் நயவஞ்சகம் நடக்கலாம்; பாரதத்தில் வகுப்புணர்வால் கல்வி பரவுவதைச் சிலர் தடுக்கலாம்; சாதியின் பெயரால் நாகரிகமற்ற முறையில் மக்களில் சிலர் நடத்தப்படலாம்; இழிந்த பல சிறுமைகளுக்கு மனிதரில் சிலர் துணை போகலாம்; ஆனால் ஆன்மம் அநீதிக்கு ஆள்பட்டு அடங்கியிராது; அது எழுந்து தன்னிலும் வலிமை மிக்க வல்லாண்மையை முழந்தாள் பணியச் செய்யும் - இவற்றையெல்லாம் என்றென்றும் நினைவில் நிறுத்துகின்ற நிகழ்ச்சிகளை இங்கு பதிந்துள்ளோம்.

அறிவியல் நடையொழுங்குகளின் பல்வேறு கூறுகளும் வளர்ச்சிகளும் அறிவியலின் உயிர்நாடியான ஒரு பிரிவான மருத்துவம் பற்றிய சிந்தனையும் அறிவியலின் ஆக்கச் சிறப்பை எடுத்தோதும் செய்திகளும் இப்பத்தில் காணக் கிடைக்கும். மக்களின் உடல் நலத்துடன் பொதுநல வாழ்வும் நாட்டின் பொருளியலும் தொடர்புடையதாகையால், அரசு மக்களின் உடல் நலம் பேணுவதிலும் அவர்களின் நோயை ஆற்றுவதிலும் நேரடியான பங்கு பற்ற வேண்டும் என்ற புதிய சிந்தனை ஐரோப்பியத்தில் இக்காலத்தில் வலுப் பெற்றது. அதற்கு இந்தியத்திலிருந்து புறப்பட்டு உலகெலாம் பரவிய காலரா என்னும் வாந்தி பேதி விளைவித்த பேரழிவு தூண்டுதலானது. இதே காலத்தில் இந்தியத்தில் ஐரோப்பிய முறை மருத்துவக் கல்விக் கூடங்கள் அமைவதற்குத் தொடக்கம் செய்கின்றனர். இங்கு இந்திய, கிரேக்க, ரோமானிய, அரபி மருத்துவ முறைகளுக்கிடையிலிருந்த தொடர்புகளும் உறவுகளும் உலகில் மருத்துவக் கல்வி வளர்ந்த வரலாறும் காணக் கிடைக்கும்.

இக்களஞ்சிய வரிசையில் பல கட்டுரைகளில், மருத்துவ வளர்ச்சி பற்றிய செய்திகள் ஆங்காங்கே பல இடங்களில் சொல்லப்பட்டு வருகின்றன. அவற்றைத் தொகுத்துப் படிக்கும் ஒருவருக்கு மனிதர் தம் பட்டறிவினால் பெற்ற பண்டுவ முறை கொண்டு நோயுடன் போராடி வருகின்ற தகைமை புலனாகும். மானுட வரலாறு மிகப் பெரிய பரிமாணங்களையுடைய பெருங் கடல். அதில் மருத்துவம் என்பது மனிதன் நீந்திக் கரை காண முயல்கின்ற இன்னொரு கடல். அந்தக் கடலின் ஆழத்தை, அகலத்தை, பரப்பை அறிந்து கொள்வதற்காக மனிதன் கண்ட கருவிகளுள் நுண்ணோக்கி வெகு

பயனுள்ளது என்பதை அதன் வரலாறு கூறும் கட்டுரை புலப்படுத்தும். அறிவியலின் நடையை, ஓட்டத்தை அறிந்து பதிந்து வைக்கும் எண்ணத்துடன் அறிவியல் இதழ்கள் தோன்றுவதையும் மருத்துவத்திற்கென்று இலண்டனில் 'லேன்சட்டு' என்ற இதழ் வெளிவருவதையும் இந்தப் பத்துக் காட்டுகின்றது.

இத்தொகுப்பில் அடங்கியிருப்பவற்றைப் பகுத்து ஆராய்ந்து படிப்பாளிக்குத் தொகுத்துரைத்தற்கு இச்சிறு முன்னுரையின் பக்கங்கள் போதா. ஆனால் ஈடுபாடு கொண்டு அவற்றை மனத்தின்கண் ஏற்றி ஒப்பு நோக்கின், எண்ணியெண்ணி வியக்குமளவிற்கு நமக்கு முன்னர் வாழ்ந்தவர்கள் செயல் புரிந்திருக்கின்றனர் என்பதை உணரலாம்.

இந்தியத்தில் பத்தொன்பதாம் நூற்றாண்டின் தொடக்கத்திலேயே அறிவு வேட்கை ஏற்பட்டு விட்டது. எனினும் இந்த நூற்றாண்டு ஓட ஓட அறிவைத் தேடுவதில் மக்களுக்கு உண்டான ஆர்வம் என்னென்ன வடிவெல்லாம் இனி எடுக்கப் போகின்றது என்பதற்கு இதை முன்னோட்டமாய்க் கொள்ளலாம். அயல் பண்பாடு, சமயம் முதலியவற்றின் தாக்கத்தினால் இந்திய மக்கள் எப்பாடு பட்டாகிலும் எக்கோலம் பூண்டேனும் கல்வியறிவு பெறத் துணிகின்ற குறுகிய தந்நல வீச்சுள்ள துணிச்சலைத்தான் அறிவெழுச்சிப் பத்து என்கின்றோம்.

இந்திய இலக்கிய உலகில் பல மொழிகளில் பல வகையான நூல்கள் சிறு தரமாய் வெளியாகின்ற காலகட்டத்தின் ஒரு பகுதியான இதில், படைப்பிலக்கியம் எதுவும் தோன்றவில்லை என்பது மெய்யே. மெய்ஞ்ஞானத்தைக் குடத்திலிட்டு அடைத்த பழி, பல தலைமுறைகளையும் தொடர்ந்து வருவதுபோல, இந்திய மொழி எதிலும் சிறந்த அல்லது நல்ல இலக்கியம், கட்டுத் தளையற்ற சிந்தனையுள்ள இலக்கியம் பிறக்காமல் செய்துவிட்டது. இந்திய இலக்கியத்திற்கு அல்லது சில இந்திய மொழி இலக்கியத்திற்கு ஏற்பட்ட அந்தச் சாபம் இன்னும் தீரவில்லை. அச்சமின்றி, அறிவாளிக்கு இருக்கின்ற ஞான அகந்தையொடு அல்லது மனித நேய உணர்வொடு எழுதிய எந்த எழுத்தாளியும் பத்தொன்பதாம் நூற்றாண்டில் தோன்றவில்லை.

மனிதத்தன்மையற்ற கொடுஞ் செயலுக்கு ஆதரவு தேடும் கெடு நோக்குடன் மறை நூலையே திருத்தி, இந்து சமய சாஸ்திரங்கள் உடன்கட்டையேற்றும் கொலைச் செயலுக்கு ஒப்புதல் தருகின்றன என்று வாதிடத் துணிந்த தீயவர்களைத் தண்டிக்கத் தலைமை ஆளுநர் பெண்டிங்கு இந்தப் பத்தில் சட்டம் செய்தார். இந்து சமயத்தின் இற்று மட்கிப் போன நடப்புகளைப் பற்றி வினா எழுப்பி, அவற்றைப் புறந் தள்ளத் துணிந்த ஐரோப்பியர்க்கு இராசாராம மோகனர் போன்றவர்கள் துணை நின்றனர். இந்து சமயத்தின் இரக்கமற்ற பல பழக்க வழக்கங்களை நீக்குவதற்கு இதுவே தொடக்கமாய் அமைகின்றது. பிரிட்டீசார் பல காலம் தயங்கிய பின்னரே சதியை ஒழித்தனர்.

பிரிட்டனில் தொழிற் சங்க இயக்கம் வளர்வதற்குத் துணை புரியக் கூடிய சட்டம் ஒன்று 1825 ஆம் ஆண்டு நிறைவேறியது. இது தொழில் வளர்ச்சி பெற்று வந்த உலகிற்கு இன்றியமையாத சட்டமாகும். மேலும் விலங்குகளுக்குக் கொடுமைகள் இழைக்கப் படுவதைத் தடுப்பதற்கும் பிரிட்டன் சட்டம் செய்து இதில் முன்னோடியாகின்றது. இந்தக் காலப் பரப்பில் மிகு புகழ் வாய்ந்த பிரிட்டீசுப் புலவர்களான ஷெல்லியும் பைரனும் தாயகம் காணாமல் அயல் மண்ணில் இறந்தனர். ஷெல்லி பற்றிய ஒரு கட்டுரை இத்தொகுதியில் இடம் பெறுகின்றது.

எகிப்தின் மறை பொருளாயிருந்த சித்திர எழுத்தை அரிதின் முயன்று பிரஞ்சு விற்பன்னர் ஒருவர் படித்தறிந்து எகிப்தின் தொன்மைச் சிறப்பை முழுமையாய் அறிந்து கொள்ளத் துணை செய்தார், ஒரிசத்தின் சிறப்புமிக்க அரசரான காரவேலரின் காலத்து வாழ்க்கையையும் கலைச் செழுமையையும் காட்டுகின்ற ஆத்தி கும்பக் கல்வெட்டு இப்பத்தில்தான் ஓர் ஆங்கிலேயரால் கண்டுபிடிக்கப்பட்டது. ஊட்டி என்ற உதகமண்டலம் ஆங்கிலேயரால் அறியப்பட்டுப் பெயர் பெற்றதும் இக்காலத்திலேயாம். அமெரிந்தியர்கள் இசுரேலரின் வழிவந்தோர் என்று நம்பியவர்களும் கிறித்தவத்தில் புதிய பிரிவாய் அமைந்தவர்களுமான மார்மன் என்போரின் சபை பற்றிய செய்திகளும் இங்கு காணப்படும். மனித வரலாற்றின் மிக நுண்ணிய ஒரு காலப் பகுப்பான இந்தப் பத்தில் இன்னும் ஏராளமான செய்திகள் உள்ளன. அவை சிந்தித்து அனுபவிக்கவும் தற்கால வரலாற்றொடு ஒப்புநோக்கி ஒருமை காணவும் அகலுலகப் பார்வையை விரிக்கவும் வழி வகுக்க வேண்டும்.

அசோகநகர்,
மே, *15, 1998.*

ப.சிவனடி

பொருளடக்கம்

1821

1. கிரேக்கரின் விடுதலைப் போர் தொடக்கம் *48*

கிரேக்கத் தொன்மை *-48*
கிரேக்கர் ஆட்சி முறை *-48*
வல்லாளர் ஆட்சி *-48*
சிலவர் ஆட்சி *-48*
மக்களாட்சி *-48*
கிரேக்கமும் பாரசிகமும் *-48*
மா டேரியஸ் *-48*
செர்சஸ் *-48*
பாரசிகர் படையெடுப்பு *-48*
பாரசிகர் தோல்வி *-49*
ஏதன்சின் வீரம் *-49*
பெரிக்கிளிஸ் *-49*
கொரிந்து *-49*
ஸ்பாட்டா *-49*
பெலப்பனீசியன் போர்கள் *-49*
கிரேக்கக் கலை, பண்பாடு *-49*
அரிஸ்டோஃபேன்ஸ் *-49*
சாக்ரட்டீஸ் *-49*
பிளாட்டோ *-49*
கிரேக்கரிடையே பிளவு *-49*
இரண்டாம் பிலிப்பு *-49*
மாசிடோனியம் *-49*
அலெக்சாந்தர் *-49*
டெமாஸ்தனிஸ் *-49*
கிரேக்கர் அடிமையாதல் *-50*
சரோனிய களத்தில் தோல்வி *-50*
ரோமானியர் எழுச்சி *-50*
கிரேக்கம் ரோமானிய மாநிலமாதல் *-50*
பைசாந்தியப் பேரரசில் கிரேக்கம் *-51*
அடையாளமும், வரலாறும் மறைதல் *-51*
துருக்கர் பைசாந்தியத்தை அழித்தல் *-51*
கிரேக்கம் சிற்றரசுகளாய்ச் சிதறுதல் *-51*
கிரேக்கத்தில் துருக்கர் *-51*

2

கிரேக்க அறிஞர் நாட்டை விட்டு வெளியேறுதல் -51
வெனிசியரின் வீரமான எதிர்ப்பு -51
பார்த்தனானில் வெடி -52
துருக்கருக்கு எதிரான கிளர்ச்சி -52
கிரேக்கத் திருச்சபை முதல்வருக்குத் தூக்கு -52
கையோஸ் தீவில் 25000 கிரேக்கர் படுகொலை -52
ஆங்கிலப் புலவர் பைரன் -52
ஐரோப்பிய நாடுகள் தலையீடு -52
துருக்கர் நவரினோவில் தோல்வி -52

2. நாஞ்சில் நாட்டில் அழுத்தப்பட்டோர் எழுச்சி -52
நாஞ்சில் நாடு -52
மனோன்மணியம் சுந்தரனார் பாட்டு -53
இலக்கியம், வரலாற்றில் -53
தொல்காப்பியம், அதங்கோட்டாசான் -53
பாண்டியன் நெடியோன் -53
சங்க இலக்கியங்களில் -53
மூவர் ஆட்சியில் நாஞ்சிலகம் -53
ஒளவையும் நாஞ்சில் நாடும் -53
நாஞ்சில் நாட்டுப் புலவோர் -54
வேணாட்டின் கோநகர் கல்குளம் -54
வைகுண்டர் என்ற முத்துக்குட்டி சாமிகள் -54
சாதிப் பாகுபாடு -54
மாராப்புப் போடத் தடை -55
கிறித்தவச் செல்வாக்கு -55
அரசின் கண்டிப்பான கட்டளை -55
ஆன்மநேய முன்னோடியர் -55
தோள் சீலைப் போராட்டம் -56

3. நெப்போலியனின் கடைசிக் காலம் 56
நெப்போலியன் 'பாலைவன அரிமா' -56
பால்சாக்கின் புகழுரை -56
நெப்போலியன் சிறப்பு -56
ஐரோப்பிய ஒன்றியக் கனவு -56
டாவின்சி நூல்களை வெளிக் கொணர்தல் -56
எகிப்தியவியல் துறை -56
ரொசட்டக் கல்வெட்டு -56
'நெப்போலியன் சட்டங்கள்' -56
செயிண் ஹெலினா தீவில் நெப்போலியன் -58
கார்சிக்கத் தீவில் பிறந்தமை -58
ஹெலினா தீவில் மறைந்தமை -58
நெப்போலியன் உடல் அறுவை -58
நெப்போலியனுக்குப் புற்று நோயா? -59

நெப்போலியன் நல்லடக்கம் -59
'என்னைக் கொன்றுவிட்டனர்.' -60
நெப்போலியன் உயில் -60
நெப்போலியன் நஞ்சூட்டப்பட்டு இறந்தாரா? -60
150 ஆண்டுகள் காத்திருந்த உண்மை -60
ஃபர்ஷஃம்புவுடு துப்புத் துலக்குதல் -60
'வரலாற்றின் துன்பியல் நிகழ்ச்சி' -60
சாவுப் புதிருக்கு விடை தேடி -61
நெப்போலியனின் நோயறிகுறிகள் -61
நஞ்சு பற்றிய ஆய்வு -61
ஆர்சனிக்கு என்ற சவ்வீரம் -61
நின்று கொல்லும் ஆர்சனிக்கின் வரலாறு -61
அறியமுடியா நஞ்சு -62
நெப்போலியன் பாரிசில் மறு அடக்கம் -62
தலைமுடி ஆய்வு நஞ்சை வெளிப்படுத்துமா? -63
தலைமுடி கிடைக்குமா -63
ஒரு முடி போதும் -63
ஆய்வில் நஞ்சுள்ளது வெளிப்படுதல் -64
ஆய்வு தொடர்தல் -64
ஆய்வு நடந்தது எப்படி? -64
'இது நெப்போலியனின் முடி' -65
கொலைகாரன் யார்? -65
நெப்போலியனின் நோய்க்குறிப் பட்டியல் -66
புதிய ஆய்வறிக்கை -67
ஆய்வின் முடிவு -67
கொலைகாரர் பட்டியல் -68
ஆங்கிலேயர் கொல்லவில்லை -68
மார்ச்சந்து -69
சூழ்ச்சியல்ல போந்தோலோன் -71
நெப்போலியன் குடும்பப் பட்டியல் -72

4. தென்னமெரிக்க விடுதலை வீரர் சைமன் பொலிவா 73
இளமைப் பருவம் -73
செல்வர் குடிப் பிறந்தவர் -73
ஆசான் ரோடுரிகுவஸ் -73
சைமனுக்கு விருப்பமான ஆசிரியர் வால்டயர் -73
சைமனைக் கவர்ந்தவர் நெப்போலியன் -73
சைமனின் வெற்றி -76
வெனிசுலம் விடுதலை -76
பெரு விடுதலை -76

வரலாற்றுப் புள்ளிகள்

1. அரசியல்

(அ) கோல்டு கோஸ்டு பிரிட்டீசு மணிமுடிக் கீழ் -77

கோல்டு கோஸ்டு வரலாறு -77

(ஆ) கறுப்பரின் முதல் கிளர்ச்சி தோல்வி -78

(இ) கோஸ்டா ரிக்கம் விடுதலை -79

2. கலை, இலக்கியம்

(அ) தெலுங்கில் நன்னெறிக் கதைகள் -79

(ஆ) காசுமீரியில் திருவிவிலியம் -79

(இ) நேபாளியில் திருவிவிலியம் -80

(ஈ) இராம மோகனரின் இதழ்கள் -80

(உ) ஆங்கில நாவல் மீது ஆபாச வழக்கு -80

(ஊ) மாஞ்செஸ்டர் கார்டியன் தொடக்கம் -81

(எ) சேட்டர்டே ஈவினிங்கு போஸ்டு தொடக்கம் -81

3. கல்வி

(அ) சென்னையில் மகளிர் பள்ளி -81

(ஆ) நியூயார்க்கில் மகளிர் பள்ளி -81

(இ) பூனாவில் சம்ஸ்கிருதக் கல்லூரி -82

ஆங்கிலக் கல்விக்கு எதிர்ப்பு -82

பெண் கல்வியில் தோல்வி -82

சம்ஸ்கிருதக் கல்லூரியும் தோல்வி -82

4. விளையாட்டு

போக்கர்ச் சீட்டு ஆட்டம் தோற்றம் -83

5. போக்குவரவு

அமெரிக்கத்தில் முதல் இரயில் நிலையம் -84

6. மக்கள்

(அ) கோடைக்கானலில் முதல் ஆங்கிலேயர் -84

(ஆ) இந்தியத்தில் போலந்தியர் -84

(இ) ஐரோப்பிய மக்கள் தொகை -85

7. பிறப்பு

தாஸ்தவஸ்கி *(1821-1881) -85*

8. இறப்பு

(அ) நெப்போலியன் போனப்பாட்டு *(1769-1821) -85*

(ஆ) காலின் மெக்கன்சி *(1753-1821) -85*

(இ) ஜான் கீட்ஸ் *(1795-1821) -86*

1822

1. இந்தியத்தில் மருத்துவக் கல்வி -88
பண்டைய இந்திய மருத்துவம் -88
ஆரியர் நாட்டு மக்களிடமிருந்து மருந்து கற்றல் -88
பைசாசரும் மருத்துவமும் -88
பைசாசர் யார்? -88
குணாட்டியரின் பிருகத் கதை -88
பைசாச மொழி -88
கிரேக்கத்தின் மருத்துவக் கல்வி -89
சமயச் சூழலில் உருவான மருத்துவம் -89
அப்போலோவும் மருத்துவமும் -89
அல்கமியோன் (கி.மு.6 நூ.) -90
அல்கமியோனின் முன்னோடி ஆய்வுகள் -90
நரம்பு, மூளை, நாக்கு, கண் -90
இந்திய மருத்துவ வளர்ச்சி -92
பிரமனிலிருந்து வரும் மருத்துவர்கள் -92
ஆயுர்வேதத் தோற்றம் -92
சித்த மருத்துவம் -92
சித்தர்களின் மருத்துவ அறிவு -93
ரோமானிய மருத்துவக் கல்வி -93
பண்டைய மருத்துவ மையங்களும், கல்விக் கூடங்களும் -93
மேலையுலகின் ரோமானிய மருத்துவக் கல்வி -93
அரபு மருத்துவர் ரேசஸ் -93
ஐரோப்பியத்தில் முதல் மருத்துவப் பள்ளி -95
பிற மருத்துவப் பள்ளிகள் -95
அரபு இந்து மருத்துவத் தொடர்பு -96
இந்து, கிரேக்கத் தொடர்பு -96
மாதவர் -96
தாந்திரிகமும் இந்திய மருத்துவமும் -97
இந்தியத்தில் ஐரோப்பிய மருத்துவம் -97
இந்தியத்தில் முதல் மருத்துவக் கல்லூரிகள் -97

2. திபேத்தியவியல் ஆய்வு முன்னோடி 98
சிசோமா தெ கோரோஸ் (1784-1842) -98
அங்கேரி நாடு -98
மகயாரோஸ்சாகு, மகயார் -98
தெகரானில் சிசோமா -98
கைபர்க் கணவாய் வழியே திபேத்து -98
மூர்கிரஃப்டுடன் சந்திப்பு -98
திபேத்திய மடங்களில் அறிவுச் செல்வம் -98
திபேத்திய மொழி ஆர்வம் -98

வறுமையிலும் பணி தவறாமை -98
சம்ஸ்கிருதத்தில் பௌத்த நூல்கள் -98
ஆரல் ஸ்டீன் (1862-1943) -98
துருக்கித்தனம் -98
ஆயிரம் புத்தர் குகைகள் -98

வரலாற்றுப் புள்ளிகள்

1. அரசியல்
   - (அ) பிரேசில் விடுதலை -101
   - (ஆ) லைபீரியம் தோற்றம் -102

2. அறிவியல்
   - (அ) படிமுறை வளர்ச்சி பற்றி லமார்க்கு -103
   - (ஆ) நிலை நிற்கும் முதல் புகைப்படம் -103
   - (இ) முதல் தட்டச்சுப் பொறி -103

3. மருத்துவம்

   நியூயார்க்கில் மஞ்சள் காய்ச்சல் -104

4. இலக்கியம்
   - (அ) வீரமா முனிவர் வரலாற்று நூல் -104
   - (ஆ) குஜராத்திக் கிழமை இதழ் -104
   - (இ) இந்து சமயம் பரப்ப வங்க மொழி இதழ் -104
   - (ஈ) நெதர்லாந்தில் டச்சு ஆட்சி மொழியாதல் -105

5. இசை

   இலண்டனில் இராயல் இசைச் சங்கம் -105

6. கல்வி

   சென்னை மாநிலத்தில் பள்ளிகள் நிலை -105

7. வேளாண்மை

   அயர்லாந்தில் உருளைக் கிழங்கு விளைச்சல் பொய்த்தல் -105

8. இராணுவம், போர்

   அசாந்திப் போர் தொடக்கம் -106

9. வரலாறு

   எகிப்திய எழுத்துப் படிக்கப்படுதல் -106
   நெப்போலியனின் படையெடுப்பு -106
   எகிப்தில் நிறுவிய பிரஞ்சுக் கழகம் -106
   எகிப்து பற்றிய 24 தொகுதி ஆய்வு நூல் -106
   ரொசட்டக் கல்வெட்டு -106
   ஹீரோகிளிஃபு எழுத்து -106

டிமோட்டிக்கு எழுத்து -106
ரொசட்டக் கல்வெட்டைப் படிக்கும் முயற்சிகள் -106
சில்வஸ்டர் தெ சேசி -106
ஜே.டி. அக்கர் பிளாடு -106
டாக்டர் தாமஸ் யங்கு -106
ஷா பிரான்சுவா கம்போலின் -106
கம்போலினின் ஆய்வு நூல்கள் -106

10. போக்குவரவு

   (அ) நீராவிக் கப்பல்கள் வளர்ச்சி -108
   (ஆ) முதல் இரும்புக் கப்பல் -108

11. மக்கள்

   நியூயார்க்கு நகர மக்கள் தொகை -109

12. பிறப்பு

   (அ) ஆறுமுக நாவலர் (1822-1875) -109
   (ஆ) ஹாயி பாஸ்சர் (1822-1895) -109
   (இ) கிரிகோர் யோகான் மெண்டேல் (1822-1884) -109

13. இறப்பு

   (அ) ஷெல்லி கடலில் மூழ்கி இறந்தார் (1792-1822) -110
      பச்சை நாத்திகர் -110
      கிறுக்கு ஷெல்லி -110
      மேரி உலஸ்டன் கிராஃப்டு -110
      வில்லியம் காடுவின் -110
      மகள் மேரி உல்ஸ்டன் கிராஃப்டு -110
      ஷெல்லியின் சிறந்த படைப்புகள் -110
      ஷெல்லி பற்றி மேத்தியூ ஆர்னால்டு -110
      கீட்ஸ் மீது பாடிய இரங்கற் பா -110
      கவிதை, கவிஞர்க்கு விளக்கம் -110
      யார் கவிஞர்? -110
      பிளாட்டோ, தாந்தே கவிஞரே -110
      மானுட நேயர் -110
   (ஆ) வில்லியம் ஹெர்ஷல் (1738-1822) -113
      யூரனஸ் கண்டுபிடித்தவர் -113
      ஹெர்ஷலும் தொலை நோக்கியும் -113
   (இ) வைக்கவுண் கேசில்ரா (1765-1822) -116
   (ஈ) அலி பாஷா -116
      ருமேலியம் எது? -116

1823

1. ஆத்தி கும்பக் கல்வெட்டுகள் கண்டுபிடிப்பு *119*

ஓரிசம், கலிங்கம் *-119*

அசோகரும் கலிங்கரும் *-119*

கலிங்கப் போர்க்களம் தௌலி *-119*

காரவேலரும் தமிழகமும் *-119*

காரவேலரின் சூழ்ச்சிகள் *-119*

கண்டகிரி, உதயகிரி *-120*

பண்டை இந்தியக் கலையின் நீட்டிப்பு *-120*

ஆத்தி கும்பக் கல்வெட்டுக் கூறும் பண்டைச் செய்திகள் *-120*

பாளி மொழி *-120*

2. சல்லிவனும் உதகமண்டலமும் *122*

உதகமண்டலத்தில் முதல் ஐரோப்பியர் *-122*

நீல மலையில் கிறித்தவரா? *-123*

பாதிரிமார் 17 ஆம் நூற்றாண்டில் தேடுதல் *-123*

டாக்டர் புக்கனன் *-124*

சல்லிவன்*-125*

கல் வீடு *-125*

ஒரு ரூபாய்க்கு ஓர் ஏக்கர் *-126*

படகர், தோடர், கோத்தர் *-126*

நீல மலையில் வேளாண்மை *-127*

ஊட்டி ஏரி *-127*

வரலாற்றுப் புள்ளிகள்.

1. அரசியல்

(அ) புதிய தலைமை ஆளுநர் ஆமெர்ஸ்டுப் பிரபு *-128*

(ஆ) தளைவிடுபட்ட தென்னமெரிக்க நாடுகள் ஏற்பு *-128*

(இ) இந்தியப் பத்திரிகைகளுக்கு வாய்ப்பூட்டு *-128*

ஜேம்ஸ் அகஸ்டஸ் ஹிக்கி, இலட்சுமிகாந்தன் *-128*

(ஈ) மன்றோ கோட்பாடு அறிவிப்பு *-130*

2. அறிவியல்

(அ) கணிப்பொறி, கணக்கிடு கருவிகள் முன்னோடி *-131*

(ஆ) பாறை வகையியல் ஆய்வு *-131*

(இ) குளோரின் திரவமாக்கப்படுதல் *-131*

3. மருத்துவம்

'லேன்சட்டு' வெளியீடு *-131*

4. சமயம்

'நானே கல்கி' *-131*

5. சட்டம், நீதியாட்சி

    பம்பாய் உச்சி நீதிமன்றம் -132

6. கலை, இலக்கியம்

    பைரனின் 'டான் யுவான்' -132

7. கல்வி

    (அ) புதிய சம்ஸ்கிருதக் கல்லூரி அமைக்க எதிர்ப்பு -132
    (ஆ) பொதுப் பள்ளிகளுக்குத் தலைமைக் குழு -133

8. வேளாண்மை

    மேல அசாமில் தேயிலை கண்டுபிடிப்பு -133

9. போக்கு வரவு

    இந்தியத்தில் கட்டிய முதல் நீராவிக் கப்பல் -134

10. மக்கள்

    (அ) இராம மோகனர் வீட்டு விருந்து -134
    இராம மோகனரின் ஆசாரம் -134
    இந்திய நடனக்காரிகள் -134
    (ஆ) கம்பெனி ஊழியத்தில் ஜான் ஸ்டுவட்டு மில் -135
    (இ) சதி ஒழிப்பிற்குக் கடும் எதிர்ப்பு -136

11. பொது

    காட்டும் நகரம் அமைப்பு -136
    சூடான் வரலாறு -136
    (ஆ)'தந்தி வசதி வேண்டாம்' -137

12. பிறப்பு

    (அ) இராமலிங்க வள்ளல் (1823-1874) -137
    (ஆ) மாக்ஸ் முல்லர் (1823-1900) -138

13. இறப்பு

    (அ) எட்வர்டு ஜென்னர் (1749-1823) -138
    (ஆ) வில்லியம் வார்டு (1769-1823) -138

1824

1. பௌத்த ஆராய்ச்சி முன்னோடி ஹாக்சன்   140
    நேபாளத்தில் பேராளர் -140
    பௌத்த நூல்கள் சேகரம் -140
    ஹாக்சன் ஆராய்ச்சியாளர்க்கு உதவுதல் -141
    பௌத்தம் பற்றிய அறியாமை -142

புத்தர், ஆப்பிரிக்கர், எகிப்தியர். -142
பௌத்த நூல்கள் -142
பௌத்தத்தை ஆய்ந்த விற்பன்னர்கள் -142

2. வேதியியலில் புதிய முன்னேற்றம் -144

வேதியியல் வளர்ச்சி -144
பிசாட்டு -144
ஆராய்ச்சியாளர் ஃபிடரிக்கு ஓஃலர் -144
யூரியாவைப் பிரித்தெடுத்தல் -144
மார்பர்குப் பல்கலைக் கழகம் -144
ஹெயிடல்பர்குப் பல்கலைக் கழகம் -144
ஜான்ஸ் ஜோசப்பு பெர்சாலிஸ் -144
உப்பசல நகர் -146
ஐஸ்டஸ் ஃபான் லீபிகு -147
ஜோசப்பு கே ஹூசாக்கு -147
ஓரகச்சீரியம் -147

வரலாற்றுப் புள்ளிகள்

1. அரசியல்

   (அ) கித்தூர் அரசி சென்னம்ம சிறை -149
       சங்கோலி இரயண்ண -149
   (ஆ) பிரஞ்சு அரியணையில் பத்தாம் சார்லஸ் -149

2. அறிவியல்

   ஹைடிரோகுளோரிக்கு அமிலம் தனிப்படுத்தப்படுதல் -150
   வில்லியம் பிரௌட்டு (1785-1850) -150

3. கலை, இலக்கியம்

   (அ) முதல் உருதுப் பெண்பாற் புலவர் -150
       ஔரங்கசீபும் ஔரங்கபாதும் -150
       ஔரங்கசீபின் 'தாஜ்மகால்' -150
       மகலக்குவ பாய் சந்தா (மதிவதனி) -150
       முத்துப் பழனியும் மகலக்குவ பாயும் -150
       உருதில் பாட்டிசைத்த முதற் பெண்மணி -151
       'மகலக்குவ தோட்டத்துப் பூக்கள்' -151
   (ஆ) கன்னட இலக்கிய இதழ் -152

4. கல்வி

   பம்பாயில் முதல் மகளிர் பள்ளி -152

5. இராணுவம், போர்

   (அ) பரத்துப்பூர்க் கோட்டை வீழ்ச்சி -153
       ஜாட்டுகள் -153
       ஜெனரல் லேக்கு -153
   (ஆ) முதல் ஆங்கில - பர்மியப் போர் -153

பர்மா - பிரமன் -153
பர்மா - ஸ்ரீ சேத்திரம் -153
பர்மாவின் சிற்றரசர்கள் -153
தெனாசரிம் -153
அரக்கான் -153

6. மக்கள்

தென்னமெரிக்கப் புரட்சியாளர் மார்டின் -154

7. பொது

(அ) விலங்குக் கொடுமைத் தடுப்புச் சட்டம் -155
பிரிட்டன், அமெரிக்கம் -155
(ஆ) முதலில் வரும் நீராவிக் கப்பலுக்கு ஓரிலட்சம் -155
நீர் விசையாற்றல் வரலாறு -155
ஜேம்ஸ் வாட்டு (1736-1819) -155

8. பிறப்பு

தயானந்த சரசுவதி (1824-1883) -156

9. இறப்பு

ஜார்ஜ் கார்டன் பைரன் (1788-1824) -156

1825

சாமுவல் பீப்சின் நாள்குறிப்பு -158
சுருக்கெழுத்தில் நாள்குறிப்பு -158
அறியாமல் கேம்பிரிட்ஜில் கிடந்தது -158
ஜான் எவலின் நாள்குறிப்பு -158
பீப்ஸ் நாள்குறிப்பு பெயர்க்கப்படுதல் -158
வால்டர் ஸ்காட்டு பாராட்டு -158
'குப்பை' என்றும் தள்ளப்படுதல் -158
மக்கள் விரும்பிப் படித்தல் -158
பீப்ஸ் சாசருக்கு இணையானவர் -158
பீப்ஸ் நாள்குறிப்புகள் திருட்டு -158
பீப்ஸ் நாள்குறிப்பு எத்தகையது? -158
படிப்பவரை முற்றிலும் பிணைப்பது -158
பீப்ஸ் எளிய குடும்பத்தவர் -158
தந்தை தையற்காரர் -158
ஆலிவர் கிராம்வல் -158
சார்லஸ் மீண்டும் அரியணை ஏறுதல் -158
பீப்ஸ் காலத்து இலண்டன் -158
நாடகங்களும் கொட்டகைகளும் -158
மக்களின் பொழுதுபோக்கு -158

அச்சுத் தொழிலும் நூல் வெளியீடும் -158
ஆனந்தரங்கரின் தினப்படி சேதிக்குறிப்பு -164
பீப்ஸ் - ஆனந்தரங்கர் ஒப்பீடு -164
ஆனந்தரங்கர் தமிழில் எழுதியது ஏன்? -164
புலவர்களைப் புரந்தவர் -164
தெலுங்குப் புலவர்களுக்கு ஆதரவு -164
தமிழ்ப் புலவரின் பசி -164

வரலாற்றுப் புள்ளிகள்.

1. அரசியல்
   - (அ) உருகுவே விடுதலை -166
   - (ஆ) பொலிவியம் விடுதலை -166
   - (இ) இந்தியத்து டச்சுப் பகுதிகள் கம்பெனி வசம் -167
     பீம்லிப் பட்டணம் -167

2. அறிவியல்
   - விலை குறைந்த அலுமினியம் -168

3. சட்டம், நீதியாட்சி
   - தொழிற்சங்க இயக்கம் வளர வழி செய்யும் சட்டம் -168

4. கலை, இலக்கியம்
   - (அ) தமிழில் பஞ்சதந்திரக் கதைகள் -169
     முதுமொழிக் களஞ்சியம் -169
     ஆத்திரிகர் அளித்தவை -169
     புத்த சாதகக் கதைகள், இதோபதேசக் கதைகள் -169
     ஈசாப்பு கதைகள் -169
     பிராமணரைக் கேலிப் பொருளாக்கும் கதைகள் -169
     பஞ்சதந்திரக் கதைகளின் மொழிபெயர்ப்புகள் -170
   - (ஆ) திருஞான சம்பந்தர் நாடக நூல் -171
     ஞானசம்பந்தர் வரலாறு (7நூ.) -171
     அனல் வாதம், புனல் வாதம் -171
     ஞானசம்பந்தரின் பதிகங்கள் -171
     பரஞ்சோதி -171
     முதலாம் நரசிம்மவர்மன் -171
     வாதாபி வெற்றி -171
     பாம்பு தீண்டி இறந்தவனை உயிர்ப்பித்தல் -171
   - (இ) டோகரி, சிந்தி மொழிகளில் திருவிவிலியம் -171

4. கல்வி
   - ஆங்கில மொழி ஏற்றம் பெறத் தொடங்குதல் -172

5. தொழில், வாணிபம், வேளாண்மை
   - (அ) கம்பெனி ஆட்சியில் பெருந் தொழில்கள் தலையெடுத்தல் -173

(ஆ) இலங்கையில் மீண்டும் காப்பித் தோட்டங்கள் -173
(இ) கல்கத்தாவில் கல்லச்சுக் கூடம் -173

6. பொறியியல்

உலகின் முதல் கம்பி வடத் தொங்கு பாலம் -173

7. போக்கு வரவு

(அ) உலகின் முதல் இரயில் வண்டி -174
ஸ்டாக்டன் - டார்லிங்டன் பாதை -174
(ஆ) இந்தியம் வந்த முதல் நீராவிக் கப்பல் -174

8. மக்கள்

(அ) சாதி அமைப்பிற்கு எதிரான உணர்ச்சி வெளிப்பாடு -175
ஐரோப்பியருக்குச் சம்ஸ்கிருதம் கற்பித்த பிராமணர் சாதி நீக்கம். -175
சம்ஸ்கிருதமும் சாதியும் -175
வேதங்கள் மூன்று - சைமினி மீமாம்சம் -175
அதர்வண வேதமும் சாதியும் -175
புத்தர், அசுவகோசர் சாதி எதிர்ப்பு -175
இராமானுசர், ஞானதேவர், இராமனானந்தர் -175
கபீர்தாசர், குருநானக்கு -175
தமிழ்நாட்டுச் சித்தர்கள் -175
வருணாசிரம தர்மம் தந்நலக் கோட்பாடு -175
சாதிக் கொடுமையும் சமய மாற்றமும் -175
சம்ஸ்கிருத மேன்மையுணராமை. -175
(ஆ) நியூசிலாந்தில் குடியேற்றம் அமைக்கும் நிறுவனம் -175

9. பிறப்பு

தாதாபாய் நௌரோஜி (1825-1917) -179

10. இறப்பு

ரெஜினால் ஹீபர் இறப்பு (1783-1825) -179

1826

1. அரப்பன் பற்றிய முதல் செய்தி   182

அரப்பன் பற்றி இருக்கு வேதம்? -182
அரப்பன் அரனூர்? -182
அரப்பன் இடிபாடுகளை 1826 இல் கண்டவர் -182
கன்னிங்காமும் அரப்பனும் -182
அரப்பன் முத்திரை எழுத்துகள் -182
தயாராம் சஹானியின் அகழ்வு -182
மகஞ்சோதரத்தில் அகழ்வு -182
சிந்துவெளி நாகரிக ஊர்கள் 1400 -182

2. வடகிழக்கு எல்லைப் பகுதியில் பிரிட்டிசார் -186
    நாகர் வரலாறு -186
    நாகரின் ஆதித் தாயகம் -186
    நாகர் சித்தியரா? -186
    கிரேக்கத் தொன்மத்தில் சித்தியர் -186
    நாகர் பண்பாடு -186
    நாகர் - மகர் உறவு -187
    சுவஸ்திகச் சின்னமும் பாம்புப் படமும் -187
    நாகர் பரவல், கலப்பு -187
    நாகர் ஆரியருக்கு முன் வந்தேறினர் -187
    திபேத்திய - பர்மியரா? -187
    நீல நாகன் கதை -187
    புத்தர் நாக மரபினர் -187
    நாகர் பெயர் தாங்கிய ஊர்கள் -187
    நாகநந்தன் நிறுவிய நளந்தா -187
    நாக அரசன் தச்சகனின் பெயரால் தக்கசீலம் -187
    நாகர் தமிழரா? -187
    சங்க காலப் புலவருள் நாகர் -187
    நாகர் தந்த நாகரி எழுத்து -187
    மரவேலைப்பாடு, கல்தச்சு, ஓவியம் வல்லோர் -187
    புத்தரின் நம்பிக்கைக்குரியோர் -188
    நாகர் அழகர் -188
    ஆரிய, திராவிட அந்தப்புரங்களில் நாக கன்னியர் -188
    நாகர் மீது அச்சம் -189
    நாக மலைகளில் பிரிட்டீசார் -189
    நாகர் பகுதியில் அமெரிக்கச் சமயப் பரப்பியர் -189
    காமரூபம் : தொன்மச் செய்திகள் -189
    மேற்கு அசாமின் பழம் பகுதி காமரூபம் -189
    காமாக்கிய அல்லது காமகோட்டம் -190
    காமரூபம் தாந்திரிகத் தொடர்பு -190
    தாந்திரிகமும் வசிட்டரும் -190
    வசிட்டருக்குத் தாரை காட்சி தருதல் -190
    வசிட்டர் மகாசீனம் செல்லுதல் -190
    புத்தர் வசிட்டருக்கு அருளிய சீனசாரம் -190
    தாந்திரிகப் பூசைகள் -190
    சக்கர பூசை -190
    பஞ்ச தத்துவங்கள் -191
    காமாக்கியாள் கோயில் -191
    காமகிரி மலை -191
    தக்கன் வேள்வியும் சக்தி உயிர் நீத்தலும் -191
    உருவமிலாக் கோயில் - யோனி வழிபாடு -191
    தலைகள் காணிக்கை -194
    நரபலி நிறுத்தம் 1812 -194

நரகாசுரன் தொன்மக் கதைகள் -194
நாகர் தேவர்களை வெல்லுதல் -195
நரகன் மகன் பிரகதத்தன் -195
பிரகதத்தன் குருச்சேத்திரத்தில் -195
சாக்த வழிபாடு -195
சக்தி பீடம் 51 இல் ஒன்று -195
கிழக்கிந்தியச் சிற்பக்கலை -195
சௌந்தரிய லகரி - ஆதி சங்கரர் -196
திராவிட ஆசார முறை -196
பிரமபுத்திரன் ஆறு விளக்கம் -196
காமரூப அரச குடியினர் -197
அசாமை அகோமர் வெல்லுதல் -197
அகோமர் தாய் (Thai) வழியினர் -197
அகோமர் வரலாறு கூறும் செப்பேடுகள் -198
அசாமி மொழி -198
அசம அசாம் ஆதல் -198
ஆத்திரிகர் செல்வாக்கு -198
சம்ஸ்கிருதம் பரவுதல் -198
ஆங்கில - பர்மிய எல்லைத் தகராறு -198

3. லங்காசயர் ஆலைகளால் இந்திய நெசவுத் தொழில் தேய்வு   199
இந்தியத் துணிகள் விலை சரிவு -199
கலிக்கோ, மஸ்லின் துணிகள் மறைதல் -199
விசைத்தறித் துணிகளின் நேர்த்தி -199
இன்பபுரத்தில் கைத்தறி நெசவு நிறுத்தம் -199
கடலூரிலும் நிறுத்தம் -199
திருநெல்வேலி ஆலை மூடப்படுதல் -199
நிலக்கிழார் முறையினால் ஏற்பட்ட விளைவுகள் -199
விளைச்சலில் பாதி வரி -200
வரி தண்டுவதில் கடுமை, கொடுமை -200

வரலாற்றுப் புள்ளிகள்

1. அரசியல்

பெரு விடுதலை பெற்றது -201

2. அறிவியல்

புரோமின் கண்டுபிடிப்பு -202

3. மருத்துவம்

டிஃப்தீரியா பற்றிய பிரஞ்சு நூல் -203

4. சமயம்

(அ) இரேனியசின் விவிலிய மொழிபெயர்ப்பு -203

ஜான் ஃபிலிப்பு ஃபப்ரீசியஸின் மொழிபெயர்ப்புகள் -203
ஃபப்ரீசியஸ் - இரேனியஸ் மொழிபெயர்ப்பு ஒப்புநோக்கு -203
(ஆ) புதிய பேராயர் ஜான் தாமஸ் ஜேம்ஸ் -204
(இ) இந்தியத்தில் வகாபி இயக்கம் -204
வகாபியர் யார்? -204
'அஹ்லி ஹடித்தி' -204
அரேபியத்தில் தோற்றம் -204
சையிது அகமது -204
சீக்கியர் - வகாபியர் பகை -204
வகாபியர் - பிரிட்டீசார் சண்டை -204
வகாபியம் இஸ்லாமியக் கடுந்தூய்மை இயக்கம் -204

5. பொது

(அ) பல்லக்குப் பயணம் -206
பதினெட்டு, பத்தொன்பதில் பல்லக்கு -206
பல்லக்கு பிராகிருதச் சொல் -206
பல்லக்குப் பயணம் எப்படியிருக்கும் -206
சிவிகையே பல்லக்கு -206

(ஆ) தஞ்சை அரசின் சாராய வருவாய் 34,200 ரூபாய் -207
(இ) பிரிட்டனில் பரிசுச் சீட்டு ஒழிப்பு -207
சென்னையில் 1771 இல் பரிசுச் சீட்டு -207

6. வரலாறு

கம்பெனி காலத்து இந்திய வரலாற்று நூல்கள் -207

7. பிறப்பு

மாயூரம் வேதநாயகம் பிள்ளை (1826-1899) -208
வேதநாயகம் பிள்ளை நூல்கள் (208-209) -208

8. இறப்பு

(அ) தாமஸ் ஜெஃபர்சன் (1743-1826) -208
அமெரிக்கத்தின் மூன்றாவது ஆட்சித் தலைவர் -208
(ஆ) ஜான் ஆடம்ஸ் (1735-1826) -208

1827

1. சென்னைக் காவல் துறை தோற்றமும் வளர்ச்சியும் — 210
   சென்னையில் நீதியாட்சி முறை தோற்றம் 1678 — 210
   ரிக்கார்டர் நீதிமன்றம் அமைப்பு 1727 — 210
   மேயர்முறை மன்றம் 1753 — 210
   ஜார்ஜ் கோட்டை அமைப்பு 1640 — 210
   தமிழகத்தின் காவல் முறைகள் 210
   சென்னைப் பகுதியில் வேறுபட்ட காவல் முறை 210

பெத்து நாயக்கன் காவல் முறை -210
பெத்து நாயக்கன் கடமைகள் -210
காவல் வேலை ஏலம் -211
சென்னையில் மக்கள் எண்ணிக்கை மிகுதல் -211
திருட்டும். களவும் -211
பெத்துநாயக்கன் உடந்தை -211
புதிய பெத்து நாயக்கன் -211
காவல் வாரியம் அமைப்பு -211
இடங்கை வலங்கைச் சாதியார் -211)
'தீண்டாதோர்' -211
காவல்துறை மேற்பார்வையாளர் -211
பிராடுவே அறிக்கை -212
ஒழுங்குமுறைக் குழு -212திதி
காவல் குழு -212
பெத்துநாயக்கன் நிறுத்தம் -212
குற்றங்கள் பெருகுதல் -212
புதிய காவலர் அமைப்பு -213
ஐரோப்பிய மேற்பார்வையாளர் -213
புதிய காவல் அமைப்பின் கடமைகள் -213
குற்ற நடுவரும் காவல் துறைக் கண்காணிப்பாளரும் -214
இந்தியத்திற்கு முன்மாதிரி -215

2. போபாலில் பெண்ணரசு   215

முதல் நவாப் தோஸ்து முகமது கான் -215
அடுத்து வந்த நவாபுகளின் திறமையின்மை -215
ஏழாவது நவாபிற்குப் பின் குதசியா பேகம் -215
சிக்கந்தர் பேகம் -215
ஷாஜகான் பேகம் -215

3. பழைமையான டெல்லி முஸ்லிம் கல்லூரி   217

ஆங்கில அரபிப் பள்ளி வரலாறு -217
காசியுதீன் கான் 1692 இல் நிறுவுதல் -217
சமயச் சார்பற்ற கல்லூரி -218
புகழ்பெற்ற மாணவர்கள் -218
சர் சார்லஸ் மெட்காஃப் -218
நன்கொடை 1.70 இலட்ச ரூபாய் -218
தாராஷிகோ நூலகத்தில் -218
மிர்சா காலிஃபு -218
பாடநூல் மொழிபெயர்ப்பு -219
'மறுமலர்ச்சி மையம்' -219
நூல்களும் ஆவணங்களும் தீக்கிரை -219

வரலாற்றுப் புள்ளிகள்

1. அரசியல்

(அ) பிரிட்டீசுத் தலைமை அமைச்சர்கள் -220
ஜார்ஜ் கேனிங்கு பிரபு -220
கேனிங்கின் தாய் நாடகக்காரி -220
தாயின் மனம்போன வாழ்க்கை -220
உறவினரால் கேனிங்கு கல்வி கற்றல் -220
கேனிங்கு அயர்லந்துக்காரர் -220
இளைய பிட்டினால் அரசியலுக்கு வருதல் -220
செல்வர் மகளை மணத்தல் -220
பிட்டுடன் சேர்ந்து பதவி விலகுதல் -220
கருவூலக் காப்பாளர் பதவி -220
37 வது வயதில் அயலுறவு அமைச்சர் -220
துணிச்சலான நடவடிக்கைகள் -220
கேசில்ராவுடன் ஒற்றைக் கொற்றைச் சண்டை -220
லிஸ்பனுக்குத் தூதர் -220
கட்டுப்பாட்டு வாரியத் தலைவர் -220
கரோலைனுடன் நட்பு -220
கேசில்ரா தற்கொலை -220
அயலுறவு அமைச்சராதல் -220
தென்னமெரிக்க அரசுகளை ஏற்று ஒப்புதல் -220
கேனிங்கு தலைமையமைச்சராதல் -220
வெலிங்டனுக்குக் கேனிங்கு மீது கசப்பு -220
பூர்பான்கள் -220
தானியச் சட்டங்களை ஒழிக்க இயலாமை -220
அயல்நாட்டு நடப்புகளில் வெற்றி -220
கிரேக்க விடுதலைப் போருக்கு உதவி -220
உடல் நலம் கெடுதல் -220
இறப்பு -220
தலைமை அமைச்சர் வைக்கவுண் கோடரிச்சு -225
செல்வாக்கு மிக்க குடும்பம் -225
அயர்லந்திலிருந்து நாடாளுமன்றத்திற்குத் தேர்வு -225
சாராள் ஹோபாட்டுடன் திருமணம் -225
நிதியமைச்சராதல் -225
ஆஸ்திரியம் திருப்பியளித்த கடன் தொகை -220
வாணிபப் பின்னடைவைச் சமாளித்தல் -220
தலைமை அமைச்சராதல் -220
அமைச்சரவையில் குழப்பம், உட்பூசல் -220
பதவி விலகுதல் -220
வெலிங்டன் தலைமை அமைச்சராதல் -220

(ஆ) சென்னைக்குப் புது ஆளுநர் -227

(இ) பம்பாய் ஆளுநர் எல்ஃபின்ஸ்டன் பதவி விலகல் -227

(ஈ) ஆன்று ஜேக்சன் அமெரிக்க ஆட்சித் தலைவர் -227

2. அறிவியல்
    (அ) ஓம் விதி -227
    (ஆ) கண்ணுள் பொருத்தும் கண்ணாடி -227
        ஜான் ஃபிரடரிக்கு வில்லியம் ஹெர்ஷல் -227
        விண்மீன் பட்டியல் -227

3. மருத்துவம்
    மார்ஃபீன் விற்பனைக்கு வருதல் -228
    கொடீன் -228
    கொக்கைன் -228

4. சட்டம், நீதியாட்சி
    இந்தியர் குற்ற நடுவராக இசைவு -228

5. கலை, இலக்கியம்
    பால்சாக்கின் 'மானுட நகைச்சுவை நாடகம்' -228

6. கல்வி
    (அ) தமிழ் அரிச்சுவடி -229
    (ஆ) பம்பாயில் எல்ஃபின்ஸ்டன் கல்லூரி தொடக்கம் -229

7. மக்கள்
    தாழ்ந்த சாதியார் மாராப்புப் போட எதிர்ப்பு -229
    தோள் சீலைப் போராட்டம் -229

8. பொது
    உரசும் தீக்குச்சி லூசிஃபர் -230

9. பிறப்பு
    (அ) சோதி ராவ் ஃபூலே (1827-1890) -230
        மகாத்மா -231
        நெறிகெட்ட பேஷ்வா -231
        'சிவாஜி சூத்திரர்' முடிசூட மறுப்பு -232
        சித்பவன் பிராமணர் -233
    (ஆ) ஜோசஃபு லிஸ்டர் (1827-1912) -233

10. இறப்பு
    (அ) சியாமா சாஸ்திரிகள் (1762-1827) -234
        திருவாரூரில் பிறந்தவர் -234
        காமாட்சி பக்தர் -234
    (ஆ) லடுவிகு ஃபான் பீத்தோவன் (1770-1827) -234
        ஏழைக் குடும்பம் -234
        தந்தை குடிகாரர் -234

வியன்னாவில் இசை கற்றார் -234
மைகேல் ஹேடனிடம் கற்றல் -234
செவிடாதல் -235
எழுதிக் காட்டிப் 'பேசுதல்' -235
இசை வாழ்வின் மூன்று கட்டங்கள் -235
நெப்போலியன் மீது பற்றும் கசப்பும் -235
செவிடானது ஏன்? -235
இறப்பு -235

1828

1. தலைமை ஆளுநர் பெண்டிங்குப் பிரபு 238
சென்னையின் பழைய ஆளுநர் -238
வேலூர்ப் புரட்சியினால் பதவி விடுதல் -238
கேனிங்கின் உறவினர் -238
தலைமை ஆளுநராகக் கேனிங்கு அழைப்பு -238
சதியை ஒழிக்கும் உறுதியுடன் கேனிங்கு வருதல் -238
சதிக்கு இருக்குவேத ஒப்புதல் இல்லை -238
பண்டை நூல்களில் சம்மதல் இல்லை -238
கம்பெனியின் தலையிடாக் கொள்கை -238
சதியானோர் தொகை மிகுதல் -239
டெல்லியில் சதி ஒழிப்பு -239
சர். வில்லியம் மெட்காஃபு -239
உடன்கட்டையேற்றம் உண்மை நிகழ்ச்சி -240
பிரிட்டீசுப் பெண்மணியின் சொல்லோவியம் -240
கிழவன் சேதுபதியும் சதியும் -241

வரலாற்றுப் புள்ளிகள்

1. அரசியல்
(அ) பிரிட்டீசுத் தலைமையமைச்சர் வெலிங்டன் -242
இந்தியத்தில் வெலிங்டன் -242
வெலிங்டன் வாழ்க்கை வரலாறு -243
வாட்டர்லூ போரில் வெலிங்டன் -243
வெலிங்டனுக்குக் காது செவிடு -243
கத்தோலிக்கர் சமூகத் தடை நீக்கம் -243
வெலிங்டனுக்குத் தாயகத்திலும் அயலுலகிலும் சிறப்புகள் -243
இறப்பு -244
(ஆ) துருக்கியில் அரசியல் சீர்திருத்தங்கள் -244
பிரஞ்சுச் சிந்தனைகளின் தாக்கம் -244
பிரஞ்சு அறிவாளர் கண்டு ஆட்சியாளர் கலக்கம் -244
துருக்கியை ஐரோப்பிய மாதிரியில் உருவாக்கத் திட்டம் -244
போரியல் கலைப் பள்ளிகள் -244

'பிரஞ்சு மொழி கற்க வேண்டும்' -245
துருக்கியின் சிறு வரலாறு -245
(இ) மடகாஸ்கரின் புதிய அரசி -245
மடகாஸ்கரின் சிறு வரலாறு -245
கடற்கொள்ளையர் குடியரசு -245

2. அறிவியல்

(அ) தோரியம், சிலிக்கோன் கண்டுபிடிப்பு -246
பெர்சிலியஸ் -246
தோரியம் விளக்கம் -246
சிலிக்கோன் விளக்கம் -246
(ஆ) கருவியல் துறை தோற்றம் -246
காரல் ஏனஸ்டு ஃபான் பேயர் (1792-1870) -246

3. சமயம்

பிரம்ம சமாஜத் தோற்றம் -246
தனியொருமைக் கோட்பாடு - கிறித்தவம் -247
ஒரு கடவுள் கோட்பாடு -247

4. கல்வி

(அ) தமிழ் இலக்கண வினா - விடை -247
தாண்டவராய முதலியார் (? - 1850) -247
(ஆ) செரோக்கி மொழி இதழ் -247
செரோக்கி மொழிக்குப் புது வரி வடிவம் -247
எண்பத்தைந்து எழுத்துகள் -248
முதல் செரோக்கி மொழி இதழ் -248
(இ) பாரிசில் எகிப்தியக் களஞ்சியம் வெளியீடு -248
எகிப்து வரலாறு -248
முடியரசுகள் : பண்டைய முடியரசு -249
இடை முடியரசு -249
ஃபேரோக்கள் -249
ஹைக்சோக்கள் படையெடுப்பு -249
'கடலாளர்' தாக்குதல் -249
அலெக்சாந்தர் 'கவர்தல்' -249
தாலமி குடியின் ஆட்சி -249
கிளியோபாத்திரா (69-30 கி.மு.) -249
ஜூலியஸ் சீசர் -249
மார்க்கு அந்தணி -249
ரோமானிய ஆட்சியில் எகிப்து -249
பைசாந்திய ஆட்சியில் எகிப்து -249
காப்டிக்குத் திருச்சபை -249
ஆட்டோமான் மேலாண்மைக் கீழ் -250
நெப்போலியன் படையெடுப்பும் எகிப்திய ஆய்வு முடுக்கமும் -250
கெய்ரோவில் எகிப்தியக் கழகம் -250

கெய்ரோவில் நூல்களும் இதழ்களும் -250
பாரிசிலிருந்து எகிப்தியக் களஞ்சியம் -250
ரொசட்டக் கல்வெட்டு படிக்கப்படுதல் -250
(ஈ) வெப்ஸ்டர் அகர முதலி -250
நோவா வெப்ஸ்டர் (1758-1843) -250

5. நாணயம்

இரஷியத்தில் பிளாட்டின நாணயம் -251

6. இயற்கைச் சீற்றம், பஞ்சம்

(அ) காசுமீரத்தில் கொடிய நிலநடுக்கம் -251
ஸ்ரீநகரில் 1,200 வீடுகள் அழிவு -251
(ஆ) ஜப்பானில் நிலநடுக்கம் -251
30,000 பேர் சாவு -251

7. போக்குவரவு

(அ) பாம்பன் கால்வாய் விரிப்பு -251
பாம்பன் பெயர் விளக்கம் -251
இராமநாதபுரத் தலைவர்கள் புகலிடம் -251
கால்வாய் விரிவாக்கப் பணியில் -251
(ஆ) இந்தியத்தில் போக்குவரவுப் பெருக்கம் -252
சாலைகளின் வரலாறு -252
பேராறுகளில் நீராவிக் கப்பலோட்டம் -253
பெண்டிங்குப் பிரபின் தனி முயற்சி -253
ஆற்றுவழிப் போக்குவரவுகள் நிறுத்தம் -253
(இ) இலட்சத் தீவில் பிரிட்டீசார் நிலக்கரிக் கிடங்கு -254
இடைத் துறைமுகங்களில் நிலக்கரிக் கிட்டங்கள் -254
இலட்சத் தீவுகள் -254
வரலாற்றில் இலட்சத் தீவுகள் -255
இரண்டாம் நரசிம்மப் பல்லவன் (700-728)- 255
இராசராச சோழன் (985-1014) -255
இராசேந்திர சோழன் (1012-1044) -255
புத்தரின் உருவங்கள் -255
வட்டெழுத்து -255
கோல் எழுத்து -255

8. மக்கள்

ஹென்றி தோரேசியோ -256
சீர்திருத்தக்காரர் -256
ஐரோப்பிய நூல்களை அறிமுகம் செய்தவர் -256
மதத்தை மறுத்தவர் -256

9. பிறப்பு

(அ) ஜூல்ஸ் வெர்ன் (1828-1905) -257
(ஆ) ஹென்றிக்கு இப்சன் (1828-1906) -257

(இ) லியோ டால்ஸ்டாய் (1828-1910) -257
    உயர்குடிப் பிறந்தவர் -257
    'போரும் அமைதியும்' -257

10. இறப்பு
    ஃபிரான்சிஸ்கோ தெ கோயா (1746-1828) -257
    'பேரழிவை விளைவித்த போர்' ஓவியங்கள் -257

1829

குமரிமுனையில் பொதுமைக் குரல் -259
இந்திய நாகரிகத்தில் செம்மை வேண்டி நெடும் போர் 259
2,500 ஆண்டுகளாய் முரணியரும் சிந்தனையாளரும் 259
சார்வாகனும் யுதிஷ்டிரனும் 259
முத்துக்குட்டி சாமிகள் வரலாறு 259
'முடிசூடும் பெருமாள்' முத்துக்குட்டி ஆனது 259
இளமைப் பருவம், மணவாழ்க்கை -259
தோல் நோய் -260
மாசி மகத்தன்று கடலில் மறைதல் -260
மூன்றாம் நாள் கடலிலிருந்து மீள்தல் -260
அருள்வாக்கு வெளிப்பாடு : அகிலத்திரட்டு -260
பொதுமைக் கருத்துகள் -261
வைகுண்டரின் முத்தவங்கள் -261
வேணாட்டரசர்களின் தான, தர்மங்கள் -261
பிராமணர்க்குப் பெரும் பலன் -261
தாழ்ந்த சாதியார் தலையில் வரிச் சுமை -261
சுவாதித் திருநாள் (1829-1847) -262
ஹிரண்ய கர்ப்ப தானம் -262
படியேற்றம் -262
சர்வ பிராயச் சித்தம் -262
பெருந்தொகை செலவு -262
வரிச்சுமை ஏறுதல் -262
வைகுண்டர் வெகுண்டு பாடினார் -262
சுவாதித் திருநாள் சீற்றம் -262
முத்துக்குட்டி சாமிகள் சிறை -263
இழிவு படுத்தப்படுதல் -263
சாராயத்தில் நஞ்சு கலந்து கொல்ல முயற்சி -263
மூத்தப்பனுக்குக் கள்ளில் நஞ்சு கலந்து கொடுத்தது போல -263
திருவனந்தபுரம் சிறைக்கு மாற்றம் -263
மக்கள் திரண்டு சாமிகளைக் காணப் போதல் -264
110 நாள் சிறையிலிருந்த பின் விடுதலை -264
அரும் பணிகள், சமத்துவச் சங்கம் -264

சமபந்தி, சாதி பதினெட்டுடன் -264
தலைப் பாகை அணியச் செய்தல் -264
துவையல் பந்தி -265
சமதர்மக் குடியிருப்பு -266
முந்திரிக் கிணறு -266
அன்புக் கொடி -266
நிழல் தாங்கல் -266
'பால் வைப்பு விழா' -267
பெண்ணுரிமை -267
சாமித் தோப்பு -267
19 ஆம் நூற்றாண்டின் ஆன்ம நேயத் தொண்டர்கள் -267

வரலாற்றுப் புள்ளிகள்

1. அரசியல்

   (அ) இராமநாதபுரத்தின் இரண்டாவது ஆண்டை -268
   (ஆ) ஐதராபாதில் புதிய நிசாம் -268
   (இ) கிரேக்கம் விடுதலை -268

2. மருத்துவம்

   இந்தியத்திலிருந்து உலகெங்கும் வாந்தி பேதி பரவுதல் -269
   ஐரோப்பியத்தில் மருத்துவ நிலை -269
   கிரேக்க மருத்துவர் கேலன் -269
   சில சீர்திருத்தங்கள் மட்டும் -269
   நல வாழ்வும் பொருளியலும் -269
   பொதுநல வாழ்வு குறித்த புரட்சிக் கருத்துகள் -269
   வாந்திபேதியின் வரலாறு -270
   தொடக்கம் இந்தியம். -270
   தென்னாசியம் -270
   காலரா பற்றி ஐரோப்பியர் அறிந்தவை -271
   எட்டே நாளில் 20,000 பேர் அரித்துவாரத்தில் பலி -271
   அரித்துவாரம் -271
   1787 இல் காலரா -272
   கிழக்கு நோக்கிக் காலரா -272
   காபூல் வழியே நடுக் கிழக்கில் காலரா -272
   சென்னையில் காலரா -272
   பின்னி, மன்றோ பலி -272
   நுண்ணோக்கி வளர்ச்சியும் நல வாழ்வும் -273

3. சட்டம், நீதியாட்சி

   இலண்டனில் ஊர் சுற்றும் காவல் -273

4. கலை இலக்கியம்

   தக்காணப் புலவர் வரலாறு -274

தமிழ்ப் புலவர் சரிதைக்கு முன்னோடி -274

5. கல்வி

    (அ) வங்க ஆசியவியல் சங்கத்தில் இந்தியர் -274
    (ஆ) இருக்கு வேதம் மாக்ஸ் முல்லரின் முதல் ஆய்வுரை -274
        இருக்கு வேதக் காலம் -275
        அறிஞர் பலர் கணிப்பு -275
        இருக்கு வேதப் பாசுரங்களும் பனுவல்களும் -275
        சாயனரின் உரை -275
        மாக்ஸ் முல்லருக்கு விவேகானந்தர் பாராட்டு -275

6. பொருளியல், நிதியியல்

    இரண்டு ரூபாயின் மதிப்பு அன்று -276

7. போக்குவரவு

    பிரான்சில் முதல் இருப்புப் பாதை -276

8. விளையாட்டு

    இந்தியத்திற்குக் கோல்ஃபு வந்தது -276

9. பொது

    (அ) கம்பெனிக் கடற்படையில் முகலாயர் கொடி -276
        பம்பாய் மரைன் இந்தியக் கப்பற்படை ஆனது (284)
    (ஆ) உலகின் முதல் தையற் கருவி -277
    (இ) புகைப்படத்தை உருவாக்கியவர்கள் -277

10. மக்கள்

    (அ) இசை புரந்த சுவாதித் திருநாள் -280
        முத்துக்குட்டி சாமிகளும் சுவாதித் திருநாளும் -280
        மோகினியாட்டம் -281
        மலையாளம், சம்ஸ்கிருதம், தெலுங்கு சாகித்தியங்கள் -281
        தமிழில் பாடாதவர் -281
    (ஆ) உடன் கட்டையேற்றம் சட்டப்படி ஒழிப்பு -282
        பெண்டிங்குப் பிரபின் முயற்சி -282
        சதிக் கட்டுப்பாட்டுச் சட்டம் -282
        வங்க மொழியில் கேரி மொழி பெயர்ப்பு -282
        சனாதனியர் எதிர்ப்பு -282
        இராசாராம மோகனர் ஆதரவு -282
    (இ) தகியரை ஒழிக்க அரசு முயற்சி -283
        தகியர் கதை -284
        காளி அளித்த மஞ்சள் கைக்குட்டை -284
        தகி ஸ்லீமென் -284
    (ஈ) கடன்பட்டுச் சிறை செல்லும் அமெரிக்கர் -284
    (உ) மெக்சிக்கத்தில் அடிமை முறை ஒழிப்பு -285
    (ஊ) கத்தோலிக்கர் மீதிருந்த சமூகத் தடை நீக்கம் -285

வெலிங்டனின் முயற்சியால் நடந்தது. -285

11. வரலாறு
  பராபதிக் கோட்டை அகழ்வு -285
  அபுல் ஃபசல் வருணனை -286
  வரலாற்றில் கட்டாக்கு -286
  அரசர் நிருப கேசரி -286
  அனந்தவர்ம சோழ கங்க தேவர் -286
  ஒரிசத்தில் முகலாயர் ஆட்சி -286
  மராட்டியர் ஆட்சி -286
  ஆங்கிலேயர் ஆட்சி -286

12. இறப்பு
  லமார்க்கு (1744-1829) -287

1830

1. காட்டனும் கல்லணையும்   290
  ஆர்தர் காட்டனின் பணியும் வரலாறும் -290
  காவிரியில் குறுக்கணைகள் -290
  கரிகாலன் -291
  மேன்மையான அணைக்கட்டு -291
  பண்டைத் தமிழரின் பொறியியல் அருந்திறன் -291
  சென்னைத் துறைமுகப் பணி -292
  இந்தியத்தின் முதல் இருப்புப் பாதை -292
  காட்டன் திருமணம் -292
  கோதாவரியில் கட்டுமானங்கள் -292
  காட்டனின் இலட்சியம் -292
  காட்டன் தலைமைப் பொறியாளராதல் -293
  96 ஆவது வயதில் இறந்தார் -293

2. இந்தியத்தின் முதல் நெடுஞ்சாலை   294
  சாலைகளின் தோற்றுவாய் மெசபடோமியம் -294
  சங்க காலச் சாலை -294
  ரோமானியர் சாலைகள் -294
  கம்பெனியின் நில அளவாய்வுத் துறை தோற்றம் -294
  கிளைவின் முன்னோக்கு -294
  ஜேம்ஸ் ரென்னல் -294
  தட அளவாய்வுகள் -295
  கல்கத்தா - வாரணாசிச் சுற்றுச் சாலை -295
  சாலையமைக்க வாரன் ஹேஸ்டிங்சு முயற்சி -295
  சாலையமைப்பு ஆய்வு -295
  புதுச் சாலைப் பணி தொடக்கம் -295
  அளவாய்வுத் துறைத் தலைவர் எவரஸ்டு -295

வரலாற்றுப் புள்ளிகள்

1. *அரசியல்*

(அ) பெல்ஜியம் விடுதலை *-296*
ஹாப்ஸ்பர்குகளின் ஆட்சியில் *-296*
ஸ்பானிய நெதர்லந்து *-297*
பிரஞ்சுக்காரர் கவர்தல் *-298*
உட்டரெக்கு உடன்படிக்கை *-298*
பெல்ஜியர் டச்சுக்காரரை விரட்டுதல் *-298*
பெல்ஜியம் பெரும் போர்களுக்குக் களமாதல் *-298*
வாட்டர் லூ *-298*
இப்பிரஸ் *-298*
பல்ஜ் சண்டை *-298*

(ஆ) பிரிட்டீசுத் தலைமையமைச்சர் கிரே *-298*
கிரே வரலாறு *-299*
அரசியல் வாழ்க்கை *-299*
நாடாளுமன்றச் சீர்திருத்தச் சட்டம் *-300*

(இ) பிரிட்டீசு அரியணையில் நான்காம் வில்லியம் *-302*

(ஈ) பாரிஸ் புரட்சியும் பத்தாம் சார்லஸ் பதவி இழத்தலும் *-302*
பதினெட்டாம் லூயியின் நூறு நாள் ஆட்சி *-303*
பத்தாம் சார்லஸ் ஆட்சி *-303*
பாரிஸ் புரட்சி *-303*
லூயி ஃபிலிப்பி பிரஞ்சு அரியணையில் *-303*

(உ) அமெரிந்தியரை அப்புறப்படுத்தும் சட்டம் *-305*
அன்று ஜேக்சனின் வெற்றி *-305*
இந்தியர் அப்புறப்படுத்தப்படுதல் *-305*
'கண்ணீர்த் தடம்' *-305*

(ஊ) அல்ஜீரியம் பிரஞ்சுக்காரர் வசமாதல் *-305*
அல்ஜீரியம் அமைப்பு, வரலாறு *-305*
ரோமானிய, பைசாந்திய ஆட்சியில் *-306*
மூர் பேரரசில் அல்ஜீரியம் *-306*
ஃபினீசியர் நிறுவிய அல்ஜியர்ஸ் நகரம் *-306*
கடற்கொள்ளையர் புகலிடம் : அல்ஜியர்ஸ், ஓரான் *-306*

(எ) சங்கோலி இராயண்ணவுக்குத் தூக்கு *-306*

2. *அறிவியல்*

(அ) நுண்ணோக்கி தோற்றுவாயும் வளர்ச்சியும் *-306*
மருத்துவக் கல்லூரிகளும் நுண்ணோக்கியும் *-306*
கலிலியோவின் நுண்ணோக்கி *-307*
லிங்ஸ் அறிவியல் கழகம் *-307*
ஃபேபரின் 'மைக்கிராஸ்கோப்பு' *-307*
தாலமியின் ஒளியியல் கருத்து *-307*
அரபுகளும் கண்ணாடி வில்லைகளும் *-308*

ரோஜர் பேக்கனின் ஒளியியல் ஆய்வு -308
ஜெஸ்னரின் ஆய்வில் நுண்ணோக்கி -308
ஜென்சனும் நுண்ணோக்கியும் -308
கோப்பர்னிக்கசின் தொலைநோக்கி -308
17 ஆம் நூற்றாண்டு நுண்ணோக்கிகள் -308
நுண்ணோக்கியை திருத்தி மேம்படுத்திய ஐவர் -309
மார்செல்லோ மால்பிகி, 1628-1694 -309
லூவன் ஹோயக்கு, 1632-1723   -309
இராபட்டு ஹுக்கு, 1635-1703   -309
ஜான் சுவம்மர்டேம், 1673-1680   -309
நிகமய்ய குரு, 1635-1703   -310
நிறப்பிறழ்ச்சி : -310
ஐசக்கு நியூட்டன் -310
லியோனார்டு யூலர் -310
புறஊதாக் கதிர் நுண்ணோக்கி -311

(ஆ) அறிவியல் ஆய்வு வெளியீடுகள் -311
டெனிஸ் தெ சாலோ, 1626-1669   -312
'அறிவாளர் இதழ்' -312
இங்கிலாந்தில் அறிவியல் இதழ்கள் -312

(இ) இராயல் நிலவியல் சங்கம் தோற்றம் -313
19 ஆம் நூற்றாண்டு நாடோடித் தேட்டக்காரர்கள் -313
சங்க நூலகம் -314
நிலப்படச் சேகரம் -314

(ஈ) விண்மீன் பட்டியல் -315
ஃபிரடரிக்கு வில்லம் பெசல் -315

(உ) நீரூள் மூழ்கும் முதல் முயற்சி -316

3. சமயம்

மார்மன் திருச்சபை தோற்றம் -317
நிறுவனர் ஜோசப்பு ஸ்மிது -317
சால்ட்டு லேக்கு நகரம் -317
அமெரிக்கத்தில் ஐரோப்பிய மார்மன்கள் குடியேற்றம் -318
பிரிட்டனில் மார்மன்கள் -318
மார்மன்கள் பற்றி அறிஞர் கருத்துகள் -319

4. கலை, இலக்கியம்

(அ) சரபோசிக் குறவஞ்சி -320
(ஆ) நளசரிதம் பாடிய அரூர் பட்டாத்திரி -321
19 ஆம் நூற்றாண்டில் நைடதம் -321
(இ) பம்பாயில் பொது நூலகம் -321
(ஈ) வங்க மொழி இதழ்கள் -321
தெரோசியோவின் பாடல் -322

5. கல்வி

    உயர் வகுப்பினர்க்கே கல்வி : கம்பெனியின் கொள்கை -322
    ஆதிசங்கரரின் மானுஷீக பஞ்சகம் -323

6. தொழில், வாணிபம், வேளாண்மை

    பிரிட்டீசு இந்திய வணிகச் சங்கங்களின் வளர்ச்சி -323
    வங்கத்தில் நிறுவனங்கள் நொடிப்பு -324

7. போக்குவரவு

    பால்டிமோர் - ஓகையோ இருப்புப் பாதை -324

8. மக்கள்

    (அ) சென்னையிலும் சதி ஒழிப்புச் சட்டம் -324
    (ஆ) பிரிட்டனில் உழவர் கலகங்கள் -325
    (இ) உலக மக்கள் தொகை -325
    (ஈ) அமெரிக்க மக்கள் தொகை -325
    (உ) ஐரோப்பிய மக்கள் தொகை -325
    (ஊ) 'மேலான சுற்றுப் பயணம்' முடிந்தது. -325

9. பொது

    (அ) ஹோப்பு வைரம் -326
        டேவர்னியர் திருடிய வைரம் -327
        'வைரத்தின் தீத்தன்மை' -327
    (ஆ) முதல் மேடைத் தராசு -327

10. வரலாறு

    அறிவியல் வரலாற்றுத் தந்தை காம்டி -328

11. இறப்பு

    சைமன் பொலிவா (1783-1830) -329

1821

அறிவெழுச்சிப் பத்து

1821 - 1830

உந்தியெழுந்த ஐரோப்பியத்தில் பதினெட்டாம் நூற்றாண்டில் உண்டானதைப் போன்ற பகுத்தறிவுப் புரட்சி இதுவன்று. வீரியமான அயல் பண்பாட்டின் தாக்கம்; கீழது மேலதாக வேண்டுமென்ற புத்தாண்மை; மறைத்தும் மறுத்தும் நிலவிய கல்வியெனும் குடவிளக்கை எக்கோலம் பூண்டேனும் குன்றிலேற்றும் வேட்கை; இவையெலாம் புதிய வந்தேறியரின் நுகத்தினுள் சிக்கி அரசியல் ஒருமை எய்திய வரலாற்றுக் கட்டாயத்தால் இப்பாரதம் புதுக்கணித்துப் புறப்படுவதைச் சுட்டும் வண்ணம் இதை அறிவெழுச்சிப் பத்து என்கிறோம்.

ப.சிவனடி

1821

அரசியல்

கிரேக்க விடுதலைப் போர் தொடக்கம்
கோல்டு கோஸ்டு பிரிட்டிஷ் மணிமுடிக் கீழ்
கறுப்பரின் முதல் கிளர்ச்சி தோல்வி
கோஸ்டா ரிக்கம் விடுதலை
கலை, இலக்கியம்
தெலுங்கில் நன்னெறிக் கதைகள்
காசுமீரியில் திருவிவிலியம்
நேபாளியில் திருவிவிலியம்
இராம மோகனரின் இதழ்கள்
ஆங்கில நாவல் மீது ஆபாச வழக்கு
மாஞ்செஸ்டர் கார்டியன்
சேட்டர்டே ஈவினிங்குபோஸ்டு

கல்வி

சென்னையில் மகளிர் பள்ளி
நியூயார்க்கில் மகளிர் பள்ளி
பூனாவில் சமஸ்கிருதக் கல்லூரி
விளையாட்டு
போக்கர்ச் சீட்டு ஆட்டம் தொடக்கம்

போக்குவரத்து

முதல் இரயில் நிலையம்

மக்கள்

நாஞ்சில் நாட்டில் அழுத்தப்பட்டோர் எழுச்சி
நெப்போலியன் கொலை
ஐரோப்பிய மக்கள் தொகை
இந்தியத்தில் போலந்தியர்
சைமன் பொலிவா

பொது

கோடைக்கானலில் முதல் ஆங்கிலேயர்

வரலாறு

கிரேக்கர் வரலாறு

பிறப்பு

ஃபியோடர் தாஸ்தவஸ்கி *(1821-1881)*

இறப்பு

நெப்போலியன் போனப்பாட்டு *(1769-1821)*
காலின் மெக்கன்சி *(1753-1821)*
ஜான் கீட்ஸ் *(1795-1821)*

1821

1821

1. கிரேக்கரின் விடுதலைப் போர் தொடக்கம்

உலகிற்குப் பொதுவாயும் ஐரோப்பியத்திற்குக் குறிப்பாயும் பல துறைகளில் அறிவொளி ஏற்றிவைத்த மெய்யிலாரும் அறிவியலாரும் தோன்றிய கிரேக்கம் என்பது நில நடுக்கடலில் தீவக்குறையாயும் தீவுகளாயும் அமைந்த நன்னிலமாகும். அதன் வரலாறு நெடிது நீண்டது. கி.மு. 3000 ஆம் ஆண்டு வரை, அதாவது சுமார் ஐயாயிரம் ஆண்டுகள் வரை நீளவல்லது. இருப்பினும் அதன் ஏற்றமிகு வரலாறு கி.மு. 750 - 550 காலத்தில் தொடங்குகின்றது. கிரேக்கர் இக்காலத்தில் நிலநடுக்கடல் பகுதிகளிலும் கருங்கடலின் அருகிலும் எங்கெங்கு இயற்கையான துறைமுகம் இருந்ததோ அங்கெல்லாம் குடியேற்றங்களை அமைத்தனர்.

கிரேக்கர் ஆட்சி முறை

அவர்கள் அமைத்த புதிய அரசுகள் பல வழிகளில் ஆளப்பட்டன. சில அரசுகள் தம்மைத் தாமே வல்லாட்சி அரசர் அல்லது வல்லாளர் (*tyrants*) என்று நிலைநாட்டிக் கொண்டவர்களால் ஆளப்பட்டன. ஏனைய அரசுகள் மக்களில் முதன்மையான குடும்பங்களின் தன்னலக் குழுக்கள் அல்லது 'சிலவர் ஆட்சி' (*oligarchy*) என்ற ஆட்சி முறையில் நடத்திச் செல்லப்பட்டன. இன்னுஞ் சிலவற்றில் சுதந்திரமான ஆடவர் அனைவரும் அடங்கிய 'மக்களாட்சி' (*democracy*) நடந்தது. எனினும் மூவகையான இவ்வரசுகளில் வாழ்ந்த மக்களில் கிட்டத்தட்டப் பாதிப்பேர் அடிமைகளாயிருந்தனர். பல அரசுகளில் அரசியல் பூசல்கள் தோன்றியமையால், அடுத்தடுத்துத் திடீர்ப் புரட்சிகளும் எதிர்ப்புரட்சிகளும் உண்டாயின.

கிரேக்கமும் பாரசிகமும்

பராசிகப் பேரரசு எழுச்சியடைந்ததும் ஆசிய மைனரின் கரையோரங்களில் அமைந்த கிரேக்கரின் அயோனியக் குடியரசுகள் தம் தாயகத்தின் உதவியை நாடின. பராசிக அரசர் முதலாம் டேரியஸ் என்ற மா டேரியஸ் (550-486 ஆ.கா. 521-486) கிரேக்கருக்குப் பாடம் புகட்டுவதற்காக அவர்களுக்கு எதிராய்க் கி.மு. 450 இல் ஒரு படையை அனுப்பினார். அப்போது கிரேக்கரின் நடுவில் தலை மூத்த குடியரசாய் மலர்ந்திருந்த ஏதன்ஸ் நகரம் பராசிகப் படையை மரத்தான் வெளியில் வெற்றி கொண்டது.

பாரசிகர் தோல்வி

டேரியசை அடுத்து ஆட்சிக்கு வந்த பராசிக அரசர் செர்சஸ் (*Xerxes I* சு. **519-465** கி.மு. ஆ.கா. *485-465*) *480* ஆம் ஆண்டில் கிரேக்கத்திற்குத் தானே படைகொண்டு வந்தார். போர் வலிமைக்குப் பெயர் பெற்றிருந்த கிரேக்கரான டோரியன்களின் ஸ்பாட்டா (*Sparta*) நகர அரசு தன் மிகச்சிறிய படையைக் கொண்டு, பராசிகரைத் தெர்மோபைலிக் கணவாயில் (*Thermopylae Pass*) தடுத்து நிறுத்தியது. அது வீரத்தொடு போர் செய்தபோதும் தோற்றுவிட்டது. எனினும் கிரேக்கரின் பெரும் படை திரண்டு பராசிகரைச் சலாமிஸ் (*Salamis*) என்ற இடத்தில் கடற்போரிலும் பிளாட்டிய (*Plataea*) என்ற இடத்தில் தரைப் போரிலும் முறியடித்தது. பராசிகர் புற முதுகிட்டோடினர்.

ஏதன்சின் வீரம்

ஏதன்சு நகரத்தார் பராசிகரை எதிர்த்து நடந்த போர்களில் பெருவீரம் காட்டியதால், கிரேக்கம் அவர்களின் தலைமையை ஏற்றது.மாபெரும் மக்களாட்சி அரசியல்காரான பெரிக்கிளிசின் (*Pericles*, சு. **495-429** கி.மு.) காலத்தில் ஏதன்சு நகரின் பண்பாடு உச்சநிலையை எய்தியது. இவர் ஏதன்சின் அரசியலில் முப்பதாண்டுக் காலம் உச்சவுயர் நிலையில் இருந்தார். எனினும் ஏதன்சின் மேலாண்மை கொரிந்தில் (*Corinth*: ஏதன்சைப் போன்று இதுவும் ஒரு நகரக் குடியரசு) எதிர்ப்பைக் கிளப்பிற்று. கொரிந்தும் எண்ணற்ற பல நகர அரசுகளும் ஸ்பாட்டாவின் (*Sparta*) தலைமையில் ஏதன்சை எதிர்த்துப் போர் செய்தன. இதற்குப் பெலப்பனீசியன் போர்கள் (*Peloponnesian Wars, 431-404* கி.மு.) என்று பெயர். ஏதன்சின் கடற்படை வலிமை மிக்கதாயிருந்தது. ஆனால் அதனால் ஸ்பாட்டரைத் தரைப்போரில் எதிர்த்து வெற்றி கொள்ளமுடியவில்லை. அதனால் இப்போர்களில் வெற்றி தோல்வி காணமுடியாது போனது. இக்காலத்தில் ஏதன்சில் பெரிய கொள்ளை நோய் பரவி மக்களை வருத்தியது.

இன்னலின் நடுவே கலையும் பண்பாடும்

இத்தகைய இன்னல்களின் ஊடேயும் ஏதன்சில் கலையும் பண்பாடும் செழித்தன. அரிஸ்டோஃபேன்ஸ் (*Aristophanes : 448 - 380* கி.மு. கிரேக்க நகைச்சுவை நாடகாசிரியர். சாக்ரட்டீஸ் போன்ற தன் காலத்து மனிதர்களையெல்லாம் இவர் நையாண்டி செய்தார்.) இன்பியல் நாடகங்களைப் படைத்தார். இளைஞரான பிளாட்டோ (*Plato 427-347* கி.மு. கிரேக்க மெய்யியலார், சாக்ரட்டீசின் மாணவர், அரிஸ்டாட்டிலின் ஆசான்.) சாக்ரட்டீசின் மெய்யுரைகளைக் கேட்டுக் கொண்டிருந்த காலம் அதுவாகும். (*Socrates, 470 - 390* கி.மு. இவரின் மெய்யியல் கருத்துகளை இவருடைய மாணவர்களான பிளாட்டோ, செனோஃபோன் ஆகியோர் எழுதியுள்ள நூல்களின் வாயிலாய் அறிகின்றோம். அறிவை அடிப்படையாய்க் கொண்ட அறநெறியைக் கற்பித்த ஆசான்).

ஏதன்சு கி.மு. 404 ஆம் ஆண்டில் ஸ்பாட்டருடன் சந்து செய்து கொள்ள வேண்டிய கட்டாயம் ஏற்பட்டது. ஸ்பாட்டரின் வெற்றியினால் ஏதன்சு என்றென்றும் மேலெழ இயலாதவாறு, அதன் உயர் முதன்மை குன்றியது.

கிரேக்கரிடையே பிளவு

இக்காலத்தில் வல்லரசுகள் விரிந்து வந்த நிலையில் கிரேக்கரின் சிறுசிறு நகர அரசுகள் அவற்றை எதிர்த்து நிற்கும் நிலையில் இல்லை. அவற்றிடையே சிறுசிறு பூசல்கள் தோன்றி, அவை பிளவுபடவே, மாசிடோனிய அரசரான இரண்டாம் பிலிப்பு (*Philip II, 382 - 336*; இவர் மா அலெக்சாந்தரின் தந்தை; *Macedonia :* வட கிரேக்கத்தில் உள்ளது. இப்போது இது முடியரசாயிருந்தது) அவற்றை வெற்றி கொள்வதற்கு வழி ஏற்பட்டது.

பிலிப்பு வலிய வந்து தாக்குவதை எதிர்த்து நிற்பதற்குத் தம்மிடையே ஒரு கூட்டணி வேண்டும் என்று, ஏதன்சின் அரசியல்காரான டெமஸ்தனிஸ் (*Demosthenes, 384 - 322* கி.மு.) வலியுறுத்திப் பேசியும் பயனில்லாது போனது. மாசிடோனியர் மிகவும் திருந்திய தம் படையணிவகுப்புப் போர் முறையினால் கிரேக்க நகர அரசுகளை 338 ஆம் ஆண்டு சரோனிய (*Chaeronea*) என்ற இடத்தில் வெற்றி கொண்டு கிரேக்கம் முழுமைக்கும் தலைவராயினர். அவர்களுக்குப் பிலிப்பின் வேல் படையினர் வெற்றியைப் பெற்றுத் தந்தனர்.

கிரேக்கர் அடிமையாதல்

பிலிப்பு இதன்பிறகு கொல்லப்பட்டார். ஆசியத்தை வெற்றி கொள்ள வேண்டுமென்று பிலிப்பு கண்டு வந்த கனவை நிறைவேற்றும் கடமையும் பொறுப்பும் பிலிப்பின் மகனான அலெக்சாந்தரின் மேல் விழுந்தன. (*Alexander, the Great 356-323* கி.மு.) கிரேக்கர் பிலிப்பிடம் தோற்ற பின்னர், கிட்டத்தட்ட இரண்டாயிரம் ஆண்டுகளுக்கு மேல் அயலாரின் அடிமைகளாய் இருக்க நேரிட்டது.

ரோமானியர் எழுச்சி

ரோமானியர் படை கி.மு. 168 ஆம் ஆண்டில் மாசிடோனிய மேலாண்மையைப் பிடன (*Pydna*) என்ற இடத்தில் முறித்தது. கிரேக்கம் கி.மு. 146 ஆம் ஆண்டு ரோமானிய மாநிலமானது. கிரேக்கர் ரோமானியரைக் கண்டு வியந்து அவர்களின் பண்பாட்டை

அடிமை மனப்பான்மையால் போலிசெய்தனர். எனினும் ரோமானியர் பெண் தன்மையும் ஒழுக்கக்கேடும் உள்ளவர்கள் என்று கிரேக்கரால் அதே நேரத்தில் வெறுக்கவும் பட்டனர். ஆனால் ரோமானிய நாகரிகத்திற்குக் கிரேக்கர் அளித்தது பெரும் பங்காகும்.

பைசாந்தியப் பேரரசில் கிரேக்கம்

ரோமானியப் பேரரசு கி.பி. 330 ஆம் ஆண்டு பிளவுண்டபோது, கிரேக்கம் கிழக்கத்திப் பேரரசு (*Eastern Empire or Byzantium*) அல்லது பைசாந்தியப் பேரரசின் பங்கிற்குச் சென்றுவிட்டது. கிரேக்கம் இங்ஙனம் தனக்கென்று வரலாறோ, அடையாளமோ எதுவுமின்றி வாழ்ந்தது. பைசாந்தியப் பேரரசின் தலைநகரான கான்ஸ்டாண்டிநோபிள் 1453 ஆம் ஆண்டு துருக்கரிடம் வீழ்ச்சியடைந்தது வரையிலும் கிரேக்கம் இப்படியே இருந்து வந்தது.

கிரேக்கம் பெயரளவில்தான் பைசாந்தியப் பேரரசின் கட்டுப்பாட்டில் இருந்தது. நான்காவது சிலுவைப் போராளியர் புனித மண்ணான பாலத்தீனத்தை அடையவில்லை. எனினும் துருக்கர் கையிலிருந்த கான்ஸ்டாண்டி நோபிளை 1204 ஆம் ஆண்டில் தாக்கிச் சூறையாடினார். இதனால் கிரேக்கத் தீவக்குறை பல துண்டுகளாய்ச் சிதறி ஏராளமான சிற்றரசுகள் தோன்றலாயின.

கிரேக்கத்தில் துருக்கர்

துருக்கர் 1387 ஆம் ஆண்டு வாக்கிலேயே கிரேக்கத்தில் தலைகாட்டினர். எனினும் 1460 வாக்கில் தமக்கு அடிபணிய மறுத்த வெனீசியரைத் தவிர, ஏனையோரையெல்லாம் துருக்கர் அடக்கிவிட்டனர். அதன்பிறகு கிரேக்கம் நான்கு நூற்றாண்டுக் காலம் துருக்கரின் ஆட்டோமான் பேரரசில் ஒரு மாநிலமாய் நீடித்தது.

கிரேக்கர் தம் மொழியையும் வைதிகக் கிறித்தவத் திருச்சபையையும் காத்துப் பேணினர். அவர்கள் துருக்கச் சுல்தானின் ஆளுநர்களுக்கு வரி செலுத்தினர். நாட்டை விட்டு ஓடிய பல விற்பன்னர்கள் கிரேக்கப் பண்பாட்டையும் கற்றறிவையும் தம்முடன் எடுத்துக் கொண்டு அயல் நாடுகளுக்குச் சென்றுவிட்டனர். ஐரோப்பியத்தில் மறுமலர்ச்சி இயக்கம் (*Renaissance*) பதினைந்தாம் நூற்றாண்டில் தோன்றியதும், அதன் ஒரு பகுதியாய்க் கிரேக்க மொழியும் பண்பாடும் புத்துயிர் பெற்றன.

வெனீசியர் எதிர்ப்பு

கிரேக்கர் தாயகத்தில் இருந்த வெனீசியர் இன்னும் துருக்கருக்கு இணங்காமல் நிலைத்துத் தம் மண்ணைக் காக்கவும் அதைச் சீர்த்திருத்தவும் மேற்கொண்ட முயற்சிகளைத் தவிர வரலாற்றுச் சிறப்புடைய சில நிகழ்ச்சிகள் மட்டுமே கிரேக்கத்தில் நடந்தன. வெனீசியர் சிறிது காலம் அதாவது 1687 முதல் 1690 வரை ஏதன்சைத் துருக்கரிடமிருந்து கைப்பற்றி அங்கு அமர்ந்தனர். அப்போது வெனீசியர் வீசிய ஒரு வெடிகுண்டு துருக்கரின் வெடிமருந்துக் கிடங்கில் விழுந்ததனால் உண்டான வெடிப்பினால் பார்த்தனான் கோயில் பெரும் பழுதடைந்தது. (*Parthenon:* ஏதன்சிலுள்ள அக்குரோப்போலிஸ் என்ற அரணில் கி.மு. ஐந்தாம் நூற்றாண்டில் கட்டப்பட்ட கோயில். இது கிரேக்க டோரியக் கட்டுமானப் பாணிக்கு வெகு நேர்த்தியான சான்று என்பர்). எனினும் வெனீசியரின் ஆளுகைப் பரப்பு கோர்ஃபூத் தீவொடும் இன்னுஞ் சில அயோனியத் தீவுகளும் அடங்கியதாய் 1718 வாக்கில் மிகவும் சுருங்கிவிட்டது.

துருக்கருக்கு எதிரான கிளர்ச்சி

நாட்டுப்பற்று மிகக்கொண்ட கிரேக்கர் துருக்கருக்கு எதிராய் நடத்திவந்த கிளர்ச்சி 1814 முதல் வலுத்துக்கொண்டே வந்தது. அது 1830 ஆம் ஆண்டு ஏப்ரல் 22 அன்று படைக்கலன் ஏந்திய கிளர்ச்சியாய் வடிவெடுத்தது. கிரேக்க மக்களின் ஆன்மிகத் தலைவரான கிரேக்கத் திருச்சபை முதல்வர் (*Patriarch*) பலரறியக் கான்ஸ்டாண்டி நோபிளில் தூக்கிலிடப்பட்டார். கையோஸ் (*Chios* : துருக்கிக் கரைக் கப்பால் கிரேக்கருக்கு உரிமையாயிருந்த தீவு. பண்டைக் கிரேக்கத்தில் இருந்த பன்னிரு அயோனிய நகரங்களுள் இத்தீவிலிருந்த துறைமுகப்பட்டினமான கையோசும் ஒன்றாம்.) தீவில் 25,000 கிரேக்கர் படுகொலை செய்யப்பட்டனர்; மேலும் 45,000 கிரேக்கர் அடிமைகளாய்ப் பிடித்து விற்கப்பட்டனர்.

இக்கொடுஞ் செயல்களால் பிரிட்டனிலும் ஐரோப்பியத்திலும் இருந்த கிரேக்க விடுதலைப் போராட்ட ஆதரவாளர்களான இலட்சியக்காரர்களின் அனுதாபத்தைப் புரட்சிக்காரர் பெற்று விட்டனர்.

ஆங்கிலப் புலவரான பைரன் பிரபு கிரேக்கப் படையினருடன் மிசோலோங்கி (*Missolongi*: மேற்குக் கிரேக்கத்தில் பத்தராஸ் வளைகுடாவின் அருகிலுள்ள நகரம்), நகரில் இருந்த காலையில், 1824 ஆம் ஆண்டு காய்ச்சலால் இறந்ததால், புரட்சியாளர் மீதிருந்த அனுதாப உணர்ச்சி மிகுந்தது. கவிஞர் பைரன் கிரேக்கரின் விடுதலைக்காகக் களத்தில் இறங்கியவர்.

பிரிட்டன், பிரான்ஸ், இரஷியம் ஆகிய நாடுகள் முனைந்து இதில் தலையிட்டிராவிடில் கிரேக்க விடுதலை இன்னும் தாமதப்பட்டிருக்கும். அவற்றின் கூட்டுக் கப்பற் படை பிரிட்டீசு அட்மிரல் கோடரிங்டனின் தலைமையில் துருக்க, எகிப்தியக் கப்பல் தொகுதிகளை 1827 அக்டோபர் 20 அன்று நவரினோ (*Navarrino*; தென்மேற்குக் கிரேக்கத்திலுள்ள துறைமுகப்பட்டினம்) துறைமுகப்பட்டினத்தில் தோற்கடித்தன. கிரேக்கம் இறுதியாய் விடுதலை பெற்ற நாடென்று 1832 ஆம் ஆண்டு பல நாடுகளால் ஏற்று அங்கீகரிக்கப்பட்டது.

Bonard, Andre Greek Civilization, Translated From French by R.C. Knight, London, 1961.

2. நாஞ்சில் நாட்டில் அழுத்தப்பட்டோர் எழுச்சி

நாஞ்சில் நாடு

தமிழ்நாட்டின் தென் கோடியிலுள்ள கன்னியாகுமரி மாவட்டத்தின் தென்பகுதியான அகத்தீசுவரம், தேவாளை என்னுமிரு வட்டங்கள் உள்ளிட்ட நிலப்பரப்பு இன்றும் நாஞ்சில் நாடென்று வழங்குகின்றது. அது இவ்விருபதாம் நூற்றாண்டின் முற்பாதிக் கடைசி வரையிலும் திருவிதாங்கூர் என்ற நாட்டு அரசினுள் அடங்கியிருந்தது. இந்தியம் விடுதலை பெற்ற பின்னர் நாஞ்சில் நாட்டு மக்கள் மொழி அடிப்படையில் தமிழ்நாட்டுடன் பெரிய போராட்டத்தின் பயனாய் இணைந்தனர்.

இந்நிலப்பரப்பு மலையாலும் கடலாலும் சூழப்பெற்றது; மலைவளமும் கடல்வளமும் வயல்வளமும் நிறைந்து குறிஞ்சி, முல்லை, மருதம், நெய்தல் என்னும் நானில வளங்களொடு வளநாடாய்த் திகழ்கின்றது. இதை மனோன்மணிய ஆசிரியர் சுந்தரம் பிள்ளை (1855 - 1897) இங்ஙனம் பாடுவார்:

- நன்செய் நாடெனச்
செந்தமிழ் வழங்கும் தேயமொன் றுளததன்
அந்தமில் பெருவளம் அறியார் யாரோ!
மருதமும் நெய்தலும் மயங்கி யங்கெங்கும்
புரையறு செல்வம் நிலைபெற வளரும்.

நன்செய் வளம் நிறைந்த நாடாதலால் நன்செய் நாடென்று பெயர் பெற்று அப்பெயரே காலப்போக்கில் திரிந்து நாஞ்சில் நாடானதென்றும் சிலர் கொள்வர். நாஞ்சில் (ஞாஞ்சில் என்றும் வரும்) என்ற சொல்லிற்கு ஏர், கலப்பை, கொழு என்னும் பெயர்கள் உள்ளன. ஆதலால் ஏரினால் இயங்கும் உழவுத்தொழில் மிகுந்த நாடு என்னும் பொருள்பட நாஞ்சில் நாடென்று இது பெயர் பெற்றதென்பாரும் உளர்.

இலக்கியம், வரலாற்றில் நாஞ்சில் நாடு

நாஞ்சில் என்பது மதில், மதில் உறுப்பு என்றும் பொருளாகும். கடலை அரணாய் உடையமையால் இது நாஞ்சில் நாடெனவும் பெயர் பெற்றிருக்கலாம். இங்குள்ள மலையும் நாஞ்சில் மலையென்று போற்றப்பட்டதாய்ச் சங்கப் பாடலிலிருந்து அறிகின்றோம். பாண்டியன் நெடுஞ்செழியன் கி.பி. 300 ஆம் ஆண்டிற்கு முன்னர் நடைபெற்றது என்று கொள்ளப்படும் தலையாலங்கானத்துப் போரில் சேரல் (சேரன்), செம்பியன் (சோழன்), திதியன், எழினி, எருமையூரன், இளங்கோ, வேண்மான் பொருநன் என்ற எழுவரையும் வென்றார். இந்தப்போரில் நாஞ்சில் வள்ளுவன் என்பான் சோழனொடும் சேரனொடும் சேர்ந்து பாண்டியனுடன் பொருதியதாய் நக்கீரனாரின் அகநானூற்று பாடல் ஒன்றால் அறிகின்றோம். முதல் இராசராசன் (985 - 1014) காலத்தில் குமரி மாவட்டப் பகுதிகள் முழுமையும் சோழர் ஆட்சியில் இருந்தன என்பதைக் கல்வெட்டுகள் காட்டுகின்றன.

தொல்காப்பியம், அதங்கோட்டாசான்

பத்தாம் நூற்றாண்டினரான கம்பரின் காலத்தில் வேணாடு சேர நாட்டின் ஒரு பகுதியாயிருந்தது. தொல்காப்பியம் நிலந்தருதிருவில் பாண்டியன் என்ற நெடியோனின் அவையில் அதங்கோட்டாசான் தலைமையில் அரங்கேற்றப்பட்டதாய், அந்நூற் பாயிரம் கூறும். குமரியில் அதங்கோடு என்னும் ஊர் இன்றும் உள்ளது. 'கோடு' என முடியும் இடப்பெயர்கள் இங்கு பலவுள. ஆசிரியரை ஆசான் என வழங்கும் வழக்கமும் இன்றும் உள்ளது. இதனால் அதங்கோட்டாசான் குமரி நாட்டார் என்று கருதுவாரும் உளர்.

சங்க இலக்கியங்களில் சிறப்பிக்கப்படும் நாஞ்சில் வள்ளுவனும் வேளிரும் அதியமானும் நாஞ்சில் நாட்டை ஆண்டவராவர். மூவர் ஆட்சியும் இங்கு நிலவியமைக்குச் சான்றுகள் உள. அவர்களின் ஆட்சிக்குப் பின் அண்டை நாடாகிய வேணாட்டரசரின் ஆளுகைக்குள் நாஞ்சில்நாடு அடங்கியது. வேணாடு என்பது வேள் மரபினர் நாடு என்று பொருள்படும். இவ்வேளிர் மன்னர் சேர மரபினரில் ஒரு கிளையினவராவர்.

ஔவையும் நாஞ்சில் நாடும்

ஔவையாரையும் கம்பரைப்போல் நாஞ்சில் நாட்டுடன் தொடர்புபடுத்தும் மரபும் உள்ளது. அதியர் வேளிர் குடியினர், அக்குடியின் அரசரான அதியமானுக்கு

ஔவையார் நண்பர். நாஞ்சில் நாட்டில் ஔவையாரம்மை கோயில்கள் பல இடங்களில் உள்ளன. நாஞ்சில் நாட்டிலிருந்து பாண்டிய நாடு செல்லும் வழியில் முப்பந்தல் என்னுமிடம் உள்ளது. ஔவையார் மூவரசரையும் இங்கு கூட்டுவித்துச் சந்து செய்தார் என்றொரு கதையும் உண்டு.

நாஞ்சில் நாடு மூவேந்தர் ஆட்சிக்குப்பின் பதினான்காம் நூற்றாண்டில் அண்டையிலுள்ள சேர நாட்டரசர் ஆட்சிக்குள் சென்றது. அவர்கள் இன்றைய குமரி மாவட்டம் முழுவதையும் ஆண்டனர்.

நாஞ்சில் நாட்டுப் புலவோர்

கோட்டாற்றைச் சேர்ந்த இளம் பெருமானர் என்ற புலவர் பாடிய பாடலொன்று திருச்சிராப்பள்ளியை அடுத்த செந்தலை என்ற ஊரின் சிவன் கோயிலில் காணப்படுகின்றது.

திருவனந்தப் பிள்ளை என்ற புலவர் நாஞ்சில் நாட்டுச் செண்பகராமன் புதூரில் 18 ஆம் நூற்றாண்டில் பிறந்தவர். திருவிதாங்கூர் அரசர் கார்த்திகைத் திருநாளுக்கும் (1758-1798) திப்பு சுல்தானுக்கும் (1753-1799) நடந்த சண்டையில் முதலமைச்சரான (திவான்) கேசவதாஸ் வெற்றி பெற்றுத் தந்ததைச் சிறப்பிக்கும் வகையில் திருவனந்தப் பிள்ளை 'திவான் வெற்றி' என்ற வில்லுப்பாட்டைப் பாடினார். வில்லுப் பாட்டின் பிறப்பிடம் நாஞ்சில் நாடேயாகும்.

1821

வேணாட்டின் தலைநகர் முன்னர் திருவிதாங்கோட்டில் இருந்தது. பின்னர் கல்குளத்திற்கு மாற்றப்பட்டது. மார்த்தாண்ட வர்மன் காலத்தில் (1729-1758) கல்குளத்திற்குப் பத்மநாபபுரம் என்ற பெயர் ஏற்பட்டது. இவ்வூர் இன்று குமரி மாவட்டத்தில் உள்ளது.

மாற்றமும் எதிர்ப்பும்

இத்தகைய இலக்கிய, வரலாற்றுச் சிறப்புகளைக் கொண்ட குமரி நாட்டில் சாதிப்பாகுப்பாட்டின் காரணமாய் மக்கள் விலங்கு நிலைக்கு இழிந்து விட்டனர். அரசாட்சியும் நாகரிக முதிர்ச்சியற்ற முறையில் நடந்து கொண்டது. நாஞ்சிலகத்து மக்கள் இக்கொடுமைகளைப் பல காலமாய் வெறும் முணுமுணுப்புடன் பொறுத்து வந்தனர். வரலாற்றுக் கட்டாயங்களின் காரணமாய்ப் பத்தொன்பதாம் நூற்றாண்டின் தொடக்கத்தில் அழுத்தப்பட்ட மக்கள் சாதியமைப்பின் கொடிய பகைப் போக்குகளை எதிர்க்கத் தொடங்கினர்.

வைகுண்டர் என்ற முத்துக்குட்டி சாமிகள் (1809 - 1851; இ.ச.க.தொகுதி- 11 : 1809 - புள்ளிகள்) தாழ்த்தப்பட்ட மக்களுக்கு இழைக்கப்பட்ட அநீதிகளையும் இன்னல் களையும் போக்குவதற்காகத் திருவிதாங்கூர் அரசுடன் போராடலானார்.

சாதிப் பாகுபாடு

தாழ்த்தப்பட்டோர் என்ற நாடார், ஈழவர், காவதி, சாம்பவர், பறையர், சேரமர், புலையர் என்னும் மக்கள் ஈவிரக்கமற்ற சாதிக் கட்டுப்பாட்டில் சிக்கித் தவித்தனர். அவர்கள் செய்த வேலைக்குக் கூலி எதுவும் பெறாமல் அரசிற்கென்று கட்டாயமாய்த் தொழும்பு வேலை செய்யவேண்டும். (இதே காலகட்டத்தில் தென் அமெரிக்க

நாடுகளில் இந்தியர் என்று சூடு போடப்பட்ட அந்நாட்டு மக்கள் இவ்வாறு கூலியின்றி ஸ்பானிய ஆண்டையர்க்குத் தொழும்பு செய்யும் நிலை இருந்தது).

இச்சாதிகளைச் சேர்ந்த பெண்கள் இடுப்பிற்கு மேலே எந்தத் துணியும் அணியாமல் அரை அம்மணமாய்ப் பொதுவில் நடமாட வேண்டும். இவர்கள் கோயிலினுள்ளும், மேல் சாதியார் வாழும் தெருக்களுக்குள்ளும் செல்லலாகாது.

கி.பி. பதினொன்றாம் நூற்றாண்டில் சேரர்க்கும் சோழர்க்கும் நடந்த அழி போரினால் சேரநாட்டில் வாணிபம் கெட்டது; செல்வம் குன்றியது. சமூகப் பொல்லாங்குகளான சாதிகள் மலிந்து பல்கின. மருமக்கள் தாயம் என்ற தாய்வழிச் சேரல் முறை தோன்றியது. அதன்பிறகு சேரம் சாதிச் சாக்கடைகள் வந்து கலந்த குட்டை என்று விவேகானந்தர் கூறிய நிலை தோன்றியது.

கிறித்தவச் செல்வாக்கு

கிறித்தவத்தின் செல்வாக்குத் தென் திருவிதாங்கூரில் பரவியமையாலும் புதிதாய் வேற்றுச் சமயம் தழுவியர்கள் சாதிக் கட்டுப்பாடுகளை மீறும் துணிவு பெற்றனர். இவற்றைக் கண்டு பொறாத திருவிதாங்கூர் அரசு 1821 செப்டம்பர் 20 அன்று மலையாள மொழியில் இந்த அறிக்கையை வெளியிட்டது;

''இராசராசேசுவரி அரசி கௌரி பார்வதிபாய் மகாராணியவர்கள் (1815 - 1829) அனைவர்க்கும் தெரிவிக்கும் செய்தி யாதெனின் - நாஞ்சில் நாட்டில் வாழும் சாணார் (நாடார் என்ற வகுப்பினரைக் குறிக்கும் சான்றோர் என்ற சொல்லின் திரிபு) குல மக்கள் கிறித்தவம் தழுவினர் என்ற காரணத்தைக் காட்டி, வரிப்பணம் ஒழுங்காய் அடைக்காமாலும் அரசின் ஆணைகளுக்கும், அலுவலர்களுக்கும் கீழ்ப்படியாமலும் அரசை எதிர்த்து வருகின்ற நிலையை அறிகின்றோம். கிறித்தவ சமயத்திற்கு மாறியவர்கள் ஞாயிற்றுக்கிழமைகளையும் அவர்களின் ஏனைய பெருநாள்களையும் தவிர்த்து, ஏனைய நாள்களில் அரசின் வேலைகளைச் செய்யாமலிருப்பதற்கு எவ்விதமான ஆணையும் பிறப்பிக்கப்படவில்லை. எனவே மதம் மாறிய சாணார்களும் ஏனைய கிறித்தவர்களும் இந்துக் கோயில் (தேவசுவம் என்ற தேவஸ்தானம்) பணிகள் நீங்கலாய் அரசின் பிற வேலைகள் அனைத்தையும் செய்தல் வேண்டும்.''

''ஆனால் வழிபாட்டிற்குச் செல்லும் ஞாயிற்றுக்கிழமை தவிர ஏனைய நாள்களிலும் மற்றவர்களைப் போலவே அரசின் வேலைகளைச் செய்தாக வேண்டும். அதற்கு மறுப்பவர்களைப் பிடித்து நீதிமன்றத்தில் ஒப்படைத்தால், அவர்களின் குற்றங்களை அரசு ஆராய்ந்து அவர்களுக்குத் தகுந்த தண்டனையை விதிக்கும்.''

ஆன்மநேய முன்னோடியர்

இராமானுசர் என்ற உடையவர் (1028 - 1137) தம் உயிரையும் பொருள்படுத்தாமல் தாழ்த்தப்பட்ட மக்களைத் திருக்குலத்தார் என்று சிறப்பித்துத் திரு வைணவராக்கி அவர்களை உயர்த்திச் சாதிப் பாகுபாட்டைச் சமன் செய்ய வழிகாட்டினார். அவ்வக்காலங்களில் தோன்றிய புனிதரும், ஞானியரும் ஆன்ம நேயத்திற்கு மாறான சாதிப் பாகுபாடுகளைப் போக்க வேண்டுமென்று முயன்று வந்துள்ளனர்.

கிறித்தவ சமயப் பரப்பியர் இம்மக்களைத் தம் சமயத்தில் சேர்த்துச் சமமானவர்களாக்கலாம் என்று கருதினர்.

இந்நாட்டில் பல்லாயிரமாண்டுகளாய் நடந்துவரும் இம்மானுடநேய இயக்கம் இதுகாறும் வெற்றி பெற்றிலது. எனினும் பேதப்பட்டு வக்கரித்துப்போன சமூக அமைப்பினுள் நின்றுகொண்டு தன் இனத்தின் மீட்சிக்காகத் தன்னையே புடம் போட்டுக் கொண்ட நந்தனைப் போல்வார் பத்தொன்பதாம் நூற்றாண்டு நாஞ்சில் நாட்டில் எழுந்தனர் என்பதும் அவர்கள் தம் குறிக்கோளை அடைவதில் ஓரளவேனும் வெற்றி கண்டனர் என்பதும் வரலாறு கற்றுத் தந்த பாடங்களில் ஒன்றென்று கொள்ளலாம்.

நாஞ்சில் நாட்டில் சமூக நீதிப் போராட்டம் புது ஊக்கமும் முடுக்கமும் பெற்றதற்கு வேணாட்டு அரசின் கடும்பிடிக்கொள்கையே காரணமாகும். அதன் விளைவாய்க் குமரிநாட்டில் மூன்று கட்டங்களாய்ப் போராட்டங்கள் நடந்தன. அவை 1822 முதல் 1828 வரையிலும் 1828 முதல் 1830 வரையிலும் 1855 முதல் 1859 வரையிலும் நடந்தன. அந்தப் போராட்டத்தின் தொடக்கமாய் இந்த ஆண்டு உள்ளது.

இப்போராட்டங்களில் மாராப்புப் போராட்டம் அல்லது தோள் சேலைப் போராட்டம் என்பது பெண்ணுரிமைப் போராட்டமாகும். கேரளத்துப் பெண்களின் உடைப்பழக்கத்தை மாறச் செய்ததில், இந்த இயக்கத்தின் பங்கு பெரிதாகும். இது குறித்துப் பின்வரும் காலப் பகுப்பில் விவரிப்போம்.

குமரேச பிள்ளை, சி.வித்துவான் செந்தமிழ் வளர்த்த செய்குத்தம்பி, சுசீந்தரம், 1986.
பத்மநாபன், எஸ். கம்பரும் சேரநாடும், தினமணி, கட்டுரை 17.04.1991.

3. நெப்போலியனின் கடைசிக் காலம்

''... அவர் இறந்து போனார் என்கின்றனர். அவர்களுக்கு அவரைப் பற்றித் தெரியாது என்பது வெள்ளிடை மலை. மக்களை ஏமாற்றி, அவர்களின் வாயை அடைக்கச் செய்தவற்காக அப்படிச் சொல்லப்பட்டது... கேளுங்கள். முன்னொரு காலத்தில் சொல்லப்பட்ட ஒரு தீர்க்கதரிசனத்தை நிறைவேற்றுவதற்காக அவரின் நண்பர்கள் அவரைத் தன்னந்தனியாய்ப் பாலை வெளியில் விட்டு வந்திருக்கின்றனர்.

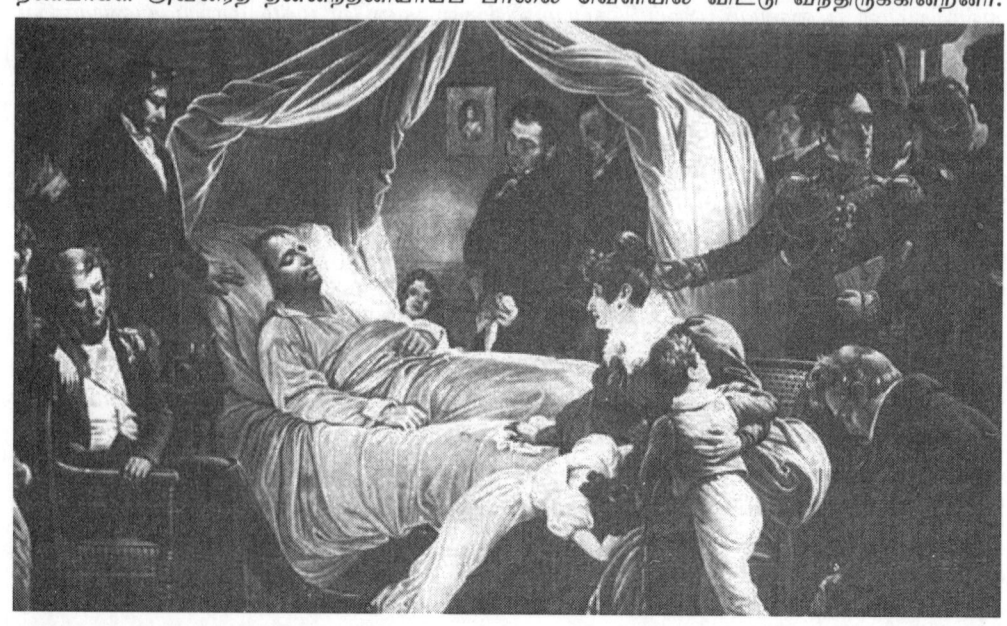

ஏனெனில் நெப்போலியன் என்ற பெயருக்குப் பாலைவெளி அரிமா என்று பொருள் என்பதைச் சொல்வதற்கு நான் மறந்தே போனேன்.''

பால்சாக்கு (*Honore de Balzac, 1789 - 1850*) என்ற பெயர் பெற்ற பிரஞ்சு எழுத்தாளர் தனது நூல் ஒன்றில் (*Le Medecin de Compagne*) நெப்போலியனுக்கு இறவா நிலையைத் தர முயல்கின்றார்.

உலகெங்கிலுமுள்ள மக்கள் கொடுங்கோலாண்மைக்கும் வல்லாண்மைக்கும் இனி அடங்கிக் கிடக்க வேண்டுவதில்லை என்ற மானுட உந்துதலுக்குத் தோற்றுவாயாய்ப் புறப்பட்ட பிரஞ்சுப் புரட்சி வெடித்த ஆண்டில் பால்சாக்குப் பிறந்தவர். பால்சாக்கு தனது இருபத்தாறு வயதிற்குள், புரட்சி பெற்றெடுத்த மைந்தனான நெப்போலியன் எழு ஞாயிறென ஐரோப்பிய அரசியல் வானில் எழுந்து, பிரான்சை மிகப்பெரிய வல்லரசாக்கிய போர்களில் வெற்றி பெற்றதையும் சட்டம், நீதியாட்சி, கலை, அறிவியல், தொல்லியல் ஆகிய துறைகளுக்கு அளித்த ஆக்கமான பணிகள் புரிந்ததையும் கண்ணால் கண்டவர்.

ஐரோப்பிய ஒன்றியம் என்ற கனவை, இலட்சியத்தைச் சித்திக்கச் செய்வதற்காக நெப்போலியன் ஐரோப்பியத்தைப் பிணக்காடாக்கியதையும் முடியரசேற்றுக் குடியரசைப் பொய்யாய், புனைகதையாய் ஆக்கியதையும் கண்டு அறிவாளியரும் சிந்தனையாளரும் மெய்யியலாரும் கலைஞர்களும் நெஞ்சம் குமுறியதையும் பால்சாக்கு கண்டார்.

எனினும், நெப்போலியன் என்ற மந்திரத்தில் கட்டுண்ட பிரஞ்சுக்காரரான பால்சாக்கு தன் நெஞ்சத்தில் நினைவுச் சின்னம் அமைப்பதுபோல் அவரைப் பாலைவெளி அரிமா என்று கூறிப் பெருமைப்பட்டார்.

வரலாறு கண்ட போர் மறவருள் நெப்போலியன் பல வகைகளில் வேறுபடுகின்றார். அவர் ஆட்சியியலில் சிறந்திருந்ததொடு, பல துறைகளில் ஆர்வமும் அக்கறையும் கொண்டு மெய்யான ஓர் அரசனுக்குரிய பண்புகளைப் பெற்றிருந்தார்.

லியோனார்டோ டா வின்சியின் (1452-1519) கையெழுத்துப் படிகளும் வரைபடங்களும் பிற ஆவணங்களும் அவரின் மறைவிற்குப் பிறகு உலகம் அறியாமல் முடங்கிக் கிடந்தன. நெப்போலியன் 1797 ஆம் ஆண்டு அவற்றை விலைக்கு வாங்கி அச்சிட்டு வெளியிடச் செய்தார். (இ.ச.க.தொகுதி-10:1797 - புள்ளி)

ஹீரோடாட்டஸ் காலத்திலிருந்து (485-425 கி.மு.) எகிப்து நிலநடுக்கடலின் எதிர்க்கரையில் அருகே இருந்தபோதிலும் கிரேக்க வழியினரான தாலமியர் கி.மு. 332 முதல் கி.மு. 30 வரை எகிப்தைத் தம் மாநிலமாக்கி வைத்திருந்தனரெனினும் ஆறாயிரமாண்டுப் பழமையுடைய எகிப்தின் வரலாற்றையோ வாழ்க்கையையோ ஐரோப்பியம் அறியாதிருந்தது. உலகின் தலைமூத்த நாகரிகங்களுள் ஒன்றான எகிப்தை உலகம் முழுமையாய் அறிந்து கொள்ளத் துணை நின்றவர் நெப்போலியனன்றோ!

நெப்போலியன் 1798 ஆம் ஆண்டு எகிப்தின் மீது படையெடுத்துச் சென்றபோது தன்னுடன் பல்துறை அறிஞர்களையும் தொல்லியலாரையும் அழைத்துச் சென்றார். அவரது எகிப்தியப் படையெடுப்புக் காலத்தில் 1799 ஆம் ஆண்டில் கண்டெடுத்த ரொசட்டாக் கல்வெட்டைக் கொண்டு பிரஞ்சுக்காரரான கம்போலியன் (*Jean Francois Champolian, 1790-1832*) எகிப்தின் சித்திர எழுத்துகளைப் படித்தறிந்து விட்டார். அதன் பிறகு தான் அறியப்படாதிருந்த எகிப்தியத் தொன்மையையும் அதன் பண்டைச் சிறப்புகளையும் உலகம் அறிவதற்கு வழி பிறந்தது.

பிரஞ்சு நாட்டுச் சட்ட விதிகளைச் செப்பம் செய்து ஒரே சீராக்கியவரும் நெப்போலியனன்றோ! கோட்பாடு அடிப்படையிலன்றிப் பொது அறிவையும் பட்டறிவையும் கொண்டு தொகுக்கப் பெற்ற ''நெப்போலியன் சட்டங்கள்'' பிரான்சில் இன்றும் வழக்கிலுள்ளன. (இ.ச.க.தொகுதி- 11:1804 கட்டுரை; புள்ளி)

சாக்கடையில் கிடந்த பிரஞ்சு மணிமுடியை வாளால் எடுத்துத் தானே தலையில் சூடிக்கொண்ட நெப்போலியனை, அவரது காலத்தில் வாழ்ந்திருந்த வல்லாளரால் பொறுக்க முடியவில்லை. நெப்போலியன் தோல்வியால் ஐரோப்பியமே கதி மோட்சமடைந்து விட்டதாய் அவர்கள் பூரித்தனர். நய நாகரிகத்தொடு அடிபணிய வந்த நெப்போலியனைக் கண்காணாத் தீவில் சிறை வைத்தனர்.

அத்தகைய நெப்போலியனின் கடைசிக் காலம் பற்றியும் நீண்ட பகையுணர்ச்சியின் காரணமாய் அவருக்கு நின்று கொல்லும் நஞ்சூட்டிக் கொன்றது குறித்தும் இங்கு கூறுவம்.

செயிண் ஹெலினா தீவு

நெப்போலியன் நிலநடுக்கடலிலுள்ள கார்சிக்கம் என்ற தீவில் 1769 ஆம் ஆண்டில் பிறந்து, தென்கிழக்கு அட்லாண்டிக்குக் கடலிலுள்ள செயிண் ஹெலினா தீவில் 1821 மே 5 அன்று இறந்தார்.

போர்த்துக்கீசர் செயிண் ஹெலினா தீவை 1502 ஆம் ஆண்டு கண்டுபிடித்தனர். இச்சிறு தீவின் பரப்பு 122 சதுர கிலோ மீட்டர். இன்று அங்கு சுமார் ஆறாயிரம் பேர் வாழ்கின்றனர். இங்கிலாந்து இத்தீவை 1651 இல் இணைத்துக் கொண்டது. இது தென்னாப்பிரிக்கத்தின் கேப்டவுனிலிருந்து 2800 கிலோமீட்டருக்கு அப்பாலும், தென் அமெரிக்கக் கரையிலிருந்து சுமார் 2900 கிலோமீட்டரிலும் இங்கிலாந்திலிருந்து சுமார் 6400 கிலோ மீட்டரிலும் அமைந்துள்ளது.

இறப்பு

பேரரசர் நெப்போலியன் 1815 அக்டோபர் 17 அன்று இங்கு அனுப்பி வைக்கப்பட்டார். அவர் உதவியாளருடனும் ஏவலருடனும் இங்கு வந்து வாழ்ந்தார். அன்று 1821 மே 5 ஆம் நாள், அந்தி மயங்கியதும் பொழுது சாய்ந்ததைக் குறிக்க ஹெலினா தீவின் பிரிட்டீசுக் காவற்படையின் பீரங்கி முழங்கிற்று. அப்போது பேரரசர் நெப்போலியன் பெருமூச்சு விட்டார். டாக்டர் தன் கடிகாரத்தில் கண் வைத்தபடி, நெப்போலியன் அடுத்த மூச்சு விடும் வரையில் மணித்துளிகளைப் பதினைந்து நொடிகள், பின்னர் முப்பது நொடிகள், பிறகு ஒரு நிமிடம் என்று எண்ண எண்ண அவரது நாடி விழுந்து கொண்டே வந்து நின்றுவிட்டது. இனி நெப்போலியன் இல்லை.

உடல் அறுவை

இளமை கண்ட நாள் முதல் நெப்போலியனுடன் வாழ்ந்து தன் காலத்தைக் கழித்த முப்பது வயதான லூயி மார்ச்சண்டு மீது இப்போது பெரும் பொறுப்பு விழுந்தது. 'நான் இறந்த பிறகு என் உடலை அறுத்துப் பார்ப்பதற்கு நீ ஏற்பாடு செய்ய வேண்டும்' என்று நெப்போலியன் தன் பணியாளரான மார்ச்சண்டிடம் முன்னர் சொல்லியிருந்தார். அதற்கிணங்க நெப்போலியன் இறந்ததும் ஏற்பாடுகள் செய்யப்பட்டன.

நெப்போலியனும் அவருடன் வந்திருந்த கூட்டத்தினரும் தங்கியிருந்த 23 அறைகள் கொண்ட ''லாங்கு வுடு'' (*Long Wood*) என்ற நெடுமர இல்லத்தின் பில்லியர்டு அறையில் அறுவை நடத்த ஏற்பாடு செய்தனர்.

அங்கு நெப்போலியனின் வெறும் உடலைத் தூக்கிச் சென்றனர். ஒரு மேசை மீது விரித்திருந்த துணிமேல் உடலைக் கிடத்தினர். நெப்போலியன் இத்தீவில் சிறையிலிருந்த ஆறாண்டுக்காலத்தில் மெல்ல மெல்லப் பலம் இழந்து கொண்டே வந்தார். அவர் உடல் நலங்குன்றி வந்தது குறித்து, அங்கு அவருடன் நாடு கடந்து வாழ்ந்த பிரஞ்சுக்காரருக்கும் அவருக்காகக் காவல் இருந்த ஆங்கிலேயருக்குமிடையே மனக் கசப்பு இருந்தது. அத்தீவின் தட்ப வெப்பநிலை அதற்குக் காரணம் என்றும் நெப்போலியன் சாக வேண்டுமென்பதற்காகத்தான் ஆங்கிலேயர் அவரை இங்கு அனுப்பினர் என்றும் நாடு கடத்தப்பட்டு வந்த பிரஞ்சுக்காரர் குற்றங்கூறி வந்தார்.

ஹெலினா தீவின் ஆளுநராய் சர். ஹாட்சன் இருந்தார். அவர் தம்மீது எந்தப் பழியும் வந்து விடக்கூடாது என்பதற்காக மிகுந்த கருத்தோடு நடந்து கொண்டார். பில்லியர்டு அறையில் எட்டு டாக்டர்கள் இருந்தனர். எழுவர் ஆங்கிலேயர்; எட்டாமவர் கார்சிக்கத் தீவுக்காரான முப்பத்தோரு வயதுள்ள ஃபிரான்செஸ்கோ அண்டோமார்ச்சி. இவர் நெப்போலியனின் நேர்முக மருத்துவராய்ப் பணியாற்றுவதற்கென்று இங்கு வந்தவர். நெப்போலியனின் விருப்பப்படி அவரது உடலை அண்டோமார்ச்சி தான் அறுத்துப் பார்க்க வேண்டும். ஆங்கில டாக்டர்கள் அவர் அறுப்பதை எட்ட இருந்து கவனிப்பர்.

புற்று நோயா?

அறுவை முடிந்ததும் நெப்போலியனின் சாவிற்கு எது காரணம் என்பது குறித்து டாக்டர்களிடையே ஒத்த கருத்து உருவாகவில்லை. எண்மரும் தனித்தனியாய் நான்கு அறிக்கைகளைத் தந்தனர். வயிற்றில் அழற்சிப் புண் இருந்தது என்பதை அவர்கள் ஒப்புக் கொண்டனர். அது ''புற்றுக் கட்டி'' என்று அண்டோமார்ச்சி கூறினார். ஆங்கில மருத்துவர்களோ அது ''புற்றாய் வளர்ந்து செல்லும் கட்டியின் பகுதிகள்'' என்று கண்டனர். அதனால்தான் நெப்போலியனுக்குப் புற்று நோய் இருந்தது என்று டாக்டர்கள் கூறாவிடினும் அவர் வயிற்றுப் புற்று நோயினால் இறந்தார் என்று நெடுங்காலமாய் (இருபதாம் நூற்றாண்டு வரையிலும்) நம்பப்பட்டு வந்தது. டாக்டர்கள் அவ்வாறு முடிவு கண்டிருந்தால், அது ஆங்கிலேயர் கையைக் கழுவுவதற்கு, பொறுப்பைத் தட்டிக் கழிப்பதற்கு வசதியாயிருக்கும்.

நல்லடக்கம்

நெப்போலியனின் உடல் இதற்கு மூன்று நாளைக்குப் பிறகு 1821 மே 8 அன்று ஹெலினா தீவில் ஒரு சமவெளியில் நல்லடக்கம் செய்யப்பட்டது. அதற்குப் பதினெட்டு நாளைக்குப் பிறகு அவருடன் வந்திருந்த பிரஞ்சுக்காரர் கூட்டம் தீவை விட்டு வெளியேறி இங்கிலாந்து சென்றது. அவர்கள் கப்பலில் சென்று கொண்டிருந்த 59 ஆவது நாளன்று சூலை 25 அன்று - நெப்போலியனின் உயிலை நிறைவேற்றுபவரில் ஒருவரான லூயி மார்ச்செண்டு, உயில் பொறுப்பாளர் இருவராகிய ஹென்றி கிரேடியன் பெட்ரண் பிரபு, திரிஸ்தன் தெ மார்தோலான் ஆகியோருக்கு உயிலைப் படித்துக் காட்டினார். மார்தோலானும் பெட்ரண்டும் நெப்போலியன் இறந்தது வரையிலும் அவருடன் தீவில்

வாழ்ந்திருந்தனர். நெப்போலியனின் வாழ்க்கையில் மிகக் கடினமான இக்காலத்தில் இவ்விருவரும் அவரின் அன்பைப் பெறுவதற்காக ஒருவரொடொருவர் போட்டியிட்டு வந்தனர்.

''என்னைக் கொன்றுவிட்டனர்''

அழகானவரும் மிக நயமாய்ப் பழகக் கூடியவரும் உயர்குடியைச் சேர்ந்தவருமான மார்தோலான் அமைதி வாய்ந்த பெட்ரண்டுப் பிரபை இதில் வென்றுவிட்டார். ஆனால் பெட்ரண்டுதான் நெப்போலியனுடன் பல்லாண்டுக் காலம் ஒன்றிப் பணிபுரிந்தவர்.

நெப்போலியன் விட்டுச் சென்ற உயிலில் அவரின் தனியுடைமைகள் அனைத்தும் நினைவுச் சின்னங்கள் என்று அவருக்கு வேண்டியவர்களுக்குப் பகிர்ந்து அளிக்கப் பட்டிருந்தன. ''நான் அகால மரணம் அடைகின்றேன். ஆங்கில அதிகாரக் கூட்டமும் அதன் கைக்கூலிகளான கொலைகாரர்களும் என்னைக் கொன்று விட்டனர்'' என்று நெப்போலியன் அந்த உயிலில் எழுதி வைத்திருந்தார். ஆனால் மக்களின் நல்லெண்ணத்தைத் தன்பால் ஈர்ப்பதற்காக நெப்போலியன் இவ்வாறு எழுதினார் என்று கூறினர்.

நெப்போலியன் உயிலில் குறிப்பிட்டிருந்தவற்றை வைத்து, அவர் கொல்லப் பட்டார் என்று சான்று காட்டி மெய்ப்பிப்பதற்கு அந்நாளில் தகுந்த ஆளோ அறிவியல் வளர்ச்சியோ இல்லை. உலகம் அதற்காக 150 ஆண்டுகள் காத்திருக்க நேர்ந்தது.

150 ஆண்டுகள் காத்திருந்த உண்மை தேடி

இதற்குச் சுமார் 150 ஆண்டுகளுக்குப் பிறகு சுவீடன் நாட்டைச் சேர்ந்த ஒரு பல் மருத்துவர் பின்னோக்கிச் சென்று நெப்போலியனின் சாவு பற்றித் துப்புத் துலக்கினார். அவர் அந்நாட்டின் கடற்கரைப் பட்டினமான கோட்டிபோர்கைச் சேர்ந்தவர். பல் மருத்துவர். உயிரியல் ஆராய்ச்சி அவரது பொழுதுபோக்கு. ஐம்பதைக் கடந்து சில ஆண்டுகளேயான அவரது பெயர் ஃபர்ஷஃபுவுடு. அவருக்கு நச்சியியல் (நஞ்சுகள் பற்றிய ஆய்வு) மீது மிகுந்த ஆர்வம் இருந்தது. அவர் நெப்போலியனின் சாவு பற்றி 1955 ஆம் ஆண்டு துப்பறியத் தொடங்கினார்.

நெப்போலியனின் பணியாளராயிருந்து வந்த லூயி மார்ச்சண்டு ''பேரரசர் தன்னை எவ்வாறு நடத்தினார்'' என்பதைப் பற்றித் தன்மகள் அறிந்து கொள்ள வேண்டுமென்பதற்காகத் தனது ஹெலினா தீவு வாழ்க்கை பற்றி எழுதியிருந்த நினைவுக் குறிப்புகளை ஃபர்ஷஃபுவுடு படிக்க நேர்ந்தது.

வரலாற்றின் துன்பியல் நிகழ்ச்சி

நெப்போலியன் அரச பதவியில் இருந்ததும் அகாலமாய் இறந்ததும் வரலாற்றின் துன்பியல் நிகழ்ச்சிகளுள் ஒன்றென்று அவர் நம்பினார். எனவே நெப்போலியன் எவ்வாறு இறந்தார், ஏன் இறந்தார் என்று இருபதாம் நூற்றாண்டிலும் வல்லுநரிடையே நீடித்து வந்த கருத்து மோதல்களைத் தனி ஆர்வத்துடனும் அக்கறையுடனும் அவர் கவனித்து வந்தார்.

அவர் நெப்போலியனின் அறுவை பற்றிய டாக்டர்களின் அறிக்கைகளையும் அதை நேரில் கண்டவர்களின் கூற்றுகளையும் அடிப்படையாய் வைத்துக் கூறப்பட்ட

விளக்கங்களைக் குறித்து எழுந்த கருத்துகளுக்கு மருத்துவர்களும் வரலாற்று ஆசிரியர்களும் முன்பின் முரணான விளக்கங்களைக் கூறி வந்தனர். ஃபர்ஷஃபுவுடினால் அவற்றை ஏற்க முடியவில்லை. நெப்போலியன் புற்றுநோயால் இறந்தார் என்பதை அவர் நம்பவில்லை.

சாவுப் புதிருக்கு விடை தேடி

மார்ச்சண்டு *1821* ஜனவரி முதல் மே மாதம் வரை அன்றாடம் நடந்தவற்றைக் குறித்து எழுதி வைத்திருந்தார். ஃபர்ஷஃபுவுடு இக்குறிப்புகளிலிருந்து நெப்போலியனின் சாவு பற்றிய புதிர்களுக்கு விடை தேடினார்.

குறிப்பிட்ட ஒரு நாளில் நெப்போலியனின் உடல்நிலை எப்படி இருந்தது என்பதை ஏற்கத்தக்க முறையில் மார்ச்சண்டு எளிமையாய் எழுதி வைத்திருந்தார். நோயாளியே தன் நோய்க்குறிகளை எவ்வாறு உணர்ந்தார், அவருக்குத் தரப்பட்ட மருந்துகளால் அவரிடம் என்னென்ன விளைவுகளெல்லாம் ஏற்பட்டன என்று மார்ச்சண்டு துல்லியமாய்க் குறித்திருந்தார்.

நோயறிகுறிகள்

ஃபர்ஷஃபுவுடிற்கு இக்குறிப்புகளிலிருந்து தனியான ஒரு கோலம் தெரிந்தது. நெப்போலியன் உறக்கச் சடைவிற்கும் உறக்கமின்மைக்கும் இடையே எவ்வாறு தவித்தார்; அவர் கால்களில் வீக்கம் எப்படி ஏற்பட்டது; ''என் கால்களால் என்னால் நிற்க முடியவில்லை,'' என்று நெப்போலியன் எவ்வாறு கூறினார் என்பவற்றை மார்ச்சண்டு விவரித்திருந்தார். நோயாளிக்குக் கடைசி நாள்களில் வரிசையாய்த் தரப்பட்ட மருந்துகளால், சாவை நோக்கிச் சென்று கொண்டிருந்த அவரிடம் என்ன விளைவுகள் உண்டாயின என்பதையும் நெப்போலியனின் தனிமுறை ஏவலரான மார்ச்சண்டு எழுதியிருந்தார்.

1821

நஞ்சு பற்றி ஆய்வு

ஃபர்ஷஃபுவுடு நஞ்சு பற்றி நடந்திருந்த ஆய்வுகளின் முடிவுகளை எண்ணிப் பார்த்தார். அவற்றில் ஒன்று அவரைத் தட்டி அழைத்தது. நெப்போலியனுக்கு நஞ்சு கொடுத்திருப்பார்களோ? ஆளை உடனே கொல்லும் நஞ்சு ஊட்டப்பட்டிராது என்று அவருக்குத் தோன்றியது. அவ்வாறு செய்திருந்தால், அது அறுவையின்போது அல்லது கடைசிக் காலத்தில் அவரை நேரில் கண்டவர்கள் கூறிய கூற்றுகளில் தெரிந்துவிடும். சிறிது சிறிதாய்க் கொல்லும் நஞ்சைப் பல மாதங்களாய், ஏன் பல ஆண்டுகளாய்ச் சிறு அளவில் யாரேனும் கொடுத்து வந்திருந்தால்? அது நின்று கொல்லும் ஆர்சனிக்கு *(arsenic)* என்ற சவ்வீரமாயிருக்கலாமோ?

உறக்கச் சடைவும் உறக்கமின்மையும் மாறிமாறி வருதல்; காலில் வீக்கம்; பொதுவான களைப்பு; நுரையீரல் பெரிதானது என்ற இவ்வறிகுறிகளை வைத்துப் பார்க்கும் போது, ஆர்சனிக்கு நஞ்சு நெப்போலியனுக்கு நெடு நாள்களாய்த் தரப்பட்டது என்பதைக் காட்டிய ஒரு கோலம் அவருக்குத் தெரிந்தது.

ஆர்சனிக்கு நஞ்சின் வரலாறு

நெப்போலியன் வாழ்ந்த காலத்திற்கு முற்பட்ட நூற்றாண்டுகளில் ஆர்சனிக்கு

என்ற நஞ்சு மக்கள் நடுவே செல்வாக்குப் பெற்றிருந்தது. அந்நஞ்சிற்குச் 'சொத்துரிமை பெற்றுத் தரும் பொடி' என்று பெயர் இருந்தது. ஏனெனில் சொத்துக்குரியவருக்கு இதைக் கொடுத்தால், அச்சொத்தை அடைய விரும்புபவருக்கு அது விரைவில் கிடைத்துவிடும் என்பதால் அதற்கு இப்பெயர் வந்தது.

கீழை நாடுகளில் போலவே மேலையுலகிலும் நஞ்சுகள் அரசவைகளிலும் மேல் மட்டங்களிலும் தாராளமாய்ப் பயன்படுத்தப்பட்டு வந்தன. ஐரோப்பியத்தில் நஞ்சு மோதிரம், நச்சுக் குத்துவாள், நச்சு உலோகக் குண்டு என்று அரண்மனைகளில் வைக்கப்பட்டிருந்தன.

ஆர்சனிக்கு என்ற சவ்வீர நஞ்சு மணமில்லாதது; எந்த உணவிலும் அல்லது குடியிலும் கலந்துவிட்டால் அதைத் தெரிந்து கொள்ள இயலாது. அதைச் சிறு அளவில் ஒருவருக்கு பல மாதங்கள் அல்லது ஆண்டுகள் அடுத்தடுத்துக் கொடுத்து வந்தால், அவர் நஞ்சால் இறந்தார் என்பதைக் கண்டு கொள்ள முடியாது.

அறிய முடியாத நஞ்சு

இந்நஞ்சு ஊட்டப்பட்டு இறப்போருக்கு அவர் உயிரோடிருந்த காலத்தில் பொதுவாய் வருகின்ற நோயின் குறிகள் மட்டுமே தெரியும். அவர் நஞ்சுண்டதால் உண்டான குறிகள் என்பதைக் கண்டு கொள்ளவே முடியாது. இவ்வாறு தோன்றும்போது நோய்க்குறிகளை வைத்து நோயாளிகளுக்குச் சில வகை மருந்துகளை - தத்தாரிக்கு எமட்டிக்கு (Tartaric emetic) கலோமல் (Calomel) ஆகியவற்றைக் கொடுத்தால் அவர் செத்து விடுவார். இறந்த பின் நோயாளியை அறுத்துப் பார்த்தால், அவரது வயிற்றில் ஆர்சனிக்கு இருப்பதே தெரியாது.

நெப்போலியனின் கடைசிக் காலத்தில் மேற்சொன்ன தத்தாரிக்கு எமட்டிக்கு என்ற புளியக வாந்தி மருந்தும் கலோமல் என்ற பூரமும் அவருக்குத் தரப்பட்டன. (புளியக வாந்தி மருந்து : இதற்கு antimony potassium tartarate என்ற பெயரும் உண்டு. இது நிறமும் மணமும் இல்லாத படிக உப்பு; இதன் வாய்ப்பாடு [K(sbo)C$_4$H$_4$O$_6$] ஆகும். பூரம் என்ற கலோமல் என்பதும் மணமும் சுவையும் நிறமும் இல்லாதது. இதன் வாய்ப்பாடு [Hg$_2$Cl$_2$] இவையிரண்டுமே பேதி மருந்தாய்ப் பயன்படுகின்றன). நெப்போலியனுக்கு ஆர்சனிக்கு ஊட்டப்பட்டிருக்கலாம் என்ற கருத்தை வைத்து அவரது சாவு பற்றிய மர்மங்களுக்கு விடை கிட்டிவிடும் என்று ஃபர்ஷஃபுவுடு நம்பினார்.

அவர் இந்த இடைக்காலத்தில் நெப்போலியனைப் பற்றிய அனைத்தையும் படித்தார். அவர் "நெப்போலியன் வழக்கிற்கு" வேண்டிய ஏராளமான சான்றுகளைத் திரட்டி விட்டார். ஆர்சனிக்கு நஞ்சுண்டவர்களிடம் காணப்படும் முப்பத்திரண்டு அறிகுறிகளில் இருபத்திரண்டிற்குக் குறையாதவை நெப்போலியனின் கடைசிக் காலத்தில் காணப்பட்டன என்பதை அவர் கண்டார்.

பாரிசில் மறு அடக்கம்

எனினும் நேர்முகமாய்க் காட்டக்கூடிய சரியான சான்று எதுவும் இல்லை. நெப்போலியன் இறந்த பத்தொன்பது ஆண்டுகளுக்குப் பிறகு அவரின் எச்சங்கள் ஹெலினா தீவிலிருந்து பாரிசிற்குக் கொண்டு வரப்பட்டன. அங்கு "இன்வேலைடுஸ்" (Invalides) என்ற இடத்தில் அரசச் சிறப்புகளுடன் அவற்றை மறு அடக்கம் செய்தனர்.

அவை 35 டன் எடையுள்ள பளபளப்பான செந்நீலப் பாறைக்கடியில் புதைக்கப் பட்டிருந்தன. எனவே அவற்றை ஆராய்ந்து அவரின் உடலில் ஆர்சனிக்கு நஞ்சு எஞ்சியுள்ளதா என்பதைக் கண்டறியும் வாய்ப்பு இல்லாமற் போனது.

தலை முடி கிடைக்குமா?

ஆயினும் அதற்கு ஒரு வழி இருந்தது. அது நெப்போலியனின் தலைமுடியை ஆராய்வதாகும். நெப்போலியனின் காலத்தில் புகழ்பெற்றவர்களின் தலைமுடியை நினைவுச் சின்னமாக வைத்துக்கொள்ளும் வழக்கம் இருந்தது. நெப்போலியன் தன் தலைமுடியைப் பலருக்குக் கொடுத்து வந்திருக்கின்றார் என்பது தெரியும். அந்த முடியை ஆராய்ந்தால், அதைக் கொண்டு அவரது உடலிலுள்ள ஆர்சனிக்கைக் கண்டுபிடித்து விட இயலும்.

தற்காலத்தில் தலைமுடியைப் பகுத்தாராயும் வழக்கம் பல ஆண்டுகளாய் இருந்து வந்ததெனினும், அதற்கு ஐந்து கிராம் அல்லது ஏறத்தாழ 5,000 தலைமுடிகள் வேண்டும். ஃபர்ஷுஃபுவுடால் ஏதோ ஓரிரு முடிகளைப் பெற முடியலாம்; பேரரசரின் கல்லறையை மூடியிருக்கும் 35 டன் கல்லைத் தள்ளிவிட்டு, அவரால் எப்படி 5,000 தலைமுடிகளைப் பெறமுடியும்? இதிலும் அவருக்கு ஒரு வழி பிறந்தது.

ஒரு முடி போதும்

ஒற்றைத் தலைமுடியை வைத்து ஆராய்ந்து ஆர்சனிக்கு நஞ்சைக் கண்டுபிடிக்கும் முறையை ஸ்காத்துலந்தின் கிளாஸ்கோ பல்கலைக்கழகத்துக் குற்றவியல் மருத்துவத்துறை சார்ந்த ஹாமில்டன் ஸ்மிது உருவாக்கியுள்ளார் என்பதை ஃபர்ஷுஃபுவுடு ஒரு பத்திரிகைச் செய்தியில் படித்தார்.

அவர் அதன்பிறகு பாரிஸ் சென்று நெப்போலியன் பற்றிய ஆராய்ச்சியாளருள் ஒருவரான காமாண்டண் ஹென்றி லாக்குவிக்குயியை நேரில் கண்டு பேசினார். ஒரு முடியைக் கண்டு ஆர்சனிக்கைக் கண்டுபிடிக்கும் புதிய முறையை அவரிடம் விளக்கிக் கூறினார். ''எனக்குப் பேரரசரின் ஒரு தலைமுடி வேண்டும். அதற்காகத்தான் உங்களிடம் வந்தேன்.''

''என்னிடம் கொஞ்சம் உள்ளது வாருங்கள்'' என்று அரும்பொருள்களடங்கிய ஓர் அறைக்குள் அழைத்துச் சென்று, ஒரு பெட்டிக்குள்ளிருந்த சிறு வெள்ளை உறையை வெளியே எடுத்தார். அந்த உறையின் மேல் ''பேரரசரின் தலைமுடி'' என்று எழுதியிருந்தது. உறைக்குள் செம்பழுப்பு நிறமான முடிக்கற்றை இருந்தது. அது நெப்போலியன் இறந்த பிறகு மொட்டையடித்த அவரது தலைமுடியாகும்.

ஃபர்ஷுஃபுவுடு ஒரேயொரு மயிரை மட்டும் எடுத்துக் கொண்டார். ''இன்னும் கொஞ்சம் எடுத்துக் கொள்ளுங்கள்'' என்று கமாண்டன் லாக்குவிக்குயி கூறியும் ஏற்க மறுத்தார். இதனால் உண்டான இடையூறை அவர் பின்னால்தான் உணர்ந்தார்.

ஃபர்ஷுஃபுவுடு பாரிசிலிருந்து சுவீடன் திரும்பி, அம்மயிரிழையை மிகுந்த கவனத்துடன் உறையிலிட்டு ஸ்காத்லந்திற்குப் பதிவு அஞ்சலில் அனுப்பினார். அதற்கு 1960 சூலையில் மறுமொழி வந்தது.

நஞ்சுள்ளது

"இம்மயிரிழையை என் முறைப்படி நான் ஆராய்ந்ததில் ஒவ்வொரு கிராமிலும் 10.38 மைக்கிரோ கிராம் அளவில் ஆர்சனிக்கு இருப்பது தெரியவந்தது. இதிலிருந்து இம்முடிக்குரிய ஆள் மிகுதியான அளவில் ஆர்சனிக்கு நஞ்சிற்கு ஆள்பட்டிருக்கின்றார் என்பது தெரிகின்றது."

மனித முடியில் இயல்பாக மில்லியனில் 0.8 பங்கு ஆர்சனிக்கு இருக்கும். நெப்போலியனின் முடியில், அவர் இறந்தபோது, இயல்பான ஆர்சனிக்கு அளவை விட 13 மடங்கு மிகுதியாய் இருந்திருக்கின்றது!

ஐயம் எழலாம்

இதையறிந்த ஃபர்ஷஃபுவுடு தன்னைத்தானே பாராட்டிக் கொண்டபின், இனி என்ன செய்வதென்று எண்ணினார். அவர் இன்னும் கடக்கவேண்டிய பாதை நெடியதாயிருந்தது. எதையுமே நம்பாதவர்கள் எழுப்பக் கூடிய மறுப்புரைகள் அவர் காதுகளில் விழலாயின.

இது ஒரே ஒற்றை ஆய்வுதான்; முற்ற முடிந்த முடிபல்ல; ஆய்வில் பயன்பட்ட முடி சிறியது. அந்த மயிரில் ஏதேனும் பின்னர் கலந்திருக்கக்கூடும். சுற்றுச் சூழலில் இருந்த ஆர்சனிக்கு அதில் ஒட்டியிருக்கலாம். அது நெப்போலியனின் முடியாய் இல்லாமலும் இருக்கலாம்.

ஆய்வு தொடர்தல்

ஆம். இந்தப்பணி இன்னும் முடிந்து விடவில்லை. அவருக்கு இன்னும் அதிகமான தலைமுடி வேண்டும்; இந்த ஆய்வைப் பற்றி நன்கு அறிந்து கொள்ள வேண்டும். டாக்டர் ஹாமில்டனை நேருக்கு நேர் சந்திக்க வேண்டும்.

அவர் 1960 ஆகஸ்டில் ஸ்காத்துலந்திற்குப் பறந்தார். அங்கு டாக்டர் ஹாமில்டன் ஸ்மிதின் ஆய்வுச் சாலையைச் சுற்றிப் பார்த்த பின்னர், ஃபர்ஷஃபுவுடு அவருடன் அமர்ந்து உரையாடினார். கிளாஸ்கோ நகரத்து அறிவியலாரான ஹாமில்டன் தன் ஆய்வு முறைகளை அவரிடம் விளக்கினார்.

ஆய்வு நடந்தது எப்படி?

அவரிடம் அஞ்சலில் வந்து சேர்ந்த தலைமுடியை நிறுத்து எடை பார்த்தபின், அதை ஒரு பாலித்தீன் ஏனத்துள் அடைத்துச் சீல் வைக்கப்பட்டது. பின்னர் அந்த மாதிரியையும் ஆர்சனிக்குக் கலவையில் குறிப்பிட்ட ஓர் அளவையும் எடுத்து, அவையிரண்டும் 24 மணிநேரம் கதிர்வீச்சிற்குள்ளாக்கப்பட்டன. இரண்டு மாதிரிகளையும் பின்னர் ஒப்பு நோக்கியதில் முடியில் இருந்த ஆர்சனிக்கின் அளவு, அந்த முடிக்குரியவரின் உடலில் இருந்த ஆர்சனிக்கின் அளவைக் காட்டியது. இப்புதிய ஆய்வுமுறை பல தடவை நெடுகிலும் சோதித்து ஆராயப்பட்டது; ஆய்வு மிகவும் துல்லியமாய்ச் செய்யப்பட்டது.

துரதிருஷ்டவசமாய் இந்த ஆய்விற்கு மாதிரியாய் வந்த முடி அழிந்து விட்டது. எனவே மேற்கொண்டு ஆய்வு செய்ய வழியில்லாமற் போய்விட்டது.

''இது நெப்போலியன் முடி''

''இந்தக் கொலைச் செயலுக்குப் பலியானவர் யார்?'' என்று ஹாமில்டன் வினவினார். ''அந்த முடி பேரரசர் நெப்போலியனுடையது'' என்று ஃபார்ஷஃபுவுடு மெதுவாய்க் கூறினார், ''இதைக் கேட்டதும் ஸ்மிதின் முகம் பிணம் போல் வெளுத்தது'' என்று ஃபார்ஷஃபுவுடு பின்னர் நினைவு கூர்ந்தார். ஆங்கிலேயர்தாம் நெப்போலியனுக்கு நஞ்சு கொடுத்திருக்கலாம் என்று ஹாமில்டன் நினைத்திருக்கக் கூடும். ஓர் அயல்நாட்டுக்காரர் தன் நாட்டின் வாசலுக்கே வந்து, பயங்கரமான இந்தக் குற்றம் நடந்தது பற்றிக் கூறுவதைக் கேட்டு ஒரு பிரிட்டீசுக்காரர் மனவருத்தமடையக்கூடும்.

ஃபார்ஷஃபுவுடு இப்போது அவரிடம் ஒரு வினாவைத் தொடுத்தார். இந்த மயிரிழை மீது ஆர்சனிக்குப் பூசப்பட்டிருக்குமா?

உடனே டாக்டர் ஸ்மிது இத்தகைய ஆய்வில் அண்மைக் காலத்தில் உண்டான சீர்திருத்தங்களை எடுத்துக் கூறி விளக்கினார். அவரால் இப்போது ஒரு மயிரைப் பகுதி பகுதியாய் ஆராய முடியும். ஆர்சனிக்கு சுற்றுச் சூழலிலிருந்து சிறுகச் சிறுகக் கிரகிக்கப் பட்டிருக்குமாயின் - அதாவது ஒருவரின் வீட்டு அறையிலிருந்து உள்வாங்கப் பட்டிருக்குமாயின் - அதை ஆராய்கையில், முடியின் ஒரு பகுதியிலிருந்து மறுபகுதியில் ஆர்சனிக்கு எவ்வளவு சேர்ந்தது என்பதைத் தோராயமாய்ச் சோதனையில் அறிந்து கொள்ள முடியும்.

அதற்குமாறாய் ஆர்சனிக்கு கால இடைவெளிகளில் பேரளவில் உடலுக்குள் ஏறியிருக்குமாயின், வரைபடத்தில் ஏற்ற இறக்கங்கள் தெரியும். அதைக் கொண்டு கண்டுபிடிக்கலாம். தலைமுடி ஒருநாளில் 35 மில்லிமீட்டர் வளர்வதால் வரைபடத்தில் தெரியும் ஏற்றங்களுக்கு இடைப்பட்ட காலவெளியைக் கணித்து விட முடியும்.

நெப்போலியன் முடியின் நீளத்தில் பின்னோக்கிச் சென்று இம்முறைப்படி ஆராயப்பட்டது. அவர் உள்கொண்ட ஆர்சனிக்கின் அளவைக் கணித்துக் கொண்டு, அவர் சிறுகச் சிறுகச் செத்துக் கொண்டிருந்த ஆண்டில் அன்றாடம் தோன்றிய நோய்க்குறிகள் பற்றி எழுதி வைக்கப்பெற்ற குறிப்புகளுடன் ஒப்பிட்டுப் பார்க்கலாம். அந்தச் சான்று முடிவானதாய் அமைந்து விடும்.

அதற்கு நெப்போலியனின் தலைமுடியை இன்னும் அதிகமான அளவில் பெற வேண்டும். லாக்குவிக்குயி முன்னர் அதிக அளவில் முடியைத் தர முன் வந்தார். இனிமேல் கேட்டால் கட்டாயம் தருவார்.

பிரஞ்சு இராணுவத்தின் வரலாற்றுப் பிரிவு 1961 ஏப்ரலில் கூடியது. ஃபார்ஷஃபுவுடு அங்கு சென்று நெப்போலியனின் சாவு பற்றிய தன் கருத்தை எடுத்துக் கூறினார். அக்குழுவில் இரண்டு இராணுவ டாக்டர்களும் இராணுவத் தலைமை மருந்தாளுநர் ஒருவரும் இருந்தனர். அவர்கள் ஃபார்ஷஃபுவுடு கூறி வந்ததை மௌனமாய்க் கேட்டனர். அவர்களுக்குத் தான் கூறிய கருத்துகளைக் குறித்து ஆர்வமும் அனுதாபமும் உள்ளன என்பதை அவர் உணர்ந்தார்.

கொலைகாரன் யார்?

முதலில் ஃபார்ஷஃபுவுடு அணுகியபோது முடியைத் தர லாக்குவிக்குயி முன்வந்தார். எனினும் அவர் இப்போது எதிர்பாராதவிதமாய் முடியைத் தருவதற்கு மறுத்துவிட்டார். அது ஏன் என்பது ஃபார்ஷஃபுவுடுக்குத் தெரியும். இவரின் ஆய்வு

1821

5

குறித்து எழுகின்ற அடுத்த வினா பற்றிப் பிரஞ்சுக்காரர் சிந்திக்கத் தொடங்கி விட்டனர். கொலைகாரன் யார்? ஆங்கிலேயர் மீது அந்தப் பழியைப் போட ஆசையாய்த்தான் இருக்கும். ஆனால் ஹெலினா தீவில் நடந்த வாழ்க்கைச் சூழலை வைத்து நோக்குகையில், நெப்போலியனுடன் வாழ்ந்த அனைவருக்கும் நஞ்சூட்டாமல், நெப்போலியனுக்கு மட்டும் நஞ்சு கொடுத்திருக்க முடியாது என்பது தெளிவாய்த் தெரிந்தது.

பிரான்சின் மாவீரரான நெப்போலியனுக்கு மிகவும் நெருக்கமான ஒரு துரோகியினால்தான் அவர் கொலை செய்யப்பட்டார் என்ற முடிவிற்கு வருவதைத் தவிர்க்க முடியாது.

ஃபர்ஷஃபுவுடு தன் ஆராய்ச்சி முற்றுப் பெறாத நிலையில், மனமின்றித் தான் அது பற்றி வெளியிடுவதென்று முடிவெடுத்தார். நெப்போலியன் உயிரோடு இருந்த போதும் அவர் இறந்தபோதும் அவரின் மயிர்க்கற்றைகளில் பத்துப் பன்னிரண்டு திரட்டப் பெற்றன. முற்றுப் பெறாத தன் ஆராய்ச்சி முடிவை நிறைப்பதற்காக அதை இந்தக் கட்டத்தில் மீண்டும் தொடங்குவதெனின், நெப்போலியனின் மயிர்க் கற்றைகளை வைத்திருப்பவர்கள், பிரான்சில் தான் நடத்தப் போகின்ற ஆய்விற்கென்று தம்மிடமுள்ளவற்றை வேண்டிய அளவில் தருவதற்கு முன் வரலாம் என்று எண்ணினார்.

1821

செய்தி அம்பலம்

ஃபர்ஷஃபுவுடு ஹாமில்டன் ஸ்மிதும் சுவீடிய நச்சியல் வல்லுநரான ஆண்டாஸ் வாகீசன் என்றவருடன் சேர்ந்து நடத்திய ஒற்றைச் சோதனையின் முடிவுகளை ஸ்மிது விவரித்து எழுதினார். அது ''நேச்சர்'' (*Nature* - இயற்கை) என்ற பிரிட்டிஷ் அறிவியல் இதழில் அக்டோபர் 14 அன்று வெளிவந்தது. நெப்போலியன் நச்சூட்டிக் கொல்லப்பட்டார் என்று அந்தக் கட்டுரையில் சொல்லப்பட்டிருந்தது.

இதைப்படித்து விட்டு நெப்போலியன் பற்றிய ஆராய்ச்சியாளர்கள் தாம் தம் கருத்துகளை முதலில் தெரிவித்தனர். அவர்கள் இக்கொள்கை முழுவதையும் ஏற்க மறுத்தனர்.

''நேச்சர்'' இதழில் கட்டுரை வெளியான இரண்டு கிழமைகளுக்குப் பிறகு சுவிட்சர்லாந்து நாட்டின் நெசவாலைக்காரர் ஒருவரிடமிருந்து ஃபர்ஷஃபுவுடுக்குக் கடிதம் வந்தது. அவரது பெயர் கிளிஃபோர்டு ஃபிரே. ஃபிரேயிடம் நெப்போலியனின் தலைமுடிக்கற்றை - 50 முடிகள் - ஒன்று இருந்தது. அது நெப்போலியன் இறந்த மறுநாளன்று அவரது தலையை மழித்த ஷா ஆபிரகாம் நவாரஸ் என்றவர்க்கு உரியதாகும். ஃபிரே அக்கற்றையிலிருந்து சில மயிரிழைகளை ஆய்விற்கு அனுப்ப முன்வந்து அவரே அவற்றைக் கிளாஸ்கோவிற்கு ஸ்மிதியிடம் அனுப்பினார்.

நோய்க்குறிப் பட்டியல்

ஹாமில்டன் அம்மயிரிழைகளை ஆராய்ந்து கொண்டிருந்த நேரத்தில், ஃபர்ஷஃபுவுடு நெப்போலியனின் வாழ்க்கையில் கடைசி ஏழு மாதங்களை, அதாவது 1820 செப்டம்பர் மாதக் கடைசியிலிருந்து 1821 மே 25 வரையிலான காலகட்டத்தைப் பின்னோக்கிச் சென்று ஆராய்ந்து வந்தார்.

அவர் நெப்போலியனிடம் தெரிந்த நோய்க்குறி ஒவ்வொன்றையும் பட்டியலாய்த் தொகுத்துக் கொண்டார். டாக்டர் அண்டோமார்ச்சியிடம் நெப்போலியன் சொன்னது

அல்லது மற்றவர்கள் வாயிலாய் அறிய நேர்ந்தது என்று அவற்றை நாள் வரிசைப்படி ஒரு பட்டியலைத் தொகுத்தார். அது மிகவும் நீண்டது. அவற்றிலிருந்து நெப்போலியனின் நோயின் தன்மையை ஆழ்ந்தும் விரிந்தும் அவரால் அறியமுடிந்தது. அந்த ஏழு மாத காலத்தில் அவருக்கு ஆர்சனிக்கு நஞ்சு ஊட்டப்பட்டதால் ஏற்பட்ட ஆழ்ந்த விளைவுகளினால் தோன்றிய அறிகுறிகள் ஆறுமுறை நெப்போலியனிடம் காணப்பட்டன. அவற்றால் அவர் கடைசியாய் மார்ச்சு மாதத்தில் பெரிதும் துன்புற்றார். அதன்பிறகு அவரின் நோயறிகுறிகளின் தன்மை மாறியது என்று தோன்றியது.

அவர் ஏப்ரல் மாத நடுவில் ஓரளவு உடல்நிலை தேறியதும், தன் உயிலை எழுதினார். அதன்பிறகு நோய் முற்றிச் சுமார் இரண்டு கிழமைகள் நீடித்தது,

புதிய ஆய்வறிக்கை

ஸ்மிதின் ஆய்வறிக்கை 1961 டிசம்பர்த் தொடக்கத்தில் வந்து சேர்ந்தது. அவர் மயிர்க்கற்றையிலிருந்து இருபது முடிகளை எடுத்தார். அவற்றில் சில மயிர்களை வைத்துத் தன் பழைய முறைப்படி ஆராய்ந்தார். அதிலிருந்து ஆர்சனிக்கின் மொத்த அளவு என்னவென்பது தெரியவந்தது. அவற்றில் மில்லியனில் 3.27 முதல் 3.75 பங்கு வரை ஆர்சனிக்கு இருந்தது. அதாவது மனித மயிரில் இயல்பாய் இருக்கும் ஆர்சனிக்கின் அளவை விட இது நான்கு - ஐந்து மடங்கு அதிகமாகும்.

இரண்டு மயிர்கள் - ஒன்று - 13 செண்டி மீட்டர் நீளம் ; மற்றொன்று 9 செண்டி மீட்டர் நீளம்-பகுதி பகுதியாய் ஆராய்வதற்குப் போதிய அளவு நீளமானவையாயிருந்தன. அவற்றைக் கதிர் வீச்சுகுள்ளாக்கிய பிறகு, ஹாமில்டன் அவற்றை ஒரு தாளில் பொருத்தி ஐந்து மில்லி மீட்டர்த் துண்டுகளாய் வெட்டிக் கொண்டார். அதன்பிறகு ஒவ்வொரு துண்டிலும் இருந்த ஆர்சனிக்கின் அளவு என்னவென்பதைக் கணித்தார். நீண்ட மயிரின் வரைபடத்தில் கோரையான வரி 2.8 இலிருந்து 51.2 வரை ஏறிச் சென்றது. நீளங்குறைந்த முடியில் 1.06 இலிருந்து 11 வரை உயர்ந்தது. ஸ்மிது இந்த மயிரிழைத் தொகுதியை வைத்து 140 ஆய்வுகள் செய்தார்.

ஆய்வின் முடிவு

நெப்போலியன் இயற்கைச் சூழலிலிருந்து ஏதோ ஒருவழியில் உள்கொண்ட ஆர்சனிக்கினால் தற்செயலாய் இறந்து விடவில்லை என்பதைக் கண்ணுக்கு நேராய்க் காட்டும் நேரிடைச் சான்றாய், இந்த ஆய்வின் வரைபடங்கள் இருந்தன.

ஃபர்ஷஃபுவுடு ஸ்மிதின் ஆய்வில் பெறப்பட்ட ஏற்ற இறக்கக் கோட்டு வரை படத்தை வைத்துக்கொண்டு, நெப்போலியனுக்குத் தலைமழிக்கப்பட்ட மே 6 ஆம் தேதியிலிருந்து பின்னோக்கிச் சென்று, முடியின் வளர்ச்சியை வைத்துக் கணித்துப் பார்த்தார். ஒவ்வோர் ஐந்து மில்லி மீட்டர்ப் பகுதியும் நெப்போலியனின் வாழ்க்கையில் சுமார் 15 நாளில் வளர்ந்ததாகும்.

ஃபர்ஷஃபுவுடு ஸ்மிதின் ஆய்வில் பெறப்பட்ட ஏற்ற இறக்கங்களையும், நெப்போலியனிடம் காணப்பட்ட நோய் அறிகுறிகளையும் அவர் குணமடைந்த கால அளவையும் ஒப்பிட்டார். நெப்போலியனின் மயிரிலிருந்த ஆர்சனிக்கு அளவானது அவரிடம் காணப்பட்ட நோய் அறிகுறிகளின் தொகுதிகளுடன் இசைந்திருந்தது.

நெப்போலியன் ஹெலினாத் தீவில் சிறையிருந்த காலத்தில், அங்கு பணி செய்த வில்லியம் பால்கோம்பி என்ற கிழக்கிந்தியக் கம்பெனியில் கடற்படை முகவரின்

இல்லத்தில்தான் முதலில் இருந்தார். பால்கோம்பியின் மகள் பெட்சி என்ற சிறுமி தன் வீட்டில் விருந்தினராய் இருந்த நெப்போலியனை அருகிலிருந்து கண்டு, அவரது இனிய குணங்களை அறிந்திருந்தார்.

அச்சிறுமிக்கு அப்போது வயது 15. அவர் ஹெலினாத் தீவில் நெப்போலியனுடன் தொடர்புடைய நிகழ்ச்சிகளை இங்கிலாந்து திரும்பிப் பல ஆண்டுகளான பிறகு எழுதி நூலாய் வெளியிட்டார். அப்பெண்ணின் உறவினரான டேம் மேபல் புரூக்ஸ் என்ற ஆஸ்திரேலியப் பெண் எழுத்தாளர் ''நேச்சர்'' இதழில் ஃபர்ஷஃபுவுடு ஆய்வு பற்றிய கட்டுரையைப் பார்த்துவிட்டுத் தன்னிடமிருந்த நெப்போலியனின் முடியில் ஒரு கற்றையை ஆய்விற்கு அனுப்புவதாய் எழுதியிருந்தார். நெப்போலியன் 1818 மார்ச்சு 16 அன்று தன் நினைவாய்ப் பெட்சிக்கு இம்மயிர்க்கற்றையைக் கொடுத்திருந்தார்.

அக்கற்றையிலிருந்து இரண்டு முடிகளை எடுத்து ஆராய்ந்ததில், மில்லியனில் 67 பங்கு முதல் 26 பங்கு வரை ஆர்சனிக்கு இருந்தது என்பது ஆய்வில் தெரியவந்தது.

பெட்சி பால்கோம்பி ஹெலினாவிலிருந்து தாயகம் திரும்புவதற்கு முன்னர், லாங்கு வுடு இல்லத்திலிருந்த நெப்போலியனை 1817 அல்லது 1818 தொடக்கத்தில் கண்டபோது, அவர் தன் நினைவாய்த் தனது மயிர்கற்றையைக் கொடுத்தார். இம்மயிர்க்கற்றை ஃபர்ஷஃபுவுடை இன்னொரு வழியிலும் அடைந்தது.

கொலைகாரர் பட்டியல்

நெப்போலியனைக் கொலை செய்தவர்கள் என்று ஐயுறப்பட்டவர்களின் பட்டியலிலிருந்து டாக்டர் அண்டோமார்ச்சியை நீக்குவதற்கு அதனால் முடிந்தது. ஏனெனில் அவர் ஹெலினாவிற்கு 1819 ஆம் ஆண்டிற்குப் பிறகுதான் சென்றார்.

பெட்சி பால்கோம்பி நெப்போலியனைக் கண்டு விடைபெறச் சென்ற இக்காலத்தில், அவரின் உடல்நிலை மிகவும் மோசமாயிருந்தது. பெட்சி இது பற்றித் தன் நினைவுக் குறிப்புகளில் கூறியிருந்தார்:-

''நோய்க் கொடுமையும் அதனால் அவரிடம் ஏற்பட்ட மாறுதல்களும் அவரது தோற்றத்தைக் காணும்போது கவலை கொள்ளச் செய்தன. அவரது முகம் அப்படியே மஞ்சள் மெழுகைப் போலிருந்தது; கன்னத்தில் குழி விழுந்திருந்தது. கணுக்கால்கள் வீங்கியிருந்தன. அதனால் காலணிக்கு மேல் சதை பிதுங்கி நின்றது. ஆதலால் ஒரு கையை மேசை மேல் ஊன்றியபடி மறுகையை ஏவலர் ஒருவரின் தோள் மீது போட்டபடிதான் அவரால் நிற்க முடிந்தது. அவரது உடல் முழுமையிலும் சாவின் நிழல் தெரிந்தது என்று நாங்கள் அவரைவிட்டு வெளியே வந்ததும் என் தாயாரிடம் கூறினேன்.''

ஆங்கிலேயர் கொல்லவில்லை

ஃபர்ஷஃபுவுடின் ஆய்வு இறுதியாய் 1974 ஆம் ஆண்டு முற்றுப் பெற்றது. அவர் கொலையாளி யார் என்ற மர்மத் திரையை விலக்கி அடையாளங் காட்ட ஆயத்தமாய் விட்டார்.

நெப்போலியன் காவலில் வைக்கப்பட்டிருந்த லாங்கு வுடு இல்லத்தில் அவருடன் வாழாதவர்கள் அவருக்கு மட்டும் நஞ்சூட்டியிருக்க முடியாது. அவ்வாறு செய்திருந்தால் அந்த வீட்டில் வாழ்ந்த அனைவர்க்கும், நஞ்சூட்டப்பட்டிருக்கும். இதனால் கொலைப் பழி ஆங்கிலேயர் மீது விழவில்லை.

நெப்போலியன் தீவாந்தரம் இருந்த கால முழுமையிலும் ஹெலினாத் தீவில் இராதவர்களும் அவருக்கு நஞ்சு தந்திருக்க முடியாது. ஏனெனில் அந்த ஐந்தரையாண்டுக் கால முழுமையிலும் அவருக்குச் சிறுகச் சிறுக நஞ்சு ஏற்றப்பட்டு வந்திருக்கின்றது என்பது அவரின் மயிர்க் கற்றைகளை வைத்து நடத்திய ஆய்வுகளில் தெளிவானது.

ஆதலால் லாஸ் கேசஸ், கூர்காடு, ஓமியரா, ஆல்பைன் து போந்தோலோன், சிட்ரியானி, டாக்டர் அண்டோமார்ச்சி முதலியோர் தம் பேரரசருக்கு நஞ்சூட்டியிருக்க முடியாது.

பியரன் என்ற பட்லர் தீவாந்தரக் கால முழுமையும் நெப்போலியனுடன் இருந்தார். அவர் செய்திருக்கலாம், ஆனால் அது சாத்தியமன்று. ஏனெனில் நெப்போலியனுக்கு மட்டும் தனியே அவரால் நஞ்சூட்ட இயலாது. பியரன் உணவு ஆக்கப்பட்டதை மேற்பார்வை செய்தார். வேலட்டுகள் என்ற ஏவலரே உணவு படைத்தனர். நெப்போலியன் வேறு எவர் உணவு பரிமாறினாலும் உள் கொள்ளவே மாட்டார். மேலும் பேரரசர் எந்த உணவை உண்பார் என்று முன் கூட்டியே தெரிந்து கொள்ளவும் முடியாது.

மார்ச்சந்து, செயிண்-டேனிஸ், கோவார்ரஸ் என்ற மூன்று வேலட்டுகளும் செய்திருப்பரோ? பிற்சொன்ன இருவரையும் ஐயப்பட்டியலிலிருந்து நீக்கி விடலாம். ஏனெனில் அவர்கள் எப்போதும் நிலையாய் உணவு படைப்பதில்லை. நெப்போலியனுக்கு நஞ்சு தரப்பட்ட ஒருகால கட்டத்தில் கோவார்ரஸ் நோயுற்றுப் படுக்கையில் இருந்தார்.

எனவே இப்பட்டியலில் இருவர் மிஞ்சுகின்றனர். இருவரும் பேரரசரின் நம்பிக்கைக்குரியவர்கள் போந்தோலோன், மார்ச்சந்து. மிகவும் நம்பிக்கைக்குரியோராய் இருந்தவர்கள்தாம் இதைச் செய்தனர் என்பது விதி செய்த வேடிக்கையாகும். அவர்களால்தான் நெப்போலியனை எப்போதும் காணமுடியும். இப்படிப் பட்டவர்களால்தான் கொலைகார வேலையை எளிதாய்ச் செய்ய முடியும்.

ஃபர்ஷஃபுவுடு மேற்சொன்ன இருவரின் பின்புலங்களை நுணுகி ஆராய்ந்தார். இவ்விருவரும் நெப்போலியனுடன் ஏன் தீவாந்தரம் சென்றனர்?

1821

மார்ச்சந்து

மார்ச்சந்து நாம் மேலே கூறியதைப் போன்று இளவயதிலிருந்து நெப்போலியனுக்குப் பணி செய்து வந்தவர். மார்ச்சந்தின் தாயார் அரண்மனையில் வேலையிலிருந்தார். நெப்போலியன் முதலில் எல்பா தீவிற்கு நாடு கடத்தப்பட்டபோது, அவரின் மகனைக் கவனித்துக் கொள்வதற்காக மார்ச்சந்து சிறிது காலம் வியன்னா சென்றிருந்தார். மார்ச்சந்திற்கோ, அவரின் குடும்பத்தினர்க்கோ நெப்போலியனை ஒழித்துக் கட்டுவதென்று கங்கணம் கட்டிக் கொண்டிருந்த பழைய பூர்பான் அரசகுடியினரின் ஆதரவாளர்களுடன் எவ்விதமான தொடர்பும் இருக்கவில்லை. அவர் இயல்பாகத்தான் பேரரசரைத் தொடர்ந்து தீவாந்தரம் சென்றார்.

போந்தோலோன்

போந்தோலோன் பிரஞ்சுப் புரட்சிக்கு முற்பட்ட காலத்தைச் சேர்ந்த பழைய பிரபுக் குடும்பத்தவர். அவர் களம் இறங்கிப் போரிடாத இராணுவ அலுவலர். நெப்போலியன்

அவருக்கு ஒரு முறை பதவி உயர்வு தர மறுத்துவிட்டார். அவர் ஆல்பைன் என்ற பெண்ணை மணக்கலாகாது என்றும் பேரரசர் கட்டளையிட்டு விட்டார். அதன் பின்னர் அவர் பதவியிலிருந்து நீக்கப்பட்டதும் இப்பெண்ணை மணந்தார்.

நெப்போலியன் அரச பதவியை இழந்து நிடுநடுக்கடலிலிருந்த எல்பாத் தீவிற்குச் சென்ற பிறகு போந்தோலோன் பூர்பான் குடியினரின் ஆதரவைப் பெற முயன்றார். அவரின் மாற்றாந்தந்தையான சீமோன்வில் பிரபு பதினெட்டாம் லூயியின் (1755-1824; இவர் பதினாறாம் லூயியின் தம்பி. பதினேழாம் லூயி 1795 இல் தலைவெட்டிக் கொல்லப்பட்டதும் இவர் பெயரளவில் பிரஞ்சு அரசரானார். நெப்போலியன் எல்பாவிற்கு அனுப்பப்பட்டதும் 1814 இல் இவர் அரியணை ஏறினார்.) உடன் பிறந்தவரான ஆட்டோயி பிரபிற்கு மிகவும் நெருக்கமானவர். பூர்பான் குடியினர் 1814 ஆம் ஆண்டில் மீண்டும் பிரான்சில் ஆட்சிக்கு வந்ததும், மேற்சொன்ன தொடர்புகளினால் போந்தோலோன் ஒரு ஜெனரலாக்கப்பட்டார்.

அவர் ஜெனரல் பதவியை ஏற்றதற்குச் சில மாதங்களுக்கு முன்னர், படைவீரர் ஊதியத் தொகையில் 5970 பிராங்கைத் திருடிவிட்டார் என்று அவர் மீது குற்றஞ்சாட்டப்பட்டது. இது மிகப்பெரிய குற்றமாகும். ஆனால் போந்தோலோன் மீது இராணுவ நீதிமன்றத்தில் வழக்குப் போடப்படவே இல்லை.

போந்தோலோன் அடுத்தபடியாய் வாட்டர்லூப் போருக்குப் பிறகு நெப்போலியன் குழாத்துடன் வந்து சேர்ந்து கொண்டார். இன்பத்தில் நாட்டங்கொண்ட இந்த இளம்பிரபு, தோற்றுப்போன நெப்போலியனின் பக்கம் ஏன் திடீரென்று வந்து சேர்ந்தார்? இந்நேரத்தில் அவரைச் சேர்ந்த உயர்குடிப் பிரபுக்கள் நல்ல வாழ்க்கை நடத்திக் கொண்டிருந்தனர். அங்கு அவர்களின் நாட்டாண்மை நடந்து வந்தது. அவற்றையெல்லாம் விட்டுவிட்டுத் தன் வாழ்க்கையின் சிறந்த காலத்தைக் கை கழுவிவிட்டு, எந்த வகையிலும்தான் நன்றிக் கடன்பட்டிராத ஒருவருடன் ஏன் கடல் கடந்து கண்காணாத் தீவு ஒன்றுக்குத் தீவாந்தரம் போக வேண்டும்? ஃபர்ஷுஃபுவுடு இவ்வினாக்களை எழுப்பினார்.

நெப்போலியனுடன் தன் மனைவி ஆல்பைன் நெருங்கிப் பழகியதைக் கண்டு போந்தோலோன் ஆத்திரப்படவில்லை. ஹெலினாத் தீவு வாழ்க்கை பற்றி அவர் ஒருபோதும் குறை சொன்னதில்லை; அதைவிட்டு வெளியேற வேண்டுமென்றும் கூறியதில்லை. ஏன்? ஃபர்ஷுஃபுவுடுக்கு ஒரே விளக்கம் தான் தெரிந்தது. பேரரசருக்கு நஞ்சூட்டுவதற்காகவே போந்தோலோன் அவருடன் அனுப்பி வைக்கப்பட்டார்.

போந்தோலோனுக்கு இக்கட்டளையை இட்டவர், அவரின் மாற்றாந் தந்தையான ஆர்டோமாஸ் தான். அவர் நெப்போலியனைக் கொல்வதற்கு ஏற்கெனவே வழிகளை உருவாக்கியவர், போந்தோலோன் நெப்போலியனுக்கு நஞ்சூட்டும் வேலையை ஏற்காவிடில் அவர் முன்னர் செய்த குற்றங்களுக்காக, அவரைச் சிறைக்கு அனுப்ப முடியும் என்று ஆர்டோமாஸ் அச்சுறுத்தியிருக்கக்கூடும்.

நெப்போலியன் 1821 ஆம் ஆண்டுத் தொடக்கத்தில் மிகவும் பலம் குன்றினார். அவர் நோயினால் தாக்கப்படுவதும், அதிலிருந்து தேறுவதுமாயிருந்தார். ஹெலினாத் தீவின் ஆளுநரான ஹாட்சன்லோ மே 3 அன்று இரண்டு டாக்டர்களை நெப்போலியனிடம் அனுப்பினார். அவர்கள் நெப்போலியனைக் காண்பதற்கும் போந்தோலோன் இசையவில்லை. அவர்களும் நோயாளியைப் பார்க்காமல், அந்தக் காலத்தின் அருமருந்தான கலோமல் என்ற பேதி மருந்தைக் கொடுத்துச் சென்றனர்.

அம்மருந்தைப் பேரரசருக்குக் கொடுக்கலாகாது என்று அண்டோமார்ச்சி கதறினார். அது நோயாளியை வீணாய்ச் சோர்ந்து போகச் செய்து விடும்.

பின்னர் இந்த விவாதம் போந்தோலோனிடம் தெரிவிக்கப்பட்டது. அவர் ஆங்கில டாக்டர் இருவரும் கூறியதை ஆதரித்தார். அதன் மேல் நெப்போலியனுக்கு கலோமல் தரப்பட்டது. அது தீங்கு தராத மருந்துதான். நெப்போலியன் வாதுமையிலிருந்து வடித்தெடுத்த ஆர்க்கிட்டு என்ற மதுவை அருந்துவார். மதுவில் கலந்துள்ள வாதுமையுடன் கலோமல் சேர்ந்தால், அது உயிருக்கு உலை வைத்துவிடும். வாதுமையில் ஹைடிரோ சயனிக்கு அமிலம் உள்ளது. அதிலிருந்து நச்சுத்தன்மை வாய்ந்த பாதரசச் சயனைடு வெளிப்படுகின்றது.

எனவே நோயாளி வாதுமைத் தேறலை அருந்தியதுமே நினைவிழந்து விடுவார். அவரின் தசைகள் செயலற்றுவிடுகின்றன. கண் பார்வையையும் செவிப்புலனையும் இழக்கின்றார். நோயாளி அதையடுத்து வாந்தி எடுத்து விடுவாராகில், அவரது வயிற்றால் தன்னைக் காத்துக் கொள்ளமுடியும். ஆனால் தத்தாரிய எமிட்டிக்கு என்ற இம்மருந்தை உட்கொண்டு வந்தால், வாந்தி வருவதில்லை. சாவுதான் உடனே வந்து விடும்.

ஹெலினாத் தீவிலிருந்த நெப்போலியனின் கல்லறையை 1840 அக்டோபரில் அகழ்ந்தனர். பேரரசரின் எச்சங்களை இத்தீவிலிருந்து எடுத்துச் சென்று பாரிசிலுள்ள இன்வேலைடுசில் அடக்கம் செய்யப்போகின்றனர். இந்தச் சிறப்பான நிகழ்ச்சியைக் காண 67 வயதான பெட்ரண்டு தன் ஆண்மக்களுள் ஒருவருடன் ஹெலினாத் தீவிற்கு வந்திருந்தார். கிட்டத்தட்ட எண்பது வயதானவரும் பார்வை இழந்தவருமான கேசஸ் என்பவருக்காக அவரின் மகன் எம்மானுவல் வந்தார். கூர்காடு வந்தார். இப்போது நடு வயதை எட்டிவிட்ட மார்ச்சந்தும் அங்கே அன்று காணப்பட்டார். நெப்போலியன் தன் உயிலில் மார்ச்சந்து பொருள் பெறுவதற்கு வகை செய்திருந்ததால், அவர் இப்போது மிக வசதியாயிருந்தார். பழைய ஏவலர்களான செயிண்ட் டெனிஸ், கோவர்ராஸ் என்ற இருவரும் வந்தனர். டாக்டர்களான ஓமியராயும் அண்டோமார்ச்சியும் அப்போது உயிருடன் இல்லை.

அங்கே அன்று போந்தோலோன் மட்டும் வரவில்லை. அவர் அப்போது சிறையில் இருந்தார்.

சூழ்ச்சிவல்ல போந்தோலோன்

போந்தோலோன் தீவாந்தரத்திலிருந்து திரும்பியதிலிருந்து, அவரது வாழ்க்கை முன்னைப் போலவே புதிராயிருந்தது. நெப்போலியனின் உயில்படி அவருக்கு மில்லியன் பிராங்குகள் (இது மிகப் பெரிய தொகையாகும்) கிடைத்தன. ஆனால் அவர் அப்பணம் முழுவதையும் 1829 ஆம் ஆண்டிற்குள் கரைத்து விட்டார்.

அவர் படையில் சேர்வதும் விலகுவதுமாயிருந்தார். எப்போதும் வாழ்க்கையின் விளிம்பிலேயே ஊசலாடி வந்தார். அவரால் எங்கும் எதனுடனும் ஒட்டியிருக்க முடியவில்லை. பிரான்சின் பத்தாம் சார்லஸ் அரசர் (1757-1836; ஆ.கா. 1824-1830) போந்தோலோனை மறைவாய்ச் சந்தித்தார். அவர் வேறு எவருமல்லர். அவர் ஆர்டோயி பிரபுதான். ஆனால் தான் இடும் கேடுகெட்ட வேலைகளைச் செய்யும் எவரையும் எந்த அரசரும் மதிப்பதில்லை.

எதிர்காலத்தில் மூன்றாம் நெப்போலியன் (1808-1873: ஆ.கா 1852-1870) என்ற பிரஞ்சுப் பேரரசர் ஆகவிருந்த லூயி நெப்போலியனொடு அவர் 1840 ஆம் ஆண்டில் ஒட்டிக்கொண்டார். அவர் தனது புதிய ஆண்டையான இவருக்குப் பிரஞ்சு நாட்டைப் பிடித்துத் தருகிறேனென்று கூறி இங்கிலாந்திலிருந்து ஒரு படையுடன் 1840 ஆகஸ்டில் கப்பலில் வந்து இறங்கினார். அவர் புலோன் கடற்கரையில் இறங்கியதுமே சிறை செய்யப்பட்டார். அவருக்கு இருபதாண்டுச் சிறைத் தண்டனை விதிக்கப்பட்டது. ஆனால் இரண்டாண்டுகள் மட்டுமே சிறையிருந்தார். அவர் பேரரசரை நஞ்சூட்டிக் கொன்றது பற்றி ஒரு சொல் கூடச் சொல்லாமல் 1859 ஆம் ஆண்டில் முடிந்து போனார்.

நெப்போலியனின் உடலை அறுத்துப் பார்த்த பின்னர், அதைப் பாடம் செய்யாமல் ஒன்றுக்குள் ஒன்றாய் நான்கு பெட்டிகளுக்குள் வைத்து அடக்கம் செய்தனர். அவற்றுள் இரண்டு பெட்டிகள் உலோகத்தால் ஆனவையாகும். அவற்றின் உள் பெட்டியைத் திறந்தபோது, அங்கு வெறும் எலும்புக் கூடுதான் இருக்குமென்று எதிர்பார்த்தனர்.

ஆனால் பேரரசரின் உடல் உருக்குலையாமல் அப்படியே இருந்தது. அவர் உறங்குவது போல் பெட்டிக்குள் கிடந்தார். இந்தப் பத்தொன்பதாண்டுக் காலத்தில் நெப்போலியனின் முகத்தில் எந்த மாறுதலும் ஏற்படவில்லை.

இந்த அற்புதத்தின் காரணம் என்ன? ஃபர்ஷஃபுவுடு அதை விளக்குகின்றார்:- "அதற்கு ஆர்சனிக்கு நஞ்சு தான் காரணம். உயிரை மாய்க்கும் ஆர்சனிக்கினுள் திசுக்களை அழிக்காமல் காக்கும் சக்தி உள்ளது. அருங்காட்சியகங்களில் சடலங்களைக் காத்து வைக்க ஆர்சனிக்கைப் பயன்படுத்துகின்றனர். ஒருவர் ஆர்சனிக்கு நஞ்சிற்கு நாள்பட ஆள்பட்டால், அவரது உடல் மெல்ல மெல்ல அழியும்."

நெப்போலியனின் சடலமே, அவர் கொலை செய்யப்பட்டார் என்பதற்குச் சான்றாக உள்ளது என்று ஃபர்ஷஃபுவுடு கூறுகின்றார்.

(இக்கட்டுரை The Reader's Digest 1983 ஜனவரி இதழில் வெளிவந்த நூல் சுருக்கம் ஒன்றைத் தழுவி எழுதப்பட்டுள்ளது)

நெப்போலியன் குடும்பம்

தந்தை : கார்லோஸ் போனப்பாட்டு (1746-1785)

தாய் : லெட்டிசியா ரமோலினோ (1750-1836)

உடன் பிறந்தார்

அண்ணன் : ஜோசப்பு (1768-1844)

நெப்போலியன் போனப்பட்டு (1769-1821)

தம்பி : லூசியன் (1775-1840)

தங்கை : எலிசா (1777-1820)

தம்பி : லூயி (1778-1846)

தங்கை : பாலைன் (1780-1825)

தங்கை : கரோலினா (1782-1839)

தம்பி : ஜெரோம் (1784-1860)

எலிசா | லூயி | பாலின்

நெப்போலியனின் இரண்டாவது மனைவியான ஆஸ்திரிய இளவரசி மாரி லூசிக்கு ஒரு மகன் பிறந்தார். அவர் பெயர் நெப்போலியன் ஃபிரான்சுவா சார்லஸ் ஜோசஃபு. இவர் 1811 இல் பிறந்தார். அவர் பிறந்ததும் அவருக்கு ரோம் அரசர் என்று பட்டம் சூட்டப்பட்டது. அவரின் தாய் மகனை 1814இல் வியன்னாவிற்குக் கொண்டு சென்றார். நெப்போலியன் மகன் 1815 சூனில் இரண்டாம் நெப்போலியன் என்று முறைப்படி அறிவிக்கப்பட்டார். ஆனால் அவர் அரசாட்சி செய்யவேயில்லை. அவர் வியன்னாவில் சிறையில் 41 வது வயதில் 1852 ஆம் ஆண்டு இறந்தார்.

Sterling. Monica A Pride of Lions, A Portrait of Napoleon's Mother. London 1961.

4. தென்னமெரிக்க விடுதலை வீரர் சைமன் பொலிவா

ஓங்கு புகழ் ஸ்பானியப் பேரரசைத் தென்னமெரிக்க நாடுகளில் மிகக் குறுகியக் காலத்தில் மறையச் செய்த விடுதலைப் போராளியருள் சைமன் பொலிவா (Simon Bolivar, 1783 - 1830) மிகவும் குறிப்பிடத்தக்கவராவார். (இன்னொரு விடுதலை வீரரான மிராண்டாவின் வாழ்க்கைக் குறிப்புகள் இ.ச.க.தொகுதி-11) இத்தொகுதியில் மார்டின் என்ற மற்றொரு போராளி பற்றிய குறிப்புகளும் சொல்லப்பட்டுள்ளன.

இளமைப் பருவம்

பொலிவா 1783 ஆம் ஆண்டு வெனிசுலத்தின் கரக்காஸ் (Caracas) நகரில் ஸ்பானிய வழி வந்த உயர் குடியில் பிறந்தார். அவரின் தந்தை டான் யுவான் வைசண்டி தெ பொலிவா கட்டுக்கடங்காதவர். அவர் 1786 ஆம் ஆண்டு இறந்தார். அதனால் "தந்தை முகம் கண்டதில்லை" என்று பொலிவா எழுதுவதுண்டு. அவர் தாயின் முகமும் பார்த்ததில்லை. சைமன் கைக் குழந்தையாயிருந்த போதுதாய் இறந்தார். ஆதலால் கறுப்பு அடிமைப் பெண்ணொருத்தியிடம் சைமன் பால் குடித்து வளர்ந்தார். (சைமன் பின்னாளில் புகழின் உச்சியில் இருந்தபோது, வெற்றி ஊர்வலத்தில் சென்று கொண்டிருந்தார். அப்போது தனக்குப் பாலூட்டிய தாயைக் கூட்டத்தில் கண்டதும், சைமன் அணியிலிருந்து விலகி அவரிடம் சென்றார்.)

இந்திய சரித்திரக் களஞ்சியம் | 73

அவரை வரிசையாய்ப் பல ஆசிரியர்கள் வளர்த்தனர். அவர்களுள் சைமன் ரோடுரிகுவஸ் (*Simon Rodriguez*) மிகவும் முக்கியமானவர். அந்த ஆசான் புரட்சிக் கொள்கைகளையுடையவர். அவர் அதனால் தன் பெயரைக் காரனோ (*Careno*) என்று மாற்றினார். அவர் தன்னை இராபின்சன் (*Robinson*) என்றும் அழைத்துக் கொண்டார். அது ஏன்? ரூசோவின் எமில் (*Emile*) என்ற நாவலின் நாயகன் ஒரேயொரு புத்தகத்தை மட்டுமே படிக்க வேண்டுமென்று கூறுகின்றான். அது இராபின்சன் குருசோ ஆகும். (இ.ச.க.தொகுதி-7: *1762* புள்ளிகள்) ரோடுரிகுவஸ் ரூசோவின் மீதிருந்த பேரார்வத்தால் இராபிசன் என்று சொல்லிக் கொண்டார்.

சைமன் பொலிவா

இளம் எமில் போன்று அறிவுப் பசி கொண்டிருந்த சைமன் தனக்கு வேண்டிய அறிவுத் தீனியைத் தானே தேடிக் கொள்ளுமாறு ரோடுரிகுவஸ் அவரை ஊக்குவித்தார். இயற்கையின் செல்வாக்கினால் உள்ளம் பூத்து மலர வேண்டும் என்பதால், சைமன் ரூசோவின் கதை நாயகனான எமில் போன்று சுதந்திர வெளியில், இயற்கைச் சூழலில் கல்வி கற்றார்.

சைமன் வலிமையும் துணிச்சலும் மிக்க நீச்சல்காரர்; குதிரையேறி; பன்னிரண்டு வயதுச் சிறுவனை நெடுநடை நடக்கவும் மலையுச்சிக்கு ஏறவும், கடலில் நீந்தவும் ஊக்குவிப்பது வெகு எளிது என்பதில் ஐயமின்று. ஆனால் காரனோ ரோடுரிகுவஸ் - இராபின்சன் என்ற இந்த ஆசான் - இவற்றினும் மேலானவற்றைத் தன் மாணாக்கனுக்குக் கற்பித்து விட்டார். அவர் புரட்சி யுகம் பற்றிய தன் எண்ணங்கள், இலட்சியங்கள், கதைகள் என்ற ஆர்வப் பெருக்குகளைத் தன் மாணாக்கனிடமும் பாயவிட்டார். ஆசானின் பேரார்வம் மாணாக்கனான சைமனிடம் தொற்றிக் கொண்டது.

அதனால் சைமன் அறிவெழுச்சிக் காலத்து மெய்யியலாரான ஜான் லாக்கு (*John Locke - 1632 - 1704 :* இ.ச.க.தொகுதி- *1:* காண்க), ரூசோ (*Jean Jacques Rousseau. 1712 - 1778*), வால்டயர் (*Voltaire, 1694 - 1778*) மாண்டெஸ்கு (*Baron de la Brede et de Montesquieu. 1689 - 1755*), ஆகிய மெய்யியலாரின் நூல்களை விரும்பிப் படித்தார். அவர் பிரஞ்சு மொழியை மிகவும் இயல்பான முறையில் பேசக் கற்றுக் கொண்டார்.

சைமன் தென்னமெரிக்கத்தை வென்ற ஸ்பானிய வீரர்களின், அங்கு சமயம் பரப்பிய குருமார்களின், பன்னூறு அடிமைகளுக்கு ஆண்டையராயிருந்த பெருங்குடி மக்களின் வழி வந்தவர் என்பதை அவரின் நீண்ட பெயரே சுட்டும். (*Simon Jose Antonio de la Santisma Trinidad Bolivar Palacios*) அவர் பெரும் பிரபைப் போல் மிகப் பரந்த

நிலப்பரப்பின் உரிமையாளரான ஆண்டையாய் வாழத் தக்கவர். எனினும் சைமன் அறிவின் அடிப்படையில் தீவிரமான புரட்சிக்காரராயிருந்தார்.

சைமனுக்கு விருப்பமான ஆசிரியர் வால்டயர். எனினும் அவரின் பற்றுதலுக்குரிய வீரர் நெப்போலியன். சைமன் பின்னாளில் நெப்போலியனுடையதைப் போன்று தன் வாழ்க்கைக் கோலத்தையும் மாற்றப் போகின்றார்.

சைமன் இளமையில் இருமுறை ஐரோப்பியம் சென்றார். அவர் முதன் முறை அங்கு தன் பதினெட்டாவது வயதில் சென்றபோது அங்கு பில்போ (*Bilbao*) என்ற பெண்ணைக் கண்டு காதல் கொண்டு, அவரைத் திருமணம் செய்தார். அவர் தன் மனைவியுடன் வெனிசுலம் திரும்பிய சில மாதங்களில் மனைவி இறந்துவிட்டார். சைமன் இனிமேல் திருமணமே செய்யப் போவதில்லை என்று அப்போது உறுதி செய்தார். ஆனால் உணர்ச்சிமிக்க அவரால் வெகு காலத்திற்குப் பெண்களை அண்டாமல் இருக்க முடியவில்லை.

பொலிவா நெப்போலியனைப் போன்று தன்னையும் ஆளாக்கிக் கொள்ள வேண்டுமென்று 1805 வாக்கில் கனவு காணத் தொடங்கினாரா? அவரது வாழ்க்கை வரலாற்றை எழுதிய தற்கால ஆசிரியருள் ஒருவரான சால்வடேர் தெ மதரியாக (*Salvador de Madariaga*) அது சரிதான் என்று கருதுகின்றார்.

'நெப்போலியன் முடி சூடியதைப் பொலிவா இருமுறை நேரில் கண்டார். முதன் முதலில் அவர் பிரஞ்சுப் பேரரச முடியைச் சூடியதையும் இரண்டாம் முறை லம்பார்டி அரசர்களின் இரும்பு முடியை அணிந்ததையும் பொலிவா பார்த்தார். பொலிவா தன் காலடியில் கிடப்பதாய்க் கற்பனை செய்து கொண்ட உலகத்தின் கண் முன்னே மாண்டி செக்கரோ (*Monte Sacro*) என்ற இடத்தில் தனக்குத்தானே முடி சூடிக்கொண்டார். அவர் தன்னை இலட்சியத்திற்காக உயிர் வாழும் தியாகி அல்லது வீரர் என்று கருதிக் கொண்டு முடி ஏற்றினார். விதியும் அப்படித்தான் முடிவு செய்தது.'

அவர் இரண்டாம் முறை 1805 ஆம் ஆண்டு ஐரோப்பியம் சென்ற காலையில் அவண்டைன் குன்றுச்சியில் நின்றுகொண்டு, தன் தாயகத்தை ஸ்பானிய ஆட்சியிலிருந்து விடுவிப்பது வரை ஓயப்போவதில்லை என்று சூளுரைத்தார் என்பர். (*Aventine* : ரோம் நகரம் கட்டப்பெற்ற ஏழு குன்றுகளுள் ஒன்று. இதற்குப் புனிதமலை என்று பொருள்).

சைமன் பொலிவா ஸ்பானியரை வெனிசுலம், கொலம்பியம், ஈக்குவாடர், பெரு ஆகிய நிலங்களிலிருந்து விரட்டினார். இவற்றை அடக்கிய குடியரசுக் கூட்டாட்சி ஒன்றை நிறுவ அவாவினார். முழுமையான ஒரு கண்டத்தின் வரலாற்றில் இவரைப் போன்று இத்தனை பெரும் பங்காற்றிய அரசியல் தலைவர்கள் இருப்பரேல், அவர்களின் எண்ணிக்கை மிகச் சிறியதாகவே இருக்கும்.

நெப்போலியன் போனப்பாட்டு 1805 ஆம் ஆண்டு ஸ்பெயின் மீது படையெடுத்து, அண்ணனான ஜோசஃபு போனப்பாட்டை (1768 - 1844) ஸ்பானிய அரியணையில் ஏற்றி வைத்தார். அவர் இங்ஙனம் ஸ்பானிய அரசு குடியை ஆட்சி பீடத்திலிருந்து இறக்கி விட்டதால், அதன் தென்னமெரிக்கக் குடியேற்ற ஆட்சியில் இருந்த பகுதிகள் விரைந்து விடுதலை பெறுவதற்குப் பொன்னான வாய்ப்பானது.

வெனிசுலத்தில் ஸ்பானிய ஆட்சியை எதிர்த்து 1810 ஆம் ஆண்டு புரட்சி தொடங்கிற்று. அப்போது வெனிசுலத்திலிருந்த ஸ்பானிய ஆளுநர் பதவியிலிருந்து

நீக்கப்பட்டார். அதையடுத்து 1811 ஆம் ஆண்டில் வெனிசுலம் முறைப்படி விடுதலை சாற்றியது. பொலிவா அதே ஆண்டு புரட்சியமைப்பில் ஓர் அலுவலரானார்.

ஆனால் அதற்கடுத்த ஆண்டில் ஸ்பானியப் படை வெனிசுலத்தை மீண்டும் தன் ஆளுகைக்குள் கொண்டுவந்துவிட்டது. புரட்சித் தலைவரான ஃபிரன்செஸ்கோ மிராண்டா (*Francesco Miranda*) சிறையில் அடைக்கப்பட்டார். பொலிவா நாட்டை விட்டு ஓடினார். அதைத் தொடர்ந்து வந்த ஆண்டுகளில் அரசுப் படைகளுக்கும் புரட்சிப் படைகளுக்கும் வரிசையாய்ப் பல சண்டைகள் நடந்தன. அப்போது புரட்சிப் படைகள் சிறிது கால வெற்றிக்குப் பின் தோல்வியடைந்தன. எனினும் பொலிவா மன உறுதி தளராது இருந்தார். இந்த மந்தப் போக்கில் 1819 ஆம் ஆண்டு ஒரு மாறுதல் ஏற்பட்டது.

வெற்றி

பொலிவா அப்போது போர்ப் பயிற்சியில்லாத சாதாரண மக்களைப் படையில் சேர்த்துத் திரட்டினார். அவர் இந்தப் படையினரொடு ஆறுகளையும் சமவெளிகளையும் கடந்து, ஆண்டீஸ் மலை மீதிருந்த உயரமான கணவாய்களைத் தாண்டிக் கொலம்பியத்திலிருந்த ஸ்பானியப் படையைத் தாக்கச் சென்றார். அவர் அங்கு போயக்க என்ற இடத்தில் 1819 ஆகஸ்டு 7 அன்று நடந்த சண்டையில் மிக முக்கியமான வெற்றியை அடைந்தார். அந்த வெற்றிதான் விடுதலைப் போருக்கு வெற்றி வாய்ப்புத் தரும் திருப்பு முனையானது.

1821

விடுதலை

அதன் பிறகு வெனிசுலம் 1821 ஆம் ஆண்டிலும் ஈக்குவாடர் 1822 ஆம் ஆண்டிலும் விடுதலையடைந்தன.

இதனிடையே அர்ச்சண்டின விடுதலைப் போராளியான ஜோஸ் தெ சேன் மார்டின் ஸ்பானிய ஆட்சியிலிருந்து அர்ச்சண்டினத்திற்கும் சிலிக்கும் விடுதலை வாங்கித் தந்தார். பெருவை விடுவிக்கும் பொறுப்பை மார்டின் ஏற்றார். மார்டினும் பொலிவாவும் சேர்ந்து ஈக்குவாடரின் குவாக்குமல் என்ற நகரில் 1822 ஆம் ஆண்டுக் கோடையில் சந்தித்தனர். எனினும் இவ்விருவரும் சேர்ந்து ஸ்பெயினிற்கு எதிரான போரில் ஒன்றுபட்டுப் பொருதுவதற்கு வேண்டிய முயற்சிகளை ஒருங்கிணைப்பதற்கு இயலாமற் போயிற்று. மார்டின் பொலிவாவுடன் தலைமைப் போட்டியில் ஈடுபடுவதற்கு மனமில்லாத வராயிருந்ததால், அவர் படைத் தலைமையிலிருந்து நீங்கித் தென்னமெரிக்கத்தை விட்டு வெளியேறினார்.

பெரு விடுதலை

பொலிவாவின் விடுதலைப் படை இன்று பெரு என்று அழைக்கப்படும் நாட்டை முற்றிலும் 1824 வாக்கில் விடுதலை செய்து விட்டது. மேலப் பெருவில் (இன்றைய பொலிவியம்) இருந்த ஸ்பானியப் படை முற்றிலும் அழிக்கப்பட்டது.

பொலிவாவின் வாழ்க்கை பின்னாளில் அவ்வளவு வெற்றியாய் அமையவில்லை. அவர் அமெரிக்க ஒன்றியத்தின் முன்மாதிரியால் பெரிதும் கவரப்பட்டார். அதனால் புதிய தென்னமெரிக்க நாடுகளை ஒரு கூட்டாட்சியில் ஒன்றுபடுத்த வேண்டும் என்று எதிர்பார்த்தார்.

சைமன் பொலிவாவை ஆட்சித் தலைவராய்க் கொண்டு வெனிசுலம், கொலம்பியம், ஈக்குவாடர் ஆகிய மூன்றும் ஏற்கனவே மாபெரும் கொலம்பியக் குடியரசாய் உருவாகியிருந்தன. துரதிருஷ்டவசமாய் மைய அமைப்பிலிருந்து விலகிச் செல்லும் போக்குகள் வட அமெரிக்கத்தைவிடத் தென்னமெரிக்கத்தில் வலுவாயிருந்தன.

பொலிவா ஸ்பானிய அமெரிக்க அரசுகள் பேரவையை 1826 ஆம் ஆண்டில் கூட்டினார். அதில் நான்கு நாடுகள் மட்டுமே கலந்து கொண்டன. பல நாடுகள் கூட்டு அமைப்பினுள் சேர்வதற்கு முன்வரவில்லை. அதனால் நாடுகளின் கூட்டு ஆட்சி வெகுவிரைவில் உடையத் தொடங்கியது. உள்நாட்டுப் போரும் மூண்டு விட்டது.

பொலிவாவைக் கொலை செய்வதற்கு 1828 ஆம் ஆண்டில் முயன்றனர். வெனிசுலமும் ஈக்குவாடரும் கூட்டாட்சியிலிருந்து 1830 வாக்கில் பிரிந்தன. தானே அமைதிக்குத் தடையாய் இருப்பதைப் பொலிவா உணர்ந்தார். அதனால் அவர் 1830 ஆம் ஆண்டு ஆட்சித் தலைவர் பதவியிலிருந்து விலகினார். அதன்பிறகு அவர் வறுமையுற்றுத் தவித்தார். அவரைத் தாய் நாடான வெனிசுலத்திலிருந்து நாடு கடத்தினர். அவர் மனவாட்டமுற்று 1830 டிசம்பரில் இறந்தார்.

சைமன் பொலிவா பல்வேறுபட்ட மனநிலைகளைக் கொண்ட மனிதர்; துணிச்சல் மிக்கவர்; வியக்கத்தக்க செயல்களைத் திடீரென்று ஆற்றுவார்; அவர் பல பெண்களுடன் காதல் கொண்டிருந்தார்.

அவர் தொலை நோக்குள்ள இலட்சியக்காரர். ஆனால் ஆட்சித் திறமை இல்லாதவர். இச்சகம் பேசுவதைக் கேட்டு மகிழ்ந்து விடுவார். ஆனால் அவர் பொருளாதாரத்தைச் சிறிதும் எண்ணிப்பாராதவர். அவர் அரசியலில் ஈடுபட்டபோது பெருஞ்செல்வராயிருந்தார். அதிலிருந்து ஓட்டாண்டியாய்த்தான் வெளியேறினார்.

பொலிவியம் என்ற நாடு இன்று அவரது பெயரைச் சொல்லிக் கொண்டிருக்கிறது. வெனிசுல நாட்டு நாணயத்தின் பெயர் பொலிவா.

பொலிவாவின் செல்வாக்கினால் நியூகிரானடா, வெனிசுலம், கொலம்பியம், ஈகுவாடர், பெரு, பொலிவியம் என்ற நாடுகள் விடுதலை பெற்றன.

Ayling S.E. Nineteenth Century Gallery, London 1976

1821

வரலாற்றுப் புள்ளிகள்

1. அரசியல்

(அ) கோல்டு கோஸ்டு பிரிட்டீசு மணிமுடிக் கீழ்

ஆப்பிரிக்கப் பெரு நிலத்தின் வடமேற்குப் பகுதி துருத்திக் கொண்டிருக்கும். அந்தத் துருத்தியின் தென் தொங்கலிலுள்ள நிலத்திற்கு இந்தக் காலத்தில் கோல்டு கோஸ்டு என்ற பெயர் இருந்தது. (இந்நாடு 1957 ஆம் ஆண்டு விடுதலை பெற்றபின், இதன் பெயர் கானா - Ghana - என்று மாறிவிட்டது.)

இன்று கானாவில் வாழும் மக்கள் அதன் வடக்கிலிருந்து படையெடுத்து வந்தவர்களாவர். அவர்கள் அங்கு கற்காலத்திலிருந்து வாழ்ந்து வந்த முது மக்களுடன் கலந்துவிட்டனர். அங்கு பதினான்காம் நூற்றாண்டில் பல முடியரசுகள் தோன்றின. அவற்றுள் தென்கிழக்கில் எழுந்த கா (*Ga*), எவே (*Ewe*), வடக்கில் முறைத்த டகோம்பா (*Dagomba*), மம்புருசி (*Mampurussi*) காட்டுப் பகுதிகளிலும் கரையோரச் சமவெளிகளிலும் எழுந்த அக்கன் அரசுகளும் (*Akan States*) குறிப்பிடத்தக்கனவாகும்.

போர்த்துக்கீசத் தேட்டக்காரர்கள் கோல்டு கோஸ்டின் கரையில் 1477 ஆம் ஆண்டு வந்திறங்கினர். அவர்கள் இந்நிலத்தின் தந்தத்தையும், தங்கத்தையும் பண்ட மாற்று வாணிபத்தில் வாங்கினர், அதனால்தான் ஐரோப்பியர் இதற்குத் தங்கக் கரை (*Gold Coast*) என்று பெயரிட்டனர். போர்த்துக்கீசரொடு ஆங்கிலேயர், சுவிடியர் மற்றும் பிற ஐரோப்பிய வணிகரும் இங்கு வந்தனர். பின்னர் தந்த, தங்க வாணிபத்தின் இடத்தை மிக ஆதாயமான அடிமை வாணிபம் பிடித்துக் கொண்டது. புத்துலகிலிருந்த தோட்ட முதலாளிகளுக்குப் பேரெண்ணிக்கையில் வேலைக்கு ஆள்கள் வேண்டியிருந்ததால் இங்கு அடிமை வாணிபம் முந்திக் கொண்டு நடந்தது. ஐரோப்பியர் கரையோரமாய் அமைத்த தொழிற்சாலைகள் என்ற இடங்களில் இருந்து கொண்டனர்; ஆப்பிரிக்க வணிகர் உள்நாட்டில் பிடித்தவர்களை அங்கு அடிமைகளாய்க் கொண்டு சென்று விற்றனர். (இது தொடர்பான செய்திகளை இ.ச.க.தொகுதி- 9: காணலாம்).

1821

இவ்வாறு அடிமைகள உள்நாடுகளிலிருந்து கடற்கரையோரப் பகுதிகளுக்குக் கொண்டு செல்லப்பட்ட வழித்தடங்கள் மிகுந்த அரசியல் முக்கியத்துவம் பெற்று விட்டன. உள்நாடுகளில் இருந்த அரசுகளிடையே இதனால் சண்டைகள் மூண்டன. அசாந்தி (*Ashanti*; இது நடுக் கானாவில் உள்ளது) என்ற அக்கன் அரசு 18 ஆம் நூற்றாண்டுவாக்கில் மேல் ஓங்கிய நிலை எய்தியது. அசாந்தி மக்கள் பத்தொன்பதாம் நூற்றாண்டில் தென்திசையில் திரும்பிக் கரையோரங்களில் வாழ்ந்த மக்களை வெற்றி கொள்ள முயன்றனர். அப்போது பிரிட்டீசு, டேனிய, டச்சுக்காரரை அவர்கள் பகைக்க நேர்ந்தது.

ஐரோப்பியர் பத்தொன்பதாம் நூற்றாண்டின் முதல் மூன்று பத்துகளில் அடிமை வாணிபத்தைச் சட்ட விரோதமாக்கி ஒழித்து விட்டு, வேறுவகையான வாணிபத்தில் ஈடுபட்டனர். இந்நூற்றாண்டு மெல்ல நகர நகரப் பிரிட்டீசார் கோல்டு கோஸ்டின் தலையாய வல்லரசாயினர். அவர்கள் அப்பகுதியின் நடப்புகளில் மேலும் மேலும் ஈடுபட நேர்ந்தது. இந்நிலம் இந்த 1821 ஆம் ஆண்டில் பிரிட்டனின் மணிமுடிக்குரிய குடியேற்றம் (*British Crown Colony*) ஆனது.

(ஆ) கறுப்பரின் முதல் கிளர்ச்சி அமெரிக்கத்தில் தோல்வி

விடுதலை பெற்ற அடிமையான டென்மார்க் விசி (*Denmark Vesey*, 55) அட்லாண்டிக்குக் கரையிலுள்ள அமெரிக்க ஒன்றியத்தின் தென் கரோலினத்தில் நீகிரோவர் கிளர்ச்சி ஒன்றை நடத்தினார். கறுப்பரின் இந்த முதல் கிளர்ச்சி 1821 ஜூன் 16 அன்று தோற்றுப்போனது. ஆட்சியாளர் அப்போது டென்மார்க்கையும் பத்து அடிமைகளையும் சிறை செய்தனர். அவர்கள் விசியின் தூண்டுதலால் கிளர்ச்சியில் ஈடுபட்டனர் என்று அவர்கள் மீது வழக்குத் தொடர்ந்தனர்.

அப்போது விசி தன்னைக் குற்றமற்றவர் என்று நிறுவுவதற்காக மிகச் சிறப்பாய் வழக்காடினார். எனினும் அவரும் வேறு நான்கு நீகிரோவரும் ஜூலை 22 அன்று

தூக்கிலிடப்பட்டனர். இதைத் தொடர்ந்து மேலும் பலர் சிறை செய்யப்பட்டனர். இனிமேல் முப்பதிற்கு மேற்பட்டோர் தூக்கிலிடப்படவிருக்கின்றனர். இதன்பிறகு அமெரிக்க ஒன்றியத்தின் பல மாநிலங்கள் அடிமைகள் பற்றிய சட்டங்களை மிகவும் கடுமையாக்கிக் கொண்டன.

(இ) கோஸ்டா ரிக்கம் விடுதலை

இன்று நடு அமெரிக்கத்திலுள்ள கோஸ்டா ரிக்கத்தைக் (*Costa Rica*) கொலம்பஸ் 1502 ஆம் ஆண்டு கண்டுபிடித்தார். அவர் அதைச் செழிப்பான கரையோரப் பகுதி என்ற பொருளில் கோஸ்டாரிக்கம் என்று அழைத்தார். அங்கு தங்கமோ வெள்ளியோ கிடைக்கவில்லை. பெரிய பண்ணைகளில் வேலை செய்வதற்கு இந்தியத் தொழிலாளரும் இலர். அதனால் ஏழைக் குடியானவர்களே கோஸ்டா ரிக்கத்தில் பெரிதும் குடியேற்றப்பட்டனர்.

கோஸ்டா ரிக்கம் 1821 ஆம் ஆண்டில் குருதி சிந்தாமல் ஸ்பானிய ஆட்சியை வீழ்த்தியது. பின்னர் அது நடு அமெரிக்கக் குடியரசுகளின் கூட்டமைப்பில் (*Federal Republic of Central America*) சேர்ந்து 1838 ஆம் ஆண்டில் முறைப்படி விடுதலையடைந்தது. கோஸ்டா ரிக்கத்தில் காப்பித் தோட்டங்கள் மேம்பட்டதால், அந்நாடு பத்தொன்பதாம் நூற்றாண்டில் செல்வச் செழிப்படையத் தொடங்கியது. கோஸ்டா ரிக்கத்தை இதர இலத்தீன் அமெரிக்க நாடுகளுடன் ஒப்பிடுகையில், அது நடு அமெரிக்கத்திலேயே உயர்ந்த வாழ்க்கைத் தரத்தை உடையதாய் விளங்குகின்றது. அதற்கு நிலையான மக்களாட்சி அமைப்புள்ள அரசு இருப்பதும் அண்டை நாடுகளுடன் வழிவழியாய் நட்புப் பாராட்டும் மரபும் காரணங்களாகும்.

இந்நாடு பெரிதும் மலைப்பாங்கானது. எரிமலைகளையுடையது. பரந்த காடுகள் நிரம்பியது. இந்நாட்டின் பரப்பு 50,900 சதுர கிலோ மீட்டர்.

2. கலை, இலக்கியம்

(அ) தெலுங்கில் நன்னெறிக் கதைகள்

ஏறி முன்னேறுகின்ற இந்தக் காலகட்டத்தில், பலதரப்பட்ட நூல்கள் இயற்றவும் வெளியிடவும் படலாயின. வெண்ணிலகண்டி சுப்பராவ் என்பவர் பள்ளிகளில் பிள்ளைகளுக்கு நன்னெறி புகட்டும் ''விநோத கதாலு'' என்ற கதைத் தொகுதியை இவ்வாண்டு தெலுங்கு மொழியில் எழுதினார்.

(ஆ) காசுமீரியில் திருவிவிலியம்

காசுமீரம், வட பாகித்தானம், கிழக்கு ஆப்கானித்தானம் ஆகிய பகுதிகளில் பேசப்படும் தார்டிக்கு என்ற மொழிக் கிளையைச் சேர்ந்தது காசுமீரி மொழியாகும். இது இந்திய ஐரோப்பியக் குடும்பத்தின் உள்கிளையைச் சேர்ந்தது என்று கருதுவர். இதில் ஈரானிய மொழிப் பண்புகள் காணப்படுகின்றன.

செராம்பூர்ச் சமயப் பரப்பியர் காசுமீரி மொழியில் திருவிவிலியத்தின் ஒரு பகுதியை மொழி பெயர்த்து ''நோவ அசுதாம'' என்ற பெயரில் இவ்வாண்டு வெளியிட்டனர். இதை மொழிபெயர்த்தவர்களுள் சுலைமான் யார் முகமது கானும் ரெவரண்டு ஜே. ஹிண்டன் நோலெசும் இருந்தனர். செராம்பூரார் கிட்டத்தட்ட இந்திய

மொழிகள் முழுமையிலும் சீனம் போன்ற ஆசிய மொழியிலும் திருவிவிலியத்தை மொழிபெயர்த்து வெளியிடுவதென்று உறுதி பூண்டு பல மொழிகளில் அதை இக்காலத்தில் அச்சிட்டு வருகின்றனர்.

(இ) நேபாளியிலும் திருவிவிலியம்

இம்மொழி இந்திய ஐரோப்பிய மொழிக் குடும்பத்தின் இண்டிக்கு (*Indic*) கிளையில் பகாரி (*Pahari*) என்ற கிழக்குக் கூட்டத்தைச் சேர்ந்தது. தேவநாகரி எழுத்தில் எழுதப் பெறுகின்றது,

செராம்பூரார் இம்மொழியிலும் திருவிவிலியத்தை மொழி பெயர்த்து 1821 இல் வெளியிட்டனர். இதுவே தேவநாகரி எழுத்தில் வெளியான முதல் தேவநாகரி நூலுமாகும்.

(ஈ) இராம மோகனரின் இதழ்கள்

இராச இராம மோகனர் (*1772-1833*) தம் சமுக சீர்திருத்த இயக்கத்தின் ஒரு கருவியாய், மேற்கத்திக் கருத்துகளை நாட்டு மக்களிடையே பரப்பும் நோக்குடன் செய்தி இதழ்களைப் பயன்படுத்தினார்.

இந்திய மொழிகளில் முதன்முதலில் செய்தி இதழ் வங்க மொழியில்தான் வெளிவந்தது. (இ.ச.க.தொகுதி-*12 : 1818* புள்ளி) அவ்விதழ் *1818* ஆம் ஆண்டு வெளிவந்தது.

இராம மோகனர் செய்திகளைத் திரட்டி, அவற்றை இதழ்களில் வெளியிட்டார். செய்திகளைக் குறித்துக் கருத்தும் கூறினார். அவர் 1821 டிசம்பரில் தொடங்கிய இதழின் பெயர் ''சம்பது கௌமுதி'' (அறிவு மதி) ஆகும். அவர் கூறிய சீர்திருத்தக் கருத்துகள் வேகமும், முனைப்பும் மிக்கனவாயிருந்தன. அவர் உடன்கட்டை ஏறவதைக் கண்டித்து நடத்திய கிளர்ச்சியை எதிர்த்து, இந்த இதழில் பணியாற்றிய ஒருவர் இதை விட்டு நீங்கினார்.

இராம மோகனர் *1822* ஆம் ஆண்டில் ''மிருத் - உல் - அக்குபர்'' (செய்திக் கண்ணாடி) என்ற இதழையும் நிறுவினார். ஆனால் *1823* ஆம் ஆண்டு கொண்டு வரப்பட்ட இதழ்க் கட்டுபாட்டுச் சட்டத்தை எதிர்த்து இந்த இதழ்கள் வெளியிடுவதை நிறுத்தினர். (இராச இராம மோகனர் : இ.ச.க.தொகுதி-*9*)

(உ) ஆங்கில நாவல் ஆபாசம் என்று வழக்கு

பிரிட்டனிலிருந்து புது உலகிற்குக் குடி பெயர்ந்து மேஃபிளவர் கப்பலில் வந்த ''மூத்தோர்'' (*Pilgrim Fathers*) காடு முனையில் (*Cape of Cod*) 1620 ஆம் ஆண்டு இறங்கினர். அங்கு பிளிமத்து (*Plymouth*) என்ற இடத்தில் ஒரு குடியேற்றத்தை அமைத்தனர். அதற்குப் பத்தாண்டுகளுக்குப் பிறகு பாஸ்டன் (*Boston*) நகரம் அங்கு அமைந்தது. வடகிழக்கிலுள்ள மசாச்சூசட்ஸ் என்ற இம்மாநிலத்தில் வாழ்ந்த மக்கள் பொதுவாய்க் கடுந்தூய்மையாளர். அவர்களைப் பாஸ்டன் பிராமணர் (*Boston Brahmins*) என்று அழைப்பதுண்டு.

அவர்கள் சிற்றின்ப உணர்ச்சிகளைத் தூண்டும் காம நூல்களைத் தடை செய்யும் நோக்குடன் இலக்கிய ஒழுக்கக்கேட்டு ஒழிப்புச் சட்டம் ஒன்றை மாநிலச் சட்டமன்றத்தில் நிறைவேற்றியிருந்தனர்.

ஃபேனி ஹில்ஸ் (*Fanny Hills, or the Memoirs of a Woman of Pleasure*) என்ற நூலைக் காமநூல் எழுத்தாளரான ஜான் கிளிலண்டு (*John Cleland 1709 -1789) 1750* ஆம் ஆண்டு இலண்டனில் எழுதியிருந்தார். அவர் கிழக்கிந்தியக் கம்பெனி ஊழியராய்ப் பம்பாயில் இருந்தார். அங்கு அவர் மேல் அலுவலருடன் சண்டை செய்து விட்டு வறுமையுடன் இலண்டன் திரும்பினார். அங்கு கடன் தீர்க்க வகையின்றிக் கடன்காரர் சிறையிலிருந்தார். அவர் சிற்றின்ப நூல் ஒன்றை எழுதித் தந்தால், அவரை நியூகேட்டுச் சிறையிலிருந்து வெளியில் கொண்டு வருவதற்குப் புத்தக வெளியீட்டாளர் ஒருவர் முன்வந்தார். கிளீலண்டு அதை எழுதியதற்காக 20 கினி பெற்றார். வெளியீட்டாளருக்கோ *10,000* பவுன் கிடைத்தது. அந்நூல் கள்ளத்தனமாக மறைந்து உலவியது. மக்கள் அதை இவ்வாறு ஒளிந்து மறைந்து இரு நூற்றாண்டுகளுக்கு மேல் படித்து வந்தனர். அது ஆங்கில மொழி வழங்கும் இடமெங்கும் பரவிற்று.

இந்நூல் ஒழுக்கக்கேட்டை வளர்ப்பது; ஆபாசமானது என்று மசாச்சூசட்சில் இவ்வாண்டு ஒரு வழக்குத் தொடரப்பட்டது.

(ஊ) ''மாஞ்செஸ்டர் கார்டியன்'' வெளிவருதல்

பிரிட்டனின் லிபரல் கட்சியைச் சேர்ந்த ஜான் எட்வர்டு டெயிலர் (*John Edward Taylor, 30) 1821* ஆம் ஆண்டில் ''மாஞ்செஸ்டர் கார்டியன்'' (*Manchester Guardian*) என்ற ஆங்கிலக் கிழமை இதழைத் தொடங்கினார். அது **1855** முதல் நாளிதழாய் வெளி வரவிருக்கின்றது.

(எ) ''சேட்டர்டே ஈவினிங்கு போஸ்டு''

சேட்டர்டே ஈவினிங்கு போஸ்டு (*Saturday Evening Post*) என்ற கிழமை இதழ் **1821** முதல் அமரிக்கத்தின் ஃபிலடெல்ஃபிய நகரிலிருந்து வெளிவரத் தொடங்கிற்று. இதைச் சேமுவல் சி. அட்கின்சன், சார்லஸ் அலெக்சாண்டர் என்ற இருவரும் சேர்ந்து தொடங்கினர். உலகப் புகழ்பெற்ற இந்த இதழ் **1969** வரை தொடர்ந்து வெளிவந்தது.

3. கல்வி

(அ) சென்னையில் மகளிர் பள்ளி

திருச்சபைச் சமய அமைப்பு (*The Church Mission*) என்ற கிறித்தவத் தொண்டு நிறுவனம் *1821* அக்டோபர் *17* அன்று சென்னை நகரில் மகளிர் பள்ளி ஒன்றைத் திறந்தது. பதினெட்டாம் நூற்றாண்டில் தரங்கம்பாடியில் வாழ்ந்திருந்த சமயப் பரப்பியான சீகன்பால்கு (*1683 - 1716*) அங்கு *1707* ஆம் ஆண்டிலேயே மகளிர்க்கென்று இலவசப் பள்ளியொன்றை நடத்தினார் என்பது இங்கு நினைவு கொள்ளத்தக்கது.

(ஆ) நியூயார்க்கில் மகளிர் பள்ளி

அமெரிக்க ஒன்றியத்தின் நியூயார்க்கு நகரின் கிழக்கே ஹட்சன் ஆற்றின் கரை மீதமைந்த திராய் (*Troy*) என்ற ஊரில் *1821* ஆம் ஆண்டு பெண்களுக்கென்று ஒரு பள்ளி அமைந்தது. அதை அமெரிக்கக் கல்வியாளரான எம்மா (ஹாட்டு) வில்லார்டு (*Emma [Hart] Willard, 1787 - 1870*) என்ற பெண்மணி நிறுவினார். பெண்கள் தம் உடல் நலத்தையும் கவர்ச்சியையும் இழக்காமல் கணிதம்மெய்யியல் போன்றவற்றைக் கற்க முடியும் என்பதை மெய்ப்பிப்பதற்காகப் பெண்ணிய ஆர்வலரான அப்பெண்மணி இப்பள்ளியை நிறுவினார்.

(இ) பூனாவில் சம்ஸ்கிருதக் கல்லூரி

பிரிட்டீசாரின் ஆதரவில் ஏற்கனவே 1792 ஆம் ஆண்டு வாரணாசியில் (காசியில்) சம்ஸ்கிருதக் கல்லூரி ஒன்று அமைக்கப்பட்டது. இங்கு ஏராளமான பிராமணப் பிள்ளைகள் இலவசமாய்ப் படித்தனர். (இ.ச.க.தொகுதி-10 : 1792 - புள்ளி) பம்பாய் ஆளுநராய் இப்போது இருந்து வந்த எல்ஃபின்ஸ்டன் பூனாவில் வேத பாட சாலையின் மாதிரியில் சம்ஸ்கிருதக் கல்லூரி ஒன்றை 1821 இல் திறந்தார். பூனாவில் பேஷ்வாக்கள் ஆட்சி வீழ்ந்துவிட்டதால் மனங்குலைந்து போயிருந்த பிராமணர்களை ஆற்றுப் படுத்துவதற்காக, அரசு இக்கல்லூரியைத் திறந்தது. இக்கல்லூரியில் பிராமணர் மட்டுமே சேர்தல் கூடும்.

பம்பாய் நாட்டுக் கல்விச் சங்கம் (*Bombay Native Education Society*) 1820 ஆம் ஆண்டில் கல்வியைப் பரப்பும் நோக்குடன் திட்டமிட்ட முறையில் பள்ளிகளைத் திறந்தது.

பம்பாய் அரசு தன் செலவில் மாவட்ட நகரங்களில் தொடக்கப் பள்ளிகளை நிறுவத் தொடங்கி அவற்றை மாவட்ட ஆட்சித் தலைவர்களின் பொறுப்பில் விட்டது. அரசு இக்கல்விப் பணிகளை ஒருங்கிணைப்பதற்காக 1840 இல் கல்வி வாரியம் (*Educational Board*) ஒன்றை உருவாக்கியது.

1821

ஆங்கிலக் கல்விக்கு எதிர்ப்பு

எனினும் ஆங்கிலக் கல்விக்குப் பிராமணரிடையே எதிர்ப்பு இருந்தது. தோலால் அட்டை கட்டிய புத்தகங்களைத் தொடுவது தீட்டு என்று சிலர் கூறினர். எழுதும் மையும் அவ்வாறே கருதப்பட்டது. ஆந்தை (*Owl*)என்ற ஆங்கிலச் சொல்லை வீட்டில் மனப்பாடம் செய்வது தீய சகுனம் என்று சொல்லப்பட்டது. பிள்ளைகள் புத்தகப் பையை ஒரு மூலையில் வைத்து விட்டு, வெளியில் 'அவுல்' என்ற சொல்லை உச்சரித்ததால் உண்டான தீட்டையும் பள்ளியில் பிற சாதிப் பிள்ளைகளைத் தொட்டதனால் தொற்றிய தீட்டையும் போக்க அவர்கள் வீடு திரும்பியதும் உடனே குளிக்க வேண்டும். அவர்கள் ஆங்கிலம் படிப்பதால் தீட்டு உண்டாவதுடன், அவர்களின் பிரமாணத் தன்மையே போய்விடுகின்றது என்று வைதிகர் கூறினர்.

பெண் கல்வியில் தோல்வி

அரசு பெண்களுக்குக் கல்வியளிக்கவும் 1830 ஆம் ஆண்டில் முயன்றது. ஆர்வமும் துணிச்சலுமுடைய சிலர் பூனாவிலிருந்த பிரிட்டீசு அலுவலரை அணுகிப் பேஷ்வாவின் பழைய வீட்டில் ஒரு பள்ளியைத் தொடங்கினர். பெண் குழந்தைகள் அந்தப் பள்ளிக்கு ஒளிந்து கொண்டே வந்தனர். ஒளிந்தபடியே வீட்டிற்குத் திரும்பினர். அதனால் இம்முயற்சி தோற்றது.

சம்ஸ்கிருதக் கல்லூரியும் தோல்வி

பூனா சம்ஸ்கிருதக் கல்லூரி பயனற்றது என்பது 1838 இல் கண்டறியப்பட்டது. அரசு இது குறித்து மிகுந்த கவனத்தொடும் பிராமணரின் இசைவொடும் இக்கல்லூரியை இந்தியர் அனைவருக்காகவும் திறந்து விட்டது. இது பிராமணருக்குச் சீற்றத்தை உண்டாக்கி விட்டது. பிராமணப் பண்டிதர்கள் இதை ஆத்திரத்தொடு எதிர்த்தனர். அவர்கள் பிராமணரல்லா மாணவர்களுக்குச் சம்ஸ்கிருதம் கற்றுத் தர மறுத்து விட்டனர்.

பிராமணரல்லாதர் சமஸ்கிருதம் கற்பதற்கு உரிமையில்லை என்பது அவர்களது வாதமாகும். வைதிகப் பிராமணர் இக்கல்லூரியை நடக்கவொட்டாமல் செய்வதாய் அச்சுறுத்தினர். பூனா இக்காலத்தில் சித்பவன் பிராமணரின் கோட்டையாய் இருந்தது.

இக்கல்லூரியின் முதல்வரான கோனலி *(Conally)* பிராமணரிடம் பேசினார். அவர்கள் தம் முடிவைக் குறித்து மீண்டும் சிந்திக்க வேண்டும் என்று கேட்டுக் கொண்டார். கோனலி அதற்குக் காலக்கெடு தந்துவிட்டுச் சோனர், பிரபு என்ற சாதிகளைச் சேர்ந்த பிள்ளைகளுக்குத் தானே சம்ஸ்கிருதம் கற்றுக் கொடுக்கத் தொடங்கி விட்டார். பிராமணப் பண்டிதர்கள் பிரமணப் பிள்ளைகளுக்குக் கற்பித்தனர். பிராமணரல்லாப் பிள்ளைகளுக்குப் புனித மொழியான சம்ஸ்கிருதத்தைக் கற்றுத் தருவதை விட ஆசிரியப் பணியிலிருந்தே விலகி விடுவோம் என்று பெரும்பாலான சம்ஸ்கிருதப் பண்டிதர்கள் அச்சுறுத்தினர்.

அதனால் இந்தக் கல்லூரி மிகவும் இக்கட்டான நிலையில் *1838* ஆம் ஆண்டு தத்தளித்தது.

Keer, Dhananjay Mahatma Jotirao Phooley, Bombay, 1994.

4. விளையாட்டு

போக்கர் சீட்டாட்டம் தோற்றம்

பிரான்சின் ஆறாம் சார்லஸ் *(1368-1422;* ஆ.கா.*1380-1422)* அரசரின் அவையிலிருந்த ஓவியரான ஜேக்கூ கிரிங்கோனூர் *(Jacques Gringonneur)* ஆட்டச் சீட்டுக் கட்டுகளை *1392* ஆம் ஆண்டில் வடிவமைத்தார். இச்சீட்டுகள் அடுத்துச் சுமார் அறுநூறாண்டுக் காலம் பல விளையாட்டுகளில் பயன்பட்டது. அவர் வகுத்த சீட்டுக் கட்டில் *52* சீட்டுகள்; நான்கு சாதிகளாய்ப் பிரிக்கப்பட்டிருந்தன. அவை பிரஞ்சு மக்களின் ஒவ்வொரு வகுப்பையும் குறித்தன. தமிழில் இஸ்பேட்டு எனப்படும் ஸ்பேடு *(Spade)* காவலர் அல்லது படைவீரரையும், கிளாவர் எனப்படும் கிளபு *(Club)* உழவரையும், கால்நடை வளர்ப்போரையும், டயமன் *(Diamond)* கைவினைஞர்கள் இதய வடிவில் அணியும் தொப்பிகளையும் ஆட்டியன் *(Hearts)* மத குருக்களையும் குறித்தன.

சீட்டில் எத்தனையோ ஆட்டங்கள் அதன்பிறகு உண்டாயின. ஒவ்வொரு நாட்டிலும் உண்டாகியும் வருகின்றன. இந்த ஆண்டில் அமெரிக்கத்தில் புதிய ஆட்டம் ஒன்று உண்டாக்கப்பட்டது. அதற்குப் போக்கர் *(Poker)* என்று பெயர். அமெரிக்க ஒன்றியத்தின் தென்கிழக்கே மிசிசிப்பி ஆற்றின் மீதிலுள்ள நியூ ஆர்லியன்ஸ் என்ற துறைமுகப்பட்டினத்தில் *1821* ஆம் ஆண்டு மாலுமியர் இப்புதிய ஆட்டத்தை ஆடத் தொடங்கினர்.

அவர்கள் பண்டைப் பாரசிக விளையாட்டையும் பிரஞ்சுக்காரர் ஆடும் போக்கு ஆட்டத்தையும் கலந்து இப்புதிய விளையாட்டை உண்டாக்கி ஆடினர். பிரஞ்சுக்காரர் ஆடும் போக்கு என்ற விளையாட்டு பிரைமியர் என்ற இத்தாலிய ஆட்டத்தையும், ஆங்கிலேயரின் பிரக *(Brag)* என்ற ஆட்டத்தையும் கலந்து உண்டாக்கியதாகும்.

போக்கர் என்ற இப்புது ஆட்டத்தை ஆடுவதற்கு ஆட்டத்திறமை எதுவும் வேண்டியதில்லை. கையிலுள்ள சீட்டு மோசமானதாயிருந்தாலும், அதை முகத்தில் காட்டிக் கொள்ளாமல் நின்று சாதித்து எதிரியை மனங் குலையச் செய்யும் கெட்டிக்காரத்தனமே இதில் முக்கியமானதாகும்.

5. போக்குவரவு

அமெரிக்கத்தில் முதல் இரயில் நிலையம்

அமெரிக்க ஒன்றியத்தின் கிழக்கு மாநிலமாகிய மேரிலந்தின் (*Maryland*) உட்பகுதியிலுள்ள துறைமுகப்பட்டினமான பால்டிமோரில் (*Baltimore*) இருக்கும் மௌண் கிளேர் (*Mount Clare*) என்ற இடத்தில் உலகின் முதல் இரயில் நிலையம் 1821 ஜனவரி 7 அன்று திறக்கப்பட்டது.

6. மக்கள்

(அ) கோடைக்கானலில் முதல் ஆங்கிலேயர்

இந்தியத்தின் மேற்குக் கரையை ஒட்டித் தெற்கே சேரத்திலிருந்து (கேரளம்) வடக்கே குஜராது வரையிலும் சுமார் 1600 கிலோமீட்டர் நீள்கின்ற மலைத் தொடர் பழங்காலத்தில் வானமலை, அதாவது வானளாவிய மலை என்று பெயர் பெற்றிருந்தது. இம்மலைச் சாரலை உடையவர்களாயிருந்ததால், சேரர்க்கு வானவர் என்ற பெயர் உண்டாயிற்று. இன்று அது மேற்குத் தொடர்ச்சி மலை அல்லது மேற்கு மலைத் தொடர் என்று இலக்கிய நயமின்றி அழைக்கப்படுகின்றது. இம்மலைத் தொடரிலிருந்து பிரிந்து கிழக்கு நோக்கி நீளும் மலை நீளிக்குப் பழனி மலைத் தொடர் என்று பெயர்.

பிரிட்டீசார் கொண்டு வந்த பல்வேறு ஆட்சிச் சீர்த்திருத்தங்களின்படி மதுரைச் சீமை 1786 ஆம் ஆண்டில் ஒரு மாவட்டமானது. அதன் ஆட்சித் தலைவராய் (*Collector*) ஜார்ஜ் புராக்டர் (*George Proctor*) அமர்ந்தார். அன்று மதுரை மாவட்டத்தில் அடங்கிய பழனி மலைப் பகுதியில் நில அளவாய்வை அரசு மேற்கொண்டது.

1821 அங்கு 1821 ஆம் ஆண்டில் நில அளவாய்வுப் பணிக்கு வி.எஸ். உவார்டு என்ற ஆங்கிலேயர் சென்றார். இனிமேல் கொடைக்கானல் என்ற ஒரு மலை நகரம் அமையவிருக்கும் பழனி மலை மீது அடியெடுத்து வைத்த முதல் ஆங்கிலேயர் அவரேயாவர். பழனி மலை முகட்டில் உருவான கோடைக்கானல் நகரம் பற்றிய செய்திகள் இனி வரும் ஆண்டுகளில் காணப்படும் (இ.ச.க.தொகுதி- 15 : 1845 புள்ளி)

(ஆ) இந்தியத்தில் போலந்தியர்

இந்தியத்தில் வாணிபம் செய்யும் நோக்குடன் போலந்தும் பிற ஐரோப்பிய நாடுகளின் அடியொற்றி 1722 வாக்கில் வங்கத்திற்குக் கப்பல்களை அனுப்பியது. அங்குள்ள பங்கிபசார் என்ற இடத்திற்குப் போலந்துக் கொடி பறந்த இரண்டு கப்பல்கள் அப்போது வந்தன. (இ.ச.க.தொகுதி-4) அவற்றைப் பங்கிபசாரில் ஏற்கெனவே பண்டசாலை அமைத்திருந்த ஆஸ்டண்டுக் கம்பெனி (இ.ச.க.தொகுதி-3) இடையில் வழிமறித்து நிறுத்தியதொடு போலந்தின் இந்திய வாணிப முயற்சி முடிந்து போனது. எனினும் வேறு துறைகளில் இந்தியத்திற்கும் போலந்திற்கும் தொடர்பு இருந்து வந்தது.

மராட்டிய வல்லாளரின் படை ஊழியத்தில் ஐரோப்பிய நாட்டினர் பலர் இருந்தனர். எனினும் போலந்து நாட்டினரை எங்கோ ஓரிடத்தில்தான் காணமுடியும். அவர்களுள் ஒருவர் மீரத்தின் சிற்றரசியான சம்ரூ பேகத்தின் ஊழியராயும் காதலராயும் இருந்தார். (*Meerut*: இன்று மேற்கு உத்தரப் பிரதேசத்தில் உள்ளது. டெல்லியிலிருந்து வடகிழக்கில் சுமார் அறுபது கிலோமீட்டரில் இருக்கின்றது. இவ்வூர் 1806 முதல்

பிரிட்டனின் படைத்தளமாய் இருந்தது. இந்தியப் படைவீரர் புரட்சி 1857 இல் இங்குதான் முதன்முதலில் வெடித்தது). சம்ரூ பேகத்தின் படைத் தலைவராயிருந்த அந்தப் போலந்துக்காரரின் பெயர் மேஜர் காட்லியபு கோயின் ஆகும். (Major Gotlieb Koine) (பேகம் சம்ரூ:இ.ச.க.தொகுதி-8)

காட்லியபு போலந்தில் 1765 டிசம்பர் 25 ஞாயிறன்று பிறந்தார். அவர் பேகம் சம்ரூவின் ஊழியத்தில் இருந்த காலையில் 1821 செப்டம்பரில் இறந்தார். இவர் கடைசிக் காலத்தில் புதனா என்ற இடத்தில் குறுநில மன்னர் போல் இருந்து வந்தார்.

(இ) ஐரோப்பிய மக்கள் தொகை

பிரிட்டனின் மக்கள் தொகை 1821 இல் 20.8 மில்லியனாய் உயர்ந்தது. இதில் அயர்லாந்தின் மக்கள் எண்ணிக்கை 6.8 மில்லியனும் அடங்கும்.

பிரான்சின் மக்கள் தொகை 30.4 மில்லியன்

இத்தாலிய அரசுகள் : 18 மில்லியன்

ஜெர்மன் அரசுகள், கோமகனாட்சிப் பகுதிகள், சிற்றரசுகள் ஆகியன சேர்ந்து 26.1 மில்லியன்.

7. பிறப்பு

தாஸ்தவஸ்கி (1821 - 1881)

ஃபியோடர் மிகைலோவிச்சு தாஸ்தவஸ்கி (*Fydor Mikhailovich Dostoesky*. 1821 - 1881) 1821 ஆம் ஆண்டு நவம்பர் 11 அன்று மாஸ்கோ நகரில் பிறந்தார். இவர் உள்ளத்தை ஊடுருவி உயிர்த் துடிப்புடன் எழுதவல்ல தலையோங்கிய எழுத்தாளர். அவரது மிகச் சிறந்த நாவல்கள் :- குற்றமும் தண்டனையும் (*The Crime and Punishment*, 1866), மட்டி (*The Idiot*, 1818) கரமசாவு சகோதரர்கள் (*The Brothers Karamaov*, 1879 - 1880).

8. இறப்பு

(அ) நெப்போலியன் போனப்பாட்டு (1769-1821)

வட இத்தாலியின் மேற்கில் நில நடுக் கடலில் அமைந்த கார்சிக்கம் என்ற தீவில் கார்லோஸ் போனப்பட்டிற்கும் லெயிட்சியா ரமோலினோவிற்கும் பிறந்த எட்டு மக்களில் இரண்டாவதாய் நெப்போலியன் பிறந்தார். பிரஞ்சுப் படையில் இளநிலை அலுவலராய்ச் சேர்ந்து, அந்நாட்டின் முடி மன்னராய் உயர்ந்த நெப்போலியன் போனப்பாட்டு (*Nepolean Bonapart*) 1815 ஆம் ஆண்டு வாட்டர்லு களத்தில் தோற்றபின், தென் கிழக்கு அட்லாண்டிக்குக் கடலிலுள்ள செயிண் ஹெலினா தீவில் சிறை வைக்கப்பட்டார். அவர் அங்கு ஐந்தரையாண்டுகள் தீவாந்திரம் இருந்த பின்னர் 1821 ஆம் ஆண்டில் இறந்தார். அது ஆர்சனிக்கு நஞ்சூட்டிச் சிறுகச் சிறுகச் சாகடிக்கப்பட்ட கொலை என்பது இருபதாம் நூற்றாண்டில் மெய்ப்பிக்கப்பட்டது.

(ஆ) காலின் மெக்கன்சி (1753 -1821)

இவர் இங்கிலாந்தின் வடக்கில் ஸ்காத்லாந்திற்கு அப்பால் கடலிலுள்ள ஹைடிரைடு தீவுத் திரள்களுள் ஒன்றான லூயிசில் 1753 ஆம் ஆண்டு பிறந்து, இந்தியத்தில்

படைப் பணி செய்வதற்கென்று தனது 29 ஆவது வயதில் சென்னைக்கு வந்தார். அவர் உலகப் புகழ் பெற்ற தம்பி படை என்ற மதராஸ் சேப்பர்ஸ் படையில் சேர்ந்து பல களங்களைக் கண்டார் (தம்பி படை : இ.ச.க.தொகுதி-8 : 1780-புள்ளி). பின்னர் அவர் 1783 ஆம் ஆண்டு மேற்கொண்ட நில அளவைப் பணியினூடே வரலாற்று ஆவணங்கள், ஏட்டுச் சுவடிகள் முதலியவற்றைத் திரட்டினார். தென்னிந்திய வரலாற்றைக் கட்டி எழுப்புவதற்கு மெக்கன்சி திரட்டு என்ற அவரின் சேகரம் பேருதவியாய் அமைந்தது.

மெக்கன்சியின் இவ்வரிய பணி குறித்த செய்திகள் இந்திய சரித்திரக் களஞ்சியத்தின் 9 ஆம் தொகுதியிலும் 11 ஆம் தொகுதியிலும் சொல்லப்பட்டுள்ளன. அவர் 1821 ஆம் ஆண்டு இறந்தார்.

(இ) ஜான் கீட்ஸ் (1795-1821)

ஜான் கீட்ஸ் (John Keats 1795-1821) மிகச் சிறந்த ஆங்கிலப் புலவர். கீட்ஸ் இலண்டனில் பிறந்தவர். அவர் 1821 ஆம் ஆண்டில் இறந்தார். கீட்ஸ் 1818 ஆம் ஆண்டில் புனைந்த *Endymion* என்ற பாடல் கடுமையாய் விமர்சிக்கப்பட்டது. எண்டைமியோன் கிரேக்கத் தொன்மத்தில் வருபவன். அவனுடைய காதலியான நிலவுத் தெய்வம் செலீன் இரவுதோறும் அவனிடம் வருவாள். அவரின் அருமையான பாடல்கள் 1820 ஆம் ஆண்டில் வெளியான *Lamia and other Poems* என்ற பாடல் திரட்டு நூலில் இடம் பெற்றுள்ளன. கீட்ஸ் 1848 இல் புனைந்த *His Letters* என்ற பாடல் ஆங்கில மொழியில் வெகு புகழ் பெற்றது.

1822

அரசியல்

பிரேசில் விடுதலை, லைபீரியம் தோற்றம்

அறிவியல்

படிமுறை வளர்ச்சி பற்றி லமார்க்கு, நிலை நிற்கும் முதல் புகைப்படம் தட்டச்சுப் பொறி

மருத்துவம்

இந்தியத்தில் மருத்துவக் கல்வி, கிரேக்க, ரோமானிய, அரபு மருத்துவம் நியூயார்க்கில் மஞ்சள் காய்ச்சல்

இசை

இலண்டனில் இராயல் இசைக் கழகம்

கலை, இலக்கியம்

வீரமா முனிவர் வரலாற்று நூல், குஜராத்தியில் கிழமை இதழ் இந்து சமயம் பரப்ப வங்க இதழ், நெதர்லந்தில் டச்சு ஆட்சி மொழி

கல்வி

சென்னை மாநிலத்தில் பள்ளிகள் ; சாதிப் பாகுபாடு

வேளாண்மை

அயர்லந்தில் உருளைக் கிழங்கு விளைச்சல் பொய்த்தல்

இராணுவம், போர்

அசாந்திப் போர் தொடக்கம்

போக்குவரவு

நீராவிக் கப்பல் வளர்ச்சி, முதல் இரும்புக் கப்பல்

மக்கள்

திபேத்தியவியல் ஆய்வு : சிசோமா, நியூயார்க்கு நகர மக்கள் தொகை

வரலாறு

எகிப்திய எழுத்துப் படிக்கப்படுதல்

பிறப்பு

ஆறுமுக நாவலர் (1822 -1875)
லூயி பாஸ்சர் (1822 -1895)
கிரிகோர் யோகான் மெண்டல் (1822 -1884)

இறப்பு

ஷெல்லி (1792-1822)
வில்லியம் ஹெர்ஷல் (1738-1822) வைக்கவுண் கேசில்ரா (1765-1822)
அலி பாஷா (1741-1822)

1822

1. இந்தியத்தில் மருத்துவக் கல்வி

பாரதத்தில் பன்னெடுங் காலமாய் இருந்து வரும் சித்த, ஆயுர்வேத, யூனானி மருத்துவ முறைகள் பதினெட்டாம் நூற்றாண்டுவாக்கில் மூட நம்பிக்கைகளில் பெரிதும் தோய்ந்து நலிந்து விட்டன. இந்திய மருத்துவக் கல்வி என்பது மேனாட்டார் கொள்ளும் பொருளில் கல்விக் கூடங்களில் கற்பிக்கப்படும் வழக்கம் நமது பண்பாட்டில் இருந்திலது. பொதுவாய் மருத்துவம் என்பது தந்தை, மகன் என்று வழிவழியாய்ச் சென்ற பரம்பரைத் தொழிலாய் இருந்ததால், அப்பன் பிள்ளைக்குக் கற்பிப்பதே இங்கு மருத்துவக் கல்வியாயிருந்தது.

பண்டை இந்திய மருத்துவம்

இந்நாட்டின் தொல்குடியினர் உலர்ந்த கிழங்குகளையும் தண்டுகளையும் கொண்டு நோய்களை ஆற்றிய விதம் இந்தியத்தை அடைந்த ஆரியரை வியப்பிலாழ்த்தியது. நாமறிந்துள்ள பண்டை மருத்துவம் இதுவேயாகும். இந்திய ஆரியர் அம்மக்களிடமிருந்து நோயாற்றும் மூலிகை எது, நச்சுப் பூண்டு எது என்பதைக் கண்டறிந்தனர். அசுரரின் மருத்துவரான (அவரே அசுரர் குருவுமாவார்) சுக்கிரர்தான் தனது நோயாற்றும் கலைகளைக் காட்டித் தேவர்களை விடாது தலை குனியச் செய்தார் என்பதைத் தொன்மங்களில் காண்கின்றோம்.

1822

பைசாசரும் மருத்துவமும்

வானர மருத்துவரான சுசேனன், இராமரின் புண்ணை ஆற்றியதையும் இலக்குவனை உயிர்ப்பித்ததையும் இராமாயணம் காட்டுகின்றது. ஆரியரல்லாப் பைசாசரின் அறுவை மருத்துவம் குறிப்பிட்டுக் கூறத்தக்க புகழ் பெற்றிருந்தது. பிசாசர் அல்லது பைசாசர் என்போர் பற்றிப் பலவிதமான செய்திகள் கூறப்படுகின்றன. அவர்கள் ஒருவகைத் தேவ சாதியார், பிரமனால் நெய்யிலிருந்து படைக்கப்பட்டோர்; காற்றைப் போன்ற உருவமுடையோர் என்றெல்லாம் சொல்லப்படுகின்றனர். அவர்கள் இராக்கதரினும் கீழானோர், தீயோர், அருவருப்பானோர், சுடுகாட்டில் வாழ்ந்து பிணங்களை உண்டும், பல நோய்களை உண்டாக்கியும் வந்த குட்டிப் பிசாசுகள் என்றும் வருணிக்கப்படுகின்றனர். அவர்கள் பைசாசம் என்ற மொழியைப் பேசினர். அம்மொழி பைசாசி, சூசிக பைசாசி என்றும் வழங்கியது. பாஷ்கிலத, கேகய, நேபாள நாடுகளைப் பைசாச தேசம் என்பர் என்றும் அபிதான சிந்தாமணி சொல்லும்.

பிரமன், தேவர், கந்தருவர், மனிதர் முதலானோரைப் படைத்தபின் சிதறிய துண்டுகளிலிருந்து அசுரரையும் இராக்கதரையும் உண்டாக்கினார் என்று பிராமணங்கள் கூறும். அவர்கள் பிரசாதிபதியிடமிருந்து தோன்றியதாய் மனு சொல்வார். தலைமை முனிவரான கபிசாவிற்கும் சூனியக்காரியான குரோத வசாவிற்கும் பைசாசர் பிறந்தனர் என்றும் தொன்மங்கள் தொகுத்துரைக்கும். குரோத வசாவைப் பிசாச அல்லது கபிச என்றும் அழைத்தனர். அவரின் மக்களான பிசாசருக்குக் கபிசேயர் என்ற பெயரும் உண்டு.

அவர்கள் ஆரியரல்லாப் பழங்குடியினர் என்று ஒரு காலத்தில் கருதப்பட்டனர். எனினும் அவர்களின் தாயகம் விந்தியப் பகுதி என்றும் (நடு இந்தியம்; இது இன்றைய மத்தியப் பிரதேசத்தில் இருந்தது.) அவர்கள் மங்கோலிய உறவுடையோரென்றும் இப்போது நம்பப்படுகின்றனர். அவர்கள் வட மேற்கில் வாழ்ந்தவர்கள் என்று மகா பாரதம் கூறுகின்றது. அவர்கள் நடு ஆசியத்தின் இந்து குஷ் (Hindu Kush) மலையை அடுத்த தென் பகுதியில் வாழ்ந்தவர்களாயிருக்கலாம் என்றும், சித்தியராய் (Scythians) இருக்கலாம் என்றும் அறிஞர் நம்புவர். அவர்கள் செந்நிறத்தோர்; போரில் வெல்ல முடியாதோர் என்றும் விவரிக்கப்படுகின்றனர். இவர்களைப் போரில் வெல்வதற்கு உதவுமாறு இருக்கு வேதம் இந்திரனை இறைஞ்சுகின்றது.

குணாட்டியரின் (கி.பி. முதல் நூற்றாண்டு ; இவர் பெருங்கதை என்ற ஏழாம் நூற்றாண்டுத் தமிழ் நூலின் முதல் நூலாகிய பிருகத் கதையை எழுதியவர்.) பிருகத் கதை பைசாச மொழியில் எழுதப் பெற்றது. பைசாசம் பிராகிருத மொழிப் பிரிவில் ஒன்றாகும். (பிராகிருதம் : இ.ச.க.தொகுதி- 11) பிற்கால ஆரிய சமூக அமைப்புப் பைசாசத் திருமண முறையை ஏற்றுக் கொண்டது. அவர்கள் அறுவை மருத்துவத்தில் அருந் திறனை யுடையவர்களாயிருந்தமையால் இம்மருத்துவ முறையைப் பைசாச வேதம் என்று கோபத பிராமணம் குறிக்கின்றது.

இவற்றிலிருந்து இந்திய மருத்துவ முறை வரலாற்றுக் காலத்திற்கு முற்பட்டது என்பது புலனாகும். அது பற்றிய செய்திகள் தொன்மங்களிலும் புனை கதைகளிலும் கலந்து விரவியுள்ளன.

கிரேக்கத்தில் மருத்துவக் கல்வி

இந்தியத்தைப் போலவே கிரேக்கத்திலும் ஈஸ்குலேப்பியர் என்ற மருத்துவர்கள் நோயாற்றும் பண்டுவ முறைகளைத் தமக்குள் மறைவாய் வைத்திருந்தனர். அங்கு மருத்துவ அறிவு தகப்பனிடமிருந்து மகனுக்குச் செல்வது மரபாயிருந்தது. அவர்கள் மாணாக்கரிடம் கட்டணம் வாங்கிக் கொண்டு கற்பிக்கவில்லை. ஆனால் அயலாரிடம் மருத்துவம் கற்க விரும்பும் ஒருவர், அதற்கென்று ஆசானுக்குப் பெருந் தொகை செலுத்த வேண்டும். இத்தகைய மருத்துவக் கூட்டத்தைச் சேர்ந்த ஒவ்வொருவரும் தம்முடனொத்த மருத்துவர்களிடம் தம் மருத்துவ அறிவைப் பகிர்ந்து கொள்வதாய் உறுதி கூறினர். எனினும் அவர்கள் பிறர் எவரிடமும் தம் மருத்துவ அறிவைப் பகிர்ந்து கொள்வதில்லை.

கிரேக்க மருத்துவமும் இந்தியப் பண்டுவத்தைப் போலவே சமயச் சூழ்நிலையில் உருவானது. பண்டைக் கிரேக்கர் இந்து தேசத்தவரைப் போன்று பல கடவுளரை வழிபட்டனர். அக்கடவுளரில் பலர் நோய் தோன்றுதல் அல்லது அதைக் குணப்படுத்துதல் ஆகியவற்றுடன் தொடர்புடையோராயிருந்தனர். அப்போலோ நோயைத் தீர்த்து வைக்கவும் அதை ஆற்றவும் கூடிய தெய்வமாயிருந்தது.

பின்னர் கிரேக்கத்தில் தேலோஸ் (Delos : இது தென்மேற்கு ஏஜியன் கடலில் இருநூற்றுக்கு மேற்பட்ட தீவுகள் அடங்கிய சைக்கிளேடுஸ் (Cyclades) தீவுக்கொத்துகளில் ஒன்றாகும்.) என்ற தீவில் லெட்டோ (Letto : கிரேக்கத் தலைமைக் கடவுளான சீயசின் மனைவி) என்ற இறைவிக்கு மகனாய்ப் பிறந்தவன் அப்போலோ என்பது தொன்மக் கதையாகும். அப்போலோவை டெல்ஃபி (Delphi : ஃபர்னாசஸ் மலையின் தென் சரிவிலுள்ள நகரம். இது பண்டைக்காலத்தில் குறி சொல்வதற்குப்

பெயர் பெற்ற இடமாயிருந்தது) நகருக்குக் கொண்டு சென்றனர். அவன் அங்கு ஒரு பாம்பைக் கொன்றான். பாம்பு என்பது பன்னெடுங்காலத்திற்கு முன்பிருந்தே நோயைக் குறிக்கும் சின்னமென்று கருதப்பட்டு வந்தது. அப்போலோ பாம்பைக் கொன்றதன் காரணமாய் உடல் நலந்தரும் கடவுளானான்.

அல்கமியோன்

இங்ஙனம் தொன்மங்களொடும் கடவுளொடும் சேர்த்துப் பின்னப்பட்டிருந்த கிரேக்க மருத்துவ முறை கி.மு. ஆறாம் நூற்றாண்டில் பகுத்தறிவின் அடிப்படையில் அமையத் தொடங்குகின்றது. உடல் உள்ளமைப்பியல் (*anatomy*) மருந்து ஆகியன பற்றி முதன் முதலில் எழுதி வைத்தவருள் குரேட்டோனைச் சேர்ந்த அல்கமியோனும் ஒருவராவார். இது தென் இத்தாலியின் தென் மேற்குக் கரையோரமாய் அமைந்த ஊராகும். இதைக் கிரேக்கர் குலத்தின் தலையாய மக்களான அக்கியன்கள் (*Achean*) சுமார் கி.மு. 700 இல் நிறுவினர். அல்கமியோன் உடல் உள்ளமைப்பியல், உடல் ஆய்வு ஆகிய துறைகளில் ஆர்வம் கொண்டதன் பலனாய், அவற்றுக்கும் மருத்துவ முறைகளுக்கும் உள்ள உறவு பற்றித் தெளிவு ஏற்பட்டது. அல்கமியோனின் (*Alcameon*) காலம் சுமார் கி.மு. ஆறாம் நூற்றாண்டாகும்.

அதனால் பகுத்தறிவான முறையில் பண்டுவம் பார்க்கின்ற குழாம் தோன்றுவதற்கு வழி ஏற்பட்டது. அவர் மருத்துவத் துறைக்கு அளித்த பங்குகள் : பார்வை நரம்பை விவரித்தார். குருதிக் குழாய்களுக்கும் நரம்புகளுக்கும் உள்ள தனித் தன்மையை எடுத்துக் காட்டினார். மூச்சுக் குழாயை அடையாளங் கண்டார். நாக்கு சுவையறியும் உறுப்பு என்றும் அது எவ்வாறு செயல்படுகின்றது என்றும் விளக்கினார். நாம் நாக்கினால் சுவைக்கின்றோம்; சுவையறிகின்றோம் அது வெப்பமாயும் மென்மையாயும் இருப்பதால் நாவுக்கினிய பொருள்களை வெப்பத்தால் கரைத்து விடுகின்றது. அதன் அமைப்பு நுண் துளைகளை உடையதாயும் நுண்மையதாயும் இருப்பதால், அது பொருள்களை நுழைய விடுத்து, அவற்றை உணர்ச்சி மையத்திற்கு (*Sensorium*) அனுப்பி விடுகின்றது.

அல்கமியோன் கண்ணை உறுத்துப் பார்க்க முதன்முதலில் துணிந்தவருமாவார். அவர் உடல்களை அறுத்து ஆராய்ந்ததன் விளைவாய் உடலமைப்பைப் பற்றி நிரம்ப அறிந்து கொண்டார். அவர் பிற உறுப்புகளையும் குறிப்பாய் மூளையையும் அறுத்து ஆராய்ந்தார். இவர் மூளை பற்றிய அறிவில் தன் காலத்தில் வெகு முன்னோட்டமான பணிகளைச் செய்தார். டெமாக்கரிட்டிசின் காலத்திற்கு முன்னரே மனிதனின் உயர்ந்த செயல்பாடுகளுக்கு மூளை மையமாயிருக்கின்றது என்று அல்கமியோன் கூறி விட்டார். (*Democritus* 460 - 370 கி.மு. இவர் தன் ஆசான் லூசிட்டசின் அணுக்கொள்கையை மேம்படுத்தி விளக்கியுரைத்த கிரேக்க மெய்யியலார்.)அவர் காலத்து உடல் உள்ளமைப்பியலார் மூளையைச் சளி சுரக்கச் செய்யும் சளிச் சுரப்பி என்று கூறி வந்தனர். மூளைக்கு மூச்சுப் பாதைகளுடன் எவ்விதமான தொடர்பும் இல்லையென்று அல்கமியோன் கண்டுபிடித்தார்.

மேலை மருத்துவம் இங்ஙனம் கண் கொண்டு நேரில் ஆராய்ந்து காணும் முடிவுகளின் அடிப்படையில் கி.மு. ஆறாம் நூற்றாண்டு முதல் அறிவியல் முறையில் நடை போடத் தொடங்குகின்றது.

1822

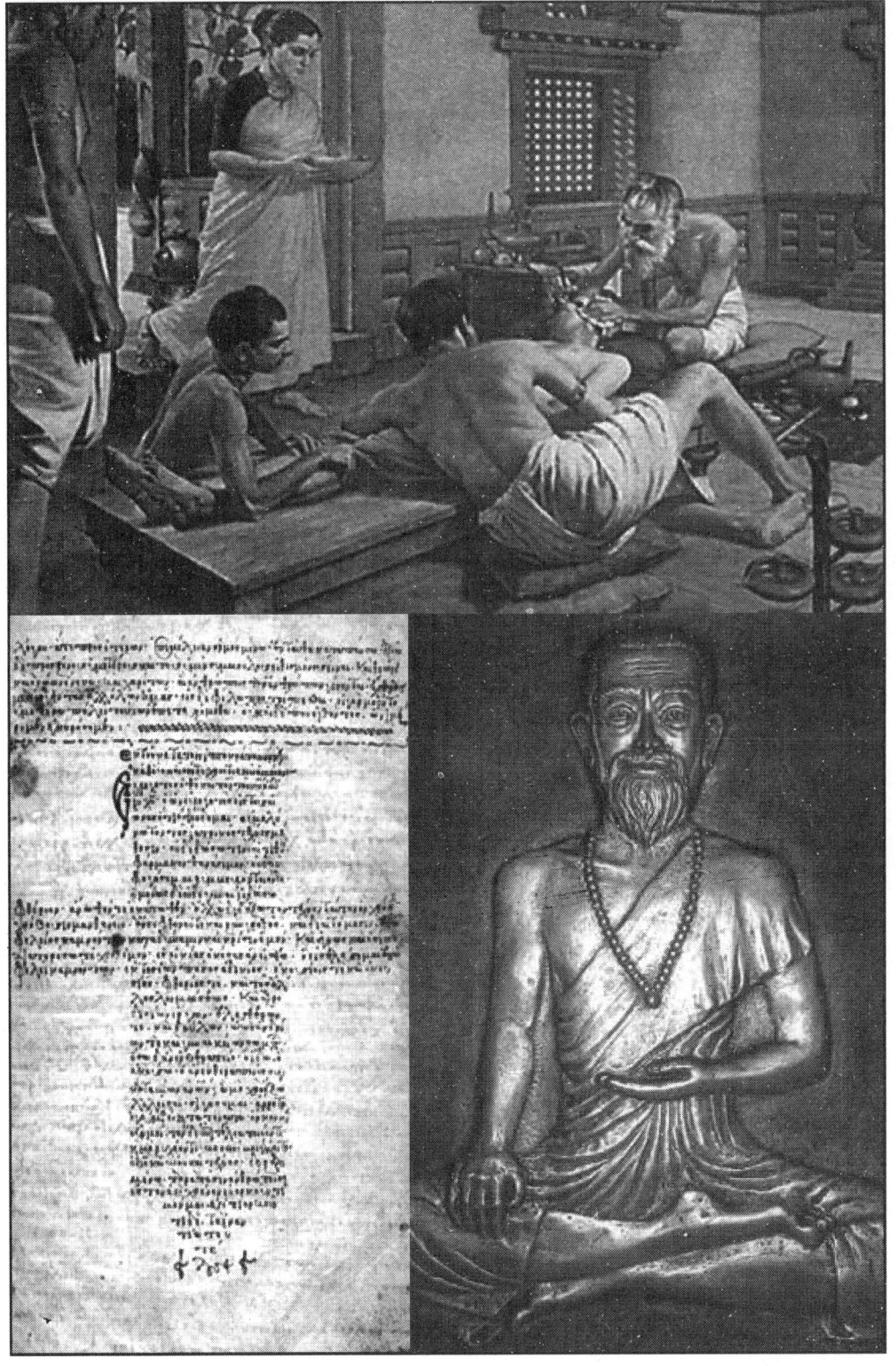

1822

இந்திய சரித்திரக் களஞ்சியம் | 91

இந்திய மருத்துவ வளர்ச்சி

இந்தியத்தில் மருத்துவ வளர்ச்சி அதன் பண்பாட்டிற்கும் இயற்கைச் சூழலுக்கும் ஏற்ப அமையலானது.

தேவர், மானுடர் இரு சாராரின் நோவுகளையும், துன்பங்களையும் ஆராய்வதற்காகப் பிரமன் மருந்துக் கலையைத் தோற்றுவித்தான் என்பது இந்து சமய மரபு. பிரமன் எழுதியதாய்ச் சொல்லப்படும் மருத்துவ நூலில் காரணம் (ஹேது), நோயறிகுறிகள் (இலிங்க), அனைத்து நோய்க்கு மருந்து (ஔஷத), முதலியன விவரிக்கப்பட்டுள்ளன. அதில் ஒரு இலட்சம் பனுவல்கள் (சுலோகங்கள்) இருக்கின்றன. இம்மருத்துவ முறை தேவர்களிடமும் முனிவர்களிடமும் அளிக்கப்பட்டது. எனினும் இம்முறை அவர்களிடையே எவ்வாறு வழி வழியாய் வந்தது என்பது எங்கும் கூறப்படவில்லை.

பிரமன் இம்மருந்து முறையைப் பிரசாபதிக்கும் பின்னர் தக்கன், தேவ மருத்துவரான அசுவினி சகோதரர், இந்திரன், ஞாயிற்றுக் கடவுளான பாஸ்கரன், தேவர்களின் மருத்துவனான தன்வந்திரி, காசி அரசன் திவோதசன், பரத்துவாசர், புனர்வாசர் என்று பெயர் பெற்றவரும் தக்கசீலப் பல்கலைக் கழகத்து மருத்துவ ஆசிரியருமான ஆத்திரேயர் (ஆத்திரேயர். *496* கி.மு. மகத அரசர் பிம்பிசாரனுக்கும் புத்தருக்கும் (*563-483* கி.மு.) மருத்துவர் என்று பௌத்த நூல்களில் தலையாய இடம் பெற்றுள்ளார்), புத்தரின் காலத்தவரும் மருத்துவரும் குழந்தை மருத்துவருமான காசியபர், அக்கினியின் தொழும்பன் என்ற அக்கினிவேசர், காந்தாரத்தைச் சேர்ந்த பேல (*Bela* : இவரின் பேல சங்கிதை மிகவும் சிதைந்த நிலையில் வழங்கி வருகின்றது.) பாலகாப்பிய,ஹரீத, க்ஷீரப்பிணி என்று பண்டை மருத்துவரின் பட்டியல் நீள்கிறது. இவர்களுள் பலர் தொன்ம நாயகர்கள். அவர்களின் மருத்துவக் கொள்கைகள் சிறு அளவில் கிடைக்கின்றன.

ஆயுர்வேதத் தோற்றம்

எனினும் சரகர் (*80 - 180*), சுசுருதர் (சு. *300* கி.பி.) வாகபடர் (*610 - 850* கி.பி) ஆகிய விருத்த திரயீ (முது மூவர்) எனப்படும் பண்டை மூவரிலிருந்துதான் இந்திய மருத்துவ முறையில் ஒன்றான ஆயுர்வேதம் தொடங்குகின்றது.

சித்த மருத்துவம்

சைவ சமயத்தை முழுமுதலாய் வைத்தே சித்த மருத்துவக் கோட்பாடுகள் அமைந்துள்ளன என்பர். சித்தர்கள் எம்மதத்தையும் சேர்ந்தவர்களல்லர். சித்தர் பலர் உருவ வழிபாட்டை மறுத்தனர். அதை ஏற்றுக் கொள்ளாதோர் என்பதற்கு இலக்கியச் சான்றுகள் பலவுள. சித்த மருத்துவம் குறித்துத் தமிழில் பல இலக்கியங்கள் உள்ளன. இவை யாவும் காலத்தால் பிந்தியனவாம். போகர், அகத்தியர், தேரையர், புலிப்பாணி, திருமூலர், கருவூரார், சட்ட முனி இவர்கள் எழுதிய மருத்துவ நூல்கள் பெரிய அளவிலும் ஏனையோர் எழுதியனவாய்ச் சில பாடல்களும் உள்ளன.

சித்த மருத்துவத்தில் யோகங்கள் பற்றிக் கூறும் நூல் திருமந்திரமாகும். இச்சித்தர்களின் காலம் பல்வேறு அறிஞர்களால் பல்வேறு காலங்களாய்க் கூறப்படுகின்றது. தி.வை. சதாசிவ பண்டாரத்தார் (*1892-1960*) சித்தர்கள் காலம் 5 - 6

நூற்றாண்டுகளில் தொடங்குகின்றது என கால்டுவல் *(1814 -1891)* போன்றோர் 16, 17 ஆம் நூற்றாண்டு என்கின்றனர். சித்தர்களுக்கு என்று ஏற்கத் தக்க வரலாறு எதுவும் இலது.

எனினும் இன்று சித்த மருத்துவம் என்ற பெயரால் சித்தரைத் தொட்டு நிலவும் மருத்துவ முறை விளக்கம் காணப்படாமலிருக்கும் வரலாற்றினுள் புதைந்து கிடக்கும் தொன்மையுடையது என்று நம்புவோர் உளர்.

சித்தர்களின் மருத்துவ அறிவு

வேதியியல், தாவரவியல், உலோகவியல் ஆகியவற்றைச் சித்த மருத்துவர்கள் நன்கறிந்திருந்தனர் என்பது ஆராய்ச்சியாளர் சிலரின் கருத்தாகும். ஆயுர்வேதம் மருந்து செய்முறைகளில் உலோகத் தாது வகைகளைக் கி.பி. ஏழாம் நூற்றாண்டிற்குப் பின்னரே கைக்கொண்டது என்றும் ஆனால் தமிழகத்தில் உலோகத் தாதுகளை மருந்தாக்கும் முறை அதற்கு முன்னரே சிறப்பான முறையில் விளங்கியது என்றும் கட்டு, களங்கு, மெழுகு, சுண்ணம் போன்ற உயர்வகை மருந்து செய்முறைகள் இன்றும் ஆயுர்வேதத்தில் காணப்பெறாமை சித்த மருத்துவத்தின் தனித் தன்மையை வலுப்படுத்தும் என்றும் கூறுவர்.

மேலும் சித்த மருந்துகளின் செய்முறைகள் மிகப் பெரிய வேதியியலாய் அமைந்துள்ளன. தாவரங்கள் *(Vegetable origin)*, உலோகக் கனிமங்கள் *(Mineral origin)*, உலோகங்கள் *(Metal origin)*, நடமாடும் உயிர்ப் பொருள்கள் *(animal origin)* என்னும் நால்வகை மூலப்பொருள்களிலிருந்து தமிழ் மருந்துகள் செய்யப்படுகின்றன. 1822

ரோமானிய மருத்துவக் கல்வி

வடமேற்கு ஆசிய மைனரில் ரோமானிய மாநிலமாயிருந்த மைசியத்தின் *(Mysia)* நகரான பெர்காமம் *(Pergamam)*, எகிப்தின் நைல் ஆற்று வடிநிலப் பகுதியிலிருந்த அலெக்சாந்திரியம் *(Alexandria)*, ஆசிய மைனரின் மேற்குக் கரையிலிருந்த எஃபிசஸ் *(Ephesus)*, தென் துருக்கியில் வாணிப மையமாயும் பண்டைச் சிரியத்தின் தலைநகராயுமிருந்த ஆண்டியோக்கு *(Antioch)* என்று கீழையுலகில் பல இடங்களில் இருந்த மருத்துவ மையங்கள் மருத்துவ அறிவின் களஞ்சியமாயும் மருத்துவம் கற்பிக்கும் மையங்களாயும் எவ்விதமான இடையீடு இன்றிப் பல்லாண்டுக் காலம் நிலவி வந்தன. அவற்றுடன் கான்ஸ்டாண்டி நோபிளும் *(Constantinoble* ; இன்று இஸ்தாம்புல் என்று அழைக்கப்படும் துருக்கி நகரம்), மாசிடோனியத்தின் பண்டைத் தலைநகராயும் தொடக்கக் காலக் கிறித்தவ மையமாயும் சிரியச் சமவெளியின் வட விளிம்பில் இருந்த எடசாவும் *(Edesa)* பின்னர் அவற்றுடன் சேர்ந்து கொண்டன.

மேலையுலகில் முறையான மருத்துவக் கல்வி ரோம் நகரில் கற்பிக்கப்படலானது. அரசு மருந்து முறையை வகுத்ததால், அரசிடமிருந்து ஊதியம் பெற்ற பேராசிரியர்களைக் கொண்ட மருத்துவப் பயிற்சி இத்தாலியின் பல நகரங்களில் தோன்றியது. அவை பின்னர் ரோமானியப் பேரரசெங்கும் விரிந்தன. அப்போது கார்த்தேஷ் *(Carthage:* வட ஆப்பிரிக்கக் கரையில் தற்காலத் துனிஸ் நகரருகிலிருந்த பண்டைய நகர அரசு, இதை ஃபினீசிய வணிகர்கள் கி.மு. 700 வாக்கில் அமைத்தனர். இது வட ஆப்பிரிக்கத்தில் பெரும் பேரரசாய் வளர்ந்தது. ரோம் அதை முதலில் அழித்துப் பின்னர் தானே கட்டியது. அரபுகள் இதை இறுதியாய் இடித்துத் தரைமட்டமாக்கினர்), சரகோசா *(Saragosa* : வட கிழக்குப் ஸ்பெயினில் ஃபெரோ ஆற்றின் கரைமீதிருந்த

பண்டை நகரம். ரோமானியர் இங்கு கி.மு. 25 ஆம் ஆண்டு குடியேறினர்). தென் கிழக்குப் பிரான்சிலுள்ளள துறைமுகப் பட்டினமான மார்சே (*Marseille*), பாடியூ (*Birdeux* : தென் மேற்கு பிரான்சில் சரோனி ஆற்றின் கரையிலுள் துறைமுகப்பட்டினம்), லயன் (*Lyon* : நடுப் பிரான்சின் தென் கிழக்கிலுள்ள நகரம்) ஆகியவற்றிலெல்லாம் மருத்துவப் பள்ளிகள் தோன்றலாயின.

ரோமில் முதன்முதலில் முறையான மருத்துவ ஆசிரியராய் விளங்கியவரின் பெயர் ஆஸ்கிலிப்பியாடுஸ். (*Ascylepiades* : சு. 40 கி.மு.) இவர் வட மேற்கு ஆசிய மைனரில் கருங்கடல் மீதிருந்த பைத்தினியம் (*Bythynia*) என்ற பண்டைய நாட்டில் பிறந்தவர்: அவர் எப்பிக்கியூரியன் என்ற இன்பவியல் கோட்பாட்டைப் பின்பற்றியவர் (*Epicurus, Epicurean*; எப்பிக்கியூரஸ்; 241 - 270 கி.மு., கிரேக்க மெய்யியலார். மிகவும் நன்மையானது இன்பமே என்பது அவரது கோட்பாடு. அது எப்பிக்கியூரியன் கொள்கை எனப்படும். உலகம் அணுக்களால் ஆனது என்ற கொள்கையையும் இவர் கூறினார்.) அணுக்கொள்கையை ஏற்றவர். அவர் கண்ணால் கண்டு முடிவு காண்பதை வற்புறுத்தி வந்தார். அவரது மருத்துவத்தில் உணவு கொள்ளும் முறை முக்கியமானதாயிருந்தது.

இங்ஙனம் ரோமானியப் பேரரசு நிலவிய காலத்தில் (29 கி.மு. - 641 கி.பி.) மருத்துவக் கல்வி அதன் பரப்பெங்கும் பரவியது. இந்தக் காலத்தில் அலெக்சாந்திரியத்தில் கி.மு. மூன்றாம் நூற்றாண்டில் உடல் உள்ளமைப்பியல் ஆய்வு மருத்துவ அறிவை விரிக்கும் விதத்தில் நடந்து வந்தது. கி.பி. முதல் நூற்றாண்டில் ரோமில் தொழில் முறை மருத்துவர்களுக்கென்று பல நூல்கள் வெளி வந்தன. அந்நூல்களைச் செல்சஸ் (*Celsus* கி.பி. முதல் நூ.) என்றவர் இலத்தீன் மொழியில் எழுதியிருந்தார். அத்துடன் மருத்துவத்தில் மூலிகைகளைப் பயன்படுத்துவது குறித்தும் ஆய்வு நடந்தது. கி.பி. இரண்டாம் நூற்றாண்டில் காலன் (*Galan* 130 - 200 கி.பி.) என்ற கிரேக்க மருத்துவர் ரோமில் உடலை அறுத்து உள்ளமைப்பியல் ஆய்வு செய்து அந்த அறிவை மருத்துவத்தில் பயன்படுத்திக் காட்டினார். தென்மேற்கு ஸ்பெயினிலுள்ள செவைல் (*Seville*) என்ற துறைமுகப் பட்டினத்தில் இசிடோர் (*Isidore of Seville*; சு. 560 - 636 கி.பி. இவர் புனிதர் நிலைக்கு 1598 ஆம் ஆண்டு உயர்த்தப்பட்டார்.) என்றவர் தொகுத்த கலைக் களஞ்சியத்தில் வரலாற்று இடைக்கால மருத்துவம் பற்றிய செய்திகள் சொல்லப்பட்டுள்ளன.

மாபெரும் மருத்துவரும் இஸ்லாமிய உலகின் சிறந்த எழுத்தாளருமான ரேசஸ் (*Rhazes Abubakar Muhammad Ibn Zakariya al Razi* சு. 850 - 932 கி.பி.) பயன்படு மருத்துவம் பற்றிய கலைக் களஞ்சியம் ஒன்றைத் தொகுத்தார். இவர் இந்திய மருத்துவ முறையைக் கூறும் முதல் நூலையும் எழுதியவர். அரபு மெய்யியலாரான அவிசென்னா (*Avicenna* 960-1037) மருத்துவ அறிவை முறைப்படுத்தினார். தென் மேற்கு இத்தாலியின் சலர்னோ நகரிலும் (*Salerno*) நடு ஸ்பெயினிலுள்ள டோலிடோ நகரிலும் (*Toledo*) கிரேக்க மொழியிலிருந்து அரபு மொழியில் ஏறியிருந்த பண்டை நூல்கள் பதினோராம் நூற்றாண்டில் இலத்தீனில் மொழி பெயர்க்கப்பட்டன. அரபு மொழியில் ஏறிய கிரேக்க மருத்துவ நூல்களை ஜெரார்டு (*Gerard*) பன்னிரண்டாம் நூற்றாண்டில் இலத்தீன் மொழிக்குக் கொண்டு வந்தார்.

ஐரோப்பியத்தில் மறுமலர்ச்சிக் காலம் (1466-1536) தோன்றியதற்கு முன்னர் மருத்துவம், மருத்துவக் கல்வி ஆகியவற்றின் இயக்கம் எவ்வாறு இருந்தது என்பதை ஓரளவு விளங்கிக் கொள்வதற்கு மேற்சொன்ன செய்திகள் பயன்படும்.

ஐரோப்பியத்தின் முதல் மருத்துவப் பள்ளி

நாம் மேலே தென்மேற்கு இத்தாலியிலுள்ள சலர்னோ நகர் பற்றிக் குறிப்பிட்டிருந்தோம். இது இன்றைய நேப்பிள்ஸ் நகரின் தென்கிழக்கே சுமார் 45 கிலோ மீட்டரில் உள்ளது. இங்குதான் மேற்கு ஐரோப்பியத்தின் முக்கியமான முதல் மருத்துவப் பள்ளி வரலாற்று இடைக் காலத்தில் (476-1453) அமைந்தது. இது 846 ஆம் ஆண்டில் அமைந்த தொன்மையது என்பர். எனினும் இது முறைப்படி 1150 ஆம் ஆண்டில்தான் நிறுவப்பட்டது. சலர்னோ கிழக்கத்தி - மேற்கத்திப் பண்பாடுகளின் நடுவே முக்கியமான இடத்தில் இருந்தது. கிரேக்க, அரபுச் செல்வாக்கு ஒரு முகமாய்க் குவிந்திருந்த சிசிலித் தீவிற்கு அருகில் சலர்னோ இருந்தது. அது அவ்வாறிருந்தாலும், கிரேக்க, இலத்தீன் நாகரிகத்தின் ஒருங்கிணைந்த பகுதியாகவே விளங்கியது. அது கிழக்கத்தி - மேற்கத்தி மூலங்களிலிருந்து பல செய்திகளைப் பெற்று வந்ததுடன், பல பண்பாடுகள் வந்து சங்கமித்து எண்ணங்கள் கலந்துருவாகித் தொடர்ந்து முன் பரவக் கூடிய இடமாயும் விளங்கிற்று. அங்கு பலதரப்பட்ட சிந்தனைகள் வந்து செழித்திருந்தமையால் ஓர் இலத்தீனர், ஒரு கிரேக்கர், ஓர் அராபியர், ஒரு யூதர் ஆகியோர் கூடி இப்பள்ளியை அமைத்தனர் என்று கூறப்படுவதுண்டு.

பிற மருத்துவப் பள்ளிகள்

வட இத்தாலியின் அப்பின்னைன்ஸ் மலையடிவாரத்திலுள்ள பொலோனா (*Bologna*) வரலாற்று இடைக் காலத்தில் தளையற்ற வாணிபம் செழித்த நகராயிருந்தது. இது ரோமானியப் பேரரசு நிலவிய காலத்தில் கற்றறிந்தோர் கூடும் மையமாய்த் திகழ்ந்தது. இங்கும் ஒரு பல்கலைக்கழகம் பன்னிரண்டாம் நூற்றாண்டில் உருவானது. பின்னர் வரிசையாய்ப் பாரிஸ் (*Paris, 1110*), படுவா (*Padua* : வடமேற்கு இத்தாலியிலுள்ள நகரம். ரோமானியப் பேரரசக் காலத்திலும் மறுமலர்ச்சிக் காலத்திலும் சிறந்து விளங்கியது. இங்கு 1222 இல் பல்கலைக் கழகம் அமைந்தது.) பைசா, (*Pisa* : இதுவும் வட மேற்கிலுள்ள இத்தாலிய நகரம். இங்கு 1333 இல் பல்கலைக்கழகம் அமைந்தது. இங்குள்ள சாய்ந்த கோபுரம் உலகறிந்ததாகும்.) மாண்பிளியே (*Montpellier*, தென் பிரான்சிலுள்ள நகரம். பல்கலைக்கழகம் 1289 இல் அமைந்தது), சாலமங்க (*Salmanca*, மேற்கு ஸ்பெயின் நகரம். இங்கு 1258 இல் பல்கலைக் கழகம் அமைந்தது). லெரிடா (*Lerida* ; வடகிழக்கு ஸ்பெயின் நகரம். இங்கு 1391 இல் மருத்துவப் பள்ளி அமைந்தது.) ஸ்பெயினின் பலன்சியா (*Palencia*), போர்ச்சுகல்லின் லிஸ்பன் (*Lisbon*), ஸ்பெயினின் டோலிடோ. ஆக்ஸ்ஃபோர்டு (1167), கேம்பிரிட்ஜ் (1207), நேப்பிள்ஸ் (*Naples*: தென்மேற்கு இத்தாலியிலுள்ள துறைமுகப் பட்டினம் 1224), பிராகா (*Prague*: செக்கோஸ்லோவாகியத்தின் தலைநகரம், 1348) என்று மருத்துவமும் கற்பிக்கின்ற பல்கலைக்கழகங்கள் தோன்றி விட்டன.

இவ்வளர்ச்சியின் நீட்டிப்பாக ஐரோப்பியர் விரவிப் பரவிய கடல் கடந்த நாடுகளிலும் மருத்துவம் கற்பிக்கும் பள்ளிகளும் கல்லூரிகளும் நிறுவப்பட்டு வந்ததை வரலாற்றில் காண்கிறோம்.

கட்டுரையின் தொடக்கத்தில் கூறியதைப் போன்று இந்தியத்தில் மருத்துவக் கல்விக்கு இத்தனை நெடிய வரலாறு எதுவும் இலது. பண்டை இந்தியத்தில் தாவரவியலிலும் மருத்துவத்திலும் பெயர் பெற்ற ஆத்திரேயர் சுமார் கி.மு. 500 வாக்கில் தக்கசீலப் பல்கலைக்கழகத்தில் மருத்துவம் கற்பித்தார் என்பதை மேலே கூறினோம்.

அரபு, இந்து மருத்துவத் தொடர்பு

அறிவியல் அடிப்படையில் மருத்துவப் பண்டுவ முறைகளின் முக்கியமான முதல் தோற்றம் அரபுகளிடமிருந்து பிறந்தது என்பர். மருத்துவத்தையும் மருந்தையும் நோயையும் குறிக்கும் சொற்களும் உடலுறுப்புகளைக் குறிக்கும் சொற்களும் பாரசிகத்திலிருந்து இந்திய மொழியில் ஏறின என்பர். பாரசிகரின் செல்வாக்குச் செலுக்கிடுகளின் காலம் வரை நீடித்தது. ஏனெனில் சரகர் பாலிகா என்ற இடத்தைச் சேர்ந்த ங்காயண என்ற பாரசிக மருத்துவரின் பெயரைக் குறிக்கின்றார். வேறு பண்டை நூல்களில் பெருங்காயம் உட்பட, பாரசிக மருந்துகளும் பண்டுவங்களும் கூறப்பட்டுள்ளன. (பெருங்காயம் பாரசிகச் சரக்காகும்.) இதற்குப் பிற்பட்ட காலத்தில் நோயாற்றுவதற்காகப் பாதரசத்தையும் பிற உலோகங்களையும் பயன்படுத்தும் முறைகள் கூறப்பட்டுள்ளன. இஸ்லாமியரிடமிருந்துதான் நோயறிய நாடி பார்க்கும் முறை வந்ததென்பர். இந்து மருத்துவத்தில் பாரசிகரான அவிசென்னவிற்கு இருந்த செல்வாக்கு அளவிட முடியாததாகும்.

கிரேக்கத் தொடர்பு

இந்து மருத்துவத்திற்குப் பாரசிகரையடுத்துப் பெரும்பங்களித்தோர் கிரேக்கராவர். இந்திய மருத்துவர் பின்பற்றத்தக்க ஒரு முன்மாதிரியைக் கிரேக்க எழுத்தாளரும் மருத்துவரும் உண்டாக்கினர். கிரேக்கர் காலம் வரையிலும் இந்து நோய் நீக்கற் கலை (*therapeutics*) என்பது பெரிதும் விந்தை புரியும் மந்திர வித்தையாகவே இருந்தது. கிரேக்கத்திலிருந்து மருந்துச் சரக்குகள் தொகுப்பின் (*materia medica*) மூலக்கூறு வந்தது.

உடம்பின் தாதுக்கள் பற்றிய கொள்கையும் நோய்களனைத்தும் உடம்பிலுள்ள நீரியலான தாதுக்களின் நிலை சார்ந்தது என்ற நோய்க் குறிக்கொள்கை முழுமையும் கிரேக்கத்திலிருந்து இந்தியத்தை அடைந்தன. காய்ச்சல் முற்றாத, முற்றி வருகின்ற, முற்றிய நிலைகள், நோய்களை வெப்பம், தணப்பம் என்றும் உலர்ந்தது, ஈரப்பதம் என்றும் வகைப்படுத்தி, அவற்றுக்கு எதிர்த் தன்மையுள்ள மருந்துகளைக் கொடுத்துப் பண்டுவம் பார்க்கும் முறை, ஹிப்போக்கிரேட்சின் (*Hippocrates : 460-377* கி.மு. கிரேக்க மருத்துவர். பொதுவாய் மருத்துவத் தந்தை என்று போற்றப்படுபவர்.) உறுதி மொழிகளை நினைவூட்டும் வகையில் மருத்துவரின் ஒழுக்கப் பண்புகள் குறித்த விதிமுறைகள் என்றெல்லாம் கிரேக்க இந்து மருத்துவ முறைகளுக்குள்ள தொடர்புகளை எடுத்துக் கூறுகின்றனர்.

மாதவர் (சு. 1370)

ஐரோப்பியத்தில் மருத்துவப் பள்ளிகளும் கல்லூரிகளும் தோன்றி வந்த வரலாற்று இடைக் காலத்தில் (*476 - 1453* கி.பி.) இந்தியத்தில் மருத்துவம் எந்நிலையில் இருந்தது என்பதற்கு ஒரு சான்றாய்க் கீழ்வரும் செய்தி அமைகின்றது.

விசய நகரப் பேரரசை நிறுவிய புக்கரின் தலைமை அமைச்சராயிருந்த மாதவர் பல்துறை விற்பன்னர். (இவரைத் துவைதக் கோட்பாட்டை எடுத்துரைத்த மெய்யியலாரான மாதவர் அல்லது மாத்துவருடன் குழப்பிவிடலாகாது. அவரது காலம் *1238 - 1317*) இவரை வேதாரணியர் எனவும் அழைப்பர். இவரின் உடன்பிறந்தவரான சாயனர் வேத விற்பன்னர். வேதங்களுக்கு உரை கண்டவர். மாதவரும் வேதங்களில்

கரை கண்டவரேயாவர். நிதானம் அல்லது நோயறிவதில் தலையாயவர் என்றும், சரகர், சுசுருதர், வாகபடர் என்று மூவருக்கு அடுத்த நிலையில் இருந்தவர் என்றும் கூறுவர். இவரது ஆராய்ச்சியுரை அடிக்கடியும் தவறாயும் நிதானம் பற்றிக் கூறும் பதன் அல்லது யதன் என்ற நூலொன்றில் கூறுவதாய் அறிஞர் பலர் குறிப்பிடுவர். (இந்தப் பதன் என்ற சம்ஸ்கிருத நூல் பாக்தாது காலிஃபாக்களின் ஆணைப்படி மொழி பெயர்க்கப்பட்ட கடைசி ஆயுர்வேத நூலாகும். இந்நூல் எட்டாம் நூற்றாண்டினது; இதன் ஆசிரியர் யார் என்று தெரிந்திலது.)

மாதவரின் உரைகளை அவரின் மாணாக்கர் விரிந்த என்றவர் எழுதி வைத்துள்ளார். அவர் தன் குருவின் நூல்களுள் தாந்திரிகக் கோட்பாட்டைப் பெரிதும் சேர்த்து விட்டார்.

வங்கத்தின் சக்கர தத்த (சு.1450) அல்லது சக்கரபாணி வங்க அரசர் ஒருவரின் சமையற்காரராயிருந்தவர். நோய் தீர்க்கும் அவரின் மருத்துவ முறைகளில் தாந்திரிகப் போக்குகள் காணப்படுகின்றன. அதற்கு விரிந்தரின் செல்வாக்குக் காரணமாகலாம்.

தாந்திரிகமும் இந்திய மருத்துவமும்

இந்து மருத்துவ முறை இடைக்காலத்திலிருந்து தற்காலம் வரையுள்ள கட்டத்தில் தாந்திரிகம், இரசவாதம் இரண்டின் செல்வாக்குகளுக்கு ஆள்பட்டது. (தாந்திரிகம் : தந்திர என்ற சொல்லிலிருந்து தாந்திரிகம் வந்தது. இச்சொல்லுக்குத் துணிவகை, *(Fabric)* ஊடுபாவு என்ற பொருள்களும் உள்ளன. இது பிற்காலத்தில் பௌத்தத்தின் ஒரு பிரிவானது. தாந்திரிகத்திற்குச் சிவனும் மாதேவியும் தலையாய இறைவராவர். இவர்கள் தொன்முது *(Proto)* இந்தியராயிருக்கலாம். தாந்திரிக நூல்கள் வேதத்தினும் மூத்தவை என்று நம்பப்படுகின்றன. தாந்திரிக நூல்கள் சிவபெருமானின் ''மேன்மையான'' வாயிலிருந்து வெளிப்பட்டன என்றும் அதனால் அவை ''ஐந்தாம் வேதம்'' என்றும் தாந்திரிகர் கூறுவர். துரதிர்ஷ்ட வசமாய் இந்தியத்தில் தாந்திரிக நூல்களனைத்தும் நமக்குக் கிடைக்கவில்லை.)

அந்தக் காலத்தில் பாதரசத்திற்கும் அதன் நோய் தீர்க்கும் தன்மைக்கும் 'மந்திரச் சிறப்பிற்கும்' சிறப்பான இடம் தரப்பட்டது. இது குறித்து மூட நம்பிக்கை கொண்ட நூற்றுக்கணக்கான நூல்கள் எழுந்தன. எனினும் ஐரோப்பியர் வந்ததும் இந்து மருத்துவர்கள் மேற்கத்திய மருத்துவ முறைகளைப் பெரிதும் கைக் கொண்டனர்.

இந்தியத்தில் ஐரோப்பிய மருத்துவம்

கிழக்கிந்தியக் கம்பெனியார் பதினெட்டாம் நூற்றாண்டில் *1781* ஆம் ஆண்டு கல்கத்தாவில் மதரசா என்னும் இஸ்லாமியக் கல்விக் கூடத்திலும் (இ.ச.க. *10: 1972* - புள்ளி) வாரணாசியில் அமைத்த சம்ஸ்கிருதக் கல்லூரியிலும் (இ.ச.க.தொகுதி- *10: 1792* புள்ளி) நாட்டு மருத்துவ முறையும் கற்பித்தனர்.

இப்போது இந்தியருக்கு மேலை மருத்துவ முறையைக் கற்பிக்கும் எண்ணத்துடன் கல்கத்தாவில் *1822* ஆம் ஆண்டில் தனியாய் ஒரு மருத்துவப் பள்ளியைக் கம்பெனி திறந்தது. கம்பெனியின் மருத்துவ அலுவலர்களுக்குத் துணைபுரியும் உதவியாளருக்குப் பயிற்சியளிக்கும் நோக்குடன் இப்பள்ளி தொடங்கப் பெற்றது. இருப்பினும் இப்பள்ளியில் ஒரே ஆசிரியர் மட்டும் இருந்தார். அவர் இந்துத்தானியில் பாடங்களை நடத்தினார். அம்மொழியில் மொழி பெயர்க்கப்பட்ட சிறு கையேடுகள் சிலவே மாணவர்களுக்கு மருத்துவப் பாடப் புத்தகங்களாய் இருந்தன. கீழ்மட்ட விலங்குகளை

அறுத்துப் பார்த்து உடல் உள்ளமைப்பியலைக் கற்க நேர்ந்தது. இங்ஙனம் குறைபாடுள்ள வழிகளில் கற்றுத் தரப்பட்ட மருத்துவ அறிவானது முழுமையாகவோ, நடை முறையில் பயன்படக்கூடியதாகவோ இருக்கவில்லை.

பிணத்தைத் தொடலாகாது என்ற சமயத் தடை இருந்தமையால், நாட்டு மருத்துவ முறையைக் கற்பித்த இப்பள்ளிகளில் மனித உடலை ஆராய்வதற்கு வழியில்லாது இருந்தது.

கல்கத்தாவில் முதல் மருத்துவக் கல்லூரி *1835* இல் தொடங்கப்பட்ட வேளையில் அதில் சேர்ந்திருந்த பெரும்பாலான மாணவர்கள் இஸ்லாமியராயிருந்தனர். அவர்கள் மனித உடலை அறுத்துப் பார்ப்பதற்குத் தடை இருக்கவில்லை.

எனினும் பண்டித மதுசூதன குப்தா என்றவர் *1836* ஜனவரியில் மனித உடலை அறுத்து ஆராய்ந்தார். இதற்கு வைதிகரிடையிலிருந்து எதிர்ப்பும் முற்போக்காளர் இடமிருந்து பாராட்டும் கிடைத்தன. அரசு இந்நிகழ்ச்சியைப் பாராட்டி ஊக்குவிக்கும் விதத்தில் வில்லியம் கோட்டையில் குண்டு வெடித்தது.

அடுத்த சில ஆண்டுகளுக்குள் பம்பாயிலும் *(1848)* சென்னையிலும் *(1852)* மருத்துவக் கல்லூரிகள் தோன்றின.

நடராசன், திருமலை சித்த மருத்துவக் களஞ்சியம், சென்னை, 1985

மாணிக்கவாசகம், இரா. நம் நாட்டுச் சித்தர்கள், சென்னை, 1978

லலிதா, தி. பதிப்பாசிரியர், மருந்து செய்முறைகள்,

உலகத் தமிழாராய்ச்சி நிறுவனம், சென்னை, 1985

Cartwright, Fredrick, F. Disease and History, London 1972

Gardner, Eldon. G : History of Biology, New Delhi, 1978

Hastings, James : Editor, Encyclopaedia of Religion and Ethics, New York, 1982

Sarton, George : Sarton on the History of Science, Cambridge,

Massachusets, 1962

Walker, Benjamin : Hindu World

Watson, Francis : A Concise History of India, London 1974

2. திபேத்தியவியல் ஆய்வு முன்னோடி

அலேக்சாந்தர் சிசோமா தெ கோரோஸ் *(Alexandr Csoma de Koros, 1784-1842)* அங்கேரி நாட்டவர். *(Hungary* ; இது முதல் உலகப் போருக்கு முன்னர் *(1914-1918)* நடு ஐரோப்பியத்தின் பெரும் பகுதி வரை விரிந்து பரந்திருந்த ஆஸ்திரிய - அங்கேரியப் பேரரசிற்குரிய நாடாயிருந்தது. அங்கேரி இன்று ஒரு குடியரசாய் உள்ளது. இந்நாட்டின் அங்கேரிப் பெயர் மகயாரோஸ்சாகு *(Magyarorszag)*. இங்கு மகயார் *(Magyar)* என்ற மொழி பேசப்படுகின்றது.*)* இவர் வங்க ஆசிவியல் சங்கம் கல்கத்தாவில் அமைந்த *1784* ஆம் ஆண்டு பிறந்தார். அங்கேரிய இனத்தவரான மகயார் மக்கள் கீழையுலகில் தோன்றினர் என்று அவர் நம்பியதால், தன் தோற்றுவாயைத் தேடி அறியும் நோக்குடன் நாடோடியானார்.

அவர் 1820 - 21 வாக்கில் பாரசிகத்தின் (இன்றைய ஈரான்) தலைநகரான தெகரானை அடைந்தார். (*Tehran* : இது எல்பர்க மலையின் அடிவாரத்திலுள்ளது. இது மங்கோலியர் 1220 ஆம் ஆண்டில் அழித்த ரே (*Ray*) என்ற நகர் இருந்த இடத்தில் அமைக்கப்பட்டது. இது 1794 இல் ஈரானின் தலைநகரானது. இங்கு மூன்று பல்கலைக் கழகங்கள் இன்று உள்ளன.) ஆனால் நடு ஆசியத்தில் இரஷியப் படைகள் உள்ளன என்ற வதந்தியைக் கேட்டதும் அவரால் அங்குள்ள துருக்கித்தானத்தின் வழியே சென்று இந்தியத்தை அடைய முடியவில்லை. (நடு ஆசியத்தில் வடக்கே சைபீரியத்திற்கும் தெற்கில் திபேத்து, இந்தியம், ஆப்கானித்தானம், ஈரான் ஆகியவற்றுக்கும் நடுவிலுள்ள பரந்த பகுதிக்குத் துருக்கித்தானம் என்று பெயர்).

கோரோஸ்

அவர் அவ்வழியே செல்லாது கைபர்க் கணவாயைத் தாண்டிப் பாஞ்சாலம் காசுமீரம் வழியே திபெத்தை அடைவதென்று முடிவெடுத்தார். இந்நெடும் பயணத்தின் இடர்ப்பாடுகளை நன்குணர்ந்த சிசோமா, தன்னிடமிருந்த மதிப்பு வாய்ந்த ஒரே பொருள்களான பல்கலைக்கழகங்கள் அளித்த பட்டங்களை ஒரு சிப்பமாய்க் கட்டித் தனக்குத் தெகரானில் விருந்தோம்பியர்களிடம் தந்துவிட்டுப் பயணப்பட்டார். வழியில் தான் இறக்க நேரிட்டால், அந்தச் சிப்பத்தைத் தன் உறவினர்களுக்கு அனுப்பி விடும்படி கேட்டுக் கொண்டு கிளம்பினார்.

அப்பயணம் மிகக் கடினமாய்த்தான் இருந்திருக்கும். ஆனால் சிசோமா தன் பயண அனுபவங்களை எழுதி வைக்கவில்லை. எனினும் அவர் தன் ஆராய்ச்சியுடன் தொடர்புடையவற்றை மட்டுமே எழுதிப் பதிந்தார். அவர் 1822 ஜனவரியில் இந்துகுஷ் மலையிலுள்ள பாமியன் கணவாயைத் தாண்டி, மார்ச்சில் லாகூரையும், ஜூனில் காசுமீரத்தையும் அடைந்தார். அவர் காசுமீரத்தில்தான் மூர்கிராஃப்டைச் சந்தித்தார். (மூர்கிராஃப்டு : இ.ச.க.தொகுதி-12) அந்தச் சந்திப்புச் சிசோமாவின் வாழ்க்கைப் பாதையையே மாற்றி விட்டது. கத்தோலிக்கச் சாமியார் ஒருவர் சுமார் நூறாண்டுகளுக்கு முன்னர் தொகுத்திருந்த ஓர் அகராதியைச் சிசோமாவிடம் மூர்கிராஃப்டு தந்ததுடன், திபேத்திய மடங்களில் குவிந்து கிடக்கும் அறிவுச் செல்வங்கள் பற்றியும் கூறி விட்டார். சிசோமா அது பற்றி இங்ஙனம் கூறுகின்றார்:

''நான் போட்டிருந்த திட்டத்தில் திபேத்தி மொழியைக் கற்பது என்பது முதலில் அடங்கியிருக்கவில்லை. எனினும் திருவருள் என்னைத் திபேத்திற்கு இட்டுச் சென்ற பிறகுதான், திபேத்திய இலக்கியம் எத்தகையது என்பதை உணர்ந்தேன். அதன் தோற்றுவாய் பற்றிக் கற்றுணரும் வாய்ப்புக் கிடைத்த பின்னர்தான் அங்கேரியத்தின் மொழியையும் அதன் தோற்றுவாயையும் பற்றிய ஆராய்ச்சியில் ஈடுபடுவது என்ற எனது

1822

உடனடியான நோக்கத்திற்கு இது ஒரு கருவியாய் அமையக் கூடும் என்று நம்பி மிகுந்த மகிழ்ச்சியுடன் அம்மொழியைக் கற்கலானேன்.''

அவர் இங்ஙனம் திபேத்திய மொழி மீது ஆர்வமிகக் கொண்டு இமயமலையில் எங்கோ ஓரிடத்தில் ஒதுங்கிக் கிடந்த சன்ஸ்கார் (*Zanskar*) மடத்தை அடைந்து லாமாக்களின் உதவியுடன் திபேத்திய ஏடுகளைப் படிக்கலாயினார். அவர் அங்கு உலகைவிட்டே ஒதுங்கி, வீசியடிக்கும் உறை பனிக்குள் பல மாதகாலம் ஆழ்ந்த படிப்பில் மூழ்கிக் கிடந்தார். செழுமையான திபேத்திய இலக்கியத்தில் திளைத்திருந்தார்.

இந்திய மருத்துவத் துறையைச் சேர்ந்த டாக்டர் ஜெரால்டு 1821 ஆம் ஆண்டு அங்கு சென்று சிசோமாவைக் கண்டார். அவர் அங்கு எப்படிப்பட்ட வாழ்க்கை நடத்தினார் என்பதை உயிர்த்துடிப்புடன் டாக்டர் ஜெரால்டு கூறியுள்ளார்.

''அவரும் அவரின் ஆசானான லாமாவும் ஒரு வேலைக்காரரும் ஒன்பது சதுர அடிப் பரப்பிலுள்ள ஓர் அறையினுள் வட்டமாய்ச் சுற்றி அமர்ந்தவாறு மூன்று நான்கு மாதங்கள் இருந்தனர். வெளியே தரையிலெல்லாம் உறைபனி மூடிக் கிடந்தது. குளிர் உறைநிலைக்கும் கீழே போய்விட்டது. ஆதலால் அவர்கள் வெளியே தலை காட்டவில்லை. அவர் (சிசோமா) இங்கு ஆட்டுத்தோல் அங்கியைப் போர்த்துக் கொண்டு இரு கைகளையும் மடித்தவாறு அமர்ந்திருந்தார். அவர் இதே நிலையில் இருந்த வண்ணம் நெருப்போ, இருட்டிய பிறகு வெளிச்சமோ இல்லாது காலையிலிருந்து மாலை வரை படித்துக் கொண்டேயிருந்தார்... குளிர் தாங்க முடியாதிருந்த காரணத்தினால், ஆட்டுத் தோல் அங்கிக்குள் புகலடைந்து கிடந்த கையை எடுத்து ஏடுகளின் பக்கத்தைப் புரட்டுவது கூட மிகக் கடினமாயிருந்தது.''

இத்தகைய கொடிய மெய்வருத்தங்களும் பண நெருக்கடியும் இருந்து வந்தாலும், உயிர் வாழ்வதற்குப் போதிய குறைந்த அளவு உதவியைத் தவிர வேறு எந்த உதவியாயினும் அதைச் சிசோமா மறுத்து வந்தார். அவரை வங்க ஆசிவியல் சங்கத்தின் நூலகராய் ஐம்பது ரூபாய் மாதச் சம்பளத்தில் அமர்த்திய போதும், முதல் இரண்டு மாதச் சம்பளத்தை மட்டும் வாங்கிக் கொண்டார். அவர் வாழ்ந்த விதத்தையும் பணி செய்த முறையையும் பற்றி டாக்டர் கேம்பர் என்றவர் இங்ஙனம் கூறுகின்றார்;

''அவரிடம் நான்கு பெட்டிகள் இருந்தன. அவற்றில் புத்தகங்களும் தாள்களும் அவர் எப்போதும் அணிந்திருந்ததும் மறைந்தபோது உடுத்தியிருந்ததுமான நீலநிறச் சூட்டும் (*Suit*) சில போர்வைகளும். ஒரேயொரு சமையல் ஏனமும் அவரின் உடைமை களாயிருந்தன. அவரது உணவு பெரிதும் தேநீரே; அவர் அதை மிகவும் விரும்பி அருந்தினார். அரிசிச் சோறு உண்டார். அதுவும் மிகச் சிறிதளவே. அவர் தரையில் பாய் விரித்து நாற்புறமும் புத்தகங்களைப் பரப்பிக் கொண்டு உட்கார்ந்திருப்பார். அவர் அந்தப் பாய் மீதிருந்தே உண்டார், உறங்கினார், படித்தார். இரவில் ஒரு போதும் ஆடை களைந்து படுத்ததில்லை. பகலில் வெளியில் செல்வதும் அரிது.''

சிசோமா இத்தகைய நிலையில் வாழ்ந்தபடி மேற்குலகு மிக அரிதாய் அறிந்திருந்த ஒரு நாகரிகத்தை உலகிற்கு வெளிப்படுத்திக் காட்டினார். திபேத்திய மொழியை முறையாயும் விற்பன்னர்க்குரிய திறத்தோடும் கற்ற முதல் ஐரோப்பியர் இவரேயாவர். அவர் திபேத்திய மொழி இலக்கணத்தையும் அகராதியையும் வெளியிட்டுப் பிற அறிஞர்களும் அகன்ற இம்மொழி இலக்கியத்தைத் தேடிப் படிப்பதற்கு வழி வகுத்தார்.

பௌத்த நூல்களில் பல சம்ஸ்கிருத மூலத்திலிருந்து திபேத்தனில் மொழிபெயர்க்கப்பட்டன என்பது சிசோமா காலத்திற்குப் பிறகுதான் கண்டு பிடிக்கப்பட்டது. எனினும் அவை உலகிற்குச் சிறுகச் சிறுகக் கிடைக்கத் தொடங்கின. சிசோமா கண்டறிந்த திபேத்திய இலக்கியமானது பல்வேறுபட்ட பௌத்த சமயக் கூறுகளைக் கொண்டிருந்தன. சிசோமாவின் முயற்சியால் அவை வெளிக் கொணரப்பட்டன.

அவருக்கு ஒரு நூற்றாண்டிற்கு பிறகு நடு ஆசியத்தின் தொன்மைச் செல்வங்களையெல்லாம் உலகிற்கு வெளிப்படுத்திய அவரது நாட்டவரான மற்றொரு விற்பன்னருக்கு, ஆசியவியல் ஆய்வில் ஈடுபடும் பேரார்வத்தை உண்டாக்கிய பெருமையும் சிசோமாவைச் சேரும். அவ்விற்பன்னரின் பெயர் சர் ஆரல் ஸ்டீன் (*Sir Aurel Stein.* **1862-1943**) அங்கேரியரான ஸ்டீன் பின்னர் பிரிட்டீசுக் குடியுரிமை பெற்றார். இவர் முதலில் இந்தியக் கல்வித் துறையில் பணியாற்றினார். பின்னர் இந்தியத் தொல்லியல் துறையில் சேர்ந்தார். இவர் நடு ஆசியத்திற்குப் பல தேட்டப் பயணங்களை (**1900-1, -1906-8, -1913-16;1930**) மேற்கொண்டு தொல்லியல் ஆய்வுகளை நடத்தினார். அவர் தன் ஆய்வுகள் பற்றிப் பல நூல்களை எழுதினார்.

துருக்கித்தானத்தில் (*Turkestan*) பழமையான ஏடுகளைக் கண்டுபிடித்தார். அவை புகழ்பெற்றவையாகும். அவை இந்திய ஐரோப்பிய மொழிக் குடும்பத்தை சேர்ந்த தோக்கரியன் (*Tokharian*) என்ற மொழியில் எழுதப் பெற்றிருந்தன.

ஸ்டீன் வட சீனத்திலுள்ள ஆயிரம் புத்தக் குகைகளுள் ஒன்றில் பல நூறு ஆண்டுகளாய் மறைத்து வைக்கப்பட்டிருந்த மதிப்பரிய பௌத்த ஏட்டுச் சுவடிகளில் எண்ணற்றவற்றை வெளியுலகிற்குக் கொண்டு வந்தார். (ஆயிரம் புத்தர் குகளைகள் - இ.ச.க. தொகுதி-12)

Kajariwal, O.P. The Asiatic Society of Bengal and the Discovery of India's Past 1784 ? 1838, OUP, Delhi 1988.

1822

வரலாற்றுப் புள்ளிகள்

அரசியல்

(அ) பிரேசில் விடுதலை பெறுதல்

உலகெங்கும் கடலோடி அகலுலகில் பெரும் பேரரசை நிறுவும் எண்ணத்தில் போர்த்துக்கீசர் பதினைந்தாம் நூற்றாண்டின் இறுதியில் கடலில் இறங்கவில்லை. நாடு சிறியது. மிகவும் ஏழ்மையானது. அவர்கள் கண்காணாக் கடல்களில் கலஞ்செலுத்தத் துணிந்ததற்கு இவையே தலையாய தூண்டுதல்களாகும். இந்நிலையில் பட்டத்திற்கு வந்த இளவரசர் ஹென்றி (*1394 -1460*) போர்த்துக்கீசர் மேற்காப்பிரிக்கத்திலும் அதற்கப்பாலும் புத்திடங்களைத் தேடிக் காண்பதற்கு உந்து விசையானார்.

போர்ச்சுக்கல், அதன் கடலோட்டம், பாப்பரசர் ஐபீரியத் தீவுக்குறை நாடுகளான ஸ்பெயினிற்கும் போர்ச்சுகல்லிற்கும் உலகை இருகூறாக்கித் தந்தது முதலிய செய்திகள் முன்னர் விரித்துரைக்கப்பட்டுள்ளன. *(இ.ச.க.தொகுதி-4:1736 கட்டுரை; இ.ச.க.தொகுதி-5: 1745 கட்டுரை; இ.ச.க.தொகுதி-11;1808 கட்டுரை.)*

போர்த்துக்கீசக் கடலோடியான வாஸ்கோடகாமா *(1469-1524)* கள்ளிக் கோட்டையில் கால் வைத்ததற்கு இரண்டாண்டுகளுக்குப் பிறகு 1500 ஆம் ஆண்டு அதே நாட்டவரான பெதரோ ஆல்வாரஸ் கபரால் *(Pedro Alvarez Cabral 1460-1526)* பிரேசிலில் இறங்கிய போது அங்கு கற்காலச் சூழலில் நிலவிய பழங்குடியினரே வாழ்ந்திருந்ததைக் கண்டார். பிரேசில் என்பது ஒரு வகை மரத்தின் பெயர். அப்பெயரைக் கொண்ட பிரேசில் நாடு 1494 ஆம் ஆண்டு ஏற்பட்ட டார்டிசில்லாஸ் உடன்படிக்கைப்படி *(Treaty of Tordesillas)* பிரேசில் தனக்குரியது என்று போர்ச்சுக்கல் உரிமை கொண்டாடியது. (பாப்பரசர் ஆறாம் அலெக்சாந்தர் 1431 - 1503; ஆ.கா. 1492 -1503; 1494 ஆம் ஆண்டு டார்டிசில்லாஸ் என்ற இடத்தில் போர்ச்சுக்கல்லிற்கும் ஸ்பெயினிற்கும் இணக்கம் செய்வித்து ஓர் உடன்படிக்கை ஏற்படக் காரணரானார். அதன்படி ஆப்பிரிக்கத்திலிலுள்ள செனிகல் நாட்டின் அட்லாண்டிக்குக் கரையிலுள்ள வெர்தி முனைக்குத் *(Cap of Verdi)* தென்வடலாய் 340 லீகுகள் நீளத்திற்கு பூமிப்பந்தின் மேல் ஒரு நேர்கோட்டை கிழித்துப் போர்ச்சுக்கல்லிற்கும் ஸ்பெயினிற்கும் புது உலகைப் பிரித்துக் கொடுத்து விட்டார். இதுவே டார்டிசில்லாஸ் உடன்படிக்கையாகும்.)

நெப்போலியனின் படைகள் 1808 இல் லிஸ்பனில் வந்து அமர்ந்ததும் (இ.ச.க.தொகுதி-11) பிரேசிலின் ரியோடி ஜெனிரோ நகரம் போர்த்துக்கீசிய அரச குடியின் கோநகரானது. நெப்போலியன் போர்கள் முடிந்து ஐரோப்பியத்தில் அமைதி ஏற்பட்டதும் போர்ச்சுக்கல் அரசரான ஆறாம் ஜான் 1821 இல் தாயகம் திரும்பினார். அவர் தன் மகனான பெதரோவைப் பிரேசிலின் அரச காவலராய் விட்டுச் சென்றார். இதிலிருந்து பிரேசிலில் புது யுகம் தொடங்குகின்றது.

பெதரோ ஓராண்டுக் காலத்திற்குள் தன்னைப் பேரரசர் என்று அறிவித்துவிட்டுப் பிரேசில் விடுதலை பெற்ற நாடு என்று 1822 இல் சாற்றிவிட்டார். பிரேசில் தன்னாட்சி பெற்ற நாடு என்று போர்ச்சுக்கல் 1825 ஆம் ஆண்டு ஏற்று ஒப்பியது. பிரேசில் இங்ஙனம் அமைதியான முறையில் தளையிலிருந்து விடுபட்டுக் கொண்டது.

இன்று குடியரசாய் விளங்கும் பிரேசில் தென்னமெரிக்க நிலப்பரப்பில் பாதியையும் மக்கள் தொகையில் பாதியையும் உடைய நாடாகும். இது 1822 இல் விடுதலை பெற்றாலும் முடியரசாகவே இருந்து 1889 இல் குடியரசானது. இதன் வடக்கில் பெரிதும் அமேசான் ஆறு வடியும் வெப்ப மண்டலத் தட்ப வெப்பநிலையுடைய வடிநிலமும் வடகிழக்கில் புதர்கள் மண்டிய அரை குறையான வறண்ட நிலப்பரப்பும் மையத்தில் பரந்த சமவெளிப் பரப்பும் உள்ளன. இதன் தலைநகரம் பிரேசிலியம்.

(ஆ) லைபீரியம் தோற்றம்

மேற்காப்பரிக்கத்தில் அட்லாண்டிக்கின் கரையில் அமைந்த லைபீரியம் *(Liberia)* ஆப்பிரிக்கத்தின் மிகவும் பழமையான குடியரசாகும். இந்நாடு 1822 இல் உருப்பெற்றது. அமெரிக்கக் குடியேற்றச் சங்கம் *(The American Colony society)* என்ற மானுட நேய அமைப்பு, விடுதலை பெற்ற அமெரிக்க அடிமையரை ஆப்பிரிக்கத்தில் குடியேற்று வதற்காக 1816 இல் அமைக்கப் பெற்றது. அது இன்று மன்றோவிய நகரம் இருக்கும்

இடத்தில் *1822* ஆம் ஆண்டு முதல் குடியேற்றத்தை நிறுவிற்று. *(Monrovia :* இன்று லைபீரியத்தின் தலைநகராய் அட்லாண்டிக்குக் கரையிலிருக்கும் இப்பட்டினம், இக்காலத்தில் அமெரிக்க ஒன்றியத்தின் ஐந்தாம் ஆட்சித் தலைவராயிருந்த ஜேம்ஸ் மன்றோ *(1758-1831;* ப.கா.*1817-1825)* பெயரால் நிறுவப்பட்டதாகும்.) இதன் பிறகு விடுதலை பெற்ற அமெரிக்க அடிமையரின் பிற குடியேற்றங்கள் அங்கு தொடர்ந்தன.

இங்கு *1841* ஆம் ஆண்டில் முதல் நீகிரோ ஆளுநர் அமர்த்தப்பட்டார். லைபீரியம் தன்னாட்சியுரிமையுடைய குடியரசு என்று *1847* இல் அறிவிக்கப்பட்டது. அமெரிக்க ஒன்றியத்து அரசியல் சட்டத்தின் மாதிரியில் அரசியலமைப்புச் சட்டம் அவ்வாண்டு நிறைவேற்றப்பட்டது. இங்கு ஆட்சி மொழி ஆங்கிலம். ஆவிகளை நம்பி வழிபடுவதே பெரிதும் இங்கு ஒழுகப்படும் சமயமாகும்.

2. அறிவியல்

(அ) படிமுறை வளர்ச்சி பற்றி லமார்க்கு

ஷா பாப்டிஸ்டு பியரே அண்டாயின் தெ மோனட்டு லமார்க்கு *(Jean Baptiste Pierre Antoine de Monet Lamarck, 1744-1829;* இவர் பற்றிய செய்திகள் இ.ச.க.தொகுதி-*11)* உயிர்களின் படிமுறை வளர்ச்சி பற்றிச் சிந்தித்த முன்னோடி. சுற்றுச் சூழல் மாறுதல்களால் தாவரங்களிலும், விலங்குகளிடத்திலும் கட்டமைப்பு மாற்றங்கள் உண்டாகும் என்ற தவறான பரிணாம வளர்ச்சிக் கருத்தை அவர் *1809* ஆம் ஆண்டு ஒரு பிரஞ்சு நூலில் *(Histoire Naturelle des Animaux)* வெளியிட்டார். அவர் இந்த ஆண்டில் வளைய உடலிகள் *(annelida)* சிலந்தியங்கள் *(aracmida)* தோடுடையன *(crustacea)*, அகலுறையன *(turnicata)* ஆகிய உயிரி வகுப்புகளைப் பற்றி எழுதியிருந்தார். எனினும் சுற்றுச்சூழல் மாறுதல்களால் சில உறுப்புகள் அல்லது உடற்பகுதிகள் புதிதாய் அல்லது கூடுதலான அளவில் பயன்படுவதற்குத் தூண்டப்பெறும் என்றும் இங்ஙனம் பெறப்பட்ட பண்புகள் அடுத்த தலைமுறைக்கும் செல்லும் என்றும் லமார்க்கு கூறினார்.

(ஆ) நிலை நிற்கும் முதற் புகைப்படங்கள்

ஜோசஃபு நைஸ்ஃபோர் நயப்ஸ் *(Joseph Nicephore Niepce, 1765-1833) 1816* ஆம் ஆண்டு சைக்கிளைச் செய்து புகழ் பெற்றவர். அவரும் அவரின் உறவினரான *17* வயதுள்ள கிளாடு நயப்ஸ் என்றவரும் *(Claude Niepce)* சேர்ந்து நிலைத்து நிற்கும் புகைப் படத்தைப் பெறும் முறை ஒன்றை இவ்வாண்டில் உருவாக்கினார். (இ.ச.க.தொகுதி-*12: 1816*-புள்ளி)

புகைப்பட உருவத்தைத் தாளில் நிலை பெறச் செய்யும் சேர்மானத்தை அவர்கள் தேடினர். அவர்கள் அதற்காக *1802* ஆம் ஆண்டில் தாமஸ் வெட்ஜ்வுடு *(Thomas Wedgwood)* செய்த ஆராய்ச்சியைப் பின்பற்றினர். அவர் செதுக்கு வேலைகளில் பல்லாண்டுகளாய்ப் பயன்பட்டு வந்த ஒருவகைத் தாரைக் கொண்டு *(Asphaltum or bitumen of Judea)* ஹீலியோகிராஃபு அல்லது ஹிலியோடைப்பு *(heliograph or heliotype)* என்ற படத்தை உண்டாக்கினர். இந்தச் சேர்மானத்தை வெளிச்சத்தில் காட்டும்போது, அது வழக்கமாய்க் கரையக் கூடிய கரைசல்களில் கரையவில்லை என்று கண்டனர்.

(இ) முதல் தட்டச்சுப் பொறி

அமெரிக்க ஒன்றியத்தின் கனக்டிக்கட்டு மாநிலத்தவரான வில்லியம் சர்ச்சு *(William Church)* முதல் தட்டச்சுப் பொறியை உருவாக்கி, அதற்கு *1822* ஆம் ஆண்டு

இலண்டனில் காப்புரிமை (*Patent*) பெற்றார். அப்பொறியிலிருந்த எழுத்துகள் ஈயத்தில் வார்க்கப்பட்டிருந்தன. அதில் தானாய் எழுத்துக் கூட்டி அச்சடிக்க முடிந்தது. சொற்களுக்கிடையில் வெளி விட வேண்டுமாயின் கருவியைக் கையால்தான் நகர்த்த வேண்டியிருந்தது.

3. மருத்துவம்

நியூயார்க்கில் மஞ்சள் காய்ச்சல்

மஞ்சள் காய்ச்சல் என்பது கடுமையான வெப்ப மண்டலத் தொற்று நோய். ஏடஸ் ஈஜிப்பி (*aedes aegyphi*) என்ற கொசு வகையின் பெண் கொசு கடிப்பதால் அந்நோய் உண்டானது என்று முன்னர் கூறியிருந்தோம். (இ.ச.க.தொகுதி-10)

இந்நோய் 1822 ஆம் ஆண்டு நியூயார்க்கில் பரவி மக்களை வாட்டத் தொடங்கியதும் மக்கள் ஆயிரக்கணக்கில் நகரிலிருந்து கிரீன்விச்ச வில்லேஷ் என்ற இடத்திற்கு ஓடினர். அதனால் அச்சிற்றூர் திடீரென்று வளர்ந்து விட்டது.

4. இலக்கியம்

(அ) வீரமா முனிவர் வரலாற்று நூல்

பத்தொன்பதாம் நூற்றாண்டு இலக்கியப் புள்ளிகளுள் முத்துச்சாமி பிள்ளை குறிப்பிடத்தக்கவராவார். அவர் தமிழ், ஆங்கிலம், இலத்தீனம், தெலுங்கு, சம்ஸ்கிருதம் ஆகிய மொழிகளில் விற்பன்னர். இவர் வீரமா முனிவரின் (1680-1747) வரலாற்றை 1822 ஆம் ஆண்டு எழுதினார். (வீரமா முனிவர் பற்றிய செய்திகள் இக்களஞ்சிய வரிசையின் பல தொகுதிகளில் முன்னர் கூறப்பட்டுள்ளன.)

முத்துச்சாமிப் பிள்ளை ஜார்ஜ் கோட்டைக் கல்லூரியுடன் தொடர்பு கொண்டிருந்த தமிழ்ப் பண்டிதர். இவர் பிறந்த ஆண்டு தெரிந்திலது. இவர் 1840 ஆம் ஆண்டுவரை வாழ்ந்திருந்தார்.

(ஆ) குஜராத்திக் கிழமை இதழ்

முர்ஜபன் ஃபரதான்ஜீ என்றவர் 1822 ஆம் ஆண்டு ''மும்பயின சமாச்சார்'' என்ற முதல் குஜராத்திக் கிழமை இதழைப் பம்பாயிலிருந்து வெளியிட்டார். இது பின்னர் ''மும்பை சமாச்சார்'' என்று பெயர் மாறியது. இக்காலத்தில் கிட்டத்தட்ட இந்திய மொழிகள் அனைத்திலும் நூல்களும் இதழ்களும் முழு வேகத்துடன் வெளிவரத் தொடங்கின என்பதை இத்தொகுதியின் பல இடங்களில் காணும் செய்திகளிலிருந்து அறியலாம்.

(இ) இந்து சமயம் பரப்ப வங்க மொழி இதழ்

இந்தியத்தில் இதுவரை சமயம் பரப்பும் நோக்குடன் நூல்களும் இதழ்களும் கிறித்தவப் பாதிரியார்களால் மட்டுமே வெளியிடப்பட்டு வந்தன. இவ்வாண்டில் இந்து சமய மரபுகளைப் பரப்பும் குறிக்கோளுடன் பவானி சரண் பண்டோபாத்தியாய் என்றவர் 1822 இல் ''சமாச்சார் சந்திரிக'' என்ற வங்க மொழி இதழை வெளியிட்டார்.

(ஈ) நெதர்லாந்தில் டச்சு ஆட்சி மொழியாதல்

நெதர்லாந்து எனப்படும் ஆலந்தில் (*Holland*) 1822 முதல் டச்சு (*Dutch*) ஆட்சி மொழியானது. போர்த்துக்கீசரின் அடியொற்றி இந்தியத்திற்கு வந்த ஒல்லாந்தர் என்ற டச்சுக்காரர் முன்னவரை இந்தியத்திலிருந்து கிளப்பி விட்டனர். இக்களஞ்சியத்தின் பல தொகுதிகளில் டச்சுக்காரரைப் பற்றிச் சொல்லப்பட்டு வருகின்றது. அவர்கள் 19 ஆம் நூற்றாண்டில் இந்தியத்தை விட்டு வெளியேறுகின்றனர்.

வடக்கிலும் மேற்கிலும் வட கடலாலும் கிழக்கில் ஜெர்மனியாலும் தெற்கில் பெல்ஜியத்தாலும் சூழப்பட்ட இந்நாட்டில் 1822 முதல் டச்சு ஆட்சி மொழியானது. இத்துடன் சிறுபான்மையர் பேசும் ஃபிரிசியன (*Frisian*) என்ற மொழியும் இன்று இந்நாட்டில் ஆட்சி மொழியாயிருக்கின்றது.

டச்சு மொழி இந்திய ஐரோப்பிய மொழிக் குடும்பத்தின் ஜெர்மன் கிளையைச் சேர்ந்தது. அது ஜெர்மன், ஆங்கிலம் என்ற இரு மொழிகளுடன் நெருங்கிய தொடர்பு உடையது. இவையிரண்டும் நெதர்லாந்தில் நன்கு பேசப்படுகின்றன. பெல்ஜிய நாட்டின் ஃபிளமிஷ் (*Flemish*) மொழியும் டச்சு மொழியும் கிட்டத்தட்ட ஒத்த அமைப்பு உடையனவாகும். தென் ஆப்பிரிக்கத்து டச்சு மொழியான ஆப்பிரிக்கான் மொழியும் டச்சு, ஃபிளமிஷ் மொழிகளுடன் நெருங்கிய உறவுடையதாகும்.

5. இசை

இலண்டனில் இராயல் இசைச் சங்கம்

இலண்டனில் 1822 ஆம் ஆண்டு இராயல் இசைக் கழகம் (*Royal Academy of Music*) அமைக்கப்பட்டது.

6. கல்வி

சென்னை மாநிலத்தில் பள்ளிகள் நிலை

சென்னை மாநிலத்தில் ஏடும் எழுத்தாணியும் திண்ணைப் பள்ளிகளும் கல்விக்குத் துணை நின்ற காலம் இதுவாகும். ஐரோப்பியர் தொடர்பால் இந்நாட்டு மக்களின் வாழ்க்கைக் கூறுகள் அனைத்திலும் புதிய போக்குகள் இப்போது வேகமாய் உண்டாகலாயின.

சென்னை மாநில ஆளுநரான சர் தாமஸ் மன்றோ (*Sir Thomas Monroe, 1767 - 1827*) சென்னை மாநிலமெங்கும் மாநில, மாவட்ட, வட்டங்களில் பள்ளிகளை அமைப்பதற்கு ஓராண்டில் 5000 பவுனை ஒதுக்குவதென்று ஒரு திட்டம் தந்தார். அதன்படி பள்ளிகள் அமைக்கப்பட்டன. ஆனால் பல்வேறு காரணங்களினால் அவை சரிவர நடை பெறவில்லை. அதற்குச் சாதிப் பாகுபாடு முக்கியமான காரணமாய் இருத்தல் கூடும். பள்ளிகளை இனி நடத்துவது பயன் தராதென்று, கம்பெனி அரசு முடிவெடுத்தது.

Robson, John, M. Moir, Martin and Moir, Zawakin Editors : Writings on India by John Stuart Mill, Toronto, 1990

7. வேளாண்மை

அயர்லந்தில் உருளைக் கிழங்கு விளைச்சல் பொய்த்தல்

அயர்லாந்து என்று தீவு வடமேற்கே ஐரோப்பியத்தில் இங்கிலாந்திற்கு மேற்கிலுள்ளது. அது பிரிட்டீசுத் தீவுக் கொத்துகளுள் அடங்கியது. அயர்லந்தை வட கால்வாயும் அயர் கடலும் ஜார்ஜ் கால்வாயும் பிரிட்டனிலிருந்து பிரிக்கின்றன.

மேற்கு அயர்லாந்தில் உருளைக்கிழங்கு விளைச்சல் 1822 இல் பொய்த்தது. அயர் மக்களின் முக்கிய உணவு உருளைக் கிழங்கு ஆகும். (உருளைக் கிழங்கு பற்றிய செய்திகள் இக்களஞ்சிய வரிசையில் பல இடங்களில் கூறப்பட்டுள்ளன. இ.ச.க.தொகுதி-9,11) அயர்லந்தில் இதையடுத்து 1830, 1835, 1836 ஆம் ஆண்டுகளிலும் உருளைக்கிழங்கு விளைச்சல் குறைந்துவிட்டது.

8. இராணுவம், போர்

அசாந்திப் போர் தொடக்கம் (1822-1831)

மேற்கு ஆப்பிரிக்கத்தில் கினி வளைகுடா மீதுள்ள கானா (*Ghana*) என்ற இன்றைய குடியரசிலுள்ள பகுதிக்கு அசாந்தி என்று பெயர். இங்கு வாழும் மக்கள் அசாந்தி எனப்படுவர். அசாந்தி வணிகர் ஒருவருக்கும் ஃபண்டி (*fanti*) மொழி பேசும் குலத்தைச் சேர்ந்த காவலர் (*police*) ஒருவருக்கும் ஏற்பட்ட வாக்குவாதம் ஒரு நீண்ட போர், ஏழாண்டுகள் நடக்கக் காரணமானது. இம்மக்கள் ஒரு புறம் போர்ச் சங்குகளை முழங்கிக் கொண்டும் மறுபுறத்தில் (பிரிட்டீசு) அரசரைக் கடவுள் காப்பாராக என்று பாடிக் கொண்டும் சண்டை போட்டனர்.

9. வரலாறு

(அ) எகிப்திய எழுத்துப் படிக்கப்படுதல்

நெப்போலியன் போனப்பாட்டு (1769-1821) 1798 ஆம் ஆண்டு எகிப்து மீது படையெடுத்துச் சென்றபோது, தன்னுடன் 167 விற்பன்னர்களை அங்கு அழைத்துச் சென்றார். அவர்கள் செல்லமாய்க் கழுதைகள் (*donkey*) என்றழைக்கப்பட்டனர். நெப்போலியன் எகிப்தின் தொன்மையையும் அதன் நாகரிகச் சிறப்பையும் நன்கு அறிந்தவர். அவர் கார்ஸ்டன் நைபூர் (*Carsten Nibuhr*) என்ற ஜெர்மன் வரலாற்றாசிரியர் எழுதிய ''அராபியச் செலவுகள் பற்றிய விரிவுரைகள்'' (*Descriptions of Travels in Arabia*) என்ற நூலை அங்கு கொண்டு சென்றார் என்பது குறிப்பிடத்தக்கது, நெப்போலியனுடன் சென்ற அறிஞர்கள் கெய்ரோ நகரில் ஓரிடத்தில் பிரஞ்சு-எகிப்தியக் கழகம் ஒன்றை நிறுவினர். அக்கழகம் மூன்று ஆண்டுகளுக்குள் வியப்பூட்ட வைக்கும் அளவில் ஏராளமான ஆய்வுப்பணிகளைச் செய்தது.

பிரஞ்சு விற்பன்னரான ஃபிரான்சுவா ஜோமார்டு (*Francois Jomard 1777 - 1862*) தொகுத்த எகிப்து பற்றிய விரிவுரைகள் (*Description de Egypte*) என்ற நூல் 1809 ஆம் ஆண்டு முதல் வெளிவரத் தொடங்கி மொத்தம் 24 தொகுதிகளால் விரிந்தது. எகிப்தின் தொன்மை பற்றிய ஆய்வில் ஆழ்ந்த ஈடுபாடு கொண்ட முயற்சியின் தொடக்கம் என்று இந்நூலைக் கூறலாம்.

நெப்போலியனுடன் சென்ற விற்பன்னர் குழாத்தில் குறிப்பிடத்தக்க இன்னொருவர் டொமினிக்கு வைவண் (*Dominique Vivant* சு. 1747 - 1862) என்ற பேரன் டேனோன் (*Baron de Denon*) ஆவார். அவர் பிரஞ்சு அருங்காட்சியகங்களின் தலைமை இயக்குநராய் 1804 முதல் 1815 வரை இருந்தவர். அவர் எகிப்தில் செய்த பயணங்கள் பற்றிய நூல் 1802 ஆம் ஆண்டு வெளிவந்தது.

பிரஞ்சுக்காரர் கண்டுபிடித்த ரொசட்டக் கல்வெட்டைப் பிரிட்டீசார் பறித்து இலண்டன் கொண்டு சென்றனரெனினும், நெப்போலியனின் படைத்தலைவர்களுள் (*generals*) ஒருவரும் கற்றறிந்த விற்பன்னருமான ஒருவர், அக்கல்வெட்டின்

அடிப்பாகத்தில் கிரேக்க மொழியில் எழுதப்பட்டிருந்ததை ஏற்கெனவே படித்து விட்டார். தீக்கல்லாலான இக்கல்வெட்டு எகிப்திய அரசரான தாலமி எப்பிஃபனசின் (*Ptolemy Epiphanes*) வள்ளல் தன்மையைப் பாராட்டி, அவருக்குத் தெய்வங்களின் அருள் கொடையைச் சொரிந்து மெம்ஃபிஸ் நகரப் பூசாரிகளால் கி.மு.196 இல் வெட்டப்பட்டது என்று அவர் படித்துவிட்டார். ஆனால் மும்மொழிகளில் பொறித்த அக்கல்வெட்டு முழுமையையும் அவரால் படிக்க முடியவில்லை.

அக்கல்வெட்டின் மேற்பாகப் பொறிப்பு ஹீரோகிளிஃபு (*heiroglyph*) சொல் அல்லது அசை அல்லது எழுத்திற்கு மாற்றாய் எழுதப் பெற்ற பொருள் வடிவக்குறியீடு எழுத்தாகும். இந்த எழுத்தைப் பற்றி எகிப்திற்குச் சென்று வந்த பண்டைப் பயணியர் குறித்துள்ளனர். கல்வெட்டின் நடுப்பாகத்தில் எகிப்தியச் சமய குருமாரிடம் வழங்கிய எழுத்து வடிவத்திலிருந்து பிறந்த வரிவடிவத்தில் பொறிக்கப்பட்டிருந்தது. இது பேச்சு வழக்கிலிருந்த (*Demotic*) மொழியாகும். இவ்வெழுத்துகளை எவராலும் படித்தறிய முடியவில்லை.

ஆதலால் இங்கிலாந்து, பிரான்ஸ், ஜெர்மனி, இத்தாலி முதலிய நாடுகளிலிருந்த விற்பன்னர்கள் இக்கல்வெட்டை முழுமையாய்ப் படித்தறிய முனைந்தனர். அவர்களுக்கு ஃபைலி என்ற தீவில் 1822 ஆம் ஆண்டு கண்டுபிடிக்கப்பட்ட நான்கு பட்டைத் தூண் பொறிப்புப் போன்ற பிற பொறிப்புகள் உதவியாயிருந்தன. (*Philae* : இது மேல் எகிப்தில் அசுவான் அணையருகே நைலுக்கு வடக்கிலுள்ள தீவு. இது பண்டைக்காலத்தில் சமய முக்கியத்துவம் வாய்ந்ததாயிருந்தது. அசுவான் அணையில் நீர் மட்டம் உயர்ந்ததால் இத்தீவு இப்போது கிட்டத்தட்ட மூழ்கிவிட்டது.

பிரஞ்சுக்காரரான சில்வஸ்டிர் தெ சேசி (*Sylvester de sacy*) ரொசட்டக் கல்வெட்டின் பேச்சு வழக்கு மொழியின் எழுத்துப் பொறிப்பைப் படிக்க முயன்றார். அவர் தாலமியின் பெயர் உள்படப் பல பெயர்களைப் படித்து விட்டார். ஆனால் இந்த எழுத்தை முற்றிலும் படிக்கவே இயலாது என்று அவர் கருதினார்.

சுவிடியத் தூதுவரான ஜே.டி. அக்கர்பிளாடு (*J.D. Akerblad*) கிரேக்க மொழிப் பொறிப்புடன் கவனமாய் ஒப்பிட்டு டிமோட்டிக்கு எழுத்திலிருந்த பெயர்ச் சொற்கள் அனைத்தையும் படித்துவிட்டார்.

அடுத்து, கேம்பிரிட்ஜ் பல்கலைக்கழகத்தில் பயின்றவரும் இயற்பியலாளருமான டாக்டர் தாமஸ் யங்கு (*Dr. Thomas Young; 1773 - 1829*) இக்கல்வெட்டைப் படிக்க முயன்றார். அவரின் ஆய்வு முடிவுகள் வெளியிடப்பட்டன. எனினும் இறுதியாய் இக்கல்வெட்டை முற்றிலும் படித்துக் கூறிய பெருமை ஷா ஃபிரான்சுவா கம்போலின் (*Jean Francios Champollion 1728-1832*) என்ற பிரஞ்சுக்காரரைச் சேரும். அவர் பதினோரு வயதுச் சிறுவராயிருந்த போது ஷா பாப்டிஸ்டி ஃபூரே (*Baron Jean Baptiste Joseph Fourier 1790 - 1830*) என்ற மாபெரும் கணிதவியலார் பாப்பிரஸ் தாளிலும் தகடுகளிலுமிருந்த சில ஹீரோகிளிஃபு எழுத்துகளைக் காட்டி ''இதை யாராவது படிக்க முடியுமா?'' என்று கேட்டார். அதற்கு ''முடியாது'' என்று எல்லாரும் கூறிவிட்டனர். ஆனால் கம்போலின் என்னால் முடியும் என்று சொன்னார்.

அவர் பின்னாளில் அப்படியே செய்து காட்டினர். அவர் குழந்தைப் பருவத்திலேயே மிகுந்த அறிவு படைத்தவராய் இருந்தார். அவர் பன்னிரண்டு வயதுச் சிறுவனாயிருந்த போது ஒரு புத்தகம் எழுதினார். பதின்மூன்றாவது வயதில் அரபி, சிரியாக்கு, காப்டிக்கு ஆகிய மொழிகளைக் கற்றுத் தேறினார். அவர் அதன்பிறகு

எகிப்தியவியல் ஆய்வில் தன்னை ஈடுபடுத்தினர். அவர் 1808 ஆம் ஆண்டு ரொசட்டக் கல்வெட்டைப் படித்தறியும் முயற்சியில் இறங்கினார். ஆனால் அதை முற்றிலும் படித்தறிவதற்குப் பதினான்கு ஆண்டுகளாய் விட்டன. பண்டை எகிப்திய அரசர்களின் பெயர்கள் பொறித்த நீள் வட்ட வளையம் ஒன்றை, அவர் அபு சிம்பலில் கண்டு பிடித்தார். (*Abu Simbel*; பண்டை எகிப்திலிருந்த ஒரு சிற்றூர். இங்கு இரண்டாம் இராமசின் இரண்டு கோயில்கள் இருந்தன. இப்பகுதி அசுவான் அணையின் நீரினுள் மூழ்கு முன்னர் இங்கிருந்த கோயில்கள் 1966 - 67 ஆம் ஆண்டு உயரமான இடத்திற்குக் கொண்டு செல்லப்பட்டன. (அபு சிம்பல் கண்டுபிடிக்கப்பட்ட செய்தி இ.ச.க. தொகுதி-12 : 107)

அவரால் ஃபேரோ இராமசின் பெயரைப் படிக்க முடிந்தது. ஹீரோகிளிஃபு எழுத்துகள் ஒலிப்பின் அடிப்படையில் பயன்படுத்தப்பட்டன என்பதை அவரால் கண்டுணர முடிந்தது. உடனே அவர்தன் சகோதரரிடம் ஓடிச் சென்று ''கண்டுபிடித்தேன்'' என்று கூறிவிட்டு மயக்கமுற்றார்.

அவர் மேலும் ஆய்வு செய்து புகழ்பெற்ற தனது கட்டுரையை (*Lettre a M.Dacier, Sectaire Perputuel a L Academie royal des Inscription et Bells & Lettres, relative a1 alphabet des Hieroglyphes Phonoetiques*) எழுதினார். அது 1822 செப்டம்பர் 27 அன்று வெளியிடப்பட்டது. அவர் இக்கட்டுரையில் ரொசட்டக் கல்வெட்டைப் படித்தறிந்தது பற்றி விவரிக்கின்றார். அதற்கு இரண்டாண்டுகளுக்குப் பிறகு அவரது இன்னொரு கட்டுரை வெளியானது. (*Precis du systeme hieroglyphique*) ஹீரோகிளிஃபு எழுத்து முறையானது கருத்துக் குறியீடுகளும் (*ideographic*) ஒலிக்குறியீடும் (*Phonetic*) சேர்ந்த கலவை என்பதை இதில் விளக்கினார்.

அவர் லூவர் மியூசியத்தின் (*Louvre Museum*; இ.ச.க.தொகுதி-10 1793- புள்ளி) காப்பாளர் ஆக்கப்பட்டார். அவர் தொல்லியியல் ஆய்விற்காக 1828 ஆம் ஆண்டு எகிப்திற்குச் சென்றார். அவரின் மாணாக்கர் நிக்கோலோ ரோசலின் (*Nicolo Rosellini*) அவருக்கு உதவியாய் உடன் சென்றார். கம்போலின் அங்கிருந்து பாரிசிற்குத் திரும்பிய மூன்றாண்டுகளுக்குப் பிறகு இறந்தார். அவரின் *Grammaire Egyptienne, Dictionaire Egyptienna* என்ற இரு நூல்களும் அவர் இறந்தபின் வெளியாயின.

Daniel, Glyn A Short History of Archaeology, London, 1981

10. போக்குவரவு

நீராவிக் கப்பல்கள் வளர்ச்சி

ஸ்காத்திய அமெரிக்கரான ஹென்றி ஹெக்ஃபோர்டு (*Henry Heckford*, இப்போது வயது 47) கட்டிய எஸ். எஸ். இராபட்டு ஃபுல்டன் (*S.S. Robert Fulton*) என்ற நீராவிக் கப்பல் இந்த ஆண்டில் நியூயார்க்கிலிருந்து கிளம்பி, நியு ஆரிலியன்சை அடைந்தது. நீராவிக் கப்பல்கள் விரைந்து வளர்ச்சியடைந்ததை இது காட்டுகின்றது.

முதல் இரும்புக் கப்பல்

உலகின் முதல் இரும்புக் கப்பலான எஸ்.எஸ். ஆரோன் மேன்பை (*S.S. Aron Manby*) இங்கிலாந்தின் ரோஜர் ஹைத்து (*Rogerhithe*) என்ற கப்பல் கட்டுந் துறையிலிருந்து 1822

ஏப்ரல் 30 அன்று கடலோட நீரில் இறங்கிற்று. ஸ்டாஃபோர்டுசயரின் டிப்டன் (*Tipton*) என்ற இடத்திலிருந்து ஹார்ஸ்லி இரும்புத் தொழிற்சாலையின் (*Horsley Iron Works*) முதலாளி பெயர் இக்கப்பலுக்குச் சூட்டப்பெற்றது. இக்கப்பல் தேம்ஸ் ஆற்றில் வெள்ளோட்டம் விட்டுப் பார்க்கப்பட்டது. இக்கப்பல் ஆளி விதை எண்ணையையும் இரும்பையும் ஏற்றிக் கொண்டு ஆங்கிலக் கால்வாயைக் கடந்து சூன் 10 அன்று பாரிசை அடைந்தது.

11. மக்கள்

நியூயார்க்கு நகர மக்கள் தொகை 1,24,000

நியூயார்க்கு நகர மக்களின் எண்ணிக்கை 1822 இல் 1,24,000 ஆக உயர்ந்தது. பதினான்கு பேரைக் கொண்ட ஒரு குடும்பம் 3000 டாலர் ஆண்டு வருவாயைக் கொண்டு இந்நகரில் மிக வசதியாய் வாழ முடிந்தது.

நியூயார்க்கு மாநிலத்தின் தலைநகரான நியூயார்க்குப் பட்டினம் அமெரிக்கத்தின் தென்கிழக்கில் ஹட்சன் ஆற்றின் முகத்துவாரத்தில் உள்ளது. அது இன்று அமெரிக்க ஒன்றியத்தின் தலையாயதும் பெரியதுமான நகராய் உள்ளது. இந்நகரின் மக்கள் தொகை 1997 ஆம் ஆண்டில் சுமார் 90 இலட்சம் இருக்கலாம் என்று கணிக்கின்றனர்.

12. பிறப்பு

ஆறுமுக நாவலர் (1822-1875)

இவர் யாழ்ப்பாணத்து நல்லூரில் 1822 ஆம் ஆண்டு பிறந்தார். இவரின் தந்தை பெயர் கந்தப்ப பிள்ளை. இருபாலைச் சேனாபதிராய முதலியார், நல்லூர் சரவண முத்துப் பிள்ளை ஆகியோரிடம் இலக்கண, இலக்கியம் கற்றவர்.

பத்தொன்பதாம் நூற்றாண்டுத் தமிழ் இலக்கிய மறுமலர்ச்சியின் முன்னோடிகளுள் ஒருவரான இவரைப்பற்றி இனிவரும் தொகுதிகளில் பல செய்திகளைப் பார்க்கப் போகின்றோம்.

லூயி பாஸ்சர் (1822 - 1895)

பிரஞ்சு வேதியியலாரும் நுண்ணுயிரியலாருமான லூயி பாஸ்சர் (*Louis Pasteur: 1822 - 1895*) சர்க்கரைக் கரைசல்களைப் புளிக்க வைத்து எழும்பச் செய்தால், (சீஸ் கட்டியில் போன்று) அவற்றில் பூஞ்சை உண்டாகின்றது என்று காட்டியவர். இவர் இந்த ஆண்டு பிறந்தார். இவரது வரலாறும் பணியும் இனிவரும் தொகுதிகளில் தக்க இடங்களில் அமையும்.

(இ) கிரிகோர் யோகான் மெண்டல் (1822 - 1884)

இவர் ஆஸ்திரியத் துறவி. தாவரவியலார். கிரிகோர் யோகான் மெண்டல் (*Gregor Johanan Mendel, 1822 - 1884*) ஆஸ்திரியத்தின் சைலேசியத்தில் ஒடரா (*Odrau*) என்னுமிடத்தின் அருகிலுள்ள ஹீன் செண்டார்ஃபு (*Heinzendorf*) என்ற ஊரில் 1822 சூலை 2 அன்று பிறந்தார். இவர் இன மரபியல் (*genetics*) ஆய்வில் முன்னோடியாவார்.

13. இறப்பு

ஷெல்லி கடலில் மூழ்கி இறந்தார் (1792 - 1822)

கற்பனைப் புனைவாற்றல் மிக்க ஆங்கிலப் புலவரான ஷெல்லி (*Percy Bysshe Shelley, 1792-1822*) வட மேற்கு இத்தாலியில் லைகூரியன் கடற்கரை மீதுள்ள (*Licurian Sea:* இது நிலநடுக்கடலின் ஒரு பகுதி) லெகான் (*Leghorn* அல்லது லிவோனா) என்ற பட்டினத்திலிருந்து அதன் அருகிலிருந்த லா ஸ்பெசிய (*La Spezia*) என்ற பட்டினத்திற்குக் கடலில் சென்று கொண்டிருந்த போது, *1822* ஜூலை *8* அன்று படகு மூழ்கிக் கடலில் இறந்தார். அவருக்கு இப்போது வயது முப்பது.

ஷெல்லி இங்கிலாந்தின் சசக்கிலுள்ள (*Sussex*) ஃபீல்டு பிளேஸ் (*Field Place*) என்ற ஊரில் *1792* ஆகஸ்டு *4* அன்று பிறந்தார். அவரின் தந்தை வழக்குரைஞர். நாடாளுமன்ற உறுப்பினர். ஷெல்லி பன்னிரண்டு வயதில் ஈட்டன் (*Eton*) பள்ளியில் சேர்ந்தார். அவர் பச்சை நாத்திகம் பேசியதால் அவரின் ஒரு சாலை மாணவர்கள் அவரைக் ''கிறுக்கு ஷெல்லி'' என்று அழைத்தனர். அவர் அங்கு மதத்தைத் தாக்கித் துண்டு வெளியீடுகளைப் பரப்பியதால், அவரைப் பல்கலைக் கழகத்திலிருந்து நீக்கிவிட்டனர்.

ஹேரியட்டு வெஸ்டுபுரூக்கு (*Harriet Westbrooke*) என்ற பெண்ணுடன் ஷெல்லி *1817* ஆம் ஆண்டு ஓடிவிட்டார். ஹேரியட்டு அதற்கடுத்த ஆண்டில் தற்கொலை செய்து இறந்தார். ஷெல்லி அதன்பிறகு மேரி உல்ஸ்டன்கிராஃப்டு காடுவின் என்ற பெண்ணை மணந்தார். இவர் பெண்ணிய இயக்க முன்னோடியான மேரி உல்ஸ்டன்கிராஃப்டிற்கும் (*Mary Woolstoncroft*) கட்டுரையாளரும் அரசியல் சிந்தனையாளருமான வில்லியம் காடுவினுக்கும் (*William Godwin, 1759-1767*) மகளான மேரியை மணந்திருந்தார். (மேரி உல்ஸ்டன்கிராஃப்டு, காடுவின் : இ.ச.க.தொகுதி- *9*)

ஷெல்லியர் *1818* ஆம் ஆண்டு இத்தாலிக்குச் சென்றனர். ஷெல்லி அங்கு தன் வாழ்நாள் முழுமையும் இருந்தார். அவர் ஏற்கெனவே மூன்று நெடும் பாடல்களை

ஷெல்லி
மேரி

எழுதியிருந்தார். (*Queen Mab, Alastor, the Rovolt of Istam*) (மேபு என்பவள் ஆங்கில, ஸ்காத்திய நாட்டார் கதைகளில் வரும் தேவதை அரசி. அவள் ஆடவர் மனத்தில் கனவுகளை உண்டாக்கவும் அவற்றைக் கட்டுப்படுத்தவும் கூடிய வல்லவள் என்பது கதை. அலஸ்டோர் என்பது கிரேக்கத் தொன்மத்தில் வரும் தலைமைக் கடவுள் சீயசின் அடைமொழியாகும். அலஸ்டோர் என்றால் பழிவாங்கப் படுபவன் என்று பொருள்.)

ஷெல்லி இத்தாலியில் வாழ்ந்த காலத்தில், அந்நாடெங்கும் சுற்றி வந்தார். அவரைப் பலர் வந்து கண்டனர். அவர்களுள் இன்னோர் ஆங்கிலப் பெரும் புலவரான பைரன் ஒருவராவார். (*Lord Byron, 1788-1824*) ஷெல்லி தொடர்ந்து பாக்கள் புனைந்துவந்தார். அவர் எடுத்துக் கொண்ட பொருளும் அவற்றை வெளிப்படுத்திய விதமும் அவரது காலத்துப் புத்தார்வக் கற்பனைப் போக்கில் அமைந்திருந்தன. அவரது புகழ்பெற்ற பாடல் ஆதோனைஸ் ஆகும். (*Adonis* -கிரேக்கத் தொன்மத்தில் வரும் அழகிய இளைஞன்.அவனை அழகுத் தெய்வமான அஃபுரோடைட்டு காதலிக்கின்றாள். ஆதோனைசைக் காட்டுப் பன்றி ஒன்று கொன்று விடுகின்றது. அவன் ஓராண்டில் பாதிக் காலம் கீழுலகிலும் பாதிக் காலம் மண்ணுலகிலும் திரிந்தான். இரங்கற் பா வகையும் ஆதோனைஸ் எனப்படும்.) இப்பாடல் ஜான் கீட்ஸ் (*John Keats, 1795-1821*) என்ற ஆங்கிலப் புலவர் மீது பாடிய அருமையான இரங்கற் பா ஆகும்.

ஷெல்லி தன்னைச் சீர்திருத்தக்காரர் என்றும் வாழ்க்கையைத் தீயவனவற்றிலிருந்தும் அருவருப்பான வற்றிடமிருந்தும் காக்கின்ற அழகைப் போற்றுபவர் என்றும் கருதிக் கொண்டார். ஷெல்லியின் புத்தார்வக் கற்பனைபற்றி மேத்தியூ ஆர்னால்டு (*Mathew Arnold, 1822 - 1888* ஆங்கிலப் புலவர், திறனாய்வாளர்) கூறிய போது, ‘அவர் வெற்று வெளியில் ஒளி பிறங்கும் இறக்கைகளை வீணாய் அடித்துக் கொள்ளும் அழகிய, வினை பயனற்ற தேவதை’’ என்றார்.

கவிஞர் ஷெல்லி சீர்திருத்தக்காரர் என்ற முறையில் அடைந்த வெற்றி கேள்விக்குரியதாகும். எனினும் *To a Skylark, Ode to the West Wind, The Cloud* போன்ற அவரின் உணர்ச்சிப் பாடல்கள் மிகவும் சிறந்தவையாகும். அவை ஆங்கில மொழியில் வெகு மேன்மை வாய்ந்தவை என்று போற்றப்படுகின்றன, ஷெல்லி கவிதைக்குக் காவலராய் நிற்கப் புறப்பட்ட போது, அதை முற்றிலும் சிறப்பு மிக்க முறையில் செய்தார். கவிஞர்கள், தத்துவஞானியர், மெய்யியலார் என்பதை மெய்ப்பிப்பதற்குக் கவிதை பற்றிய தன்னிலை விளக்கம் (*A Defence of Poetry*) என்ற ஒரு கட்டுரையில் முயன்றுள்ளார். கவிஞர்களே படைப்பாளிகள். அவர்கள் அறநெறியைக் காத்து நிற்போர் என்று அறைகின்றார், கவிஞன் இல்லையேல் அறிவியலார் தம் கொள்கைகளையோ, கண்டுபிடிப்புகளையோ ஆக்கியிருக்க முடியாது. பலருக்குக் கவிதை என்பது மோசமான நிலையில் பயனற்றதாயும் சிறு திறமானதாயும் சிறந்த நிலையில் செயல் சாத்தியமற்ற இன்பமாகவும் தோன்றுகின்றது.

ஷெல்லி அறிவு விளக்கம் என்பதற்கும் கற்பனை என்பதற்கும் உள்ள தனித் தன்மைகளை எடுத்துக்காட்டுகின்றார். கற்பனை என்பது ‘‘கூட்டிணைப்புத் தத்துவம்’’ பகுத்தறிவு என்பது ‘‘பகுத்தறியும் தத்துவம்’’ என்று ஷெல்லி கூறுகின்றார். ‘‘ஏற்கெனவே அறியப்பட்டுள்ள அளவுகளைக் கணித்துக் கூறுவது பகுத்தறிவு : அப்பொருளின் அளவுகளுடைய மதிப்பைத் தனித் தனியாயும் மொத்தமாகவும் உய்த்துணர்வது கற்பனை.’’

‘‘கவிதை என்பதற்குப் பொதுவான பொருளில், கற்பனைகளை வெளிப்படுத்துவது‘ என்று விளக்கம் தரலாம். அவர் கவிதையை மட்டும் இங்ஙனம்

1822

கூறவில்லை என்பது உடனே நமக்குத் தெளிவாகின்றது. ''பாப்புனைவோர்க்கும் உரைநடை எழுதுவோர்க்கும் தனி வேறுபாடு உள்ளது என்பது அருவருக்கத்தக்க பிழையாகும்'' என்கின்றார். ஃபிரான்சிஸ் பேக்கனும் (*Francis Bacon, 1501-1626*) ஒரு புலவர், பிளாட்டோவும் (*Plato, 427 - 347* கி.மு.) ஒரு புலவரேயாவார். அவர்கள் வெகு அருமையாய் எழுதினார்கள் என்பதற்காக அப்படிச் சொல்லவில்லை. அவர்கள் அப்படித்தான் எழுதினார்கள். ஆனால் அவர்கள் உண்மையை எழுதினார்கள் என்பதற்காக அவர்களும் புலவர்களே என்றேன்' என்று ஷெல்லி கூறுகின்றார். முக்கியமான உண்மை எதுவாயிருந்தாலுஞ் சரி, அது தலையாய கவிதைத் தன்மையுடையது என்பது அவரது கருத்தாகும்.

எனினும் எழுதுவது மட்டும் கவிதையன்று. கவிதை படைக்கும் திறனின் செயல்பாடுகள் இரு தன்மையானவாகும். ஒன்று: அறிவு, வல்லமை, மகிழ்ச்சி ஆகியவற்றை அடைவதற்கு வேண்டிய புதுப் பொருள்களை உண்டாக்குகின்றது. மற்றொன்று: அங்ஙனம் ஆக்கப்பட்டவற்றை மீட்டுருவாக்கி நெறிப்படுத்த வேண்டும் என்ற ஓர் ஆவலை உண்டு பண்ணுகின்றது. அதனால்தான் கவிதை என்பது அறநெறியையும் சட்டங்களையும் ஆக்கிக் கொள்ள வல்லது என்று சொல்லப்பட்டது.

அதே காரணத்தினால்தான் கவிதையானது அறிவியல் கண்டுபிடிப்பு களுக்கெல்லாம் அடிப்படையாயிருக்கின்றது. அறிவியல் என்பது பகுத்து ஆராய்வது என்கின்றார் ஷெல்லி. ஏற்கெனவே கண்டுபிடிக்கப்பட்ட பொருள்களுக்கு இடையில் உள்ள உறவுகளைப் பற்றியதாய் மட்டும் அறிவியல் உள்ளது, ஆனால் கவிதை புதுப் பொருள்களைக் கண்டுணர்த்துகின்றது. அவற்றை ஒன்று சேர்க்கின்றது. அவற்றைப் பிரித்தெடுப்பதில்லை. அது பலவற்றைவிட ஒன்றையே ஆக்குகின்றது. புது உண்மைகளைக் கண்டுரைக்கப் புலவர், கவிஞர் இல்லாமற் போவரேல் பொருள்களுக்கிடையிலுள்ள உறவுகளைக் கண்டுபிடிக்க அறிவியலே இராது.

இத்தகைய மேலான உணர்வுகளைக் கொண்டு பார்க்கும் போது, ஷெல்லியின் கருத்தை எவரும் மறுக்கமாட்டார். ஷெல்லி கூறுகின்ற ''புலவர்'' என்ற பொருளுக்குப் பொருந்துகின்ற அறிவியலார் சிலர் உளர். அவர்களுள் ஒருவர் சர் ஐசக்கு நியூட்டன் (*Sir Isac Newton, 1643 - 1727*) மற்றவர் ஆல்பட்டு ஐன்ஸ்டைன் (*Albert Einstein, 1879-1955*) ஆவார். இவ்விருவரிடமும் உயிர்த்துடிப்பும் கற்பனை அதிர்வுகளும் இருந்தன.

ஓர் அரசியல்காரனும் கவிஞனாயிருக்கலாம். தாந்தேயிடமும் (*Dante Alighieri, 1265 - 1321* ; இத்தாலியப் பெரும் புலவர்) உலக முழுமைக்குமான ஒரே அரசை உருவாக்கும் கனவு இருந்துள்ளது என்று கூரிய அறிவுள்ள சிந்தனையாளர் சிலர் கூறுவர். தாந்தே எழுதியிருக்கும் ''முடியரசு'' (*de Monarichia*) என்ற கட்டுரையில் வெளிப்படுத்திய உலக அரசு என்ற எண்ணம் அவர் நினைத்தபடியோ, முழுமையாகவோ இன்னும் உண்டாகவில்லை. (தாந்தே மனித குலம் முழுமைக்கும் ஒரே உலக அரசை நிறுவ வேண்டும் என்ற கருத்தைப் பற்றிச் சிந்தித்து *De Monarchia* என்ற ஆய்வுரையைச் சுமார் *1320* ஆம் ஆண்டில் எழுதியிருந்தார். சங்கப் புலவரான கணியன் பூங்குன்றனாருக்கும் கீதாசாரியனான கண்ணனுக்கும் ஒரே உலகம் என்ற எண்ணம் இருந்தது என்பதை அறிகின்றோம். கி.பி, இரண்டாம் நூற்றாண்டில் வாழ்ந்த மார்க்கஸ் அரேலிரும் (*121 - 180*) உலக ஒருமை பற்றிக் கனவு கண்டிருக்கின்றார்.)

தாந்தேக்கு உலக ஒருமை பற்றிய இலட்சியம் பதினான்காம் நூற்றாண்டில் இருந்ததால்தான், இருபதாம் நூற்றாண்டில் உலக நாடுகள் மன்றம் (*United Nations*)

உருவானது என்று ஷெல்லி இன்றிருந்தால் வாதிடக்கூடும். மாபெரும் எண்ணங்கள் முதலில் கவியுள்ளத்தில்தான் உண்டாகின்றன. அறிவுடைய மாந்தர் பின்னர் அவற்றைப் பின்பற்றிச் செல்கின்றனர். ஷெல்லியின் ''கவிதை குறித்த தன்னிலை விளக்கம்'' என்ற கட்டுரையில் வெகு புகழ் வாய்ந்த ஒரு கூற்று அதன் கடைசியில் வருகின்றது:- ''கவிஞர்கள் உலகின் ஒப்புக்கொள்ளப்படாத நாடாளுமன்ற உறுப்பினராவர்''. ஷெல்லியின் இக்கட்டுரை அறிவிற்குப் பொருந்தாதது: மிகைப்படுத்தப்பட்டது என்று சொல்லப்பட்டு வந்தது. ஆயினும் இக்கட்டுரையை ஊன்றி ஆழமாய்ப் படித்தால்தான் அதன் பொருள் விளங்கும்.

ஷெல்லி தான் வாழ்ந்த காலத்தில் தன் தாய்நாட்டில் நிகழ்ந்த வல்லாண்மையை எதிர்த்தார்; மானுட நேயத்தைக் குலைக்கும் செய்திகளை வெறுத்தார்.

வில்லியம் ஹெர்ஷல் (1738-1822)

வில்லியம் ஹெர்ஷல் (*Sir William Herschel, 1738 - 1822*) 1781 ஆம் ஆண்டு விண்மக் கோளான யூரனசைக் கண்டுபிடித்த செய்தி முன்னர் சொல்லப்பட்டிருந்தது. (இ.ச.க.தொகுதி- 9:1781 - புள்ளி).

உலகின் மாபெரும் வானியலார் வரிசையில் ஒருவரான வில்லியம் ஹெர்ஷல் ஹனோவர் நகரில் 1738 நவம்பர் 15 அன்று பிறந்தார். (*Hanover* : வட ஜெர்மனிலுள்ள ஒரு நகரம்) ஹெர்ஷலின் முப்பாட்டனாரான ஆபிரகாம் ஹெர்ஷல், மேரன் (*Mehren*) என்ற ஊரில் பிறந்தார். ஜெர்மன் மொழியில் இப்பெயர் பெற்றுள்ள இடம் நடுச் செக்கோசுலோவேகியத்தில் அமைந்த மொரேவியம் (*Moravia*) என்ற பகுதியாகும். அவர் அங்கு புரட்டஸ்டண்டுக் கோட்பாட்டில் வலுவான ஈடுபாடு கொண்டிருந்தார். அதனால் அவரை அங்கிருந்து வெளியேற்றி விட்டனர். ஆபிரகாமின் மகனான ஐசக்கு லைப்சிகின் அருகில் வேளாண்மை செய்து வந்தார். (*Leipzig* : தென் ஜெர்மன் நகரம்; சந்தைகளுக்குப் பெயர் பெற்ற ஊர். நூல் வெளியீடு, இசை ஆகியவற்றுக்கு மையமாயும் இன்றும் விளங்குவது. நெப்போலியன் இங்கு 1812 இல் படுதோல்வியடைந்தார்) ஐசக்கின் மூத்த மகனான ஜேகபு ஹெர்ஷல் தன் தந்தைக்கு ஏமாற்றம் தரும் விதத்தில் வேளாண்மையை விடுத்து இசைக் கலையில் நாட்டம் கொண்டு ஹனோவர் நகரில் குடியேறினார்.

வில்லியம் ஹெர்ஷலின் தந்தையான ஜேகவு புகழ் பெற்ற இசைக்கலைஞராய் விளங்கினார். அவருக்கு ஆண் ஆறு, பெண் நான்கு என்று பத்துப் பிள்ளைகள் இருந்தனர். அவர் சுருங்கிய வருவாயுடையவராயிருந்ததால், தம் மக்களுக்குப் போதிய கல்வியளிக்க அவரால் முடியவில்லை. எனினும் அவர் தன் பிள்ளைகள் மேல் மிகுந்த அக்கறை எடுத்துக் கொண்டதால் பத்துப் பேரும் சிறந்த இசையாளராயினர். மூத்த பிள்ளை ஜேகபு ஹெர்ஷல் இசையில் அருந்திறமையுடையவராயிருந்ததால், ஹனோவர் படை ஒன்றின் பேண்டு குழுத் தலைவராகி, அக்குழுவுடன் இங்கிலாந்து செல்லும் வாய்ப்பைப் பெற்றார். மூன்றாவது மகனான வில்லியம் தந்தையின் ஆதரவிலிருந்தார். அவர் நுண் கலையைப் புறக்கணித்து விடாமல், பிரஞ்சு மொழிகற்றார்; நுண் பொருள் கோட்பாட்டியலையும் கற்றார். அவர் இறுதிவரை இத்துறையில் ஆர்வம் கொண்டிருந்தார்.

வில்லியம் ஹெர்ஷல் 1759 ஆம் ஆண்டு தன் 21 ஆவது வயதில் தன் அண்ணனுடன் இங்கிலாந்து சென்றார். (அவர் தன் தந்தையுடன் இங்கிலாந்து போனார் என்பது தவறான

செய்தியாகும்). அவரின் அண்ணன் ஜேகபிற்கு இங்கிலாந்தில் நல்ல தொடர்புகள் கிடைக்கும் சூழல் இருந்தது. எனினும் இலண்டனிலோ, பிற நகரங்களிலோ அவருக்குத் தொடக்கத்தில் வாய்ப்புக் கிடைக்கவில்லை. முதலில் இரண்டு மூன்றாண்டுகள் அவர் துன்புற்றார்.

டர்ஹம் பிரபு வில்லியத்தை ஆங்கிலப் படைப்பிரிவு ஒன்றின் பேண்டு இசைக் குழுவில் தலைவராக்கியதும் அவருக்கு நல்ல காலம் பிறந்தது. அப்படைப் பிரிவு ஸ்காத்லந்தில் இருந்தது. அவர் அதன்பிறகு சிறந்த இசையாளர் என்று பெயர் பெறலானார். அவருக்கு 1766 ஆம் ஆண்டு யார்க்குசயரைச் சேர்ந்த ஹாலிஃபாக்ஸ் என்ற ஊரில் ஆர்கன் இசைக்கும் பணி கிடைத்தது. (*Organ* : தேவாலயங்களில் உள்ள மிகப் பெரிய இசைக் கருவி.) அவர் இப்பணியில் கிடைத்த ஊதியத்தையும் இசை கற்பித்துக் கிடைத்த வருவாயையும் கொண்டு இளமையில் முற்றுப் பெறாதுபோன கல்வியைக் கற்கலானார். அவர் அப்போது ஓர் இலக்கண நூலையும் அகர முதலியையும் வைத்துக் கொண்டு இலத்தீனம், இத்தாலி ஆகிய மொழிகளைக் கற்றார். கிரேக்கம் ஓரளவு கற்றுக் கொண்டார். ஹாலிஃபாக்சில் இருந்தபோது அவருக்குக் கல்வியில் பேரார்வம் பிறந்ததால் முனைந்து பல துறைகளைக் கற்கலானார்.

ஹெர்ஷலுக்குப் பாத்து நகரில் உள்ள ஒரு கோயிலில் ஆர்கன் இசைக்கும் பணி 1766 இல் கிடைத்தது. (*Bath* : தென்மேற்கு இங்கிலாந்து நகரம். இங்கு கனிப் பொருள் கலந்த நீரூற்றுகள் உள்ளன. அதனால் நலக் குளிப்பிற்கு இது பெயர் பெற்றது.) இப்பணிக்கு ஹாலிஃபாக்சில் கிடைத்ததை விடக் கூடுதலான வருவாய் கிடைத்தது. ஹெர்ஷல் தொடர்ந்து கல்வி கற்று வந்தார். அவர் இசையின் வழியாய்க் கணிதத்தையும் கணிதத்தின் வாயிலாய் ஒளியியலையும் கற்றார். அவரது தனிச்சிறப்பு வாய்ந்த அறிவியல் பணியில் ஒளியியல் தலையாய இடம் பெறும்.

அவர் பாத்து நகரில் இருந்த போது, இரண்டடி நீளமேயுள்ள ஒரு தொலைநோக்கி அவருக்குக் கிடைத்தது. அக்கருவி செப்பமற்றததாயிருந்த போதிலும் வெறுங் கண்ணால் வானில் காண முடியாத ஏராளமான விண்மீன்களை அது அவருக்குக் காட்டியது. அறிந்தவற்றைப் பெருக்கிக் காட்டிற்று. பண்டைக் காலத்தில் வாழ்ந்த கற்பனை வளஞ் செறிந்தவர்களின் கண்களுக்குத் தட்டுபடாத வடிவங்கள் வானில் அவருக்குத் தெரிந்தன. இந்தத் தொலைநோக்கியைவிடப் பெரிய ஒன்றை உடனே வாங்க வேண்டுமென்று ஹெர்ஷல் உறுதி கொண்டார். அவர் இது குறித்து இலண்டனுக்கு எழுதிய கடிதத்திற்கு மறுமொழி வரத்தாமதமானது. அச் சில நாள்கள் ஹெர்ஷலுக்குப் பல ஆண்டுகள் போல் தோன்றின. ஆனால் மறுமொழி வந்தபோது அக்கருவியின் விலை எளியவரான அவரால் வாங்கமுடியாத அளவு மிகுந்ததாயிருந்தது. வேறு ஒருவராயிருந்தால் நம்மால் முடியாது என்று ஒதுங்கிவிடுவார். ஆனால் ஹெர்ஷலுக்கு அது புது ஊக்கத்தைக் கொடுத்தது.

அவரால் தொலைநோக்கியை வாங்க முடியாது. ஆனால் தன் கையாலேயே ஒன்றைச் செய்து கொள்ள முடியுமே. மிக உச்சமான அளவில் ஒளியைப் பிரதிபலிக்கும் கலப்புலோகங்கள், கண்ணுக்குச் சாய்மாலை வட்டத்தைத் தரக்கூடிய (*parabolic*) வழி வகைகள், பளபளப்பாக்குவதால் பிரதிபலிப்பைக் கொடுக்கும் விளைவுகள் ஆகியன பற்றியெல்லாம் ஹெர்ஷல் ஆராயத் தொடங்கினார். அவர் முனைந்து அரும்பாடுபட்டுத் தன் முயற்சியில் வெற்றிகண்டார். அவர் தானே முற்றுமாய் ஆக்கிக் கொண்ட ஐந்தடிக் குவிமையத் தொலைவுடைய ஒரு தொலைநோக்கியை 1774 இல் செய்துவிட்டார்.

மேலும் ஏழு, எட்டு, பத்து, இருபதடிக் குவிமையத் தொலைவுடைய நோக்கியையும் அவர் செய்துவிட்டார்.

அவர் இத்தகைய நோக்கியை வைத்துத்தான் *1781* மார்ச்சு *13* அன்று நமது ஞாயிற்றுக் குடும்பத்துள் அடங்கிய புதிய கோளான யூரனசைக் கண்டுபிடித்தார். அவர் அதே ஆண்டில் யூரனசின் இரண்டு துணைக் கோள்களையும் கண்டுபிடித்தார். அவர் இரட்டை விண்மீன்களின் இயக்கத்தையும் கண்டுபிடித்தார்.

அவர் விண்மீன்கள் நிறைந்த வானின் படத்தை வரையும் திட்டத்தையும் முடித்து வைத்திருந்தார். பால் வெளி *(Milky Way)* மண்டலத்தின் எல்லாத் திக்குகளிலும் சமமான எண்ணிக்கையில் விண்மீன்கள் உள்ளன என்று உய்த்தறிந்தார். அதை வைத்து நாம் பால்வெளி வீதியின் நடுவில் இருக்கின்றோம் என்று மிகச் சரியாய் உய்த்துவிட்டார்.

இசையாளரான ஹெர்ஷல் தொலைநோக்கியை ஆக்குபவர், வானியலார் என்ற பெயர் உலகெங்கும் பரவியது. மூன்றாம் ஜார்ஜ் அரசர் *(1738-1820;* ஆ.கா. *1760-1820)* அறிவியல் ஆர்வலர். அவர் ஹனோவரிலிருந்து வருகின்றவர்களைக் காத்து ஆதரிக்கும் நாட்டமுடையவராயிருந்ததால், ஹெர்ஷலை அழைத்தார். வானியலரான ஹெர்ஷல் தன் பணிகளை எளிமையாயும் தெளிவாயும் சுருக்கமாயும் எடுத்துரைத்து அரசரை ஈர்த்து விட்டார்.

அரசர் அவருக்கு ஆண்டிற்கு முந்நூறு கினி உதவித் தொகை அளித்தார். பின்னர் விண்சர் கேசலின் அருகில் கிளே ஹால் என்ற இடத்தில் முதலிலும் பின்னர் ஸ்லோ என்ற இடத்திலும் குடியிருக்க இடம் தந்தார். மூன்றாம் ஜார்ஜ் எதிர்பார்த்ததையெல்லாம் ஹெர்ஷல் நிறைவேற்றினார். இன்று நடு இங்கிலாந்திலுள்ள தொழில் நகரான ஸ்லோவில் இருந்த சிறுவீட்டில் வாழ்ந்து கொண்டு உலகமெல்லாம் வியக்கும் வானியல் கண்டுபிடிப்புகளை ஹெர்ஷல் செய்தார். அந்த ஊரின் பெயர் (அது *19* ஆம் நூற்றாண்டில் சிற்றூராயிருந்தது.) வரலாற்றில் அழியா இடம் பெற்றுவிட்டது.

ஹெர்ஷல் ஐரோப்பியத்தின் தலையாய அறிவியல் சங்கமாகிய இலண்டன் இராயல் சொசைட்டியின் உறுப்பினராய்த் தேர்ந்தெடுக்கப்பட்டார். பல பட்டங்களைப் பெற்றார். ஆக்ஸ்ஃபோர்டு பல்கலைக்கழகம் அவருக்கு *1786* இல் டாக்டர் பட்டம் அளித்துப் பெருமைப்படுத்தியது.

அவரது குடும்பத்தைச் சேர்ந்த இருவர், அவரது ஆராய்ச்சிப் பணிக்கு உதவியாயிருந்தனர். ஒருவர் அவரின் சகோதரரான அலெக்சாந்தர் ஹெர்ஷல்; எந்திர வியலில் வல்லவர். தன் சகோதரர் உருவாக்கிய எந்தக் கருவியாயினும் அலெக்சாந்தர் அதைச் செயல் வடிவாக்கினார். மற்றொருவர் அவரின் சகோதரியான செல்வி கரோலைன் ஹெர்ஷல் *(1750-1848).*

இப்பெண்மணி தன் சகோதரர் அரசவை வானியலார் என்ற சிறப்பைப் பெற்றதுமே ஜெர்மனியிலிருந்து இங்கிலாந்து சென்று விட்டார். அங்கு அவர் உதவி வானியலார் என்ற பதவியைப் பெற்றார். அதற்குச் சிறு ஊதியமும் தரப்பட்டது. அவர் அக்கணத்திலிருந்து தன் சகோதரருக்கு மகிழ்ச்சியுடன் உதவி வந்தார். ஹெர்ஷல் அறிவியலில் புகழ்பெறுவது பெருகப் பெருக, கரோலைன் இரவு, பகல் பாராது தன் சகோதரருக்குத் துணையாயிருந்தார். அவர் தன் சகோதரருடன் சேர்ந்து இரவு வேளை வானோக்குப் பணி அனைத்திலும் ஈடுபட்டார். அவர் கையில் பென்சிலையும் தாளையும் வைத்துக் கொண்டு விண்ணில் கண்டன அனைத்தையும் தவறாமல் பதிவு

செய்தார், அதன்பிறகு அக்குறிப்புகளை மூன்று, நான்கு தனித்தனிப் பதிவேடுகளில் எழுதி வைப்பார். பின்னர் அவற்றை ஒன்று கூட்டி, வகை பிரித்துப் பகுத்தாராய்வார்.

ஹெர்ஷல் பிற அறிவியலாளரைப் பல ஆண்டுக்காலம் தொடர்ந்து மிஞ்சி நிற்கும் வகையில் விரைந்து ஆராய்ச்சி செய்ய முடிந்தது என்றால், அதற்காக அவர் கரோலைனுக்கு நன்றி செலுத்த வேண்டும். அருமையானவரும் மதிப்பிற்குரியவருமான இப்பெண்மணி பல வால்மீன்களைக் கண்டறிந்து உலகிற்கு ஹெர்ஷல் வெளிப்படுத்தக் காரணமாயிருந்தார். அவர் தன் சகோதரர் இறந்த பிறகு ஹனோவருக்குச் சென்று, அங்கு இசையாளர் ஜான் டியட்ரிச்சு ஹெர்ஷலுடன் தங்கிவிட்டார்.

வில்லியம் ஹெர்ஷல் நோவின்றி *1822* ஆகஸ்டு *22* அன்று *82* ஆவது வயதில் இறந்தார். அவரின் குழந்தைத்தனமான ஆர்வமும், வரம்பேயில்லாத நற்குணமும் செல்வத்தாலும் மாறவேயில்லை. அவர் கடைசிக் காலம் வரையிலும் சிறந்த அறிவுக் கூர்மையுடன் இருந்தார். அவர் இறந்ததற்குச் சில ஆண்டுகளுக்கு முன்னர் தன் ஒரே மகனான சர் ஜான் ஹெர்ஷல் புகழ்பெற்றதைக் கண்டு மகிழ்ந்தார். (சர் ஜான் ஹெர்ஷல், *1792-1871:* இவரும் பெயர் பெற்ற வானியலார் ஆவார். இவர் 525 புகைமங்களையும் *(Nebulae)* விண்மீன்களையும் கண்டுபிடித்தார்.)

வில்லியம் ஹெர்ஷல் வால்மீன்கள் பற்றிப் பல ஆராய்ச்சிக் குறிப்புகளை எழுதி வைத்திருக்கின்றார். அவர் தன்னிடமிருந்த நுட்பமான சில கருவிகளைப் பயன்படுத்தி ஒரு வால்மீனை ஆராய்ந்தார். அது பிகாட்டு *(Pigot)* என்றவரால் *1807* செப்டம்பர் *28* அன்று கண்டுபிடிக்கப்பட்டது. ஹெர்ஷல் *1807* ஆம் ஆண்டிலும், *1811* ஆண்டிலும் தோன்றிய வால்மீன்களை ஒப்புநோக்கி அவற்றின் தன்மை, ஒளிரும் தன்மை, தொலைவு ஆகியன பற்றித் துல்லியமாய்க் கூறினார்.

Sagan, Carl. Cosmos, 1990 Edition

Zaban, Jones Bessie Editor, The Golden Age of Science, Smithsonian

Institute, Washington, 1966.

வைக்கவுண் கேசில்ரா (1769-1622)

இராபட்டு ஸ்டூவட்டு என்ற வைக்கவுண் கேசில்ரா *(Viscount Castlereach, 1769 - 1822)* பிரிட்டீசு அரசியல் தந்திரி நெப்போலியனை எதிர்ப்பதற்குப் பேரணி திரட்டினார். வியன்னாப் பேரவையில் *1815* ஆம் ஆண்டு கலந்து கொண்டவர். *(Vienna Congress* இ.ச.க.*12* காண்க) இவர் *1812* முதல் *1822* வரை பிரிட்டனின் அயலுறவு அமைச்சராயிருந்தார். எனினும் இவருக்கு மக்களிடம் செல்வாக்கு இருந்திலது.

இவர் *1822* ஆகஸ்டு *12* அன்று பேனாக் கத்தியால் தன் கழுத்தை அறுத்துக் கொண்டு இறந்தார். அவர் இறந்ததும் ஜார்ஜ் கேனிங்கு *(George Canning, 1770-1822)* இவ்வாண்டு அயலுறவு அமைச்சரானார். கேனிங்கு இப்பதவியில் *1827* வரை இருந்த பின்னர் அந்த ஆண்டில் தலைமை அமைச்சரானார். ஜார்ஜ் கேனிங்கின் மகனான சார்லஸ் ஜான் கேனிங்கு பிரபு *(Charles John Caninng, 1812-1863)* இந்தியத்தில் தலைமை ஆளுநராயும் *(1856-58)* முதல் அரசப் பேராளராயும் *(Viceroy; 1856-58)* இருந்தார்.

அலி பாஷா (1741-1822)

அலி பாஷா *(1741-1822)* ருமேலியத்தின் குறிப்பிடத்தக்க ஆயன் ஆவார். ஆயன் என்பது நிலப்பிரபைக் குறிக்கும். துருக்கரின் ஆட்டோமான் பேரரசில் இத்தகைய

ஆண்டையர்க்கு மிகுந்த அரசியல் செல்வாக்கு இருந்தது. ருமேலியம் (*Rumalia*) என்பது தெசாலி, எப்பிரஸ், மாசிடோனியம், திரேஸ் ஆகிய பகுதிகளை உள்ளடக்கிய ஆட்டோமான் மாநிலத்தைக் குறிக்கும். (*Thessaly* ; நடுக் கிரேக்கத்தின் கிழக்குப் பகுதி; ஏஜியன் கடலின் கரையில் அமைந்தது. *Epirus* : வடமேற்குக் கிரேக்கத்திலுள்ளது. பண்டைக் கிரேக்கத்தின் ஒரு பகுதி. கிரேக்கம் *1820* இல் விடுதலை பெற்ற பிறகு கிரேக்கத்திற்கு விட்டுத்தரப்பட்டது. *Macedonia:* வட கிரேக்கத்தின் ஒரு பகுதி. *Thrace* : பால்கன் தீவக்குறையின் கிழக்கிலிருந்த நாடு. இப்பகுதிகள் அனைத்தும் வட கிரேக்கத்தில் உள்ளன.

துருக்கர் *1387* வாக்கிலேயே கிரேக்கத்தில் கால் வைத்து விட்டனர். அவர்கள் தம்மிடம் பணிய மறுத்த வெனீசியரைத் தவிர, மேற்கத்திப் போட்டியாளர் அனைவரையும் வீழ்த்திவிட்டனர். கிரேக்கம் நான்கு நூற்றாண்டுக் காலத்தில் பெரும் பகுதியில் ஆட்டோமன் என்ற துருக்கப் பேரரசின் கீழ் தேங்கிக் கிடந்தது. அந்தக் காலத்தில் மேற்சொன்ன வட கிரேக்கப் பகுதிகள் துருக்கர் ஆட்சியில் இருந்தன.

ருமேலியம் என்ற சொல்லுக்கு ''ரோமானியர் நாடு'' என்று பொருள். ஆட்டோமான்கள் இப்பகுதியைச் சிறுகச்சிறுக இழந்து வந்தனர். முதலில் பல்கேரியர் கிழக்கு ருமேலியத்தை எடுத்துக்கொண்டு, அதைத் தம் ஆட்சிப் பரப்பினுள் இணைத்தனர். புக்காரஸ்டு உடன்படிக்கை *1813* இல் ஏற்பட்ட பிறகு தான் கிரேக்கத்திற்குச் சலோனிக்கம், செர்பியம், மோனஸ்டிர் ஆகியன கிடைத்தன.

அலி பாஷா அரைகுறைத் தன்னாட்சியுரிமையுடைய ஆண்டையாய்த் தென் அல்பேனியத்தில் இருந்து வந்தார். (*Albania:* தென்கிழக்கு ஐரோப்பியத்தில் கிரேக்கத்தின் மேற்கே, யுகோசுலேவியத்தின் தெற்கே ஆட்ரியாட்டிக்குக் கடலில் உள்ள நாடு, இதுவும் நானுறாண்டுக் காலம் துருக்கர் ஆட்சியில் இருந்தது.) அவர் *1787* இல் திரிகல (*Trikala*) பாஷா ஆனார். அடுத்த ஆண்டில் கிரேக்கப் பகுதியைக் கவர்ந்து கொண்டதும் ''ஜனைனாவின் அரிமா'' (*The Lion of Jania*) என்று அறியப்பட்டார். பின்னர் *1803* இல் ருமேலியே ஆளுநர் (*Begleiby*) ஆனார்.

அவர் தன் அவைக்குப் பைரன் (*Lord Byron, 1788-1824*; புலவர்) போன்ற பெரும் புலவர்களையும் பிற ஐரோப்பிய, ஆங்கிலப் பயணியரையும் வரவேற்று விருந்தோம்பினார். அவர் பிரிட்டனிடனும் பிரான்சின் புரட்சி அரசிடமும் உதவிபெற்று வந்த ஃபிலிக்கு எடைரிய (*Philik Etairia*) வுடனும் தொடர்புகளை ஏற்படுத்தினார். அவர் தனக்கு ஆதரவு கிடைக்கும் என்று எதிர்பார்த்து *1813* இல் ஆட்டோமான் பேரரசிலிருந்து பிரிந்து, விடுதலை பெற்றதாய்ச் சாற்றிவிட்டார்.

துருக்கச் சுல்தான் இரண்டாம் முகமது (*1785-1839*; ஆ.கா.*1808-1839*) ஜனைனா நகரை நீண்ட முற்றுகைக்குப் பின் கைப்பற்றினார். அலி பாஷா சரணடைந்ததும் சுல்தான் அவரை *1822* ஆம் ஆண்டு கொல்லச் செய்தார்,

(இச்செய்திகள் கிரேக்க விடுதலைப் போராட்டத்துடன் இசைத்து நோக்கத் தக்கன.)

1823

அரசியல்

புதிய தலைமை ஆளுநர் ஆமெர்ஸ்டு
தென்னமெரிக்கக் குடியரசுகள் - பிரிட்டன் ஏற்பு
இந்திய இதழ்களுக்கு வாய்ப்பூட்டு
மன்றோ கோட்பாடு

அறிவியல்

கணிப்பொறி முன்னோடி ஆய்வு, பாறை வகையியல் ஆய்வு
குளோரின் திரவமாக்கப்படுதல்

மருத்துவம்

"லேன்சட்டு" மருத்துவ இதழ் தொடக்கம்

சமயம்

"நானே கல்கி"

சட்டம், நீதியாட்சி

பம்பாய் உச்சநீதி மன்றம்

கலை, இலக்கியம்

பைரனின் "டான் யுவான்"

கல்வி

சம்ஸ்கிருதக் கல்லூரி அமைக்க எதிர்ப்பு
பொதுப் பள்ளிகளுக்குத் தலைமைக் குழு

வேளாண்மை

மேல அசாமில் தேயிலை கண்டுபிடிப்பு

போக்குவரவு

இந்தியத்தில் கட்டிய முதல் நீராவிக் கப்பல்

மக்கள்

இராம மோகனர் வீட்டு விருந்து
கம்பெனி ஊழியத்தில் ஜான் ஸ்டுவட்டு மில்
சதி ஒழிப்பிற்கு எதிர்ப்பு

பொது

சல்லிவனும் ஊட்டியும், காட்டும் நகரம் அமைப்பு
நீர் சுவறாத துணி, "தந்தி வசதி வேண்டியதில்லை"

தொல்லியல்

ஆத்திகும்பக் கல்வெட்டு கண்டுபிடிப்பு

பிறப்பு

இராமலிங்க வள்ளல் (1823-1874), மாக்ஸ் முல்லர் (1823-1900)

இறப்பு

எட்வர்டு ஜென்னர் (1749-1823)
வில்லியம் வார்டு (1769-1823)

1823

1. ஆத்திகும்பக் கல்வெட்டுகள் கண்டுபிடிப்பு

இந்தியத்தின் கிழக்கே வங்கக் கடலின் கரை மீதமைந்த ஒரிசம் என்ற மாநிலம் வரலாற்றில் பல்வேறு காலங்களில் உத்கலம், தோசலி, கங்கோட, ஒதர, தஸ்ரண, கோசலம், ஒட்டாரதேசம் என்றெல்லாம் அழைக்கப்பெற்று வந்தது. (இ.ச.க. தொகுதி-6:1751 கட்டுரை) பின்னர் சுமார் 11-16 ஆம் நூற்றாண்டுகளுக்கு இடைப்பட்ட காலத்தில் ஒதிர, ஒதிச என்ற பெயர்களைப் பெற்று இன்று ஒரிசம் என்று வழங்குகின்றது.

இந்நிலம் இந்திய வரலாற்றில் தனிச் சிறப்பு வாய்ந்த ஓரிடத்தைப் பெற்றுள்ளது. அசோகர் (273-232 கி.மு.) இங்கு கலிங்கரொடு பொருதிய தௌலி என்ற போர்க்களம் இம்மாநிலத்தில் உள்ளது. அசோகர் கொலைத் தொழிலான போரை விடுத்து அன்புநெறியான பௌத்தம் தழுவியதற்குத் தௌலியில் நடந்த கலிங்கப் போரே காரணமாகும்.

அசோகர் கலிங்கத்தை கி.மு. 256 ஆம் ஆண்டு வெற்றி கொண்ட பின்னர் அங்கு பௌத்தம் தழைத்தது. அதன் பிறகு கி.பி. இரண்டாம் நூற்றாண்டு வரை கலிங்கத்தில் சமணமே பரவியிருந்தது. ஒரிசத்தின் மாறிமாறி வந்த வரலாற்றில் பல்வேறு சமயங்கள் பல்வேறு காலங்களில் செழித்திருந்தன. சமணம் அங்கு பண்டைக் காலத்திலிருந்தே மேன்மை பெற்றிருந்தது.

1823

காரவேலரும் தமிழகமும்

கலிங்கம் மௌரியர் (சங்க இலக்கியம் இவர்களை மோரியர் என்று கூறும்) காலத்தில் ஒரு பேரரசு; சிறு நாடல்ல. அது அசோகரின் பேரரசைவிடப் பரப்பிலோ, ஆற்றலிலோ குறைந்தது அன்று. அதுவும் கங்கை முதல் வடபெண்ணை வரை பரவியிருந்தது. அசோகன் கலிங்கத்தை வெல்லாதிருந்தால், கலிங்கர் அசோகனையே வென்றிருப்பர்.

ஒரிச வரலாற்றில் மாமன்னர் என்று ஏற்கத்தக்க காரவேலன் (191-163 கி.மு.) காலத்தில் முதல் நூற்றாண்டிலேயே அது பொங்குமா நிலை எய்தியிருந்தது. காரவேலன் வடதிசையில் பரப்பிய தன் ஆட்சியையும், சமயத்தையும் தென்னாட்டிலும் பரப்பி, அசோகரையும் தாண்டிப் புகழ்பெற்று விட வேண்டுமென்று எண்ணினார். ஆந்திரப் பேரரசு சிறிது காலம் அவர் கீழ்ப்பட்டிருந்தது. அதனால் அவரது பேரரச எல்லையும் அசோகரது பேரரச எல்லையைப் போலவே தமிழக எல்லையை அளாவி இருந்தது. மௌரியர் என்றும் தலைப்படாத அளவில் பேரரசர் காரவேலர் தமிழகத்தில் இடங்கொள்ளப் பல போர்களை ஆற்றினார்.

தமிழ்நாட்டில் மூவேந்தர், வேளிர் ஆகிய அனைவரும் செருப்பாழி கடந்த இளஞ்சேட் சென்னி கால முதல் வடதிசையை எதிர்த்து ஒரு கூட்டு முன்னணி அமைத்திருந்தனர். காரவேலர் இதைச் சூழ்ச்சிகளால் கலைக்கப் பெரிதும் முயன்று அவற்றில் வெற்றி பெற்றதாகவும், அவர் சிறிது காலம் எண்ணியிருந்தார் என்று தோன்றுகின்றது என்பது கா. அப்பாத்துரையாரின் கருத்தாகும். ஏனெனில் அவர் தன்

கல்வெட்டுகளில் ஒன்றில் இது பற்றித் தற்பெருமை கொள்கிறார். தமிழகத்தில் *113* ஆண்டுகளாய் நிலவி வந்த தமிழரசர்களின் கூட்டணியைச் சிதைத்து விட்டதாய், அவர் அதில் குறிக்கின்றார். இக்கூட்டணி அமைந்த காலம் செருப்பாழிப் போர் நிகழ்ந்த காலமானால், அதன் ஆண்டு கி.மு. *276* அல்லது *266* ஆக இருக்க வேண்டுமெனலாம்.

கண்டகிரி, உதயகிரி

ஒரிசத்தில் இருந்த தலையாய சமண மையங்களின் நினைவுச் சின்னங்கள் கண்டகிரி மலையிலும் உதயகிரி மலையிலும் நிறைந்துள்ளன. இங்கு பாறையைக் குடைந்தெடுத்த குடைவரைகள் இருக்கின்றன. கண்டகிரி, உதயகிரி என்ற இவ்விரட்டை மலைகள் அமைதியாய் எழும்பியிருக்கின்றன. அவை பண்டைக் காலத்தில் குமரபருவம், குமரி பருவம் என்று பெயர் பெற்றன. அவை இன்றைய ஒரிசத்தின் தலைநகரான புவனேசுவரத்தின் மேற்கே சுமார் ஏழு கிலோமீட்டரில் நிற்கின்றன. சமணத்தின் மதிப்பு வாய்ந்த இடங்களாய் விளங்குகின்றன. தொல்லியல், வரலாற்றியல், பண்பாடு முதலியவற்றின் கருவூலங்களாயும் நிலைத்து நிற்கின்றன.

பண்டை இந்தியக் கலையின் நீட்டிப்பு

மிகவும் பிற்பட்ட காலத்ததான எல்லூராவின் சமணக் குகையைத் தவிர்த்து, உதயகிரி, கண்டகிரி மலைகளிலுள்ள குகைகளைச் சமணர் குடைந்தெடுத்த வெகு அருமையான குகைகள் என்று அறிஞர் கூறுகின்றனர். அவை தொன்மையான ஒரு கலையின் தொடர்ச்சியான கல் ஆவணம் என்ற முறையில் நம் உள்ளத்தைக் கொள்ளை கொள்கின்றன. இந்தியத்தின் வேறு பிற பகுதிகளில் அக்காலத்தில் உண்டான வியப்பூட்டும் மிகச் சிலவான சிற்பங்கள் அங்குள்ளன. அவற்றைப் பர்ஹூத்து (*Burhut*), சாஞ்சி, அமராவதி, குறிப்பாய்க் கடைசியில் கூறப்பட்ட இடத்திலெல்லாம் உருவான பண்டை இந்தியக் கலை வளர்ச்சியின் முழுமையுடன் கண்டகிரி, உதயகிரி சிற்பங்களைப் பல வழிகளில் ஒப்பிடலாம் என்பது கலை வல்லுநர் கருத்தாகும்.

இக்குகைகள் ஆர்வத்தை உண்டாக்கக்கூடிய ஒரு கோலத்தில் குடையப் பட்டுள்ளன. குகைகளின் முன்புறத்தில் தூண்களுடன் கூடிய முற்றங்கள் இருக்கின்றன. அவற்றொடு ஒன்று அல்லது அதற்கு மேற்பட்ட தனி மாடங்களைக் காணலாம். முற்றத்தில் பாறையை வெட்டி நிலையரங்குகளைச் செதுக்கியுள்ளனர். இக்குன்றுகளிலுள்ள குகைகளை ஆன்று ஸ்டிர்லிங்கு என்ற ஆங்கிலேயர் *1823* ஆம் ஆண்டு கண்டுபிடித்தார். அவர் இது குறித்து *1823* மார்ச்சு *8* அன்று கல்கத்தாவிலுள்ள வங்க ஆசியவியல் சங்கத்தில் தன் ஆய்வறிக்கையைப் படித்தார். (இ.ச.க.தொகுதி-*6*: *1751* கட்டுரை)

இவ்விரண்டில் ஒன்றான உதயகிரி மலையில் குடையப் பெற்ற ஹாத்தி கும்ப என்ற யானைக்குகை மிகவும் புகழ்வாய்ந்தது. (இதைத் தமிழில் அதிகும்பக் கல்வெட்டு என்கின்றனர். ஹாத்தி அல்லது ஆத்தி கும்பக் குகை என்பதே சரியாகும். ஹாத்தி என்றால் யானை என்று பொருள்.) இக்குகை குடைவரைக் கலையில் குறிப்பிடத்தக்கது அல்லவெனினும் இங்கு செதி அல்லது சேதி அரச குடியின் அரசரான காரவேலர் வெட்டுவித்த கல்வெட்டு உள்ளது. இதன் காரணமாய் உதயகிரிக் குகை சிறப்புப் பெறுகின்றது. காரவேலரின் ஆட்சி பற்றிய அருமையான செய்திகள் இங்குள்ள கல்வெட்டில் பொறிக்கப்பட்டிருக்கின்றன.

1823

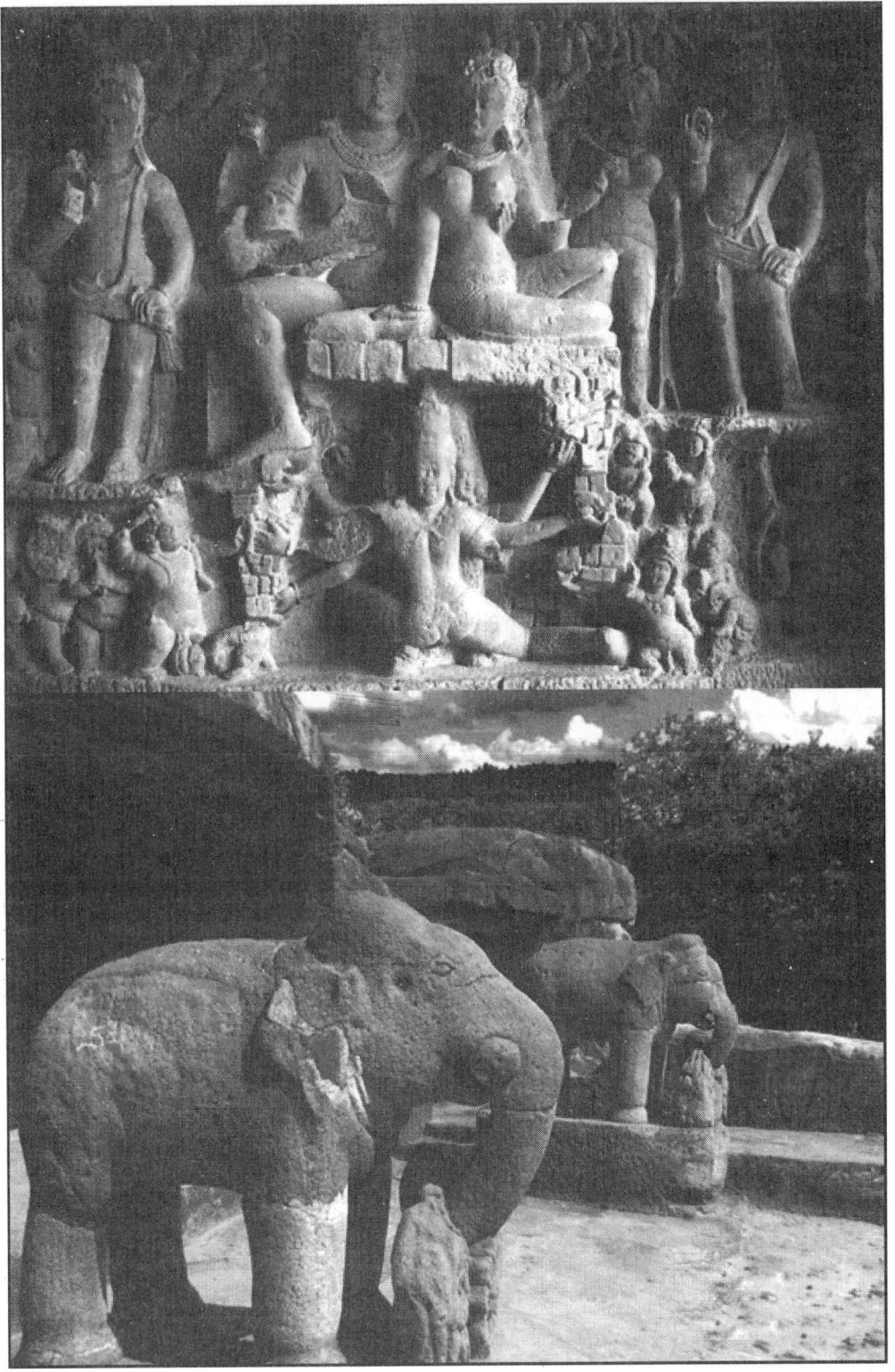

ஆத்தி கும்பக் கல்வெட்டிலிருந்து இரண்டாயிரமாண்டுகளுக்கு முற்பட்ட பல செய்திகளை நம்மால் அறிந்து கொள்ள முடிகின்றது. அதில் சொல்லப்பட்டிருக்கும் செய்திகள் இக்களஞ்சியத்தின் ஆறாம் தொகுதியில் கூறப்பட்டுள்ளன. அக்காலத்து நிலவிய மக்களின் வாழ்க்கை முறை, கலை, பண்பாடு, சமயம், அரசன் மேற்கொண்ட நலப் பணிகள், அவனுடைய போர் வெற்றிகள் அவனுக்கு இசையிலும் நடனத்திலும் இருந்த ஆர்வம் முதலிய செய்திகள் இக்கல்வெட்டில் விவரிக்கப்பட்டிருக்கின்றன. ஆத்தி கும்பக் கல்வெட்டு இந்தியத்தில் கண்டறிந்த வெகு தொன்மையானதும் சிறந்ததுமான பாளி மொழி ஆவணமாகும்.

(பாளி மொழி : பௌத்த சமயத்தின் முதல் நூல்கள் பாளியில்தான் எழுதப்பெற்றன. அது மகதத்தில் வழங்கி வந்த பேச்சு மொழியாயிருக்கலாம் என்பது அறிஞர் கருத்தாகும். இன்றைய பீகார் மாநிலத்தின் தென் பகுதியில் பண்டை மகதம் இருந்தது. பிராகிருதத்தின் பல பிரிவுகளில் பாளி ஒன்றாகும். பாளி மொழிக்குத் தமிழ் நாட்டவரான காச்சாயனாரும் பர்மிய நாட்டரசரான அக்கவம்சரும் (1154 கி.பி.) இலக்கணம் வகுத்துள்ளனர். இனி வரவிருக்கும் தொகுதியில் பாளி மொழி பற்றி மேலும் செய்திகளைக் காணலாம்).

கண்டகிரி மலை

1823

கண்டகிரி மலை, உதயகிரி மலையை விடச் சுமார் நான்கு மீட்டர் உயரமானது. இங்கு நவமுனி, பாரவூஜி போன்ற முக்கியமான குகைகளும், இரண்டு கிளிக் குகைகளும் (*Tatowa Gumbha*) இருக்கின்றன. இக்குகைகளின் நுழைவாயிலில் கிளியுருவங்கள் செதுக்கப்பட்டிருத்தலால், இவை இப்பெயர் பெற்றுள்ளன. அரசி குகையில் போலவே கிளிக் குகையின் முகப்புகளில் மிகவும் அருமையான புடைப்புச் சிற்பங்கள் காணப்படுகின்றன.

கண்டகிரி மலைக்கு முடி சூட்டியது போன்று இளஞ்சிவப்பு நிறமான சமணக் கோயில் ஒன்றுள்ளது. அது பதினெட்டாம் நூற்றாண்டில் கட்டப்பெற்றது என்று நம்புகின்றனர். இருப்பினும் இக்கோயிலில் பளிங்கினாலான மூலவர் உருவம் சுமார் ஐம்பதாண்டுகளுக்கு முன்னர் திருநிலை செய்யப்பட்டது. இக்கோயிலுக்குக் கட்டடச் சிறப்பு எதுவுமிலது. அதனருகிலுள்ள அடுக்குத் தளத்தில் ஒற்றைக் கல்லாலான சிறு கோயில்கள் பலவுள. அந்த இடம் தேவ சபை என்று சொல்லப்படுகின்றது. இந்தச் சின்னஞ்சிறு இன்ப உலகை நோக்கி மக்கள் ஆண்டு முழுவதும் வருகின்றனர்.

எனினும் கும்ப விழா (கும்பமேளா) தொடங்கும் அதே நாளன்று நடக்கும் ஒரு வார விழாவிற்கு ஏராளமான மக்கள் திரண்டு வருகின்றனர். சாதுக்கள் அங்கு ஒரு நந்தா விளக்கை அமைத்து ஏற்றுகின்றனர். குப்த கங்கை என்ற குளத்தில் நீராடுகின்றனர். அக்குளம் மிகவும் புனிதமானதாகும். அதனடியில் கங்கை வந்து கலக்கின்றதென்று நம்புகின்றனர்.

அப்பாத்துரை, கா. தென்னாட்டுப் போர்க்களங்கள் சென்னை, 1957

Mishra, Bibhuti Treasure Trove of Jaina art and Architecture, Article in The Hindu, Oct. 22, 1991

2. சல்லிவனும் உதகமண்டலமும்

அரணும் அரசனும் ஒழிந்த பரந்த நாட்டில் அறிவும் திறனும் ஆயுதமும் ஏந்திய

ஐரோப்பியர் இம்மண்ணின் அறிவு ஆழத்தையும் கலைகளின் மேன்மையையும் நானிலத்தின் பரிமாணங்களையும் எங்கும் தேடித் திரிந்தனர். தொன்மையான இம்மக்களின் நடுவே, அவர்தம் கண்முன்னே பல்லாயிரமாண்டுகளாய் இருந்தவற்றையெல்லாம் விழி கண் குருடர்க்குக் காட்டுவது போல் அவர்கள் காட்டித் தந்தது இக்காலத்திலேயாம். வெற்றியாளர்களான அவர்களின் திக்குவிசயத்தில் கீழ் வருவதும் ஒன்றாகும்.

கோவை மாவட்ட ஆட்சியாளராயிருந்த ஜான் சல்லிவன் இளம் பிரிட்டீசு அரச ஊழியரான விஷ் (*Whish*), கிண்டஸ்லி (*Kindesely*) என்ற இருவரை *1818* ஆம் ஆண்டு அரசுப் பணியாய் நீல மலைகளுக்கு அனுப்பினார் என்றும் அந்த ஆண்டு வரை நீலகிரி முற்றிலும் ஐரோப்பியர் அறியாத இடமாகவே இருந்தது என்றும் தவறான ஒரு கருத்துப் பரவலாய் இருந்து வருகின்றது. நீலகிரியையும் உதகமண்டலத்தையும் பற்றிய வரலாறு குறித்து நமக்குக் கிடைத்துள்ள சான்றுகளையும், அது பற்றி நடத்தப் பெற்ற விரிந்த ஆராய்ச்சியையும் வைத்து நோக்குமிடத்து, *1602* அல்லது *1603* ஆம் ஆண்டுத் தொடக்கத்திலேயே ஐரோப்பியர் நீலகிரி மலைக்குத் தேட்டப் பயணம் மேற்கொண்டனர் என்பதைப் பதினேழாம் நூற்றாண்டில் அறிகின்றோம்.

சல்லிவன்

நீலகிரி மலை அக்காலத்தில் தோடர் மலை என்று அறியப்பட்டிருந்தது. சிரியன் கிறித்தவத் திருச்சபையைச் சேர்ந்த கிறித்தவர்கள் அம்மலையின் சில பகுதிகளில் வாழ்கின்றனர் என்ற செய்தி கொச்சி நாட்டரசிலிருந்த உடம்பளூர்த் திருச்சபைக்குக் கிடைத்தது. ஆதலால் அவர்களை மீட்டு மீண்டும் திருச்சபைக்குள் கொண்டு வருவதற்காக அச்சன்மாரையும் (பாதிரிமாரையும்) சமயத் தொண்டர்களையும் நீலமலைக்கு அனுப்புவதென்று 1599 ஆம் ஆண்டு முடிவெடுத்தனர்.

நீல மலையில் கிறித்தவரா?

சிரியன் கிறித்தவர்களின் முதல் ரோமன் கத்தோலிக்கப் பேராயரான (*Bishop*) வணக்கத்திற்குரிய ஃபிரான்சஸ்கோ ராய் என்ற அச்சன் நீலகிரி மலையில் குறிப்பிட்ட பகுதியில் அக்கிறித்தவர்களைத் தேடிக் கண்டுபிடிக்கவும் சந்திக்கவும் நாட்டு வழிகாட்டி ஒருவரொடும் இன்னொரு அச்சனொடும் அனுப்பப்பட்டார். அச்சனும் வழிகாட்டியும் பெரும் பாடுபட்டுத் தோடர் மலையை அடைந்து அங்கு வாழ்ந்தவர்களுடன் தொடர்பு கொண்டனர். ஆனால் இக்குழுவினர் அங்கிருந்து கொண்டு வந்த செய்திகள் போதியவையாயோ, பொருத்தமாயோ இருக்கவில்லை.

அதனால் பேராயர் ஏசு சபைத் துணைத் தலைவரை அணுகித் தன் சபையைச் சேர்ந்த ஓர் அச்சனை நீல மலைக்கு அனுப்பி அங்குள்ள கிறித்தவ மக்களைப் பற்றி மேலும் ஆராய்ந்து வருமாறு கேட்டார். அதற்கிணங்க இக்கடினமான பணிக்கு வணக்கத்திற்குரிய செகோம் ஃபெரைரி என்ற அச்சன் (பாதிரியார்) தேர்ந்தெடுக்கப் பட்டார். அவர் வாழ்ந்திருந்த கள்ளிக்கோட்டையிலிருந்து கிளம்பிப் பல இன்னல்களை

எல்லாம் கடந்து நீல மலைகளை அடைந்தார். அவர் அங்கு வாழ்ந்த பழங்குடியினரின் பழக்க வழக்கங்கள் பற்றியும் வேறு பல செய்திகள் குறித்தும் அறிந்து கொண்டு திரும்பினார். ஆனால் அவர்கள் கிறித்தவர்கள் அல்லர் என்பதை அவர் அறிந்து கொண்டார்.

அவர் கள்ளிக் கோட்டையிலிருந்த தன் மிசனுக்கு 1603 ஏப்ரலில் தன் அறிக்கையை எழுதியனுப்பினார். அவர் அதில் தான் சென்ற வழி, அப்பயணத்தின் போது நீல மலையில் தனக்கு ஏற்பட்ட அனுபவங்கள் ஆகியவற்றைக் குறிப்பிட்டிருந்தார். அவர் தென் மலபாரிலுள்ள மன்னார் காட்டிலிருந்து கிறித்தவம் தழுவிய ஒருவருடனும் வேறு சிலருடனும் நீல மலைக்குச் சென்றார். அவர்கள் செங்குத்தான கரடு முரடான மலைகள் மீது ஏறினர். அங்கு காட்டு விலங்குகளும் கொடிய நச்சுப் பாம்புகளும் இருந்தன. மலையின் கடுங்குளிரைத் தாங்கிக் கொள்ள ஆடைகளையும் வேண்டிய உணவுப் பொருள்களையும் எடுத்துப் போயினர். அச்சனுடன் சென்றவர்கள் எந்த ஆயுதத்தையும் தம்முடன் மலைக்குக் கொண்டு செல்லவில்லை. அது மலை மக்களுக்குத் தம்பால் ஐயத்தை உண்டாக்கிவிடும் என்று கருதினர். அதனால் தம் செலவின் நோக்கம் பயனற்றுப் போகலாம் என்று நினைத்தனர். அவர்கள் இரண்டாம் நாளன்று செங்குத்தான ஒரு மலையை அடைந்தனர். அவர்கள் அம்மலையைத் தாண்டித்தான் செல்ல வேண்டும்.

படகர், தோடர்

அவர்கள் மூன்றாம் நாளன்று மலைவாழ் மக்களான படகர் ஊர் ஒன்றை அடைந்தனர். அது மேலூரா அல்லது குந்தா என்ற இடமா என்பது இன்னும் ஐயத்திற்கிடமின்றித் தெரியவில்லை. இவ்வூரில் சுமார் இருநூறு பேர் இருந்தனர் என்று ஃபெரைரி அச்சன் அறிக்கையில் எழுதியுள்ளார். அவர்கள் தோடர் தலைவரைச் சந்தித்தனர். அவர் தன் மக்களை ஒன்று கூட்டி அழைத்து வருவதற்கு ஒப்பினார். மறுநாளன்று ஏசு சபைச் சாமியார் படகரிடம் கிறித்தவ சமயம் பற்றி உரையாற்றினார். அவர் தோடரிடமும் படகரிடமும் எம்மொழியில் பேசினார் என்பது இறைவனுக்கே வெளிச்சம். அவர் படகர் ஊருக்கு வெளியில் வாழ்ந்த தோடர் பூசாரியையும் சந்தித்தார். இப்பூசாரிகள் தீட்டுப்பட்டுவிடுமென்று ஊருக்குள் செல்வதில்லை.

டாக்டர் புக்கனன்

ஃபெரைரி அச்சன் நீல மலைகளுக்குச் சென்றதற்கு இரண்டு நூற்றாண்டுகள் கழித்து டாக்டர் புக்கனன் 1800 ஆம் ஆண்டு டனாய்க்கன் கோட்டை என்றறியப்படும் தேவநாயக்கன் கோட்டைக்கு அக்டோபர் 24 அன்று சென்றார். அவர் பிரிட்டீசுப் பகுதியுடன் இணைக்கப்பட்ட மைசூரிலும் அதையொட்டிய பகுதிகளிலும் நிதி, வாணிப, வேளாண் நிலைமைகளை ஆராய்வதற்காகத் தலைமை ஆளுநர் வெல்லஸ்லியால் இப்பகுதிக்கு அனுப்பப்பட்டிருந்தார்.

டாக்டர் புக்கனன் மேற்கு மலையின் உச்சியிலிருந்த மலை மக்களின் ஊரைக் காண்பதற்கென்று மிகவும் கடினமான வழியில் நடந்து மலையேறினார். இன்று நீலகிரிக்குச் சுற்றுலாச் செல்வோரைப் பெரிதும் ஈர்க்கின்ற அரங்கசாமி மலை முகட்டின் கீழேயுள்ள அரக்கனோடு வழியாய்க் கோத்தகிரியைப் புக்கனன் அடைந்திருக்கலாம் என்று நீலகிரி மாவட்ட மேனுவல் தொகுத்த பிரிட்டீசு ஐ.சி.எஸ் அலுவலரான கிரிக்ஸ்

(*Grigs*) எழுதுகின்றார். இதற்குச் சில ஆண்டுகளுக்குப் பின்னர் நீலமலைக்குச் சென்ற பயணியர் இதே வழியைத்தான் பயன்படுத்தினர் என்று நம்பப்படுகின்றது. ஐரோப்பியத் தேட்டக்காரர்களுக்கு நீலகிரி மலையுடன் இருந்து வந்த தொடர்பு இதுவேயாகும்.

டாக்டர் புக்கனன் மேட்டுப்பாளையத்தினருகில் நீலகிரியின் அடிவாரத்தில் இருக்கும் சிறுமுகை என்ற ஊரின் பக்கம் செல்லவேயில்லை என்று கூறப்படுகின்றது. ஆனால் அவருக்குச் சுமார் இருபதாண்டுகளுக்குப் பிறகு சமவெளியிலிருந்த இவ்வூரிலிருந்து தான் உதகமண்டலம் செல்லும் முதல் சாலை தொடங்குகின்றது. டாக்டர் புக்கனன் பிரிட்டீசார் புதிதாய்க் கவர்ந்து பெற்ற பகுதிகளில் வாணிப, வேளாண் நிலைமைகளை அறிவதற்காக அனுப்பப்பட்ட அதே காலத்திலேயே கர்னல் மெக்கன்சியிடம் (*1753-1821*) இப்பகுதிகளைச் சர்வே செய்யும் பொறுப்பு ஒப்படைக்கப் பட்டிருந்தது. ஆனால் மெக்கன்சி நீலகிரி மலை மீது ஏறவில்லை என்று கிரிக்ஸ் கூறுகின்றார். இது *1806* வாக்கில் நடந்தது. கர்னல் மெக்கன்சியும் அவரின் உதவியாளர்களும் கடுமையான தட்ப வெப்பநிலையைக் கண்டு அஞ்சி அங்கு ஓர் ஏக்கர் நிலத்தைக் கூட அளக்கவில்லை என்று கோவை மாவட்ட ஆட்சியாளராயிருந்த ஜான் சல்லிவன் *1819* இல் எழுதினார்.

சல்லிவன் ஏறினார்

நீலகிரியில் ஏறுவதற்கு *1812*, *1818* ஆகிய இரண்டு ஆண்டுகளுக்கு இடைப்பட்ட காலத்தில் எவரும் சென்றதற்குச் சான்று இல்லை. பின்னர் *1818* ஆம் ஆண்டு - அது ஜனவரி அல்லது பிப்ரவரியில் இருக்கலாம் - விஷ் என்றவரும் கோயமுத்தூர் மாவட்ட உதவி ஆட்சித் தலைவராயிருந்த கிண்டர்ஸ்லி என்ற இருவரும் மாவட்ட ஆட்சித் தலைவர் சல்லிவனின் ஆணைப்படி நீலகிரிக்குச் சென்றனர். அடுத்தபடியாய்ச் சல்லிவனே *1819* ஜனவரியில் நீலமலையில் ஏறினார். விஷ், கிண்டர்ஸ்லி என்ற இருவரும் நீண்ட விடுப்பில் இங்கிலாந்து சென்று விட்டதால், சல்லிவனுடன் உதவி மருத்துவ அலுவலரான டாக்டர் ஜான் ஜோன்ஸ் சென்றார். இந்தக் கூட்டத்தார் மலை மேலுள்ள சமவெளிப் பகுதியை அடையவேயில்லை என்று ஐயத்திற்கிடமின்றிக் கூறலாம். அவர்கள் தொட்டபெட்டா மலைத் தொடரின் வடபாலிலுள்ள பக்க மலை ஓரமாகவே சென்றனர். தொட்டபெட்டா உச்சியில் ஏறி நின்றால்தான் உதகமண்டலப் பள்ளத்தாக்கை ஒருவரால் காணமுடியும் என்று சர் ஃபிரடரிக்கு பிரைஸ் கூறுகின்றார். சல்லிவனும் அவருடன் சென்ற நண்பர் இருவரும் மலையை அடைந்த நான்கு நாளைக்குள் சமவெளியைக் கண்டனர் என்பதிலிருந்து, அவர்கள் எந்த வழியில் மலை ஏறினார்களோ அதே வழியில் இறங்கியிருத்தல் கூடும் என்று அவர் கருதுகின்றார்.

கல் வீடு

ஜான் சல்லிவன் *1819* ஆம் ஆண்டு டாக்டர் ஜான் ஜோன்சுடனும் பிரஞ்சு இயற்கையியலரான லேஷனால்ட்டு தெ லா தூ (*Leshenault de la Tour*) என்றவருடனும் இரண்டாவதாய் நீலகிரி மலையில் ஏறினார். இம்மலையேற்றம் பற்றி நம்பத் தகுந்ததும் விரிந்ததுமான செய்தி எதுவும் எழுத்திலில்லை. இக்குழுவினர் நீலகிரியின் தாழ்ந்த சமவெளியில் இருபது நாள் இருந்தனர் என்று நம்பப்படுகின்றது. அப்போது கோத்தகிரியின் அருகிலுள்ள தம்பட்டி என்ற ஊரில் அவர்கள் இறங்கியிருந்தனர்.

சல்லிவன் பின்னர் அங்கு ஒரு பங்களாவைக் கட்டினார். அவர் *1823* இல் உதக மண்டலத்தில் தனக்கென்று கல் வீட்டைக் (*Stone House*) கட்டிக் கொண்டது வரையில் இந்தப் பங்களாவில்தான் நீலகிரி வந்தபோதெல்லாம் தங்கினார். அவர் தன் பிரஞ்சு

விருந்தாளியை விட்டுவிட்டு ஒரு படகர் வழி காட்ட நீலகிரியின் உயர்ந்த மேல் பகுதிக்கு அடிக்கடி சென்று உதக மண்டலப் பகுதியை அடைந்தார்.

படகர்,தோடர், கோத்தர்

சல்லிவன் இங்கு படகர், தோடர், கோத்தர் என்ற பழங்குடியினரைக் கண்டார். நீலகிரி மலையில் வாழும் தோடர் மேய்ச்சல் தொழிலிலும், கோத்தர் கைவினைத் தொழிலிலும் ஈடுபட்டிருந்தனர். படகர் பயிர்த் தொழிலை மேற்கொண்ட மக்களாவர். பட என்ற கன்னடச் சொல்லுக்கு வடக்கு என்று பொருள். படகர் என்றால் வடக்கத்தியர் எனப்படுவர். நீலகிரியில் வாழும் மக்களில் படகர் எண்ணிக்கையிலும் செல்வத்திலும் மிகுந்தவர்கள். நாகரிக மாந்தருமாவர். அவர்கள் கன்னடக் கிளைமொழி ஒன்றைப் பேசுகின்றனர். அவர்கள் முதலில் வட கோயமுத்தூரிலும் பின்னர் கொங்கு மலையிலிருந்தும் நீல மலைக்கு வந்தனர்.

படகர் கன்னடப் பகுதியிலிருந்து குடி புகுந்த மைசூராரின் வழித் தோன்றல்கள் என்று நம்புகின்றர். இம் மக்கள் தமிழகத்தில் ஏற்பட்ட பஞ்சம், அரசியல் குழப்பம், சுற்றியிருந்தோரின் தாக்குதல் ஆகிய காரணங்களினால் சுமார் முந்நூறு ஆண்டுகளுக்கு முன்னர் நீலமலையில் குடி புகுந்தனர் என்றும் கூறுவர். படகரிடையே பதினெட்டுச் சாதிகள் அல்லது பிரிவுகள் உள்ளன என்பர்.

இங்கு மிகவும் அண்மைக் காலத்தில் வந்தேறியோர் இலிங்காயத்து உடையார் ஆவர். மைசூர் அரசர்கள் வைணவம் தழுவியிருக்கப் படகர் அனைவரும் சைவ சமயத்தினராயிருக்கின்றனர். படகர் திராவிட இனத்தவர், அவர்கள் மிகச் சிறிய வயதிலிருந்தே ஆணும் பெண்ணும் கடினமாய் உழைப்பர். இம்மக்கள் சைவரெனினும் இவர்களின் வழிபாட்டு முறை செப்பமற்றிருக்கின்றது. கூர்ங்கோண வடிவமான கோயிலின் முன் நந்தி அமர்ந்துள்ளது.

1823

சல்லிவன் இப்பகுதியை அடைந்தது பற்றித் தன் கடிதங்களிலும் ஆங்கில இதழ்களில் எழுதிய சில கட்டுரைகளிலும் குறிப்பிடவேயில்லை. அவர் 1819 மே மாதம் உதகமண்டலத்திற்குப் போகவில்லை என்பதைத் தவிர இதுபற்றி அவர் எதுவும் எழுதாமல் விட்டதற்குச் சரியான காரணம் எதுவும் இருப்பதாய்த் தோன்றவில்லை என்று பிரைஸ் குறிப்பிடுகின்றார். சல்லிவன் கோவை மாவட்ட ஆட்சித் தலைவர் என்ற முறையிலும் அவரின் அரச அலுவல் திட்டங்கள், நடமாட்டங்கள் ஆகியன பற்றிய ஆவணங்களைக் கொண்டும் அவர் வருவாய் வாரிய உறுப்பினராய் 1821 இல் முதன்முறையாய் உதக மண்டலத்தை அடைந்ததை வைத்தும் பிரைஸ் இவ்வாறு எடுத்துக் கூறுகின்றார்.

ஒரு ரூபாய்க்கு ஓர் ஏக்கர்

சல்லிவன் 1821 இல் உதக மண்டலம் வந்தபோது தோடர் ஒருவரிடமிருந்து ''சுமார் ஒரு ரூபாய்க்கு ஓர் ஏக்கர் வீதம்'' நிலங்களை வாங்கி அந்த இடத்தில் 1822 - 1823 ஆகிய ஆண்டுகளுக்கு இடைப்பட்ட காலத்தில் நாம் மேலே குறிப்பிட்ட கல் வீட்டைக் கட்டினார். சல்லிவனின் குழந்தை இந்த வீட்டில் 1823 பிப்ரவரி 22 அன்று பிறந்தது என்பதற்கு ஆவணச் சான்றுள்ளது.

சல்லிவன் பின்னர் ''பிஷப் டௌன்ஸ்'' என்றழைக்கப்படும் சௌத்து டௌன்ஸ் என்ற வீட்டிற்கு மாறினார். கல் வீடு முற்றிலும் கருங்கல்லால் கட்டப்பட்டது. அவ்வீடு

இன்னும் உள்ளது. இன்று கல் வீட்டில் அரசினர் கலைக் கல்லூரி உள்ளது. கல் வீட்டின் கிழக்கேயுள்ள கன்னிமாரா குடில் கல்லூரி முதல்வரின் இல்லமாய் மாற்றிக் கட்டப்பட்டுள்ளது. இவ்வீடு 1889 இல் கட்டப் பெற்றது.

(சென்னை அரசு முதன்முதலாய் 1870 சூலையில் உதகை சென்றது. ஆளுநர் ஆட்சிக் குழுவின் கூட்டம் கல் வீட்டின் ஓர் அறையில் 1870, சூலை 8 அன்று நடந்தது. அரசு 1870 செப்டம்பர் 30 அன்று சென்னைக்குத் திரும்பியது. இந்த இடப் பெயர்ச்சிக்கு மொத்தம் 7016 ரூபாய் 14 அணா 11 தம்பிடி செலவானது. இந்திய ஊழியர் எவரும் சென்னையிலிருந்து இப்போது ஊட்டிக்கு அழைத்துச் செல்லப்படவில்லை.)

சல்லிவன் நீலகிரி மலையைக் கண்டதுமே, அதன் மேல் காதல் கொண்டு விட்டார் எனலாம். இம்மலையின் நலந்தரும் சுற்றுச் சூழல் அவரைப் பெரிதும் கவர்ந்தது. ஆதலால் இந்த இடத்தில் நோய்ப்படும் ஐரோப்பியர் வந்து தங்கி உடல்நலம் தேறும் வகையில் மலையில் ஒரு மையம் அமைக்க வேண்டுமென்று கிழக்கிந்தியக் கம்பெனியிடம் சல்லிவன் பரிந்துரைத்தார். அதைக் கம்பெனி ஏற்றுக் கொண்டது.

அரசு அவரின் பரிந்துரையை ஏற்றுக் கொண்டு கல் வீட்டைச் சல்லிவனிடமிருந்து மாதம் 140 வராகன் அல்லது 450 ரூபாய் வாடகைக்கு இரண்டரை ஆண்டுக் காலம் எடுத்துக் கொண்டது. அங்கு நோயுற்றவர்களும் செயலற்றவர்களுமான ஐரோப்பிய அலுவலர் தங்குவதற்கென்று தனித்தனி அறைகளாய்ப் பிரித்து மாதம் 17 ரூபாய் 8 அணா வாடகைக்கு விடப்பட்டது.

நீல மலையில் வேளாண்மை

சல்லிவன் நீல மலையில் வேளாண்மையையும் தோட்டங்களையும் வளர்ப்பதில் தனிக் கவனம் செலுத்தியமையால், அங்கு பொருள் வளம் கொழித்தது. அவர் தன் செலவில் இங்கிலாந்திலிருந்து தோட்டக் கலை வல்லுநர் ஒருவரை வேண்டிய வித்துகளுடன் நீல மலைக்குக் கொண்டு வந்தார். அவர்தான் நீலகிரியில் உருளைக் கிழங்கு, பீட்ரூட்டு, முள்ளங்கி, முட்டைக் கோசு முதலிய காய்கறிகளையும் பல்வேறு வகையான கோதுமை, ஓட்டு, பார்லி போன்ற புதிய கூல வகைகளையும் பயிர் பண்ணச் செய்தார் என்பது குறிப்பிடத்தக்கது. அவர்தான்லாபர்னம், சோசா முதலிய மர வகைகளையும் உதக மண்டலத்திற்குக் கொண்டு வந்தார்.

நீலகிரியில் தேயிலை பயிரிடுவதற்குகந்த மண்வளம் உள்ளது என்பதை முதன் முதலில் கூறியவரும் சல்லிவனேயாவார். மேற்கூறிய விளைபொருள்களை நம்பித்தான் நீலகிரி மாவட்டத்தின் பொருளியல் இன்றும் இருந்து வருகின்றது.

சல்லிவன் சௌத் டௌன்சில் 200 ஏக்கர் நிலத்தில் வேளாண்மை செய்தார். இது ஐரோப்பியத் தோட்ட முதலாளிகளிடம் இருந்த நிலப் பரப்பைப் போல் ஐந்து மடங்கு அதிகமாகும். அவர் வேளாண்மை செய்ய விரும்புவோர்க்கு ஆங்கில நாட்டுக் கோதுமை, பார்லி இன்னும் பிற காய்கறி விதைகளை இலவசமாய்க் கொடுத்தார்.

ஊட்டி ஏரி

புகழ் பெற்ற ஊட்டி ஏரியும் சல்லிவனால் அகழப்பட்டதாகும். அவர் சிற்றாறுகளின் நீரை அணை கட்டித் தேக்கி இந்த ஏரியை உண்டாக்கினார். இந்த ஏரி முதலில் மூன்று கிலோமீட்டர் நீளமுடையதாயிருந்தது. அவர் இந்த ஏரியில் தேங்கிய

நீரை மைசூர் எல்லைக்குள்ளிருந்த சிகூர், ஊட்டியிலிருந்து சுமார் 112 கிலோமீட்டரிலிருந்த சமவெளிப் பகுதியான ஈரோடு போன்ற இடங்களிலுள்ள நிலங்களுக்கு நீர் பாய்ச்சத் திட்டமிட்டார். இத்திட்டத்திற்கு 2000 ரூபாய்தான் செலவாகும் என்று அப்போது கணித்தனர். ஆனால் இதற்காகும் ''பெருஞ் செலவைக்'' கருதிக் கம்பெனி இத்திட்டத்தை ஏற்க மறுத்து விட்டது.

நீலகிரியின் ஒரு பகுதியை 1830 ஆம் ஆண்டு கோயமுத்தர் மாவட்டத்திலிருந்து மலபார் மாவட்டத்திற்கு மாற்றினர். சல்லிவன் பின்னர் ஆளுநரின் ஆட்சிக் குழு உறுப்பினரானதும் கடுமையாய்ப் போராடி, அப்பகுதியை மீண்டும் கோயமுத்தூர் மாவட்டத்துடன் 1843 இல் சேர்க்கச் செய்தார்.

சல்லிவன் கிழக்கிந்தியக் கம்பெனியின் சென்னை மாநில ஊழியத்தில் எழுத்தராய்ச் சேர்ந்தார். அவர் 1814 ஆம் ஆண்டு செங்கல்பட்டு மாவட்ட ஆட்சித் தலைவரானார். பின்னர் கோயமுத்தூர் மாவட்டத்தின் நிலையான ஆட்சித் தலைவராகி 1815 முதல் 1830 வரை பணி செய்தார். அவர் ஆளுநர் ஆட்சிக் குழுவில் உறுப்பினராயிருந்து 1841 ஆம் ஆண்டு பதவியிலிருந்து ஓய்வு பெற்றார். அவர் பின்னர் இங்கிலாந்து திரும்பி 1858 ஜனவரி 16 அன்று இறந்தார். சல்லிவனின் பிறந்த நாள் தெரியவில்லை.

அவரின் மனைவியும் இரண்டு மக்களும் ஊட்டியில் இறந்தனர். அவர்கள் ஊட்டியின் புனித ஸ்டீபன் கோயில் கல்லறைத் தோட்டத்தில் அடக்கமாகியுள்ளனர். அக்காலத்தில் இந்நாட்டை ஆண்ட அரசு சல்லிவனுக்கு எந்தப் பெருமையும் தராத போதிலும் உதக மண்டலத்தை உருவாக்கியவர் சல்லிவனேயாவார் என்ற பெருமை உறுதியாய் அவருக்குண்டு என்று உதக மண்டல வரலாறு எழுதிய ஃபிரடரிக்கு பிரைஸ் என்ற எழுத்தாளர் கூறுகின்றார்.

Radhakrishnan, D. How it became summer capital, The Hindu, June, 7, 1993

1823

வரலாற்றுப் புள்ளிகள்

1. அரசியல்

(அ) புதிய தலைமை ஆளுநர் ஆமெர்ஸ்டுப் பிரபு

ஹேஸ்டிங்சு பிரபை (*Earl of Moira Marquis of Hastings, 1754 - 1826* ப.கா. *1813 - 1823*) அடுத்து ஆடம்ஸ் என்றவர் 1823 ஆம் ஆண்டு ஜனவரி முதல் சூலை வரையிலும் இடைக்காலத் தலைமை ஆளுநராயிருந்தார். பின்னர் வில்லியம் பிட்டு ஆமெர்ஸ்டு (*William Pitt, 1st Earl of Amherst 1773-1857;* ப.கா.*1823-1828*) இந்த ஆண்டு முதல் இந்தியத்தின் தலைமை ஆளுநரானார். அவர் 1828 வரை பதவியிலிருந்தார்.

பத்தொன்பதாம் நூற்றாண்டின் முற்பாதியில் இந்தியத் துணைக் கண்டத்தின் ஆட்சிப் பணியை ஏற்பதற்காகத் தலைமை ஆளுநராய் வந்தவர்களெல்லாம் தமக்கேயுரிய விருப்பு வெறுப்புகளின்படி நடந்து கொண்டனர். இலண்டனிலிருந்து

வாங்கி வந்த கட்டளைகளுக்கு இணங்கச் செயல்பட்டனர். கம்பெனி ஊழியரைத் தூண்டிவிட்டு வேலை வாங்கினர் அல்லது அவர்கள் செயலற்றுப் போகும்படி தாம் மட்டும் வெகு திறமையோடு நடந்து கொண்டனர். ஆனால் *1828* முதல் *1833* வரை தலைமை ஆளுநராயிருந்த வில்லியம் பெண்டிங்குப் பிரபு போன்றவர்கள் நிர்வாக, சமூகச் சீர்த்திருத்தங்களில் மிகுந்த அக்கறை காட்டினர்.

அவர்களில் சிலரின் ஆட்சிக் காலத்தில் குறிப்பிட்ட சில போர் நடவடிக்கைகள் எடுக்கப்பட்டன. இவ்வாண்டு பதவியேற்ற ஆமெர்ஸ்டுப் பிரபின் காலத்தில்தான் முதல் பர்மியப் போர் நடந்தது. பிரிட்டீசுப் படையினர் இந்தியத்தின் மிகப் பெரிய பரத்துப்பூர்க் கோட்டையை முற்றுகையிட்டனர். வங்கப் படையின் 47வது பிரிவினர் பாரக்குப்பூரில் தம் சாதிக்கு ஆபத்து வந்தது என்று கலகம் செய்தனர்.

(ஆ) தளைவிடுபட்ட தென்னமெரிக்க நாடுகள் ஏற்பு

ஸ்பெயினின் குடியேற்ற ஆட்சியில் பதினாறாம் நூற்றாண்டு முதல் இருந்து வந்த பல தென்னமெரிக்க நாடுகள் கடந்த இருபதாண்டுகளில் *(1811 முதல் 1830 வரை)* ஒவ்வொன்றாய் விடுதலை பெற்று வருகின்றன. பிரிட்டன் தன்னல நோக்குடன் தென்னமெரிக்க விடுதலைக்குச் சிறு அளவில் உதவி வந்தது. அது தனது அரசியல் ஆதாயத்திற்கு உதவும் என்று பிரிட்டன் கண்டது. எனினும் பிரிட்டன் ஆக்கமான உதவி எதையும் இந்நாடுகளுக்கு அளிக்கவில்லை. ஆனால் இந்நாடுகள் இக்கால கட்டத்தில் விடுதலை பெறத் தொடங்கியதும் பிரிட்டனின் நாடாளுமன்றம் அக்குடியரசுகளை இந்த ஆண்டில் ஏற்று ஒப்பியது.

ஸ்பானிய ஆட்சியில் இருந்து விடுதலை பெற்ற நாடுகள் வருமாறு :

பராகுவே (ஸ்பானிய ஆட்சியில் *1537* முதல் இருந்த பின்னர்) விடுதலை *1811,* அர்ச்சண்டினம் *(16 நூ.)* விடுதலை *1816:* சிலி *(1511)* விடுதலை *1818;* கோஸ்டாரிக்கம் *(1563)* விடுதலை *1821;* மெக்சிக்கம் *(16 நூ.)* விடுதலை *1821;* பெரு *(1541)* விடுதலை *1824;* பொலிவியம் விடுதலை *1825:* ஈக்குவடார் *(16 நூ.)* விடுதலை *1830;* வெனிசுலம் *(16 நூ.)* விடுதலை *1830;* விடுதலை *1830.*

இலத்தீன் அமெரிக்கத்தில் பத்தொன்பதாம் நூற்றாண்டில் எழுந்த விடுதலை வீச்சு *1903* ஆம் ஆண்டு வரை நீடித்தது.

(இ) இந்தியப் பத்திரிகைகளுக்கு வாய்ப்பூட்டு

இந்தியத்தில் அரசு செய்தியிதழ்களுக்கு வாய்ப்பூட்டுப் போடும் கையோங்கிய போக்கு, இந்நாட்டில் இதழ்கள் வெளியான நாளிலிருந்து அதாவது பதினெட்டாம் நூறறாண்டிலிருந்து நிலவி வருகின்றது. (பதினெட்டாம் நூற்றாண்டு இந்தியச் செய்தி இதழ்கள் இ.ச.க.தொகுதி-*8)*

(இங்கு இந்திய இதழியல் வரலாற்றின் முதல் இதழான *The Bengal Gazette* இன் ஆசிரியராயிருந்த ஜேம்ஸ் அகஸ்டிஸ் ஹிக்கி பற்றிக் குறிப்பிடுவது பொருத்த மானதாகும். இந்த இதழ் வாரன் ஹேஸ்டிங்சு *(1732-1818;* ப.கா.*1774-1785)* தலைமை ஆளுநராயிருந்த காலத்தில் வெளிவந்தது. ஹிக்கி இதழாசிரியர் மட்டுமல்லர். இக்காலகட்டத்து வரலாற்று நிகழ்ச்சிகளை எழுதி வைத்தவர். அவர் ஆங்கில இந்தியத்தின் பீப்ஸ் (*Pepys :* இவர் புகழ்பெற்ற நாள் குறிப்பாசிரியர் பக்கம் *156-161)* என்று கருதப்படுகின்றார். அவர் ஆடம்பரமாய் வாழ்ந்த ஒரு வழக்குரைஞர்.

1823

(அவர் 1780 இல் கல்கத்தாவில் வெளியிட்டு வந்த மேற்சொன்ன இதழ் பெரிதும் அவதூறு எழுதி வந்தது என்று சொல்லலாம். அதைச் செய்தி இதழ் என்று கொள்ள முடியாது. இதை 1940 ஆம் ஆண்டுகளில் இலட்சுமி காந்தனை ஆசிரியராய்க் கொண்டு வெளி வந்த இந்து நேசன் என்ற தமிழ் இதழின் முன்னோடி என்று கூறலாம். தலைமை ஆளுநர், தலைமை நீதிபதி ஆகியோரிலிருந்து அடிநிலைப் பணியாளர் வரையிலும் ஹிக்கி ஒருவரையும் விட்டு வைக்கவில்லை. அவர் ஹேஸ்டிங்சின் காமக்கிழத்தியான மரியன் இமோஃபைப் பற்றியும் பின்னர் அவர் மரியன் அலிப்பூர் என்ற பெயரில் ஹேஸ்டிங்சை மணந்து கொண்டது பற்றியும் எழுதினார். தலைமை நீதிபதியான சர். எலிஜா இம்பே பர்துவானில் பாலங்கள், அணைக்கட்டுகள் ஆகியவற்றின் காப்பாளராயிருந்து பணத்தைக் கொள்ளை கொள்ளையாய் அள்ளியது பற்றியும் எழுதினார். அதனால் ஹேஸ்டிங்சு ஹிக்கி மீதும் அவர் இதழ் மீதும் அவதூறு வழக்குப் போட்டுத் தண்டித்தார்.)

இந்நாளிலிருந்து அரசு இதழ்கள் மீது மனக் கசப்புக் கொள்வது நீடித்து வந்தது. தலைமை ஆளுநரான வெல்லஸ்லி (1760-1842 ப.கா.1798-1805) பத்திரிகைகளின் குறும்புத்தனத்தை ஒடுக்குவதற்காக அவற்றை ஒழுங்குபடுத்தும் நோக்குடன் 1799 மே 13 அன்று சில விதிமுறைகளை அறிவித்தார். (இ.ச.க.தொகுதி-10: 1780,1798 புள்ளிகள்)

கம்பெனி அரசு இதழ்கள் தொடர்பான இரண்டு சட்டங்களை 1823 ஆம் ஆண்டு இயற்றியது. அது ஆங்கில மொழி இதழ்களையும் பிரிட்டீசாருக்கு உரிமையான இதழ்களையும் ஒடுக்கும் நோக்குடன் இதழ்களுக்கு கடுமையான வாய்ப்பூட்டுப் போடும் தன்மையதாயிருந்தது. எனினும் இச்சட்டத்தில் கூறப்பட்ட புதிய விதிமுறைகளை எதிர்த்து இந்தியர் மட்டுமே ஆக்கமாய் எழுந்தனர். அவற்றை எதிர்ப்பதில்தான் இந்தியர்க்குப் பாதுகாப்பு இருந்தது. இத்தணிக்கை ஐரோப்பியரின் பாதுகாப்பிற்கு எவ்வகையிலும் ஊறுவிளைவிக்கவில்லை.

ஐரோப்பிய இதழாளரை நாடு கடத்திவிடுவதாய் அரசு அச்சுறுத்தியது. இந்த ஆயுதத்தை இந்தியர் மீது வீசுவது சற்றுக் கடினமாகும்.

இராம மோகனர் தமது இதழ்கள் மீது திணிக்கப்பட்ட வாய்ப்பூட்டுச் சட்டத்தை வன்மையாய் எதிர்த்தார். அவரும் துவாரக நாத தாகூர் உட்பட ஐவரும் சேர்ந்து முதலில் கல்கத்தா உயர் நீதிமன்றத்திலும் பின்னர் பிரிவு கவுன்சிலிலும் முறையிட்டனர். (Privy Council : இது பிரிட்டனிலிருந்த தனியான அரசப் பேரவை. நமது நாட்டு விடுதலைக்கு முன்னர், இந்தியர் இந்த அரசப் பேரவையிடம்தான் இறுதி முறையீட்டைச் செய்யும் நிலை இருந்தது.)

இராம மோகனர் 1821 இல் தொடங்கிய இதழையடுத்து 1822 இல் வெளியிட்ட மிருத் - உல் - அக்பர் என்ற இதழையும் சேர்த்து இரண்டையும் அரசின் வாய்ப்பூட்டுச் சட்டங்களை எதிர்த்து நிறுத்தி விட்டார்.

பிரிட்டனில் 1817 ஆம் வாய்ப்பூட்டுச் சட்டங்கள் நிறைவேற்றப்பட்டன. (இ.ச.க.தொகுதி-12:1817) இச்சட்டங்கள் பொதுக்கூட்டங்களையும் நடத்தவொட்டாமல் தடுத்தன.

(ஈ) மன்றோ கோட்பாடு அறிவிப்பு

அமெரிக்கப் பெரு நிலங்களில் அயல் வல்லரசுகளின் செல்வாக்கையும்,

தலையீட்டையும் எதிர்ப்பது என்ற அமெரிக்க ஒன்றியத்தின் அயலுறவுக் கொள்கையாகிய மன்றோ கோட்பாடு 1823 டிசம்பர் 2 அன்று அறிவிக்கப்பட்டது. அமெரிக்க ஒன்றியத்தின் ஐந்தாவது ஆட்சித் தலைவரான ஜேம்ஸ் மன்றோ (*James Monroe, 1758 - 1831, ப.கா. 1817 - 1825*) இதை அறிவித்தார். இக்கொள்கை மன்றோ கோட்பாடு (*Monroe Doctrine*) என்று பெயர் பெற்றது.

2. அறிவியல்

(அ) கணிப்பொறி, கணக்கிடு கருவி முன்னோடி ஆய்வு

சார்லஸ் பேபேஜ் (*Charles Babage, 1792 - 1871*) ஆங்கிலக் கணிதவியலார், கண்டுபிடிப்பாளர். அவர் 1823 ஆம் ஆண்டு கணக்கீடு கருவி ஒன்றைச் செய்தார். அது இனிமேல் சுமார் ஒரு நூற்றாண்டிற்குப் பிறகு வரவிருக்கும் தற்கால மின்னணுக் கணிப்பொறியை எதிர்பார்ப்பது போல அமைந்தது.

(ஆ) பாறை வகையியல் ஆய்வு

பாறைகளின் கூட்டமைவு, தோற்றுவாய், கட்டமைப்பு, உருவாதல் போன்றவற்றை ஆராயும் துறைக்குப் பாறை வகையியல் (*petrology*) என்று பெயர். ஃபான் லியோனார்டு (*Von Leonhard*) என்றவர் இவ்வாண்டு இத்துறையில் ஆய்வுகள் நடத்தத் தொடங்குகின்றார்.

(இ) குளோரின் திரவமாக்கப்பட்டது

ஆங்கில இயற்பியலாரும் வேதியியலாளருமான மைக்கேல் ஃபாரடே (*Micheal Faraday 1791-1867*) இவ்வாண்டு குளோரினை (*Chlorine : இ.ச.க.தொகுதி-8:1774 - புள்ளி*) திரவமாக்குவதில் வெற்றி கண்டார்.

குளோரின் நீரில் கரையக் கூடிய நச்சு வளி. இது நீரைத் தூய்மையாக்கவும், துணி வெளுக்கவும் போரிலும் பயன்படுகின்றது.

1823

3. மருத்துவம்

'லேன்சட்டு' மருத்துவ இதழ் வெளியீடு

அறிவியலின் பல்வேறு துறைகளில் முடுக்கம் மிகுந்து வளர்ச்சி ஏற்பட்டு வரும் இக்காலத்தில் அது பற்றிய செய்திகளை எடுத்துக் கூறவும் பதிந்து வைக்கவும் இதழ்கள் இப்போது வெளிவரத் தொடங்குகின்றன. அவற்றுள் மருத்துவத்திற்கென்று ''லேன்சட்டு'' (*Lancet; சூரி : அறுவை மருத்துவர் பயன்படுத்தும் கூர்ங் கத்தி*) என்ற பெயரில் ஓர் இதழ் 1823 ஆம் ஆண்டு இலண்டனிலிருந்து வெளிவரத் தொடங்குகின்றது. இந்த இதழ் இன்றும் நடந்து கொண்டிருக்கின்றது.

4. சமயம்

''நானே கல்கி''

கலியுக இறுதியில் திருமால் கல்கியாய் அவதரிப்பார் என்ற நம்பிக்கை பல நூறாண்டுகளாய் இந்நாட்டிலிருந்து வருகின்றது. (*இ.ச.க.தொகுதி-8: 1773*) எனினும்

கலியுகம் இன்னும் கழியுமுன்னரே சிலர் தம்மைக் கல்கியின் அவதாரம் என்று கூறி வருகின்றனர். இன்று மட்டுமன்று, பத்தொன்பதாம் நூற்றாண்டின் தொடக்கத்திலேயே அங்ஙனம் ஒருவர் பாஞ்சாலத்தில் கூறிக் கொண்டார். அவர் 1820 ஆம் ஆண்டுகளின் தொடக்கத்தில் பாட்டியால நகரில் இருந்த துறவியாவார். அவர் பிரிட்டீசாரை இந்திய மண்ணிலிருந்து விரட்டியடிப்பதற்காகக் கல்கியாய் வந்து அவதரித்திருப்பதாய்க் கூறிக் கொண்டார்.

இந்தக் கல்கி நடத்திய கிளர்ச்சியை அரசு வன்மை கொண்டு ஒடுக்கியது. கல்கி சிறைப்பட்ட போது ஏராளமான அகாலியர் அவரை விடுவிக்க முயன்றனர். எனினும் குதிரைப் படை கொண்டு அவர்கள் ஒடுக்கப்பட்டனர்.

கல்கி என்று சொல்லும் அதற்குத் தரப்படும் பொருளும் புரியாதவையாய் இருக்கின்றன.

5. சட்டம், நீதியாட்சி

பம்பாயில் உச்ச நீதிமன்றம்

பம்பாயில் இதுவரை இருந்து வந்த ரிக்கார்டர் நீதி மன்றத்தின் (Recorder's Court) இடத்தில் 1823 மே 8 முதல் உச்ச நீதிமன்றம் அமைந்தது. அதற்கு எட்வர்டு வெஸ்டு தலைமை நீதிபதியானார்.

6. கலை, இலக்கியம்

பைரனின் "டான் யுவான்"

பெரும் புலவர் பைரனின் (Gordon Byron, 6th Baron, 1788-1824) அருஞ் சிறப்பு வாய்ந்த பாடல் "டான் யுவான்" (Don Juan) ஆகும். டான் யுவான் ஸ்பானியக் காவியங்களில் வரும் பெருங் குடிமகனான காதற்பரத்தன். டான் யுவானை நாயகனாய் வைத்துப் பல பாடல்கள், நாடகங்கள் போன்ற இலக்கிய, இசை வடிவங்களை பிரஞ்சு நாடக ஆசிரியரான மோலியர் (Jean Baptiste Poquelin 1622-1673), இத்தாலிய நாடகாசிரியரான கார்லோ கோர்டோனி (Carlo Cordoni, 1770-1793.) ஆஸ்திரிய இசைக் கோவையாளராகிய மொசாட்டு (Wolfgang Amedius Mozart, 1756 - 1791), பைரன், ஆங்கில நாடகாசிரியரான பெர்னார்டுஷா (George Bernard Shaw, 1856 - 1950) ஆகியோர் இயற்றியுள்ளனர்.)

பைரனின் பாட்டனாரான ஜான் பைரன் 1764 முதல் 1766 வரை ஏப்ரலில் உலகைச் சுற்றி வந்தார். அப்போது தென்னமெரிக்கச் சிலி நாட்டின் கரைக்கப்பால் ஒரு மரக்கலம் 1741 ஆம் ஆண்டு மூழ்கியதை விவரித்து எழுதினார். பைரன் தன் பாட்டனார் எழுதி வைத்தவற்றில் ஒரு பகுதியை எடுத்து 1823 ஆம் ஆண்டு பாப் புனைந்து விட்டார். இதுவே டான் யுவானாகும்.

7. கல்வி

(அ) புதிய சம்ஸ்கிருதக் கல்லூரி அமைக்க எதிர்ப்பு

கிழக்கிந்தியக் கம்பெனி அரசு புதிதாய் ஒரு சம்ஸ்கிருதக் கல்லூரியை அமைக்க

1823 ஆம் ஆண்டு கருதியது. ஆனால் கணிதம், இயற்கை மெய்யியல், வேதியியல், உடற்கூறு நூல் மற்றும் பல ஏனைய பிற கலைகளை ஐரோப்பிய மக்களைப் போன்று மிகச் சிறப்பாய்க் கற்பதற்கு வழி செய்ய வேண்டுமென்று வங்கச் சீர்திருத்தக்காரரான இராம மோகனர் தலைமை ஆளுநருக்குக் கடிதம் எழுதினார்.

சமஸ்கிருதக் கல்வி என்றும் பொது மக்களுக்குக் கிடைத்ததில்லை. அது எப்போதும் மேல் சாதியாரின் வாழ்க்கைத் தொழிலாய் இருந்து வருகின்றது. அதற்கு மாறாய் மேற்கத்திக் கல்வி முறையைக் கொண்டுவந்து இந்திய மக்களுக்குப் பொதுக் கல்வியை அளிக்க வேண்டும். அந்தக் கல்வியால் மட்டுமே ஐரோப்பியத் தன்மை பெற்றுவரும் தற்கால சமூக வாழ்க்கையில் வங்க இளைஞர்கள் பொருளியல் வாய்ப்புகளைப் பெறும் வழிவகை பிறக்கும் என்று இராம மோகனர் தலைமை ஆளுநரான ஆமேர்ஸ்டுப் பிரபிற்கு இவ்வாண்டு கடிதம் எழுதினார். அவர் புதிய சம்ஸ்கிருதக் கல்லூரி அமைப்பதை எதிர்த்திருந்தார்.

மெக்காலேக்கு இந்தியக் கல்வித் துறை பற்றிய சிந்தனையில் இராம மோகனர் வழிகாட்டினார் என்று கொள்ளலாம். மெக்காலே இதற்குப் பன்னிரண்டு ஆண்டுகளுக்கு பிறகு கிட்டத்தட்ட இதே கருத்தின் அடிப்படையில்தான் புகழ்பெற்ற தன் கல்வி அறிக்கையை அளித்தார். கற்றறிந்த பிராமணர்கள் காலதேச வர்த்தமானங்களை நன்குணர்ந்து சம்ஸ்கிருதத்தைப் புறக்கணித்தனர் என்பதற்கு இது சரியான சான்றாய் விளங்குகின்றது. ஆங்கில மொழி இன்றியமையாதது என்று இன்று இந்தியமெங்கும் ஒருமித்த கருத்தும் போக்கும் உண்டானதற்கு இக்காலத்தே வங்கத்தில் நிலவிய சீர்திருத்தக்காரர்களே வழி காட்டினர்.

(ஆ) பொதுப் பள்ளிகளுக்குத் தலைமைக் குழு

கிழக்கிந்தியக் கம்பெனி அரசு தன் ஆட்சிப் பகுதியில் அமைத்து நடத்தி வந்த பள்ளிகளுக்கு அரசு கல்விக்கு அளிக்கும் உதவித் தொகைகளுக்குப் பொறுப்பேற்கக் கூடிய வகையில் பொதுக்கல்வித் தலைமைக்குழு ஒன்று *1823* ஆம் ஆண்டு அமைக்கப்பட்டது. இக்குழு நாட்டின் கல்வி நிலையை ஆராய்ந்து மக்களுக்கு நல்ல முறையில் கல்வியளிப்பது பற்றி அறிவுரை கூறும். ஆனால் விரைவில் இக்குழு ஏற்க வேண்டிய பணிகள் மிகுந்து, அது திக்குமுக்காடிப் போய் விட்டது.

8. வேளாண்மை

மேல அசாமில் தேயிலை கண்டுபிடிப்பு

வடகிழக்கு இந்தியத்திலுள்ள அசாமின் மேல் பகுதியில் தேயிலைப் புதர்கள் மானாவாரியாய் வளர்ந்து மண்டிக் கிடந்ததை இப்போது கண்டுபிடித்தனர். இதனால் தேயிலையில் தனி ஏக போகம் பெற்றிருந்த சீனத்தின் தேயிலை வாணிபம் குறையத் தொடங்குகின்றது.

தேயிலை வளர்ச்சிக்கென்று கம்பெனிக்காகப் பணி செய்து வந்த சார்லஸ் புரூஸ், தேயிலை வேளாண்மையில் கைதேர்ந்த சீனக் கூலிகளை அந்நாட்டிலிருந்து கடத்திக் கொண்டு வந்து அசாம் மலைகளில் தேயிலைக் கன்றுகளை நடச் செய்தார். இங்கு இதன்பிறகு தேயிலைத் தோட்டங்கள் செழித்தன.

9. போக்குவரவு

இந்தியத்தில் கட்டிய முதல் நீராவிக் கப்பல்

இந்தியத்தில் முதன்முதலாய் வங்கத்திலுள்ள கிதர்ப்பூர் என்ற இடத்தில் ஒரு நீராவிக் கப்பல் கட்டப்பட்டது. அதன் பெயர் டயானா. (*Diana* : ரோமானியரின் கன்னித் தெய்வம். இது வேட்டையாடுவதற்கும் நிலாவிற்கும் தெய்வமாகும்).

இக்கப்பலைக் கட்டி முடிக்கும் பணி 1823 ஜூலை 12 அன்று முற்றுப் பெற்றது.

10. மக்கள்

(அ) இராம மோகனர் வீட்டு விருந்து

பிரிட்டீசுப் பெண்மணிகளில் பலர் பதினெட்டு, பத்தொன்பதாம் நூற்றாண்டுகளில் இந்தியத்திற்கு வந்திருந்து, இங்கு நிலவிய வாழ்க்கைச் சூழல், மக்களின் நடையுடை பாவனை, பண்பாடு, கலை ஆகியன குறித்து எழுதியுள்ளனர். அவை பெரிதும் தம் தாயார் போன்ற நெருங்கிய உறவினர்களுக்காக எழுதப்பெற்ற நாள் குறிப்புகளின் வடிவிலுள்ளன. இவ்வெழுத்துகள் பின்னர் இங்கிலாந்தில் அச்சேறி, நூல்களாயின.

பதினெட்டாம் நூற்றாண்டின் எண்பதுகளில் எலிசாஃபே (*Eliza Fay*) என்ற பெண் இந்தியம் பற்றி எழுதிய செய்திகள் இக்களஞ்சியத்தின் 1779, 1780 ஆம் ஆண்டுக் கட்டுரைகளில் சொல்லப்பட்டன.

இங்கு ஃபேனி பார்க்ஸ் (*Fenny Parks*) என்ற பெண்மணி கிழக்கிந்தியக் கம்பெனியில் பணிசெய்யப் புறப்பட்ட தன் கணவர் பார்க்ஸ் என்றவருடன் 1822 ஏப்ரலில் இலண்டனிலிருந்து கிளம்பினார். அவர் இந்தியத்தில் தங்கி எழுதி வைத்த செய்திகளில் ஒன்று இங்கு கூறப்படுகின்றது. இராசா இராம மோகனரின் மாளிகையில் 1823 ஆம் ஆண்டு மே மாதத்தில் ஒரு நாள் நடந்த விருந்தைப் பற்றி அவர் விவரிக்கும் செய்திகள் இங்கு சொல்லப்படுகின்றன.

இராசா இராம மோகனர் (1772-1833) இந்திய மறுமலர்ச்சிக்கு வித்திட்டவர் என்று போற்றப்படுகின்றார். அவர் சமூக சீர்திருத்தக்காரர். வங்க மொழி உரை நடை இலக்கியத்தை உருவாக்கியவர். அவர் தன் முயற்சியினால், உழைப்பு, ஆற்றல் ஆகியவற்றினால் ''இராசா'' என்ற பட்டத்தையும் பெற்றவர். வாணிபம், பத்திரிகை போன்ற துறைகளில் கட்டுத் தளையற்ற சுதந்திரம் வேண்டும் என்று வேண்டியவர். எளிய நிலையிலிருந்து உயர்ந்து ஐரோப்பியர்களுக்குக் கடன் கொடுத்து வாங்கும் பேங்கருமானவர். இவரது உலகியல் வாழ்க்கை எவ்வாறிருந்த போதிலும், தன்னைப் பொருத்த வரையில் ஒரு பிராமணனுக்கு உரிய ஆசார அனுஷ்டானங்களோடு வாழ்ந்தார். வைதிக தர்மத்தை மீறாதவர், பிராமண சமையற்காரர் சமைத்த உணவை மட்டுமே உண்பவர்.

அவரது வீட்டில் நடந்த விருந்தைப் பற்றி ஃபேனி பார்க்ஸ் கூறுகின்றார்:

நாங்கள் ஒரு நாள் மாலை மயங்கியதும் பணக்கார வங்கப் பிரபான இராம மோகனர் அளித்த விருந்திற்குச் சென்றிருந்தோம். அவரது மாளிகை மிகப் பரந்த நிலப் பரப்பில் அமைந்திருந்தது. நல்ல முறையில் விளக்கேற்றி எங்கும் வெளிச்சமாய் வைத்திருந்தனர். அங்கு சிறந்த வாண வேடிக்கை நடந்தது.

மாளிகையின் பல அறைகளில் நாட்டிய மங்கையர் ஆடிக் கொண்டிருந்தனர். அவர்கள் வெள்ளிச் சரிகைகள் போட்ட வெள்ளை அல்லது மஸ்லின் துணியில் தைத்திருந்த அங்கிகளை அணிந்திருந்தனர். அவ்வங்கி நூறு கெசத் துணியால் தைக்கப்பட்டது. நீளமான பட்டுக் கால் சட்டை அணிந்திருந்தனர். அது அவர்களின் பாதம் வரை நீண்டிருந்தது. வெகு நேர்த்தியான பின்னல் வேலைப்பாடுள்ள துப்பட்டா தலையை மூடியிருந்தது. அவர்கள் பலவிதமான நாட்டு நகைகளை அணிந்திருந்தனர்.

அவர்கள் கால்களில் சலங்கைகளைக் கட்டிக்கொண்டு சுற்றிச் சுழன்று ஆடினர். அவர்களின் ஆட்டத்திற்கு இசையச் சலங்கைகள் ஒலித்தன. இப்பெண்களின் ஆட்டத்திற்கு பல வகையான பக்க வாத்தியங்களை இசைத்தனர்.

அவர்கள் பாடிய விதம் புதுமையாயிருந்தது. அந்நாட்டியக்காரிகளில் ஒருத்தி ''கீழை நாட்டுக் காட்டலாணி'' என்று பெயர் பெற்ற நிக்கி ஆவார். (நிக்கி என்ற இந்நடனக்காரி நெடுங்காலமாய்ப் பெயர் பெற்றிருந்தார் என்று தோன்றுகிறது. ஏனெனில் அவர் சித்தூர் நவாபின் அரண்மனையில் *1812* ஆம் ஆண்டு ஆடியதாய் நஜனர் சீமாட்டி குறிப்பிடுகின்றார். பேராயர் ஹீபரின் மனைவியார் நிக்கியைப் பாபு ரூப்லால் மல்லிக்கின் வீட்டில் ஆடக் கண்டிருக்கிறார். நிக்கிக்கு ஓர் இரவில் நாட்டியமாடுவதற்கு ஆயிரம் ரூபாய் கிடைத்ததாய் எம்மா இராபட்ஸ் என்ற மற்றொரு பிரிட்டீசு எழுத்தாளர் குறிக்கின்றார்.)

''இரவு உணவு முடிந்ததும் செப்பிடு வித்தைக்காரர்கள் வந்து பல வித்தைகளைச் செய்தனர். அவர்கள் வாளை விழுங்கினர். நெருப்பையும் புகையையும் கக்கினர். ஒருவர் வலக் காலில் நின்று கொண்டு இடக் காலைத் தோளின் உச்சிக்குத் தூக்கினார்... மாளிகை எங்கும் வெகு அழகான பொருள்கள் நிறைந்திருந்தன. வீட்டின் உரிமையாளரைத் தவிர, அங்கு அனைத்தும் மேற்கத்தியப் பாணியில் இருந்தன.''

(ஆ) கம்பெனி ஊழியத்தில் ஜான் ஸ்ட்டூவேட்டு மில்

ஸ்காத்லாந்தைச் சேர்ந்த மெய்யியலார் வரலாற்றாசிரியர், பொருளியலார் என்ற மேதையாகிய ஜேம்ஸ் மில்லின் (*James Mill, 1773-1836*) மகனான ஜான் ஸ்டூவட்டு (*John Stauart Mill 1806-1873*) தந்தையைப் போலவே சிறந்த அறிவாளியாய் விளங்கினார். இவர் தன் தந்தையிடமே கல்வி பயின்றவர். மில்கள் பற்றிய செய்திகள் முன்னர் (இ.ச.க.தொகுதி-*11,12*) சொல்லப்பட்டிருந்தன.)

ஜானின் திறமையை மதித்துக் கிழக்கிந்திய கம்பெனி *1823* இல் அவருக்கு இலண்டன் அலுவலகத்தில் மேலான பதவியைத் தர முன்வந்தது. (ஜானின் தந்தையும் கிழக்கிந்தியக் கம்பெனியில் பணி செய்தவர்) அவர் *1823* முதல், இந்திய அரசாட்சி பிரிட்டீசு மணிமுடியின் கைக்கு மாறிய *1858* வரையிலும் கிழக்கிந்தியக் கம்பெனியில் பணி செய்தார்.

அவர் இக்காலத்தில் ''அளவையியல் முறை'' (*System of Logic*) என்ற நூலை *1843* இல் எழுதினார். பின்னர் *1858 - 65* காலத்தில் நாடாளுமன்ற உறுப்பினருமாயிருந்தார். அவர் ''விடுதலை'' (*Liberty*), ''பிரதிநிதித்துவ அரசு'' (*Representative Government*), ''பயனெறி முறைக் கோட்பாடு'' (*Utlitarianism*), என்பன குறித்து ஆராய்ச்சி செய்து எழுதினார். பெண்ணுரிமையை வலுவாய் ஆதரித்தவர். இவர் ''பெண் அடிமை கொள்ளப்பட்டது'' (*Subjection of Women, 1869*) என்ற நூலில் பெண்ணுரிமையை வலியுறுத்தினார்.

(இ) சதி ஒழிப்பிற்குக் கடும் எதிர்ப்பு

உடன்கட்டை ஏற்றுதல் என்ற கைம்பெண் கொலையாகிய சதியை ஒழிக்க வேண்டுமென்று பிரிட்டீசார் பலர் பெருங்குரல் எழுப்பினர். கம்பெனியின் பொது, இளநிலை அலுவலர்களும் இத்தீச்செயலை ஒழிக்க வேண்டுமென்று அரசையும் இலண்டனிலிருந்த கம்பெனி இயக்குநர் மன்றத்தாரையும் (*Court of Directors*) நெருக்கி வந்தனர். இந்நெருக்கடி வலுக்கவே கம்பெனி இயக்குநர் மன்றம் இது குறித்துத் தலைமை ஆளுநர் ஆமெர்ஸ்டிற்கு 1823 ஜூன் 17 அன்று ஒரு கடிதம் எழுதியிருந்தது.

ஆனால் சதியைச் சட்டப்படி ஒழிக்கும் வேளை இதுவன்று என்று தலைமை ஆளுநர் ஆமெர்ஸ்டு எண்ணினார். அரசு அலுவலர்கள் சதித் தடுப்புப் பணிகளை மேற்கொள்ளாததை எதிர்த்து இந்துச் சீர்திருத்தக்காரரான இராம மோகனர், உடன்கட்டை ஏறுவது குறித்து மறை நூல்களிலும் அறநூல்களிலும் எதுவும் சொல்லப்படவில்லை என்பதை எடுத்துக் காட்டித் தலைமை ஆளுநருக்கு எழுதியிருந்தார்.

அவருக்குப் பெரிய எதிர்ப்புக் கிளம்பியது. அவர் இந்து தர்மத்துக்கு விரோதமாய்ப் பிற சமயத்தாருக்கு ஆதரவாயிருக்கின்றார் என்று குற்றஞ்சாட்டப்பட்டது. அவரது உயிருக்கே தீங்கு நேரிடக் கூடிய அச்சம் உண்டானது. ஆதலால், சதியை ஒழிப்பது குறித்துப் பொறுத்திருந்து பார்க்கலாம் என்று ஆமெர்ஸ்டு கூறி விட்டார்.

1823

11. பொது

(அ) காட்டூம் நகரம் அமைதல்

வடகிழக்கு ஆப்பிரிக்கத்தில் செங்கடலின் கரை மீதமைந்த சூடான் இன்று ஆப்பிரிக்கத்திலேயே பெரிய நாடாகும். இந்நாட்டின் பரப்பளவு 20,05,813 சதுர கிலோ மீட்டர். ஆனால் இங்கு இப்போது (1997) வாழும் மக்களின் எண்ணிக்கை சுமார் மூன்று கோடிதான் இருக்கும்.

சுமார் 3000 ஆண்டுகளுக்கு முன்னர் எகிப்து சூடானில் தன் புறக்காவல் நிலைகளை அமைத்தது. அதிலிருந்து குஷ் (*Kush*) என்ற முடியரசு வளர்ந்தது. அம்முடியரசை எத்தியோப்பியத்திலிருந்த ஆக்சம் (*Auxum*) அரசு கி.பி. 300 இல் வென்றது. (*Ethiopia* : இது வடகிழக்கு ஆப்பிரிக்கத்தில் செங்கடலின் மீதமைந்த நாடாகும். இது மிகவும் தொன்மையானது. அபிசீனியம் என்று முன்னரும் எத்தியோப்பியம் என்று இன்றும் வழங்கும் இந்நாட்டின் பண்டைக் கோநகராயும் புனித நகராயும் ஆக்சம் இருந்தது. அது அண்மைக் காலம் வரையிலும் எத்தியோப்பிய அரசர்கள் முடி சூட்டிக் கொள்ளும் இடமாயும் இருந்தது.)

கிறித்தவ சமயப் பரப்பியர் கி.பி. ஆறாம் நூற்றாண்டில் எகிப்திலிருந்து இங்கு வந்து அரசுகளை அமைத்தனர். இம்முடியரசுகள் முஸ்லிம்-அரபு எகிப்துடன் அறுநூறு ஆண்டுகளுக்குமேல் அமைதியுடன் வாழ்ந்து வந்தன. வடக்கிலிருந்து வந்த அரபுகள் 13 ஆம் நூற்றாண்டு வாக்கில் கிறித்தவ நூபியத்தைக் கைப்பற்றிக் கொண்டு சூடானில் நிலை பெற்று விட்டனர். (இது நைலின் கரை மீதிருந்த நாடு, அசுவானிலிருந்து காட்டூம் வரை பரவியிருந்தது.) அரபுகள் சுடானில் இஸ்லாத்தை அறிமுகம் செய்தனர். அதற்கும் தெற்கே நடுச் சூடானில் மேலோங்கியிருந்த ஃபஞ்சு (*Funch*) மக்களின் ஆல்வா (*Alwa*) என்ற நாட்டையும் அரபுகள் வென்றனர்.

எகிப்தில் ஆட்டோமான் பேரரசப் பேராளாயிருந்த முகமது அலி (1765-1849; இ.ச.க.தொகுதி-11.1805-புள்ளி) 1820 ஆம் ஆண்டு சூடானில் காட்டூம் நகரை நிறுவினார். (Khartoum or Khartum) இந்நகரம் நைல் ஆறும் வெள்ளை நைல் ஆறும் கூடுகின்ற இடத்தில் அமைக்கப்பட்டது. இதை ஒட்டினாற்போல் காட்டூம் நகரும் ஓம்டர்மன் நகரும் (omdurman) உள்ளன. இது இந்நாட்டின் மிகப்பெரிய நகரத் தொகுதியாகும்.

இந்நகரத் தொகுதியை இஸ்லாமிய சமயத் தலைவரான மகதி முற்றுகையிட்டு 1885 இல் கைப்பற்றினார். பிரிட்டீசார் பின்னர் இந்நகரைக் கட்டியெழுப்பினர். ரசல்-ஹாட்டும் என்ற அரபிச்சொல்லுக்கு யானைத் தந்த நுனி என்று பொருள். இந்நகரின் மையப்பகுதி இரண்டு ஆறுகளுக்கு இடையில் வளைந்து தந்தம் போல் இருப்பதால் காட்டூம் என்ற பெயரைப் பெற்றுவிட்டது.

இன்று சூடானின் தலைநகராயிருக்கும் காட்டூம் பலவகையான தொழில்கள் மலிந்த நகராய் உள்ளது.

(ஆ) நீர் சுவறாத துணி

சார்லஸ் மக்கிண்டோஷ் (Charles Mackintosh 1760 - 1843) நீர் உட்புகாத துணியைக் கண்டுபிடித்து, அதற்கு 1823 ஆம் ஆண்டு காப்புரிமை பெற்றார்.

(இ) தந்தி வசதி வேண்டாம்

கம்பிகளை அமைத்து, அவற்றின் அனுப்பு முனையில் மின்கலத்தையும் மறுமுனையில் ஒவ்வொன்றிலும் ஓர் எழுத்து அல்லது எண் குறித்த மின் வாய்களையும் இணைத்துத் தந்தித் தொடர்பு கொள்ளும் ஏற்பாட்டை ஃபிரான்சிஸ் ரொனால்ஸ் (Francios Ronals; இப்போது வயது 35) என்ற ஆங்கிலக் கண்டு பிடிப்பாளர் பிரிட்டீசுக் கப்பற்படைத் தலைமைக்கு அளிக்க முன்வந்தார். அவர் ஹேமர்ஸ்மிது என்ற இலண்டன் பெருநகரக் கோட்டத்திலிருந்த தனது பண்ணையில் சுமார் 13 கிலோமீட்டர் நீளத்திற்குக் கம்பிகளை அமைத்திருந்தார்.

ஆனால் ''எவ்விதமான தந்தி அமைப்பாயினும் அது முற்றிலும் வேண்டாம். ஏற்கெனவே 1793 ஆம் ஆண்டு கொண்டு வரப்பட்டு நடைமுறையிலிருக்கும் வழக்கப்படி கொடிகளை அசைத்துச் சமிக்கை காட்டித் தொலைத் தொடர்பு வைத்துக் கொள்ளலாம்'' என்று கப்பற் படைத் தலைமையகம் கூறிவிட்டது.

12. பிறப்பு

(அ) இராமலிங்க வள்ளல் (1823-1874)

எவ்வுயிர்க்கும் செந்தண்மை பூண்டு ஒழுகியவரும் உலக ஒருமையை அன்பொழுகப் பாடியவருமான ஞானப்பெருமகனாகிய இராமலிங்கர் 1823 ஆம் ஆண்டு சிதம்பரத்திற்கு அருகிலுள்ள மருதூர் என்ற சிற்றூரில் பிறந்தார். அவர் தம் இளமைக் காலத்தில் சென்னையில் வாழ்ந்தார். இவர் வடலூருக்கு அருகிலுள்ள மேட்டுக்குப்பம் அல்லது சித்தி வளாகம் என்ற இடத்தில் 1874 ஆம் ஆண்டு தைப் பூசத்தன்று, ஜனவரி 30 ஆம் நாள் ஒரு குடிசைக்குள் சென்று தாளிட்டுக் கொண்டார். அதன்பிறகு அவர் வெளியில் வந்ததை எவரும் கண்டிலர்.

(ஆ) மாக்ஸ் முல்லர் (1823-1900)

''சம்ஸ்கிருதம் என் தாய்மொழி'' என்று மனமார உரைத்ததுடன், அம்மகன் அந்தத் தாய்க்காற்றிய அரும் பணியை இந்தியம் இன்றும், இனி என்றும் நினைவு கொள்ளும் வண்ணம் வாழ்க்கையையும் பணியையும் அமைத்து வாழ்ந்த விற்பன்னராகிய ஃபிடரிக்கு மாக்ஸ் முல்லர் (*Frederick Max Muller 1823-1990*) ஜெர்மனியில் இவ்வாண்டு பிறந்து பிரிட்டீசுக்காரராய் நிறைந்தவர். அவர் 1823 ஆம் ஆண்டு தேசூ என்ற ஜெர்மன் ஊரில் பிறந்தார்.

மாக்ஸ் முல்லர் சம்ஸ்கிருத நூல்களையும் வேதங்களையும் உபநிடதங்களையும் ஆழமாய்க் கற்றவர். இவர் முன்னர் தோன்றிய ஐரோப்பிய சம்ஸ்கிருத விற்பன்னர்களின் அடியொற்றித் தொன்மையான இம்மொழியை மனித குலம் முழுமைக்கும் பொதுமையாக்க வழி வகுத்தார்.

13. இறப்பு

(அ) எட்வர்டு ஜென்னர் (1749-1823)

அம்மை நோய் பற்றி இக்களஞ்சிய வரிசையின் மூன்றாம் தொகுதியின் முதல் கட்டுரையில் சொல்லப்பட்டது. பின்னர் எட்வர்டு ஜென்னர் (*Edward Jenner, 1745 - 1823*) அம்மைத் தடுப்பில் செய்த முன்னோடிப் பணிகள் (இ.ச.க.தொகுதி-10 : 1796 - புள்ளிகள்) இடம் பெற்றன.

இந்திய மக்கள் வெகு தொன்மையான காலத்திலிருந்து அம்மைப் பால் வைக்கும் முறையை அறிந்திருந்தனர் என்று வரலாற்றாசிரியர் கூறுவர். இங்கு அம்மையிலிருந்து காக்கக்கூடிய தெய்வத்திற்கு சுமார் 1160 ஆம் நூற்றாண்டிற்கு முன்னரே கோயில்கள் இருந்தன. இந்திய நாடு எண்ணற்ற தடவைகளில் அம்மை நோயினால் தாக்கப்பட்டு வந்திருக்கின்றது.

இக்கொள்ளை நோயைத் தடுப்பதற்கு ஆக்கமான ஒரு முறையை உருவாக்கிய ஜென்னர் 1823 ஜனவரி 26 அன்று இறந்தார். இன்று அம்மை நோய் உலகிலிருந்து முற்றிலும் ஒழிக்கப்பட்டு விட்டது என்று நம்புகின்றனர்.

(ஆ) வில்லியம் வார்டு (1769-1823)

வில்லியம் கேரி இங்கிலாந்திலிருந்து கொண்டுவந்த அச்சுக்காரரான வில்லியம் வார்டு (*William Ward 1769 - 1823*) இந்தியத்தை அடைந்து 1798 முதல் 23 ஆண்டுகள் வரை பணி செய்த பின்னர் 1823 ஆம் ஆண்டு 54 வது வயதில் இறந்தார். இவரும் கேரியும் சேர்ந்து செராம்பூரில் நிறுவிய அச்சகத்திலிருந்து கிட்டதட்ட இந்திய மொழிகள் அனைத்திலும் மொழி பெயர்க்கப்பட்ட திருவிலியம் வெளி வந்தது.

1824

அரசியல்
கித்தூர் அரசி சென்னம்ம சிறை
பிரஞ்சு அரியணையில் பத்தாம் சார்லஸ்
ஆங்கில - பர்மியப் போர் (முதல்)

அறிவியல்
வேதியியலில் புதிய முன்னேற்றம்
ஹைடிரோகுளோரிக்கு அமிலம் தனிப்படுத்தப்படுதல்

கலை, இலக்கியம்
முதல் உருதுப் பெண்பாற் புலவர்
கன்னட இலக்கிய இதழ்

கல்வி
பம்பாயில் முதல் பெண்கள் பள்ளி

இராணுவம், போர்
பரத்துப்பூர்க் கோட்டை விழுந்தது
முதல் ஆங்கில - பர்மியப் போர்

மக்கள்
ஃபிரடரிக்கு ஓஃலர்
ஐஸ்டஸ் ஃபான் லீபிகு
பௌத்த சமய ஆராய்ச்சி முன்னோடி ஹாக்சன்
தென்னமெரிக்கப் புரட்சியாளர் மார்டின்
பொது

விலங்குக் கொடுமைத் தடுப்பு சட்டம் - பிரிட்டன், அமெரிக்கம்
முதலில் வரும் நீராவிக் கப்பலுக்கு ஓரிலட்சம் பரிசு

பிறப்பு
தயானந்த சரசுவதி (1824-1883)

இறப்பு
ஜார்ஜ் கார்டன் பைரன் (1788-1824)

1824

1.பௌத்த ஆராய்ச்சி முன்னோடி ஹாக்சன்

பிரியன் ஹாஃப்டன் ஹாக்சன் (Brian Houghton Hodgson, 1800-1894) **1824 ஆம் ஆண்டு** நேபாளத்தில் பிரிட்டீசுப் பேராளராய் (*Resident*) அமர்த்தப்பட்டார். (நேபாளம், இ.ச.க.தொகுதி-7) அவர் நேபாளத்தை அடைந்த நாளிலிருந்து பௌத்த சமயத்தை ஆராய்வதில் மிகுந்த ஆர்வம் காட்டினார். அவர் பௌத்தம் பற்றிய கையெழுத்துப் படிகளைச் சேகரித்ததும் அச்சமயம் பற்றி உசாவிச் செய்திகளைத் திரட்டி வந்ததும் ஓர் ஐரோப்பியர் தம் புனிதச் செல்வங்களைத் தீட்டுப்படுத்துகின்றார் என்று பௌத்தர் சிலர் பொறமை கொண்டு தன்னை வெறுத்ததை ஹாக்சன் கண்டார்.

எனினும் இமய மலை மீதமர்ந்த இம்முடியரசின் தலைமை அமைச்சர் உதவி கொண்டு பௌத்தம் பற்றிய மதிப்பரிய எண்ணற்ற ஏடுகளை அவரால் வெகு விரைவில் திரட்ட முடிந்தது. அவர் பௌத்தம் குறித்த பண்டை நூல்களையும் பொருள்களையும் எத்தனை ஆர்வத்தொடு சேகரித்தாரோ, அதே வேகத்தில் அவற்றையெல்லாம் மேலை உலகெங்கிலுமிருந்த ஆய்வுச் சாலைகளுக்கு மிகுந்த தாராளத்தோடு அனுப்பினார். அவர் சுவடிகள், ஓவியங்கள், ஓலைகள், உயிரின மாதிரிகள் உள்படப் பல்வேறுபட்ட அறுபத்தெட்டுப் பொருள்களைக் கல்கத்தாவிலிருந்த வங்க ஆசியவியல் சங்கத்திற்கு அனுப்பினார்.

1824

பௌத்த ஏடுகள் சேகரம்

இவர் திரட்டிய மதிப்பு வாய்ந்த பௌத்தக் கையெழுத்து ஏடுகளைப் பாரிசிலுள்ள ஆசியவியல் சங்கத்திற்கு அனுப்பியமையால் ஃயூஜின் பர்னூஃபு (*Eugene Burnouf, 1801 - 1852*) பௌத்தம் பற்றி ஆராய்ந்து தேர்வதற்கு அவை பேருதவியாய் அமைந்தன. (பர்னூஃபு பௌத்த வரலாற்றை முறைப்படுத்திக் கட்டிய பணியில் அரும்பாடுபட்டார். இவர்தான் பாரிசிலுள்ள *Societe Asiatique* என்ற ஆசியவியல் சங்கத்தை நிறுவியவர். பர்னூஃபு பாரிசில் வேதங்கள் பற்றி நிகழ்த்திய உரைகளைக் கேட்டு அகத்தூண்டுதல் பெற்றுத்தான் மாக்ஸ் முல்லர் பண்டை மறை நூல்களில் 51 தொகுதிகளை ஆழக்கற்கவும் வேதங்களை ஆராயவும் முடிந்தது.)

ஹாக்சன், காலின் மெக்கன்சி (1753-1821; இ.ச.க.தொகுதி-9) போன்று வெறும் அரும்பொருள் சேகரக்காரர் மட்டுமல்லர். அவர் பௌத்த சமயத்தின் மர்மங்களை யெல்லாம் உலகறியச் செய்தல் வேண்டும் என்ற மேலான இலட்சியமுடையவராய் இருந்தார். அதற்கு வசதியாய் அவர் பணிசெய்த நேபாளம் தலையாய பௌத்த சமய மையங்களுள் ஒன்றாயிருந்தது. ஆனால் அது எளிய பணியன்று. அவர் இந்தியவியல் ஆய்வின் ஊற்றுக் கண்ணாய் விளங்கிய ஆசியவியல் சங்கத்துடன் தொடர்பு கொண்டும் தன் ஆய்வுகள் பற்றிய கட்டுரைகளை அங்கு அனுப்பியும் இது குறித்து வெளியுலகம் அறியச் செய்தார்.

ஆராய்ச்சிக்கு உதவி

ஹாக்சன்

அசோகர் பொறிப்புகளில் எழுதியிருந்த செய்திகளைப் படிப்பதில் வெற்றி பெற்ற ஜேம்ஸ் பிரின்செப்பிற்கு (*James Princep* 1799-1840; இ.ச.க.தொகுதி-12-1819புள்ளிகள்) ஹாக்சன் நேபாளத்தில் இருந்தவாறே தன்னுடைய பழைய ஆராய்ச்சி பற்றித் தெரிவித்து உதவினார்.

அவர் 1824 ஆம் ஆண்டிலிருந்து பௌத்தம் பற்றிய சம்ஸ்கிருத ஏடுகளை அன்பளிப்பாய்க் கொடுத்துவந்தார். அவற்றுள் 94 ஏடுகளை வில்லியம் கோட்டைக் கல்லூரிக்கும் அறுபத்து மூன்றை இலண்டன் ஆசியவியல் சங்கத்திற்கும் எழுபத்தொன்பது ஏடுகளை இலண்டன் இந்திய அமைச்சு நூலகத்திற்கும் முப்பது கையெழுத்து ஏடுகளை ஆக்ஸ்போர்டு பல்கலைக்கழகத்திற்கும் வழங்கினார்.

மேலும் அவர் மேற்கூறிய பிரஞ்சுப் பௌத்தவியலரான பர்னூஃபிற்கு 147 ஏடுகளை அனுப்பி, அவற்றைப் பாரிஸ் ஆசியவியல் சங்கத்தில் சேர்க்குமாறு கேட்டுக் கொண்டார். அவர் அக்காலத்தில் ஆசியத்திலோ, ஐரோப்பியத்திலோ சேகரிக்கப்பட்ட வற்றைவிட மிகுதியான அளவில் பௌத்தம் பற்றிய முதல் நூல்களைத் திரட்டினார் என்று பர்னூஃபு அவரைப் பாராட்டினார்.

ஹாக்சன் அவற்றைத் திரட்டியதொடு, நேபாளத்துப் பண்டிதர்களுடன் உரையாடி மூலப்படிகளிலிருந்து பாடங்களை ஒப்பு நோக்கிக் கொண்டார். அவர் அவர்களின் துணைகொண்டு அந்நூல்களை ஆராயவும் செய்தார்.

அவர் வங்க ஆசியவியல் சங்கம் வெளியிட்ட இதழ்கள் உள்பட பல்வேறு இதழ்களில் மதிப்பரிய கட்டுரைகளை எழுதிவந்தார். அவரின் ஆய்வு முடிவுகள் ஐரோப்பிய ஆராய்ச்சி விற்பன்னர்களுக்குப் புதிய உண்மைகள் பலவற்றை வெளிப்

படுத்தின. ''அவர் பௌத்த நூல்கள், மூலச் சின்னங்கள் ஆகியவற்றின் அடிப்படையில் பௌத்தம் பற்றிய ஆய்வை உருவாக்கியவர்'' என்ற சிறப்பையும் பெற்றார்.

பௌத்தம் பற்றிய அறியாமை

இக்காலத்தில் பௌத்தம் பற்றிய அறியாமை எத்தகையது என்பதை உணர்ந்தால்தான், ஹாக்சனின் ஆராய்ச்சி எத்தனை சிறப்பு வாய்ந்தது என்பதை அறிந்து கொள்ள முடியும். இக்கால கட்டத்தில் புத்தரின் பிறப்பிடம் எது என்பதே ஐயப்பாட்டிற்குரியதாயிருந்தது. அவர் வடகிழக்கு ஆப்பிரிக்கத்தில் செங்கடல் மீதிருக்கும் எத்தியோப்பிய நாட்டில் பிறந்தார் என்று ஆராய்ச்சியாளர் சிலர் கூறினர். எத்தியோப்பியத்திற்கு அப்பாலிலுள்ள எகிப்து நாட்டவர் புத்தர் என்றும் அங்கு அவர் முரண்பட்ட கருத்துகளை வெளியிட்டதால் கொடுமைகளுக்கு ஆளாகி இந்தியத்தில் புகலடைந்தார் என்றும் சர் ஜான் வில்லியம்ஸ் கருதினார்.

புத்தர் யார்?

1824

புத்தரின் பெரும்பாலான உருவங்கள் அவரைச் சுருட்டை முடியுடன் காட்டியதால், அவர் ஆப்பிரிக்க நாட்டவர் என்ற எண்ணம் தோன்றலாயிற்று. புத்தரின் போதனைகளும் உலகிற்குத் தெளிவாய்த் தெரியாமலிருந்தன. ஏனெனில் அவை ஐரோப்பியர் படித்தறிய இயலாத மொழியில் எழுதி வைக்கப்பட்டிருந்தன. பௌத்தம் இந்தியத்தில் பத்தாம் நூற்றாண்டிற்கு பிறகு செல்வாக்கு இழந்ததும், அது ஏற்கெனவே நிலவிவந்த நாடுகளில், அந்நூல்கள் அவற்றின் மெய்ப் பொருளுக்காக ஆராயப்படாமல் சமய நெறிக்காக மட்டுமே பயன்பட்டன.

பௌத்தத்தை ஆராயப்புகுந்த விற்பன்னர்கள் ஹாக்சனைத் தமக்கு அகத்தூண்டுதலளிக்கும் சக்தியாய் எண்ணி அவரை நாடினர். அவர்கள் பௌத்த சமய ஆராய்ச்சிக்காகத் தம் வாணாளையே செலவிட்டனர்.

ஹாக்சன் பௌத்தம் பற்றித் தெரிவித்த முழுமையான, தனித் தன்மை வாய்ந்த கருத்துகளிலிருந்துதான், பௌத்தக் கோட்பாடுகள் பற்றிய மெய்ச் செய்திகளைத் தனது ''இந்திய வரலாறு'' என்ற நூலில் பெரிதும் தெரிவித்துள்ளதாய் மௌண் ஸ்டூவட்டு எல்ஃபின்ஸ்டன் குறிப்பிட்டுள்ளார்.

இந்தியத் தொல்லியல் துறையின் தந்தை எனப்படும் அலெக்சாந்தர் கன்னிங்காம் இங்ஙனம் ஹாக்சனுக்கு எழுதினர். ''நான் தங்கள் ஆராய்ச்சியில் பௌத்தம் பற்றிய தெளிவானதும் அறிவுத்திறன் மிக்கதுமான செய்திகளைக் கண்டேன்.''

நடு ஆசியத்தில் நாகரிகத்தைத் தூண்டி வளர்த்த ஒன்றாக விளங்கும் மத மாற்றும் மாபெரும் சமயமான பௌத்தம் பற்றி அறிந்து கொள்வதற்கு வேண்டிய பொருள்களை அளித்தமைக்காக உலகம் இன்னும் அவருக்குக் கடப்பாடுடையதாகும் என்று இலண்டன் ஆசியவியல் சங்கம் ஹாக்சனின் மறைவின்போது வெளியிட்ட இரங்கல் செய்தியில் உரைக்கின்றது.

பௌத்த நூல்கள்

ஹாக்சன் வங்க ஆசியவியல் சங்கத்தின் ''ஜர்னல்'' என்ற இதழின் வழியே அஷ்ட சஹஸ்ரிக, திவ்விய அவதன், புத்த சரிதம், கல்ப லத, ஸ்வயம்பு புராணம், லலித

விஸ்தாரம் முதலியவற்றை வெளிப்படுத்தினார். மேலும் பிற பௌத்த நூல்களிலிருந்து மேற்கோள்கள் காட்டி ஸ்பவிகக் கோட்பாடு, ஐஸ்வரிக மறை, கர்மிக முறை, யத்னிக மறை, ஆதி புராணம் அல்லது தர்ம, ஆதி சங்கம் போன்ற சமயக் கோட்பாடுகளை விரித்துப் பொருளுரைத்த முதல் ஐரோப்பியர் என்ற சிறப்பையும் அவர் பெறுகின்றார்.

ஹாக்சனின் வாழ்க்கை வரலாற்றை எழுதிய டபிள்யூ. டபிள்யூ. ஹண்டர் கீழ்க்கண்டவாறு கூறுகின்றார்:

அவர் தனது தொண்ணூற்றைந்து வயதில் 1894 இல் இறந்தார். அவர் இதற்கு எழுபதாண்டுகளுக்கு முன்னர் இறந்திருப்பாராயின், இந்தியத்தில் சிவில் சர்வீசை உருவாக்கித் தந்த மிகச் சிறந்த இளம் கற்றறிவாளரை இழந்தோமே என்று அப்போது இரங்கியிருப்பர். ஆப்கன் போர்களின் பேரிடர்களினூடே நேபாள முடியரசிலும் போர் வெறி கொண்ட இமய இனத்தவரிடத்திலும் அமைதியை நிலவச் செய்த அறிவுத் திறன் வாய்ந்த அரசியல் தந்திரி மறைந்தாரே என்று அவர் அப்போது நினைவு கொள்ளப் பட்டிருப்பார். அறுபதாவது வயதில் மறைந்திருப்பாரேயாகில், ஐரோப்பிய மியூசியங்கள் அனைத்தையும் தன் சேகரங்களைக் கொண்டு செழுமையுறச் செய்து, ஒரு புதிய துறையின் தொடக்கத்திற்கு வழி வகுத்த ஆங்கில வள்ளல் என்று போற்றியிருப்போம்.

அவர் தன் சம காலத்தில் வாழ்ந்தவர்களெல்லாம் இறந்த பின்னும் உயிரோடிருந்தார். அவர் 1833 ஆம் ஆண்டு இத்தாலியனைக் கற்றார், ஏஞ்லோ தெ குபர்னோட்டிஸ் பிரபிற்கு ஹாக்சனை அறிமுகம் செய்து வைத்த போது ''இவர் நமது பௌத்த சமய ஆய்வுகளைத் தோற்றுவித்த வணக்கத்திற்குரிய அந்த ஹாக்சனா'' என்று அந்தப் பிரபு வியப்புடன் வினவினார்.

இன்று பௌத்தம் பற்றிய கட்டுகோப்பான வரலாற்றைப் பெற்று உலகம் பெருமைப்படுவதற்கு ஹாக்சன் வழியமைத்துத் தந்தார் என்பதில் ஐயமில்லை.

ஹாக்சனுக்குப் பிறகு பௌத்தம் பற்றி மேலும் ஆராய்ந்த குறிப்பிடத்தக்க விற்பன்னர்கள்:

ஃபிரெடரிக்கு மாக்ஸ் முல்லர் (1823-1900)
லூயி தெ லா வாலி புசின் (1869-1939)
எமில் செனார்ட்டு (1847-1928)
ஹெர்மன் ஓல்டன்பர்கு (1854-920)
டி.என்.ரைஸ் டேவிஸ் (1843-1922)
திருமதி கேஃபு ரைஸ் டேவிஸ் (1858-1942)
இராசேந்திர லால் மித்திர (1824-1891)
அனகரிக தர்மபால் (1864-1933)
ஹரப் பிரசாத சாஸ்திரி (1853-1931)
தர்மானந்த கோசாம்பி (1871-1957)

Bapat P.V. Prof. 2500 Years of Buddhism, Delhi, 1964

Kajariwal O.P. The Assiatic Society of Bengal, OUP, Delhi, 1988

1824

1824

2. வேதியியலில் புதிய முன்னேற்றம்

வேதியியலின் (*Chemistry*) முறையான வரலாற்றுத் தொடக்கத்தை ''வேதிப்பத்து'' என்ற எட்டாம் தொகுதியில் தனிக் கட்டுரையிலும் பல்வேறு செய்திகளிலும் சொல்லியிருந்தோம். பின்னர் ஆங்காங்கே ஒவ்வொரு தொகுதியிலும் பல இடங்களிலும் வேதியியல் செய்திகள் கூறப்பட்டுக் கொண்டே வருகின்றன. அவற்றில் புதுப்புதுத் தனிமங்கள் கண்டுபிடிகப்பட்டதையும் அவற்றைக் கண்டுபிடித்தவர் களையும் கண்டு வருகின்றோம். இங்கு வேதியியல் வளர்ச்சியின் பலனாய் மனிதர் வேதிப்பொருள்களை ஆக்கிக் கொள்ளும் முன்னேற்றம் எய்தியமை விவரிக்கப் படுகின்றது.

பிசாட்டு

தற்கால வேதியியலில் பதினெட்டாம் நூற்றாண்டு தொடங்கி இந்தப் பத் தொன்பதாம் நூற்றாண்டு வரை பல முன்னேற்றங்கள் காணப்பட்டன. பிசாட்டு என்ற பிரஞ்சு அறிவியலார் திசுக்கள் பற்றிய தன் ஆய்வுக் கட்டுரையை 1799 இல் வெளியிட்டார். (*Marie Francois Xavier Bichat, 1771 - 1802;* இ.ச.க.தொகுதி-10)

அதன்பிறகு உயிர்ப் பொருள் குறித்த ஆய்வில் அறிவிற்கப்பாற்பட்ட மர்மம் எதுவுமில்லை என்பதை ஜெர்மன் வேதியயலரான ஃபிரடரிக்கு ஓஃலர் இவ்வாண்டு மெய்ப்பித்துக் காட்டினார். (*Frederich Wohler, 1800-1882*)

ஓஃலர்

இதயமும் பிற உறுப்புகளும் ஆய்ந்தறிய முடியா மர்மப் பொருள்கள் அன்று என்பதைப் பிசாட்டின் ஆய்வறிக்கை தெளிவுபடுத்தியது. ஓஃலரின் ஆராய்ச்சியோ சாதாரணமான அதே மூலப்பொருள்களில் அடங்கியுள்ள கூட்டுப் பொருள்களே உடலிலுள்ள நீர்மப் பொருள்களிலும் அடங்கியுள்ளன என்பதைக் காட்டியது.

அறிவியலார் உடலிலுள்ள குருதி, உமிழ்நீர், சிறுநீர் ஆகிய நீர்மங்களை ஓஃலரின் காலம் வரையிலும் ஆராயவில்லை என்பது இதன் பொருளாகாது. அவர்கள் இவற்றை மிகுந்த கவனத்துடன் ஆராய்ந்து இருக்கின்றனர். எனினும் உயிருள்ள அனைத்தையும் இயங்க வைக்கின்ற உயிர் நாடியான சக்திகளால்தான் இவை உண்டாகின்றன என்பதையும் அவர்களனைவரும் அறிந்திருந்தனர். மர்மமான உயிரியக்கத்தின் ஒரு பகுதியாய் அவை இருக்கின்றன. எனவே மனிதனால் அவற்றை ''ஆக்குவதும்'' விளங்கிக் கொள்வதும் அவனது ஆற்றலை விஞ்சியது என்று அவர்கள் கருதினர்.

இளைஞரான ஓஃலர் அதைச் சாதித்தபோது, சாதிக்க முடிந்தோரனைவரும் சாதிக்க முடியாத ஒன்றைத் தான் நிறைவேற்றி விட்டதாய் அவர் எண்ணிவிடவில்லை. அவர் இயல்பான வேதியியல் ஆய்வு ஒன்றைச் செய்தார். அவர் மிகப்பெரிய புதுக் கண்டுபிடிப்புகளுள் ஒன்றைச் செய்த வேளையில், தன் ஆர்வமிகுந்த மனத்துள் தோன்றிய ஒரு வினாவிற்கு விடை காண வேண்டும் என்ற நாட்டம்தான் அவருக்கு இருந்தது.

ஓஃலர் தன்னைச் சூழ்ந்துள்ள இயற்கை உலகை அறிந்து கொள்ள வேண்டும் என்ற ஆர்வமுடையவராகவே எப்போதும் இருந்து வந்திருக்கின்றார். அவர் எஷெர்ஷீம் என்ற சிற்றூரில் சிறுவனாயிருந்தபோது, நெப்போலியனின் படைகள் இவ்வூரின் வழியே

அணிவகுத்துச் சென்றதுண்டு. ஆனால் அவர் கனிமங்களைச் சேகரித்துத் தன் நண்பர்களுடன் ஒருவரொடுவர் அவற்றை மாற்றிக் கொள்வதில் ஆர்வம் கொண்டிருந்தாரேயன்றி, விரைந்து நடந்து சென்ற படை அணிவகுப்பின் மீதன்று.

அவருடைய தந்தையின் நண்பர் ஓஃலருக்கு என்று வேதி ஆய்வுச் சாலையையும் ஒரு நூலகத்தையும் கொடுத்தார். இந்த இளைஞரின் ஆர்வம் எத்திக்கை நோக்கிச் செல்ல வேண்டும் என்பதை அந்நண்பர் அப்போது நிர்ணயித்திருக்கலாம்.

இத்தனை துறைகளில் ஈடுபாடு கொண்டிருந்த ஓஃலருக்கு மருத்துவத் துறை மீதும் விருப்பம் இருந்தது என்று தோன்றுகின்றது. அவர் பட்டம் பெறுவதற்காக மார்பர்குப் பல்கலைகழகத்தில் சேர்ந்தார். (*Marburg:* மேற்கு ஜெர்மனியின் நடுவிலுள்ள ஹெஸ்ஸ் என்ற மாவட்டத்திலுள்ளது. இந்நகரில் மார்டின் லூதரும் (*Martin Luther, 1483 - 1546*) சுவாங்கிலியும் (*Huldreich or Ulrich Zwingli, 1484 - 1531;* இவர் சுவிட்சர்லாந்தைச் சேர்ந்த சீர்திருத்தக் கிறித்தவர்.) சமய வாதம் நடத்தினர். அதனால் இவ்வூர் புகழ் பெற்றது. இங்கு *1827* முதல் புராட்டஸ்டண்டுப் பல்கலைக் கழகம் அமைந்தது.)

ஓஃலர்

அவர் பல்கலைக்கழகத்தில் சேர்ந்தும் தன் அறையில் சிறிய வேதி ஆய்வுச் சாலையை அமைத்தார். அவர் மருத்துவம் படித்துக் கொண்டு வேதி ஆய்வுகளை நடத்தி வந்தார். அவர் மனித உடலிலிருந்து வெளிப்படும் கழிவுப் பொருள்களில் சிலவற்றை ஆராயும் புதுமையான பணியில் ஈடுபட்டார். அவர் சிறுநீரிலிருந்து நிறமற்ற யூரியாவின் தெளிந்த படிக மணிகளைப் பிரித்தெடுத்துவிட்டார் (*urea :* நீரிய உப்பு: புரத வளர்சிதை மாற்றங்களால் உண்டாகிச் சிறுநீர் வழியே வெளிப்படுகின்றது. இதன் வேதி வாய்ப்பாடு ($CO(NH_2)_2$) அவை நான்கு பாகங்களைக் கொண்ட கூருடைய மங்கிய ஒளிப்பட்டை களாய் இருந்தன. மருத்துவ நூல்களில் யூரியா என்ற நீரிய உப்பு நன்கு பழகி வந்த ஒன்றாகும்.

எனினும் ஓஃலர் தன் கல்லூரி விடுதி அறைக்குள் ஒன்று கூட்டிய இதைப் போன்ற சயோஜன் அயோடைடைச் செய்வதில் எந்த மருத்துவரோ வேதியியலாரோ இதுவரையில் வெற்றி கண்டதேயில்லை. இது மிகவும் புதுமையான செயலாகும். ஓஃலர் தன் கண்டுபிடிப்பைப் பற்றி விவரித்து எழுதி அதைத் தன் பேராசிரியரிடம் கொடுத்தார். எனினும் ஆசிரியர் ஓஃலரின் முன் முயற்சியைக் குறை கூறினார். மருத்துவம் படிக்கின்ற காலத்தில் ஏன் வேதி ஆய்வில் ஈடுபட்டு நேரத்தை வீணாக்க வேண்டும் என்பது ஆசிரியரின் கேள்வி.

ஓஃலர் மார்பர்குப் பல்கலைகழகத்தை விடுத்து ஹெயிடல்பர்கு நகரிலுள்ள பல்கலைக்கழகத்தில் சேர விரும்பினார். (*Heidelburg:* தென்மேற்கு ஜெர்மனியில் நெக்கர் ஆற்றின் கரை மீதுள்ள நகரம். ஜெர்மனியின் மிகப் பழமையான பல்கலைக்கழகம் இங்கு

10

1386 இல் அமைக்கப்பட்டது.) அப்பல்கலைக்கழகத்தில் பெரும் புகழ்பெற்ற மருத்துவரும் வேதியியலருமான ஜிமலின் என்றவரிடம் படிக்க அவர் அவாவினார். அவர் அவ்வாறே அங்கு சென்று நன்றாய்ப் படித்து மருந்து, அறுவை, பேறுகால மருத்துவம் ஆகிய துறைகளில் பட்டம் பெற்றார். அவர் மருத்துவப் பயிற்சியில் முழுமை பெறும் நோக்குடன் ஐரோப்பிய மருத்துவ மனைகளைச் சுற்றி வருவதற்குப் புறப்படவிருந்தார்.

ஆனால் ஓஃலரின் வேதி ஆராய்ச்சியையும் அவருக்கு அதிலிருந்த அருந் திறனையும் ஜிமலின் அறிந்திருந்ததால் ஓஃலர் அங்கேயே தங்கி வேதி ஆராய்ச்சியில் ஈடுபடுமாறு கூறினார். மிகப்பெரிய வேதியியலராய் விளங்கிய ஜோன்ஸ் ஜேகபு பெர்சிலியசின் (*Jons Jokob Berzelius, 1779-1848* சுவிடிய வேதியியலார். இவர் பல தனிமங்களைக் கண்டுபிடித்தவர். இப்போது வழக்கிலுள்ள வேதிக் குறிகளையும் வேதி வாய்ப்பாடுகளையும் வகுத்தவர். பல பொருள்களின் அணு எடையையும் மூலக் கூறுகளின் எடையையும் திட்டப்படுத்தியவர். (இ.ச.க.தொகுதி-12 காண்க) ஆய்வுச் சாலையில் பணிபுரிவதற்கு இசையுமாறு ஓஃலர் அவரிடம் விண்ணப்பிக்கும்படி ஜிமலின் கூறினார்.

1824

உப்பசல நகரம், பெர்சிலியஸ்

உப்பசல சுவீடனிலுள்ள வரலாற்று இடைக்காலத்து நகராகும். அது நாட்டின் தலைநகரான ஸ்டாக்கோமிலிருந்து 68 கிலோமீட்டரில் உள்ளது. இது சிறந்த பண்பாட்டு மையமாகும். இங்கு உலகிலேயே மிகவும் பழமையான பல்கலைக்கழகம் உள்ளது. அது 1477 இல் நிறுவப்பட்டது. இப்பல்கலைக்கழகத்தில் ஆறாம் நூற்றாண்டுக்காலம் வரையிலுள்ள பழமையான நூல்கள் உள. இந்நகரில் 13 முதல் 15 ஆம் நூற்றாண்டுக் காலகட்டங்கள் வரையில் எழுப்பப்பெற்ற கதீட்ரல் இருக்கின்றது. அங்கு சுவீடனின் அரசர்கள் ஒரு காலத்தில் முடிசூட்டிக் கொள்வது வழக்கம். பதினாறாம் நூற்றாண்டைச் சேர்ந்த ஒரு கோட்டை மாளிகையும் இந்நகரில் உண்டு. இந்நகரின் வடக்கே சுமார் மூன்று கிலோமீட்டரில் பழைய உப்பசல இருக்கின்றது.

உப்பசல நகரின் பெயர் பெற்ற அறிவியலாளரான பெர்சிலியசிற்கு மிகுந்த நடுக்கத்துடன் ஓஃலர் விண்ணப்பித்தார். எனினும் அவரிடமிருந்து அன்பும் ஆதரவும் கூடிய மறுமொழி வந்தது;

''லியோப்பால்டு ஜிமலினின் கீழ் வேதியில் கற்ற எவராயினும், அவர் என்னிடமிருந்து கற்க வேண்டியது சிறிதளவே இருக்கும். எனினும் உங்களைத் தனிப்பட்ட முறையில் அறிந்து பழகும் இன்பத்தை இழப்பதற்கு நான் விரும்பவில்லை. உங்களுக்கு எப்போது வசதிப்படுமோ, அப்போது நீங்கள் இங்கு வரலாம்.''

ஓஃலர் உப்பசல வந்தடைந்ததும் மார்பர்கில் தொடங்கிய சயனிகக் காடி (*Cyanic acid*) ஆய்வைத் தொடர்ந்து நடத்துமாறு பெர்சிலியஸ் அவரிடம் கூறினார். அந்த ஆய்வு பயனுடையதாயிருக்குமென்றும் ஓஃலர் நினைத்தார். அவர் தன் ஆய்வுப் பொருள்களை ஒன்றுகூட்டிப் பல்வேறு முதல் நிலை ஆய்வுகளைத் தொடங்கினார். அவர் பின்னர் தன் சேர்மானத்தைக் கொதிக்க வைத்து அதிலிருந்த நீரைப் போக்கினார். அப்போது சில வெள்ளைப் படிகங்கள் எஞ்சி நின்றன. அவை சுமார் ஓரங்குல நீளமிருந்தன. ஒல்லியாயும் நான்கு பக்கங்களையுடையனவாயும் கூர் மழுங்கிய வண்ணப்பட்டை களாயும் (*Prisms*) இருந்தன. அவர் கொதிக்க வைத்து நீரைப் போக்கிய பின்னர் எத்தகைய

சேர்மக் கலவை எஞ்சும் என்று எண்ணினாரோ அதிலிருந்து வேறுபட்டதாய் இந்தச் சேர்மக் கலவையின் மிச்சம் இருக்கவில்லை. அந்தப் படிகத்தின் தோற்றம் எண்ணியபடி சரியாகவே இருந்தது. அவர் யூரியாப் படிகங்களை நன்கு அறிவார்.

ஓஃலர் இந்த ஆய்வைத் திரும்பத் திரும்ப நடத்தினார். அப்போதும் புதிரான இப்படிகங்களே எஞ்சி நின்றன. உயிர் வாழ்க்கையின் உயிர் நாடியான சக்திகள் மட்டுமே உண்டாக்கக் கூடிய ஒரு பொருளை, ஊர் பேர் தெரியாதவரும் இருபத்தெட்டு வயதான இளைஞருமான மருத்துவப் பட்டதாரியாகியதான் ஓர் ஆய்வுக் குப்பிக்குள் ஆக்கிவிட்டதாய்ப் பலரறிய உரிமை கொண்டாட முடியாது.

ஓஃலருக்கு அந்தத் துணிச்சலோ, தன் மூப்போ இல்லை என்ற போதிலும், அவர் ஏற்கெனவே அறிந்திருந்ததைக் கண்கூடாய்ச் செய்து முடித்து விட்டார் என்பதை எல்லாக் குறிகளும் காட்டின. பன்னெங்காலமாய் நிலைபெற்று இருந்துவரும் நம்பிக்கையைத் தலைகுப்புறக் கவிழ்த்து விடக்கூடிய ஓர் ஆய்வறிக்கையை வெளியிடு முன்னர் தன் கண்டுபிடிப்பை உறுதி செய்துகொள்ள வேண்டுமென்பதை ஓஃலர் உணர்ந்தார்.

அவர் சயனேட்டுகளைப் பகுத்து ஆராய்ந்த குறித்து ஓர் ஆய்வறிக்கையை எழுதி *1824* ஆம் ஆண்டு வெளியிட்டார் (*Cyanate* : என்பது நிறமற்றதும், ஆவியாகக் கூடியதும் நச்சுத் தன்மை வாய்ந்ததுமான திரவ அமிலத்தின் உப்பு ஆகும்.)

அம்மோனியம் சயனேட்டில் வெவ்வேறு வகையான நான்கு மூலகங்கள் - கார்பனின் ஓர் அணு, ஆக்சிஜனின் ஓர் அணு, நைட்டிரஜனின் இரண்டு அணுக்கள், ஹைடிரஜனின் நான்கு அணுக்கள்-சேர்ந்துள்ளன என்பதை அவரது பகுப்பாய்வு தெரியக் காட்டியது.

ஐஸ்டிஸ் ஃபான் லீபிகு (1803-1873)

ஓஃலருக்கு ஓராண்டிற்கு முன்னர் இன்னோர் - இளம் ஜெர்மன் வேதியியலரான ஐஸ்டஸ் ஃபான் லீபிகு (*Iustus Von Liebig, 1803-1873*) வெடிக்கக் கூடிய ஃபல்மினிக்கு அமில உப்புகள் பற்றி ஆய்ந்து ஓர் அறிக்கை வெளியிட்டிருந்தார். (*Fulminic Acid* : வாய்ப்பாடு *HONC*; இது நிறமற்ற படிக அமிலமாகும். பழச்சுவையுடைய தாயிருக்கும். சில வகைச் செடிகளிலிருந்து கிடைக்கின்றது. இந்த அமிலத்தின் உப்புகள் ஃபல்மினேட்டுகள் எனப்படும். வெடிக்க வைக்கும் பொருளாய்ப் பயன்படுகின்றது.)

லீபிகு வேளாண்மை வேதித்துறையைத் தோற்றுவித்தவர். கரிமவேதியியலுக்குப் பெரும் பங்களித்தவர். குறிப்பாய்ப் படி மூலிகைகளை (*radicals*) ஆராய்ந்தவர். லீபிகு குளோராஃபாரத்தையும் கண்டுபிடித்தவர்.

அவர் சிறுவயதிலிருந்தே நேரம் கிடைத்தபோதெல்லாம் ஆபத்தான ஒரு பொழுதுபோக்கில், அதாவது வெடிப் பொருள் ஆய்வில் ஈடுபட்டு வந்தார். அவர் *1823* ஆம் ஆண்டு பாரிசில் ஜோசஃப்பு கே - லூசாக்கின் (*Joseph-Guy-Lussac 1778 -1850*) ஆய்வுச் சாலையில் தன் வேதியியல் படிப்பை முடித்துக் கொண்டிருந்த நேரத்தில் ஃபல்மினிக்கு அமிலத்தின் சேர்மானம் என்னவென்பதை ஆராய்ந்து இறுதியாய்க் கண்டுபிடித்து விட்டார்.

அதில் கார்பன் அணு ஒன்று, ஆக்சிஜன் அணு ஒன்று, நைட்ரஜன் அணு இரண்டு, ஹைடிரஜன் அணு நான்கு சேர்ந்திருந்தன. அவர் இந்த ஆய்வின் முடிவைக் கே-லூசாக்கு

லீபிகு

நடத்தி வந்த ''அன்னலைஸ் தெ சிமி'' என்ற வேதியியல் இதழில் எழுதி வெளியிட்டார்.

ஓஃலர் சயனேட்டு பற்றிய தன் ஆய்வறிக்கையை அதே இதழுக்கு அனுப்பிய போது, சயனிக்கு அமிலத்திற்குக் கொடுத்திருந்த வகை முறைமையும் *(Formula)* லீபிகு ஃபல்மினேட்டு அமிலத்தைப் பகுத்தாராய்ந்து கண்டு தெளிந்த வகை முறைமையும் ஒன்றாய் இருந்ததைக் கே - லூசாக்கு கண்டார்.

அது நம்ப முடியாததாயும் திகைக்க வைப்பதாயும் இருந்தது. நீல நிறமான ஃபல்மினேட்டுகள் வெண்ணிறமான படிக சயனேட்டுகளிலிருந்து மிகவும் வேறுபட்டிருந்தன. அவற்றை ஒன்றோடொன்று குழப்பிக் கொள்ள முடியாது.

ஆராய்ச்சியாளர் இருவரும் தாம் கூறியிருந்த பொருள்களைக் குறித்து எவ்வகையிலும் தவறாகலாம் என்று கே - லூசாக்கினால் கூற முடியாது. ஏனெனில் அவ்விருவரும் மெத்தக் கவனத்துடன் செயல்படும் ஆராய்ச்சியாளராயிருந்தனர். எனவே இதை ஓர் ஏமாற்று என்றும் தள்ளி விட முடியாது.

லீபிகு மிகவும் துடுக்கான இளைஞர், தனக்குத் தவறு இழைக்கப்பட்டு விட்டது என்று நினைப்பாராகில் கடுஞ்சினம் கொண்டு விடுவார். அதனால் ஓஃலர் மீது குற்றங்குறை கூறாது அவரது ஆய்வுகளைக் கே-லூசாக்கு திரும்பத் திரும்பச் செய்தார். அவருக்கு அதே முடிவுதான் மீண்டும் மீண்டும் கிடைத்தது.

முற்றிலும் இருவேறான சேர்மானங்கள் மெய்யாகவே ஒன்று போலிருந்தன. இருவரும் தம் பகுப்பாய்வைச் செம்மையாகவே செய்து முடித்திருந்தனர்.

ஆனால் புதுமையான இந்தத் தற்செயல் பொருத்தம் காரணமாய் வேதியிலில் கலக்கமூட்டும் இரண்டு வினாக்களுக்கு விடை காண வேண்டிய நிலை உண்டானது: ஒரே மூலகங்கள் ஒரே அளவில் ஒன்று சேர்ந்தாலும் அவை முற்றிலும் வேறுபட்ட பொருள்கள் ஆக முடியுமா? அவ்வாறாயின் இதுவரை அறியப்பட்டிருக்கும் விதிமுறைகளுக்கு இவை நேர் மாறாகவன்றோ உள்ளன.

கே - லூசாக்கு மறுக்க முடியாத இவ்வுண்மையை உடனே ஏற்றுக் கொண்டார். வெவ்வேறு மூலகங்கள் வெவ்வேறு கோலங்களில் இரண்டு பொருள்களாய்ச் சேர்கின்றன. அதனால் அவை வேறுபட்டவையாய் உள்ளன என்று ஒருவர் அனுமானிப்பாராயின் இந்த முரண்பாட்டிற்கு விளக்கம் தர முடியும் என்பதை அவர் எடுத்துக் காட்டினார்.

பெர்சிலியசிற்கு இது அசாத்தியம் என்று முதலில் தோன்றிற்று. எனினும் அவர் ஆய்வுகளை மீண்டும் மீண்டும் சோதித்த பிறகு அவருக்கு இருந்த ஐயப்பாடுகள் விலகின. அதன்பிறகு அவர் இந்த இயல் நிலைக்கு ''ஓரகச் சீரியம்'' *(isomerism)* என்று பெயரிட்டார். அதே பெயர் இன்றும் வேதியியலில் நின்று நிலவுகின்றது.

நான்கு மூலகங்களும் சேர்கின்ற விதத்தினால் வேறுபாடு உண்டாகின்றது. ஒரே மூலகத்தின் அமைப்பிலுள்ள வகைமுறையை மாற்றினால் கூட அதன் பொருள் தன்மை மாறுபட்டுவிடும். எடுத்துக்காட்டாய் *STOP* என்ற நாலெழுத்து ஆங்கிலச் சொல்லில் அடங்கியுள்ள எழுத்துகளை முன்பின்னாய் இடம் மாற்றினால், அவை வேறு சொல்லாய் உருப்பெற்று, அதன் பொருளும் மாறி வரும். இவ்வெழுத்துகள் ஒரு வரிசையில் அடுக்கப் பெறும் போது *POST* ஆகவும் இன்னும் பலவாகவும் மாறி விடுகின்றது. ஒரு மூலகத்தில் அடங்கியுள்ள பொருள்களின் வரிசை மாறி, அது வேறு மூலகமாகின்றதேயன்றி, அதில் அடங்கியுள்ள பொருள்கள் இடம் மாறி அதே அளவில்தான் இருக்கின்றன.

இதன்பிறகு பல்வேறு கூட்டுச் சம நிலையிலுள்ள பொருள்களால் ஆன சீரியங்களாலான, பொருள்கள் கண்டுபிடிக்கப்பட்டன. இன்று கண்டுபிடிக்கப்பட்டுள்ள அரை மில்லியனுக்குமதிகமான கார்பன் (கரியச்) சேர்மங்களுக்கும் உயிர் வேதித் துறையில் அவை அடங்கியிருப்பதற்கும் விளக்கம் தரும் வகையில் இந்நிகழ்ச்சி அமைந்தது.

இத்துறையில் ஓஃலரும் லீபிகும் செய்த புத்தாக்கங்கள் வேதியியலில் புதிய வழி பிறக்கக் காரணமாய் அமைந்தன.

Knopf, A. Afred The Coil of Life. The Story of great Discoveries in the Life Science, New York, Edition, 1974.

1824

வரலாற்றுப் புள்ளிகள்

1. அரசியல்

(அ) கித்தூர் அரசி சென்னம்ம சிறை

கித்தூர் என்ற குறு நிலத்தின் ஆண்டை (தேசாய்) பிள்ளையில்லாமல் இவ்வாண்டு பிப்ரவரியில் இறந்தார். அவரின் கைம்பெண் சென்னம்ம ஒரு பையனை மகன்மை கொண்டதைக் கம்பெனி ஏற்கவில்லை. அதனால் கம்பெனியின் முகவரான (*agent*) தேக்கரே கித்தூரின் ஆட்சிப் பொறுப்பை ஏற்றார்.

கித்தூர் அரசி சென்னம்மையின் தலைமையிலிருந்த காவற்படை கம்பெனி முகவர் கோட்டைக்குள் நுழையாதவாறு 1824 அக்டோபர் 22 அன்று தடுத்தது. அத்தாக்குதலில் முகவருக்குக் காவலாய் வந்த இருவர் கொல்லப்பட்டனர். உடனே பம்பாயிலும் சென்னையிலுமிருந்து கித்தூருக்குச் சென்ற கம்பெனிப்படையினர் கித்தூர்க் கோட்டையைத் தகர்த்தனர். எனினும் டிசம்பர் 4 அன்று இரு தரப்பினரும் சந்து செய்து கொண்டனர். கித்தூர் அரசி சென்னம்மையும் சங்கோலியில் இருந்த கோட்டைக் காவலரான வீரமிக்க இராயண்ணனும் பிரிட்டீசாரால் சிறை செய்யப்பட்டனர்.

(ஆ) பிரஞ்சு அரியணையில் பத்தாம் சார்லஸ்

பூர்பான் அரச குடியைச் சேர்ந்த பத்தாம் சார்லஸ் (1757 - 1836) 1824 செப்டம்பர் 16

அன்று பிரஞ்சு அரியணையில் ஏறினார். இவர் முடிமன்னரின் முழு வல்லாண்மையை மீண்டும் கொண்டு வர முயன்றதால் 1830 ஆம் ஆண்டு வலுக்கட்டாயமாய் நாடு கடத்தப்பட்டார்.

2. அறிவியல்

ஹைடிரோ குளோரிக்கு அமிலம் தனிப்படுத்தப்படுதல்

இலண்டன் நகர மருத்துவரும் வேதியியலாருமான வில்லியம் பிரௌட்டு (*Willam Prout, 1785-1850*) என்றவர் வயிற்றிலுள்ள சாறுகளிலிருந்து ஹைடிரோ குளோரிக்கு அமிலத்தைத் (*hydrochloric acid*) தனிப்படுத்துவதில் வெற்றி கண்டார். மனித உடலில் உணவு செரிப்பதற்கு இந்த அமிலம் தலையாய பொருள் என்பதை அவர் நிறுவினார்.

ஹைடிரோ குளோரிக்கு அமிலம் என்பது அடர் கந்தகக் காடியுடன் சோடியம் குளோரினைச் சேர்த்துச் சூடாக்கக் கிடைக்கும். ஹைடிரஜன் குளோரைடை நீரில் கரைத்துப் பெறுகின்றதாகும். இக்கரைசலைக் காய்ச்சி வடிக்க அடர் ஹைடிரோ குளோரிகக் காடி கிடைக்கும்.

3. கலை இலக்கியம்

(அ) முதல் உருதுப் பெண்பாற் புலவர்

முகலாயப் பேரரசு எங்கணும் நிலவியது போலவே தக்காணத்து ஆசஃபு ஷாகியரின் சுல்தானிய ஆட்சியிலும் கொந்தளிப்பு மிகுந்த கால கட்டத்தில் மகலக்குவ பாய் சந்தா (மதிவதனி) (1767-1824) 1767 ஆம் ஆண்டு ஔரங்கபாதில் பிறந்தார். (ஔரங்கபாது முகலாயப் பேரரசர் ஔரங்கசீபின் ங் 1618 - 1707 சி வாழ்க்கையுடன் தொடர்பு உடையது. இது தக்காணத்தில் அவரது தலைநகராயும் இருந்தது. அவர் இங்கு தன் மனைவி ரபியா துரானியின் நினைவாய்த் தாஜ்மகாலின் மாதிரியில் தந்தை ஷாஜகான் தாய்க்கு எழுப்பிய தாஜ்மகால் மாதிரியில் பீபி கா மக்குப என்ற நினைவு சின்னத்தை எழுப்பியிருக்கிறார். எனினும் இது சிறு கட்டடம். ஔரங்கசீபின் காலத்திற்குப் பிறகுதான் இங்கு பல கட்டடங்கள் எழுந்தன. இந்நகரம் அஜந்தாக் குகைகளின் அருகிலுள்ளது. ஔரங்கபாது மும்பையிலிருந்து வடகிழக்கில் சுமார் 240 கிலோ மீட்டர். ஔரங்காபாது பின்னர், ஆசஃபு ஷாகியரின் பண்பாட்டு மையமாய் விளங்கிற்று).

நிசாம் அலிகான் (ஆ.கா.1762-1802) தன் தலைநகரை 1776 ஆம் ஆண்டு ஔரங்கபாத்திலிருந்து ஐதராபாத்திற்கு மாற்றிய போது மகலக்குவ அரசவையினருடன் அங்கு குடியேறினர். இதுபற்றி அவரின் எழுத்துக் குறிப்பு எதுவுமிலது. எனினும் அவர் பலரறிந்தவராயும் செல்வாக்கு மிக்க அரசவை அணங்காயும் விளங்கினார். முக்கியமான பொது நிகழ்ச்சிகளை அருகிலிருந்து கவனித்தவர்.

இவரைத் தவைஃபு (*tawaif*) என்று அழைத்தார்கள். இது தைஃப (*traifa*) என்ற அரபுச் சொல்லின் பன்மையாகும். ஆனால் உருதில் தவைஃபி என்று ஒருமையில் அழைக்கப்படும். வேசையைக் குறிக்கும் ரண்டி (*Randi*) என்ற சொல் உருதில் வழக்கிலுள்ளது. இது பொது வழக்கிலுள்ள இழிவான சொல்லாகும். பல்வேறு வகையான தவைஃபுகள் இருந்தனர். ஒருவரிடம் பணம் பெற்றுக் கொண்டு அவரிடம்

நிலையாய் இருந்து இறுதியில் அவரையே மணம் புரிபவர் ஒருவகையினர். நகரம் விட்டு நகரம் திரிபவர்கள் என்றொரு வகையினர். ஒரு நகரில் ஒரு வீட்டில் நிலையாய் வாழும் வகையினர். சில நகரங்களில் குறிப்பாய் இலட்சுமணபுரியில் தவைஃபுகளுக்குச் சமூகத்தில் கிட்டத்தட்ட நல்ல மதிப்பு இருந்தது. அவளது நய நாகரிகமும் பண்புகளும் அங்கு வியந்து பாராட்டப்பட்டன. நகரின் மேன்மக்கள் தம் ஆண்மக்களை நற்பழக்கங்களும் இலக்கியமும் கற்றுக்கொள்ள இவர்களிடம் அனுப்பி வைத்தனர்.

மகலக்குவ தன் காலத்தில் புகழ்பெற்று விளங்கிய அரசவைப் புலவரான சிராஜ் அலகாபாதியின் நூல்களால் ஆளுகை கொள்ளப்பட்டவர். மகலக்குவ சிறந்த பாடகி. அக்காலத்தின் பாடகர்கள் தாம் பாடும் பாடல்களைத் தாமே இயற்றியதைப் போன்று மகலக்குவவும் தானே பாக்கள் புனைந்தார். அவர் துடிப்பு மிக்கவர். நகைச்சுவை உணர்ச்சியுடையவர். அழகானவர். இவற்றாலும் அவர் புகழ்பெற்றிருந்தார். மகலக்கவ ஐதாராபாது நிசாம் அரசவையின் புலவர், பாடகர் என்ற முறையில் உச்சியை எட்டி விட்டார் என்று அவரது வாழ்க்கை வரலாற்று ஆசிரியரான சமீன சௌக்கத்து கூறுகின்றார். மகலக்குவவின் ஆர்வலரில் பலர் மேட்டுக் குடியினராயும் அரச குடும்பத்தினராயும் இருந்தனர்.

இப்பெண்மணி கலைகளைப் புரந்தார். பெருந்தொகையை அள்ளிக் கொடுத்தார். (தஞ்சை மராட்டிய அரசவையில் கிட்டத்தட்ட இதே காலத்தில் அரசவை அணங்காயிருந்த தெலுங்குப் புலவரான முத்துப்பழனியின் நினைவு இங்கு வருகின்றது. இ.ச.க.தொகுதி-9) அவர் பல வழிபாட்டு இடங்களுக்கென்று அறக்கட்டளைகளை நிறுவினார். அவை இன்றும் மகலக்குவ பாய் சந்தாவின் பெயர் கூறி நிற்கின்றன. அவர் இறந்த பின் விட்டுச் சென்ற மிகப்பெரிய பொன் வெள்ளி நகைககளும் கதியற்ற பெண்டிர்க்குப் பகிர்ந்தளிக்கப்பட்டன.

1824

பொதுப் பெண்டிராயிருந்த பெண்கள் பாக்கள் புனைவதும் கற்றுத் தேர்வதும் நயப் பண்புகளை வளர்த்துக் கொள்வதும் இக்காலத்தில் இயல்பேயெனினும் அத்தகையோர் எழுதிய நூல்கள் சிறிதளவே பதிந்தும் பாதுகாத்தும் வைக்கப்பட்டு உள்ளன. ண்ஆனால் மகலக்குவ இறந்தபின் மகலக்குவ தோட்டத்து மலர்கள் (*Gulzar-e-Mahalaqwa*) என்ற பெயரில் அவரின் பாடல்கள் தொகுத்து வெளியிடப்பட்டன.

அவரின் பெரும்பாலான பாடல்கள் கசல் என்னும் பாவினத்தால் ஆக்கப் பட்டவையாகும். கசல் முதலில் ஈரானில் உருவான ஈரடிப்பாடலாகும். அதில் ஒவ்வொன்றும் முழுமையான கசல்களாயிருந்தன. அவை பல்வேறு எண்ணிக்கையில் இருக்கும். ஈற்றடிகள் பாடற் கருத்தில் ஒன்றுடனொன்று தொடர்புடையதாயும் தொடர்பில்லாததாயும் இருக்கலாம். ஏனெனில் இப்பாடலின் முழுமை அதன் ஒலியியைபில் (*rhythm*) தான் உள்ளது. அப்பாடலின் தன்மையை மொழிபெயர்த்து வெளிப்படுத்திவிட முடியாது.

உருதில் பாட்டிசைத்த முதற் பெண்மணி

உருதில் பாப்புனைந்த முதற்பெண்மணி மகலக்குவ ஆவார் என்று திறனாய்வாளர் சமீன சௌக்கத்து கருதுகின்றார். மகலக்குவ (*Mahalqua*) இயற்றிய கசல் ஒவ்வொன்றிலும் ஐந்து ஈற்றடிகளைக் கொண்ட முப்பத்தொன்பது கசல்கள் காத்து வைக்கப்பட்டுள்ளன. உருது மொழி முஸ்லிம்கள் வாழும் பகுதியில் பொதுவாய்ப் பேசப்பட்டாலும் அது வடக்கில் அரசவை மொழியாய் இருக்கவில்லை. அந்த

இடத்தைப் பாரசிகனே பெற்றிருந்தது. உருது மொழி நெடுங்கணக்கு ஈரானிய அர்மீனியத் தோற்றுவாயை உடையது என்பர். தக்காணத்தில் தோன்றியது என்று நம்பப்படும் இம்மொழி பற்றி முன்னர் (இ.ச.க.தொகுதி-11) கூறியிருந்தோம்.

(இன்றைய ஐதராபாதாகிய) கோல் கொண்ட பிசப்பூர்ப் பகுதியில் பதினாறு, பதினேழாம் நூற்றாண்டுகளிலேயே, உருதில் பாக்கள் புனையப்பட்டன என்பர். தக்காணி என்ற அம்முன் மொழியின் செல்வாக்கினால்தான் வட இந்தியத்தில் உருது மொழியில் எழுதப்படுவது தோன்றியது என்பது மொழி வல்லுநர் கருத்தாகும்.

மகலக்குவ தோட்டத்துப் பூக்கள் என்ற பாடல் தொகுப்பிலுள்ள ஒரு கசல்:-

மொட்டு ஒவ்வொன்றும் தன் ஆன்மத்தைக் கையிற் பிடித்தவாறு

மொட்டவிழ்ந் தொரு நாள் மலர்வோம் என்று நம்புகின்றது.

மகலக்குவ 1824 ஆம் ஆண்டு மொட்டவிழ்ந்த மலராய் முழுமை பெற்றவராய் நிறைந்தார்.

(ஆ) கன்னட இலக்கிய இதழ்

இந்த 1824 ஆம் ஆண்டு பெல்காம் நகரிலிருந்து கர்நாடகக் குணமஞ்சரி என்ற கன்னட மொழி இலக்கிய இதழ் வெளிவந்தது. கன்னட மொழி இந்தப் பத்தொன்பதாம் நூற்றாண்டில் புது ஆக்கம் பெற்று வரத் தொடங்கியது.

4. கல்வி

பம்பாயில் முதல் மகளிர் பள்ளி

இந்தியத்தில் கல்விக் கண் திறக்க வழிவகுத்த சிறப்புக் கிறித்தவச் சமயப் பரப்பியர்க்கே உண்டென்பது வரலாறு. கிறித்தவ சமயம் பரப்புவதற்கு வசதியாய்ப் பிரிட்டீசு நாடாளுமன்றத்தில் சட்டம் கொண்டு வரப்பட்ட பிறகு பல்வேறு சமய அமைப்புகளைச் சேர்ந்தவர்கள் ஐரோப்பிய, அமெரிக்க நாடுகளிலிருந்து இந்தியத்திற்கு வரலாயினர்.

அங்ஙனம் இந்தியம் வந்த அமெரிக்க மிசன் என்ற சமயப் பரப்பியர் *1824* ஆம் ஆண்டு மார்ச்சு மாதம் மும்பையில் மகளிர்க்கென்று முதன் முதலாய் ஒரு பள்ளியைத் திறந்தனர். பத்தொன்பதாம் நூற்றாண்டின் இக்காலத்திலிருந்து வரிசையாய் நாட்டின் பல பகுதிகளில் கல்வியமைப்புகள் தோன்றுவதை வரலாற்றில் காணலாம்.

5. இராணுவம், போர்

(அ) பரத்துப்பூர்க் கோட்டை வீழ்ச்சி

இந்தியத்தின் வல்லரண் என்றும் வீழ்த்த முடியாதது என்றும் கொள்ளப்பட்ட பரத்துப்பூர்க் கோட்டை *1805* ஜனவரி *7* அன்று ஜெனரல் லேக்கு பிரபினால் *(General Lake)* முற்றுகையிடப்பட்ட செய்தி முன்னர் (இ.ச.க.தொகுதி-*11*) கூறப்பட்டது. அவர் பதினைந்து நாள் முயன்று வெற்றி காணவில்லை. இக்கோட்டையின் அகழிகள் கப்பல் செல்லத்தக்க அளவிற்கு ஆழமும் அகலமும் உடையன என்பர். பிரிட்டீசாரால் இக்கோட்டையை இருபத்தோராண்டுக்காலம் பிடிக்க முடியவில்லை.

பரத்துப்பூர்க் கோட்டை ஜாட்டுகளினுடையது. ஜாட்டுகளையும் பரத்துப் பூரையும் பற்றி முன்னர் இக்களஞ்சியம் கூறி வந்துள்ளது. (இ.ச.க.தொகுதி-*6,7*)

ஆங்கிலேயர் பரத்துப்பூர்க் கோட்டையைத் தாக்க அஞ்சியதாய்க் கூறப்பட்டது. ஏனெனில் வலிமை மிக்க கூர்க்கரை அண்மையில் தோற்கடித்த பிரிட்டீசுப் படைத்தலைவரான சர் டேவிடு ஆக்டர் லோனி ஒரு படையுடன் பரத்துர்ப்பூர்க் கோட்டையை நோக்கி சென்றதற்காகத் தலைமை ஆளுநர் ஆமெர்ஸ்டு பிரபு அவரை அழைத்துக் கண்டித்தார்.

எனினும் இந்தக் கோட்டையை அப்படியே விட்டு வைக்க முடியாது. ஆதலால் *1824* ஆம் ஆண்டுக் கடைசியில் இந்தியத்திலிருந்த பிரிட்டீசுப் படைத்தளபதியான கம்பர்மியர் பிரபு ஆற்றல் மிகுந்த ஒரு படையுடன் ஆக்ராவிலிருந்து பரத்துப்பூரை நோக்கிப் புறப்பட்டார். இப்படை பீரங்கித் தாக்குதலில் அருந்திறன் வாய்ந்தது.

ஜெனரல் லேக்கு *1805* ஆம் ஆண்டு கோட்டைச் சுவர்களைத் தகர்த்ததைவிட ஆக்கமான முறையில் இப்படையினர் தாக்கித் தகர்த்தனர். அரண்களுக்கு வெளியே நீட்டிக் கொண்டிருந்த கொத்தளங்களுக்குள் கண்ணி வெடிகள் செருகி வைக்கப் பட்டிருந்தன. அதனால் தாக்க வந்த பிரிட்டீசுப் படையினரில் பலர் மாய்ந்தனர்.

எனினும் ஈக்கூட உட்புக முடியாதது என்று கருதப்பட்ட இக்கோட்டையைப் பிரிட்டீசார் முனைந்து தாக்கி முறியடித்துக் கைப்பற்றி விட்டனர். இம்முற்றுகையில் ஆங்கிலப் படையில் *569* பேர் செத்தனர். இந்தியப் படையில் அண்மையில் சேர்ந்த கூர்க்கர் முதன்முதலாய்ப் பரத்துப்பூர்க் கோட்டை முற்றுகையில்தான் ஈடுபடுத்தப் பட்டனர். அவர்கள் இப்போரினால் பெருஞ்சிறப்புப் பெற்றனர்.

(ஆ) முதல் ஆங்கில-பர்மியப் போர் மூண்டது (1824-1826)

பர்மா என்ற பெயர் பிரமன் என்ற சம்ஸ்கிருதச் சொல்லிலிருந்து பிறந்தது. இதற்கு இந்நாட்டில் முன்பு நிலவிய சம்ஸ்கிருதச் சொல்வாக்கே காரணமாகும். இன்று மியன்மார் என்று பெயர் மாறியுள்ள இந்நாடு தெற்கில் வங்கத்தையும் தென்கிழக்கின் வடபகுதியில் சீனத்தையும் நடுப்பகுதியில் லாவோசையும் கீழ்ப்பகுதியில் தாய்லந்தையும் மேற்கில் இந்தியத்தையும் எல்லையாய்க் கொண்ட தென்கிழக்காசிய நாடாகும். இந்நிலம் கி.பி. ஏழு, எட்டாம் நூற்றாண்டுகளில் சிறுசிறு அரசுகளாய்

ஸ்ரீசேத்திரம் என்ற நகரைச்சுற்றி அமைந்திருந்தது. இவற்றை 1752 ஆம் ஆண்டு ஒன்றிணைத்து யாங்கோன் நகரை நிறுவி அங்கு தலைநகரை மாற்றினர். யாங்கோன் என்றால் போரின் இறுதி என்று பொருள்.(இ.ச.க.தொகுதி-6).

பர்மாவில் நிலவிய சில சிற்றரசுகள் வருமாறு:

பாகன் அரச குடி (1044-1325): மயின் சயிங்கு, பின்ய அரசு குடி (1286-1364) சகனங்கு அரசு குடி: (1315-1364: ஆல அரசகுடி (1364-1555). அனவரதன் என்ற அரசர் சயாமிலிருந்து (தாய்லாந்து) பௌத்த சமயத்தைப் பர்மாவிற்குக் கொண்டு வந்தார்.

ஆசியத்தில் பன்னிரண்டாம் நூற்றாண்டில் முக்கியமான இருநிகழ்ச்சிகள் நடந்தன. கெமர்களின் ஆங்கூர் நாகரிகம் தாழ்ந்தது. இந்தியப் பண்பாட்டுச் செல்வாக்கு இலங்கையின் வழியே பர்மாவில் நுழைந்தது. சிங்களப் பௌத்தம் இங்கு பின்னர் மேலோங்கியது.

இங்கு பதினான்காம் நூற்றாண்டில் சிறுசிறு அரசுகளுக்கு இடையே போர்கள் மூண்டு முடிந்த பின்னர் ஆலோம்பர் அல்லது அலவுங்கபய (Alompra or Alaungpaya) என்ற அரசர் (1714-1760) 1753 இல் பர்மாவை ஒன்றுபடுத்திப் பேரரசாக்கினார். அவரது ஆட்சி 1753 முதல் 1760 வரை நடந்தது. அவருக்குப் பிறகு மிண்டோன்மின் (இ.1878 :ஆ.கா.1883-1878) ஆட்சி புரிந்தார். அவரின் மகனுடைய ஆட்சி (1858-1916) 1878 இல் தொடங்கியது. இவரே பர்மிய நாட்டின் கடைசி அரசர்.

இவரது ஆட்சிக்காலத்தில் பர்மாவிற்கும் பிரிட்டீசு இந்திய அரசுக்கும் எல்லை குறித்துச் சச்சரவு ஏற்பட்டது. இது வரலாற்றில் ஆங்கில-பர்மியப் போர் எனக் குறிக்கப்படுகின்றது.

1824

இதில் முதலாவது போர் 1824 பிப்ரவரி 24 அன்று மூண்டது. அப்போது பிரிட்டீசார் தெனாசரிம் அரக்கான் என்ற இரு மாநிலங்களையும் தம் ஆட்சிப் பரப்பினுள் இணைத்துக் கொண்டனர். Tranasserim: இது பர்மாவின் தென் கோடியிலுள்ள மலைப்பாங்கான மாவட்டமாகும். மலாயத் தீவக் குறையின் வடபகுதியான குறுகிய நீரிணை வரையிலும் இப்பகுதி நீள்கின்றது. இது 43, 344 சதுர கிலோமீட்டர்ப் பரப்புடையது. இதன் தலைநகரம் தவோய் (Tovoy) ஆகும். Arakan : வங்கக் கரையோரமாய் அமைந்துள்ள பர்மிய மாநிலம். இதில் எண்ணற்ற சிறு தீவுகள் அடங்கியுள்ளன. காடுகள் செழித்தடர்ந்த அரக்கான் மலைகளால் நாட்டிலிருந்து அரக்கான் பிரிக்கப்பட்டுள்ளது. இதன் தலைநகரம் அக்கியாப்பு (Akyap).

இந்தப் போர் 1824 தொடங்கி 1826 வரை நடந்தது. இதற்கு முதல் ஆங்கில - பர்மியப் போர் என்று பெயர். ஆங்கிலேயர் தம் வாணிப நலன்களைக் கருத்தில் கொண்டு பர்மா முழுவதையும் கவர்வதற்காகப் பர்மாவுடன் நடத்திய இரண்டாம் போர் 1852 தொட்டு 1854 வரை நடந்தது. மூன்றாவதும் கடைசியுமான போர் 1855 ஆம் ஆண்டில் நடந்து முடிந்தது. பர்மா 1855 முதல் பிரிட்டனின் தளைக்குள் பிணைக்கப்பட்டு விட்டது. அது விடுதலைக்காக இன்னும் ஒரு நூற்றாண்டு காத்திருக்கப் போகின்றது.

6. மக்கள்

தென்னமெரிக்கப் புரட்சியாளர் மார்டின்

உயர்ந்தெழுந்து குமுறிய தென்னமெரிக்க மக்களுக்கு வழிகாட்டிகளாய் வந்த தலைவர்களுள் ஃபிரான்சிஸ்கோ தெமிராண்டா (Sebastin Francesco de Miranda of

Ravelo1750,1816; இ.ச.க.தொகுதி-*12:1816* புள்ளிகள்), சைமன் பொலிவா (*Simon Bolivar; 1783-1830,* இ.ச.க.தொகுதி-*11,12*) ஆகியோரின் வரிசையில் அர்ச்சண்டினத்தைச் சேர்ந்த ஜோஸ் தெ சேன் மார்டின் (*Jose de San Martin, 1778-1850*) குறிப்பிடத்தக்கவர் ஆவார். அவர் யாப்பூ (*Yapeu*) என்ற ஊரில் *1778* ஆம் ஆண்டு பிறந்தார். அவர் சிறு குழந்தையாயிருந்த போதே ஸ்பெயினுக்குச் சென்று விட்டார். அவர் அங்கு வளர்ந்து பெரியவரானதும் ஸ்பானியப் படையில் சேர்ந்து நெப்போலியனுக்கு எதிரான போரில் கலந்தார்.

தென்னமெரிக்க ஸ்பானியக் குடியேற்றங்களில் ஸ்பானிய அரசிற்கு எதிராய்க் கிளர்ச்சிகளும் கலகங்களும் மூண்டதும், மார்டின் தாயகம் திரும்பிப் புரட்சிப் படையினருடன் சேர்ந்து கொண்டார். அவர் *1817* ஆம் ஆண்டு ஓ ஹிகின்ஸ் (*O'Higgins*) என்றவருடன் சேர்ந்து நாலாயிரம் பேரடங்கிய ஒரு படையை நடத்திச் சென்று பனி படர்ந்த ஆண்டீஸ் மலையைத் தாண்டிச் சிலி நாட்டினுள் நுழைந்தார். (*Andes;* தென்னமெரிக்கத்தின் பெரிய மலைத் தொடர். இது தென்னமெரிக்கக் கண்டத்தின் மேற்குக் கரை நெடுகிலும் சுமார் *7280* கிலோ மீட்டர் நீண்டு செல்வது.)

அவர் சிலி நாட்டினுள் நுழைந்து சாக்கபுக்கோ (*Chacabuco*) என்ற இடத்தில் ஸ்பானியப் படைகளைத் திடீரென்று தாக்கித் தோற்கடித்தார். புரட்சித் தலைவர்களிடையே பல கருத்து வேறுபாடுகளும் பூசலும் உண்டானதால், மார்டின் மனமுடைந்து *1824* ஆம் ஆண்டு ஐரோப்பியத்திற்குச் சென்று விட்டார்.

7. பொது

(அ) விலங்குக் கொடுமைத் தடுப்புச் சங்கம்

வாயில்லா விலங்குகளுக்கு இழைக்கப்படும் கொடுமைகளைத் தடுக்கும் நோக்குடன் *1824* ஆம் ஆண்டு இலண்டனில் 'விலங்குக் கொடுமைத் தடுப்புச் சங்கம் (*Royal society for the Prevention of Cruelty to Animals*) அமைக்கப்பட்டது.

பிரிட்டனில் போலவே அமெரிக்கத்திலும் ஒரு சங்கத்தை நியூயார்க்கு நகரக் கப்பல் கட்டுபவர் ஒருவரின் மகனான ஹென்றி பெர்கு (*Henry Berg 43*) *1866* ஆம் ஆண்டில் தொடங்கினர். இச்சங்கம் பெரிதும் குதிரைகளுக்கு இழைக்கப்படும் கொடுமையைத் தடுப்பதற்கேயாம்.

(ஆ) முதலில் வரும் நீராவிக் கப்பலுக்கு ஓரிலட்சம்

பத்தொன்பதாம் நூற்றாண்டின் தொடக்கத்தை நீராவிக் கப்பல்களின் காலம் என்பர். மனிதன் புது வழிவகைகளிலிருந்து விசையைப் பெற முயன்று வந்ததன் பயனாய்ப் பதினேழாம் நூற்றாண்டின் இறுதிவாக்கில் ஏராளமான பொறியியல் கருத்துகள் எழுந்தன. (இ.ச.க.தொகுதி-*7: 1765* - நீராவிப் பொறிகள் கட்டுரை) தொழில்களுக்கு வேண்டிய நீர் விசையாற்றலை நானூறு ஆண்டுகளாய் அளித்து வந்த நீர் விசையின் பயன் ஐரோப்பியத்தில் *1681* ஆம் ஆண்டு உச்சத்தை எட்டியது. நீர் விசையைக் கொண்டு இறைக்கும் பொறிகள் மட்டுமே முதலில் சுரங்கங்களில் பயன்பட்டன.

இதன் வளர்ச்சி படிப்படியாய் ஏற்பட்டு ஜேம்ஸ்வாட்டு (*James Watt, 1736-1819;* இ.ச.க.தொகுதி-*12*) வந்த பிறகுதான் *1760* ஆம் ஆண்டில் நீராவிப் பொறியின் விசையாற்றல் பொறிகளில் பயன்படலானது. அடுத்து *1787* இல் நீராவிப் படகு

வெள்ளோட்டம் விட்டுப் பார்க்கப் பட்டது. (இ.ச.க.தொகுதி-9,11) பின்னர் 1807 ஆம் ஆண்டு செயல்படத்தக்க நீராவிக் கப்பல் உருவானது.

அமெரிக்கத்திலும் ஐரோப்பியத்திலும் பாய்மரக்கப்பல்களின் வரலாற்றை முடித்து வைக்கும் விதத்தில் நீராவிப் படகுகள் உருவாகி வந்த இந்தக் காலத்தில், இந்தியமும் அதில் பின் தங்கிவிடவில்லை. கல்கத்தாவின் அருகிலுள்ள கிதர்ப்பூரில் 1823 சூலையில் 'டயானா' என்ற கப்பல் வெள்ளோட்டம் விடப்பட்டது.

இந்தியத்திற்குப் பிரிட்டனிலிருந்து நீராவிக் கப்பல்களை இயக்கிக் கொண்டு எவர் முதலில் வருகின்றாரோ, அவருக்கு ஓரிலட்ச ரூபாய் பரிசளிக்கப்படுமென்று கல்கத்தாவிலிருந்த ஐரோப்பிய வணிகர்கள் 1824 நவம்பர் 24 அன்று அறிவித்தனர்.

8. பிறப்பு

தயானந்த சரசுவதி (1824-1883)

இந்து சமய மறுமலர்ச்சிக்குப் பாடுபட்டவர்களுள் குறிப்பிடத்தக்கவரும் தலையாயவருமான தயானந்த சரசுவதி, குஜராத்தி அந்தணர் குடியில் 1824 ஆம் ஆண்டு பிறந்தார். அவர் ஆரிய சமாஜத்தை நிறுவியவர்.

9. இறப்பு

1824

ஜார்ஜ் கார்டன் பைரன் (1788-1824)

ஜார்ஜ் கார்டன் பைரன் பிரபு (*George Gordon Byron, 1788 - 1824*) புத்தார்வக் கற்பனைப் பாக்களை புனைவதில் பெயர் பெற்ற ஆங்கிலப் புலவராவார். அவர் இலண்டன் நகரில் 1788 ஆம் ஆண்டு பிறந்தார். அவர் கேம்பிரிட்ஜ் பல்கலைக் கழகத்தில் படித்துக் கொண்டிருந்த போது 1806 ஆம் ஆண்டு ''சோம்பற் பொழுதுகள்'' (*Hours of Idleness*) என்ற பாடலை எழுதினார். அது மிகவும் அருமையான முறையில் விமர்சிக்கப்பட்டது. அவர் இயற்றிய, *Childe Harold's Pilgrimage* (1818), *Don Juan* (1819-1824) என்ற பாடல்கள் சிறப்பு மிக்கவையாகும்.

இவருக்குக் கோணக்கால். அதனால் இளமைக் காலத்தில் மிகுந்த குழப்பமடைந்திருக்கிறார். பெண்கள் பைரன் மீது மையல் கொண்டனர். அவருக்குப் பல காதலியர் இருந்தனர். உணர்ச்சி மிகுந்த அவர் 1815 இல் மில்பேங்கு (*Milbanke*) என்ற பெண்ணை மணந்தார். அவருக்கு மண வாழ்க்கை கசந்தது. அதனால் மணமான அடுத்த ஆண்டு இங்கிலாந்தை விட்டு வெளியேறினார். அவர் அதன்பிறகு கவிஞர் ஷெல்லியைப் போல் தாயகம் திரும்பவேயில்லை.

பைரன் கிரேக்க விடுதலைப் போரைத் தீவிரமாய் ஆதரித்தார். அவர் தாயகத்தில் இல்லாவிடினும் அங்கு இருந்த அடக்குமுறைகளையும் அரசியல் ஊத்தைகளையும் கண்டித்துப் பாக்கள் புனையத் தவறினாரிலர்.

பைரன் கிரேக்க விடுதலைக்காக உயிரைக் கொடுக்கவும் துணிந்திருந்தார். அவருக்கு 1824 ஆம் ஆண்டு கடும் காய்ச்சல் கண்டது. அது கீல்வாதக் காய்ச்சல் (*Rheumatic Fever*). அதனால் அவர் மேற்குக் கிரேக்கத்தின் பத்தாரஸ் வளைகுடாவின் அருகிலுள்ள மிசோலாங்கி (*Missolonghi*) என்ற நகரில் 1824 ஏப்ரல் 19 அன்று இறந்தார். இந்நகரம் பைரனுடன் தொடர்பு கொண்டதாலும், 1822, 1825 ஆகிய ஆண்டுகளில் நடந்த போர்களில் துருக்கரை எதிர்த்து நின்றதாலும் வரலாற்றில் பெயர் பெற்றுள்ளது. பைரன் இத்தாலியப் புரட்சியாளரையும் ஆதரித்தார்.

1825

அரசியல்

உருகுவே விடுதலை
பொலிவியம் விடுதலை
இந்தியத்து டச்சுப் பகுதிகள் கம்பெனி வசம்

அறிவியல்

விலை குறைந்த அலுமினியம்

சட்டம், நீதியாட்சி

பிரிட்டனில் தொழிற்சங்கம் வளர வழி செய்யும் சட்டம்

கலை, இலக்கியம்

தமிழில் பஞ்ச தந்திரக் கதைகள்
திருஞான சம்பந்தர் பற்றிய நாடக நூல்
டோகரி, சிந்தி மொழிகளில் திருவிவிலியம்

கல்வி

ஆங்கில மொழி ஏற்றம் பெறத் தொடங்குதல்

தொழில், வாணிபம், வேளாண்மை

கம்பெனி ஆட்சியில் பெருந் தொழில்கள் தலையெடுத்தல்
இலங்கையில் மீண்டும் காப்பித் தோட்டங்கள்
கல்கத்தாவில் கல்லச்சுக் கூடம்

பொறியியல்

உலகின் முதல் கம்பிவடத் தொங்கு பாலம்

போக்குவரவு

உலகின் முதல் இரயில் வண்டி
இந்தியம் வந்த நீராவிக் கப்பல்

மக்கள்

சாமுவல் பீப்சின் நாள் குறிப்பு
சாதி அமைப்பிற்கு எதிரான உணர்ச்சி வெளிப்பாடு
நியூசிலாந்தில் குடியேற்றம் அமைக்கும் நிறுவனம்

பிறப்பு

தாதாபாய் நௌரோஜி (1825-1917)

இறப்பு

பேராயர் ரெஜினால்டு ஹீபர் (1783-1825)

1825

சாமுவல் பீப்சின் நாள் குறிப்பு

சாமுவல் பீப்ஸ் (*Samuel Pepys 1633 - 1703*) என்ற இலண்டன் நகரத்தவர் பதினேழாம் நூற்றாண்டுச் சுருக்கெழுத்தில் (*Shelton's System of shorthand*) 1660 ஜனவரி முதல் நாளிலிருந்து 1699 சூன் முடிய எழுதி வைத்திருந்த நாள் குறிப்புகள் கிட்டத்தட்ட ஒன்றரை நூற்றாண்டுக்கு மேல் எவரும் அறியாமல் கேம்ப்ரிட்ஜில் அவர் கற்ற மகதலின் கல்லூரி நூலக அடுக்குகளில் கிடந்தது. அவர் அந்தக் கல்லூரிக்குத் தன் நாள் குறிப்பை விட்டுச் சென்றிருந்தார். அப்போது அவருக்கு அத்தனை புகழ் இருந்திலது. அவர் சிறந்த அரசு ஊழியராயும் அறிவியல் சங்க உறுப்பினராயும், தான் கற்ற கல்லூரியின் புரவலராயும் இருந்தார் என்பன மட்டும் உலகிற்கு தெரிந்திருந்தன.

ஜான் எவலின் (*John Evelyn 1620-1706*) என்ற ஆங்கில எழுத்தாளர் 1640 தொட்டு 1706 முடிய எழுதி வைத்த நாள் குறிப்பு 1818 இல் வெளிவந்து வெற்றி கண்டமையால், பீப்ஸ் எழுதி வைத்த நாள் குறிப்பு ஒன்றுள்ளது என்பதை அறிந்து கொண்டவர்களிடையே அது குறித்து ஆர்வம் உண்டானது. ஜான் ஸ்மிது என்ற கற்றறிவாளர் பீப்சின் நாள் குறிப்பைத் தொகுக்கும் பணியில் அமர்த்தப்பட்டார். அவர் மூன்றாண்டுகள் உழைத்து மிக அருமையான முறையில் அந்நாள் குறிப்பைப் பெயர்த்து எழுதினார். அதைப் பதிப்பிக்கும் ஆசிரியராயிருந்த ரே புரூக்குப் பிரபு பத்தொன்பதாம் நூற்றாண்டு மேட்டுக்குடிப் புலமைத் திறத்தொடு மனம் போன போக்கில் நாள் குறிப்பை நறுக்கி எறிந்தார். இவ்வாறாய் ஆங்கில மொழி வழங்கும் உலகின் பெரும் புகழ் வாய்ந்த நாள் குறிப்பு 1825 ஆம் ஆண்டு வெளிவரத் தொடங்குகின்றது.

சர் வால்டர் ஸ்காட்டு (*Sir Walter Scott, 1771 - 1832*) ''குவாட்டர்லி ரிவியூ'' என்ற இதழில் அதை வெகுவாய்ப் புகழ்ந்து எழுதினார். ஸ்காத்திய நீதிபதியும் திறனாய்வாளருமான ஃபிரான்சிஸ் ஜெஃபரி (1773-1850) எடின்ரோ ரிவியூ என்ற இதழின் ஆசிரியர். அவர் தன் இதழில் இந்நாள் குறிப்பு நூலை அலசி ஆராய்ந்தார். தாமஸ் கீரிவி என்றவர் அதை வெறும் 'குப்பை' என்று தள்ளினார்.

மக்கள் அதை விரும்பி வாங்கிப் படித்தனர். அடுத்தடுத்து மூன்று பதிப்புகள் அச்சாயின. பத்தொன்பதாம் நூற்றாண்டு முழுமையிலும் இதன் புகழ் ஓங்கியது. இந்நாள் குறிப்பின் பெரும்பகுதி சிறந்த சிறு குறிப்புகளாய் வெளி வந்தது. அது 1893 - 1899 ஆம் ஆண்டுகளில் சிறப்பான வீட்லி பதிப்பாய் வெளியிடப்பட்டது. இருபதாம் நூற்றாண்டின் தொடக்கத்தில் பீப்ஸ் என்பது நாடும் வீடும் அறிந்த பெயரானது.

பீப்ஸ் ஆங்கில இலக்கியத்தின் மிகச் சிறந்த எழுத்தாளர் என்று போற்றப்பட்டார். ஆங்கிலப் புலவரும் சொல்லுந் திறன் படைத்தவரும் நகைச்சுவை குலுங்க எழுதியவரும் ஆழ்ந்த உள்நோக்கு உடையவருமான கியாஃபரே சாசருக்கு (*Geofferey Chaucer, 1340-1400*) இணையாய் வைத்துப் பீப்ஸ் எண்ணப்பட்டார்.

வரலாற்றாசிரியர்களும் கற்றறிவாளர்களும், பதினேழாம் நூற்றாண்டு இங்கிலாந்து பற்றிய நம் நூல்களைச் சிறக்கச் செய்வதற்காகப் பீப்சின் நாள் குறிப்பிலிருந்து செய்திகளைத் திருடினர். பீப்சின் கண் வழியே அந்தக் கால கட்டத்தை

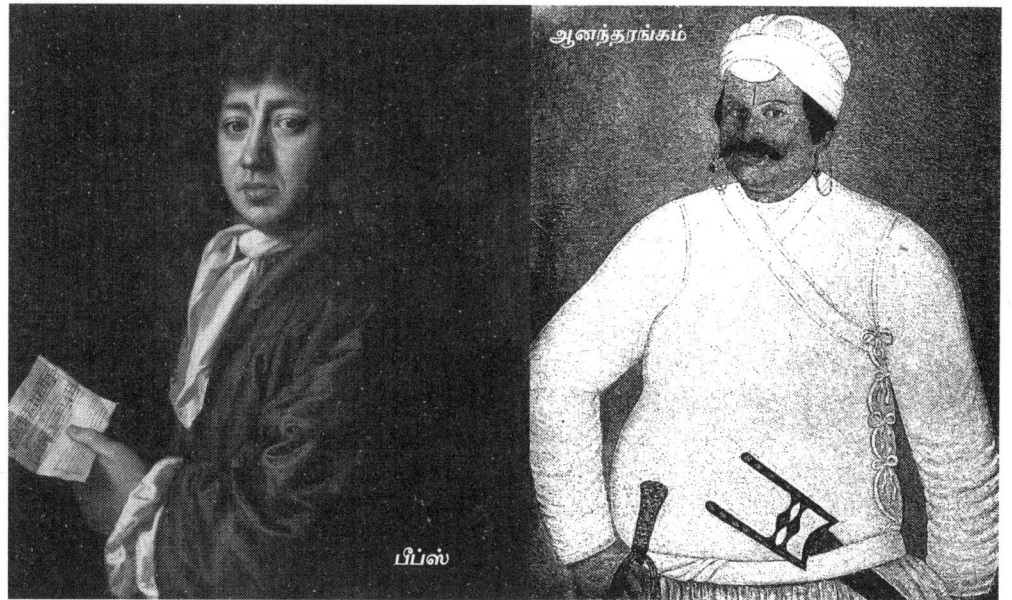

ஆனந்தரங்கம்
பீப்ஸ்

நோக்குவது இங்கிலாந்தில் வழக்கமாய் விட்டது. இங்கிலாந்தில் 1660 ஆம் ஆண்டு மீண்டும் முடியரசு நிறுவப்பட்டது. கறுங்கொள்ளை நோய், இலண்டனைச் சுட்டுச் சாம்பலாக்கிய பெருந்தீ போன்ற அந்த நூற்றாண்டு நிகழ்ச்சிகளைப் பீப்சின் நாள் குறிப்பாகிய காலக் கண்ணாடி தெளிவாய்க் காட்டியது. அதிலிருந்து பொறுக்கியெடுத்த பகுதிகள் மீண்டும் மீண்டும் வெளியாயின; அவை பல்லாயிரக் கணக்கானோரைக் களிப்பித்தன. அவையனைத்தும் இந்தப் பத்தொன்பதாம் நூற்றாண்டுப் பதிப்புகளே.

1825

இந்நாள் குறிப்பு முழுமையாய் வரப் போகின்றது என்று வெகு காலம் காத்திருந்த பின்னர் அது இறுதியாய்ப் புலமைத் திறத்துடன் ஐந்து தொகுதிகளாய் வெளி வந்தது. ஆறாவது ஒன்றும் வெளி வரவிருந்தது. இத்தொகுதிகள்தாம் முதன்முதலில் வெளி வந்த முழுமையான நாள் குறிப்பு என அதன் பதிப்பாசிரியர்கள் கூறினர். இவற்றொடு மிகுதியாய்ச் சேர்க்கப்பட்ட பகுதியும் இருந்தது. அவை பீப்சின் சிற்றின்பத் தகவல்கள் பற்றிய சிறுசிறு தொண்ணூறு பகுதிகளாகும். அவற்றில் ஐந்து நாளில் நடந்தவை சொல்லப்படுகின்றன. அவற்றை முந்திய பதிப்பாசிரியர்கள் கவனக் குறைவாய் விட்டு விட்டனர்.

புதிய பதிப்புகளில் பீப்சின் சிற்றின்ப விளையாட்டுகள் சேர்க்கப்பட்டன. அவை அவரைப் பற்றி ஆழ்ந்து நோக்கி அறிய உதவுகின்றன. இதைவிட முக்கியமான கூறு என்னவெனில், இந்தப் பதிப்பு மிகவும் துல்லியமாய்ப் பெயர்த்து எழுதப் பெற்றிருந்தது.

எனினும் சாமுவல் பீப்ஸ் இத்தகைய சிறந்த நினைவுச் சின்னம் அல்லது இதைப் போன்று நிலைத்த பெயரைப் பெறும் அருகதையுடையவரா? அல்லது பத்தொன்பதாம் நூற்றாண்டையும் இருபதாம் நூற்றாண்டின் தொடக்கத்தையும் சேர்ந்த ஆங்கிலேயர், அமெரிக்கர் முதலானோரின் எளிதில் ஊறுபடத்தக்க உணர்ச்சி நரம்புகளைப் பீப்ஸ் தொட்டு விட்டாரா? அந்த அதிர்வு இப்போது இக்காலத்தில் குறைந்து கொண்டே வருகின்றது என்பது தற்கால அறிஞர்களின் கருத்தாகும்.

அவர் மெய்யாகவே பெரிய எழுத்தாளரா? நம் நம்பிக்கைகள், மன முறிவுகள் ஆகியவற்றை மட்டுமன்றி, நமது அன்றாட வாழ்க்கையில் அடங்கியுள்ள

விரைந்தோடும் கணங்களை என்றென்றும் நிற்கின்ற எழுத்தில் வடிக்கின்ற அரிய மனிதருள் அவரும் ஒருவரா? அல்லது வரலாற்றுக்கு வேண்டிய மதிப்பரிய செய்திகளைத் தந்த ஒருவர் மட்டுமேயா? இது குறித்து முடிவு செய்வது எளிதன்று.

பீப்சின் நாள் குறிப்பு அலுப்புத் தருவதென்று அதை முதன்முறையாய்ப் படிப்பவர்களும் அவர் காலத்து இலண்டனை அறியாதவர்களும் எளிதாய்ச் சொல்லிவிடுவர். இந்நாள் குறிப்பின் முதற் பதிப்புகள் விரிவாயிருந்த போதிலும் அவற்றில் கவர்ச்சியில்லை. அவற்றுள் தன்னாய்வுதான் இடம் பெற்றிருக்கின்றது. அங்கு இலண்டன் நகரக் கட்டடங்கள் வருணிக்கப்படவேயில்லை. மனிதரைக் குறித்தும் விவரித்துக் கூறப்படவில்லை. பீப்ஸ் இரண்டாம் சார்லசைப் பற்றி மட்டும் கூறுகின்றனர். (இரண்டாம் சார்லஸ் 1630-1685; ஆ.கா.1660-1685); அரசர் ஆறடிக்கு மேல் உயரம்; வெகு வேகமாய் நடப்பார் என்று எழுதுகின்றார்.

ஒரு மனிதரின் வாழ்க்கையில் நடுப்பகுதிக்குள் திடீரென்று நுழைந்து விட்டது போலவும் தான் சந்திக்கின்ற மனிதரையும் பார்க்கின்ற இடங்களையும் நாம் அறிந்திருக்க வேண்டுமென்று அவர் எதிர்பார்ப்பது போன்றும் இந்நூலின் முதற் பகுதியைப் படிக்கும் போது உணர்கின்றோம். ஒருவர் விடாமுயற்சியுடன் நூற்றுச் சொச்சம் பக்கங்களைத் தள்ளிவிட வேண்டும். அதன் பிறகுதான் அற்புதம் நிகழ்கின்றது. நாம் ஏதோ ஓர் ஒட்டுண்ணி போல் பீப்சின் குருதியோட்டத்தில் நுழைந்து, அவருடைய கண்களின் தெளிவோடு அவரது உலகத்தைக் காண்பது போன்று அந்த அற்புதம் இருக்கின்றது.

படிப்பவரை முற்றிலும் பிணைக்கும் தன்மையதாய் இந்நாள் குறிப்பு அமைந்திருப்பதுதான் அதன் அருமையாகும். அது மெய்யுணர்வை உச்சத்திற்குக் கொண்டு செல்கின்றது. பீப்ஸ் காண்பன அனைத்தின் மெய்ம்மையையும் நாம் எளிதில் நம்பி ஏற்குமாறு செய்வதை இங்கு குறிப்பிட வேண்டும். படிப்பவரைத்தன் அன்றாட வாழ்க்கையில் பங்கெடுத்துக் கொள்ளச் செய்யும் பீப்சின் திறன்தான் விக்டோரியாள் காலத்து இங்கிலாந்தில், அவரது நூலுக்குப் பெருஞ்செல்வாக்கு ஏற்படக் காரணமானது.

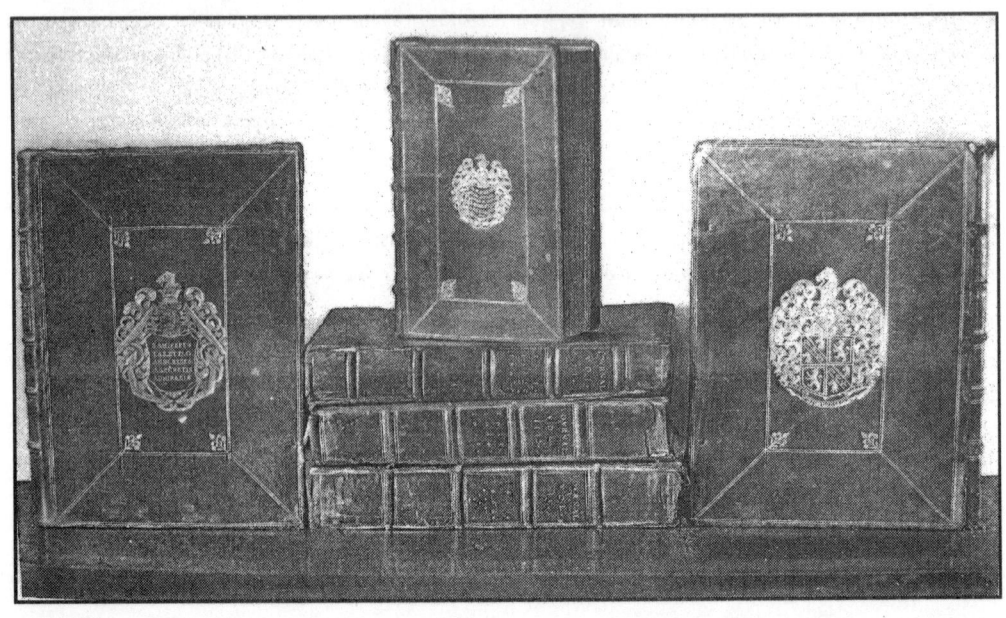

பீப்சின் நாள் குறிப்பு 1660 ஜனவரி முதல் நாளன்று தொடங்குகையில், அவர் அப்போதுதான் உலகில் உயர்வின் முதற்படியை எட்டுகின்றார். அவருக்கு அப்போது வயது 27. அவர் மிகவும் எளிய குடும்பத்தில் பிறந்தவர். தந்தை இலண்டன் நகரத் தையற்காரர். எனினும் அவர்களுக்கு மேலிடத்து உறவினர் இருந்தனர். பீப்சிடம் 1660 ஆம் ஆண்டு சல்லிக்காசுக் கூட இருந்திலது. அவர் நிதியமைச்சரின் கருவூலத்தில் சிறு வேலையில் இருந்தார். பிரிட்டனில் 1649 முதல் 1660 வரை பதினோர் ஆண்டுகள் நிலவிய காமன்வெல்து என்ற குடியரசு அமைப்பில் கப்பற் படை அலுவலராயிருந்த எட்வர்டு மாண்டேகு என்றவரின் இல்லத்தில் கணக்குப் பிள்ளையாயும் பீப்ஸ் பணி செய்தார்.

ஆலிவர் கிரம்வல் (*Oliver Cromwell*, 1599 - 1658 ; இவர் ஆங்கிலப் படைத் தளபதி; அரசியல் தந்திரி; கடுந் தூய்மைக் கோட்டாளர். பிரிட்டனில் நடந்த உள் நாட்டுப் போரில் நாடாளுமன்றப் படையின் தலைவராயிருந்தார். முதலாம் சார்லஸ் அரசர் 1647 ஆம் ஆண்டு கொல்லப்பட்ட பிறகு அரச ஆதரவாளர் படையின் கிளர்ச்சிகளை ஒடுக்கினர். இவர் காமன்வெல்து என்ற குடியரசின் தலைமைக் காவலராய் 1653 முதல் 1658 வரை இருந்தார்). இறந்த பிறகு மேற்சொன்ன மாண்டேகு, இரண்டாம் சார்லஸை அரசு கட்டிலில் ஏற்றும் சூழ்ச்சிகளில் ஈடுபட்டார். சார்லஸ் 1640 ஆம் ஆண்டு மீண்டும் இங்கிலாந்தின் அரியணையில் ஏறிய செய்தி பீப்சின் நாள் குறிப்பில் வெகு சிறப்பான முறையில், அருமையான கவிதையாக அல்ல, அப்படியே புகைப்படம் காட்டுவது போன்று துல்லியமான முறையில், வேறெந்த எழுத்தாளனும் வெளிப்படுத்த முடியாது என்னும்படி எடுத்துக்காட்டப் பட்டுள்ளது. இதிலிருந்துதான் பீப்சின் ஏற்றம் தொடங்குகின்றது.

1825

மாண்டேகு சார்லசை அழைத்து வருவதற்காக ஆலந்து சென்றபோது, பீப்ஸ் அவரின் செயலாளராய் உடன் சென்றார். பீப்சின் திறமையைக் கண்ட மாண்டேகு, நல்ல வருவாய் தரும் பதவிகளை அவருக்கு வாங்கித் தந்தார். பீப்ஸ் இப்போது ஒரே ஆண்டிற்குள் 300 பவுன் சேர்த்து விட்டார். இந்த வெற்றி தந்த இனிய வெறி அவரின் தலைக்கேறியது. பெருங் குடியரானார்; பெருந் தீனி தின்றார். உள்நாட்டுப் போருக்குப் பின் மீண்டும் திறந்த நாடகக் கொட்டகைக்கு வாரத்தில் பல நாள் சென்றார். எனினும் இரண்டாண்டுகளுக்குப் பிறகு, அவரது இயல்பான நற்குணம் திரும்ப வந்து வலுவாய் இருந்து கொண்டது. நாடகங்களுக்குச் செல்வதை நிறுத்தினர்; மதுவை ஒழித்தார். அதன்பிறகு போதை மயக்கமின்றிக் காலை நான்கு மணிக்கு எழுந்து வேலைகளைச் செய்யலானார்.

பீப்ஸ் கப்பற் படையை எவ்வாறு நடத்துவது என்பதைக் கற்றார். கணிதத்தில் தேர்ந்தார். மரத் தடி, சணல், நார், தார் இவற்றுக்கு விலை வைக்கும் சிக்கலான முறையைக் கற்றுக் கொண்டார். அவர் தன் அலுவலகத்தையும் அதன் ஆவணங் களையும் சீர்படுத்தினார். அவருக்கு ஆற்றல் மிக்க இருவர்- அரசரின் தம்பியான யார்க்குக் கோ மகன் ஜேம்ஸ், அமைச்சர் கவண்டரி - துணையாய்க் கிடைத்தனர். நாள் குறிப்பில் மூன்றாம் தொகுதி முடிகின்ற வேளையில், பீப்ஸ் வெற்றிப் பாதையில் இறங்கி விட்டார்.

பீப்சின் உலகில் தற்கால வாழ்க்கை வசதிகள் கிஞ்சிற்றும் இருந்தில. எனினும் அந்த உலகின் அனுபவ எல்லைகள் விரிந்து கொண்டே சென்றன. அவர் காலத்து இலண்டனில் புதுமைப் பொருள்கள் ஏராளம் இருந்தன. அவை வியப்புணர்ச்சியையும் புதுமை மீது அவாவையும் தூண்டின. அவை பற்றிய செய்திகளைப் பீப்சின் வாழ்க்கை குறிப்பு முழுமையிலும் காண்கின்றோம்.

being also interlined John West; Richd Foster; Tho: Jones, Wm Martin:
I Samuel Pepys Esquire doe make and now
declare this present Writing as [ ] and for a Codicil to be and to be
adjudged Deemed and taken as part of my last Will and Testam.
And whereas in or by Writing under my hand and Seale purporting
to be my last Will and Testament bearing date the second of
August One Thousand Seaven hundred and One I have given or de-
vised or made mention to give or devise All my Messuages
Lands and Hereditaments in the parish of Brampton in the County
of Huntington And All other my ffreehold Messuages Lands and
Hereditaments or Lands in ffee Simple in Huntingtonshire aforesaid
or elsewhere in the Kingdom of England unto my nephew Samuel
Jackson eldest son of my late sister Paulina Jackson decd) for his Life the
remainder to his first and other Sons in Taile male with diverse other
Remainders over. And in or by my said Will or Writing purporting to be
my Will I have ordered and appointed That the Summ of twenty eight
Thousand and Seven pounds two shillings One peny farthing which is due
to me from the Crowne or soe much thereof as shall be paid to my Executor
therein named shall be by my Executor laid out in the purchase of
ffreehold Lands or Hereditaments of Inheritance And that the Same

பீப்ஸ் காலத்து இலண்டனில் நாமறிந்த வரையில், செய்தித் தாள்கள் இருந்தில. அரசு வெளியிட்ட கெசட்டு மட்டும் வந்தது. அதில் ஊசிப் போன அயல்நாட்டுச் செய்திகள் சிறிதளவு இருக்கும். பீப்ஸ், உலக நடப்புகளை அறிவதற்காக இராயல் எக்சேஞ்சு அல்லது வெஸ்டுமினிஸ்டர் மண்டபத்தில் நாள்தோறும் பல மணி நேரம் இருந்து படித்தார். உண்மைகளை விட வதந்திகளே அதிகம் உலவின. வதந்தியை அலசிப் பார்த்து உண்மையை அறிந்து கொள்ள இயலாது. காப்பிக் கடைகளும், மதுக்கடைகளும் இளைப்பாறுதலையும் சிறு குடியையும் வழங்கிய வெறும் இடங்களன்று. அவை செய்திகளையும் அறிவுத் தொடர்பான பொழுது போக்கு களையும் பரிமாறிக் கொள்ளும் இடங்களாயிருந்தன. *(இலண்டனில் காப்பிக் கடைகள் : இ.ச.க.தொகுதி- 2 காண்க.)*

பீப்ஸ் அங்குதான் மீகாமன்களான கப்பல் தலைவர்களைச் சந்தித்தார். ஐரோப்பியர் மேலும் மேலும் வெகு தொலைவிலிருந்த நாடுகளைக் கண்டுபிடித்த கதைகளை, கற்பனைகள் கணக்கு வழக்கின்றிக் கலந்த கதைகளை, பீப்ஸ் அவர்களிடமிருந்து கேட்டறிந்தார். அக்காலத்தில் வேறு பொழுதுபோக்குகள் வெகுசிலவே இருந்தன. கி.பி. 1660 ஆம் ஆண்டிற்குப் பிறகு எளிமையான சில நாடகக் கொட்டகைகள் தோன்றின. அவை ஆண்டு முழுமையும் சென்ற ஐம்பதாண்டு காலத்தில் எழுந்த நாடகங்களையே மீண்டும் மீண்டும் நடத்தி வந்தன. நடிப்பு மிகவும் மட்டமாக இருப்பினும் மிக அரிதான இப்பொழுதுபோக்கு பீப்சைப் பற்றிக் கொண்டது.

நாடகங்களொடு நகரில் கூடும் சந்தைகளும் பொம்மலாட்டங்களும் வேறு பொழுது போக்குகளாயிருந்தன. எனவே ஆடவரும் பெண்டிரும் கூடி இசையில் ஈடுபடுவது; இன்று குழந்தைகளுக்கு மட்டுமே பொருத்துவன என்று கருதப்படும் விளையாட்டுகளில் கலந்து கொள்வது; அல்லது ஒருவர்க்கொருவர் கதை சொல்லிக் கொள்வது-அவை பெரிதும் தேவதைக் கதைகளாய் அல்லது வீரதீரக் கதைகளாயிருக்கும் - ஆகியவற்றில் ஈடுபடுவது இயற்கையேயாகும். ஒருவர் மற்றவர் வீட்டில் அடிக்கடி கூடினர். பீப்சின் வீட்டிற்கு ஆள்கள் வராத நாளே இல்லை. அவர்கள்

காலத்து இலண்டன் நகர மாந்தர் ஒரு கிராமத்தில் வாழ்ந்தவர்களைப் போலவே இருந்தனரேயன்றி, பெரிய நகரத்து மக்களைப் போல் இருக்கவில்லை. ஒருவரை ஏழ்மை தாக்கி வருத்தவும் செய்யும். பீப்சிற்கு 28 வயதான பிறகுதான், அவரது வீட்டில் மாட்டின் இடுப்பு இறைச்சி சமைக்கப்பட்டது. அப்போது மாட்டின் இடுப்பு இறைச்சி உண்ணக் கிடைக்காத அரும்பொருளாயிருந்தது. இன்னலப் பொருள்கள் அரியனவாயும் விலை கூடியனவாயும் இருந்தன. பீப்ஸ் மிகவும் நயமான ஆடைகள் மீது பெரு விருப்பம் கொண்டதற்கு இது காரணமாகலாம்.

பீப்ஸ் காலத்தில் அச்சுத் தொழில் மலர்ந்து இருநூறு ஆண்டுகள் ஆகியிருந்த போதிலும், ஒருவர் தனது சுமாரான வருவாயில் சிறிதளவு செலவிட்டுச் சிறு நூலகம் ஒன்றை அமைக்க முடிந்தது. பல துறை நூல்கள் அச்சாயின. நாடகங்கள், வீர காதைகள், பயணியர் கதைகள், நிலப் படங்கள், தன் மேம்பாட்டு நூல்கள் முதலியன பேரளவில் வெளிவரத் தொடங்கின. பீப்சிற்கும் அவர் காலத்தவர்க்கும் இந்நூல்களை வாங்குவதும் சிறந்த முறையில் கட்டடம் கட்டி அவற்றைப் பெருமையொடு பிறர்க்குக் காட்டுவதும், ஒரு வேளை அவற்றைப் புரட்டிப் படிப்பதும் அற்புதச் செயல்களாய் இருந்து வந்தன. புதிய அறிவியலும் அவ்வாறே இருந்தது. எனவே பீப்ஸ் இராயல் சங்கத்தில் உறுப்பினரானது இயற்கையாகும். அவருக்கு அறிவியலறிவு சிறிது இருந்தது. அவருக்கு அரியதும் அவாவைத் தூண்டுவதுமான அறிவியல் அறிவைப் பெற வேண்டும் என்ற துடிப்பு இருந்தது.

ஒரு வரம்பிற்குள்ளடங்கிய முதிரா நாகரிகத்தைப் பெற்றிருந்த ஒரு காலத்தில் பீப்ஸ் வாழ்ந்ததால்தான், புதுமையானவை குறித்து இத்தனை களிப்பு ஏற்பட்டது. இன்று நமக்கு மிகச் சாதாரணமாகி விட்டனவெல்லாம் அன்று இருக்கவில்லை. பீப்சிற்கு முப்பது வயதான பின்னும் அவரிடம் ஒரு கடியாரம் இல்லாதிருந்தது. அவர் இலண்டன் நகர மாதா கோயில் மணிகளையும் சூரிய மணிகாட்டியையும் கொண்டுதான் நேரத்தை அறிந்தார். எல்லாரும் அப்படித்தான் செய்தனர். எனவே முன்கூட்டியே நேரம் குறித்துச் சந்திப்பது என்று இக்காலத்தில் மேலையுலகில் இருப்பதைப் போன்று, அன்று காலம் பொன் போல் இருக்கவில்லை.

பீப்சின் இலண்டன் இன்னொரு வகையிலும் சிறியது. மேற்குடியினர் போன்று உடையணிய முடிந்த ஆடவரும் பெண்டிரும் சிறு எண்ணிக்கையில் இருந்தனர். நாடாளுமன்றம், நீதிமன்றம், அரண்மனைகள் இங்கெல்லாம் நல்லாடை நுழைவுரிமை தந்தது. ஆதலால்தான் சிறக்க உடுத்த பீப்ஸ் அரண்மனைக்குள் சென்று, அங்கு அரசர் நடந்ததையும் அரசரும் அரசியும் உணவு கொண்டதையும் பார்க்க முடிந்தது.

சார்லஸ் அரசரின் காலத்தில் 1660 ஆம் ஆண்டுகளில் அரண்மனைக்குள் நுழைவது முன்னைவிட எளிதாயிருந்தது. அரசவையில் இருந்த சூதாட்டம், பரத்தைத்தனம், குடியாட்டம், ஆரவாரம், வீண்பகட்டு இவற்றையெல்லாம் குறித்து மக்கள் கேலி பேசித் திரிந்தனர். இவை பீப்சிற்குக் கவலை தந்தன.

அவர் முலாம் சார்லஸ் கொலைத் தண்டனைக்கு ஆளானதைக் கண்டிருந்தார். ஆலிவர் கிராம்வலின் வெற்றி கண்டு பெருமைப்பட்ட ஆங்கிலேயர், பின்னர் சிறுமைப் படுத்தப்பட்டதைப் பீப்ஸ் நன்றாய் நினைவில் வைத்திருக்கின்றார். அவரின் குறிப்புகள் நெடுகிலும் மற்றொரு உள்நாட்டுப் போர் வரலாம் என்ற அச்சம் இழையோடிச் செல்கிறது. பீப்ஸ் இதிலும் வேறு பலவற்றிலும் தன் காலத்து உணர்வுகளை மிகவும் துல்லியமாய் வெளிப்படுத்துகின்றார்.

இராபட்டு லாதம், வில்லியம் மேத்திஸ் இருவரும் மிகவும் மேலான படிப்பறிவு கொண்டு இந்நாள் குறிப்பைப் பதிப்பித்துப் பீப்சிற்குப் பொருத்தமான நினைவுச் சின்னத்தை உண்டாக்கியுள்ளனர்.

ஆனந்தரங்கரின் தினப்படி சேதிக்குறிப்பு

ஆனந்தரங்கம் பிள்ளை *(1709-1761)* ''தினப்படி சேதிக்குறிப்பு'' என்ற நாள் குறிப்பைத் தமிழில் இருபத்தைந்து ஆண்டுகள் எழுதி வந்ததற்கு, அவரை எது துண்டியது என்பது நமக்குத் தெரிந்திலது. அவருக்கு ஐரோப்பியர் தொடர்பினால் இந்த எண்ணம் தோன்றியிருக்கலாம். அதற்கு எது காரணமாயினும் குழப்பமான பதினெட்டாம் நூற்றாண்டுத் தமிழக வரலாறு பற்றி அறிந்து கொள்வதற்கு உதவக் கூடிய தலையாய ஆவணமாய் அது விளங்குகின்றது என்பது கவனிக்கத்தக்கது. ஆனந்தரங்கம் பிள்ளையின் இந்நாள் குறிப்பை ஐரோப்பியர் ஆழமாய்ப் படித்து, அதன் சிறப்புகளை எழுதி வைத்துள்ளனர்.

பீப்சின் நாள் குறிப்புகள் சுமார் 150 ஆண்டுகளுக்கு மேல் மகதலின் கல்லூரியின் நூலக அடுக்குகளில் மறக்கப்பட்டுக் கிடந்து பத்தொன்பதாம் நூற்றாண்டின் முற்பகுதியில்தான் ஒளி பெற்றது. ஆனந்தரங்கரின் தினப்படி சேதிக்குறிப்பு 85 ஆண்டுகளுக்கு மேல் அறியப்படாமல் கிடந்து 1846 ஆம் ஆண்டில்தான் கண்டுபிடிக்கப்பட்டது என்று தெரிகின்றது. இக்குறிப்புகள் பன்னிரண்டு தொகுதிகளாய் ஆங்கிலத்தில் மொழி பெயர்க்கப்பட்டு இருபதாம் நூற்றாண்டின் தொடக்கத்தில் வெளியிடப் பெற்றன. அவற்றை ஆங்கிலேயரான ஐ.சி.எஸ். அதிகாரிகள் மொழி பெயர்த்துள்ளனர்.

1825

ஆனந்தரங்கம் பிள்ளை புதுச்சேரியில் உயர் பதவிகளிலிருந்த பிரஞ்சுக்காரருடன் அரசு முறையிலும் வணிகம் தொடர்பாயும் உறவு, காண்டிருந்த போதிலும், அவரிடம் பிரஞ்சுப் பண்பாடு சற்றும் ஏறவில்லை. புதுச்சேரியில் வாழ்ந்த தமிழரில் பலர் கிறித்தவராயிருந்தனர். ஆனந்த ரங்கரின் மாமனான ஷெவாலியர் குருவப்பன் கிறித்தவராயிருந்தார். (எனினும் ஆனந்த ரங்கப்பன் அயல் சமயம் தழுவவில்லை.)

அவர் பிரஞ்சு மொழி அறிந்திருந்தார். அதை எழுதவும் தெரியும் என்றே தோன்றுகின்றது. எனினும் ஏதேனும் ஒரு பத்திரம் அம்மொழியில் எழுத வேண்டுமாயின் கடிகாரம் பழுதுப் பார்க்கும் கிளக்கு போன்றவர்களின் உதவியையே நாடுவர். ஆனந்த ரங்கம் பிள்ளை மேற்கத்திய நாடுகளைப் பற்றி அறிந்தவை சிலவே. அவர் தன் தாய் மொழியையன்றி வேறெதையும் நன்கு அறிந்திருக்க மாட்டார் என்றே தோன்றுகின்றது. எனினும் அவர் பல மொழிகளைக் கற்றறிந்திருக்கின்றார். அக்காலத்தில் இந்தியமெங்கிலும் ஆட்சி மொழி போலிருந்த பாரசிகக் கடிதத்தைப் படித்துக் காட்டினால், அவருக்கு விளக்கம் கூற முடியும். அவருக்குத் தெலுங்கு, மலையாளம் ஆகியவற்றுடன் பிரஞ்சும், போர்த்துக்கீசியமும் எழுதப் படிக்கத் தெரிந்திருந்திருக்கலாம்.

ஆனந்த ரங்கம் பிள்ளையின் காலத்தில் பிரஞ்சுக்காரர்கள் வசமிருந்த புதுச்சேரி தமிழ், தெலுங்கு, சம்ஸ்கிருதம் ஆகிய மொழிகளின் இலக்கிய மையமாயிருந்தது. அவர் இம் மும்மொழிப் புலவர்களையும் ஆதரித்தார்.

கஸ்தூரி ரங்க கவி என்ற தெலுங்கு புலவர் ''இலட்சண சூடாமணி'' என்ற தெலுங்குச் செய்யுளிலக்காண நூலை எழுதி அதை ஆனந்தரங்கருக்குப் படைத்தார். அதனால் அந்நூல் ''ஆனந்தரங்கச் சந்தமு'' என்ற பெயர் பெற்ற. ஆனந்தரங்கருடன்

நெருங்கிய தொடர்பு கொண்டிருந்த வெகுசில தெலுங்குப் புலவருள் ரங்க கவி என்றவரும் ஒருவர் என்று அவரின் தினப்படி சேதிக் குறிப்பிலிருந்து அறிகின்றோம். ரங்க கவி மேற்சொன்ன தனது நூலின் முன்னுரையில் ஆனந்தரங்கம் பிள்ளையின் மூதாதையரைக் கிருஷ்ண தேவராயரிலிருந்து கொடி வழி கூறி நூற்றுக்கணக்கான பாடல்களைப் பாடியுள்ளார். ரங்க கவி ஆனந்தரங்கம் பிள்ளையின் குடும்பத்தில் நடந்த ஒவ்வொரு நிகழ்ச்சியையும் மெத்தக் கவனத்துடன் கூறுகின்றார். பிள்ளையின் குடும்பத்தார் சாதகங்களைக் கணித்துக் கோள் நிலைகளையும் கவி கூறுகின்றார். இந்நூல் ஆனந்தரங்கம் பிள்ளையின் வரலாறு பற்றிய பயனுள்ள நூலாகும்.

ஆனந்தரங்கம் பிள்ளை ரங்க கவியொடு ''அட்டதிக்கசங்கள்'' என்று எட்டுத் தெலுங்குப் புலவர்களையும் ஆதரித்தார் என்பதையும் மேற்கூறிய நூலின் முன்னுரையிலிருந்து அறிகின்றோம். அவர்களுள் ''குமுத'' என்ற பெயருள்ள புலவரும் ஒருவராவார்.

கற்றாரை ஆதரிக்கும் வெற்றி வாய்ந்த ஆனந்தரங்கரின் பெருமையை மதுர கவி என்ற கவிராயர் அறிந்து புதுவையை நோக்கிப் புறப்பட்டார். கவிஞர் பல நாள் வழிநடந்து ஆனந்தரங்கரின் மாளிகையை அடைந்தார். அவர் அப்போது அங்கில்லை. அறுவடைக் காலமாதலால் அவர் நிலத்தைக் காணச் சென்றிருந்தார். அவர் எப்போது வருவாரோ என்று ஏக்கமுற்ற கவிஞர் கழனியைத் தேடிச் சென்றார். அங்கு வரப்பிலே சிதறிக் கிடந்த நெல் மணிகளை ஒவ்வொன்றாய்ப் பொறுக்கிச் சேகரித்துக் கொண்டிருந்த வள்ளலைக் கண்டார். உதிர்ந்த நெல்லை ஒன்று விடாமல் களஞ்சியத்திற்குக் கொண்டு சேர்க்கும் இவரா வறிஞர்க்கும் அறிஞர்க்கும் உண்டியும் பொருளும் வழங்குகின்றார் என்று கவிஞருக்கு ஐயம் தோன்றியது.

ஆயினும் ஒருவாறு மனந்தெளிந்து தான் வந்த நோக்கத்தை ஆனந்தரங்கரிடம் கவிஞர் தெரிவித்தார். ஆனந்தரங்கர் மறுமொழி ஒன்றும் கூறாமல் நெல்லைப் பொறுக்கிக் கொண்டேயிருந்தார். கவிஞர் பசி பொறாது தனது குறைபாட்டையே பன்னிப் பன்னிச் சொல்லி வந்தார்.

குறிப்பறிய மாட்டாத கவிஞரை நோக்கி ''ஏன் பறக்கிறீர்; சற்று பொறும்'' என்று வள்ளல் சொன்னார். அந்நிலையில் பாசங்கலந்த பசியொடு ஒரு தமிழ்ப்பாட்டு வந்தது:

> கொக்குப் பறக்கும் புறா பறக்கும்
> குருவி பறக்கும் குயில் பறக்கும்
> நக்குப் பொறுக்கி களும் பறப்பர்
> நானேன் பறப்பேன் நராதிபனே!
> திக்கு விசயம் செலுத்தி யுயர்
> செங்கோல் நடத்தும் அரங்காநின்
> பக்கம் இருக்க ஒருநாளும்
> பறவேன் பறவேன் பறவேனே!

என்ற பாட்டைக் கேட்டு இன்புற்ற ஆனந்தரங்கர் அக்கவிஞருக்குத் தக்க பரிசளித்து அனுப்பினார் என்ற செய்தியை ரா.பி. சேதுப்பிள்ளை தனது நூலில் சுவை படக் கூறுவார்.

ஆனந்தரங்கரின் நூலை ஆங்கிலத்தில் மொழி பெயர்த்த பிரிட்டிசு அலுவலர்களுள் ஃபிரடரிக்கு பிரைஸ், ஐ.சி.எஸ். ஒருவராவார். இக்களஞ்சிய வரிசையின் முதற் தொகுதியில் ஆனந்தரங்கர் அந்தக் காலத்து துணி வகைகளை விவரித்ததை எடுத்துக் காட்டியிருந்தோம்.

1825

சேதுப்பிள்ளை, ரா.பி. ஆற்றங்கரையினிலே, சென்னை 1961

Dodwell, H. Boltan Editor The Diary of Ananda Ranga Pillai,

XII Volume, Madras 1928

Plumb J.H. In the Light of History, London, 1972.

Rao, Venkata Tamilian Poets and Patrons of Telugu Literature.

1825

வரலாற்றுப் புள்ளிகள்

1. அரசியல்

(அ) உருகுவே விடுதலை

இன்று தென்னமெரிக்கத்தில் சிறிய குடியரசாயிருக்கும் உருகுவே நாட்டில் (Uruguay) சறுவா (Charrua) என்ற இந்தியக் குலத்தினர் வாழ்ந்திருந்தனர். ஸ்பானியர் இங்கு 1515 ஆம் ஆண்டு வந்தபோது சுறுவா இந்தியர் அவர்களை எதிர்த்து நின்றனர். ஸ்பானியர் அக்குலத்தாரைக் கொன்றழித்தனர். அல்லது தம்முடன் கலந்து மறையச் செய்தனர்.

உருகுவே 1600 ஆம் ஆண்டுகளில் போர்ச்சுக்கலின் கட்டுப்பாட்டில் இருந்தது. ஸ்பானியர் அதைப் பதினெட்டாம் நூற்றாண்டில் தம் ஆட்சிப் பரப்புடன் சேர்த்தனர். பிரேசில் அதை வலுக்கட்டாயமாய்த் தன் பகுதியுடன் பின்னர் இணைத்தது.

அங்கு யுவான் அண்டோனியா லவயேயா (Juan Antonia Lavalleja) கிளர்ச்சி செய்தார். அவர் உருகுவே விடுதலை பெற்றுவிட்டதாய் 1825 ஆம் ஆண்டு அறிவித்துவிட்டார். இப்புதிய நாட்டின் குடியரசு அரசியலமைப்பு 1830 ஆம் ஆண்டு நிறைவேற்றப்பட்டது.

உருகுவேயின் தலைநகரம் மாண்டிவிடியோ, ஆட்சி மொழி ஸ்பானியம். பரப்பளவு 1,82,427 கிலோமீட்டர்.

(ஆ) பொலிவியம் விடுதலை

பொலிவியம் (Bolivia) இன்று தென்னமெரிக்கத்தின் உள்ளொதுங்கிய மலைப் பாங்கான குடியரசாய் உள்ளது. அது தென்அமெரிக்க வரலாற்றில் உண்டான வன்முறைக் கொந்தளிப்புகளையெல்லாம் முழுமையாய்ப் பட்டு வருந்திவிட்டது.

இங்கர்கள் (Incas : இ.ச.க.தொகுதி-9) இந்நிலப்பரப்பை 13ஆம் நூற்றாண்டில் ஆயிமார இந்தியர்களிடமிருந்து வெற்றி கொண்டனர். (Aymara : இம்மக்கள் பொலிவியத்திலும் பெரு நாட்டிலும் வாழ்கின்றனர். அவர்கள் பேசும் மொழி ஆயிமார. அது குவச்சுவ என்ற இந்திய மொழியுடன் உறவுடையதாகலாம்.) பின்னர் ஸ்பானியர் 1538 முதல் இங்கு வந்து குடியேறலாயினர்.

பொலிவியம் பதினாறாம் நூற்றாண்டிலிருந்து ஸ்பானிய ஆட்சியில் தளையுண்டிருந்தது. பின்னர் 1825 ஆகஸ்டு 6 அன்று விடுதலை பெற்றுக் குடியரசானது. அண்டோனியோ ஜோஸ் தெ, சுக்ரி (*Antonio Jose de Sucri, 1795-1830*) இந்நாட்டின் முதல் ஆட்சித் தலைவரானார். இவர் 1826 முதல் 1828 வரை இப்பதவியிலிருந்தார். இவர் ஸ்பெயினிற்கு எதிராக நடந்த புரட்சியில் சைமன் பொலிவாவிற்கு ஆதரவாயிருந்தார். இவர் வெனிசுலத்தில் பிறந்தவர். சைமன் பொலிவாவை (*Simon Bolivivar, 1783-1830*) நினைவுபடுத்தும் வகையில் இந்நாட்டிற்குப் பொலிவியம் என்று பெயரிட்டனர்.

பொலிவியத்தின் ஆட்சி மொழி ஸ்பானியம். தலைநகர் லா பாஸ் (*La Paz*). பரப்பளவு 10,98,580 சதுர கிலோமீட்டர்.

(இ) இந்தியத்து டச்சுப் பகுதிகள் கம்பெனி வசமாயின

ஒல்லாந்து என்ற நெதர்லாந்து என்ற வடமேற்கு ஐரோப்பிய நாட்டவரான டச்சுக்காரர்கள் கீழையுலகில் குறிப்பாய் இந்தியத்தில் வாணிபம் புரியவந்ததையும், அவர்கள் இப்பகுதிகளில் நடத்திய போர்களையும், வெளியிட்ட நாணயங்களையும் படிப்படியாய் இலங்கை, இந்தியம் ஆகிய நாடுகளிலிருந்து வெளியேறி வருவதையும் இந்திய சரித்திரக் களஞ்சியம் பல தொகுதிகளில் விவரித்து வருகின்றது. இந்நாட்டில் டச்சு ஆட்சி மொழியான செய்தியும் சொல்லப்பட்டுள்ளது.

அவர்கள் ஐரோப்பியத்தில் 1824 - 1825 காலத்தில் ஏற்பட்ட அரசியல் மாறுதல் காரணமாய் 1825 ஆம் ஆண்டு இந்தியத்திலிருந்து வெளியேறுகின்றனர். அவர்கள் 1602 தொட்டு இந்தியத்தில் இருந்து வந்த 233 ஆண்டுக்கால வரலாறு 1825 உடன் முடிந்து விட்டது. அவர்களின் முக்கியமான வாணிப மையமாயிருந்த பீம்லிப்பட்டணம் பற்றிச் சில சொல்லி டச்சுக்காரரை நினைவு கூர்வோம்.

பீம்லிப் பட்டணம்

ஆந்திரத்திலுள்ள இவ்வூர் பதினேழாம் நூற்றாண்டின் தொடக்கத்திலிருந்து பத்தொன்பதாம் நூற்றாண்டின் முற்பகுதி வரையிலும் டச்சுக்காரர்களின் முக்கியமான வாணிப மையமான துறைமுகப் பட்டினமாய் விளங்கிற்று.

இந்தச் சம்ஸ்கிருதப் பெயர் இது பீமனின் பட்டணம் என்பதைக் கூறுகின்றது. இந்த ஊர் ஒரு சமீனாயும் இருந்தது. விசாகப்பட்டின மாவட்டத்தில் உள்ளது. இது சென்னையிலிருந்து வடக்கே வடகிழக்கில் சுமார் 600 கிலோமீட்டரிலும் விசயநகரத்திலிருந்து தெற்கில் சுமார் 26 கிலோ மீட்டரிலும் இருக்கின்றது. சோழ மண்டலக் கரையில் சித்திவலச ஆற்றின் கரைமீது பீம்லிப்பட்டணம் உள்ளது.

தெலுங்கில் பீமுனிப் பட்டண, பீமபட்டணா என்றெல்லாம் அழைக்கப்படும், இப்பட்டினத்தில் டச்சுக்காரர் பதினேழாம் நூற்றாண்டின் நடுவில் ஒரு கோட்டையைக் கட்டி, அதனுள் பண்டசாலையை நிறுவினர். அதே காலத்தில் பிரிட்டனின் கிழக்கிந்தியக் கம்பெனியும் விசாகப்பட்டினத்தில் ஒரு குடியேற்றத்தை அமைத்தது.

இங்கிலாந்திற்கும் படேவியக் குடியரசிற்கும் பதினெட்டாம் நூற்றாண்டின் கடைசியில் நடந்த சண்டையில் டச்சுக்காரர்கள் இந்தியத்திலிருந்த தம் உடைமை அனைத்தையும் இழந்தனர். வட பிரான்சிலுள்ள அமியன்ஸ் நகரில் 1802 மார்ச் 27அன்று கையெழுத்தான அமைதி உடன்படிக்கையின்படி (இ.ச.க.தொகுதி- 11: 1802 - புள்ளிகள்)

டச்சுக்காரர்களின் இந்திய உடைமைகள் முழுமையையும் அவர்களிடம் திருப்பித் தருவது என்று ஏற்கப்பட்டது. ஆனால் அதற்குள் போர் மூண்டுவிட்டதால் 1819 ஆம் ஆண்டில்தான் அவை டச்சுக்காரரிடம் திருப்பித் தரப்பட்டன. பீம்லிப் பட்டணம் 1825 வரையிலும் டச்சுக்காரர்கள் வசமிருந்தது.

பிரிட்டீசு, ஆலந்து அரசர்கள் 1824 மார்ச்சில் செய்து கொண்ட ஓர் உடன்படிக்கைப்படி பீம்லிப் பட்டணத்திலிருந்த டச்சு ஆணையர் பிரிட்டீசு ஆட்சித் தலைவரிடம் 1825 சூன் முதல் நாளன்று பீம்லிப் பட்டணத்தை ஒப்படைத்தார்.

இவ்வூரின் கீழுள்ள குன்றின்மீது திருமால் கோயிலும் ஊருக்குள் சோழர் கட்டிய சிவன் கோயிலும் உள்ளன.

2. அறிவியல்

விலை குறைந்த அலுமினியம்

அலுமினியம் (*aluminium*) என்பது எடை குறைவான வெள்ளி போன்ற உலோகமாகும். இதைக் கம்பியாய் இழுக்கலாம். தகடாய் அடிக்கலாம். துருப்பிடிக்காது. இது எளிதில் மின்சாரத்தைக் கடத்துவது. இது பாக்சைட்டு (*baxite*) என்ற கனிமத்திலிருந்து கிடைப்பது. இதன் வேதிக்குறி *A1;* அணு எண் *13,* அணு எடை *26.981;* இணை திறன் *3;* ஒப்படர்த்தி *2.699;* உருகுநிலை *660.2º* செ. கொதிநிலை *2467º* செ.

அலுமினியம் வீட்டுப் பாத்திரங்கள், விமான உறுப்புகள் செய்யப் பயன்படுகின்றது. எடை குறைவாயும் விலை குறைவாயும் இருப்பதால், இன்று செப்புக் கம்பிகளுக்கு மாற்றாய் அலுமினியக் கம்பிகளைப் பயன்படுத்துகின்றனர்.

பத்தொன்பதாம் நூற்றாண்டின் இக்காலகட்டத்தில் அலுமினியம் விலையுயர்ந்த உலோகமாயிருந்தது. டேனிய இயற்பியலாளரான (*Hans Christian Oersted, 1771-1815*) ஹன்ஸ் கிறிஸ்தியென் ஒயர்ஸ்டட்டு அலுமினியம் மலிவான விலையில் கிடைக்கும் வகையில், அதை ஆக்கும் முறையைக் கண்டுபிடித்தார் இவர் முன்னர் 1820 ஆம் ஆண்டு மின்காந்தத்தைக் கண்டுபிடித்த செய்தியைக் கண்டோம். (இ.ச.க.தொகுதி-11: 1802; புள்ளிகள்.)

3. சட்டம், நீதியாட்சி

தொழிற்சங்க இயக்கம் வளர வழி செய்யும் சட்டம்

பிரிட்டனில் தொழிலாளிகள் ஒன்று சேர்ந்து தம் ஊதியங்களை உயர்த்துவதற்குத் துணைபுரியும் வகையில் சங்கங்கள் சேர்வதைத் தடை செய்யும் 'சங்கங்கள் சட்டம்' 1799 ஏப்ரலில் கொண்டு வரப்பட்டது. (இ.ச.க.தொகுதி- 10) இதையடுத்து 1800 சூலையில் இரண்டாவது ஒரு சட்டம் வந்தது. அதன்படி 1799 ஆம் ஆண்டுச் சட்டவிதிகள் ஓரளவு தளர்த்தப்பட்டன.

ஆனால் இச்சட்டத்தை ஒழிக்க வேண்டுமென்று 1824 ஆம் ஆண்டு ஃபிரான்சஸ் பிளேஸ் (*Francis Place*) என்றவரும் நாடாளுமன்ற உறுப்பினரான ஜோசஃபு ஹியூம் (*Joseph Hume*) என்றவரும் முயன்றார்.

கைவினைஞர்கள் குடிபெயர்தல், எந்திர சாதனங்களை ஏற்றுமதி செய்தல்,

1825

தொழிலாளர் சங்கம் அமைத்தல் ஆகியன பற்றியும் இவ்வாண்டு பிரிட்டீசு மக்களவையில் பல தீர்மானங்களைக் கொண்டு வந்தனர்.

அதன்பயனாய் 1824 ஆம் ஆண்டில் சங்கங்கள் சட்டம் பிரிட்டனில் நிறைவேற்றப்பட்டது. இச்சட்டம் 1800 ஆம் ஆண்டுச் சட்டவிதிகளைக் கிட்டத்தட்ட ஒழித்து விட்டது எனலாம். ஊதியங்களை மாற்ற அல்லது சூழ்நிலைகளை மாற்றிக் கொள்வதற்கு இச்சட்டம் வகை செய்தது. சங்கங்கள் தொடர்பான இச்சட்டம் நிறைவேற்றப்பட்டதற்கு முன்னர் வழக்கிலிருந்த சட்டங்களின்படி, ஒருவர் மீது சதிக் குற்றம் அல்லது பிற குற்றங்களைச் சாட்டி அவரைச் சிறையிலடைப்பது என்ற வழக்கம் இது சட்டமானபின் இப்போது ஒழிந்தது.

தொழிற்சங்கங்களால் வன்செயல்கள் ஏற்பட்டால் விசாரணைக்குப் பிறகு அக்குற்றங்களுக்கு இரண்டு மாதக் கடுங்காவல் தண்டனை அளிப்பதற்கு இச்சட்டத்தில் இடமிருந்தது.

இந்த 1824 ஆம் ஆண்டுச் சட்டத்தின் பலனாய்த் தொழிற்சங்க நடவடிக்கை விரைந்து பரவிற்று. பல இடங்களில் வன்செயல்கள் நடந்தன. பரந்த அளவில் வேலை நிறுத்தங்களும் உண்டாயின. அதனால் இந்த ஆண்டில் புதிதாய் 1825 ஆம் ஆண்டுச் சங்கங்கள் என்ற சட்டத்தைக் கொண்டுவந்து 1824 ஆம் ஆண்டுச் சட்டத்தை நீக்கினார்.

இச்சட்டத்தினாலும் தொழிற்சங்க இயக்கத்திற்குப் பல தடைகளும் இடையூறுகளும் உண்டானபோதிலும், இது பழைய சட்டங்களைக் காட்டிலும் சிறிது தாராளமாகவே இருந்தது.

4. கலை, இலக்கியம்

(அ) தமிழில் பஞ்ச தந்திரக் கதைகள்

முதுமொழிக் களஞ்சியமான பஞ்சதந்திரக் கதைகள் கி.மு.100-கி.பி. 100 ஆகிய ஆண்டுகளுக்கு இடைப்பட்ட காலத்தில் தோன்றியிருக்கலாம் என்பது அறிஞரின் முடிபு ஆகும். எனினும் இக்கதைகளுக்கு வேறான கதைகள், இந்தியத்திற்குச் சுமார் கி.மு.6000-5000 ஆண்டுகளுக்கு இடைப்பட்ட காலத்தில் நிலநடுக்கடலின் கிழக்குப் பகுதியிலிருந்து குடி வந்த ஆத்திரிகர் (Austerics) என்ற இனத்தவரிடமிருந்து வந்திருக்கலாம் என்பது தற்கால ஆராய்ச்சியாளர் ஒருவரின் கருத்தாகும். (S.K. Chatterjee, Ed. The Cultural History of India, Vol. IV, Calcutta, 1951) புத்த ஜாதகக் கதைகளுக்கும் கீதோபதேசக் கதைகளுக்கும் ஆத்திரிகரின் கதைகளே அடிப்படையாகலாம் என்று அவர் எண்ணுகின்றார்.

ஓர் அரசனின் அறிவிலி மக்களான மூவருக்குக் கற்பிக்கும் விதத்தில் விஷ்ணுசர்மன் என்ற அந்தண ஆசான் விலங்குக் கதைகளின் வடிவில் கூறுகின்ற மாதிரி இதில்வரும் முதுமொழிக் கதைகள் அமைக்கப் பெற்றுள்ளன. இக்கதைகள், அவை தோன்றிய நாட்டிலும் உலகெங்கிலும் பரவி உள்ளன. பஞ்சத் தந்திரக் கதைகளைப் போலவே விலங்குகளைக் கதைப் பாத்திரங்களாய்க் கொண்டு கூறப்படும் ஈசாப்புக் கதைகளுக்கும் உலகு தழுவிப் பரந்திருக்கும் சிறப்பு உண்டு. (Aesop, 620-564 கி.மு. கிரேக்க ஆசிரியர்).

மனிதரின் தீயொழுக்கம், இழுக்கு ஆகியவற்றை விலங்குப் பாத்திரங்களின் வழியே வெளிச்சமாக்கும் கதைகள் பஞ்சதந்திரக் கதைகளில் அடங்கியுள்ளன.

இந்திய சரித்திரக் களஞ்சியம் | 169

இதில்வரும் விலங்குகள் வேதங்களைக் கற்கின்றன. சமயச் சடங்குகளைச் செய்கின்றன. தெய்வங்கள், புனிதர்கள், வீரர்கள் ஆகியோரைப் பற்றி விவரித்து ஆராய்கின்றன. அவ்விலங்குகளின் பேச்சிலும் செயல்களிலுமிருந்து பிராமணர்களின் போலித்தனமும் பேராசையும் அம்பலமாக்கப்படுகின்றன. மேலும் இச்சகம் பேசித் திரியும் அரசவை ஊழியர்களையும், கற்புத் தவறிய பெண்டிரையும் வெளிச்சமாக்குகின்றன.

இக்கதைகளில் பௌத்த, சமணச் செல்வாக்குகளின் தடங்கள் தெரிகின்றன என்பாருளர். இதன் மூலநூல் பிராகிருத மொழியில் எழுதப்பட்டிருக்கலாம். இவை பிராமணரைக் கேலிப் பொருள்களாக்கியுள்ளன. இவற்றில் ஒட்டகமும் பாலைவனமும் சொல்லப்படுவதால் இக்கதைகளின் தோற்றுவாய் வடமேற்கு இந்தியம் என்று கருதுவாருமுளர்.

பஞ்சதந்திரம் உலகியலறிவைக் கற்பிக்கும் பாடநூல் என்று சொல்லப்படுகின்றது. இது அறிவுக் கூர்மையையும், கெட்டிக்காரத்தனத்தையும் சிறப்பிக்கின்ற மூதுரைகள் அடங்கிய நூலாகும். பஞ்சதந்திரக் கதைகள் சம்ஸ்கிருத மொழியில் உரைநடையாயும் பனுவல்களாயும் எழுதப் பெற்றுள்ளன.

மொழி பெயர்ப்புகள்

இது பகலவி என்ற இடைக்காலப் பாரசிகனில் அரச மருத்துவரான பர்சோ *(Burzoe)* என்றவரால் ஆறாம் நூற்றாண்டில் மொழி பெயர்க்கப்பட்டது. ஆனால் அது மறைந்து போயிற்று. அதிலிருந்து செய்த சிரியாக்கு மொழிபெயர்ப்புத் தப்பிப் பிழைத்தது. அதனுடன் புகழ்பெற்ற அரபி மொழிபெயர்ப்பும் தப்பிற்று. இந்த அரபி மொழி பெயர்ப்பு, பஞ்சதந்திரக் கதைகளில் வரும் இரு ஓநாய்களின் பெயரால் கலிலா வா தின்னா *(Kalilah Wa Dinnah)* என்று அழைக்கப்பட்டது. இதை இபின் - அல் - மக்குவஃப (இ. 760 கி.பி.) மொழி பெயர்த்திருந்தார்.

இந்த அரபி மொழிபெயர்ப்பை வைத்துச் சிரியாக்கு மொழியில் 11 ஆம் நூற்றாண்டில் இரண்டாவது மொழிபெயர்ப்பு ஒன்றும் கிரேக்க மொழிபெயர்ப்பு ஒன்றும் *(Stephanites Kai Ichnelatis)* தோன்றின. இந்தக் கிரேக்க மொழிபெயர்ப்பிலிருந்து இலத்தீனிலும் பிற சுலாவிக்கு *(Slavic Languages)* மொழிகளிலும் பஞ்சதந்திரக் கதைகள் மொழி பெயர்க்கப்பட்டன. யூத சமய குருவான ராபி ஜோயல் *(Rabbi Joel)* 12 ஆம் நூற்றாண்டில் செய்த பஞ்சதந்திரத்தின் எபிரேய மொழி பெயர்ப்புத்தான் பெரும்பாலான ஐரோப்பிய மொழி பெயர்ப்புகள் தோன்றக் காரணமாயிற்று.

பதினைந்தாம் நூற்றாண்டினதான அன்வரி சுர்கலி என்ற பாரசீக நூலைப் பார்த்து 17 ஆம் நூற்றாண்டில் உமாயூன் - நாமே என்ற மொழி பெயர்ப்பு வந்தது. ஜாவானிய நூல்கள், செவி வழிக்கதைகள் ஆகியன வழியே இந்தோனேசியத்திற்கும் பஞ்ச தந்திரக் கதைகள் சென்றன.

நாராயண என்றவர் பன்னிரண்டாம் நூற்றாண்டில் இயற்றிப் பெரிதும் வங்கத்தில் வழங்கி வந்த கீதோபதேசக் கதைகள் பஞ்ச தந்திரக் கதைகளிலிருந்து வேறானவையாகும்.

பத்தொன்பதாம் நூற்றாண்டின் முற்பகுதியான இக்காலத்தில் அச்சுத் தொழில் இந்தியத்தில் வேர்விடத் தொடங்கியதும் பல்வேறு இந்திய மொழிகளில் தனி ஆக்கமாயும் மொழி பெயர்ப்பாயும் பலதரப்பட்ட நூல்கள் வெளிவரத் தொடங்குகின்றன. அவ்வரிசையில் 1825 ஆம் ஆண்டில் பஞ்சதந்திரக் கதைகள்

மராட்டியில் ஏறித் தமிழில் மொழிபெயர்க்கப்பட்டன. அதைச் சென்னைக் கோட்டைக் கல்லூரியின் தமிழ்ப் பண்டிதரான தாண்டவராய முதலியார் (?-1850) செய்திருந்தார்.

(ஆ) திருஞான சம்பந்தர் நாடக நூல்

திருஞான சம்பந்தர் ஏழாம் நூற்றாண்டில் வாழ்ந்தவர். இவர் புகலி என்ற சீர்காழியில் பிறந்தவர். இவரின் வரலாறு மிகவும் சுவையானது. இவர் மூன்று வயது முதலே பாடத் தொடங்கினாரென்றும் பல அற்புதங்களை விளைவித்தாரென்றும், தொன்மங்கள் புகலும். திருஞான சம்பந்தர் தலங்கள் தோறும் பதிகங்கள் பாடி மதுரையை அடைந்தார். அங்கு சமணரை அனல் வாதங்கள், புனல் வாதங்களில் வென்றார். அவர் திருநள்ளாற்றுக் குரிய ''போக மார்த்த பூகை முலையாள்'' என்ற பதிகத்தை எழுதி அதைத் தீயிலிட்டார். அப்போது ஓலை எரியாமல் பசுமையாயிருந்தது. இது அனல் வாதம். ''வாழ்க அந்தணர் வானவர் ஆனினம்'' என்னும் பதிகத்தை எழுதி ஆற்றில் இட்டார். ஓலை வெள்ளத்தொடு போகாமல் நீரை எதிர்த்துச் சென்றது. இது புனல் வாதம். இவற்றைக் கண்ட பாண்டியன் நெடுமாறனும் சமணரும் வியப்புற்று நின்றனர்.

ஞான சம்பந்தர் பதினாறு வயது வரை வாழ்ந்து பதினாயிரம் பதிகங்கள் பாடினார் என்பர். நமக்குக் கிடைப்பன 383 பதிகங்களில் 4213 பாடல்களேயாகும். இவரின் பாடல்கள் முதல் மூன்று திருமுறைகளாய் வகுக்கப் பெற்றுள்ளன. இவர் திருநாவுக்கரசர் காலத்தவர். சிறுத்தொண்டர் (பரஞ்சோதி), முதலாம் நரசிம்ம வர்மனின் (630-668) படைத் தலைவராய்ச் சென்று வாதாபியை வென்றது இக்காலத்திலேயாம்.

திருஞான சம்பந்தரின் வாழ்க்கையொடு தொடர்புடைய ஒரு நிகழ்ச்சியை இங்கு கூறுவோம். நாகபப்ட்டின மாவட்டம் திருமருகல் அருகில் வைப்பூர் என்றொரு சிற்றூர் இருந்தது. அங்கு தாமன் என்ற வணிகர் இருந்தார். அவருக்கு ஏழு பெண்கள், அவர்களில் மூத்த பெண்ணைத் தன் மருமகனுக்குத் தருவதாய் வாக்களித்துப் பணமும் பெற்றார். (அக்காலத்தில் பெண் வீட்டார் மாப்பிள்ளை வீட்டாரிடம் திருமணத்திற்குப் பணம் வாங்கும் வழக்கம் இருந்தது.) ஆனால் அவர் அப்பெண்ணை வேறொருவருக்கு மணம் செய்து தந்துவிட்டார். ஏழாவது பெண் மனம் நொந்து தந்தையின் மருமகனொடு சென்று விட்டாள்.

காதலர் இருவரும் திருமருகல் சிவன் கோயிலுக்கு அருகிலிருந்த மடத்தில் தங்கினர். காதலனை இரவில் பாம்பு தீண்டவே, அவன் இறந்தான். அவனது ஆவி நீங்கியதைக் கண்ட காதலி சிவனை நினைத்துப் புலம்பினாள். அங்கு ஏற்கெனவே வந்து தங்கியிருந்த ஞானசம்பந்தர் அப்பெண்ணின் புலம்பலைக் கேட்டு மனம் உருகித் திருமகல் பெருமான் மீது ''சடையா எனுமால்'' என்ற பதிகத்தைப் பாடினார். அதனால் காதலன் உயிர்பெற்று எழுந்தான். திருஞானசம்பந்தர் அவ்விருவருக்கும் மணமுடித்து வைத்தார்.

திருஞானசம்பந்தர் நிகழ்த்திய இத்தகைய அருஞ் செயல்கள் பற்றிய ''பூம்பாவையார் விலாசம்'' என்ற தமிழ் நாடக நூலை வரகவி ஆறுமுக முதலியார் 1825 இல் இயற்றி அச்சிட்டார்.

(இ) டோகரி, சிந்தி மொழிகளில் திருவிவிலியம்

ஏசு பெருமானின் திருச்செய்திகளை இந்திய மொழிகள் அனைத்திலும் ஏற்றிவிட வேண்டுமென்ற தளரா உறுதியுடன் செராம்பூர்ச் சமயப் பரப்பியர் இக்காலத்தில்

முனைந்து செயல்பட்டு வந்தனர். அவர்கள் 1825 இல் ''தர்ம புஸ்தக்'' என்ற பெயரில் திருவிவிலியத்தை டோகரி மொழியில் மொழிபெயர்த்து வெளியிட்டனர். இது காசுமீரப் பகுதியில் வாழும் டோகரி என்று மக்கள் பேசும் மொழியாகும்.

இதே ஆண்டில் திருவிவிலியத்தின் புதிய ஏற்பாட்டில் மத்தேயூ எழுதிய திருச்செய்தியைச் சிந்தி மொழியில் மொழி பெயர்த்தும் வெளியிட்டனர்.

5. கல்வி

ஆங்கில மொழி ஏற்றம் பெறத் தொடங்குதல்

ஆங்கில மொழி 1825 ஆம் ஆண்டில் பாட மொழி என்ற நிலையைப் பெற்றது. அது ஏற்கெனவே ஆட்சி மொழியாயிருந்து வந்தபோதிலும் 1825 ஆம் ஆண்டிற்கு பிறகுதான் ஏற்றம் பெறத் தொடங்குகின்றது.

பதினெட்டாம் நூற்றாண்டின் இறுதி வாக்கிலும் போர்த்துக்கீசனே இந்தியத்தின் தலையாய தொடர்பு மொழியாயிருந்தது. இது பற்றிய செய்திகள் முன்னர் (இ.ச.க.தொகுதி-11) விரித்துக் கூறப்பட்டன. ஆங்கிலம் அதன் இடத்தைப் பதினெட்டாம் நூற்றாண்டின் நடுப்பகுதியில் கூடப் பெற்று விடவில்லை. எனினும் கம்பெனியின் இந்திய ஊழியர் சிலரால் ''ஆங்கிலத்தில்'' திக்குத் திணறிப் பேச முடியும் என்பதை 1620 களிலும் 1630 களிலும் கம்பெனியின் பண்டசாலைத் தலைவர்கள் கண்டனர். இதர ஐரோப்பியப் பண்ட சாலைகளிலும் போர்த்துக்கீசனுடன் பிற ஐரோப்பிய மொழிகளும் மெல்ல மெல்லத் தலை தூக்கலாயின. எனினும் அதற்கு ஒரு நூற்றாண்டிற்குப் பிறகுதான் ஆசியர் வணிகத் தொடர்பான கடிதங்களை ஐரோப்பிய மொழிகளில் எழுதலாயினர்.

பம்பாய்ப் பண்ட சாலையில் பணி செய்த இராபட்டு பூல் (*Robert Poole*) என்ற ஆங்கில ஊழியர் இந்தியர்க்கு ஆங்கிலம் கற்றுத்தர வேண்டுமென்ற கருத்தை ஆதரித்தார். அவர் 1732 இலையுதிர் காலத்தில் இறந்தபோது, கிறித்தவரல்லாத இந்தியர்க்கு ஆங்கில மொழியில் கிறித்தவக் கோட்பாடுகளைச் சொல்லித் தருவதற்காக இங்கிலாந்தில் நாட்டிங்காமிலிருந்த தன் சகோதரிக்கு 800 ரூபாயை விட்டுச் சென்றார்.

அதற்குப் பதினைந்து ஆண்டுகளுக்குப் பிறகு கடலூரிலிருந்த வேலப்ப முதலியாரும் தரங்கம்பாடியிலிருந்த டேனியப் பண்டசாலைத் தலைவர்களும் 1747 டிசம்பரில் ஆங்கில மொழியில் கடிதம் எழுதிக் கொண்டனர். இந்தியரிடம் ஆங்கிலம் பரவி விட்டது என்பதை இது காட்டிவிடவில்லை. இதற்கு ஐம்பது ஆண்டுகளுக்குப் பிறகு சென்னைக் கம்பெனிப் பண்ட சாலையில் பணி செய்த ஐரோப்பியரல்லா ஊழியரில் ஏராளமானவர்கள் ரோமன் எழுத்தில் ஆங்கிலக் கடிதங்களுக்குப் படி எடுத்தனர். ஆனால் அவர்கள் தாம் எழுதுவது இன்னதென்று பொருள் தெரியாது, பார்த்து எழுதியதோடு சரி.

கீழையுலகம் முழுமையிலும் ஆங்கிலம் பரவுவதற்குக் குறைந்தது எழுபத்தைந்து ஆண்டுகளாயின. அங்கு ஆங்கிலம் 1825 ஆம் ஆண்டிற்குப் பிறகு தான் ஏற்றம் பெற தொடங்கியது.

Furber, Holden Rival Empires of Trade in the Orient, Delhi, OUP, 1990/

6. தொழில், வாணிபம், வேளாண்மை

(அ) கம்பெனி ஆட்சியில் பெருந் தொழில்கள்

தொழில் புரட்சியினால் பொருள் ஆக்கத்திலும் பொருளியல் செழிப்பிலும் வளர்ந்தோங்கி வந்த பிரிட்டனின் பண்டங்களுக்குப் பரந்து விரிந்த பெரிய நாடான இந்தியம் எத்தனை காலம் சந்தையாய் இருக்க முடியுமோ, அதுவரையிலும் இந்நாட்டில் பெருந்தொழில்களைத் தொடங்குவதற்குப் பிரிட்டன் தடை செய்து வந்தது.

இருப்பினும் ஓர் ஆங்கிலேயர் *1825* ஆம் ஆண்டு இந்தியத்தில் இரும்பு ஆலை ஒன்றை நிறுவுவதற்குக் கிழக்கிந்திய கம்பெனி உதவியது. ஆனால் கனிமம் போதிய அளவில் அப்போது இந்நாட்டில் இல்லாமையாலும் நிலக்கரி கிடைக்காமையாலும் இத்தொழில் தோற்றது.

இதன் பிறகு டண்டியைச் சேர்ந்த சணல் தயாரிப்பாளர் ஒருவர் *1855* ஆம் ஆண்டு இந்தியத்தில் சணல் துணி (சாக்கு) நெய்யும் ஆலையொன்றை வங்கத்தில் தொடங்கினர். (*Dundee* : இது கிழக்கு ஸ்காத்துலந்திலுள்ள துறைமுகமாகும். இது பிரிட்டனின் சணல் தொழில் மையமாகும்.)

லேண்டன் என்ற அமெரிக்கர் *1853* ஆம் ஆண்டு குஜராத்திலுள்ள பரூச்சில் பருத்தி ஆலை ஒன்றை அமைத்தார். (பரூச்சு இ.ச.க.தொகுதி-*9*) இதற்கு ஓராண்டு கழித்துப் பார்சிக்காரர் ஒருவர் பம்பாயில் மற்றொரு பருத்தி ஆலையை அமைத்தார். கம்பெனி ஆட்சி *1857* ஆம் ஆண்டு முடியுமுன்னர், சணல், பருத்தி ஆகியவற்றின் விளைச்சலில் கணிசமான பெருக்கம் உண்டானது.

(ஆ) இலங்கையில் மீண்டும் காப்பித் தோட்டங்கள்

ஆங்கிலக் குடியேறிகள் *1825* ஆம் ஆண்டு இலங்கையில் காப்பி விளையும் தோட்டங்களைப் போடத் தொடங்கினர். எனினும் டச்சுக்காரர் முதலில் இங்கு முன்னர் காப்ப பயிரிடத் தொடங்கிவிட்டனர். டச்சுக்காரர் *1753* இல் இலங்கையை விட்டு வெளியேறவும், அவர்கள் உண்டாக்கிய காப்பித் தோட்டங்கள் கவனிப்பாரின்றி மறைந்தன. (இ.ச.க.தொகுதி-*10*) அதற்கு முப்பதாண்டுகளுக்குப் பிறகு ஆங்கிலேயர் இப்போது அக்கறை கொண்டு காப்பி தோட்டங்களை அமைக்கத் தொடங்குகின்றனர். (காப்பி பற்றிய செய்திகள் இ.ச.க.தொகுதி-*3*: *1723*, *1727* இல் காண்க)

(இ) கல்கத்தாவில் கல்லச்சுக் கூடம்

கல்கத்தாவில் *1825* ஆம் ஆண்டு ஏசியாட்டிக்கு லித்தோ கிராஃபிக்குக் கம்பெனி (*Asiatic Lithographic Company*) என்ற கல்லச்சுக் கூடம் நிறுவப்பட்டது.

7. பொறியியல்

உலகின் முதல் கம்பவடத் தொங்கு பாலம்

இரும்புச் சங்கிலிகளைக் கொண்டு முதன் முதலில் ஒரு தொங்கு பாலம் அமெரிக்கத்தில் *1800* இல் கட்டப்பட்டது. அதைப் பென்சில்வேனியத்தைச் சேர்ந்த ஜேம்ஸ் ஃபின்லே கட்டினார்.

உலகின் முதலாவதான கம்பிவடத் தொங்கு பாலம் நடுப் பரான்சின் தென் கிழக்கிலுள்ள லயன் (*Lyon*) நகரில் *1825* ஆம் ஆண்டு அமைக்கப்பட்டது. இதை மார்க்கு

சேகுயின் (Marc Seguin) என்றவர் கட்டினார். அமெரிக்கத்தின் முதல் தொங்கு பாலம் 1842 ஆம் ஆண்டு சுயில்கில் ஆற்றின் குறுக்கே கட்டப்பட்டது.

8. போக்குவரவு

(அ) உலகின் முதல் இரயில் வண்டி

இரும்புப் பாதையில் இடம் பெயர்ந்து இயங்கு பொறியைச் செய்து தண்டவாளத்தில் இரயில் ஓடுவதற்கு வேண்டிய அடிப்படைப் பணிகளை செய்திருந்த ரிச்சர்டு டிரிவித்திக்கைப் பற்றி (1771-1833) இக்களஞ்சியத்தின் பதினொன்றாம் தொகுதியில் 1801 ஆம் ஆண்டுக் கட்டுரையில் விவரித்து எழுதப் பெற்றுள்ளது. அவர் இம் முயற்சியில் இரங்கத்தக்க முறையில் தோற்றார்.

எனினும் அவர் உயிரோடிருந்த காலத்திலேயே ஜார்ஜ் ஸ்டீபன்சன் (George Stephenson, 1781-1848) என்ற இன்னோர் ஆங்கிலேயர் 1814 ஆம் ஆண்டில் நீராவியால் இயங்கிய முதல் இயங்கு பொறியைச் செலுத்தி வெற்றி பெற்றார். அதற்குப் பதினோர் ஆண்டுகளுக்குப் பிறகு அவர் இந்த 1825 ஆம் ஆண்டு தண்டவாளத்தில் பயணிகளை ஏற்றிக் கொண்டு இரயில் வண்டியை ஓட்டிக் காட்டி வரலாற்றில் இடம் பெற்றுவிட்டார். அவர் ஸ்டாக்டன், டார்லிங்ஸ்டன் என்ற இரண்டு ஊர்களுக்கிடையில் உலகின் முதல் இரயில் வண்டியை இயக்கிக் காட்டினார். (Stockton: வடகிழக்கு இங்கிலாந்தில் டீஸ் என்ற ஆற்றின் கரையிலமைந்த துறைமுகப்பட்டினம். Darlington: இதுவும் வடகிழக்கு இங்கிலாந்திலுள்ளது. இங்கு 1825 இல் இருப்புப்பாதை வந்ததால் இதுவும் தொழில்கள் செழித்த நகரானது.)

இருப்புப் பாதையில் இரயில் வண்டி ஓடத் தொடங்கியதும் முதல் வைத்திருந்தவர்கள் பிரிட்டனில். இத்தொழிலில் மொய்க்கலாயினர். இதற்கு ஐம்பதாண்டுகளுக்கு முன்னர் நீர்வழிப் போக்குவரவிற்காக உள் நாட்டில் கால்வாய்கள் தோண்டும் தொழிலுக்கு ஏற்பட்ட கிராக்கியை மிஞ்சும் விதத்தில் இருப்புப்பாதை அமைக்கும் தொழிலில் முதல் போடுவதற்குப் போட்டி போட்டுக் கொண்டு வந்தனர்.

பிரிட்டனில் 1840 ஆம் ஆண்டுகளில் எங்கு பார்த்தாலும் இருப்புப் பாதைகள் போடப்பட்டன. இலண்டனுக்கும் பிரிஸ்டலுக்கும் இடையே ஏழே ஆண்டுகளில் இருப்புப் பாதை போட்டுக் கிரேட்டு அண்டு ஈஸ்டன் இருப்புப் பாதையில் புகைவண்டி ஓடியது. இது அகலப் பாதையாகும். இப்பாதையின் அகலம் பிற இடங்களில் போடப்பட்டவற்றுடன் இணையும் விதத்தில் பாதை அகலம் பன்னர் மாற்றி அமைக்கப்பட்டது.

(ஆ) இந்தியம் வந்த நீராவிக் கப்பல்

இந்தியப் போக்குவரவிற்கென்று இங்கிலாந்தில் 500 டன் எடைத் திறனுள்ள ''எண்டர்பிரைஸ்'' (Enterprise) என்ற நீராவிக் கப்பலைக் கட்டும் பணி தொடங்கி ஆகஸ்ட் 25 அன்று அக்கப்பல் வெள்ளோட்டம் விடப்பட்டது. இக்கப்பல் பின்னர் இந்தியத்திற்குக் கடலோடி வந்தது. அது 113 நாள் கடலில் வந்து கல்கத்தாவை அடைந்தது.

இதையடுத்து பி.அன்.ஓ (P&O) என்ற கப்பல் நிறுவனத்திற்கு இந்தியப் போக்குவரவிற்கென்று 1840 ஆம் ஆண்டு தனியுரிமை வழங்கப்பட்டது. ஆனால் 1842

முதல் ஆங்கில-இந்திய அஞ்சல் போக்குவரவு வழக்கமாய் நடக்கலாயிற்று. சூயசுக் கால்வாய் *1869* ஆம் ஆண்டு திறக்கப்பட்டதற்கு முன்னர், இங்கிலாந்திலிருந்து இந்தியத்தை அடைவதற்கு இரண்டே வழிகள் இருந்தன.

ஒன்று : கப்பலில் நன்னம்பிக்கை முனையைச் சுற்றிக் கொண்டு வருவது; மற்றொன்று நில வழி. இதற்கு நில நடுக்கடலின் கரை மீதுள்ள எகிப்தின் தலைமையான அலெக்சாந்திரியத் துறைமுகத்தைக் கப்பலில் சென்றடைய வேண்டும். அங்கிருந்து இன்னொரு கப்பலில் ஏறி நைல் ஆற்றின் வழியே கெய்ரோ சென்று, அங்கிருந்து நிலவழியாய்ச் சூயசு வளைகுடாவை அடைந்து, அங்கு கடைசிக் கப்பல் பயணத்தைத் தொடங்கி இந்தியத்தை அடைய வேண்டும்.

9. மக்கள்

(அ) சாதியமைப்பிற்கு எதிரான உணர்ச்சி வெளிப்பாடு

சம்ஸ்கிருதம் சங்கத மொழி : தெய்வ பாஷை அதைச் சூத்திரரும் மிலேச்சரும் கற்கலாகாது. சூத்திரன் அதைப் படித்தால் அவன் வாயில் ஈயத்தைக் காய்ச்சி ஊற்ற வேண்டும் என்ற கண்மூடித்தனமான போக்குப் பத்தொன்பதாம் நூற்றாண்டில் மறையத் தொடங்குகிறது.

எனினும் மராட்டியப் பண்டிதர்கள் இதில் விடாப்பபடியான போக்கைக் காட்டி வந்தனர். ஆனால் பம்பாயிலிருந்த பண்டிதர்கள் மனுவின் மொழிக் கொள்கை பற்றிய விதியைப் புறக்கணிக்க வில்லையெனினும் ஐரோப்பியருக்குச் சம்ஸ்கிருதம் கற்பித்து வந்தனர்.

1825

கங்காதர தீட்சித பட்கே என்ற பண்டிதர் பம்பாயில் *1820* முதல் *1825* வரை ஐரோப்பியர்க்குச் சம்ஸ்கிருதம் கற்பித்துச் சீவனம் நடத்தி வந்தார். அவர் பம்பாயிலிருந்து பூனா திரும்பியதும் அவரைச் சாதியிலிருந்து விலக்கி விட்டனர். அவர் ஐரோப்பியருடன் சேர்ந்து உணவு உண்டிருக்கலாம் என்று சாதிப் பிரஷ்டம் செய்யப்பட்டார். இந்த ஏழைப்பிராமணர் துறவு பூண்டு பிராமணரின் புனித உலகை விட்டே போய்விட்டார்.

பூனா கல்லூரியில் (*Poona College*) சாதி வேறுபாடு பாராது அனைவருக்கும் சம்ஸ்கிருதம் கற்பதற்கு நாராயண சாஸ்திரி அபயங்கார், கோபால சாஸ்திரி கோகலே என்ற பண்டிதர்கள் இசைந்தனர். அவர்கள் *1853* ஏப்ரல் முதல் நாளன்று சோனார், ஷிம்பி பிரபு பார்சி பின்னும் சூத்திர வகுப்பினரான பல சாதியினருக்கும் சம்ஸ்கிருதம் கற்பிக்கத் தொடங்கினர். இவ்விரு சாஸ்திரிகளும் செய்த இச்செயல் பூனா நகரில் மிகுந்த பரபரப்பூட்டியது. பட்டர்கள் சாஸ்திரிகள் ஆகியோரின் நெஞ்சில் வெறுப்பு நிறைந்து வழிந்தது. சாதிப் பொது மன்றத்தைக் கூட்டி மேற்சொன்ன இரு சாஸ்திரிகளையும் சாதியிலிருந்து தள்ளி வைக்கலாமா என்று சிந்திக்கலாயினர்.

சமஸ்கிருதமும் சாதியும்

இந்து சமயத்தின் சாதியமைப்பில் கலக்கம் ஏற்படுத்துவதற்கு மாறுதலுக்கு மக்கள் ஆயத்தம் ஆகின்றனர் என்பதைக் காட்டும் விதத்தில் இப்போ சூழல் உருவாகி வருகின்றது.

1825

வேதங்களைக் குறிக்கும் திரயீ வித்யா என்னுஞ் சொல் மூவகை அறிவு நூல்களாகிய வேதங்களைச் சுட்டும். இச்சொல் குறிப்பது இருக்கு, யசுர், சாமம் ஆகிய மூன்று மறைகளையாகும். அக்கால மக்கள் அதர்வ வேதத்தை ஒரு வேதமாய்க் கருதவில்லை. நாளடைவில் நான்காம் வேதம் என்ற நிலையை அதர்வம் எய்திற்று. அதர்வ வேதத்தில் ஆன்மிக வாழ்க்கைக்கு எதிர்மறையான அனைத்துப் பகுதிகளும் அடங்கியுள்ளன. கற்றறிந்த இந்திய மெய்யியலாரில் பலரும் மூன்று வேதங்களை மட்டுமே குறிப்பிடுகின்றனர். அவர்களில் ஜைமினியும் ஒருவர். (சு.கி.மு.4நூ.)

இவரைத் தமிழில் சயமுனி சயிமினி என்று எல்லாம் அழைப்பர். இவர் சாம வேதி. இவர் தமது மீமாம்ச சூத்திரத்தில் இருக்கு, யசுர், சாம வேதங்களை மட்டும் விளங்கியுரைத்து விட்டு அதர்வ வேதத்தை முற்றிலும் புறக்கணித்து விட்டார். அதர்வ வேதத்திற்கு வேள்விகளில் இடமில்லை. இருக்கு வேத காலத்தில் இருந்ததைவிடத் தாழ்ந்த பண்பாட்டு நிலை பன்னர் இருந்தது என்பதை அதர்வ வேதம் காட்டுகின்றது என்று ஏ.எல்.பாஷாம் *(Arthur Llewellyn Basham, 1914-1986)* கூறுகின்றார். ஆரிய சமயத்தின் நாகரிகமற்ற நிலையிலிருந்து இவ்வேதம் பிறந்தது என்பதும் ஆரியரல்லாதாரின் மூலக்கூறுகள் இதில் அடங்கியுள்ளன என்பதும் அவரின் கருத்துகளாகும். இந்த வேதத்தில் பிராமண, சத்திரிய, வைசிய, சூத்திர என்று நான்கு வருணங்கள் கூறப்பட்டுள்ளன.

வேத சமயத்தின் சாதியமைப்பை உறுதி செய்வது போல், அதர்வ வேதம் அமைந்துள்ளது. எனினும் வருணாசிரம் தர்மத்தை எதிர்த்தவர்கள் ஆதி காலந்தொட்டே இருந்து வருகின்றனர். புத்தரும் *(563-483)* அவர் காலத்தில் வாழ்ந்த பலரும் 2500 ஆண்டுகளுக்கு முன்னரே சாதியமைப்பையும் பிராமணரையும் எதிர்த்து வந்திருக்கின்றனர். அவர்களுக்குப் பின்னரும் அவ்வக் காலங்களில் சாதியமைப்புச் சாடப்பட்டே வந்திருக்கின்றது.

பௌத்த விற்பன்னரும் மெய்யியலாளரும் புலவரும் இசை வாணருமாகிய அசுவகோசர் *(80 கி.மு-150 கி.பி)* அயோத்திய அந்தணர் குடிப் பிறந்தவர். அவர் தொடக்கத்தில் பௌத்தத்தை வன்மையாய் எதிர்த்தாரெனினும் பின்னர் அச்சமயந் தழுவி அதை விளக்கி உரைக்கும் வித்தகரானார். அவரது நூல்களுள் வச்சிர சூசிகம் ஒன்றாகும். அசுவகோசர் அதில் சாதிப் பாகுபாட்டை எதிர்த்திருக்கின்றார். சாதி எதிர்ப்பு என்பது மிக நெடிய மரபையுடையது. அது வாழையடி வாழையென இன்றும் நீடிக்கின்றது.

இன்றைக்கு ஏறத்தாழ ஆயிரத்தைநூறு ஆண்டுகளுக்கு முன்னர் தொடங்கி நானூறு ஆண்டுக்காலம் நீடித்த பக்தி இயக்கம் கூட ஒருவகையான சாதி பேத எதிர்ப்பின் வெளிப்பாடேயாகும். இந்திய நாகரிகம் முதிர்ச்சியடைந்திருந்த மையங்களான தமிழகம், வங்கம், பாஞ்சாலம், மராட்டியம் போன்ற நாடுகளில் சாதி பேதத்தை எதிர்த்து ஞானியரும் அருள் செல்வரும் அவ்வப்போது எழுந்துள்ளனர். இராமானுசர் *(1028-1137)*, ஞான தேவர் *(1275-1296)*, இராமனானந்தர் *(1299-1411)*, கபீர்தாசர் *(1440-1516)*, குருநானக்கு *(1465-1538)* தமிழ் நாட்டுச் சித்தர்கள் (கி.பி.6,7,8நூ) போன்றோர் அவர்களுள் குறிப்பிடத்தக்கோராவர்.

இவர்களனைவரும் பழமையாளரால் பல இன்னல்களுக்குள்ளாயினர் என்பது வரலாறு, எனினும் அவர்கள் பிராமண சமய வரம்பினுள் இருந்து கொண்டு சமரச சன்மார்க்கப் பணி செய்தனர். வருணாசிரம தர்மம் என்ற தன்னலக் கோட்பாட்டைக்

கையில் வைத்துக் கொண்டிருந்தவர்களுக்கு முன்னர், மேற்சொன்ன அருளாளரின் அருள் தாக்குதல்கள் வெறும் மலர்க் கணைகள் போல் காலப் போக்கில் ஆற்றலிழந்தன.

பௌத்தம் சுமார் ஆயிரமாண்டுகளுக்கு முன்னர் இந்தியத்தில் தோற்று நாட்டிலிருந்து மறைந்தது. இஸ்லாமியர் வந்து, பின்னர் அச்சமயத்தவரும் விலக்கி வைக்கப்பட்ட ஒரு சாதியார் போலாயினர். இவற்றாலெல்லாம் தீண்டாதோர், பாராதோர் என்று ஒதுக்கி வைக்கப்பட்ட பெரும்பான்மையரான அடிநிலை மக்களிடையே எவ்விதமான அதிர்வையும் உண்டாக்கிவிட முடியவில்லை. அம்மக்கள் பல்லாயிரமாண்டுகளாய்க் கல்வியறிவற்ற பாமரராய், விலங்குகளாய் அழுத்தி வைக்கப்பட்டிருந்ததே அதற்குக் காரணம். மேல் வகுப்பனரான ஞானியரும் அருளாளரும் மட்டுமே மானுட நேயத்திற்கு முரணான சமூகப் பாகுபாட்டைப் பற்றிச் சிந்திக்கவும் பேசவும் இயன்றது.

இந்தப் போக்குப் பத்தொன்பதாம் நூற்றாண்டில் மறைந்து வரத் தொடங்குகின்றது. அதற்கு ஐரோப்பியருடன் பதினைந்தாம் நூற்றாண்டில் ஏற்பட்ட வாணிப, அரசியல், சமயத் தொடர்புகளும் அவற்றினால் உண்டான வளர்சிதை மாற்றங்களும் தலையாய காரணங்களாகும். இது குறித்து இக்களஞ்சிய வரிசையில் பல இடங்களில் பன்னிப் பன்னிக் கூறப்பட்டு வருகின்றது.

கிழக்கிந்தியக் கம்பெனி நாட்டு மக்களுக்குக் கல்வியளிப்பதற்கு முனைய வேண்டுமென்பதற்கு வசதியாய், அதன் உரிமம் *1813* ஆம் ஆண்டு புதுப்பிக்கப்பட்ட போது இயற்றிய சட்டத்தில் வகை செய்யப்பட்டது. இதே சட்டத்தில் பிரிட்டீசு ஆட்சிப் பகுதியில் இனிமேல் கிறித்தவம் பரப்புவதற்கு இசைவும் தரப்பட்டது என்பது இங்கு சொல்லத்தக்கதாகும். *(இ.ச.க.தொகுதி-12)*

ஆனால் கல்வி ஆங்கில வழியில் கற்பிக்கப்பட வேண்டுமா, அல்லது சம்ஸ்கிருதம் வாயிலாய் அளிப்பதா என்பது குறித்து வங்கத்தில் பெரிய வாக்குவாதம் நடந்து வந்தது. கம்பெனி அரசு அடிநாளிலிருந்தே சமஸ்கிருதக் கல்வியை ஊக்குவித்து வளர்த்து வந்தது. கல்கத்தா, வாரணாசி, பூனா இங்கெல்லாம் சம்ஸ்கிருதக் கல்லூரிகள் திறக்கப்பட்டன. கல்விக் கூடங்களில் அனைவரும் சேர்ந்து படிக்க வேண்டுமென்பது அரசின் கொள்கையாயிருந்தது. ஆனால் பிராமணர்க்கு மட்டுமே கல்வி கற்றுத் தர வேண்டுமென்ற முன்னூக்கம் எழுந்தது. இராச இராம மோகனர் போன்ற முன்னோடியர் கூட இத்தகைய மனப் போக்கைக் கொண்டிருந்தனர்.

பிராமணரல்லாத சூத்திரரும் தாழ்ந்தவர்கள் என்று தள்ளி வைக்கப்பட்ட அவர்ணரும் கல்வி பெறலாகாது என்பது ஒரு சாராரின் கோட்பாடாய் இருந்தது. இதனால் சென்னை மாநிலத்தில் அரசு அமைத்த பள்ளிகள், கல்லூரிகள் முதலியன மூடப்படும் நிலை தோன்றியது.

வளைந்து கொடாத இப்போக்குப் பல்லாயிரமாண்டுகளாய் நிலவி வந்ததெனினும் வரலாற்றுக் காலத்தில் அதன் கடுமை இறுகி வலுப்பெற்றது. சுமார் கி.மு. மூன்று அல்லது கி.பி. மூன்றாம் நூற்றாண்டினது என்று கொள்ளப்படும் மனு தர்ம சாஸ்திரம் தோன்றிய பின்னர் வருணாசிரம தர்மம் கொடுங் கரத்தால் நடைமுறைப்படுத்தப்பட்டது. குறிப்பாய், பௌத்தமும் சமணமும் சுமார் கி.பி. பத்தாம் நூற்றாண்டு வாக்கில் ஒடுக்கப்பட்ட பின்னர் பழம் போக்கினரான உயர் சாதியினரின் மேலாண்மை ஓங்கலாயிற்று.

2

கேரளத்திலும் தமிழ்நாட்டிலும் சுமார் பத்தாம் நூற்றாண்டிலிருந்து சாதிப் பாகுப்பாடு உச்ச நிலையை அடைந்தது. இதன் விளைவாய்ப் பிராமணரையன்றி ஏனையோர் கல்வி கற்கக் கூடிய வாய்ப்பு இல்லாதொழிந்தது. பிராமணர்க்கென்று கோயில்கள் தோறும் ஊட்டுப் புரைகளுடன் கூடிய வேதபாட சாலைகள் இருந்தன. ஏனையோரில் மேல் மட்டத்திலிருந்த சூத்திர வகுப்பினர் தாமாகவே தம் தாய் மொழியில் கல்வி கற்று வந்தனர். மராட்டியத்தில் பதினெட்டாம் நூற்றாண்டில் சித்பவன் பிராமணரின் மேலாண்மை உச்சத்திலிருந்து அவர்கள் அரசியலிலும், பொருளியலிலும் மேன்மை பெற்றிருந்தனர்.

இந்நிலை இருபதாம் நூற்றாண்டின் முற்பகுதி வரை நீடித்தது என்பதற்கு எண்ணற்ற வரலாற்றுச் சான்றுகள் உள. எனினும் சாதிப் பாகுபாட்டின் அரக்கப் பிடி ஐரோப்பியர் வருகைக்குப் பின் தளரலாயிற்று. போர்த்துக்கீசர் கோவாவைச் சுற்றிய பகுதிகளில் மக்களைச் சாதி பேதமின்றிக் கட்டாயமாய்க் கிறித்தவம் தழுவச் செய்தனர் என்பது மெய்யே.

தமிழகத்தில் தென் கோடியில் வாழ்ந்த பரதவர் என்ற பெருங்குடியினர் நாயக்கர் ஆட்சி காலத்தில் சாதிக் கொடுமை பொறாமல் தாமே மனமுவந்து போர்த்துக்கீசரை நாடி 1537 ஆம் ஆண்டில் கிறித்தவம் தழுவினர். பர தவரின் அண்டையில் நாஞ்சில் நாட்டிலும், நெல்லைச் சீமையிலும் வாழ்ந்த நாடார்கள் சமுகத்தில் சம நிலைபெற்றுக் கல்வி கற்கவும் மதிப்புடன் வாழவும் வேண்டிப் பதினெட்டாம் நூற்றாண்டில் கிறித்தவம் தழுவினர்.

1825

மேலையுலகிலிருந்து வந்திருந்த கற்றறிவாளரான சமயப் பரப்பாளர் அடிநிலை மக்களின் கல்வி வேட்கையைத் தெளிவாய் உணர்ந்து தம் சமயப் பணியில் கல்வித் தொண்டை முக்கியமான கருவியாக்கினர். நமது நாட்டில் பெரும்பாலான மக்களுக்குக் கல்வி மறுக்கப்பட்டது என்ற காரணம் தான் சமயக் கட்டுக் கோப்புக் குலைவதற்கு முக்கியமான காரணமானது என்பதை மேற்சொன்ன கருத்துகள் தெளிவுபடுத்தும்.

சம்ஸ்கிருதத்தின் மேன்மையை உணராது அதைக் குடத்தினுள் அடைக்க முயன்ற தந்நலக் கேட்டாளர்களால் உலகின் வெகு மேன்மையான அம்மொழி இன்று செத்தது என்றும் இல்லை வாழும் மொழியென்று வாதம் செய்ய வேண்டிய இரங்கத்தக்க நிலை உண்டானது.

இந்நூற்றாண்டில் ஒரு நாடென்று உருப்பெற்ற நியூசிலாந்து என்பது தென்கிழக்குப் பசிபிக்குக் கடலிலுள்ள இரு பெருந் தீவாகும். இதை டச்சுக் கடலோடியான ஏபல் ஜான்சூன் டாஸ்மன் (*Abel Janszoon Tasman, 1603-1659*), 1642 ஆம் ஆண்டில் கண்டுபிடித்தார். அவர் அதே ஆண்டில் தான் தாஸ்மேனியம், டோங்கா, பஜி என்று இன்று வழங்கும் இடங்களையும் கண்டுவிட்டார். அவருக்குப் பிறகு ஆங்கிலக் கப்பல் தலைவரான ஜேம்ஸ் குக்கு (*James Cook, 1720-1779*) நியூசிலந்தை 1769 இல் மீண்டும் கண்டுபிடித்தார். மாவோரியர் என்ற கடலோடி மக்கள் பாலினீசியத் தீவுகளிலிருந்து நியூசிலந்திற்கு வந்து ஐரோப்பியர்க்கு ஆறு நூற்றாண்டுக்கு முன்னர் குடியேறியிருந்தனர்.

இது ஐரோப்பியர், குறிப்பாய் ஆங்கிலேயர் கடல் கடந்து தென்னாப்பிரிக்கத்திலும், ஆஸ்திரேலியத்திலும் குடியேறத் தொடங்கிய காலமாகும். அதற்கேற்ப ஆங்கிலேயர்க்கு உரிமையான நியூசிலாந்திலும் குடியேறும் நோக்கத்துடன் பிரிட்டனில் ஒரு நிறுவனம் (*New Zealand Colonization Company*) 1825 ஆம் ஆண்டு அமைக்கப்பட்டது.

10. பிறப்பு

தாதாபாய் நௌரோஜி (1825-1917)

தாதாபாய் நௌரோஜி பார்சி சமுகத்தில் 1825 ஆம் ஆண்டு பிறந்தார். அவர் பல விற்பன்னர்களையும் வித்தகர்களையும் உருவாக்கிய பம்பாய் எலிஃபன்ஸ்டன் கல்லூரியில் கல்வி கற்று, அதே கல்விக் கூடத்தில் கணிதப் பேராசிரியரானார். இவர் இந்திய அரசியலில் ஆழ்ந்த ஈடுபாடு கொண்டு பல அரும்பணிகளை ஆற்றியவர்.

11. இறப்பு

பேராயர் ஹீபர் இறப்பு (1783-1825)

ரெஜினால் ஹீபர் (1783-1825) இந்தியத்திற்கு இரண்டாவது பேராயராய் (Bishop) 1823 அக்டோபரில் வந்து சேர்ந்தார். இவர் ஆங்கிலிக்கன் திருச்சபை என்ற இங்கிலாந்துத் திருச்சபையைச் சேர்ந்தவர். அவருக்கு இப்போது வயது நாற்பது. அவர் கற்றறிந்த பெரிய விற்பன்னரல்லரெனினும் சமயவியலையும் பிற துறை நூல்களையும் நன்கு பயின்றவர்.

அவர் இந்தியத்தில் மூன்று ஆண்டிற்கும் குறைந்த காலமே சமயப் பணி செய்தார். எனினும் அவர் இந்நாட்டின் பல பகுதிகளையும் சுற்றிப் பார்த்து அவற்றைப் பற்றி எழுதித் தந்துள்ளார்.

ஆங்கிலிக்கன் திருச்சபையில் இந்தியரைக் குருமாராக்குவதற்குப் பிரிட்டீசு நாடாளுமன்றத்தில் நிறைவேறிய ஒரு சட்டம் வழிவகுத்தது. இச்சபையின் பேராயர் சமயப் பணிக்குத் தகுதியானவர் என்று கருதுகின்ற எவராயினும், அவருக்குத் தீக்கையளித்துக் குருவாக்கலாம் என்று அச்சட்டம் கூறுகின்றது.

அதன்படி தாவீது என்ற தமிழ்க் கிறித்தவர் குருவாய்த் தீக்கை பெற்றார். (கிறித்தவ சமயப் பணிகளை இந்தியக் கிறித்தவர்களின் கைகளில் விட வேண்டுமென்பதைச் சீகன்பால்கு (1685 -1716) காலத்திலிருந்தே புரட்டஸ்டாண்டுக் கிறித்தவர்கள் உணர்ந்து வந்திருக்கின்றனர். ஓர் இந்திய போதகர் அல்லது குருவிற்கு முறைப்படி தீக்கை அளிக்க வேண்டுமென்று 1733 ஆம் ஆண்டு தரங்கம்பாடியில் முடிவெடுக்கப்பட்டது. இந்தியர்களைப் பாதிரிகளாக்க வேண்டும் என்று தரங்கம்பாடியிலிருந்த சமயத் தொண்டர்கள் 1728 ஆம் ஆண்டு கோபன் கேகனுக்கு எழுதியிருந்தனர். (இ.ச.க.தொகுதி-4:1733 கட்டுரை) அப்போது ஆரோன் என்ற வேளாளர் ஒருவருக்கு உபதேசியார் என்ற சமயப் பரப்பாளராய்த் தீக்கை கொடுத்தனர். அதன் பிறகு சத்தியநாதன் என்ற தமிழர் தீக்கை பெற்று முதல் இந்தியப் பாதிரியாரானர்.)

தாவீது குருவாய்ப் பணி செய்யத் தகுந்தவர் என்று ஹீபர் கண்டறிந்து அவரைக் கல்கத்தாவிற்கு அனுப்ப வைத்தார். ஹீபர் இந்தியத்தில் பதினைந்து மாதங்கள் நீண்ட பெரும் பயணம் செய்தார். அவர் கல்கத்தாவில் மூன்று மாதம் ஓய்வெடுத்துக் கொண்ட பின்னர் மீண்டும் பயணப்பட்டார். இம்முறை அவர் தென்னிந்தியத்திற்கு வந்தார். கிறித்தவத் திருச்சபையிலும் எழுந்துவிட்ட சாதிப் பூசலைத் தீர்த்து வைக்க வேண்டிய கட்டாயம் ஏற்பட்டதால், அவர் தென்னிந்தியத்திற்கு வர நேரிட்டது.

சாதியமைப்பை முன்னோடிச் சமயப் பரப்பியரான கத்தோலிக்க அச்சன்மார் ஏற்றுக் கொள்ளவில்லையெனினும், அதன் வலுவான பிடியை உணர்ந்து கொண்டு

அதைப் பொறுத்துக் கொள்ள வேண்டிய கட்டாயம் அவர்களுக்கு ஏற்பட்டது. அவர்களில் சிலர் மேல் சாதியினரைப் பார்த்து அவர்களைப் போல் வாழவும் முற்பட்டனர். பின்னர் சமயப் பரப்பியர் தரங்கம்பாடியிலும், தஞ்சையிலும் கால் கொண்ட போதும்; சாதியமைப்பை வெல்ல முடியாதென்று கண்டு, அவர்களும் அதற்கு இடம் கொடுத்து விட்டனர். தரங்கம்பாடியில் கட்டப்பட்ட கிறித்தவக் கோயில் மேல் சாதியினரையும் கீழ் சாதியினரையும் பரித்து வைத்து வழிபாடு செய்யக்கூடிய விதத்தில் சிலுவை அமைப்பல் கட்டப் பெற்றது. சாதிப் பாகுபாடு என்ற நெருப்பு கிறித்தவத்தில் புறந்தோன்றாமல் மறைவாய்க் கனன்று கொண்டேயிருக்கின்றது.

பேராயர் ஹீபர் இந்தப் பயணத்தில் சந்தித்தவர்களையெல்லாம் கவர்ந்து விட்டார். அவர் 1825 மார்ச் 25 அன்று தஞ்சாவூரையடைந்து அங்கு ஈஸ்டர் பெருநாளைக் கொண்டாடினார். அவர் அங்கிருந்து திருச்சிராப்பள்ளிக்கு மார்ச் 31, அன்று சென்றார். அதற்கடுத்த ஞாயிறன்று ஏழு மணி நேரம் சர்ச்சில் இருந்தார். அப்போது அங்கு தமிழிலிலும் ஆங்கிலத்திலும் வழிபாடு நடந்தது. அவர் அந்நேரம் முழுமையிலும் வெப்பமான சூழ்நிலையிலும் கனமான ஆடைகளை அணிந்திருந்தார்.

அவர் கோடையின் வெம்மையைத் தணிப்பதற்காக வெளியே வந்து, தாம் தங்கியிருந்த வீட்டின் அருகிலிருந்த குளத்தில் நீந்தப்போனார். அவர் வெகு நேரமாகியும் வீடு திரும்ப வராததை அறிந்த ஏவலர் வெளியே சென்று பார்த்தபோது பேராயர் இறந்து கிடந்தார். அவர் நீரில் மூழ்கி இறக்கவில்லை. மூளையிலுள்ள குருதிக் குழாய் வெடித்து இறந்து போனார் என்று கருதுகின்றனர்.

1826

அரசியல்

வடகிழக்கு எல்லைப் பகுதியில் பிரிட்டீசார்
பெரு விடுதலை

அறிவியல்

புரோமின் கண்டுபிடிப்பு

மருத்துவம்

டிஃப்தீரியா பற்றிய நூல்

சமயம்

இரேனியசின் விவிலிய மொழி பெயர்ப்பு
புதிய பேராயர் ஜான் தாமஸ் ஜேம்ஸ்
இந்தியத்தில் வகாபி இயக்கம்
தொழில், வாணிபம், வேளாண்மை
லங்காசயரால் இந்திய நெசவுத் தொழில் நலிவு

மக்கள்

நரபலி

பொது

தாந்திரிகம்
பல்லக்குப் பயணம்
தஞ்சை அரசின் சாராய வருவாய்
பிரிட்டனில் பரிசுச் சீட்டு ஒழிப்பு

தொல்லியல்

அரப்பன் பற்றிய முதல் செய்தி

வரலாறு

நாகர் வரலாறு
இந்திய வரலாற்று நூல்கள்

பிறப்பு

மாயூரம் வேதநாயகம் பள்ளை ***(1826-1899)***

இறப்பு

தாமஸ் ஜெஃபர்சன் ***(1743 - 1826)***
ஜான் ஆடம்ஸ் ***(1735 -1826)***

1826

1. அரப்பன் பற்றிய முதல் செய்தி

அரப்பனைச் சுட்டும் குறிப்பு இருக்கு வேதத்தில் வருகின்றது என்பர். அம்முதல் மறையின் பனுவல் ஒன்றில் ''ஹரியுப்பிய'' என்ற ஒரு குறிப்புக் காணப்படுகிறது. (இருக்கு வேதம் *VI, XXVII, 4-5*) அது அரப்பனையே சுட்டுகின்றது என்று கூறுவது ஏற்கத் தக்கதன்று. அதைப் போலவே சிவனுக்கு அரன் என்றொரு பெயருண்டு, அதனால் அது சிவனூர் என்று கூறுவாருமுளர். இவ்விரண்டும் வலிந்து கூறப்படும் கருத்தாகும்.

தொன்மையான சிந்துவெளி நாகரிகக் குடியேற்றங்களில் ஒன்றான அரப்பனைப் பற்றி மேலை நாட்டவர் ஒருவர் முதன் முதலில் குறிப்பட்டிருக்கின்றார். அவரது பெயர் சார்லஸ் மேசன் (*Charles Mason*) அவர் பத்தொன்பதாம் நூற்றாண்டின் தொடக்கத்தில் இந்தியம் வந்த போது அரப்பன்என்ற சிற்றூருக்கு 1826 ஆம் ஆண்டு சென்றிருந்தார். (*Mason, Charles & Narratives of Various Journeys in Balochistan, Afghanistan, the Punjab, Kalat. London, 1844, pp 452*)

அவர் அந்தக் குடியேற்றத்தின் பெயரைத் தாங்கிய மேடுகளைக் கண்டார். அரப்பன் என்ற இடம் வடமேற்குப் பாகித்தானத்தின் பஞ்சாபில் உள்ளது. அது லாகூரிலிருந்து 80 கிலோ மீட்டர் தொலைவிலுள்ளது. மேசன் அந்த இடத்தை இடிபாடடைந்த காவற் கோட்டை (*ruined castle*) என்று குறிப்பிடுகின்றார். அவர் அந்த மேட்டின் மேற்பரப்பிலிருந்து சிறு தரப் பழம் பொருள்களை எடுத்தார். துரதிருஷ்ட வசமாய் அப்பொருள்களைப் பற்றி எதுவும் எழுதி வைக்கப்படவில்லை.

எனினும் அவர் இவற்றைக் கூறியிருந்தார் : ''இக்கோட்டை மாளிகையின் சுவர்களும் கோபுரங்களும் குறிப்பிடத்தக்க வகையில் உயரமாயிருக்கின்றன. இந்த இடத்தில் பல காலமாய் மனித நடமாட்டம் அற்றுக் கிடந்த போதிலும், சில இடங்களில் காலத்தின் அழிவு வேலைகளையும் சிதைவையும் காணமுடிகின்றது.''

இந்த இடம் வெகு தொன்மையானது என்று மேசன் கூறியிருந்தார். அவர் இவ்விடத்தை மா அலெக்சாந்தர் (356-323 கி.மு.) வெற்றிகொண்ட சங்கல (*Sangala*) என்ற இடத்துடன் தொடர்புபடுத்தினார். அவர் இவ்விடத்தைத் துல்லியமாய் விவரித்தாரெனினும் இது சங்கலவுடன் தொடர்புடையதாய் இருக்க முடியாது.

அவர் எழுதியதைப் போன்று அங்கு ''...சுவர்களும் உயர்ந்த கோபுரங்களும்...'' இருந்திருக்கலாம். பிறகு அவை இல்லாமறபோனதேன்? ஏனெனில் மேற்கத்தி இருப்புப்பாதை (*Western Railway*) லாகூரிலிருந்து மூல்தான் வரை போடப்பட்ட போது, பாதையின் அடியில் பரப்புவதற்காக இங்கிருந்த செங்கற்கள் களவாடிச் செல்லப்பட்டன. அதனால் அந்நகரம் இப்போது பாழ்பட்டுக் கிடந்தது எனலாம்.

அரப்பனுக்கு இன்னோர் ஆங்கிலேயர் 1831ஆம் ஆண்டு வந்த காலையில், அது பற்றி ஓர் அறிக்கை அளித்தார். ''துலும்ப (*Toolumba*) என்ற இடத்தின் கிழக்கே சுமார் 80 கிலோமீட்டர் கடந்த பன் நான் உள்நாட்டில் சுமார் 6 கிலோமீட்டர் தொலைவு சென்று, அரப்பன் என்று அழைக்கப்படும் இடத்திலிருந்த இடிபாடுகளை ஆராய்ந்தேன். அந்த இடம் செங்கல்லால் கட்டப்பெற்றுச் சுமார் ஐந்து கிலோமீட்டர் சுற்றளவு இருந்தது. இந்நகரின் ஆற்றுப் பக்கத்தில் ஒரு கோட்டை இடிந்து கிடந்தது...''

182 | ப. சிவனடி

இந்த இடத்திற்கு **1853** வரை தொல்லியல் வல்லுநர் எவரும் வரவில்லை. அவ்வாண்டில் சர் அலெக்சாந்தர் கன்னிங்காம் அங்கு சென்றிருந்தார். அவர் **1856** ஆம் ஆண்டில் மீண்டும் அரப்பனுக்குப் போனார். அது அதற்கு மூன்றாண்டுகளுக்கு முன்னர் எப்படியிருந்ததோ, அப்படியே மாறாது கிடந்தது. கன்னிங்காம் இது பற்றி எழுதவில்லை. அவர் மூன்றாவது முறை - அது கடைசி முறை - **1872 - 1873** இல் அங்கு சென்று வந்த பிறகு தான் அது பற்றி எழுதிய செய்தி வெளிவந்தது.

இந்தக் காலத்திற்குள் செங்கல் கொள்ளையர்கள், அங்கு பேரழிவை உண்டாக்கிவிட்டனர். அவர் இதற்கு முன்னர் அங்கு சென்றபோது இருந்த கட்டுமானக் கூறுகள் இப்போது பெரிதும் நீக்கப்பட்டுவிட்டன. கன்னிங்காம் இந்த அழிவைக் கண்ட பின்னர், தொடக்க காலத்தில் மேற்கொள்ளப்பட்ட தொல்லியல் ஆய்வுகளிலேயே மிகப்பெரிய ஒரு பணியை மேற்கொண்டார். அதாவது அவர் அங்கு வெட்டப்பட்ட குழிகுள்ளிலிருந்து வெகுநேரம் ஆய்வு செய்தார் என்றோ, அதிகமாய்த் தோண்டினார் என்றோ கூறுவது மிகைப்படுத்துவதாகும்.

இருப்பினும் அவர் முக்கியமான ஒரு சான்றை வெளிப்படுத்தினார். அரப்பனுக்குச் சிந்து வெளி நாகரிகத்துடன் தொடர்பு உள்ளது என்ற பின்னறிவு அவருக்கு இருந்தது என்பதில் ஐயமில்லை. அவர் அங்கு கண்டுபிடித்த முக்கியமான பொருள்களும் அரப்பனுக்கேயுரிய தனித்தன்மை வாய்ந்த ஆறு எழுத்துகள் பொறித்த ஒரு முத்திரையும் வேட்டைக்காரன் உருவம் ஒன்றும் தீக்கல்லினாலான நேர்த்தியான பட்டி போன்ற கத்திகளும், மண்பாண்டங்களும் இருந்தன.

கன்னிங்காம் இந்த இடத்தில்தான் அரப்பனின் தொன்மையை உய்த்துணர்ந்தார். அந்த இடம் ஒரு துறவி மடம் என்று எடுத்துரைத்தார். அது உவான் சவாங்கு (**602-647** கி.பி.) தன் பயணக்குறிப்புகளில் சொல்லியிருந்த போ - ஃபா - தோ -லோ (*Po-fa-to-lo*) என்ற இடமாயிருக்கலாம் என்று கன்னிங்காம் கருதினார். அவர் அங்கு கிடைத்த முத்திரைகள் பற்றிக் கூறியதாவது:

''எருது உருவின் மேலே ஆறு எழுத்துகள் பொறிக்கப்பட்டுள்ளன. அவை நானறியா எழுத்துகளாகும். அவை நிச்சயமாய் இந்திய எழுத்தன்று. எழுத்துடன் கூடிய எருதிற்குத் திமில் இல்லாததால் இம்முத்திரை இந்தியத்திற்கு அயலானது என்ற முடிவிற்கு வருகின்றேன்.'' (*Alexander Cunningham, Archaeological Survey of India, Report for the year 1872-1873, Calcutta, Govt. of India, P. 108*) இந்திய வரலாற்றின் தொல்காலங்கள் பற்றிய மெய்யான அறிவு பெறப்படாத இந்தக் காலத்தில் இக்கருத்துக் கூறப்பட்டதால், அது தவறாய் உள்ளது.

அரப்பன் மறக்கப்பட்டு விடவில்லை. மேஜர் கிளர்க்கு என்றவருக்கு உரிமையான ஒரு முத்திரை (இது கன்னிங்காமின் மேற்சொன்ன அறிக்கையில் சொல்லப்படாதது) **1886** ஆம் ஆண்டு மீண்டும் வெளியிடப்பட்டது. *Indian Antiquary* என்ற இதழில் இம்முத்திரை பற்றிய சிறு குறிப்பு இடம் பெற்றது. இந்தியக் கல்வித்துறை சார்ந்த ஹார்வி என்பவருக்கு உரிமையான இன்னொரு முத்திரையும் இந்த இதழில் வெளியாயிருந்தது. (*M.L. Dames :''Old Seals Found at Harappa," Indian Antiquary, Vol XV, 1886, p.1*) பிற்சொன்ன இம்முத்திரையில் விலங்கோ வேறு பொறிப்போ எதுவுமிலது. இது சிற்றூர்க்காரர் ஒருவரிடமிருந்து வாங்கப்பட்டது. இவ்விரண்டுடன் மூன்றாவது முத்திரை **1912** ஆம் ஆண்டு வெளியானது. இது அரப்பனில் இருந்த மாவட்டக் காவல் துறை மேற்பார்வையாளரான டி.ஏ.ஓ.கொன்னேர் என்றவருடையது.

மேற்சொன்ன செய்திகளை இங்கு திரும்பக் கூறுவதில் சற்று முக்கியத்துவம் உள்ளது. அதாவது தயாராம் சஹானி 1921 ஆம் ஆண்டு இந்தியத் தொல்லியல் துறையின் இயக்குநரான சர் ஜான் மார்ஷலின் வற்புறுத்தலுக்கிணங்க அரப்பனில் முழு அளவில் அகழத் தொடங்கிய நேரத்தில் அவருக்கு அரப்பனைப் பற்றிய அறிவு இருந்தது. அப்போது கன்னிங்காம் இருபத்தாறு ஆண்டுகளுக்கு முன் எழுதிய அறிக்கையை நினைவுகூர்ந்த விவரமறிந்த விற்பன்னர் குழுவும் இருந்தது. ஆதலால் சஹானியின் அகழ்வுப் பணி மறு கண்டுபுடிப்பேயாகும்.

அரப்பனில் முதலில் நடந்த அகழ்வு நாம் சிந்துவெளி நாகரிகத்தைப் புரிந்து கொள்வதற்கு ஒருமுகமான கவனத்தை ஈர்த்த பணி அன்று. ஏனெனில் 1922 ஆம் ஆண்டு மகஞ்சோதரத்தில் நடந்த அகழ்வின் மீது தான் அனைவரின் கவனமும் திரும்பயது. (*Mohenjo Daro:* இது உலகின் மிகப்பெரிய தொல்லியல் ஆய்வுப் பரப்புகளுள் ஒன்றாகும். இந்த இடம் கராச்சி நகரின் வடகிழக்கே சுமார் 160 கிலோமீட்டருக்கு அப்பாலிலுள்ள ஐதராபாது நகரின் வடக்கே சுமார் 200 கிலோ மீட்டரில் உள்ளது.)

அப்போது இந்தியத் தொல்லியல் துறையின் மேற்கு வட்டத் தலைமை அலுவலராயிருந்த ஆர்.டி.பானர்ஜி 1921 ஆம் ஆண்டு மகஞ்சோதரத்திற்குச் சென்றிருந்தார். அங்கு குசாணர் (முதல் நூ. கி.பி.) காலத்துப் பௌத்தத் தூப ஒன்று இருந்தது. அதுதான் பானர்ஜியின் கவனத்தை முதலில் ஈர்த்தது. மட்பாண்டங்கள், சிறு தரப் பொருள்கள் ஆகிய சான்றுகளை வைத்து மகஞ்சோதரத்தை அரப்பனுடன் இணைப்பதற்குப் போதிய செய்திகளைப் பானர்ஜி அறிந்திருந்தாரா அல்லரா என்பது தெரிந்திலது.

1926

எனினும் அகழ்வின் போது, தனி மாதிரியான முத்திரைகள் அடியில் தோன்றிய போது, இது இரண்டாவது நகரம் என்ற முடிவிற்குப் பானர்ஜி வந்துவிட்டார். பானர்ஜி ஆர்வமிகக் கொண்ட கற்றறிவாளர். அவர் உடனே அந்த இடத்தை நன்கு விவரித்து எழுதிவிட்டார். அவர் அங்கு கண்ட கருவிகளையும் அவற்றின் பாங்குகளையும் பற்றிக் கற்பத்துக் கூறினார். ஏற்கெனவே அறிந்து காலம் கணித்த தொல்லியல் தொகுதிகளுடன் அவற்றை ஒப்பு நோக்கினார். அவர் நில நடுக்கடல் பகுதிகளுடனும் அவற்றை ஒப்பிட்டார். சிந்து வெளி நாகரிகத்தின் காலம் மூன்றாவது அல்லது இரண்டாவது மில்லியனியத்தின் முற்பகுதி என்று கணித்தார். அது மிகவும் குறிப்பிடத்தக்க கணிப்பாகும்.

மேற்கிந்தியத்தில் புதியதும் சற்று ஐயங்கொள்ள தக்கதுமான ''வரலாற்றுக்கு முற்பட்ட'' ஒரு நாகரிகம் அகழ்ந்து வெளிக்கொணரப்பட்டதால், அதன் மீது தொல்லியலாளரும் பெரிதும் பொது மக்களும் மிகுந்த ஆர்வம் காட்டலாயினர். இந்தக் காலத்தில் ஐரோப்பியத்தில், அமெரிக்கத்தில், அண்டைக்கிழக்கில் தொல்லியல் ஆய்வு எங்கும் முழுமூச்சாய் நடந்து கொண்டிருந்தது.

சிந்துவெளி நாகரிகம் பற்றிய பல செய்திகள் கடந்த நூற்றியெழுபத்தைந்து ஆண்டுகளாய் இன்றளவும் வந்து கொண்டிருக்கின்றன. அண்மையில் (1998) கணித்தப் படி சிந்து வெளி நாகரிக இடங்கள்-ஊர்கள் 1400 கண்டுபிடிக்கப்பட்டுள்ளன என்று அறிகின்றோம். அவற்றுள் 917 இந்தியத்திலும் 481 பாகித்தானத்திலும் ஒன்று ஆப்கானித்தானத்திலும் அமைந்துள்ளன. அரப்பனும், மகஞ்சோதாரமும் தலையாய இரு நகரங்கள் என்று கருதப்படுகையில், அரியானத்தில் கண்ட ராக்கிகடி (*Rakhigarhi*) பாகித்தானத்திலுள்ள கன்வேரிவாலா (*Ganweriwala*) போன்ற நகரங்கள் அளவிலும் முக்கியத்துவத்திலும் அவற்றுக்கு இணையானவை என்று கருதப்படுகின்றன.

சிந்து வெளி நாகரிக எழுத்து இன்னும் அறியப்படாதது போலவே, அதன் நாகரிக மையங்களை அகழ்ந்தெடுக்கும் பணியும் இன்னும் முற்றுப் பெறவில்லை.

2. வடகிழக்கு எல்லைப் பகுதியில் பிரிட்டீசார்

நாகர்

இந்தியம் மியன்மாருடன் (பர்மா) கொண்டுள்ள எல்லை நெடுகிலும் நீள்கின்ற மலைப்பகுதியில் வாழ்கின்ற மங்கோலிய இனத்தவரான நாகர் பற்றிப் பாரதமெங்கும் பல கதைகள் வழங்குகின்றன. நாகர் ஒரு காலத்தில் இந்தியம் முழுமையிலும் பரவியிருந்தனர் என்பாருமுளர்.

நாகரின் ஆதித் தாயகம் ஈரானின் மேட்டுப் பகுதியாயிருக்கலாம் என்று கருதுவாருளர். ஆரிய, மங்கோலிய இனத்தவர் கூடும் இடமாய் ஈரான் இருந்திருக்கின்றது. ஈரானிலிருந்து ஆப்கானித்தானத்தின் வழியே பாஞ்சாலத்தின் வழியே நீண்டு சென்ற பண்டை இந்தியத்தின் நிலப் பிரிவுகளில் நாகத் தீவீபம் ஒன்றாகும்.

நாகர் - சித்தியர்

நாகர் சித்தியருடன் உறவுடையோர், பாம்பைக் குலமரபுச் சின்னமாய்க் கொண்டவர்கள். இதைக்காட்டும் சான்றுகள் பண்டைப் பாரசிகத்திலும் தென் இரஷியத்திலும் கிடைத்துள்ளன. ஹெர்க்குலஸ் காணாமறபோன தன் குதிரையைத் தேடிச் சென்றபோது பாதி பெண்ணுமாய்ப் பாதி பாம்புமாய் இருந்த எசிட்னா (*Echidna*) என்றவளைக் கூடினான் என்றும் அவன் மகன் சிதிசிற்காக (*Scythes*) ஒரு வில்லை விட்டுச் சென்றான் என்றும் ஹீரோடாட்டஸ் ஒரு கதையைக் கூறியுள்ளார். கிரேக்கத் தொன்மம் இங்ஙனம் சித்தியர் (*Scythian*) தோற்றுவாயை விளக்குகின்றது. (சித்தியர் இந்திய வரலாற்றில் சகர் என்று அறியப்பட்டுள்ளனர். இவர்களைப் பற்றி இ.ச.க.தொகுதி-8 இல் கூறப்பட்டுள்ளது. சித்தியர் என்ற இம்மக்களின் பண்டை நாடு தென்கிழக்கு ஐரோப்பியத்திலும் ஆசியத்திலும் இருந்தது. இந்நாடு இப்போது இரஷியத்துள் அடங்கியிருக்கின்றது. இம்மக்கள் பேசிய மொழி சித்தியன் ஆகும்.)

நாகர் பண்பாடு

நாகர்கள் தாய்வழி ஆட்சி முறை உடையவர்களாயிருந்திருக்கலாம். அவர்களின் பண்பாடு சூரியனையும் பாம்பையும் வழிபடுவதுடனும் பெருங்கற் சின்னங்களை நிறுவுவது, சுவஸ்திகச் சின்னத்தைப் பயன்படுத்துவது ஆகியவற்றுடனும் தொடர்புடையது. இவ்வொற்றுமைகளிலிருந்து நாகருக்கும் மகருக்குமிடையே உறவு இருந்தது என்ற கொள்கை ஓரளவு உறுதியாகின்றது. சூரிய வணக்கம், பாம்பு வழிபாடு, சுவஸ்திகச் சின்னத்தை இரட்டையாய்ப் பயன்படுத்துவது (நல்ல பாம்பன் படத்தில் சுவஸ்திகச் சின்னம் உள்ளதென்று கூறப்படுகின்றது.) பெருங் கற்காலத் தூண்களை நிறுவுவது என்ற இவையனைத்தும் பலவின வெளிப்பாடுகளாயிருக்கலாம். ஓரினத்தாரிடம் இவையனைத்தும் தோன்றின என்று சொல்வதற்கில்லை. எனினும் இக்கூறுகளில் சிலவற்றை இந்தியத்திற்குக் கொண்டு வந்தவர்கள் நாகராயிருக்கலாம். வரலாற்றுக் காலத் தொடக்கத்திலேயே மிகப்பெரிய கல் தூண்கள் இருந்தன. அசோகர் ஏற்கெனவே இருந்த இத்தகைய கற்களின் மேல் புகழ்பெற்ற தன் பொறிப்புகளில் பலவற்றைச் செதுக்கினார் என்று அறிகின்றோம்.

நாகர் பரவல், கலப்பு

நாகர் ஆரியர் வருகைக்கு முன்னரே வட இந்தியத்தில் வந்து குடியேறிவிட்ட திபேத்திய - பர்மியர் என்ற கருத்துடையோரும் உளர். அசாமின் தலை வேட்டை நாகர் போன்ற பழங்குடியினருடன் நாகரைத் தொடர்புபடுத்தும் பழைய கொள்கையிலிருந்து இக்கருத்து முளைத்தது எனலாம். அதன்பிறகு என்னென்ன கலப்புகளுக்குஆளானாலும் அவர்கள் மங்கோலியர் என்பது தெளிவு. அவர்கள் பின்னர் திராவிடருடனும் நடு இந்தியத்தின் தொன்மையான இனத்தாருடனும் தொடர்பு கொண்டனர் என்பதிலிருந்து அவர்கள் இந்நாட்டில் பரந்து விரவியிருந்தனர் என்பதைக் காண முடிகின்றது.

நீல நாகன் கதை

நாகர் இந்தியத்தின் வடமேற்குப் பகுதி வழியே குடியேறினர். அப்பகுதியை நீல நாகன் என்ற பாம்பரசர் காத்து நின்றார் என்று வழி வழியாய் நம்பப்பட்டு வருகின்றது. அவர் மலைகளையும், ஏரிகளையும், காத்துவருவதற்காகப் பிற பாம்பு இளவரசர்களை அமர்த்தினார் என்றும் நம்பப்படுகின்றது. காசுமீரத்தில் அவர்களின் வரலாற்று உறவுகளின் எண்ணற்ற எச்சங்கள் காத்து வைக்கப்பட்டுள்ளன என்பதற்கு ஏராளமான சான்றுகள் உள.

புத்தர் நாக மரபினர்

நாகர் பெயர் தாங்கிய பல ஊர்கள் இந்தியமெங்கும் இன்றும் உள்ளன. நகர என்ற சொல் முதலில் பேரரசக் கோநகரையும் இப்போது ''நகரம்'' அல்லது ஊரையும் குறிக்கின்றது. புத்தர் பிறந்த சாக்கியர் குடி, நாக மரபு என்று அவர் பிறப்படத்தின் அகழ்வாராய்ச்சி ஏடுகள் கூறுகின்றன. புத்த சமயம் வங்கத்திலும் தென்னாட்டிலும், இலங்கையிலும், பர்மா, சீனத்திலும் விரைந்து பரவியதற்கு இவ்விடங்களிலுள்ள பெரும்பாலான மக்கள் நாக மரபினராயிருந்ததே தலையாய காரணம் என்று கூறப்படுகின்றது.

இன்றும் பல நகரங்களின் பெயரில் ''நகரம்'' ஈற்றடையாய் வருகின்றது. புகழ் வாய்ந்த பௌத்தப் பல்கலைக்கழகமான நளந்தாவும் நாக நந்தன் என்ற நாகர் ஒருவரின் பெயரில் அழைக்கப்பட்டது. நாக அரசரான தச்சகனின் பெயரைத் தச்சசீலம் பெற்றிருந்தது.

நாகர் தமிழரா?

சங்க காலத்தில் (கி.மு.350-கி.பி.350) நாகர் இனத்தார் யாழ்ப்பாணப் பகுதியில் வாழ்ந்தனர். முதற்சங்க காலத்தைச் சேர்ந்த முரஞ்சியூர் முடி நாகனார் முதல் பதினாறு நாகனார்களும் அஞ்சியந்தை மகள் நாகையார், நன்கணிகையார் என்ற பெண்பாற்புலவர் இருவரும் நாகர் குடி வந்த தமிழராயிருக்கலாம் என்பர். ''நாகர்கள் உண்மையில் தமிழகத்தின் நாற்புறமும் செந்தமிழ் அல்லது திருந்திய தமிழ் பரவாத இடங்களில் உள்ள தமிழினத்தவர்களே,'' என்று கா. அப்பாத்துரை கூறுவார்.

நாகர், நாகரி எழுத்து

நாகர் அறிவியலின் பல துறைகளை அறிந்திருந்தனர் என்று கதைகளின் வாயிலாய்

அறிகின்றோம். அவர்கள் மருத்துவத்திலும் இறந்தோரை உயிர்ப்பிக்கும் கலையிலும் தேர்ந்திருந்தனர் என்பர். அவர்கள் மர வேலைப்பாடு, சிற்பம் செதுக்குதல் உள்படக் கலைகளிலும் கைவினைத் தொழில்களிலும் சிறந்திருந்தனர். ஓவியம் தீட்டுவதிலும் புலிகளாயிருந்தனர். தொல்லிசை காந்தருவரிடமிருந்து வந்தது என்று கூறப்பெற்றதைப் போன்று, தொடக்கக் காலத்து ஓவியங்கள் நாகரால் தீட்டப் பெற்றவை என்பர். அவர்களின் எழுத்து முறை இந்திய வரிவடிவங்களை ஆளுகை கொண்டது. அந்த உண்மை, நாகரி எனப்படும் சம்ஸ்கிருத எழுத்தில் காத்து வைக்கப்பட்டுள்ளது, நாகரி எழுத்து நாக லிபியிலிருந்து பிறந்தது.

புத்தரின் நம்பக்கைக்குரியோர்

நாகரின் அறிவுத் திறன்கள் உச்ச நிலையெய்தியிருந்தன. அதைப் புத்தரே மிகவும் போற்றிப் புகழ்ந்தார் என்று கதைகளில் படிக்கின்றோம். புத்தர் மிகவும் வணக்கத்திற்குரிய தன் கோட்பாடுகளைத் தற்காத்து வரும் பொறுப்பை நாகர்களிடம் அளித்ததற்கு அவர்களின் அறிவுத் திறனே காரணமாம். இக்கோட்பாடுகள் பின்னர் மகாயணத்தின் பிரக்ஞ - பாரமிட்டா என்ற நூலில் சேர்க்கப்பட்டன. இக்கோட்பாடு புத்தரின் காலத்தில் வாழ்ந்தவர்கள் விளங்கிக்கொள்ள முடியாததாய் மறை பொருளாய் இருந்ததாம்; மகாயானக் கோட்பாட்டின் மாபெரும் ஆசாரியரான நாகார்ச்சுனர் (கி.பி.150-250) வந்த பிறகுதான் நாகர் அவரையழைத்து அக்கோட்பாட்டை அவரிடம் தந்தனர்.

1826

நாகர் அழகர்

நாகர் இனத்தவர் அழகானவர்கள், அறிவுக் கூர்மையுடையவர்கள் என்றெல்லாம் சம்ஸ்கிருத நூல்கள் கூறுகின்றன. நாரத முனிவர் ஒரு முறை வடமேற்கிலுள்ள நாகரின் நாட்டிற்குச் சென்று வந்தபின் அது இந்திரனின் உலகை விட ஈர்க்கும் மேன்மை பெற்றது என்று கூறியதாய்த் தொன்மங்கள் சொல்லும்.

அவர்களின் பெண்கள் காண்போரைப் பிணிக்கும் அழகுடையவராயிருந்தனர். நாக கன்னியரின் எழிலைப் பற்றிச் சம்ஸ்கிருத இலக்கியங்கள் பல இடங்களில் குறிப்பட்டுள்ளன. ஒருத்தி நாக மங்கையை விடப் பேரெழில் வாய்ந்தவள் என்று சொல்வது நாக கன்னிகையின் அழகிற்குச் சூட்டப்படும் பெரும் பாராட்டாகும்.

அந்தப்புரங்களுக்கு நாக கன்னியர்

அதனால் ஆரிய, திராவிட அரசர்கள் தம் அந்தப்புரங்களுக்காக நாக கன்னிகளை மனைவியராய்ப் பெற விரும்பினர். ஏனெனில் அவர்கள் அழகும் பண்பும் நிறைந்தவர்களாயும் அரண்மனை வாழ்க்கைக்குப் பொருத்தமானவர்களாயும் விளங்கினர். அயோத்தி அரசன் மாந்தாத்திரியின் மகன் புருக்குட்சன் என்பான் நர்மதை என்ற நாக கன்னிகையை மணந்திருந்தான். இராமரின் மகனான குசன் நாக இளவரசியான குமுதவதியை மணந்திருந்தான். துரோணரின் மகனான அசுவத்தாமனின் மனைவி ஒரு நாக நங்கையாவாள். அருச்சுனன் உலுப்பி என்ற நாக இளவரசியை மணந்திருந்தான். கிள்ளிவளவன் நாக அரசனான வலைவாணன் மகள் பீலிவளையை மணந்து தொண்டைமானை ஈன்றதாய் மணிமேகலை பாடும். வரலாற்றுக் காலத்திலேயே முக்கியமாக அரச குடி அனைத்தும் நாகருடன் உறவு வைத்திருந்தன. கடம்பர், பல்லவர்,

கார்க் கோடர், சோழர், வாகடகர், சேரர், சதாவாகனர், மணிப்புரியர், கோண்டுகள், மராட்டியர் என்று பல அரசர்களின் அரசியராய் நாகர் பெண்டிர் இருந்தனர். இப்படியே தொன்மத்திலும் கதைகளிலும் வரலாற்றிலும் இடம்பெற்ற நாகரைப் பற்றி சொல்லிக் கொண்டே போகலாம்.

நாகர் மீது அச்சம்

இப்போது இந்தியத்தின் வடகிழக்கில் வாழும் நாகர் எப்போதும் தனித்து ஒதுங்கியே வாழ்கின்றனர். அவர்கள் எப்போதாகிலும் அசாமின் பிரம்ம புத்திர ஆற்று வெளிப்பகுதிக்கு வாணிபம் கருதி அல்லது கொள்ளையிட அல்லது கொல்வதற்காக மலைகளிலிருந்து இறங்கி வருவதுண்டு. சமவெளியில் வாழ்ந்த மக்கள் நாகரைக் கண்டு பல காலமாகவே அஞ்சி வாழ்ந்தனர்.

பிரிட்டிசார் 1820 ஆம் ஆண்டுகளின் நடுவில் அசாமிலிருந்த அகோமர் அரசைத் தள்ளிவிட்டு ஆட்சியைத் தம் கைக்குள் கொண்டு வந்தனர். நாகர் இதுவரை அகோம அரசின் மீது பகைகாட்டி வந்தனர். இப்போது அகோமரின் இடத்தைக் கவர்ந்த பிரிட்டீசாரின் பகையாளியாயினர். அகோம அரசர்களுக்கும் நாகர்களுக்கும் பன்னெடுங்காலமாய்ப் பகைமை இருந்து வந்தது.

நாகர் சமவெளிக்குள் இறங்கி வந்து தாக்கிச் சென்றதை எதிர்த்து, அவர்களைத் தண்டிக்கும் நோக்குடன் பிரிட்டீசார் முதலில் மலைகளுக்குள் படைகளை அனுப்பினர். இருப்பினும் 1866 ஆம் ஆண்டிற்குப் பிறகு நாகர் மலைகளில் பிரிட்டிசார் தம் படை நிலைகளை நிறுவினர். பிரிட்டீசு அலுவலர் ஒருவர் ஆண்டுதோறும் நாகர் வாழும் பகுதிக்குள் செல்வது என்ற சடங்கோடு இருந்து வந்த தம் ''ஆட்சி முறையை'' ஆங்கிலேயர் மாற்றினார்.

அதே வேளையில் நாக மலைகளின் அடிவாரத்தில் இருந்த ''உள் கோட்டையை'' தாண்டி இந்தியரும் அயலாரும் நாக மலைக்குள் செல்வதைத் தடுத்து நாகரின் பொருளியல் நலன்களைக் காத்தனர். அவர்களின் இனத் தனித் தன்மையையும் காப்பாற்றினார். இதற்கு விதிவிலக்கு 1872 ஆம் ஆண்டு அம்மலைகளுக்குள் அமெரிக்கப் பாப்டிஸ்டுத் திருச்சபையினரை நுழைய விட்டதேயாகும்.

காம ரூபம்

வரலாற்றுக்கு முற்பட்ட தொன்மைக் காலத்திலும் இந்தியச் சமயவியல், மெய்யியல் துறைகளொடு தொடர்புடைய அசாமின் சரித்திரத்திலும் பல செய்திகள் புதைந்துள்ளன. மேற்கு அசாமின் ஒரு பகுதியின் பண்டைப் பெயர் காம ரூபம். இது வெகு தொன்மையது. சிவனின் சீற்றத்தால் சுட்டெரிக்கப்பட்ட காமன் தன் இயல்பான வடிவத்தை இங்கு பெற்றதால் இப்பகுதி இப்பெயரைப் பெற்றது. காமாக்கிய அல்லது காமாட்சி என்ற காதல் இறைவியின் வழிபாடு இப்பகுதியில் எப்போதும் தலையாய இடம் பெற்றிருந்தது. (சிவபெருமான், காமாட்சி, காமன் தொடர்புடைய தொன்மச் செய்திகள் இ.ச.க.தொகுதி-6: காஞ்சிபுரம் பற்றிய கட்டுரையில் முன்னர் இடம் பெற்றது.) அது கிழக்கு வங்கம், அசாம் ஆகிய பகுதிகளில் நிலவும் சக்தி வழிபாட்டின் ஒரு பிரிவு ஆகும். இன்றைய அசாமின் தலைநகரான குவாகத்தியிலிருந்து சுமார் ஐந்து கிலோமீட்டரிலுள்ள குன்றின் மேல் ஒரு கோயில் உள்ளது. அதற்குக் காமாக்கிய அல்லது காம கோட்டம் என்று பெயர். அங்கிருந்த நகரமும் அதன் தொடர்புடைய கதையும் மகாபாரத்திலும் காளிகா புராணத்திலும் வருணிக்கப்படுகின்றன.

காம கோட்டம்

இக்கோயில் முதலில் அமைந்த இடம் தாந்திரிக வல்லுநரான வசிட்டருடன் தொடர்பு கொண்டது. அவர் இக்கோயிலில் தாரை என்ற பௌத்த இறைவியை நிலை நாட்டினார். இவர் இருக்கு வேதம், மகாபாரதம், இராமாயணம், பற தொன்மங்கள் முதலியவற்றில் கூறப்படும் வசிட்டர் அல்லர். இவர் தாந்திரிகர். சத்தியத்தைத் தேடி ஓயாது அலைந்தவர். தேவர்களே அறியாத மறையொடு மறைபொருளாய் வைக்கப்பட்டிருந்த ஓர் இரகசியத்தைக் கற்பதற்காகத் தன்னந்தனியாய்ப் புவி வெளியெங்கும் திரிந்தவர். ஆயிரமாண்டுகள் தவமியற்றியவர். அத்தவத்தால் அவருக்குப் பலன் கிட்டவில்லை.

தாந்திரிக வசிட்டர்

வசிட்டர் தேடியது இயல்பு மீறிய ஒன்றாகையால் மேலும் பத்து நூற்றாண்டுகள் தவத்தைத் தொடருமாறு பிரமன் அவரிடம் சொல்லிவிட்டான். வசிட்டர் பிரமனின் அறிவுரையைக் கேட்டு நெடிய தவம் செய்தார். இந்தத் தவமும் அவர் விரும்பய ஞானத்தை அவருக்குத் தந்துவிடவில்லை. ஆதலால் அவர் உடலை வருத்தி மேற்கொண்ட முயற்சிகள் அனைத்து பயனற்றுப் போயின. எனவே அவர் வெறுப்புற்று வாய்விட்டுச் சபித்தார்.

1826

அப்போது பேரழகு வாய்ந்த பௌத்தப் பெண் தெய்வமான தாரை அவருக்குக் காட்சி கொடுத்தாள். அவள் வசிட்டரைப் பார்த்து முறுவலித்து மகாசீனத்திற்குச் சென்று (அது சீனமாகவோ, திபெத்தாகவோ இருக்கலாம்.) புத்தரின் சீன முறைப்படி (சீன சாரப்படி) புத்தரின் அறிவுரைகளைப் பின்பற்றுமாறு சொன்னாள்.

வசிட்டர் உடனே புத்தர் உறையும் மகாசீனம் சென்றார். அங்கு அவர் வியந்தும் வெறுத்து போகும்படியாய்ப் புத்தர் ஆழ்ந்த மது போதையில் இருக்கக் கண்டார். புத்தரின் வாயிலிருந்து கெட்ட நாற்றம் வீசிற்று. ஆயிரக்கணக்கான பெண்கள் அவரைச் சூழ்ந்திருந்தனர். அவர்கள் அழகும் இளமையும் பொருந்தியிருந்தனர். கண்ணைப் பறிக்கும் நகைகளைப் பூண்டிருந்தனர். ஆனால் நிறை அம்மணமாய் நாணம் சிறிதுமின்றிக் காணப்பட்டனர். அவர்களும் புத்தரைப் போன்று மது போதையில் மூழ்கிச் சிற்றின்ப வெறியில் தோய்ந்திருந்தனர்.

இதைக் கண்டு திடுக்கிட்ட வசிட்ட முனிவர் புத்தரை வேண்டி இதற்கு விளக்கம் தருமாறு இறைஞ்சினார். சர்வ சக்திகளாகிய சித்திகளை அடைவதற்கும் பிரமன் கற்றுத் தருகின்ற அறிவிற்கும் அப்பாற்பட்டதை எட்டுவதற்கும் மது. குருதி, சிறுநீர் முதலியவற்றை அருந்துதல், நிர்வாண அணங்குகளை வணங்குதல், கலவியில் ஈடுபடுதல் முதலியன அடங்கிய சடங்குகளைச் செய்தாக வேண்டும் என்று புத்தர் மொழிந்தார்.

சக்கர பூசை

வசிட்டர் தன் வெறுப்பை அடக்கிக் கொண்டு சக்கர பூசை போன்ற பஞ்ச தத்துவச் சடங்கைச் செய்தார். புலால், மீன், தானியம் முதலியவற்றை அப்போது உண்டார். அவர் இயல்பு மீறிய மந்திர சக்தியை அடைந்து அதில் கைதேர்ந்தவரானார். அவருக்கு உண்மைகள் அனைத்தும் துலங்கலாயின.

(சக்கர பூசை : தாந்திரிகத்தில் செய்யப்படும் ஒரு வகையான வழிபாட்டு முறை. அதில் ஆணும் பெண்ணுமாய்ச் சிறு கூட்டத்தார் ஒன்று கூடிச் சடங்கு முறைப்படி விருந்துண்ட பின்னர், மைதுனம் என்ற கலவியின் உச்சநிலையை எட்டுவர். இந்தக் கூட்டத்தில் வேறுபாடு இல்லாமல் எந்தச் சாதியினரும் கலந்து கொள்ளலாம். அங்கு சாதிப் பாகுப்பாடு இல்லை.

இக்கூட்டத்திலுள்ள ஆடவர் வீரர் என்றும் பெண்டிர் சக்தி என்றும் அழைக்கப்படுவர். ஆடவர் விருப்பப்படி அல்லது திருவுளச்சீட்டுப் போட்டு ஆணும் பெண்ணும் இணை சேர்க்கப்படுவர். பெரும்பாலும் ஒரு வீரன் சக்தியரனைவரையும் ஸ்பரிசித்துச் சுகிக்கலாம். எனினும் இப்பூசையின் போது அவன் ஒருத்தியுடன் மட்டுமே கூட முடியும். ஒரு வீரனுக்கு ஒதுக்கப்படும் ஒருத்தி, அவனுடன் பிறந்தவள் அல்லது மகள் அல்லது தாயாக இருக்கலாம். உயர்ந்த சாதிக்காரியோ, வேசையோ அவனுக்கென்று ஒதுக்கப்படலாம். மெய்யான தந்திரி வல்லானின் அற முரண்பாடு கருதாத தன்மையை வலியுறுத்துவதே இச்சடங்கின் நோக்கமாகும்.

பாதுகாப்பு நிறைந்த ஓரிடத்தில் - அது இக்கூட்டத்தைச் சேர்ந்த ஒருவரின் வீடாயிருப்பது வழக்கம் - இரவு நேரத்தில் சக்கர பூசை நடக்கும். ஒவ்வொருவரும் வட்டமாய்த் தரையில் அமர்வர். அதனால் தான் இதற்குச் சக்கர பூசை என்று பெயர் வந்தது. ஒவ்வொரு வீரனின் இடப்புறத்திலும் அவனுடைய சக்தி இருப்பாள். சில வேளைகளில் இக்கூட்டத்தின் தலைவர் தன் சக்தியுடன் நடுவில் அமர்வார். எனினும் ஒரு பெண் அல்லது கன்னியை அம்மணமாய் நடுவில் அமர்த்துவது வழக்கம். அவள் சக்தியின் வடிவாய் நடுவிலிருப்பாள். அவளுக்கு மாற்றாய் ஒரு பெண்ணின் உருவம் அல்லது யோனியின் படம் நடுவில் வைக்கப்படுவதும் உண்டு. அல்லது ஒன்பது யோனிகள் அடங்கிய ஒரு மண்டலத்தை அங்கு இடுவர்.

பஞ்ச தத்துவங்கள்

மனித ஆசையின் குறிக்கோளாயிருக்கும் பஞ்ச தத்துவங்களில் பங்கெடுத்துப் பல்வேறு நிலைகளில் ஞானத்தைத் தூய்ப்பதற்காகவும் அதன் வழியே முழுமை பெறுவதற்காகவும் இந்தச் சக்கர பூசை செய்யப்பட்டது. பஞ்ச பூதங்களைக் குறிப்பது போன்ற இவ்வைந்து தத்துவங்களும் குலார்வண தந்திரத்தில் விரித்துரைக்கப் பட்டுள்ளன.

பஞ்ச தத்துவங்கள் யாவை? அவற்றின் பெயர் அனைத்தும் மாகாரத்தில் தொடங்குவதால் அவற்றுக்கு மாகாரம் என்ற பெயரும் உண்டு. அவற்றுக்குப் பலவிதமான விளக்கங்கள் தரப்படுகின்றன. இன்று நடைபெறும் இத்தகைய பூசைகளில் அவற்றுக்கு மாற்றுகள் பயன்படுத்தப்படுகின்றன. சிற்றின்பத்தில் மயங்குவதற்கு வாய்ப்புகள் இல்லாமலும் இப்பூசையின் வெறுப்பூட்டும் கூறுகள் இன்றியும் இப்பூசையைச் செய்வதற்காக இம்மாற்றுகள் பயன்படுத்தப்படுகின்றன.

1. **மாயை** : போதை தருவது, தீயின் தன்மையது; அது மதுவகைகளில் அபனி, இன்னும் பிற செடி வகைகளிலிருந்து பெறப்படும் பொருள்களிலிருந்து கிடைக்கின்றது. இதில் மறை பொருளான இரசவாதத்திலிருந்து கிடைக்கும் போதைப் பொருளும் சேரும். உள்ளுக்குள் சுரக்கும் தீயனைய சக்தியிலிருந்தும் போதை உண்டாகும்.

2. **மாமிசம்** : இது காற்றின் சின்னம்; புலால், குறிப்பாய் மாட்டிறைச்சி இந்துக்களுக்கு வெறுப்பூட்டுவது, இச்சடங்கில் கலந்து கொள்வோர்க்கு மாட்டிறைச்சி

படைக்கப்படுகின்றது. 'சவதா' எனப்படும் பூசைகளில் மனித ஊன் உண்ணப் படுவதுண்டு. அப்பூசை இப்போது நடைபெறுவதில்லை.

3. **மச்சம் :** இது நீரைக் குறிக்கும் சின்னம். இது யோக உத்திகளையும் போகத் தாந்திரிகத்தையும் குறிக்கும். ஏனெனில் இவ்வழியே பெறப்படும் ஞானத்தைச் சிவன் முதன் முதலில் மீன் வடிவில் தான் காட்டினானாம்.

4. **முத்திரை :** இது பூமியைக் குறிக்கும். இது தானியத்தை கூட்டிச் செய்த அடை போன்ற சிறுபண்டமாய்ச் சக்கர பூசையில் இடம் பெறுகின்றது. பூசையில் ஈடுபடுவோர் இதை உண்பர்; தாந்திரிகத்தில் இதற்குப் பர முத்திரை என்றும் பொருள் கொள்கின்றனர். அது மைதுனப் பாங்குகள், மனித உடலின், குறிப்பாய்ப் பெண்களின் மறைபொருளான சின்னம் என்றும் விளக்கம் தருகின்றனர். ''மற்ற விரல்களை மூடிக் கொண்டு ஆள்காட்டி விரலால் யோனிப் பகுதியைத் தூண்டுவது'' என்று சக்கர பூசையின் இம்முத்திரைக்குச் சக்கரவர்த்தி என்பவர் விளக்கம் தருகின்றார்.

5. **மைதுனம் :** இது காற்றைக் குறிப்பதாகும். மைதுனம் என்பது கலவியாகும். இது சக்கர பூசையின் உச்ச நிலை. அப்போது ஒவ்வொரு வீரனும் மேற்கூறிய நான்கு மாகாரங்களையும் எடுத்துக் கொண்டு தன் சக்தியைக் கூடுகின்றான். சில வேளைகளில் இந்தப் பூசையில் இது நடைபெறுவதில்லை. எனினும் ஆணானவன் தன்னை அடக்கிக் கொண்டு தான் வெளியிடாத விந்தைத் தானே வாங்கிக் கொள்கின்றான்.

காமாக்கியாள் கோயில்

இனி வசிட்ட முனிக்கு வருவோம்.

(வசிட்டர் அதன்பிறகு மகாசீனத்திலிருந்து இந்தியம் திரும்பித் தான் கற்ற சீன சாரத்தின் மறை பொருளான கோட்பாடுகளைத் தன் மாணாக்கருக்குக் கற்பித்தார். இவர் தன் இஷ்ட தெய்வமான தாரைக்குக் காமாக்கியத்தில் முதன்முதலில் கோயில் எழுப்பினார் அவர் அங்கு தாரை என்ற பெயரில் இல்லாது காமாக்கியள் என்று வழிபடப்படுகின்றாள். தாந்திரிகத்தின் ஒரு பிரிவு சீனசாரம்; அது பௌத்தத்திலிருந்து மிகவும் ஒதுங்கியது; அதன் வக்கிரமான வடிவமுமாகும்.)

காமகிரி மலையில் மிக நீண்ட சிற்றின்ப நுகர்ச்சிக்காக, இறைவியான சக்தி மறைவாய் ஈசனைச் சந்திப்பது வழக்கம். அவள் இறந்ததும் பெருந்துயருற்ற ஈசுவரன் தன் தோளில் அவள் உடலைச் சுமந்து கொண்டு உலகெங்கும் திரிந்தார். அப்போது சக்தியின் உடலிலிருந்து பிரிந்த உறுப்புகள் உலகின் பல இடங்களில் விழுந்தன. காமகிரி மலையில் அவளது யோனி வந்து விழுந்தது. அதனால் அம்மலை நீல நிறமாய்த் தோன்றியது. நீலாசலம் என்ற பெயரையும் பெற்றது. அதனால் இம்மலை அவளது காமம் நிகழ்ந்த இடமாயும் அவளது இடுகாடாயும் உள்ளது.

(தக்கன் நடத்திய வேள்வியின் போது உயிர் நீத்த சக்தி தேவியின் உடல் திருமாலால் வெட்டுண்டபோது, அவளது யோனி இந்த இடத்தில் விழுந்ததாம். அது விழுந்ததும் இக்குன்றம் நீல நிறமானதாம். புத்தியையும், முத்தியையும் ஒருங்கே தரும் காமாங்க தாமினி இந்த அன்னை என்று கூறப்படுகின்றாள். தேவி பாகவதம், காளிகா புராணம், மோகினி தந்திரம் முதலிய நூல்கள் இவளது பெருமையைப் பேசுகின்றன. இது காமாக்கியத் தோற்றம் பற்றிய இன்னொரு கதையாகும்.)

1826

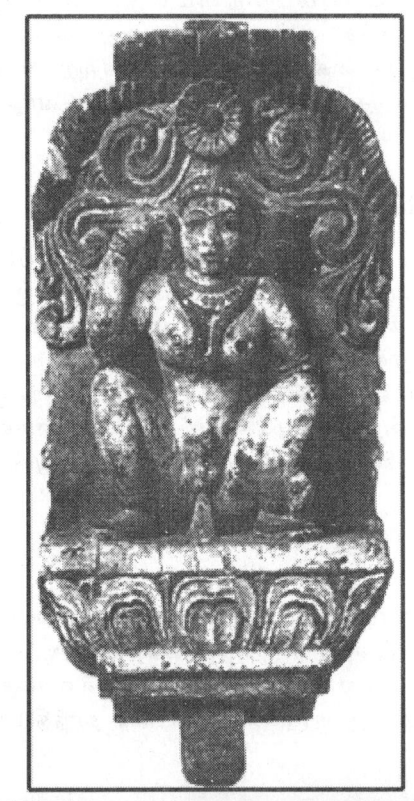

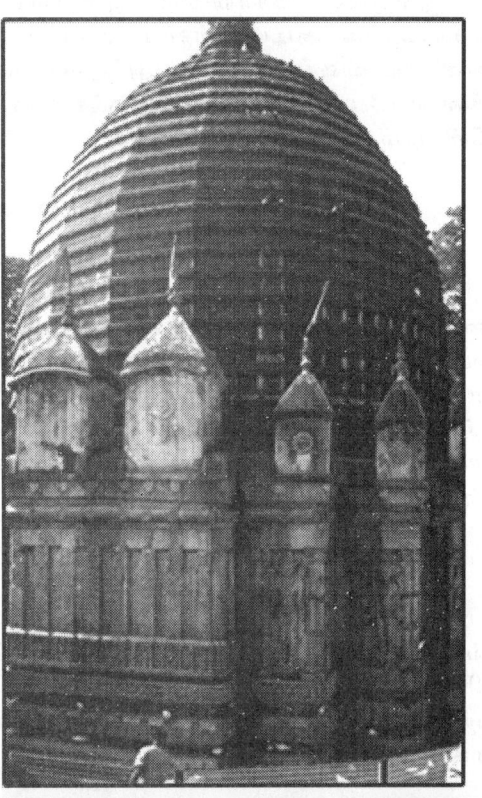

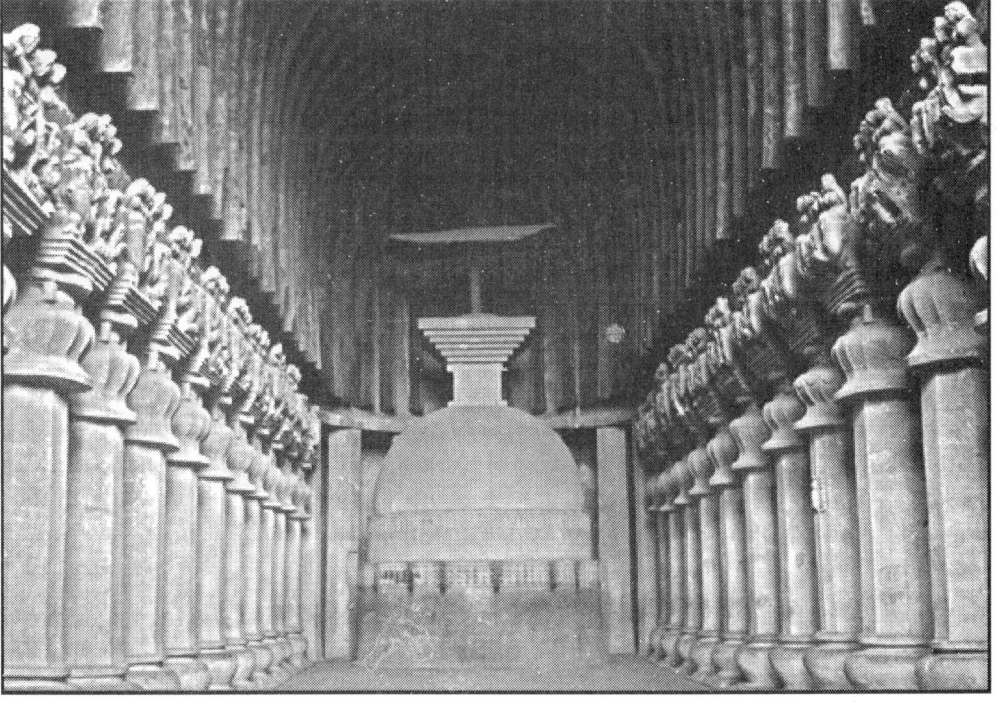

இங்குள்ள கோயிலில் இறைவியின் உருவம் எதுவுமிலது. எனினும் இக்கோயிலின் அடியிலுள்ள பாறையில் சிறு சந்து ஒன்றுள்ளது. அது சக்தியின் யோனியாய் விளங்குகின்றது. அக்குகைக்குள் இயற்கையாய் அமைந்த ஊற்று அந்தச் சந்தில் எப்போதும் ஈரப்பசை இருக்கச் செய்கின்றது. காமாக்கியாள் அன்பினாலும் பலியிட்டும் வணங்கப்படுகின்றாள்.

தலைகள் காணிக்கை

அவள் கோயில் இங்கு *1565* ஆம் ஆண்டு நிறுவப்பட்டபோது, நூற்றிநாற்பது பேரின் தலைகள் செம்புத் தட்டில் வைத்து அவளுக்குப் படைக்கப்பட்டன. இந்த இறைவியின் வழிபாட்டுடன் செம்பு தொடர்புடையது. இவளுக்கென்று படைக்கப்பட்ட போகி என்ற ஒரு வகுப்பினர் முன்னர் இருந்தனர். அவர்கள் தாமே மனமுவந்து தம்மை இறைவிக்குப் பலியிட்டுக் கொள்ளும் வழக்கம் இருந்தது. (இத்தகையோர் தமிழ்நாட்டில் வெட்டுவான் என்று அழைக்கப்பட்டனர். அவர்கள் கோயில்களில் தம் கழுத்தைத் தாமே அறுத்து உயிரை மாய்த்துக் கொள்ளும் வழக்கம் முன்னர் இருந்தது.)

நர பலி

காமாக்கியாள் கோயிலில் *1812* வரை நரபலி நடந்து வந்தது. பிரிட்டீசார் அவ்வாண்டில் அதைத் தடைசெய்தனர். இன்று இக்கோயிலில் ஆடுகள் பலியிடப்படுகின்றன. இக்கோயில் அகோரி என்ற மக்களிடையே செல்வாக்குப் பெற்றுள்ளது. அவர்கள் சில வேளைகளில் இங்கு ஒழுக்கக் கேடான தாந்திரிகப் பூசைகளை நடத்துவதுண்டு.

நரகாசுரன்

காமரூபர் என்ற தொன்மையான ஒரு வகுப்பினர் இப்பகுதியில் வாழ்ந்ததாய் அறியப்பட்டுள்ளது. எனினும் நாம் அவர்களைப் பற்றிச் சிறிதளவே அறிந்துள்ளோம். இவ்விடம் நரகாசுரனுடன் தொடர்புபடுத்தித் தொன்மங்களில் கூறப்படுகின்றது.

மிதிலையின் சனகனுடைய விருப்பிற்குரிய மகனான நரகன் அசாமில் தன் தாய் கார்த்திகாயினியுடன் காமரூபத்திற்கு வந்து அங்கு தன் அரசை நிறுவினான். அவன் இங்குள்ள காமாக்கியாள் கோயிலின் காவலனானான். அவன் பிராகசோதிசம் என்ற நகரை நிறுவி அங்கு நல்லாட்சி செய்தான் என்று புராணங்கள் புகலும். அவன் மண்ணின் மைந்தன் என்று வருணிக்கப்படுகின்றான். அவன் அசுரர் அனைவரிலும் கொடியவன், காமுகன், தேவர்களால் பெரிதும் வெறுக்கப்பட்டவன்.

அவன் தேவர்களைப் போரில் வென்றான். காசிபரின் மனைவியும் தட்சனின் மகளுமான அதிதியின் காதணிகளைக் கவர்ந்து, அவற்றைத் தானே அணிந்து கொண்டான். இந்திரனின் கொற்றக் குடையைக் கவர்ந்து, தன் தலைக்கு மேலே விரித்துக் கொண்டான். யானை உருக்கொண்டு தேவ தச்சனான விசுவகர்மனின் மகளைக் கற்பழித்தான். பிறகு கந்தர்வர்களின் பெண்மக்களையும் அப்சரசுகள் என்ற தேவருலக அணங்குகளையும் கவர்ந்து சென்றான்.

அவன் பிடித்துச் சென்ற பதினாறாயிரம் அரம்பையர்க்கு அழகிய அரண்மனையைக் கட்டி, அங்கு பூங்காக்களையும் பொன்னும் மணியும் கொண்டு அணி

செய்த அறைகளையும் நிறுவினான். அவன் அங்கு இறைவி காமாக்கியாளைப் போற்றுவதற்காகச் சிற்றின்பப் பூசைகளைப் பெரிய அளவில் நடத்தினான்.

நரகாசுரனுக்கு இதில் சாவிரியின் தந்தையான முரு என்ற மற்றோர் அசுரன் துணையாயிருந்தான். அவ்விருவரும் அகந்தை கொண்டு செருக்கித் திரிந்தமையால் தாந்திரிகரான வசிட்டரின் சீற்றத்திற்கு ஆளாயினர். அவர் அவர்களை சபித்து, அவர்களின் நகரை அழித்தார்.

நரகன் மகன் பிரகதத்தன்

நரகனின் மகன் பிரகதத்தன். அவனை யவனன் என்று வருணிக்கின்றனர். அவன் மிலேச்சரும் காட்டுமிராண்டிகளும் அடங்கிய படையைச் சேர்த்துக் கொண்டு பாரதப் போரில் துரியோதனன் பக்கம் நின்று போர் புரிந்தான். அவன் குருச்சேத்திரத்தில் பெரு வீரத்தொடு போரிட்டு அர்ச்சுனனால் கொல்லப்பட்டான். அசாமில் பிற்காலத்து வரலாற்று மன்னர் பலர் தம்மைப் பிரகதத்தனின் வழி வந்தவர் என்று கூறிக் கொண்டனர்.

சாக்தம்

இங்கெல்லாம் சக்தி வழிபாடாகிய சாக்த சமயம் பரவியதற்கு நரகனே காரணமாயிருந்தான். சாக்தம் அல்லது சாக்தேயம் வடக்கில் பார்வதியின் பிறந்தகமான இமயத்திலிருந்து கன்னியாகுமரி வரையிலும் கிழக்கே துவாரமதியிலிருந்து பிரபாசம் (சோமநாதபுரம்) வரையிலும் பரவியிருந்தது.

பிரமன் தனக்குப் பிறப்பிக்கும் ஆற்றல் வேண்டி இங்கு தவமியற்றி, யோனி சக்தியுடன் ஓர் ஒளிப் பிழம்பை நிறுவினானாம். சக்தி அந்த ஒளிப் பிழம்பை ஆசீர்வதித்து, இங்கு மூன்று வடிவங்களில் அருள்பாலிப்பதாய் நம்பிக்கை.

குமரியாய் எல்லையற்ற காதல் வேகத்தில்
மஞ்சள் மாலை பூண்டு வெள்ளைத் தாமரையில்
கோர உருவில் கையில் வாள்கொண்டு
வெள்ளைப் பிணத்தின் மேல்
காம தேவியாய் அருள்வடிவில் சிங்கத்தின் மேலும்
இக்காமரூபினி விளங்குகின்றாள்.

இக்கோயிலைப் பிராமணராயிருந்து இஸ்லாந் தழுவிய காலா பசார் என்றவர் பதினைந்தாம் நூற்றாண்டில் அழித்தார். இவரே. கஜுராகோ கோயிலையும் அழித்தவர் என்பர். இக்கோயிலின் பழங்காலச் செங்கற்களை இன்னும் நீலாசலத்தில் காணலாம். இக்கோயிலின் செங்கற்களை நெய்யில் பொறித்துச் செய்ததாய் ஒரு வரலாறு உண்டு.

சக்தி பீடம்

இது ஐம்பத்தோரு சக்தி பீடங்களுள் ஒன்றாகும். இங்குள்ள கோயில் அசாமிற்கேயுரிய தேன் கூடு வடிவத்தில் கட்டப்பட்டுள்ளது. கோயிலின் கீழ்க்கதவும் பொட்டிப்புகளும் தூண்களும் மாறிமாறி அமைந்துள்ளன. இத்தூண்களின் பீட அடிகள் பழைய கோயிலைச் சேர்ந்தன போலும். கருவறைக்குள் கற்கள் பாவப்பட்டுள்ளன. கிழக்கிந்தியத்தின் இந்தச் சிற்பக் கலை வங்க, ஒரிச, அசாமிய முறைகளைச் சேர்ந்த

நான்காவது பிரிவாகும். இங்குள்ள வடிவங்கள் உருண்டை முகமும் சிறு கண்களும் சின்ன முகவாயும் உடையன.

இங்கு பழைய சிற்பங்கள் சிலவும் காணப்படுகின்றன. மேற்குக் கோபுர வாயிலில் குழந்தைகளுக்கு பாலூட்டும் தாய், ஆண்டையொருவன் செய்யும் பூசை, ஒருத்தி தூக்கில் நீர் மொண்டு ஒரு விலங்கிற்கு வார்ப்பது, சங்கு ஊதுபவனின் கன்னமிரண்டும் வீங்குதல் என்று அழகிய உருவங்கள், மிகச் சிறந்த கலை வடிவங்களாய் உள்ளன. நாட்டியமாடும் கணேசனும் சாமுண்டியும் இங்குளர். பிள்ளையார் இங்கு நான்கு கைகளுடன் நடனமாடுகின்றார்.

இங்கு நடக்கும் முக்கிய விழாக்கள் : நவராத்திரியின் போது துர்க்கை பூசை; அம்பூலாசி என்ற அம்பிகையின் திருப்பூப்பு விழா; அன்னை ஆஷாட மாதத்தில் மாத விலக்காகின்றாள்; அப்போது கோயில் கதவுகளை அடைத்து நான்காவது நாளில் பெருஞ் சிறப்பான விழா நடக்கும்.

சௌந்தரிய லகரி

அன்னையின் நீராட்டிற்குப் பிறகு எல்லா வேலைகளும் தொடங்கும். அப்போது செம்மலர், செந்தூரம், செந்துணி முதலியன பிரசாதமாய் வழங்கப்படும். ஆதி சங்கரர் இதைத்தான் சௌந்தர்ய லகரியில் விவரிக்கின்றாரோ என்று ஓர் அடியார் வியக்கின்றார்:

தனுச்சாய மிஸ்தே துருணத்ரணி ஶ்ரீஸரணிபிர்
திவம் ஸர்வாமுர்வீ மருணி மணிமக்னாம் வெமிதிய
ஸஹோர்வசிய : கதி கதின சீர்வாண கணிகா

(உதய சூரியனைப் போன்ற உன் மேனி ஒளியின் கதிர்களால் தேவ, பூலோகங்களை எவனொருவன் இளஞ் சிவப்பு நிறத்தில் தோய்ந்ததாய்த் தியானிக்கின்றானோ அவனுக்கு ஊர்வசி உட்பட யார்தான் வசப்படமாட்டார்.)

திராவிட ஆசார முறை

''தென்னிந்திய ஆசார முறையைச் சேர்ந்த இத்தேவிக்குப் பிடித்த நிறம் சிவப்பு. சிவப்பின் உள்பொருள் அன்பு. இந்த அன்புத்தாய் வாழும் நீலாசல மலைகளின் ஊடே காணும் பிரம்மபுத்திரனின் கம்பீரமும் அங்கு காணும் சூரிய உதயமும் மறைவும் நம் கண்ணை விட்டு நீங்காக் காட்சிகளாகும்'' என்று அவற்றைக் கண்டுவந்த ஒரு பக்தை பூரிக்கின்றார்.

பிரம்மபுத்திரன் ஆறு

(ஆறுகள் நம் நாட்டில் பெண்களின் பெயரைக் கொண்டவை. ஆனால் பிரம்மபுத்திர ஆண்பாற் பெயராகும். அதைப் போன்று சோன் ஆறும் ஆண்பாற் பெயராகும். பிரம்மபுரத்திர ஆற்றின் மற்றொரு பெயர் லௌஹித்திய. பிரம்மபுத்திரன் தன் அமுத நீரால் அசாமை வளப்படுத்துகின்றது. பிரமன் இங்கு கோள்களையும் கிரகங்களையும் படைத்ததால் இந்நாட்டிற்குப் பிராக ஜோதிசம் என்ற பெயர் வந்தது. இதற்கு ஆதரவாய் இங்கு நவக்கிரகக் கோயில் ஒன்றும் உள்ளது.)

அசாம் தொன்மத்தில் பெற்றிருந்த இடம் பற்றிய செய்திகள் இதுவரை சொல்லப்பட்டு வந்தன.

இன்று அசாம் என்று பொதுவாய் அறியப்பட்டுள்ள தென்கிழக்கு மலைப்பகுதியில் அசாம், மிசோரம், திரிபுரம், மணிப்புரி, மேகலந்து, நாகலந்து, அருணாசலம் என்று ஏழு மாநிலங்கள் உள்ளன. இவையனைத்தும் மொத்தமாய் அசாம் என்று முன்னர் அழைக்கப்பெற்றன. மொத்தம் 3,92,985 சதுர மைல் பரப்பிலுள்ள இவற்றின் வரலாற்றைக் கூறுகையில் சேர்த்துத்தான் கூறியாக வேண்டும். அதனால்தான் தொன்மத்தில் இடம் பெற்றுள்ள மேற்கு அசாமின் ஒரு பகுதியான காமரூபம் பற்றிய செய்திகள் தென்கிழக்கு மலைப் பகுதிக்கே பொதுவானது என்பது போல் சொல்லப்பட்டது. பத்தொன்பதாம் நூற்றாண்டின் இந்தக் காலகட்டத்தில் அவை ஒன்றென்றே கொள்ளப்பட்டன.

காமரூப அரச குடியினர்

அசாமைக் காமரூப அரசகுடி சுமார் கி.பி.355 முதல் 1228 வரை ஆண்டு வந்தது. அகோமர் இக்குடியினை வென்றபின் அவர்களின் ஆட்சி அசாமில் தொடங்குகின்றது. அகோமர் ஆட்சியில் இன்றைய அசாமின் பெரும் பரப்பு அடங்கியிருந்தது. அது கிழக்கில் பர்மிய எல்லைகளிலிருந்து மேற்கில் மனா (*Manah*) ஆறு வரை நீண்டிருந்தது. எனினும் முகலாயரிடமிருந்து 1617 ஆம் ஆண்டு நாட்டின் மேற்குப் பகுதியில் பெரும்பரப்பு மீட்கப்பட்டதால், அகோமர் நாட்டின் எல்லைப்புறம் விரிந்தது. கோல்பாரா மாவட்டத்திலுள்ள ஹதிர அல்லது கண்டகார் சோக்கி (*Hadhira or Kandahar Chockey*) என்ற இடத்தில் எல்லைப்புறக் காவல் நிலை அமைந்து, பதின்மூன்றாம் நூற்றாண்டின் தொடக்கம் தொட்டு, பத்தொன்பதாம் நூற்றாண்டு பிறந்தது வரையிலும் (1228-1826) அகோமர் இந்நாட்டை ஆண்டனர்.

அகோமர் மிகப் பெரிய தாய் (*Thai*) வழியினர் என்று பொதுவாய்க் கருதப்படுகின்றனர். (இ.ச.க.தொகுதி-9:1782 - கட்டுரை) அந்த வழியினர் வட கிழக்குச் சீனத்தின் யுன்னான் மாநிலம் (*Yunnan* : சீனத்தின் தென்மேற்கு மாநிலம்), மேற்கில் அசாம் வரையிலும் தம் செயல்பாடுகளை விரித்திருந்தனர். இவர்கள் மாபெரும் ஷான் இனத்தாரில் (மியன்மார், தாய்லந்து, தென்மேற்குச் சீனம் ஆகிய இடங்களில் வாழும் மங்கோலாய்டு மக்களுக்கு (*Shan*) என்று பெயர்.) சயாமியர், லாவோசுக்காரர், ஷான்கள், சீன ஷான்கள், கம்பதியர் (*Kamptis*) அகோமர் என்று பல்வேறு பிரிவினர் இதில் உள்ளனர். அவர்களனைவரும் மாபெரும் தாய் ங் டாய் சி என்ற குடி வழியிலிருந்து தோன்றினர்.

இக்குடும்பத்தின் ஒரு கிளையினர் பதின்மூன்றாம் நூற்றாண்டுத் தொடக்கத்தில் பட்கை (*Patkai*) மலைகளைத் தாண்டி இந்தியத்தினுள் நுழைந்து அசாமின் அகோம அரச குடியை 1228 ஆம் ஆண்டு நிறுவினர். அதே நேரத்தில் இன்னொரு கிளையினர் பர்மாவில் குடியேறி அங்கு அரச குடிகளை (மயின்சமிங்கு, பின்யா அரசகுடிகள் 1289 - 1364) அமைத்தனர்.

அகோமர்

அகோமர் மிகப் பெரிய வெற்றி வீரர்களாய் இருந்ததுடன், ஆட்சியியலில் அதைவிட மேலானவர்களாயிருந்தனர். அவர்களின் தெளிந்த தொலைநோக்கு, அரசியல் மதியூகம், மக்களின் நல்வாழ்வு நாட்டம் ஆகியன ஒரு புறமும் மறுபுறம் தம் அரசின் கொள்கையை மேலேற்றுவதைக் குறிக்கோளாய்க் கொண்ட பேரரசக் கட்டமைப்பையும் காண முடிகின்றது.

இவ்வரச குடியின் வரலாற்றை அறிந்து கொள்வதற்குக் கல்வெட்டுகளும் பொறிப்புகளும் உதவுகின்றன. அசாமின் வரலாற்றைக் கட்டியெழுப்புவதற்கு அவை மிகவும் பயனுள்ள சான்றுகளாய் விளங்குகின்றன. புறச் சான்றுகளான பொறிப்புகள், அகச் சான்றுகளான இலக்கியங்கள் இரண்டனுள் முன்னவையே ஏற்புடையனவாயும் நம்பத்தக்கனவாயும் உள்ளன. பொறிப்புகளை நுணுகி ஆய்ந்து தொடர்புடைய தகுந்த செய்திகளைக் கண்டறிவது கட்டாயமான முதல் பணியாகின்றது. அவை பொதுவாய்ச் செப்பேடுகளில் உள்ளன. இவையிரண்டிலும் பொதுவாய் அகோம அரசர்களின் முத்திரைகள் காணப்படுகின்றன.

செப்பேடுகள், பூரஞ்சி

இவை இலக்கியச் சிறப்புடையனவாய் விளங்கியதொடு, நிலக்கொடை பற்றியும் கூறுகின்றன. இன்று கிடைக்கின்ற பொறிப்புகள் அனைத்தும் கடாதர சிங்கனின் ஆட்சியிலிருந்து *(1681-1696)* முதலாம் சந்திரகாந்த சிங்கனின் ஆட்சி வரையிலுள்ள காலத்தவையாயிருந்தபோதிலும், கடாதர சிங்கனின் காலத்திற்கு முன் அளிக்கப்பட்ட நிலக்கொடையைக் குறிக்கும் இரண்டு, மூன்று செப்பேடுகளும் இருக்கின்றன. திகிங்கு ராஜா *(1497-1539)*, பிரதாப சிங்கன் *(1603-1641)* ஆகிய அசர்களின் காலத்தில் அசாமி எங்ஙனம் அரசவை மொழியானது என்பதைக் காட்டும் ஒரு செப்பேடும் உண்டு.

அசாமில் பூரஞ்சி *(Buranji)* எனப்படும் ஒருவகையான வரலாற்று இலக்கியம் உள்ளது. இந்திய வரலாற்று இலக்கியங்களில் பூரஞ்சிதான் அசாமின் வரலாற்றுச் செய்திகளும் இலக்கிய நயங்களும் செறிந்த ஆவணம் எனலாம்.

அசாமி மொழி

1826

அசாமி மொழி இந்திய ஐரோப்பிய மொழிக் குடும்பத்தைச் சேர்ந்த இண்டிக்குக் கிளையில் *(Indic)* அடங்கியதாகும். இக்கிளையில் சம்ஸ்கிருதம் உள்பட ஏனைய வட இந்திய மொழிகள் அடங்கியுள்ளன. அசாமி வங்க மொழியுடன் நெருங்கிய உறவுடையது.

இந்தியப் பகுதிகளிலிருந்து தனித்து ஒதுங்கிய, மனிதர் ஊடுருவமுடியாத அசாமினுள் ஆரியர் செல்வாக்குப் பல நூற்றாண்டுகளுக்குள் புகுந்துவிட்டது. உவான் சவாங்கு கி.பி. ஏழாம் நூற்றாண்டில் காமரூபத்திற்குச் சென்றிருந்தபோது அசாமி மொழி நடு இந்திய மொழிகளிலிருந்து சற்று வேறுபட்டிருந்ததை அறிந்தார்.

அசம அசாம் ஆதல்

அசாமி மொழி தோன்றியதற்கு முன்னர் குடும்ப உறவின்முறை, பால் வேறுபாடு ஆகியன பற்றிய சொற்களையும் விலங்குப் பெயர்கள் சில இடப்பெயர்கள் ஆகியவற்றையும் ஆத்திரிகர் *(Austerics)* என்ற தொல்காலத்து மக்கள் அளித்துச் சென்றிருந்தனர். பிரம்ம புத்திரப் பள்ளத்தாக்கிற்கு 1238 இல் படை கொண்டு வந்த அகோம இனத்தார் தம்முடன் திபெத்திய சீனச் செல்வாக்குகளைக் கொண்டு வந்தனர். அவை ஆறுகள், ஏரிகள், குன்றுகள், ஆகியவற்றைச் சுட்டும் பெயர்களைத் தோற்றுவித்தன. அகோமரின் பெயரால் இந்நாடு அசம என்று அழைக்கப்பட்டது. அசம அசாம் ஆனது. அசம என்றால் இணையற்றது என்று பொருள்.

சம்ஸ்கிருதம் இங்கு சுமார் கி.பி. பத்தாம் நூற்றாண்டில் வந்தது என்று அறிஞர் துணிகின்றனர். வடமொழியிலிருந்து ஏராளமான இலக்கணச் சொற்கள் கடன் வாங்கப்பட்டன. இடைநிலைச் சம்ஸ்கிருதம், வங்கத்திற்கும் அசாமிற்கும் நடுவிலுள்ள எல்லைப் பகுதிகளில் இன்று வழங்கும் பிராச்சயமாகதி, பிராகிருதம் ஆகிய இம்மொழிகளின் சேர்க்கையால் அசாமி உருவானது. எனினும் சம்ஸ்கிருதத்தின் வலிந்து ஒலிக்கும் *(harsh)* உயிர் மெய்யெழுத்துக் கூட்டங்களில் உயிரெழுத்து ஓசைகளைக் கலந்து அசாமி திருத்தியமைக்கப்பட்டது. முகலாயர் ஆட்சிக் காலத்தில் பாரசிக நூற்கள் இம்மொழியில் கலந்தன. பிரிட்டீசு ஆட்சியில் ஆங்கிலம் பல துறைகளில் புகுந்தது.

அசாமி மொழி இலக்கியம் நீண்டதெனினும் குறிப்பிடத்தக்கதன்று. காமரூபத்தில் பண்டைக் காலத்தில் மாந்திரிகமும், தாந்திரிகமும் இருந்தன என்பதை முன்னர் கண்டோம். பழைய அசாமி மொழியில் பல்வேறு மந்திர, தந்திரச் சொற்கள் இன்றும் நிலைத்துள்ளன. இவையன்றிக் குறிப்பிட்டுக் கூறவியலாத பௌத்தப் பாடல்கள், மூதுரைகள் முதலியன சிலவும் தர்க்க என்ற தத்துவ ஞானியின் நினைவில் மட்டுமே நிலைத்திருந்தன. அத்தத்துவ மேதையின் பழமொழிகள் இன்றும் மறை மொழிகளைப் போன்று இந்தக் காலத்தில் போற்றப்பட்டு வருகின்றன. அவர் கூறிய மூதுரைகள் பழைய நூல்களிலிருந்து தழுவி வழங்கப்படுகின்றன. அவை எண்ணத்திலும் உணர்விலும் வலுவான பௌத்தச் சிந்தனைகளாகும்.

ஆங்கிலேயருக்கும் பர்மியருக்கும் எல்லைத் தகராறு என்ற பெயரில் *1824* பிப்ரவரி *24* அன்று தொடங்கிய போர் இரண்டாண்டுகள் நடந்து *1826* இல் முடிந்தது. இரங்கூன் *1824* மே *11* அன்று வீழ்ந்தது. இப்போரின் பலனாய்ப் பிரிட்டீசாருக்கு வடகிழக்கு எல்லைப் பகுதியிலுள்ள அசாம் மலைப் புறங்கள் கிடைக்கின்றன.

அப்பாத்துரை. கா.தென்னாட்டுப் போர்க்களங்கள், சென்னை 1957.
ஜகன்னாதன், ஸரோஜினி ஷேத்திராஞ்சலி, புது டெல்லி

Goswami, Surendra Kumar, A History of Revenue Administration in Assam, (1228-1826 A.D) Delhi, 1986.

1826

3. லங்காசயர் ஆலைகளால் இந்திய நெசவுத் தொழில் தேய்வு

சென்னையில் நெய்யப்பட்டு வந்த லாங்கிலாத்து என்ற நீளத்துணியைத் தவிர பிற இந்தியத் துணி வகைகள் அனைத்தையும் பிரிட்டீசு நெசவாலைகள் சந்தையை விட்டே புறந்தள்ளிவிட்டன என்று *1823* ஆம் ஆண்டு வாக்கிலேயே கிழக்கிந்தியக் கம்பெனி பிரிட்டீசு அரசிடம் முறையிட்டது.

கம்பெனி அடக்க விலைக்கு விற்க முன்வந்த சிறு அளவுத் துணிகள் மட்டுமே *1826* இல் விற்றன. இங்ஙனம் இந்தியத் துணிகளின் விலை குறைவது சிறிது காலத்திற்கு மட்டுமே இருக்கும் என்று நம்பப்பட்டது. ஆனால் இந்தியக் கைத்தறித் துணிகளின் விலைகள் தொடர்ந்து விழுந்து கொண்டே வந்தன.

ஆனால் இங்கிலாந்தின் நெசவாலைகளில் நெய்யப்பட்ட துணிகள் விரிந்து பரந்த இந்தியச் சந்தையை நோக்கிப் படையெடுக்கத் தொடங்கிவிட்டன. அவை வங்கத்தில் நெய்யப்பட்ட வெகு மென்மையான கலிக்கோத் துணிகளை முதலில் மறையச் செய்தன. அதன்பிறகு தாக்காவின் மஸ்லின் துணி மறைந்தது. பின்னர் சென்னையின் முரட்டு லாங்கிலாத்தைத் தவிர வேறு எந்தத் துணியும் விற்க முடியாமல் போயிற்று.

விசைத்தறிகளால் நெய்யப்பட்ட ஆலைத் துணிகள் மிகவும் நேர்த்தியாயிருந்தமையால், கிழக்கிந்தியக் கம்பெனி இந்தியத்திலிருந்து செய்து வந்த கைத்தறித் துணி ஏற்றுமதி சீரழிந்தது. சென்னை மாநிலத்தின் வடபகுதியிலிருந்த நான்கு கைத்தறித் தொழிற்சாலைகள் மூடப்பட்டன. வெளியில் நிலுவையில் இருக்கின்ற பணத்தைத் தண்டுவது வரையிலேனும் ஓராண்டுக் காலம் இத்தொழில்கள் நடக்கட்டுமென்று விசாகப்பட்டினத்திலிருந்த பேராளர் (resident) விடுத்த வேண்டுகோளை யாரும் காதில் போட்டுக் கொள்ளவில்லை.

இன்பபுரம் என்ற இஞ்சரம், அதன் அருகிலிருந்த மட்டப்பள்ளம் ஆகிய இடங்களில் நடந்து வந்த கைத்தறி நெசவுத்தொழில்கள் 1829-1830 காலத்தில் மூடப்பட்டன. (இஞ்சரம்: ஐரோப்பியர் இங்கு 1708 முதலே துணி வாணிபம் செய்து வந்தனர். இவ்வூர் துணி நெசவில் தொன்று தொட்டுச் சிறந்து விளங்கியது. இ.ச.க.தொகுதி-3: 1722 கட்டுரை)

கடலூரிலிருந்த துணி வாணிபத் தொழிற்சாலை கடல் சுங்கத் துறைக் கலெக்டருக்கு 1827 இல் தரப்பட்டு விட்டது. பாண்டிய பள்ளத்திலிருந்த பேட்டைப் பச்சைச் சாயப் பட்டறையும் அதன் கிட்டங்கியும் அதே 1827 ஆம் ஆண்டு பாரி அன் கம்பெனிக்கு விற்கப்பட்டது.

திருநெல்வேலித் தொழிற்சாலை 1831 இல் மூடப்பட்டது. வாணிப மேற்பார்வையாளர்கள் என்ற மாநில மட்டப் பதவியும் அலுவலகமும் அதே ஆண்டில் ஒழிக்கப்பட்டன. இந்தியத் துணித்தொழிலை நசுக்கி அழித்து வந்த பிரிட்டீசு நகரான லங்காசயரில் நூற்பு நெசவாலை எந்திரங்களை எதிர்த்து மக்கள் இந்த ஆண்டிலும் தொடர்ந்து வன்முறைக் கலகங்களை நடத்திக்கொண்டிருக்கின்றனர் என்பது இங்கு குறிக்கத்தக்கதாகும்.

கிழக்கிந்தியக் கம்பெனி வாணிபம் செய்யும் நிறுவனம் அல்ல என்று வரவிருக்கும் 1833 ஆம் ஆண்டு அதன் வாணிப உரிமப் பட்டயத்தில் அறிவிக்கப்படவிருந்த நிலைக்கு ஏற்றவாறு சென்னை மாநிலம் ஆயத்தம் செய்யப்பட்டது.

இந்தியத்தில் 1793 ஆம் ஆண்டு நிலக்கிழார் (சமீந்தாரி) முறை கொண்டுவரப் பட்டது. அது இந்தியமெங்கிலும் பல்வேறு துறைகளில் ஆழ்ந்த விளைவுகளை உண்டாக்கியது. நிலவுடமை உரிமைத் தீர்வும் நிலக்கிழார் முறையும் கொண்டுவரப் பட்ட சில ஆண்டுகளுக்குள்ளாகவே மக்களில் சுமார் முப்பது நாற்பது சதத்தினர் மிகவும் தாழ்ந்த நிலைக்குத் தள்ளப்பட்டு விட்டனர். நாட்டுப்புறச் செல்வமெலாம் நிலவரியாய் இந்தியத்தை விட்டுப் புறம் போனது. வேளாண்மையில் இந்நாடு பெற்றிருந்த தன்னிறைவை அழித்துமுடித்ததும் இந்தியத் தொழில்கள் உடனே ஒடுக்கப்பட்டன. இவ்விரு செயல்களாலும் மிகக்கொடியனவும் ஆழ்ந்தனவுமான தீய விளைவுகள் தோன்றின. இதுவரை முதன்மையான ஏற்றுமதிப் பொருளாய் இருந்து வந்த துணிகளை உலகின் பல நாடுகளுக்கு அனுப்பிக் கொண்டிருந்த நெசவுத் தொழில் நசுக்கப்பட்டதே இதற்குத் தலையாய காரணமாகும். (இ.ச.க.தொகுதி-10: 1793 கட்டுரை)

விளைச்சலில் பாதி வரி

பேராயர் ஹீபர் என்ற கிறித்தவ சமயத் தலைவர் இந்தியமெங்கும் சுற்றி வந்தார். கிழக்கிந்தியக் கம்பெனியின் ஆட்சியிலிருந்த பகுதிகளையும் நாட்டரசர்களின் ஆட்சிப் பகுதிகளையும் கண்டு வந்தார்.

''நாம் கேட்பதைப் போன்ற வரியை நாட்டு மன்னரில் எவரும் (மக்களிடம்) கேட்கவில்லை.'' என்று ஹீபர் கூறினார்.

''நிலக்கிழார்கள் தண்டும் வரி முழுவதையும் கரந்துவிட வேண்டும் என்று இந்தியத்தில் இன்று வாங்கப்படும் நிலவரியானது ஐரோப்பியத்திலோ ஆசியத்தலோ எந்த நாட்டிலும் வாங்கப்படவில்லை'' என்று கர்னல் பிரிக்ஸ் 1830 ஆம் ஆண்டில் கூறினார்.

இந்தியப் பொருளியல் வல்லுநரான ரொமேஷ் தத்தர் இதைப்படம் பிடித்துக் காட்டும் வகையில் 1901 ஆம் ஆண்டு தனது இந்தியப் பொருளியல் வரலாறு என்ற நூலில் இங்ஙனம் கூறுவார்;

பிரிட்டீசு அரசு தனக்கு முன் இந்நாட்டை ஆண்ட முஸ்லிம் அரசர்களைப் பின்பற்றித்தான் நிலவரியை வாங்கிற்று என்பது மெய்யே. முஸ்லிம்கள் பெருந்தொகையை நிலவரியாய்ப் பெற்றனர். எனினும் இதில் ஒரேயொரு வேறுபாடுள்ளது. அதாவது முஸ்லிம் அரசர்கள் தாம் விதிக்கின்ற வரி முழுவதையும் எக்காலத்திலும் தண்டியேதேயில்லை. இதில் ஆங்கிலேயரோ மிகுந்த கண்டிப்புடன் மக்களைக் கசக்கிப் பிழிந்து கேட்ட வரி முழுவதையும் தண்டி விட்டனர்.

வங்கத்தைக் கடைசியாய் ஆண்ட நவாபு மீர் காசிம் 1764 ஆம் ஆண்டில் நில வரியாய் 8,17,553 பவுனை வரியாய்த் தண்டினார் (பதினெட்டாம் நூற்றாண்டில் ஒரு பவுனின் மதிப்புச் சுமார் பத்து ரூபாய்) ஆனால் ஆங்கிலேயரோ அதே வங்க மாநிலத்தில் 26,80,000 பவுனைத் தண்டினர்.

ஔது நவாபு 1803 ஆம் ஆண்டில் அலகாபாதையும் வடமாநிலத்தில் வெகு செழிப்பான மாவட்டங்களையும் கம்பெனிக்கு விட்டுக்கொடுத்தார். நவாபு இம்மாவட்டங்களில் பெற்று வந்த வரி வருவாய் 13,52,347 பவுன்தான். ஆனால் பிரிட்டீசாரோ அம்மாவட்டங்களைப் பெற்றுக் கொண்ட மூன்றாண்டுக் காலத்திற்குள் 16,82,306 பவுனை வரியாய் வாங்கிவிட்டனர்.

கிழக்கிந்தியக் கம்பெனி சென்னை மாநிலத்தில் விதித்த நிலவரி மொத்த விளைச்சலில் சரி பாதியாயிருந்தது.

1826

வரலாற்றுப் புள்ளிகள்

1. அரசியல்

பெரு விடுதலை பெற்றது

உலகின் தொன்மையான நாகரிகங்களின் வரிசையில் இடம்பெறுகின்ற இங்கர் என்ற அமெரிக்க முது குடியினரின் வரலாறும் அவர்கள் வாழ்ந்த பெரு நாடு பற்றிய செய்திகளும் முன்னர் சொல்லப்பட்டன. *(இ.ச.க.தொகுதி-9:1781 கட்டுரை)*

தென்னமெரிக்கத்தின் மேற்கில் பசிபிக்குக் கரை மீது அமைந்துள்ள பெரு என்ற நிலப்பரப்பிற்கு ஏறத்தாழ 30,000 ஆண்டுகளுக்கு முன்னர் நாடோடி மக்கள் கூட்டம் முதன்முதலாய் வந்தது. இவர்களுக்குப் பிறகு வந்த இங்கர் என்ற மக்கள் குஸ்கோவைக் (*Cuzco*) கோநகராய்க் கொண்டு சுமார் கி.பி. 1200 வாக்கில் ஒரு பேரரசை நிறுவினர். இப்பேரரசு உச்சம் கண்டு பொலிந்த காலத்தில் அங்கு பன்னிரண்டு மில்லியன் மக்கள் வாழ்ந்தனர். (இங்கர் பற்றிப் பன்னிரண்டாம் தொகுதியிலும் கூறப்பட்டுள்ளது.)

பொன் பித்துப் பிடித்த ஸ்பானியர் பதினாறாம் நூற்றாண்டில் பெருவில் இறங்கினர். அவர்கள் வெகு விரைவில் இங்கர் பேரரசை அழித்துவிட்டனர். அமெரிக்கத்தில் நிலைபெற்றிருந்த ஸ்பானிய அரசின் மையமாய்ப் பெரு விளங்கிற்று. அதற்கு அந்நாட்டின் கனிவளமே காரணமாகும்.

பெரு நாட்டு மக்களில் பாதிக்கு மேற்பட்டோர் இந்தியர் எனப்படும் முது குடியினர். அவர்களில் பெரும்பாலர் இங்கரின் வழி வந்தவர். அவர்கள் தம் தாய் நாட்டில் பல காலமாய் ஸ்பானியரின் அடிமைகளாய் இருந்தனர். ஐரோப்பிய ஆண்டையர்க்காக ஆண்டீசு மலைகளிலமைந்த சுரங்கங்களில் தொழும்பராய் வேலை செய்தனர். ஆண்டீசு மலைத் தொடர் (*Andes mountain*) தென்னமெரிக்க மேற்குக் கரையையொட்டி அது நெடுகிலும் சுமார் 7250 கிலோமீட்டர் நீள்வது. இதன் சராசரி உயரம் 3900 மீட்டர், அதாவது 13,000 அடி, வெகு உயரமான இம்மலைகளின் உச்சியில் வெட்டப்பட்ட சுரங்கங்களிலிருந்து மதிப்பரிய உலோகங்களான செம்பு, வெள்ளி, இரும்பு முதலியன எடுக்கப்பட்டன.

1826

ஸ்பானிய ஆட்சியிலிருந்த இந்நாட்டை ஜோஸ் தெ சேன் மார்டின், சைமன் பொலிவா ஆகிய விடுதலைப் போராளியரின் தலைமையிலிருந்த அர்ச்சாண்டின், பொலிவிய வீரர்கள் 1826 ஆம் ஆண்டு விடுதலை செய்தனர். இது ஸ்பானியக் குடியேற்றங்களில் கடைசியாய் விடுதலை பெற்ற தென்னமெரிக்க நாடாகும்.

(தென்னமெரிக்க அரசியல் விழிப்புணர்ச்சியின் பின்புலம் : இ.ச.க.தொகுதி-11, புரட்சியின் தொடக்கம் இ.ச.க.தொகுதி-11)

2. அறிவியல்

புரோமின் கண்டுபிடிப்பு

புரோமின் (*bromine*) என்பது நீர்ம நிலையிலுள்ள தனிமம். இது உவர் நீரிலிருந்து கிடைப்பது. உப்பீனிகள் (*halogens*) எனப்படும் ஐந்து தனிமங்களுள் புரோமின் ஒன்றாகும். ஏனைய நான்கு உப்பீனிகள் : அஸ்டபைன், குளோரின், ஃபுளோரின், அயோடின். இவற்றுக்குத் தொடர்புடையனவும் படிநிலை உடையனவுமான பண்புகள் உண்டு. இவற்றின் தொகுதி உப்பீனிக் குடும்பம் எனப்படும். இதன் நிறம் சிவப்பு. ஆவியாகக் கூடியது. குளோரினை ஒத்த மணம். நச்சுள்ள மாநிற ஆவியுடையது. நீரில் சீராய்க் கரையும். தொற்று நீக்கி ; சாயங்கள், புரோமைடுகள் செய்யப்பயன்படுவது.

இதன் வேதிக் குறி *Br*. அணு என் 35. அணு எடை 79 - 91: இணைதிறன் 3 - 12: ஒப்படர்த்தி (வளி) 799 kg/m^3; உருகு நிலை 7.2^0 செ. கொதிநிலை 58.78^0 செ.கெட்ட வீச்சம் என்னும் பொருளைத் தரும் (*bromos*) என்ற கிரேக்கச் சொல்லிலிருந்து புரோமின் என்ற பெயர் வந்தது. ஏ.ஜே.பலார்டு (*Antoine Jenrome Balard*, 1802-1876; பிரான்சின்

மாண்பிளியேவில் பிறந்தவர். சோர்போன் பல்கலைக்கழகத்திலும் பிரஞ்சுக் கல்லூரியிலும் பேராசிரியர். இவர் ஹைடிரோகுளோரஸ் அமிலம், குளோரின் மோனோக்சைடு ஆகியவற்றையும் கண்டுபிடித்தவர்) இவ்வாண்டு புரோமினைக் கண்டுபிடித்தார்.

3. மருத்துவம்

டிஃப்தீரிய பற்றிய பிரஞ்சு நூல்

கொள்ளை நோய் ஆராய்ச்சியாளரான பியரே பிரெட்டனு (*Prierre Bretonneau : 1778-1862*) என்ற பிரெஞ்சுக்காரர் 1826 ஆம் ஆண்டில் டிஃப்தீபியா என்ற தொற்று நோயைப் பற்றித் தனது பிரஞ்சு மொழி நூலை வெளியிட்டார். இந்நோய் பற்றிய செய்தியை (இ.ச.க.தொகுதி- 5. 1748 புள்ளிகள்) முன்னர் கூறினோம். இந்நோயை உண்டாக்கும் கோலியமான *bacillus, Corynebacterium diphtheriae* 1883 ஆம் ஆண்டுதான் தனிப்படுத்தப்பட்டது.

4. சமயம்

(அ) இரேனியசின் விவிலிய மொழிபெயர்ப்பு

இரேனியஸ் (*Renius, 1790-1898*) என்ற சமயத் தொண்டர் ஜெர்மன் நாட்டவர். இவர் 1790 நவம்பர் 5 அன்று பிரஷியத்தில் பிறந்தார். பள்ளிப்படிப்பை முடித்துவிட்டுப் பெர்லினிலிருந்த மிசன் கல்லூரியில் கற்றார். அங்கு படித்து முடித்ததும் லுத்தரன் சபையில் சேர்ந்து பட்டம் பெற்றார். அவர் சர்ச்சு மிசன் சங்கம் என்ற கிறித்தவத் தொண்டு அமைப்பின் உரிமை பெற்று இங்கிலாந்து சென்றார்.

இரேனியஸ் இங்கிலாந்தில் சமயப் பணியிலும் கல்வித்துறையிலும் தேர்ச்சி பெற்றபின் 1854 ஜூலை 4 அன்று இந்தியம் வந்தடைந்தார். அதன் பிறகு தாயகம் திரும்பாது தமிழகத்தில் பணி செய்து மறைந்தார்.

அவர் சென்னையில் ஆறு ஆண்டுகள் இருந்தபின் திருநெல்வேலியில் பதினெட்டு ஆண்டுகள் வாழ்ந்தார். அவர் அங்கு சமயத் தொண்டிலும் திருவிவிலியத் தமிழாக்கத்திலும் முனைந்திருந்தார். அவர் 1816 ஆம் ஆண்டு அன்னிவான் சோமரென என்ற பெண்மணியை மணந்தார். இரேனியஸ் கடும் உழைப்பின் காரணமாய் நோய் வாய்ப்பட்டார். மருத்துவர் அவரை ஓய்வெடுக்கக் கூறியதையும் பொருட்படுத்தாது திருவிவிலிய மொழி பெயர்ப்பில் ஈடுபட்டார். அவர் 47 வயதில் திருநெல்வேலிச் சிந்துபூந்துறையில் தாம் வாழ்ந்திருந்த வீட்டிலேயே 1838 ஜூன் 5 அன்று காலமானார். அவரது கல்லறையை இன்றும் பாளையங்கோட்டையில் காணலாம்.

இரேனியஸ் செய்திருந்த புதிய ஏற்பாட்டுத் தமிழாக்கம் வேதாகமச் சங்கத்தால் 1826 ஆம் ஆண்டு அச்சிடப்பட்டது. இது முந்திய இரு பதிப்புகளை விடச் சிறப்பாயிருந்தது. ஜான் ஃபிலிப்பு ஃபப்ரீசியஸ் (1711 - 1791: இ.ச.க.தொகுதி- 10: 1791 - புள்ளிகள்) 1773 ஆம் ஆண்டு தரங்கம்பாடியில் செய்திருந்த திருவிவிலிய மொழிபெயர்ப்பில் ஒரு பகுதியும் இரேனியஸ் சாமியார் இந்த 1826 ஆம் ஆண்டு செய்த மொழிபெயர்ப்பின் ஒரு பகுதியும் ஒப்பு நோக்குவதற்காகக் கீழே தரப்பட்டுள்ளன.

ஃபப்ரீசியஸ் 1773	இரேனியஸ் 1826
ஆனால் அதிகமாய்க் கர்த்தரை விசுவாசிக்கின்ற புருஷரும் ஸ்திரிகளுமான திரள் கூட்டங்கள் சேர்த்துக் கொள்ளப்பட்டது.	அப்படியிருந்தும் திரளான புருஷரும் ஸ்திரீகளும் கர்த்தனிடத்தில் விசுவாசமுள்ளவர்களாகிச் சேர்த்துக் கொள்ளப்பட்டனர்.
இந்நாள்களுக்கு முன்னே தைதா என்பவன்தான் ஒருவன் என்று எழும்பினான். அவனை ஏறக்குறைய நானூறு புருஷருடைய கூட்டம் ஒப்புக் கொண்டது. அவன் போக்கி விடப் பட்டான். அவனை நம்பியிருந்த அனைவரும் கலைந்தார்கள். அப்போது ஒன்றுமில்லாமலே போயிற்று.	இந்த நாட்களுக்கு முன்பே தெயுதா என்பவன் எழும்பித் தன்னைப் பெரியவன் என்று சொல்லி, ஏறக்குறைய நானூறு பேர் தன்னை அடுத்துக் கொள்ளும்படி செய்து பின்பு அழிக்கப்பட்டான். அவனை நம்பியிருந்த அனைவரும் கலைந்து வீணாய்ப் போய் விட்டார்கள்.

தமிழ் நாடெங்கும் பொருத்தமான ஒரே விவிலியம் வழங்கப்பட வேண்டும் என்று விரும்பி யாழ்ப்பாணத்திலிருந்த சில குருமார்கள் வேதாகமச் சங்கத்தின் ஒப்புதல் பெற்றுப் புதிய தமிழாக்கத்தை 1850 இல் சென்னையில் வெளிப்படுத்தினர். இது பழைய ஏற்பாட்டிற்கு மூன்றாவது திருத்தமாகும். புதிய ஏற்பாட்டிற்கு மூன்றாவது நான்காம் திருத்தமும் செய்யப்பட்டிருந்தது. இது இரேனியஸ் செய்ததைப் போன்று அத்தனை விரிவானதன்று. ஃபப்ரீசியஸ் செய்ததைப் போன்று சுருக்கமானதுமன்று.

முத்துக்குமாரசாமி, இரா. பைபிளின் பிந்திய மொழி பெயர்ப்புகள், செந்தமிழ்ச் செல்வி, செப். 1969.

1826

(ஆ) புதிய பேராயர் ஜான் தாமஸ் ஜேம்ஸ்

இந்தியத்திற்கு ஆங்கிலிக்கன் திருச்சபையின் பேராயராய் இருந்த ஹீபர் 1826 ஏப்ரல் 3 அன்று திருச்சிராப்பள்ளியில் இறந்தார். அவரையடுத்துப் புதிய பேராயராய்க் கல்கத்தாவில் பணியாற்றுவதற்கு ஜான் தாமஸ் ஜேம்ஸ் அமர்த்தப்பட்டார்.

(இ) இந்தியத்தில் வகாபி இயக்கம்

வகாபியர் எனப்படுவோர் தம் அமைப்பை வகாபி இயக்கம் என்று அழைப்பதை வெறுத்தனர். அவர்கள் தம்மைத் திருத்தூதர் முகமதின் நம்பத் தகுந்த மரபுகளைப் பின்பற்றுவோர் என்னும் பொருளில் அஹ்லி ஹடித்தி (*Ahli Hadithi*) என்று அழைத்துக் கொண்டனர். வகாபி இயக்க நிறுவனர் முகமது இபின் அப்துல் வகாபு பற்றியும் அவர் கோட்பாடுகள் குறித்தும் முன்னர் (இ.ச.க.தொகுதி- 9) கண்டோம். அப்துல் வகாபின் காலம் 1681-1787 என்றும் 1703-1792 என்றும் இருவேறு விதமாய்க் கூறுகின்றார்.

வகாபி இயக்கம் அரேபியத்தில் தோன்றியது. அந்த இயக்கத்தைச் சேர்ந்த சையிது அகமது (*Sayyid Ahmad, 1786-1831*) அரேபியத்தின் புகழ் வாய்ந்த புனிதக் குடியில் பிறந்தவர். அவர் இந்தியத்திற்கு வந்தார். அவரது குடியினர் உத்தரப் பிரதேசத்தில் குடியேறினர். சையிது அகமது வகாபி இயக்கக் கோட்பாடுகளால் பெரிதும் ஈர்க்கப்பட்டு, இஸ்லாத்தின் தனித்தூய்மை வாய்ந்த மெய்க் கருத்துகள் அப்படியே

இம்மியும் மாறாது ஒழுகப்படவேண்டும் என்று உறுதியாய் நம்பினார். அவர் அதற்கென்று ஓர் அமைப்பை உண்டாக்க வேண்டும் என்று உறுதி பூண்டார். அந்த அமைப்பை மெய்யுறுதியுடன் பின்பற்றுவோர், அதன் இலட்சியங்களை நிறைவேற்றுவதற்குப் படைக் கலன்களை ஏந்த வேண்டும் என்று முடிவு செய்தார்.

முகலாயரின் ஆளுமை குன்றி, அவர்களின் பேரரச வன்மை சீர்கெட்டுப் போன காலத்தில் வகாபி இயக்கம் தோன்றியது. அது ஆற்றல் வாய்ந்த அரசியல் துடிப்புக் கொண்டு பிரிட்டீசுச் செல்வாக்கு என்ற அலையெழுச்சியை அடக்கித் தடுக்க வேண்டும் என்பதை முதன்மையான குறிக்கோளாய்க் கொண்டு செயல்பட்டது. இவ்வியக்கம் வங்கத்தையும் பீகாரையும் தளங்களாய் வைத்து இயங்கிய போதிலும், தன்னாட்சி நிலவிய வடமேற்கு எல்லைப்புறத்தில் குடியேறி அங்கிருந்தபடி பிரிட்டீசாருக்கு எதிரான போரை நடத்தலாம் என்று சையது அகமது துணிந்தார். தலைவிதியை மாற்றியமைத்த இந்தக் குடிப்பெயர்ச்சி (இதற்கு ஹிஜரத்து - *Hijrat* -என்று பெயரிட்டனர்.) 1826 இல் தொடங்கியது. அது சமயப் பற்றார்வத்தையும் அரசியல் உணர்ச்சியையும் தூண்டிவிட்டது.

மகாராசா இரஞ்சித்து சிங்கு (1780-1839) தலைமையில் சீக்கியர் தம் பேரரசைப் பாஞ்சாலத்திலிருந்து வடக்கு நோக்கி ஆப்கானித்தானம் வரை விரித்துக் கொண்டிருந்த இந்நேரத்தில் சையிதைப் பின்பற்றியோர் மீது சீக்கியருக்கு நம்பிக்கை உண்டாகவில்லை; அதனால் இருதரப்பினரும் சில வேளைகளில் சண்டையிட்டனர். எனவே வகாபியர் என்றால் சீக்கிய எதிர்ப்பாளர் என்ற எண்ணம் உண்டாகிறது. பிரிட்டீசார் தம் தனி நலன்களுக்காக இந்த எண்ணத்தை மிகைப்படுத்தினார்.

வகாபியருக்கும் பிரிட்டீசாருக்கும் கடுமையான பல சண்டைகள் நடந்தன. அவர்கள் கரடுமுரடான இமாலயப் பகுதிகளில் மோதினர். பிரிட்டீசுப் படை பல தோல்விகளைக் கண்டபோதிலும் பலக்கோட்டுச் சண்டையில் (*Battle of Balakote*) வகாபியரை வஞ்சம் தீர்த்துக் கொண்டனர். இந்தச் சண்டையில் வகாபியர் தலைவரான சையிது அகமது உட்படக் கிட்டதட்ட அனைவரும் செத்தனர்.

வகாபியர் இஸ்லாமிய சமயத் தூய்மையைத் தலையாய குறிக்கோளாய்க் கொண்டிருந்தனர். எனினும் பிரிட்டீசு வல்லாண்மையை ஒழிப்பதுதான் தம் முதன்மையான இலட்சியமாய் அவர்களுக்கு இருந்தது. அவர்கள் எல்லைப்புற மாநிலத்தில் பிரிட்டீசாரை வெளிப்படையாய் எதிர்த்துச் சண்டை செய்ததுடன் பிரிட்டீசுப் படைகளுக்குள் ஊடுருவியும் அங்கு பேதங்களைத் தூவி விதைக்க முனைந்தனர். பிரிட்டீசார் காலப்போக்கில் இதை அறிந்து கொண்டு வகாபியரின் செல்வாக்கை வேறொடு கில்லி எறிவதென்று உறுதி கொண்டனர்.

பிரிட்டீசாரின் மேலாண்மை வலுவாய் ஓங்கி வந்த இந்தக் காலத்தில், 1857 ஆம் ஆண்டு நடந்த படைவீரர் புரட்சியையும் தம் படைகளுக்குள் புகுந்து அவற்றைச் சூழ்ச்சியால் அழித்து வந்த வகாபியரின் செல்வாக்கையும் எதிர்ப்பட்டுச் சமாளிக்க வேண்டிய கட்டாயம் பிரிட்டீசாருக்கு ஏற்பட்டது. படைவீரர் கிளர்ச்சியாய் உருவெடுத்த பெரும் புரட்சியில் வகாபியரின் பங்கு மிகப்பெரிதாகும். ஆயினும் அப்புரட்சி தோற்றுப் போனது. ஆனால் பிரிட்டீசாரின் இயங்கு ஆற்றலை அப்புரட்சி மழுங்கச் செய்துவிட்டது.

வகாபியர் 1857 ஆம் ஆண்டு நடந்த கிளர்ச்சியின் போது எங்கெங்கு முனைந்து இயங்கினரோ, அந்நிலைகளையெல்லாம் அரசுப் படைகள் தாக்கின. வகாபியரின்

வல்லமையை முறித்து அவர்களைத் தாள் பணியச் செய்வதற்காக 1868 வரையிலும் பிரிட்டீசார் பெரும் படை கொண்டு அவர்களை நசுக்கி வந்தனர். படைவீரர் கிளர்ச்சி 1857 ஆம் ஆண்டு நடந்த வேளையில், பிரிட்டீசார் மீது இந்தியரின் எதிர்ப்பை முடுக்கிவிட்டதில் வகாபி இயக்கம் ஆற்றிய பங்கிற்குப் பிரிட்டீசு, இந்திய வரலாற்றாசிரியர்கள் சரியான முக்கியத்துவம் தரவில்லை. இவ்வாறு (*The Wahabi Movement in Indhia, Delhi, 1966*) என்ற நூலின் ஆசிரியரான டாக்டர் குவாஜாமுதீன் அகமது குறிப்பிட்டுள்ளார்.

வகாபி இயக்கத்தவரின் ஆட்சி எதிர்ப்புத் தன்மையைப் பிரிட்டீசார் 1840 வாக்கிலேயே உணர்ந்து விட்டனர். அவர்கள் வகாபியர் உத்தரப் பிரதேசத்திலிருந்து குடியேறிய வடமேற்கு எல்லைப்புறத்தைப் படைகொண்டு தாக்கியதுடன், காவல்துறையின் வழியாய் அவர்களைப் பற்றிய பல ஆய்வுகளையும் நடத்தினர். அதன் பேரில் வகாபியர் மீது நீதிமன்றங்களில் வழக்குகளும் தொடரப்பட்டன.

வகாபியம் போன்ற இஸ்லாமியக் கடுந்தூய்மை இயக்கம் இதன்பிறகு இந்தியத்தில் ஆங்காங்கே அவ்வக் காலங்களில் எழுந்து வருகின்றன என்பதைத் தற்கால வரலாறு காட்டுகின்றது.

1826

5. பொது

(அ) பல்லக்குப் பயணம்

சென்னை நகரில் பதினெட்டாம் நூற்றாண்டில் மக்கள் ஏறிய பல்லக்குப் பற்றிய செய்திகளை முன்னர் கண்டோம். (இ.ச.க.தொகுதி- 10: 1792 - புள்ளிகள்). பல்லக்குப் பத்தொன்பதாம் நூற்றாண்டின் இந்தக் காலத்திலும் ஊர்தியாகவே விளங்கிற்று. பல்லங்கா என்ற பிராகிருத மொழிச் சொல்லிலிருந்து பல்லக்குப் பிறந்தது. பல்லக்கில் ஏறி நெடுந்தொலைவு செல்லும் வழக்கத்தை ஐரோப்பியரும் வைத்திருந்தனர்.

அதற்கென்று தனி ஏற்பாடுகளைச் செய்திருந்தனர். பல்லக்கில் பயணம் செய்ய விரும்புவோர் தமது பல்லக்கைக் கொண்டுவர வேண்டும். அஞ்சலகத் தலைவர் அல்லது மாவட்ட ஆட்சித்தலைவரின் வழியே வேண்டிய முன்னேற்பாடுகளைச் செய்து கொள்ள வேண்டும். அத்தலைவர்கள் அந்தந்த இடங்களில் பல்லக்குத் தூக்கிகளை மாற்றுவதற்கு வேண்டிய ஏற்பாடுகளைச் செய்து தருவர்.

பல்லக்கில் நீண்ட பயணம் செய்ய விரும்புபவர், பயணம் தொடங்குவதற்குப் பல நாள்களுக்கு முன்னரே, தான் செல்லவிருக்கும் வழிகள் குறித்தும் தனக்கு எந்தெந்த இடத்தில் பல்லக்குத் தூக்கிகளை மாற்ற வேண்டும் என்பது பற்றியும் தெரிவித்து விடவேண்டும். பல்லக்குத் தூக்க எட்டுப் பேர் வேண்டும் நால்வர் பல்லக்கைத் தூக்கிச் செல்வர். ஏனைய நால்வரும் அவர்களினருகே ஓடி வருவர். அவர்கள் மணிக்குச் சுமார் மூன்று அல்லது நான்கு மைல்கள் - அதாவது சுமார் ஏழு கிலோமீட்டர் செல்வர். ஒரு கட்டத்திற்கும் மறு கட்டத்திற்குமிடையே 10 முதல் 14 மைல் வரை, - 16 முதல் 23 கிலோமீட்டர் இடைவெளி இருக்கும். ஒரு கட்டத்திலிருந்து அடுத்த கட்டத்தை அடைந்ததும், அங்கு புதிய பல்லக்குத் தூக்கியர் காத்திருப்பர்.

பல்லக்கினுள் மிகவும் வசதி குறைவாயிருந்தது. அது நீண்ட பெட்டி போலிருக்கும். அதில் முரட்டுத் துணியாலான தடுப்புகளும் நகரும் மரக்கதவுகளும் இருக்கும். அதன் முன்புறம் இரண்டு சன்னல்கள் உண்டு. அவற்றுக்குக் கீழே ஓர் அரங்கும் நீண்ட இழுவை அரங்கும் இருக்கும்.

பல்லக்கினுள் பாய் விரித்துத் திண்டு தலையணைகள் போடப்பட்டிருந்தது. சில பல்லக்குகளில் கழற்றிப் பூட்டிக்கொள்ளத்தக்க சாய்மானப் பலகைகளும் உண்டு. பயணி அமர்ந்து காலை நீட்டிச் சாய்ந்து கொள்வதற்கு இது வசதியாயிருக்கும். பல்லக்கினுள் ஓர் ஆள் இருப்பதற்கே இடம் போதாது. சில முடிச்சுகளையும் தின்பண்டங்களையும் மட்டுமே பல்லக்கினுள் கொண்டு செல்லமுடியும். பல்லக்கில் செல்வோர் சுமையில்லாத மூட்டை மூடிச்சுகளை மட்டுமே கொண்டு செல்லலாம். மூட்டை முடிச்சுகளைச் சுமந்து செல்வதற்கென்று தனியாய் இரண்டு ஆள்கள் அமர்த்தப்படுவர். அவர்கள் நீண்ட கழியை வைத்து மூட்டை முடிச்சுகளைக் காவடி போல் தூக்கிச் செல்வர்.

பல்லக்கைத் தமிழில் சிவிகை என்போம். பல்லக்கு என்பது மருவி ஆங்கிலத்தில் *(palankeen)* என்று வருகின்றது.

(ஆ) தஞ்சை அரசின் சாராய வருவாய் 34,200 ரூபாய்

அடுகள் என்று சங்ககாலத்தில் வழங்கப்பட்ட மது தற்காலைச் சாராயம் என்பாருளர். சாரம் என்ற சம்ஸ்கிருதச் சொல்லினடியாய்ச் சாராயம் பிறந்தது. சாராயம் பற்றி முன்னர் (இ.ச.க.தொகுதி- 2: 1720-கட்டுரை) விரித்துக் கூறப்பட்டது. சாராயத்திற்கு விதிக்கப்பட்ட வரிக்கு ஆப்காரி என்று பெயர்.

தஞ்சைத் தரணியில் 1826-1827 ஆண்டுக் காலத்தில் கம்பெனி அரசிற்குச் சாராய வரியிலிருந்து 34,206 ரூபாய் வருவாய் கிடைத்தது.

(இ) பிரிட்டனில் பரிசுச் சீட்டு ஒழிப்பு

பிரிட்டனில் அரசு பரிசுச் சீட்டுகளை நடத்தி வந்தது. அது 1826 பிப்ரவரி 18 ஆம் நாள் முதல் நிறுத்தப்பட்டது.

கிழக்கிந்தியக் கம்பெனி சென்னையில் 1771 ஆம் ஆண்டு பரிசுச் சீட்டுகளை நடத்தியது என்பது நினைவிற்கு வருகின்றது. (இ.ச.க.தொகுதி-8: 1771 - கட்டுரை).

6. வரலாறு

கம்பெனி காலத்து இந்திய வரலாற்று நூல்கள்

ஆங்கிலேயர் பதினெட்டாம் நூற்றாண்டிலிருந்து இந்திய வரலாற்றை எழுதி வருகின்றனர். இராபட்டு ஓர்மி (1728-1801: இ.ச.க.தொகுதி-7) எழுதி 1763 ஆம் ஆண்டில் வெளிவந்ததைப் போன்ற இந்திய வரலாற்று நூல்கள் அவ்வக் காலங்களில் வந்து கொண்டிருக்கின்றன. அவை பற்றி ஆங்காங்கே இக்களஞ்சியம் கூறி வருகின்றது.

சர்.ஜான் மால்கம் என்றவர் எழுதிய ''இந்தியத்தின் அரசியல் வரலாறு'' *(Political History of India)* 1826 ஆம் ஆண்டு வெளிவந்தது. இவர் பயனுள்ள வேறு பல நூல்களும் எழுதியுள்ளார்.

இவ்வாண்டு வெளிவந்த மற்றொன்று படிக்கவே கடினமான ''மராட்டர் வரலாறு'' *(History the Maratta)* என்ற நூலாகும். இதை கிராண் டஃப்பு எழுதியிருந்தார்.

7. பிறப்பு

மாயூரம் வேதநாயகம் பிள்ளை (1826-1899)

தமிழ் இலக்கிய வரலாற்றில் புதிய நினைவுச் சின்னமாய் விளங்கும் மாயூரம் வேதநாயகம் பிள்ளை *1826* ஆம் ஆண்டு பிறந்தார். இவர் பிரதாப முதலியார் சரித்திரம் என்ற முதல் தமிழ் நாவலை எழுதியதுடன், பல தனிப் பாடல்களையும் தேவமாதா அந்தாதி, திருவருள் மாலை அந்தாதி, பெரிய நாயகி அம்மாள் பதிகம் என்ற சிற்றிலக்கியங்களையும் இயற்றியுள்ளார்.

8. இறப்பு

(அ) தாமஸ் ஜெஃபர்சன் (1743-1826)

தாமஸ் ஜெஃபர்சன் *(Thomas Jefferson 1743-1826)* வேளாண்மையில் மேம்பட்டு உயர்ந்த ஒருவரின் மகனாய்ப் பிறந்தவர். இவர் அமெரிக்க விடுதலை அறிக்கையை வரைந்தவர்களுள் முதன்மையானவர். அமெரிக்க ஒன்றியத்தை உருவாக்கியோருள் ஒருவர். இவர் *1750* தொட்டு *1793* வரை அமெரிக்கத்தின் அயலுறவு அமைச்சராயிருந்தார். பின்னர் *1801-1809* காலத்தில் அமெரிக்க ஒன்றியத்தின் மூன்றாவது ஆட்சித் தலைவரானார். இவர் *1826* ஆம் ஆண்டு இறந்தார். *(தாமஸ் ஜெஃபர்சன் : இ.ச.க 10: 1800 புள்ளிகள்)*

1826

(ஆ) ஜான் ஆடம்ஸ் (1735-1826)

ஜான் ஆடம்ஸ் *(John Adams, 1735-1826)* அமெரிக்க விடுதலை அறிக்கையைத் தீட்டியவர்களுள் குறிப்பிடத்தக்க இன்னொருவர் ஆவார். இவர் அமெரிக்க ஒன்றியத்தின் இரண்டாவது ஆட்சித் தலைவராயும் *(1797-1801)* பிரிட்டனில் அமெரிக்கத் தூதுவராயும் *(1788-1788)* இருந்தார். அவர் *1826* ஆம் ஆண்டு காலமானார்.

1827

அரசியல்

    போபாலில் பெண்ணரசு
    பிரிட்டீசுத் தலைமையமைச்சர்கள்:
    ஜார்ஜ் கேனிங்கு பிரபு, கோடரிச்சு
    சென்னைக்குப் புது ஆளுநர்
    பம்பாய் ஆளுநர் எல்ஃபின்ஸ்டன் பதவி நீங்குதல்
    ஆன்று ஜேக்சன் அமெரிக்க ஆட்சித் தலைவராதல்

அறிவியல்

    ஓம் விதி
    கண்ணுள் பொருத்தும் கண்ணாடி

மருத்துவம்

    மார்ஃபீன் விற்பனைக்கு வருதல்

சட்டம், நீதியாட்சி

    சென்னையில் காவல் துறையின் தோற்றமும் வளர்ச்சியும்
    இந்தியர் குற்ற நடுவராக இசைவு

கலை, இலக்கியம்

    பால்சாக்கின் மானுட நகைச்சுவை நாடகம்

கல்வி

    டெல்லியில் பழமையான முஸ்லிம் கல்லூரி
    தமிழ் அரிச்சுவடி
    பம்பாயில் எல்ஃபின்ஸ்டன் கல்லூரி

மக்கள்

    தாழ்ந்த சாதியார் மாராப்புப் போட எதிர்ப்பு

பொது

    உரசும் தீக்குச்சி லூசிஃபர்

பிறப்பு

    சோதி ராவ் ஃபூலே (1827 -1890)
    ஜோசஃபு லிஸ்டர் (1827 -1912)

இறப்பு

    சியாமா சாஸ்திரிகள் (1762 - 1827)
    லடுவிகு ஃபான் பீத்தோவன் (1770 - 1827)
    சர் தாமஸ் மன்றோ (1767 - 1827)

1827

1. சென்னையில் காவல் துறையின் தோற்றமும் வளர்ச்சியும்

சென்னை நகரின் தோற்றமும் வளர்ச்சியும் இக்களஞ்சிய வரிசையில் ஆங்காங்கே பதிந்து வைக்கப்பட்டுள்ளன. இங்கு நீதியாட்சி முறைக்கு 1678 ஆம் ஆண்டு மார்ச்சு 27 அன்றே தொடக்கம் செய்யப்பட்டு விட்டது. அப்போது கம்பெனி அமைத்த நீதிமன்றங்களின் நீதியாட்சித் திறத்தை விரிக்கவும் மாநில நகரில் மட்டுமன்றி, ஜார்ஜ் கோட்டை ஆளுநரின் கீழ் அடங்கிய பிற பிரிட்டீசுப் பண்டசாலைகளில் ஏற்படும் வழக்குகளைத் தீர்க்கவும் கூடிய வகையில் ஆணை பிறப்பிக்கும் தகுதி பெற்ற ரிக்கார்டர் நீதி மன்றங்களை (*Court of Record*) அமைப்பதற்கு 1727 ஆம் ஆண்டு அரசர் அளித்த வாணிப உரிமைப் பட்டயம் வழி வகுத்தது. பின்னர் 1753 இல் மேயர் முறை மன்றமும் வேண்டுகோள் முறை மன்றமும் (*Court of Requests*) அமைந்தன.

எனினும் திறமை வாய்ந்த காவல் அமைப்பு எதுவும் இல்லாவிடில் பயன் இராது என்பது உணரப்பட்டது. ஜார்ஜ் கோட்டை 1640 ஆம் ஆண்டு அமைக்கப்பட்டபோது, ஏற்கெனவே இருந்து வந்த அமைப்பு முறை அப்படியே எடுத்துக் கொள்ளப்பட்டது. தமிழகத்தின் பிற பகுதிகளில் இருந்ததைவிட வேறுபட்ட காவல் முறை சென்னைப்பகுதியில் இருந்தது. (தமிழகத்தின் காவல் முறைகள் சங்க் காலந்தொட்டுப் பதினெட்டாம் நூற்றாண்டு வ்ரை இருந்து வந்த செய்திகள் பத்தாம் தொகுதியில் 1799 - இரண்டாம் கட்டுரையில் தரப்பட்டுள்ளது. தென் தமிழ்நாட்டில் வழிவழியாய்க் காவல் உரிமையை வைத்திருந்தவர்களிடமிருந்து பிரிட்டீசார் பதினெட்டாம் நூற்றாண்டின் கடைசிவாக்கில் பறித்துக் கொண்டதால், அது ஆழ்ந்த சமூக விளைவுகளை உண்டாக்கியது என்பது இன்றும் நிலவுகின்ற கண்கூடான சான்றாகும்.)

சென்னைப் பகுதியில் பெத்து நாயக்கர் என்போர் காவல் பொறுப்பை வழிவழியாய் வகித்து வந்தனர். இந்தியத்தின் பிற பகுதிகளில் இருந்த கொத்வால்கள், காவல்காரர் ஆகியோரின் செயல்பாடுகள் போலவே பெத்து நாயக்கனின் பணிகளும் இருந்தன. அவர் சட்டம் ஒழுங்கை நிலை நாட்டினார். திருட்டையும், கொள்ளையையும் தடுத்தார். இந்தியத்தில் நிலவிய பொது மரபிற்கு இணங்கப் பெத்து நாயக்கன் திருட்டு அல்லது கொள்ளை கொடுத்தவர்களுக்கு உண்டான இழப்பை ஈடு கட்டி வந்தார். அவர் அதற்கென்று மக்களிடமிருந்து காவல் கட்டணம் பெற்றார். அவருக்கு உதவியாய் இருபது தலையாரிகள் அடங்கிய ஒரு கூட்டம் இருந்தது. சென்னையில் இந்த ஏற்பாடு சிறிது காலம் நன்றாய் நடந்து வந்தது. அங்கு மக்கள் தொகை பெருகப் பெருக இந்தக் காவலர் படை போதுமானதாயில்லை.

பெத்துநாயக்கன் மக்களைக் கொடுமைப்படுத்தக் கூடிய வாய்ப்புகளும் அதே நேரத்தில் வேகமாய் உண்டாய்விட்டன. பெத்து நாயக்கன் தனக்கு வேலைப்பளு மிகுந்து விட்டதென்று கூறி, 1650 ஆம் ஆண்டுகளின் பிற்பகுதியில் வேலையை விட்டு விட்டார். அவர் கூறியது மெய்தான் என்பதைக் கவர்னர் ஆட்சி மன்றம் (Council) அதை ஏற்றுக் கொண்டது என்று தோன்றுகின்றது. ஆதலால் பெத்து நாயக்கன் மீண்டும் காவல் வேலையை ஏற்க வேண்டுமென்று 1659 இல் ஆட்சி மன்றம் வேண்டியது. அவரது ஊதியம் உயர்த்தப்பட்டது. அவருக்குப் பதினெட்டு நெல் வயல்களும், நெல், மீன்

எண்ணெய், பாக்கு, மிளகு இன்னும் இவை போன்ற பண்டங்களுக்குத் தீர்வை வாங்கிக் கொள்ளும் சலுகைகளும் அளிக்கப்பட்டன. அவர் இப்போது பதினைந்து காவலர்களை அமர்த்துவதற்கு இசைவு தரப்பட்டது. பெத்து நாயக்கனின் பொறுப்புகள் யாவை என்பதை ஆட்சி மன்றம் வரை செய்தது.

காவல் வேலை ஏலம்

சென்னையில் மக்கள் எண்ணிக்கை மிகுந்ததால், பெத்து நாயக்கன் தண்டுகின்ற தீர்வைத் தொகையும் அதற்கேற்ப அதிகமானது. அவருக்கு அளவிற்கு மதிகமாய்ப் பணம் கிடைக்கின்றது என்று *1686* ஆம் ஆண்டில் கம்பெனி இயக்குநர் கருதினர். ஆதலால் கூடுதலான தொகைக்கு ஏலம் கேட்பவர்களுக்குப் பெத்து நாயக்கன் வேலையைக் கொடுத்துவிடலாமென்று முடிவு செய்தனர். இந்த முடிவின் மீது தக்க நடவடிக்கை எடுக்கப்பட்டதாய்த் தெரியவில்லை. எனினும் திருட்டுப் போவதால் இழக்கும் பொருளுக்குப் பெத்து நாயக்கன் ஈடு கட்ட வேண்டுமென்று அவர் தலையில் பொறுப்பை வைப்பதென்று ஆளுநர் முடிவெடுத்தார்.

பெத்து நாயக்கனும் அவரின் தலையாரியும் திருட்டுப் பொருள்களை ஒளித்து வைத்திருந்ததும் தலையாரிகள் திருட்டுப் பொருள்களில் பாதியைப் பெற்றுக் கொண்டு திருடர்களைத் தப்ப விட்டதும் தெரிய வந்தன. தவறான இச்செயல்களை எப்படி ஒடுக்குவது என்பது ஆட்சி மன்றத்திற்குத் தெரிந்திலது.

பிறகு காவல் ஏற்பாடு பற்றிய செய்தியை *1701* ஆம் ஆண்டில் அறிகின்றோம். பெத்து நாயக்கனாயிருந்த அங்காரப்ப நாயக்கன் அவ்வாண்டு அக்டோபரில் இறந்தார். உள்ளூர்ப் பாளையக்காரரில் பலர் அரசிற்கு எழுதித் திம்ம நாயக்கு என்றவரை அப்பதவியில் அமர்த்துமாறு கோரினார். திம்மப்பன் அங்காரப்பனுக்கு உறவு. அவர் சிறிது காலமாகவே தான் பெத்து நாயக்கனாக வேண்டும் என்று முயன்று வந்தார். அரசு அவரை ஏற்கவில்லை. ஏனெனில் திம்மப்பனைவிட அங்காரப்பன் பரம்பரையாய்ப் பெத்து நாயக்கன் பதவியை வகித்த குடும்பத்தைச் சேர்ந்தவர். மேலும் திம்மப்பன் ஒரு கொலை செய்திருந்தார்.

கம்பெனி ஆட்சி மன்றம் பாளையக்காரர்கள் மனத்தைப் புண்படுத்துவதற்கு விரும்பவில்லை. மேலும் திம்மப்பன் ஆர்க்காட்டு நவாபிடம் முறையிடலாம். ஆதலால் ஆளுநர் இவற்றையெல்லாம் எதிர்பார்த்துச் செத்துப்போன நாயக்கனின் கைக் குழந்தையை அப்பதவியில் அமர்த்தி அதன் சிற்றப்பனைக் காவல் பணி செய்யுமாறு அமர்த்தி விட்டார். அதே வேளையில் பெத்து நாயக்கனின் கடமைகள் அதிகமாயின. அதனால் பெத்து நாயக்கனுக்கு இப்போது *100* காவலர்கள் (*peons*) அளிக்கப்பட்டனர். ''மேன்மை தங்கிய'' கம்பெனியின் கீழ் வேலை செய்வதை ஏற்று இசைந்ததை ஒப்பும் வகையில், ஆண்டு தோறும் பன்னிரண்டு மான்களையும், பன்னிரண்டு காட்டுப் பன்றிகளையும் பெத்து நாயக்கன் கம்பெனி ஆளுநருக்குத் தர வேண்டும்.

காவல் வாரியம்

பெத்து நாயக்கன் பொதுவில் சட்டம், ஒழுங்கை நிலை நாட்டுவதுடன், இடங்கை வலங்கைச் சாதியாருக்கிடையில் ஏற்படும் தாவாக்களையும் தீர்த்து வைக்க வேண்டும். 'தீண்டாதவர்களை' ஒழுங்குபடுத்தி வைத்திருக்க வேண்டும். கம்பெனியின் உடைமைகளைக் காத்து வருதல், குழந்தைகளை அடிமைகளாய்க் கப்பலேற்றி

அனுப்புவதைத் தடுத்தல், அங்காடிகளை மேற்பார்வையிடுதல், பெரிய மனிதர் காவலுக்காக உடன் செல்தல் போன்ற பணிகளையும் செய்ய வேண்டும். இந்த ஏற்பாடு காலத்திற்கு ஒவ்வாதது என்பது தெளிவானது. கம்பெனி ஆட்சி மன்றம் 1770 வாக்கில் இந்தக் காவல் முறையை எங்ஙனம் ஆக்கமுடையதாக்குவது என்பது பற்றிச் சிந்தித்து அதற்கேற்பப் புதிய ஏற்பாடுகளைக் கொண்டு வந்தது. அதன்படி 1770 இல் காவல் வாரியம் (*Board of Police*) என்ற ஓர் அமைப்பை உண்டாக்கிற்று. அதில் ஆட்சி மன்றத்தின் தலைவர், மன்ற உறுப்பினர் முதலானோர் இடம் பெற்றனர். காவல் துறைப் பணிக்கென்றே அவ்வாரியம் மாதம் இரு முறை கூடியது. காவல் பணிக்குள் பொருந்தியவை என்று இன்று கருதக்கூடிய பலவற்றை ஆட்சி மன்றமும் காவல் வாரியமும் ஆராய்ந்தன. அதாவது, இரண்டு இந்தியர்களின் இடையே ஏற்படும் தாவாக்கள் (இரு தரப்பினரும் இசையாவிடில் மேயர் முறை மன்றத்திற்குச் செல்லாத தாவாக்கள்), தெருவோர மேடைகளை அமைத்தல், தெரு நாய்களைக் கொல்லுதல், பண்டங்களின் விலையை நிர்ணயித்தல், வேலைக்காரரைப் பணியில் அமர்த்துதல் போன்றவை அனைத்தும் காவல் வாரியத்தின் வரம்பினுள் வந்தன. ஆனால் அது சாதித்தது சிறிதளவுதான்; எனினும் அதற்கடுத்த ஆண்டில் கம்பெனி அதைக் கை விட்டது வருந்தத்தக்கதாகும். கம்பெனிக்கு அளிக்கப்பட்ட வாணிப உரிமைப் பட்டயம் எதனுள்ளும் இந்த வாரியம் அடங்கவில்லை என்பது இதற்குப் பெரிதும் காரணமாகும்.

இதற்குச் சில ஆண்டுகளுக்குப் பிறகு காவல்துறை மேற்பார்வையாளர் ஒருவரும், ஒரு கொத்தவாலும் வேலைக்கு வைக்கப்பட்டனர். அவர்கள் பெயர்தான் பெத்தப் பெயர்; உண்மையில் அவர்கள் அங்காடிகளைத்தான் மேற்பார்வை செய்து வந்தனர்.

பிராடுவே அறிக்கை

குற்றங்களைக் கண்டுபிடிப்பதுடன் இதர பலவற்றுக்கும் பொறுப்பாய் இருக்கக்கூடிய ஒரு காவல் அமைப்பை உண்டாக்குவதற்கென்று ஒரு விரிவான திட்டத்தை அரசின் வழக்குரைஞரான போப்பம் பிராடுவே 1783 இல் அளித்தார். போப்பம் பிராடுவே பாடுபட்டதற்குக் கிடைத்த ஒரே பலன் என்னவெனில், அவருக்கு ஒழுங்கு முறைக் குழுவில் (*Committee of Regulation*) இடம் தரப்பட்டதேயாகும். (இவர் பெயரால்தான் சென்னையிலுள்ள போக்குவரவு நெரிசல் மிக்க பிராடுவே அழைக்கப்படுகின்றது.) அக்குழு ''வேலைக்காரர்களின் சம்பளம், மளிகைப் பொருள்களின் விலைகள் ஆகியவற்றை நிர்ணயிக்கவும் கறுப்பர் நகரில் மக்களின் உடல் தூய்மையைக் காக்கவும்'' அமைக்கப்பட்டது. இந்தக் குழுவை அமைத்ததில் எந்தப் பலனும் கிடைக்கவில்லை.

காவல் குழு

ஆளுநர் ஹொர்பட்டு பிரபு காவல் குழு (*Committee of Police*) என்ற பெயரில் மேற்சொன்ன ஒழுங்கு முறைக் குழுவை 1791 இல் உயிர்ப்பித்தார். அப்போது சென்னை நகரில் காவல் அமைப்பு எதுவுமே இருந்திலது. அதற்கு என்ன காரணமென்று தெரியவில்லை. அதற்குச் சில ஆண்டுகளுக்கு முன்னர் பெத்து நாயக்கனுக்கு ஊதியம் தருவது நிறுத்தப்பட்டது. அதனால் அவர் தன் பணிகளைச் செய்யவில்லை. குற்றங்கள் 1798 இல் பெருகின. பெத்து நாயக்கனை மீண்டும் அமர்த்த வேண்டும் என்றும் அவருக்குத் தர வேண்டிய ஊதியத்தைக் கொடுத்து விடுவதென்றும் பொதுமக்கள் அரசிடம் விண்ணப்பித்தனர். அதற்கேற்ப நடவடிக்கை எடுக்கப்பட்டது.

சென்னையிலிருந்த இந்தியரனைவரும் பெத்து நாயக்கனுக்கு ஆண்டுதோறும் மூன்று பணம் தரவேண்டுமென்று முடிவானது.

கம்பெனிக்கு 1793 ஆம் ஆண்டு அளிக்கப்பட்ட வாணிப உரிமைப்பட்டயச் சட்டப்படி நீதியாட்சியைத் தொழிலாய்க் கொண்ட நீதிபதிகள் அமர்த்தப்பட்டனர். மேயர் முறை மன்றம் 1798 ஆம் ஆண்டில் ரிக்கார்டர் நீதிமன்றமாய் (*Recorder's Court*) மாற்றப்பட்டது. பின்னர் இதன் இடத்தில் மூன்று நீதிபதிகளைக் கொண்ட உச்சநீதிமன்றம் 1801 இல் அமைக்கப்பட்டது. எனினும் கண்கூடான நிலையை எதிர்கொள்வதற்கு அரசிற்கு மனமில்லாதிருந்ததால், காவல் துறை குறித்து அதற்கு இன்னும் அக்கறை ஏற்படாதிருந்தது.

கம்பெனி மனநிறைவு தராத பழைய முறை ஒன்றைக் கடந்த காலத்திலிருந்து கைக் கொண்டு விட்டது. கம்பெனிக்கு மேலே ஓர் ஆண்டை இருந்ததால் புரட்சித்தனமான மாறுதல் எதையும் செய்ய முடியாமலும் இருந்தது. அதிர்ஷ்டவசமாய் 1806 ஆம் ஆண்டு வேலூர்ப் புரட்சி வெடித்ததால், கம்பெனி இது குறித்துக் கவனம் செலுத்த வேண்டிய கட்டாயம் ஏற்பட்டது. (வேலூர்ப் புரட்சி இ.ச.க.தொகுதி-11: 1807 - கட்டுரை)

புதிய காவலர் அமைப்பு

ஆதலால் சென்னை நகரில் ஆக்கமான காவலர் படையொன்றை அமைப்பது பற்றி ஆராய்வதற்காக மீண்டும் ஒரு குழு அமைக்கப்பட்டது. இம்முறை அக்குழுவின் முடிவுகளுக்கு இணங்க உடனே நடவடிக்கை எடுக்கப்பட்டது. பெத்து நாயக்கன் பதவியை ஒழித்தனர். ஏனெனில் பொது நீதி வழங்குவதற்கு இந்தப் பாளையக்காரர் ஏற்பாடு (பெத்து நாயக்கன் முறை) இடையூறாயிருக்கின்றது என்பது குறித்துக் குழு ஆராய்ந்து அதை ஏற்றது. நகரின் காவல் துறைக்கு ஓர் ஐரோப்பியரை மேற்பார்வையாளர் (*Superintendent*) ஆக்குவதென்று முடிவெடுத்தனர். மூத்த குற்ற நடுவரான வால்டர் கிராண் (*Walter Grant*) அந்தப்பதவியில் 1806 ஆம் ஆண்டு அமர்த்தப்பட்டார். அவருக்குக் கான்ஸ்டபிள்கள் என்று சொல்லப்பட்ட ஐரோப்பியரான பத்துப்பேரும் (இவர்களுக்கு மாதத்திற்குப் பத்து வராகன் ஊதியம் தரப்பட்டது. இது இக்காலத்தில் பெரிய தொகை.) இன்ஸ்பெக்டர் என்று பலரும் பியூன்கள் என்ற ஐநூறு காவலரும் குதிரையேறிய பியூன்கள் முப்பது பேரும் ஏவலர் அல்லது துணை நிலை ஒற்றர் (*hircarrahs*) என்ற இருபது பேரும் அடங்கிய காவல் படை தரப்பட்டது. இந்தப் படைக்கு ஆகும் செலவைப் பரிசுச் சீட்டிலிருந்து கிடைக்கும் ஆதாயத்திலிருந்தும் இந்தியரும் ஐரோப்பியருமான ஊர் மக்கள் அனைவரிடமிருந்து வாங்கப்படும் வீட்டு வரியிலிருந்தும் பெற்றுச் சரிக்கட்டுவது என்று முடிவானது.

இரண்டாண்டுகளுக்குப் பிறகு நெருக்கடியான நிலை மறைந்து, இயல்பான நிலைக்குப் பொருளியல் வந்தது. பியூன்கள் என்ற காவலரின் எண்ணிக்கை குறைக்கப்பட்டது. இன்ஸ்பெக்டர் பதவி எடுபட்டது. மேலும் காவல் துறைக் கண்காணிப்பாளர் பதவியை வரித் தண்டலாளர் பதவியுடன் இணைத்தது முக்கியமான மாறுதலாகும்.

காவல் விதிமுறை

திறமையான காவல் முறை ஒன்றை நிறுவும் விதிமுறைகள் (*Regulation of Establishment of an Efficient System of Police*) 1812 ஆம் ஆண்டு கொண்டு வரப்பட்டதும்

மற்றொரு மாறுதல் உண்டானது. சென்னை நகரக் காவல் துறைக் கண்காணிப்பாளரே குற்ற நடுவராயும் இருப்பார் என்பது புதிய விதிமுறையானது. அவர் வழக்கமாய் நீதிபதியாய் அமர்வதில்லையெனினும் இரண்டு நீதிபதிகள் வேண்டப்படும் வழக்குகளில் அமைதி காவல் (*Justice of Peace*) நடுவராய் அமர்ந்து ஆராய்வார். அவர் தலைமைக் கண்காணிப்பாளராயும் இருப்பது தகுதியுடையது தானா என்பது குறித்து முடிவில்லாமல் விவாதித்துக் கொண்டே போகலாம். எனினும் அதில் நடைமுறை நன்மைகள் சில இருந்தன.

அவர்கள் பாஸ்போட்டுகளை வழங்குதல், எடை, அளவைகளைக் கண்காணித்தல், விலைகளைக் கட்டுப்படுத்துதல், அங்காடிகளில் விற்கப்படும் பண்டங்களின் தரத்தை மேற்பார்வையிடுதல், படைகளிலிருந்து ஓடிச் சென்றவர்களைப் பிடித்தல் ஆகியவற்றொடு வழக்கமான காவல் பணிகளையும் செய்ய வேண்டும். இக்காலக் கான்ஸ்டபிள்களில் ஒருவர் கசாய்க்காரராய் இருந்தார். அங்காடிக்கு விற்பனைக்கு வரும் பொருள்களின் தரம் பற்றி அறிவிக்க வேண்டிய வேலையும் அவருக்கு இருந்ததுதான் சுவையான செய்தியாகும்.

இவையனைத்தும் *1812* ஆம் ஆண்டின் ஒழுங்கு முறை விதிகளில் அடங்கியிருந்தன. அத்துடன் குற்ற நடுவர்கள் சோம்பேறிகளையும், ஊர் சுற்றுபவர்களையும் சாலையோர வேலைகளில் ஈடுபடுத்துவதற்கு வகை செய்யப்பட்டிருந்தது.

குற்ற நடுவர் பணியையும் காவல் துறைக்கண்காணிப்பாளர் பணியையும் தனிமைப்படுத்துவதற்கு மேற்கொண்ட முயற்சி சரியான பலன் தரவில்லை என்று தோன்றியது. சட்டமும் ஒழுங்கும் *1817* இல் சீர் கெட்டு விட்டன. ''மதிப்பு வாய்ந்த மக்கள் வழக்கமாய் அணியும் நகைகளைப் பூண்டு கொண்டு தூங்க முடியவில்லை என்றும் கேடுகெட்ட அளவிற்குக் குடித்துவிட்டு நடப்போர் தெருவில் பெருத்து விட்டனர் என்றும் மதிப்பு மிக்க ஊர் மக்களுக்குத் தீங்கும் இன்னல்களும் உண்டாகியுள்ளன'' என்றும் அரசிடம் அறிவிக்கப்பட்டன. ஆதலால் இரு பதவிகளையும் பிரிக்கும் எண்ணத்தைக் கைவிட்டுக் ''காவல் துறைக் கண்காணிப்பாளரின் பொதுவான கட்டுப்பாட்டில் மாநிலத்திலுள்ள குற்ற நடுவர் துறை முழுமையும் ஒன்றுபடுத்தப்படும்'' என்று ஆணை பிறப்பிக்கப்பட்டது. சென்னை நகரில் காவல் துறையின் அமைப்பு இப்போது வலுவான நிலையெய்தியது.

1827

வெம்பாக்கம் ஐயங்கார்கள்

வெம்பாக்கம் இராகவாச்சாரியார் என்ற இந்தியர் ஒருவரைக் காவல் துறையின் முதல் குற்ற நடுவராய் அமர்த்தியதைத் தவிர வேறு எந்த மாற்றமும் அடுத்த இருபதாண்டு காலத்தில் செய்யவில்லை.

(செங்கற்பட்டு மாவட்டத்திலுள்ள வெம்பாக்கம் என்ற சிற்றூர் இந்திய நீதித் துறைக்கும் ஆட்சியியலுக்கும் தன் பங்கைப் பத்தொன்பதாம் நூற்றாண்டுத் தொடக்கத்திலேயே அளித்து விட்டது. வெம்பாக்க ஐயங்கார்கள் பெரும்பாலும் வழக்குரைஞரேயாவர். வெம்பாக்கத்தைச் சேர்ந்த சடகோபாலாச்சார்லு, வி.இராச கோபாலாச்சார்லு, சர்.வி.பாஷ்யம் ஐயங்கார், வி.சி.தேசிகாச்சாரியார், வி.சி.கோபாலரத்தினம், வி.வி.சீனிவாசய்யங்கார் ஆகிய இவர்களனைவரும் இருபதாம் நூற்றாண்டிலும் தலை சிறந்து விளங்கிய வெம்பாக்கம் குடும்பத்தினராவர்.

214 | ப. சிவனடி

இவர்களைப் பற்றி ராண்டர் கை மிக அருமையான செய்திகளை எழுதி வைத்திருக்கின்றார்.)

இந்தியத்திற்கு முன்மாதிரி

இந்தியக் காவல் துறையின் தோற்றுவாய் மேற்கூறியவாறு சென்னை நகரிலும் பின்னர் சென்னை மாநிலத்தின் பிற பகுதிகளிலும் உருப்பெற்ற வரலாறு இந்தியத்திற்கே முன்மாதிரியாய் அமைந்து விட்டது.

பத்தொன்பதாம் நூற்றாண்டின் இந்தக் கால கட்டத்திற்குள் கிட்டதட்ட இந்தியம் முழுமையும் (பாஞ்சாலம் தவிர்த்து) பிரிட்டீசாரின் கைக்கு வந்து விட்டது. ஒரு நாட்டை ஆள்வதற்கு வேண்டிய இன்றியமையா அடிப்படைக் கூறு ஆகிய நீதிபரிபாலனம், நாணய முறை ஆகியவற்றை மிகுந்த முன்னோக்குடன் பதினேழாம் நூற்றாண்டிலிருந்தே உருவாக்கி வந்த பிரிட்டீசார், இந்நாட்டின் நடைமுறை பற்றிய அறிவை இந்தச் சுமார் இருநூறு ஆண்டுகளுக்குள் நேரிடையான பட்டறிவைக் கொண்டு பெற்று விட்டனர். இதை உற்றுநோக்குகையில், தொடக்கக் காலத்தில் கம்பெனி அலுவலர் களுக்கு-பொது, இராணுவ துறைகளைச் சேர்ந்தவர்கள்-இருந்து வந்த முன்னோக்குப் புலனாகும்.

பம்பாய், வங்கம் போன்ற பிற இரு மாநிலங்களிலும் காவல் துறைகள் இருந்தன. இருப்பினும் சென்னை ஒழுங்கு விதி முறைக்கு இயைந்தவாறு பம்பாயின் காவல் துறை அமைக்கப்பட வேண்டுமென்று அரசு 1827 ஆம் ஆண்டு ஆணை பிறப்பித்தது.

Griffiths, Percival, Sir To Guard My People, The History of Indian Police, London, 1971.

2. போபாலில் பெண்ணரசு

இன்று மத்தியப் பிரதேச மாநிலத்தின் தலைநகராயிருக்கும் போபால், 1948 ஆம் ஆண்டிற்கு முன்னர் போபால் என்ற நாட்டரசின் தலைமை இடமாயிருந்தது. அதன் பரப்பளவு 6902 சதுர மைலாயிருந்தது. ஆப்கானியப் பிரபான தோஸ்து முகமது கான் ஔரங்கசீபு (1618-1707) இறந்த பிறகு, இங்கு 1723 ஆம் ஆண்டில் ஒரு தனியரசை நிறுவினார்.

முதலாம் நவாபான தோஸ்து முகமதிற்குப் பின் வந்த நவாபுகள் வலிமை குன்றியவர்களாயிருந்தனர். அவர்கள் மராட்டியரின் பாதுகாப்பில் ஆட்சி நடத்தி வந்தனர். போபாலின் ஏழாவது நவாபான நாதிர் முகமது கான் 1816 ஆம் ஆண்டு பதவியேற்றார். அவர் 1820 ஆம் ஆண்டு இறந்ததும் கூடிப் பேசி அவரின் அண்ணன மகனான முனீர் கானுக்கு அவருடைய மகளான சிக்கந்தர் பேகத்தை மணமுடிப்பது என்று முடிவு செய்தார். அதற்குப் பிரிட்டீசு அரசின் இசைவையும் பெற்றனர். இந்தத் திருமணம் நடைபெறும் வரையிலும் நாதிர் முகமது கானின் மனைவியான குதசியா பேகம் அரச காவலராய் இருப்பதென்று முடிவானது.

குதசியா பேகத்திற்கு அப்போது வயது பதினேழுதான். அவர் காலஞ்சென்ற தன் கணவரின் அமைச்சரது உதவியுடன் 1820 ஆம் ஆண்டில் ஆட்சிப் பொறுப்பை ஏற்றார். அவரின் மகள் சிக்கந்தர் பேகத்திற்கு நிச்சயித்திருந்த முனீர் முகமது கான் ஆட்சி பொறுப்பைத் தன்னிடம் தர வேண்டுமென்று 1827 இல் கேட்டார். ஆட்சிப் பொறுப்பேற்றிருந்த குதசியா பேகம் இத்திருமணத்திற்கு ஒப்பவில்லை. முனீர் முகமது கான் இதை எதிர்த்த போதிலும் குதசியா பேகத்தின் முடிவுப்படிதான் நடந்தது.

ஷாஜகான் பேகம் சிக்கந்தர் பேகம்

குதசியா பேகம் இன்னும் சிறிது காலம் ஆட்சி நடத்துவதென்று ஏற்கப்பட்டது. முனீர் முகமது கானுக்குச் செய்திருந்த நிச்சயத்தை முறித்துவிட்டு, அதற்கு மாற்றாய் அவருக்கு ஆண்டுக்கு 40,000 ரூபாய் வருவாய் தரக் கூடிய ஒரு சாகீரைக் கொடுத்தனர். சிக்கந்தர் பேகத்தை முனீர் முகமது கானின் தம்பியான ஜகாங்கீர் முகமது கானுக்கு மணம் முடித்துத் தருவதென்று ஏற்பாடானது. அவர் மிகவும் இளையவராயிருந்தார்.

குதசியா பேகம் ஆட்சிப் பொறுப்பை இன்னும் சிறிது காலத்திற்குத் தன் கையில் வைத்திருக்க வேண்டும் என்று எண்ணிப் பல்வேறு போலிக் காரணங்களைக் கூறி மகளின் திருமணத்தைத் தள்ளிப் போட்டுக் கொண்டேயிருந்தார். எனினும் இனிமேலும் காலந்தாழ்த்த முடியாது என்ற நிலை ஏற்பட்டதும் 1835 ஏப்ரலில் திருமணம் நடந்தது. அதன் பிறகு மேலும் கருத்து வேறுபாடு முற்றத்தான் செய்தது.

இப்போது ஆட்சியைக் கவர மூவர் போட்டியிட்டனர்: குதசியா பேகம், சிக்கந்தர் பேகம், ஜகாங்கீர் முகமது கான். ஜகாங்கீர் சிறிது காலம் பொறுத்திருந்தார். அவருக்கு ஆட்சி முறைப்படி வந்திருக்கலாம். அவர் பொறுமையிழந்து தாக்குதல் நடத்திக் குதசியா பேகத்தைச் சிறைக்குள் தள்ளத் திட்டமிட்டார். அதனால் உள்நாட்டுச் சண்டை மூண்டது. ஜகாங்கீர் தோற்றுப் போனார். கடைசியில் குத்சியா பேகத்தின் ஒப்புதலுடன் 1837 நவம்பர் 29 அன்று அவர் நவாபாய் அமர்த்தப்பட்டார். அதன்பிறகு குதசியா பேகம் அரசியலிருந்து மறைந்து விட்டார். ஆனால் ஜகாங்கீர் இறந்து போனார். ஆதலால் குதசியா பேகத்தை மீண்டும் ஆட்சியில் அமர்த்துவதற்குச் சிலர் முயன்றனர்.

இறுதியில் அவரின் ஒரே மகளான சிக்கந்தர் பேகம் 1844 இல் ஆட்சிக்கு வந்தார். குதசியா பேகம் 1847 பிப்ரவரியில் அவருக்கு அரசகாவலரானார். சிக்கந்தர் பேகம் 1857 படை வீரர் புரட்சியின்போது பிரிட்டீசாருக்கு உதவினார்.

சிக்கந்தர் பேகம் மக்கத்திற்குப் பயணம் போனார். அவர் அங்கிருந்து மதீனத்திற்கும் செல்லக் கருதியிருந்தார். ஆனால் கொள்ளையர்கள் அவர்களை வழியில் இடைமறித்ததால் சுமார் எட்டு மாதங்களில் நாடு திரும்பினார். அவர் அதன் பிறகு நான்காண்டுக்காலம் வாழ்ந்து விட்டு 1808 அக்டோபர் 30 அன்று இறந்தார்.

அவரின் மகளான ஷாஜகான் பேகம் அதே ஆண்டு போபால் அரசியானார். இவருக்கும் ஒரே மகள்தான். அவர் பெயர் சுல்தான் ஆகான் பேகம். இவருக்கும் ஆப்கானியப் பிரபான மீர் முகமது அலிகானுக்கும் 1875 பிப்ரவரி 1 அன்று திருமணம் நடந்தது.

போபால் நாட்டரசு இந்திய நாட்டரசுகளின் படி வரிசையில் பதினோராவது இடத்தில் இருந்தது. அதற்கு 19 குண்டு மரியாதை செய்தனர். இவரின் மகன் ரஷீது அல்லா கானுடன் போபால் நவாபு குடியின் ஆட்சி 1948ஆம் ஆண்டுடன் முடிந்தது.

3.பழமையான டெல்லி முஸ்லிம் கல்லூரி

இந்திய முஸ்லிம்களுக்குக் கல்வித் துறையில் மிகவும் உயிர் நாடியாய் இருந்துவரும் மேலான கல்வி நிலையங்களுள் ஒன்றான டெல்லி கல்லூரி வரலாற்றுச் சிறப்புமிக்கதாகும். ஆங்கில - அரபிப் பள்ளி (*Anglo - Arabic School*) என்ற இக்கல்விக் கூடத்தின் வரலாறு மூன்று நூற்றாண்டுக் காலம் வரை செல்கின்றது. ஔரங்கசீபின் அவையில் செல்வாக்கு மிக்கவராயிருந்த காசியுதீன் கான் 1692 ஆம் ஆண்டு ஒரு மதரசாவாக அதைத் திறந்தார். (மதரசா என்பது முஸ்லிம்களின் கல்விக் கூடத்தைக்

குறிக்கும்.) அதன் பெயர் மதரசா காசியுதீன் கான் என்றிருந்து காலப் போக்கில் ஆங்கில - அரபிப் பள்ளி, ஆங்கில - அரபிக் கல்லூரி, டெல்லிக் கல்லூரி என்று பெயர் மாற்றங்களைப் பெற்றது.

இதை நிறுவிய காசியுதீன் பெரிய படைத் தலைவர், நடுக்கிழக்கிலுள்ள உசுபெக்கித்தானத்தின் தலைநகராயிருக்கும் புக்காரா என்ற நகரைச் சேர்ந்த குவாஜா அபிதின் என்றவரின் மகன்; ஔரங்கசீபு அவரது வீரத்தை வியந்து மெச்சி, அவருக்குப் பகதூர் ஃபிசோஸ் ஜங்கு என்ற பட்டத்தைக் கொடுத்தார்.

சமயச் சார்பற்ற கல்லூரி

இக்கல்விக் கூடம் *1757, 1857* ஆகிய ஆண்டுகளில் நடந்த கொந்தளிப்புகள் உள்பட, டெல்லி நகரின் இன்ப, துன்பங்கள் இரண்டும் கலந்த வரலாற்றைக் கண்டது. அதன் செந்நிற மணற்கல் கட்டடம் அப்படியே கட்டுக் குலையாது, சமயச் சார்பற்றும், கீழையியலைக் கற்பிக்கும் இடமாயும் இன்றும் நிலை நிற்கின்றது. இங்கு அலிகடு பல்கலைக்கழகத்தை நிறுவிய சர் சையது அகமது கான் *(1817-1898)*, உருது உரைநடையின் தந்தையான மௌலானா முகமது உசேன் ஆசாது, ஐ.சி.எஸ். அலுவலரான நசீர் அகமது, உருதுப் புலவரான குவாஜா அல் தாஃபு உசேன் ''ஹாலி'' *(1827-1914*; இவர் குவாஜா அகமது அப்பாசின் மனைவிக்குப் பாட்டனார்). பாகித்தானத்தின் முதல் தலைமை அமைச்சரான லியாகத்து அலிகான், திரைப்பட நடிகர் ஷேக்கு அக்தார் முதலியோர் இக்கல்விக் கூடத்தில் பயின்ற மாணவராவார்.

1827

கம்பெனியின் பொறுப்பில்

வெகு பழமையான இந்த மதரசா *1827* வரையிலும் ஒரு சமயக் கல்விக் கூடமாகவே இருந்தது. அதன் பிறகு அதை நடத்தும் பொறுப்பைக் கிழக்கிந்திய கம்பெனி ஏற்றது. சர் சார்லஸ் மெட்காஃபு *(Sir Charles Metcalfe, 1785-1846)* அங்கு ஆங்கிலம், கணிதம், அறிவியல் பாடங்களைக் கற்பிக்க ஏற்பாடு செய்தார். இப்பள்ளியின் வேதி ஆய்வுக் கூடத்தில் வரலாற்றுச் சிறப்புடைய பளிங்குக் கல்வெட்டு ஒன்றுண்டு;

''எதமௌத்தச சியா உல் முல்கு, சையிது ஃபசல் அலிகான் பகதூர் சாகேபு இக்கல்வி நிலையம் பரவுவதற்காக *1.70* இலட்ச ரூபாயை அளித்து, அதை *1829* ஆம் ஆண்டு மேன்மை மிகு கம்பெனியின் பொறுப்பில் விட்டார்.''

இக்கல்விக் கூடம் டெல்லியின் காசுமீர வாயிலில் இருந்த தாரா ஷிகோ நூலகத்திற்கு *1840* இல் கொண்டு செல்லப்பட்டது. (தாரா ஷிகோ முகலாய அரசர் ஷாஜகானின் மகன்; கற்றறிந்தவர். சம்ஸ்கிருதம் அறிந்தவர்.) *1857* இல் நடந்த படை வீரர் கிளர்ச்சியின் போது ஏழாண்டுகள் மூடப்பட்டுக் கிடந்தது. *1867* ஆம் ஆண்டுதான் திறக்கப்பட்டது. ஆங்கிலேயர் இக்கல்விக் கூடத்திற்கு ஆங்கில - அரபிக் கல்லூரி என்று பெயரிட்டு அங்கு ஆங்கில வழிக் கல்வியைக் கொண்டு வந்தனர்.

மிர்சா காலிஃபு

இக்கல்வி நிலையம் டெல்லிக் கல்லூரி என்ற பெயரைப் பெற்றிருந்தபோது புகழ் பெற்ற உருதுப்புலவர் மிர்சா காலிஃபு *(1797-1869)* இங்கு பாரசிகன் கற்பிக்குமாறு

அழைக்கப்பட்டார். அப்போது டெல்லியின் ஆளுநராயிருந்த தாம்சன் (*Thompson*) காலிஃபின் நல்ல நண்பர். அவர்தான் காலிஃபை இங்கு வந்து கற்பிக்குமாறு அழைத்தவர். இப்பெரும் புலவர் பல்லக்கில் கல்லூரிக்குச் சென்று வாயிலில் நின்று, தாம்சன் தன்னை அழைத்துப்போக வருவதற்காகக் காத்து நின்றார். ஆனால் ஒரு வேலைக்காக வருபவர் குறித்த நேரத்தில் பணிக்கு வரவேண்டுமென்ற ஆங்கில ஒழுங்கு முறையைத் தாம்சன் வலுவாய்ப் பிடித்துக் கொண்டார். தாம்சனின் அதிகார தோரணை காலிஃபிற்குச் சீற்றத்தைக் கொடுத்தது. அவர் தாம்சனின் வாதத்தை ஏற்க மறுத்து விட்டார். அதனால் அந்த ஆசிரியப் பதவி இமான் பக்ஷ் சுபாய் என்பவருக்குத் தரப்பட்டது. இந்த வேலைக்கு மாதச் சம்பளம் ரூபாய் நாற்பது.

பாட நூல் மொழிபெயர்ப்பு

இப்பள்ளியில் 1832 ஆம் ஆண்டு நாட்டு மொழிகள் மொழி பெயர்ப்புச் சங்கம் அமைக்கப்பட்டதை, இதன் முக்கியமான இலக்கியப் பணி எனலாம். இக்கல்விக் கூடத்தில் பயிற்று மொழி உருதாய் இருந்தமையால், ஆங்கில, பிரஞ்சு, சம்ஸ்கிருத மொழிகளில் இருந்த பல்துறைகளைக் கற்க முடியாதவர்களாய் அதன் மாணவர் இருந்தனர். ஆதலால் ஆங்கிலம், ஜெர்மன், பிரஞ்சு மொழியிலுள்ள பயன்மிக்க நூல்களையும், குறிக்கணக்கியல் (*algebra*), சமூகவியல், இயற்கை, அறிவியல் போன்ற துறைகளை உருதில் மொழிபெயர்த்தாக வேண்டும். மௌலானா சக்கவுல்ல, டெயிலர், பண்டிதர் இராம சந்தர், இமாம் பக்ஷ், பண்டிதர் பியாரி லால், டாக்டர் மௌலானா சுபான் பக்ஷ், பூத்துரோஸ், டாக்டர் சியாபுதீன் போன்ற விற்பன்னர்கள் இப்பணியில் ஈடுபட்டனர். இச்சங்கத்தினர் 140 புத்தகங்களை 1832-1857 காலத்தில் மொழிபெயர்த்தனர். அவற்றில் திரிகோணமிதி, வடிவக் கணிதம், கிரேக்க ரோமன் வரலாறு, வேதியியல், தர்ம சாஸ்திரம், அரசியல், பொருளியல் போன்ற துறைகளின் நூல்களும் இதழியல், சட்டம், ஷேக்ஸ்பியர், ஃபாஸ்டு, கீட்ஸ், மோலியர் ஆகியோரின் நூல்களும் இருந்தன.

1827

''மறுமலர்ச்சி மையம்''

இப்பள்ளி 1830-1840 காலத்தில் மிக உச்சமான நிலையை எட்டியது. இங்கு இந்தியரொடு ஆங்கில மாணவர் சிலரும் கற்றதால், இது டெல்லியின் ''மறுமலர்ச்சி மையம்'' என்று அப்போது கருதப்பட்டது.

இன்று டெல்லிப் பெருநகரில் மிகச் சிறந்த முறையில் பேணப்பட்டு வரும் நினைவுச் சின்னமாய் இக்கல்விக் கூடம் விளங்குகின்றது. இந்த ஆங்கில - அரபிப் பள்ளிக்கு 1954 இல் ''டெல்லி மேம்பாட்டு ஆணையமைப்பின் மரபு விருது'' (*Delhi Development Authority, Heritage Award*) அளிக்கப்பட்டது. இதன் பழைய மாணவர்கள் இப்பள்ளியைச் செப்பனிட்டுச் சிறப்பித்தனர்.

இப்பள்ளி 1857 கிளர்ச்சியின் போது பெருஞ் சேதமுற்றது. அப்போது அறிவியல் ஆய்வுக் கூடங்களும் நூல்களும் தீயில் எரிந்து போயின. அதனால் உருது, பாரசிக இலக்கிய நூல்களை நாடு இழக்க நேரிட்டது. பின்னர் 1947 இல் வகுப்புக் கலவரங்கள் வெடித்ததில் பள்ளி ஆவணங்கள் மீண்டும் தீக்கிரையாயின. அப்போது லியாகத்து அலிகான் (1895-1951, பின்னர் பாகித்தானத்தின் முதல் தலைமையமைச்சர்) பள்ளியின் நிர்வாகியாயிருந்தார். நாட்டுப் பிரிவினைக்குப் பிறகு இப்பள்ளியை மூடவேண்டிய நிலை ஏற்பட்டது.

முகலாயர் குடிப் பிறந்தவரும், கல்வியாளருமான மிர்சா முகமது பெய்கும் சாகிர் உசேனும் அரும்பாடுபட்டு மீண்டும் இக்கல்வி நிலையத்தை இயங்கச் செய்தனர். பெய்கும் பேராசிரியர் எம். முஜீபும் இதைத் தலையாய கல்விக் கூடமாக்கியதற்குக் காரணராயிருந்தனர்.

டாக்டர் சாகிர் உசேன் நினைவு அறக்கட்டளை இக்கல்வி நிலையத்தை நடத்தும் பொறுப்பை 1975 இல் மேற்கொண்டது. குர்சீது ஆலம் கானும் சல்மன் குர்சீதும் இப்போது (1998) இக்கல்விக் கூடத்தை நடத்தி வருகின்றனர். இங்கு மின்னணுவியல், கணினி போன்ற துறைகளுடன் சம்ஸ்கிருதமும் கற்பிக்கப்படுகின்றது.

இக்கல்வி நிலையத்தில் டெல்லி பல்கலைக் கழகத்தின் இணைவேந்தராயிருந்த ஓ.என். கௌல், எழுத்தாளரான குவாஜா அகமது ஃபரூக்கி, பாரதிய ஜனதாக் கட்சியை சேர்ந்த சிக்கந்தர் பக்ஷ், முன்னாள் ஒலிம்பிக்கு வீரரான எம்.என். மசூது முதலியோர் தற்காலம் பயின்ற மாணவராவர்.

1827

1827

வரலாற்றுப் புள்ளிகள்

1. அரசியல்

(அ) பிரிட்டீசுத் தலைமையமைச்சர்கள்

பிரிட்டனில் இப்போது நான்காம் ஜார்ஜின் (1762-1830; ஆ.கா. 1820-1830) ஆட்சி நடந்து வருகின்றது. இப்போது தலைமை அமைச்சராயிருந்த இராபட்டு பேங்ஸ் ஜெங்கின்சன் என்ற இரண்டாவது லிவர்ப்பூல் பிரபு (1770-1828) இவ்வாண்டு கடுமையான மாரடைப்பினால் பிப்ரவரி மாதம் நோயுற்றார். (இவர் பற்றி இ.ச.க.தொகுதி-12: 1812 - புள்ளிகள் காண்க) அதனால் ஜார்ஜ் கேனிங்கு (*George Canning* 1770 - 1827) ஏப்ரல் 10 அன்று தலைமை அமைச்சரானார். அவரும் 1827 ஆகஸ்டில் இறக்கவே இம்மாதம் 31 ஆம் தேதியன்று வைக்கவுண் கோடரிச்சு (*Viscount Frederick John Robinson Goderich, 1st Earl of Rippon, 1782-1859*) தலைமை அமைச்சரானார். இவர் 1828 ஜனவரியில் பதவி விலகினார். இவ்விரு தலைமையமைச்சர்களையும் பற்றி இங்கு சொல்லுகின்றோம்.

ஜார்ஜ் கேனிங்கு பிரபு

அரசியலில் வெற்றி காண்பதற்கு ஒருவரிடம் இருக்க வேண்டிய கவர்ச்சி, நகைச்சுவை, அறிவுக் கூர்மை, கொள்கைப் பிடிப்பு இவையனைத்தும் ஜார்ஜ் கேனிங்கிடம் இருந்தன. மேலும் அவர் பணக்காரராயிருந்தார். பணக்காரப் பெண்மணியை மணந்திருந்தார். எனினும் அவர் பெயரைச் சொன்னதும், அவர் காலத்தில் வாழ்ந்தவர்கள் விழியை உயர்த்தி முகஞ் சுழித்தது ஏன்?

கேனிங்கின் பிறப்பு உயர்ந்ததுதானா என்பது குறித்துச் சிறிது ஐயப்பாடு இருந்தது. அவரின் தந்தை பெயரும் ஜார்ஜ் கேனிங்குதான். அவர் தன் குடும்பத்தில் ஏற்பட்ட சச்சரவு

காரணமாய் அயர்லந்திலிருந்து இங்கிலாந்து வந்திருந்தார். அவருக்கு ஆண்டில் 150 பவுன் செலவுத் தொகை கிடைத்தது. இது ஓர் இளைஞர் வாழ்க்கையில் உயர்வதற்குப் போதிய பணம் அன்று. அவர் பத்திரிகைகளுக்கு எழுதி வந்தார்.

அவர் மாரி ஆன் கோஸ்டலலோ என்ற அயர்லந்துப் பெண்ணை மணந்திருந்தார். ஜார்ஜ் மேசன் கேனிங்கு 1770 ஏப்ரல் 11 அன்று டப்ளினில் பிறந்தார். பின்னர் தந்தை கேனிங்கு வறுமையில் இறந்தார். கைம் பெண்ணாகிவிட்ட அவரின் மனைவி நாடகங்களில் நடிக்கலானார். எனினும் அவர் அதில் வெற்றி பெறவில்லை. அவர் ஒரு நடிகருடன் கூடி வாழ்ந்தார். அந்நடிகர் போக்கிரியாகிப் போனார். அவர் மாரியையும் மாரியின் மகன் கேனிங்கையும் கைவிட்டு ஓடிப் போனார்.

மாரி ஆன் அதன்பிறகு வேறொரு காதலனைத் தேடி அவருடன் வாழ்ந்து பல குழந்தைகளைப் பெற்றார். ஆனால் ஜார்ஜ் கேனிங்கிற்குப் பணக்கார பெரியப்பனோ, சிற்றப்பனோ ஒருவர் இருந்தார். அவர் கேனிங்கைக் காப்பாற்றி அவரை ஈட்டனிலும் ஆக்ஸ்போர்டின் கிறைஸ்டுச் சர்ச்சு கல்லூரியிலும் கல்வி கற்கச் செய்தார்.

இதனிடையே கேனிங்கின் தாய் நாடகத் தொடர்புடைய ரிச்சர்டு ஹண் என்ற பட்டு வணிகரை மணந்து கொண்டார். ஆனால் அவர் மகனுக்கு எப்போதும் துன்பம் கொடுத்து வந்தார்.

கேனிங்கு பள்ளியில் படித்தபோது பள்ளி இதழின் ஆசிரியரானார். கேனிங்கின் வேடிக்கைப் பேச்சு அவருக்குச் சில வகைகளில் எதிராய் அமைந்ததுண்டு. அவரது அறிவுக் கூர்மையான வேடிக்கைப் பேச்சைக் கேட்டு நகைத்தனர். அதே நேரத்தில் கேனிங்கின் தாய் ஒரு நடிகை என்ற நினைவும் அவர்களுக்கு இருந்தது.

கேனிங்கு தன்னை அயர்லந்துக்காரராகவே எண்ணிக்கொண்டார். இலண்டனிலிருந்த அயர் கிளப்பில் அவர் உறுப்பினரானார். அவர் விக்கு கட்சிக்கு ஆதரவான குடும்பத்தவராயினும் டோரிக் கட்சிக்கு மாறிக் கொண்டார். அவரை ஆக்ஸ்ஃபோர்டில் எதிர்ப்பட்ட டோரிக் கட்சிக் கொள்கை அவருக்கு விருப்பமாயிருந்தது என்பது உறுதி. அவர் வழக்குரைஞராகிச் சட்டத்தொழிலும் செய்தார்.

அவர் வில்லியம் (இளைய) பிட்டின் (1759-1806) செல்வாக்கைக் கொண்டு 1794 இல் நியூப்போட்டியிலிருந்து நாடாளுமன்றத்திற்குத் தேர்ந்தெடுக்கப்பட்டார். அவர் கடுமையான முறையில் மக்களவை விவாதங்களில் பேசியமையால் அவருக்குப் பலர் எதிரிகளாயினர்.

வேல்ஸ் (பட்டத்து) இளவரசரிடமிருந்து மன வேற்றுமை கொண்டு அவரின் மனைவி ஒதுங்கியிருந்தார். அப்பெண்மணியுடன் கேனிங்கிற்குத் தொடர்பு இருந்ததென்று தோன்றுகின்றது. ஆனால் அது உண்மைதானா என்பது தெரியவில்லை. எனினும் அது மிகவும் ஆபத்தான தொடர்பாகும். கேனிங்கு அதிலிருந்து பேராபத்து நேருமென்று பெரும் மனக் கலக்கத்தோடு மட்டும் விடுபட்டார்.

கேனிங்கு 1800 இல் பெரும் உடைமைகளுக்கு உரிமையானவரும் ஜெனரல் ஸ்காட்டின் மகளுமான ஜோன் ஸ்காட்டு மீது மையல் கொண்டார். ஜெனரல் ஸ்காட்டுக்குக் குருட்டடியில் அரை மில்லியன் பவுன் கிடைத்தது. கேனிங்கு ஜோன் ஸ்காட்டை மணந்து நீண்ட காலம் இல்லற வாழ்க்கை நடத்தினார். அவர்களுக்கு நான்கு மக்கள் பிறந்தனர். கேனிங்கு பொது வாழ்க்கையில் ஈடுபடுவதற்கு மனைவி கொண்டு வந்த 1,00,000 பவுன் மிகவும் உதவியாயிருந்தது.

கத்தோலிக்கர் மீதிருந்த சமூகத் தடை நீக்கம் குறித்துத் தலைமை அமைச்சர் பிட்டிற்கும் அரசருக்குமிடையே கருத்து வேறுபாடு ஏற்பட்டதால் பிட்டு பதவியை விட்டு விலகினார். (இ.ச.க.தொகுதி-9: 1783-கட்டுரை) கேனிங்கும் அவருடன் சேர்ந்து அமைச்சிலிருந்து விலகிப் பிட்டின் மீதிருந்த பற்றை வெளிப்படுத்தினார்.

அவர் அயர்லந்தின் மிக மட்டமான திராலி என்ற தொகுதியிலிருந்து நாடாளு மன்றத்திற்குத் தேர்ந்தெடுக்கப்பட்டார். அவர் ஆடிங்டன் அமைச்சை வீழ்த்துவதற்குப் பெரிதும் முயன்றார். (இ.ச.க.தொகுதி-11:1801 புள்ளிகள்) ஆனால் நெப்போலியனுக்கு எதிராய் மீண்டும் போர் தொடங்கியதும் பிட்டு மறுபடியும் பதவிக்கு வந்து படைக் கருவூலக் காப்பாளர் பதவியை மட்டும் தந்ததால் கேனிங்கு ஏமாற்றமடைந்தார். பிட்டு 1806 இல் இறக்கும் வரையிலும் கேனிங்கு இப்பதவியிலிருந்தார்.

இதற்கு மூன்றாண்டுகள் கழிந்ததும் இரண்டு அமைச்சுகள் தோன்றி மறைந்தன. கேனிங்கு முப்பத்தேழாவது வயதில் 1822 ஆம் ஆண்டு அயலுறவு அமைச்சரானார். இந்தக் காலத்தில் ஐரோப்பியத்தில் நடந்த நிகழ்ச்சிகள் திடீரென்று பிரிட்டனுக்கு விரோதமாயின.

நெப்போலியனும் இரஷியத்தின் சார் மன்னரும் நீமன் ஆற்றில் ஒரு மிதவையில் சந்தித்துச் செய்து கொண்ட ஓர் உடன்படிக்கையில் மறைவடக்கமான ஒரு விதி காணப்பட்டது. பிரான்ஸ் டென்மார்க்கின் பகுதியைப் பிடித்து டேனியக் கப்பல் தொகுதியைக் கைப்பற்ற வேண்டுமென்று அந்த விதி கூறியது. ஒற்றர்கள் இப்படித்தான் கேனிங்கிடம் தெரிவித்தனர். கேனிங்கு நடப்பது நடக்கட்டுமென்று காத்திருக்க வில்லை. அவர் படை வீரரையும் கப்பற் படையையும் கோபன்கேகனுக்கு அனுப்ப ஏற்பாடு செய்து விட்டார்.

அரசர் துணிச்சலானதும் பழிபாவத்திற்கு அஞ்சாததுமான இச்செயலைக் கேள்விப்பட்டுத் திடுக்கிட்டார். கேனிங்கு தோற்கட்டும்; அதன்பிறகு அவரை வெளுத்து வாங்கலாம் என்று எதிர்க்கட்சியினர் காத்திருந்தனர்.

பிரிட்டீசுப் படை கோபன்கேகன் மீது மூன்று நாள் பீரங்கித் தாக்குதல் நடத்திய பின்னர், டேனியரின் கப்பற்படை பணிந்தது. கேனிங்கின் சூதாட்டம் கெலித்து விட்டது. நெப்போலியன் இங்கிலாந்திற்கு எதிராய் உருவாக்க நினைத்த வட கூட்டணித் திட்டம் பலிக்கவில்லை. எனினும் பிரிட்டன் அதையடுத்து மேற்கொண்ட இராணுவத் திட்டங்கள் தோற்றன.

போர் அமைச்சராயிருந்த கேசில்ரா பதவி விலகிவிட வேண்டுமென்று கேனிங்கு உறுதி கொண்டார். அவர் அதை நிறைவேற்றும் வேலையில் முனைந்து இறங்கினார். தலைமை அமைச்சர் தன்னை விசுவாசமற்றவர் என்று கருதும்படி கேனிங்கு செய்து விட்டதாய்க் கேசில்ரா அவரை ஒற்றைக்கு ஒற்றைச் சண்டைக்கு (*Dual*) அழைத்தார். (ஐரோப்பியத்தில் ஒருவரின் மானம் அல்லது பெருமை குறித்து ஏதேனும் மன வேற்றுமையோ சச்சரவோ உண்டாகுமாயின், அவற்றைக் காப்பதற்காகச் சம்பந்தப்பட்டவர்கள் ஒற்றைக் கொற்றையாய் வாள் போர் செய்வது அல்லது துப்பாக்கியால் ஒரே நேரத்தில் சுட்டுக் கொள்வது போன்ற செயலில் ஈடுபடுவர். இதற்கு *dual* என்று பெயர். இதில் இருவரும் இறப்பதுண்டு அல்லது இருவரும் பிழைத்துக் கொள்வதுண்டு.)

கேனிங்கிற்கும் கேசில்ராவிற்கும் புட்னிஹீத்து என்ற இடத்தில் இந்தச் சண்டை நடந்தது. கேனிங்கின் குறி தவறியது. கேசில்ரா சுட்டதில் கேனிங்கின் தொடையில்

1827

சிறு காயம் ஏற்பட்டது. கேசில்ரா கேனிங்கை மருத்துவரிடம் அழைத்துச் சென்றார். இதற்கு மூன்றாண்டுகளுக்குப் பிறகு தலைமையமைச்சர் பெர்சிவல் சுட்டுக் கொல்லப்பட்ட நேரத்தில் (இ.ச.க.தொகுதி-12: 1812-புள்ளிகள்) கேனிங்கும் கேசில்ராவும் பகை மறந்து நண்பர்களாயினர்.

கேனிங்கு அடிமை வாணிபம் குறித்த வாக்கெடுப்பில் 1812 ஆம் ஆண்டு லிவர்ப்பூலிலிருந்து தேர்ந்தெடுக்கப்பட்டார். அப்போது லிவர்ப்பூல் பிரபு அந்த ஆண்டு கேனிங்கிற்கு அயலுறவுத் துறைப் பொறுப்பை அளிக்க முன்வந்தார். ஆனால் கேசில்ரா மக்களவைத் தலைவராக்கப்படுகின்றார் என்பதைக் கேள்விப்பட்டு, அயலுறவுப் பதவியை ஏற்க மறுத்து விட்டார். கேனிங்கிடம் பல அருந்திறன்கள் இருந்தாலும், பொறாமைக் குணம், சதியில் ஈடுபடுதல், அடக்க முடியாத ஆர்வம் ஆகியன இருந்ததால் அவர் பெரிதும் துன்புற்றார்.

அவர் 1814 இல் லிஸ்பனுக்குத் தூதுவராய் அனுப்பப்பட்டார். அவர் அங்கிருந்து திரும்பி வந்து கட்டுப்பாட்டு வாரியத்தில் (*Board of Control*) தலைவரானார். இவ்வாரியம் கிழக்கிந்தியக் கம்பெனியின் செயல்பாடுகளை மேற்பார்வை செய்து வந்தது. (இ.ச.க.தொகுதி-10: 1793 - புள்ளிகள்) இந்த வாரியமே பின்னர் இந்தியத் துறையாக (*India Office*) வளர்ச்சி பெற்றது. நான்காம் ஜார்ஜ் (1762-1830; ஆ.கா. 1820-1830) அரியணை ஏறிய வேளையில் கேனிங்கு கட்டுப்பாட்டு வாரியத் தலைவராயிருந்தார். (கேனிங்கின் காதலி என்று ஐயுறப் பெற்ற) அரசரின் மனைவியான கரோலனை என்ன செய்வது என்ற நிலை ஏற்பட்டது. கேனிங்கு கரோலைனிடம் நட்புடையவர் என்பது ஊரறிந்த செய்தியாகையால், அப்பெண்ணிற்குச் சங்கடம் தருவதைத் தவிர்ப்பதற்காகக் கேனிங்கு பதவியிலிருந்து விலகினார்.

வேல்ஸ் இளவரசர் இப்போது பட்டமேற்று நான்காம் ஜார்ஜ் அரசராய் விட்டதால், கரோலைன் அரசி என்று அழைக்கப்பட்டார். அவருக்கும் இப்போது அரசராயிருக்கும் வேல்ஸ் இளவரசருக்கும் மண உறவு இல்லாதிருந்தமையால், அரசர் கரோலைனை மணவிலக்குச் செய்ய முயன்றார். அப்பெண் மீது வழக்கு நடந்தது. பொது மக்கள் அரசிக்கு ஆதரவாயிருந்தனர். அரசரால் கரோலைனை மணவிலக்குச் செய்வதற்கு இயலவில்லை. எனினும் கரோலைன் அதற்குச் சிறிது காலத்திற்குப் பிறகு இறந்து போனார். அது கேனிங்கிற்கு மிகுந்த வருத்தத்தைக் கொடுத்தது.

தனியுரிமையாய் ஏராளமான உடைமைகளை வைத்திருந்தவர்களுக்குக் கேனிங்கின் மீது நம்பிக்கையில்லை. கேனிங்கு அரசியல் சச்சரவுகளை விடுத்து, இந்தியத்திற்குத் தலைமை ஆளுநராய்ச் செல்லலாம் என்று 1822 இல் எண்ணிக் கொண்டிருந்தபோது ஒரு நிகழ்ச்சி நடந்தது. வைக்கவுண் கேசில்ரா 1822 ஆம் ஆண்டு தற்கொலை செய்து கொண்டார். அதனால் அயலுறவு அமைச்சர் பதவியை ஏற்பதற்கு ஒருவர் வேண்டியிருந்தது. அந்தப் பதவிக்குத் தன் மனைவியின் நண்பரும் பலரது கருத்துப்படி காதலருமான கேனிங்கு தான் பொருத்தமானவர் என்பதை ஏற்பதற்கு அரசர் ஆயத்தமாயில்லை. அவர் இது குறித்து வெலிங்டன் கோமகனைக் கலந்து பேசினார். அரசர் கேனிங்கை அந்தப் பதவியில் அமர்த்துவது அவரது கடமையென்பதை வெலிங்டன் எடுத்துக் காட்டினார்.

கேனிங்கு அயலுறவு அமைச்சர் என்ற முறையில், தான் மேலான ஒருவர் என்பதை நிறுவினார். அரசரும் இது கண்டு மகிழ்ந்தார். அதனால் தலைமை அமைச்சர் லிவர்ப்பூல் பிரபிற்குக் கேனிங்கின் மீது மிகுந்த விருப்பம் உண்டானது. கேனிங்கு அரசரின்

காமக்கிழத்தி மகனான ஃபிரான்சிஸ் கோனிங்காம் பிரபை அயலுறவு அமைச்சில் பணிக்கு அமர்த்தினார். இது அரசருக்கு மகிழ்ச்சியூட்டியது. அச்சீமாட்டியின் காதலருள் ஒருவரான போன்சன்பய் மீது அரசர் ஐயம் கொள்வதற்கு இடமின்றி, அவருக்கு வெகு தொலைவிலுள்ள தென்னமெரிக்கத்தில் ஒரு பதவியைக் கேனிங்கு கொடுத்து அனுப்பி விட்டார். அரசரை மகிழ்விக்க வேறென்ன வேண்டும்.

ஐரோப்பியத்தை எதேச்சதிகாரச் சங்கிலிகளால் பிணைத்து வைக்க முயன்ற பிற்போக்குச் சக்திகளின் கூட்டத்துடன் கேனிங்கு எந்தத் தொடர்பும் வைத்துக் கொள்ளவில்லை. ஸ்பெயினிலிருந்த முற்போக்காளர் கூட்டத்தை ஒடுக்கி வைப்பதற்காகப் பிரான்ஸ் ஸ்பெயின் மீது படையெடுப்பதைப் பிரிட்டன் ஆதரிக்காது என்பதைத் தெளிவுபடுத்துவதற்காகக் கேனிங்கு வெலிங்டன் பிரபை வெரோனா பேரவைக்கு (1822) அனுப்பி வைத்தார்.

பிற்போக்காளர் கூட்டத்தால் வெல்லப்பட்ட ஸ்பெயின், போர்ச்சுக்கல்லிலிருந்த சனநாயக அரசை வீழ்த்தத் திட்டமிட்டது. கேனிங்கு போர்ச்சுக்கல்லிற்கு ஆதரவாய் அங்கு பிரிட்டீசுப் படையை அனுப்பினார். மக்கள் கேனிங்கின் சுதந்திரமும் துடிப்பும்மிக்க துணிச்சலான கொள்கையை விரும்பினர். அரசரின் பரிவாரம் அவரை எதிர்த்தது. கேனிங்கு வெற்றி பெறுகின்றார் என்பது தெளிவானது வரையிலும் அரசர் திகலடைந்துதான் போயிருந்தார்.

1827

அவர் தென்னமெரிக்கத்தைப் பொருத்தவரையில் பிரிட்டனின் ஐரோப்பிய நட்பு நாடுகளுக்கு மாறான வகையில் மிகப்பெரிய சாதனையை நிகழ்த்தினார். ஸ்பெயினின் தென்னமெரிக்கக் குடியேற்றங்கள் அதனிடமிருந்து விடுதலை பெற்று உறவைத் துண்டித்துக் கொண்டன. ஐரோப்பிய நாடுகள் பையப் பதறாமல் தமக்கு விருப்பமான நேரத்தில் இப்புதிய குடியரசுகளை ஏற்று ஒப்பின. கேனிங்கோ பிறரைப் போல் காத்திராமல் புதிதாய் விடுதலை பெற்ற நாடுகளை ஏற்று ஒப்பினால் பிரிட்டனுக்குச் செழிப்புமிக்க வாணிப வாய்ப்புகள் கிடைக்குமென்று உடனே அவற்றை ஏற்று ஒப்பினார்.

தலைமை அமைச்சர் லிவர்ப்பூல் 1827 ஆம் ஆண்டு மாரடைப்பால் தாக்குண்டு படுக்கையில் படுத்து விட்டார். அவர் இனி உடல் நலம் தேற மாட்டார் என்பது தெளிவானது. டோரிக் கட்சியின் இடதுசாரியினர் கேனிங்குதான் அடுத்த தலைமையமைச்சர் என்று திகிலடைந்து விட்டனர். கேனிங்கு கத்தோலிக்கர் மீதிருந்த சமூகத் தடைகளை நீக்க வேண்டுமென்பதைத் தவறாமல் வலியுறுத்தினார். அவர் இது குறித்துக் கட்சியில் பாதிப் பேருடன் கருத்து வேறுபாடு கொண்டிருந்தார். இந்நிலையில் இடதுசாரியினர் அரசரை நெருக்கி வெலிங்டனைத் தலைமையமைச்சராக்குமாறு கூறினார்

ஆனால் அரசர் கேனிங்கைத் தலைமையமைச்சராக்கி விட்டார். கேனிங்கு தனது 57 ஆவது வயதில் 1827 ஆம் ஆண்டு தலைமை அமைச்சரானார். அவர் ஏற்கெனவே சாவின் வாயிலருகே நின்று கொண்டிருந்தார். அவர் சாராய அபினிக் கரைசலில்தான் உயிர் வாழ்ந்து வந்தார். அவர் பதவியேற்றதும் தொல்லைகள் மலிந்தன. வெலிங்டன் வெரோனா பேரவைக்கு (1822) அனுப்பப்பட்டதிலிருந்து கேனிங்கை வெறுத்து வந்தார். அவர் அப்பேரவையில் தன் விருப்பிற்கு மாறாய்ப் பிரிட்டனின் பேராளர் என்ற முறையில் கேனிங்கின் கொள்கையை நிறைவேற்ற வேண்டிய கட்டாயம் ஏற்பட்டது.

ஐரோப்பிய வல்லரசுகள் பூர்பான்களுக்கு (Bourbon : பிரஞ்சு அரசகுடி) ஆதரவாய் ஸ்பெயின் மீது படையெடுக்கத் துடித்தன. வெலிங்டன் அதை ஆதரித்தார். ஆனால்

ஐரோப்பிய நாடுகள் ஸ்பெயினில் தலையிட்டால், பிரிட்டன் அதில் பங்கேற்காது என்று வெலிங்டன் வெரோனா பேரவையில் கூற நேர்ந்தது. ஆதலால் அவர் இப்போது கேனிங்கின் அரசில் பணிபுரிய மறுத்துவிட்டார். கேனிங்கு விக்கு கட்சியினரை அரசினுள் கொண்டு வந்து தனக்குப் புதிய துன்பங்களை உண்டாக்கிக் கொண்டார்.

அவர் ''தானியச் சட்டங்களைச்'' சீர்திருத்துவதற்காகக் கொண்டுவந்த திட்டத்தைக் குலைத்து விட்டனர். (*Corn Laws* : உள்நாட்டு வேளாண்மையாளரை - பெரிய நிலப் பிரபுகளை - அயல்நாடுகளின் போட்டியிலிருந்து காப்பதற்காக வெளிநாடுகளிலிருந்து உணவு தானியங்களை இறக்குவதற்குப் பெருந்தொகையைத் தீர்வையாய் விதிப்பதற்கு இச்சட்டங்கள் 1804 ஆம் ஆண்டு கொண்டு வரப்பட்டன. அவை இறுதியாய் 1846 இல் ஒழிக்கப்பட்டன. தானியச் சட்ட எதிர்ப்புச் சங்கம் என்ற ஓர் அமைப்பு 1839 இல் அமைக்கப்பட்டது.)

கேனிங்கு அயல் நாட்டு நடப்புகளில் வெற்றி பெற்றார். துருக்கரிடமிருந்து வெற்றி பெறுவதற்காகப் போராடிக் கொண்டிருந்த கிரேக்கரைக் காக்கும் நோக்குடன், அவர் இரஷியத்துடனும் பிரான்சுடனும் அணி சேர்ந்தார். துருக்கக் கப்பற்படை 1827 இல் நடந்த நவரினோ சண்டையில் தோற்கடிக்கப்பட்மையால் கூட்டணியின் குறிக்கோள் நிறைவேறியது. (*Navarrino* : இது தென்மேற்குக் கிரீசிலுள்ள துறைமுகம் : கிரேக்க விடுதலைப் போரில் இங்கு நடந்த சண்டை மிகவும் முக்கியமானதாகும். இதன் தற்காலக் கிரேக்கப் பெயர் பைலோஸ் - கதூடூணிண் - ஆகும்.)

கேனிங்கின் உடல் நலம் பெரிதும் குறைந்து கொண்டே வந்தது. யார்க்குக் கோமகன் விண்சரில் அடக்கம் செய்யப்பட்டபோது, கேனிங்கு அந்த இறுதிச் சடங்கில் கலந்து கொண்டார். அப்போது அவருக்குத் தடுமன் பிடித்துக் கொண்டது. அவரைக் கீல்வாதமும் வருத்திற்று. அவர் சிஸ்விக்கிலிருந்த டேவன்சயர் மாளிகையில் தங்கியிருந்தார். அங்கு 1827 ஆகஸ்டு 8 அன்று இறந்தார். அவர் தலைமை அமைச்சராய் வெறும் நூறு நாள் மட்டுமே இருந்தார்.

அவரை வெஸ்டுமினிஸ்டரில் அடக்கம் செய்தனர். அவரின் பிள்ளைக்கு வைக்கவுண் பட்டம் தரப்பட்டது. கேனிங்கு பலதரப்பட்ட கருத்துகளின் கலவையாய் விளங்குகின்றார். அயலுலக நடப்புகளில் மிகவும் முற்போக்காய் நடந்து கொண்டார். கத்தோலிக்கர் மீதிருந்த சமூகத் தடைகளை நீக்க முயன்றார்.

1827

தலைமை அமைச்சர் வைக்கவுண் கோடரிச்சு

இந்த 1827 ஆம் ஆண்டில் கேனிங்கையடுத்து ஃபிரடரிக்கு ஜான் இராபின்சன் வைக்கவுண் கோடரிச்சு (*Frederick John Robinson , Viscount Goderich,1782-1859*) பிரிட்டனின் இருபதாவது தலைமை அமைச்சரானார். இவர் வட இங்கிலாந்திலுள்ள யார்க்குசயர் கோட்டத்தைச் சேர்ந்த செல்வாக்கு மிக்க குடும்பத்தில் 1782 அக்டோபர் 30 அன்று பிறந்தார். அக்குடும்பம் தலைமுறை தலைமுறையாய்ப் பலகாலம் அரசியலில் இருந்து வந்தது. அதற்குக் கிராந்தம் பேரணி உரிமையாயிருந்து வந்தது. (*barony* : பிரிட்டனின் உயர்குடிப் பிரபுகளின் ஐந்துபடி நிலைகளில் கடைசியானதாகும்.)

கோடரிச்சு ஹாரோவிலும் கேம்பிரிட்ஜின் ஜான் கல்லூரியிலும் பயின்றார். அவர் தனது இருபத்தி நான்காம் வயதில் 1806 வாக்கில் அயர்லந்துக் கோட்டம் ஒன்றிலிருந்து நாடாளுமன்றத்திற்குத் தேர்ந்தெடுக்கப்பட்டார். அதற்கடுத்த ஆண்டு தன் தொகுதியைப் பிரிட்டனுக்கு மாற்றிக் கொண்டார். அவர் 1814 ஆம் ஆண்டு சாரான் ஹோபாட்டு சீமாட்டியை மணந்தார்.

அவர் வாட்டர்லூ சண்டை நடந்து கொண்டிருந்த 1815 ஆம் ஆண்டில் தானிய இறக்குமதியைக் கட்டுப்படுத்தும் சட்ட முன்வரைவு ஒன்றை நாடாளுமன்றத்தில் கொண்டு வந்தார். அதனால் சீற்றமுற்ற மக்கள் அவரது இலண்டன் வீட்டைத் தாக்கினர். அதற்கு மூன்றாண்டுகளுக்குப் பிறகு தலைமை அமைச்சரான லிவர்ப்பூல் பிரபு அவரை நிதியமைச்சராக்கினார். அவர் இப்பகுதியில் நான்காண்டுகள் இருந்து நம்பிக்கை தருகின்ற வரவு செலவுத் திட்டங்களை வரிசையாய்க் கொண்டு வந்தார்.

அவர் நிதியமைச்சராயிருந்த காலத்தில் ஆஸ்திரியம் பிரிட்டனிடமிருந்து வாங்கிய கடனை எதிர்பாராத விதமாய் 1824 ஆம் ஆண்டில் திருப்பிச் செலுத்தியது. இதனால் அந்த ஆண்டில் பணப்பெருக்கம் ஏற்பட்டது. அவர் இப்பெருந்தொகையை மிகுந்த கெட்டிக்காரத்தனமாய்ச் செலவிட்டார். புதிய சர்ச்சுகளைக் கட்டுவதற்காக 5,00,000 பவுனையும் விண்சர் கோட்டை மாளிகையைச் செப்பம் செய்ய 3,00,000 பவுனையும் செலவிட்டார். மேலும் அவர் 57,000 பவுனைச் செலவு செய்து ஆங்கர்ஸ்டீன் ஓவியச் சேகரங்களை விலைக்கு வாங்கினார். அச்சேகரத்தைக் கொண்டு நேசனல் கேலரி *(National Gallery)* என்றழைக்கப்படும் ஓவியக் கூடம் தொடங்கப்பட்டது.

அதற்கடுத்த ஆண்டில் வாணிபப் பின்னடைவு ஏற்பட்டது. எனினும் அவரது பெயருக்கு எந்தத் தீங்கும் உண்டாகவில்லை. கேனிங்கு 1827 இல் தலைமை அமைச்சரானதும் கோடரிச்சைப் போர், குடியேற்ற நாடுகள் ஆகிய துறைகளுக்கு அமைச்சராக்கினார். நான்காம் ஜார்ஜ் மன்னர் அவரைக் கோடரிச்சு வைக்கவுண் என்ற ஐந்தாம் நிலைப் பிரபு ஆக்கினார்.

1827

கேனிங்கு சில மாதங்களில் இறந்ததும் அவரின் ஆதரவாளர்கள் சொத்தும் மேனிலையும் உடைய ஒருவரைத் தலைமையமைச்சர் பதவிக்குத் தேடினர். ஆனால் நான்காம் ஜார்ஜ் மன்னர் கோடரிச்சை உடனே அழைத்துத் தலைமையமைச்சராக்கினார். கோடரிச்சு தனக்கு அடங்கிய ஊழியராய் இருப்பார் என்று அரசர் நினைத்தார். அவர் கோடரிச்சை இப்பதவிக்குத் தேர்ந்தெடுத்தது குறித்து மன்னருக்குள்ள உரிமை பற்றி எவரும் வினா எழுப்பவில்லை. ஆனால் அரசரோ தனக்கு விருப்பமில்லாதவர்களை அமைச்சிலிருந்து நீக்கவும் வேண்டியவர்களை அதில் சேர்க்கவும் செய்தார். இதனால் கோடரிச்சிற்கு அமைச்சில் அதிகாரமில்லாது போயிற்று. நாடாளுமன்றத்திலும் அவருக்கு மரியாதை இல்லாமலிருந்தது. அவர் தலைமையமைச்சர் என்ற சொல்லுக்கு ஏற்ற வகையில் அந்தப் பதவியில் இருக்கவில்லை. அவரும் தன்னைத் தலைமையமைச்சர் என்று நினைக்கவில்லை.

அமைச்சரவை குழப்பங்களினாலும் உள் பூசல்களினாலும் தத்தளித்தது. அதை நடத்திச் செல்வதற்குச் சரியான தலைவர் இல்லை. பிரிட்டன் கிழக்கு நில நடுக்கடல் பகுதியில் எந்தக் கொள்கையைக் கடைப்பிடிப்பது என்பதைத் தீர்மானிக்க முடியாதவராய்த் தலைமை அமைச்சர் இருந்தார்.

அவருக்கு விருப்பமான ஒரு குழந்தை இந்நேரத்தில் இறந்து விட்டது. அவர் அரசரிடம் பதவி விலகல் கடிதத்தைக் கொடுத்து விட்டார். கோடரிச்சின் ஆட்சிக்காலம் ஓர் ஆண்டிற்குச் சற்று குறைவாகும். அவர் 1828 ஜனவரியில் பதவியிலிருந்து நீங்கினார்.

அவரையடுத்து வெலிங்டன் பிரபு *(Duke of Wellington, 1769 - 1852;* இவரைப் பற்றிய செய்திகள் இ.ச.க 11: 1803 கட்டுரை காண்க) தலைமை அமைச்சரானார், கோடரிச்சு பதவியிலிருந்த காலத்தில், அவர் நாடாளுமன்றத்தை ஒருமுறை கூட எதிர்ப்படவில்லை. இது இவருக்கு மட்டுமேயுள்ள தனிச் சிறப்பாகும். கோடரிச்சு எழுபத்தாறாவது வயதில் 1859 இல் இறந்தார்.

(ஆ) சென்னைக்குப் புது ஆளுநர்

சர் தாமஸ் மன்றோ இந்த 1827 ஆம் ஆண்டு இறந்ததையடுத்து 1827 அக்டோபர் 18 வரை ஹென்றி சல்லிவன் கிரிம் (Henry sullivan Greame) இடைக்கால ஆளுநரானார். பிறகு 1827 அக்டோபர் 19 அன்று ஸ்டீஃபன் ரம்போல் லூசிங்டன் (Stephen Rumbold Lusington) ஆளுநர் பதவியை ஏற்றார். இவர் 1832 அக்டோபர் 25 வரை சென்னை ஆளுநராயிருந்தார்.

(இ) பம்பாய் ஆளுநர் எல்ஃபின்ஸ்டன் பதவி விலகல்

மௌண் ஸ்டூவட்டு எல்ஃபின்ஸ்டன் (Mount Stuart Elphinston) 1819 நவம்பர் 12 அன்று பம்பாய் மாநில ஆளுநராய்ப் பதவி ஏற்றார். அவர் அதற்கு எட்டாண்டுகளுக்குப் பிறகு 1827 நவம்பர் 1 அன்று அப்பதவியிலிருந்து விலகினார். அவரையடுத்துச் சர் ஜான் மால்கம் ஆளுநரானார். இவர் 1830 டிசம்பர் 1 வரை பதவியிலிருந்தார். எல்ஃபின்ஸ்டன் 1859 நவம்பர் 20 அன்று இறந்தார்.

(ஈ) ஆன்று ஜேக்சன் அமெரிக்க ஆட்சித் தலைவர்

அமெரிக்கத்தின் புகழ்பெற்ற படைத் தலைவரும் வழக்குரைஞரும் அரசியல் தந்திரியுமான ஆன்று ஜேக்சன் (Andrew Jackson, 1767, 1845) 1827 ஆம் ஆண்டு அமெரிக்கத்தின் ஏழாவது ஆட்சித் தலைவராய்த் தேர்ந்தெடுக்கப்பட்டார். (இவரைப் பற்றி இ.ச.க.தொகுதி-12: 1811 கட்டுரையில் கண்டிருக்கின்றோம்.) அமெரிக்க இந்தியர்களை ஒடுக்குவதற்காக, அவர்கள் வழிவழியாய் வாழ்ந்து வந்த இடங்களிலிருந்து வெகு தொலைவில் தனித்து ஒதுங்கிய பகுதிகளுக்கு அப்புறப்படுத்திய இந்தியரை அப்புறப்படுத்தும் சட்டம் (Indian Removal Act) என்ற சட்டத்தை ஜேக்சன் கொண்டு வந்தார்.

1827

2. அறிவியல்

(அ) ஓம் விதி

ஜியோர்ஜ் சைமன் ஓம் (George Simon Ohm, 1787 - 1854 என்ற ஜெர்மன் அறிவியலார் 1827 ஆம் ஆண்டில் மின்னோட்டம், அதன் இயல்நிலை (potential) தடுப்பாற்றல் ஆகியவற்றை விளக்க, அது பற்றிய ஒரு விதியைக் கூறினார். அதற்கு ஓம் விதி என்று பெயர்:

I = E/R R = E/1 =1R அதாவது 1 என்பது மின்னோட்டம்; உ மின்னழுத்த வேறுபாடு; கீ மின்தடை; அதாவது மாறா வெப்ப நிலையில் மின்னழுத்த வேறுபாட்டிற்கு மின்னோட்டம் நேர் வீதத்திலும் மின் தடைக்கு எதிர் வீதத்திலும் இருக்கும் என்பது ஓம் விதியாகும்.

(ஆ) கண்ணுள் பொருத்தும் கண்ணாடி

ஜான் ஃபிரடரிக்கு வில்லியம் ஹெர்ஷல் (John Frederick William Herschel, 1792 - 1871) ஆங்கில வானியலார். இவர் புகழ்பெற்ற வானவியலாரான வில்லியம் ஹெர்ஷலின் (1738-1822;) மகன். இவர் 525 விண்மீன் திரள்களையும் (Star Clusters) புகைமங்களையும் (Nebulae) எண்ணிப் பட்டியலிட்டார். அவர் இவ்வாண்டில் கண்ணுக்குள் கண்ணாடியைப் பொருத்திக் கொள்ளலாம் என்று கூறினார். எனினும் இதற்கு அறுபதாண்டுகளுக்குப் பிறகுதான் இத்தகைய கண்ணாடி செய்யப்பட்டது.

1827

3. மருத்துவம்

மார்ஃபீன் விற்பனைக்கு வருதல்

அபினில் முதன்மையாய் இருக்கும் காரமம் மார்ஃபீன் எனப்படும். இதன் வேதிக்குறி $C_{17}H_{19}NO_2$; இ.ச.க.தொகுதி-8: 1773 கட்டுரை) ஜெர்மன் மருந்தாளுநரான ஃபிரடரிக்கு வில்லிம் ஆடம் செட்டர்னர் (*Frederick Wilhelm Adam Seturner,*) 1803 ஆம் ஆண்டில் மார்ஃபீனை அபினிலிருந்து தனிப்படுத்தி, அதற்கக் கிரேக்க உறக்கத் தெய்வமான மார்ஃபியசின் (*Morpheus*) பெயரைத் தந்தார்.

நடு ஜெர்மனியின் ஹெஸ் மாநிலத்தைச் சேர்ந்த டார்ம்ஸ்டாட்டு (*Darmstadt*) என்ற ஊரினரான ஹென்றிக்கு எமானுவல் மெர்க்கு (*Henrick Emanuel Merck*) என்றவர் 1826 ஆம் ஆண்டு விற்பனை செய்யக்கூடிய அளவிற்கு மார்ஃபீனைக் கொண்டு வந்தார். அவர் இனி 1836 ஆம் ஆண்டில் பெரிதும் மார்ஃபீனிலிருந்து எடுத்த கொடீனையும் (*Codine*) 1868 ஆம் ஆண்டில் கோக்கோ இலைகளிலிருந்து எடுத்த கோக்கைனையும் (*Cocaine*) விற்பனைக்குக் கொண்டு வந்தார்.

4. சட்டம், நீதியாட்சி

இந்தியர் குற்ற நடுவராக இசைவு

இந்தியர்கள் நீதிமன்றங்களில் நீதியாட்சிக்குத் துணை புரியும் வகையில் குற்ற நடுவர்களாய்ப் பணி செய்வதற்குக் கம்பெனி அரசு 1827 சூலை 9 அன்று இசைவு தந்தது.

5. கலை, இலக்கியம்

பால்சாக்கின் ‘மானுட நகைச்சுவை நாடகம்‘

ஹானர் தெ பால்சாக்கு (*Honore de Balzac, 1799 - 1850*) நடு பிரான்சின் மேற்கிலுள்ள தூ (*Tours*) என்ற நகரில் பிறந்தார். (இது லோயர் ஆற்றின் கரை மீது அமைந்த நகரம். அரபுகள் இங்கு 1732 ஆம் ஆண்டு நடந்த சண்டையில் தோற்றனர். இஸ்லாம் மேற்கு நோக்கி முன்னேறுவது இத்தோல்வியினால் தடைப்பட்டது.) இவர் வெண்டோம் கல்லூரியில் சோர்போன் பல்கலைக் கழகத்திலும் கல்வி கற்றார். பாரிஸ் பல்கலைக்கழகத்தில் சட்டம் பயின்றார்.

பால்சாக்கு இலக்கியத் துறையில் ஈடுபட்டுப் பார்க்கட்டுமென்று, அவர் குடும்பத்தார் அவருக்கு 1819 இல் உதவிப் பணம் தந்தனர். அவர் ஐந்நூறு ஆண்டுகள் ஓர் இதழாசிரியராயிருந்து, பிறந்ததும் மறைந்த பல இதழ்களை நடத்தினார்; அவர் 1819 முதல் 1830 வரை வறுமையில் வாடினார். தொட்டதெல்லாம் துலங்கவில்லை. அவர் உணர்ச்சியார்வமூட்டும் ஏராளமான கற்பனைக் கதைகளை எழுதினார். அவர் பல நூல்களை எழுதிக் குவித்த பின்னர், தற்கால நாகரிகம் முழுமையும் பொதிந்துள்ள ‘‘மானுட நகைச்சுவை நாடகம்’’ (*La Comedie humanis*) என்ற நாவலை எழுதும் கருத்து அவருக்கு 1827 ஆம் ஆண்டில் தோன்றியது.

பால்சாக்கு நூல் வெளியீடு, அச்சுத்தொழில், அச்சு வார்ப்பு முதலிய தொழில்களில் சூது பேரம் நடத்தியதால் 1828 ஆம் ஆண்டு பெரும் பொருளை இழந்தார். அவர் தன் தாயாரிடமும் நண்பரான பெர்னி (*De Berny*) என்ற பெண்ணிடமும் பெருந்தொகை கடன்பட்டார்.

அவரது முதல் நாவல் ''கடைசி துவன்'' 1829 இல் வெளிவந்தது. இந்நூல் அவருக்குப் பெரும் புகழைத் தந்தது. அவர் 1832 முதல் 1836 வரை இருபதிற்கும் மேலான நாவல்களை எழுதினார். அவருக்கு ஒரு சீமாட்டியின் வாயிலாய்ப் பாரிஸ் நகர மேட்டுத்தட்டு மக்களின் தொடர்பு ஏற்பட்டது. எனினும் அவர் வாணாள் முழுவதும் வறுமையிலேயே உழன்றார்.

6. கல்வி

(அ) தமிழ் அரிச்சுவடி

ஹென்றி எச். துரை என்றவரும் சென்னைக் கோட்டைக் கல்லூரித் தமிழ்ப் பண்டிதரான தாண்டவராய முதலியாரும் (?-1850); 1825 - புள்ளிகள் காண்க) சேர்ந்து அரிச்சுவடி என்ற தொடக்கப் பாட நூலை எழுதினர். தற்காலத் தமிழ் இலக்கண வழிகாட்டி நூல்களில், முதலில் வந்தவற்றுள் இந்த அரிச்சுவடி ஒன்றாகும். திருமாலின் பெயரால் இது அரிச்சுவடி என்றழைக்கப்பட்டது.

(ஆ) பம்பாயில் எல்ஃபின்ஸ்டன் கல்லூரி தொடக்கம்

பிரிட்டீசுப் பேரரசின் வலுவான தூண் என்று மதிக்கப்பெற்ற எல்ஃபின்ஸ்டன் பம்பாயில் 1820 ஆம் ஆண்டு ஆளுநரானார். (இதே காலத்தில் இன்னொரு தூணான சர். தாமஸ் மன்றோ சென்னையில் ஆளுநராயிருந்தார்.) எல்ஃபின்ஸ்டன் ஆட்சிப் பொறுப்பேற்றதும் செய்த முதற் பணி பம்பாயில் நாட்டுக் கல்விச் சங்கம் (Native Education Association) என்ற அமைப்பை அவ்வாண்டில் உண்டாக்கியதாகும். அவர் அடுத்தபடியாய்த் தன் பெயரில் 1827 ஆம் ஆண்டில் எல்ஃபின்ஸ்டன் கல்லூரியை நிறுவினார்.

இக்கல்லூரியிலிருந்து 1850 வாக்கில் தாதாபாய் நௌரோஜி போன்ற இளைஞரில் சிலர் பட்டம் பெற்று வெளியேறினர். இதே கல்லூரியியல் புகழ் பெற்ற வரலாற்றாசிரியரான ஆர்.ஜி. பண்டார்க்கர், நீதிபதியான மகாதேவ கோவிந்த ரானடே ஆகியோர் படித்துப் பின்னாளில் புகழ் பெற்றனர்.

7. மக்கள்

தாழ்ந்த சாதியார் மாராப்புப் போட எதிர்ப்பு

தமிழ்நாட்டில் குமரி மாவட்டத்திலும் கேரளத்திலும் அண்மைக்காலம் வரையிலும் மானக்கேடான வழக்காறுகள் இருந்து வந்தன. தாழ்ந்த சாதியார் மேல் சாதியினர் வாழும் தெருக்களுக்குள் செல்லலாகாது. கோயிலுக்குள் புகக்கூடாது. மேல் சாதியார் முன்னிலையில் செருப்பு அணியக் கூடாது. துண்டைத் தோளிலிருந்து இறக்க வேண்டும். தலையில் கட்டிய முண்டாசை அவிழ்த்துக் கையில் வைத்துக் கொள்ள வேண்டும். மேல்சாதியார் ஊற்றும் தண்ணீரை இரு கை நீட்டித்தான் குடிக்க வேண்டும். இப்படி எண்ணிலடங்காக் கொடுமைகள் நடந்தன. இக்குற்றங்களை செய்தவர்கள்மேல் கருப்பட்டிப் பாலை ஊற்றி வெயிலில் நிறுத்துவது, சாணிப் பாலை வாயில் ஊற்றுவது, புளிய மிளாறு கொண்டு அடிப்பது, முள்வேலி மீது தூக்கிப் போடுவது என்று பல தண்டனைகளும் இருந்தன. முன்னர் வேணாடு என்ற திருவிதாங்கூர் நாட்டில் இருந்த கன்னியாகுமரி மாவட்டமான நாஞ்சில் நாட்டில், கேரளத்தைப் போலவே காட்டுமிராண்டித்தனமான இன்னொரு வழப்பமும் இருந்தது.

வேணாட்டை இப்போது இசைவித்தகரான சுவாதித் திருநாள் (1813-1843) ஆண்டு கொண்டிருந்தார். அவரது காலத்திற்கு முன்னரே நெடுங்காலமாய் இருந்துவந்த ஒரு வழக்கத்தை எதிர்த்து நாஞ்சில் நாட்டு மக்கள் நடத்தி வந்த இயக்கம் 1827 ஆம் ஆண்டில் வலுத்தது. அது என்ன வழப்பம்.?

தாழ்ந்த சாதிப் பெண்கள் எவ்வித ஆடையாலும் மார்பை மூடாது திறந்த உடம்போடு பொதுவில் அரை அம்மணமாய்த் திரிய வேண்டும். அரசின் இந்தச் சட்டத்தை மீறுவோர். பொது இடங்களில் மானபங்கம் செய்யப்பட்டனர். (கேரளத்தில் எங்கோ ஓரிடத்தில் மாராப்புபோட்ட ஒருத்தியின் முலைகள் அறுக்கப்பட்டன என்பது வரலாறு.) ஆனால் குமரி நாட்டில் பெண்கள் கேவலப்படுத்தப்பட்டனர்.

அரசர் மேல் சாதியாருக்குத் துணை நின்று இச்சட்டத்தை நிலை நாட்டி வந்தார். அதனால் மக்கள் பல காலம் இக்கொடுமையைப் பொறுத்துக் கொண்டு அடங்கி நடந்தனர். கிறித்தவ சமயப் பரப்பியரான அயல் நாட்டினர் வரவால் மக்கள் நெறி கெட்ட இச்சட்டத்தை அவர்களின் துணையொடு எதிர்க்கத் தொடங்கினர். அதைச் சாதி இந்துக்களான சூத்திரர் வன்மையாய் எதிர்த்தனர்.

இந்தப் போராட்டத்திற்குத் தோள் சீலைப் போராட்டம் என்று பெயர். இது 1827 ஆம் ஆண்டு உச்சம் ஏறியது. கிறித்தவம் தழுவிய அவர்ணர்கள், அதாவது வர்ணமில்லாதவர்கள், வருணாசிரம தர்மத்திற்கு அப்பாற்பட்டவர்களான தாழ்ந்த குலத்தினர்தான் எதிர்ப்புக் குரல் எழுப்புகின்றனர் என்று, தம்மை மேல் சாதியார் என்று கொண்டாடி வந்த சூத்திரர்கள் 1827 ஆம் ஆண்டில் ஏராளமான கிறித்தவக் கோயில்களையும் பள்ளிக் கூடங்களையும் தீயிட்டுக் கொளுத்தினர்.

தோள் சீலைத் தடைச் சட்டத்தை மீறிக் குப்பாயம் (சட்டை அல்லது இரவிக்கை) அணிந்த பெண்களும் மாராப்பு என்ற தோள்சீலையால் முலைகளை மூடிய பெண்களும் தெருக்களில் மானபங்கம் செய்யப்பட்டனர். இதற்கு அரசின் ஆதரவு இருந்ததால் இந்த ஒழுக்கம் கெட்ட செயல் நீடித்தது.

8. பொது

உரசும் தீக்குச்சி லூசிஃபர்

ஆங்கில மருந்தாளுநரான ஜான் வாக்கர் உரசிப் பற்றவைக்கும் முதல் லூசிஃபர் தீக்குச்சியை 1827 ஆம் ஆண்டு செய்தார். லூசிஃபர் என்பது தீக்குச்சியின் வாணிபப் பெயரானது.

(*Lucifer* என்பது தேவதைகளிடையே நடந்த புரட்சியின் தலைவனைக் குறிக்கும். இது பொதுவாய்ச் சைத்தான் என்றே கொள்ளப்படுகின்றது.)

இந்த தீக்குச்சியின் நுனி பொட்டாஷ், சர்க்கரை, கோந்து ஆகியவற்றின் கலவையில் தோய்க்கப்பட்டிருக்கும். ஓர் உப்புத்தாளில் குச்சியைக் கிழித்தால் தீப்பற்றிக்கொள்ளும்.

9. பிறப்பு

(அ) சோதி ராவ் ஃபூலே (1827-1890)

சோதி ராவ் ஃபூலே தற்கால இந்திய சமூகச் சீர்த்திருத்தக்காரருள் தலையாய

முன்னோடியாய் விளங்குகின்றார். மராட்டியத்தின் அழுத்தப்பட்ட மக்களையும் கல்வியறிவற்று வீடுகளுக்குள் அடிமை நிலையில் வாழ்ந்த பெண்களையும் மேலே ஏற்றும் பணியை வாழ்க்கையின் குறிக்கோளாய்க் கொண்டு அதற்கெனவே, ஃபூலே வாழ்ந்தார்.

மகாத்மா

தன்னலமற்ற தனிப் பெருந்தொண்டைச் செய்த மாமனிதர் என்பதற்காக அவரை மகாத்மா என்று சிறப்பித்தனர். அவர் *1827* ஆம் ஆண்டு கோவிந்த ராவிற்கும் சிம்னா பாய்க்கும் இரண்டாவது மகனாய்ப் பிறந்தார். இவர் மாலி என்ற சத்திரிய வகுப்பைச் சேர்ந்தவர். இவரின் முன்னோர் சதாராவிற்கு அருகிலுள்ள ஒரு சிற்றூரைச் சேர்ந்தோர். சோதிராவின் குடும்பம், அவரின் தந்தை காலத்தில் பிழைப்புத் தேடிப் பூனாவிற்குக் குடிபெயர்ந்தது. அவர்கள் முதலில் ஆடு மேய்த்துப் பிழைத்தனர். பின்னர் பூக்கட்டும் வேலையைச் செய்து, அதையே வாழ்க்கைத் தொழிலாய்க் கொண்ட காரணத்தினால் பூக்கட்டி என்ற பொருளைத் தரும் ஃபூலே என்ற பெயரைப் பெற்றுள்ளனர்.

சோதி ராவ் ஃபூலே பிறந்த காலத்தில் மராட்டியத்தில் இருந்த சமூக நிலையை நாம் அறியும்போது, அவர் ஏன் பிராமணருக்கு எதிராய் இடையராது போராடினார் என்பதை விளங்கிக் கொள்ளலாம்.

மராட்டியத்தில் கடைசிப் பேஷ்வாவான இரண்டாம் பாஜி ராவின் (*1796 - 1818*) ஆட்சி மூன்றாம் மராட்டியப் போரையடுத்து முடிந்து போனது. மராட்டியர் தலைவர்களான சிந்தியா, கெயிக்குவாடு, ஹோல்கர் ஆகியோர் பிரிட்டீசாரிடம் அடிபணிந்து அவர்களின் செல்லப் பிள்ளைகளாய் விட்டனர். எனினும் பூனாவைத் தலைமையிடமாய்க் கொண்ட மராட்டிய அரசு பாஜி ராவோடு மறைந்தது.

1827

நெறி கெட்ட பேஷ்வா

இந்தக் கடைசிப் பேஷ்வா நெறிகெட்டவர். இவரது ஆட்சியில் மக்கள் ஆற்றொணாக் கொடுமைக்குள்ளாயினர். பாஜி ராவ் தம் ஊரின் வழியே வருகின்றார் என்பதை அறிந்ததும் வேய் (*Wei*) என்ற ஊரிலிருந்த பெண்கள் தம் மானத்தைக் காப்பதற்காக உயிரை மாய்த்துக் கொண்டனர். அவரது தலைநகரம் சீர்கெட்டுப் போன கோநகரம் போலவே, பாழ்பட்டுப் போயிருந்தது. (பூனா நகர வரலாறு: இ.ச.க.தொகுதி-*3: 1730* கட்டுரை) அங்கு தீமைகள் காட்டுச் செடிகள் போன்று முளைத்து மண்டிக் கிடந்தன. கெட்டழிந்த அரசியல் தந்திரிகளும், வெட்கங்கெட்ட சர்தார்களும் (படைத் தலைவர்கள்) தத்தளித்துத் தவிடு பொடியாய்க் கொண்டிருந்தனர். அவர்கள் அரசில் தம் நிலையை உயர்த்திக் கொள்வதற்காக பாஜி ராவின் தயவை வேண்டிக் கீழ்த்தரமான முறையில் நடந்து கொண்டிருந்தனர்.

வீரஞ் செறிந்தவர்களும் நேர்மையாளர்களும் நற்பெயர் பெற்றவர்களும் பூனாவை விட்டு வெளியேறினர். இந்தக் காலத்தில் சாக்த வழிபாடு என்ற சக்தி வழிபாட்டாளர் பூனாவில் மொய்த்துக் கொண்டிருந்தனர். அவர்கள் அம்மணமாய் ஆண்டவனை வழிபட்டனர். அது ஒழுக்கமெலாம் தேக்கமுற்றுப் பண்பாடு பட்டழிந்து கொண்டிருந்த காலமாகும். சமயம் கல்லாய்ச் சமைந்து கொண்டிருந்த நேரம்; தாழ்வும் இழிவும் அங்கே அறிவுத் தளர்ச்சியையும் மெய்ச் சோர்வையும் உண்டாக்கிக் கொண்டிருந்தன. அரசியலில் புதுக் குருதி பாயவில்லை. ஆண்மையுடையோர் கையறு நிலையில் கைகட்டிக் கிடந்தனர்.

பாஜி ராவ் செத்ததும் ''இரண்டாம் பாஜி ராவ் ஆட்சி இனி இல்லை. அந்தப் போக்கிரிக்கு விதி நல்ல தண்டனை கொடுத்து விட்டது. இது மக்களுக்கு மகிழ்ச்சியளிக்கின்றது'' என்று மாதரெல்லாம் களித்தனர்.

ஏழைகளைக் கசக்கிக் கடைந்தவர்களை இறைவனாகிய உரல் அரைத்துப் பொடி செய்த இந்தக் காலத்தில் உயிருக்கும் உடைமைக்கும் எந்தப் பாதுகாப்பும் இருந்திலது. ஊர்கள் அடுத்தடுத்துக் கொள்ளையடிக்கப்பட்டன. ஊருக்குள் கிளர்ச்சிகளால் மக்கள் முடிவிலாத் துன்பத்தில் தவித்தனர்.

பாஜி ராவ் செத்ததும் மக்கள் மனம் அமைதியுற்று மூச்சு விட்டனர். அவர்கள் தம் உழைப்பின் பயனை இனிமேல் அமைதியாய்த் துய்க்கலாம். ஏனெனில் பல தலைமுறைகளாய் நடந்து வந்த சச்சரவுகள் முடிந்து விட்டன. இது மக்களுக்கு மகிழ்ச்சியூட்டியது. ஆளும் வர்க்கத்தினரும் மண்ணுலகக் கடவுளர் என்ற மதுவை மாந்தித் திளைத்தவர்களும் செய்த செயல்களால் மக்களின் நாட்டுப் பற்று நசுங்கிப் போய் விட்டது.

பேஷ்வாவிற்குத் தூபம் போட்டவர்கள் மட்டுமே அவர் ஒழிந்தது குறித்து வருந்தியிருக்க வேண்டும். இம்மாற்றங்களைப் படைத்தலைவர்களை விடப் பிராமணர்கள்தாம் நன்கு உணர்ந்திருந்தனர். அவர்களின் வீண் பெருமைகளை மக்கள் புறக்கணித்தனர். அவர்களும் அனைவரைப் போல் சட்டத்திற்குக் கட்டுப்பட வேண்டிய காலம் வந்து விட்டது. மராட்டியத்தில் இதற்கு முன்னர் எக்காலத்திலும் இதைப் போல் நடந்ததில்லை.

''சிவாஜி சூத்திரர்''

சிவாஜி *(1627-1680) 1674* ஆம் ஆண்டு சூன் 6 அன்று முடிசூட்டியபோது, பிராமணர்கள் அவரை சத்திரியர் என்று ஏற்க மறுத்தனர். இன்றைய உலகில் மெய்யான சத்திரியன் இலன்; இன்று புனிதமான இரு பிறவியாளராய் இருப்போர் பூதேவர்களான பிராமண குலத்தோர் மட்டுமேயாவர் என்று பிராமணர் அப்போது கலகம் செய்தனர். சிவாஜியின் தந்தை ஷாஜியினால் *(1594-1664)* தள்ளி வைக்கப்பட்ட சிவாஜியின் தாய் ஜீஜா பாய் மகன் முடி சூட்டுவதைக் காண்பதற்கு ஆவலுடன் காத்திருந்தார். ஆனால் சிவாஜி முடி சூடுவதற்கு பிராமணர் மறுப்புத் தெரிவித்தனர். சிவாஜி முடி சூடுவதற்கு மறையோரின் இசைவைப் பெறுவதற்காகக் காசியிலிருந்து காக பட்டர் என்ற பிராமணோத்தமர் அழைத்து வரப்பட்டிருந்தார்.

சிவாஜி இரு பிறவியாளரான சத்திரியர் என்பதை அந்தணர் ஏற்காது, ஒரே இரு பிறவியாளரான பிராமணர்களுக்குச் சமமாய்ச் சிவாஜி மந்திரம் சொல்லலாகாது என்று கூறிவிட்டதால், காக பட்டர் அந்தச் சடங்கைச் சிறிது திருத்திச் சிவாஜிக்குத் தீக்கையளித்து முடிசூட்டு விழாச் சடங்கை நடத்தினார். அதாவது காக பட்டரே சிவாஜிக்குப் பூணூல் அணிவித்து, அவரைச் சத்திரியராய்த் தூய்மைப்படுத்தினார். இதற்கு எவரும் மறுப்புக் கூறவில்லை. ஆனால் சிவாஜி காயத்திரி மந்திரத்தைத் திருப்பிச் சொல்வதற்கு எந்தப் பிராமணரும் விடவில்லை என்பது சாது நாத சர்க்கார் தரும் செய்தியாகும்.

பிராமணரின் இச்செயல்களைக் கண்டு சிவாஜி மனம் புண்பட்டார். எனினும் அவர் பிராமணரை வெளிப்படையாய்ப் பகைத்துக் கொள்ளாதவாறு, அவர்களை ஆட்சிப் பணிகளிலிருந்து தள்ளி வைக்கும் சில நடவடிக்கைகளை மேற்கொண்டார்.

சிவாஜி பிராமணர் அனைவரையும் வேலையை விட்டு நீக்கி, அவர்களின் இடத்தில் காயஸ்த வகுப்பைச் சேர்ந்தவர்களை அமர்த்திவிட்டார். அப்போது மோரோ பந்து பிராமணர்கள் சார்பில் தலையிட்டு அதைத் தடுத்தார். அவர்களின் சமூக மேலாண்மை அத்தனை வலுவாய் இருந்தது.

சிவாஜி தோற்றுவித்த மராட்டியப் பேரரசை ஆண்ட அவரின் பேரன் சாகு (1682 - 1749) 1713 ஆம் ஆண்டில் கொங்கணத்தைச் சேர்ந்த சித்பவன் பிராமணரான பாலாஜி விசுவநாதைத் தலைமையான அமைச்சரான பேஷ்வா ஆக்கினார். பாலாஜி 1720 ஆம் ஆண்டு இறந்ததும் அவர் மகனான முதலாம் பாஜி ராவ் பேஷ்வா ஆனார். இவரிலிருந்து பேஷ்வா பதவி என்பது பாலாஜியின் சந்ததியினர் வழிவழியாய் மேற்கொள்ளும் மரபு ஏற்பட்டு விட்டது. பேஷ்வாக்கள் மராட்டியப் பேரரசின் முடிசூடா மன்னர்களாயிருந்து மராட்டியர் தலைவர் அனைவரையும் தம் கீழ் வைத்துக் கொண்டனர்.

பாலாஜி விசுவநாதுடன் 1713 ஆம் ஆண்டில் தொடங்கி இரண்டாம் பாஜி ராவ் என்ற ஒன்பதாவது பேஷ்வா வரையிலும் நூற்றைந்து ஆண்டு காலத்தில் பிராமணர், குறிப்பாய்ச் சித்பவன் பிராமணர் மராட்டியப் பேரரசில் எதிர்ப்பாரற்ற முடி மன்னர்களாய் அரசோச்சி வந்தனர். அவர்கள் போர்த் தொழிலாயினும் வட்டித் தொழிலாயினும் ஏனைய பிற பொறுப்புமிக்க பதவியாயினும் அனைத்திலும் மேலோங்கி இருந்தனர்.

ஆனால் பிராமணர் பெரும் பேரரசு எதையும் நிறுவியோரல்லர். சிவாஜியினால் பதினேழாம் நூற்றாண்டின் பிற்பகுதியில் தோற்றுவிக்கப்பட்டு, முதலாம் பாஜி ராவினால் (1720-1740) விரிக்கப்பட்ட பெரும் பேரரசு ஒன்றை ஒரு நூற்றாண்டுக் காலம் ஆண்டனர். முதல் நான்கு பேஷ்வாக்களின் (பாலாஜி விசுவநாதர் 1713 - 1720; முதலாம் பாஜி ராவ் 1720 - 1740; நானா சாகேபு என்ற பாலாஜி பாஜி ராவ் 1740 - 1761; மாதவ ராவ் பல்லல் 1761-1772) தலைமையிலிருந்த மராட்டியரின் வெற்றி வேட்கையினால் இந்துக்கள் முகலாயர் கொடுமையிலிருந்து விடுபட்டனர். அவர்களின் அகத் துடிப்பே முகலாயரின் பேரரசை அழித்தது. ஆனால் அதன்பிறகு உள் பகையும் சீரழிவும் நெறியற்ற வாழ்க்கையும் சேர்ந்து சுமார் அரை நூற்றாண்டிற்குள் செல்லரித்த கட்டுமானம் போலிருந்த மராட்டியப் பேரரசு இற்று விழுந்து விட்டது. ஆங்கிலேயரின் தளைக்குள் பிணைக்கப்பட்டது.

சோதி ராவ் ஃபூலே பிறந்த பத்தொன்பதாம் நூற்றாண்டின் மூன்றாம் பத்தில் மராட்டியப் பெரு நிலத்தில் நிலவிய அரசியல், சமூக நிலை மேற்சொன்னவாறு இருந்தது. அதனால் அவர் தீவிரமான சமூக சீர்திருத்தக்காரரானார் என்பதை இனி காணலாம்.

Kar, Dhananjay Mahatma Jothi Rao Pholey, Bombay, 1964

Sarkar, Jadunath Shivaji and his Times, Bombay, Reset and Revised 1992

1827

(ஆ) ஜோசஃப்பு லிஸ்டர் (1827-1912)

பிரிட்டனின் எசக்சிலுள்ள அப்டன் என்ற ஊரில் ஜோசஃப்பு லிஸ்டர் (Joseph Lister, 1827 - 1912) 1827 ஆம் ஆண்டு பிறந்தார். அவர் அறுவையின்போது நுண்ணுயிரிகளால் உண்டாகும் தொற்றுகளைத் தடுப்பதில் ஆற்றிய பங்கு பணிக்காக வரலாற்றில் நினைக்கப்படுகின்றார். அவரைப் பற்றிப் பல செய்திகளை இனி அறியவிருக்கின்றோம்.

10. இறப்பு

(அ) சியாமா சாஸ்திரிகள் (1762-1827)

இசை மும்மூர்த்திகள் என்று கொண்டாடப்படும் மூவரும் திருவாரூரினர். ஒரே காலத்தினர். சியாமா சாஸ்திரிகள் காஞ்சிபுரத்தைப் பூர்வீகமாய் கொண்ட குடும்பத்தவராயினும் 1762 ஏப்ரல் 26 அன்று திருவாரூரில் பிறந்தார். இந்திய இசையின் நெடிய மரபை வாழையடி வாழையென வளர்த்து வரும் மேலான இசையாசிரியருள் ஒருவரான சியாமா சாஸ்திரிகள் 1827 பிப்ரவரி 6 அன்று இறந்தார்.

சியாமா சாஸ்திரிகள் வாழ்ந்த காலத்தைக் கர்நாடக இசையின் பொற்காலம் என்பர். அவர் காமாட்சியை வழிபட்ட பெரும் பக்தர். அவர் தன் பாடல் ஒவ்வொன்றிலும் காமாட்சியம்மனின் அருளை வேண்டியுள்ளார்.

(ஆ) லடுவிகு ஃபான் பீத்தோவன் (1770-1827)

இவர் யோகான் ஃபான் பீத்தோவனின் மகனாய் 1770 ஆம் ஆண்டு டிசம்பர் 16 அன்று ஜெர்மனியின் பான் நகரில் பிறந்தார். (*Bonn*: ஜெர்மனியில் மேற்கிலுள்ள நகரம்; ரைன் ஆற்றின் கரை மீதுள்ளது) இவர் ஒரு கோயிலின் இசைக் குழுவில் உச்சக் குரல் இசையாளராய்ச் சேர்ந்தார். அவரின் தந்தை மனவுறுதி இல்லாதவர். ஆசை மிக்குடையவர். சீற்றமிகு குணமுள்ளவர்; மொடாக் குடியர். அத்துடன் தன் மகனை இன்னொரு மொசாட்டு ஆக்கவேண்டுமென்ற துடிப்பு மிகுந்தவர். (Mozart, *1756-1791*; சிறுவனாயிருந்தபோதே இசை மேதைமையை வெளிப்படுத்தியவர்.) எனினும் தந்தையின் இத்தகைய போக்குகள் பீத்தோவனின் திறமையையோ, அவருக்கு இசை மீது இருந்த ஆர்வத்தையோ மட்டுப்படுத்திவிடவில்லை.

பீத்தோவனுக்குப் பதினெட்டு வயதாயிருந்தபோது குடும்பத்தைத் தன் வருவாயைக் கொண்டு காப்பாற்ற வேண்டிய நிலை ஏற்பட்டது. எனினும் அவர் தன் இசைத்திறனைச் சிறப்பான முறையில் வெளிப்படுத்தி வந்தார். அவரின் தந்தை மித மிஞ்சிக் குடித்து மதுவிற்கு அடிமையானதாலும் பாட்டனார் 1773 இல் இறந்ததாலும் குடும்பம் ஆழ்ந்த வறுமையில் மூழ்கித் தவித்தது.

1827

தந்தை மகனிடமிருந்து எவ்வளவோ எதிர்பார்த்த போதிலும், பீத்தோவனால் பதினோரு வயது வரையில் இசையுலகில் பெரிய தாக்கம் எதையும் உண்டாக்க முடியவில்லை. பீத்தோவன் அப்போது பள்ளிப் படிப்பைக் கைவிட்டுக் கிறிஸ்டியன் காட்லோபு நீஃபு என்ற ஆர்கன் கருவி வல்லுநரிடம் உதவியாளராய்ச் சேர்ந்து அவரிடமே இசையும் கற்றார்.

பீத்தோவன் மேலும் இசை கற்பதற்காக வியன்னா சென்றார். (*Vienna* : ஆஸ்திரியத்தின் தலைநகர். அந்நாட்டின் வடக்கே டான்யூபு ஆற்றின் கரை மீதுள்ளது.) அவர் வியன்னாவில் மொசாட்டிடமும் சிறிது காலம் பாடம் கேட்டார். அவரின் தாயார் இறந்ததால் பான் நகருக்குத் திரும்ப நேர்ந்தது.

அவர் 1790 இல் மைக்கேல் ஹேடன் (*Michael Hayden, 1737-1806*) என்ற இசையாசிரியரைச் சந்தித்தார். அவர் பீத்தோவனுக்கு வியன்னாவில் இசை கற்பிக்க இசைந்தார். அதனால் பீத்தோவன் பானிலிருந்து வெளியேறி வியன்னாவில் நிலையாய்க் குடியேறி விட்டார். அவர் அங்கு 1795 ஆம் ஆண்டு முதன் முதலாய்ப் பொதுமக்கள் முன்னிலையில் இசை நிகழ்ச்சியில் கலந்து கொண்டார்.

பீத்தோவனுக்கு 1802 ஆம் ஆண்டு மிகுந்த மனவாட்டம் ஏற்பட்டது. அதனால் அவருக்குக் காது மந்தமாயிற்று. ஆனால் 1796 ஆம் ஆண்டுதான் காது மந்தமாய் இருக்கின்றது என்பது முதலில் தெரிந்தது. (இ.ச.க.தொகுதி-12: 1818 - புள்ளிகள்). அது வரவர மோசமாகிக் கொண்டே வந்தது. அவரது செவிப்புலன் கெட்டதைக் குணப்படுத்த முடியாது என்பது தெரிந்தது. இசையமைக்கும் அவரின் திறமையைச் செவிட்டுத்தனம் பாதிக்கவில்லை. எனினும் அது அவர் இசை நிகழ்ச்சியில் கலந்து கொள்வதையும் இசை கற்பித்ததையும் பாதித்தது. ஏனெனில் தாளில் எழுதிக் காட்டித்தான் ''பேச'' வேண்டும் என்ற அளவிற்கு நிலைமை கெட்டு விட்டது.

அவர் மிகவும் மனம் வருந்தி உயில் போன்ற ஓர் ஆவணத்தைத் தன் சகோதரனுக்காக எழுதினார். மனவாட்டத்தால் அவர் தான்பட்ட துன்பத்தை அதில் வடித்திருந்தார். சாவு தன்னை நெருங்கிவிட்டது என்றும் அதில் குறிப்பிட்டார். இருப்பினும் அவர் மனக் கவலைகளிலிருந்து மீண்டார். அதன்பிறகு அவரது வாழ்க்கையில் ''வீரஞ்செறிந்த காலத்து'' வரலாறு தொடங்குகின்றது. இன்னல்களுக்கு நடுவிலும் அவர் வாழ்க்கையின் இக்கட்டுகளை எதிர்த்து நின்றார். அவரே கூறியதைப் போன்று, அவர் ''விதியின் கழுத்தைப் பிடித்துக் கொண்டு'' படைப்புப் பணியில் முழு மூச்சாய் ஈடுபட்டார்.

அவரது மூன்றாவது சிம்ஃபனி (இசைக் கோவை) இக்காலத்தில் அமைந்த சிம்ஃபனிகளை விட இரண்டு மடங்கு நீளமானது. பீத்தோவன் இந்த இசைக் கோவையை முதன்முதலில் நெப்போலியனுக்குப் படைத்திருந்தார். பீத்தோவன் நெப்போலியனைப் புரட்சி வீரராயும் விடுதலை வீரராயும் கண்டார். ஆனால் நெப்போலியன் பேரரசர் என்று 1804 ஆம் ஆண்டு முடிசூட்டிக்கொண்டதை அறிந்ததும் பீத்தோவன் ஏமாற்றமுற்று, அந்த இசைக் கோவையின் பெயரை எரோயிக்க (Eroica) என்று மாற்றி விட்டார். அவர் இந்தக் காலகட்டத்தில் மிகச் சிறந்த இசைகளை வடித்தார்.

அவரது இசை வாழ்க்கையில் மூன்றாவது கட்டம் இப்போது தொடங்குகின்றது. அதை ''ஊமைக் காலம்'' என்கின்றனர். அது 1813 ஆம் ஆண்டு தொடங்கியது. அவர் இக்காலத்தில் மிகக் குறைவாகவே இசையமைத்தார். அவரது குடும்ப வாழ்க்கை மிகுந்த குழப்பமுற்றிருந்தது. அவர் ஒரு நாளில் பலமுறை குளிப்பார் என்ற போதிலும் அழுக்கிலும் ஊத்தையிலும் வாழ்ந்தார். அவர் ஆடையணிவதில் அக்கறையோ கவனமோ காட்டவில்லை.

அவர் இசையமைக்கும் போது புத்துணர்ச்சி வேண்டுமென்று பச்சைத் தண்ணீரை அடிக்கடி தலையில் ஊற்றிக் கொள்வது வழக்கம். தலையைத் துவட்டுவதும் இல்லை. அவருக்குத் தலைமுடி வேறு அடர்ந்து மிகுந்திருந்தது. அதனால் அவருக்கு வாத வீக்கம் ஏற்பட்டுக் காது மந்தமானது என்று கருத்துக் கூறுகின்றனர். மேலும் அவர் எல்லாப் பருவ காலங்களிலும் ஈரத்திலேயே நடப்பதும் வேலை செய்வதுமாயிருந்தார்.

அவருக்குக் காது மந்தம் ஆகவாக ஓயாமல் வாதிட்டார். எளிதில் சினம் மூண்டது. அவர் இறந்து போன தன் சகோதரனின் மகனான காரலைத் தன் பாதுகாப்பில் கொண்டு வருவதற்காக நடந்த வழக்கிலும் சிக்கியிருந்தார். காரல் அவரது பொறுப்பில் வந்த பின்னர், அவரால் நன்றாய் வாழ முடியவில்லை. அவர் காரலை மகிழ்ச்சியில்லாத முரட்டு இளைஞர் என்று எண்ணிக் கொண்டார். காரல் 1826 இல் தற்கொலை செய்ய முயன்றார். நீண்ட வாக்குவாதத்திற்குப் பிறகு காரலைப் படையில் சேர்த்து விடுவது என்று முடிவானது.

பீத்தோவன் காரலை அழைத்துக் கொண்டு சென்று தன் சகோதரனின் நாட்டுப்புற வீட்டில் சிறிது காலம் இருந்தார். அங்கிருந்து 1826 டிசம்பரில் வியன்னா திரும்பினார். அவருக்கு அடிவயிற்றில் வீக்கம் ஏற்பட்டு மகோதரம் என்ற நீர்க்கோவை வந்தது. அவர் வலியினால் பல நாள் வருந்தினார். கடும் புயல் நிலவிக்கொண்டிருந்த ஒரு நாளன்று பீத்தேவன் இறந்தார். அதற்கு முன்னர் கடைசியாய் முட்டியை முறுக்கி உயர்த்தினார்.

(இ) சர் தாமஸ் மன்றோ (1761-1827)

சர் தாமஸ் மன்றோ (1761-1827) பிரிட்டீசுப் பேரரசின் தூண்களுள் ஒருவராய் போற்றப்படுபவர். இவரைப் பற்றிய பல செய்திகள் இக்களஞ்சியத்தின் 10, 11 ஆம் தேதிகளில் காணப்படும். பிரிட்டீசு ஆட்சியை நினைவுபடுத்தும் சிலைகளும் சின்னங்களும் இந்தியத்தில் கிட்டதட்ட மறைந்துவிட்ட நிலையில் சர் தாமஸ் மன்றோ குதிரை மீதமர்ந்து நெடிதுயர்ந்த மேடை மீது இன்றும் சிலையாய்ச் சென்னையில் தீவுத் திடலுக்கு முன்னால் நிற்கின்றார்.

தாமஸ் மன்றோ 1814 ஆம் ஆண்டு சென்னை ஆளுநராய் வந்தார். அவருக்குச் சென்னை மாநிலத்துடன் பல்லாண்டுகளாய்த் தொடர்பு இருந்தது.

அவர் பணித் தொடர்பாய் ஆந்திரத்தின் பெனுகொண்ட நகரில் (பெனுகொண்ட: இ.ச.க.தொகுதி- 6:35) தங்கியிருந்தபோது வாந்தி பேதி கண்டு 1827 ஜூன் 6 இல் இறந்தார்.

1828

அரசியல்

பெண்டிங்குப் பிரபு தலைமை ஆளுநர்
பிரிட்டீசுத் தலைமை அமைச்சர் வெலிங்டன்
துருக்கியில் அரசியல் சீர்திருத்தங்கள்
மடகாஸ்கரின் புதிய அரசி

அறிவியல்

தோரியம்; சிலிக்கோன் கண்டுபிடிப்பு
கருவியல் துறை தோற்றம்

சமயம்

பிரம்ம சமாசத் தோற்றம்

கல்வி

தமிழ் இலக்கண வினா விடை
செரோக்கி மொழி இதழ்
எகிப்தியக் கலைக் களஞ்சியம்
வெப்ஸ்டர் அகர முதலி வெளியீடு

நாணயம்

இரஷியத்தில் பிளாட்டின நாணயம்
இயற்கைச் சீற்றம், காசுமீரத்தில் நில நடுக்கம்
ஜப்பானில் நில நடுக்கம்

போக்குவரவு

பாம்பன் கால்வாய் விரிவாக்கம்
இந்தியத்தில் போக்குவரவுப் பெருக்கம்
இந்தியப் பேராறுகளில் நீராவிக் கப்பல்கள்
இலட்சத் தீவுகளில் பிரிட்டீசு நிலக்கரிக் கிடங்கு

மக்கள்

ஹென்றி தோரேசியோ

வரலாறு

துருக்கி, எகிப்து, இலட்சத் தீவுகள்

பிறப்பு

ஜுல்ஸ் வெர்ன் *(1828- 1905)*
ஹென்றிக்கு இப்சன் *(1828 - 1906)*
லியோ டால்ஸ்டாய் *(1828 - 1910)*

இறப்பு

ஃபிரான்சிஸ் தெ கோயா *(1746 -)*

1828

1828

தலைமை ஆளுநர் பெண்டிங்குப் பிரபு

ஆமெர்ஸ்டுப் பிரபு 1823 முதல் 1828 வரை இந்தியத்தின் தலைமை ஆளுநராயிருந்தார். அவர் இவ்வாண்டு பதவி நீங்கிச் சென்றதும் வில்லியம் பட்டர்வொர்த்து பெயிலி 1828 மார்ச் முதல் சூலை வரையிலும் இடைக் காலத் தலைமை ஆளுநராயிருந்தார். பின்னர் வில்லியம் காவண்டிஷ் பெண்டிங்குப் பிரபு (William Cavendish Bentinck, 1774-1839) 1828 ஆம் ஆண்டில் தலைமை ஆளுநர் பொறுப்பை ஏற்றார்.

சென்னையின் பழைய ஆளுநர்

பெண்டிங்கு 1803 ஆம் ஆண்டு சென்னை மாநிலத்தின் ஆளுநராயிருந்தார். (இ.ச.க.தொகுதி-11: 1803 -புள்ளிகள்) அவர் சென்னையில் ஆளுநராயிருந்த காலத்தில் 1806 ஆம் ஆண்டு வங்கி ஒன்றை நிறுவி அதன் இயக்குநராயிருந்தார். (இ.ச.க.தொகுதி-11: 1806 புள்ளிகள்) அவரது பதவிக்காலத்தில் 1807 ஆம் ஆண்டு வேலூர்ப் புரட்சி நடந்தது. (வேலூர் புரட்சி: இ.ச.க.தொகுதி-11: 1807 கட்டுரை) அவர் செயல் நாட்டமுடையவர் எனினும் வேலூர்ப் புரட்சி காரணமாய்ப் பதவிக் காலம் முடியும் முன்னரே அவரை 1807 ஆம் ஆண்டு தாயகத்திற்கு அழைத்துக் கொண்டனர். இங்ஙனம் தன்னைத் திடீரென்று பதவியிலிருந்து திரும்பப் பெற்றுவிட்டனர் என்பது குறித்துப் பெண்டிங்கிற்கு வருத்தமும் அதிர்ச்சியும் இருந்தன. எனினும் அவர் நல்ல பெயரெடுக்க வேண்டுமென்பதற்காக மீண்டும் இந்தியம் செல்ல வேண்டும் என்ற ஆர்வம் கொண்டிருந்தார்.

கேனிங்கின் உறவினர்

அவருக்குத் தலைமை ஆளுநராய் இந்தியம் செல்லும் விருப்பம் உண்டு என்பதை 1822 ஆம் ஆண்டிலேயே அவர் வெளிப்படுத்தியிருந்தார். பெண்டிங்கிற்கு ஜார்ஜ் கேனிங்கு, உறவினர். அவர் 1827 இல் தலைமை அமைச்சரானதும், பெண்டிங்கிற்குத் தலைமை ஆளுநர் பதவியை அளிக்க முன் வந்ததுமே அவர் தயக்கமின்றி அதை ஏற்றுக் கொண்டார்.

பெண்டிங்கு இந்தியத்தைப் பற்றிக் கற்றுக் கொள்ள வேண்டியது எவ்வளவோ இருந்தது. எனினும் இங்கு ஆற்ற வேண்டிய பல பணிகளுள் சதி என்ற உடன்கட்டை ஏற்றும் வழக்கத்தை ஒழிப்பது முதன்மையானது என்ற உறுதியோடு பெண்டிங்கு இந்தியத்திற்கு வந்தார். அவ்வழக்கம் இந்து சமய மறை நூல்களில் ஏற்றுக் கொள்ளப்பட்டுள்ளதா என்பதை முதலில் அறிந்து கொள்ள வேண்டுமென்று பெண்டிங்கு அது குறித்து ஆராய்ந்தார்.

இருக்கு வேதம் சதியை ஆதரிக்கவில்லை

இருக்கு வேதத்தில் ஒரே ஓரிடத்தில் ''தாய்மார்கள் தீயின் கருப்பைக்குள் புகட்டும்'' என்று சொல்லப்பட்டிருந்ததை மட்டுமே வேத விற்பன்னர்களால் சதிக்கு

ஆதரவாய் எடுத்துக் காட்ட முடிந்தது. ஆனால் அந்தப் பனுவல் அடி வேண்டுமென்றே திருத்தப்பட்ட இடைச்செருகல் என்பதும் மூல நூலில் நெருப்புக் குறிப்பிடப்படவேயில்லை என்பதும், அம்மறை நூலைக் கவனமாய் ஆராய்ந்த விற்பன்னர்களுக்குப் பின்னர் தெளிவானது.

சதிக்குப் பண்டை நூல்களில் சம்மதம் கூறப்படவில்லை என்பதை வங்கத்தின் சீர்திருத்தக்காரரான இராம மோகனரும் ஒப்புக் கொண்டார். கிறித்தவ சமயப் பரப்பியர் எங்கெங்கு எத்தனை பேர் செத்த கணவருடன் தீப்பாய்ந்தனர் என்று கணக்குத் தந்து, இப்பழக்கத்தை ஒழிக்க வேண்டும் என்று முழங்கினர். அவர்கள் இக்கொடிய காட்சிகளைச் சொல்லோவியமாக்கித் தந்துள்ளனர். அவை இக்களஞ்சிய வரிசையில் ஆங்காங்கே இடம் பெற்றுள்ளன. இங்கு அத்தகைய ஓர் உண்மை நிகழ்ச்சி சொல்லப்படுகின்றது.

இந்தியரின் சமயம், பழக்க வழக்கங்கள், மரபுகள் இவற்றில் தலையிடுவதில்லை என்ற கொள்கையைக் கிழக்கிந்திய கம்பெனி கடைப்பிடித்து வந்தது. எனினும் உடன்கட்டை ஏற்றுதல் மனிதப் பண்பிற்கு முரணானது என்ற கருத்துடையோர் கம்பெனி ஆட்சியிலிருந்தனர். அதனால் அரை மனத்துடன் சில நடவடிக்கைகளைக் கம்பெனி மேற்கொண்டதுண்டு. ஆனால் அதை ஒழிக்கும் நடவடிக்கை எதையும் 1813 வரையிலும் மேற்கொள்ளாதிருந்தது. எனினும் தீப்பாயும் இடத்தில் குற்ற நடுவர் (*magistrate*) ஒருவர் இருப்பார் என்று அரசு ஆணை பிறப்பித்தது. அரசு இத்தீய வழக்கத்தை நடைமுறையில் ஆதரிக்கின்றது என்ற நிலையை இவ்வாணை உண்டாக்கியது. அதனால் தீப்பாய்வோர் எண்ணிக்கை மிகுந்தது.

இராசா இராம மோகனரின் தலைமையில் இந்துச் சீர்திருத்தக்காரர்கள் ஒன்று கூடித் தீப்பாயும் இவ்வழக்கத்திற்கு எதிராய் மக்களின் உணர்ச்சியைக் கிளப்பி விடுவதற்காக 1818 ஆம் ஆண்டிலிருந்து பணி செய்து வந்தனர். ஆதலால் அரசு இது குறித்து ஏதேனும் ஆக்கமான நடவடிக்கை எடுக்க வேண்டும் என்ற கட்டாய நிலை உண்டானது.

பெண்டிங்கு இந்த ஆண்டு கல்கத்தாவில் வந்து இறங்கியதும் தீப்பாய்வதை ஒழிக்கும் காலம் கனியலானது. இத்தீய வழக்கத்தை உடனடியாய் ஒழிப்பதைக் காட்டிலும் சிறுகச் சிறுக மறையச் செய்வது நல்லது என்ற இராம மோகனரும் சம்ஸ்கிருத விற்பன்னரான ஹோரஸ் ஹேமன் வில்சனும் வலியுறுத்தி வந்தனர்.

(Horace Hayman Wilson, 1786 - 1846 ; இ.ச.க.தொகுதி-12: 1819 புள்ளிகள்)

டெல்லியில் சதி ஒழிப்பு

சர் வில்லியம் மெட்காஃபு (*Sir William Metcalfe 1785-1846*) டெல்லியில் பிரிட்டீசுப் போராளராயிருந்த காலத்தில், அங்கு தீப்பாயும் வழக்கத்தை ஒழித்திருந்தார். அவர் இப்போது தலைமை ஆளுநரின் ஆட்சிக் குழுவில் ஓர் உறுப்பினராயிருந்தார்.

இந்த 1828 நவம்பர் 7 அன்று பிரயாகை என்றும் திரிவேணி சங்கமம் என்றும் இந்துக்கள் கொண்டாடும் அலகாபாதில், ஒரு பெண் கணவனின் சிதையில் உடன் கட்டை ஏறிய நிகழ்ச்சியை ஃபேனி பார்க்ஸ் என்ற ஆங்கிலப் பெண் எழுதிய நாள் குறிப்பிலிருந்து பெற்ற செய்தி கீழே சொல்லப்படுகின்றது. (*Fanny Parks, Wanderings of a pilgrim in search of the pieturesque*):-

உடன்கட்டை ஏற்றம்

கூல வணிகரான பணக்காரப் பனியா ஒருநாள் இறந்து போனார். அவர் வீடு நாங்கள் குடியிருந்த வீட்டின் அருகிலிருந்தது. அவர் ஓர் இந்து. கடைத் தெருவைச் சேர்ந்த ஆள்கள் நவம்பர் 7 அன்று தாரை, தப்பட்டைகளைத் தட்டிப் பேரிரைச்சலை உண்டாக்கினர். செத்துப் போனவரின் கைம்பெண் தன் கணவனுடன் தீப்புகுந்து சதியாவதென்று செய்த முடிவை அவர்கள் இங்ஙனம் மகிழ்ச்சியாய் வெளிப்படுத்தினர்.

உடனே குற்ற நடுவர் அப்பெண்ணைக் கூப்பிட்டனுப்பி, அவள் கணவனின் சிதையில் ஏறித் தீக்குளிக்க வேண்டாம் என்று பல வகைகளில் அவளிடம் கூறிப் பார்த்தார். அவளுக்கு பணம் தரவும் முன்வந்தார். அவளோ தரையில் முட்டி மோதி அரற்றிக் கொண்டே ''என் கணவருடன் நான் தீப்பாய விடாமற் செய்தால் நான் உங்கள் நீதிமன்ற முன்றிலில் தூக்குப் போட்டுக் கொள்வேன்'' என்றாள்

''மறை நூல்களில் இவ்வாறு சொல்லப்பட்டுள்ளதாம்: ஒரு சதியின், அதாவது கற்புடையாளின், வேண்டுதல்களும் சாபங்களும் வீண்போவதில்லை; மாபெரும் தெய்வங்களெல்லாம் அவற்றைக் கேட்டால் மனமிரங்கி விடும்.''

ஒரு கைம்பெண் தன் கணவனின் உயிர் பிரிந்த நேரத்திலிருந்து சிதையில் அவள் ஏறும் நேரத்திற்குள் பச்சைத் தண்ணீரோ, உணவோ அவளது பல்லில் படுமாயின், அவளைத் தீப்பாய விடலாகாது என்பது இந்து சமயச் சட்டமாகும். ஆதலால் இந்தப் பெண் பசி பொறாது துடிக்கட்டுமென்பதற்காக 48 மணிநேரம் அவளைச் சிதையேற விடாமல் குற்ற நடுவர் தடுத்து வைத்திருந்தார். அப்பெண்ணுக்குக் காவலாய் வேண்டுமென்றே எவரையும் அமர்த்தவில்லை. என் கணவரும் (இந்நாள் குறிப்பை எழுதிய பெண்ணின் கணவர், அவர் சுங்கத்துறை அலுவலர்.) குற்ற நடுவரும் தீப்பாய்வதைக் காணச் சென்றிருந்தனர்.

சுமார் 5000 பேர் கங்கைக் கரையில் குழுமியிருந்தனர். அப்போது சிதையை அடுக்கி, அதன் மேல் நாறிப் போன பிணத்தை வைத்தனர். கூட்டம் சிதையை

நெருங்கிவிடாமலிருக்கக் குற்ற நடுவர் காவலரை நிறுத்தியிருந்தார். கைம்பெண் கங்கையில் குளித்துவிட்டுத் தீப்பந்தத்தை ஏந்திக் கொண்டு சிதையைச் சுற்றி வந்து கொள்ளி வைத்தாள். அதன்பிறகு களிப்பொடு சிதையில் ஏறினாள். அவள் சிதையில் அமர்ந்ததும் உடனே தீப்பற்றி எரிந்தது. அவள் உட்கார்ந்து மடியில் தன் கணவனின் தலையை எடுத்து வைத்துக் கொண்டு வழக்கமாய் எல்லாரும் கூறுவது போன்று ராம், ராம், சதி' என்றாள்.

காற்று வீசிக் கடுந்தீயை அவள் மீது பாய்ச்சவே, அவள் வலி தாங்காது துடிப்பவள் போல் கையையும் காலையும் ஆட்டினாள். அவள் சிறிது நேரத்தில் எழுந்து பக்கவாட்டில் தப்பியோடப் பார்த்தாள். ஏதேனும் தவறு நேர்ந்து விடாமலிருக்கச் சிதையைச் சுற்றிக் காவல் நின்ற ஒருவரான இந்துக் காவலர் தன் வாளை ஓங்கி அப்பெண் மீது வீசப் போனார். இரக்கத்திற்குரிய அவள் அதற்கு அஞ்சி மீண்டும் தீக்குள் புகுந்தாள். குற்ற நடுவர் அந்தக் காவலரை விரட்டிப் பிடித்து உடனே சிறையிலடைக்கச் செய்தார்.

கிழவன் சேதுபதியும் சதியும்

(இந்த இடத்தில் மறவர் சீமையான சேது நாட்டை ஆண்ட கிழவன் சேதுபதி 1613 -1710) 1710 இல் இறந்ததும், அவருடன் தீப்பாய்ந்த இருபதிற்கும் மேற்பட்ட அவரின் மனைவியர் சிதையிலிருந்து தப்பியோட முயன்றபோது, சுற்றியிருந்த ஆண்கள் கம்பால் அடித்து அவர்களைச் சிதைக்குள் விரட்டித் தீயில் எரியச் செய்த செய்தியை ஏசு சபைச் சாமிமார் எழுதியிருந்தவை நினைவிற்கு வருகின்றன.)

1828

அப்பெண் மீண்டும் சிதையின் பக்கவாட்டை நெருங்கிச் சிதைக்கு வெளியே தப்பிவிட்டாள். அவள் சில கெசத் தொலைவிலிருந்த கங்கையை நோக்கி ஓடினாள். மக்கள் கூட்டமும் செத்தவரின் உறவினரும் இதைக் கண்டதும் ''அவளைத் தலையிலடித்துக் கீழே வீழ்த்துங்கள், கையையும் காலையும் கட்டி அவளை மீண்டும் சிதையில் எறியுங்கள்'' என்று கூச்சலிட்டவாறு கொலை பாதகமான எண்ணத்துடன் அவளை நோக்கி ஓடினர். அப்போது கண்ணியமானவர்களும் காவலரும் அவர்களைத் துரத்தியடித்தனர்.

அப்பெண் சிறிதளவு நீர் அருந்தினாள். தன் சிவப்புச் சேலையிலிருந்த நெருப்பை அவித்தாள். மீண்டும் சிதையில் ஏறித் தீக்குளிக்கப் போவதாய்ச் சொன்னாள்.

குற்ற நடுவர் உடனே அவள் தோளில் கையை வைத்தார். அதனால் அவள் தீட்டுப்பட்டு விட்டாள். உங்கள் சமய வழமைப்படியே ஒரு முறை சிதையிலிருந்து இறங்கியவள் மறுமுறை அதில் ஏற முடியாது. ஆதலால் நீ மீண்டும் ஏறப்போவதை நான் தடுக்கின்றேன். நீ இப்போது இந்து சமூகத்திலிருந்து தள்ளப்பட்டவளாவாய். எனினும் உன்னைக் காத்துப் பேணும் பொறுப்பை நான் ஏற்கின்றேன்; கம்பெனி உன்னைக் காப்பாற்றும்; உனக்கு எக்காலத்திலும் உணவிற்கோ உடைக்கோ பஞ்சமிராது என்று குற்ற நடுவர் அவளிடம் சொன்னார்.

''அவர் அதன் பிறகு காவலர் உதவியுடன் அவளைப் பல்லக்கில் ஏற்றி மருத்துவமனைக்கு அனுப்பி வைத்தார். கூட்டம் அவளைக் கண்டு வெறுப்புற்று ஒதுங்கி வழிவிட்டு அமைதியாய்க் கலைந்தது.''

வில்லியம் கேரி என்ற சமயப்பரப்பி இத்தகைய சதி நிகழ்ச்சியை நேரில் கண்டு 1799 ஏப்ரல் முதல் நாளன்று தலைமை ஆளுநருக்கு அப்போது எழுதிய கடிதத்தின் சாரத்தை இ.ச.க.தொகுதி-11: 1812-புள்ளியில் சொல்லியிருந்தோம்.

6

1828

வரலாற்றுப் புள்ளிகள்

1. அரசியல்

(அ) பிரிட்டீசுத் தலைமை அமைச்சர் வெலிங்டன்

இந்தியத்திலும் ஐரோப்பியத்திலும் களம் பல கண்ட ஆர்தர் வெல்லெஸ்லி என்ற வெலிங்டன் பிரபு (*Arthur Wellesley, Duke of Wellington, 1769-1852*) தன் ஐம்பத்தொன்பது வயதில் 1828 ஆம் ஆண்டு ஜனவரி 22 அன்று வைக்கவுண் கோடரிச்சையடுத்தப் பிரிட்டனின் தலைமை அமைச்சரானார்.

இவர் 1799 ஆம் ஆண்டு திப்பு சுல்தானைப் போரில் வென்றவர். மராட்டியரை வெல்வதற்குப் பலவிதமான போர்த்தந்திரங்களைக் கையாண்டு அவர்களைச் செயலிழக்கச் செய்தவர். (இவரின் போர் பற்றிய செய்திகள்: இ.ச.க.தொகுதி-11: 165-168) இவரின் புகழ் பெற்ற அண்ணனான ரிச்சர்டு வெல்லஸ்லி (1760-1842; இ.ச.க.தொகுதி-10: 1798 புள்ளிகள்.) இந்தியத்தில் 1793 முதல் 1798 வரை தலைமை ஆளுநராயிருந்தவர்.

வெலிங்டன் பிரபு அயர்லாந்தில் மானிங்டன் ஏளின் நான்காவது மகனாய் 1769 ஏப்ரல் 29 அன்று டப்ளின் நகரில் பிறந்தார். (*Dublin* : இது 1171 முதல் 1922 வரை பிரிட்டீசு ஆட்சியிலிருந்த அயர்லந்தின் தலைநகரம். இன்று அயர் குடியரசின் தலைநகராய் உள்ளது. இப்பட்டினம் டப்ளின் வளைகுடா மீதுள்ளது.) வெலிங்டன் ஈட்டனில் கல்வி கற்ற பின்னர் மேற்குப் பிரான்சில் மெயின் ஆற்றின் கரையிலுள்ள ஆஞ்சர்ஸ் என்ற நகரின் இராணுவக் கல்லூரியில் சிறிது காலம் பயின்றார். பின்னர் பிரிட்டீசுப் படையில் சேர்ந்தார். அவர் பத்தாண்டுகள் பணி செய்துவிட்டு 1794 ஆம் ஆண்டிற்குப் பிறகு இந்தியம் சென்றார். அவர் இந்தியத்திலிருந்து திரும்பியதும் அரசியலில் இறங்கினார்.

அவருக்கும் லாங்குஃபோர்டு ஏளின் மகளான காதரைன் பக்கன்ஹாமிற்கும் 1807 இல் திருமணம் நடந்தது. அவர்களுக்கு ஆண் மக்கள் இருவர் பிறந்தனர்.

நெப்போலியனின் அண்ணனான ஜோசஃபு போனப்பாட்டை (1768-1844) ஸ்பெயினிலிருந்து விரட்டுவதற்காக ஐபீரியத் தீவக்குறையில் போர் செய்யும் தலைமைப் பொறுப்பு அவருக்கு 1807 சூலையில் தரப்பட்டது. அவர் அதில் வெற்றி பெற்றார். நெப்போலியனை வாட்டர்லு போரில் தோற்கடித்தபோது அவர் தலைமைத் தளபதியான ஃபீல்டு மார்சலாயிருந்தார். அப்போது அவர் ஆர்தர் வெல்லெஸ்லி என்று அறியப்பட்டார். அவரை இப்போது வெலிங்டன் பிரபு (*Duke*) என்ற நிலைக்கு உயர்த்தினர். வாட்டர்லு வெற்றிக்குப் பிறகு மிகச் சிறந்த பிரிட்டானியர் என்று அவர் மக்களால் அறியப்பட்டார். அவருக்கு அயல் நாடுகளிலிருந்து பரிசுகளும் பட்டங்களும் வந்து குவிந்தன. பிரிட்டீசு அரசு அவருக்கு 5,00,000 பவுனைக் கொடுத்தது.

வாட்டர்லு சண்டை முடிந்த இரண்டாண்டுகளுக்குப் பிறகு வெலிங்டன் லிவர்ப்பூல் அமைச்சின் படைக்கலன்கள் துறையில் தலைமைப் பொறுப்பை ஏற்றார். அவர் மிகச் சீராயிருப்பார்; வெட்டு ஒன்று துண்டு இரண்டு நறுக்குத் தெறித்த மாதிரியான பேச்சு. அவருக்கும் அவர் மனைவி காதரைனுக்கும் மனம் பொருத்தம் இல்லை.

அவரின் மக்களும் அவருக்குத் தொல்லையாகவே இருந்தனர். (வெலிங்டனுக்கு எப்போதுமே காது மந்தம். இது வழிவழியாய் வந்த கோளாறு. அவருக்கு 1852 இல் காது மிக மந்தமானதும் ஒரு போலி மருத்துவரை அழைத்தார். அவர் காரமான மருந்தைக் காதில் ஊற்றவே முழுச் செவிடானார்.)

கேனிங்கு 1827 இல் தலைமை அமைச்சரானதும், வெலிங்டன் அமைச்சிலிருந்தும் தலைமைத் தளபதி பதவியிலிருந்தும் விலகிக் கொண்டார். கேனிங்கு நூறுநாள் பதவியிலிருந்து இறந்த பின்னர், அரசர் தன்னை அழைத்துத் தலைமை அமைச்சர் பதவியைத் தருவார் என்று வெலிங்டன் எதிர்பார்த்தார். ஆனால் கோடரிச்சு அரசின் தலைமையை ஏற்றார். வெலிங்டன் மீண்டும் தலைமைத் தளபதிப் பொறுப்பை ஏற்க வேண்டுமென்று அரசர் அழைத்ததை ஏற்றார்.

கோடரிச்சு வலுவற்றவர். அதனால் அவரைப் பதவியில் வைத்துக் கொண்டு தானே நாட்டை ஆண்டு விட முடியும் என்று அரசர் உறுதியாய் நம்பியதால், அவருக்குப் பதவியைக் கொடுத்தார். தலைமை அமைச்சர் வலுவற்றவராய் இருக்க வேண்டும் என்று அரசர் எதிர்பார்த்தார்.

நில நடுக்கடற் பகுதியில் போர் மூண்டதும், கோடரிச்சின் அமைச்சினால் வலுவான நடவடிக்கை எதையும் எடுக்க முடியவில்லை. அப்போதுதான் அரசர் வெலிங்டனை அழைத்துத் தலைமை அமைச்சராகுமாறு வற்புறுத்தினார். வெலிங்டன் தனக்குப் பயிற்சியோ, விருப்பமோ இல்லாத வேலையை மேற்கொள்கின்றோம் என்பதை நன்கறிந்துதான் தலைமை அமைச்சரானார்.

அவர் மேட்டுக் குடியை சேர்ந்த இராபட்டு பீல் (Robert Peel 1788-1850) என்றவரை உள் துறையமைச்சராய்ச் சேர்த்துக் கொண்டார். அவர் தனிப்பட்ட முறையில் ஏற்காத கத்தோலிக்கர் சமூகத் தடை நீக்கச் சட்டத்தையும் கொண்டு வந்தார். இதில் வெலிங்டனின் தனித்தன்மை வாய்ந்த மதிப்பினால்தான் வெற்றி கிடைத்தது எனலாம்.

நான்காம் ஜார்ஜ் 1830 ஆண்டு இறந்ததும், கிளாரன்ஸ் கோமகன் நான்காம் வில்லியம் (1765-1837; இவரை அரச மாலுமி என்றழைப்பர். ஆ.கா. 1830- 1837) என்ற பெயரில் பதவிக்கு வந்தார். ஆதலால் சட்டப்படி பொதுத் தேர்தலை நடத்த வேண்டி வந்தது. இதைத் தான் வெளியேறுவதற்குக் காட்டப்படும் அறிகுறி என்று வெலிங்டன் கருதி, 1830 ஆம் ஆண்டு பதவி விலகினார். அதன் பிறகு அவர் தலைமை அமைச்சர் பதவியை ஏற்கவில்லை. வெலிங்டனுக்கு அடுத்தபடியாய்ச் சார்லஸ் என்ற கிரே பிரபு தலைமை அமைச்சரானார்.

வெலிங்டனைக் கடைந்தெடுத்த பிற்போக்காளர் என்று பலர் கருதினர். அவரது ஏப்ஸ்லி என்ற இலண்டன் மாளிகையை ஒரு பெரிய கும்பல் தாக்கிற்று. அவரது வேலைக்காரர் ஒருவர் அப்போது வானை நோக்கிச் சுட்டதும் கூட்டம் கலைந்தது. அவரைக் கொடும்பாவி கட்டி எரித்தனர். அவர் ஆர்ப்பாட்டங்களையும் கிளர்ச்சிகளையும் கண்டு கலங்கிவிடவில்லை.

கிரேயின் அரசு பிரபுக்கள் சபையில் 1832 ஆம் ஆண்டு தோற்கடிக்கப்பட்டதும் வெலிங்டனைத் தலைமையமைச்சராகுமாறு அரசர் கேட்டதற்கு, அவர் மறுத்து விட்டார்.

வெலிங்டனின் நெதர்லந்தில் ஓர் இளவரசர்; பிரான்ஸ், ஸ்பெயின், போர்ச்சுகல் ஆகிய நாடுகளின் கோமகன். இவையன்றிப் பிரிட்டனும் அவருக்குப் பல சிறப்புகளைச் செய்திருந்தது.

1828

இந்திய சரித்திரக் களஞ்சியம் | 243

வெலிங்டன் 1852 செப்டம்பர் 14 அன்று வாமர் கோட்டை மாளிகையில் அமைதியாய் இறந்தார்.

(ஆ) துருக்கியில் அரசியல் சீர்திருத்தங்கள்

துருக்கி ஐரோப்பிய நாடுகளுக்கு அண்மையில் இருப்பதாலும் அக்கண்டத்தின் பல பகுதிகளை ஆண்டு வந்தாலும், அது வெகுகாலத்திற்கு முன்னரே ஐரோப்பியச் சிந்தனையின் தாக்கத்திற்குள்ளானது. பதினெட்டு, பத்தொன்பதாம் நூற்றாண்டுகளில் இங்கு பிரஞ்சுச் செல்வாக்குத்தான் வலுவாய்க் காலூன்றியது. அதன் தாக்கம் 1798 ஆம் ஆண்டிற்கு பிறகு வலுத்தது. ''அங்கு (பிரான்சில்) புரட்சி நடந்து கொண்டிருந்த வேளையில், உயிர் நாடியான கருத்துகள் ஊடுருவிப் பெரிய மடையைத் திறந்து விட்டன. அது துருக்கியின் கண்ணோட்டத்தையும் சிந்தனையையும் தன்னுணர்வையும் மட்டும் மாற்றவில்லை. இஸ்லாம் முழுமையிலுமே மாற்றங்களை உண்டாக்கியது'' என்ற தற்கால எழுத்தாளர் ஒருவர் எடுத்துக் காட்டுகின்றார்.

பிரான்சிலிருந்து வெள்ளமெனப் பாய்ந்து வந்த இத்தகைய முரண்பட்ட கருத்துகளின் மீது ஏற்பட்ட ஆர்வத்தைத் துருக்கியிலிருந்த பழைய ஆட்சியாளர்கள் தெளிவாய் உணர்ந்திருந்தனர். ஆட்டோமான் அரசின் தலைமைச் செயலாளர் 1798 இல் மேல் மட்டப் பேரவைக்காக (*High Council of State*) எழுதியிருந்த அறிக்கையில் இங்ஙனம் குறிப்பிட்டிருந்தார்:

''பலரறிந்தவர்களும் புகழ் பெற்றவர்களுமான நாத்திகராகிய வால்டயர், ரூசோ இவர்களைப் போன்ற, இன்னும் பிற உலகாய்தர்கள் ஆகிய இவர்களிடமிருந்து இறைவன் நம்மைக் காப்பானாக. அவர்கள் தூய திருத்தூதர்களையும் மாமன்னர்களையும் தூற்றியும் பழித்தும் பல நூல்களை வெளியிட்டும் உள்ளனர். அவர்கள் சமயங்கள் அனைத்தையும் நீக்கி ஒழிக்க வேண்டுவது பற்றியும் சமத்துவம், மக்களாட்சி ஆகியவற்றின் இனிமை குறித்தும் மிகத் தெளிவாய் விளங்கும் சொற்களாலும் நையாண்டியாயும் பிறரும் புரிந்து கொள்ளும் மொழியிலும் எழுதியுள்ளனர்.''

துருக்கியை ஐரோப்பிய மாதிரிகளில் புதுமைப் பாங்குடையதாக்கும் முயற்சி பதினெட்டாம் நூற்றாண்டின் கடைசியில் தொடங்கிவிட்டது. சுல்தான் மூன்றாம் செலைமான் (1789-1807) ஆட்சியில் படைகள் ஆகிய துறைகளில் புதிய நெறிமுறை ஒன்றை (*Nigarmi - i-Cedid*) 1792 ஆம் ஆண்டில் கொண்டு வந்தார். துருக்கி இச்சீர்திருத்தங்களைக் கொண்டு வந்ததொடு ஐரோப்பியத்தின் பெரிய நகரங்களுக் கெல்லாம் தூதுவர்களை அனுப்பிற்று.

அத்தூதுவர்கள் அயல் மொழிகளைக் கற்கவும் அந்நாடுகளைப் பற்றி அறிந்து கொள்ளவும் வேண்டும் என்றும், அது பேரரசிற்கு உதவியாயிருக்குமென்றும் கூறப்பட்டது. எனினும் பழமையாளர் சீர்திருத்தங்களை எதிர்த்துப் பேசி வந்தனர். அவர்கள் பிரஞ்சு வாழ்க்கையை எதிர்த்தனர். இதன் வேகம் சிறுகச் சிறுக 1807 வரை முடுக்கம் பெற்று வந்தது. அவ்வாண்டில் படையினரில் ஒரு பிரிவினர் கிளர்ந்து நான்காவது முஸ்தாபாவைப் (1807-1808) பதவியிலிருந்து இறக்கிவிட்டனர். அப்போது அயல் சார்புடையோரில் பலர் கொல்லப்பட்டனர்.

அடுத்து ஆட்சிக்கு வந்த இரண்டாம் மகமதின் (1808-1839) ஆட்சிக் காலத்தில் மீண்டும் சீர்திருத்த அலை இரண்டாவது முறையாய் எழுந்தது. அது அயல் படையெடுப்புகளை எதிர்த்து நிற்பதற்காக அரசாட்சி எந்திரத்தை வலுப்படுத்தும்

நோக்கம் கொண்டிருந்தது. கப்பல் படை, தரைப்படைக் கல்லூரிகள் ஆகியவற்றில் கற்று வந்த மாணவர்கள் பயிற்சி பெறுவதற்காகப் பிரான்சிற்கும் பிற ஐரோப்பிய நாடுகளுக்கும் சென்றனர்.

அதன்பிறகு *1827* ஆம் ஆண்டில் இராணுவ மருத்துவப் பள்ளியும் அதையடுத்து இசைப்பள்ளியும் திறக்கப்பட்டன. போரியல் கலைகள் பள்ளி பிரான்சின் செயிண் சிர் *(Saint Cyr)* கல்லூரியின் மாதிரியில் *1834* இல் நிறுவப்பட்டது. பொது மக்களுக்காகவும் *1839* இல் பல ஏற்பாடுகள் நடந்தன. பொது ஆட்சிப் பணி அலுவலரைப் பயிற்றுவிப்பதற்காக இரண்டு பள்ளிகள் நிறுவப்பட்டன. சுல்தான் இரண்டாம் முகமது *1838* இல் புது மருத்துவக் கல்லூரியைத் தொடங்கி வைத்த காலையில் கூறினர்:

''நீவீர்... பிரஞ்சு மொழியில்... கல்வி கற்க வேண்டும்... என்ற நோக்கம் உங்களைப் பிரஞ்சு மொழி படிக்க வைக்க வேண்டும் என்பதன்று... உங்களுக்கு அறிவியல் முறையில் மருத்துவம் கற்பித்து, அதைச் சிறுகச் சிறுக நமது மொழிக்குள் கொண்டு வருவதேயாகும்.''

நிலப் பிரபுத்துவம், சமயச் சலுகைகள், உடைமைகள் ஆகியவற்றைச் சீர் செய்யும் பணிகளும் பத்தொன்பதாம் நூற்றாண்டின் தொடக்கத்திலேயே மேற்கொள்ளப்பட்டன. துருக்கிப் படையினரிடம் ஃபெஸ் *(fez)* என்ற குஞ்சம் வைத்த நீண்ட தொப்பி *1828* இல் அறிமுகப்படுத்தப்பட்டது. அந்தத் தொப்பி ஆப்பிரிக்கத்திலிருந்து வந்தது. அத்துடன் ஐரோப்பியப் பாணியில் குறுங்கைத் தளருடையும் கால்சட்டைகளும் வந்தடைந்தன. படைவீரர்கள் நீண்ட கால் சட்டைகள், கோட்டுகள், மூடு காலணிகள் ஆகியவற்றொடு நீண்ட ஃபெஸ் தொப்பியும் அணிந்தனர்.

துருக்கி

இன்று மேற்காசியத்திலும் தென்கிழக்கு ஐரோப்பியத்திலும் கருங்கடல், நில நடுக்கடல், ஏஜியன் கடல் ஆகியவற்றுக்கு இடையிலும் அமைந்துள்ள குடியரசான துருக்கி என்ற நாட்டிற்கு நீண்ட தொல்வரலாறு உண்டு. இங்கு வெகு தொன்மையான காலத்தில் ஹிட்டைட்டுப் பேரரசு நிலவியது. கிரேக்க வரலாற்றுடன் நெருங்கிய உறவுடையது. இதன் தற்கால வரலாறு பதினைந்தாம் நூற்றாண்டில் தொடங்குகிறது. அப்போது ஆட்டோமான் துருக்கர் கான்ஸ்டாண்டி நோபிளை வென்று, பைசாந்தியப் பேரரசத் தலைநகரின் இடிபாடுகள் மீது தமது பேரரசை நிறுவினர்.

(இ) மடகாஸ்கரின் புதிய அரசி

மடகாஸ்கர் இந்துமாக் கடலிலுள்ள தீவு. ஆப்பிரிக்கத்தின் கிழக்குக் கரைக்கு அப்பால் தென் தொங்கலில் உள்ளது. இந்தோனேசியத்திலிருந்து சுமார் இரண்டாயிரம் ஆண்டுகளுக்கு முன்னர் படகுகளில் சென்ற மக்கள் இத்தீவில் குடியேறினர். அதன்பிறகு ஆப்பிரிக்கத்திலும், அரேபியத்திலிருந்தும் மக்கள் சென்று அக்குடியேறிய மக்களுடன் கலந்தனர். மடகாஸ்கருக்கு முதலில் சென்ற ஐரோப்பியர் போர்த்துகீசரேயாவர். அவர்கள் பதினாறாம் நூற்றாண்டில் அங்கிருந்தனர். அது பதினேழு பதினெட்டாம் நூற்றாண்டுகளில் கடற்கொள்ளையரின் புகலிடமாயிருந்தது. அவர்கள் பதினெட்டாம் நூற்றாண்டில் அங்கு ஒரு குடியரசையே நடத்தினர். *(இ.ச.க.தொகுதி-9: 1784 - கட்டுரை)*

மடகாஸ்கர் தீவின் அரசரான முதலாம் இரடமா பதினெட்டாண்டுக்கால ஆட்சிக்குப் பிறகு *1828* இல் இறந்தார். அவர் இத்தீவில் பிரிட்டனின் செல்வாக்குப் பரவுவதை ஊக்குவித்தார். அவருக்குப் பிறகு அவரின் அரசியான முதலாம்

இரணமலோனா இவ்வாண்டு ஆட்சிக்கு வந்து 33 ஆண்டுகள் அரசியாயிருந்தார். இவர் பிரஞ்சுக்காரர் மீதும், பிரிட்டீசார் மீதும் பகை கொண்டார். சமயப் பரப்பிகளை ஆதரிக்கவில்லை.

மடகாஸ்கர் 1895 இல் பிரஞ்சுக் காப்பாட்சியில் வந்தது; பின்னர் 1958 இல் தன்னாட்சி பெற்று 1960 இல் முழு விடுதலை பெற்றது. இங்கு மிகவும் அரிய தாவர, விலங்கினங்கள் உள்ளன. லெமூர் என்ற குரங்கு இங்கு காணப்படுகின்றது. இங்கு பேசப்படும் மொழிக்கு மளகாசி என்று பெயர். இதன் பரப்பளவு 5,87,041 சதுர கிலோ (62,66,657 சதுர மைல்)

2. அறிவியல்

(அ) தோரியம், சிலிக்கோன் கண்டுபிடிப்பு

ஜோன்ஸ் ஜேகபு பெர்சிலியஸ் சுவிடிய வேதியியலார். (Jons Jakob Berzelius 1779-1848: இ.ச.க.தொகுதி-12: 1817 புள்ளி; 1818-புள்ளி) இவர் 1828 ஆம் ஆண்டில் தோரியம், சிலிக்கோன் என்ற இரண்டு தனிமங்களைக் கண்டுபிடித்தார்.

தோரியம் (Thorium) என்பது வெள்ளிய நிறமுடையதும் அடித்து நீட்டவல்லதுமான மென்மையான உலோகத் தனிமம். இது கதிர் வீச்சுடையது; தோரைட்டு, மோனசைட்டு ஆகிய தனிமங்களில் கிடைக்கின்றது. இது ஆரஞ்சு - மஞ்சள், பழுப்பு அல்லது கறுப்பு நிறமான கதிர் வீச்சுள்ள தனிமம்; இதில் தோரியம் சிலிக்கேட்டு நாற்கோணப் படிக வடிவில் உள்ளது. இதன் வேதிக்குறி கூட. வேதிவாய்ப்பாடு SiO_4; Magnazite : இது மஞ்சள் முதல் செம்பு நிறம் வரையிலும் கிடைக்கின்ற தனிமம் ஆகும். இதில் தோரியம் பாஸ்பேட்டு, சிரியம், லாந்தனம் ஆகியன மோனோகிளினிக்குப் படிக வடிவில் அடங்கியுள்ளன.

சிலிக்கோன் (Silicone) என்பது பொடிந்து விடக்கூடிய உலோகப் போலியான தனிமம்; படிக வடிவம்; கடினமானது; இதில் இரண்டு வேற்றுருக்கள் அடங்கியுள்ளன. மணல், குவார்ட்ஸ், கருங்கல், ஃபெல்ஸ்பர், களிமண் இவற்றில் பெரிதும் கிடைக்கின்றது. இது பழுப்பு நிறமான திண்ணிய படிகமாயிருப்பது வழக்கம். மென்மையானது; மாநிறம்; நீருள்ளது; சாம்பல் நிறத்தது; மின் எதிர் கடத்தி; கனமான எஃகு, கண்ணாடி, சாந்துகள், அடர்பனி நீக்கி ஆகியன உருவாக்கப் பயன்படுவது.

(ஆ) கருவியல் துறை தோற்றம்

எஸ்தோனியம் (Estonia) என்பது பால்டிக்குக் கரையிலுள்ள நாடு. இந்நாட்டைச் சேர்ந்த இயற்கையியலரான காரல் ஏனஸ்டு ஃபான் பேயர் (Karl Ernst von Baer 1792-1870) 1828 ஆம் ஆண்டில் கரு பற்றி ஆராயும் புதுத் துறைக்கு அடிகோலினார். அது கருவியல் என்று பெயர் பெறும்.

3. சமயம்

பிரம்ம சமாசத் தோற்றம்

இறைவனுக்கு மும்மை தருவதை ஏற்காது, தனியொருமைக் கொள்கையைக் கூறுவது யூனிட்டரியன் (Unitarian) என்ற கிறித்தவக் கோட்பாடாகும். கிறித்தவத்தின் பல்வேறு பிரிவுகளில் இதுவும் ஒன்றாகும். கல்கத்தாவில் பிரிட்டீசாரின்

தனியொருமைக் கோட்பாட்டுச் சங்கம் ஒன்று இருந்தது. அவர்கள் இராசா இராம மோகனரின் நண்பர்களாயிருந்தனர். அவர்களுடன் கருத்து வேறுபாடு ஏற்பட்டதால் *1828* ஆம் ஆண்டு கல்கத்தாவில் புதிய சங்கம் ஒன்று அமைக்கப்பட்டது. யூனிட்டரியன் சங்கத்தினுள் புகைச்சல் இருந்து வந்தது. அதனால் வில்லியம் ஆடம் என்றவரின் வற்புறுத்தலுக்கிணங்கக் கல்கத்தா யூனிட்டரியன் குழு (*Calcutta Unitarian Committee*) என்ற பெயரைப் பிரிட்டீசு, இந்திய யூனிட்டரியன் சங்கம் (*British Indian Unitarian Association*) என்று *1827* டிசம்பர் *30* அன்று மாற்றியமைத்தனர்.

இந்தியர் சேர்ந்த அமைப்பு என்பதை இது நிலை நிறுத்தவும் அதில் வங்காளியர் கலந்து கொண்டது குறைந்து வந்த போக்கை மாற்றவும் இப்பெயர் மாற்றம் செய்யப்பட்டது. மேலும் அயலுலகிலுள்ள யூனிட்டரியன்களுடன் மிகுந்த தொடர்பு ஏற்பட வேண்டுமென்று ஆடம் விரும்பினார்.

இராம மோகனர் இறைமையியல் கருத்துகள் காரணமாய் அந்த அமைப்பிலிருந்து விலகியதால் பணக்காரர்களான வங்காளியரும் ஜான் பாமர் போன்ற ஐரோப்பிய வணிகர்களும் அதற்கு அளித்து வந்த பணஉதவியை முற்றிலும் நிறுத்திவிட்டனர் எனலாம். வில்லியம் ஆடமிற்குக் கிடைத்துவந்த உதவித்தொகையும் நின்றது. அவர் இராம மோகனருடன் நட்புக் கொண்டிருந்த போதிலும் வங்கத்தில் அவரால் சமயத் தொண்டாற்ற முடியாமல் போனது.

பிரிட்டீசு இந்திய யூனிட்டரியன் சங்கத்தைச் சேர்ந்த வங்க உறுப்பினர்கள் இராம மோகனரின் தலைமையில் புது அமைப்பு ஒன்றை உருவாக்கினர். அதுவே பிரம்ம சமாசம் ஆகும். இராம மோகனரின் அத்துவித வேதாந்தக் கருத்துகளைப் பின்பற்றி வந்த ஆத்மிக சபையின் பழைய உறுப்பினர்கள் பலர் இப்புதிய அமைப்பில் சேர்ந்தனர்.

இராம மோகனர் கல்வி, வாணிபம், அரசாட்சி ஆகியன பற்றியும் இவையனைத்திற்கு மேலாய் உடன்கட்டை ஏறுதல் குறித்தும் கொண்டிருந்த கருத்துகளை ஏற்றுக் கொண்டவர்களாய் அவர்கள் இருந்தனர் என்பது குறிப்பிடத்தக்கது. இந்தப் புதிய அடிப்படைக் கோட்பாட்டுடன் பிரம்ம சமாசம் அமைக்கப்பட்டதால் வங்கத்து யூனிட்டரியன்களிடையே மேலும் பிளவு ஏற்பட்டது.

வேதப் பனுவல்கள், உபநிடதங்கள் ஆகியவற்றை உள்ளடக்கிய ஒரு கடவுள் கோட்பாட்டைப் பரப்பும் இலட்சியத்துடன் இப்புதிய அமைப்புத் தொடங்கப்பட்டது. இந்த அமைப்பிற்குத் தேவேந்திர நாத தாகூர் பெரிதும் உதவினார். அவர் இப்பணியில் கேசவ சந்திர சென்னைப் பயன்படுத்தினார்.

4. கல்வி

(அ) தமிழ் இலக்கண வினா விடை

தாண்டவராய முதலியார் (*- 1850*) இயற்றிய ''இலக்கண வினா விடை'' என்ற தமிழ் இலக்கண நூலைக் கிழக்கிந்திய கம்பெனியின் பாடநூற் குழு *1828* இல் வெளியிட்டது. இக்காலத்தில் அச்சிடுதலும் நூல் வெளியிடுதலும் கம்பெனி அரசிற்கு மட்டுமே உரிமையுடையனவாயிருந்தன. இந்நூலின் படி ஒன்று ரோசா முத்தையாவின் நூல் சேகரத்தில் உள்ளது.

(ஆ) செரோக்கி மொழி இதழ்

முன்னர் அமெரிக்க அப்பலேச்சியன் மலைகளிலும் அதைச் சுற்றியும் இப்போது

ஆக்கலோமா மாநிலத்திலும் வாழ்கின்ற வட அமெரிக்க இந்தியக் குலத்தவர்க்குச் செரோக்கி (*Cherokee*) என்ற பெயர், அவர்கள் இரோக்குவாய் என்ற மக்களினத்தைச் சேர்ந்தவர்கள். அவர்களின் மொழியான செரோக்கியும் அதே குடும்பத்தில் அடங்கியதாகும். அம்மொழி பெரும்பாலான பிற இந்திய மொழிகளைப் போன்று வரிவடிவம் - எழுத்து இல்லாதிருந்தது.

செக்குவோய (*Sequoya,54*) என்ற செரோக்கி குல விற்பன்னர் செரோக்கி மொழிக்கென்று 85 எழுத்துகளை உருவாக்கினார். இவர் தன்னை ஜார்ஜ் கெஸ்ட் (*George Guest*) என்றழைத்துக் கொண்டார். இப்பெயருடைய அமெரிக்க வணிகர் ஒருவர் தன் தந்தையென்று அவர் நம்பினார்.

அவர் கடன் வாங்கிக் கொண்ட ரோமன் எழுத்துகளுக்கும் ஆங்கில மொழியில் அது தருகின்ற ஒலிப்பிற்கும் தொடர்பேயில்லை. எனினும் அவ்வெழுத்துகள் செரோக்கி மொழியிலுள்ள உயிர் எழுத்துகள், உயிர் மெய் எழுத்துக்கள் அனைத்தின் ஒலியையும் தந்தன. செக்குவோய இதைப் 'பேசும் இலை' என்றழைத்தார். இந்த எழுத்து உருவானதால் இந்தியருள் செரோக்கி மக்களே எழுத்தறிவு பெற்ற முதல்வர் என்ற சிறப்புப் பெற்றனர். அத்துடன் 1828 ஆம் ஆண்டில் ''ஃபினிக்ஸ்'' (*Phoenics*) என்ற முதல் செரோக்கிய மொழி இதழும் வெளியிடப்பட்டது.

1828

(இ) பாரிசில் எகிப்தியக் களஞ்சியம் வெளியீடு

உலகின் வெகு தொன்மையான நாகரிகத்தைத் தோற்றுவித்த இடம் நைல் ஆற்றை ஒட்டியமைந்த எகிப்திய நாகரிகமாகும். எகிப்து மெனஸ் (*Menes*) என்ற முதல் அரசரின் கீழ் கி.மு. 3200 ஆம் ஆண்டு வாக்கில் ஒன்றுபடுத்தப்பட்டு ஒரே நாடானது. இவர் மேல எகிப்தையும் கீழ் எகிப்தையும் ஒன்றுபடுத்தி நாட்டின் வட பகுதியிலிருந்து கீழ் எகிப்தின் நைலின் கரைமீது மெம்ஃபிஸ் (*Memphis*) என்ற பண்டை நகரை நிறுவினார். இந்நகரம் அரசாட்சிக்கும் கலைகளுக்கும் மையமாய் விளங்கிற்று. அது டா (*Ptah*) என்ற பெருங்கடவுளை வழிபடும் தலமாயும் இருந்தது. இக்கடவுள் ஆக்க சக்தி என்று வழிபடப்பட்டது.

பிரமிடுகள்

கி.மு.2600 வாக்கில் பிரமிடுகள் கட்டப்படலாயின. ஃபேரோக்கள் என்ற எகிப்திய அரசர்கள் இறந்த பின் மறு உலகில் இன்ப வாழ்வைத் தொடர வேண்டுமென்பதற்காக அவர்களின் உடலைப் பாடம் செய்து, அவர்கள் துய்த்து மகிழ்ந்த பொருள்களுடனும் செல்வங்களுடனும் பிரமிடுகளுக்குள் நல்லடக்கம் செய்தனர். மெம்ஃபிஸ் கோநகராயிருந்த தொடக்கக் காலத்தைப் பண்டை முடியரசுக் காலம் (*The Old Kingdom*) என்று வரலாறு கூறும். இக்காலம் மூன்றாம் அரச குடியிலிருந்து ஆறாம் அரச குடி முடிய கிட்டதட்ட கி.மு. 2700 தொட்டுச் சுமார் கி.மு. 2150 வரை நிலவியது என்பது பொதுவான கணிப்பாகும். ஏறத்தாழக் கி.மு. 2150 வாக்கில் வட்டார ஆட்சி மைய ஆட்சியின் இடத்தைப் பிடித்து விட்டது.

எனினும் ஃபேரோக்கள் கி.மு. 2000 ஆம் ஆண்டு வாக்கில் மீண்டும் எகிப்தில் ஒற்றுமையை உண்டாக்கிவிட்டனர். அப்போது தீப்ஸ் என்ற நைல் கரைப் பட்டினம் கோநகரானது. (*Thebes* : இந்நகரம் மேல எகிப்து அல்லது நாடு முழுமைக்கும் பல்வேறு காலங்களில் கோநகராயிருந்தது.) எகிப்து இப்போது நிலையான ஒரு கால கட்டத்தை அடைந்து விட்டது. அதை இடை முடியரசுக்காலம் (*Middle Kingdom*) என்பர். இது

பதினான்காம் அரச குடியின் காலத்திலிருந்து பதின்மூன்றாவது அரச குடியின் காலம் வரை (சுமார் கி.மு. 2040-சுமார் கி.மு.1670) நிலவியதாகும். இக்காலத்தில் ஒரே சீரான எழுத்துமுறை நாடெங்கும் கைக்கொள்ளப்பட்டது.

ஹைக்சோக்கள் (Hyksos) என்ற ஆரியப் படையெடுப்பாளர் எகிப்தில் கி.மு.1700-1600 ஆண்டுகளுக்கு இடைப்பட்ட காலத்தில் மேலோங்கியிருந்தனர். எனினும் நாட்டு அரசகுடிகள் எழுச்சி பெறவும் கி.மு. 1560 ஆம் ஆண்டில் புது முடியரசு தோன்றியது. (New Kingdom: பதினெட்டு முதல் இருபது அரச குடிகள் வரை; அதாவது சுமார் கி.மு.1570 தொட்டுச் சுமார் கி.மு. 1080 முடிய நீடித்த காலம்.) இக்கால கட்டத்தில் உறுதி வாய்ந்த இரண்டாம் இராமசஸ் (Rameses II இ. சுமார் 1225 கி.மு. ஆ.கா. 1292-1225 கி.மு. நிலவினார். இக்காலத்தில் இட்டைட்டுகளுடன் (Hities) போர் நடந்தது. பாறையில் வெட்டப்பெற்ற அபுசிம்பல் கோயிலின் (இ.ச.க.தொகுதி-12: 1812-புள்ளிகள்) மிகப் பெரிய கல்லுருக்கள் போன்ற கட்டுமானங்கள் இக்காலத்தில் எழுந்தன.

எகிப்து சுமார் கி.மு. 1200 ஆம் ஆண்டிலிருந்த போட்டிப் பேரரசுகளின் எழுச்சியினால் நலியத் தொடங்கிற்று. ''கடலாளர்'' என்ற மக்களின் தாக்குதல்களுடன் அதன் தாழ்ச்சி தொடங்கிற்று. (Sea People : நாடுகளைத் தாக்கிக் கொள்ளையடித்த பல வகையான மக்கள் அடங்கியிருந்த கூட்டம் இப்பெயரால் அழைக்கப்படுகின்றது. அவர்கள் மைசீனிய உலகைச் சேர்ந்தவர்களாயிருக்கலாம். கடலாளர் சுமார் கி.மு. 1,200 வாக்கில் அனட்டோலியத்திலிருந்த இட்டைட்டுப் பேரரசை அழித்தனர். அங்கிருந்து தெற்கில் ஊடுருவி எகிப்தை அடைந்தனர். அங்கு அவர்கள் தடுத்து நிறுத்தப்பட்டுச் சிதறினர். இக்கூட்டத்தில் கிரேக்க டோரியன்களுக்கு முற்பட்ட அக்கியன்களும் சேர்ந்திருக்கலாம்.) அப்போது அசிரியம் என்றழைக்கப்பட்ட பாரசிகத்தின் ஆட்சியில் எகிப்து வந்தது. பின்னர் அலெக்சாந்தர் (356-323 கி.மு.) எகிப்தைக் கி.மு. 332 ஆம் ஆண்டு வென்றார். அவர் இறந்த பிறகு அவரின் படைத்தலைவருள் ஒருவரான தாலமி சோட்டரின் (சு.366-சு.283 கி.மு.) பங்கிற்கு எகிப்து கிடைத்தது.

தாலமி குடியினர் எகிப்தை இருநூறு ஆண்டுகள் ஆண்டனர். கிளியோபாத்திரா (69-30 கி.மு.) இக்குடியைச் சேர்ந்த கடைசி அரசியாவார். தாலமியின் ஆட்சியில் அலெக்சாந்தரிய நகரம் நில நடுக்கடற் பகுதியின் அறிவுக் களஞ்சியமானது. பெரும் புகழ் வாய்ந்த அலெக்சாந்தரிய நூலகம் முதலாம் தாலமியால் நிறுவப்பட்ட ஒரு பல்கலைக்கழகமாகும்.

கிறித்தவ அப்தத்திற்கு முந்திய கடைசி நூற்றாண்டில் ரோமினால் எகிப்திற்கு ஆபத்து வலுத்தது. பதினோராம் தாலமியின் மகளான கிளியோபாத்திரா, ஜூலியஸ் சீசர், மார்க்கு அந்தணி போன்ற ரோமானியப் படைத்தலைவர்களின் அன்பைப் பெற்று எகிப்தின் தன்னுரிமையைக் காத்தார். கிளியோபாத்திரா இறந்ததும் ரோம் எகிப்தைத் தன் ஆட்சிப் பரப்பினுள் இணைத்து விட்டது.

எகிப்து ரோமின் தானியக் களஞ்சியமானது. எகிப்தின் நீர்ப்பாய்ச்சல் அமைப்புச் சீர்திருத்தப்பட்டது. எகிப்திலிருந்து கூலங்களை ஏற்றிக் கொண்டு நில நடுக்கடல் நாடுகளெங்கும் மரக்கலங்கள் சென்றன. எகிப்து பின்னர் பைசாந்தியப் பேரரசின் ஆட்சிக்குள் சென்றது. அதன் ஆட்சியில் அங்கு காப்டிக்குத் (Coptic) திருச்சபை நிறுவப்பட்டது.

இஸ்லாமிய, அரபுப் பேரரசு நான்கு திக்குகளிலும் விரிந்து பரந்து வந்த காலையில், அரபுகள் 639 - 642 காலத்தில் எகிப்தை வென்றடக்கினர். எகிப்தை ஆண்டு

வந்த அரபுகள் *1200* ஆம் ஆண்டு வாக்கில் தம் படை வீரரும் ஆலோசகருமான மாமிலுக்குகள் *1250* இல் எகிப்தின் ஆட்சியைப் பிடித்துக் கொண்டனர். அவர்களின் ஆட்சி *1517* வரை நடந்தது. அப்போது புதிதாய் எழுச்சி பெற்று அகன்று விரிந்து வந்த ஆட்டோமான் துருக்கரின் பேரரசிடம் எகிப்து சென்றுவிட்டது. எகிப்தில் துருக்கர் ஆட்சி நடந்த போதிலும் பே (*bey*) என்ற இளவரசர்கள் தொடர்ந்து எகிப்திய மாநிலங்களைத் தம் கைகளில் வைத்திருந்தனர்.

எகிப்து ஆட்டோமான் மேலாண்மைக் கீழ் இருந்து வந்து விட்டாலும் அதன் சமூக, பண்பாட்டு, வாணிபத் துறைகளில் அப்பேரரசின் செல்வாக்குச் சிறிதளவே படிந்தது. எகிப்து தொடர்ந்து ஐரோப்பிய நாடுகளுடன் கிட்டத்தட்டத் தன்னாட்சி அடிப்படையில் வாணிபத் தொடர்புகளை வைத்துக் கொண்டிருந்தது. நெப்போலியன் அத்தொடர்புகளை வலுப்படுத்தித் தன் கீழையுலகக் கனவை நனவாக்கும் நோக்கத்துடன் *1798* இல் எகிப்து மீது படையெடுத்தார்.

அவர் எகிப்திய மக்களினத்தையும் அவர்களின் நாகரிகப் பண்பாட்டுக் கோலங்களையும் பன்னோக்குடன் ஆய்வதற்காகத் தன்னுடன் *120* விற்பன்னர்களையும் அறிவியலாரையும் அழைத்துக் கொண்டு எகிப்து சென்றார். அந்நாட்டின் நெடும் பழஞ்சிறப்பு, வேளாண் திறம், மொழிகள், மருத்துவ அறிவு ஆகியவற்றை ஆராய்வதற்கென்று நெப்போலியன் கெய்ரோ நகரில் எகிப்துக் கழகம் (*Institut d' Egypte*) அமைத்தார். அக்கழகத்தின் நூலகம் எகிப்தியருக்குத் திறந்துவிடப்பட்டது. பிரஞ்சுக்காரர் அங்கு நிறுவிய அச்சகங்களில் அரபியிலும் பிரஞ்சு மொழியிலும் நூல்கள் அச்சிடப்பட்டன. இக்காலத்தில் *Courier de I' Egypte* என்ற பிரஞ்சு ஆராய்ச்சி இதழும் வெளியிடப்பட்டது.

எகிப்திய நாகரிகம், இஸ்லாமிய ஆய்வு ஆகிய துறைகளில் எகிப்தியருக்கு ஆர்வத்தை உண்டாக்குவதற்காக *1809-1828* காலத்தில் பாரிசிலிருந்து எகிப்தியக் களஞ்சியம் (*Description de Egypte*) ஒன்றைப் பிரஞ்சு விற்பன்னர் வெளியிட்டனர். அத்துடன் *1828* ஆம் ஆண்டில் முதன்முறையாய் எகிப்தியக் கிறித்தவரான காப்டு ஒருவர் அரபி-பிரஞ்சு அகராதி ஒன்றையும் வெளியிட்டார்.

நெப்போலியனின் கீழையுலகக் கனவு பலிக்காவிடினும் எகிப்திய நாகரிகச் செழுமை என்னுஞ் செல்வத்தை உலகிற்கு வெளிப்படுத்த வேண்டுமென்று அவர் கண்ட கனவு முப்பதாண்டுகளுக்குள் பலித்துப் பலன் தந்துவிட்டது. அவரின் படைத்தலைவர் ஒருவர் கண்டுபிடித்த ரொசட்டக் கல்வெட்டைப் பிரெஞ்சு மொழியியலரான கம்போலின் படித்தறிந்து, பண்டை எகிப்திய மொழியினுள் மறைந்து பொதிந்திருந்த வியப்பூட்டும் வரலாற்றுச் செய்திகளெல்லாம் அறிவு மழையெனக் கொட்டலாயின. பெரிதும் நெப்போலியனின் போர்களும் மறச் செயல்களும் வரலாற்றில் பேசப்படுகின்றன. அவர் கலை, அறிவுத் துறைகளில் ஆரவாரமின்றி ஆற்றிய பெரும் பணிகள் இலைமறை காய்கள் போலிருக்கின்றன.

(ஈ) வெப்ஸ்டர் அகர முதலி வெளியீடு

''ஆங்கில மொழியின் அமெரிக்கன் அகர முதலி'' (*American Dictionary of the English Language*) என்ற பெயரில் வெப்ஸ்டர் அகர முதலி (*webster's Dictionary*) *1828* ஏப்ரல் *14* அன்று முதன்முதலாய் வெளிவந்தது. இந்த அகர முதலியை நோவா வெப்ஸ்டர் (*Noah Webster,1758-1843*) என்ற அகர முதலித் தொகுப்பாளர் உருவாக்கியிருந்தார். இவர் கனடிக்கட்டு மாநிலத்தின் ஹாட்ஸ்ஃபோர்டு என்ற ஊரில் பிறந்தார்.

5. நாணயம்

இரஷியத்தில் பிளாட்டின நாணயம்

மாசுபடாத அல்லது களிம்பேறாத உலோக வகையினுள் பிளாட்டினம் அடங்கும். இது தங்கத்தை விட விலை மிகுந்தது. பிளாட்டினம் 1736 ஆம் ஆண்டு கண்டுபிடிக்கப்பட்ட செய்தியில் அது அடித்து நீட்டத்தக்க வெள்ளி நிறத் தனிமம் என்பது சொல்லப்பட்டிருந்தது. இது ஒரு வினையூக்கி. வேதிக்குறி Pt; அணுஎண் 78, அணு எடை 195 : 9 இணைதிறன் 1 - 4; ஒப்படர்த்தி 21.45 உருகுநிலை 172° செ.கொதி நிலை சு.3827° செ.

பிளாட்டினம் 1736 ஆம் ஆண்டு தென்னமெரிக்கத்தில் கண்டுபிடிக்கப்பட்டாலும், இது வரலாற்றில் அதற்கு முன்னரே அறியப்பட்டிருந்தது. இந்த அரிய உலோகம் தொடக்கத்தில் நடு, தென் அமெரிக்கங்களிலிருந்து மட்டுமே கிடைத்து வந்தது. இரஷியத்தின் உரல் (Ural) பகுதிகளில் பிளாட்டினம் முதன்முதலில் எடுக்கப்பட்டது. இரஷிய அரசு 1828 முதல் 1845 வரை பிளாட்டினத்தில் நாணயங்களை அச்சிட்டு வந்தது.

6. இயற்கைச் சீற்றம், பஞ்சம்

(அ) காசுமீரத்தில் கொடிய நில நடுக்கம்

காசுமீரத்தில் மிகக் கொடிய நில நடுக்கம் 1828 ஜூனில் ஏற்பட்டது. இதனால் ஸ்ரீநகரில் 1200 வீடுகள் அழிந்தன. ஆயிரம் பேருக்கு மேல் உயிரிழந்தனர். இதற்குச் சில விநாடிகளுக்குப் பிறகு இங்கு சிறு நில நடுக்கங்கள் வந்து கொண்டேயிருந்தன.

(ஆ) ஜப்பானில் நில நிடுக்கம்

ஜப்பானில் எச்சிகோ (Echigo) என்ற இடத்தில் 1828 ஆம் ஆண்டில் ஏற்பட்ட நிலநடுக்கத்தால் 30,000 பேர் கொல்லப்பட்டனர்.

7. போக்குவரவு

(அ) பாம்பன் கால்வாய் விரிப்பு

அரசியல் ஒருமையை எப்படியோ அடைந்துவிட்ட இந்தியத்தின் பன்முகச் சுழற்சி பெரு முடுக்கம் பெற்றுவிட்டதைப் பத்தொன்பதாம் நூற்றாண்டின் பல்துறைச் செய்திகள் பளிச்சென்று காட்டுகின்றன. பரந்த ஒரு கண்டத்திற்குரிய பண்புகளனைத்தும் உடைய இந்தியத் துணைக்கண்டம் சமயங்களின் வாயிலாயும் மொழி, பண்பாடு, கலை, கல்வி ஆகியன வழியிலும் ஒரே நாடாய் மலரத் தொடங்குவதை இப்பகுதியில் காணும் போக்குவரவுச் செய்திகளும் காட்டும்.

பாம்பன் கால்வாய் விரிவாக்கம்

பாம்பு போல் வளைந்து செல்லும் கால்வாயாதலால் இதைப் பாம்பன் என்றனர். பாம்பனைத் தமிழர் பாம்பன் தீவு என்றும் கூறுவதுண்டு.

பாம்பனின் முற்காலத்தில் முத்துச் சலாபமும், சங்குக் குளிப்பும் சிறப்பாய் நடந்தன. இன்னல் நேரும்போது இராமநாதபுரத்துத் தலைவர்கள் பாம்பனுக்கு ஓடி வந்து புகலடைவதுண்டு.

ஒரு பெரும் புயல் 1480 ஆம் ஆண்டு வீசியதில் நீரிணை உடைந்து விட்டது என்பது இராமேசுவரத்து இராமநாதசாமி கோயில் ஆவணங்களிலிருந்து தெரிகின்றது. அடுத்தடுத்துப் புயல்கள் இங்கு வீசியதால் அந்த உடைப்பு அப்படியே நிலையாய்விட்டது. முன்னாளில் இக்கால்வாய் வழியே கப்பல் செல்வதற்கு இயலாது. ஏனெனில் இணையாய்ச் செல்கின்ற இரண்டு பாறைத் தொடர்கள் அதற்குத் தடையாய் இருந்தன. அவை ஒவ்வொன்றும் சுமார் 420 அடி நீளம் இருந்தது. வடக்கில் ஒதுங்கியிருந்த பாறைத்தொடர் மற்றதை விட உயரமானது. அது வேலையேற்றத்தின் போது நீருக்கு மேல் தெரியும். இத்தொடர்கள் இரண்டிற்குமிடையில் அங்குமிங்குமாய்ப் பாறைகள் கிடந்தன.

இப்பகுதியில் 1822 ஆம் ஆண்டு அளவையாய்வு நடந்தது. மேற்சொன்ன பாறைத் தொடர்களை வெடி வைத்துத் தகர்த்து அப்புறப்படுத்தும் பணி 1828 ஆம் ஆண்டில் தொடங்கிற்று. ஐரோப்பியத்தில் கப்பல்கள் செல்லும் கால்வாய்களை அமைப்பதில் டச்சுக்காரர் ஆழ்ந்த அனுபவம் உள்ளவர்களாயிருந்தனர். சென்னை ஆளுநரான லூசிங்டன் அவர்களைக் கொண்டுவந்து பாம்பன் கால்வாயை அகலப்படுத்தினார்.

இப்பணி மேலும் சிறிது காலம் தொடர்ந்தது. இக்கால்வாயை ஆழப்படுத்தி அகலமாக்கும் பணி 1838 இல் மீண்டும் தொடங்கிற்று. பாம்பன் கால்வாயை 1844 வாக்கில் மேலும் வெட்டி ஆழப்படுத்தினர். அது இரண்டு போர்க் கப்பல்கள் செல்வதற்குரிய ஆழமுடையதானது. அதனால் இக்கால்வாய் 20 டன் எடைத்திறனுள்ள கப்பல்கள் செல்லக் கூடியதாகியது.

அதன் அண்டையிலுள்ள கரையோரப் பகுதிகள் ஆழங்குறைந்தவையாயிருப் பதால், நெடுந்தொலைவு செல்லும் நீராவிக்கப்பல்கள் பாம்பன் கால்வாய்க்குள் செல்வதற்கு இயலாது. அதனால் அங்கு பாறைகளை வெடி வைத்துத் தகர்த்துத் தூர் வாரவும் செய்தனர். கால்வாயின் ஆழம் கூடுதல் பட்சமாய் 14 அடி ஆனது.

பாம்பன் கால்வாயின் நீளம் 2100 அடி; அகலம் 150 அடி. அங்கிருந்த மணலை அள்ளிக் கால்வாயைப் பன்னிரண்டு அடிக்கு ஆழப்படுத்தினர். இவ்வாறு செயற்கையாய் உண்டாக்கப்பட்ட கால்வாயின் வழியே இந்தியத்திற்கும் இலங்கைக்கும் கப்பல் போக்குவரவு நடந்தது. (இது 1893 இல் நிலவிய) மதுரை மாவட்டத்திற்கும் இராமேசுவரம் தீவிற்குமிடையே இருந்தது. ஆதாம் காலடி என்றும் சிவனொளிக் காலடி என்றும் அழைக்கப்படும் இடத்தை இணைக்கும் சங்கிலித் தொடர் போன்ற தீவுகள், பாறைகள் இவற்றில் பாம்பன் முதல் இணைப்பாய் இருக்கின்றது.

சில காலங்களில் மக்கள் பாம்பன் கால்வாய் வழியே பர்மாவில் குடியேறச் சென்றிருக்கின்றனர்.

பாம்பன் முன்னர் இராமநாதபுரச் சமீனைச் சேர்ந்திருந்தது. இது இராமேசுவரத்தீவின் மேல் கோடியிலுள்ளது. இதைப் பாம்பன் தீவு என்றும் கூறுவர். இது சென்னையிலிருந்து தென்மேற்கே மேற்கில் சுமார் 432 கிலோமீட்டர்; இராமேசுவரத்திலிருந்து மேற்கில் சுமார் 11 கிலோமீட்டர்; மதுரையிலிருந்து கிழக்கே தென் கிழக்கில் சுமார் 139 கிலோமீட்டர் ஆகும்.

(ஆ) இந்தியத்தில் போக்குவரவுப் பெருக்கம்

உலகில் அனைத்துயிர்களும் இடம் பெயர்வன. அவற்றுள் மனிதன் முதலிடம் பெற்றிருக்கின்றான். அவனின் காலடித்தடங்களே உலகை முதலில் சுருங்கச் செய்தன. நடமாட்டம் உயிர் வாழ்க்கைக்கு இன்றியமையாதது. ஒரு திக்கில் ஓரிருவராய், சிறு

கூட்டமாய்த் தொடங்கிய நடமாட்டத்தில் பதிந்த காலடிச் சுவடுகள் ஒற்றையடிப் பாதையாகிப் போன போக்கில் பழகிப் பழகி வசதியான வழிகள் சாலைகளாயின. சுமார் கி.மு. 2200 காலத்தில் மெசபடோமியத்தில் நிலவிய பாபிலோனிய அரசு இன்றைக்குச் சுமார் 3700 ஆண்டுகளுக்கு முன்னர் சாலைகளை அமைத்தது என்று வரலாறு கூறும். இந்தியத்திலும் கிறித்தவ அப்தத்திற்கு முன்னரே பல நெடுஞ்சாலைகள் இருந்தன. வடக்கையும் தெற்கையும் இணைத்த சாலைகளும் இந்நாட்டில் அமைந்தன. சீனத்தின் பட்டுச் சாலை வரலாற்று சிறப்புடையது.

பிரிட்டிசார் பதினெட்டாம் நூற்றாண்டில் வாரன் ஹேஸ்டிங்ஸ் காலத்திலிருந்து வடபாரதத்தில் சாலைகள் அமைக்கத் திட்டங்கள் மேற்கொண்டனர். எனினும் பத்தொன்பதாம் நூற்றாண்டில் இந்தியம் கிட்டத்தட்ட முற்றிலும் பிரிட்டிசார் வசமாய் விட்டதால் ஆங்கில நிர்வாகம் போர்ப் படை இயக்கம், வாணிகம் முதலியவற்றைக் கருதி நில, நீர் வழிகளில் உள்நாட்டுப் போக்குவரவைப் பெருக்கும் பணி வேகமடைந்தது.

1828

பேராறுகளில் நீராவிக் கப்பலோட்டம்

இந்தியத்திற்கு நீராவிக் கப்பல் போக்கு வரவைக் கொண்டு வந்த கப்பலின் பெயர் எண்டர்ப்பிரைசஸ். இக்கப்பல் 1825 பிப்ரவரி 16 அன்று பிரிட்டனின் ஃபால்மத்துத் துறைமுகத்திலிருந்து புறப்பட்டு 113 நாள் 13,700 மைல் கடலோடி இந்தியத்தை வந்தடைந்தது. இதனால் கங்கை, சிந்து, பிரம்மபுத்திரன், சட்லஜ் ஆகிய பேராறுகளில் நீராவிக் கப்பல் போக்குவரவு ஏற்படக் கூடிய புது வளர்ச்சிக்கு வழிகோலப்பட்டது. எனினும் இவ்வளர்ச்சி குறுகிய காலம் மட்டுமே நீடித்தது.

வில்லியம் கவண்டிஷ் பெண்டிங்குப் பிரபு இந்தியத்தின் தலைமை ஆளுநராய்ப் பொறுப்பேற்றதுமே இந்தியப் பேராறுகளில் நீராவிக் கப்பல் போக்குவரவு தொடங்கியது எனலாம். ''எண்டர்ப்பிரைசஸ்'' தலைமை ஆளுநரை ஏற்றிக்கொண்டு 1828 ஆம் ஆண்டு கல்கத்தா வரை சென்றது.

அக்கப்பல் நீர்விசையால் இயங்கும் துடுப்புகளைக் கொண்டது. அதன் திறன் 500 டன்; நீளம் 141 அடி. இக்கப்பல் மூன்றாண்டுகளுக்கு முன்னர் மேற்சொன்னவாறு கல்கத்தாவின் டயமண் துறைமுகத்தை வந்தடைந்தது. இந்த 1828 ஆம் ஆண்டு முடிவிற்குள் ''ஹுக்ளி,'' ''பெர்காம்பூர்'' என்ற இரண்டு நீராவிக் கப்பல்கள் வந்தன. நீராவிக் கப்பல்கள் ஆறுகளில் ஓடுவதற்காக வடகிழக்குப் பகுதியில் அரசியல் அலுவலராயிருந்த ஸ்காட்டு எடுத்த முயற்சியே காரணமாயிருந்தது. அசாமின் காட்டுப் பகுதிகளில் நீராவிப் படகுகளை விடுவதற்கு வாய்ப்புள்ளது என்பதை அவர் கண்டார். அங்ஙனம் அங்கு நீராவிப் படகுகளை ஆறுகளில் செலுத்தியதால் அசாமைப் பிரிட்டிசு ஆட்சிப் பகுதியுடன் ஆக்கமாய் இணைக்க முடிந்தது. அப்புதிய பகுதி மீது பிரிட்டன் தன் பிடியை இறுக்குவதற்கு நீராவிப் படகுப் போக்குவரவு உதவியது.

பெண்டிங்குப் பிரபு பதவியேற்ற காலத்தில் கல்கத்தாவிற்கும் சாண்ஹெட்ஸ் என்ற இடத்திற்குமிடையே நீராவிப் படகுகள் ஹுக்ளி ஆற்றில் சென்று வரலாயின. அஞ்சல்களையும், பயணிகளையும் ஏற்றிய மரக்கலங்கள் கயிறு கட்டி ஆற்றில் இழுத்துச் செல்லப்பட்டன. பெண்டிங்கு இந்தப் போக்குவரவை மேலும் முடுக்கிவிட்டார். அவர் கங்கையும் சிந்தும் போக்குவரவிற்குப் பயன்படக்கூடிய நெடிய ஆற்று வழிகள் என்ற கண்டார். கல்கத்தாவிற்கும் அலகாபாத்திற்கும் நீராவிக் கப்பல்களை விடுவதற்கும் பெண்டிங்கு ஏற்பாடு செய்தார்.

அதையடுத்து அரசு அலுவலரும் இராணுவத் தலைவர்களும் இங்ஙனம் ஆற்று வழிகளில் மெதுவாய்ச் சென்று ஆக்ரா, கான்பூர், இலட்சுமணபுரி ஆகிய இடங்களையடைந்தனர். ஒதுங்கிக் கிடந்த இப்பகுதிகளில் தண்டப்பட்ட வரிப்பணம் தாங்கிய கருவூலப் பெட்டிகள் தொடர்ச்சியாய் நீர் வழிகளில்தான் தலைநகரான கல்கத்தாவிற்கு பலத்தப் பாதுகாப்புடன் சென்றன. இந்நீராவிப் படகுப் போக்குவரவின் பயனைப் பெண்டிங்குப் பிரபுதான் முதலில் நன்குணர்ந்தார்.

ஆனால் சிந்து ஆறு இக்காலத்தில் கிழக்கிந்தியக் கம்பெனியின் ஆட்சிப்பரப்பினுள் இல்லை. எனவே பெண்டிங்கு மிகுந்த தொலைநோக்குடன் சீக்கிய அரசர் இரஞ்சித்து சிங்குடன் 1831 ஆம் ஆண்டு லாகூரில் ஓர் உடன்படிக்கை செய்து கொண்டு சிந்து ஆற்றில் நீராவிப் படகுப் போக்குவரவு நடக்கச் செய்தார். கங்கை நீராவிப் படகுப் போக்குவரவு 1846 ஆம் ஆண்டு வரையிலும் கம்பெனியின் கைகளில் இருந்தது. அதன்பிறகு தனியாரின் நிர்வாகத்திற்குச் சென்றது. கடைசியில் அது நடைபெறாதொழிந்தது.

இங்கிலாந்திற்கும் இந்தியத்திற்குமிடையே தொடர்ந்து நீராவிக் கப்பல் போக்குவரவு நடந்தமையாலும் இந்திய ஆறுகளில் போக்குவரவு நடத்துவதை விட இந்தியத்துடன் இங்கிலாந்து நடத்தும் இப்போக்குவரவிற்குச் சிறப்பிடம் தரப்பட்டதாலும், ஆற்றுவழி நீராவிப் படகுப் போக்குவரவு இந்தியத்தில் தொடராது ஒழிந்தது.

1828

(இ) இலட்சத் தீவில் பிரிட்டீசு நிலக்கரிக் கிடங்கு

இந்தியத்திற்கு 1825 முதல் நீராவிக் கப்பல்கள் ஐரோப்பியத்திலிருந்து வரத் தொடங்கி விட்டதால், அவற்றுக்கு வேண்டிய எரி பொருளான நிலக்கரி தட்டின்றிக் கிடைத்தற்கு வேண்டிய ஏற்பாடுகளைச் செய்யும் கட்டாய நிலை பிரிட்டனுக்கு ஏற்பட்டது. ஏனெனில் இந்நெடிய பயணத்தைத் தொடர்ந்து முடிப்பதற்கு வேண்டிய அளவில் கப்பலில் நிலக்கரியை எடுத்துச் செல்வதற்கு இயலாது. ஆதலால் இடையிலுள்ள துறைமுகங்களில் இக்கப்பல்களுக்கு வேண்டிய நிலக்கரியை அளிக்கும் நிலையங்களை அமைக்க நேர்ந்தது. பிரிட்டிசார் அதற்கென இடைத் துறைமுகங்களில் நிலக்கரியைச் சேர்த்து வைத்து அளிக்கும் இடங்களை நிறுவினர்.

இந்தியக் கப்பற் படையில் பணி செய்வதற்காகக் கேப்டன் இராபட்டு மார்ஸ்பை என்றவர் இந்நூற்றாண்டின் தொடக்கத்தில் இந்நாட்டிற்கு வந்திருந்தார். அவர் 1828 ஆம் ஆண்டு இந்தியத்தின் மேற்குக் கரைக்கப்பாலிருந்த இலட்சத் தீவுகளைக் குத்தகைக்கு எடுத்தார். இங்கு பிரிட்டீசுக் கப்பல்களுக்கு நிலக்கரி அளிக்கும் கிட்டங்கி அமைக்கப்பட்டது.

இலட்சத் தீவுகள்

இந்தியத்தின் தென்மேற்குக் கரைக்கப்பால் தென் அரபுக் கடலிலுள்ள 26 தீவுகள் அடங்கிய திரளுக்கு இலட்சத் தீவுகள் (*Lakshadweep Islands*) என்று பெயர். இக்கூட்டத்தில் இலட்சத்தீவு, மினிக்காய் (*Minicoy*) அமின் தீவுகள் (*Amintdivi Islands*) என்ற தீவுகளும் ஆக மொத்தம் 26 தீவுகளும் அடங்கும். அத்தீவுகளின் மொத்த நிலப்பரப்பு 28 சதுர கிலோமீட்டர். இவை பெரிதும் தாழ்ந்த பவளப்பாறைத் தீவுகளாகும். இங்குள்ள மக்கள் தென்னை பயிரிட்டும் மீன்பிடித்தும் வாழ்கின்றனர். இத்தீவுத்திரள் 1956 ஆம் ஆண்டு முதல் இந்தியத்தின் மைய ஆட்சிப் பகுதியாய் இருந்து வந்த போதிலும் இவற்றுக்கு

நெடிய வரலாறு உண்டு. இப்போது இங்கு வாழும் மக்களில் பெரும்பாலர் முஸ்லிம்கள். இங்கு பௌத்தப் பண்பாடும் நிலவுகின்றது.

வரலாற்றில் இலட்சத் தீவுகள்

இந்தியத் தொல்லியல் துறையின் சென்னை வட்டம் அண்மையில் (1988) இலட்சத் தீவுகளை அகழ்ந்து ஆர்வமூட்டும் பொறிப்புகளைக் கண்டுபிடித்தது. பண்டைக் காலத்தில் இத்தீவுகளுக்கும் இந்தியப் பெரு நிலத்திற்கும் இருந்து வந்த தொடர்புகளை இப்பொறிப்புகள் உறுதி செய்தன. அவற்றுள் அரபி, பாரசிகன், தமிழ்ப் (வட்டெழுத்து) பொறிப்புகளும் அடங்கும். இலட்சத் தீவைக் குறிக்கும் பொறிப்புகள் ஏற்கெனவே தமிழ்நாட்டில் கிடைத்திருந்தன. அது குறித்த ஒரு கல்வெட்டு மாமல்லைக்கருகிலுள்ள வயலூரில் கண்டுபிடிக்கப்பட்டது. இது இராசசிம்மப் பல்லவன் என்ற இரண்டாம் நரசிம்மனின் (700-728) காலத்ததாகும். இலட்சத்தீவுகள் பல்லவர் ஆட்சியில் இருந்தன என்பதை அந்தப் பொறிப்பு உறுதி செய்கின்றது.

இராசராச சோழன் (985-1014), அவர் மகன் இராசேந்திர சோழன் (1012-1044) முதலானோரின் கல்வெட்டுகளும் இலட்சத் தீவுகளைப் பல்பழந் தீவுகள் என்று குறிக்கின்றன.

இந்தியத் தொல்லியல் துறையின் சென்னை வட்டம் இலட்சத் தீவுகளில் நடத்திய ஆய்வுகளின்போது, அங்கு பௌத்தச் சின்னங்களும் அகப்பட்டன. அவை கிழக்கு ஆசிய நாடுகளில் காணப்படுவனவற்றின் பாணியிலமைந்துள்ளன. அவற்றுள் சில இலங்கை, கம்பூச்சியம் ஆகிய நாடுகளின் கருவிகளை ஒத்திருந்தன. அவற்றின் காலம் கி.பி. ஒன்பதாம் நூற்றாண்டைச் சேர்ந்தது எனலாம்.

அகழ்ந்தெடுத்த புத்தரின் தலையுருவங்களும் யானையும், சிங்கமும் இணைந்த வியாழ என்ற விலங்கின் தலைகளும் அவற்றுள் அடங்கும். புத்தரின் தலைகள் சுண்ணாம்புக்கல்லால் ஆனவை. அரபி, பாரசிகப் பொறிப்புகள் சுண்ணாம்புக் கல்லிலும் வட்டெழுத்து மரத்துண்டுகளிலும் காணப்படுகின்றன.

வட்டெழுத்து

திருவனந்தபுரத்திலுள்ள நூதன சாலையில் சேகரித்து வைக்கப்பட்டிருக்கும் சில சாசனங்களில் தமிழ் வட்டெழுத்துக் கி.பி. 18 ஆம் நூற்றாண்டின் பிற்பகுதி வரையிலும் வழங்கியதென்பது தெரிகின்றது.

எனினும் வட்டெழுத்து வளைந்த கோடுகளால் ஆன பழைய தமிழ் எழுத்தாகும். வட்டெழுத்தில் பொறித்த சாசனங்கள் எல்லாம் பாண்டி மண்டலம், சேர மண்டலம் ஆகிய நாடுகளில் எட்டாம் நூற்றாண்டு முதல் பதினோராம் நூற்றாண்டு வரையில் அகப்படுகின்றன. பாண்டியரது முதற் பேரரசின் பாண்டிய மண்டலத்திலும் சோழ மண்டலத்திலும் வழங்கி வந்தது வட்டெழுத்தே என்பது அவ்வேந்தர்களின் கல்வெட்டுகளாலும் செப்பேடுகளாலும் நன்கு அறியப்படுகின்றது.

பல்லவர்களின் காலத்தில் தொண்டை நாட்டிலும் சோழ நாட்டிலும் வட்டெழுத்து முற்றிலும் மறைந்து வேறு வகையான பல்லவர் எழுத்து வழங்கி வந்தது. பாண்டிய நாட்டிலும் சேர நாட்டிலும் வட்டெழுத்துத் தொடர்ந்து வழக்கிலிருந்தது.

கி.பி.பத்தாம் நூற்றாண்டில் சோழர் பாண்டியரை வென்று அரசோச்சிய காலத்தில், பாண்டி நாட்டில் வழங்கி வந்த வட்டெழுத்தை மாற்றிச் சோழர் தற்காலத்

தமிழ் எழுத்தைப் புகுத்தினர். ஆகவே பத்தாம் நூற்றாண்டின் பின் பாண்டி நாட்டில் வட்டெழுத்து மறைந்தது என்பர். சேரநாட்டில் வழங்கி வந்த வட்டெழுத்துப் பிற்காலத்தில் மாறுதலடைந்து கோல் எழுத்து என்ற புதுவகை எழுத்தாய் உருவம் பெற்றது.

வெகு தொன்மையான வட்டெழுத்து-இலட்சத் தீவில் காணப்படுவது-வரலாற்று மாணவரின் ஆர்வத்தைத் தூண்டுகின்றது. இங்கு கிடைக்கும் வட்டெழுத்துப் பொறிப்பிலிருந்து ஓர் அரண்மனை கட்டப்பட்ட செய்தியை அறிகின்றோம்.

இலட்சத்தீவு ஆட்சியாளர் இப்போது அகத்தி என்ற தீவில் ஓர் அருங்காட்சியகத்தை அமைத்துள்ளனர். அது இத்தீவுக் கூட்டத்தின் வரலாற்றை அறிய உதவும்.

கழகம் களவியல் என்ற இறையனார் அகப்பொருள், நக்கீரனார் உரையுடன், சென்னை, 1953.

சதாசிவபண்டாரத்தார், தி.வை. கல்வெட்டுகளால் அறியப்படும் உண்மைகள், சென்னை, 1981.

8. மக்கள்

ஹென்றி தோரேசியோ

ஹென்றி தோரேசியோ (1809-1831) இராமமோகனரின் காலத்தில் வங்கத்தில் வாழ்ந்த சீர்த்திருத்த எண்ணங் கொண்ட கற்றறிவாளர். ஆசிய - ஐரோப்பியக் கலப்பினத்து யூரேசியரான அவர் புராட்டஸ்டண்டுக் கிறித்தவர். இவர் கவிஞர்: பதினேழாவது வயதில் சில காதற் பாடல்களைப் புனைந்தார். அதனால் கல்கத்தா நகரத்து அறிவாளியரிடையே பேசப்பட்டார். அவர் இதற்கு இரண்டாண்டுகளுக்குப் பிறகு 1828 வாக்கில் கல்கத்தா இந்துக் கல்லூரியின் துணைத் தலைவரானார். இக்கல்லூரி 1817 ஆம் ஆண்டு இந்தியர், பிரிட்டிசார் என்ற இருபாலராலும் தொடங்கப்பெற்றது. (இ.ச.க.தொகுதி-12: 1817 புள்ளி).

வங்கத்தில் நாட்டுணர்ச்சி என்ற நாட்டுப்பற்றை வளர்த்த இருவருள் தோரேசியோ ஒருவர். மற்றவர் இராசா இராம மோகன்ராய்.

வங்கத்து நடுத்தர மக்களுக்கு ஃபிரான்சிஸ் பேக்கன் (*Francis Bacon : 1565 - 1626*), டேவிடு ஹியூம் (*David Hume, 1711-1776*), தாமஸ் பெயின் (*Thomas Paine, 1737-1809*)

போன்ற சிந்தனையாளரின் எழுத்துகளைத் தோரேசியோ அறிமுகம் செய்து வைத்து, அவர்களைப் படிக்குமாறு தூண்டினார். தாமஸ் பெயினின் ''பகுத்தறிவுக் காலம்'' (*The Age of Reason*) என்ற நூலின் நூறு படிகள் வெளியேறியதும் விற்றுத் தீர்ந்தன. படிகள் கிடைக்காதவர்கள் சொன்ன விலை கொடுத்துக் கறுப்புச் சந்தையில் அந்நூலை வாங்கினர். இராம மோகனரின் குறிக்கோள் இந்து சமயச் சீர்திருத்தம். ஆனால் தோரேசியோவைப் பின்பற்றியவர்கள் மதத்தை முற்றிலும் மறுத்தனர்.

9. பிறப்பு

(அ) ஜூல்ஸ் வெர்ன் (1828-1905)

அறிவியல் கற்பனைக் கதைகள் எழுதிப் புதிய இலக்கிய வடிவம் (*Science Fiction, SF*) ஒன்றைத் தோற்றுவித்தவர்களுள் ஒருவரான ஜூல்ஸ் வெர்ன் (*Jules Verne* **1828-1905)** **1828** பிப்ரவரி **8** அன்று மேற்குப் பிரான்சிலுள்ள நாண்ஸ் (*Nantes*) என்ற துறைமுகப் பட்டினத்தில் பிறந்தார்.

இவர் எழுதியவற்றுள் ''எண்பது நாள்களில் உலகைச்சுற்றி'' (*Eighty Days Around the World*) என்பது மிகவும் பெயர் பெற்ற நூலாகும். இவரது நாவல்கள் அனைத்தும் அறிவியல் ஆர்வத்தை வளர்ப்பதில் துணை புரிகின்றன.

(ஆ) ஹென்றிக்கு இப்சன் (1828-1906)

நார்வே நாட்டு நாடகாசிரியரும் புலவருமான ஹென்றிக்கு இப்சன் (*Hendrik Ibsen,* **1828-1906) 1828** மார்ச் **20** அன்று பிறந்தார். இவர் தொடக்கக் காலத்தில் கவிதை நாடகங்களை எழுதினார். பின்னர் வரிசையாய் உரைநடையில் நாடகங்களை எழுதலானார்.

(இ) லியோ டால்ஸ்டாய் (1828-1910)

லியோ டால்ஸ்டாய் (*Count Lev Nikolayevich Tolstoy,* **1828-1910) 1828** ஆம் ஆண்டு பெரிய நிலப்பிரபுக் குடும்பத்தில் பிறந்தார். இவர் உலகின் தலைசிறந்த எழுத்தாளர் என்ற நிலைக்கு உயர்ந்தவர். இவரின் நாவல்களில் பெருஞ்சிறப்பு வாய்ந்தது. ''போரும் அமைதியும்'' ஆகும். இந்நூல் **1855 - 1869** காலத்தில் வெளிவந்தது.

10. இறப்பு

ஃபிரான்சிஸ்கோ தெ கோயா (1746-1828)

ஃபிரான்சிஸ்கோ தெ கோயா (*Francisco de Goya,* **1746-1828**) என்ற ஸ்பானிய ஓவியரின் முழுப்பெயர் *Francis Jose de goya Y Licentes* ஆகும். இவர் ஆளுயர ஓவியங்களை வரைவதில் புகழ்பெற்றவர். இவர் ஸ்பானிய அரசர் நான்காம் சார்லசின் அவையிலிருந்த ஓவியருள் ஒருவராவார். இவர் பிரஞ்சுக்காரர் ஸ்பெயின் மீது படையெடுத்து வந்ததைப் ''பேரழிவை விளைவித்த போர்'' (*The Disastrous War*) என்ற ஓவிய வரிசையை **1810** முதல் **1814** வரை பல செதுக்கு ஓவியங்களாய் வரைந்தார்; ''மே, **2, 1808**'', ''மே, **3, 1808**'' என்ற பெயரில் அவற்றை இரண்டு ஓவியங்களாய் உருவாக்கினார்.

இவர் **1746** மார்ச் **30** அன்று பிறந்தார்; **1828** ஏப்ரல் **16** அன்று உயிர் நீத்தார்.

1829

அரசியல்

இராமநாதபுரத்தின் இரண்டாவது பெண் ஆண்டை
ஐதராபாத்தில் புதிய நிசாம்
கிரேக்கம் விடுதலை

மருத்துவம்

இந்தியத்திலிருந்து வாந்தி பேதி பரவுதல்
வாந்தி பேதி வரலாறு

சட்டம், நீதியாட்சி

இலண்டனில் ஊர் சுற்றுக் காவல்

கலை, இலக்கியம்

தக்காணப் புலவர் வரலாறு

கல்வி

வங்க ஆசியவியல் சங்கத்தில் இந்தியர்க்கு இடம்
இருக்கு வேதம்: மாக்ஸ் முல்லரின் முதல் ஆய்வுரை
பொருளியல், நிதியியல்
இரண்டு ரூபாயின் மதிப்பு அன்று

போக்குவரவு

பிரான்சின் முதல் இருப்புப் பாதை

விளையாட்டு

இந்தியத்திற்குக் கோல்ஃபு வந்தது

பொது

கம்பெனிக் கடற்படையில் முகலாயர் கொடி
உலகின் முதல் தையற் கருவி
புகைப்படத்தை உருவாக்கியவர்கள்

மக்கள்

குமரிமுனையில் பொதுமைக் குரல்:
முத்துக் குட்டி சாமிகள்
சுவாதித் திருநாள்
உடன்கட்டையேற்றம் சட்டப்படி ஒழிப்பு
தகியரை ஒழிக்க அரசு முயற்சி
கடன்பட்டுச் சிறை செல்லும் அமெரிக்கர்
மெச்சிக்கத்தில் அடிமை முறை ஒழிப்பு
கத்தோலிக்கர் மீதிருந்த சமூகத் தடை நீக்கம்

வரலாறு

பராபதிக் கோட்டை அகழ்வு

இறப்பு

லமார்க்கு (*1744 -1829*)

1829

1829

குமரி முனையில் பொதுமைக் குரல் முத்துக்குட்டி சாமிகள்

இந்தியத் துணைக் கண்டமெங்கும், குறிப்பாய் மேற்கிலும் தெற்கிலும் சமூக, இலக்கிய மறுமலர்ச்சி பொலிவதை வரலாற்றுப் போக்குகள் இக்காலகட்டத்தில் துலக்கமாய்க் காட்டுகின்றன. உலகின் இருபெரும் நாகரிகங்கள் வந்து கலந்து முரணுவதையும் மோதுவதையும், அவற்றிலிருந்து தோன்றும் முறுக்கேறிய புது வெளிப்பாடுகளையும் மறந்து போனாலும் நினைவில் நிறுத்தும் வரலாற்றிலிருந்தும் வரலாற்றின் வளர்சிதை மாற்றங்களிலிருந்தும் தெள்ளத் தெளிவாய்க் காண்கின்றோம்.

இந்திய நாகரிகத்தில் திருந்திய செம்மை வேண்டும், மாறுதல் வேண்டும் என்று கூவிய முரணியர் அல்லது சிந்தனையாளர் பன்னெடுங்காலமாய், இரண்டாயிரத்து ஐநூறு ஆண்டுகளுக்கு முன்னரே இருந்து வருகின்றனர். அற நெறிப்பட்டு ஒழுகியவன் என்று பெருமையுடன் கொண்டாடப்படும் தரும புத்திரனாகிய யுதிஷ்டிரன் குருச்சேத்திரக்களத்தில் சோதரக் கொலை புரிந்து திரும்புகின்றான்; அவனுக்குப் பூரண கும்ப வரவேற்புக் கூடாது என்று முரண்பட்டாலும் அறங்கூற முன் வந்து தன்னுயிரையே தீக்குப் பலியாக்கிய சார்வாகன் போன்றவர்கள் எதிர் நீச்சல் போட்டு வருவதை இந்து தேச வரலாறு நெடுகிலும் இன்று வரை காண்கின்றோம்.

அத்தகைய முரணியர், கிளர்ச்சிக்காரர் வரிசையில் வைத்து எண்ணத்தக்க ஒருவரைப் பற்றி நாம் இப்போது இங்கே பேசப் போகின்றோம்.

வைகுண்டர்

வைகுண்டர் என்ற முத்துக்குட்டி சாமிகள் பிறந்த இடம் குறித்து இருவிதக் கருத்துகள் உள்ளனவெனினும், அவர் *1809* ஆம் ஆண்டு பொன்னு மாடனுக்கும் வெயிலாள் அம்மைக்கும் இரண்டாவது மகனாய்ப் பூவண்டன் தோப்பு என்ற ஊரில் பிறந்தார் என்பதை அனைவரும் ஏற்கின்றனர். இந்த ஊர் கன்னியாகுமரியிலிருந்து எட்டுக் கிலோமீட்டரிலுள்ள தாமரைக்குளம் என்ற ஊரின் அருகிலுள்ளது. அவர் பிறந்த பூவண்டன் தோப்பைச் சாஸ்தாகோயில் விளை என்றும் கூறுகின்றனர். வைகுண்டரின் நினைவாய் அவ்வூர் இன்று சாமித் தோப்பு என்று பெயர் பெற்றுள்ளது. ஆனால் சிலர் நெல்லை மாவட்டத்திலுள்ள இடையன் குடியில் அவர் பிறந்தார் என்று கூறுவதற்குச் சான்று எதுவுமிலது.

வைகுண்டரின் பெற்றோர் முதலில் அவருக்கு முடிசூடும் பெருமாள் என்று பெயரிட்டனர். அவர்கள் திருமால் மீது அளவற்ற பற்றுடையோர். தாழ்ந்த சாதியில் பிறந்த ஒரு குழந்தைக்கு முடிசூடும் பெருமாள் என்று பெயரிட்டதை மேல் சாதியினர் எதிர்த்தனர். அதனால் விளைந்த குழப்பத்தைத் தவிர்ப்பதற்காகக் குழந்தைக்கு முத்துக்குட்டி என்று பெயர் வைத்தனர்.

இளமைப் பருவம், மண வாழ்க்கை

முத்துக்குட்டி திண்ணைப்பள்ளிக்கூடத்தில் கற்கவேண்டியதையெல்லாம்

1829

இளமையில் கற்றார். திருக்குறள் போன்ற பொது மறையையும் திருவிவிலியம் போன்ற கிறித்தவ நூல்களையும் அவர் நன்கு அறிந்திருந்தார். அவர் முதலில் கிறித்தவராயிருந்தார் என்று சொல்வதற்கு ஆதாரமிலது. முத்துக்குட்டியும் தம் பெற்றோரைப் போன்று திருமாலடியாராயிருந்தார்.

அவருக்குப் பதினேழாவது வயதில் 1825 ஆம் ஆண்டு திருமணம் நடந்தது அவர் மனைவியின் பெயர் பரதேவதை. இப்பெண்மணி அகத்தீசுவரத்தையடுத்த புவியூரினர் என்றும் ஏற்கனவே வாழ்க்கைப்பட்டிருந்த ஒருவருடன் வாழ விருப்பமின்றி முத்துக்குட்டியிடம் வந்து விட்டார் என்றும் செவிவழிச் செய்திகள் கூறுகின்றன.

தோல் நோய்

முத்துக்குட்டி இருபத்திரண்டாவது வயதில் கொடிய தோல் நோய் பற்றியதால் வருந்தினார். அந்நோய் மருந்திற்கு அடங்கவில்லை. ஒருநாள் மாலவன் முத்துக்குட்டியின் பெற்றோர் கனவில் தோன்றினார்;

''இவ்வாண்டு மாசி பத்தொன்பதாம் நாளன்று திருச்செந்தூரில் மாசி மக் விழா நடக்கப்போகின்றது. நீ உன் மகனுடன் அங்கு வந்தால் பலரறிய அவனது நோய் தீர்ந்துவிடும்.''

ஆதலால் துணித் தொட்டில் கட்டி அதில் முத்துக்குட்டியைக் கிடத்தி, உற்றாரும் உறவினரும் திருச்சீரலைவாய் என்ற திருச்செந்தூருக்கு சென்றனர்.

திருச்செந்தூர் முருகனுக்கு 1833 மார்ச் 2 அன்று கொடியேற்றினர். அத்துடன் மாசி மக விழா தொடங்கிற்று. முத்துக்குட்டி புனித நீராடுவதற்காக அலைவாயினில் கால் வைத்துக் கடலுள் இறங்கினார். கடல் உடனே காலை இழுத்துச் சென்று விட்டது. கடலுக்குள் சென்ற மகனைக் காணாது தாய் அலறித் துடித்தாள். எனினும் தாயாரும் பிறரும் காணக் கடலுள் மூழ்கிய முத்துக்குட்டி மூன்றாவது நாளன்று ஓர் அற்புதத்தை நிகழ்த்தினார். அவர் திடீரென்று நீருக்கு மேல் முதலில் தலையைக் காட்டிய பின் கரையை நோக்கி வந்தார்.

தவம்

அவர் கடலுள் இறங்கிய நாள் பன்னிரண்டாண்டு கழித்து ஒரு முறை வரும் புனிதமான மாசி மகம் ஆகும்.

கரையேறிய முத்துக்குட்டியிடமிருந்து அவர் இதுவரை மொழிந்திராத அருள் வாக்குகள் வெளிப்பட்டன. அவர் குடும்பப் பந்தத்தை அறுத்தார். திருச்செந்தூரிலிருந்து மீண்ட முத்துக்குட்டி திருமாலின் கட்டளைப்படி ஆறாண்டுக்காலம் மூன்று தவங்களைச் செய்தார். அவர் முதலிரு ஆண்டுகளில் நோற்றது ''யுகத் தவம்'' என்று அவர் பாடிய அகிலத்திரட்டுக் கூறுகின்றது. அகிலத்திரட்டு என்பது முத்துக்குட்டி சாமிகள் பாடிய பாடல்களின் தொகுதியாகும். அவர் அவ்விரு ஆண்டிலும் தரையில் இரண்டு அடி ஆழம் தோண்டி, அப்பள்ளத்தினுள் இருந்தவாறு தவம் இயற்றினார்.

அதற்கடுத்த இரண்டாண்டுகளில் சாதிவேற்றுமை ஒழிந்திடத் தவமிருந்தார். அவர் கிழிந்த கந்தையுடுத்து, உடலுறுப்பு எதையும் அசைக்காது, எவருடனும் வாய் பேசாது, பாலன்றி எதுவும் பருகாது யோக நித்திரையில் கழித்துக் கொண்டிருந்த நேரத்தில் மக்கள் கூட்டம் அவரைக் காணத் திரண்டு வந்தது.

அனைத்துச் சாதியினரும் அவரைக் காண்பதற்காக வந்து கூடினர். அவர்கள் தமக்கு வந்த இன்னல்களையும் இடுக்கண்களையும் தம்மைப் பற்றிய தீரா நோய்களையும் தீர்த்துவைக்குமாறு வைகுண்டரிடம் வேண்டினர். அவரும் அவர்களுக்கெல்லாம் அருள்புரிந்து குறை தீர்த்தார் என்று கூறுவர்.

பொதுமைக் கருத்துகள்

வைகுண்டர் தம் பொதுமைக் கருத்துகளை மக்களிடம் கூறிவந்தார்;

இன்று முதல் எல்லாரும்...
ஒன்றுபோல் ஒரு புத்தியாய் இருங்கோ
காணிக்கை யிடாதுங்கோ
காவடி தூக்காதுங்கோ
வீணுக்குத் தேடுமுதல் விருதாவில் போடாதுங்கோ
அவனவன் தேடும் முதல் அனைவன்
வைத்தாண்டிடுங்கோ
எவனெவனுக்கும் பதறியினி மலைய வேண்டாம்

வைகுண்டர் ஆற்றிய முத்தவங்கள்

1. **கலியுகம் நீங்கித் தர்மயுகம் தோன்ற ஈராண்டுகள்**
2. **சாதிக்கொடுமை நீங்க ஈராண்டுகள்**
3. **பெண் இழிவு தீர ஈராண்டுகள்**

இந்திய வரலாற்றில் சமயத்திற்குப் புறம்பான வகையில் சாஸ்திர சம்பிரதாயங்களுக்கு எதிரான முறையில் இவரைப்போல் வேறு எவரும் தவமிருந்ததாய்த் தெரிந்திலது. அவர் பிறந்த நாஞ்சில் நாட்டிற்கு வேறு பல சிறப்புகளும் உண்டு. இந்தியத்தின் முதல் ஒத்துழையாமை இயக்கம் நாஞ்சில் நாட்டில்தான் பதினெட்டாம் நூற்றாண்டின் தொடக்கத்தில் 1702 ஆம் ஆண்டு நடந்தது. (இ.ச.க.தொகுதி- 1: 1702-புள்ளி) இந்தியத்தின் முதல் சமுதாயச் சீர்திருத்த இயக்கம் மக்கள் இயக்கமாய் மலர்ந்தது நாஞ்சில் நாட்டிலேயாம். இந்த இயக்கத்தை முத்துக்குட்டி சாமிகள் பத்தொன்பதாம் நூற்றாண்டின் நடுவில் தொடங்கி வைத்தார்.

வேணாட்டை ஆண்ட சேர வேந்தர் குலசேகரர் குடியினரான அரசர்கள் சமயப்பற்று மிக்கவராய் இருந்தனர். மார்த்தாண்ட வர்மன் (1729-1758) வேணாட்டையே 1750 ஆம் ஆண்டில் பத்மநாப சாமிக்குக் காணிக்கையாக்கிவிட்டுப் பத்மநாப சாமி தாசனாயிருந்து நாட்டை ஆண்டு வந்தார். (இ.ச.க.தொகுதி-5: 1750 - கட்டுரை) அவரும் அவர் குடிப் பிறந்த பிற அரசர்களும் பலவகையான தானங்களையும் பூசைகளையும் செய்து, பிராமணரின் நன்மைக்காகப் பல அறச்செயல்களில் ஈடுபட்டனர். இதனால் திருவிதாங்கூர், திருநெல்வேலி, மதுரை முதலிய இடங்களிலிருந்து வேத விற்பன்னரும் ஏனைய பல பிராமணரும் பெரும் பலன் பெற்றனர். கோயில்களில் பிராமணர் மூன்று வேளையும் உண்பதற்கு வசதியாய்த் தலங்கள் தொறும் ஊட்டுப் புரைகளை அமைத்தனர். அங்கு பிராமணர்க்காக வேத பாடசாலைகளும் மதுரைச் சீமையில் இருந்தது போன்று இருந்தன.

சுவாதித் திருநாள்

சுவாதித் திருநாள்

முத்துக்குட்டி சாமிகளின் காலத்தில் இசையார்வலரும் புரவலருமான சுவாதித் திருநாள் திருவிதாங்கூரை ஆண்டு வந்தார். (சுவாதித் திருநாள், *1829-1847*) இவர் சம்ஸ்கிருதத்திலும் மலையாளத்திலும் கீர்த்தனைகள் இயற்றியவர். (இது குறித்து இருபதாம் நூற்றாண்டில் கருத்து வேறுபாடுள்ளது.)

இந்த அரசரின் ஆட்சிக் காலத்தில் நடந்த 'ஹிரண்ய கர்ப்ப தானம்' என்ற தானத்திற்கு (இ.ச.க.தொகுதி- *5: 1743* - கட்டுரை) *27,236* பணம் செலவிடப்பட்டது. அது முடிந்த பின்னர் அவர் ஸ்ரீ பத்மநாபதாச பலராமவர்ம குலசேகரப் பெருமாள் என்று பெயர் பெற்றுத் தை 7 ஆம் நாள் அன்று படியேற்றம் என்ற சடங்கிற்கு மட்டும் ஓரிலட்சம் ரூபாய் செலவிட்டார். அவர் தன் அன்னையின் பாவ பரிகாரத்திற்காகச் சர்வ பிராயச்சித்தம் என்ற சடங்கைச் செய்த போது *1009* பசுக்கள் பிராமணர்க்குத் தானமாய்த் தரப்பட்டன. தானம், தட்சணை முதலிய வகைகளில் அன்று மட்டும் *1,18,108 1/4* பணம் செலவழிந்தது. இவையன்றிக் கோயில்களுக்கு ஏராளமான அளவில் பணமும் மதிப்புமிக்க பொருள்களும் அளிக்கப்பட்டன.

அரசு செய்த இப்பெருஞ் செலவினால் தாழ்ந்த சாதிகளைச் சேர்ந்த மக்கள் பலவிதமான இன்னல்களுக்கு ஆளாயினர். அம்மக்கள் மீது வரிச்சுமை ஏறியது. அரசர் பெரும்பான்மை மக்களின் நலன்களைப் பேணாது, மேல் சாதியினர் சிலரின் நல வாழ்விற்காகப் பெருஞ்செலவு செய்ததை முத்துக்குட்டி சாமிகள் சாடினார்.

தாலிக்கு ஆயம் சருகு முதல் ஆயம்
காலிக்கு ஆயம் கம்புதடிக்கு ஆயம்
தாலமதேறும் சான்றோர்க்கு ஆயம்
தாலமுடன் அரிவாள் தூருவட்டிக் காயம்
தாலமதுக் காயம் தரணிதனிலே வளர்ந்த
ஆலமரம் வரைக்கும் அதிகயிறை வைத்தனனே
வட்டிக்கு ஆயம் வலங்கைச் சான்றோர் கருப்புக்
கட்டிக்கும் ஆயம் கருநீசன் வைத்தானே

(அகிலத் திரட்டு, பக்கம் *112*)

(ஆயம் - வரி; தாலம் - பனை; தால மது - கள்)

அவர் பொறுப்பற்ற அரசரைக் கருநீசன் என்றார். நீசன் என்றால் ஈனன், இழிந்தவன். கருநீசன் -கருவில் இழிந்தவன் எனலாம். மேலும் ''அவன் பட்டத்தைப்

பறித்திடுவேன்'', ''கொட்டி குலைத்திடுவேன்'' என்றெல்லாம் அவர் குமுறிச் சூளுரைக்கின்றார்.

இதனால் சுவாதித் திருநாள் மகாராசாவிற்கு முத்துக்குட்டி சாமிகள் மீது சீற்றம் மிகுந்தது. ''எல்லாரிலும் தாழ்ந்த சாதியிலுள்ள ஒருவன், கூறுவனோ இம்மொழி'' என்று அரசர் வியந்தார். அரசர் தம் அமைச்சருடன் கலந்து பேசி ''சாமி என்றுரைத்த சாணானைக் கட்டி, என் முன்னே கட்டுடனே கொண்டு வருக'' என்று ஏவலரை ஏவினார்.

அரச ஏவலர் பூவண்டன் தோப்பிற்கு வந்து குடிசை வாயிலில் அமர்ந்திருந்த முத்துக்குட்டி சாமிகளைச் சூழ்ந்தனர். அவர்கள் சாமியைச் சூழ்ந்து நின்றவர்களைச் சவுக்கால் அடித்து விரட்டினர். வைகுண்டரைக் கயிற்றில் பிணைத்தனர். துப்பாக்கியால் இடித்தனர். கீழே தள்ளிச் சவட்டினார். அவரைப் பலவிதமாய்த் துன்புறுத்தி அரசரிடம் அழைத்துப் போயினர். வைகுண்டர் எவ்விதக் கலக்கமுமின்றித் தலையைக் கவிழ்த்தபடி வீரருடன் நடந்தார். அவர் இங்ஙனம் இழிவு படுத்தப் பட்டதைக் கண்டு மக்கள் கதறினர்.

சுவாதித் திருநாள் வைகுண்டரின் தெய்வீக அருளைச் சோதிக்கக் கருதி விரலிலிருந்த மோதிரத்தைக் கைக்குள் வைத்துக் கொண்டு,

''ஏதடா என் கைக்குள்ளிருப்பதை; ஓதடா உன்றன் உற்ற வலுவாலே,'' என்றதும் ''இப்போது உரைத்தால் நம் மக்கள் துயர் மாறாது. ஏன் இதைக் கூறவேண்டும்'' என்றெண்ணி ''அல்லா நினைத்தபடி ஆகும்'' என்றார்.

இதைக் கேட்டுச் சினங்கொண்ட அரசர், சாமிகளைக் கொலைகாரனிடம் அனுப்பினார். கருடன் என்ற அக்கொலை காரன் சாராயத்தில் நஞ்சைக் கலந்து பாலெனக் கூறிச் சாமியிடம் கொடுத்தான். அவர் அதை நஞ்சென்றறிந்தும் பருகினார். அவருக்கு எந்தத் தீங்கும் நேரவில்லை. கருடன் அவரை ஓர் அறையினுள் அடைத்தான்.

1829

மூத்தப்பனுக்கு நஞ்சு

இது வட கேரளத்தில் எழுநூறு ஆண்டுகளுக்கு முன்னர் கண்ணூர் மாவட்டத்தில் நடந்தது. வலிமை மிக்க வேட்டைக்காரரான மூத்தப்பன் தீயர் என்ற தாழ்ந்த சாதியைச் சேர்ந்தவர். மூத்தப்பன் சாதிக் கொடுமைகளை எதிர்க்குமளவிற்கு வலிமை மிக்கவராயிருந்ததால் மேல் சாதியினர் என்று சொல்லிக் கொண்ட சூத்திரர்கள் அவரைக் கொல்வதற்குப் பல வழிகளில் முயன்றனர். அவர்களால் மூத்தப்பனைக் கொல்லமுடியவில்லை. முத்துக்குட்டி சாமிகளைப் போன்று மூத்தப்பனுக்கும் கள்ளில் நஞ்சைக் கலந்து கொல்லச் சதி செய்தனர். மூத்தப்பனுக்கு நஞ்சு கலந்த கள்ளை ஏராளமாய்க் கொடுத்தனர். அவர்கள் எண்ணியதற்கு மாறாய்க் கள் அமுதமாகவே, மூத்தப்பன் முன்னிலும் மிகுந்த வலிமை பெறுகின்றான் என்பது வரலாறு.

முத்துக்குட்டி சாமிகளுக்குச் சுமார் 550 ஆண்டுகளுக்கு முன்னர் வாழ்ந்த மூத்தப்பன் கொடு நஞ்சிலிருந்து மிகு பலம் பெற்றதைப் போன்று, சாமிகளும் முன்னிலும் மிகுந்த வீரத்தொடு உரிமைக் குரல் எழுப்பினர்.

(மூத்தப்பனுக்குக் கடவு மடப்புற என்ற ஊரில் கோயில்கட்டி இன்றும் மக்கள் வழிபடுகின்றனர் என்பது குறிப்பிடத்தக்கதாகும்.)

அரசர் சின்னாள் கழித்துச் சுசீந்திரத்தை விடுத்துத் தலைநகரான திருவனந்தபுரம் சென்றபோது, சாமிகளையும் அங்கு கொண்டு சென்றார். அங்கு அவருக்கு விலங்கிட்டுச்

சிறையிலடைத்தனர். சாமிகள் இவ்வாறு சிறையிலிருந்த காலையில் ஏராளமான மக்கள் அவரை நாடி அங்கு சென்றனர்.

மக்களுக்குச் சாமிகளிடமிருந்த பற்றையும் செல்வாக்கையும் கண்ட அரசர் மேலும் சினமுற்றுச் சாமிகளை அடித்துத் துன்புறுத்தச் செய்தார். வைகுண்டர் இவற்றுக்கெல்லாம் பணிந்தாரிலர்.

பின்னர் அவரைப் பல்வேறு வழிகளில் துன்புறுத்தினர். அவர் திருவனந்தபுரத்திலிருந்த சிங்காரத் தோப்பு என்ற திறந்தவெளிச் சிறையில் அடைக்கப் பட்டிருந்தார். இங்கு சிறைஞர் இரவில் மட்டுமே அறைக்குள் அடைக்கப்படுவர். பகலில் திறந்த வெளியில் வைத்திருப்பர். மக்கள் வைகுண்டரைச் சந்தித்து உரையாடும் வசதிகள் இங்கு இருந்தன. அதனால் மக்கள் கூட்டம் வெள்ளமெனச் சிறைக்குச் சென்று சாமிகளைக் கண்டது.

சுவாதித் திருநாள் அவரைப் பலவழிகளில் கொடுமைப்படுத்திய பின்னரும், சாமிகள் மிகுந்த அமைதியுடன் விளங்கியமையால் அவரை 1838 மார்ச் மாதம் விடுதலை செய்துவிட்டார். அவர் 110 நாள் சிறையிலிருந்து மீண்டார்.

அவர் அதன்பிறகு தன் வாழ்க்கையைப் பொதுத் தொண்டிற்கென்று அளித்துவிட்டார். அவர் கொண்டுவந்த சீர்திருத்தங்கள் பலவாம். ஆனால் அவர் நெடுநாள் வாழ்ந்து பணிபுரியவில்லை. கொல்லம் ஆண்டு 1026 (கி.பி.1851) வைகாசி 21 ஆம் நாள் திங்கள் கிழமையன்று நண்பகல் பன்னிரண்டு மணிக்குக் காலமானார்.

1829

அரும் பணிகள் - சமத்துவச் சங்கம்

மக்களிடையே பிரிவினை இருத்தலாகாது; அனைவரும் ஒன்றுபட்டு வாழ வேண்டும் என்பதற்காகச் சமத்துவச் சங்கம் (*Association for the Establishment of Equality*) என்ற ஓர் அமைப்பை நிறுவினார். இச்சங்கத்தில் ஆயிரக்கணக்கானோர் சேர்ந்தனர். அவர் தன்னைக் கண்ணனாய்ப் பாவித்துப் பஞ்சபாண்டவர் என்று மக்களிடம் அறிமுகம் செய்த ஐந்து தலைமை மாணாக்கரைக் கொண்டும் பணி செய்தார்.

அவர் தம் சீடர்களுக்கு முறையான பயிற்சியளித்துச் சமத்துவ நெறிகளை மக்களிடையே பரப்புவதற்காக அவர்களை ஊர் ஊராய் அனுப்பினார். ''உலகமே அழிந்திடினும் சத்தியம் தவறக் கூடாது'' என்று தம் மாணாக்கர்க்கு அவர் கட்டளையிட்டிருந்தார்.

சம பந்தி

தீண்டாமையினால் மனித நேயம் கெட்டழிந்து நாடு அடிமைப்பட்டு விட்ட இக்கால கட்டத்தில் ஒரு சாதியார் மற்றொரு சாதியருடன் சேர்ந்து உணவு கொள்வது நடைமுறையில் நிகழ முடியாத ஒன்றாகும். வைகுண்ட சாமிகள் மக்கள் மனத்தில் ஒற்றுமையுணர்வை உண்டாக்கினார்;

''சாணான் இடையன் சாதிவணிகன்
நாணாத காவேரி நல்ல துலுக்க பட்டமுதல்
சூத்திரப் பரமான் தோல்வாணியன் பறையன்
கம்மாளன் ஈனன் கருமறவன் பாவன்
வெம்மான சுராணி வேகண்ட நிடையர்

''சக்கிலியனோடு சாதிபதினெட்டுகளும்'' தத்தம் வீடுகளிலிருந்து உணவுப் பொருள்களை எடுத்துச் சென்று முந்திரிக் கிணற்றில் நீர்மொண்டு வந்து சாமிகள் முன்னிலையில் சமைத்து, அவருடன் அமர்ந்து சமமாய் உண்டனர். இது தாழ்ந்த சாதியினரிடையே ஆன்ம நேய ஒருமைப்பாட்டை உண்டாக்கியது.

சம பந்தி உணவு கொள்வது பற்றிச் சாமிகள் குறித்து வழங்கும் ஒரு கதை:

வைகுண்ட சுவாமிகள் தம் சீடரைப் பல்வேறு ஊர்களுக்கு அனுப்பி அங்குள்ள தாழ்த்தப்பட்ட சாதியினரின் வீடுகளில் உணவு உண்ணுமாறு கூறுவார். அவர் ஒருமுறை தம் சீடரில் இருவரைப் பிச்சம்மாள் என்ற ஏகாலிப் பெண்ணின் வீட்டில் சாப்பிட்டு வருமாறு அனுப்பினார். அங்கு சென்ற இருவரும் அப்பெண்மணி வீட்டில் உணவு கொள்ள விருப்பமின்றித் திரும்பிவிட்டனர். இதையறிந்த வைகுண்டர் அவ்விருவரையும் கண்டித்து மீண்டும் பிச்சம்மாள் வீட்டிற்கு அனுப்பினார். அவர்கள் அவ்வாறே அங்கு சென்று மகிழ்ச்சியுடன் உண்டு திரும்பினர்.

தலைப் பாகை

தென் திருவிதாங்கூரில் வாழும் நாடாரிடையே பண்டு தொட்டு ஒரு பழக்கம் இருந்து வந்தது. ஓர் இளைஞனுக்குப் பதினாறு வயது நிறைந்ததும் அவனுக்குத் தலைப்பாகை அணிவித்து இடுப்பில் பாதுகாப்பிற்காகப் பிச்சுவாவைக் கட்டிவைக்கும் சடங்கு நடக்கும். அதற்கு 'உருமால் கட்டு' என்று பெயர். ஆனால் அங்கு மேல் சாதியினரின் ஆணவம் வலுக்கவே இந்தப்பழக்கம் தடைப்பட்டது. சுமை தூக்கச் செல்வதற்குக் கூட தலையில் பாகை அணியக்கூடாது என்று தடுக்கப்பட்டனர். பனையோலையும் வைக்கோலுமே சும்மாடாய்ப் பயன்பட்டன.

அதனால் இந்த அவலத்தைப் போக்குவதற்கு மக்கள் தலைப்பாகை அணிய வேண்டுமென்று கேட்டுக்கொண்டார்.

துவையல் பந்தி

மேல் சாதியினர் தாழ்ந்த சாதியினரை மொழி, பழக்கவழக்கம், உணவு, உடை, உறைவிடம், நடமாட்டம் என்று வாழ்க்கையின் அடிப்படைச் செயல்பாடுகள் அனைத்திலும் பிரித்து, தள்ளி, தாழ்த்தி வைத்திருந்தனர். சுருக்கமாய்ச் சொல்லப்பட்ட இத்தடைச் சுவர்களை விரிக்கின் பெருகும்.

இந்நிலையில் உடையிலும் உணவிலும் உள்ளத்திலும் தூய்மையை வலியுறுத்துவதற்காக வைகுண்டர் மக்களுக்குக் காட்டிய வழியே துவையல் பந்தி ஆகும்.

கன்னியாகுமரியிலிருந்து சுமார் மூன்று கிலோமீட்டரிலுள்ள வாகைப்பதி என்ற கடற்கரையோரத்து ஊரில் வைகுண்டர் துவையல் பந்தியைத் தொடங்கி வைத்தார். காலை, நண்பகல், மாலை என்று நாள்தோறும் மூன்று வேளை நன்கு குளித்து உடுதுணியைத் துவைத்து, நண்பகலில் ஒரு வேளை பச்சரிசி, சிறுமணி (பாசிப்பயிறு) ஆகியவற்றை நன்கு வேகவைத்துக் கஞ்சியாய் வைகுண்டர் உண்டு வாகைப்பதியில் நோன்பிருந்தார்.

உச்சிப்படிப்பு, உகப்படிப்பு, பத்திரம், சிவகாண்ட அதிகார பத்திரம் போன்ற சமயநெறிப் பாடல்களையும் சட்டங்கள், இல்லற நெறி, சான்றாண்மை, வாழ்க்கை நெறி

முதலிய அறஞ்சார்ந்த கருத்துகளையும் வைகுண்டர் மக்களுக்கு எடுத்துக் கூறினார். அவர் வாகைப்பதியில் ஆறு மாத காலமே இருந்தார்.

அங்கு நோன்பிருந்த மக்களை நோய் தாக்கியதால், வைகுண்டர் வாகைப்பதியிலிருந்து கிழக்குக் கரையோரமாய் அமைந்த முட்டப்பதி என்ற மற்றோர் ஊருக்குச் சென்றார். இவ்வூரைப் புனிதத் தலமாக்கி வழிபடுகின்றனர்.

சமதர்மக் குடியிருப்பு

சூழ அணியாய்ச் சுற்றுமதில் போலே
நீள அரங்கு வைத்து நெருங்கப் புரைகள் வைத்து
வைத்ததோர் திசையில் வாயிலொன்றாக விட்டுக்

குடியிருப்பு மனைகளை அமைத்துச் சமதர்மக் குடியிருப்புகளை முட்டப் பகுதியில் வைகுண்டர் அமைத்தார். மக்களிடையே ஒற்றுமையையும் சமதர்மத்தையும் அறிவுறுத்துவதற்காக இங்ஙனம் குடியிருப்புகளை அமைத்தார். இது தாழ்ந்த வகுப்பினர் ஓலைக்குடிசையில்தான் வாழ வேண்டும் என்ற விதியைத் தூக்கியெறிந்த புரட்சிச் செயலாகும்.

முந்திரிக் கிணறு

கிணறு, குளம் போன்ற நீர்நிலைகளும் சாதிச் சேறு நிறைந்தவையாய் இருந்தமையால், வைகுண்டர் தனது ஊரில் ஒரு கிணற்றைத் தோண்டச் செய்தார். அதற்குப் புனிதமான என்னும் பொருள் தரும் முந்திரிக் கிணறு என்ற பெயரைச் சூட்டினார். மக்களனைவரும் சாதிப் பாகுபாடின்றி இக்கிணற்றைப் பயன்படுத்துமாறு வைகுண்டர் கேட்டுக்கொண்டார். சாமிகளைக் காணவந்த அன்பர்கள் முந்திரிக் கிணற்றில் நீர் மொண்டு குளித்தனர், அந்நீரில் உணவு சமைத்தனர்.

1829

அன்புக் கொடி

காவி நிறத்தில் வெள்ளை விளக்குச் சுடரைத் தாங்கிய ''அன்புக் கொடி'' என்ற கொடியை, அவர் தமது பொதுமை இயக்கத்திற்கென்று உருவாக்கினார்.

இன்று வைகுண்டரைப் பின்பற்றும் அன்பர்கள் வழிபாட்டு இடங்களான தம் நிழல் தாங்கல்களில் அன்புக் கொடியை ஏற்றி வழிபடுகின்றனர்.

நிழல் தாங்கல்

வைகுண்டர் மக்களிடையே ஒற்றுமையுணர்வை வளர்க்கவும், பொதுமைக் கொள்கைகளைப் பரப்பவும் வழிபாட்டு இடங்களையும் கல்விக் கூடங்களையும் உண்டாக்கினார். அவ்விடங்கள் நிழல் தாங்கல் என்று அழைக்கப்படுகின்றன. நிழல் தாங்கல்கள் வெளிப்பார்வைக்குச் சிறு குடிசைகள் போல் தொடக்கக் காலத்தில் அமைந்திருந்தன.

வைகுண்டர் முதலில் தென் திருவிதாங்கூரின் செட்டிக் குடியிருப்பு, கடம்பன் குளம், பாம்பன் குளம் முதலிய இடங்களில் நிழல் தாங்கல்களை அமைத்தார். இந்நிழல் தாங்கல்களைத் தொடர்ந்து ஏராளமான நிழல் தாங்கல்கள் எழுந்தன. தென் திருவிதாங்கூரின் சமூக வாழ்க்கையில் இவை முக்கிய இடத்தைப் பெற்றுள்ளன.

இவை மக்களனைவரையும் ஒரே இடத்தில் கூட்டிச் சாமிகளின் அறிவுரைகளைக் கேட்க உதவியதுடன், கல்விக் கூடங்களாயும் நடந்து வந்தன. சில ஊர்களில் அண்ணாவிகள் நடத்தி வந்த திண்ணைப் பள்ளிக்கூடங்களில் இத்தாங்கல்கள் வைத்து நடத்தப்பட்டன.

இவை இன்று (1998) நாராயணசாமி கோயில், நாராயணசாமி பதி என்று பெயர் பெற்று ஆயிரக்கணக்கில் காட்சியளிக்கின்றன. தாழ்த்தப்பட்டோர் மட்டுமன்றி மேல் சாதியினரும் ஏற்றத் தாழ்வின்றி இங்கு வந்து வழிபடுகின்றனர். இத்தாங்கல்களில் சிலைகளோ, வேறு வகையான உருவங்களோ இல.

ஆண்டில் ஒருமுறையோ இரு முறையோ ''பால் வைப்பு விழா'' என்ற பெயரில் மக்களுக்குச் சோறிடும் நிகழ்ச்சி இங்கு நடத்தப்படுகின்றது.

பெண்ணுரிமை

தற்காலத்துச் சீர்திருத்த இயக்க முன்னோடியர் அனைவரையும்போன்று வைகுண்டரும் பெண்ணுரிமையைப் போற்றினார். அந்த வகையில் அவரை முன்னவர் என்று கொள்ளலாம். இவருக்குப் பிறகுதான் மராட்டிய மாநிலத்தில் சோதி ராவ் ஃபூலே பெண் விடுதலைக்கு ஆக்கமாய்ச் செயல் புரியத் தொடங்குகின்றார்.

வைகுண்டர் உருவ வழிபாட்டையும் கோயில்களில் உயிர்ப்பலி நடப்பதையும் எதிர்த்தார். மக்கள் கொடிய சில்லறைத் தெய்வங்களை வழிபடுவதை வைகுண்டர் சாடினார். பேய், பிசாசு, பில்லி, சூனியம், மந்திரம், மை என்று பாமர மக்களிடம் நிலவிய மூட நம்பிக்கைகளை அகற்ற முயன்றார். மக்கள் இவரை அன்புடன் 'அய்யா' என்று அழைத்தனர். (இருபதாம் நூற்றாண்டில் இங்ஙனம் மக்களால் மிகுந்த மரியாதையுடன் அய்யா என்று அழைக்கப்பட்ட சீர்திருத்தக்காரர் ஈ.வே. இராமசாமி ஆவார்.) 1829

வைகுண்டரின் சீர்திருத்த இயக்கம் செய்த பணிகளின் பலனாய், இந்து சமயத்தின் சாதிப்பாகுபாடு மீது வெறுப்புற்ற மக்கள் புறச்சமயம் தழுவுவது தடைப்பட்டது. அதனால் கிறித்தவ சமயப் பரப்பியர் வைகுண்டர் மீது கடுஞ்சினம் கொண்டனர்.

சாஸ்தா கோயில் விளை, பூவண்டன் தோப்பு என்றெல்லாம் அழைக்கப்பட்ட சிற்றூர், வைகுண்டர் 1851 இல் இறந்த பிறகு, அவர் பெயரால் சாமித்தோப்பு என்ற பெயரைப் பெற்றது. இன்றும் அதே பெயரே நிலவுகின்றது. அது ஆயிரக்கணக்கானோருக்குப் புனிதத் தலமாய் உள்ளது.

பத்தொன்பதாம் நூற்றாண்டின் ஆன்மநேயத் தொண்டர்களுள் முத்துக்குட்டி சாமிகளே (1809-1851) மூத்தவர்; இராமலிங்கர் (1823-1874), மகாத்மா ஃபூலே (1821-1850), நாராயண குரு (1856-1928); இவர்களனைவரும் ஒரே காலத்தில் வாழ்ந்து பணிசெய்தனர். இராமலிங்க அடிகளைத் தவிர ஏனையோர் அழுத்தப்பட்ட சமூகத்தவர். இந்து சமயத்தின் பழிகேடான சாதியமைப்பிலும் சமூகக் கொடுமைகளிலும் வெறுப்புற்றுப் புறச்சமயம் தழுவும் போக்கு வலுத்திருந்த காலத்தில் இவர்கள் இந்து சமய வரம்பினுள் இருந்து தன்னந்தனியாய்ச் சமுகக் கொடுமைகளை எதிர்த்தனர் என்பது குறிப்பிடத்தக்கதாகும்.

முத்துக்குட்டி சாமிகளின் பொதுமை இயக்கம் நாஞ்சில் நாட்டிற்கு வெளியே இன்னும் சரிவர அறியப்படவில்லையென்பது புதுமையான செய்தியாகும்.

1829

வரலாற்றுப் புள்ளிகள்

1. அரசியல்

(அ) இராமநாதபுரத்தின் இரண்டாவது பெண் ஆண்டை

இராமநாதபுரச் சீமை என்ற மறவர் நாடு கிழக்கிந்தியக் கம்பெனியின் கைகளில் 1795 முதல் 1803 வரை எட்டாண்டுக் காலம் இருந்த பின்னர், அது ஆண்டுதோறும் கம்பெனிக்கு 3,24,404 ரூபாய் மூன்றணா பத்துத் தம்பிடி பேஷ்கிஸ்தி கட்ட வேண்டுமென்று நிர்ணயித்து மங்களேசுவரி நாச்சியார் என்ற பெண்மணியை இராமநாதபுரத்தின் ஆண்டையாய் ஆளுநர் கிளைவு பிரபு 1803 இல் அமர்த்தினார். அதனால் இராமநாதபுரம் 1803 முதல் சமீன் ஆனது.

இந்த 1829 ஆம் ஆண்டில் இரண்டாவது முறையாய் மற்றொரு பெண்மணி இங்கு ஆண்டையானார். அவர் பெயர் அரசி முத்துவீராயி நாச்சியார். அவர் 1830 வரை ஒரே ஆண்டு பதவியிலிருந்த பின்னர், அவரையடுத்து மங்களேசுவரி நாச்சியார் என்ற துரைராச நாச்சியார் ஆண்டையானார்.

(ஆ) ஐதராபாதில் புதிய நிசாம்

ஐதராபாதின் நிசாமான அக்பர் அலி கான் சிக்கந்தர் ஷா கடன்காரராகி மனம் நொந்து பிரிட்டிசாரின் கைப் பாவையாய் உழன்று 1829 ஆம் ஆண்டில் இறந்தார். அவரது 26 ஆண்டுக்கால ஆட்சியில் ஐதராபாதில் பிரிட்டிசார் வைத்ததே சட்டமாயிருந்தது.

அவருக்குப் பிறகு நசீருத்தௌல ஃபர்க்குண்ட அலி (1829-1857) இவ்வாண்டு புதிய நிசாம் ஆனார்.

(இ) கிரேக்கம் விடுதலை

கிரேக்கம் ஆட்டோமான் துருக்கப் பேரரசிடம் நான்கு நூற்றாண்டுகள் அடிமைப்பட்டுக் கிடந்த பிறகு 1829 ஆம்ஆண்டில் விடுதலை பெற்றது. இப்பழம் பெரும் நாடு விடுதலையடைய வேண்டுமென்று ஐரோப்பிய வல்லரசுகள் அனைத்தும் உதவின. அவை இதில் ஆட்டோமான் பேரரசைச் சரிந்து விழும் நிலைக்குத் தள்ளிவிட்டன.

கிரேக்கம் முழு விடுதலை பெற்ற நாடென்று நவம்பர் 30 ஆம் நாள் இலண்டனில் நடந்த மாநாட்டில் முடிவெடுக்கப்பட்டது. கிரேக்கத்தின் எல்லை தெற்கிலுள்ள கொரிந்து வளைகுடா வரையிலும் செல்லுமென்று அம்மாநாட்டில் வரையறுக்கப்பட்டது.

கிரேக்க நாட்டுப்பற்றுள்ளவரான அயோன்னஸ் அந்தோணியோஸ் கப்போடிஸ்டிரியாஸ் (*Count Ioannes Antonios Kapordistrias,53*) விடுதலை பெற்ற கிரேக்கத்தின் ஆட்சித்தலைவராய்த் (*President*) தேர்ந்தெடுக்கப்பட்டார்.

2. மருத்துவம்

இந்தியத்திலிருந்து உலகெங்கும் வாந்திபேதி பரவுதல்: வாந்திபேதியின் வரலாறு

இந்தியத்திலிருந்து உலகின் நான்கு திக்குகளிலும் ஒரு கொள்ளை நோய் புறப்பட்டுக் கொண்டிருந்த இவ்வேளையில், அதன் தாக்குதலுக்கு ஆளாகித் தவிக்கப் போகும் மேலையுலகில் மருத்துவம், பொதுநல வாழ்வுப் பணிகள், நலச் சூழல்கள் எவ்வாறு இருந்தன?

ஐரோப்பியத்தில் மருத்துவ நிலை

பதினெட்டாம் நூற்றாண்டில் மருத்துவர்கள் அறிவியல் முறையில் முன்னேற முடியாதவாறு, வசதி படைத்த நோயாளியர் தம்மையே முற்றிலும் குணப்படுத்த வேண்டும் என்று கட்டாயப்படுத்தி மருத்துவப் பணியை ஒரு வரம்பிற்குள் முடக்கி வைத்தனர். மருத்துவர்கள் அப்போது அறியாமையில் இருந்து வந்தனர். அதைச் செல்வர்களின் மேற்சொன்ன போக்கு மேலும் நீடிக்கச் செய்தது.

கி.பி. இரண்டாம் நூற்றாண்டில் வாழ்ந்த அலெக்சாந்திரிய (கிரேக்க) மருத்துவரான கேலன் (Claudius Galenus என்ற Galen, 130 - 200 கி.பி) உருவாக்கி வைத்திருந்த மருத்துவ முறைக்கு மேலே சிறிது கூட முன்னேறாமல் மருத்துவத் துறை இருந்தது. பதினாறு, பதினேழாம் நூற்றாண்டுகளில் சில சீர்திருத்தங்கள் ஏற்பட்டன. அதனால் உடற்கூறு, குருதியோட்டம் ஆகியன பற்றிய அறிவும், மூச்சு விடுதல் பற்றிய முதிராநிலைக் கொள்கைகளும் அறியப்பட்டிருந்தன. அந்தக் காலத்தில் அறிவியலில் ஏற்பட்ட பொதுப்படையான முன்னேற்றம் எதுவும் மருத்துவத்தில் உண்டாகவில்லை.

பத்தொன்பதாம் நூற்றாண்டில் இந்நிலை மாறுகின்றது. உடம்பு நோய் விளையும் களம் என்பது இப்போது தெளிவுபடுத்தப்பட்டது. மருத்துவருக்கும் நோயாளியர்க்கும் இடையில் இருந்து வந்த இரு தரப்பு மதிப்பீடு மறைந்துவிட்டது. மருத்துவர் கைக்கு மருத்துவம் வந்து விட்டது. நகர மாந்தரின் வாழ்க்கை நிலைகளைச் சீர்செய்ய வேண்டும் என்பதைப் புரட்சியாளர் உணர்ந்தார்.

நல வாழ்வும் பொருளியலும்

மக்களின் உடல்நல வாழ்க்கைக்கும் நாட்டின் பொருளியலுக்குமிடையே உறவு உள்ளது என்பதை அறிஞர்கள் பத்தொன்பதாம் நூற்றாண்டின் இந்தக் கட்டத்தில் எடுத்து முன் வைத்தனர். மருத்துவத் துறையில் பல நூற்றாண்டுகளாய்ப் பட்டுத் தெளிந்த உண்மைகள் உணரப்பட்டதை இது காட்டுகின்றது.

நலச்சூழலை உண்டாக்குவதற்காக மக்களின் குடியிருப்பு, திருமணம், உடுப்பு, வேலை, ஓய்வு போன்றவற்றில் அரசாட்சி நேரடியாய்த் தலையிடவேண்டும் என்று இப்போது பேசப்பட்டது. நோய் தீர்க்கும் மருத்துவம், மருத்துவ மனைகளை விட்டு வெளியேறி வந்து பொது மக்களிடையே நோய்த் தடுப்புப் பணியில் ஈடுபட வேண்டும் என்று கோரப்பட்டது.

இங்ஙனம் மக்களின் நலவாழ்வு குறித்த புதுநோக்கு மருத்துவத் துறையில் மலர்ந்த நேரத்தில் கழிவுநீர்க் கால்வாய்கள், குடிநீர் வழங்கல், காற்றோட்ட வசதிகள், பேறுகால

ஏற்பாடுகள், தனிப்பட்டவர்களின் வாழ்க்கைச் சூழல், பணி செய்யுமிடங்களில் நன்னிலை நிலவுதல் ஆகியன நாட்டில் அமையவேண்டும் என்ற ஆர்வம் மிகுந்தது. இந்த ஆர்வம் பெரிதும் பொருளியலும் அரசியலும் சார்ந்த நோக்கில் ஏற்பட்டது என்று தோன்றுகின்றது.

''மக்களனைவரும் மகிழ்ச்சியொடு இருப்பதற்கு மனிதனை மருத்துவர்களின் புனிதமான பண்படுவப் பேணலில் விடுதல் வேண்டுமென்பது முக்கியமாகும். மனிதனின் உடல் நிலையையும் உள்ளப் பண்புகளையும் ஆழமாய் ஆராய்ந்துள்ள மருத்துவரைவிட இதற்குத் தகுதிவாய்ந்த வேறெவர் இருக்க முடியும்'' என்று பிரஞ்சு அறிஞர் ஒருவர் 1820 ஆம் ஆண்டில் கேட்டார்.

பொது நலவாழ்வு குறித்த புரட்சித்தன்மை வாய்ந்த இத்தகைய கருத்துகள் கூறப்பட்டதற்கு ஒன்பதாண்டுகளுக்குப் பிறகு, பத்தொன்பதாம் நூற்றாண்டு முடிவதற்குள்ளாக மக்கள் அனைவருடைய நல வாழ்வையும் அரசே தலையிட்டுச் சீர் செய்ய வேண்டிய கட்டாயத்தை உண்டு பண்ணிய இரண்டு நிகழ்வுகள் தோன்றின:

அவ்விரண்டில் ஒன்று காலரா (*Cholera*) என்ற வாந்திபேதி. அது இந்தியத்தின் கங்கைச் சமவெளியிலிருந்து புறப்பட்டு ஒரு நாளைக்குச் சுமார் எட்டுக் கிலோ மீட்டர்த் தொலைவு நகர்ந்து ஏறத்தாழப் பத்தாண்டுக் காலத்திற்குள் ஐரோப்பியத்தைச் சென்று அடைந்து விட்டது. அந்நோய் முதன்முறையாய் 1825 ஆம் ஆண்டில் ஐரோப்பியத்தைத் தாக்கிற்று. வாந்திபேதி என்ற அந்தத் தொற்று நோயின் அச்சமூட்டும் தன்மையை ஆஸ்திரியம், போலந்து, ஜெர்மனி, சுவீடன் என்று ஒவ்வொரு நாடாய் நன்கு உணர்ந்து கொண்டன.

1829

வாந்திபேதியின் வரலாறு

வாந்திபேதியின் வரலாறு இந்தியத்தில் தொடங்குகின்றது. இத்தொற்று தென்னாசியப் பகுதியில் குறைந்தது இரண்டாயிரம் ஆண்டுகளாய் நிலவி வருகின்றது என்பதை இலக்கியத்தில் காணும் அகச் சான்றுகளும் சமயப் பழக்க வழக்கங்களும் காட்டுகின்றன. எனினும் பதினாறாம் நூற்றாண்டிற்குப் பிறகு தான், இங்கு வந்த ஐரோப்பிய நாடோடியர், புத்திடந் தேடியோர், வணிகர், அரசு அலுவலர் ஆகியோர் வாந்திபேதியின் அறிகுறிகளை ஒத்த ஒரு கொடிய நோயைப் பற்றி எழுதி வைத்துள்ளனர். இந்நோய் அப்போது மனித உயிர்களை வாரிக்கொண்டு போகும் கொள்ளை நோயின் அளவிற்குச் சென்றிருந்தது.

இந்தியத்தில் 1503 ஆம் ஆண்டிற்கும் 1817 ஆம் ஆண்டிற்கும் நடுவே காலரா பற்றிய தனித் தனியான 64 செய்திகள் தெரிய வந்தன. அவற்றுள் பத்திற்கும் குறையாதவை பெரிய கொள்ளைத் தொற்றாயிருந்தன. அது தென்னாசியத்தில் குறிப்பிட்ட பகுதியில் நிலவுகின்ற (*endemic*) நோயாயிருந்தது.

தென்னாசியம்

காலரா முதன்முதலாய்ப் பெரும் பரப்புத் தொற்றாய்ப் பத்தொன்பதாம் நூற்றாண்டின் தொடக்கத்தில் தென்னாசியப் பகுதியில் இருந்தது என்று கூறப்படுகின்றது.

(தென்னாசியம் என்ற நிலநூல் பகுப்புப் பொதுவாய், இந்தியம், பாகித்தானம்,

இலங்கை, நேபாளம் ஆகிய நாடுகளை உள்ளடக்கிய நிலப்பரப்பைச் சுட்டும். இப்பகுப்பு ஒரே பகுதி அடங்கியது என்று கருதப்பட்டாலும்; அங்கு ஏராளமான இனக்கூட்டங்கள் வாழ்கின்றன. தற்கால இடச்சுட்டு வசதிக்கேற்பத் தென்னாசியம் என்ற புதிய பெயரை இப்பகுதி பெற்றுவிட்டது.)

வாந்தி பேதி இந்த காலத்தில் ஐரோப்பியத்தையும் அடைந்தது. அது ஆப்பிரிக்கத்தையும் சான்சிபாரையும் தொட்டுச் சென்றிருக்கலாம். அந்நோய் அதையடுத்துப் பெரும்பரப்புத் தொற்று அலையாய் இரண்டாவது, மூன்றாவது நான்காவது வீச்சுகளில் உலக முழுவதையும் தாக்கி விட்டது.

காலரா பற்றி ஐரோப்பியர்

வரலாற்று இடைக்காலத்தில் (சு.476-1453) மக்களை அள்ளிச்சென்ற கொள்ளை நோய்கள் ஐரோப்பியத்தில் இருந்தன என்பதை வரலாற்றுக் குறிப்புகளிலிருந்து அறிய முடிகின்றது. எனினும் அவை நாம் அறிந்துள்ள நோயின் தன்மையானவா என்பது தெரிந்திலது. கோவாவில் **1543** ஆம் ஆண்டில் காலரா கொள்ளை நோயாய்ப் பரவியிருந்தது என்று கேஸ்பர் கொரிய்யா (*Casper Correia*) என்ற போர்த்துக்கீசர் தனது *Landas da India* என்ற நூலில் எடுத்துக்காட்டினார்.

கார்சியா டா ஓர்டா (*Garcia da Orta*, சு. *1490-1570*) போர்த்துக்கீச மருத்துவர். அவர் சாலமங்கா, அகலா தெ ஹெரைஸ் பல்கலைக்கழகங்களில் மருத்துவம் பயின்று விட்டுச் சிறிது காலம் போர்ச்சுக்கல்லில் மருத்துவப் பணி செய்தார். அதன்பிறகு தொலைக்கிழக்கிலிருந்த போர்த்துக்கீசப் பகுதிகளுக்குக் கப்பலேறி விட்டார். அவர் தன் காலத்தில் வாந்திபேதியைப் பற்றி விவரித்த முதல் ஐரோப்பியர் ஆவார். வெப்ப மண்டல மருத்துவம் பற்றி எழுதிய முதல் மருத்துவரும் அவரேயாவர். போர்த்துக்கீசர் ஓர்டாவை வெப்பமண்டல மருத்துவத் தந்தை என்பர். அவர் **1563** ஆம் ஆண்டு காலராவைக் கோவாவில் நேரில் கண்டு விவரமாய் எழுதி வைத்தார். இந்நோய் சூன், சூலை மாதங்களில் மிகக் கடுமையாய் இருந்ததென்று அவர் கூறியுள்ளார். மதுரையில் **1609** ஆம் ஆண்டிலும் யாகர்த்தாவில் (இந்தோனேசியம்) **1629** இலும் கோவாவில் **1683** இலும் காலரா பரவியிருந்தது என்ற குறிப்புகள் உள்ளன.

எட்டே நாளில் 20,000 பேர் பலி

பின்னர் காலரா பற்றிய செய்தியை **1783** ஆம் ஆண்டில் அறிகின்றோம். அப்போது அரித்துவாரத்தில் வாந்திபேதி காணப்பட்டது. அங்கு எட்டே நாளில் சுமார் **20,000** யாத்திரிகர் மரித்தனர். (அரித்துவாரம்: இது கங்காத் துவாரம், மாயத் துவாரம் என்றும் பெயர் பெறும். துவாரம் என்பது வாயில் என்றும் பொருள்படும். அதாவது அரியின் திருமாலின் வாயில். இது சிவாலிக்கு மலையின் அடிவாரத்திலுள்ளது. கங்கை மலைகளிலிருந்து இந்த இடத்தை அடைந்து சமவெளியில் பாயத் தொடங்குகின்றது. அதனால்தான் இது கங்காத் துவாரம் என்ற பெயரை அடைந்தது. அரித்துவாரத்திலிருந்துதான் கங்கோத்தாரி, கேதாரிநாதம், பத்திரிநாதம் ஆகிய இடங்களுக்குச் செல்கின்றனர். அரித்துவாரம் தட்சப் பிரசாபதி வேள்வி செய்த இடம். திருமால் மனுவைச் சங்காரஞ்செய்து விட்டு, இது இனிமேல் புனிதத் தலமாகட்டும் என்றார். இதை வைகுந்தத்திற்கு ஏறும் ஏணி என்றும் நம்புகின்றனர். இதைச் சைவர் அரத்துவாரம் என்பர். யுவான் சவாங்கு இதன் தொன்மப் பெயரான

மாயாபுரியையொட்டி மயூரா என்று குறிக்கின்றார். இது டெல்லியின் வடகிழக்கில் சுமார் 165 கிலோமீட்டரில் உள்ளது. இங்கு நீராடவும் பெற்றோரின் அஸ்தியைக் கரைக்கவும் ஆண்டு முழுமையிலும் இருபது இலட்சத்திற்கு அதிகமானோர் கூடுகின்றனர்.)

1787 இல் காலரா

திப்பு சுல்தானுடன் (1750-1799) மராட்டியர் படை பொருதிக் கொண்டிருந்தபோது 1784 வாக்கில் மராட்டியரில் பலர் வாந்திபேதிக்குப் பலியாயினர். இந்தியத்தில் மீண்டும் 1787 இல் காலரா பரவியது என்று டாக்டர் பைஸ்லி (Dr.Paisley) என்ற ஆங்கில மருத்துவர் எழுதி வைத்திருக்கின்றார். இந்நாட்டில் பழையபடி 1796 இல் காலரா பரவியது என்று ஃபிரா பவோலினோ தெ எஸ் பார்த்தலோமியோ (*Fra Paolino da S. Bartolomeo*) எழுதி வைத்துள்ளார்.

வில்லியம் கோட்டையில் 1814 இல் வாந்திபேதி பரவியதை மைசூரிலிருந்த ஆர். டைட்லர் என்று பொது மருத்துவர் அறிவித்தார். எனினும் இத்தொற்று நோய் பற்றிய முழுமையானதும் துல்லியமானதுமான முதல் செய்தி 1817-1823 காலத்தில் பரவிய வாந்திபேதி பற்றியதேயாகும்.

கிழக்கு நோக்கிக் காலரா

1829

இந்தியத்திற்கு மேற்கிலிருந்த நாடுகளில் இத்தொற்றுப் பரவியிருந்த வேளையில், அது கிழக்கு நோக்கியும் சென்றது. பர்மாவிலும் இலங்கையிலும் 1819 இல் காலரா பரவியது. அது அதற்கடுத்த ஆண்டில் சயாமையும் மலாக்காவையும் தொற்றியது. இங்ஙனம் 1817-1823 காலத்தில் பரவிய வாந்திபேதி அந்நாடுகளிலிருந்து மெல்ல மறைந்தது. அதாவது அந்நோய் ஆங்காங்கு குறிப்பிட்ட பகுதிகளில் நிலவிய சில இடங்களைத் தவிர வேறு இடங்களில் 1823-1825 காலத்தில் காலரா என்ற பேச்சே இல்லை. எனினும் அது 1826 ஆம் ஆண்டு கீழ் வங்கமெங்கும் பரவியது.

அங்கிருந்து கான்பூர் வரை நகர்ந்து, யமுனையின் இடக்கரைப் பகுதியைத் தொட்டது. அவ்வாண்டு ஏப்ரல் மாதம் அரித்துவாரத்தில் தலைகாட்டியது. பின்னும் சூன் மாத நடுவிற்குள் வடமேற்கு எல்லை மாநிலங்கள் முழுவதிலும் இமயமலைப் பகுதியிலும் நுழைந்தது. கிழக்கிலிருந்து போன வாந்திபேதி பம்பாய்க்கும் சிந்து, பாஞ்சாலத்திற்கும் 1827 இல் சென்று அவற்றைத் தாக்கியது.

இந்நோய் காபூல் வழியே புகுந்து நடுக் கிழக்கில் கிவா (*Khiva*), ஹெராட்டு (*Herat*) ஆகிய இடங்களை 1829 இல் அடைந்தது. பின்னர் பாரசிகம் போய் இரஷியத்தையும் போலந்தையும் 1830 இல் பீடித்தது. இங்கிலாந்தில் 1827 முதல் 1832 வரை அரசோச்சியது. பிரான்ஸ் (1832), அமெரிக்கம் (1832), கியூபம், மெக்சிக்கம் (1833), இங்கெல்லாம் தலைவிரித்தாடிய பின் வாந்திபேதி அங்கிருந்து ஐரோப்பியத்தை 1835 - 1837 காலத்தில் மீண்டும் கலக்கிவிட்டு இறுதியாய் 1837 இல் ஆப்பிரிக்கத்தை அடைந்துவிட்டது.

இந்தக்காலகட்டத்தில் சென்னை மாநிலத்தில் காலராவிற்குப் பலியான முக்கியமான இரண்டு ஐரோப்பியர்களைப் பற்றிக் குறிப்பிடவேண்டும். இவ்விருவரும் சென்னை வரலாற்றுடன் நெருங்கிய தொடர்புடையவர்கள். ஒருவர் பெயரால் சென்னை நகரில் ஒரு பெரிய நிறுவனம் இன்றும் நடந்து கொண்டிருக்கிறது. இன்னொருவர்

இன்றும் குதிரையேறிச் சென்னையில் சிலையாய் நிற்கின்றார். இவரைப் பிரிட்டிசுப் பேரரசின் தூண்களில் ஒன்று என்று சிறப்பிப்பர்.

முதலில் கூறப்பட்டவர் தாமஸ் பாரி (*Thomas Parry, 1768-1824*) அவர் தன் பத்து வயது மகன் ஜான் பாரி கிப்சன் என்ற சிறுவனுடன் *1824* ஆகஸ்டு *14* அன்று பரங்கிப்பேட்டையில் காலராவினால் இறந்தார். தந்தையும் மகனும் கடலூரில் நல்லடக்கம் செய்யப்பட்டனர்.

பிற் கூறப்பட்டவர் சர். தாமஸ் மன்றோ. இவர் சென்னை மாநிலத்தின் ஆளுநராயிருந்தவர். இவரைப் பற்றிய செய்திகள் இக்களஞ்சியத்தில் பல இடங்களில் கூறப்பட்டன.

1829

இரண்டாவது நிகழ்ச்சி நுண்ணோக்கி

மக்கள் அனைவரின் நலவாழ்வையும் பேணுவதில் அரசே தலையிட்டு அப்பணியை மேற்கொள்ளுமாறு செய்த இரண்டாவது நிகழ்ச்சியும் *1829* ஆம் ஆண்டில்தான் நடந்தது. இலண்டன் ஒயின் வணிகரான ஜோசஃசபு ஜேக்சன் லிஸ்டர் (*Joseph Jackson Lister 1786-1869*) நிறப்பிறழ்ச்சி நீக்கிய நுண்ணோக்கியைக் (*achromatic microscope*) கண்டுபிடித்தார். இதுவே அவ்விரண்டாவது நிகழ்வு ஆகும். நுண்ணோக்கி பதினேழாம் நூற்றாண்டில் தோன்றியது. அது இரு பெரும் சிக்கல்களை எதிர்ப்பட்டது. ஆடியின் புறப்பகுதி வழி புகும் ஒளிக் கதிர்கள் உருக்கோட்டமாய் வளைந்து பல்வேறு குவி முனைகளில் ஒருமுகப்பட்டன. இதனால் நுண்ணோக்கி வழியே பார்க்கின்ற உருவம் தெளிவாய்த் தெரியவில்லை.

ஒளிக்கற்றைகள் வளைவதால் வெள்ளை ஒளியாகும் பல்வேறு நிறங்களும் பல்வேறு வழிகளில் வளைந்து உருவம் தெளிவற்றுப்போனது. இதற்குக் கோளப்பிறழ்ச்சி என்று நிறப்பிறழ்ச்சி என்றும் பெயர் (*Spherical and chromatic aberration*).

உயிர்களின் அடிப்படையான செயற் பாங்குகளைக் கண்டுபிடிப்பதில் விருப்பம் கொண்ட ஜெர்மன் அறிவியலாரின் பேரார்வத்தை லிஸ்டரின் நிறப்பிறழ்ச்சி நீக்கிய நுண்ணோக்கி மிகவும் தூண்டியது. இப்புதிய நுண்ணோக்கி அறிவியலாருக்குக் கிடைத்த அரிய கருவிகளில் ஒன்றானது. அதனால் பல முன்னேற்றங்கள் ஏற்பட்டன. நோய்களின் தோற்றுவாய் பற்றிய நமது கருத்தில் மிகப் பெரிய மாற்றம் உண்டாகவும் நோயுண்டாகும் உயிரிகளை நுணுகி ஆராய்ந்து அவற்றை தடுக்கும் வழி வகைகளைக் காணவும் இத்தகைய முன்னேற்றங்கள் வழிவகுத்தன.

3. சட்டம், நீதியாட்சி

இலண்டனில் ஊர் சுற்றுக் காவல்

நகர மாந்தரில் *22* பேருக்கு ஒரு வழிப்பறிக்காரன், ஒரு கொள்ளையன் அல்லது ஒரு திருடன் இருந்த இலண்டன் மாநகரில் *1829* செப்டம்பர் *29* முதல் ஊர்க்காவல் சுற்றுப் பணியை மாநகரக் காவலர் மேற்கொள்ளலாயினர். ஊர்க் காவலர் இருந்தால் இரவில் வெகுநேரம் விருந்துகளில் கலந்து கொண்டவர்கள் தெருக்களில் பாதுகாப்பாய் நடமாடமுடியும் என்று கருதினர்.

இலண்டன் மாநகரக் காவல் படையை அரசு ஏற்று ஒப்பும் சட்டமுன்வரைவை

உள்துறை அமைச்சரான சர் இராபட்டு பீல் (*Sir Robert Peel*, 1788-1850) கொண்டு வந்தார். அதனால் இலண்டன் நகரக் காவலர் அவரின் முதற்பெயரால் பாபி (கிருஷ்ணசாமியைக் கிச்சாமி என்று செல்லமாய் அழைப்பது போல்) ஆங்கிலேயர் இராபட்டு என்ற பெயரைப் பாபி (*Bobby*) என்று இன்று முதல் அழைக்கப்படலாயினர். இராபட்டு பீலரின் இரண்டாவது பெயராலும் அவர்கள் பீலர் என்று அழைக்கப்படுவதுமுண்டு.

பீலர் உள்துறை அமைச்சர் என்ற முறையில் 1829 சூன் 20 அன்று இலண்டன் மாநகரக் காவல்படையை அமைத்தார். இவர் 1834 - 1835, 1841 - 1846 ஆகிய காலங்களில் பிரிட்டனின் தலை அமைச்சரராயுமானார்.

4. கலை, இலக்கியம்

தக்காணப் புலவர் வரலாறு

சென்னைக் கல்விச்சங்கத்துடன் தொடர்புடைய தெலுங்குப் பண்டிதரான காவலி வேங்கடராமசாமி (1780-1850) இவ்வாண்டு *Biographical Sketches of the Dekkan Poets* (தக்காணப் புலவர் வரலாறு) என்ற ஆங்கில நூலை எழுதினார். இந்நூலில் தமிழ், மராட்டி, சம்ஸ்கிருதப் புலவர்களின் வாழ்க்கை வரலாறுகள் சொல்லப்பட்டுள்ளன. இது பின்னர் 1847 ஆம் ஆண்டு பம்பாயிலும் 1888 இல் சென்னையிலும் 1975 இல் நெல்லூரிலும் மறுபதிப்புகளைக் கண்டது. தக்காண - தமிழ்ப் புலவர் சரிதைகளுக்கெல்லாம் இந்த ஆங்கில நூலை முன்னோடி எனலாம்.

1829

5. கல்வி

(அ) வங்க ஆசியவியல் சங்கத்தில் இந்தியர்

சர். வில்லியம் ஜோன்ஸ் (*Sir William Jones* 1746-1794; இவர் பற்றி இ.ச.க.தொகுதி-9) ஜனவரி 15 அன்று இந்தியம் பற்றி ஆராய்வதற்கென்று கல்கத்தாவில் அமைத்த வங்க ஆசியவியல் சங்கத்தில் கடந்த 45 ஆண்டுகளாய் முற்றிலும் ஐரோப்பியரே உறுப்பினராயிருந்து அதன் நடவடிக்கைகளில் பங்கு பற்றி வருகின்றனர்.

அவர்கள் இந்தியத்தின் இலக்கியம், மொழிகள், வரலாறு, சமயம், தொல்லியல் போன்ற பல துறைகளில் ஆய்வு செய்து, இந்தியரின் தொன்மையையும் பழஞ்சிறப்பையும் இச்சங்கத்தின் வாயிலாய் அகலுலகிற்கு வெளிப்படுத்தினர்.

சர் வில்லியம் ஜோன்சிற்கு உதவியாய் இராதா காந்த சர்மன், இராமலோசன் போன்ற சம்ஸ்கிருதப் பண்டிதர்கள் இருந்தனர். எனினும் அவர்கள் சங்கப் பணிகளில் பங்கேற்கத் தக்க உறுப்பினராய்ச் சேர்க்கப்படவில்லை.

இந்நிலை 1829 ஆம் ஆண்டில் மாறியது. ஐந்து இந்தியர்கள் ஜனவரி 7 அன்று சங்கத்தில் உறுப்பினராய் ஏற்கப்பட்டனர். பிரசன்ன குமார் தாகூர், துவாரகநாத தாகூர், சிவசந்திர தாஸ், இரசமய தத்தர், இராம கோமல் சென் ஆகியோருக்கு அச்சிறப்புக் கிடைத்தது.

இதற்கு நான்காண்டுகளுக்குப் பிறகு இராயல் அறிவியல் சங்கத்தின் பம்பாய்க் கிளை ஓர் இந்தியரை உறுப்பினராய் ஏற்க மறுத்துவிட்டது என்பது குறிப்பிடத்தக்கது. கல்கத்தாவில் அமைந்த வங்க ஆசியவியல் சங்கம் 1829 ஆம் ஆண்டுதான் இந்தியரை உறுப்பினராய்ச் சேர்த்துக் கொண்டது என்ற போதும் பிரிட்டனின் இராயல் அறிவியல்

சங்கம் 1824 ஆம் ஆண்டிலேயே தஞ்சை அரசர் இரண்டாம் சரபோசியையும் (1798-1832) ஒளது நவாபான காசியுதீன் ஐதரையும் (1814-1827) சிறப்பு உறுப்பினராய் ஏற்றுக் கொண்டிருந்தது.

வங்க ஆசியவியல் சங்கத்தில் பணநெருக்கடி ஏற்பட்டபோது 1829 சூனில் ஒளது நவாபு இருபதாயிரம் ரூபாய் தந்தார். அவரின் அமைச்சர் ஐயாயிரம் ரூபாய் நன்கொடையளித்தார். இத்தொகைகளை இந்தியத்தின் இலக்கிய, இயற்கை வரலாற்று ஆய்வுகளுக்குப் பயன்படுத்துமாறு அவர்கள் சங்கத்தைக் கேட்டுக்கொண்டனர்.

Kajariwal, O.P The Asiatic Society of Bangal, OUP, 1988

(ஆ) இருக்கு வேதம்: மாக்ஸ் முல்லரின் முதல் ஆய்வுரை

இருக்கு வேதம் என்ற மாபெரும் இலக்கியம் எப்போது பாடப்பெற்றது என்றோ, தொகுக்கப்பெற்றது என்றோ உறுதியாய்க் கூறுவதற்கில்லை. வேதங்களின் காலத்தை வரையறுப்பதும் அவை எப்போது இயற்றப்பெற்றன என்று காலம் கணிப்பதும் மிகக் கடினமாகும். இம்மறைப் பனுவல்கள் கி.மு. 1500 ஆம் ஆண்டிற்கும் கி.மு.900 ஆம் ஆண்டிற்கும் நடுப்பட்ட காலத்தில் புனையப்பட்டுச் சுமார் கி.மு.300 ஆம் ஆண்டுவாக்கில் நிறைவெய்திருக்கலாம் என்பர். இருக்குவேதம் இக்காலத்திற்கு முன்னரே தோன்றிவிட்டது என்று கொள்ளும் விற்பனரும் உளர். மாக்ஸ் முல்லர் (1823 -1900) அதன் காலம் கி.மு. 1200 என்பார்; எச். ஜெகபி (H. Jacobi) என்றவர் இந்தியக் காலக் கணிப்பு முறையை ஆய்ந்தும் இருக்கு வேதத்தின் பழைய ஏடுகளில் சொல்லப்பட்டுள்ள நட்சத்திரங்களையும் விண்மீன் திரள்களையும் கணித்தும் இது கி.மு.4000 ஆம் ஆண்டில் இயற்றப்பட்டிருக்கலாம் என்பார்; பாலகங்காதர திலகர் (1856-1920) இருக்குவேதம் கி.மு. 5000 ஆண்டினது என்று அடித்துக் கூறினார். அது கி.மு. 750, 500 ஆம் ஆண்டுகளின் நடுவே முற்றுப்பெற்றதென்பது விண்டர்நிட்ஸ் (Winternitz) என்றவரின் கருத்தாகும். இருக்குவேதம் சுமார் கி.பி. 15 ஆம் நூற்றாண்டில் எழுத்து வடிவம் பெற்றது என்பது அறிஞர் முடிவாகும்.

வேதங்களுள் மிக முக்கியமானது இருக்கு வேதமேயாகும். அதில் 1028 பாசுரங்களும் (hymns) கிட்டத்தட்ட 10,500 பனுவல்களும் அடங்கியுள்ளன. அக்கினி, இந்திரன், வருணன் போன்ற தேவர்களை நோக்கி இப்பாசுரங்கள் பாடப்பெற்றன. மனித மனம் வளர்ச்சியுற்று மேம்படும் கால கட்டத்தை இருக்கு வேதம் குறிக்கின்றது.

உலக முழுமையிலும் மெய்ப்பொருள் பற்றி எழுந்த ஆய்வுரையில் இருக்கு வேதமே தொன்மையதாகும். மாக்ஸ் முல்லர் 1829 வாக்கிலேயே வேதங்கள் பற்றிய ஆய்வுகளை எழுதி வெளியிடலானார். அவர் சாயனரின் (கி.பி. 14 நூ) விரிந்த உரையொடு கூடிய ஆறு தொகுதிகளாய் இருந்த வேத சங்கிதையை வெளியிட்டார். அதனால் உலக முழுமையும் இந்திய மறை ஞானத்தின் உள்பொருள்களை அறிந்து கொள்ள முடிந்தது.

இம்மாபெரும் பணியைச் சுவாமி விவேகானந்தர் 1899 ஆம் ஆண்டு பாராட்டி எழுதினார்.

"இதற்கு முன்னர் எவருக்கும் கிடைக்காத இருக்கு வேத சங்கிதை முழுவதும் இப்போது அழகுற அச்சிடப் பெற்றுப் பொது மக்களுக்குக் கிடைக்கின்றது; பேராசிரியர் (மாக்ஸ் முல்லர்) பல ஆண்டுகளாய் அரும்பாடுபட்டு இப்பெரும் பணியைச் செய்து

நன்றிக்குரியவராகின்றார். பேராசிரியர் மாக்ஸ் முல்லரின் வாழ்க்கையில் இருக்கு வேத ஆய்வு மிகப் பெரிய பணியாகும்.''

6. பொருளியல், நிதியியல்

இரண்டு ரூபாயின் மதிப்பு அன்று

இந்த 1829 ஆம் ஆண்டுகளில் கல்கத்தாவில் மாதச் சம்பளம் இரண்டு ரூபாய் என்றால், இன்று 1977 ஆம் ஆண்டில் அதன் மதிப்பு நாற்பது ரூபாய், ஐம்பது காசிற்குச் சமம் என்று ஒரு கணக்குக் கூறுகின்றது. அந்தக் காலத்தில் கல்கத்தாவில் வாழ்க்கைச் செலவு மாதம் எழுபது ரூபாயாயிருந்தது.

7. போக்குவரவு

பிரான்சில் முதல் இருப்புப் பாதை

இரும்புத் தண்டவாளம் கொண்டு உலகைக்கட்டி விட முயல்வது போன்று பத்தொன்பதாம் நூற்றாண்டில் உலகெங்கும் இருப்புப் பாதைகள் அமைக்கப் படுகின்றன. நடுப் பிரான்சின் தெற்கிலுள்ள லயன் (*Lyons*) நகரத்தை அதனருகிலுள்ள செயிண் எட்டியன் (*St. Etienne*) என்ற நகருடன் இணைக்கும் முதல் இருப்புப் பாதை 1829 இல் போடப்பட்டது. இங்கு பிரிட்டனில் கட்டிய இரயில் எஞ்சின்கள் பயன்படுத்தப்பட்டன.

1829

8. விளையாட்டு

இந்தியத்திற்குக் கோல்ஃபு வந்தது

கோல்ஃபு (*golf*) என்பது திறந்த பந்தய வெளியில் ஆடப்படும் ஒரு வகைக் குழிப் பந்து ஆகும். கையில் இந்த ஆட்டத்திற்கென்று செய்யப்பட்ட தனி வகைக் கோலைக் கொண்டு பந்தை அடித்துப் பல்வேறு தொலைகளிலுள்ள குழிகளுக்குள் விழச் செய்ய வேண்டும். கூடிய மட்டிலும் பந்தை அடிக்கும் வீச்சின் எண்ணிக்கை குறைந்திருக்க வேண்டும். பொதுவாய்ப் பந்தய வெளியில் பதினெட்டுக் குழிகள் இருக்கும். கோல்ஃபு பந்தும் தனியானதாயிருக்கும்.

கோல்ஃப் ஆட்டம் நியூயார்க்கு நகரில் அறிமுகமானதற்கு முப்பதாண்டுகளுக்கு முன்னரே 1829 ஆம் ஆண்டு கல்கத்தாவில் தோன்றிவிட்டது. உலகின் மிக உயரமான கோல்ஃபு ஆட்டப் பந்தய வெளி இமயமலையில் 11,000 அடி உயரத்திலிருந்தது. கோல்ஃபுக் கோல்களை வைத்து எடுத்துச் செல்லும் பைகள் யானையின் இலிங்கத்தைப் பாடம் பண்ணிச் செய்த தோலால் ஆனவையாகும். அந்த யானையைச் சுட்டவர் அதன் இலிங்கத்தை அறுத்துப் பாடம் செய்த பையில் தன் கோல்ஃபுக் கோல்களை வைத்துக் கொள்வார்.

9. பொது

(அ)கம்பெனிக் கடற்படையில் முகலாயர் கொடி

கிழக்கிந்தியக் கம்பெனியின் கடற்படை ''பம்பாய் மரைன்'' (*Bombay Marine*)

என்று அழைக்கப்பட்டது. இப்படையின் கேப்டன்கள் சுமார் எழுபதாண்டுக் காலமாய் 1829 ஆம் ஆண்டு வரையிலும் தனது கொடிக் கப்பலின் உச்சியில் யூனியன் ஜாக்கைப் பறக்க விட்டு வந்தனர். (யூனியன் ஜாக்கு : இ.ச.க.தொகுதி-11: 1801-புள்ளி) அதனுடன் பெரிய பாய்மரக் கம்பத்தில் முகலாயரின் கொடியும் பறந்து வந்தது.

பம்பாய் மரைன் என்ற கம்பெனிக் கப்பற்படை 1829 செப்டம்பர் முதல் ''இந்தியக் கப்பற்படை'' (*Indian Navy*) என்ற பெயரைப் பெறுகின்றது.

(ஆ) உலகின் முதல் தையல் கருவி

பிரஞ்சு கண்டுபிடிப்பாளரான பார்த்தலமி திம்மோனியர் 1829 ஆம் ஆண்டில் ஆக்கமான தையல் கருவி ஒன்றை உருவாக்கினார். அவர் பிரஞ்சுப் படையினருக்குச் சீருடை தைக்கும் ஒப்பந்தத்தை விரைவில் பெறவிருக்கின்றனர். ஆனால் பிரஞ்சுத் தையற்காரர்களுக்குப் பிழைப்புப் போய்விடுமென்று திம்மோனியரின் எண்பது தையற் கருவிகளை அடித்து நொறுக்கிவிட்டனர்.

(இ) புகைப் படத்தை உருவாக்கியவர்கள்

புகைப்படம் இல்லாமல் உலகம் எப்படியிருக்கும் என்பதை இப்போது எண்ணிப் பார்த்து மதிப்பிடுவது கடினம். ஓவியர்கள் கையால் தீட்டும் ஓவியங்களில்தான் மனிதரும் இடங்களும் பொருள்களும் 1830 ஆம் ஆண்டுகள் வரையிலும் இடம் பெற முடிந்தது. இப்போதோ மனிதர் தம்மைத்தாமே அப்படியே உருக்குலையாமல் பதிந்து வைத்துக் கொள்ளக் கூடிய வாய்ப்புத் திடீரென்று வந்தது. இந்த அற்புதத்தை 51 வயதான லூயி ஜேக்கு மாண்டி டாகரி (*Louis Jacques Mande Daguerre, 1789-1851*) என்ற பிரஞ்சு ஓவியர் நிகழ்த்தி உருவங்களை ஒன்றில் அச்சுப்போல் பதிந்து வைக்கும் கலையை இந்த 1829 ஆம் ஆண்டு கண்டுபிடித்தார்.

டாகரி

அவர் அறிவியல் மேலோர் தன்னைப் பாராட்டிய பெருமையில் திளைத்திருந்தார். இந்தப் புகைப்படத்தின் மீது ஐயங்கொண்டவர்கள், அந்தப் படத்தில் தூரிகை கொண்டு தீட்டிய அறிகுறியையும் பேனாவால் தீட்டிய கோடுகளையும் நுண்ணோக்கிகொண்டு நோக்கி நுணுகித் தேடினர். ஆனால் அங்கு இயற்கையான உருப் பதவின் தடத்தைத்தான் கண்டனர். உலகம் இதற்கு முன்னர் இத்தனை ஆழத்தோடும் அகல்வாயும் நிழலாட்டத்தொடு இதற்கு முன்னர் வேறெவராலும் காட்டப்பட்டதில்லை.

டாகரி 1787 ஆம் ஆண்டு வட பிரான்சிலுள்ள கோர்மயில் என்ற ஊரில் பிறந்தார். அவர் பாரிஸ் நகர ஆப்ரா கொட்டகையில் (*Paris Opera*) திரைச் சீலைகளை வரைந்து கொண்டிருந்தார். அவர் தனது முப்பதைந்தாவது வயதிற்குப் பிறகு சிறப்பான ஒளியமைப்புகளுடன் கூடியவாறு ஓவியங்களைக் காட்சிக்கு வைத்தார். அவர் இப்பணியில்

இறங்கியிருந்தபோது, உலகக் காட்சிகளைத் தூரிகையோ, சாயமோ இன்றி எடுத்துக் காட்டுகின்ற ஒரு கருவியை அதாவது கேமராவை உண்டாக்க முயன்றார்.

அவர் இத்துறையில் மேற்கொண்ட முதல் முயற்சிக்குப் பலன் கிட்டவில்லை. அவர் இன்னொரு பிரஞ்சுக் கண்டுபிடிப்பாளரான ஜே.என். நியப்சி (*Joseph Nicephore Niepce*) என்றவரைச் சந்தித்தார். அவரும் டாகரி போன்று ஒரு கேமராவைக் கண்டுபிடிக்க முயன்று வந்தார். அவர்கள் இருவரும் 1829 ஆம் ஆண்டு கூட்டாளிகளாயினர்.

அவர்கள் வெள்ளி அயோடைடு ஒளியைப் பதியக்கூடியதாய் இருந்ததைத் தற்செயலாய்க் கண்டனர். ஒரு கேமரா வழியே புகும் ஒளியை அயோடின் சேர்மானமுள்ள வெள்ளித் தகட்டின் மீது படியச்செய்தால், அந்தத் தகடு பாதரச ஆவி பூசப்பட்டதாயிருக்குமாயின், அதன் மேல் உருவம் பதிந்து விடும் என்பதை டாகரி அறிந்தார்.

நியப்சி 1837 இல் இறந்தார். எனினும் அவர் 1826 ஆம் ஆண்டு வாக்கில் நிலைத்து நிற்கும் புகைப்படத்தை ஓர் உலோகத் தகட்டில் பதித்து வெற்றி கண்டு விட்டார். இதுவே உலகின் முதல் புகைப்படம் என்கின்றனர்.

டாகரி இதற்குக் காப்புரிமை பெறாமல் 1839 வாக்கில், இது பற்றிய செய்தியைப் பொதுமக்களுக்கு அறிவித்து விட்டார். பிரஞ்சு அரசு டாகரிக்கும் நியப்சின் மகனுக்கும் வாணாள் முழுவதும் கிடைக்கக்கூடிய உதவித் தொகையை அளித்தது.

1829

இங்கிலாந்தில் புகைப்படக் கருவி கண்டுபிடிப்பு

பிரிட்டனில் பாத்து (*Bath*) நகரினருகே லகோக்கு ஆபே (*Lacock Abbey*) என்ற நாட்டுப் புறப் பண்ணையில் வாழ்ந்த 38 வயதான வில்லியம் ஹென்றி ஃபாக்ஸ் டால்பாட்டு (*William Henry Fox Talbot 1800-1877*) என்றவர் பாரிசில் புகைப்படக்கருவி பற்றி வெளியான செய்தியைக் கேட்டதும் அதிர்ச்சியடைந்தார். அவர் 1835 முதல் சன்னல்கள், செடிகள், பின்னல் துணிகள் முதலியவற்றைப் படம் பிடித்து வந்தார். இதை எவரும் கவனிக்கவில்லை.

டால்பட்டு மேட்டுக்குடியில் பிறந்த வசதி மிக்கவர். அவர் பலதுறைகள் மீது ஆர்வம் கொண்டவர். கணித இதழ்களில் கட்டுரைகள் எழுதிவந்தார். அவர் முனைப்படு ஒளிபற்றி ஆய்வுகள் நடத்தினர். (*Polarized - light* முனைப்படு ஒளி: இதைப் புல வரை ஒளி என்றும் கூறலாம். இதில் மின்புலமும் காந்தப் புலமும் ஒற்றைத் தளங்களுக்கு வரையறை செய்யப்படுகின்றன. புல ஒளியாக்கி - கணிடூச்ணூணிடிஞ் - வழியாய் இந்த ஒளியை உண்டாக்கலாம்.) அவர் உள்ளெரி பொறி ஒன்றையும் செய்தார். அவர் பல மொழிகளை அறிந்தவர். சொற்பிறப்பு, தொன்மங்கள், பண்டை எகிப்து ஆகிய துறைகள் பற்றி ஆராய்ந்து கட்டுரைகள் எழுதினார்.

அவர் 1833 ஆம் ஆண்டு இத்தாலி சென்றிருந்த வேளையில் கேமோ ஏரியின் மின்னும் நீர்க் காட்சிகளை ஓவியமாய் வரைந்து கொண்டிருந்தபோது அவருக்குப் புகைப்படம் பற்றிய கருத்துத் தோன்றிற்று. அவர் ஓவியம் வரைவதற்கு உதவியாய்க் கேமரா அப்ஸ்கியூரா என்ற பெட்டியை வைத்திருந்தார். (*Camera - Obscura* = வெளிப்புற உருவைத் திரையில் விழ வைக்கும் ஒருவகைப் பெட்டிக்கு இந்தப்பெயர். ஓவியர்கள் இதைக் கொண்டு தமக்கு வேண்டிய உருவைத் திரையில் விழச் செய்து வரைவர்.) அந்தப் பெட்டியில் ஒரு குவி ஆடியும் ஓர் உருவத்தின் மீது குவிகின்ற கண்ணாடியும் இருக்கும்.

‘‘இதன் வழியே வந்து திரையில் விழும் இயற்கையான தோற்றங்கள் நிலைத் திருக்கும்படியாய்ப் பதிந்து விட்டால் எப்படி இருக்கும் ?’’ என்று அப்போது டால்பட்டு எழுதி வைத்தார்.

டால்பாட்டு

வெள்ளியின் சேர்மானங்களைச் சூரிய ஒளி கறுப்பாக்கும் என்பது 1725 இல் அறியப்பட்டிருந்தது. டால்பட்டு ஓர் இருட்டறையில் வெள்ளைத் தாள்களைச் சோடியம் குளோரைடில் முக்கி எடுத்தார். (*Sodium Chloride:* சாதாரண உப்பு; வெண்ணிறக் கனசதுரப் படிகம்; நீரற்றது. கடலிலிருந்து கிடைப்பது. உணவின் இன்றியமையாப் பகுதிப்பொருள்) அத்தாள்கள் காய்ந்ததும் அவற்றின் மேல் வெள்ளி நைட்டிரேட்டைப் பூசினார். (*Silver nitrate:* சாய்சதுரங்கள் ; நிறமும் நீரும் அற்றவை. நீரில் கரையக்கூடியவை. நீர்த்த நைட்டிரிகக் காடியில் வெள்ளியைக் கரைத்து ஆவியாக்கிப் படிகமாக்குகையில் இது கிடைக்கின்றது.) சோடியம் குளோரைடும் வெள்ளி நைட்ரேட்டும் கலந்து வெள்ளிக் குளோரைடாய் விட்டன. அவர் பின்னர் அவற்றை வெயிலில் உலர்த்தினார். அவையனைத்தும் மெல்லக் கறுப்பாயின. எனினும் அத்தாள்களின் சில பகுதிகள் ஏனைய பகுதிகளைவிட வேகமாய்க் கறுப்பாயின. அவர் காரங்குறைந்த (*Weak*) உப்புகளைப் பயன்படுத்திப் பார்த்தார். அப்போது அவர் வேண்டிய பலன் கிடைத்தது.

அவர் 1835 கோடை காலத்தில் அவற்றை வெயிலில் வைக்கும் நேரத்தை மணிக் கணக்கிலிருந்து நிமிடக் கணக்கிற்குக் குறைத்தார். அவர் மிகுந்த பகல் வெளிச்சத்தில் மட்டும் வேலை செய்தார். அவர் சிறிய புகைப்படக் கருவியிலிருந்த பெரிய குவிவில்லை வழியே மிகக் கூடுதலான ஒளி செல்லுமாறு செய்தார். அவர் தன் புகைப்படக் கருவிகளைத் தனது பண்ணை மாளிகையை நோக்கித் திருப்பினார். அரை மணி நேரம் கழித்து அதை வீட்டினுள் கொண்டு போனார். ஒவ்வொரு கேமிராவிலும் சிறுபடம் பதிந்திருந்தது.

அப்படங்கள் அஞ்சற் தலையளவு இருந்தன. நாம் இன்று நெகட்டிவ் (*negative*) என்றழைக்கும் நிழற் படங்களை அவர் உண்டாக்கினார். படங்களை ஒளியிலும் கையாள வேண்டும் என்பதற்காக, அடுத்தபடியாய் ஒளிக்குள் படாத வெள்ளியுப்புகளைக் கழுவுவதற்காக உப்பு நீரைப் பயன்படுத்தினார். அதன்பிறகு அவை கறுத்து மெல்ல மறைந்தன.

இதன் பிறகு 1839 ஜனவரியில் ஒருநாள் டாகரியின் கண்டுபிடிப்பு அறிவிக்கப்பட்டது. இத்துறையில் டால்பட்டை விட சிறிதளவே செய்துவிட்டுப் பெரும் புகழடைந்து வந்த ஒருவர் (டாகரி) அவருக்கு இப்போது போட்டியாய்ப் புறப்பட்டு விட்டார். டாகரி தன் கண்டுபிடிப்பின் செயல்முறை பற்றி விவரமாய் எதுவும் கூறாததால், டால்பட்டு இதில் முந்திக் கொள்ளவேண்டுமென்று விரைந்தார். அவர்

இலண்டனிலுள்ள இராயல் கழகத்தில் (*Royal Institution*) ஜனவரி 25 அன்று தன் ''ஒளி'' வரைபடங்களைக் (*photogenic drawings*) காட்சிக்கு வைத்தார். அதன்பிறகு பிறரும் தன் செயல்முறைகளைக் கைக் கொள்வதற்கு வசதியாய் அதைப் பற்றிப் போதிய செய்திகள் அடங்கிய தொழில் நுட்ப அறிக்கைகள் இரண்டையும் அளித்தார்.

தற்காலப் புகைப்படக் கலைக்கு வித்திட்டவர்களில் இவ்விருவரில் எவர் முதல்வர் என்று எப்படிக் கூறுவது ?

10. மக்கள்

(அ) இசை புரந்த சுவாதித் திருநாள்

திருவிதாங்கூர் அரசரான சுவாதித் திருநாள் 1813 ஏப்ரல் 16 அன்று பிறந்தார். இவரது இயற்பெயர் ஸ்ரீஇராம வர்மன். மார்த்தாண்ட வர்மனுக்குப் பிறகு வேணாட்டு அரசர் அனைவரையும் போன்று சுவாதித் திருநாளும் தன்னைப் ''பத்மநாபதாசர்'' என்றே அழைத்துக் கொண்டார்.

இவர் பதினாறு வயதிலேயே கீர்த்தனைகள் எழுதிப் புகழ் பெற்றார். இவர் தியாகராச சுவாமிகளைக் கண்டு இசை இன்பத்தில் திளைத்திருக்க ஆர்வம் கொண்டிருந்தார். அதற்காக, இவர் வடிவேலு என்ற இசைக் கலைஞரைத் திருவையாற்றுக்குச் சென்று தியாகய்யரை அழைத்து வரப் பணித்தார். எனினும் அவர் தியாகய்யரைச் சந்திக்கவேயில்லை.

சுவாதித் திருநாள் கற்றறிந்தவர். பன்மொழிப் புலமையுடையவர். அவர் கிட்டத்தட்ட இந்திய மொழிகள் அனைத்தையும், தங்கு தடையின்றிப் பேசக் கூடியவர், ஆங்கிலம், சம்ஸ்கிருதம், பராசிகன், அரபி போன்ற மொழிகளையும் அவர் கற்றிருந்தார்.

1829

இவர் கர்நாடக இசையில் பல சாகித்தியங்களை இயற்றினார் என்று ஒரு சாராரும், அவரின் ஆதரவிலிருந்த இசைக் கலைஞரான வடிவேலு போன்றவர்களே அவற்றை இயற்றினர் என்று வேறொரு சாராரும் இருபதாம் நூற்றாண்டில் வாதிட்டு வருகின்றனர். இவர் இவற்றை இயற்றவே இல்லை என்பது காலஞ்சென்ற வீணை எஸ்.பாலசந்தரின் கருத்தாகும்.

இவ்வரசரின் காலத்தில் தென் திருவிதாங்கூர்ப் பகுதியாயிருந்த நாஞ்சில் நாடான குமரி மாவட்டத்தில் தாழ்ந்த சாதியார் என்று அழுத்தி வைக்கப்பட்ட நாடார் சம உரிமை கோரிப் பெரும் போரட்டம் நடத்தினர். அவர்களுள் குறிப்பிடத்தக்கவரான முத்துக்குட்டி சாமிகளை இவ்வரசர் சிறையிலடைத்துப் பல கொடுமைகள் செய்தார். சுவாதித் திருநாளின் சாதிக் கொடுமைகளைப் பொறாது வைகுண்டர் என்ற முத்துக்குட்டி சாமிகள் அவரைக் கண்டித்துப் பல பாடல்களைப் பாடியுள்ளார். கேரளத்தில் சாதிக் கொடுமைகளை எதிர்த்துச் சுவாதித் திருநாளின் காலத்தில்தான் முதன்முதலில் போர்க்கொடி உயர்த்தப்பட்டது.

சுவாதித் திருநாள் ஆட்சிக் காலத்தில் மேற்கத்திய நீதியாட்சி முறை 1830 ஆம் ஆண்டுகளில் கேரளத்தில் கொண்டு வரப்பட்டது. பிரிட்டனின் மாதிரியில் சட்டவிதிகள் தொகுக்கப்பெற்றன. ஆட்சி நிர்வாகத் திறமை கருதி, அரசாட்சி அலுவலகங்கள் கொல்லத்திலிருந்து திருவனந்தபுரத்துக் கோட்டைக்கு மாற்றப்பட்டன. இவ்வரசர் தன் பெருமையை விளங்கச் செய்யும் வகையில் இக்கோட்டை வளாகத்தினுள் அரண்மனை கட்டினார்.

மோகினியாட்டம்

கேரளக் கலை இலக்கியம் பற்றிய செய்திகள் முன்னர் (இ.ச.க.தொகுதி-4: 1738 - கட்டுரை) விரித்துரைக்கப்பட்டிருந்தன. அதில் மோகினியாட்டமும் இடம் பெற்றது. மோகினியாட்டம் சுவாதித் திருநாளின் காலத்தில் சிறப்புப் பெறத் தொடங்குகின்றது. மோகினியாட்டம் என்ற கேரள நடனக்கலை வடிவம் தொன்மையானது என்ற கருத்து ஐயப்பாட்டிற்குரியதாகும். எனினும் சுவாதித் திருநாளின் காலத்திலிருந்து இந்நடன வகை ஆதரவு பெற்று மேலெழத் தொடங்குகின்றது. இவரது சிறிது கால ஆட்சியில் மோகினியாட்டம் புத்துயுர் பெறத் தொடங்கிற்று.

சுவாதித் திருநாளும் அவர் காலத்தில் வாழ்ந்த இறையமான் தம்பி, குட்டிக் குஞ்ஞி, தங்கச்சி ஆகியோர் மோகினியாட்டத்திற்காகப் பாடல்கள் எழுதினர். எனினும் சுவாதித் திருநாளுக்குப் பிறகு மோகினியாட்டம் அரச ஆதரவை இழந்தது. அது பின்னர் சீரழிந்ததால் கர்னல் மன்றோ மோகினியாட்டத்தையே திருவிதாங்கூரிலும் கொச்சியிலும் தடை செய்தார். (இந்த இருபதாம் நூற்றாண்டில் மோகினியாட்டம் இந்திய நடன வடிவங்களுள் ஒன்றென்னும் சிறப்பைப் பெற்று வருகின்றது.)

சாகித்திய கர்த்தர்

சுவாதித் திருநாள் ஐநூறுக்கு மதிகமான கீர்த்தனைகள் எழுதினாரென்றும் அவற்றுள் 313 பாடல்கள் மட்டுமே கிடைக்கின்றன என்றும் கூறுகின்றனர். அவர் இயற்றிய பாடல்கள் அனைத்திலும் ''பத்மநாப'' என்ற அவரின் சிறப்புப் பெயர் வருகின்றது என்ற பொதுவான நம்பிக்கை மெய்யன்று; ஏன் என்றால் அவருடைய பெயர் இல்லாத கீர்த்தனைகளும் பலவுள.

அவர் சம்ஸ்கிருதத்தில் 157 பாடல்களும் மலையாளத்தில் 63, இந்துஸ்தானியில் 37, தெலுங்கிலும், கன்னடத்திலும் ஒன்று என்று பல மொழிகளில் பாடல்கள் புனைந்துள்ளார். அவர் ஐந்து தில்லானாக்களும் பாடினார். இவையனைத்தும் அவரது குலக்கடவுளான பத்மநாபசாமி மீது பாடப்பட்டவையாகும்.

எனினும் சுவாதித் திருநாள் தமிழில் எழுதியதாய் ஒரு கீர்த்தனையோ, பதமோ, பாடலோ இதுவரை கிடைக்கவில்லை என்பது குறிப்பிடத்தக்கது.

அவர் பரத நாட்டியம், மோகினியாட்டம் ஆகிய நடன வடிவங்களுக்கென்று 65 பதங்கள் பாடியிருப்பதாய் அண்மையில் (1984) கண்டுபிடித்தனர். அவற்றுள் 56 பதங்கள் மலையாளத்திலும் 10 சம்ஸ்கிருதத்திலும் 5 தெலுங்கிலும் பாடப்பெற்றன. அவர் இயற்றிய பத்தொன்பது சௌக்க வர்ணங்களில் பதினேழு சம்ஸ்கிருத மொழியில் அமைந்துள்ளன. அவர் தெலுங்கில் இரண்டு தான வர்ணங்களை இயற்றியிருக்கின்றார். சுவாதித் திருநாளின் பாடல்கள் அனைத்திலும் சொற் செட்டையும் சம்பிரதாயத்தையும் ஆற்றொழுக்குப் போன்ற செய்யுள் நடையையும் கேட்டு இன்புறத்தக்க இசை நயத்தையும் காண முடியும்.

சுவாதித் திருநாள் ஒரு பாடலை எழுதி, அதைத் தன் அவையிலுள்ள ஒருவரிடம் காட்டி ஆராயச் செய்து, அவரின் கருத்தைக் கேட்பது வழக்கமாம். அவர்களில் சிலர் தம் கருத்தைக் குறித்துப் பாடலை அரசரிடம் திருப்பி அனுப்புவது வழக்கம். சிலர் அதை நினைவுப் பொருளாய்த் தாமே வைத்துக் கொள்வதுமுண்டு. அதனால் அவரின் பல பாடல்களைக் கண்டுபிடிக்க முடியவில்லை.

சுவாதித் திருநாள் பெயரால் தற்காலத்தில் ஒரு சங்கம் தொடங்கப்பட்ட பிறகுதான் அவர் எழுதிய கிருதிகள் மக்களுக்குத் தெரியவந்தன. அரிகேசநல்லூர் முத்தய்ய பாகவதரும் (*1877-1945*), செம்மங்குடி சீனிவாசய்யரும் (*1908-*) சுவாதித் திருநாளின் பாடல்களை இசை மேடைகளில் பாடிய பிறகுதான் அவை செல்வாக்குப் பெற்றன என்ற உண்மைகளின் அடிப்படையில் அவற்றைச் சுவாதித் திருநாள் பாடவில்லை என்ற கருத்து எழுந்தது. இவ்விரு இசைக்கலைஞர்களும் சுவாதித் திருநாள் கிருதிகளை நொட்டேசன் என்ற இசைக் குறிப்புகளுடன் வெளியிட்டுப் பரப்பினர். எனினும் அதற்கு முன்னர் கர்நாடக இசையுலகம் அவற்றை அறிந்திருக்கவில்லை என்பது சரியாகாது என்பது சிலரின் கருத்தாகும்.

(ஆ) உடன்கட்டையேற்றம் சட்டப்படி ஒழிப்பு

கணவன் இறந்தபின், உயிருள்ள மனைவியான கைம்பெண் அவனுடன் சிதையில் ஏறித் தீப்பாயும் சதி என்ற கொடிய வழக்கத்தை ஒழிப்பது என்ற மன உறுதியுடன் பெண்டிங்குப் பிரபு இந்தியத்திற்குத் தலைமை ஆளுநராய் வந்தார். இவர் செயல் முனைப்பும் திறமும் உடையவர். எதிர்ப்புகளைக் கண்டு பின் வாங்காதவர்.

1829

இக்காலத்தில் செத்த கணவனுடன் தீப்பாய்ந்தோர் பற்றிய ஒரு புள்ளி விவரம் நாட்டு நடப்பை நன்குணர்த்தும். சென்னை, பம்பாய், கல்கத்தா என்ற மூன்று மாநிலங்களிலும் *1815 - 1826* காலத்தில் *6632* பேர் உடன்கட்டை ஏறினர் என்பது அரசின் ஆவணங்களில் பதிவானது. வங்கத்தில் சதியானோர் மட்டும் *5997* பேர். இம்மாநிலத்தின் பேக்கர்கஞ்சு (*Backergunj*) மாவட்டத்தில் *1825* இல் மட்டும் ஆயிரக்கணக்கானோர் காலரா கண்டு கவனிப்பாரின்றிச் செத்தனர். இங்ஙனம் மனித உயிர்கள் புழு, பூச்சிகளைப் போல மதிக்கப்பட்டன என்பதை இக்கணக்குகள் காட்டுகின்றன.

பெண்டிங்குப் பிரபு *1829* நவம்பர் *8* அன்று இது குறித்து ஒரு முடிவிற்கு வந்து விட்டார். அன்று நடந்த ஆட்சி மன்றக் குழுக் கூட்டத்தில் மிக நீண்டதும் வெகு கவனத்துடன் தன் எண்ணத்தை எடுத்துக் காட்டியதுமான ஒரு குறிப்பை அவர் ஆய்விற்கு வைத்தார். அவர் என்றென்றும் நினைவில் நிறுத்தத்தக்க தன் முடிவை அதில் தெளிவுபடுத்தியிருந்தார்.

''என் நெஞ்சிலுள்ள முதலாவதும் தலையாயதுமான நோக்கம் இந்துக்களுக்குப் பயன் விளைய வேண்டும் என்பதேயாகும். ...இதை நன்முறையில் உணர்ந்து கொள்வதற்கு முதற்படியாய்ச் சமய நம்பிக்கை, பழக்க வழக்கம் ஆகியவற்றிலிருந்து, குருதி கொட்டுவது, உயிர்க் கொலை போன்றவற்றை நீக்கி விடுவதேயாகும்... நான் இந்துக்களுக்காகச் சட்டம் செய்யும் ஒருவன் என்று இதை எழுதவும் உணரவும் செய்கின்றேன்; நான் நம்புவதைப் போன்றே அறிவார்ந்த இந்துக்களும் நினைக்கவும் உணரவும் செய்கின்றனர் என்று கருதுகின்றேன்.''

''வங்கச் சட்டத் தொகுப்பின் *1829* ஆம் ஆண்டுச் சதிக் கட்டுப்பாட்டு விதி *17*'' (*Sati Regulation XVII* அ.ஈ.*1829 of the Bengal Code*) என்ற சட்டவிதி *1829* டிசம்பர் *4* அன்று சாற்றப்பட்டது. இச்சட்டம் பிறப்பிக்கப்பட்டதை விளக்கித் தலைமை ஆளுநரான பெண்டிங்குப் பிரபு அதற்கு முகப்புரை எழுதியிருந்தார். அச்சட்டத்தின் விதியில்:-

''*II*. சதி என்ற வழக்கம் அல்லது இந்துக் கைம்பெண்களை உயிருடன் எரித்தல் அல்லது கணவருடன் புதைத்தல், இதனால் சட்டத்திற்கு விரோதமாக்கப்படுகின்றது. இச்செயல்கள் குற்றவியல் நீதி மன்றங்களில் தண்டிக்கத்தக்க குற்றங்களாகும்.''

இந்த அறிவிப்பை வங்க மொழியிலும் ஆங்கிலத்திலும் செய்ய வேண்டும் என்று முடிவானது. அதை மொழிபெயர்க்கும் பணி வில்லியம் கோட்டைக் கல்லூரியில் வங்கமொழிப் பேராசிரியராயிருந்த வில்லிய கேரியிடம் *(1761-1834)* விடப்பட்டது.

இந்தப் பணி கேரியை *1829* டிசம்பர் *6* அன்று வந்தடைந்தது. அவருக்கு என்ன செய்வதென்று தெரியவில்லை. அன்று ஞாயிற்றுக்கிழமை. கிறித்தவ சமய சீலரான கேரி ஞாயிற்றுக்கிழமையன்று மத சம்பிரதாயப்படி எப்பணியும் செய்வதில்லை. ஆனால் ஓர் உயிரைக் காப்பதற்காக ஓய்வு நாளன்று *(Sabbath)* வேலை செய்வது வேத விதிக்கு முரணாகாது என்று ஏசுபிரானே கூறியிருப்பதால், பல உயிர்களைக் காக்கப் போகின்ற இச்சட்டத்தை வங்க மொழியில் எழுதும் பணியை மேற்கொள்வது பாவமாகாது என்று மகிழ்ச்சியுடன் அதைச் செய்தார்.

ஒருவர் மனமுவந்து உடன்கட்டை ஏறுவதற்கு உதவி செய்பவர் எவராயினும் அவர் குற்றமெனக் கொள்ளத்தக்க மனிதக் கொலையைச் செய்த குற்றத்திற்கு ஆளாகின்றார் என்று இந்த ஒழுங்குமுறைச் சட்டம் கூறுகின்றது. மேலும் ஒரு கைம்பெண்ணைச் சிதையில் ஏறுமாறு வலுக்கட்டாயப்படுத்தும் எவராயினும் அவருக்கு மரண தண்டனை விதிக்கப்படும்.

இது போன்ற ஒரு சட்டம் *1830* பிப்ரவரி *2* அன்று சென்னையில் நிறைவேற்றப்பட்டது. இங்கு சிலர் இதை எதிர்த்து *1830* ஜனவரி மாதம் அரசமுறை மன்றத்திலும் *(Privy Council)* முறையிட்டனர்.

இருப்பினும் கிழக்கிந்தியக் கம்பெனியின் இலண்டன் இயக்குநர்கள் இதில் வலுவாய் நின்றனர். இராசா இராம மோகனரும் இந்தச் சட்டத்தை மாறாத் திடத்தோடு ஆதரித்தார். அவர் சதியை ஒழித்ததை ஆதரித்து ஒரு விண்ணப்பம் எழுதிக்கொண்டு இலண்டன் சென்று, அதைத்தாமே நாடாளுமன்றத்தில் அளித்தார்.

சனாதனிகள் அரசமுறை மன்றத்தில் செய்த் முறையீடு தள்ளப்பட்டது. இந்தியத்தில் இது குறித்து எந்தக் குழப்பமும் உண்டாகவில்லை.

எனினும் இத்தீய வழக்கம் பல்வேறு நாட்டரசுகளிலும் பாஞ்சாலத்திலும் இரசபுதனத்திலும் தொடர்ந்து நடந்து வந்தது. ஏனெனில் அவை கம்பெனியின் சட்ட, நீதியாட்சி வரம்பினுள் வராத நாட்டரசுகளாய் இருந்தன.

Karlekar, Malavika Voices from Within, Delhi, OUP, 1993.

(இ) தகியரை ஒழிக்க அரசு முயற்சி

ஒன்றுமறியாப் பேதையரான வழிப்போக்கரை ஏமாற்றி அவர்களின் கழுத்தை மஞ்சள் கைக்குட்டையால் சுற்றி நெறித்துக் கொன்று கொள்ளையடித்த ஏமாற்றுக்காரர்களுக்குத் ''தக்' *(thug)* என்று பெயர். ''ஸ்தக்'' என்ற சம்ஸ்கிருதச் சொல்லுக்கு மறைத்து வை என்று பொருள் கொள்கின்றனர். இவர்களைக் குறிக்கத் தகி என்ற சொல்லே சரியென்றால் நாம் இவர்களைத் தகியர் என்போம். எனினும் கழுத்தில் சுருக்கிடுவோர் என்ற பொருளைத் தரும் ''பன்சிதார்'' என்ற சொல்லே இவர்களுக்குப் பொருந்தும் என்று தோன்றுகின்றது. இக்கொடிய வழக்கம் இந்நாட்டில் பன்னெடுங்காலமாய் இருந்து வருகின்றது. தகியர் பற்றிப் பதினான்காம் நூற்றாண்டு வரலாற்றில் குறிப்புகள் காணப்படுகின்றன. அதற்கு முந்திய காலத்திலும் இவர்கள் இருந்திருக்கக்கூடும்.

டெல்லிக்கும், ஆக்ராவிற்கும் நடுவிலுள்ள சாலையில் ''உலகின் மிகத் தந்திரக்காரரான கொள்ளையர் உள்ளனர். அவர்கள் ஆள்களின் பக்கத்தில் வந்து, அவர்களின் கழுத்தில் ஒரு வகையான சுருக்கை வெகு நளினமாய்ப் போட்டு விடுகின்றனர். அதில் சிக்கியவர்கள் தப்புவதில்லை. இவ்வாறு எளிதில் கழுத்தை நெறித்துக் கொன்று விடுகின்றனர்'', என்று ஷாஜகான் ஆட்சிக் காலத்தில் *(1692 -1666)* இந்தியத்திற்கு வந்திருந்த பிரஞ்சு நாடோடியான தேவனோட்டு எழுதி வைத்துள்ளார்.

இத்தகைய கொலைகளை ஓர் இரகசியக் கூட்டம் செய்து வருகின்றது என்பதைப் பிரிட்டிசார் பதினெட்டாம் நூற்றாண்டின் கடைசியில் அறியத் தொடங்குகின்றனர். எனினும் 1829 கடைசி வரையிலும் அவர்கள் மீது ஆக்கமான நடவடிக்கை எதையும் அரசு எடுக்கவில்லை.

தகியர் உத்தரப் பிரதேசத்திலும் நடு இந்தியத்திலும் செழித்திருந்தனர். அவர்களின் தலைமையான புண்ணியத் தலம் காசிக்கு அருகிலுள்ள மிர்சாப்பூரிலிருந்த தொன்மையான காளி கோயிலாகும். அவர்கள் தக்காணத்திலும் நிலவினர்.

1829

தகியர் கதை

நினைவிற் கெட்டாத காலத்தின் முன் வல்லரக்கன் ஒருவன் உலகெலாந்திரிந்து படைக்கப்பட்ட மனிதரை அப்படியே விழுங்கி வந்தான். அப்போது காளி மனிதரைக் காப்பாற்றுவதற்காக, அந்த அரக்கனொடு போர் செய்து அவனை வெட்டி வீழ்த்தினாள். ஆனால் அவன் சிந்திய ஒவ்வொரு துளிக் குருதியிலிருந்தும் ஓர் அரக்கன் தோன்றினான். அவர்களைக் காளி கொல்லக் கொல்ல, அவர்கள் மேன்மேலும் வந்து கொண்டேயிருந்தனர். கடைசியில் காளி அலுத்துச் சோர்ந்து விட்டாள். அவள் தன் கை கால்களில் திரண்ட வியர்வை அழுக்கைக் கொண்டு இருவரை உண்டாக்கினாள். அவர்கள் ஒவ்வொருவருக்கும் சதுரமான மஞ்சள் துணியைக் கொடுத்துத் தரையில் குருதி சிந்தாதவாறு அரக்கர்களின் கழுத்தை நெறித்துக் கொல்லுமாறு ஏவினாள். அவ்விருவரும் காளியின் கட்டளையை ஏற்று அரக்கரனைவரையும் மஞ்சள் கைக்குட்டையால் கழுத்தை நெறித்துக் கொன்றொழித்தனர்.

அவ்விருவரும் தம் கடமை முடிந்ததும் காளியிடம் மஞ்சள் துணிகளைத் திருப்பியளித்தபோது, அவர்கள் அதைத்தன் நினைவாய் வைத்திருந்து, அவற்றைப் பயனுள்ள ஒரு தொழிலில் கருவியாய்ப் பயன்படுத்துமாறு காளி சொல்லி விட்டாள்.

அவர்கள் கொள்ளையடிக்கும் தொழிலைத் தேர்ந்தெடுத்தனர். அதற்கு அவர்களுக்குப் பயன்பட்ட கருவி மஞ்சள் கைக்குட்டை.

தகியரை ஒழித்துக் கட்டிய பெருமை ஸ்லீமன் *(W.H.Sleeman, 1788-1856)* என்ற ஆங்கிலப் படையலுவலரைச் சேரும் இவரைத் தகி ஸ்லீமன் என்றே அதனால் அழைத்தனர்.

Griffiths, Pereival Sir To Guard my People, The History of the Indian Police, London 1971

Walker Benjamim Hindu World, Delhi, 1995

(ஈ) கடன்பட்டுச் சிறை செல்லும் அமெரிக்கர்

அமெரிக்க ஒன்றியத்தில் கடன் தீர்க்க வகையற்று ஆண்டுதொறும் 75,000 அமெரிக்கர் சிறை செல்கின்றனர் என்று அமெரிக்கச் சிறைத்துறை இவ்வாண்டு

அறிவிக்கின்றது. அவர்களில் பாதிக்கு மேற்பட்டோர் இருபது டாலருக்குக் குறைவான தொகையே கடன்பட்டிருந்தனர். மேனாடுகளில் இக்காலத்தில் கடன்பட்டோரைச் சிறையில் தள்ளும் வழக்கம் இருந்தது.

(உ) மெக்சிக்கத்தில் அடிமை முறை ஒழிப்பு

மெக்சிக்கம் (*Mexico*) அடிமை முறையை *1829* செப்டம்பர் *15* அன்று ஒழித்துவிட்டது. எனினும் மெக்சிக்கத்தின் டெக்சஸ் ஆட்சிப் பரப்பில் இச்சட்டத்திற்கு விதிவிலக்கு அளிக்கப்பட்டது என்று நாட்டின் ஆட்சித் தலைவரான வின்செண் கெரரேரோ டிசம்பர் *2* அன்று அறிவித்தார்.

(ஊ) கத்தோலிக்கர் மீதிருந்த சமூகத்தடை நீக்கம்

பிரிட்டனில் டோரிக் கட்சியினர் கடுமையாய் எதிர்த்து வந்த போதிலும் இந்நாட்டில் கத்தோலிக்கருக்கு இருந்து வந்த சமூகத்தடையை நீக்கச் சட்ட முன் வரைவு (*The Catholic Emancipation*) *1829* ஆம் ஆண்டு பிரிட்டீசு நாடாளுமன்றத்தில் நிறைவேறியது. இதுவரை பிரிட்டீசு அரசியலில் தீராத சிக்கலாக இருந்து வந்தது இப்போது வெலிங்டன் தலைமையமைச்சரானதும் தீர்ந்து விட்டது.

இந்தச் சட்டத்தைத் தலைமையமைச்சர் வெலிங்டன் கொண்டு வந்தார். இதனால் கத்தோலிக்கருக்கு இனிமேல் வாக்குரிமை, நாடாளுமன்றத்தில் இடம் பெறும் உரிமை, நீதித் துறையமைச்சர் பதவி போன்ற சில பதவிகளைத் தவிர வேறு எந்தப் பதவியானாலும் அதில் அமரும் உரிமை ஆகியன கிடைக்கும். பிரிட்டனின் உள்ளாட்சி நடப்புகளில் பாப்பரசரின் மேலாண்மை தலையிடுவதை மறுப்பதாயும் பிரிட்டனில் நிலைபெற்றுவிட்ட கிறித்தவத் திருச்சபையைக் குலைப்பதில் ஈடுபடாதிருப்பதாயும் உறுதிமொழி கூறிய பின்னரே கத்தோலிக்கர் மேற்சொன்ன பதவிகளில் அமரமுடியும்.

11. வரலாறு

பராபதிக் கோட்டை அகழ்வு

இந்துக்களால் பெரிதும் போற்றப்படும் மகாநதியும், கத்ஜோடி ஆறும் கிளைக்கும் இடத்தில் அமைந்திருக்கும் கட்டாக்கு நகரில் கற்கோட்டை ஒன்றுண்டு... அரசர் முகுந்ததேவர் இங்கு ஒன்பது மாடிகளைக் கொண்ட ஓர் அரண்மனையைக் கட்டினார். முதல் தளத்தில் யானை இருக்கும் இடங்களும், குதிரைக் கொட்டடிகளும் இருந்தன. இரண்டாந் தளத்தில் பீரங்கிப்படை மூன்றாந் தளத்தில் சுற்றுக்காவலரும், வாயிற்காப்போரும் இருந்தனர். நான்காம் மாடியில் தொழிற்சாலைகள்; ஐந்தில் சமையற்கூட்டம் ; ஆறில் பொது வரவேற்பறைகள்; ஏழில் தனி அறைகள்; எட்டில் பெண்டிர் தங்கு அறைகள்; ஒன்பதாம் தளம் ஆளுநர் துயிலும் அறையாய் இருந்தது.

அக்பரின் (*1542-1605*; ஆ.கா. *1556-1605*) நண்பரும் அமைச்சரும் வரலாற்றாசிரியருமான அபுல் ஃபசல் (*1551-1602*) பராபதிக் கோட்டையில் அமைந்திருந்த மேன்மையான ஒன்பது மாடி அரண்மனையை மேற்சொன்னவாறு வருணித்திருந்தார்.

பராபதிக் கோட்டை ஆறு நூற்றாண்டுகளுக்கு மேல் ஒரிசத்தின் கோநகராயிருந்த கட்டாக்கின் உயிர்நாடியாய் இருந்து வந்தது. கட்டாக்கு ஒரிசத்தின் தொன்மையான

நகரங்களுள் ஒன்று: படை வீடு என்னும் பொருள் தருகின்ற கடக என்ற சமஸ்கிருதச் சொல்லிலிருந்து அதன் பெயர் பிறந்தது. வரலாற்றில் பெருமைமிக்க கட்டாக்கு நகரம் 1989 ஆம் ஆண்டில் தனது ஆயிரமாண்டு விழாவைக் கொண்டாடியது. அது அரசாட்சி மையமாய்ப் பன்னெடுங்காலம் விளங்கி, இன்று சுறுசுறுப்பான பெரிய வணிக மையமாய்ப் படிமுறை வளர்ச்சி பெற்றுள்ளது. காலத்தின் அழிவிலிருந்து இந்நகரைக் காப்பதற்கு ஒரிச அரசு பல்வேறு பணிகளை மேற்கொண்டுள்ளது.

அரசர் நிருப கேசரி கி.பி. 989 ஆம் ஆண்டில் கட்டாக்கு நகரை நிறுவினார் என்று பூரி ஜகநாதர் வரலாறு கூறும் மதல பஞ்சி என்ற நூலில் கூறப்பட்டுள்ளது. புகழ்பெற்ற வரலாற்றாசிரியரான ஸ்டிர்லிங்கு அந்நூலிலுள்ள செய்திகளை வைத்துக் கருத்துக் கூறியுள்ளார். (ஸ்டிர்லிங் தான் காரவேலனின் ஆத்தி குடும்பக் கல்வெட்டைக் கண்டுபிடித்தவர்.) நிருப கேசரியையடுத்து ஆட்சிக்கு வந்த மார்க்க கேசரி கட்டாக்கு நகரை மேம்படுத்தும் பணிகளை வரிசையாய் மேற்கொண்டார். அவர் கத்ஜோடி ஆற்றின் குறுக்கே கட்டியுள்ள மிகவும் அருமையான கல்கரை அவரின் பணிகளுள் குறிப்பிடத்தக்கதாகும். நகரினுள் ஆற்று வெள்ளம் பாய்வதைத் தடுப்பதற்காக அவர் 1006 ஆம் ஆண்டில் அந்தக் கல்லணையை எழுப்பினார்.

எனினும் பேரரசாட்சி புரிந்த கங்கரின் முடியாட்சிக் காலத்தில் தான் (சு.1118-1434) கட்டாக்கு நகரம் மெய்யாகவே முதன்மையடைந்தது. ஒரிசத்தில் கங்கர் குடியைத் தோற்றுவித்த அனந்தவர்ம சோழகங்க தேவர் (சு.1118-1148) நகரைக் காளிங்க நகரிலிருந்து கட்டாக்கிற்கு மாற்றினார். (இவ்வரசர் பற்றி இ.ச.க.தொகுதி-6)

கட்டாக்கு நகரம் மகா நதியும் கத்சோடியும் வடிகின்ற நிலப்பகுதியில் அமைந்திருந்தமையால், அதில் போரியல் சாதகங்கள் இருந்தன என்பது தெளிவு. நீர் வழிகளும், சாலை வழிகளும் கட்டாக்கைத் தெற்கு, வடக்கு, மைய இந்தியத்துடன் இணைக்கின்றமையால், தொழிலும் வாணிபமும் செழித்ததாய் விளங்கிற்று, அது பரந்த கங்கப் பேரரசின் கோ நகரமாய்ச் சிறந்தது. அனங்க பீமதேவர் அந்நகரைச் சுற்றிலும் மதில்களை எழுப்பி வலுப்படுத்தினார். அவரது ஆட்சிக் காலத்தில் (1216-1229) 1229 ஆம் ஆண்டில் பராபதிக் கோட்டை கட்டப்பெற்றது.

கங்கரையடுத்து அரசோச்சிய இடைக்கால அரச குடிகளின் ஆட்சியில், இக்கோநகரின் சிறப்பு மேலும் ஓங்கியது. எனினும் சிறிது காலம் ஆட்சி செய்த போயி (Bhoi) குடியின் காலத்தில் வஞ்சகம், சூழ்ச்சி, பதவிப்போட்டி முதலியன மலிந்திருந்தன. ஒரிசத்தின் கடை அரசரான முகுந்த தேவ அரிச்சந்தனர் (1560-1568) இறந்ததும் கட்டாக்கு முஸ்லிம்களின் மேலாண்மையில் இருந்து, பின்னர் அவர்களின் ஆளுகைக்குள் வந்தது.

பதினெட்டாம் நூற்றாண்டின் தொடக்கத்தில் முகலாயர் ஆட்சி தாழ்ந்ததும், ஒரிசம் அந்நூற்றாண்டின் நடுவில் (1751) மராட்டியர் கைக்குச் சென்றுவிட்டது. கட்டாக்கு இக்காலத்தில் முதன்மையான வாணிப மையமாய்ச் செழித்தது. ஏனெனில் நாகபுரி மராட்டியரும் வங்கத்து ஆங்கில வணிகரும் தொடர்பு கொள்வதற்கு வசதியான இடத்தில் கட்டாக்கு இருந்தது.

ஆங்கிலேயர் கட்டாக்கை 1803 ஆம் ஆண்டில் கவர்ந்தனர். அந்நகரம் பிரிட்டீசு ஆட்சியின் தொடக்கத்தில் கவனிப்பாரற்றுப் புறக்கணிக்கப்பட்டதால் சீர் கெட்டது. அப்போது அடுத்தடுத்துப் பஞ்சங்கள் வந்ததாலும் கட்டாக்கு மேலும் இன்னலுற்றது.

இருப்பினும் இந்நகரைப் புதுப்பித்துச் சிறப்பாக்க வேண்டியதன் இன்றியமையாமையை ஆங்கிலேயர் மெல்ல மெல்ல உணர்ந்தனர்.

உலகத்தின் பண்டை நாகரிக மையங்களை அகழ்ந்து அவற்றின் மேன்மையான தொன்மையை வெளிச்சத்திற்குக் கொண்டுவரும் நோக்குடன் ஐரோப்பியர் பல இடங்களை அகழ்ந்தனர். அதைப்போன்று பராபதிக் கோட்டையை அகழ்ந்தெடுக்கும் பணியைப் பிரிட்டிசார் 1829 ஆம் ஆண்டு முதல் மேற்கொண்டனர். அந்தக்கோட்டை இருந்த இடம் மண்மேடிட்டுப் போயிருந்தது. அதன் கீழே தங்கப்புதையல் இருப்பதாய்ச் செவி வழிச்செய்திகள் கூறின. பிரிட்டிசார் அம்மண்மேட்டை அகழ்ந்ததும் அதனுள்ளே பெரிய கோட்டை இருந்ததை வெளிக் கொணர்ந்தனர். ஆனால் எல்லோரும் நம்பியதைப்போன்று அங்கு தங்கக் குவை எதுவும் கிடைக்கவில்லை.

12. இறப்பு

லமார்க்கு (1744 -1829)

பிரஞ்சு இயற்கையியலாரான ஷா பாப்டிஸ்டு பியரே அண்டாயின் தெ மோனே லமார்க்கு (*Jean Baptrist de Monet Lamarck, 1744-1829*) உயிர்களின் படிமுறை வளர்ச்சி பற்றிய தனது கொள்கையை விளக்கியுரைத்தவர். (இ.ச.க.தொகுதி-11)

ஓர் உயிரி ஓர் உறுப்பைக் கூடுதலாய்ப் பயன்படுத்துவது அல்லது பயன்படுத்தாது போவது அல்லது சுற்றுச்சூழல் ஆகியன காரணமாய் மரபுக் கூறுகள் அமையும் என்பது அவரது கொள்கையாகும். லமார்க்கின் கொள்கைக்கு அவரது காலத்திலேயே ஆதரவு இல்லாது போயினும் அதை ஏற்றுக் கொள்வோர் இன்றும் உளர். அவர் பிரான்சிலுள்ள பேசண்டின் (*Bazentin*) என்ற ஊரில் 1744 இல் பிறந்தார். இந்த 1829 ஆம் ஆண்டு இறந்தார்.

1830

அரசியல்

    பெல்ஜியம் விடுதலை
    பிரிட்டனின் தலைமை அமைச்சர் கிரே
    பிரிட்டீசு அரியணையில் நான்காம் வில்லியம்
    பாரிஸ் புரட்சியும் பத்தாம் சார்லஸ் நீக்கமும்
    அமெரிந்தியரை அப்புறப்படுத்தும் சட்டம்
    அல்ஜீரியம் பிரஞ்சுக்காரர் கவர்தல்
    சங்கோலி இராயண்ணாவிற்குத் தூக்கு

அறிவியல்

    நுண்ணோக்கி: தோற்றுவாயும் வளர்ச்சியும்
    அறிவியல் ஆய்வு வெளியீடுகள் வரலாறு
    இலண்டனில் நிலவியல் சங்கம் தோற்றம்
    விண்மீன் பட்டியல்
    நீருள் மூழ்கும் முதல் முயற்சி வெற்றி

சமயம்

    மார்மன் திருச்சபை அமைப்பு

கலை, இலக்கியம்

    சரபோசிக் குறவஞ்சி
    நள சரிதம் பாடிய அரூர் பட்டாத்திரி
    பம்பாயில் பொது நூலகம்
    வங்க மொழி இதழ்கள்

கல்வி

    உயர் வகுப்பினர்க்கே கல்வி - கம்பெனிக் கொள்கை

தொழில், வாணிபம்

காட்டனும் கல்லணையும்
பிரிட்டீசு இந்திய வணிகச் சங்கங்கள்
வங்கத்தில் பிரிட்டீசு நிறுவனங்கள் நொடிப்பு

போக்குவரவு

இந்தியத்தின் முதல் நெடுஞ்சாலை
பால்டிமோர் - ஒகையோ இருப்புப்பாதை

மக்கள்

ஆர்தர் காட்டன்
சென்னையிலும் சதி ஒழிப்புச் சட்டம்
பிரிட்டனில் உழவர் கலகங்கள்
உலக மக்கள் தொகை 100 கோடி
அமெரிக்க மக்கள் தொகை
ஐரோப்பிய மக்கள் தொகை
மேலான சுற்றுப் பயணம் முடிதல்

பொது

ஹோப்பு வைரம்
முதல் மேடைத் தராசு

வரலாறு

பெல்ஜிய வரலாறு
அல்ஜீரிய வரலாறு
அறிவியல் வரலாற்றுத் தந்தை காம்டி
நுண்ணோக்கி
அறிவியல் வெளியீடுகள்

இறப்பு

சைமன் பொலிவா (1783 - 1830)

1830

1830

1. காட்டனும் கல்லணையும்

பத்தொன்பதாம் நூற்றாண்டு இந்தியத்தின் பல்துறை எழுச்சி நோக்கிய வரலாற்றில் ஐரோப்பியர் பலரும் தம் முத்திரையைப் பதித்துள்ளனர். அவர்களுள் ஆர்தர் காட்டன் (*Arthur Cotton, 1803-1899*) என்ற பொறியாளர் நினைவு கொள்ளத்தக்க அரும் பணிகளை இங்கு ஆற்றியுள்ளார்.

அவர் மிகச் சிறந்த நீர்ப் பாய்ச்சல் பொறியாளர். இங்கிலாந்து நாட்டவர். அவர் இப்பணியில் தன்னை முற்றிலும் ஈடுபடுத்தியமையால், பல மில்லியன் ஹெக்டேர் பரப்புள்ள தரிசு நிலங்கள் பசுமை படரும் விளைநிலங்களாயின. அவர் இந்தியத்திற்குப் பேருதவி செய்த மாமனிதர் என்று கருதப்படுவது எல்லா வகையிலும் பொருந்தும்.

ஆர்தர் காட்டன் 1803 மே 15 அன்று ஹென்றி கால்வெலி காட்டன் (*Henry Calveley Cotton*) என்றவரின் பத்தாவது மகனாய்ப் பிறந்தார் அவர் பதினாறரை வயதிலேயே இராயல் பொறியியல் படையில் (*Corps of Royal Engineering*) சேர்ந்து விட்டார். அவர் பயிற்சிக் காலத்தின் போது மிகச் சிறப்பாய்ச் செயல்பட்டதால், தேர்வு இல்லாமலேயே படையில் சேர்த்துக் கொள்ளப்பட்டார்.

காட்டன் 1821 ஆம் ஆண்டு சென்னை வந்து இறங்கினார். அவருக்கு அப்போது வயது பதினெட்டு. அவர் அப்போதைய சென்னை மாநிலத் தலைமைப் பொறியாளர் அலுவலகத்தில் பணிக்குச் சேர்ந்தார். அவர் தென் மண்டல ஏரிகள் துறையின் தலைமைப் பொறியாளருக்கு உதவியாளராய் 1822 ஆம் ஆண்டில் அனுப்பி வைக்கப்பட்டார். காட்டனிடம் கோயமுத்தூர், மதுரை, திருச்சிராப்பள்ளி, தஞ்சாவூர், திருநெல்வேலி மாவட்டங்களிலுள்ள ஏரி, கண்மாய், குளங்களைக் கவனிக்கும் பணி ஒப்படைக்கப்பட்டது.

அவர் 1824 இல் லெப்டினனண் என்ற பதவி உயர்வு பெற்றுச் சென்னைக்கருகிலுள்ள பரங்கிமலையிலிருந்த படைக் கட்டடங்களுக்குப் பொறுப்பான அலுவலராக்கப் பட்டார். அவர் முதல் பர்மியப் போரிலும் கலந்து கொண்டார்.

பின்னர் அவர் பர்மாவிலிருந்து 1826 இல் சென்னை திரும்பி ஏரித் துறையின் மைய மண்டலத்தில் மேற்பார்வைப் பொறியாளராய் அமர்த்தப்பட்டார். அவர் பிறகு கேப்டனாய்ப் பதவி உயர்வு பெற்றார். காவிரி நீர்ப் பாய்ச்சல், பாம்பன் கால்வாய் விரிவு ஆகிய பணிகளுக்கும் அவர் பொறுப்பாயிருந்தார். அவர் 1830 ஆம் ஆண்டில் கல்லணையில் நீரோட்டத் துப்புரவு மடைகளைக் (*Scouring Sluices*) கட்டினார். அடுத்து 1832 இல் கொள்ளிடத்தின் கீழ் மேல் அணைக்கட்டுகளைக் கட்டுவதற்கு வேண்டிய திட்டங்களை வகுத்தார்.

காவிரியில் குறுக்கணைகள்

காட்டன் காவிரியின் மணற்படுகை மீது நின்ற கல்லணையை மேன்மையான அணைக்கட்டு (*Grand Anicut*) என்றழைத்தார். அது பல நூற்றாண்டுகளாய் நின்று நிலவுவதைக் கண்டு காட்டன் வியந்தார். கல்லணை சங்க கால வேந்தரான கரிகால் சோழனால் (சு.கி.பி. 50 - 95) கட்டப்பட்டது என்பது வரலாறு.

காட்டன்

1830

மணற் பாங்கான ஆற்றுப் படுகை மேல் நீரணைக் கட்டுமானத்தை எழுப்பும் தொழில் நுட்பத்திறன் உருவாகாத காலத்தில் கல்லணை கட்டப்பட்டது. சுமார் முதல் அல்லது இரண்டாம் நூற்றாண்டைச் சேர்ந்த மாபெரும் கட்டுமான வல்லுநர்கள் கல்லணைக்கு எவ்வாறு கடைகாலிட்டனர் என்பதைக் காணவேண்டும் என்ற அடங்கா ஆர்வம் காட்டனுக்கு இருந்தது.

காட்டன் கல்லணையின் கிழக்குப் பக்கத்துக்குக் கடைசிப் பகுதியில் ஐந்து மதகுகளுக்கு வடிவமைத்து அவற்றைக் கட்டியெழுப்பினார். அவர் அங்கு கடைகாலிடுவதற்காக மணலைத் தோண்டியபோது மணல் படுகையின் அடியில் அசைந்து கொடுக்காத களிமண் அடுக்குகளில் பதிந்திருந்த பெரும் பாறைகளைக் கடைகாலாய் வைத்து அதன் மீது கட்டுமானம் எழுப்பப் பட்டிருந்ததைக் கண்டார். காவிரி, பெண்ணாறு ஆகிய ஆறுகளின் முகத்துவாரங்களை வண்டல் மண் அடைத்து விடாமல் மிகவும் திறமையான முறையில் நீர் பாயும் பணி நடைபெறுவதற்கு உதவியாய்க் காட்டன் கட்டுவித்த துப்புரவு மதகுகள் அமைந்தன.

கொள்ளிட ஆற்றின் குறுக்கே முக்கொம்பு என்ற இடத்தில் மேலணை கட்டப்பட்டதால் காவிரிக்குள் நீர் பாய்வதற்கு வேண்டிய தண்ணீரைத் திருப்பி விடுவதற்கு வழி ஏற்பட்டது. கொள்ளிடத்தின் கீழே அமைந்த கீழணையின் தண்ணீர் வீணாய்க் கடலில் சென்று பாயாமல் வீராணம் ஏரிக்குள் விழுந்து பல்லாயிரக்கணக்கான ஹெக்டேர் பரப்புள்ள பயிர் செய் நிலங்களுக்குத் தண்ணீர் பாய வழியுண்டானது. காட்டன் இக்காலகட்டத்தில் நிறைவேற்றிய இப்பணிகள் தனித்தன்மை வாய்ந்தன. வெகு துணிச்சல் மிக்கனவுமாகும். மிகுந்த மன உறுதியுடன் அசையாத பற்றுக் கொண்டு நிறைவேற்றப்பட்ட அரும் பணிகள் என்று காட்டனுக்கு மேலேயிருந்த அலுவலர்கள் அவரைப் பாராட்டினர்.

''கர்னல் காட்டன் பணவசதி மிகவும் சுருக்கமாயிருந்த நேரத்தில் மிகுந்த இக்கட்டான சூழ்நிலையில் பெரிய எதிர்ப்புகளையும் மீறித் தனிப்பட்ட முறையில் பெரும் பொறுப்புகளை ஏற்றுக் கொள்ளிடத்தின் குறுக்கே மேலணையைக் கட்டுவது என்ற முதல் நடவடிக்கையைத் துணிச்சலொடு பெரிய அளவில் மேற்கொண்டதால் தான் தஞ்சைத் தரணி நிலையான செழிப்பை அடைந்தது என்பதில் ஐயமில்லை.'' இவ்வாறு காட்டனைப் பாராட்டுவர்.

சென்னைத் துறைமுகம்

கரைக்கு இணையாகவே கொத்தாத சிறு பாறைகளைக் கொண்டு கரை அமைத்துச் சென்னைத் துறைமுகத்தை உருவாக்கலாம் என்ற கருத்தைக் காட்டன் கூறினார். அவர் துறைமுகத்திற்குக் கட்டுமானப் பொருள்களைக் கொண்டு வருவதற்காகச் சென்னைக்கும் செங்குன்றத்திற்கும் இருப்புப் பாதை போடச் செய்தார். இதுவே இந்தியத்தில் போடப்பட்ட முதல் இருப்புப் பாதையாகும். அவர் இப்பணியை முடித்ததும் உடல் நலம் குன்றவே, ஆஸ்திரேலியம் சென்று விட்டார்.

அவர் ஆஸ்திரேலியத்தில் இருந்தபோது எலிசபெத்து லியர்மண் (*Elizabeth Learmonte*) என்ற பெண்ணை 1841 அக்டோபர் 29 அன்று மணந்தார்.

கோதாவரியில் கட்டுமானங்கள்

அவர் விடுப்பிலிருந்து சென்னை திரும்பியதும் வால்டயரில் ஒரு சர்ச்சைக் கட்டும் எளிமையான பணி அவரிடம் தரப்பட்டது. (வால்டேர்: இது ஆந்திரத்தின் விசாகப்பட்டின மாவட்டத்திலுள்ள ஊர். தெலுங்கில் வாலு என்றால் சரிவான என்றும் ஏறு எனின் ஆறு என்றும் பொருள். இதற்குச் சரிவான ஆறு என்றும் பொருள் கொள்ளலாம். வால்தேறு என்று தெலுங்கில் வழங்கிய பெயர் திரிந்து வால்டேர் ஆனது. இது கடலைப் பார்க்க அமைந்த உயரமான ஊராகும். கடலிலிருந்து மேற்கில் சுமார் அரைக் கிலோ மீட்டர் தொலைவு இருக்கும். அக்காலத்தில் விசாகப்பட்டினத்தில் பணி புரிந்த ஆங்கில அலுவலரனைவரும் வால்டேரில் குடியிருந்தனர்.)

1830

காட்டன் வால்டேரில் இருந்த காலையில் கரையோரப் பகுதியையும் கோதாவரி வடிநிலப் பகுதியையும் ஆராயும் வாய்ப்புக் கிடைத்தது. அவர் அங்கு தான் மிகச் சிறந்த பொறியியல் பணிகளைச் செய்திருக்கின்றார். அவர் விசாகப்பட்டினக் கரையோரமாய்ப் பல அலைகரைகளை (*Groynes &breakwaters*) நிறுவினார். அவை மிகவும் பயனுள்ளவையாயின.

கோதாவரி அவரது கடின உழைப்பிற்கும் ஆழ்ந்து முனைந்து செயல்படும் ஊக்கத்திற்கும் அவற்றால் கண்ட மாபெரும் வெற்றிக்கும் காரணமானது. கோதாவரி ஆற்றில் பலகோடி கியூசக்கு நீர் பாயும் போதெல்லாம் கோதாவரி மாவட்டம் அடிக்கடி பஞ்சத்தால் வாடி வந்தது. (*Cusec* : என்பது ஒரு விநாடியில் பாயும் ஒரு கன அடிநீர்.) அவர் அந்த ஆற்றின் குறுக்கே தவளேசுவரத்தில் ஓர் அணையைக் கட்டத் திட்டமிட்டார். (கோதாவரி பற்றியும் அதன் குறுக்கே அணை கட்டப்பட்டது குறித்தும் 1852 ஆம் ஆண்டுக் கட்டுரையில் இ.ச.க. 16 ஆம் தொகுதியில் காணலாம்.)

காட்டனின் இலட்சியம்

இந்தியத்தில் பெரிய நீர்த் தேக்கங்களைக் கட்ட வேண்டும். இந்தியத் துணைக் கண்டம் முழுமையிலும் கலஞ் செலுத்தத்தக்க கால்வாய்களைக் குறுக்கும் நெடுக்குமாய் வெட்ட வேண்டும் என்பது அவரின் உள்ளம் நிறைந்த விருப்பமாயிருந்தது. வெகுநீளமான இருப்புப் பாதைகளை அமைப்பதைவிட நாடெங்கும் பின்னல் வலை போன்று கலஞ் செலுத்தத்தக்க கால்வாய்களை அமைப்பதே மேல் என்று அவர் உறுதியாய் நம்பினார். நீர் வழிகளில் சரக்குகளை மிக மலிவாய்க் கொண்டு செல்லலாம். இருப்புப் பாதைகளை அமைக்கப் பெரிய அளவில் முதலிடுவது என்பது, நாட்டு மக்கள்

தம் பண்டங்களைக் குறைந்த செலவில் ஆங்காங்கே கொண்டு சென்று விற்பனை செய்யும் வசதியை மறுப்பதாகும் என்று அவர் வெகு வேகமாய்க் கூறிவந்தார்.

காட்டன் 1853 வாக்கில் சென்னை மாநிலத் தலைமைப் பொறியாளராய் அமர்த்தப்பட்டார். பின்னர் எவ்விதமான சிறப்புப் பணியும் இல்லாத அவரைச் சென்னையில் பொறியாளர் தளபதியாய் (Commandant Engineer) அமர்த்தினர். அவர் அரசிற்குப் பொறியியல் தொடர்பான பணிகளில் ஆலோசகராய் இருந்து வந்தார். அவர் சென்னையில் மட்டுமன்றி, இந்தியம் முழுமையிலும் நீர் பாய்ச்சல் தொடர்பான அனைத்துத் துறைகளிலும் முதன்மையான வல்லுநராய் விளங்கினார்.

அவர் ஒரிச மாநிலத்திற்கென்று நீர் பாய்ச்சல் திட்ட அறிக்கை ஒன்றை எழுதினார். உத்தரப் பிரதேசத்தில் இராஜ மகால் என்ற இடத்தில் கங்கையின் குறுக்கே ஓர் அணை கட்டி, அதிலிருந்து கால்வாய் வெட்டி நிலங்களுக்கு நீர் பாய்ச்சவும் கல்கத்தாவிற்குக் குடிநீர் வழங்கவும் திட்டமிட்டார். சர் பிராபி காட்லே கங்கையில் நிறைவேற்றிக் கொண்டிருந்த கால்வாய்த் திட்டம் பற்றியும் காட்டன் ஓர் அறிக்கை தந்தார்.

காட்டன் 1860 வாக்கில் இந்தியத்தை விட்டு நீங்கினார். காட்டன் மேஜராகி இறுதியில் ஜெனரல் என்ற உயர் பதவியை எட்டினார். அவர் இங்கிலாந்தை அடைந்ததும் அவருக்குப் பெருந்தகை என்ற சர் பட்டம் தரப்பட்டது. அவருக்கு இலண்டனில் பொது விருந்தும் தந்தனர்.

அவர் இந்தியத்தில் ஆற்றி வந்த கடும் உழைப்பு மிக்க பணிகளிலிருந்து ஓய்வு பெற்றாரெனினும், அவரது பற்றும் பரிவும் இந்தியரின் நலன்கள் மீதே இருந்தன. அவரால் இந்தியத்திற்கு மேலும் பல பணிகளைச் செய்ய முடியும்; அவற்றைக் கட்டாயம் நிறைவேற்ற வேண்டும் என்று காட்டன் எப்போதும் எண்ணி வந்தார். அவர் இடைவிடாது பல கடிதங்கள் எழுதிக் கொண்டிருந்தார். இந்தியம் முழுமையிலும் பரந்த அளவில் பயிர் செய் நிலங்களுக்கு நீர் பாய்ச்சுவதற்குப் பெரிய நீர்த் தேக்கங்கள் அமைக்க வேண்டுவதன் இன்றியமையாமையை ஆட்சியாளர்க்கு உணர்த்துவதற்காகக் காட்டன் அவர்களை அடிக்கடி கண்டு பேசி வலியுறுத்தினார்.

இந்திய மக்களின் வாழ்க்கையில், மிகுந்த ஆளுகை கொண்டிருந்த உப்பு வரி போன்ற துறைகளிலும் காட்டன் ஆர்வம் காட்டி வந்தார். மக்களின் உயிருக்குத் தீங்கிழைக்கும் வகையில் பிரிட்டீசு அரசு தீய அபினி வாணிபத்தில் பொருளீட்டி வந்ததைக் காட்டன் கண்டித்தார். அவர் இந்தியத்திலிருந்த தன் நண்பர்களுடன் கடிதத் தொடர்பு வைத்திருந்தார். காட்டன் இந்நாட்டிற்காக அலுப்புச் சலிப்பின்றிப் பலதடவை அரசிடம் முறையிட்டு வந்தார்.

சர் ஆர்தர் காட்டன் மெய்யான கிறித்தவர். அவர் தன் சமயத்தின் மீது அழுத்தமான பற்றுக் கொண்டு, மனித இனத்திற்குத் தொண்டாற்றும் பணியில் தன்னை ஈடுபடுத்தினார். அவர் தன் வாணாளில் எஞ்சிய முப்பதாண்டுகளில் கள்ளுண்ணாமைக் கொள்கையை ஆதரித்து வந்தார். அவர் மரணப் படுக்கையில் கூடப் பிராந்தியையோ, பிற போதைப் பொருள்களையோ தீண்டவில்லை. அவருக்கு வாழ்க்கையில் பல இன்னல்கள் நேர்ந்த போதும் மகிழ்ச்சியாகவே இருந்தார். அவர் 1899 சூலையில் காலமானது வரையிலும் 96 ஆண்டுக் காலம் சுறுசுறுப்பான வாழ்க்கை நடத்தி வந்தார்.

Mohana Krishnan, A. Sir Arthur Cotton, Dedicated Irrigation Engineer, The Hindu, 23, Dec. 1992.

2. இந்தியத்தின் முதல் நெடுஞ்சாலை

சாலை அமைப்புகளின் தோற்றுவாய் ஐயாயிரம் ஆண்டுகளுக்கு முற்பட்ட மெசபடோமியம் வரை செல்கின்றது. இந்தியத்திலும் வெகு தொன்மையான கால முதல் சாலைகளும் பெரு வழிகளும் வடக்கிலும் தெற்கிலும் இருந்தன. சங்க காலத்தின் பிற்காலத்தில் வடுக வழி என்ற கீழக் கடற்கரையோரப் பாதை ஒன்று இருந்தது என்பதைக் கல்வெட்டுகள் காட்டுகின்றன. பல்லவ, சோழர் காலங்களில் அது தமிழகத்தையும் ஆந்திரத்தையும் பாரதத்தையும் இணைத்தது. ஆனால் சங்க காலத்தில் இவ்வழி காடுகள் மண்டி எளிதில் கடக்க முடியாததாயிற்று.

வரலாற்றில் பேரரசுகளை வழிநெடுகிலும் கட்டிக் கொண்டே சென்றவர்களில், சாலைகளின் இன்றியமையாமையை நன்குணர்ந்தவர்களில் ரோமானியர் முதன்மையானோர் என்பது சாலப் பொருந்தும். ரோமானிய நாகரிகத்தின் வலைப் பின்னல் போன்ற நிலவழிச் சாலைகளின் தடங்கள் பிரிட்டனிலும் ஐரோப்பியத்திலும் சில இடங்களில் இன்றும் உள.

இந்தியத்தில் போகின்ற போக்கில் எல்லாம் திக்கிலெல்லாம் புதுப்புது நிலங்களைப் பொறுக்கி எடுத்துக் கொள்வது போல் பிரிட்டீசு முன்னோடியர் இந்தியத்தின் நான்கு திக்குகளிலும் கால் பரப்பிச் சென்ற போதும் இராணுவ நோக்கில் தான் ரோமானியர் போன்று பாட்டைகள் போடத் திட்டமிட்டனர்.

கிழக்கிந்தியக் கம்பெனியின் ஊழியத்தில் பிரிட்டனின் தேர்ச்சி பெற்ற நில அளவை வல்லுநர்கள் பதினெட்டாம் நூற்றாண்டிலேயே இருந்தனர். அவர்களின் இன்றியமையாமையை உணர்ந்த இராபட்டு கிளைவு *(1725-1774)* வங்க ஆளுநர் பதவியை மீண்டும் ஏற்க *1765* ஆம் ஆண்டு கல்கத்தா திரும்பியதும் கேப்டன் ஜேம்ஸ் ரென்னல் *(Captain James Rennel, 1742-1830)* என்றவரை நில அளவைப் பணியில் அமர்த்தினார். அதிலிருந்து *1767* ஆம் ஆண்டில் நில அளவாய்வுத் துறை இந்தியத்தில் பிறந்தது (இ.ச.க.தொகுதி-7: *1767* கட்டுரை)

கிளைவின் இந்நடவடிக்கை ஆழ்ந்த முன்னோக்குடையது என்பதை அவர் அப்போதே உணர்ந்திருந்தார். ரென்னலின் கீழும் அவரையடுத்து வந்த வல்லுநரிடமும் பணியாற்றிய அளவாய்வாளர்கள் பரந்த பாரதத்தின் காடுகளிலும் மேடுகளிலும் பள்ளத் தாக்குகளிலும் ஆறுகளிலும் மலைகளிலும் பல்வேறுபட்ட திசைகளிலும் பல வகையான அளவாய்வுகளை மேற்கொண்டனர். அவர்கள் கிளைவு போன்ற பேரரசச் சிற்பிகளின் பணியை எளிதாக்கும் அடிப்படை வேலைகளைச் செய்து முடித்து விட்டனர்.

இத்தகைய அளவாய்வுகளில் முதலாவது நில அளவாய்வேயாகும். கம்பெனி இதற்குத் தான் உயர் முதன்மை தந்தது. ஏனெனில் கம்பெனி புதிதாய் வளைத்துப் பிடித்த நிலப்பரப்புகளைத் தன் ஆட்சிப் பரப்பினுள் ஆக்கமாய்க் கொண்டு வருவதற்கு நில அளவை இன்றியமையாததாகும்.

கிழக்கிந்தியக் கம்பெனி வங்கம் என்ற பெரிய நிலப்பரப்பை முகலாயரிடமிருந்து பெற்றுவிட்டபோதிலும் ஆக்கத் திறமையையும் வாணிப வளர்ச்சியையும் நம்பி நின்ற நிறுவனமாய்த் தான் இருந்து வந்தது. இங்கிலாந்து இக்கம்பெனியை அரசப் பேராளரான தலைமை ஆளுநரின் வழியே தன் கட்டுக்குள் வைத்திருந்த போதிலும், அது ஆதாய நோக்கமுள்ள வணிக நிறுவனமாகவே செயல்பட்டது.

எண்ணற்ற சிறு நிலவுடைமையாளர்கள் இதற்கு முன்னர் பெரிதும் கொடுங்கோலரான அரசர்களின் கீழ் இருந்து வந்த நிலை மாறியது. இப்போது அவர்கள் கம்பெனிக்கு வரி செலுத்த வேண்டியவர்களானார்கள். கம்பெனி அவர்களுக்குச் சரியான வரி விதித்துச் சல்லி குறையாமல் வரியைத் தண்ட வேண்டும். அதற்கு நிலத்தைத் துல்லியமாய் அளந்து அதனடிப்படையில் வரி விதிக்க வேண்டும்.

இத்தகைய அளவைப் பணிகளில் பிரிட்டீசு அலுவலர் ஒருவரின் கீழ் பயிற்சி பெற்ற இந்திய ஊழியர்கள் (கலாசிகள்) பணி செய்து வந்தனர்.

தட அளவாய்வுகள்

வரி வருவாய் நில அளவைகளைப் போலவே தட அளவாய்வுகளும் மிக முக்கியமான பணிகளாகும். கம்பெனியின் ஆட்சிக்குள் வந்துவிட்ட புதிய பரப்புகளில் சட்டத்தையும், ஒழுங்கையும் நிலைக்கச் செய்வதற்கும் ஆள்களையும் பண்டங்களையும் துரிதமாய் ஆங்காங்கே கொண்டு சென்று கிளர்ச்சிகளையும் ஆயுதமேந்திய கொள்ளையினரையும் ஒடுக்குவதற்கும் தட அளவாய்வுகள் மிகவும் இன்றியமையாதனவாகும். அதற்குச் சரியான, நல்ல நிலப்படங்கள் வேண்டும்.

ஆதலால் நில அளவாய்வுத் துறையின் சுருக்கமான பணியாளர்களிலிருந்து தட அளவாய்விற்கென்று ஒரு பகுதியினரைக் கடினமான இப்பணியில் ஈடுபடுத்த நேர்ந்தது. இத்தகைய தட அளவாய்வுகளே இந்தியத்தில் முதல் சாலையமைப்பிற்கு வழிவகுத்தன.

படைகளின் இயக்கத்திற்கென்று சாலை அமைக்கும் பணியில் முதல் தலைமை ஆளுநரான வாரன் ஹேஸ்டிங்சு பதினெட்டாம் நூற்றாண்டின் பிற்பகுதியில் முனைந்து விட்டார். கல்கத்தாவிலிருந்து வாரணாசிக்கு ஏற்கெனவே ஒரு சுற்றுச்சாலை இருந்தது. முகலாயர் காலத்திலிருந்து இந்தச் சுற்றுச் சாலை பயன்பட்டு வந்தது. கிழக்கிந்திய கம்பெனியும் அந்தச் சாலையையே பயன்படுத்தியது.

ஆனால் நேர் சாலை ஒன்று அமையுமாயின் படைகளையும் படைக்கலன்களையும் விரைந்து செலுத்த முடியும் என்ற நோக்கில், குறைந்த செலவில் நேர் சாலை அமைப்பது பற்றி ஆராயுமாறு ஒரு குழுவை ஹேஸ்டிங்சு அமைத்தார். அது பற்றிய ஆய்வறிக்கையை ஜேம்ஸ் கிராஃபோர்டு என்பவர் எழுதினார். அவர் அந்த அறிக்கையை அளிக்கு முன்னர் ஜார்கண்டுப் பகுதிக்குள் ஓராண்டுக் காலம் தங்கி இருந்து ஆய்ந்தார்.

ஹேஸ்டிங்சு 1785 ஜூலையில் இத்திட்டத்திற்குத் தன் ஆட்சிமன்றக் குழுவினரின் ஒப்புதலைப் பெற்று விட்டார். இலண்டனிலிருந்த கம்பெனி இயக்குநர்கள் செலவுச் சிக்கனம் கருதிச் சாலை அமைப்புத் திட்டத்திற்கு மறுப்புக் கூறுமுன்னரே, சாலையை அமைக்கும் பணியைத் தலைமை ஆளுநர் முழுமூச்சாய்த் தொடங்கி விட்டார். சாலை போடும் பணியும் விரைவில் முடிந்தது. ஓர் இராணுவ அலுவலர் எவ்விதமான இடர்ப்பாடும் இன்றித் தன் சிறு படையை அழைத்துக் கொண்டு அந்தச் சாலையில் 1785 இறுதிக்குள் செல்ல முடிந்தது. இதைப் புதுச் சாலை என்றழைத்தனர். இச்சாலை நெடுநாள் நிலைக்கவில்லை.

ஆனால் பத்தொன்பதாம் நூற்றாண்டில் புதிய நிலைமைகள் தோன்றியமையால் உலகெங்கிலும் போக்குவரவு பற்றிய முனைப்பு மிகுந்து விட்டதற்கேற்ப இந்தியத்திலும் இத்துறையில் துடிக்கின்ற முடுக்கம் ஏற்பட்டு விட்டது. அதன் விரைந்த

செயல்பாடுகளை இந்தியத்தின் பல பகுதிகளில் காண்கின்றோம். (இதே பத்தில் இந்தியத்தில் போக்குவரவு பெருகியதை *1828* ஆம் ஆண்டுப் பகுதியில் குறித்திருந்தோம்.)

நாம் மேற்கூறிய தட அளவாய்வுகள் இந்தியத்தில் முதல் நெடுஞ்சாலையை அமைப்பதற்கு பத்தொன்பதாம் நூற்றாண்டில் வழி வகுத்தன. அதன்படி பம்பாய்க்கும் பூனாவிற்குமிடையே *1830* ஆம் ஆண்டு தற்காலத்து முதல் நெடுஞ்சாலை போடப்பட்டது. அது தொடங்கிய பத்தாண்டுக் காலத்திற்குள் இந்தியத்தின் குறுக்கே கல்கத்தாவிலிருந்து டெல்லி வரையிலும் புகழ்பெற்ற கிரேண்டு டிரங்கு ரோடு (*Grand Trunk Road*) அமைக்கப்பட்டது என்பது குறிப்பிடத்தக்கது.

இந்தியத்தின் அளவாய்வுத் துறைத் தலைவராய் ஜார்ஜ் எவரஸ்டு (*George Everest,1790-1860*) இந்த *1830* ஆம் ஆண்டில் பொறுப்பேற்றார். எவரஸ்டு இந்தியத்தில் *1818* முதல் *1843* வரை நடந்த அளவாய்வில் பணி செய்தார். இமயத்தின் உயர் முகட்டிற்கு *1852* ஆம் ஆண்டு இவர் பெயரை இட்டு எவரஸ்டு என்று அழைக்கின்றோம்.

1830

வரலாற்றுப் புள்ளிகள்

1. அரசியல்

(அ) பெல்ஜியம் விடுதலை

பெல்ஜியம் வடமேற்கு ஐரோப்பியத்திலுள்ள முடியரசு. இது பெரிதும் மணற்பாங்கானதும் காடுகள் நிறைந்ததுமான தாழ்ந்த நிலப்பரப்பு. நாட்டின் நடுப்பகுதியிலுள்ள செழிப்பான சமவெளி தென் கிழக்கிலிருக்கும் ஆர்டனஸ் மலைகளை நோக்கி உயர்கின்றது.

இந்நாடு பல்வேறு காலங்களில் பர்கண்டி, ஸ்பெயின், ஆஸ்திரியம், பிரான்ஸ், நெதர்லாந்து ஆகிய நாடுகளின் அரசர்களுடைய ஆளுகையில் இருந்தது. அது *1830* ஆம் ஆண்டு விடுதலை பெற்றது. பன்னெடுங் காலமாகவே பல நாடுகளின் போர்க்களமாயும் பெல்ஜியம் இருந்துள்ளது.

ஆஸ்திரியத்தின் ஹாப்ஸ்பர்கு அரசரான முதலாம் மேக்சிமிலியன் (*Maximiliam I 1459 - 1519*; ஆ.கா. *1486 - 1519*) பர்கண்டியின் மேரியை *1477* இல் மணந்து கொண்டதால், பெல்ஜியம் ஹாப்ஸ்பர்குக் குடும்பத்தின் ஆட்சியில் வந்தது. ஏனெனில் பெல்ஜியம் அப்போது பர்கண்டிக் கோமகன் ஆட்சியில் அடங்கியிருந்தது. (*Burgundy* : இது கிழக்குப் பிரான்சிலுள்ள பகுதி. முன்னர் அரைகுறைத் தன்னாட்சியுடைய கோமகனாட்சிப் பகுதியாயிருந்தது. இது திராட்சைத் தேறலுக்குப் பெயர் போன பகுதி.)

ஹாப்ஸ்பர்குகளின் ஆட்சிப் பரப்பு *1555* இல் பிரிக்கப்பட்ட போது, ஸ்பெயினின் இரண்டாம் ஃபிலிப்பு (*1527- 1598* ; ஆ.கா. *1556-1598*) பெல்ஜியத்தின் அரசருமானார். இவ்வரசர் கத்தோலிக்க சமயத்தின் மீது ஆழ்ந்த பற்றுடையவர். அவர் தற்காலத்துப்

(1998) பெல்ஜியம், ஆலந்து, லக்சம்பர்கு ஆகியன அடங்கிய ஆட்சிப்பரப்பில் வாழ்ந்த புராட்டஸ்டண்டுகளிடம் சமயப் பொறையுடன் நடந்து கொள்ளாததால், அங்கு 1568 இல் கிளர்ச்சி உண்டானது.

அப்போது அம்மக்கள் மீது இரக்கமற்ற அடக்குமுறை கட்டவிழ்த்து விடப்பட்டது. இப்புரட்சிகள் முப்பதாண்டுக் காலம் நடந்தன. அவை 1598 ஆம் ஆண்டில் முடிந்தன. அதன் பிறகு இன்றுள்ள பெல்ஜியம் ஸ்பெயினின் ஆட்சியில் நீடித்தது. எஞ்சிய பகுதிகள் நெதர்லாந்து என்ற பெயரில் விடுதலை பெற்றன.

பிரான்ஸ் பதினேழாம் நூற்றாண்டில் பதினான்காம் லூயியின் (1638 - 1715; ஆ.கா. 1643-1715) ஆட்சிக் காலத்தில் உயர்வெய்திய வேளையில் பெல்ஜியத்திற்கும் பிரான்சிற்கும் போர் நடந்தது. அப்போது பெல்ஜியம் போர்க் களமானது. இப்போது பெல்ஜியம் ஸ்பானிய நெதர்லாந்து என்று பெயர் பெற்றிருந்தது.

பிரஞ்சுக்காரர்கள் 1700 இல் பெல்ஜியத்தைக் கவர்ந்தனர். எனினும் உட்டரெக்கு என்னுமிடத்தில் 1713 இல் ஏற்பட்ட உட்டரக்கு உடன்படிக்கைப்படி (Treaty of Utrecht) பெல்ஜியம் ஆஸ்திரியத்தின் கைக்குச் சென்றது. (Utrecht: நடு நெதர்லாந்தின் மேற்கிலுள்ள இதே பெயருடைய மாநிலத்தின் தலைநகரம்.) அது ஆஸ்திரியத்தின் கையில் 1789 வரை இருந்தது. அதற்குக் கூடுதலான அளவில் தன்னாட்சியுரிமை தரப்பட்டது. அதன் செல்வச் செழிப்பும் பெருகிற்று.

பெல்ஜிய மக்கள் 1789 இல் ஏற்பட்ட பிரஞ்சுப் புரட்சியினால் தூண்டுதல் பெற்று ஆஸ்திரிய ஆட்சிக்கு எதிராய் எழுந்தனர். ஆஸ்திரியரை நாட்டை விட்டு

விரட்டியடித்தனர். பிரான்ஸ் 1797 ஆம் ஆண்டில் பெல்ஜியத்தைத் தன்னுடன் சேர்த்துக் கொண்டது. பிரான்ஸ் பெல்ஜியத்தில் சில சீர்திருத்தங்களைக் கொண்டு வந்தது. எனினும் அதற்கு அரசியல் விடுதலை இல்லாததாலும் வயது வந்த இளைஞர்கள் நெப்போலியனின் படைகளில் வலுக்கட்டாயமாய்ச் சேர்க்கப்பட்டதாலும், பெரும்பாலும் மக்கள் பிரஞ்சு ஆட்சியை வெறுத்தனர்.

நெப்போலியன் பெல்ஜிய மண்ணிலுள்ள வாட்டர்லூ என்ற சிற்றூரினருகே தோற்கடிக்கப்பட்டதும் வெற்றி பெற்ற நாடுகள், பிரான்சிற்கு எதிரான இடைத்தாங்கு நிலமாய் இருக்கும் விதத்தில் பெல்ஜியம், ஆலந்து, லக்சம்பர்கு என்ற மூன்றையும் சேர்த்து நெதர்லாந்து ஒன்றியம் ஆக்கின. இந்தக் கூட்டரசு டச்சு அரசரான முதலாம் வில்லியத்தின் ஆட்சியிலிருந்தது. ஆலந்து புராட்டஸ்டண்டாயும் பெல்ஜியம் கத்தோலிக்கமாயும் இருந்ததால் சமய வேறுபாடு காரணமாய் இந்த ஆட்சிக்குப் பெல்ஜியத்தில் செல்வாக்கு இல்லை.

பெல்ஜியர்கள் 1830 ஆம் ஆண்டு கிளர்ந்து எழுந்து டச்சுக்காரரை நாட்டை விட்டு விரட்டியதும் விடுதலை சாற்றினர். அப்போது முதலாம் வில்லியம் நேச நாடுகளின் உதவி கோரினார். ஆனால் அந்நாடுகள் பெல்ஜியத்தின் விடுதலையை ஏற்றுவிட்டன. அதற்கடுத்த ஆண்டில் ஜெர்மனியின் சேக்ஸ் - கோபர்கு - கோத்தா (*Saxe - Coburg - Gotha Duchy*) என்ற கோமகனாட்சிப் பகுதியின் இளவரசரான லியோப்பால்டு முதலாம் லியோப்பால்டு என்று பெல்ஜியத்தின் அரசரானார். அவர் 1831 முதல் 1865 வரை ஆட்சி செய்தார்.

1830

பத்தொன்பதாம் நூற்றாண்டிலிருந்து இருபதாம் நூற்றாண்டுவரை பெல்ஜியம் குறிப்பிடத்தக்க போர்களுக்கெல்லாம் களமாயிருந்து வந்திருக்கின்றது.

நெப்போலியன் 1815 ஆம் ஆண்டு கூட்டணிப் படைகளிடம் நடு பெல்ஜியத்தின் பிராபண் (*Brabant*) மாநிலத்திலுள்ள வாட்டர்லூ (*Waterloo*) என்ற ஊரினருகே தோற்றார். இந்தத் தோல்வியுடன் நெப்போலியன் ஐரோப்பிய வரலாற்றிலிருந்து மறைந்தார். வாட்டர்லூ பிரசல்ஸ் நகரிலிருந்து தெற்கே சுமார் 25 கிலோ மீட்டரில் உள்ளது.

முதல் உலகப் போரின் போது (1914-1918) மேற்குப் பெல்ஜியத்தில் மேற்கு ஃபிளாண்டர்ஸ் மாநிலத்தின் பிரஞ்சு நாட்டு எல்லைக்கருகிலுள்ள இப்பிரஸ் (*Ypres*) நகரில் கடும்போர் நடந்தது. அப்போது அந்நகரமே முற்றிலும் அழிந்தது.

இரண்டாம் உலகப் போரில் (1939-1945) ஜெர்மனி கடைசியாய் நேசப் படைகளுக்கு எதிராய் 1944 ஆம் ஆண்டு நடத்திய மிகப்பெரிய தாக்குதல் பல்ஜ் (*Bulge*) என்ற இடத்தில் நடந்தது. இதற்குப் பல்ஜ் சண்டை (*Battle of Bulge*) என்று பெயர். அப்போது ஜெர்மானியர் நேசப் படையினரை வடகிழக்குப் பெல்ஜியத்தினுள் தள்ளிவிட்டனர். பின்னர் ஜெர்மானியர் 1945 ஆம் ஆண்டில் அங்கிருந்து புறந் தள்ளப்பட்டனர்.

(ஆ) பிரிட்டீசுத் தலைமையமைச்சர் கிரே

பிரிட்டனின் தலைமையமைச்சராய் 1830 இல் பதவியேற்ற சார்லஸ் கிரே (*Charles Grey, 2nd Earl, 1764-1845*) மார்ச் 13 அன்று நார்த்தம்பர்லந்திலுள்ள ஃபாலோடன் (*Fallodan*) என்ற ஊரில் நார்த்தம்பிரியன் நிலப்பிரபுக் குடும்பத்தில் பிறந்தார். அவர் 1768 ஆம் ஆண்டு நார்த்தம்பர்லந்துத் தொகுதியிலிருந்து நாடாளுமன்றத்திற்குத்

தேர்ந்தெடுக்கப்பட்டார். உயர்குடிப் பிரபுக்கள் வீட்டுப் பிள்ளைகள் ஈட்டனிலும் கேம்பிரிட்ஜிலும் படித்து முடித்த பின்னர் உலகியலறிவு பெறுவதற்காக இக்காலத்தில் ஐரோப்பிய நாடுகளில் மேலான பயணம் (*Grand Tour*) செய்வது போல் கிரே நாடு சுற்றிக் கொண்டிருந்தபோது நாடாளுமன்றத்திற்கு மேற்சொன்ன தொகுதியிலிருந்து தேர்ந்தெடுக்கப்பட்டார். அவர் அதன்பிறகு இருபதாண்டு காலம் அதே நார்த்தம்பலத்துத் தொகுதியின் உறுப்பினராகவே இருந்தார்.

கிரே

அவரின் தந்தை பிரிட்டனில் போர்ப் படையில் ஒரு ஜெனரலாயும் அரசர் ஆலோசனை மன்ற உறுப்பினராயும் இருந்தார். அவர் 1801 ஆம் ஆண்டு பிரபு ஆக்கப்பட்டார்.

கிரே குடும்பத்தினர் டோரிக் கட்சியின் ஆதரவாளராயிருந்தனர். எனினும் இளம் சார்லஸ் விக்குகள் பக்கம் சேர்ந்து விட்டார். இளைய பிட்டு (*Pitt, the Younger 1759-1806*, தலைமை அமைச்சர் *1783-1801; 1804-1806*) பிரஞ்சுக்காரருடன் நடத்தி வந்த போரைச் சார்லஸ் எதிர்த்து வந்தார். எனினும் அவருக்கு நாடாளுமன்றச் சீர்திருத்தமே தலையாய குறிக்கோளாயிருந்தது.

அவர் சுதந்திர எண்ணங்களையுடைய இளைஞராயிருந்தார். பிரஞ்சுப் புரட்சியையடுத்து எழுந்த குழப்பங்களிலிருந்து மக்களைக் காப்பாற்றுவதற்கென்று இளைய பிட்டு ஆள் கொணர் சட்டத்தை நிறுத்தி வைத்ததையும் பின்னர் 1819 இல் கொண்டு வரப்பட்ட ''ஆறு சட்டங்களையும்'' (இ.ச.க.தொகுதி-12: 1819 கட்டுரை) கிரே எதிர்த்தார்.

அவர் 1800 வாக்கில் நாடாளுமன்றச் சீர்திருத்தச் சட்ட முன் வரைவு மீது ஆர்வம் இழந்து போனார். கிரே இப்போது இலண்டன் பக்கமே செல்லாதிருந்தார்.

அவரின் நண்பர்களான ''ஃபாக்ஸ் ஆதரவாளர்கள்'' (*Charles James Fox, 1749 - 1806* - இ.ச.க. 9: 1783 கட்டுரை) அனைத்துத் திறமையுடையோர் அமைச்சு ஒன்றை அமைத்துச் சிறிது காலம் ஆட்சி செய்தனர். சார்லஸ் கிரே 1806 ஆம் ஆண்டு கப்பற் படைத் துறையிலும் பின்னர் அயலுறவுத் துறையிலும் அமைச்சராயிருந்தார். அவர் பதவியில் நீடிக்காவிடினும், அடிமை வாணிபத்தை ஒழிக்கும் சட்ட முன் வரைவை நாடாளுமன்றத்தில் நிறைவேறச் செய்தார்.

கத்தோலிக்கர் போர்ப் படையிலும் கப்பற் படையிலும் சேர்வதற்கு வகை செய்யும் சட்ட முன்வரைவு ஒன்றைக் கொண்டு வருவதற்கு 1807 மார்ச்சில் அரசரின் இசைவைக் கேட்டார். அரசர் அதை ஏற்க மறுத்து அமைச்சர்களைப் பதவியிலிருந்து நீக்கினார். கிரே இதனால் எதிர்க் கட்சியினருடன் அமர்ந்து விட்டார். அவர் கால் நூற்றாண்டுக்காலம் எதிர்க் கட்சி வரிசையிலேயே இருந்தார்.

அவரின் தந்தைக்கு அளித்த பிரபுப் பட்டம் கிரேக்கு 1828 இல் கிடைத்தது. அத்துடன் குடும்பப் பேரனியும் (*barony*) பிற உடைமைகளும் அவருக்குக் கிடைத்தன. அவர் நாட்டுப்புறத்தில் வாழ்வதைப் பெரிதும் விரும்பினார். அவரின் மனைவி 1824 ஆம் ஆண்டு இறந்ததும், அந்த வருத்தத்தினால் தனது சோம்பேறி வாழ்க்கையைக் கைவிட்டார். எனினும் நான்காம் ஜார்ஜ் இறந்தது வரையிலும், அவரால் எந்தப் பதவியையும் எதிர்பார்ப்பதற்கு முடியவில்லை. அரசர் 1830 இல் இறந்ததும், இவ்வாண்டு சூலையில் நாடாளுமன்றம் கலைக்கப்பட்டுப் புதுத் தேர்தல் நடந்தது.

வெலிங்டன் அரசின் தீர்மானம் ஒன்று நவம்பர் 15 அன்று நாடாளுமன்றத்தில் தோல்வியடைந்தது. ஆதலால் அவர் நவம்பர் 15 அன்று பதவி விலகினார். ஆகவே நான்காம் வில்லியம் கிரேயை அழைத்தார். அவர் நவம்பர் 22 அன்று தலைமை அமைச்சரானார். அவருக்கு இப்போது அறுபத்தாறு வயது. அவர் இருபத்தி நான்காண்டுகாலம் எந்தப் பதவியிலும் இருக்கவில்லை.

அவர் இப்போது உருவாக்கிய அமைச்சில் கட்டாயத்தின் காரணமாய்ப் பெரிதும் புதியவர்களே இருந்தனர். அவருக்கு நன்கு பழக்கமில்லாதவர்களும் அதில் சேர்ந்திருந்தனர். அமைச்சரனைவரும் உயர் குடியினராயும் பட்டம் பெற்ற பிரபுக்களாயும் இருந்தனர். அவர்கள் இதற்கு முன்பிருந்த அமைச்சர்களையெல்லாம் விட அதிகமான நிலப்பரப்பிற்கு உரிமையானவர்களாய் இருந்தனர் என்று கிரே கூறினார்.

கிரே இதற்கு நான்காண்டுகளுக்குப் பிறகு பதவியிலிருந்து விலகினார். அவரின் ஆட்சிக் காலத்தில் 1832 ஆம் ஆண்டு நாடாளுமன்றச் சீர்திருத்தம் சட்டமானது. இது மிகவும் குறிப்பிடத்தக்கதாகும். கிரே இச்சட்டத்தைக் கொண்டு வந்து அறுபது பையடக்கத் தொகுதிகளை (*Pocket boroughs*; இ.ச.க.தொகுதி-6:1760 - கட்டுரை) ஒழித்தார். பிற தொகுதிகளின் நாடாளுமன்ற உறுப்பினர் எண்ணிக்கையைப் பாதியாய்க் குறைத்துத் தொகுதிச் சீர்திருத்தம் கொண்டு வரவும் முனைந்தார். அதன் விளைவாய் அப்போதிருந்த வாக்காளரின் எண்ணிக்கையான ஐந்து லட்சம் கிட்டத்தட்ட இரு மடங்கு உயர்ந்தது. அவர் 1831 மார்ச் முதல் நாளன்று இது பற்றிய சட்ட முன்வரைவைக் கொண்டுவந்தார். நாட்டில் ஏற்படவிருக்கின்ற மிகப் பெரிய அரசியல் கொந்தளிப்பைக் காட்டிய அறிகுறியாய் இது விளங்கிற்று. அந்தப் போக்கை எதிர்க்க வேண்டுமென்று பிற்போக்காளர் அரசரிடம் கேட்டுக் கொண்டனர். இந்தச் சட்ட முன்வரைவு போதுமானது என்று கருத்துக் கொண்டிருந்த தீவிரவாதிகள், இந்தச் சூழ்நிலையில் இதுவே சிறந்தது என்று கருதலாயினர்.

இதற்கு மாற்று அரசில்லாக் குழப்பமாய்த் தானிருக்கும் என்று, அரசில் இடம் பெற்றிருந்த புரூகம் பிரபு போன்ற நடு நிலையாளர்கள் கருத்துக் கூறினர். கிரே இந்தச் சட்ட முன் வரைவின் வழியே தனது இளமைக் காலத்து இலட்சியத்தை நிறைவேற்றிக் கொண்டார். அது நாடாளுமன்றத்தின் வழியே நாடகம் போல் நடந்து சென்றது. அது இரண்டாவது முறையாய் மாமன்றத்தில் விவாதத்திற்கு வந்தபோது ஒரே வாக்குப் பெரும்பான்மையில் நிறைவேறியது.

இந்தச் சட்ட முன்வரைவை நிறைவேற்றி வைக்கும்படி புரூகம் பிரபும் கிரேயும் உருக்கமாய் வேண்டுகோள் விட்டனர். எனினும் அதை அழிக்கக்கூடிய ஒரு திருத்தத்துடன் அது நிறைவேறியது. உடனே அரசைக் கலைக்குமாறு கிரே அரசரைக் கேட்டுக் கொண்டதை அவரும் ஒப்புக் கொண்டார். மறு தேர்தல் நடந்தது. நாடாளுமன்றச் சீர்திருத்த ஆதரவாளர்களுக்கு மறு தேர்தலில் நல்ல ஆதரவு கிடைத்தது.

நாடாளுமன்றச் சீர்திருத்தச் சட்டம் இரண்டாவதாய் மீண்டும் கொண்டு வரப்பட்டு மக்களவையில் நிறைவேறியதும் பிரபுக்கள் அவைக்கு அனுப்பப்பட்டது. அங்கு நாற்பத்தோரு வாக்குகளில் சட்ட முன்வரைவு தோற்றது. கிரே இதற்காகப் பதவி விலகவேண்டாமென்று அரசர் கேட்டுக் கொண்டார். ஆனால் சட்ட முன்வரைவை நிறைவேற்றுவதற்கு ஆதரவாய்ப் புதிய பிரபுக்களை உண்டாக்குவதற்கு அரசர் மறுத்து விட்டார்.

அமைச்சரவையில் கருத்து வேறுபாடு ஏற்பட்டது. அங்கு வீரியம் குறைந்த முன்வரைவு வேண்டுமென்று விரும்பியவர்களுக்கும் அதை அப்படியே நிறைவேற்றுவதற்காக அரசர் புதிய பிரபுக்களை உண்டாக்க வேண்டுமென்று விழைந்தவர்களுக்குமிடையே எழுந்த கருத்து வேற்றுமையால் அமைச்சரவைக் கூட்டங்களில் சச்சரவுகள் தோன்றின. பெரும் பணக்காரரும் பெரிய முரடருமான டர்கம் பிரபு தன் மாமனாரான கிரே மீது வசை மொழிகளை அள்ளி வீசினார். கிரே தன் இலட்சியம் ஈடேறுவதற்காக மிகப் பொறுமையாய் இருந்தவாறு, அமைச்சைக் குலையாமல் வைத்திருந்தார்.

இதே நேரத்தில் நாடு கடுஞ் சீற்றத்துடன் குமுறிக் கொண்டிருந்தது. கிரே நாடாளுமன்றச் சீர்திருத்தச் சட்ட முன்வரைவில் பெரிய மாற்றம் எதையும் செய்வதற்கு விருப்பமில்லாதிருந்தார். எனினும் புதுப் பிரபுக்களை உண்டாக்க வேண்டும் என்பதில் அவருக்கு இருவிதமான கருத்துகள் இருந்தன.

ஆன் அரசியின் காலத்தில் *(1665 - 1714; ஆ.கா. 1702 - 1714 இ.ச.க.தொகுதி-1: 1702 - புள்ளி)* இராபட்டு ஹார்லியின் *(Robert Harley, 1st Earl of Oxford, 1601 - 1724; ஆட்சித் தலைவர் பதவி 1710-1714; இவர் 1713 இல் உட்டரக்கு உடன்படிக்கை ஏற்படப் பேச்சு நடத்தியவர்)* அரசைக் காப்பாற்றுவதற்காகப் பன்னிரண்டுப் பிரபுக்கள் புதிதாய் உண்டாக்கப்பட்டனர்.

இப்போது நாட்டைச் சமூகக்குழப்பத்திலிருந்து காக்க வேண்டுமாயின் மிக அதிகமான எண்ணிக்கையில் பிரபுக்களை உருவாக்க வேண்டும், அவ்வாறு செய்தால் தான் இந்தச் சட்ட முன்வரைவைக் காப்பாற்ற முடியும் என்பதைக் கிரே உணர்ந்தார். அரசரோ புதிய பிரபுக்களைத் தோற்றுவிப்பதற்குத் தயங்கினார். அதைச் செய்வதற்கு அரசருக்கு மனமில்லை.

கிரேயின் திருந்திய சட்ட முன்வரைவு *1832* ஏப்ரலில் ஒன்பது வாக்குப் பெரும்பான்மையில் சட்டமானது. அத்தொடு அதைக் குலைக்கக் கூடிய ஒரு தீர்மானமும் நிறைவேறியது. எனவே அரசு பதவி விலக வேண்டுமா அல்லது புதிய பிரபுக்களை உண்டாக்குவதா என்ற இந்த இரண்டிலொன்றை அரசர் முடிவு செய்ய வேண்டும் என்று கிரே விரும்பினார்.

அரசரோ முதலாவதைத் தேர்ந்தெடுத்தார். ஆனால் புதிய அரசைத் தன்னால் அமைக்க முடியாதென்று வெலிங்டன் பிரபு அரசரிடம் சொல்லிவிட்டார். ஆதலால் அரசர் புதிய பிரபுக்களைத் தோற்றுவிக்க முன்வந்தார். முதலில் பிரபுக்களின் மூத்த ஆண்மக்கள் அழைக்கப்பட்டனர்.

இதைக் கண்ட பிரபுக்களில் பலர் வாக்களிக்காமல் போய்விடவே சட்டம் நிறைவேறி விட்டது. அன்று பிரபுக்கள் சபையில் டோரிகள் அமரும் இடங்கள் வெறுமையாய்க் கிடந்தன. இது கிரேயின் அரசிற்குக் கிடைத்த உச்சமான

வெற்றியாகும். அவரின் அரசியல் வாழ்க்கையிலும் அது உயர்ந்த அருஞ் செயலேயாகும்.

அவரின் உடல் நிலைக்கு இலண்டன் ஒவ்வவில்லை. அவர் சீர்திருத்தச் சட்டத்தை நிறைவேற்றுவதற்காக மேற்கொண்ட உழைப்பும் அதனால் உண்டான மன நெருக்கடியும் அவரின் உடல் நலத்தைக் கெடுத்து விட்டன. ஆதலால் அவர் 1834 சூலையில் பதவியிலிருந்து விலகி விட்டார்.

பிரிட்டீசுப் பேரரசில் 1833 ஆம் ஆண்டுச் சட்டப்படி அடிமை முறை ஒழிக்கப்பட்டதால், அடிமைகளின் முதலாளிகளுக்கு இரண்டு மில்லியன் பவுன் இழப்பீடு தரப்பட்டது. இதே 1833 ஆம் ஆண்டில் தான் குறைபாடுகளுள்ள முதல் தொழிற்சாலைச் சட்டமும் நிறைவேறியது.

ஆனால் சமூகப் பகைமையுணர்ச்சிகளைச் சீர்திருத்தப்பட்ட தேர்தல் முறை ஆற்றிவிடும் என்று கிரே கண்ட கனவு பலிக்கவில்லை.

கிரே அரசியலை விட்டு விலகினார். அவர் தனக்கு மிகவும் விருப்பமான ஹெவிக்ஸ் என்ற இடத்திற்குச் சென்றார். அவர் பதவியிலிருந்து நீங்கிய பத்தாண்டுகளுக்குப் பிறகு 1845 ஜூலை 17 அன்று இறந்தார். அவர் இறந்தபோது அவருக்குப் பதினைந்து பிள்ளைகள் இருந்தனர்.

(இ) பிரிட்டீசு அரியணையில் நான்காம் வில்லியம்

பிரிட்டனின் ஒழுக்கங் கெட்ட நான்காம் ஜார்ஜ் அரசர் தன் 67 ஆம் வயதில் 1830 சூன் 26 அன்று இறந்ததும், அவரின் 64 வயதுத் தம்பியான கிளாரன்சுக் கோமகன் வில்லியம், நான்காம் வில்லியம் என்ற பட்டப் பெயரில் அரசு கட்டில் ஏறினார். இந்த ஆண்டு நடந்த தேர்தலில் டோரிக் கட்சியினர் தோற்கடிக்கப்பட்டனர். இத்தேர்தலில் சார்லஸ் கிரேயின் அமைச்சு ஆட்சிக்கு வந்ததை மேலே கண்டோம்.

1830

(ஈ) பாரிஸ் புரட்சியும் பத்தாம் சார்லஸ் பதவி நீக்கமும்

பிரஞ்சு அரசர் பதினெட்டாம் லூயி *(1755-1824; ஆ.கா. 1814-1824; இ.ச.க.தொகுதி-12: 142; 155)* அரசு கட்டிலில் ஏறிய காலையில் தேர்ந்தெடுக்கப்பட்ட சட்டப் பேரவை தனி மனிதச் சமத்துவம், சமய, எழுத்துச் சுதந்திரங்கள், மக்களுரிமையை நோக்கிய போக்கு, சிறப்புரிமைகளைத் தரவல்ல அரசியலமைப்புப் பட்டயம் முதலியன இருந்தன. அவர் இந்த அரசியலமைப்பு முறையைக் கடைப்பிடிப்பதற்கு மெய்யாகவே முயன்றார். நான் இருவேறுபட்ட மக்களுக்கு அரசனாயிரேன் என்று சொல்லி, நாட்டில் ஒருமையும் ஒற்றுமையும் வேண்டுமென்று மக்களைக் கேட்டுக் கொண்டார்.

வெகு முனைப்புள்ள அரச ஆதரவாளர்களைக் கட்டுக்குள் வைக்கவோ, தீவிரமான முற்போக்காளரை அரசியலமைப்பினுள் இசைவிக்கவோ அவரால் இயலவில்லை. அரசியலமைப்பு முறைக்குள்பட்ட அரசு ஒத்திசைந்து செயல்படுவதற்கு நீண்ட காலமாய்ப் பெற்ற பட்டறிவும் வரலாற்றின் நெருக்குதலுக்கும் இறுக்குதலுக்கும் உள்ளான பின்பும் நிலைத்து நிற்கக் கூடியதுமான நீக்குப் போக்குள்ள ஆட்சி எந்திரமும் வேண்டும். இவையனைத்தும் பிரான்சிடம் இல்லை. அது தன்னாட்சிக்குப் புதியது. உடைமைகள் பறிக்கப்பட்டதாலும் புரட்சியாலும் நாடு கடக்க வேண்டிய கட்டாயம் ஆகியவற்றாலும் உண்டான துன்ப நினைவுகளும் அந்நாட்டின் ஒற்றுமையைக் குலைத்தன.

பதினெட்டாம் லூயியான பூர்பான் அரசரின் நூறு நாள் ஆட்சி முடிவடைந்ததும் தென் பிரான்சில் குடியரசு ஆதரவாளர்களுக்கும் போனபப்பாட்டுக் காரர்களுக்கும் எதிரான மக்கள் கிளர்ச்சியில் ஈடுபட்டனர். அது பிரஞ்சுப் புரட்சியின் போது நடந்த கலவரங்களை நினைவூட்டியது. அரசரான பத்தாம் சார்லசின் (1757-1836; ஆ.கா. 1824-1830) மகனான பெரி கோமகனைப் (*Due de Berri*) போனபப்பாட்டுப் படையிலிருந்த லூவல் (*Louval*) என்ற போர் வீரர் கொன்று விட்டார். நல்ல வேளையாய்ப் பூர்பான் குடி இதனால் மறைந்து விடவில்லை. ஏனெனில் இக்கோமகன் கொல்லப்பட்ட பின்னர் அவருக்கு அற்புதக் குழந்தை என்று சொல்லப்பட்ட ஒரு மகன் பிறந்தான். இதன் பின் விளைவு புரட்சியாளருக்குத் தீமையாய் முடிந்தது. சமயத் தலைவர்களும் புரட்சி எதிர்ப்பாளரும் போன போக்கில் நாடு செல்லட்டுமென்று அரசர் விட்டு விட்டார்.

அரசரின் இந்தப் போக்கிற்கு நாட்டில் எதிர்ப்பு உருவானது. குழாம் (*Congregation*) என்றறியப்பட்ட சமய ஆதரவாளர்களின் அமைப்பிற்கு எதிரான கார்போனரி என்ற அரசியல் சங்கம், இத்தாலி, ஸ்பெயின், ஜெர்மனி வழியே ஐரோப்பியத்திற்கும் பரவி வந்தது. (*Carbonari* : இது மறை வடக்கமான அரசியல் சங்கம்; 1811 ஆம் ஆண்டு இத்தாலியில் தோன்றியது. இத்தாலியை ஒன்றுபடுத்தும் இயக்கத்திலும் இச்சங்கம் ஈடுபட்டது. அடுப்புக்கரியை விற்பவருக்கு அல்லது அதை எரிப்பவருக்கு இத்தாலியின் *Carbanou* என்று பெயர். இந்தச் சங்கம் இச்சொல்லின் பன்மையாகிய கார்போனரி என்ற பெயரைக் கொண்டது.)

பிரான்சில் போர்ப்படையினரிடையே இவ்வாண்டு சூலை 29 அன்று கிளர்ச்சி தோன்றியது. இதற்கு *Paris Commune* என்று பெயர். பிரஞ்சு அறிவியற் கழகம் அரசை எதிர்த்தது. காலஞ்சென்ற நெப்போலியனின் வீர காதைக்குப் புத்துயிர் தரப்பட்டது. அது நெப்போலியனுக்குப் புகழொளி சேர்க்க முயன்றது. பதினெட்டாம் லூயி 1824 ஆம் ஆண்டு உறங்குகையில் அமைதியாய் இறந்து விட்டார்.

டி.ஆர்டோயி கோமகன் 1824 ஆம் ஆண்டு பத்தாம் சார்லஸ் (1757-1836; ஆ.கா. 1824-1830) என்ற பெயரில் அரியணை ஏறினார். அவர் அரசை எதிர்த்தவர்களை ஒடுக்குவதற்காக அடக்குமுறையை ஏவி, அவர்கள் கிளர்ச்சியில் ஈடுபடுமாறு செய்து விட்டார். அவர் அல்டிராஸ் (*Ultras*) என்ற கடுந் தீவிரப் போக்கினரை மேலும் மேலும் சார்ந்து நின்றார். மக்களுக்குச் சமமான நிலப் பங்கீட்டிற்கு வழி செய்த நெப்போலியன் சட்டவிதிகள் (இ.ச.க.தொகுதி-11: 198; 205) என்ற சட்டத்தை மாற்றிப் புரட்சியின் போது நாடு கடந்து சென்றவர்களுக்குச் சட்ட விலக்குரிமை அளித்தார். ஏசு சபையினரும் கன்னிமார் சபைகளும் நாடு திரும்பி வர வழி செய்தார். சமய அமைப்புகள் கல்வியை முற்றிலும் தம் கைக்குள் கொண்டு செல்வதற்கு வழி வகுத்தார். இவற்றால் சமய குருமார் மீதிருந்த எதிர்ப்புணர்ச்சி வலுத்தது.

நாட்டுக் காவல் படை (*National Guard*) கலைக்கப்பட்டது. புதிய அமைச்சை அரசர் கொண்டு வந்தார். சட்ட மாமன்றம் கலைக்கப்பட்டது. இதழ்களின் எழுத்துரிமையை ஒடுக்கும் அவசரச் சட்டங்கள் கொண்டு வரப்பட்டன. வாக்குரிமை குறைக்கப்பட்டது. நாட்டில் எதிர்ப் புரட்சி அல்லது திடீர்ப் புரட்சி வெடிக்கப் போகின்றது என்பதை இவையனைத்தும் காட்டின.

மக்கள் 1830 சூலை மாதம் பாரிஸ் நகரில் கிளர்ந்தெழுந்தனர். இதற்குச் சூலைப் புரட்சி என்று பெயர். கலகக் கும்பல்கள் கிடைத்தவற்றைக் கொண்டு நகரத் தெருக்களை மறித்தன. இதற்கு இரண்டாண்டுகளுக்கு முன்னர் வகுப்பு பேதமின்றி அனைவரும் ஏறிச்

செல்வதற்காகப் பாரிசில் புதிதாய்ப் பேருந்து (*Omnibus*) விடப்பட்டது. இப்போது தெருக்களை மறிப்பதற்குப் பேருந்துகள் பயன்பட்டன. அரசின் பல படைப் பிரிவுகளைச் சேர்ந்த வீரர்கள் படையை விட்டு ஓடிப் போயினர்; பிறர் படைகளிலிருந்து விலகினர்; மூத்த பூர்பான் குடி அரியணையைக் காத்துக் கொள்ள முயன்றனது அனைத்தும் தோற்றுப் போயின. பத்தாம் சார்லஸ் பதவியிலிருந்து தள்ளப்பட்டார்.

பிரஞ்சு வரலாற்றாசிரியரும் அரசியல் தந்திரியுமான லூயி அடால்ஃபி தியர்ஸ் (*Louis Adolphic Thiers, 1797-1877*) கொடுங்கரங்கொண்டு பாரிஸ் புரட்சியை அடக்கினார். பத்தாம் சார்லஸ் அழுது கொண்டே கிடந்தார். அவர் அழுகையை நிறுத்தாமலேயே இங்கிலாந்திற்குக் கப்பலேறினர். தியர்ஸ் பாரிஸ் புரட்சியை நசுக்கிய பின்னர் பூர்பான் குடிப்பிறந்த 56 வயதான ஆர்லியனஸ் கோமகனை ஆட்சி பீடத்தில் அமர்த்தினார். பத்திரிகைகளுக்குக் கடுமையான வாய்ப் பூட்டுகளை இட்டிருந்த சூலை மாதத்து அவசரச் சட்டங்களைத் தியர்ஸ் ஒழித்தார். பேரவை மன்றத்தைக் கலைத்தார். தேர்தல் முறையை முற்றிலும் மாற்றினார்.

(தியர்ஸ் மார்செயிலில் பிறந்தவர். இடைக்கால அரசியல் ஆட்சி நிர்வாகத்தை வைத்திருந்த தலையாயவர். இவர் பின்னர் *1871-1873* இல் தோன்றிய மூன்றாவது குடியரசில் (*1871-1873*) ஆட்சித் தலைவராயிருந்தார். அவர் கொண்டு வந்த கொள்கைகளின் பலனாய்ப் பிரஞ்சு - ஜெர்மன் போரின் (*1870-1871*) காரணமாய் ஜெர்மனி கரந்து வந்த போரிழப்பீட்டைச் செலுத்தி முடிக்க முடிந்தது. இவரது மாபெரும் இலக்கியப் படைப்பு: *History of the Consulate and the Empire*. இது இருபது தொகுதிகளாய் வெளி வந்தது. இவ்வரலாறு புரட்சிக் காலத்தில் நிலவிய அரசையும் நெப்போலியன் நிறுவிய பேரரசையும் பற்றிக் கூறுகின்றது.)

பிரஞ்சுக்காரர் தியர்சை எதிர்த்த போதிலும் அவர் அரியணையில் அமர்த்திய 'மக்கள் அரசர்' என்று பெயர் பெற்றிருந்த ஆர்லியன்ஸ் கோமகனான லூயி ஃபிலிப்பு (*Louis Philipe, 1793-1850* ஆ.கா. *1830-1848*) பதினெட்டாண்டுக் காலம் அரசிருந்து விட்டார். இவர் பாரிசில் பிறந்தவர். பிரஞ்சுப் புரட்சியின் போது தலை வெட்டிக் கொல்லப்பட்ட ஆர்லியன்ஸ் கோமகனின் மூத்த மகன் லூயி ஃபிலிப்பி புரட்சியின் போது தன்னுடைய பட்டங்களையெல்லாம் துறந்து விட்டுத் தனக்குப் புரட்சியின் மீதுள்ள பற்றுதலைக் காட்டுவதற்காக நாட்டுக் காவல் படையில் (*National Guard*) சேர்ந்து விட்டார். அதன் பிறகு அவர் *1793* முதல் *1814* வரை நாடு கடந்து வாழ்ந்தார். இந்த *1830* ஆம் ஆண்டுப் புரட்சிக்குப் பின்னர் அரியணை ஏறிய லூயி ஃபிலிப்பி 'மக்கள் அரசர்' என்ற பெயரைக் காப்பாற்றுவதற்காக வருத்தம் தோய்ந்த சூழலில் பெரும் பாடுபட்டுக் கொண்டிருந்தார் என்று கார்லைல் (*Thomas Carlyle, 1795-1881*; இவர் பிரஞ்சுப் புரட்சி பற்றி *1837* ஆம் ஆண்டு மூன்று தொகுதிகளில் வரலாறு எழுதியவர்.) ஓரிடத்தில் கூறுவார்.

லூயி ஃபிலிப்பி பேரவை உறுப்பினர்களுடன் தாராளமாய்க் கை குலுக்கினார். தன் மக்களைப் பொதுப் பள்ளிகளுக்கு அனுப்பினார். நாட்டுக் காவல் படையில் அவர்களைச் சேர்த்தார். ஆர்லியன்சுக் குடியின் இந்த ஆட்சி நாட்டின் முக்கியமான எந்தக் கூட்டத்துடனும் அணி சேர்ந்து அதன் பலத்தில் நிற்கவில்லை. அது முடியரசிற்கு எதிராய் அணிதிரண்டு நின்ற சக்திகள் நிலை குலைந்து நின்ற காரணத்தினால் தான் பதினெட்டு ஆண்டுகள் நிலைத்து நின்றது. அரசியல் ஊழல்களாலும் பொருளியல் மந்தத்தினாலும் மக்களிடையே ஏற்பட்ட மனக்குறைதான் இறுதியாய் இவரது ஆட்சியை வீழ்த்தியது.

Ketelbey, C.D.M. A History of Modern Times, From 1789, First Published 1929; Fifth Edition Revised, 1973.

1830

(உ) அமெரிந்தியரை அப்புறப்படுத்தும் சட்டம்

வெள்ளையரான அமெரிக்கருக்கும் அமெரிக்கப் பெரு நிலத்து மக்களான சிவப்பிந்தியருக்கும் இடைவிடாது ஆங்காங்கே பல சண்டைகள் நடந்து வருகின்றன, இச்சண்டைகளால் விளையும் தீங்குகளுக்குத் தீர்வு காண வேண்டுமென்பதில் ஆன்று ஜேக்சன் (*General Andrew Jackson, 1767 ? 1845;* இ.ச.க *12: 55, 60*) அமெரிக்கருக்கு எதிராய்க் கிளர்ந்த இந்தியர்களை இரக்கமின்றி ஒழித்தர். இவர் அவர்களுடன் பல சண்டைகளில் ஈடுபட்டவர்.

இந்தியர்களை அவர்கள் வழிவழியாய் வாழ்ந்து வந்த இடங்களிலிருந்து கூண்டோடு மொத்தமாய் வேறு இடத்திற்கு அப்புறப்படுத்தி விட்டால் போரை ஒழித்து விடலாம் என்று ஜேக்சன் சில ஆண்டுகளுக்கு முன்னரே தனக்குள் முடிவு செய்திருந்தார். அதற்கு இப்போது வேளை வ்ந்தது. அவர் 1828 ஆம் ஆண்டு மக்களாட்சிக் கட்சியின் (*Democratic Party*) சார்பில் அமெரிக்க ஆட்சித் தலைவராய்த் தேர்ந்தெடுக்கப்பட்டார்.

அவர் 1830 ஆம் ஆண்டு மே 28 அன்று இந்தியரை அப்புறப்படுத்தும் சட்டத்தை (*The Indian Removal Act*) நிறைவேற்றினார். இந்த சட்டம் அமெரிக்கப் பேரவை மன்றத்தில் 102 - 97 வாக்குகளில் நிறைவேறியது. இச்சட்டப்படி இந்தியக் குலத்தினரனைவரும் தாம் வாழும் நிலங்களிலிருந்து மிசிசிப்பி ஆற்றுக்கு மேற்கிலிருக்கும் நிலங்களுக்கு அப்புறப்படுத்தப்பட வேண்டும்.

''நடனமாடும் முயல் ஆற்றுக்கழி உடன்படிக்கை'' (*The Trearty of Dancing Rabbit Creek*) 1830 செப்டம்பர் 15 அன்று இந்தியர்களுடன் கையெழுத்தானது. அதன்படி மிசிசிப்பிக்குக் கிழக்கேயிருந்த சோக்கடாவு (*Choctaw*) இந்திய குலத்தாரின் நிலங்கள் அமெரிக்க ஒன்றியத்தைச் சேர்ந்து விட்டன. இவ்வாறே அமெரிந்தியர் பல தலைமுறைகளாய் வாழ்ந்து வந்த நிலப்பரப்புகளை அமெரிக்க ஒன்றியத்திடம் விட்டுக் கொடுத்துவிட்டு இடம் பெயர்ந்தனர். இதையே ''கண்ணீர்த் தடம்'' (*The Trail of Tears*) என்று வரலாறு கூறுகின்றது.

(ஊ) அல்ஜீரியம் பிரஞ்சுக்காரர் கவர்தல்

அல்ஜீரியம் (*Algeria*) வட ஆப்பிரிக்கத்தில் நில நடுக்கடலின் கரை மீதுள்ளது. இதன் தென் மேற்கில் மாலியும் (*Mali*) வடமேற்கில் மொராக்கோவும் (*Morocco*) தென்கிழக்கில் நைஜரும் (*Niger*) வடகிழக்கில் டுனீசியமும் (*Tunisia*) அமைந்துள்ளன.

அந்நாட்டின் வரலாறு ரோமானியர் காலத்திற்கும் முற்பட்டது. அப்போது பெர்பர் (*Berber*) எனப்படும் வெளிரிய நிறமுடைய நாடோடிக் குலத்தார் அங்கு வாழ்ந்திருந்தனர். இது பின்னர் காத்தஜீனிய, ரோமானியப் பேரரசிற்குள் அடங்கிற்று. எனினும் ரோமானியர் இதைக் கி.மு. இரண்டாம் நூற்றாண்டில் வென்று விட்டனர். பெர்பர் மக்கள் தம் விடுதலைக்காக விடாது போரிட்டு வந்தனர். இங்கு ரோமானிய, பைசாந்திய ஆட்சிகள் கி.பி. ஏழாம் நூற்றாண்டு வரை நீடித்தன.

முகமது நபிகளின் அடியொற்றி எழுந்த அரபுகள் கி.பி. ஏழாம் நூற்றாண்டில் வடமேற்கு ஆப்பிரிக்கத்திலிருந்து கிழக்கே ஊடுருவத் தொடங்கினர் எனினும் அங்கு 11 ஆம் நூற்றாண்டில் தான் அரபுகளின் முழு ஆட்சி அமைந்தது. நாட்டின் புதிய முஸ்லிம் ஆட்சியாளர் தாம் வெற்றி கொண்ட மொராக்கோ தென் ஸ்பெயின் ஆகியவற்றுடன் அல்ஜீரியத்தை ஒன்றுபடுத்தி மிகப் பெரிய மூரியப் பேரரசை உண்டாக்கினர்.

மூர்களின் ஆப்பிரிக்கப் பேரரசு பதினாறாம் நூற்றாண்டில் சரியத் தொடங்கிற்று. அப்போது அவர்கள் தம்மீது கிறித்தவ ஸ்பெயின் படையெடுக்கக் கூடும் என்று அஞ்சித் தம்மைக் காக்க வருமாறு துருக்கக் கூலிப் படையினரை அழைத்தனர். அல்ஜீயர்ஸ் நகரும் ஓரானும் கடற் கொள்ளையர்களின் புகலிடமாயின.

Algiers : அல்ஜீரியத்தின் தலைநகரம். அதுவே இந்நாட்டின் பெரிய நகரமும் துறைமுகப்பட்டினமுமாகும். நில நடுக்கடலில் உள்ளது. இது நான்கு தீவுகளைப் பெரு நிலத்துடன் இணைத்து உண்டாக்கிய பட்டினம். இதை ஃபினிசியர் என்ற கடலோடி வணிகர் நிறுவினர். *Phoenicians* : நிலநடுக்கடலிலிருந்து லெபனான் வரை விரிந்த பண்டைக் கடல் வாணிப நாட்டு மக்கள். இந்நாடு இப்போது லெபனானின் கடலோரப் பகுதிகளும் சிரியத்திலும் இஸ்ரேலிலுமுள்ள சில பகுதிகளும் அடங்கிய இடமாகும். இம்மக்களின் நகர அரசுகள் சுமார் கி.மு. 1200 - 1000 வரை நிலவின. இவர்கள் பண்டை உலகின் வணிகர்கள். அல்ஜீயர்ஸ் ரோமானியர் காலத்தில், செழிப்புமிக்க துறைமுகமாயிருந்தது. ரோமானியப் பேரரசு வீழ்ந்ததும் இப்பட்டினமும் மறைந்தது. இதை அரபி முஸ்லிம்கள் பத்தாம் நூற்றாண்டில் மீண்டும் நிறுவினர். முஸ்லிம்களான பார்பரி கடற்கொள்ளையர்கள் நிலநடுக் கடலில் ஓடிய கிறித்தவக் கப்பல்களைக் கொள்ளையடிப்பதற்கு அல்ஜீயர்ஸ் தளமாயிருந்தது. *Oran* இது நாட்டின் இரண்டாவது பெரிய துறைமுகப் பட்டினம்; வடமேற்குக் கரையிலுள்ளது. தென் ஸ்பெயினிலிருந்து வந்த அரபுகள் இதை 903 ஆம் ஆண்டு நிறுவினர். பார்பரி கொள்ளையர் பதினெட்டாம் நூற்றாண்டின் இறுதி வரையிலும் மேற்கு நிலநடுக்கடலை அலைக்கழித்து வந்தனர்.

பிரான்ஸ் 1830 ஆம் ஆண்டு அல்ஜீரியத்தின் மீது படையெடுத்தது. அங்கு கொடிய போர் நடந்தது. பிரஞ்சு அயலுலகப் படை (*French Foreigh Legion*) அல்ஜீரியப் போருக்கென்றே 1831 இல் அமைக்கப்பட்டது. (இ.ச.க.தொகுதி-14: 1831 - புள்ளி) இப்படை அல்ஜீரியத்தை வென்றதில் பெரும் பங்காற்றியது. அதன் பிறகு பிரஞ்சுக் குடியேறிகள் இங்கு வந்து நாட்டின் செழிப்பான நிலங்களையெல்லாம் கவர்ந்து கொண்டனர்.

இந்நாடு 132 ஆண்டுகள் பிரஞ்சுக்காரருக்கு அடிமையாய்க் கிடந்து, 1962 இல் விடுதலை பெற்றது. இது எண்ணெய் வளமுள்ள நாடு.

(எ) சங்கோலி இராயண்ணாவுக்குத் தூக்கு

சங்கோலியைச் சேர்ந்த இராயண்ணா பிரிட்டீசாரை எதிர்ப்பதில் கித்தூர் அரசி சென்னம்மவிற்குத் துணை நின்றார். அவர் தார்வாடிற்கும் மும்பைக்குமிடையிலிருந்த பகுதியில் பிரிட்டீசாரின் தகவல், போக்குவரவுத் தொடர்புகளைக் குலைத்து வந்தார்; பிரிட்டீசாரின் படை முகாம்களைத் தாக்கினார். அவரை 1830 ஏப்ரலில் சிறைப் பிடித்துத் தூக்கிலிட்டனர்.

2. அறிவியல்

(அ) நுண்ணோக்கி: தோற்றுவாயும் வளர்ச்சியும்

அறிவியல் வளர்ச்சியிலும் மேம்பாட்டிலும் இன்றியமையாக் கருவிகளுள் ஒன்றாய் விளங்கும் நுண்ணோக்கி (*Microscope*), 1830 ஆம் ஆண்டில் குறிப்பிடத்தக்க முன்னேற்றம் கண்டது. நுண்ணோக்கியின் வரலாறு ஆயிரமாண்டுப் ப்ழமையானது.

மறுமலர்ச்சிக் காலத்தின் *(1466-1536)* முன்னரே ஐரோப்பியத்தில் பன்னிரண்டாம் நூற்றாண்டின் தொடக்கத்திலிருந்து அறிவியலுக்குக் கடைகாலிடப்பட்டு விட்டது. பொலோனா பல்கலைக்கழகம் 1118ஆம் ஆண்டு அமைக்கப்பட்டது. சலர்னோவில் முதல் மருத்துவப்பள்ளி 1150 இல் அமைந்தது. இவற்றையொட்டி இத்தாலியின் பல நகரங்களிலும் ஐரோப்பியத்தின் பல நகரங்களிலும் வரிசையாய்ப் பல பல்கலைக்கழகங்கள் தோன்றின. அவற்றில் கற்றுத் தேறிய அறிவியலின் பல் துறை விற்பன்னர்கள் அடுத்து வந்த கால கட்டத்தின் அறிவியல் மேம்பாட்டிற்கு வழி வகுத்துச் சென்றனர். அவர்களுள் மருத்துவ அறிவியலாரின் பங்குதான் மிகப் பெரியதாயிருந்தது. இதனடியாய்ப் பதினேழாம் நூற்றாண்டில் ஐரோப்பியமெங்கும் அறிவியல் கழகங்கள் தோன்றின. அவை பல்வேறு ஆராய்ச்சிக் கட்டுரைகளைத் தொகுத்து இதழ்களாயும் புத்தகங்களாயும் வெளியிட்டன. (அடுத்த கட்டுரை காண்க) இக்கால கட்டத்து வளர்ச்சியில் உருப்பெருக்கிக் காட்டும் நுண்ணோக்கி முக்கியமான பங்கு வகிக்கின்றது.

கலிலியோ

கலிலியோ (*Galilei Galileo* **1564 - 1642**) பொருள்களைப் பெருக்கிக் காட்டும் ஒரு கருவியைச் செய்திருந்தார். அவருடன் ரோமிலிருந்த லிங்ஸ் அறிவியல் கழகத்தில் (*Academy Lynx*) உறுப்பினராயிருந்த பூச்சியியலாரான யோகனஸ் ஃபேபர் (*Johannes Faber* **1574-1629**) என்றவர் அந்தக் கருவிக்கு மைக்கிராஸ்கோப்பு (*microscope*) என்று பெயர் தந்தார். (கிரேக்க மொழியில் *mikros* என்றால் சிறிய, நுண்ணிய என்றும் *Skopien* என்றால் நோக்கு என்றும் பொருள்படும். இவ்விரு சொற்களையும் ஒட்டி மைக்கிராஸ்கோப்பு என்று பெயர் சூட்டி விட்டார்.)

நுண்ணோக்கியின் தோற்றுவாய் தொட்டு அதன் படிமுறை வளர்ச்சியைக் கூறுவதற்கு இக்கட்டுரை முயலுகின்றது.

கண்ணாடி வில்லைகள் கிறித்தவ அப்தத்திற்கு முன்னர் 721-623 ஆம் ஆண்டுகளுக்கிடையில் வட மெசபடோமியத்தில் நிலவிய அசிரிய முடியரசில் பயன்படுத்தப்பட்டன என்று அறிகின்றோம். தண்ணீரைக் குறிப்பிட்ட நிலையில் ஓர் உருளைக்குள் வைத்து அதன் வழியே நோக்கினால் கையெழுத்துப் பெரிதாயும் தெளிவாயும் தெரிகின்றது என்பதை ரோமானிய மெய்யியலார் - அரசியல் தந்திரி - நாடக ஆசிரியரான செனிக்கா எடுத்துக்காட்டினார். (*Lucius Annaeus Seneca*, கி.மு. சு. 5-65 கி.பி. இவர் இளைய செனிக்கா என்று அறியப்பட்டார். இவர் ஸ்பெயினிலுள்ள கார்டோபத்தில் பிறந்தவர். இவரின் தந்தை பெயர் மூத்த செனிக்கா. இளைய செனிக்கா பேரரசர் நீரோவின் ஆசிரியராயிருந்தார். ஆனால் செனிக்கா ஒழுக்க இலட்சியங்கள் மிக்கவராயிருந்ததால் நீரோவின் வெறுப்பிற்கு ஆளானார். இவர் சதியில் ஈடுபட்டதாய் அவர் மீது குற்றஞ்சாட்டப்பட்டது. தற்கொலை செய்து இறந்தார். இளைய செனிக்காவின் தந்தையான மூத்த செனிக்காவின் காலம் சுமார் 55 கி.மு - 40 கி.பி. இவர் சொற்பொழிவாற்றுவதில் நாவலராய் விளங்கினார். இவர் எழுதிய ரோம் வரலாறு நமக்குக் கிட்டவில்லை. இவர் சொற்றிறம் பற்றிப் பல நூல்களை எழுதியவர்.)

கிரேக்க வானியலாரும் நிலவியலாருமான தாலமி (*Claudius Ptolemaeus Ptolemy*, *100 -170*) ஒளிவிலகல் எண்கள் பற்றிய ஒளியியல் ஆய்வை எழுதி வைத்திருக்கின்றார். கடைந்தெடுத்து மெருகேற்றிய கண்ணாடி வில்லைகள் அசிரிய நகரான நினீவா (*Nineveh*) ரோமானிய நகரங்களான பாம்பீ, ஹெர்க்குலேனியம் (*Pompeii, Herculaneum*) ஆகியவற்றின் இடிபாடுகளுக்கிடையில் கண்டெடுக்கப்பட்டன.

அரபுகள் வரலாற்று இடைக்காலத்தில் (476- 453) கண்ணாடி வில்லைகளைப் பயன்படுத்தினர் என்று அறிகின்றோம். வயதானவர்களுக்குப் பார்வை தெளிவாக மூக்குக் கண்ணாடிகள் பரிந்துரைக்கப்பட்டதாய் மெயிஸ் என்றவர் பதின்மூன்றாம் நூற்றாண்டில் எழுதி வைத்திருக்கின்றார். அதே காலத்தவரான ரோஜர் பேக்கன் (*Roger Bacon 1214-1292*) என்ற ஆங்கிலேயர் ஒளிக்கதிரைச் சிதறச் செய்து, ஒளியியலில் (*Optics*) குறிப்பிடத்தக்க முன்னேற்றம் காணமுடியும் என்பதைத் தனது ஓப்பஸ் மஜுஸ் (*Opus Majus*) என்ற அறிவியல் களஞ்சிய நூலில் குறிப்பிட்டுள்ளார். அவர் கண்ணாடி வில்லைகளில் அடங்கிய துணைப் பொருள்களொடு உருப் பெருக்கிக் காட்டும் அவற்றின் திறனையும் அதில் கூறுகின்றார்.

ஜெஸ்னர்

அறிவியல் ஆய்வில் உருப் பெருக்கிக் காட்டும் துணைக் கருவிகளைப் பயன்படுத்துவது பற்றிச் சுவிட்சர்லாந்திய இயற்பியலாளரும் மருத்துவருமான கோன்ராடு ஃபான் ஜெஸ்னர் *Cornard Von Gesner, 1516 - 1565;* இவர் சுவிட்சர்லாந்து நாட்டின் சூரிச்சு நகரில் பிறந்தவர். இவர் எபிரேய, கிரேக்க, இலத்தீன் மொழிகளில் எழுதப் பெற்ற நூல்கள் அனைத்தின் தலைப்புகளையும் திரட்டி 1545-1549 காலத்தில் *Bibliotheca universalis* என்ற நூலைத் தொகுத்தவர். பின்னர் அந்தக் காலத்தில் அறியப்பட்டிருந்த ஒவ்வொரு விலங்கையும் பற்றிய செய்திகளை *Historia animalium* என்ற நூலில் 1551-1558 காலத்தில் தொகுத்து வெளியிட்டார். அவர் சிப்பிகள் பற்றி ஆராய்ந்து எழுதியிருந்த மேற்சொன்ன நூலில் நத்தையையும் கடினமான மேலோடுகளையுடைய பிற உயிரிகளையும் காட்டும் படங்கள் உள்ளன. அதில் மிக நுண்ணிய முதல் தோன்றிகள் (*Photozoan*) போன்றனவும் வரையப்பட்டிருந்தன. இவற்றை வெறுங்கண்ணால் காணமுடியாது. நுண்ணோக்கியின் துணையின்றி அவற்றை எடுத்துரைத்தல் இயலாது. அவர் தம் ஆய்வில் உருப்பெருக்காடியைப் பயன்படுத்தினர்.

ஜென்சென்

அவருக்குப் பிறகு நுண்ணோக்கி செய்யும் டச்சுக்காரரான சக்கிரியாஸ் ஜென்சென் (*Zacharias Jensens*) நுண்ணோக்கியின் திறனைச் சீர்திருத்தும் முயற்சியில் ஈடுபட்டார். அவர் கண்ணாடி வில்லைகளை ஒன்றுடனொன்று இணைத்தார். அதனால் அதன் பகுப்புத் திறனை (*Resolving Power*) மிகச் செய்தார். நிக்கலஸ் கோப்பர்னிக்கஸ் (*Nicolas Copernicus,1473-1543;* தற்கால வானியலைத் தோற்றுவித்த கோப்பர்னிக்கஸ் போலந்திலுள்ள தோருன் (*Torun*) என்ற இடத்தில் பிறந்தார். அவரது 'வானக் கோளங்களின் சுழற்சி' பற்றிய ஆய்வினை (*On the Revolutions of the Celestial Spheres*) 1530 ஆம் ஆண்டு எழுதி முடிக்கப்பெற்று, 1543 இல் நூலாய் வெளிவந்த போது அதற்கு மிகுந்த எதிர்ப்பு இருந்தது. ஏனெனில் பிரபஞ்சத்தின் மையம் பூமி என்ற பண்டை எண்ணத்திற்கு அறைகூவல் விடுப்பதாய் அந்நூல் இருந்தது.) கண்டுபிடித்த தொலை நோக்கிகளையும் ஜென்சென் தன் ஆய்வில் பயன்படுத்தினர். ஜென்சென் முதன்முதலில் செய்த கூட்டு நுண்ணோக்கிகள் தொலைநோக்கியின் (*Telescope*) அளவில் சுமார் ஆறடி நீளம் இருந்தன.

பதினேழாம் நூற்றாண்டு நுண்ணோக்கிகள்

இத்தாலியின் லிங்ஸ் அறிவியல் கழகக வெளியீடுகளில், நுண்ணோக்கிகளின் வழியே கண்டு ஆய்ந்தவற்றை அடிப்படையாய் வைத்து வரைந்த படங்கள் இருந்தன.

எடுத்துக்காட்டாய்த் தேனீயின் படம் 1625 இல் வரையப்பட்டது. (லிங்ஸ் அறிவியல் கழகத்தின் உறுப்பினரான ஃபிரான்செஸ்கோ ஸ்டலூட்டி *(Francesco Stalluti, 1577-1653)* தேனீக்கள் பற்றிய தன் ஆய்வில் நுண்ணோக்கியைப் பயன்படுத்தினார்.) ஸ்டலூட்டி இது பற்றி அளித்த ஆய்வறிக்கைதான் லிங்ஸ் அறிவியல் கழகம் முதன்முதலாய் 1625 ஆம் ஆண்டில் வெளியிட்ட அறிவியல் அறிக்கையாகும். ஸ்டலூட்டி பின்னர் தன் படங்களைத் திருத்தமாக்கினார். அவர் தேனீயின் முதுகையும் பக்கத் தோற்றங்களையும் மிகத் துல்லியமாய் வரைந்திருக்கின்றார். நுண்ணோக்கியிருந்ததால்தான் அவரால் அவ்வாறு செய்ய இயன்றது.

கணிதவியலாரும் கலிலியோவின் மாணவருமான கியோவன்னி போரல்லி *(Giovanni Borelli, 1608-1709)* என்றவரும் உயிரியல் ஆய்விற்கு நுண்ணோக்கியைப் பயன்படுத்தினார்.

அதனாசியஸ் கிர்ச்சர் *(Athanasius Kircher, 1602-1680)* என்ற ஏசு சபை அச்சன் நுண்ணோக்கியைப் பயன்படுத்தித் தன் ஆய்வுகளை நடத்தினார். நோயும் அழுகலும் கண்ணுக்குத் தெரியா உயிரிகளால் உண்டாகின்றன என்று அவர் நம்பினார். அவர் அப்போது பாக்டீரியாவைப் பார்த்திருக்கலாம் என்று பின்னாளில் சிலர் கருதினர். ஆனால் தான் கண்டதைக் கிர்ச்சர் படமாய் வரையவில்லை.

திருத்தி மேம்படுத்திய ஐவர்

இந்தத் தொடக்க நிலையிலிருந்துதான் நுண்ணோக்கியைத் திருத்தி மேம்படுத்தவும் அதைப் பயன்படுத்துவதற்கு வேண்டிய அடிப்படையை உருவாக்கவும் பாடுபட்டோர் ஐவர் என்பர்:-

1. மார்ச்செல்லோ மால்பிகி *(Marcello Malbigi, 1628-1694* இத்தாலியின் பொலோனா நகரில் பிறந்தவர். நுண்ணோக்கி வழியே ஆயும் உடலுறுப்பியல் துறையை இவர்தான் தோற்றுவித்தார். இவர் தாவரங்கள், விலங்குகள் ஆகியவற்றில் பெரிய வகைகளின் கட்டமைப்புகளை விவரித்தார். அவர் பட்டுப் பூச்சிகள், கோழிகளின் கரு ஆகியவை பற்றிக் குறிப்பிடத்தக்க ஆய்வுகளை நடத்தியவர்.)

2. லூவன்ஹோயக்கு *(Anton van Leeuwenhoek, 1632-1723;* நெதர்லாந்தின் டெல்ஃப்டு நகரில் பிறந்தவர். இவர் நுண்ணோக்கி செய்பவர். குருதியோட்டம் தொடர்பான கண்டுபிடிப்புகளை வரிசையாய்ச் செய்தவர். பாக்டீரியா (குச்சியங்கள்) புரோட்டோ சோவா *(Protozoa* - முதல் தோன்றிகள்), ஸ்பெர்மட்டோசா *(Spermatozoa* - விந்தணு) ஆகியவற்றை முதன்முதலில் இவரே, நுண்ணோக்கி வழியே கண்டார்.)

3. இராபட்டு ஹூக்கு *(Robert Hooke, 1635-1703,* இங்கிலாந்தின் ஐல் ஆஃப் ஒயிட்டிலுள்ள ஃபிரஷ்வாட்டர் என்ற இடத்தில் பிறந்தவர். இவர் ஹூக்கு விதி என்ற விதியை வகுத்தவர். கடியாரங்களுக்கு வில்களைக் கண்டுபிடித்தவர். இவரின் முக்கியமான ஆய்வுகளெல்லாம் 1665 இல் வெளியான *Micrographia* என்ற நூலில் காணப்படும். இலண்டன் இராயல் சங்கத் தோற்றுவாயுடன் தொடர்புடையவர்.)

4. ஜான் சுவம்மர்டேம் *(Jan Swammaerdam, 1673-1680* ஆம்ஸ்டர்டாமில் பிறந்தவர் பூச்சியியல் துறை போன்றவற்றிற்கு வகைப் பாட்டியலை வகுத்தவர். இவர் 1658 ஆம் ஆண்டு முதன்முதலாய் குருதியிலுள்ள சிவப்பு அணுக்களைக் கண்டார்.)

5. நிகமய்ய குரு (Nehemiah Grew, 1635 - 1703 ;) பிரிட்டனின் வார்விக்குசயரிலுள்ள ஏதர்ஸ்டோன் என்ற ஊரில் பிறந்தவர். இவர் தாவரவியலார், மருத்துவர். இவர் தாவரவியலில் முன்னோடியான "தாவரங்களின் உள்ளமைப்பியல்" (Anatomy of Plants) என்ற நூலை எழுதியமைக்காக நன்கறியப்பட்டவர். பூக்களின் மகரந்தத் தூளும் (Stamen) சூலகமும், (Pistil), ஆண், பெண் உறுப்புகளை ஒத்தவை என்ற கருத்தை முதலில் கொண்டுவந்தவர்.)

பதினேழாம் நூற்றாண்டில் நுண்ணோக்கியைப் பயன்படுத்தி ஆர். கெரேரியஸ் (Rudolf Jakob Camerarius 1665 - 1721; ஜெர்மனியிலுள்ள தூபிஞ்சனில் பிறந்த தாவரவியலார். தாவரங்களும் பாலினச் சேர்க்கையால் இனப்பெருக்கம் செய்கின்றன என்ற உண்மையை இவர் 1694 இல் வெளிப்படுத்தினார். சூலகமும், சூல் இலையும் (Carpel) முறையே ஆண், பெண் உறுப்புகள் என்று இனங்கண்டவர்.)

தொடக்கக் காலத்து நுண்ணோக்கிகளில் நிறப் பிறழ்ச்சி என்ற குறைபாடு இருந்தது. இது வளைவாடி அல்லது வில்லையில் தோன்றும் உருவில் ஏற்படுகின்ற குறையைக் குறிக்கும். இது நிறப் பிறழ்ச்சி, கோள் பிறழ்ச்சி என்று இரு வகைப்படும். கண்ணாடி வில்லைகள் மிகுந்த குவிவுள்ளனவாய்ச் செய்யப்பட்டன. இதனால் பட்டகங்கள் உண்டாகிச் சாதாரண ஒளியிலுள்ள வெவ்வேறு அலைகளைப் பிரித்தன. நிறமாலையிலுள்ள அத்தனை வண்ணங்களையும் உண்டாக்கின. நியூட்டன் (Sir Isac Newton , 1643-1727) பட்டகங்களை வைத்து ஆராய்ந்த பின்னர் ஒளி, வண்ண விதியை உண்டாக்கினார். அவர் நிறப் பிறழ்ச்சிகளைப் பற்றியும் ஆராய்ந்து, அதைத் தீர்க்க முடியாது என்று முடிவு கட்டிவிட்டார். ஒற்றை வில்லைகளைப் பொருத்த வரையில் அது தீராத சிக்கலாகவே இருந்தது. ஆனால் வில்லைகளை ஒன்றோடொன்று ஒட்டி நிறப்பிறழ்ச்சி விளைவுகளை தீர்த்துவிடலாமென்பதை அவருக்குப் பிறகு கண்டனர்.

கணிதவியலாரான யூலர் (Leomhard Euler, 1707 - 1783 சுவிட்சர்லந்தின் பேசல் நகரில் பிறந்தவர். இவர் பதினெட்டாம் நூற்றாண்டுக் கணிதவியலில் மாமனிதராய் விளங்கியவர். அவர் சுத்த கணிதம், பயன்படு கணிதம், இயற்பியல், வானியல் ஆகிய துறைகளின் ஒவ்வொரு கூறையும் பற்றி நூல்கள் எழுதியவர். வகை நுண்கணிதம் (Differential Calculus), முழுமை நுண்கணிதம் (Integral Calculus), கணிதம் ஆகியவற்றில் எழுதியிருந்த ஆய்வுரைகள் ஒரு நூற்றாண்டுக் காலம் பாட நூல்களாயிருந்தன. அவரின் கணிதக் குறிகளான e, II போன்றவை இன்றும் பயன்படுத்தப்படுகின்றன.) நிறப் பிறழ்ச்சியைத் தவிர்க்க இரண்டு வழிகளைக் கூறினார்.

1. ஒற்றை அலை நீளமுள்ள ஒளியைப் பயன்படுத்த வேண்டும்

அல்லது

2. பல்வேறு வண்ணச் சிதறல் எண்களைக் கொண்ட இரட்டை அல்லது மூன்று வில்லைகளையுடைய நுண்ணோக்கிகளைக் கட்டிக் கொள்ள வேண்டும்,

எனினும் நிறப் பிறழ்ச்சி நீக்கிய வில்லைகளையுடைய நுண்ணோக்கிகள் பத்தொன்பதாம் நூற்றாண்டு வரை பயன்படுத்தப்படவில்லை. கியோவன்னி பட்டிஸ்டா அமீச்சி (Gioavanni Battista Amici, 1786 - 1868; இத்தாலியிலுள்ள மோடனா என்ற ஊரில் பிறந்தவர்; ஒளியியலார்; வானியலார்; இயற்கை மெய்யியலார்; இவர் நுண்ணோக்கிகளைக் கட்டி வந்தார்.) அமீச்சி நிறப் பிறழ்ச்சி நீக்கிய நுண்ணோக்கியை 1827 ஆம் ஆண்டு வாக்கிலேயே விளக்கிக் காட்டினார். பின்னர் நிறப் பிறழ்ச்சி நீக்கிய

நுண்ணோக்கியை இந்த 1830 இல் உண்டாக்கினார். இலண்டன் நகர ஒயின் கடைக்காரரான ஜோசஃபு லிஸ்டர் (*Joseph Jackso Lister, 1786-1869*) இதே 1830 இல் உருளாடிக் கோட்டமில்லாத (*aplantic joci*) நுண்ணோக்கியை உண்டாக்கும் முறையைக் கண்டுபிடித்தார். நிறப் பிறழ்ச்சி நீக்கிய நுண்ணோக்கியை ஆக்குவதற்கு இது வழிவகுத்தது. இவர் 1834 ஆம் ஆண்டில் மனிதனுடைய குருதியிலிருக்கும் சிவப்பு அணுவின் மெய்யான வடிவம் எது என்பதைக் கண்டுபிடித்தார். இவரின் மகனான ஜோசஃபு லிஸ்டர் (*Baron Joseph Lister 1827-1912*) புகழ்பெற்ற அறுவை மருத்துவர். இவர் அறுவை மருத்துவத்தில் தொற்று நீக்கிகளைப் பயன்படுத்தும் முறையை 1860 இல் கொண்டு வந்தார்.

தற்காலத்துக் கூட்டு வில்லை நுண்ணோக்கிகள் ஒரு குழாயுடன் கூடியனவாய் நோக்கியும் பொருளருகு வில்லையும் உடையனவாய் இடைவெளி விட்டும் அமைக்கப்பட்டன. எனினும் நுண்ணோக்கி வளர்ச்சி இத்துடன் நின்றுவிடவில்லை.

புற ஊதாக் கதிர் நுண்ணோக்கி

இயல்பான ஒளியைவிடக் குறைந்த அலைநீளமுடைய ஊதாக் கதிர்களைக் கொண்டு செயல்படும் நுண்ணோக்கிகள் உண்டாயின. கண்ணாடி புற ஊதாக் கதிர்களை வடிகட்டி விடுமாதலால், படிகம் வழியே ஒளியை ஊடுருவிக் கடக்கச் செய்து அல்லது கண்ணாடி வில்லைகளைப் பிரதிபலிக்கப் பண்ணாது புறஊதாக் கதிர்கள் பயன்படுத்தப்படுகின்றது. புற ஊதாக் கதிர்களைக் காணமுடியாது. அதனால் புற ஊதாக் கதிர்களைப் பதிவு செய்யக்கூடிய தகடுகள் மீது புகைப்படங்களைப் பதிக்க வேண்டும். பொருள்களின் உருக்களைத் தோற்றுவிக்கும் நுண்ணோக்கியின் திறமையளவு (பகுப்புத்திறன்-*Resolving Power*) புற ஊதாக் கதிர் நுண்ணோக்கியில் மிகுந்தது.

1830

பின்னர் 1930 ஆம் ஆண்டு உருவாக்கிய மின்னணு நுண்ணோக்கி வந்தது வரையிலும் புற ஊதாக் கதிர் நுண்ணோக்கியே சிறப்புடையதாயிருந்தது. மின்னணு நுண்ணோக்கியுடன் ஒப்பிடுகையில் புற ஊதாக் கதிர் நுண்ணோக்கிகளின் பயன் குறைவேயாகும். எனினும் அது சிறப்பான பணிகளுக்குப் பயன்படுகின்றது.

தொலைக்காட்சியில் புற ஊதாக் கதிர்கள் பயன்படுகின்றன. அத்தகைய நுண்ணோக்கிகள் தொலைக்காட்சிக் கேமராக்களிலும் தொலைக்காட்சிப் பெட்டிகளிலும் பயன்படுகின்றன. இவற்றின் வழியே உயிருள்ள நுண்ணுயிரிகளை வண்ணத்தில் காண முடியும்.

(ஆ) அறிவியல் ஆய்வு வெளியீடுகள்

அறிவியலை நிலைபெறச்செய்து மேம்படுத்துவதற்கு, அறிவியலின் விளை பயன்களை, சாதனைகளைப் பரவச் செய்தல் வேண்டும். அவ்வருஞ் செயல்கள் பற்றிய செய்திகள் எளிதில் கிடைக்கக்கூடிய வழிவகைகளைச் செய்வது இன்றியமையாத தாகும். தொன்மையான கிரேக்க அறிவியலையும் அச்சு வருமுன்னர், பிற்காலங்களில் நிலவிய அறிவியலையும் தற்கால அறிவியல் எண்ணங்களையும் ஆராய்ச்சிகளையும் பரவச் செய்யவும் காத்து வைக்கவும் போதிய வசதி வாய்ப்புகள் இல்லாமற்போயின. இன்று ஒவ்வோர் அறிவியல் துறைக்கென்றும் வெளியிடப்படும் சிறப்பு இதழ்கள் அறிவியல் ஆய்வுகளைப் பதிந்து வைப்பதுடன், அவை எல்லா மொழிகளிலும் கிடைக்கும் வசதிகளும் உள்ளன.

தொடக்க கால அறிவியற் கழகங்களும் சங்கங்களும் அறிவியல் செய்திகளை வெளியிடலாயின. எனினும் அறிவியல் இதழ் ஒன்று டெனிஸ் தெ சாலோ (*Denys de Sallo, 1626-1669*) என்றவரால் முதன்முறையாய் 1615 ஆம் ஆண்டு பிரான்சில் வெளியிடப்பட்டது. சாலோ அறிவியல் புரவலர். அவர் தன் உதவியாளர்களின் துணையுடன் அறிவியல் ஆய்வுப் பணிகளைச் சீர்தூக்கிப் பார்த்தார். அறிவியல் சாதனைகளைக் குறித்துச் சுருக்க உரைகள் எழுதினார். அவற்றை அறிவியலாரின் நடுவே சுற்றுக்கு விட்டார்.

அவர் பதினான்காம் லூயியிடம் (*1638-1715;* ஆ.கா. *1643-1715;* இவரைச் ''சூரிய அரசர்'' (*Le roi Sobell*) என்றழைத்தனர். இவரது காலம் பிரஞ்சு இலக்கியம், கலை இவற்றின் பொற்காலம் என்பர்.) முதலமைச்சராயிருந்த ஷா பாப்டிஸ்டு கோல்பரின் உகந்த ஆதரவுடன் இத்தகைய அறிவியல் அறிக்கைகளை அப்போதைக்கப்போது சுற்றுக்கு விட்டார். (*Jean Baptise Colbert, 1619 - 1683 ;* இவர் பிரான்சின் ரீம்ஸ் நகரில் பிறந்தவர். அவர் பதினான்காம் லூயியின் தலைமையான நிதியமைச்சர் என்ற முறையில் வரிசையாய்ச் சீர்திருத்தங்களைக் கொண்டு வந்து வெற்றி கண்டார். எனினும் அவரின் வெற்றிகளைப் போர்களும் அரச குடியினரின் வீண் செலவுகளும் பயனற்றுப் போகச் செய்துவிட்டன.) கோல்பர் அவருக்கு நெருங்கிய நண்பர். அதனால் சாலோவின் பணியை அரசு ஏற்றது. அவரின் அறிவியல் அறிக்கைக்கு அறிவியல் இலக்கிய அறிவாளரின் இதழ் (*Journal des Savants*) என்று பெயரிட்டனர். இத்தகைய வெளியீடுகள் விரைவில் இங்கிலாந்து, இத்தாலி, ஜெர்மனி ஆகிய நாடுகளிலும் வெளியாயின.

1830

இங்கிலாந்தில் அறிவியல் இதழ்கள்

பிரான்சில் மேற்சொன்ன அறிவியல் இதழ் வெளியான மூன்று திங்களுக்குப் பிறகு இலண்டன் இராயல் (அறிவியல்) சங்கம் எக்காலத்திற்கும் முக்கியமான ''மெய்யியல் நடப்புகள்'' (*Philosophical Transactions*) என்ற இதழை வெளியிட்டது. அது இச்சங்கத்தின் முதற்செயலாளரான ஹென்றி ஓல்டன்பர்கு (*Henry Oldenburg*) என்றவரால் தனிப்பட்ட முறையில் வெளியிடப்பட்டு வந்தது. அவர் அறிவியலார் பலருடன் கடிதத் தொடர்பு வைத்திருந்தார். இவ்விதழில் பிரஞ்சு இதழில் போலவே முற்றுப் பெற்ற ஆராய்ச்சிகள் பற்றிய ஆய்வுரைகளும் நடந்து கொண்டிருக்கும் ஆராய்ச்சி குறித்த செய்திகளும் முதலில் இடம் பெற்றன.

இதழ்களின் வளர்ச்சி

பதினேழாம் நூற்றாண்டில் அறிவியல் இதழ்களின் வெளியீட்டில் பெரிய வளர்ச்சி காணப்பட்டது. அறிவியலின் குறிப்பிட்ட துறைகளை எடுத்துக் கொண்டு, அவற்றைப் பற்றிய செய்திகளை அவை வெளியிடலாயின. ஆங்கிலேயரான டபிள்யூ.ஜே. ஹூக்கர் (*Sir William Jackson Hooker, 1785-1865;* இங்கிலாந்தின் நார்ஃபோக்கு கோட்டத்திலுள்ள நார்விச்சில் பிறந்தவர். இவர் கீவில் *1841* ஆம் ஆண்டு அமைக்கப்பட்ட இராயல் தாவரவியல் பூங்காவின் முதல் தலைவராயிருந்தவர். அவர் இந்தப் பூங்காவை உலகின் தலையாய தாவரவியல் கழகமாய் உயர்த்தியவர்.) தாவரவியல் இதழ் (*The Botanical Magazine*) என்ற இதழை வெளியிட்டார். அவரின் மகனான ஜே.டி. ஹீக்கர் அந்த இதழைப் பல ஆண்டுகள் நடத்தி வந்தார். (*Sir Joseph [Dalton] Hooker, 1817-1891;* இவர் தாவரவியலாரும் உலகம் சுற்றியுமாவார். இவர் ஆராய்ச்சிக்காக நியூசிலந்து, அண்டார்டிக்கம், இந்தியம் முதலிய நாடுகளுக்குச் சென்று ''இமாலயக் குறிப்பேடுகள்'' (*Himalayan Journals*) என்ற நூலை 1814 இல் வெளியிட்டார். இவருக்கு நிலைத்த புகழைத்

தருவது *Genera Plantrum* என்ற தாவர இனங்கள் பற்றிய நூலாகும்.)

தாவரவியலின் மற்றொரு முக்கியமான இதழைச் சுவிட்சர்லந்தியரான அகஸ்டின் தெ கண்டோல் (*Augustin de Condolle, 1778 - 1841*) வெளியிட்டார். அவர் ''இயற்கை வரலாற்றுக் காட்சி சாலையின் வரலாற்றுத் தொகுப்பேடு'' (*Annals de Muse d' Histoire*) என்ற இதழில் எழுதி வந்தார். இந்தப் பிரஞ்சு மொழி இதழில் பிரஞ்சுக்காரரும் உடல் உள்ளமைப்பியல் ஒப்பாய்வாளருமான ஜார்ஜஸ் குவியர் (*Baron Georeges (Leopold Chretien Frederick Dagobert) cuvier 1765-1832*) எழுதிவந்தார். இவர் மாண்பிலியே என்ற ஊரில் பிறந்தவர். இவர் விலங்குகளை வகைப்படுத்தும் முறையைத் தோற்றுவித்தவர். அவர் விலங்குகள், மீன்கள் முதலியவற்றின் புதையுயிர்த் தடங்களை ஆராய்ந்ததன் வாயிலாய்த் தொல்லுயிர்த் துறைகளைத் தோற்றுவித்தார். இவர் பற்றி இ.ச.க.தொகுதி-*10: 1795* கட்டுரை).

ஜெர்மன் உடலியலரான யோகனஸ் முல்லர் (*Johnannes Muller, 1801 - 1858*) பான் பல்கலைக்கழகத்தில் மருத்துவம் பயின்று உள்ளமைப்பியல் பேராசிரியரானார். அவர் ''உடலமைப்பியல் ஆவணக்களரி'' *Archive fur d'e Physiologie* என்ற இதழை நடத்தி வந்தார். ''அவர் உடலியல் கையேடு'' என்ற நூலையும் எழுதியிருந்தார். உடலமைப்பியல் ஆய்வு மருத்துவத் துறையில் அறிமுகமானதற்கு இந்நூல் காரணமானது.

''இலண்டன் விலங்கியல் சங்க நடிவடிக்கைகள்'' (*The Proceedings of the Zoological Society of London*) என்ற இதழ் *1830* ஆம் ஆண்டு முதன்முதலில் வெளிவந்தது. முன்னர் *1833* இல் ''பூச்சியியல் இதழ்'' (*Entomological Magazine*) வெளியிடப்பட்டது. எனினும் இந்த இதழ் ஐந்தாண்டுகளுக்குப் பிறகு நின்று விட்டது.

அந்த இதழின் இடத்தில் "*Emtomologist*'' என்ற இதழ் வெளியானது. இவ்விதழ் *1840 - 1864* ஆண்டுகளுக்கு இடைப்பட்ட காலத்தைத் தவிர, இன்றளவும் தொடர்ந்து வந்து கொண்டிருக்கின்றது. உயிரியல் துறைகள் பற்றிய எண்ணற்ற இதழ்கள் வெளி வந்தன. அவற்றில் பல மறைந்தாலும் சில இதழ்கள் இன்றும் தொடர்ந்து வெளிவருகின்றன.

தாவரவியலுக்கென்று வெளியாகும் ''லினியன் சங்க நடவடிக்கைகள்'' (*Linnean Society Transactions*) என்ற இதழ் தொடர்ந்து *1791* ஆம் ஆண்டிலிருந்து இன்றளவும் வெளிவருகின்றது.

எண்ணத் தொலையா விண்மீன்கள் போன்று இன்று எண்ணற்றனவாகி வரும் அறிவியலின் பல்வேறு துறைகளுக்கென்று எண்ணற்ற இதழ்கள் வெளிவந்த வண்ணம் உள்ளன.

Gardner, Eldons, J. History of Biology, New Delhi 1978

(இ) இராயல் நிலவியல் சங்கம் தோற்றம்

இலண்டன் நகரின் நடு மையத்திலுள்ள கென்சிங்டன் பகுதியில் நாட்டுப்புறச் செங்கல் கட்டடம் ஒன்றில் இராயல் நிலவியல் சங்கம் (*Royal Geograpic Society*) உள்ளது. இச்சங்கம் *1830* முதல் நமது கோளாகிய மண்ணுலகை ஆராய்வதற்காக மேற்கொள்ளப்பட்ட பல முயற்சிகளுக்குத் துணையாயிருந்து வந்துள்ளது. இதன் ஆதரவில் ரிச்சர்டு பர்டன், (*Sir Richard Francis Burton, 1821-1890;* பிரிட்டனின் டேவோன் கோட்டத்திலுள்ள டார்க்குவாயில் பிறந்தவர்; இவர் நாடு சுற்றி; ஆராய்ச்சித்

1830

தேட்டக்காரர்; இவர் ஸ்பீக்குடன் பயணப்பட்டுச் சென்று 1858 இல் தங்கனீகவைக் கண்டுபிடித்தார். இவர் காமசூத்திரம் போன்ற இந்தியக் காம நூல்களை ஆங்கிலத்தில் மொழி பெயர்த்தவர். இவர் பற்றி (இ.ச.க.தொகுதி-7: 261) , ஜான் ஹேனிங்கு ஸ்பீக்கு (John Hanning Speke, 1824-1864; இங்கிலாந்தின் டேவோன் கோட்டத்து பைடுஃபோர்டு என்ற ஊரினர்; இவர் பர்டனுடன் சேர்ந்து தங்கனீசுவைக் கண்டுபிடித்தார்; ஸ்பீக்கு அதன்பிறகு தனியே சென்று ஓர் ஏரியைக் கண்டுபிடித்து அதற்கு விக்டோரியாள் என்று பெயரிட்டார். இவர் நைலைக் கண்டுபிடித்துக் கூறியதை எவரும் நம்பவில்லை. அதனால் இரண்டாவது குழு 1860-1863 காலத்தில் அங்கு சென்றது. இவர் தனது கண்டுபிடிப்பு மெய்ப்பிக்கப்படு முன்னரே இறந்து விட்டார். நைல் தோற்றுவாய் தேடி; (இ.ச.க.தொகுதி-7), டேவிடு விவிங்ஸ்டன் (David Livingstone, 1813-1873; ஸ்டிராத்துகிளைடு கோட்டத்தின் பிளண்டயரில் பிறந்தவர்; சமயப்பரப்பி; நாடோடி; இவர் விக்டோரியாள் நீர்வீழ்ச்சியை 1852-1856 காலத்தில் கண்டுபிடித்தவர். இவர் நைலின் தோற்றுவாயைத் தேடிச் சென்ற போது மறைந்து விட்டார். இவரை ஸ்டென்லி 1871 இல் கண்டுபிடித்தார்.) ஹென்றி ஸ்டேன்லி (Sir Henry Montan Stanley, இயற்பெயர் John Rowlands, 1841 - 1904; இவர் தேட்டப்பணி இதழாளர். பிரிட்டனின் கிளிவைடு கோட்டத்திலிருக்கும் டென்பை என்ற ஊரில் பிறந்தவர். நியூயார்க்கு ஹெரால்டு இதழில் சேர்ந்தார். இவர் லிவிங்ஸ்டனைத் தேடிக் கண்டுபிடிப்பதற்காக ஆப்பிரிக்கத்திற்கு அனுப்பப்பட்டார். அவரை உஜிஜி என்ற இடத்தில் 1871 ஆம் ஆண்டு கண்டுபிடித்தார். இவர் பின்னர் காங்கோ ஆறு கடலில் கலக்கும் இடத்தைக் கண்டார்.) போன்று பல தேட்டக்காரர்கள் இருண்ட கண்டமான ஆப்பிரிக்கத்தில் துணிச்சல் மிக்க பயணத்தை மேற்கொண்டனர்.

ஷேக்கில்டனும் (Sir Ernest Henry Shakleton, 1874 - 1922; இவர் அயர்லந்தின் கோகில்டேர் கோட்டத்திலுள்ள கில்கிய என்ற ஊரில் பிறந்தவர். இவர் 1909 ஆம் ஆண்டு தாமே மேற்கொண்ட துணிச்சல் பயணத்தில் தென் துருவத்தைக் கிட்டத்தட்ட அடைந்து விட்டார். பின்னர் இவரது எண்டுரன்ஸ் என்ற கப்பல் பனிப் பாறையினால் நசுங்குண்டது; அவர் உதவிக்கு ஆள்கொணர உயிருக்குத் தீங்கு தரும் பயணத்தை மேற்கொண்டார்), ஸ்காட்டும் (Robert Falcon Scott, 1868 -1912, பிரிட்டனின் டேவோன் கோட்டத்து டேவோன்போட்டில் பிறந்தவர். இவர் 1910 ஆம் ஆண்டு தென் துருவத்திற்குப் பயணப்பட்டார். ஆனால் தனக்கு ஒரு மாதத்திற்கு முன்னரே ஆமண்சனின் தலைமையில் சென்ற நார்வே நாட்டுக் குழு தென்துருவத்தை அடைந்தது என்பதைக் கண்டார். இறுதிப் பயணத்தில் அவருடன் சென்ற அனைவரும் இறந்தனர்.) தென்துருவத்தைத் தேடிப் புறப்பட்டதற்கும் இச்சங்கமே துணை நின்றது. இந்தக் கட்டத்தில்தான் வில்ஃபிரடு தீசிஜர் (Wllfred Thesiger, 1910; -அடிஸ் அபாபாவில் பிறந்தவர். அரேபியத்தைச் சுற்றித் தேடி வந்தவர். தென் அரேபியத்தின் ரபு அல் காலி என்ற தென் அரேபியப் பாலைவெளியைச் சுற்றியும் ஓமனின் எல்லைப் புறங்களைச் சுற்றியும் ஆராய்ந்தார். அவர் இப்பயணத்தைப் பற்றி ''அரேபிய மணல் வெளிகள்'' (Arabian Sands) என்ற நூலில் எழுதியுள்ளார். இவர் எத்தியோப்பியத்தின் தனக்கில் (Danakil) என்ற பாலை வெளியை நடந்து கடப்பதற்கு வழிவகுத்துத் தந்தார்.

இதே செங்கற் கட்டடத்தில் எட்மண் ஹில்லரியும், (Sir Edmund Percival Hillary-; 1919-;நியூசிலாந்தின் ஆக்லந்தில் பிறந்தவர். டென்சிங்கு நார்கேயுடன் சேர்ந்து 1953 இல் எவரெஸ்டு சிகரத்தில் ஏறியவர்), டென்சிங்கு நார்கேயும் (ஷெர்ப்பா டென்சிங்கு எனப்பட்ட Tenzing Norgay, 1914 - 1986; இவர் நேபாளத்தின் சாச் -சூ என்ற ஊரில் பிறந்தவர். இமய முகடான எவரஸ்டில் ஏறியவர்.) எவரெஸ்டை வெல்வதற்குத் திட்டமிடப்பட்டது.

''இராயல் நிலவியல் சங்கத்தின் வரலாறு பத்தொன்பது, இருபதாம் நூற்றாண்டுகளின் பிரிட்டீசுத் தேட்டப் பயணங்களுடன் நெருங்கிய தொடர்புடையது.'' என்று இச்சங்கத்தின் வரலாற்றை எழுதிய அயான் கேமரோன் (*Ian Cameron*) கூறுகின்றார்.

இராயல் நிலவியல் சங்கம் தனிப்பட்டவர்கள் கூடும் சங்கம் (*Club*); இது அறிவின் எல்லையை விரிக்கும் ஆவல் கொண்டது. நாடோடுவது ஆன்மத்தை விரித்துப் பெருக்கும் என்ற பிரிட்டீசுக் குறிக்கோளையுடையது. அது இந்த 1830 தொடங்கியதிலிருந்து ஆயிரத்திற்கு மேற்பட்ட மிகப் பெரிய தேட்டப் பயணங்களுக்கு ஆதரவளித்துள்ளது. அதிகமாய் அறியப்படாதிருந்த ஆயிரத்திற்கு மேற்பட்ட இடங்களைத் தேடும் தேட்டப் பயணங்களுக்கும் சங்கம் உதவிற்று. அரசி விக்டோரியாள் (1819-1901; ஆ.கா.1837-1901) இச்சங்கத்திற்கு 1859 இல் சிறப்பு உரிமைப் பட்டயம் அளித்தார்.

இங்குள்ள நிலப்படச் சேகரக் கூடத்தில் எட்டு இலட்சத்திற்குமதிகமான நிலப்படங்களும் பலவகையான வரைபடத்தாள்களும் (*Chart Sheets*) உள்ளன. இது உலகின் மிகப்பெரிய தனியார் நிலப்படச் சேகரமாகும். இவற்றுள் சில விலைமதிக்க முடியாதவையாகும். சீனத்தில் சமயப் பரப்பியராயிருந்த ஏசுசபை அச்சன் மேட்டியோ ரிச்சி (*Matteo Ricci*, 1552 -1610; இத்தாலியரான இவர் சீனத்தில் ஏசு சபை மிசனை அமைத்தவர்.) தன் கையால் வரைந்த 1644 உலக நிலப்படங்கள் உள்ளன. மேலும் பல மொழிகளிலும் பல்வேறு எழுத்துகளிலும் அமைந்த இரண்டாயிரத்து ஐநூறுக்கும் அதிகமான நிலப்பட ஏடுகள் (*atlas*) இருக்கின்றன.

இவையனைத்தும் பொதுமக்கள் காண்பதற்குக் கிடைக்கும். இம்மாபெரும் சேகரம் இதுவரையில் கணினியில் செலுத்தப்பட்டுப் பட்டியலிடப்படாமலிருப்பது புதுமையாகும். எந்த நிலப்படம் வேண்டுமென்று கேட்டாலும் இவற்றின் காப்பாளர், அதை நொடியில் எடுத்துத் தந்து விடுகின்றார்.

சங்க நூலகத்தை அதன் உறுப்பினர் மட்டுமே பயன்படுத்த முடியும். இங்கு 1,20,000 நூல்களும் ஏறத்தாழ 500 நடப்பு இதழ்களும் இருக்கின்றன. இவ்விதழ்கள் உலக முழுமையிலுமிருந்து வருகின்றன. ரிச்சர்டு ஹக்குளுட்டி (*Richard Haklut*, 1552 - 1616, இவர் ஹெட்டு ஃபோர்டுசயரில் பிறந்த நில நூலார். இவர் உலகின் பல இடங்களில் நடந்த தேட்டப் பயணங்கள் பற்றிப் பரவலாய் எழுதினார். இவர் எழுதிய 'பிரிட்டிசாரின் தலையாய கடலோட்டங்களும் பயணங்களும் (*Principal Navigation, Voyages and Discoveries of the British Nation*) என்ற நூல் குறிப்பிடத்தக்கது. இது 1598-1600 காலத்தில் எழுதப்பட்டது.) கிரேக்க நில நூலாரான தாலமி (கி.பி.87-150) எழுதியதும் 1486 இல் அச்சிடப்பட்டதுமான ஒரு நூலும் இங்கு உள்ளது.

Sabastian, Jean Mount Olympus to the World's Explorers, Reader's Digest, Nov. 1993.

(ஈ) விண்மீன் பட்டியல்

ஃபிரடரிக்கு வில்லம் பெசல் (*Friedrieh Wilhelm Bessel*, 1784 - 1846; இவர் ஜெர்மனியின் மிண்டன் என்ற ஊரில் பிறந்தார். கணிதவியலார்; வானியலார்) தற்கால விண்மீன் பட்டியலை 1830 ஆம் ஆண்டு தொகுத்தார். அதன் பெயர் *Tabulae Regiomontanae* ஆகும். அவர் ஒரு நட்சத்திரம் பூமியிலிருந்து எவ்வளவு தொலைவில் உள்ளது என்பதை 1841 ஆம் ஆண்டில் துல்லியமாய் அளந்தார். இவர் கெப்ளரின் (*Johannes Kepler*, 1571-1630; கோள்களின் சுழற்சி பற்றிய முதலாவது, இரண்டாவது விதிகளை அறிவித்தவர். இவரது ஆராய்ச்சி நியூட்டனின் கண்டுபிடிப்புகளுக்கு வழிவகுத்தது.) கதிரவன் மையக்

கொள்கை பற்றி மேலும் ஆராய்ந்தவர். இவர் இயற்பியலில் கைக் கொள்ளப்படும் கணிதச் செயல்பாடுகளை நெறிப்படுத்தி முறை செய்தார்.

(உ) நீருள் மூழ்கும் முதல் முயற்சி வெற்றி

நீருள் மனிதன் மூழ்கும் முதல் முயற்சி வெற்றி பெற்ற இடம் ஒயிட்ஸ்டேபிள் *(Whitstable)* என்பர். மூழ்கு உடை அணிந்து நீருக்கடியில் மூழ்கிய முதல் மனிதரின் பெயர் ஜான் டீன் *(John Deane)* ஆகும். அவர் எவ்வாறு நீருள் மூழ்கினார் என்பது சுவையான செய்தியாகும். சுமார் 1830 ஆம் ஆண்டில் ஒருநாள் ஒரு பெரிய பண்ணையில் தீப்பிடித்து விட்டது. அது ஒரு வேளை 1820 ஆம் ஆண்டாகவும் இருக்கலாம் என்றும் கருதுவர்.

முதலில் வைக்கோல் போரில் நெருப்புப் பற்றியது. அதன்பிறகு குதிரைக் கொட்டடிக்கு நெருப்புத் தாவியது. இங்கு உயர்ந்த சாதிக் குதிரைகள் இரவில் கட்டி வைக்கப்பட்டிருந்தன. நெருப்பை அணைக்கப் பெரிய அளவில் முயன்றனர். ஆனால் அந்தக் காலத்தில் தீயணைப்புப்படை இருந்திலது. வாளி, வாளியாய்த் தண்ணீரைக் கொட்டினர். பிறகு நீண்ட குழாய் இணைத்த பழைய இறைவைக் குழாயைப் பெரிய குளத்தில் வைத்து நீர் இறைத்துக் கொட்டினர். அது சிறிதளவு நீரைப் பாய்ச்சினாலும் பலன் உண்டாகவில்லை. எரிகின்ற கொட்டடியிலிருந்து குதிரைகளை வெளிக் கொணரச் செய்த முயற்சிகள் பலவும் தோற்றன.

1830

அங்கு பெருங்கூட்டம் கூடியது. அதில் கட்டுடல் வாய்ந்த ஜான் டீனும் நின்று கொண்டிருந்தார். அவர் குதிரைகளைக் காப்பதற்குச் சட்டென்று ஒரு திட்டம் செய்தார். அந்தப் பண்ணை வீட்டில் பழைய கவசம் ஒன்று நிறுத்தி வைக்கப்பட்டிருந்தது. அவர் அந்தப் பண்ணையாரின் நண்பராதலால் கவச உடையிலிருந்த தலைக் கவசத்தைப் பயன்படுத்திக் குதிரைகளைக் காப்பாற்றலாமா என்று கேட்டார். பண்ணையார் அதற்கு ஒப்பினார். டீன் தலைக் கவசத்தைத் தலையில் கவிழ்த்துக் கொண்டு, இறைவைப் பொறியின் நீண்டகுழாயைத் தலைக்கவசத்தினுள் செலுத்தி விட்டு, அக்குழாய் வழியே மெல்லக் காற்றை அடிக்கும்படி பண்ணையாரைக் கேட்டார். அவர் அதன் பிறகு புகை மண்டிக்கிடந்த கொட்டடிக்குள் சென்று ஒவ்வொரு குதிரையாய் வெளியே கொணர்ந்து அனைத்தையும் காப்பாற்றினார். கூடியிருந்த எல்லாரும் மகிழ்ச்சி ஆரவாரம் செய்து அவரை வாழ்த்தினர்.

டீன் தன் துணிச்சலையும் வெற்றியையும் கண்டு மகிழ்ந்து சும்மா இருந்துவிடாமல், பழைய இறைவைப் பொறிகளை வைத்துத் தொடர்ந்து ஆராய்ந்தார். அவர் அதைக் கடன் வாங்கி நீர் புகா ஆடையுடன் சேர்ந்த தலைக் கவசத்தினுள் குழாயைப் பிணைத்தார். அந்தத் தலைக் கவசத்தில் இரண்டு கண்ணறைகள் இருந்தன. அவற்றின் வழியே வெளியில் பார்க்கலாம். அவர் ஒருநாள் இந்த நீர் மூழ்கு ஆடையை அணிந்து கரையோரமாய்க் கடலில் இறங்கி மூழ்கிப் பார்த்தார். அவரின் தலை நீருள் மூழ்கியதும் மூழ்கு ஆடைக்குள் செலுத்தப்பட்ட காற்று அவரைத் தலை குப்புறக் கவிழ்த்து விட்டது. அவர் இவ்வாறு நேராமல் இருப்பதற்காகக் காலில் சில ஈயத் துண்டுகளைக் கட்டிக் கொண்டார். அதனால் அவர் தலை குப்புறக் கவிழாமல் நீருக்கு அடியில் எளிதாய் நடக்க முடிந்தது.

அவர் அதன்பிறகு கப்பலிலிருந்து அறுந்து கடலுள் மூழ்கிப்போன நங்கூரத்தைத் தேடிய ஆள்களுடன் சேர்ந்து கொண்டார். அவர்கள் நங்கூரம் மூழ்கிக் கிடந்த இடத்தை அடைந்ததும், டீன் தனது நீர் மூழ்கு ஆடையை அணிந்து கடலுள் மூழ்குவார். கப்பலின் மேல் தளத்தில் இருந்தவர்கள் மூழ்கு ஆடைக்குள் காற்றை அடித்தனர். டீன் அதன்பிறகு நங்கூரத்தைக் கயிற்றில் கட்டியதும் மேலே இருந்தவர்கள் அதை இழுத்துக்கொண்டனர்.

டீன் அதன்பிறகு கப்பல்கள் மூழ்கிக் கிடந்த இடங்களுக்குச் சென்றார். அவர் அங்கு கடலுள் பல ஆண்டுகளாய் மூழ்கிக்கிடந்த பல பொருள்களை மேலே கொண்டு வந்தார். அந்த வெற்றிக்குப் பிறகு, அவர் பெரிய பணி ஒன்றில் ஈடுபட்டார். ஸ்பிட்ஹெடு என்ற இடத்தில் 1782 ஆகஸ்டு 28 அன்று மூழ்கிய இராயல் ஜார்ஜ் என்ற கப்பலில் அந்தப் பணியை மேற்கொள்வதென்று அவர் நினைத்தார். அவர் தானே கண்டுபிடித்துச் செப்பம் செய்த மூழ்கு உடையுடன் அங்கு சென்றார். அவர் இப்போது ரப்பரினால் செய்த ஆடையை வைத்திருந்தார். அது நீர் உள் புகாத அருமையான ஆடையாய் அமைந்தது; அவர் விருப்பம் போல் தலையைத் திருப்பிக் கொள்ளக்கூடிய அளவினதாய்ப் பெரிய தலைக் கவசம் வைத்திருந்தார். அதில் வெளிச்சம் புகுவதற்கென்று மூன்று கண்ணாடிகள் இருந்தன. காற்றையடித்து உள் செலுத்தும் காற்றுப் பம்புடன் கூடிய நெகிழ்வான ரப்பர்க் குழாய் இணைக்கப்பட்டிருந்தது. டீன் இந்த உடையொடு சுமார் 90 இராத்தல் கனமுள்ள ஈயத்தைக் காலணியுடன் சேர்த்துக் கட்டியிருந்தார். அவர் கடற்படுகையில் எளிதாய் நடப்பதற்கு இது உதவியது;அவர் கடலடியில் கோடரியை எளிதாய்க் கையாள முடிந்தது; ஒரே நேரத்தில் ஒரு மணி நேரத்திற்கு நீருக்கடியில் இருக்க முடிந்தது.

Mckee, Alexander History Under the Sea, London. 1968.

3. சமயம்

மார்மன் திருச்சபை அமைப்பு

''பிற்காலத்துப் புனிதர்களின் ஏசுநாதர் திருச்சபை'' (*The Church of Jesus Christ of Latter - day Saints*) என்ற பெயருடைய கிறித்தவ சமயப் பிரிவை ஜோசஃபு ஸ்மிது 1830 ஏப்ரல் 6 அன்று அமெரிக்க இல்லினாய்சு மாநிலத்தின் லாஃபேயட்டு (*La Fayette*) என்ற இடத்தில் நிறுவினார். (*Joseph Smith 1805 - 1844*; அமெரிக்க வெர்மாண் மாநிலத்தின் ஷரோன் என்ற ஊரில் பிறந்தவர். இவர் திருத்தூதர் என்று முறையில் 1820 ஆம் ஆண்டு முதன்முதலாய் அழைக்கப்பட்டார். அவருக்கு ''மார்மன் திருநூல்'' என்ற நூல் 1827 ஆம் ஆண்டு அருளப்பட்டது. அதன்படி மேற்கூறிய திருச்சபையை இந்த ஆண்டில் நிறுவினார். இவர் 1840 ஆம் ஆண்டு இல்லினாய்சு நகர மேயரானார். எனினும் சதிக் குற்றத்திற்காகச் சிறையில் தள்ளப்பட்டார். ஒரு பெரிய கும்பல் அவரைக் கொன்றுவிட்டது. அவருக்கு வெளிப்படுத்தப்பட்ட திருச்செய்திகள் மார்மன் திருநூலில் பதிந்து வைக்கப்பட்டுள்ளன.

இத்திருநூல் அமெரிக்கத்தில் வாழ்ந்த பண்டை மக்களின் வரலாறு என்று நம்பப்படுகின்றது. எருசலேத்திலிருந்து அமெரிக்கத்தை அடைந்த ஏதிலியர் சுமார் 600 ஆம் ஆண்டுவாக்கில் ஒரு மாபெரும் நாகரிகத்தை இங்கு நிறுவினர் என்று மார்மன்களின் திரு நூல் (*Book of Mormon*) கூறுகின்றது. அங்ஙனம் இங்கு வந்தேறிய மக்களுக்கு நெஃபி, லாமன் என்ற அண்ணன், தம்பியர் தலைமையேற்று வந்தனர். அவர்களின் வழிவந்தோர் காலப்போக்கில் பல பிரிவுகளாய்ப் பிரிந்து இறுதியில் இரு கூட்டத்தினரும் ஒருவர்க்கொருவர் எதிரிகளாயினர். அவர்களிடையே போர் மூண்டது. லாமனைப் பின்பற்றியவர்கள் நெஃபியின் வழியினரை அழித்துவிட்டனர். நெஃபியர் நேரிய ஆன்மீக வழியில் வாழ்ந்தனர். அதன்பிறகு லாமனர் ஆட்சிக்கு வந்தனர். அவர்கள் மிகவும் தீயோராயினர். அதனால் கடவுள் அவர்களின் நிறம் கறுப்பாகட்டும் என்று சபித்து விட்டார். அம்மக்கள் நாகரிகமற்ற காட்டு மக்களாயினர். எனினும் இறைவன் அவர்களின் மீட்சிக்கு வழி காட்டினார். அவர்கள் தீயொழுக்கத்தைக் கைவிட்டு

இறைவன்பால் திரும்புவரேல், அவர்கள் ''வெள்ளை நிறத்தவராயும் மகிழ்ச்சியுடையவர்களாயும்'' மாறிவிடுவர். அமெரிக்கத்தின் வட, நடு, தென் பகுதிகளிலும் பசிபிக்குத் தீவுகளிலும் வாழ்கின்ற மக்கள் இறைவனால் சபிக்கப்பட்டவர்களின் வழி வந்தவரென்றும் அவர்கள் மிக இழிவான லாமனைட்டு என்ற பெயரைப் பெற்றனர் என்றும் மார்மன் திரு நூல் கூறுகின்றது. அது தங்கத் தகட்டில் எழுதிவைக்கப்பெற்றிருந்தது. இன்று அது மறைந்து விட்டது. மார்மன் என்ற திருத்தூதர் இந்நூலை ஸ்மிதிற்கு அளித்தார். ஸ்மிது அதை 1827 - 1830 காலத்தில் மொழி பெயர்த்தார்.

இப்பிரிவினரின் சமயக் கோட்பாடுகள், பிற கிறித்தவப் பிரிவினருடைய வற்றிலிருந்து வேறுபட்டிருக்கின்றன. இவர்கள் பல பெண்களை மணக்கின்றனர். தமக்கென்று தனிக் குடியேற்றங்களை அமைத்துத் தனிப் பிரிவினராய் வாழ்கின்றனர்.

மார்மன்கள் என்ற இப்பிரிவினர் 1857 ஆம் ஆண்டு இல்லினாய்சிலிருந்து வெளியேறி இன்று உட்டா எனப்படும் மாநிலத்தில் சால்ட்டு லேக்கு பகுதியில் குடியேறினர். மார்மன்கள் திருச்சபை இன்று அமெரிக்க ஒன்றியத்தின் மேற்கத்தி மாநிலமான உட்டாவின் தலைநகராகிய சால்ட்டு லேக்கு சிட்டியில் உள்ளது. (*Salt Lake City:* நடு உட்டாவின் வடக்கில் கிரேட்டு சால்ட்டு லேக்கு என்ற ஏரிக்கு அருகில் 1330 மீட்டர் உயரத்திலுள்ள நகரம்.)

இப்பிரிவினர் அமெரிக்கத்திற்கு எப்போதும் சிக்கலை உண்டாக்கி வருகின்றனர். அமெரிக்க ஒன்றிய அரசு மார்மன் குடிப்படையுடன் போரிடக் கூடிய நிலை கூட 1857 இல் தோன்றியது. மார்மன் வரலாறு நெடுகிலும் அச்சமயப் பிரிவினர் துன்புறுத்தப்பட்டும் படுகொலை செய்யப்பட்டும் வந்திருக்கின்றனர்.

அவர்களின் சமயத்தைத் தோற்றுவித்த ஸ்மிது 1844 ஆம் ஆண்டு கொலை செய்யப்பட்டதிலிருந்து, அப்பிரிவினர் அனைவரும் அவரால் அமைக்கப்பட்ட நூவு (*Nauvoo*) என்று ஊரிலிருந்து (அவ்வூரில் அவர்களின் கோயில் இருந்தது.) கிரேட்டு லேக்கு சிட்டிக்குக் குடிபெயர்ந்தனர். அவர்கள் அங்கு பலர் கூறியதைப் போன்று நலிந்து கெட்டழிந்து போகாமல் செழித்து வளரலாயினர். மார்மன்கள் ராக்கி மலைகளிலிருந்து, சியரா நெவாடா வரையிலும் ஆரிகன் மாநிலத்திலிருந்து கொலராடோ ஆற்றின் தென் பகுதி வரையிலு ம் விரிந்து பரவினர். (*Rocky Mountains or Rockies:* வட அமெரிக்கத்தின் மேற்குப் பகுதியிலுள்ள தலையாய மலைத் தொடர்; இது பிரிட்டீசுக் கொலம்பியத்திலிருந்து நியூ மெக்சிக்கம் வரை நீள்கின்ற மலைத்தொடர்; *Siera Nevada:*கிழக்குக் கலிபோர்னியத்திலுள்ள மலைத் தொடர்; *Oregon State:* அமெரிக்க ஒன்றியத்தின் வடமேற்கு மாநிலம் ; *Coloroda River:* ராக்கி மலைகளில் தோன்றித் தென்மேற்காய் ஓடிக் கலிபோர்னிய வளைகுடாவில் கலக்கும் ஆறு.)

பிரிகம் யங்கு என்ற மார்மன் தலைவர் அம்மக்களை இப்பெரும் பரப்பிற்கு அழைத்துச் சென்று உட்டாவில் குடியேறச் செய்தார். (*Brigham young, 1807-1877;* இவர் அமெரிக்க வெர்மாண் மாநிலத்தின் ஒயிட்டிங்கம் என்ற ஊரில் பிறந்தார். இவர் 1832 இல் மார்மன் சமயத்தைத் தழுவினார். ஜோசஃபு ஸ்மிது 1844 இல் இறந்ததும் இவர் திருச்சபையின் தலைவரானார். இவர் தலைமையில்தான் சால்ட்டு லேக்கு நகரம் அமைக்கப்பட்டது. பிரிகம் மார்மன்களின் அரசரைப் போலவே விளங்கினார். அவர்கள் பிறரைத் தம் சமயத்திற்கு மாற்றுவதில் முனைப்பு மிக்கவர்களாயிருந்தமையால், பிரிட்டனிலும் ஸ்காண்டிநேவியத்திலும் இச்சமயந் தழுவிய 30,000 பேரையும் 1840 முதல் 1860 வரையிலான காலத்தில் அமெரிக்கத்தின் ''பாலை வெளிப் பரப்பு'' என்ற பகுதியில் குடியேற்றி விட்டனர்.

பிரிட்டனில் 30,000 - 40,000 மார்மன்கள் இருக்கலாம் என்று ''தி டைம்ஸ்'' இதழ் 1855 செப்டம்பர் 4 அன்று கணித்தது. அது ''யூத சமயம், முகமதியம், சோஷிலிசம், எதேச்சாதிகாரம், மிக மோசமான மூடநம்பிக்கைகள் ஆகியனவெல்லாம்'' கலந்த ஒரு மதம் என்றும் ''தற்காலத்தின் தனித்தன்மை வாய்ந்த ஒரு நிகழ்வாய்'' அச்சமயம் விளங்குகின்றது என்றும் அவ்விதழ் மார்மன்களைப் பற்றிக் கூறியது.

ஐரோப்பியத்திலிருந்து அறிஞர்கள் அங்கு சென்று, மார்மன்களைக் கண்டு, அவர்களைப் பற்றி எழுதினர். பிரஞ்சுத் தாவரவியலாரான ஜூல்ஸ் ரெமி (Jules Remy), பிரிட்டீசு இயற்கை அறிவியலாளரான ஜூலியஸ் பிராஞ்சிலியுடன் (Julius Branchley) 1855 ஆம் ஆண்டு அமெரிக்கம் சென்று மார்மன்களைக் கண்டார். அவர்களிருவரும் மார்மன்களைப் பற்றி நன்கு சிந்தித்து ஒரு நூல் எழுதினர். வில்லியம் சேண்லஸ் (William Chandless) மார்மன்கள் மீது மிகுந்த சினத்துடன் எழுதினார். நியூயார்க்கு டிரிபியூன் இதழின் ஆசிரியர் ஹோரேஸ் கிரீலி (Harace Greely, 1811 - 1872; அமெரிக்க ஒன்றியத்தின் நியூ ஹாம்சயர் மாநிலத்து ஆமர்ஸ்டு என்ற ஊரில் பிறந்த இதழாசிரியர்; அரசியல்காரர். இவர் 1834 இல் New Yorker என்ற கிழமை இதழின் ஆசிரியராயிருந்தார். பின்னர் நியூயார்க்கு டிரிபியூன் (Newyork Tribune) என்ற நாளிதழைத் தொடங்கி இறக்கும் வரை அதன் ஆசிரியாயிருந்தார்.) மார்மன்களை நேரில் கண்டு கலந்துரையாடியதை வைத்து 1860 ஆம் ஆண்டு விரிவாய் எழுதினார்.

தீரச்செயல் வீரரும் கீழை மொழிகள் விற்பன்னரும் சிறந்த எழுத்தாளருமான சர் ரிச்சர்டு பர்டன் (Sir Richard Francis Burton, 1821-1910) மார்மன்களைக் காண 1826 ஆம் ஆண்டு அமெரிக்கம் சென்றிருந்தார். அமெரிக்க எழுத்தாளரான மார்க்கு டுவைன் (Mark. Tuain, இயற்பெயர் Samuel Langhorne Clemens 1835 - 1910; மிசௌரி மாநிலத்தின் ஃபுளோரிடத்தில் பிறந்தவர். இவரின் நாவல்கள் உலகின் தலைசிறந்த இலக்கியப் படைப்புகளுள் வைத்து எண்ணப்படுகின்றன.) 1861 இல் மார்மன்களைக் கண்டு எழுதினார். ரால்ஃபு வால்டோ எமர்சன் (Ralph Waldo Emerson, 1803-1882; அமெரிக்க மசாச்சூசட்ஸ் மாநிலத்தின் பாஸ்டன் நகரில் பிறந்த எழுத்தாளர்; பல பாடல்களையும் கட்டுரைகளையும் எழுதியவர். அவற்றுள் அவர் 1860 ஆம் ஆண்டு எழுதிய The Conduct of life மிகவும் குறிப்பிடத்தக்கதாகும்.) இம்மக்களைப் பற்றி 1871 ஆம் ஆண்டு எழுதியிருந்தார். இவர்களுள் எமர்சனைத் தவிர அனைவரும் தம் அனுபவத்தைப் பற்றி மட்டுமே எழுதினர். ஆனால் பர்டனோ மிகுந்த அறிவுக் கூர்மையுடன் மார்மன்களைப் பற்றி முற்றிலும் ஆராய்ந்து எழுதியிருந்தார்.

மார்மன்களிடையே காணப்படும் பல மனைவியருடைமை பர்டனின் ஆர்வத்தைத் தூண்டியது. பர்டன் ஆப்பிரிக்கத்திலும் அண்டைக் கிழக்கு நாடுகளிலும் கண்ட பலவகையான உவளகங்களுடன் மார்மன்களின் அந்தப்புரத்தை ஒப்புநோக்கினார். மார்மன்களின் உவளகங்கள் தனித்தன்மை வாய்ந்தவையாய் இருந்ததைப் பர்டன் கண்டார்.

''மார்மன்களின் இல்லங்கள் பொறாமை, வெறுப்பு, மனக்காழ்ப்பு நிலவும் நரகம் என்றும் கொலையும் தற்கொலையும் நிகழும் குகை என்றும் அவர்களின் எதிராளிகள் வருணித்தனர். முஸ்லிம்களின் அந்தப்புரங்கள் பற்றியும் இப்படித்தான் சொன்னார்கள். இவ்விரு சாராரும் அறியாமை அல்லது தப்பெண்ணத்தால் அவ்வாறு வலிந்து கூறுகின்றனர் என்று நான் நம்புகின்றேன். புது உலகினரின் மனநிலை பழைய உலகினரின் உள்ளப் போக்கைவிட மிகவும் மேலாயிருக்கின்றது. ஆதலால் மேற்சொன்ன கூற்று நம்ப முடியாதது என்று எனக்குத் தோன்றுகின்றது. ஏனெனில் சக்களத்தி மனைவியர் தம்முள் நல்லிணக்கத்துடன் மார்மன்களிடையே வாழ்கின்றனர்.

எண்ணிக்கை மிகமிக இன்பம் மிகும் என்ற பழமொழியை இங்கே கூறுவது சாலப் பொருந்தும்.''

''மகிழ்ச்சி நிறைந்த பெரும்பாலான ஆங்கிலக் குடும்பங்களில் ஒரு மனைவியருடைமை முறை நிலவிய போதிலும், அங்கு பெரும் புயல் வீசுவதைக் காணலாம்'' என்று பர்டன் மார்மன்களின் பல மனைவியருடைமையைப் பாராட்டிக் கூறுகின்றார்.

பலர் நம்புவதைப் போன்று மார்மன் பெண்டிர் மனவாட்டமுடையவர்களாயும் சீர்கெட்டவர்களாயும் இருக்கவில்லை என்றும் பர்டன் குறிப்பிடுகின்றார். ''பெண்கள் பிற கால்நடைகளைப் போன்று மார்மன்களின் புற வீடுகளில் வைக்கப்படுகின்றனர் என்று கற்பனையாளர் சிலர் என்னிடம் கூறியதைக் கேட்டு, அதை அங்கு காணலாமென்று வீணாக அவர்களின் அந்தப்புரங்களைத் தேடி, ஏமாந்தேன். அது மார்மன்கள் பற்றிய பலவிதமான மயக்கங்களுள் ஒன்றென்று அறிந்தேன்.''

மார்மன்கள் பல மனைவியருடைமைக்கு ஆதரவாய் எடுத்துரைக்கும் தற்காப்புக் கருத்துகளையும் பர்டன் சுட்டிக்காட்டுகின்றார். மார்மன்கள் விபசாரம், காமக்கிழத்தியர் தொடர்பு, பிரம்மச்சரியம், குழந்தைக் கொலை இவற்றையெல்லாம் தடைசெய்து விட்டனர். இல்லற வாழ்க்கையுடன் காமாந்த காரத்தனமெல்லாம் முற்றிலும் மக்களிடையே தடைசெய்யப்பட்டு விட்டன. இனப்பெருக்கத்திற்கு அப்பாற்பட்ட எதுவாயினும் அது அங்கு தடுக்கப்பட்டுள்ளது.

மார்மன்களின் பல மனைவியருடைமை முறை என்பது கடுந்தூய்மைக் கோட்பாட்டை அடிப்படையாய்க் கொண்டது என்று அதை ஆதரிப்பவர்கள் எடுத்துக்காட்டுகின்றனர். அதன் தலைவர்கள் மானுட உறவிலுள்ள புலனிச்சைக் கூறுகள் அனைத்தையும் இழித்துரைக்கின்றனர். அவர்கள் கூடா ஒழுக்கக் குற்றத்திற்கு மூன்று முதல் இருபதாண்டுச் சிறைத்தண்டனையும் 300 - 1000 டாலர் வரை தண்டத்தொகையும் விதிக்கின்றனர்.

பத்தொன்பதாம் நூற்றாண்டின் இக்காலகட்டத்தில் அறிவாளிகளின் கவனத்தை ஈர்த்த மார்மன் கோட்பாடு, மனிதன் தன்னை ஆய்ந்து கொள்வதற்காக நெடுங்காலமாய் வெளிப்படுத்திவரும் ஆளுமைக்கு எடுத்துக்காட்டாய் விளங்குகின்றது என்று கருதுவாருமுளர்.

1830

Brodie, Fawn M. The Devil Driver, A Life Sir Richard Burton, London, 1984.

4. கலை, இலக்கியம்

(அ) சரபோசிக் குறவஞ்சி

தஞ்சைத் தரணியைக் கடந்த 154 ஆண்டுகளாய் (1676 முதல் இந்த 1830 வரை) ஆண்டு வந்த மராட்டிய அரசர்களுள் இரண்டாம் சரபோசி (ஆ.கா. 1798-1832) கல்வி, கேள்விகளில் சிறந்தவர். புலவர்களையும், கலைஞர்களையும் புரந்தவர். சரபோசியும் பல நாடக நூல்களை எழுதியிருக்கின்றார். இவர் இரண்டாம் துளசாவினால் (1763 - 1787) மகன்மை கொள்ளப்பட்டவர்.

சரபோசியினால் ஆதரிக்கப்பட்ட கொட்டையூர் சிவக்கொழுந்து தேசிகர் என்ற தமிழ்ப் புலவர், தம்மைக் காத்தவரின் பெயரால் சரபோசிக் குறவஞ்சி என்ற நூலைப் பாடினார். இது இலக்கியச் சிறப்பும் வரலாற்றுத் தன்மையும் உடையது என்பர்.

(ஆ) நளசரிதம் பாடிய அரூர் பட்டாத்திரி

நளன் கதை நளோபாக்கியானம் என்ற பெயரில் மகாபாரதம் ஆரணிய பருவத்துள் அமைந்த ஒரு கிளைக் கதையாகும். நிடத நாட்டில் மாவிந்த நகரையாண்ட வீரசேனனின் மகன் நளன். நளன் கதையைக் கூறும் சம்ஸ்கிருத நூல் நைஷதம், நைஷதம் தமிழில் நைடதம் என்று வந்தது. இதை வடமொழியில் செய்தவர் ஹூணை மரபினரான ஹர்ஷர் (606-647). ஹர்ஷர் சம்ஸ்கிருதத்தில் பெரும் புலவராய் விளங்கிப் பல நாடகங்களை எழுதியுள்ளார். அவர் தமயந்தி சுயம்வரம் வரையிலும் 22 சருக்கங்கள் - படலங்கள் மட்டுமே பாடினார் என்பர். நைஷதம் சம்ஸ்கிருதத்தில் பஞ்ச காவியங்களுள் ஒன்று. சூதினால் வரும் கேட்டை வியாசர் தருமனுக்கு இக்கதை வாயிலாய் எடுத்துரைப்பதாய் இப்பாடல் அமைந்துள்ளது.

மிகப் பழமையான காலந்தொட்டுத் தமிழிலக்கிய உலகில் நளன் சரிதம் நன்கு அறியப்பட்டு வழங்கியது என்பதைச் சிலப்பதிகாரம் (கி.பி.2 நூ) காட்டும். கவுந்தியடிகள் வினையின் வலிமையைக் கோவலனுக்குக் கூறுகையில், நளன் பட்ட துன்பத்தை விவரிப்பதாய்ச் சிலம்பு ஊர்காண் காதையில் ஒரு பாடல் வருகின்றது.

இவ்வரலாறு பின்னர் புகழேந்திப் புலவரால் பன்னிரண்டாம் நூற்றாண்டில் நளவெண்பா என்ற பெயருடைய சிறுகாவியமாய்ப் பாடப்பட்டது. பின்னர் அதிவீரராம பாண்டியர் பதினாறாம் நூற்றாண்டில் நளனின் கதையைச் சம்ஸ்கிருத மூலத்தைத் தழுவிப் பெரிய நூலாய் நைடதம் என்ற பெயரில் சுவை நிரம்பியதாய்ப் பாடினார். இந்நூலில் பாயிரப் பகுதியும் இருபத்திரண்டு படலங்களும் 1173 பாடல்களும் உள்ளன.

பத்தொன்பதாம் நூற்றாண்டில் சுமார் 1830 வாக்கில் கொச்சி அரசர் பத்தாம் இராம வர்மனால் (1828-1837) ஆதரிக்கப் பெற்ற சமஸ்கிருதப் புலவரான அரூர் பட்டாத்திரி நளனின் பிற்கால வாழ்க்கையைக் கூறும் உத்தர நைஷதம் என்ற நூலைப் பாடினார். இவருக்கு வண்டாரு பட்டர் என்ற பெயரும் உண்டு. ஹர்ஷனின் ''நைஷத சரித'' என்ற நூலின் கிடைக்காத பகுதிகளை நிறைவுசெய்யும் வகையில் பட்டாத்திரியின் பாடல்கள் அமைந்துள்ளன என்றும், அதன் தொடர்ச்சி என்றும் கொள்கின்றனர்.

நைடதம் பத்தொன்பதாம் நூற்றாண்டில் தொடர்ந்து பல தமிழ்ப் பதிப்புகள் வந்தன. இதைப் பண்டிதரும் பாமரரும் பதிப்பித்தனர். இருபதாம் நூற்றாண்டின் தொடக்கத்தில் கூட ஊர்கள்தொறும் திண்ணைகள்தொறும் எல்லாவகையான மக்களும் நளன் சரிதத்தைப் படித்தனர். அதிலுள்ள காமச்சுவைப் பகுதி மக்களை ஈர்த்துக் கவர்ந்தது. ந.மு. வேங்கடசாமி நாட்டாரின் (1884-1944) முன்னுரையொடு நைடதப் பதிப்பு ஒன்று வெளிவந்துள்ளது.

(இ) பம்பாயில் பொது நூலகம்

கல்விக் கூடங்கள், கல்லூரிகள் இவற்றொடு நடை பயிலத் தொடங்கியுள்ள இந்தியக் கல்வி இயக்கத்திற்கு உறுதுணையாய் ஆங்காங்கே பொது நூலகங்கள் இக்காலத்தில் திறக்கப்பட்டு வருகின்றன. மும்பையில் பொது நூலகம் (*General Library*) என்ற பெயரில் 1830 நவம்பர் 15 அன்று ஒரு நூலகம் திறக்கப்பட்டது.

(ஈ) வங்க மொழி இதழ்கள்

''இளம் வங்க இயக்கம்'' (*Young Bengal Movement*) என்று அறியப்பட்டுள்ள வங்க மறுமலர்ச்சி மீது (*Bengal Rinaissance*) ஆர்வம் எழுந்ததற்குக் கல்கத்தாவில் 1817 இல்

தோன்றிய இந்துக் கல்லூரியும் 1830 இல் திறந்த ஸ்காத்தியச் சர்ச்சுக் கல்லூரியும் 1835 இல் அமைந்த மருத்துவக் கல்லூரியும் காரணங்களாய் விளங்கின. இளம் வங்க இயக்கத்தின் தலைவராய் ஹென்றி லூயி விவியன் தேரோசியோ (*Henry Louis Vivian Derojia, 1809 -1831*: பக்கம் 262 - 263) இருந்தார். யூரேசியரான தேரோசியோ வங்க மொழி இதழ் ஒன்றை நடத்திவந்தார். அவர் இந்துக் கல்லூரியில் முதுநிலை வகுப்புகளுக்கு ஆசிரியராயுமிருந்தார்.

தேரோசியோ நாட்டின உணர்வு மிக்கவர். சுதந்திரச் சிந்தனையாளர். பிரஞ்சுப் புரட்சியினால் ஈர்க்கப்பட்டவர். இளம் வங்க இயக்கத்தைச் சேர்ந்தவர்கள் பன்றியிறைச்சியும், மாட்டிறைச்சியும் உண்டனர். பியரையும் பிற மது வகைகளையும் அருந்தித் தம் எதிர்ப்புணர்ச்சிகளை வெளிப்படுத்தினர். இவ்வியக்கத்தவரான ஓர் இளைஞர் காளி கட்டத்திலுள்ள காளி கோயிலுக்குச் சென்று, காளியின் உருவத்திற்கு முன்னால் தலை தாழ்த்தி வணங்கி "*Good, Morning, Madam*'' என்று சொன்னார் என்றொரு கதையுண்டு. தேரோசியோ சிறந்த கவிஞர்:

முன்னைப் பெரும்புகழ் மேவிய நாடே
கவின்மிகும் புக ழொளி மிளிரும் வதனி
மன்னுயிர் தொழுத இன்னுயிர்த் தெய்வமே
அன்றைப் புகழும் நன்பத்தியும் எங்கே?
நின்றன் சிறகினைப் பிணித்து விட்டார்
பண்ணிசைக்க நினைச்சுற்றிப் பாணர் இலர்

என்று தாயகத்தின் தாழ்ந்த நிலை கண்டு மனம் நொந்து தோரோசியோ பாடுகின்றார்.

அவரது காலத்தில் வங்கத்தின் படித்த கூட்டம் பெருங்குரலெடுத்துத் தன் கோரிக்கைகளை எழுப்பிற்று. அவர்கள் தம் இலட்சியங்களை வெளிப்படுத்துவதற்கு இதழ்கள் வெகு முக்கியமான கருவிகள் என்பதை விரைவில் உணர்ந்தனர். அதனால் 1830 வாக்கில் பாரசிகன், நாகரி முதலிய மொழிகளில் கிட்டத்தட்ட ஏழு திங்கள் இதழ்கள் வெளிவந்தன. அவை வங்காளியர்க்கே உரிமையானவையாயும் அவர்களையே ஆசிரியராய்க் கொண்டவையாயும் இருந்தன.

அவற்றுள் ''சங்படு கௌமுதி'' (1821) ''சமாச்சார் சந்திரிக'' (1822) இரண்டும் பரந்த அளவில் படிக்கப்பட்டன. ''பெங்கால் ஹெரால்டு'' போன்ற ஆங்கிலக் கிழமை இதழ்கள் வங்காளியரின் கைகளில் இருந்தன. ஆங்கிலேயருக்கு உரிமையான ''தி பெங்கால் ஹர்க்காரு'' போன்ற இதழ்களில் வங்காளியர் முதல் போட்டிருந்தனர்.

Singh, Khushwant Kalighat to Calcutta, 1690 - 1990 Calcutta, 1990.

5. கல்வி

உயர் வகுப்பினர்க்கே கல்வி: கம்பெனியின் கொள்கை

பல்லாயிரமாண்டுகளாய்க் கல்வியறிவற்றவர்களாய் அறியாமை இருளில் இருந்து வந்த பெரும்பாலரான தாழ்த்தப்பட்ட மக்களுக்குக் கல்வி வசதி வேண்டும் என்பதில் கிழக்கிந்தியக் கம்பெனியின் இயக்குநர் மன்றம் (*Court of Director*) அக்கறை காட்டவேயில்லை. உயர் வகுப்புகளைச் சேர்ந்த இராசா இராம மோகனராயும் அரசின் கொள்கைகளை வகுத்தோர் அனைவரும் உயர் வகுப்பினர்க்குக் கல்வியளிக்க

வேண்டும் என்பதில் உறுதியாய் இருந்தனர். கல்வியறிவு மேலேயிருந்து கீழே வாய்க்கால் போன்று பாயும் என்று அவர்கள் நம்பினர்.

வேதாந்த வித்தகர்களாய் விளங்கிய இராசா இராம மோகனரைப் போன்றவர்கள் பிராமண வகுப்பினரால் இழிந்தவர்கள் என்று கருதப்பட்ட போதிலும், அவர்கள் தம்மை உயர் வகுப்பினர் என்றும் சம்ஸ்கிருத விற்பன்னர்கள் என்றும் பண்டிதர்கள் தம்மை ஏற்றுப் போற்ற வேண்டும் என்று எதிர்பார்த்தனர். அவர்கள் தமக்கு முன்பிருந்த இந்து சமய மெய்ஞ்ஞானியரைப் போன்றே வருணாசிரம தர்மத்தில் ஆழ்ந்த நம்பிக்கை வைத்திருந்தனர். (இராம மோகனார் பிராமணச் சமையற்காரர் சமைத்ததைத்தான் ஆசாரத்தோடு உண்டார்.)

ஈசன் காசியில் ஆதி சங்கரரிடம் சண்டாளனாய் வந்து காட்சி தந்து மானுஷீக பஞ்சகம் என்ற சுலோகத்தை அருளியதாய்க் கூறிக் கற்றறிந்தோர் பெருமைப்பட்டாலும் பல நூற்றாண்டுகளாய் வாழையடி வாழையென்று வருணாசிரம அமைப்பிலிருக்கும் அவர்களால் விடுபடுவதற்கு இயலவில்லை. கம்பெனி அரசு மேல் வகுப்பினரைத் தன் ஆட்சி வசதி கருதிப் பகைத்துக் கொள்வதற்கு விரும்பவில்லை.

இலண்டனிலிருந்த கம்பெனி இயக்குநர் மன்றம் சென்னை அரசிற்கு *1830* ஆம் ஆண்டு இங்ஙனம் எழுதியது:

ஓய்வு நேரமும் தம் நாட்டவர் மீது செல்வாக்குச் செலுத்தக்கூடிய இயல்பான மேல் நிலையும் உடைய வகுப்பினரின் கல்வி மீது அக்கறை கொள்வதால்தான், மக்களின் ஒழுக்கநெறி, அறிவுத்திறன் ஆகியவற்றை ஆக்கமான முறையில் மேலேற்றக் கூடிய கல்விச் சீர்திருத்தங்கள் ஏற்படும். இவ்வகுப்பினரை உயர்த்துவதன் வாயிலாய் நீங்கள் எண்ணற்ற மக்களிடம் நேரடியாய்ச் செயல்படுவதைவிட மிகப் பெரிய அல்லது பலன் தரத்தக்க மாறுதல்களைச் சமூகத்தின் எண்ணங்களிலும் உணர்வுகளிலும் உண்டாக்க முடியும். மேலும் நமது இந்திய அரசு நாட்டின் பொது ஆட்சிப் பணியில் இதுவரை கைக்கொண்டு வந்த வழமையை விடத் தகுதி பெற்ற நாட்டு மக்கள் பழக்க வழக்கங்களினாலும் பெற்றுக் கொண்ட பட்டறிவினாலும் பெரிய அளவில் பங்கு பெற வேண்டுமென்பதாலும் உயர் பதவிகளை அவர்கள் வகிக்க வேண்டுமென்பதில் நாம் கொண்டுள்ள ஆர்வத்தை நன்கு அறிவீர்கள். *(Report of the Board of Education for the year 1850-51, Paragraph 8)*

அயலரசு இந்நாட்டு மக்களில் வெகு சிலராயிருந்தவர்களும் கற்றறிந்தவர்களுமான மேல் சாதியினரைத் தம் நோக்கங்களுக்காக, அவர்களுக்கு மட்டுமே கல்வியளிக்க வேண்டும் என்பதில் குறியாயிருந்தது. இந்தியக் கல்வியைப் பொருத்தவரையில் கம்பெனியின் கொள்கை பத்தொன்பதாம் நூற்றாண்டின் தொடக்கத்தில் இவ்வாறாகவே இருந்தது. இதை உறுதி செய்யும் நிகழ்வுகள் இந்தப் பத்தில் காணப்படுகின்றன. எனினும் சமயப் பரப்பியர் தொடர்பால் தாழ்ந்த சாதியினரிடையே உண்டான கல்வியார்வமும் அம்மக்களின் செயல் திறமிக்க பணியும் அரசின் இந்தப் போக்கை விரைவில் மாற்றின.

6. தொழில், வாணிபம், வேளாண்மை

பிரிட்டீசு இந்திய வணிகச் சங்கங்கள் வளர்ச்சி

கிழக்கிந்தியக் கம்பெனியின் வாணிப உரிமப் பட்டயம் *1813* ஆம் ஆண்டில் புதுப்பிக்கப்பட்ட பிறகு (இ.ச.க.தொகுதி-*12*) இந்தியத்தில் பல துறைகளில் புது வேகம்

தோன்றலானது. அவற்றுள் தனிப்பட்ட பிரிட்டீசு வணிகர்கள் தங்கு தடையின்றித் தொழில் செய்வதற்கு வழி ஏற்பட்டது என்பது குறிப்பிடத்தக்கதாகும். இந்தியத்தின் கைத்தொழில்களும், நெசவுத் தொழில்களும் வேகமாய் நலிந்து கெடவும் இதே சட்டம் வழி வகுத்தது.

எனினும் தனிப்பட்ட பிரிட்டீசு வணிகரின் வாணிபம் வெகுவாய் வளர்ந்தது. அதனால் பிரிட்டிசாரும் இந்தியரும் அடங்கிய வாணிபக் குழுமங்கள் மிகுந்த செல்வாக்குப் பெற்றன. அவை அரசை நெருக்கி வணிக வளர்ச்சிக்கு வேண்டிய பல பணிகளை மேற்கொள்ளுமாறு செய்தன.

இவ்வாறு முதன்முதலில் அமைந்த கல்கத்தா வாணிபச் சங்கம் (*The Calcutta Trade Association*), என்ற வணிக அமைப்பு 1830 ஆம் ஆண்டு தோன்றியது. அதற்கு நான்காண்டுகளுக்குப் பிறகு (1834) கல்கத்தா வணிக மன்றம் (*The Calcutta Chamber of Commerce*) உண்டானது.

இவ்வணிக அமைப்புகள் அரசை நெருக்கிப் போக்குவரவை நீட்டிக்கச் செய்தன. சாலைகள், இருப்புப் பாதைகள் அமைப்பதையும் அவை முடுக்கிவிட்டன. வாணிபத்திற்குள்ள தடைகளும் கட்டுப்பாடுகளும் முற்றிலும் நீக்கப்பட வேண்டுமென்றும் இக்குழுமங்கள் கோரின. அவை தமக்கு மட்டுமன்றி வாணிபத்தில் தம்மொடு துணை நின்ற இந்தியர்களுக்கும் ஆதரவாய்ப் பல பணிகளைச் செய்தன.

வங்கத்தில் நிறுவனங்கள் நொடிப்பு

கல்கத்தாவின் பெரிய வணிக நிறுவனங்களில் பல, 1830 ஜனவரி 5 அன்று நொடித்துப் போயின. அவற்றுள் பேக்ஸ்டன், காக்கரல் அன் டிரயில் (*Paxton, Cockerell and Traill*) என்ற பெயரில் தொடங்கிய ஜான் பாமர் என்ற நிறுவனமும் ஒன்றாகும். இந்நிறுவனம் ஐதராபாதில் பெரிய ஊழலில் தொடர்பு கொண்டிருந்தது என்பது குறிப்பிடத்தக்கது. (இ.ச.க.தொகுதி-12; இ.ச.க.தொகுதி-14: 1832 - புள்ளிகள்)

7. போக்குவரவு

பால்டிமோர், ஒகையோ இருப்புப்பாதை

அமெரிக்க ஒன்றியத்தில் பயணியர் செல்வதற்கென்று முதன்முதலில் அமைத்த இருப்புப்பாதை இதுவேயாகும். இதற்கு 1828 சூலை 4 அன்று அடிக்கல் நாட்டப்பட்டது. அதன் முற்பகுதி 1830 இல் திறக்கப்பட்டது. அப்போது தண்டவாளத்தில் குதிரை இழுத்துச் சென்ற வண்டி பால்டிமோரிலிருந்து 13 மைல் தொலைவிலிருந்த Ellicott's Mills என்ற இடத்திற்குச் சென்றது. பின்னர் அதே ஆண்டில் நீராவி விசையால் இயங்கிய டாம் தம் (*Tom Thumb*) என்ற வண்டி ஒரு மணி நேரத்தில் இதே தொலைவுக் கடந்தது. உள்நாட்டுப் போரின்போது நடு மேற்கையும் கிழக்குக் கரைப் பகுதியையும் இணைத்தனர். இந்த இருப்புப்பாதை முக்கியமானதாயிருந்தது.

7. மக்கள்

(அ) சென்னையிலும் சதி ஒழிப்புச் சட்டம்

இறந்த கணவனுடன் அவரின் கைம்பெண் உயிரொடு தீப்பாயும் சதி என்ற வழக்கத்தை ஒழிக்கும் சட்டம் இந்தியத் தலைமை ஆளுநரால் 1829 டிசம்பர் 4 அன்று

நிறைவேற்றப்பட்டது. அதையடுத்துச் சென்னை மாநிலத்திலும் உடன்கட்டை ஏறும் கொடிய வழக்கத்தை ஒழிக்கும் சட்டம் 1830 பிப்ரவரி 2 அன்று கொண்டு வரப்பட்டது.

(ஆ) பிரிட்டனில் உழவர் கலவரங்கள்

பிரிட்டனின் தென் கோட்டங்களில் 1830 ஆம் ஆண்டு உழவர் கலவரங்கள் ஊர் ஊராய்ப் பரவலாயின. இவை ''ஊஞ்சல் கலவரங்கள்'' (*Swing Riots*) என்று பெயர் பெற்றன. அப்போது கதிரடிக்கும் எந்திரங்களும் பிற வேளாண்மைக் கருவிகளும் உடைக்கப்பட்டன. உழவர்கள் மீது மக்களுக்கு மிகுந்த இரக்கம் உண்டானது.

இக்கலவரங்கள் விலங்குத்தனமாய் ஒடுக்கப்பட்டன. எனினும் இவற்றில் ஒருவர் கூடக் காயம்படவோ, சாகவோ இல்லை. எனினும் இதில் ஈடுபட்டவர்கள் என்று ஒன்பது பேர் தூக்கிலிடப்பட்டனர். மேலும் பலர் சிறை செய்யப்பட்டனர். இருவரிடையே பேச்சு முற்றியதும் ஒருவர் ஆளும் வகுப்பைச் சேர்ந்தவரின் தொப்பியைக் கீழே தட்டி விட்டதற்காக அவர் தூக்கிலிடப்பட்டார்.

(இ) உலக மக்கள் தொகை 100 கோடி

உலகின் மக்கள் தொகை இந்த 1830 ஆம் ஆண்டில் 100 கோடியாய் உயர்ந்தது. இது 1750 ஆம் ஆண்டில் 75 கோடியாய்த்தானிருந்தது.

(ஈ) அமெரிக்க மக்கள் தொகை 12.9 மில்லியன்

அமெரிக்க ஒன்றியத்து மக்கள் தொகை 1830 ஆம் ஆண்டில் 12.9 மில்லியனைத் தொட்டது. இதில் கறுப்பு அடிமைகளான 3.5 மில்லியனும் அடக்கம். அயர்லந்திலிருந்து இவ்வாண்டில் 54,338 குடியேறியவர் சென்று அமெரிக்கத்தில் இறங்கினர்; இங்கிலாந்திலிருந்து 27,489 குடியேறினர்; அமெரிக்கம் சென்றனர்.

(உ) ஐரோப்பிய மக்கள் தொகை

ஐரோப்பியத்தின் பல்வேறு நாடுகளில் 1830 ஆம் ஆண்டு வாழ்ந்த மக்களின் தொகை கீழே தரப்பட்டுள்ளது. அங்கு 1815 ஆம் ஆண்டு வாழ்ந்த மக்கள் தொகை அடைப்புக் குறிக்குள் தரப்பட்டுள்ளது.

மா பிரிட்டன் 24 மில்லியன் (18 மில்லியன்)
பிரான்ஸ் 32 மில்லியன் (29 மில்லியன்)
இத்தாலி 21 மில்லியன் (18 மில்லியன்)
ஜெர்மனி 30 மில்லியன் (26 மில்லியன்)
இரஷியம் 50 மில்லியன் (43 மில்லியன்)

(ஊ) ''மேலான சுற்றுப் பயணம்'' முடிந்தது

பிரிட்டனின் பெருங்குடியைச் சேர்ந்தவர்கள் ஈட்டன், ஹாரோ, கேம்பிரிட்ஜ் அல்லது ஆக்ஸ்ஃபோர்டு ஆகிய பள்ளிகளிலும் பல்கலைக்கழகங்களிலும் கற்று முடித்த பின்னர் கல்வியில் முழுமை பெறுவதற்காக ஐரோப்பியத்தின் பல நாடுகளுக்குப் பயணம் செல்வார்கள்; அது ''மேலான சுற்றுப் பயணம்'' (*The Grand Tour*) என்று பெயர் பெற்றிருந்தது அவர்கள் இப்பயணங்களில் இருக்கும்போதே சிலர் தாயகமான பிரிட்டனில் ஒரு தொகுதியிலிருந்து நாடாளுமன்றத்திற்குத் தேர்ந்தெடுக்கப்படுவதும் உண்டு.

இவ்வாறு மேலான சுற்றுப் பயணம் செல்லும் வழக்கம் சுமார் 1630 ஆம் ஆண்டு தொடங்கிற்று. அப்பழக்கம் இருநூறு ஆண்டுகளுக்குப் பிறகு 1830 ஆம் ஆண்டுடன் முடிவடைந்தது.

9. பொது

(அ) ஹோப்பு வைரம்

ஹோப்பு (*Hope*) வைரம் என்பது சொட்டு வடிவிலான நீல வைரத்தின் பகுதி. வைரங்களுக்கும் வரலாறு உண்டு.

பிட்டு வைரம் என்றும் ரீசண்டு வைரம் என்றும் பெயர் பெற்ற ஒரு வைரத்தைப் பற்றி 1766 ஆம் ஆண்டுக் கட்டுரையொன்றில் (இ.ச.க.தொகுதி-7) முன்னர் கூறியிருந்தோம். பின்னர் பிரஞ்சு வீரர் ஒருவர் திருடிய ஆர்லோவ் என்ற இன்னொரு வைரம் பற்றி 1773 ஆம் ஆண்டுப் புள்ளி ஒன்றில் (இ.ச.க.தொகுதி-8) சொல்லியிருந்தோம். கடைசியாய் 1791 ஆம் ஆண்டுக் கட்டுரையில் (இ.ச.க.தொகுதி-10) பொதுவாய் வைரங்கள் பற்றிக் கூறப்பட்டது. இங்கு ஹோப்பு என்ற இன்னொரு வைரம் பற்றிய செய்திகள் உரைக்கப்படுகின்றன.

ஹோப்பின் மர்மக் கதை

பர்மாவின் அந்தக் கோயிலுக்கு வயதான பிரஞ்சுக்காரர் ஒருவர் தொடர்ந்து வரலானார். அவர் அங்கு வந்தபோதெல்லாம் அங்கிருந்த புத்தர் உருவத்தின் திருவடியில் சிறு வைரம் ஒன்றை வைத்துச் சென்றார். அவர் முதலில் புதுமையான ஆளாய்த் தோன்றினார். அதனால் கோயிலிலிருந்த துறவியரான பிக்குகள், அவரது வள்ளல் தன்மையையும், பக்தியையும் பார்த்து விட்டு, அவரைத் தனிமையில் விட்டுவிட்டனர்.

அந்தப் பிரஞ்சுக்காரர் வழக்கம்போல் ஒருநாள் கோயிலுக்கு வந்தார். அவர் அன்று புத்தபகவானைத் தொழுவதற்கு மாறாய்த் தன்னுடன் வந்திருந்தவர்களைச் சைகையில் கூப்பிட்டார். அவர்களில் இருவர் உறங்கி வழிந்த ஒரு பிக்குவையும் ஒரே காவலாளியையும் மடக்கிப் பிடித்துக் கொண்டிருக்க ஏனையோர் புத்தர் உருவின் தலையில் பதித்திருந்த ஒரு நீலக் கல்லைப் பெயர்த்து எடுத்து விட்டனர்.

வைரம் களவு போனதை அறிந்த தலைமைப் பிக்கு கடுஞ் சீற்றமுற்றார். அந்த வைரம் எங்கு சென்றாலும் அதைப் பின் தொடர்ந்து போய், அதை வைத்திருப்பவர் எவராயினும் அவரைப் பழி தீர்க்க வேண்டுமென்று அவர் கோயில் தெய்வத்திடம் இறைஞ்சினார்.

வைரத்தைக் களவாடிச் சென்ற அந்த முதியவர் யார்? அவர் பதினேழாம் நூற்றாண்டின் இந்திய வரலாற்றுச் செய்திகள் பலவற்றைச் சுவைபட எழுதி வைத்த பிரஞ்சு வணிகர்; நாடோடி: ஷா பாப்டிஸ்டு டேவர்னியர் (*Jean Baptiste - Tavernier, 1605-1689*).

வைரப் பித்தரான டேவர்னியர் பர்மியப் புத்தர் கோயிலிலிருந்து சூதாய்த் திருடிச் சென்ற வைரத்தை எடுத்துக் கொண்டு, அந்நாட்டை விட்டே ஓடினார். (ஆர்லோவ் வைரமும் ஒரு பிரஞ்சுக்காரரால் திருடப்பட்டது என்பது குறிப்பிடத்தக்கது.)

டேவர்னியர் பின்னர் இவ்வைரத்தை 1662 ஆம் ஆண்டு பிரஞ்சு அரசர்

பதினான்காம் லூயிக்கு *(1638-1715; ஆ.கா. 1643-1715)* விற்றார். பின்னர் இந்த வைரம் பல கைகள் மாறியது. டேவர்னியர் இவ்வைரத்தை இரஷிய அரசி மா காதரைனுக்கு *(1729-1796; ஆ.கா. 1762-1796)* விற்கச் சென்றுவிட்டுத் தாயகம் திரும்பிய வழியில் பசி கொண்ட ஓநாய்களால் தாக்கப்பட்டார் என்பர்.

கற்பனையை மிஞ்சும் கதையுடைய இவ்வைரத்தை ஹென்றி தாமஸ் ஹோப்பு *(Henry Thomas Hope)* என்ற ஆங்கிலப் பேங்கர் 1830 ஆம் ஆண்டில் விலைக்கு வாங்கினார். அதன்பிறகு இது ஹோப்பு வைரம் என்ற பெயரைப் பெற்றது.

டேவர்னியர் திருடிய நீல வைரத்தின் எடை 115 காரட்டு. பின்னர் இதைப் பேரிப் பூ வடிவில் தொங்கட்டானாய் வெட்டியதும் 67.5 காரட்டானது. அதன்பிறகு அவ்வைரத்தின் தீத் தன்மையைப் போக்குவதற்காக, அதில் ஒரு பெரிய துண்டை வெட்டினர். ஹோப்பு அதை வாங்கியபோது, அதன் எடை 44.5 காரட்டுத்தான். எனினும் அது தன் அழகில் சிறிதளவைக் கூட இழக்கவில்லை. வெட்டிய பின்னரும் அதன் தீத்தன்மை குன்றவில்லை என்பது தெளிவு.

ஹோப்புகள் இந்த வைரத்தை வாங்கியதும் அதிர்ஷ்டம் அவர்களை விட்டு ஓடியது. குடும்பத்தின் செல்வமெல்லாம் கரைந்தது. அது ஹோப்பிடமிருந்து அவரின் சகோதரன் மகனுக்கும் பின்னர் பேரனுக்கும் சென்று மூன்று தலைமுறைகளாய் அந்தக் குடும்பத்தில் இருந்தது. இவ்வைரம் அவர்களிடம் இருந்த காலத்தில் அம்மூவரும் இயல்பு மீறிய இன்னல்களையெல்லாம் கண்டனர்.

இந்த வைரத்தைக் கடைசியாய்ப் பெற்ற ஹோப்பு குடும்பத்தவர் ஒருவர், அதை யார்க்கு கோமகளுக்கு *(Duches of York)* விற்றார். கோமகள் அதை உடனே நியூயார்க்கு நகர வைர வணிகருக்கு விற்று விட்டார். அதன்பிறகு அது பல கைகள் மாறியது; பல நாடுகளுக்குச் சென்றது. அது போன வழியெல்லாம் தற்கொலைகளும், தற்செயல் சாவுகளும் பொருளியல் நொடிப்புகளும் ஊழல்களுமாய்த் தீவினைகள் தொடர்ந்தன.

அதை வாசிங்டன் டி.சி. ஐச். சேர்ந்த எல்வின் வால்ஷ் மக்ளீன் 1911 இல் விலைக்கு வாங்கினார். (*Washington D.C.* என்பது அமெரிக்க ஒன்றியத்தின் தலைநகர். அது கொலம்பிய மாவட்டத்துடன் சேர்ந்த நகராய் இருப்பதால் *District of Columbia* என்பதன் சுருக்கமாய் *D.C.* சேர்த்துச் சொல்லப்படுகின்றது. இது வாசிங்டன் மாநிலத்திலிருந்து, அதன் தலைநகரை வேறுபடுத்திக் காட்டுகின்றது.) மக்ளீன் இந்த வைரத்தை வாங்கியதுமே, அவரின் மகன் கார் விபத்தில் மாண்டார். அடுத்து அவருடைய மகள் மனவாட்டமுற்றுத் தூக்க மாத்திரைகளை மிகையாய் உண்டு இறந்தார். மக்ளீன் தன்னிரு மக்களின் சாவையும் பொறாது மனக் கவலையுற்றுப் பித்தர் மனையில் கிறுக்கராய் இறந்தார்.

மக்ளீனின் மனைவிக்கு இந்த வைரத்தின் தீத்தன்மை மீது நம்பிக்கையில்லை. அவர் தன் குடும்பத்திற்கு வந்துற்ற இன்னல்களுக்கெல்லாம் இந்த வைரம் காரணம் என்பதை நம்ப மறுத்தார். அவர் 1947 இல் விற்றது வரையிலும், இந்த வைரம் அவரிடமே இருந்தது. அதன்பிறகு அவரின் உடைமைகள் ஏலத்திற்கு வந்தன. அவற்றை ஹென்றி வின்ஸ்டன் என்றவர் ஏலத்தில் எடுத்தார்.

வின்ஸ்டனும் திருமதி மக்ளீனைப் போன்று இவ்வைரத்தின் தீத்தன்மையை நம்பவில்லை. அவர் இதை வாங்கிய பத்தாண்டுகளுக்குப் பிறகு சுமித்சோனியன் கழகத்திற்குக் கொடுத்து விட்டார். அது இன்னும் அங்குதான் உள்ளது.

தென்னாப்பிரிக்கத்தின் ஜோகனஸ்பர்கிலுள்ள டீ பீர் வைரச்சுரங்க நிறுவனத்திற்கு (*De Beer Consolidated Mines*) ஒரு முறை இவ்வைரத்தைக் கடனாய்க் கொடுத்தனர். அவர்கள் அங்கு அதை வைத்துப் பல ஆய்வுகளை நடத்தினர். அப்போது புதுமையான ஓர் உண்மை கண்டுபிடிக்கப்பட்டது. இதர நீலக்கற்கள் மீது புற ஊதாக்கதிர்களைச் செலுத்தினால், அவற்றிலிருந்து இளநீல நிற ஒளி வெளிப்படும். ஹோப்பு வைரத்தில் அவ்வாறு செய்தபோது, அது செவ்வொளியை வெளியிட்டது.

(ஆ) முதல் மேடைத் தராசு

அமெரிக்க ஒன்றியத்தின் வட கிழக்கிலுள்ள வெர்மாண் மாநிலத்தைச் சேர்ந்த, தாடியஸ் ஃபேர்பேங்ஸ் (*Thaddeas Fairbanks, 34*) 1830 ஆம் ஆண்டில் உலகின் முதல் மேடைத் தராசை உருவாக்கினார்.

10. வரலாறு

அறிவியல் வரலாற்றுத் தந்தை காம்டி

1830

அறிவியல் வரலாற்றை எழுதும் பணியை முதன்முதலில் மேற்கொண்டவர் ஒரு கணிதவியலார்; மெய்யியலார்; சமூகவியலார் ஆவார். பிரஞ்சு மேதையான அவரது முழுப் பெயர் (இசிடோர்) அகஸ்டி (மாரி ஃபிரான்சுவா) காம்டி (*Isidore*) *Auguste* (*Marie Francois*) *Comte, 1798 - 1857*) சுருக்கமாய்க் காம்டி என்று அழைக்கப்படுகின்றார். அவர் பிரான்சின் மாண்பிளியே என்ற ஊரில் பிறந்தார். இவர் நேர்க்காட்சி வாதம் (*Positivism*) என்ற மெய்யியல் கோட்பாட்டைத் தோற்றுவித்தவர்.

அவர் முழுமையாயிராவிடினும் ஓரளவிலேனும் அறிவியல் வரலாற்றை முதன்முதலில் தெளிவாயும் துல்லியமாயும் உணர்ந்து கொண்டவர் என்று அவரைக் கொள்ள வேண்டும் என்பர். அவர் 1830 முதல் 1842 வரை எழுதி வெளியிட்ட ஒரு நூலில் (*Cours de Philosophic Positive*) அறிவியல் வரலாறு பற்றிய அடிப்படையான மூன்று கருத்துகளைக் கூறியிருந்தார்.

1. அறிவியல் வரலாற்றைத் தொடர்ந்து துணையாதாரமாய்க் கொண்டிராவிடில், தனது நூலைப் போன்ற கூட்டிணைவான ஒன்றை எழுத முடியாது.

2. மனித மனமும் மானுட இன வரலாறும் மேம்பாடடைந்து வந்ததை விளங்கிக் கொள்வதற்குப் பல்வேறு அறிவியல் துறைகளின் படிமுறை வளர்ச்சியைக் கற்றுணர்வது கட்டாயமாகும்.

3. ஒன்று அல்லது பல்வேறான குறிப்பிட்ட அறிவியல்களின் வரலாற்றைக் கற்றுணர்வது மட்டும் போதாது; அனைத்து அறிவியல்களையும் ஒன்று கூட்டி அவற்றின் வரலாறுகளைக் கற்றாக வேண்டும்.

புகழ்வாய்ந்த பிரஞ்சு இயற்பியலாரும் கணிதவியலாரும் கண்டு பிடிப்பாளருமான சார்லஸ் (அக்ஸ்டின் தெ கூலோ) (*Charles (Augustin de Coulomb), 1736-1806*; இவர் பிரான்சின் ஆங்குலீம் என்ற ஊரில் பிறந்தவர். மின்னேற்றத்தின் அலகு ஒன்று இவர் பெயரால் கூலோ என்று வழங்கப்படுகின்றது.) கணிதவியலாரும் வானியலாருமான பியரே சைமன் லேப்பிலாஸ் (*Pierre Simon Laplace, 1749 -1827*; இவர் *Comte de Laplace* என்றும் அறியப்பட்டார். பிரஞ்சு நாட்டின் டீ மாண் - என் - ஆஜ் என்ற இடத்தில் பிறந்தவர். இவர் பற்றி இ.ச.க.தொகுதி-12: 1812 - புள்ளி) ஆகியோரின் அரிய அறிவியல் பணிகளைக் காம்டி இந்நூலில் விவரித்துள்ளார்;

"உலகம் எண்ணங்களால் ஆளப்படுகின்றது; புரட்டித்தள்ளப்படுகின்றது. அறிவியல் எண்ணங்களைப் போன்ற முக்கியமான எண்ணங்கள் வேறு எவையும் இல" என்ற நேர்க்காட்சிக் கோட்பாட்டைக் (Positivism) காம்டி கைக்கொண்டிருந்தார். கணிதம், வானியல், எந்திரவியல் ஆகியவற்றை அடித்தளமாய் வைத்து அதன்மேல் அறிவியல் பிரமிடை எழுப்பினார். அந்தக் கோபுரத்தின் மேல் வேதியியல், உடல் நூல் ஆகியவற்றை வைத்தார். உச்சியில் சமூகவியலைப் பொருத்தினார். ஆனால் அவர் இக்கோபுரத்தின் மேல் உளவியலை ஏற்றாதது புதுமையேயாகும். அறிவியல் வரலாற்றில் உளவியலைச் சேர்க்காத மரபு 1960 வரை நீடித்தது. கலிலியோ, நியூட்டன், ஃபாரடே போன்ற அறிவியலறிஞர்களின் வாழ்க்கை வரலாறுகளிலிருந்து அறிவியல் வரலாறு தோன்றியது.

அறிவியல் துறைகளின் பொது வரலாற்றுக்கென்று ஒரு பீடத்தைப் பல்கலைக் கழகங்களில் நிறுவவேண்டுமென்று காம்டி 1832 வாக்கிலேயே அமைச்சர் என்ற முறையில் ஃபிரான்சுவா ஜிஜோம் ஜிசோபிடம் கூறியுள்ளார். (Francois Pierre Guillaume) Guizot, 1787 - 184; வரலாற்றாசிரியரும் அரசியல் தந்திரியுமான இவர் பிரஞ்சு நாட்டின் நைம்ஸ் என்ற ஊரில் பிறந்தார். இவர் பதினெட்டாம் லூயியின் ஆட்சியில் 1830 ஆம் ஆண்டு உள்துறை அமைச்சராயிருந்தார். இவர் பிற்போக்குத்தனமான முறைகளைக் கையாண்டதால் 1848 ஆம் ஆண்டு லூயி ஃபிலிப்பியுடன் இலண்டனுக்கு ஓடிவிட்டார்.)

எனினும் அதற்கு அறுபதாண்டுகளுக்குப் பிறகுதான் காம்டியின் இந்த விருப்பம் நிறைவேறியது. காம்டி இறந்து முப்பத்தைந்து ஆண்டுகளான பின்னர் பிரஞ்சுக் கல்லூரியில் (College de France) 1829 ஆம் ஆண்டு அறிவியல் வரலாற்றுத் துறை தொடங்கப்பட்டது. அத்துறையின் தலைமைப் பொறுப்பைக் காம்டியின் மாணவரான பியரே லஃபீட்டு (Pierre Laffite) ஏற்றார்.

இருபதாம் நூற்றாண்டில் ஜார்ஜ் சாட்டன் அறிவியல் வரலாற்றைப் பெருந் தனித் துறையாக்கிய பெருமையைப் பெற்றுள்ளார். (George (Alfred Leon) Sartan 1884-1956 பெல்ஜியத்தின் கெண் நகரில் பிறந்தவர்.) இவர் 1927 முதல் 1948 வரையிலும் "அறிவியல் வரலாற்று அறிமுகம்" (Introduction to the History of Science) என்ற நூலின் மூன்று தொகுதிகளை வெளியிட்டார். அவர் இறந்த போது 14 ஆம் நூற்றாண்டு வரை அறிவியல் வரலாற்றை எழுதியிருந்தார்.

Sarton, George The Life of Science, New York, 1948.

11. இறப்பு

சைமன் பொலிவா (1783-1830)

தென்னமெரிக்க விடுதலை வீரர் என்று போற்றப்பட்டவரும் அங்கு பல நாடுகள் விடுதலை பெறக் காரணமாயிருந்தவருமான சைமன் பொலிவா (Simon Bolivar 1783-1830) உருக்கி நோயினால் 1830 டிசம்பர் 17 அன்று இறந்தார். இவரது வாழ்க்கை வரலாறும் விடுதலைப் போராட்டங்களும் முன்னர் விவரிக்கப்பட்டுள்ளன.

இந்திய சரித்திரக் களஞ்சியம்

1831-1840

பதினான்காம் தொகுதி

இந்திய சரித்திரக் களஞ்சியம்

பதினான்காம் தொகுதி
பத்தொன்பதாம் நூற்றாண்டு
பதினான்காம் பத்து
மெக்காலே பத்து

1831 - 1840

முதல் பதிப்பின் முன்னுரை

இந்தியத்தின் இப்பகுதியில் வாழும் மக்களிடையே பொதுவாய் வழங்கும் வட்டார மொழிகளில் இலக்கிய அல்லது அறிவியல் செய்திகள் இல்லை என்பதில் எல்லாருக்கும் ஒத்த கருத்து இருக்கின்றது. மேலும் இம் மொழிகள் வளங்குன்றியனவாயும் செப்பமற்றனவாயும் இருப்பதால், பிற மொழி ஏதேனும் ஒன்றின் வாயிலாய் அவை தம்மை வளப்படுத்திக் கொள்கின்ற வரையில், அவற்றில் பயனுள்ள நூல் எதையும் மொழிபெயர்ப்பது எளிதாயிராது. உயர் கல்வி கற்கும் வசதிகளையுடைய இவ் வகுப்பு மக்களின் அறிவுத் திறனைச் சீர்படுத்துவதற்கு அவர்களிடையே இல்லாத ஏதேனுமொரு வேற்று மொழியைத்தான் இப்போது பயன்படுத்த முடியும் என்பதை அனைத்துத் தரப்பினரும் ஒப்புக் கொள்கின்றனர் என்று தோன்றுகின்றது.

-தாமஸ் பேபிங்டன் மெக்காலே. 1800-1859

உண்மை நிலையை உணர்த்துவதற்காக மெக்காலே இன்றைக்கு 163 ஆண்டுகளுக்கு முன்னர் எடுத்துவைத்த இந்தக் கூற்று, இன்றும் பெரிதும் ஏற்கத் தக்கதாய் இருப்பதை ஒப்புக் கொண்டேயாக வேண்டும். அவர் எதிர் நோக்கியதைவிட மிகுந்த அளவில் ஆங்கிலம் இன்று இந்நாட்டில் இன்றியமையாததாய்விட்டது என்ற உண்மை நிலையை நம்மால் உணர முடியும். பிரிட்டிசார் என்னென்ன காரணங்களுக்காக ஆங்கிலத்தைப் புகுத்துகின்றனர் என்றெல்லாம் தொடக்கத்தில் கருதப்பட்டனவோ, அவை யனைத்துமே முழுமையாய்ச் செல்லுபடியாகவில்லை என்பதையும், ஆங்கிலம் இந்திய மொழிகளுள் ஒன்று என்ற உயர்வை எய்திவிட்டது என்பதையும் நாம் இன்று காண்கின்ற மெய்ந் நிலை காட்டுகின்றது. சம்ஸ்கிருதமாதல் என்ற பிராமணப் பண்பாட்டை எய்துவதை இலட்சியமாய்க் கொண்டு இயங்கும் இந்திய சமூக வாழ்க்கையில், ஆங்கிலப் பண்பாட்டுப் பொங்குதல் வந்து கலந்ததுமே, புதிய வாழ்க்கைக் கோலம்

பரிணமித்துப் புறப்பட்டு வரக் காண்கின்றோம். வங்கத்தில் எழுந்த இந்திய மறுமலர்ச்சிப் பொங்குதலும் இந்து தேசமெங்கும் இன்று நிகழ்கின்ற பண்பாட்டு மாற்றங்களும் இதற்குச் சான்று பகர்கின்றன. இரு நூறு ஆண்டுகளுக்கும் குறைந்த காலப் பரப்பினுள்ளே பாரதத்தின் தோற்றப் பொலிவும் மனப்போக்குகளும் மாறிவிட்டன.

பேரரச வெறியார்வத்திற்கு எடுத்துக் காட்டுகளாய் இரண்டு நிகழ்ச்சிகளை இந்தப் பத்தில் குறிப்பிடமுடியும். பிரிட்டன் இரஷியப் பூச்சாண்டிக்கு அஞ்சி நடுங்கி ஆப்கானித்தானத்தின் மேல் படையெடுத்தது; அது சீனத்தில் தனி நல வாணிப நோக்கத்திற்காக அபின் போரைத் தொடங்கியது. இவற்றையன்றிக் குறிப்பிடத்தக்க அரசியல் நிகழ்வு எதுவும் இக்காலத்தில் எழவில்லை.

அறிவியலின் தளர்நடைக்கு முடுக்கம் தந்த பல்வேறு தூண்டுதல்கள் பத்தொன்பதாம் நூற்றாண்டில் உண்டாயின என்பதை இந்தப் பத்தில் காணுகின்ற அறிவியல் துறைச் செய்திகள் புலப்படுத்தும். மனித சிந்தனையில் மிகப் பெரிய மாற்றத்தை ஏற்படுத்திய உயிர்களின் படிமுறை வளர்ச்சிக் கொள்கை உருப் பெருவதற்கு வழிவகுத்த ஆராய்ச்சிப் பயணத்தைச் சார்லஸ் டார்வின் 1831 ஆம் ஆண்டில் மேற்கொண்டார். அவர் ஐந்தாண்டுக் காலம் இந் நெடிய பயணத்தில் ஈடுபட்டிருந்தார். அவரது உயிரியல் ஆய்வு நூல் 1840 ல் வெளிவந்தது.

செல் எனப்படும் உயிரணு பற்றிய ஆய்வு பதினேழாம் நூற்றாண்டு முதல் நடந்து வந்ததெனினும் அது பற்றிய மெய் விளக்கம் இந்தப் பத்தில் தான் மனிதனுக்குக் கிடைத்தது. நாம் அது பற்றித் தெளிவைப் பெறுவதற்காக நுண்ணோக்கி பற்றியும் , அதை ஆக்கியவர்களின் பங்கு பணி குறித்தும் விரிவான செய்திகளைக் காண்கிறோம். தொடக்கத்தில் ஒளியியல் குறித்தும் தொலை நோக்கியின் நெடிய வரலாறும் கூறப்படுகின்றன. இவையன்றிப் பல புதிய கண்டுபிடிப்புகள் இப்பத்தாண்டுகளில் நடந்து வந்துள்ளன. அவற்றுள் நோவழிக்கும் மயக்க மருந்தான குளோராஃபாம் மருத்துவத்தின் பயன்மிகு கருவியானது.

மனிதரின் நோவை அழிப்பதற்கு மருத்துவத்தில் மயக்க மருந்து பயன்படுத்துவதைப் பழமையாளர் முதலில் எதிர்த்தனர். மனிதன் நோவுற்று வருந்தவே இறைவன் அவனைப் படைத்தான் என்றும் கூறப்பட்டது. மயக்க மருந்து ஆதரவாளர்கள் விவிலியத்திலேயே தமக்கு ஆதாரம் தேடிக் கண்டுபிடித்தனர். இறைவன் ஏவாளைப் படைக்கு முன்னர், ஆதாமை உறங்கப்பண்ணி அவனுடைய விலா எலும்புகளை எடுத்து அதிலிருந்து ஏவாளை உண்டாக்கினார் என்ற செய்தியை எடுத்துக் கூறிய பின்னர் ஓரளவு எதிர்ப்பு அடங்கியது. அதன் பிறகும் சிறிது காலம் இதற்கு எதிர்ப்பு இருந்தது. மின்யுகமும் அதைத் தோற்றுவித்த மைக்கேல் ஃபாரடே போன்றோரின் பங்கு பணியும் விளக்கியுரைக்கப்பட்டுள்ளன.

தாள் கண்டுபிடிக்கப்பட்டு ஏறத்தாழ 1700 ஆண்டுகளும், அச்சுப் பொறிவந்து சுமார் முந்நுறு ஆண்டுகளும் ஆன பின்னரே இந்தக் காலத்தில் இந்திய மொழிகளில் நூல்கள் பலவாய் அச்சிடும் நிலை தோன்றுகின்றது. இந்தியர் அச்சகங்கள் நடத்துவதற்கு வசதியாய்ச் சட்டங்கள் திருத்தப்பட்டன. எனினும் இந்தியத்தில் ஏடும் எழுத்தாணியும் இன்றும் ஆட்சி செய்து வந்தன. இந்தியர்க்கு அச்சகச் சுதந்திர உரிமை இந்தப் பத்தில் கிடைத்த பின்னர் இந்திய மொழிகளில் பலதரப்பட்ட நூல்களும் இதழ்களும் வெளிவரத் தொடங்குவதைக் காணமுடிகின்றது. எனினும் தனி ஆக்கமோ, படைப்பிலக்கியமோ இன்னும் தோன்றிவிடவில்லை. இந்திய ஐரோப்பிய இலக்கியப் போக்குகளை ஒப்பு

நோக்குவதற்கு வசதியாய் மேலை நாடுகளின் இலக்கியச் செய்திகள் ஆங்காங்கு இடம் பெறுகின்றது. வங்கம் இத்துறையில் இந்தியத்திற்கு முன்னோடியாய் விளங்குகின்றது. அங்கு இக்காலத்தில் வங்க நாடக இலக்கியம் பிறக்கின்றது. தமிழிலும் உருது மொழியிலும் முதல் இதழ்கள் இக்காலத்தில் வெளியாகின்றன. தமிழில் சிறந்த நூல்களும் பதிக்கப்படுகின்றன. அவற்றுள் வீரமா முனிவரின் ஐந்திலக்கணமும், தஞ்சைவாணன் கோவையும் அடங்கும்.

பழந்தமிழ் நூல் பதிப்பாசிரியர் சி.வை. தாமோதரம் பிள்ளையும் தெலுங்கு இலக்கியப் பதிப்பாளர் வாவில்ல இராமசாமி சாஸ்துருலும் இந்தப் பத்தில் (1832) பிறந்தனர். தமிழர் ஒருவர் தெலுங்கு மொழியில் தாயன்பைப் பொழியும் "மாத்துரு சதகம்" என்ற நூலை எழுதுகின்றார்.

எகிப்து பற்றிய இக்காலத்தொடர்பான செய்தியொடு சேர்த்து, அதன் பண்டை வரலாறும் முழுப் பெருமையும் எடுத்துச் சொல்லப்படுகின்றன. மானுட ஏற்றத்திற்கு எகிப்து தந்த கொடைகளை இக்கட்டுரை நினைவு படுத்துகின்றது.

சூஃபிய மறை ஞானியான குணங்குடி மஸ்தானின் வரலாறு கூறும் கட்டுரையில் சூஃபிய வரலாறு விரித்துக் கூறப்படுகின்றது. சிந்தனையைத் தூண்டுகின்ற சூஃபிக் கதைகளும் செய்திகளும் காணக்கிடைக்கும்.

காஜுராகோ சிற்றின்பச் சிற்பங்கள் மலிந்த கலைக் கோயில்களின் தொகுதி என்ற கருத்துச் சரியன்று என்று கூறப்பட்டு வருகின்றது. அது இந்திய ஆரியக் கட்டுமானக் கலையின் தேர்ந்த வடிவமாகும். அங்குள்ள சிற்பங்கள் தாந்திரிகமும் உலகப் பற்றும் ஒன்று சேர்கின்ற ஒரு மரபின் வெளிப்பாடு என்று கருதுவாருளர். இக்கோயில் தொகுதியும் கொடிய நற்கலையழிவிற்கு ஆள்பட்டது. இங்கு பல கோயில்கள் இடித்துத் தகர்க்கப்பட்டுவிட்டன. வெகுசில கோயில்கள் மட்டும் இன்று எஞ்சியுள்ளன.

இந்தப் பத்தில் இருப்புப் பாதைகள் பற்றிய செய்திகளைப் பல இடங்களில் காண்கின்றோம். உலகின் பல பகுதிகளில் இருப்புப் பாதைகள் அமைத்து வண்டிகள் ஓடுவதைக் காண்கின்றோம். இரும்புத் தண்டவாளங்கள் கொண்டு உலகை நெருக்கமாய்ப் பிணைக்கும் பணி இன்னும் இந்தியத்தில் நடைபெறவில்லை.

தேயிலை பற்றிய செய்திகளையும் இத் தொகுதியில் பல இடங்களில் காண்கின்றோம். சீனத்தைத் தாயகமாய்க் கொண்ட தேயிலையை ஐரோப்பியர் மதிப்பரிய பண்டமாக்கிவிட்டனர். அந்தத் தேயிலையின் வரலாறு தேநீரைவிட இனிமையாய் இருக்கின்றது. பிரிட்டனின் தேநீரை பித்து, இந்தியத்தையும் தேயிலைக் காடாக்கும் முயற்சியில் முடிவதையும் காண்கின்றோம்.

உலகெங்கும் அடிமை முறையும் அடிமை வாணிபமும் ஒழிந்த நிலையில், தோட்டக் காடுகளில் வேலை செய்வதற்கு ஆட்கள் கிடைக்கவில்லை. அதனால் ஆக்கப் பணிகள் குன்றின. இதனால் தவித்த தோட்ட முதலாளிகள் ஒப்பந்தக் கூலிகள் என்ற பெயரில் புது வகையான அடிமை முறை ஒன்றை உண்டாக்க முயன்றனர். இந்த ஏற்பாட்டின்படி இந்தியத்திலிருந்து கூலிகள் குயானா நாட்டிற்குக் கொண்டு போகப்பட்டனர். இந்த ஏற்பாட்டிலுள்ள சூதை உலகம் ஏற்கவில்லை.

அயர்லாந்திய மக்கள் படும் இன்னல்களை, அவர்களின் வரலாற்றொடு பின்னிக் கூறுகின்றோம். "கல்விக் கடல்" என்று பட்டம் பெற்ற ஈசுவரச் சந்திர வித்தியாசாகரர்

காலத்து வங்கச் சமூக நிலை கூறப்பட்டு வருகையில், அவர் கல்விக்காகவும் குறிப்பாய்ப் பெண் கல்விக்காகவும் வங்க மொழிக்காவும் ஆற்றிய அரும்பணிகள் சொல்லப்படுகின்றன. அவர் ''வங்க மொழித் தந்தை'' என்ற சிறப்பைப் பெற்றது மிகவும் பொருந்தும். அவர் மெக்காலேயின் கல்வித்திட்டம் குறித்து ஐயப்பாடு கொண்டிருந்தவர்.

எண்ணித் துயருறத்தக்க ஒரு மனிதரின் வாழ்க்கை வரலாறு இத்தொகுதியில் கூறப்படுகின்றது. அது அழிப்பானால் அழிந்துபோன ''ரப்பர் மனிதன்'' குட் இயரின் கதையாகும். இத்தகையோரெல்லாம் கிரேக்கத் தொன்மத்தில் வருகின்ற முன்னறிவு வித்தகனான புரோமீத்தியஸ் போன்றவர்கள் பிறர்க்காகவே வாழ்பவர்கள் எனலாம்.

மற்றொன்று புவி வளரியல் ஆய்வில் பனியூழி பற்றிய கொள்கையை இக்காலத்தில் எடுத்து வைத்த அகாசீயின் வாழ்க்கை வரலாறாகும். அவர் திட்டமிட்டு வாழ்க்கையை அமைத்துக் கொண்டவர்.

மொழிகள் ஒப்பியல் ஆய்வு அறிவியல் அடிப்படையில் அமைந்தது இக்காலத்திலேயாம். இந்தியத்தில் இப்பணியை இனி மேற்கொள்ளப் போகும் கால்டுவல் இந்தப் பத்தில் இந்நாட்டிற்கு வருகின்றார். அவருக்கு அடுத்த ஆண்டில் ஜி.யூ. போப்பும் வந்து சேர்கின்றார்.

இது பத்தாண்டுக் காலத்துச் செய்திகளின் தொகுப்புத்தான். மானுட வரலாற்றில் மிகக் குறுகிய காலம்தான். எனினும் வரலாறு எனும் நுண்ணோக்கி வழியே நோக்குகையில் வியப்பூட்டும் பேருலகையே நாம் இங்குக் காணுவது புலனாகும்.

அசோக நகர் ப.சிவனடி
14.10.1998

பொருளடக்கம்

1831

1. தொலைநோக்கி வரலாறு   369
   வானியல் கூர் நோக்கு -369
   மெசபடோமியத்தில் வானியல் கூர்நோக்கு -369
   வானியலில் பாபிலோனியர், எகிப்தியர், கிரேக்கர் பங்கு -369
   தொலைநோக்கியால் வானியல் ஆய்வில் முடுக்கம் -369
   தொலைநோக்கி-மனித சிந்தனையில் புதிய கட்டம் -369
   கிரேக்கரின் மேட்டிமையுணர்வு -369
   அறிவியல் வளர்ச்சிக்குத் தடை -369
   ஆர்க்கிமிடிஸ் -370
   ஹீரோ -370
   கண்ணாடி -370
   எகிப்தில் தோற்றம் -370
   ஃபினிசியர் கண்ணாடி -370
   யூக்லிடு, ஒளியியல் -370
   யூகிலிடின் -370
   தாலமி -370
   அல்ஹசன் ''ஒளியியல் களஞ்சியம்'' -371
   கண்ணாடிகள் பற்றிய ஆய்வு -371
   வைட்டெல்லோ-ஒளியியல் ஆய்வு -371
   ரோஜர் பேக்கன் உருப் பெருக்கும் கண்ணாடி ஆய்வு -372
   மூக்குக் கண்ணாடியைக் கூறாமை -373
   மூக்குக் கண்ணாடி கண்டுபிடித்தவர் -373
   தெல்லா ஸ்பினா -373
   சால்வினோ டி அர்மாதி -373
   ஆவணச் சான்றுகள் -373
   வெனிஸ் நகரில் முதல் மூக்குக் கண்ணாடி -374
   குவியாடி வில்லைகள் வரத் தொடங்குதல் 16 நூ -374
   ஆலந்து ஜெர்மனியில் மூக்குக் கண்ணாடிகள் -374
   தொலைநோக்கி கண்டுபிடித்தவர்கள் -374
   லிப்பர்ஷே -375
   மெட்டியஸ் -375

சக்கரியாஸ் ஜான்சன் -376
கலீலியோவும், தொலைநோக்கியும் -377
"நட்சத்திரத் தூதுவன்" -377

2. மின் யுகமும் பாரடேயின் பங்கும் 378
அணு யுகமா? விண்வெளி யுகமா? -378
மின் யுகமே -378
சார்லஸ் அகஸ்டைன் தெ கூலோ -378
வோல்டா -378
ஓயர்ஸ்ட்டு -378
ஆந்திர மாரி ஆம்பியர் -379
ஜேம்ஸ் கிளார்க்கு மேக்ஸ் வெல் -379
மைக்கேல் ஃபாரடே -379
ஏழைக் குடும்பம் -379
புத்தகம் கட்டும் தொழில் -379
டேவியின் உரைகளால் கவரப்படுதல் -379
பிரிட்டானியக் கலைக் களஞ்சியம் -379
வேதிச் சேர்மானங்களைத் தனியாக்குதல் -379
பொட்டாசியம் -379
சோடியம் -379
பேரியம் -379
ஸ்டிரோண்டியம் -379
கால்சியம் -379
மெக்னீசியம் -379
சுரங்க விளக்குக் கண்டுபிடித்தல் -379
டைனமோ செய்தல் -379
மின்காந்தத் தூண்டல் -380
மின் வேதியியல் முன்னோடி -380
பிரஞ்சு அறிவியல் கழக உறுப்பினர் -380
இறப்பு 1867 -380

வரலாற்றுப் புள்ளிகள்
1. அரசியல்
(அ) மைசூர் அரசு பிரிட்டனுக்குக் கட்டுப்படுதல் -381
(ஆ) இரஷியத்தின் மீது பிரிட்டிசார் அச்சம் -381
நடு ஆசிய விரிவு கண்டு அச்சம் -381
சைபீரியம், காகேசியம், நடு ஆசியம் இரஷியர் வசமாதல் -381
நடு ஆசிய இந்தியத் தொடர்புகள் -381
இந்திய அரசின் ஒற்றர்கள் -381

2. அறிவியல்

(அ) வட துருவக் காந்த முனை வரையறை -382

சர் ஜேம்ஸ் கிளார்க்கு ராஸ் -382

(ஆ) டார்வினின் ஆராய்ச்சிப் பயணம் எச்.எம்.எஸ். பீகிள்

தென்னமெரிக்கம், கலப்பகோஸ் செல்தல் -382

3. மருத்துவம்

குளோரோஃபம் கண்டுபிடிப்பு -382

வலியின்றிப் பல் பிடுங்க டேவி கண்ட நைட்டிரச ஆக்சைடு -382

நோவழிக்க ஹிக்குமன் முயற்சி -383

நோவழித்த மூவர் -383

முக்குளோரைடு மீத்தேன் -383

லீபிகு -383

சோபைரான் -383

ஆந்திரே டூமா -383

டாக்டர் ஜேம்ஸ் யங்கு சிம்சன் -383

4. கலை, இலக்கியம்

(அ) முதல் தமிழ் ''தமிழ்ப் பத்திரிகை'' -384

(ஆ) இந்தியர் எழுதிய முதல் ஆங்கில நாடகம் -384

அ.மாதவய்யாவின் ''கிளாரிண்டா'' -384

(இ) விக்தர் ஹியூகோவின் புனை கதைகளும் கவிதைகளும் -384

''நாட்டர்டாம் கூனன்'' -384

''இலையுதிர் கால இலைகள்'' -384

5. நாடகம்

வங்க நாடக இலக்கியத் தோற்றம் -385

கல்கத்தாவின் நாடகக் கொட்டகைகள் -385

கல்கத்தாவின் நாடகக் குழுக்கள் -385

லெபடெஃபின் வங்க நாடகக் குழு -385

முதல் வங்க நாடகம் ''மாறுவேடம்'' -385

இரண்டாவது நாடகம் ''வித்தியா சுந்தர்'' -385

6. இராணுவம், போர்

பிரஞ்சு அயல்படையணி அமைப்பு -386

7. மக்கள்

(அ) வெள்ளையர் வீட்டு வேலையாள்கள் -387

ஒரு வீட்டில் 57 ஏவலர் -387

மாதச் சம்பளம் ரூ 290 -387

(ஆ) வகாபியர் இயக்கம் -389
தலைவர் கொலை -389
(இ) சிறுவர் 12 மணி நேரத்திற்கு மேல் வேலை செய்யத் தடை -389
பிரிட்டனில் தொழிற்சாலைச் சட்டம் -389
(ஈ) அமெரிக்கத்தில் குடியேறியர் எண்ணிக்கை மிகுதல் -390
(உ) கண்ணீர்த்தடம், மரணச் சுவடு -390
இந்தியர் அப்புறப்படுத்தப்படுதல் -390
1,50,000 பேர் அப்புறம் போதல் -390
ஆடம்ஸ் அரண் சட்டம் -390
சோக்கடாவு இந்தியர் -390

8. பிறப்பு
(அ) கோடக நல்லூர சுந்தர சாமிகள் (1831-1878) -391
(ஆ) ஜேம்ஸ் கிளார்க்கு மேக்ஸ்வல் (1831-1879) -391

9. இறப்பு
ஹென்றி தேரேசியோ (1809-1831) -391

1832

1. அனகபள்ளிக் கிளர்ச்சி ஒடுக்கப்படுதல் — 394
அனகபள்ளி ஊரும் வரலாறும் -394
2. சரபோசி ஆட்சி முடிவும், கடைசி மராட்டி அரசர் சிவாஜியும் -394
சரபோசியின் ஆட்சிச் சிறப்பு -395

வரலாற்றுப் புள்ளிகள்
1. அரசியில்
(அ) சென்னையின் புது ஆளுநர் -396
(ஆ) ஆங்கில இராணுவ அலுவலரைக் கொல்லச் சதி -396
(இ) அமெரிந்தியர் மீது அமெரிக்க அரசின் முழு மேலாண்மை -396
(ஈ) போலந்து இரஷிய மாநிலமானது -397
ஜெனரல் டாடியஸ் கோசியுஸ்கோ -397
கடைசி அரசர் இரண்டாம் ஸ்டேனிஸ் -397
படைவீரர் புரட்சி (1830) -397
ஒடுக்கப்படுதல் -397
(உ) "இளம் இத்தாலியர்" இயக்கம் -398
முத்தலைவர் : மாசினி, கேவூ, கரிபால்டி -398
(ஊ) பிரிட்டனில் நாடாளுமன்றச் சீர்திருத்த முதல் சட்டம் -398

2. அறிவியல்
   - (அ) அபினிலிருந்து கோடீன் பிரிக்கப்படுதல் -399
   - (ஆ) முதலில் பிரித்தெடுத்த என்சைம் டயஸ்டேஸ் -399
   - (இ) மின் தந்தி உருவாக்க முயற்சி -399
     - சாமுவேல் ஃபின்லே பிரிஸ் மார்ஸ் -399

3. கலை, இலக்கியம்
   - பிரஞ்சு மொழியில் சாகுந்தலம் -399
   - அண்டாயின் தெ செசி -399

4. கல்வி
   - இரேனியஸ் பாதிரியாரின் "பூமி சாத்திர நூல்" -401
   - முகவை இராமானுசக் கவிராயரிடம் தமிழ் கற்றல் -401
   - திருப்பாற்கடல் கவிராயரின் மாணவர் -401
   - "பலவகைத் திருட்டாந்தம்" -401

5. வணிகம், தொழில், வேளாண்மை
   - கல்கத்தாவில் வாணிபச் செழிப்பு -402
   - முகவர் நிறுவனங்கள் எண்ணிக்கை பெருக்கம் -402

6. பொருளியல், நிதியியல்
   - இந்துத்தான் வங்கி நொடிப்பு -402
   - பம்பாயில் முதல் வங்கி 1720 -402
   - சென்னையில் வங்கிகள் 1795 முதல் -402
   - முகவர் நிறுவனங்கள் நொடிப்பு -403

7. போக்கு வரவு
   - நீராவிக் கப்பல்களுக்குச் சுழல் பொறி -404
   - ரோஜர் பேக்கன் நீராவிக் கப்பல்களை வருவதுரைத்தல் -404
   - தாமஸ் சேவரியின் நீராவி இறைவைப் பொறி -404
   - முதல் நீராவிப் படகுகள் -404
   - சுழல் பொறி கண்டுபிடிப்பு -404

8. மக்கள்
   - (அ) காமாக்கியாள் கோயிலில் -405
     - மனிதரைப் பலியிடும் மரபு 16 ஆம் நூ வரை -405
     - பவபூதி கூறும் நரபலி -405
     - விக்கிரமாதித்தன் காளிக்குப் பலியாதல் -405
     - அயகிரீவனுக்கு நரபலி -405
     - காமகிரியும் காமாக்கியாள் கோயிலும் -406
   - (ஆ) தெரு நாய்களுக்காகப் பம்பாய் வகுப்புக் கலவரம் -407

8. பொது
(அ) ஆங்கில, பிரஞ்சு மொழிகளில் ''சோஷலிசம்'' -407
(ஆ) முதல் ஊற்றுப் பேனா -407

9. பிறப்பு
(அ) சி.வை.தாமோதரம் பிள்ளை (1832-1901) -408
(ஆ) கீதைக்கு உரைசெய்த பொன்னம்பல சாமிகள் (1832-1904) -408
(இ) வாவில்ல இராமசாமி சாஸ்துருலு (1832-1891) -408
(ஈ) சர் வில்லியம் குரூக்ஸ் (1832-1919) -408
கத்தோடு ஒழுக்கைக் கண்டுபிடித்தவர் -408

10. இறப்பு
(அ) சர் வால்டர் ஸ்காட்டு (1771-1832) -408
(ஆ) ஜெரமி பெந்தம் (1748-1832) -409
(இ) ஜார்ஜஸ் குவியர் (1769-1832) -409
(ஈ) யோகான் உல்ஃபுகாங்கு ஃபான் கதே (1749-1832) -409
ஃபாஸ்டு எழுதியவர் -409

1833

1. கிழக்கிந்தியக் கம்பெனியின் வாணிப உரிமை முற்றிலும் மறைதல் 412
இருபதாண்டுகளுக்கு ஒரு முறை புதுப்பிக்கும் மரபு -412
கம்பெனிக்குத் தனியுரிமை வேண்டாம் -412
தனியார் வணிகத்தில் இறங்க ஆர்வம் -412
கிழக்கிந்தியக் கம்பெனி என்ற பெயர் -413
''இந்தியத் தலைமை ஆளுநர்'' -413
முதல் தலைமை ஆளுநர் வாரன் ஹேஸ்டிங்சு -414
சட்டங்களை முறைப்படுத்த வகை -414
இந்திய ஆட்சிப் பணியில் இந்தியர் -415

2. புவிவளரியல் ஆராய்ச்சி முன்னோடி அகாசீ 415
புவி வளரியல் முன்னோடியர் குவட்டார்டு, குவியர் -415
அகாசீயின் புதிய கொள்கை -415
சர். சார்லஸ் லயல் -416
சீர்மைக் கொள்கை -416
திடீர்ப் பேரழிவுக் கொள்கை -416
பனியூழிக் கொள்கை -416
அகாசீயின் வாழ்க்கை வரலாறு -417
இளமைக் கால இலட்சியம் -417
மருத்துவம் பயிற்சி -417

உயிரியல் ஆய்வு -418
மீன் ஆய்வு -418
மருத்துவப் பட்டம் -418
குவியரும் அகாசியும் -419
ஹம்போலின் பேருதவி -420
பேராசிரியர் பணி -420
மீன் ஆய்வு -420
மருத்துவப் பட்டம் -420
குவியரும் அகாசியும் -420
ஹம்போலின் பேருதவி -420
பேராசிரியர் பணி -420
மீன் ஆராய்ச்சிக்குப் பாராட்டு -420
ஆல்ப்ஸ் மலைத் தொடர் -421
உறைபனி ஆய்வு -421
உறைபனிக் குவியல் -422
ஆழம் என்ன? -422
பனிக்குவியல் நகர்தல் -426
தீராப் புதிர் -423
உலகை மூடிய சாவுத்திரையும் கடுங்குளிரும் -424
குவியர் கொள்கைக்கு எதிர்ப்பு -424
ஆராய்ச்சி தொடர்தல் -424
4000 அடி நகர்ந்த குடில் -425
ஆல்ப்சின் மேல் ஆராய்ச்சிகள் -425
பனித்திரள் நகர்ச்சி உறுதியாதல் -425
அகாசி அமெரிக்கத்தில் குடியேறுதல் -426
நோய் வாய்ப்பட்டு 1873 இல் இறத்தல் -426
உலகை உறைபனி மூடிய காலம் -427

3. எகிப்து விடுதலை   428

தொடக்க கால முடியரசுகள் -428
பழைய முடியரசுக் காலம்-பிரமிடுகள் தோற்றம் -429
இடைக்கால முடியரசுகள் -429
ஒரே சீரான எழுத்து வடிவம் -429
ஹைக்சோக்கள் படையெடுப்பு -429
புதிய முடியரசு, இராமிசஸ் -429
ஹிட்டைட்டுகள் படையெடுப்பு -430
அசிரியர் படையெடுப்பும் ஆட்சியும் -430
கிரேக்கர் படையெடுப்பும் ஆட்சியும் -430
ரோமானியர் சீற்றம் -431
கிளியோபாத்திரா -431

ஜூலியஸ் சீசர்-431
மார்க்கு அந்தணி-431
ரோமின் தானியக் களஞ்சியம்-431
இஸ்லாமிய எழுச்சி-431
ஆட்டோமான் துருக்கர்-431
நெப்போலியன் படையெடுப்பு-431
மாமி லூக்குகள்-431
முகமதலி-431
எகிப்தின் சிறப்பு-432
உலகின் முதல் ஊதுலை-432
தாலமியர் ஆட்சிச் சிறப்பு-432
சமய வளர்ச்சி-432
இலிங்க வழிபாடு-433
சூரிய வழிபாடு-433
சூயசுக் கால்வாய் - பண்டைத் திட்டம்-433

வரலாற்றுப் புள்ளிகள்

1. அரசியல்

   (அ) துபாயில் அல்-மக்தூம் ஆட்சித் தொடக்கம் -434
   கடற்கொள்ளையர் -434
   "போர் நிறுத்த உடன்படிக்கை நாடுகள்" -434

   (ஆ) ஃபாக்லந்துத் தீவில் பிரிட்டீசுக் குடியேற்ற ஆட்சி -435
   ஐவாஸ் மால்வினாஸ்-435

2. அறிவியல்

   கணைய நொதி கண்டுபிடிப்பு-435

3. மருத்துவம்

   இரைப்பை நீர்கள், செரிமானம் பற்றிய ஆய்வு-435

4. கல்வி

   (அ) பழம் ஏடுகளை அழிவிலிருந்து காத்தவர்-436
   ஏடுகளை ஆற்றில் விடுதல்-436
   பழைய நூல்களை எரித்தல்-436
   காத்த இராபட்டு கர்சான்-436
   சி.வை.தாமோதரம் பிள்ளை-436
   உ.வே.சாமிநாதய்யர்-436

   (ஆ) இந்தியர்க்கு ஆங்கிலக் கல்வி, மெக்காலே கருத்து-436
   பிரிட்டீசு நாடாளுமன்றத்தில் உரை-436

   (இ) சம்ஸ்கிருத நூல்களைக் கிரேக்கத்தில் ஏற்றியவர்-436

டிமிட்டிரியஸ் கலானோஸ்-436
(ஈ) பிரான்சில் தொடக்கக் கல்விச் சட்டம்-437

5. தொழில், வாணிபம், வேளான்மை
   (அ) கருவாமரம் தமிழ்நாட்டில் அறிமுகம் -437
       கருவா மரத்தின் தாயகம்-437
       இலங்கையிலிருந்து தூத்துக்குடிக்கு-437
   (ஆ) அமெரிக்கத்திலிருந்து இந்தியத்திற்குப் பனிக்கட்டி-438
       சென்னை ஐஸ் ஹௌஸ்-438

6. பொருளியல், நிதியியல்
   இந்தியம் முழுமைக்குமான நாணயமுறை-438
   பேரரசாட்சி நாணய முறை-438

7. போக்கு வரவு
   அட்லாண்டிக்கைக் கடந்த முதல் நீராவிக் கப்பல்-439

8. இயற்கைச் சீற்றம், பஞ்சம்
   ஜப்பானில் கொடிய பஞ்சம்-439

9. மக்கள்
   (அ) சதி ஒழிப்பிற்கு எதிரான விண்ணப்பம் தள்ளுபடி-439
   (ஆ) பிரிட்டிசுப் பேரரசில் அடிமை முறை ஒழிப்பு-439
   (இ) அமெரிக்கத்தில் அடிமை ஒழிப்பு இயக்கம்-440
   (ஈ) ஃபிலடெல்ஃபியத்தில் அமெரிக்க அடிமை-440
       ஒழிப்புச் சங்கம்-440
       ஜேம்ஸ் மோட்டு-440
       லுக்ரிசிய மோட்டு-440
   (உ) பிரிட்டனில் தொழிற்சாலைச் சட்டங்கள் சீர்திருத்தம்-440
       குழந்தைகள், குமரப் பருவத்தினர் வேலைநேரம் வரையறை-440
       தொழிற்சாலை ஆய்வாளர் நியமனம்
   (ஊ) அமெரிக்கக் கறுப்பரின் பொது நூலகங்கள் -441

10. தொல்லியல்
    மொழி ஒப்பியல் ஆய்வு முன்னோடியர்-441
    இந்திய-ஐரோப்பிய மொழிக் குடும்பம்-441
    சர் வில்லியம் ஜோன்ஸ்-441
    ராஸ்மஸ் (கிறிஸ்டியன்) ராஸ்கு-441
    ஃபிரான்ஸ் பாப்பு-441
    மொழி ஒப்பியல் நூல்-441

11. பிறப்பு
   (அ) இராபட்டு கிரீன் இங்கர்சால் (1833-1899) -441
       பாதிரியார் மகன்-441
       சட்டத் தொழில்-441
       திராவிட இயக்கத்தவர் அறிந்தவர்-441
   (ஆ) ஆல்ஃபிரடு பெர்னார்டு நோபல் (1833-1896)-444
       வேதியியலார், பொருளியலார்-444
       டைனமைட்டைக் கண்டுபிடித்தல்-444
   (இ) சார்லஸ் பிராடுலா-444
       புரட்சிக் கருத்துடையவர்-444
       அன்னி பெசண்டின் கூட்டாளி-444
       கடவுள் நம்பிக்கையில்லாதவர்-444

12. இறப்பு
   (அ) இராம மோகனர் (1772-1833) -445
       பிரிஸ்டலில் இறந்தார் -445
       இராசா பட்டம் முகலாய அரசர் அளித்தல் -445
   (ஆ) வில்லியம் வில்பர்ஃபோர்ஸ் (1759-1833) -445
       அடிமை முறை ஒழிக்கப் பாடுபட்டவர் -445
       இந்து மதத்தைக் கண்டித்தவர் -445

1834

1. ஆங்கில ஆட்சியில் அடிமை முறை   447
   கொத்தடிமை -447
   அடிமையின் விலை என்ன? -447
   வாடகைக்கு அடிமைகள் -448
   பண்ணையடிமைகள் -448
   மாவட்டங்களின் அடிமை முறை -448
   படியாள் முறை -449
   படியாள் பத்திரம் -449
   அடிமைகளுக்குச் செய்த கொடுமைகள் -449
   சாணிப்பால், கொக்குப் பிடித்தல் -450
   பெண்ணின் மார்பில் கிட்டி போடுதல் -450
   ஒப்பந்தக் கூலி முறை -451
   அயல் நாடுகளுக்கு ஒப்பந்தக் கூலிகள் -451

2. பிரிட்டனில் புதிய தலைமை அமைச்சர்கள்   452
   மெல்போன் பிரபு -452
   விக்குகள் ஆட்சிக்கு வருதல் -452

விக்குகட்சி -452
விக்கு பின்னர் லிபரல் கட்சியாதல் -452
விக்குகள் உயர் குடியினர் -452
சுதந்திரப் பேரார்வலர் -452
விக்குகள் தலைமையகம் புரூக்ஸ் கிளப்பு -452
மெல்போனின் மனைவி கரோலைன் -452
பைரனின் காதலி கரோலைன் -453
கரோலைன் எழுதிய நாவல் -453
''முன்னேற்றத்தின் அசிங்கமான முகம் புரட்சி'' -453
மெல்போன் தலைமையமைச்சர் ஆதல் -453
மெல்போன் விக்டோரியாளின் ஆசான், வழிகாட்டி -453
சர். இராபட்டு பீல் -456
பருத்தி நெசவுத் தொழிலில் செழித்த குடும்பத்தவர் -456
உள்துறையமைச்சர்-456
பேரழகியுடன் திருமணம்-456
ஆண்மக்கள் ஐவர்; பெண்மக்கள் இருவர்-456
கத்தோலிக்கர் மீதிருந்த தடையை நீக்கியவர்-456
தேடிப்பிடித்துத் தலைமையமைச்சராக்குதல்-456
டோரிக்கட்சி கன்சர்வேட்டிவு கட்சியாதல்-456
பீலின் வரவு செலவுத் திட்டம்-456
தானியச் சட்டத்தை ஒழித்தவர்-456
இங்கிலாந்தின் முதன்மையான பொது ஊழியர்-456

வரலாற்றுப் புள்ளிகள்

1. அரசியல்

(அ) குடகு அரசர் சிக்க வீரராசேந்திரர் பிரிட்டிசாரிடம் தோல்வி-460
குடகு என்றால் மேற்கு-460
குடகு மலை வளமும் நீர்வளமும் செழித்த நாடு-460
குடகு அரசர்கள் வீர மிக்கவர்கள்-460
சிக்க வீரராசேந்திரர் மதிக்கரையில் தோல்வி-460
மாஸ்தி எழுதிய ''சிக்க வீரராசேந்திர'' கன்னட நாவல்-460
குடகின் மாபெரும் படைத்தலைவர் :-460
கே.எம். கரியப்ப, கே.எஸ் திம்மய்ய-460
(ஆ) ஸ்பானிய உள்நாட்டுப் போர்-461
(இ) மாசினியின் ''இளம் ஐரோப்பியர்'' இயக்கம்-462

2. சமயம்

மதுரையில் அமெரிக்கக் கிறித்தவர் குழாம்-462
தமிழகம் கிறித்தவ சமயத் தொட்டில்-462

3. சட்டம்

(அ) இந்தியச் சட்ட ஆணையம் அமைப்பு-462

மெக்காலே ஆணையத் தலைவர்-462

(ஆ) இந்தியர் குற்ற நடுவர் ஆக இசைவு-463

4. இசை

(அ) தியாகய்யர் சுற்றுலா -463

பல்லக்கில் காஞ்சி, திருப்பதி -463

வேங்கடவன் மீது பாட்டு-463

(ஆ) கிளாரிநட்டும் பிடிலும் இந்திய இசையுடன் இசைதல்-464

கிளாரிநட்டு-464

வயலின்-465

5. கலை, இலக்கியம்

தஞ்சைவாணன் கோவை பதிப்பு-465

நயனப்ப முதலியார் பதிப்பித்தவர்-465

தஞ்சைவாணன் கோவை-465

6. கல்வி

பிரெயில் எழுத்து உருவானது-465

லூயி பிரெயில்-465

7. தொழில், வாணிபம், வேளாண்மை

(அ) கம்பெனி சீன வாணிபத் தனியுரிமையை இழந்தது-466

(ஆ) தேயிலை பயிரிட வழிகாட்டிக் குழு-466

அசாமில் காட்டுத் தேயிலை-466

8. மக்கள்

(அ) மெக்காலே சென்னை வந்து இறங்கினார்-466

சட்ட ஆணையத்தில் பணிபுரிய ஆண்டு ஊதியம் 10,000 பவுன்-466

மெக்காலே கட்டுப்பாட்டு வாரியத் தலைவர்-466

(ஆ) ஆஸ்திரேலியத்தில் குடியேற்றம்-467

(இ) பிரிட்டனில் ஆறு தொழிலாளர்கள் நாடு கடத்தல்-467

(ஈ) அமெரிக்கத்தில் 28 மில்லியன் ஏக்கர் நிலம் விற்பனை-468

9. பொது

இலண்டன் பாராளுமன்றக் கட்டடம் தீக்கிரை-468

10. நிலவியல்

''நடு நிரல் கோட்டு வில்'' அளவைப் பணி-468

லேம்டனின் அளவைப் பணி-468

பிளாக்கர் பணி தொடர்தல்-468
எவரஸ்டின் பங்கு-468
பணி முற்றுப் பெறுதல்-468

11. பிறப்பு
(அ) டிமிட்டிரி ஐவனோவிச்சு மெண்டலியேஃபு (1834-1907) -470
தனிம வரிசை அட்டவணை -470
(ஆ) சிட்டிங்கு புல் (1834-1890) -470
சூயிஸ் குலத் தலைவர் -470
சூயிஸ் போர் நடத்தித் தோற்றவர் -470

12. இறப்பு
(அ) தாமஸ் இராபட்டு மால்தஸ் (1766-1834) -470
(ஆ) டாக்டர் வில்லியம் கேரி (1761-1834) -471
செராம்பூரில் விவிலிய மொழி பெயர்ப்புப் பணி -471

1835

1. மெக்காலேயின் கல்வித் திட்டம் 473
கல்வியறிக்கை தூண்டில் கயிறா? பாசக் கறிறா? -473
பொதுக்கல்விக் குழுத் தலைவர் -473
மெக்காலே எண்ணக் குறிப்பு -473
இந்தியக் கல்வி: அரசின் இரு நோக்கங்கள் -474
வங்கத்தில் ஆங்கிலப் பற்று -474
பிராமணரும் சம்ஸ்கிருதமும் -474
இந்து, முஸ்லிம் கல்வி முறைகள் -474
இந்தியர்க்கு ஆங்கில மொழி வழிக் கல்வி வேண்டும்- -474
முதலில் கூறியவர் சார்லஸ் கிரண்டு -474
கிறித்தவ இலக்கியங்களைக் கற்பிக்கும் நோக்கம் -474
மத மாற்றத்திற்காகவே ஆங்கிலக் கல்வி : இந்தியர் கருத்து -474
ஆங்கிலக் கல்வி-வங்கத்தில் ஆதரவு -476
பம்பாயில் ஆதரவில்லை -477
சென்னையிலும் ஆதரவில்லை -477
அரசின் செலவில் கல்வி கற்றோர் 17630 பேர் -477
மெக்காலேயின் கல்வியறிக்கை -477
வட்டார மொழிகளில் இலக்கிய, அறிவியல் செய்திகள் இல -477
வளங்குன்றியவை; செப்பமற்றவை -477
அவற்றில் பயனுள்ள நூல்களை மொழி பெயர்க்க இயலாது -477
கிரேக்கம் விட்டுச் சென்ற இலக்கியம் ஆங்கிலத்தில் -477
அறிவுச் செல்வம் அனைத்தும் ஆங்கிலத்தில் -477

இந்திய வரலாறும் நிலநூலும் கற்பனைகள் -477
கல்வியறிக்கை மேலும் சில செய்திகள் -480
வில்பர்ஃபோர்சின் கருத்துகளே அடிப்படை -480
ஆங்கில மொழி வரலாறு -481
மொழிகளின் தோற்றுவாய் -481
மொழி பிறந்த விதம் -481
ஓரின மொழிகள் பிரிதல் -481
அனைத்திற்கும் தாய்மொழி ஒன்று -481
ஈராற்று வெளியில் நிலவிய மொழிகள் -481
ஆங்கில மொழியின் தோற்றுவாய் -482
ஆங்கில்களின் மொழி -482
ஜெர்மானிக்கு மொழிகள் -482
பண்டை மொழிகள் -482
ஆங்கிலம் 7 ஆம் நூற்றாண்டு முதல் -482

2. ஆங்கிலேயர்க்கு இந்தியத் தொன்மை மீது ஆர்வம் 484
இந்திய ஐரோப்பிய மொழிக்குடும்பம் வில்லியம் ஜோன்ஸ் -484
இந்தியத் தொன்மை பற்றிக் கம்பெனி அலுவலர் எழுத்துகள் -484
கல்வெட்டுகள் பற்றிக் கேப்டன் ஹோர் -484
பாஞ்சாலத்தில் வரலாற்றுச் செய்திகள் -484
கிரேக்க, ரோமானியக் காசுகள் கண்டுபிடிப்பு -484
பிரின்செப்பின் நாணய ஆய்வு -484
கரோஷ்டி எழுத்து -485
அசோகர் கல்வெட்டுகள் -485
அலெக்சாந்தர் கன்னிங்காம் -485
ஆராய்ச்சியைக் கம்பெனி ஊக்குவித்தல் -486
ஃபாகியானின் நூல் மொழி பெயர்ப்பு -486

3. சூஃபிச் சித்தர் குணங்குடி மஸ்தான் 487
சூஃபியம் விளக்கம் -487
சூஃபியான் அல்டாநவூர் -487
இஸ்லாத்தில் சித்தர் கோட்பாடு -487
சூஃபியம் தோன்றியது ஏன்? -488
காலிஃபாக்களின் உலகியல் ஈடுபாடு -488
சூஃபிய என்றால் முரட்டுக் கம்பளம் -488
பண்டை ஆன்மிக மறைக் கூட்டம் -488
சூஃபியரும் இஸ்லாமும் -488
நபிகள் தொடர்பு -488
சூஃபி செல்லப் பெயர் -489
சூஃபிக் குழாங்கள் -489
இதிரிஸ் ஷா -489

ஈரானும் சூஃபியரும் -489
பாரசிக இலக்கியத்தில் மறைஞான உணர்வு -490
கசல்கள் -490
அமீர் குஸ்ரு -490
சூஃபிய, வேதாந்த பௌத்த ஒற்றுமை -490
இந்தியத்தில் சூஃபியர் -491
சூஃபியரும், சீக்கியரும் -491
சூஃபியக் கல்வி முறை -492
சூஃபிக் கதைகள் -492
பச்சை குத்தியவன் பட்டபாடு -492
நோக்கமும் அறிதலும் -492
விடுதலையடைந்த கிளி -493
சூஃபி ஆசான் இருவர்-நிசாமுதீன் ஒளியா, அமீர் குஸ்ரு -494
ஜலாலுதீன் ரூமி -494
"பாரசிகக் குரான்" -494
தமிழகத்தில் சூஃபியர் -494
பீர் முகமது சாகிபு ஒலியுல்ல -494
சதகத்தில் சூஃபியர் -494
பீர் முகமது சாகிபு ஒலியுல்ல -494
சதகத்துல்லா அப்பா -494
ஷெய்கு முகையதீன் மலுக்கு -494
செய்குத் தம்பி ஞானியார் -494
குணங்குடிமஸ்தான் -495
பிறப்பு, வளர்ப்பு, கல்வி -495
துறவு பூணுதல் -495
தரீஃகா நெறி -495
நாகூர் செல்லுதல்
இராயபுரத்தை அடைதல் -495
மஸ்தான் சாகிபும் தாயுமானவரும் -498
மஸ்தான் சாகிபு பாடல்கள் -499
சைவ சித்தாந்த அடிப்படையோடு ஒத்திருத்தல் -499

வரலாற்றுப் புள்ளிகள்

1. அரசியல்

   (அ) ஆப்கானித்தானத்தில் புதிய அரச குடி -500

   (ஆ) சிக்கிம் அரசர் டார்ஜிலிங்கைக் கம்பெனிக்குத் தந்தார்-500

       டார்ஜிலிங்கு அமைப்பு-500

       டார்ஜிலிங்குத் தேயிலை-500

   (இ) தலைமை ஆளுநர் மாற்றம்-501

2. அறிவியல்

    (அ) சேலிசைக்கிளிக்கு அமிலம் ஆக்கப்படுதல்-501
    (ஆ) ஹேலி வால்மீன் மீண்டும் வந்தது-501
        எட்மண் ஹேலி-501
        விண்மீன் பட்டியல் தொகுத்தல்-501
        வால்மீன்கள் ஆய்வு-501
        76 ஆண்டுக்கு ஒரு முறை வரும் ஹேலி வால்மீன்-501

3. சமயம்
    தூத்துக்குடியில் சின்னக் கோயில்-502

4. கலை, இலக்கியம்

    (அ) திவாகரம் : தாண்டவராய முதலியார் பதிப்பு-502
    (ஆ) இலண்டன் டசாடு மெழுகுப் பொம்மைக் காட்சி-502
    (இ) வேலூர்க் கோயில் மண்டபத்தை அயல்நாடு கொண்டு செல்ல முயற்சி-503
    (ஈ) கோசுலின் நாவல்கள்-503
    (உ) ஹன்ஸ் கிறிஸ்தியன் ஆண்டர்சனின் புதிய கதைகள்-504
    (ஊ) ''கலை கலைக்காகவே''-504

(5) கல்வி

    (அ) அசாமில் ஆங்கிலப் பள்ளி-504
    (ஆ) அச்சகச் சுதந்திரம் வந்தது-504
        தியோபியஸ் மெட்காஃபு-505
        அச்சுச் சுதந்திரமும் இலக்கிய வளர்ச்சியும்-506
        கீழ்த்திசைச் சுவடிகள் நூலகம்-506

6. பொருளியல், நிதியியல்
    புதிய பேரரச நாணய முறை வந்தது-506

7. போர், இராணுவம்
    இந்திய நாட்டுப் படையில் கொலைத் தண்டனை ஒழிப்பு-507

8. போக்கு வரவு

    (அ) முதல் ஜெர்மன் இருப்புப் பாதை -507
    (ஆ) அமெரிக்கத்தில் 1098 மைல் இருப்புப் பாதை -507
    (இ) மெல்ஜியத்தில் இரயில் ஓடியது -507
    (ஈ) சிந்து ஆற்றில் கப்பல் போக்குவரவு -508

9. மக்கள்

    (அ) இரஷியத்தில் கொத்தடிமைகள் 11 மில்லியன் -508

(ஆ) போயர்கள் வெளியேற்றம் -508

10. பொது
மெல்போன் நகரம் அமைந்தது -508
11. பிறப்பு
மார்க்கு டுவைன் (1835-1910) -509

12. இறப்பு
(அ) கடைசிப் புனித ரோமன் பேரரசர் (1768-1835) -509
நெப்போலியனுடன் போரிட்டவர் -509
நெப்போலியனுக்குத் தங்கையை மணம் முடித்தவர் -509
(ஆ) குணங்குடி மஸ்தான் (1787-1835) -509

1836

1. காஜுராகோ காட்டுவது என்ன? 511
காஜுராகோ 1836 இல் ''கண்டுபிடிப்பு'' -511
சந்தேலர் கட்டுவித்த கோயில்கள் -511
பழம்பெயர் கஜர்ரா -511
அல்பிரூணி குறிப்புகள் -511
ஜேஜகபுக்தி அரசகுடி -511
செப்பேடுகளில் கர்ஜூரவாகம் -511
சந்தேலர் இரசபுத்திரப் பிரிவினர் -511
இபுராகிம் லோடி கோயில்களை இடித்தல் -511
82 கோயில்களில் 25 மிஞ்சி நிற்கின்றன -511
செழுமையான இந்திய ஆரியக் கட்டுமானக் கலை -511
சிற்றின்பச் சிற்பங்களன்று -511
தாந்திரிகமும் உலகப்பற்றும் ஒன்று சேரும் மரபு -511

வரலாற்றுப் புள்ளிகள்

1. அரசியல்
(அ) மலபாரில் மாப்பிள்ளைகள் கிளர்ச்சி -514
நிலக்கிழார்-குடியானவர் போராட்டம் -514
மலபார் தனிக் காவற்படை -514
(ஆ) புதிய தலைமை ஆளுநர் ஆக்லந்துப் பிரபு -515
ஆக்லந்தும் ஆப்கன் போரும் -515
இரஷியப் பூச்சாண்டி மீது கிலி -515
(இ) சென்னை மாநிலம்: மாவட்டங்களும் கோட்டங்களும் -516
Presidency என்றது ஏன்? -516

(ஈ) போயர்கனி புதிய குடியேற்றங்கள் -516

(உ) அர்க்கான்சஸ் அமெரிக்க ஒன்றியத்துடன் இணைதல் -516

2. அறிவியல்

(அ) அசிட்டிலின் கண்டுபிடிப்பு -517

(ஆ) துத்தநாகம் பூசிய இரும்பு -517

(இ) பாஸ்வரத் தீக்குச்சி -517

(ஈ) பீகிள் ஆராலயச்சிக் கப்பல் திரும்பியது -517

3. சமயம்

(அ) தஞ்சைத் தரணியில் பிராமணர் செய்த வேள்விகள் -517

யாகங்கள் 30 -517

அபிதான சிந்தாமணி -517

யாக விருட்சங்கள் -517

பிங்களம் கூறும் வேள்விகள் -517

யாக வகைகள் -517

(ஆ) அசாமில் சமயப்பரப்பியர் -520

4. கலை, இலக்கியம்

(அ) ''காசியாத்திரைச் சரித்திர'' தெலுங்குப் பயண நூல்-520

சீனிவாசப் பிள்ளை-520

எனுகுல வீர சாமய்ய-520

பரவஸ்து சின்னய்ய சூரி-520

(ஆ) சவரிராயப் பிள்ளை நாள் குறிப்பு-521

(இ) தெலுங்கில் சமையற்கலை நூல்-521

5. கல்வி

(அ) இந்து மாணவர் பிணம் அறுக்க எதிர்ப்பு-521

(ஆ) கல்கத்தாவில் நூலகம்-522

6. தொழில், வாணிபம், வேளான்மை

சென்னையில் வேளாண்மை, தோட்டக்கலைச் சங்கம்-522

சென்னையில் வணிக சபை-523

7. பொறியியல்

கொள்ளிடத்தின் குறுக்கே அணை-523

கரிகாலனா? வீர ராசேந்திரனா?-523

ஆர்தர் காட்டன்-523

மொத்தச் செலவு 80,000 பவுன்-523

ஆதாயம் 66,000 பவுன் ஆண்டுதொறும்-523

8. போக்கு வரவு

    (அ) இரயிலில் செல்ல முதல் பயணச் சீட்டு-524
        அஞ்சல் கோச்சுகளில் இடப்பதிவு-524
        இருப்புப் பாதைகளில் இடப்பதிவு-524
        முதல் பயணச் சீட்டு முறை-524
    (ஆ) முதல் கனடிய இருப்புப் பாதை-526
    (இ) ஈரி கால்வாய் விரிவு -526
    (ஈ) கல்கத்தாவில் பலூன்-526
        பலூன் முன்னோடி பிரஞ்சுக்காரர்-526

9. மக்கள்

    பிரிட்டனில் பிறப்பு, இறப்பு கட்டாயப் பதிவு-526

10. பொது

    பாரிசில் வெற்றி வளைவு முற்றுப் பெறுதல்-526

11. தொல்லியல்

    கல், உலோகங்கள் பெயரால் காலப்பகுப்பு-527
    மெர்க்காட்டி 16 நூ.கூறிய கருத்து-527
    பஃபன் 18 நூ.ஏற்பு-527
    ஃபிரீரே உறுதி செய்தல்-527
    ஹீசியோடு, லுக்ரிசியஸ் பாடல்கள்-527

12. பிறப்பு

    (அ) ''கன்னடக் கல்வெட்டியல் தந்தை'' ரைஸ்-528
    (ஆ) வில்லிபாரத்திற்கு உரை செய்த-528
        பொன்னம்பலம் பிள்ளை-528
    (இ) இராம கிருஷ்ண பரமஹம்சர் (1836-1886)- 529

13. இறப்பு

    (அ) ஆந்திரே மாரி ஆம்பியர் (1775-1836) -529
        ஆம்பியர், ஆம்பியர் மணி ஆம்பியர்விதி, ஆம்பியர் திரும்புகை -529
    (ஆ) நகரத்தார் வரலாறு எழுதிய முத்தப்பச் செட்டியார் (1760-1836) -529
    (இ) பேகம் சம்ரூ (1746-1836) -529

1837

பிராமி எழுத்து மர்மம் பிரின்செப்பு துலக்கினார்   532
    2000 ஆண்டுகளுக்குப் பிறகு அசோகரை அறியச் செய்தல் -532
    ''தேவனாம்பிய'' யார் -532

ஜார்ஜ் டர்னூர் உதவி -536
"பாளி" காத்து வைப்பது -536
அசோகர் பொறிப்புகளும் பௌத்த நூல்களும் பாளி மொழியில் -536
"மகாவம்சம்" -536
"தீப வம்சம்" -536
பிராமி எழுத்து -537
பிராமியின் தோற்றுவாய் குறித்துப் பல்வேறு கருத்துகள் -537

வரலாற்றுப் புள்ளிகள்

1. அரசியல்
   (அ) வங்கத்தில் அரசியல் எழுச்சி -538
       சமிந்தாரிச் சங்கம் -538
       நிலவுடைமையாளர் சங்கம் -538
       வங்கப் பிரிட்டீசு இந்தியச் சங்கம் -538
   (ஆ) ஆங்கிலம் இந்திய ஆட்சி மொழியாதல் -539
   (இ) முகலாய அரசர் பகதூர் ஷா அரியணை ஏறினார் -540
   (ஈ) விக்டோரியாள் அரியணை ஏறினார் -541
   (உ) ஜப்பானின் ஷோகன் ஐயனாரி பதவி விலகல் -541
   (எ) மிச்சிகன் இருபத்தாறாவது மாநிலமானது -541
   (ஏ) சென்னையில் புது ஆளுநர் -542
   (ஐ) ஏடனைப் பிரிட்டன் கவர்தல் -542
       ஏடன் அமைப்பு -542

2. அறிவியல்
   (அ) ஒளிச்சேர்க்கை : பச்சையம் இன்றியமையாமை -542
       நெனி ஜோச்சிம் ஹென்றி தூட்ரேஷே -542
       "ஊடு பரவுதல்" கண்டுபிடிப்பு -542
   (ஆ) நிகழ்தகவு விதிகள் நிறுவப்படுதல் -542
       சிமியோன் டெனிஸ் பவாசோ -542
   (இ) தெலுங்கில் வானியல் நூல் -543
   (ஈ) காற்றுகளும் பருவ நிலையும் -543
   (உ) சந்திரனின் நிலப்படம் -543

3. சமயம்
   (அ) இந்தியத்தில் அமெரிக்கச் சமயப் பரப்பியர் -543
   (ஆ) தீவிரமான இஸ்லாமிய இயக்கம் செனூசி -544

4. கலை, இலக்கியம்
   (அ) முதல் உருது இதழ்? -544
       சர் சையது அகமது கான் சகோதரர்கள் -544

(ஆ) டிக்கன்ஸ், பால் சாக்கு நூல்கள் -544
"பிக்விக்கு பேப்பர்ஸ்" -544

(இ) பிரிட்டனில் உருவரைப் பள்ளி -544

5. கல்வி

(அ) உலகின் முதல் கிண்டர்கார்டன் பள்ளி -545

(ஆ) பிரிட்டனில் பெருமக்கள் பள்ளி -545
தொன்மையான ஏழு பள்ளிகள் -545
Public Schools -545
ஈட்டன், விஞ்செஸ்டர், வெஸ்டுமினிஸ்டர், ஹாரோ, மாஞ்செஸ்டர், வக்கும்ஃபீல்டு, ரக்பி -545

(இ) பிட்டின் சுருக்கெழுத்து -547
சர் ஐசக்கு பிட்மன் -547
பெஞ்சமின் பிட்மன் -547

(ஈ) திருவனந்தபுரத்தில் ஆங்கிலப் பள்ளி -548

6. பொருளியல், நிதியியல்
பம்பாயில் வங்கி -548

7. மக்கள்
இலண்டனில் இளவயதுப் பரத்தையர் -548
ஃபுளோரா திரிஸ்தன் சொல்லோவியம் -548
செல்வப் பகிர்வில் ஏற்றத் தாழ்வு -548
பெண்ணுரிமை பிரிட்டனில் மறுப்பு -548
எல்லா இடங்களிலும் வேசியர் -548
டாக்டர் ரயான் நூலில் -548
வேசையர் எண்ணிக்கை பெருக்கம் -548
பாதிப்பேர் 20 வயதிற்கும் குறைந்தவர்கள் -548
வேசித் தொழிலில் 4 இலட்சம் பேர் -548
செலவு எண்பது இலட்சம் -548
சிறார்க்கு ஒழுக்கக் கேடு கற்பிக்கும் பள்ளிகள் -548
சிறுமியரை ஏமாற்றி வேசையராக்குதல் -548
நாகரிக மாந்தர் கூடும் வேசையர் பகுதிகள் -548
விபச்சாரத் தடுப்புச் சங்கம் அமைப்பு -548

8. பொது
அனைத்திந்திய அஞ்சல் வாரியம் -551

9. மக்கள்
ஆட்சிப் பணியில் சிறந்த மெட்காஃபு -552
டெல்லியில் சதி ஒழிப்பு -552

10. இறப்பு
    (அ) அலெக்சாந்தர் செர்ஜியோவிச்சு புஷ்கின் (1799-1837) -552
    (ஆ) கோமாணி ஜோசஃபு கிரிமால்டி (1799-1837) -553

1838

1. "நீலக்கண் அந்தணன்"   555
    தேயிலை வரலாறு -555
    போதி தர்மன் -555
    புத்தரும் தியான மார்க்கமும் -555
    "சுவரைப் பார்க்க இரு" -555
    முதல் தேயிலைச் செடி -556
    முதல் தேத்தண்ணீர் -556
    தேத்தண்ணீரின் இன்னொரு கதை -557
    தாயகம் சீனமா? இந்தியமா? -557
    சீனமே -557
    ஜப்பானுக்குத் தேயிலை -558
    தே இலை என்ற பெயர் -558
    ஆசிய நாடுகளில் தேநீர் -558
    ஜப்பானின் தேநீர்ச் சடங்கு -558
    ஐரோப்பிய நாடுகளில் தேயிலை -558
    டச்சுக்காரர் கொண்டு செல்லுதல் -558
    தேயிலையும் இங்கிலாந்தும் -559
    அத்தனையும் சீனத் தேயிலை -559
    தமிழகத்தில் தேயிலை அறிமுகம் -560
    அசாம் காடுகளில் தேயிலை -560
    கெட்டியில் தேயிலை -561
    உலகின் விலையுயர்ந்த தேயிலை -561

2. குமரி முனையில் நோய் தீர்க்கும் கிறித்தவத் தொண்டு   561
    குமரிமுனையில் மருந்துவாழ் மலை -562
    கந்தமாதனம் -562
    எண் வகை மலைகள் -562
    அகத்தியர் -562
    நாவுக்கரசர் பாடல் பெற்ற அகத்தீசவரம் -562
    வர்மமும் அகத்தியரும் -563
    வர்மங்களின் எண்ணிக்கை -563
    ஆயுர்வேதம் -563
    சரகர் -563
    அறிவியல் முறையில் ஆயுர்வேதம் சரகர் தொடக்கம் -563

சரகர் கூட்டிய மருத்துவர் குழு -563
சரகர் பௌத்தர் -564
சரகரின் பண்டுவ முறைகள் -564
சரகர் பேரவையில் அட்டாங்கம் -564
கிறித்தவ அமைப்பின் மருத்துவத் தொண்டு -565
அலோபதி -565
டாக்டர் ராம்சே -565
நெய்யூரில் மருத்துவமனை, மருத்துவப் பள்ளி -565
குளச்சலில் தொழுநோயர் பண்டுவம் -565
உலகின் மாபெரும் மருத்துவத் தொண்டு அமைப்பு -565

3. பிரிட்டனில் பேருரிமை இயக்கம்   567
    தொழிற் புரட்சியினடியாய் முப்பெரும் மாறுதல்கள் -567
    தொழிலாளர் சுரண்டப்படுதல் -567
    முதலாளிகளின் ஆதாயக் குறிக்கோள் -567
    பிரிட்டனில் ஆதாயக் குறிக்கோள் -567
    பிரிட்டனில் பல்வேறு கட்சிகள், இயக்கங்கள் -567
    பேருரிமை இயக்கம் (Chartism) -567
    குறைந்த ஊதியம், நீண்ட வேலை நேரம் -567
    வறியோர் சட்டம் (Poor Law) -567
    தொழிற்சங்கங்கள் ஒடுக்கப்படுதல் -567
    தொழிலாளரின் ஆறு கோரிக்கைகள் -567
    பேருரிமை இயக்கத்தின் அடிப்படைக் குறிக்கோள் -567
    பேருரிமை இயக்கத் தலைவர் லோவட்டு -567
    இலண்டனில் உழைப்பாளர் சங்கம் -567

வரலாற்றுப் புள்ளிகள்
1. அரசியல்
    (அ) இரஷ்யப் பூச்சாண்டிக்கு அஞ்சி ஆப்கானித்தானப் படையெடுப்பு -569
        பிரிட்டன் ஆப்கானித்தானத்தைத் தொட்டது ஏன் -569
        பாரசிகம்-இரஷியம் டர்க்கோமாஞ்சை உடன் படிக்கை -569
        பிரிட்டன், சிந்து அமீர்கள், பாஞ்சாலம் உடன்படிக்கை -569
        பிரிட்டனால் ஆப்கனுடன் உடன்பாடு காணமுடியாமை -569
        பாரசிகர் ஹெராட்டைத் தாக்குதல் -569
        இரஷியர் அதை ஊக்குவித்தல் -569
        ஹெராட்டு நகரம் -569
        பிரிட்டீசுத் தூதர் பர்னசின் முயற்சி தோல்வி -569
        சீக்கியரும் பிரிட்டீசாரும் -569
        ஷா சுஜாவை ஆப்கான் அரசராக்க முயற்சி -569
        ஆப்கானித்தானத்தை நோக்கிப் பிரிட்டீசுப் படை -569

காபூல் நகர வரலாறு -569
பிரிட்டீசுப் படை கண்டகாரைப் பிடித்தல் -569
ஷா கஜா கையாலாகாத அரசர் -569
பிரிட்டனின் இக்கட்டான நிலை -569
பிரிட்டன் தலைகுனிவோடு ஆப்கனிலிருந்து பின் வாங்கியது -569

2. அறிவியல்
  (அ) உயிரணுக்கள் பற்றிய கொள்கை விளக்கம் -572
      உயிரணு (Cell) ஆராய்ச்சி 17 நூ.முதல் -572
      உயிரணு ஆராய்ச்சியாளர் -572
      இராபட்டு ஹஉக்கு -572
      லமார்க்கு -572
      இராபட்டு பிரவுன் -572
      பிசாட்டு -572
      மத்தியாஸ் ஜேகபு ஷிலைடன் -572
      தியோடர் ஷிவான் -572
      நுண்ணோக்கியும் உயிரணு ஆய்வும் -573
      வில்லியம் ஹார்வி -573
      இராபட்டு ஹஉக்கு -574
      ஓவியரிடம் பயிற்சி -574
      பாயிலிடம் பணி -575
      இராயல் சங்கச் செயலாளர் -575
      ஹஉக்கின் நுண்ணோக்கி -575
      கார்க்கு ஆராய்ச்சி -575
      செல் என்று பெயர் தருதல் -576
      செல் படங்கள் -576
      எத்தனை செல்கள் -578
      செல்களைத் துளைக்க -578
      ஆராய்ச்சித் துளைக்க -578
      ஆராய்ச்சித் தொகுப்பு நூல் -578
      லூவன் ஹோயக்கு -579
      நுண்ணோக்கி வழியே ஆய்வு -579
      துணிக்கடைக்காரர் -579
      இலத்தீனம் அறியாமை -579
      குறுவிலங்குகள் -580
      குச்சியம் என்ற பாக்டிரியா -581
      எங்கும் குறு விலங்குகள் -583
      கௌரவமும் கண்டனமும் -583
      உலகெலாம் தேடிவருதல் -584
      புதிய பாதையில் அறிவியல் -584
  (ஆ) "புரோட்டாப்பிளாசம்" என்ற சொல் -584

ஹியூகோ ஃபான் மோகல்-584
முன்கணியம், ஊன்மம்-584
(இ) ''புரட்டீன்'' என்ற சொல்-585
(ஈ) நொதித்தலுக்கு ஈஸ்டு வேண்டும்-585
(உ) குருதியில் இரும்பு-585

3. சட்டம், நீதியாட்சி
பிரிட்டனில் கொலைத் தண்டனை ஒழிப்பு-585
சிறு குற்றங்களுக்கும் மரண தண்டனை-585

4.கலை, இலக்கியம்
(அ) வீரமாமுனிவரின் ஐந்திலக்கணம் பதிப்பு -586
வேதகிரி முதலியார் பதிப்பு -586
(ஆ) சென்னையிலிருந்து தெலுங்கு இதழ் -586
''விருத்தாந்தினி'' -586
(இ) தெலுங்கு இலக்கியம்-வில்சன் கட்டுரை -586
ஹோரேஸ் ஹேமன் வில்சன் -586
(ஈ) கேசனோவா நினைவுக் குறிப்புகள் -586
பிரஞ்சு மரபு மொழியில் எழுதப் பெற்றது -586
(உ) கால்டுவல் இந்தியம் வந்தார் -587
இடையன் குடியில் நாற்பதாண்டுகள் -587
இடையன் குடி -587
தேரிக்காட்டு ஊர் -587
99 ஆண்டுகள் குத்தகைக்கு வாங்கிய இடம் -587
குட்டத்து நிலக்கிழார்களின் கெடுபிடி -587
இடையன் குடிப் பெண்களுக்குப் பூத்தையல் -587
வேலையில் பயிற்சி -587
ஜாய் பெல்-இடையன் குடிக் கோயில் மணி -587

5. தொழில், வாணிபம், வேளாண்மை

இலண்டனில் இராயல் வேளாண்மைச் சங்கம் -589

6. போக்கு வரவு
(அ) அட்லாண்டிக்கில் முதல் நீராவிப் பயணக் கப்பல் -589
''கிரேட்டு வெஸ்டன்'' -589
இசம்பார்டு கிங்டம் புரூனல் -589
(ஆ) கனடாவில் இரயில் -589
(இ) இரஷியத்தின் முதல் இருப்புப் பாதை -589
(ஈ) மார்ஸ் தந்திக் குறியீடுகள் தோற்றம் -589
சாமுவல் ஃபின்லே பிரீஸ் மார்ஸ் -589

7. இயற்கைச் சீற்றம்

அயர்லந்தில் பஞ்சம் : ஆயிரக்கணக்கானோர் மடிதல் -590

8. மக்கள்
   (அ) குயானாவிற்கு ஒப்பந்தக் கூலிகள் -590
      அடிமை முறைக்கு மாற்ற -590
      இந்திய ஒப்பந்தக் கூலிகள் -590
      இந்தியத்திலிருந்து சென்ற கூலிகள் 2,36,000 -590
      குயானா -590
      டாக்டர் செட்டி ஜெகன் -590
   (ஆ) "பம்பாய் பயணியர் தங்கும் வசதியற்றது" -591
   (இ) இந்தியர் நடந்துபோன கண்ணீர்த்தடம் -592

9. பொது
   பிரிட்டனில் பொது ஆவணக் காப்பகம் -592

10. பிறப்பு
   (அ) பங்கிம் சந்திர சட்டர்ஜி (1838-1894) -593
      முதல் வங்க நாவல் துர்க்கேச நந்தினி -593
   (ஆ) சர் வில்லியம் ஹென்றி பெர்க்கின் (1838-1907) -593

11. இறப்பு
   சார்லஸ் மாரைஸ் தெ டெலிராண் பெரிகார்டு (1754-1838) -593
   மேட்டுக் குடியில் பிறந்தவர் -593
   கிறித்தவத் திருச்சபையினர் -593
   கத்தோலிக்க சடையிலிருந்து நீக்கம் -593
   பிரிட்டனுக்குப் பிரான்சின் தூதுவர் -593
   அமெரிக்க வாழ்க்கை -593
   நாடு திரும்பி அயலுறவு அமைச்சராதல் -593
   நெப்போலியன் அரசியலில் ஏற்றம் பெற உதவி -593
   பதவியைப் பயன்படுத்திப் பொருள் குவித்தல் -593
   பதினெட்டாப் பேரவையில் சாதனை -593
   கேடு கெட்ட தனி வாழ்க்கை -593
   டெலிராண் மனைவி தமிழகத்தில் பிறந்தவர் -593
   காமுகர், ஊழல்காரர் -593
   நெப்போலியனுக்குப் பிறகு முடியரசை நிறுவியவர் -593
   வாழ்க்கை வரலாற்று நூல் -593

1839

1. கல்கத்தா- டெல்லி சாலையமைப்புத் தொடக்கம்   597
   சீனம் சென்ற சாலை -597

வட நெடுஞ்சாலை -597
"உத்தர பாத்" -597
"வடவழி" -597
ஜில் ஜிட்டு -598
பால்கு, பாமியன் -599
அட்டோக்கில் கோட்டை -599
இந்தியத்தின் பண்டைச் சாலைகள் -600
தமிழகத்தின் பண்டைச் சாலைகள் -601
கணவாய்கள் -601
நெடுஞ்சாலைகள் -601
கருநாடகத்தில் நெடுஞ்சாலைகள் -602
டனாய்கன் கோட்டை -602
இராசசேகரப் பெருவழி -603
முகலாயர் கால நெடுஞ்சாலைகள் -603
பிரிட்டிசார் காலத்துச் சாலைகள் -605

2. அயர்லந்தியரின் இரட்சத்தக்க நிலை — 606
அயர்லந்து வரலாறு -606
கெலிக்கு மொழி -606
கெல்ட்டு, பிக்டு, ஏராயினர் -606
புனிதர் பேட்ரிக்கு -606
வைக்கிங்குகள், நார்மன்கள் -607
அயர்லந்தின் மனக்கசப்பு -607
பிரிட்டீசு ஆட்சி -607
ஸ்டுவட்டு அரச குடியினர், கிராம்வல் காலங்களில் அடக்குமுறை -607
இரண்டாம் ஜேம்சிற்கு அயர்லந்தியர் ஆதரவு -607
மூன்றாம் வில்லியம் அயர்லந்தியரை வெல்லுதல் -607
ஹென்றி கிராட்டன், உல்ஃபு டோன் -608
அயர்லந்து பிரிட்டனுடன் ஒன்றுதல் -608
கிளேர் தொகுதியும் டிவேலராவும் -608
இலண்டனில் அயரியல் இழிநிலை -609
டப்ளின் நகரம், எழுத்தாளர் தொடர்பு -609
இலண்டனில் சேரி சின்ன டப்ளின் -610

3. புகைப்படக்கருவியும், புகைப்படமும் — 610
லூயி ஷா மேண்டி டாகர் -610
டாகரும் நியப்சும் -611
டாகரின் முன்னோடியர் -611
வெள்ளி நைட்டிரேட்டு -611
நியப்ஸ் -612

இன்னொரு முன்னோடி டால்பட்டு -613

வரலாற்றுப் புள்ளிகள்

1. அரசியல்

   (அ) சீனத்தின் அபின் போர் தொடக்கம் (1839-1842) -614

   அபின் போர்க் காரணம் -614

   பிரிட்டிசாரின் நேர்மையற்ற அபின் வாணிபம் -614

   அபினின் தாயகம் எகிப்து -615

   அக்பரும் அபின் வாணிபமும் -615

   சீனம் ஐரோப்பியப் பண்டங்களை விரும்பாமை -615

   பண்டமாற்றாய்ச் சீனத் தேயிலை பெறமுடியாமை -615

   கள்ளத்தனமாய் அபினை வெள்ளிக்கு விற்றுத் -615

   தேயிலை வாங்கும் திட்டம் -615

   கேண்டனில் ஐரோப்பிய வணிகர் -616

   1839 இல் போர் மூளுதல் -616

   நாங்கிங்கு உடன்படிக்கை -617

   சீனம் ஆங்காங்கைப் பிரிட்டனுக்குத் தந்தது -617

   (ஆ) கொச்சி நாடு கம்பெனியுடன் இணைந்தது -617

   (இ) ஏடன் பிரிட்டீசு இந்தியத்துடன் இணைக்கப்படுதல் -618

   ஏடன் வரலாறு -618

   பெரிப்புளுசு கூறும் ஏடன் -618

   மகரபு -618

   ஜித்தா -618

   ஹெஜாஸ் -618

2. அறிவியல்

   (அ) ஓசோன் கண்டுபிடிப்பு -619

   காரல் குஸ்தாபு மோசண்டர் -620

   (ஆ) லாந்தனம் கண்டுபிடிப்பு -620

3. சமயம்

   (அ) ஜி.யூ.போப்பு இந்தியம் வந்தார் -620

   சாயர்புர வரலாறு -620

   போப்பு தமிழறிஞர் -620

   போப்பு தொடங்கிய கல்லூரி -620

   ஆக்ஸ்ஃபோர்டில் தமிழ்ப் பேராசிரியர் -620

   திருக்குறள், நாலடியார், திருவாசகம், புறநானூறு மொழி பெயர்ப்பு -620

   தமிழர்க்குப் போப்பையர் -620

   (ஆ) கிறித்துவ மதமாற்றத்திற்குப் பார்சியர் எதிர்ப்பு விரிந்த செய்தி -621

4. கலை, இலக்கியம்
   - (அ) திருவிதாங்கூர் அரசின் முதல் அச்சகம் -623
   - (ஆ) அசாமி மொழி இலக்கணம் -623
   - (இ) பாரசிக மொழி இதழ்கள் -623
     - கல்கத்தாவில் வெளியான ஏனைய இதழ்கள் -623
     - பம்பாயில் வெளியானவை -623
     - சென்னையில் வெளியானவை -623

5. தொழில், வாணிபம், வேளாண்மை
   - இலங்கைக்குக் கல்கத்தாவிலிருந்து தேயிலை விதை, கன்று -624

6. போக்கு வரவு
   - (அ) மெய்யான முதல் சைக்கிள் -624
   - (ஆ) இத்தாலியின் முதல் இருப்புப் பாதை -625

7. மக்கள்
   - (அ) "திறனுக்கேற்ற உழைப்பு தேவைக்கேற்ற ஊதியம்" -625
     - ஷா ஜோசஃபு சார்லஸ் லூரி பிளாங்கு -625
   - (ஆ) தகியர் ஒழிப்பும் சர்க்கரை ஆக்கம் குறைதலும் -625
   - (ஈ) உணவுப் பழக்கமும் உயிர் வாழ்க்கையும் -625
   - (உ) ஈசுவரச் சந்திர வித்தியாசாகரும் வங்கச் சமூக நிலையும் -626
     - ஆங்கிலேயர் அறிமுகம் செய்த சீர்திருத்தங்கள் -626
     - நிலக்கிழார் அமைப்பு முறை -627
     - கல்கத்தா மதரசா, வாரணாசிச் சம்ஸ்கிருதக் -627
     - கல்லூரி, கல்கத்தாச் சம்ஸ்கிருதக் கல்லூரி -627
     - வங்க ஆசியவியல் சங்கம் -627
     - வில்லியம் கோட்டைக் கல்லூரி -627
     - ஈசுவரச்சந்திரர் ஏழை அந்தணர் குடி -627
     - சம்ஸ்கிருதக் கல்லூரியில் கல்வி -627
     - புரட்சியினால் பலன் இலது: சீர்திருத்தமே சரியான வழி -627
     - மெக்காலே கல்வித்திட்டத்தில் ஐயப்பாடு -627
     - கல்விப் பணி -628
     - சம்ஸ்கிருதக் கல்லூரி முதல்வர் -628
     - பள்ளி ஆய்வாளர் -628
     - மாவட்டங்களில் பெண்கள் பள்ளிகள் திறந்தார் -628
     - கைம்பெண்டிர் மறுமணம் -628
     - பல மனைவியருடைமைக்கு எதிர்ப்பு -629
     - குலின் பிராமணரின் தீயபழக்கம் -629
     - "வங்க மொழித் தந்தை" -629

9. வரலாறு
   - மெக்காலேயின் இங்கிலாந்து வரலாறு -630

10. பிறப்பு
(அ) கேசவச்சந்திர சென் *(1839-1884)* *-630*
(ஆ) ஜாம்ஷட்ஜி நசர்வாஞ்சி டாட்டா *(1839-1904)* *-630*

11. இறப்பு
இரஞ்சித்து சிங்கு *(1780-1839)* *-631*

1840

அழிப்பானின் வரலாறும் குட் இயரும் *634*
பல்வகைப் பால் மரம் *-634*
நடு அமெரிக்க நாடுகளில் அடர்ந்து வளரும் மரம் *-634*
நால் வகைப் பால் மரம் *-634*
ரப்பர் வரலாறு *-634*
அமேசான் ஆறு, காடு *-634*
போக்கடோக்கு ஆட்டம் *-635*
கொலம்பசும் ரப்பரும் *-635*
ஆப்பிரிக்க, ஆசியத்தில் பால் மரங்கள் *-637*
அமெரிக்கமும் ரப்பரும் *-637*
சிறைப்பறவை குட் இயர் *-638*
குட்இயரின் மாபெரும் கனவு *-638*
அழிப்பான் அழித்தது *-639*
கடன்காரர் சிறையில் *-639*
கனவு இளகிக் கரைதல் *-640*
தோல்வி எதிலும் தோல்வி *-640*
மாபெரும் கண்டுபிடிப்பு *-641*
வெற்றியும், செல்வச் செழிப்பும் *-641*
வழக்கும் வம்பும் *-642*

வரலாற்றுப் புள்ளிகள்

1. அரசியல்
(அ) ''உடைமை என்பது திருட்டு''-புரூதோ *-642*
(ஆ) நியூசிலந்து பிரிட்டனின் குடியேற்ற நாடானது*-643*
மாவோரியர்*-643*
டாஸ்மன் ,குக்கு*-643*
வைதங்கி உடன்படிக்கை*-643*

2. அறிவியல்
டார்வினின் உயிரியல் ஆய்வு நூல் *-644*

3. மருத்துவம்
   - (அ) மீண்டும் உலகெங்கும் வாந்தி பேதி -644
   - (ஆ) எலும்பு வளர்ச்சிக்குக் கால்சியம் வேண்டும் -644

4. இசை
   - சேக்சாஃபோன் கண்டுபிடிப்பு -645

5. கலை, இலக்கியம்
   - (அ) குறள் மொழி பெயர்ப்பில் உதவிய இராமானுசக் கவிராயர் -645
   - (ஆ) தமிழில் ஒரு சேர வெளியான முழு விவிலியம் -645
   - (இ) தாயன்பைப் பாடும் தெலுங்கு இலக்கியம் -646
   - (ஈ) தெலுங்கில் அரபுக் கதைகள் -646
   - (உ) தெலுங்கில் சுகசப்ததி கதாலு -646

6. கல்வி
   - (அ) கிண்டர்கார்டன் கல்வி முறை தோற்றம் -646
   - (ஆ) கட்டாக்கில் ஆங்கிலப் பள்ளி -646
   - (இ) பம்பாய் மாநிலத்தில் கல்வி வாரியம் -647
   - (ஈ) முதல் அஞ்சல் வழிக் கல்வி தொடக்கம் -647

7. தொழில், வாணிபம், வேளாண்மை
   - (அ) நீலகிரியில் காப்பித் தோட்டம் -647
     - இந்தியத்தில் ஐரோப்பியர் வேளாண்மை -647
     - நீலகிரி மலை -648
     - குன்னூர் குன்னூராதல் -648
     - கோத்தகிரி -648
   - (ஆ) டார்ஜிலிங்கில் தேயிலை -648
   - (இ) இந்திய நெசவுத் தொழில் சீர் குலைவு -649
     - தாக்கா நகரம் நசித்தல் -649

8. அஞ்சல்
   - உலகின் முதல் அஞ்சல் தலை -649
   - "காறுப்புப் பென்னி" -649
   - பென்னி விளக்கம் -649
   - சிந்து மாநில அஞ்சல் தலை -649
   - அஞ்சல் தலைச் சேகரக் கலை -649

9. போக்கு வரவு
   - (அ) காட்டன் அமைத்த முதல் இருப்புப் பாதை -651
   - (ஆ) கியூனார்டு கப்பல் நிறுவனம் அமைப்பு -651

10. மக்கள்
- (அ) பிரிட்டனில் தேநீர் அருந்தும் பழக்கம் -652
  பெட்ஃபோர்டு கோமகள் -652
- (ஆ) ஐரோப்பிய மக்கள் தொகை -652
- (இ) அமெரிக்கத்தில் குடியேறிய ஐரோப்பியர் -653
- (ஈ) அமெரிக்கத்தில் இருபது மில்லியனர்கள் -653
- (உ) இலங்கையில் தமிழர் குடியேற்றம் -653
- (ஊ) விக்டோரியாள் - ஆல்பட்டு திருமணம் -653

11. பொது
- (அ) மதுரை விரிவடைதல் -653
  இலக்கியத்தில் மதுரை -653
  சம்ஸ்கிருத, தெலுங்கு இலக்கியத்தில் -653
  வீர வல்லாளர் -653
  கண்ணகி முலை யெறிந்த மட்டார் மறுகு -653
  சுல்தான் ஆட்சியில் மதுரை -653
- (ஆ) சென்னை ஐஸ் ஹௌஸ் -654

12. பிறப்பு
- (அ) தாமஸ் ஹார்டி (1840-1958) -655
- (ஆ) எமில் சோலா (1840-1902) -655
- (இ) சிற்பி ரொடின் (1840-1917) -655
- (ஈ) யாப்பிலக்கணப் புலவர் தண்டபாணி சாமிகள் (1840-1899) -656
- (உ) இசைப் பாடலாசிரியர் முருகதாச சாமிகள் (1840-1899) -656

13. இறப்பு
- (அ) முத்துச் சாமிபிள்ளை (-1840) -656
- (ஆ) ஜேம்ஸ் பிரின்செப்பு (1799-1840) -656

1831

(1831-1840)

அயலார் தம்மிலும் வலிமை மிக்க படையொடும் வீச்சு நிறைந்த பண்பாட்டொடும் வந்த காலத்தெல்லாம் பாரதம் அவர்களின் சமயத்தையும் மொழியையும் கலைகளையும் ஏற்றுத் தனதாக்கிக் கொண்டு வருவதை அதன் நெடிய வரலாறு முழுக்கக் காணலாம். ஆனால் பத்தொன்பதின் இக்கால கட்டத்தில் ஆண்டையராய் எழுந்த ஐரோப்பியர் மக்களொடு ஒன்றாமல் எட்ட இருந்தாலும், அவர்களின் மொழியும் பண்பாடும் இந்து தேசத்தில் வலிந்து ஏற்கப்பட்டன. இந்தியத்தின் மேலோர் செம்மைமிகும் இந்திய மொழிகளை விடுத்து அறிவுச் செழுமை மிகும் ஆங்கிலத்தை விரும்பியும் ஆர்ப்பரித்தும் வரவேற்று ஏற்றுக் கொண்டதற்குக் கருவியாயிருந்தவர் தாமஸ் பேங்டன் மெக்காலே என்பதால், இந்தப் பத்து அவர் பெயரைப் பெறுகின்றது.

ப.சிவனடி

1831

அரசியல்

மைசூர் அரசு பிரிட்டனின் கட்டுக்குள்
குடகு அடக்கப்படுதல்
இரஷியத்தின் மீது பிரிட்டீசு அச்சம்

அறிவியல்

தொலைநோக்கி வரலாறு
மின்யுகமும் ஃபாரடேயின் பங்கும்
வடதுருவக் காந்த முனை கண்டுபிடிப்பு
டார்வின் ஆராய்ச்சி பயணம் தொடக்கம்

மருத்துவம்

குளோரோஃபாம் கண்டுபிடிப்பு- வரலாறு

கலை,இலக்கியம்

முதல் தமிழ் இதழ் ''தமிழ்ப் பத்திரிகை''
இந்தியர் எழுதிய முதல் ஆங்கில நாடகம்
விக்டர் ஹியூகோவின் புனைகதையும் கவிதைகளும்

நாடகம்

வங்க நாடக இலக்கியத் தோற்றம்

இராணுவம், போர்

பிரஞ்சு அயல் படைபணி அமைப்பு

மக்கள்

வெள்ளையர் வீட்டு வேலையாள்கள்
வகாபியர் எதிர்ப்பியக்கம்
சிறுவர் 12 மணி நேரத்திற்கு மேல் வேலை செய்யத் தடை
அமெரிக்கத்தில் குடியேறியர் எண்ணிக்கை மிகல்
கண்ணிர்ச் சுவடு: மரணச் சுவடு

பிறப்பு

கோடக நல்லூர் சுந்தர சாமிகள் *(1831-1878)*
ஜேம்ஸ் கிளார்க்கு மேக்ஸ்வல் *(1831-1879)*

இறப்பு

ஹென்றி தோரேசியோ *(1809-1831)*

1831

1. தொலைநோக்கி வரலாறு

வானியல் கூர் நோக்கு

வானியல் கூர் நோக்கின் தோற்றுவாய் வெகு தொன்மையான காலம் வரை செல்கின்றது. முதிரா நிலையிலிருந்த பண்டைமனிதன்,வானத்து அகல்பரப்புக் காட்சியானது காலந் தொறும் தவறாமல் வந்து போவதைக் கண்டதும் காலம் கடந்து செல்கின்றது என்பதை அறிந்து கொள்ளும் ஒரே வழியை அவனால் உய்த்துணர முடிந்தது. கூடிவாழும் சமுக வாழ்க்கையின் வளர்ச்சி, பயிர்கள் செய்தல், விருந்துகளும் விழாக்களும் கொண்டாடுதல் முதலியவை பெருகவே, நம்பத்தகுந்த காலக்கணிப்பு முறை அவனுக்கு இன்றியமையாததானது.

கி.மு.3000 ஆண்டில் வாழ்ந்த மெசபடோமிய வேளாளரும் இடையரும் சூரியனின் நிலையை அல்லது தம் நிழலின் நீளத்தை வைத்துக் காலத்தை மதிப்பிட்டதை நம்மால் எண்ணிப்பார்க்க முடிகின்றது. பாபிலோனின் வானியலாரான குருமார்கள், ஒளிபொருந்திய விண்மீன்களைத் திரள்கள் என்று எங்ஙனம் வகைப்படுத்தினர் என்பதையும் கற்பனை செய்துபார்க்க முடியும். அவர்கள் நிலவு தேய்வதையும் வளர்வதையும் கோள்மறைப்புகள் வருவதையும் கோள்கள் எழுவதையும் மறைவதையும் களிமண் தகடுகளில் ஆப்பு வடிவ எழுத்துகளில் பதிந்து வைத்தனர். வானியல் இங்ஙனம் வானாய்வாயும் சோதிடமாயும் பண்டை உலகில் உருப்பெறத் தொடங்கிற்று.

இதில் பாபிலோனியர், எகிப்தியர், கிரேக்கர் என்று நாகரிக மாந்தர் அனைவரின் பங்கும் அடங்கியிருக்கின்றது. முன்னர் வானியல் ஆய்வில் செப்ப மற்றவையாயினும் பயன்தரத்தக்க பல கருவிகள் எகிப்தியர் காலத்திலிருந்து பதினாறாம் நூற்றாண்டுவரை நாகரிக உலகெங்கும் பயன்படுத்தப்பட்டு வந்தன. மனிதரின் ஆறாயிரமாண்டுக் கால வரலாற்றில் வானியல் அடைந்து வந்த வளர்ச்சியில் பதினாறாம் நூற்றாண்டிற்குப் பிறகே விறுவிறுப்பான முடுக்கம் ஏற்பட்டது. வானியல் ஆய்வில் கணிதமும் வெறும் கண்ணால் நோக்கிப் பெற்ற அறிவும் இன்றைக்கு மூன்று நூற்றாண்டுகளுக்கு முன்புவரை மிகவும் தலையாய கூறுகளாய் இருந்து வந்தன. தொலைநோக்கி 1608 வாக்கில் தோன்றியதும் வானியல் ஆய்வின் வேகம் கற்பனையை மிஞ்சுவதாயிற்று என்பதை இன்று கண்ணார நாம் காண்கின்றோம்.

மேலான மெய்யியலாரும், தாழ்ந்த கைவினைஞரும்

தொலைநோக்கி கண்டுபிடிக்கப்பட்டது என்பது, மனித சிந்தனையின் புதிய கட்டமாய், உயிர் வாழ்க்கையின் புதுப் பார்வையாய் விளங்குகின்றது. உயிர்த்துடிப்பும் துருவிப்புகுந்து ஆராயும் கூரிய மனமும் படைத்த கிரேக்கர் நுண்ணோக்கி அல்லது தொலைநோக்கியை உண்டாக்க முடியும் என்பது குறித்து எண்ணிப்பாராதது பெரிய விந்தையேயாகும். அவர்கள் இதற்குக் கண்ணாடி வில்லையைப் பயன்படுத்த முடியும் என்பதை அறியவில்லை. எனினும் பல நூற்றாண்டுகளாய் நன் கறியப்பட்டதும்

1831

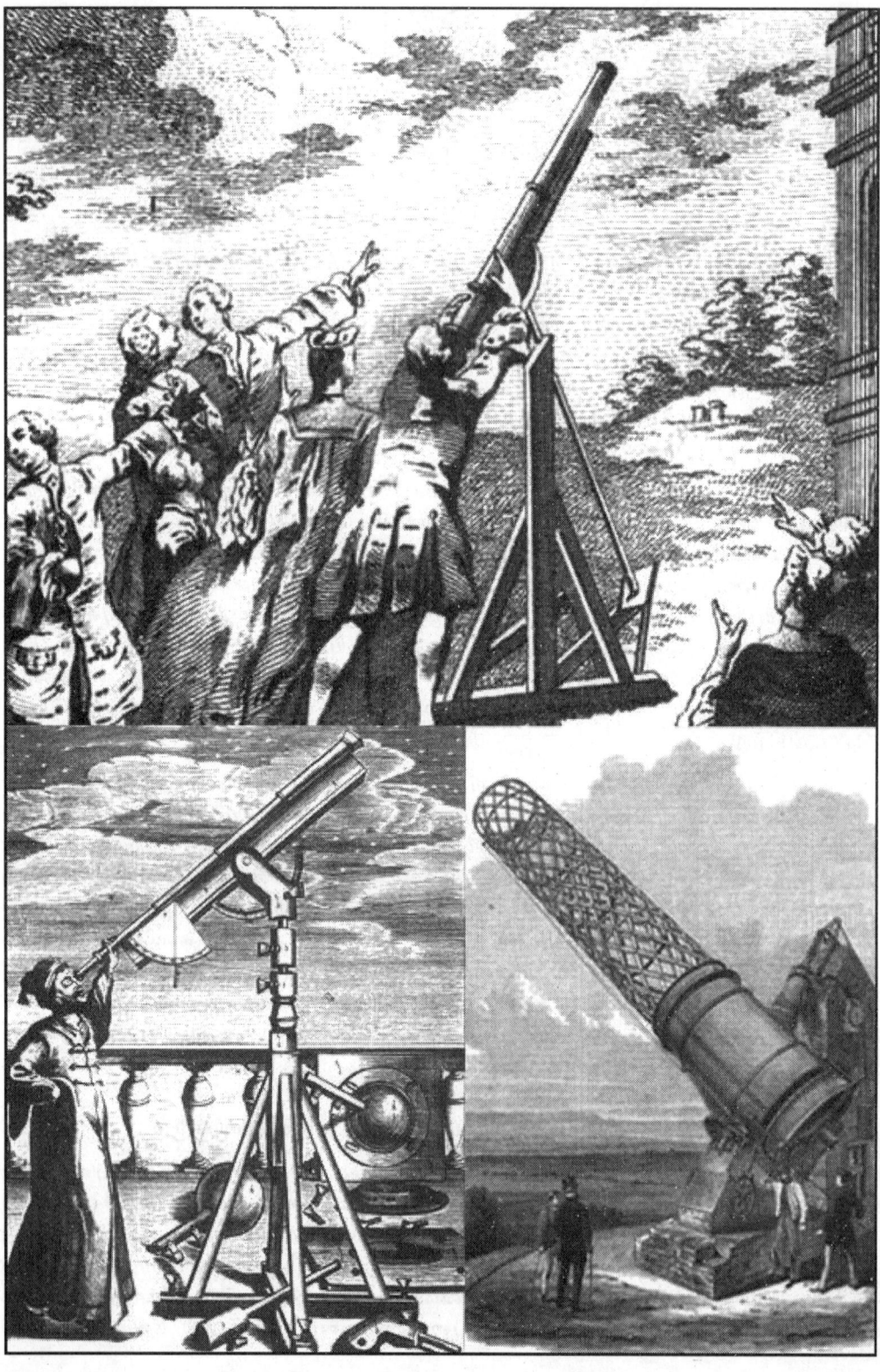

அழகுறச் செய்யப்பட்டு வந்ததுமான கண்ணாடி அவர்களின் காலத்தில் இருந்தது. அவர்களிடம் கண்ணாடிக் குப்பிகளும் புட்டிகளும் இருந்தன. அவர்கள் அவற்றின் வழியே பார்த்தபோது உருவங்கள் சிதைந்தும் பெரியனவாயும் தெரிந்தன.

அன்று கிரேக்கத்தில் வாழ்ந்த மெய்யிலார் மிகுந்த மேட்டிமையுணர்வு கொண்டிருந்தனர். அதனால் அறிவுக்கூர்மை மிக்க ஆர்க்கிமிடீசும் (*Archimedes*,சு.287-212 கி.மு.சைரக்கூசில் பிறந்த கிரேக்க அறிவியாலர்) சுமார் கி.பி. முதல் நூற்றாண்டில் வாழ்ந்திருந்த கிரேக்க கணிதவியலாரும் கண்டுபிடிப்பாளருமான அலெக்சாந்திரியத்து ஹீரோவும் (*Hero*, இவர் அந்த காலத்தில் நீராவிப் பொறியைச் செய்தவர் என்று நம்புகின்றர்.) பொற்கொல்லராயும் கண்ணாடி வேலைக்காரராயும் இருந்த எளிய மக்களிடம் எதையும் கற்றுக்கொள்வது என்பது தமது மேற்குடிப் பெருமைக்கு இழுக்கு என்று கருதினர்.

இத்தகைய அகந்தைக்குக் கிடைத்த முதல் தண்டனை அறியாமை இருளில் மூழ்கிக் கிடந்ததேயாகும். மெய்யியலாருக்கு எந்திரவியல் நுட்பம் இருந்தது. கைவினைஞருக்கு மெய்யியலாரிடம் இருந்த கல்வியறிவு இல்லை. அதனால் ஆயிரமாண்டுகளுக்குமதிகமான காலம் கழிந்த பின்னர் தான்,இன்னொரு யுகத்தில் தான் கண்ணாடியும் வானியலும் சந்திக்கப் போகின்றன.

கண்ணாடி

கண்ணாடி சுமார் 3500 ஆண்டுகளுக்கு முன்னர் எகிப்தில் தோன்றியது என்பதைத் தவிர, அப்பொருளைப் பற்றி நாம் அறிந்திருப்பது சிறிதளவேயாகும். ஃபினீசியர் தாம் கண்ணாடியைப் பெரிய அளவில் முதன்முதலில் செய்தனர் என்பதையும் அறிவோம். ஃபினீசியர் தமது தயர் நகரத்து நீலச்சாயத்திற்குப் போன்று கண்ணாடிப் பொருள்களுக்காகவும் பெயர் பெற்று இருந்தனர். கண்ணாடிப் பொருள்கள் பைசாந்திய வணிகருக்கு விலைமதிக்க முடியாதனவாயின. இறுதியில் வெனிஸ் நகரத்தவர்க்குக் கண்ணாடி மதிப்பு மிக்க பொருளானது.

ஒளி பட்டெறிதலையும் ஒளி விலகலையும் பற்றி (*reflection and refraction*) முதன்முதலில் எழுதியவர் கி.மு.மூன்றாம் நூற்றாண்டினரான யூக்லிடு ஆவார். ஒளி நேர்கோட்டில் செல்கின்றது என்பதையும் அவரே முதலில் கூறியனார். (*Euclid* : கி.மு. 4-3 நூ. இவர் சு.கி.மு.300 இல் அலெக்சாந்திரியத்தில் கணிதம் கற்பித்த கிரேக்கராவார். அங்கு கணிதப் பள்ளியை நிறுவியதும் அவராகவே இருக்கலாம். இன்று கிடைக்கும் அவரது தலையாய நூல் *Elements* ஆகும். இது 13 தொகுதிகளையுடையது.) இது பற்றித் தாலமி அறிந்திருந்தது சிறிதேயாகும். (*Ptolemy*, முழுப்பெயர் *Claudius Ptolemaeus Prolemy*, சு.127-145 கி.மு. கிரேக்கர். அலெக்சாந்திரியத்தின் மாபெரும் நூலகத்தில் பணி செய்தவர். இவரது *Almagest* (மாபெரும் நூல்)-வானியலின் சாரம் செறிந்த நூல்.

இது கி.பி. 16 ஆம் நூற்றாண்டு வரையிலும் முக்கியமான வானியல் நூலாயிருந்தது. இவர் பூமியை நடுமையமாய்க் கொண்டது பிரபஞ்சம் என்ற கொள்கையுடையவர். தாலமி தனக்கு முற்பட்டவர்கள் மொழிந்த கருத்துகளையே எடுத்துரைத்தார்.

அல்ஹசன்

கி.பி. பத்து பதினொன்றாம் நூற்றாண்டிரான அரபு எழுத்தாளர் அல்ஹசன் (*Alhazen*, அரபுப்பெயர் *Abu al-hassan ibn al Haytham* சு.965-1039 இவர் ஈராக்கின் பாஸ்ரா நகரில்

பிறந்த கணிதவியலார், இயற்பியலார்.இவர் ஒளியியலில் குறிப்பிடத்தக்க ஆய்வுகளைச் செய்திருந்தார். இவரது சிறந்த நூல் ''ஒளியியல் களஞ்சியம்'' *[Treasury of Optics]* இது இலத்தீன் மொழியில் முதன்முதலாய் 1270 ஆம் ஆண்டு அச்சிடப்பெற்றது.) ஒளிபட்டெறிதல்,ஒளிவிலகல் ஆகியன பற்றிய ஆக்கமான கொள்கையைக் காண வேண்டுமென்ற நம்பிக்கையில் அவர் பல விதமான சாதனங்களைப் பயன்படுத்தினார். சூரியனும் சந்திரனும் அடிவானத்தை நெருங்கும் போது அவற்றின் வடிவத்தில் ஏற்படுவதாய்த் தோன்றும் மாறுதல்களை அல்ஹசன் மிகச் சரியாய் விளக்கினார். வானியல் கூர் நோக்குகளில் காற்று வெளி விலகல்களைக் கணக்கில் எடுத்துக்கொள்ள வேண்டுமென்பதை அவர் எடுத்துக் காட்டினார். உருண்டை வடிவான கண்ணாடித் துண்டுகளின் உருப்பெருக்கும் தன்மையையும் அல்ஹசன் அறிந்திருந்தார். எனினும் கண்பார்வைக்கு உதவியாய் அவற்றைப் பயன்படுத்தலாம் என்று அவர் கூறவில்லை.

அவரது நூல் *(Optical Thesaurus Alhazeni Arib's)* இலத்தீனில் மொழி பெயர்க்கப்பட்டுள்ளது என்பதை மேலே கண்டோம். அவர் அந் நூலில் சமதளமான உருண்டைவடிவமான,சாய்மாலையான *(plain, spherical and parabolic mirror)* கண்ணாடிகளைப் பற்றியும் குறிப்பிட்டுள்ளார்.

வைட்டெல்லோ

அல்ஹசனின் மாணக்கரான போலந்தியராகிய வைட்டெல்லோ *(Vitello)* தன் வாணாளில் பெரும் பகுதியை இத்தாலியில் கழித்தவர். அவர் ஒளியியல் பற்றி ஒரு நூல் எழுதியுள்ளார். அவர் ஒளிவிலகல் விதிகளை நிறுவவும் முயன்றார். நகர்ந்து செல்லும் காற்றோட்டங்களினால் விண்மீன்களை நோக்கினால் இந்த விரைவு இன்னும் வேகமாகின்றது என்றும் அவர் எடுத்துரைத்தார்.

ரோஜர் பேக்கன்

வைடெல்லோ காலத்தவரான ரோஜர் பேக்கன் *(Roger Bacon,* இவர் அற்புதமான டாக்டர் என்ற பெயரில் *Doctor Mirablis* என்றும் அறியப்பட்டிருந்தார்; சு.1220-1295; மெய்யியலாரும் அறிவியலாருமான இவர் இங்கிலாந்தின் சாமர்செட்டுக் கோட்டத்திலுள்ள இல்கெஸ்டரில் பிறந்திருக்கலாம். இவர் 1247 இல் அறிவியல் ஆய்வில் ஈடுபட்டார். இவர் பாப்பரசர் நான்காம் கிளமெனுக்காக '' மாபெரும் நூல்'' *(Great Work)* என்ற நூலைத் தொகுத்தார். அவர் பிரான்சிஸ்கன் சபையில் சேர்ந்தார். எனினும் 1277 இல் இவரின் நூல்கள் பழிக்கப்பட்டன. அவரைச் சிறை செய்தனர்.) ஆக்ஸ்ஃபோர்டில் பணிபுரிந்தபடி கண்ணாடிகள்,சமதள- குவிகண்ணாடி வில்லைகள் ஆகியவற்றின் விளைவுகளை ஆய்வதில் பெருமுயற்சி எடுத்துக் கொண்டார்.

பேக்கன் கல்வியறிவிலும் தனிமுதலான கருத்துகளைக் கூறுவதில் தான் வாழ்ந்த காலத்தையும் கடந்து நின்றார். கொள்கைகளுக்கு அடிப்படையாய் அமைவது ஆய்வு என்பதை உணர்ந்து பல்வேறு துறைகளில் ஆராய்ச்சி செய்வதற்குப் பெருஞ் செல்வத்தையே செலவிட்டார். அவர் வெடி மருந்தைக் கண்டு பிடித்திருந்தார் (இ.ச.க தொகுதி-5 கட்டுரை) காற்றினும் கனமான பொருள் வானில் பறக்க முடியும் என்று பேக்கன் சொன்னார். கண்ணாடி வில்லைகளின் விளைவு பற்றியும் அவர் குறிப்பிட்டிருக்கின்றார்.

பேக்கனின் முக்கியமான நூல் *Opus Major* ஆகும். அவர் அதில் வரும் சில பகுதிகளில் குவி வில்லைகளின் உருப்பெருக்கும் தன்மைகளை விவரித்திருந்தார்.

''ஒரு சிறிய உருண்டையான கண்ணாடி அல்லது படிகத்தின் வழியே சிறு எழுத்துகள் அல்லது மிகச்சிறுபொருள்கள் மீது குவி வில்லைகளைச் சம தளமாய் வைத்தால் அவை நன்றாயும் பெரிதாயும் தெரியும்'' என்று பேக்கன் அந்நூலில் ஓரிடத்தில் கூறுகின்றார். எனினும் கண் பார்வை நன்றாய்த் தெரிவதற்குக் கண்ணாடியைப் பயன்படுத்தலாம் என்பது குறித்துப் பேக்கன் கவனம் செலுத்தவில்லை என்று தோன்றுகின்றது.

தொலைவிலுள்ள பொருள்களை வெவ்வேறு கண்ணாடிகளைக் கொண்டு பெரியதாய்க் காணலாம் என்பதைப் பேக்கன் கூறியிருப்பது ஆர்வமூட்டும் செய்தியாகும். அது அறிவியல் அறிவில்லாத மூட நம்பிக்கை மிகுந்த காலம். அவர் தொலைவிலுள்ள பொருள்களைக் கண்ணாடிவில்லைகள் கொண்டு பெரியதாய்க் காணமுடியும் என்றும் பல அறிவியல் உண்மைகளையும் கூறியதால்,அவரது எண்ணற்ற அறிவியல் பணிகள் முதலில் மிகைப்படுத்திக் கூறப்பட்டன. அவருடன் பணி செய்தவர்களிடையே அவை பொறாமைத் தீயை வளர்த்துவிட்டன.

அதனால் பேக்கன் ஆபத்தான மந்திரவாதி என்று அவர்கள் மேல் மட்டத்தில் குற்றஞ்சாட்டி, அவரைப் பத்தாண்டு சிறையில் வைத்து விட்டனர். அவர் *1294* ஆம் ஆண்டு இறந்ததற்குச் சில ஆண்டுகளுக்கு முன்னர் தான் அவரை விடுதலை செய்தனர். அவர் கண்ணாடி வில்லைகள் பார்வையைத் தெளிவுபடுத்துவதற்கு உதவும் என்பதை உணர்ந்திருந்த போதிலும் அவர் மூக்குக் கண்ணாடியைக் கண்டுபிடித்தார் என்று கூற முடியாது.

1831

மூக்குக் கண்ணாடி

ஒரு கண்ணுக்கு ஒன்றாய் இரண்டு வில்லைகள் பதித்த சட்டத்தில் அமைந்த மூக்குக் கண்ணாடியின் கண்டுபிடிப்புத் தொலை நோக்கியின் வரலாற்றில் மிக முக்கியமான முன்னடி வைப்பு எனலாம். மூக்குக் கண்ணாடி எப்போது கண்டு பிடிக்கப்பட்டது என்பதை நாம் நிறுவ முற்படுகையில் அதற்குப் போதிய சான்று நமக்குக் கிடைக்கவில்லை.

மூக்குக் கண்ணாடியைக் கண்டு பிடித்தவர் அலெக்சாந்தரோ தெல்லா ஸ்பினா (*Alexandro Della Spina*) என்ற பைசா நகரத்து டொமினிக்கன் துறவியும் அவரின் நண்பரான ஃபுளாரன்ஸ் நகரத்து சால்வினோ டி அர்மாதி (*Salvino d Armathi*) என்ற இத்தாலியர் இருவர் பெயரையும் குறிப்பிடுவது வழக்கமாயிருந்து வருகின்றது. இவ்விருவரையும் பற்றி நாம் அறியக்கூடியன வெகு சிறிதளவேயாகும். ஸ்பினா *1317* ம் ஆண்டு இறந்தார் என்பதை அர்மாதியின் கல்லறையில் எழுதப்பெற்ற பொறிப்பு நமக்குத் தெரிவிக்கின்றது.

இங்கு ஃபுளாரன்ஸ்
குடும்பத்தவரான சால்வினோ
தெகலி அர்மா தோ துயில்கின்றார்
இவர் மூக்குக் கண்ணாடியைக் கண்டுபிடித்தவர்
அவரின் பாவங்களுக்காக இறைவன்
அவரை மன்னிக்கட்டும். கி.பி.1317.

மூக்குக் கண்ணாடி கண்டுபிடிக்கப்பட்டது குறித்து மேலும் சான்றுகளை அளிப்பவர் பைசா நகரத்துத்துறவியான கியோர்டானோ தெ ரிவால்டோ (*Giordano de*

Rivalto) ஆவார். அவர் 1305 ஆம் ஆண்டு ஆற்றிய சமய உரையில் மூக்குக்கண்ணாடி கண்டுபிடித்து இருபத்தைந்து ஆண்டுகள் ஆகின்றன என்றும் அதைக் கண்டுபிடித்தவரைத் தான் கண்டு பேசியதாயும் குறிப்பிட்டார்.

இன்னோர் ஆவணம் 1299 ஆம் ஆண்டிற்குரியது. அதை டபிள்யூ. மோலினூ (W.Molyneux) தனது நூலில் (Dioptrica Nova, 1692) குறிப்பிடுகின்றார். "பார்வை மங்குகின்ற இரக்கத்திற்குரிய முதியவர்களுக்கு மிகுந்த வசதியாயிருக்கக்கூடிய மூக்குக் கண்ணாடி அண்மையில் கண்டுபிடிக்கப்பட்டது. வயதினால் மூப்படைந்து விட்ட என்னால் அந்தக் கண்ணாடியின்றி எழுதவோ, படிக்கவோ இயலாது", என்று அந்த ஆவணத்தில் கூறப்பட்டதை அவர் எடுத்துக்காட்டுகின்றார்.

பைசா நகரத்து செயின் காதீன் (Saint Katheine) நூலகத்திலுள்ள இன்னொரு கையெழுத்து ஏடு மூக்குக் கண்ணாடியைக் கண்டுபிடித்த தெல்லா ஸ்பினா "அடக்கமான நல்ல மனிதர்" என்று சுட்டுகின்றது. மூக்குக் கண்ணாடி இத்தாலியில் 1285 ஆம் ஆண்டிற்கும் 1300 ஆம் ஆண்டிற்கும் இடைப்பட்ட காலத்தில் முதன்முதலில் தோன்றியது என்பதில் ஐயமில்லை.

இத்தாலியில் முதன் முதலாய் மூக்குக் கண்ணாடி செய்தவர்களுக்கு, வெனிஸ் நகரைச் சுற்றியிருந்த நன்கு நிலை பெற்ற கண்ணாடித் தொழிற்சாலைகளிலிருந்து வேண்டிய கண்ணாடிகள் கிடைத்தன. பைசாந்திய வணிகர்கள் வெனிசில் கண்ணாடித் தொழிற்சாலைகளை நிறுவுவதற்குக் காரணமாயிருந்தனர். குவி வில்லை மூக்குக் கண்ணாடிகளின் ஆக்கம் பெருகிவந்த வேளையில், அவற்றின் அதியற்புதமான பண்புகள் பிற நாடுகளுக்கும் பரவின. பதினாறாம் நூற்றாண்டின் தொடக்கத்தில் குவியாடி வில்லைகள் வரத்தொடங்கியதும் ஆலந்திலும் ஜெர்மனியிலும் மூக்குக் கண்ணாடிகள் செய்யப்பட்டன.

தொலை நோக்கி

தொலை நோக்கி (telescope) எங்கு யாரால் கண்டுபிடிக்கப்பட்டது என்பது குறித்து மிகுந்த கருத்து வேறுபாடுகள் இருந்து வந்தன. அது 1608 ஆம் ஆண்டு ஆலந்தில் கண்டுபிடிக்கப்பட்டது என்று டாக்டர் கிங்கு "தொலை நோக்கி வரலாறு" என்ற தனது நூலில் குறிப்பிடுவதைப் போன்று, பெரும்பாலான வரலாற்றாசிரியர் களும் அதே முடிவிற்கு வந்துவிட்டனர்.

ஆலந்தில் தான் வெகு தெளிவானதும் முழுமையானதுமான ஆவணச்சான்று முதன் முதலாய்க் கிடைத்தது என்பது டாக்டர் கிங்கின் கருத்தாகும். வேன் சுவிண்டன் (Van Swinden) என்றவர் ஆலந்து அரசின் ஹேகு (The Hague) நகர

ரென்ஸ்

ஆவணங்களிலிருந்து இது பற்றிய தரவுகளைத் திரட்டுவதற்காக 1820 ஆம் ஆண்டுகளில் பெரும் பாடுபட்டார். அவற்றை மோல் (*Moll*) என்றவர் தொகுத்து 1832 ஆம் ஆண்டு நூலாய் வெளியிட்டார். பிற்கால வரலாற்று ஆசிரியர்களின் ஆய்வுகள் மேலும் பல ஆதாரங்களை அத்துடன் கூட்டிவிட்டன.

எனினும் தொலைநோக்கியைக் கண்டுபிடித்தவரின் பெயரைக் குறித்து இன்னும் ஐயப்பாடு நீடித்தது. ஏனெனில் தொலைநோக்கியைக் கண்டுபிடிக்க வேண்டும் என்ற எண்ணம் ஒரே நேரத்தில் பலரின் உள்ளத்தில் வேர் விட்டிருந்தது.

லிப்பர்ஷே

தொலைநோக்கியைக் கண்டுபிடித்தவர் என்ற சிறப்பை மிடில்பர்கு நகரைச் சேர்ந்த கண்ணாடி செய்யும் ஒருவருக்குப் பல எழுத்தாளர்கள் உறுதியாய் அளித்துவிட்டனர். அவர் பெயர் ஹன்ஸ் அல்லது ஜான் லிப்பர்ஷே (*Hans or Jan Lippershey*, சு.1570 -1619.இவர் ஜெர்மனியின் வெசல் நகரில் பிறந்த டச்சு மூக்குக் கண்ணாடிக்காரர்). லிப்பர்ஷே எழுத்தறிவற்ற கம்மியர் (*machanic*) என்று ஹோய்ஜன்ஸ் கூறினார். (*Christian Huygens*, 1629-1695; நெதர்லந்தின் ஹேகுநகரில் பிறந்த இயற்பியலார்; வானியலார்; ஒளியின் அலைக்கொள்கைளை முதன்முதலில் உருவாக்கியவர்). எனினும் லிப்பர்ஷேயின் நடவடிக்கைகளை நோக்குகையில், அவர் செயல் நுட்பமும் வணிகத்திறனும் உடையவர் என்பது தெரிகின்றது.

லிப்பர்ஷே எங்ஙனம் தொலைநோக்கியை உண்டாக்கினார் என்பது குறித்துப் பலகதைகள் வழங்குகின்றன. அவரது கடையில் இரண்டு குழந்தைகள் சில கண்ணாடி வில்லைகளை வைத்து விளையாடிக் கொண்டிருந்தன. அப்பிள்ளைகள் கண்ணாடி வில்லைகளைக் குறிப்பிட்ட ஒரு நிலையில் வைத்துப்பிடித்தபோது அருகிலிருந்து மாதா கோயில் கோபுரத்தில் அமைந்த காற்றாடிச்சேவல் மிகப் பெரியதாய்த் தெரிந்தது. லிப்பர்ஷே உடனே அதைப்போல் தானும் செய்து பார்த்தார். அவர் ஒரு குழாயில் கண்ணாடிவில்லைகளைப் பொருத்தினார். உதவியாளர் ஒருவர் கண்ணாடி வில்லைகளைப் பிடித்துக்கொண்டார் என்று சிலரும் ,லிப்பர்ஷே அப்போது தனியாகவே இருந்தார் என்று வேறு சிலரும் மூக்குக் கண்ணாடி ஆக்கும் இன்னோருவர் செய்திருந்த தொலைநோக்கியைப் பார்த்துச் செய்தார் என்று இன்னுஞ் சிலரும் கூறுகின்றனர்.

லிப்பர்ஷே குவி ஆடியொடு குவி வில்லைகளைப் (*concave and convex lenses*) பயன் படுத்தினார் என்றும் அவர் பயன்படுத்தின இரண்டுமே குவிவில்லைகள் என்றும் அவ்வில்லைகள் வழியே அவர் நோக்கிய போது கோயில் கோபுரம் தலை கீழாய்த் தெரிந்தது என்றும் பலர் பலவிதமாய்க் கூறுகின்றனர்.

மெட்டியஸ்

இதனிடையே அல்கமர் (*Alkmar*) என்ற ஊரை சேர்ந்த ஜேம்ஸ் மெட்டியஸ் (*James Metias*) அல்லது சரியாய்க் கூறுவதாயின் ஜேகபு அடிரியான்சூன் (*Jacob Adriaanzoon*) என்றவர் தானும் லிப்பர்ஷேயின் தொலைநோக்கிக்கு ஈடான ஆற்றல் வாய்ந்த ஒரு கருவியைக்கண்டு பிடித்ததாய் ஆலந்து நாட்டின் நாடாளுமன்றத்திடம் (*States General*) விண்ணப்பித்தார். அக்கருவி மட்டமான பொருள்களைக் கொண்டு செய்யப்பட்டிருந்தது. அவர் கண்ணாடி செய்யும் இரகசியங்களைத் துருவி

1831

ஆராய்ந்திருப்பதாயும் தனது விண்ணப்பத்தில் சொல்லியிருந்தார். லிப்பர்ஷேக்குத் தரும் ஊக்குதலில் சிறிதளவை தனக்குத் தந்தால் தன்னால் அவருடையதை விட மேலான தொலைநோக்கியைச் செய்து தர முடியும் என்று அவர் கூறினார்.

ஆனால் நெதர்லந்தின் நாடாளுமன்றம் லிப்பர்ஷேக்கு ஏற்கெனவே ஆதரவு தந்துவிட்டதால், அது மெட்டியசின் விண்ணப்பத்தை ஏற்கும் நிலையில் இல்லை. மெட்டியஸ் தன் நுட்பத்திறனைச் சீர் செய்யக் கூடுமாயின்,அவரது விண்ணப்பம் கவனிக்கப்படும் என்று நாடாளுமன்றம் கூறிவிட்டது. அவர் கோட்டிக்காரராயும் பொறாமைபிடித்தவராயும் இருந்ததால், தொலைநோக்கியைக் கண்டுபிடித்தது தானே என்று உரிமை கொண்டாடவில்லை. அவர் தன் தொலைநோக்கியைத் தன் நண்பர்களிடம் கூடக் காட்ட மறுத்துவிட்டர். அவருக்கு பின் வந்தவர்கள் அவரது கண்டுபிடிப்பால் பயனடைய முடியாதவாறு,அவர் விட்டுச் சென்ற கருவிகள் அவரது மரணத்தின் பின் அழிந்தன.

சக்கரியாஸ் ஜான்சன்

தொலைநோக்கியைக் கண்டுபிடித்ததாய் உரிமை ஈராட்டிய மூன்றாமரின் பெயர் சக்கரியாஸ் ஜான்சன் (*Zacharias Jansen*) ஆகும். இவரும் மிடில்பர்கு நகரத்துக்காரர்.அவர் அங்கு லிப்பர்ஷே போன்று மூக்குக்கண்ணாடிகள் செய்துவந்தார். அவரின் மகன் ஹன்ஸ் சிறு வயதில் வில்லியம் போரீல் என்ற இன்னொரு சிறுவனுடன் கூடி விளையாடுவது வழக்கம். போரீல் வயதான பின்னர் டச்சுக்காரருக்குப் பிரான்சின் தூதுவராய்ச் சென்றார். அவர் தொலை நோக்கியைக் கண்டுபிடித்தவர் யார் என்பதைக் கண்டறிவதற்காகத் தூதுவர் என்ற முறையில் தான் பிறந்த ஊருக்கு சென்றார்.

அவர் அங்கு லிப்பர்ஷே, ஜான்சன் ஆகியோர் பற்றி அறியப்பட்ட அனைத்தையும் ஆராய்ந்தார். ஆனால் அதற்கு ஐம்பதாண்டுகளுக்கு முற்பட்ட நிகழ்ச்சிகள் பற்றி மூன்றாவது மனிதர்கள் கூறிய செய்திகளே அவருக்குப் பெரிதும் கிடைத்தன. ஜான்சனின் மகன் தன் தந்தை தொலைநோக்கியை 1590 இல் கண்டுபிடித்ததாயும் அதைக் கொண்டு நிலவையும் உடுக்களையும் நோக்கியதாயும் போரீலிடம் சொன்னார். ஆனால் அவரின் சகோதரியோ தொலைநோக்கி கண்டுபிடிக்கப்பட்டது 1611 அல்லது 1610 என்று இருவிதமாய்க் கூறினார். ஆதலால் ஜான்சனின் தொலைநோக்கி 1610 வாக்கில் தோன்றியது என்று போரீல் முடிவு செய்தார்.

மெட்டியசும் ஜான்சனும் பெருங்கூப்பாடு போட்டதாலும் தொலைநோக்கி கண்டுப்பிடிக்கப்பட்டதைப் பலர் அறிந்ததிருந்தாலும் நெதர்லாந்து நாடாளுமன்றம் லிப்பர்ஷேக்குக் காப்புரிமை (*patent*) தரமறுத்துவிட்டது. இது நல்ல முடிவேயாகும் என்று டாக்டர் கிங்கு கருதுகின்றார். ஏனெனில் தொலைநோக்கி பற்றிய செய்தி மிடில்பர்கு அல்லது நெதர்லந்தில் மட்டுமே அறிந்திருக்கப்படவில்லை. அது வெகுவிரைவிலேயே ஜெர்மனி, பிரான்ஸ், இத்தாலி முதலிய நாடுகளுக்குப் பரவி விட்டது.

ஆதலால் ஹேகு நகரிலிருந்த பிரஞ்சுத் தூதுவர் நான்காம் ஹென்றி அரசருக்கு ஒரு தொலைநோக்கியை அனுப்புவது குறித்து 1608 ஆம் ஆண்டு பேசிக்கொண்டிருந்த வேளையில் அதற்கடுத்த ஆண்டின் தொடக்கத்தில் தொலைநோக்கிகள், பாரிசில் விற்பனைக்கு வந்துவிட்டன. ஃபிராங்குஃபர்டில் 1609 ஆம் ஆண்டு இலையுதிர் காலத்தில் நடந்த சண்டையில் ஊர் சுற்றியான ஒரு பெல்ஜியர்,சைமன் மாரியஸ் (*Simon*

Marius) என்ற வானியலாரின் நண்பர் ஒருவருக்குப் பன்மடங்கு பெரிதாக்கிக்காட்டும் ஒரு தொலைநோக்கி தலை காட்டியது. அதற்குச் சிறிது காலத்திற்குப் பிறகு வெனிஸ், பதுவா நகரங்களிலும் ஆண்டு இறுதிவாக்கில் இலண்டனிலும் தொலைநோக்கிகள் செய்யப்படலாயின.

கலீலியோவும் தொலைநோக்கியும்

பிரபஞ்சம் பற்றிய அறிவியல் உண்மையைக் கூறியதற்காகக் கிறித்தவ சமய பீடத்தினால் வாணாள் முழுமையிலும் வீட்டுக் காவலில் வைக்கப்பட்டுக் கண்கெட்டு உயிரிழந்த கலீலியோ *(Galileo Gahilei 1564-1642)* 1610 ஆம் ஆண்டில் அறிவியல் முறைப்படி முதலில் ஒரு தொலைநோக்கியை உருவாக்கினார் என்பது வரலாறு. (கலீலியோவின் பிரபஞ்சம் பற்றிய ஆராய்ச்சி செல்லத்தக்கது என்று வத்திக்கன் 1993 ஆம் ஆண்டில் ஒப்பி அவரை ஏற்றது என்பது குறிப்பிடத்தக்கது.)

கண்ணாடி செய்தல், கண்ணாடி வில்லைகளைக் கடைந் தெடுத்தல் ஆகியவற்றின் தொழில் நுட்ப வளர்ச்சி திடீரென்று சுமார் 1600 வாக்கில் உண்டானது. அப்போது முதன் முறையாய்த் தொலை நோக்கிகளும் நுண்ணோக்கிகளும் எங்கும் கிடைக்கலாயின. வானுலகைக் கூர்ந்துநோக்குவதற்கு வேண்டிய புதியனவும் கிளர்ச்சியூட்டுவனவுமான கருவிகள் அப்போது கிடைக்கவே அறிவியல் ஆய்வுக் கோட்பாடுகள் புது ஆற்றலைப் பெற்றன.

கலீலியோ தனது ''நட்சத்திரத் தூதுவன்'' *(The Starry Messenger)* என்ற நூலில் 1610 ஆம் ஆண்டு சந்திரனில் மலைகளைக் கண்டதாய் எழுதியதும் கற்றறிவாளர் உலகம் முழுமையுமே அடியோடு ஆட்டம் கண்டு விட்டது. இதற்கு முன்னர் எந்த அறிவியலாரும் அவரைப்போல் வானியல் ஆய்வுக் கண்டுபிடிப்பை இப்படி அறிவித்ததில்லை. அவர் பண்டை வானியலின் புனிதமான கட்டமைப்பையே ஒரே அடியினால் தகர்த்து விட்டுத் தகுந்த கருவி இருக்குமாயின், எவரும் தாராளமாய் நோக்கக் கூடிய வகையில் வானத்தின் வாயிலைத் திறந்து விட்டார். கலீலியோ இங்ஙனம் அண்டத்தைத் திறந்து விட்ட பிறகு நுண்ணிய பிண்டத்தைப் பார்ப்பதற்கு நுண்ணோக்கியைப் பயன்படுத்துவதற்கு மனிதன் தவறவில்லை.

இங்ஙனம் இன்றைக்கு ஏறத்தாழ 390 ஆண்டுகளுக்கு முன்னர் சிறு அளவில் ஆரவாரமின்றித் தோன்றிய தொலைநோக்கியின் வரலாறு இருபது முடிந்து இருபத்தோராவது நூற்றாண்டு தொடங்கவிருக்கும் இந்நிலையில் வானியலில் காணப்பட்டுள்ள வளர்ச்சி கற்பனையை மிஞ்சுவதாகும். பேரண்டம் முழுவதையும் கூர்ந்து நோக்கியறிவற்காக மின்னலைத் தொலை நோக்கிகளும் விண்வெளிக் கலங்களும் பயன்படுகின்றன. ஆற்றல்வாய்ந்த தொலை நோக்கிகளைச் சுமந்து செல்லும் விண்வெளிக் கலங்கள் அகன்று சென்று கொண்டேயிருக்கும் விசும்பின் மர்மடங்களை எட்டிப்பார்த்து வருகின்றன.

King, Henry, C.Dr. : The History of Telescope, First Published 1955, Reprint 1979

Morton, A.G. : History of Botanical Science, an accountt of botony from ancient times to the present day, London, 1981

Wells, H.G : The Outline of History, first Published 1920, Reprint, 1971

2. மின்யுகமும் ஃபாரடேயின் பங்கும்

உலகின் இந்தக் காலகட்டம் அணுயுகம் என்று சில நேரங்களிலும் விண்வெளியுலகம் என்று சில வேலைகளிலும் அவற்றின் பங்கு பணியைக் கருத்தில் கொண்டு அழைக்கப்பட்டது. எனினும் இது மெய்யாகவே மின்யுகம் என்றொரு கொள்கையும் உண்டு. ஏனெனில் முதலில் கூறிய அறிவியல் வளர்ச்சிக் கட்டங்கள் இரண்டும் நமது அன்றாட வாழ்க்கையில் ஒப்பு நோக்குகையில், சிறிதளவு தாக்கத்தையே உண்டாக்கியுள்ளன. ஆனால் நாம் மின்கருவிகளையும் பொருள்களையும் பேரளவில் பயன்படுத்துகின்றோம் என்பதால் இதை இந்தக்கால கட்டத்தை மின்யுகம் என்று சுட்டலாம் என்பது அவர்தம் கருத்தாகும்.

மனிதர் பலர் மின்சாரத்தை அடக்கியாள்வதற்காகத் தம் ஆராய்ச்சிப் பங்கை அளித்துள்ளனர். சார்லஸ் அகஸ்டைன் தெ கூலோ (*Charles Augustine de Coulomb 1736-1806*) அலசான்றோ வோல்டா (*Alessandro [Giuseppe Anastasio] Volta, 1745-1827* இத்தாலியின் தோமோ என்ற ஊரில் பிறந்த இயற்பியலார்.) ஹன்ஸ் கிறிஸ்தியன் ஓயர்ஸ்டடு (*Hans Christian Oersted, 1777-1851,* டென்மார்க்கின் ருடுகோவிங்கில் பிறந்த இயற்பியலார். இ.ச.க தொகுதி-*11,1802,* தொகுதி-*12,1820*) ஆந்திரே மாரி ஆம்பியர் (*Andre Marie Ampere, 1775-1856* பிராசின் லயன் நகரில் பிறந்த கணிதவியலார். இயற்பியலார்.இ.ச.க தொகுதி-*11,1802,*தொகுதி-*12,1820*)முதலியோர் மின்னாய்வில் மிகவும் குறிப்பிடத்தக்கோர் ஆவர்.

இவர்களனைவரையும் விஞ்சி நெடிதுயர்ந்து நிற்கும் பிரிட்டீசு இயற்பியலார் இருவர் உள்ளனர் . மைக்கேல் ஃபாரடே, ஜேம்ஸ் கிளார்க்கு மேக்ஸ்வெல்.

இவ்விருவரின் ஆராய்ச்சிப் பணிகளும் ஒன்றுடனொன்று ஒத்திசைந்து வந்த போதிலும், அவர்கள் ஒன்று சேர்ந்து பணிபுரிந்தவர்களல்லர். அவ்விருவரும் மின்னியல் துறையில் மிகவும் உயர்ந்து நிற்கின்றனர்.

மைக்கேல் ஃபாரடே (*Michael Faraday, 1791-1867* இலண்டனுக் கருகிருள்ள சர்ரே கோட்டத்தின் நியூயிங்டன் பட்ஸ் என்ற ஊரில் செப்டம்பர் 24 அன்று பிறந்தார்.) ஏழைக் குடும்பத்திலிருந்து வந்தவர். பெரிதும் தன் முயற்சியால் கற்றுக்கொண்டவர். இவர் *1804* ஆம் ஆண்டு பதின்மூன்று வயதில் புத்தகம் கட்டுபவரும் விற்பனையாளரு மான ஒருவரிடம் பணிக்குச் சேர்ந்தார். அவர் இங்கு எட்டாண்டுகள் பணியாற்றிய காலத்தில் படிப்பதற்கு நிரம்ப வாய்ப்புக் கிடைத்தது.

ஃபாரடே இருபது வயதை அடைந்த நேரத்தில் புகழ்வாய்ந்த பிரிட்டீசு அறிவியலாரான சர் ஹம்ஃபிரி டேவியின் விரிவுரைகளைக் கேட்டு,அவற்றால் கவரப்பட்டார். (*Sir Humphry Davy, 1778; 1829;* காரன்வால் கோட்டத்தின் பென்சேன்ஸ் என்ற ஊரில் பிறந்தவர்; வேதியிலார்.)

அவர் கைவழியே பலபுத்தகங்கள் சென்றன. அவற்றைப் பிரித்துப் பார்க்காமலும், சிலவற்றைப் படிக்காமலும் ஃபாரடேயால் இருக்க முடியவில்லை அதனால் பகலில் பணியெல்லாம் முடிந்தபின்னர் மாலை நேரத்தில் அவர் அப்புத்தகங்களைப் படித்துச் சுவை கண்டுவிட்டார். அவர் குறிப்பாய் அறிவியல் நூல்களை விரும்பிப் படித்தார். மின்சாரம் பற்றிய சில உள்கருத்துகளைப் பிரிட்டானியக் கலைக்களஞ்சியம் அவருக்கு அறிமுகம் செய்து வைத்தது. அவர் பிரஞ்சு அறிவியலாரான திருமதி மார்செட்டின் (*Mrs. Marcet*) நூல்களிலிருந்து வேதியியல் குறித்த முதல் அறிவைப்பெற்றார். அவரின் ஆய்வுப்பணிகள் அந்நூல்களிலிருந்து பெற்ற அறிவை நிலையான வழிகாட்டிகளாய்க் கொண்டு மின்சாரம்,வேதியியல் இரண்டையும் குறிக்கோளாய் வைத்து முன்னோக்கிச் சென்றன. ஃபாரடே இவற்றைச் சுவிட்சர்லாந்திய அறிவியலான ஆர்தர் அகஸ்டி தெ லா ரைவு (*Arthur Auguste de la Rive, 1801-1873*) என்றவருக்கு எழுதிய ஒரு கடிதத்தில் தெளிவாய்க் குறிப்பிட்டுள்ளார். அவர் மின்சாரத்தைக் கொண்டு வேதிச்சேர்மானங்களைத் தனிக்கூறுகளாய்ச் சிதறச் செய்யமுடியும் என்று கண்டார். அவர் இம்முறையில் பொட்டாசியம், சோடியம், பேரியம், ஸ்டிரோண்டியம், கால்சியம், மெக்னிசியம் ஆகிய தனிமங்களைக் கண்டுபிடித்தார். அவர் 1815 இல் சுரங்கங்களில் பயன்படும் பாதுகாப்பான விளக்கையும் கண்டார். (இ.ச.க தொகுதி-11, 1808 காண்க.)

ஃபாரடே டேவிக்குக் கடிதம் எழுதி அவரின் உதவியாளராய் வேலைக்குச் சேர்ந்து விட்டார். அதற்குச் சில ஆண்டுகளுக்குள்ளேயே தானாகவே பல புதிய கண்டுபிடிப்புகளை ஃபாரடே செய்துவிட்டார். அவருக்குக் கணித அறிவு இல்லாதிருந்தாலும், இயற்பியல் ஆய்வில் அவரை மிஞ்சுபவர் எவருமிலர்.

ஃபாரடே 1821 ஆம் ஆண்டில் தான் முதன்முதலாய் மின்சாரத்தில் மிகவும் குறிப்பிடத்தக்க புத்தாக்கம் ஒன்றைச் செய்தார். அதற்கு இரண்டாண்டுகளுக்கு முன்னர் ஒயர்ஸ்டட்டு இதை கண்டறிந்தார். அதாவது அருகிலுள்ள கம்பியில் மின்சாரம் பாய்ந்தால் சாதாரணமான மின்காந்தத் திசையறி கருவியிலுள்ள ஊசி விலகும்.

காந்தத்தை நிலையாய் நிறுத்தவேண்டுமாயின் அதற்கு மாற்றாய்க் கம்பி நகரலாம் என்பதை ஃபாரடே இதிலிருந்து கண்டறிந்தார். அவர் இந்தக் கருத்தை வைத்துக் கொண்டு வெகு திறன் வாய்ந்த ஒரு கருவியை உண்டாக்கினார். அதில் காந்தத்தினருகில் ஒரு கம்பிக்குள் மின்சாரம் பாய்கின்ற காலம் வரையில் அந்தக் கம்பி தொடர்ந்து சுற்றிக்கொண்டேயிருக்கும். ஃபாரடே முதல் மின்னியக்கி என்ற மின்சார மோட்டாரை (*dynamo*). இவ்வாறு தான் உண்டாக்கினார். அது மின்சாரத்தைக் கொண்டு ஒரு பொருளை அசையச் செய்த முதற் கருவியாகும்.

இக்கருவி செப்பமற்றதாயிருந்தாலும், இன்று உலகில் பயன்பட்டுவரும் மின்னாக்கிகள் அனைத்திற்கும் அதுவே தோற்றுவாயாகும். இது மிகப்பெரிய அருஞ்செயல். வெகு பழமையான வேதி மின்கலங்களைத் தவிர மின்னியக்கத்திற்கு வேறு எந்த வழிவகையும் இல்லாதிருந்த காலம் வரையிலும் இந்த மோட்டாரின் பயன் ஒரு வரம்பிற்குட்பட்டதாகவே இருந்து வந்தது.

காந்த சக்தியைக் கொண்டு மின்சாரத்தை ஆக்குவதற்கு ஏதோ ஒரு வழி இருந்தாக வேண்டும் என்பது ஃபாரடேக்கு உறுதியாய்ப்பட்டது. ஆதலால் அவர் அதைத் தேடலானார். நிலையான காந்தம் அருகிலுள்ள ஒரு கம்பியில் மின்சாரத்தைத் தூண்டாது. ஆனால் மூடப்பட்ட கம்பிச்சுருள் வழியே மின்சாரத்தைச் செலுத்தினால் காந்தம் அசைகையில் கம்பியின் வழியே மின்சாரம் பாயும் என்பதை ஃபாரடே 1831 இல் கண்டுபிடித்தார். இதற்கு மின்காந்தத் தூண்டல் (electromagnetic induction) என்று பெயர். இது குறித்த ஃபாரடேயின் கண்டுபிடிப்புத் தான் அவரது பெருஞ்சாதனையாகும். இது இரண்டு காரணங்களினால் நினைவில் நிற்கத்தக்க சாதனையாய் விளங்குகின்றது.

நாம் மின் காந்தத்தைப் பற்றிக் கொள்கையளவில் புரிந்து கொள்வதில் ஃபாரடேயின் விதி அடிப்படையான முக்கியத்துவம் வாய்ந்ததாகும்.இது முதற்காரணம்.

மின்காந்தத் துண்டுதலைக் கொண்டு தொடர்ந்த மின்காந்தத்தை உண்டாக்க முடியும் என்பது இரண்டாவது காரணம் ஆகும். ஃபாரடே முதன் முதலாய் மின்சார டைனமோவை உண்டாக்கி அதைச் செயல்படுத்திக்காட்டினார். அவர் உண்டாக்கிய விதிமுறை தூண்டு சுருள் மின்னியக்கி, மின்பிறப்பி முதலிய கருவிகளில் பயன்படுவதாகும். அவரின் இக்கண்டுபிடிப்புப் பத்தொன்பதாம் நூற்றாண்டின் மிகச்சிறந்த முன்னேற்றமாகும்.

இன்று நம் நகரங்களுக்கும் தொழிற்சாலைகளுக்கும் மின்சாரம் வழங்கும் மின்னாக்கிகள் ஃபாரடே கண்டுபிடித்த டைனமோவைவிட மிகுந்த நுட்பம் வாய்ந்தன; எனினும் அவையனைத்தும் அவரால் கண்டுபிடிக்கப்பட்ட மின்காந்தத் தூண்டுதல் விதியை அடிப்படையாய்க் கொண்டனவேயாகும்.

ஃபாரடேயின் கண்டுபிடிப்பு வேதியியலுக்கும் பயன்பட்டுள்ளது. அவர் வளிகளைத் திரவமாக்கும் முறையை உருவாக்கினார். அவர் பென்சீன் உள்படப் பல்வேறு வேதியியல் பொருள்களைக் கண்டுபிடித்தார். (benzene; இ.ச.க தொகுதி-13, 1825.)

அவர் மின்வேதியியல் துறையில் (மின்சார ஓட்டத்தில் ஏற்படும் வேதி விளைவுகளை ஆராயுந் துறை) வெகு முக்கியமான ஆராய்ச்சிகளையும் செய்திருக்கின்றார்.

ஃபாரடே அறிவுக் கூர்மை மிக்கவராயும் அழகானவராயும் இருந்தார். அவர் அறிவியல் பற்றி உரையாற்றுவதைக் கேட்பதற்கு மக்கள் மிகவும் விரும்பினர். அவர் மிகவும் அடக்கமானவர். புகழையோ, பொன்னையோ, பட்டங்களையோ நாடாதவர்.

ஃபாரடேயின் அறிவியல் வாழ்க்கை நல்வாய்ப்புடையதாயும் முழு நிறைவானதாயும் அமைந்தது. அவர் பாரிசிலுள்ள பிரஞ்சு அறிவியல் கழகத்தில் கடிதத் தொடர்புடைய உறுப்பினர் என்ற நிலையை அடைந்தார். அவர் இம்மாபெரும் அறிவியல் கழகத்தில் 1844 ஆம் ஆண்டு எட்டு அயல் நாட்டுக் கூட்டு உறுப்பினருள் ஒருவராய் இடம் பெறுமாறு அழைக்கப்பட்டார். அவர் அதற்கு முன்னரே ஐரோப்பியத்திலும் அமெரிக்கத்திலும் உள்ள கற்றறிவாளர் சங்கங்களிலெல்லாம் இடம் பெற்றிருந்தார்.

ஃபாரடே இலண்டனிலுள்ள ஹாம்டன் கோட்டு (Hampton Court) என்ற இடத்தில் 1867 ஆகஸ்டு 25 ஞாயிறன்று இறந்தார்.

1831

1831

வரலாற்றுப் புள்ளிகள்

1. அரசியல்

(அ) மைசூர் அரசு பிரிட்டனின் கட்டுக்குள் வருதல்

மைசூர் நாட்டின் உள்நாட்டு ஆட்சி நிர்வாகம் மோசமாய்விட்டது என்ற காரணத்தைப் பிரிட்டிசார் காட்டி அதன் ஆட்சிப் பொறுப்பைத் தமது கட்டுப்பாட்டினுள் 1831 ஆம் ஆண்டு கொண்டு வந்தனர்.

குடகு நாடும் ''குடகு மக்களின்'' ஒருமித்த முடிவுப்படி கம்பெனியின் ஆட்சிப்பரப்புடன் 1830 ஆம் ஆண்டு இணைக்கப்பட்டது.

(ஆ) இரஷியத்தின் மீது பிரிட்டிசார் அச்சம்

இரஷியம் பதினாறாம் நூற்றாண்டின் நடுப்பகுதியிலிருந்து பத்தொன்பதாம் நூற்றாண்டு வரையிலும் கிட்டத்தட்ட நானூறு ஆண்டுகளாய் நடு ஆசியத்துடன் உறவுகள் வைத்துக் கொள்ளவும், அங்கு தன் மேலாண்மைய விரிக்கவும் முயன்று வந்திருக்கின்றது. (*Central Asia;* இ.ச.க தொகுதி-3 1724 கட்டுரை) அதற்குப் பல வரலாற்றுக் காரணங்கள் இருக்கின்றன. ஐரோப்பிய நாடுகள் பதினாறாம் நூற்றாண்டு தொட்டுப் பதினேழு, பதினெட்டாம் நூற்றாண்டுகளில் கடல்கடந்து தம் குடியேற்ற ஆட்சிகளை உலகின் பல பகுதிகளில் நிறுவிக் கொண்டிருந்த காலத்தில் இரஷியர் தம் அண்டையிலிருந்த நடு ஆசியத்தில் வாழ்ந்த மக்களின் பரந்த நிலப்பரப்புகளைத் தம் பேரரசுடன் இணைக்கலாயினர். சைபீரியம்,டிரான்ஸ் காகேசியம், நடு ஆசியம் அனைத்தும் ஒவ்வொன்றாய் இரஷியா வசமாகி வந்தன.

வரலாற்றுக் காலத்திற்கு முன்பிருந்தே ஆசியத்திற்கும் இந்தியத்திற்கும் பல துறைத் தொடர்புகள் இருந்து வருகின்றன. திராவிடரும் ஆரியரும் நடு ஆசியத்திலிருந்து இந்தியத்தை அடைந்தனர் என்று வரலாற்றாசிரியர் பிறரும் கூறுவர். எஸ்கிமோக்கள் நடு ஆசியத்திலிருந்து தான் வடதுருவத்தையடுத்த பகுதிகளில் சென்றேறினர் என்ற கருத்தும் உள்ளது.

நடு ஆசியத்திற்கு அப்பால் வெகு தொலைவிலிருந்து கடல் வழியே வந்து இந்தியத்தைத் தன் ஆட்சிக்குள் கொண்டுவந்து விட்ட பிரிட்டிசார் பத்தொன்பதாம் நூற்றாண்டின் இந்தக் காலகட்டத்தில் நடு ஆசியத்தில் நடைபெற்ற அரசியல் விளையாடல்களை மிகுந்த அச்சத்தோடு நோக்கலாயினர். நெப்போலியன் போனப்பாட்டினால் தமது இந்தியப் பேரரசு இடருக்குள்ளாகலாம் என்று அவர்கள் பதினெட்டாம் நூற்றாண்டின் பிற்பகுதியில் நடுங்கிக்கொண்டிருந்தனர். ஆனால் நெப்போலியனை நைல் ஆற்றுப்போரில் வென்ற பிறகு தான் நிம்மதியாய் மூச்சுவிட்டனர். இப்போது பத்தொன்பதாம் நூற்றாண்டின் தொடக்கத்தில் இரஷியரால் தம் பேரரசிற்கு இன்னல் நேரலாம் என்று பிரிட்டிசாருக்குக் கிலிபிடித்துக்கொண்டது. தலைமை ஆளுநர் பெண்டிங்கின் காலத்தில் இரஷியர் நடு ஆசியத்தில் காலூன்ற முயன்றது பற்றிய கவலையும் அச்சமும் பிரிட்டிசாரிடையே மிகலாயின.

இரஷியத்தின் எல்லை இந்தியத்திற்குத் தலைவாயிலாயிருந்து வரும் நடு ஆசியம் வரையிலும் விரிந்திருந்தது. ஆதலால் இரஷியர் அங்கிருந்து ஓரிரு எட்டுவைத்து இந்தியத்திற்குள் கால்வைத்து விட்டால் தனது இந்தியப்பேரரசு தடுமாறி விழுவதைத் தடுக்கும் நோக்குடன் பிரிட்டீசு அரசு பல அரசியல் வேலைகளைச் செய்தது. அதற்கேற்ப அது இந்தியத்திற்கும் இரஷியத்திற்குமிடையே ''அடிதாங்கும் அரசுகளைச்'' சூழ்ந்து அமைக்க முயன்றது. இந்த அரசியல் சூழ்ச்சி ''மாபெரும் விளையாட்டு'' என்று வரலாற்றில் பெயர் பெற்று விட்டது.

இந்திய அரசின் ஒற்றர்கள் சில வேளைகளில் வெளிப்படையாயும் வேறு சில நேரங்களில் மறைவாயும் போரியல் தொடர்பை அல்லது நில அமைப்புத் தகவல்களைப் பெறுவதற்காக லடாக்கு, காசுமீரம், ஆப்கானித்தானம், பால்கு, பொக்காரோ முதலிய இடங்களிலெல்லாம் திரிந்தனர். இரஷியப் பூச்சாண்டி அவர்களைப் பாடாய்ப்படுத்தியது. *(1838)*

2. அறிவியல்

(அ) வட துருவக் காந்த முனை வரையறை

1831

துருவத் தேடியான ஜேம்ஸ் கிளார்க்கு ராஸ் (*Sir James Clark Ross, 1800-1862*; இலண்டனில் பிறந்தவர்). *1831* ஆம் ஆண்டு வட துருவக் காந்த முனையைக் கண்டுபிடித்தார். அவர் வடதுருவப் பகுதியில்''தென்'' காந்தத் துருவத்தைக் கண்டுபிடித்தார். எனினும் அது தவறாகவே,வட காந்தத் துருவம் என்றே இன்றளவும் அழைக்கப்படுகின்றது. அது இன்றளவும் திருத்தப்படவில்லை.

(ஆ) டார்வினின் ஆராய்ச்சிப் பயணம் தொடக்கம்

ஆங்கில இயற்கையியலாரான சார்லஸ் (இராபட்டு) டார்வின் (*Charles [Robert] Darwin, 1809-1882*; இவர் ஷிராப்ஷயர் கோட்டத்திலுள்ள சுரூஷ்பரியில் பிறந்தவர்). இராஸ்மஸ் டார்வினின் பெயரர். இவர் *1825* ஆம் ஆண்டு கேம்பிரிட்ஜில் உயிரியல் கற்றார். அவர் *1831* ஆம் ஆண்டு ஆராய்ச்சிப் பயணமாய் எச்.எம்.எஸ் பீகிள் (*H.M.S.Beagle*) என்ற கப்பற்படைக் கப்பலில் தென்னமெரிக்கக் கடல்களை ஆராயப் புறப்பட்டார். இந்தப் பயணம் *1836* வரை நடந்தது. அவர் சென்ற கப்பல் தென் அமெரிக்கத்திற்கும் கலப்பகோஸ் தீவுகளுக்கும் சென்றது.

3. மருத்துவம்

குளோரோஃபாம் கண்டுபிடிப்பு

குளோரோஃபாமின் (*chloroform*) வரலாறு சுருக்கமானது தான். அது மனிதருக்கு நலம் பயக்கும் பெரும்பாலானவற்றைப் போலவே காத்துத் தவங்கிடந்த பின்னரே உலகால் அறியப்பட்டது.

டேவி

ஆங்கில வேதியியலரான ஹம்ஃபிரி டேவி *1800* ஆம் ஆண்டின் தொடக்கத்தில் நைட்டிரசு ஆக்சைடு அல்லது நகைக்க வைக்கும் வளியை (*nitrous oxide* : N_2O; இது நிறமற்ற வளி; தீப்பற்றாதது; அம்மோனியம் நைட்டிரேட்டை 270^0 செண்டிகிரேடில்

சூடாக்கினால் இது கிடைக்கும்.) மூச்சு வாங்கச் செய்து பல்லை வலியின்றிப் பிடுங்கினார் என்று நாம் இன்று அறிகின்றோம். டேவி இது பற்றி ஓர் ஆராய்ச்சி அறிக்கையையும் படித்தார்:

''நைட்டிரசு ஆக்சைடை மிகுதியான அளவில் பயன்படுத்தினால், அது உடல் வலியைப் போக்க வல்லது என்று தோன்றுவதால், பேரளவில் குருதி கொட்டாத அறுவைகளின்போது அதைக் கொடுக்கலாம்.'' டேவி சொன்ன இக்கருத்தை அந்த *1800* ஆம் ஆண்டில் யாரும் காதில் வாங்கிக் கொள்ளவில்லை. அவரே அது பற்றித் தொடர்ந்து ஆராயத் தவறினார்.

எனினும் நோவழிக்கும் மனித முயற்சி இத்துடன் நின்று விடவில்லை. இதற்கு இருபதாண்டுகளுக்குப் பிறகு ஆங்கில மருத்துவரான ஹென்றி ஹில் ஹிக்குமன் (*Henry Hill Hickman*) அறுவைகளின் போது மானுடர் வலி பொறாது அலறிக் கத்துவதைப் பொறுக்க மாட்டாத இளகிய மனம் படைத்தவராயிருந்தார். அதனால் விலங்குகளுக்கு வலி மரக்கும்படி அவற்றை உணர்விழக்கச் செய்தார். அவர் கண்ணாடிக் குடுவைக்குள் கார்பன் டை யாக்சைடைச் செலுத்தி, விலங்குகள் அதை முகரும்படி செய்தார். அவை அதன் பின்னர் உணர்விழந்ததும் அவற்றின் காதுகளையும் வால்களையும் அறுத்தார். அவற்றுக்கு வலியே தெரியவில்லை. (*carban di oxide:* இதைத் தமிழில் கரி ஈராக்சைடு என்போம். வேதிக் குறி CO_2; இது காற்று வெளியில் *0.4* சதம் உள்ளது. இந்நீரே சோடா நீர்.) ஹிக்குன் அவ் விலங்குகளின் உயிருக்கே தீங்கிழைக்கக்கூடிய வேலையைச் செய்தார். ஏனெனில் இந்த வேலைக்குக் கார்பன் டையாக்சைடு முற்றிலும் பயன்படாது. எனினும் இது இதர வளிகளை வைத்து ஆய்வு நடத்த வழிவகுத்த தொடக்கமாகும் ஆனால் ஹிக்குமன் அந்த வழியில் செல்லவில்லை.

நோவழித்த மூவர்

நோவழிக்கும் வழியை நோக்கி நடந்தவர்களுள் மூவர் குறிப்பிடத்தக்கோர் என்று கூறுவர். அவர்களுள் ஒருவர் ஜெர்மானியர்; இன்னொருவர் பிரஞ்சுக்காரர்; மற்றொருவர் அமெரிக்கர்.

அவர்கள் மூவரும் இந்த *1831* ஆம் ஆண்டில் குளோராஃபாம் என்ற மயக்க மருந்தைக் கண்டுபிடித்த சிறப்பைப் பெறுகின்றனர். (*chloroform:* $CHCL_3$; இதை முக்குளோரோ மீத்தேன் என்பர். இது நிறமற்ற நீர்மம்; சலவைத் தூளுடன் எத்தனால் அல்லது அசெட்டோனைச் சேர்த்து வெப்பப்படுத்தினால் கிடைக்கும் மயக்க மருந்து.)

ஜஸ்டஸ் ஃப்ரைஹெர் ஃபான் லீபிக்கு (*Justus Freiherr Von Liebig, 1803-1873* ஜெர்மனியில் டாரம்ஸ்டாட்டு என்ற ஊரில் பிறந்த வேதியியலார். (இ.ச.க.தொகுதி-*13*) சோபைரான் (*Subeiran*) என்ற பிரஞ்சுக்காரர்; அமெரிக்கத்தின் சேக்கட்ஸ் ஹார்பர் என்ற இடத்தைச் சேர்ந்த சாமுவல் குதரி (*Samuel Guthrie*) என்ற மூவரும் *1831* ஆம் ஆண்டு குளோரஃபாமை உண்டாக்கினர். அதற்கு மூன்றாண்டுகளுக்குப் பிறகு (*1834* இல்) பிரான்சின் அலாய் என்ற ஊரில் பிறந்த ஷா பாப்டிஸ்டு ஆந்திரே டூமா (*Jean Baptiste Andre Dumas, 1800-1884*) எளிதில் ஆவியாகக்கூடிய புதுத் திரவமான இதை முற்றிலும் வேதி முறையில் பகுத்தாய்ந்து, அதற்குக் குளோரஃபாம் என்ற பெயரையும் கொடுத்தார்.

இதை அமெரிக்கத்தில் கண்டுபிடித்த குதரி, தான் கண்டுபிடித்த குளோரஃபாம் குழந்தைகளை உறங்க வைக்கும் மருந்துதான் என்று எண்ணிக் கொணடிருந்தார். ஏனெனில் அவரது மகளான சிறுமி ஹேரியட்டு குளோரஃபாம் இருந்த குப்பி தரையில்

லீபிக்
சோபைரான்
சாமுவல்

இருக்கக் கண்டு அதனுள் கைவிட்டு அதிலிருந்த சேர்மானத்தை நக்கினாள். அது இனிப்பாய்ச் சுவையாய் இருந்தது. அவள் ஒரு நாள் தந்தையின் முன்னரே சற்று அதிகமாய் குளோரஃபாமை உட்கொண்டு விட்டாள். குதரி மகளைத் தடுக்க விரைந்தார். அவள் அதற்குள் நன்கு உறங்கிப் போனாள்.

டாக்டர் ஜேம்ஸ் யங்கு சிம்சன் 1848 ஆம் ஆண்டு அட்லாண்டிக்கிற்கு அப்பால், ஐரோப்பியத்தில் குளோரஃபாமை நோயாளிக்குக் கொடுத்து, அவருக்கு வலியின்றி அறுவை செய்தார் என்ற செய்தியை அறிந்தது வரையிலும், குதரி தன் கண்டுபிடிப்பின் முக்கியத்துவத்தை உணரவேயில்லை. அதற்குச் சில ஆண்டுகளுக்குப் பிறகு அவர் இறந்து போனார்.

Thorwald, Jurgen: The Century of The Surgeon, First Published in London, 1952; This Edition 1961.

1831

4. கலை, இலக்கியம்

(அ) முதல் தமிழ் இதழ் ''தமிழ்ப் பத்திரிகை''

சென்னையில் பணி செய்த கிறித்தவ சமயச் சங்கம் 1831 இல் ''தமிழ்ப் பத்திரிகை'' என்ற முதல் தமிழ்த் திங்கள் இதழை வெளியிட்டது. இதுவே முதல் தமிழ் இதழ் என்று கொள்ளப்படுகின்றது.

(ஆ) இந்தியர் எழுதிய முதல் ஆங்கில நாடகம்

கிருஷ்ண மோகன் பானர்ஜி எழுதிய *"The Persecuted"* (வாட்டி வதைக்கப்பட்டவர்) என்ற நாவல்தான் இந்தியர் ஒருவர் முதன் முதலில் எழுதிய முதல் ஆங்கில நாடகம் என்பர். அது 1831 ஆம் ஆண்டு வெளிவந்தது. தமிழில் பெருங்குளம் அ.மாதவய்ய (1872-1925) எழுதிய *Clarinda* என்ற ஆங்கில நாவல் 1915 ஆம் ஆண்டில் வெளி வந்தது என்பது குறிப்பிடத்தக்கது. இந்நாவல் தமிழில் மொழி பெயர்க்கப்பட்டு 1993 இல் வெளிவந்தது.

(இ) விக்தர் ஹியூகோவின் புனைகதையும் கவிதைகளும்

விக்தர் (மாரி) ஹியூகோ (*Victor [Marie] Hugo; 1802-1885*); பிரான்சின் பெசன்சோன்

என்ற ஊரில் பிறந்தவர். பத்தொன்பதாம் நூற்றாண்டில் ஏராளமாய் எழுதிக் குவித்த பெருமையுடையவர். இவரது நாவல்களில் ''நாட்டர்டாம் கூனன்'' *(Notre - Dame de Paris)* பெருஞ்சிறப்புடையது. இந்த *1831* ஆம் ஆண்டில் இந் நாவல் வெளிவந்தது இதே ஆண்டு ஆங்கிலத்திலும் அது மொழி பெயர்க்கப்பட்டது.

சென்ற ஆண்டு நடந்த பாரிஸ் புரட்சி தோற்றுப் போனதாலும்,தன் மனைவி அடிலி *(Adele)* பிரஞ்சுப் புலவரும் திறனாய்வாளருமான செயின் பீவியுடன் நெருங்கிப் பழகியதாலும்,ஹியூகோ மிகுந்த மனவாட்டமுற்ற நிலையில் மேற்சொன்ன நாவலை எழுதினார். அத்துடன் ''இலையுதிர்கால இலைகள்;'' *(Les feuilles d'automne)* என்ற கவிதைகளையும் இவ்வாண்டு அவர் எழுதினார்.

5. நாடகம்

வங்க நாடக இலக்கியத் தோற்றம்

வங்கத்தில் இதற்கு ஒரு நூற்றாண்டிற்கு முன்னரே நாடகங்கள் நடந்து வருகின்றன. எனினும் வங்க மொழியில் எழுதப் பெற்ற நாடகங்கள் வேண்டும் என்று வங்க நாடக மேடை வலியுறுத்திக் கொண்டே வந்தது. இனிமேல் வங்க மொழியில் நாடகங்கள் கிடைக்காவிடில் நாடகமேடையே உயிர் வாழமுடியாது என்ற நிலை பத்தொன்பதாம் நூற்றாண்டின் நடுவில் உண்டானது. அதுவரை நாடக மேடை பல்வேறு கட்டங்களில் கல்கத்தாவிலும் அதைச் சுற்றியும் வளர்ச்சியடைந்து கொண்டிருந்தது. இந்த வளர்ச்சியின் முதல் கட்டம் பெரிதும் ஆங்கிலேயரால் நடத்தப்பட்டு வந்த ஆங்கில நாடகமாகும்.

(கல்கத்தாவில் 1745 ஆம் ஆண்டு லால் பசார் என்ற இடத்தில் முதல் நாடகக் கொட்டகையை ஆங்கிலேயர் திறந்தனர். இ.ச.க தொகுதி-*5: 1745*-புள்ளிகள். இந்தக் கொட்டகை *1756* இல் வங்க நவாபினால் இடித்துத் தள்ளப்பட்டது. பின்னர் *1772* இல் இன்னொரு நாடகக் கொட்டகை கல்கத்தாவில் எழுந்தது. அதற்கு மூன்றாண்டுகளுக்குப் பிறகு *1775* இல் நியூ பிளே ஹௌஸ் என்ற இன்னொரு நாடகக் கொட்டகையும் ஏற்பட்டது. இ.ச.க.தொகுதி-*8,1772*-புள்ளிகள். இவை அனைத்தும் ஆங்கிலேயருக்காக ஆங்கில நாடகங்களை நடத்துவதற்காக அமைக்கப்பட்டனவாகும்.) எனினும் இக் கொட்டகைகளையும் இங்கு நடந்த நாடகங்களையும் ஆதரித்தோரில் இந்தியர் சிலரும் இருந்தனர்.

அவர்கள் ஆங்கிலேயருடன் மிகவும் நெருக்கமாயிருந்த செல்வம் படைத்த நிலப் பிரபுக்கள். மேலையுலகிலிருந்து இறக்கப்பட்ட கேளிக்கை வடிவமான ஆங்கில நாடகக் கொட்டகைகளின் மாதிரியில் நாடகக் கொட்டகைகளை எழுப்பினர். வங்க மக்களில் கல்வியறிவுடையவர்களுக்காக ஆங்கிலேயர் அளித்து வந்ததைப் போன்ற நாடகங்களை அவர்கள் நடத்தினர். மிகக் குறுகிய காலத்திற்குள் அரண்மனை போன்ற மாளிகைகளில் அல்லது தோட்ட மாளிகைகளில் ஏராளமான வங்க நாடகக் குழுக்கள் உண்டாயின. அவற்றுள் குறிப்பிடத்தக்க சில நாடகக் குழுக்கள் இருந்தன.

பிரசன்னகுமார் தாகூரின் இந்து நாடகக் குழு *(1831)*, நவீனச் சந்திர வசு நாடகக் குழு *(1835)*, காளிப் பிரசன்ன சிங்க அமைத்த வித்திபோத்து சகின மஞ்ச *(1856)*, சத்து பாபுவின் வீட்டில் அமைந்த நாடகக் குழு *(1857)*, பெல்கச்சிய நாடக சாலை *(1865)*, சோவபசார் தனிப்பட்டோர் நாடகச் சங்கம் *(1865)*, பதுரிய கட்ட வங்க நாட்டிய சாலை

(1865) பாக பசார் அமெச்சூர் நாடகக் குழு (1868) என்று பல நாடகக் குழுக்கள் விரைந்து தோன்றின.

இந்நாடகக் குழுக்கள் தொடக்க காலத்தில் ஷேக்ஸ்பியரின் நாடகங்கள் அல்லது சம்ஸ்கிருதத்திலிருந்து மொழிபெயர்த்த நாடகங்களை மேடை ஏற்றின. ஆனால் வங்க மக்களில் பெரும்பாலர் அவற்றில் மேடையேற்றப்பட்ட ஆங்கில நாடகங்களை விரும்பவில்லை. அதனால் வங்க மொழியில் நாடகங்கள் எழுத வேண்டிய கட்டாயம் உண்டானது. இதனால் செழுமையான வங்க நாடக இயக்கம் பிறப்பதற்கு நாடக மேடை உந்துதலானது.

ஊர் சுற்றி நாடகக்காரான லெபடெஃபு (*Lebedef*) என்ற இரஷியருக்கு உரிமையான வங்க நாடகக் குழுவினால் (*Bengal Theatre*) முதல் வங்க நாடகம் 1795 ஆம் ஆண்டு மேடை ஏறியது. அது ''மாறுவேடம்'' (*The Disguise*) என்ற ஆங்கில நாடகத்தைத் தழுவிக் ''கல்பணிக்கு சங்க பதல் பா சஜ்பதல்'' என்ற பெயரில் எழுதப் பெற்ற வங்க மொழி நாடகமாகும். அது உரை நடையும் பாடல்களும் விரவி வந்த இன்பியல் நாடகமாகும். அது பாமர மக்களுக்கென்று வங்க மக்களின் பேச்சு வழக்கு மொழியில் எழுதப் பெற்றது.

இரண்டாவது வங்க மொழி நாடகம் 1835 ஆம் ஆண்டு அரங்கேறியது. அதனை நவீனச் சந்திர வசு நாடகக் குழு, சியாம் பசார் என்ற இடத்தில் மேடை ஏற்றியது. அந்நாடகத்தின் பெயர் ''வித்தியா சுந்தர்''. அது பெரும் புலவர் பரத்து சந்திரரின் ஒரு பாடலைத் தழுவி எழுதப் பெற்றது.

நாடக இலக்கியம் என்ற வகையில் முதன் முதலாய் இரண்டு நாடகங்கள் 1852 இல் எழுதப்பட்டன. அவற்றில் ஒன்று துன்ப முடிவுடைய கீர்த்தி விலாஸ் என்ற நாடகமாகும். மற்றொன்று தாரா சரண் சிக்கதர் எழுதிய பதரார்ஜூன ஆகும்.

Encyclopaedia of Indian Literature, Vol.II Sahitya Akademi, New Delhi, 1988.

1831

6. இராணுவம், போர்

பிரஞ்சு அயல்படையணி அமைப்பு

பிரஞ்சு அரசரான லூயி ஃபிலிப்பி (*Louis Phillippe, 1773-1850* ஆ.கா. 1830-1848 இ.ச.க தொகுதி-13,1830)தன்னிடமிருந்த சுவிட்சர்லந்து,ஜெர்மானியக் கூலிப் படையினரைப் பணியில் வைத்துக் கொள்ள வேண்டுமென்பதற்காகப் பிரஞ்சு அயல் படையணி என்ற *The French Foreign Legion* ஐ [*Legion etrangere*) 1831 மார்ச்சு 9 அன்று அமைத்தார். இப்படை பெரிதும் வட அமெரிக்கம், நடுக் கிழக்கு,இந்தோ சீனம் இங்கெல்லாம் பணி செய்யவிருக்கின்றது. இது குடியேற்ற நாடுகளில் பிரஞ்சு நலன்களைக் காக்கும் பணி செய்தது.

இந்தப் படையில் ஓடுகாலியரும் சட்டத்தின் பிடியிலிருந்து தப்பியோடித் திரிந்த குற்றவாளியரும் சேர்ந்தனர். இந்நிலை ஏறத்தாழ ஒன்றரை நூற்றாண்டுக் காலம் இருந்தது. இப்படையின் தலைமையகம் அல்ஜீரியத்திலுள்ள சிசி - பெல் - அப்பாஸ் என்ற கோட்டையைத் தலைமையகமாய்க் கொண்டிருந்தது. இத்தலைமையகம் அங்கிருந்து பிரான்சிலுள்ள ஆபகினி (*Aubagne*) என்ற இடத்திற்கு 1962 ஆம் ஆண்டு மாற்றப்பட்டது. இப்படை இப்போது உலகெங்கும் அமைதி காக்கும் பணியில் ஈடுபட்டு வருகின்றது.

7. மக்கள்

(அ) வெள்ளையர் வீட்டு வேலையாள்கள்

கிழக்கிந்தியக் கம்பெனியில் ஊழியம் செய்வதற்கென்று இந்தியத்திற்கு வந்திருந்த பிரிட்டிசாரின் வீடுகளில் ஏராளமான வேலைக்காரர்கள் ஏவல் புரிந்தனர். ஒரு குடும்பத்தில் கிட்டத்தட்ட 57 வேலையாள்கள் இருந்தனர் . ஃபேனி பார்க்கஸ் என்ற ஆங்கில பெண் எழுதியுள்ள நாள் குறிப்பிலிருந்து இதை அறிகின்றோம் (ஃபேனி பார்க்கஸ் : *இ.ச.க தொகுதி-13, 1823.)*

ஃபேனி பார்க்கஸின் கணவர் சுங்கத் துறையில் பெரிய அலுவலராயிருந்தார். அவரிடம் பல குதிரைகள் இருந்தன. அவர் முதலில் கல்கத்தாவிலும் பின்னர் அலகாபது, கான்பூர் முதலிய இடங்களிலும் பணி செய்தார். கீழே காண்பது அவரது வீட்டில் ஏவல் செய்து வந்த வேலையாள்களின் பட்டியல்.அதில் அவர்கள் பெற்ற மாதச் சம்பளமும் தரப்பட்டுள்ளது:-

		மாதச் சம்பளம்
1.	**கான்சாமான் அல்லது தலையாரி** *:* இவர் இஸ்லாமியர் வீட்டிற்கு வேண்டிய பொருள்களை வாங்குவது, இனிப்புப்பண்டங்கள் செய்வது, உணவு மேசையை மேற்பார்வையிடுவது ஆகியன இவரின் வேலைகளாகும்.	*ரூ.12*
2.	**ஆப்தார் (அ) தண்ணீரைக் குளிர வைப்பவர்***:* தண்ணீரைக் குளிரவைப்பது, மதுவில் பனிக் கட்டி போடுதல், அதை உணவு மேசையில் கொண்டு வந்து வழங்குதல் இவரின் வேலைகளாகும்.	*ரூ.8*
3.	**தலைமைக் கித்மத்கர்** *:* உண்கலங்கள் வைக்கப்படும் பேழைக்குப் பொறுப்பானவர்; மேசையில் உணவு படைப்பவர்.	*ரூ.7*
4.	**இரண்டாவது கித்மத்கர்** *:* இவரும் மேசையில் உணவு படைப்பவர்	*ரூ.6*
5.	**பாவார்ச்சி (அ) சமையற்காரர்**	*ரூ.12*
6.	**சமையற்காரரின் உதவியாளர்**	*ரூ.4*
7.	**மசால்சி** *:* உண்கலன்கள் கழுவுபவர்; தீவட்டி பிடிப்பவர்	*ரூ.4*
8.	**ஏகாலி**	*ரூ.8*
9.	**இஸ்திரிவாலா - துணிதேய்ப்பவர்**	*ரூ.8*
10.	**தர்சீ- தையற்காரர்**	*ரூ.8*
11.	**இரண்டாவது தையற்காரர்**	*ரூ.8*
12.	**ஆயாள் - துரைசானியின் ஏவலாள்**	*ரூ.10*
13.	**சிற்றாள்** - ஏவல் பெண்	*ரூ.6*
14.	**தோரியா - வீடு பெருக்குபவர்;** நாய்களைக் கவனிப்பவர்	*ரூ.4*

15. **சர்தார்**- பேரர் (*bearer*)இந்து, வேலைக்காரர் தலைவர்; துரையின் துணிமணிகளைக் கவனிப்பவர்; இவரது இடுப்பில் திறவுகோல் எப்போதும் இருக்கும். — ரூ.8

16. **துணை பேரர்** : சர்தாருக்கு உதவியாளர். வீட்டு விளக்குகளுக்குப் பொறுப்பானவர். — ரூ.6

17-22 **பங்கா (இழுப்பு விசிறி) இழுக்க அறுவர்**; இவர்கள் தூசு தட்டும் வேலையும் செய்வர் — ரூ.24

23. **கோவாலா** : மாடுமேய்ப்பவர் — ரூ.4

24. **பேரிவாலா** : ஆடு மேய்ப்பவர் — ரூ.5

25. **முர்கிவாலா** : கோழி, வாத்து, முயல், கின்னிக் கோழி, புறா முதலியவற்றைக் கவனிப்பவர் — ரூ.4

26. **தோட்டக்காரர்** — ரூ.5

27. **தோட்டக்காரர் உதவியாளர்** — ரூ.3

28. **தோட்டக்காரருக்கு இன்னோர் ஆண் அல்லது கூலி** — ரூ.2

29. **(குதிரைக்குக்) காணம், கொள்ளு அரைப்பவர்** — ரூ.2

30. **கோச்சு வண்டிக்காரர்** — ரூ.10

31 - 38. **குதிரைக்காரர் எண்மர்.** ஆளுக்கு 5 ரூபாய்ச் சம்பளம் — ரூ.40

39 - 46. **புல்வெட்ட எட்டுப் பேர்**; ஆளுக்கு 3 ரூபாய்ச் சம்பளம் — ரூ.24

47. **தண்ணீர் சுமப்பவர்** — ரூ.5

48. **தண்ணீர் சுமப்பவரின் உதவியாளர்** — ரூ.4

49. **மரத் தச்சர்** — ரூ.8

50. **மற்றொரு தச்சர்** — ரூ.7

51-52. **தட்டிகள் மீது நீர் தெளிக்க இரண்டு கூலிகள்** — ரூ.4

53-54. **காவற்காரர் இருவர்** — ரூ.8

55. **தர்வான்** - வாயிற் காப்போன் — ரூ.4

56-57. **எடுபிடி ஆள்கள்** (சப்பராசி) **இருவர்** — ரூ.10

ஆக மொத்தம் — ரூ.290

இந்த ஐம்பத்தெழுவருக்கும் கிடைத்த மாதச் சம்பளம் ரூ.290. இவ்வேலையாள்களின் எண்ணிக்கை சிறுகச் சிறுகச் குறைந்து வந்திருக்கின்றது. அதற்குக் கால மாறுதல் காரணமாகும். சான்றாய்ச் சர்க்கார் என்றொரு வேலையாள் இருந்தார். அவர் மேற்சொன்ன பட்டியலில் காணப்படவில்லை. ஏனெனில் 1840 ஆம் ஆண்டிற்குப் பிறகு இவ் வேலையாள்கள் முற்றிலும் மறைந்துவிட்டனர். சர்க்கார் என்ற வேலைக்காரர் துரையின் வீட்டிற்கு வேண்டிய பொருள்கள் அனைத்தையும் வாங்கும் பணியைச் செய்தார்.

தூக்கிகள் என்று பொருள் தரும் பேரர் (*bearer*) என்ற வேலையாள்கள் முதலில் பல்லக்குத் தூக்கியராயிருந்தனர். பல்லக்குகள் சிறிது சிறிதாய் மறைந்தன; பங்காக்கள் என்ற காற்று விசிறிகள் எங்கும் பயனுக்கு வந்தமையால், தூக்கிகளுக்குப் பங்கா இழுப்பது முக்கிய வேலையானது. பல்லக்குகள் மறைந்து மின் விசிறிகள் வரவே, தூக்கிகளின் எண்ணிக்கை அருகி ஓராள் என்றானது. பின்னர் ஒரு வீட்டிற்கு ஒரு பேரர் என்று சுருங்கியது. அதாவது எட்டுப் பேரர்கள் இருந்த இடத்தில் ஒருவர் போதும் என்றாய் விட்டது.

1831

இவ்வேலைக்காரரில் பலர் திருடர்களாயிருந்தனர். அவர்கள் இரண்டு ரூபாய்ச் சம்பளத்திற்குள் தம் வீட்டுச் செலவைச் சரிக் கட்டிக் கொள்ளக் கூடிய அளவிற்கு விலைவாசிகளும் மலிந்திருந்தன.

கோடைக் காலம் வந்ததும் பன்னிரண்டு முதல் பதினான்கு பேர் வேலைக்கு அமர்த்தப்பட்டனர். பிரிட்டீசுக் குடும்பம் ஒவ்வொன்றுக்கும் இத்தனை ஏவலர் வேண்டியிருந்தனர். ஆங்கில மேன்மக்கள் சிலர் தமது நீண்ட வெள்ளித் தடியைத் தூக்கிக் கொண்டு வருவதற்காகவே ஒரு வேலையாளை வைத்திருந்தனர். துரையைக் காண வருபவர்களை அறிவிப்பது இந்த ஆளின் வேலையாகும். ஆங்கிலேயர் இத்தகைய மேன்மக்களைத் தம் நாட்டில் '' நாவாபுகள்'' என்று அழைத்தது, மிகவும் பொருந்தும்.

(ஆ) வகாபியர் எதிர்ப்பியக்கம்

வகாபியர் தலைவரான தித்த மீர் என்றவர் மூங்கிலால் ஓர் அரணைக் கட்டிக் கொண்டு, பிரிட்டிசார் மீது போர் தொடுத்தார். எனினும் அவர் பிரிட்டிசாருடன் நடந்த சண்டையில் *1831* நவம்பர் *14* அன்று கொல்லப்பட்டார்.

(இ) சிறுவர் 12 மணி நேரத்திற்கு மேல் வேலை செய்யத் தடை

பிரிட்டீசு நாடாளுமன்றத்தில் *1831* ஆம் ஆண்டு தொழிற் சாலைச் சட்டம் நிறைவேறியது. அச்சட்டத்தில் *18* வயதிற்குக் குறைந்த சிறுவர்கள் பன்னிரண்டு மணி நேரத்திற்கு மேல் வேலை செய்யலாகாது என்று தடை செய்யப்பட்டது.

மேலும், வீட்டு வேலைகளைத் தவிர வேறு பணிகளில் ஈடுபடுத்தப்படும் தொழிலாளர்களுக்குப் பண்டமாகவோ, வேறு விதமாகவோ கூலி தரலாகாது. அது நாணயத்தில் கொடுக்கப்பட வேண்டும் என்று இன்னொரு சட்டமும் இவ்வாண்டு நிறைவேறிற்று.

(ஈ) அமெரிக்கத்தில் குடியேறிகள் எண்ணிக்கை மிகுதல்

அமெரிக்க ஒன்றியத்தின் மக்கள் தொகை 13 மில்லியனைத் தொட்டது. இதே காலத்தில் பிரிட்டனின் மக்கள் எண்ணிக்கை 12.2 மில்லியன்; அயர்லாந்து 7.7 மில்லியன்.

அமெரிக்கம் 1789-1829 ஆகிய நாற்பதாண்டுக்கு இடைப்பட்ட காலத்தில் 4,00,000 பேருக்கும் குறைந்த குடியேறியரை ஏற்றது. இவ்வாண்டுடன் முடிந்த பத்தாண்டுக் காலத்தில் 5,99,000 குடியேறியர் வந்து இந்நாட்டில் குவியப் போகின்றனர்.

(உ) கண்ணீர்த் தடம் : மரணச் சுவடு

அமெரிக்க ஒன்றிய அரசு அந்நாட்டின் இந்திய மக்களுக்கு வெகு நயவஞ்சகமான முறையில் இந்தியரை அப்புறப்படுத்தும் 1830 ஆம் ஆண்டுச் சட்டம் என்ற ஒன்றை நிறைவேற்றிய இழிசெயலைப் பதின்மூன்றாம் தொகுதியில் சொல்லியிருந்தோம். அதன் நீட்டிப்பாய் இக் கொடுஞ்செயலால் உண்டான கண்ணீர்த் தடங்களையும் மரணச் சுவடுகளையும் சொல்லுகின்றோம். ஆன்று ஜேக்சனும் அவரின் ஆதரவாளர்களும் கூடிக் கொண்டு வந்த இந்தச் சட்டத்தினால் 1,25,000 முதல் 1,50,000 மனிதர்களை அவர்களின் தாயகத்திலிருந்து அப்புறப்படுத்திப் பல கழியரண்களுக்குள் அடைத்து வைக்க முடிந்தது; அவர்களை இறுதியாய் அங்கிருந்து பல நூறு மைல்களுக் கப்பால் ஆடு மாடுகளைப் போல் நடத்திச் சென்று, பகைமை நிறைந்த ''இந்தியர் ஆட்சிப் பகுதிகள்'' என்ற சூழலில் அவர்களைக் குடி அமர்த்தவும் அச்சட்டம் வகை செய்தது. இங்ஙனம் குடிபெயரச் செய்த மக்களை அப்புறப்படுத்தக் கையாண்ட மனிதத் தன்மையற்ற முறைகளினால், அவர்களில் கால்வாசிப் பேர் உயிரிழந்தனர்.

இம்மக்களை அப்புறப்படுத்துவதற்கு மேற்கொள்ளப்பட்ட மடத்தனமான செயல் முறைகளைப் பார்த்தால் இந்தத் திட்டம் அவசரத்தில் உருவாகி அலங்கோலமாய் நடந்தது போல தோன்றலாம். ஆனால் உண்மை வேறு. தாமஸ் ஜேஃபர்சன் ஆட்சிக் காலத்திலேயே, 1801 ஆம் ஆண்டு சோக்டாவு இந்தியரின் நிலவுரிமைகளைப் பறிக்கும் வேலை தொடங்கிவிட்டது. அப்போது 1801 ஆம் ஆண்டு டிசம்பர் 17 அன்று கையெழுத்தான ஆடம்ஸ் அரண் உடன்படிக்கைப்படி (*Treaty of Fort Adams*) 26,41,920 ஏக்கர் நிலங்களைக் கையகப்படுத்துவதில் இறுதியான தீர்வு, இந்தியர்களை அவர்களின் தாயகத்திலிருந்து அப்புறப்படுத்துவதேயாகும் என்று ஜெஃபர்சன் ஏற்கனவே முடிவு செய்து விட்டார். இந்தியர் நிலங்களைக் கையகப்படுத்தும் இத்தகைய அரசியல் தந்திரக் கோலம் தொடர்ந்து பின்பற்றப்பட்டு, 1830 செப்டம்பர் 27 இல் ஏற்பட்ட உடன்படிக்கைப்படி மிசிசிப்பியிலிருந்த சோக்டாவு இந்தியர்களின் நிலம் முழுவதும் கையகப் படுத்தப்பட்டு விட்டது.

இந்த உடன்படிக்கைப்படி எஞ்சியிருந்த 1,04,23,180 ஏக்கர் நிலம் வெகு வேகமாய் விரிந்து வந்த அமெரிக்க ஒன்றியத்திற்கு விட்டுத் தரப்பட்டது. ஜெஃபர்சனிலிருந்து ஜேக்சன் வரையிலும் ஒவ்வோர் ஆட்சியும் இந்தியரால் உண்டாகும் சிக்கலுக்கு இந்தியர்களை அவர்களின் வாழ்விடங்களிலிருந்து அப்புறப்படுத்துவது தான் தீர்வு

என்று கூறிவந்திருக்கின்றது; ஆனால் ஆன்று ஜேக்சன் ஆட்சித் தலைவராய் வந்த பிறகு தான் மக்கள் பேரெண்ணிக்கையில் இடம் பெயர நேர்ந்தது.

சோக்கடாவு (*Choctaw*) என்போர் அமெரிக்கத்தின் அலபாமவில் வாழ்ந்த இந்தியக் குலத்தினர். இம்மக்கள் மஸ்கோஜியன் என்ற மொழிக் குடும்பத்தைச் சேர்ந்த சோக்கடாவு என்ற மொழியைப் பேசுகின்றனர்.

சோக்கடாவுகள் தமக்கு ஏற்பட்ட மாபெரும் இழப்பைக் குறித்துச் சினமும் மனக் கலக்கமும் கொண்டனர். அவர்கள் மிகுந்த வருத்த உணர்ச்சியோடு தமக்கு இனிவரவிருந்த பெருந்துன்பத்தை எதிர்கொள்ள ஆயத்தமாயினர். அவர்கள் தாம் வாழ்ந்திருந்த மண்ணைவிட்டு நீங்குவது குறித்து மகிழ்ச்சியற்றவர்களாயினர். மேற்கில் தமக்கு அளிக்கப்படும் மாற்று நிலம் குறித்து நன்னம்பிக்கை அவர்களுக்கு இருந்தது.

அமெரிக்க ஒன்றிய அரசின் இந்தியரை அப்புறப்படுத்தும் சட்டத்தை எதிர்ப்பது பயனற்றது என்பதைச் சோக்கடாவுகள் தாம் முதலில் உணர்ந்தனர். அம்மக்கள் தென் கிழக்கில் வாழ்ந்த இந்தியக் குலத்தாரிலேயே மிகப்பெரிய கூட்டமாயும் வலிமை மிக்கவராயுமிருந்தனர். அவர்கள் தமது உரிமைக்காக வழக்காடுவது அவசியம் என்பதை முற்றிலும் உணர்ந்தனர். அவர்கள் அரசுடன் கலந்து பேசி இடம் பெயர்வதற்கு ஒப்புக் கொண்டனர். தென் கிழக்கில் வாழ்ந்த இந்தியருள் முதன் முதலில் இங்ஙனம் ஒப்பிய குலம் இதுவேயாகும். அதனால் அவர்களுக்கு மிகவும் சாதகமான விதிமுறைகளும் மிகக் கூடுதலான இழப்பீடும் கிடைத்தன. அவர்களுக்கு இத்தனை சாதகங்கள் கிடைத்த போதிலும் இடப் பெயர்ச்சி அஞ்சி நடுங்க வைத்த அனுபவமாய்த்தானிருந்தது.

இம்மக்களின் இடப் பெயர்ச்சித் தடம் மிசிசிப்பி ஆற்றின் கரைமீதுள்ள விக்ஸ்பர்கு (*Vicksburg*) என்ற இடத்திலிருந்து தொடங்கியது. அவர்கள் வண்டிகளிலும் ஆறுகளைக் கடக்கப் படகுகளிலும் வடக்கு நோக்கிச் சென்றனர். கால்நடையாய்ச் சென்றவர்கள் ஆற்றின் மேற்குக் கரையிலிருந்து புறப்பட்டனர். படகுகளிலும் வண்டிகளிலும் அளவிற்கதிகமானோர் ஏறியிருந்ததால் அவை கவிழ்ந்தன. குடை சாய்ந்தன. ஆற்றில் விழுந்து பலர் சுழியில் சிக்கி உயிரிழந்தனர். சிலர் மிசிசிப்பி ஆற்றின் மேல் நோக்கி நீராவிப் படகுகளில் கொண்டு செல்லப்பட்டனர். அவர்கள் சிவப்பாறு அல்லது அரக்கான்சஸ் ஆறுகளின் முகத்துவாரத்தில் இறக்கிவிடப்பட்டனர். அவர்கள் அங்கிருந்த நேயமற்ற மக்கள் வாழ்ந்த பகுதியின் வழியே நடந்து சென்றனர். பலர் தமது இல்லங்களிலிருந்து நிலவழியாய் மெம்ஃபிசை அடைந்தனர்.

அவர்கள் அதன்பிறகு அமெரிக்கத்தின் தென் மாநிலமான அர்க்கான்சசிற்கு அனுப்பப்பட்டனர். அங்கிருந்து தமக்கென்று ஒதுக்கப்பட்ட ''இந்தியர் பகுதி''க்குச் (*Indian Territory*) சென்றனர். ஏதிலியரான இம்மக்களில் பலர் ஆக்கலஹோமாவை அடையவேயில்லை. மாறாய் அவர்கள் மிசௌரி, அர்கான்சஸ், இல்லினாய்சு, கெண்டக்கி, டென்னசி இங்கெல்லம் வாழ்ந்த வெள்ளையருடன் குடியேறிவிட்டனர். இவ்வாறு இங்கு குடியமர்ந்தவர்களின் வழியினரை இன்றும் காணலாம். அவர்கள் வெள்ளையர் பண்பாட்டுடன் ஒன்றிக் கலந்துவிட்டனர். அவர்கள் தம் இந்திய தன்மையை வாய்மொழி மரபில் காத்து வருவதுடன் அமைந்து விட்டனர்.

Coffer, William E.Phoeniz, The Dicline and Rebirth of the Indian People, New York, 1979.

8. பிறப்பு

(அ) கோடக நல்லூர் சுந்தர சாமிகள் (1831-1878)

சிறந்த தமிழ் மெய்யியலரான கோடக நல்லூர் சுந்தர சாமிகள் (1831-1878) 1831 ஆம் ஆண்டு திருநெல்வேலிக் கருகிலுள்ள கங்கை கொண்டானில் பிறந்தார். இவர் சிவானுபூதி என்ற சைவ மெய்யியல் நூலை இயற்றியவர். மனோன்மணியம் ஆசிரியரான சுந்தரம் பிள்ளையின் ஆசிரியர்.

(ஆ) ஜேம்ஸ் கிளார்க்கு மேக்ஸ்வல் (1831-1879)

ஸ்காத்துலந்துக்காரரான ஜேம்ஸ் கிளார்க்கு மேக்ஸ்வல் (James Clerk Maxwell, 1831-1879) எடின்பரோ நகரில் 1831 ஆம் ஆண்டு பிறந்தார். இவர் மின்னியல் ஆய்வுகளில் கணிதக் கோட்பாடுகளை அறிமுகம் செய்தார். இவரது ''மின்சாரம், காந்தம் ஆகியன பற்றிய ஆய்வுரை'' (Treatise on Electricity and Magnetism) என்ற மாபெரும் நூல் 1873 இல் வெளிவந்தது. இவர் ஃபாரடேயின் மின்சார காந்த சக்திகள் கொள்கைக்குக் கணித அடிப்படையை இந்நூலில் தந்திருக்கின்றார். மின் காந்தக் கதிர்வீச்சு (electromagnetic radiation) பற்றிய கொள்கை குறித்து இவர் செய்த ஆய்வுகள் இவரைப் பத்தொன்பதாம் நூற்றாண்டின் தலையாய இயற்பியலராக்கிற்று. வளியின் மின்காந்தக் கொள்கையை இவர் உருவாக்கினார். வளி மண்டலத்தில் மின்னலைகளை (கம்பியில்லா அலைகளை) உண்டாக்கலாம் என்று முன்னதாய்க் கூறியவர். இத்துறையில் ஹெர்ஷ் என்ற ஜெர்மன் இயற்பியலார் ஆய்வு செய்து மேக்ஸ்வலின் கொள்கைகளை மெய்ப்பித்தார். ஹெர்ஷ் (Heinrich Rudolf Hertz, 1857-1894; இவர் ஹர்ம்பர்கில் பிறந்தவர். இவர் மின்காந்த அலைகள் குறித்த ஆராய்ச்சியில் பெரிதும் ஈடுபட்டார். அதிர்வெண் அலகு இவர் பெயரால் ஹெர்ஷ் என்று அழைக்கப்படுகின்றது).

1831

9. இறப்பு

ஹென்றி தொரேசியோ (1809-1831)

வங்கத்தில் இந்திய இளைஞர் எழுச்சி இயக்கத்தின் முன்னணியில் நின்ற கவிஞர், எழுத்தாளர் ஹென்றிதோரேசியோ, 22 ஆவது வயதில் 1831 ஆம் ஆண்டு இறந்தார். (இவர் பற்றி இ.ச.க தொகுதி-13 : 1828-புள்ளி காண்க.)

1832

அரசியல்:

அனகபள்ளிக் கிளர்ச்சி ஒடுக்கப்படுதல்
சரபோசி ஆட்சி முடிவு-இரண்டாம் சிவாஜி ஆட்சி தொடக்கம்
சென்னை புது ஆளுநர்
ஆங்கில இராணுவ அலுவலரைக் கொல்லப் பெங்களூரில் சதி
அமெரிந்தியர் மீது ஒன்றிய அரசின் முழு மேலாண்மை
போலந்து இரஷிய மாநிலமாதல், ''இளம் இத்தாலியர்'' இயக்கம்.
பிரிட்டனில் நாடாளுமன்றச் சீர்திருத்த முதல் சட்டம்

அறிவியல்:

அபினிலிருந்து கோடீன் பிரிக்கப்படுதல்
முதலில் பிரித்தெடுத்த என்சைம், மின் தந்தி உருவாக்க முயற்சி

சமயம்:

காமாக்கியாள் கோயிலில் நர பலி நிறுத்தம்

கலை, இலக்கியம்:

பிரஞ்சு மொழியில் ''சாகுந்தலம்''

கல்வி

இரேனியசின் பாதிரியாரின் ''பூமி சாஸ்திர நூல்''

வாணிபம், தொழில், வேளாண்மை:

கல்கத்தாவில் வாணிபச் செழிப்பு

பொருளியல், நிதியியல்:

இந்துத்தான் வங்கி நொடிப்பு, முகவர் நிறுவனங்கள் நொடிப்பு

போக்குவரவு :

நீராவிக் கப்பல்களுக்குச் சுழல் பொறி கண்டுபிடிப்பு

மக்கள் :

காமாக்கியாள் கோயில் நரபலி நிறுத்தம்
தெரு நாய்களுக்காகப் பம்பாயில் வகுப்புக் கலவரம்

பொது:

முதல் ஊற்றுப் பேனா, ''சோஷலிசம்'' என்ற சொல்

பிறப்பு

சி.வை. தாமோதரம் பிள்ளை *(1832-1901)*
பொன்னம்பல சாமிகள் *(1832-1904)*
வா வில்ல இராமசாமி சாஸ்துருலு *(1832-1891)*
சர்.வில்லியம் குரூக்ஸ் *(1832-1919)*

இறப்பு :

சர் வால்டர் ஸ்காட்டு *(1771-1832)*
ஜெரமி பெந்தம் *(1748-1832)*
ஜார்ஜஸ் குவியர் *(1748-)*
யோகான் உலஃபுகாங்கு ஃபான் கதே *(1740-)*

1832

1. அனகபள்ளிக் கிளர்ச்சி ஒடுக்கப்படுதல்

ஆங்கிலேயரின் விரிந்து பரந்த மேலாண்மை இந்தியமெங்கும் ஓங்கி உயர்ந்து விட்ட இந்தக்காலத்திலும், அவர்களுக்கு எதிராய் வடக்கில் வகாபியர் ஆங்காங்கே கிளர்ச்சி செய்து வந்தனர். தெற்கில் ஆற்ற மாட்டாத சில கிளர்ச்சிகளும் நடக்கவே செய்தன. ஆந்திரத்தின் அனகபள்ளியில் 1832 ஆம் ஆண்டு அத்தகைய கிளர்ச்சி ஒன்று உண்டானது. எனினும் அந்த அரசியல் கிளர்ச்சி மிக எளிதில் அடக்கப்பட்டது.

அக்கிளர்ச்சியின் களமான அனகபள்ளி பற்றிய சில செய்திகளை இங்கு காணலாம். அனக என்ற தெலுங்குச் சொல்லுக்கு அனக-சிறு+பள்ளி- ஊர். சிறு ஊர் என்பது பொருளாகும். இது விசாகப்பட்டின மாவட்டத்தில் உள்ளது.

இவ்வூரும் இதைச் சுற்றிய பகுதிகளும் விசயநகர ஆண்டைக்கு (சமீந்தார்) உரிமையானவையாயிருந்தன. விசயநகரம் முன்னர் விசயநகர வேந்தர்களுக்குத் திறை செலுத்தி வந்த சிற்றரசாயிருந்தது. விசயநகர ஆண்டையர் குடும்பம் அனக பள்ளியையும் அதைச்சுற்றிய பகுதிகளையும் 1872 ஆம் ஆண்டு ஏலத்தில் எடுக்கவே, அவை முற்றிலும் அவர்களின் கைக்கு வந்து விட்டன. ஆனால் விசயநகர ஆண்டையர் கிழக்கிந்தியக் கம்பெனிக்கு ஆண்டு தோறும் பேஷ்கஷ் என்ற கப்பத் தொகையாய் 30,766 ரூபாயைச் செலுத்தவேண்டும்.

விசயநகர ஆண்டையர் இந்தச்சமீனைக் கோடே ஐக்கய்ய என்றவருக்கு விற்றனர். இந்தச் சமீனில் 16 சிற்றூர்களும் 17 சிறு ஊர்களும் அடங்கியிருந்தன. இம்மாவட்டத் திலேயே செழிப்பான சில நிலப்பரப்புகள் அவற்றில் இருந்தன.

அனகபள்ளி நகரம் ஒரிச மாநிலத்தின் கோரப்புட்டிலிருந்து தெற்கே தென் கிழக்கில் சுமார் 126 கிலோ மீட்டர்; சென்னையிலிருந்து வடக்கே வட கிழக்கில் சுமார் 580 கிலோமீட்டர்; நரசப்பட்டணத்திலிருந்து கிழக்கில் 45 கிலோ மீட்டர்; பார்வதி புரத்திலிருந்து தெற்கே தென்மேற்கில் சுமார் 127 கிலோ மீட்டர்; விசாகப்பட்டினத்திலிருந்து மேற்கில் சுமார் 29 கிலோ மீட்டர்; விசயநகரத்திலிருந்து தென் மேற்கில் சுமார் 64 கிலோ மீட்டர்; கடலிலிருந்து சுமார் 21 கிலோ மீட்டர்.

அனகபள்ளியில் 1832 ஆம் ஆண்டு நடந்த கிளர்ச்சியில் கலந்து கொண்டவர்கள் பற்றி நமக்குத் தெரிந்திலது.

ஆங்கில ஆட்சி எதிர்ப்பின்றி இந்நாட்டில் எங்கும் காலூன்றிவிடவில்லை என்பதை அனகபள்ளிக் கிளர்ச்சியும் எடுத்துக் காட்டுகின்றது. அவர்களுக்கு நெடுகிலும் இந்நாட்டில் இருந்து வந்த எதிர்ப்புக்களும் அவர்கள் இருபதாம் நூற்றாண்டில் இந்நாட்டை விட்டு வெளியேற நேர்ந்ததற்குக் காரணமாகும்.

2. சரபோசி ஆட்சி முடிவும் கடைசி மராட்டியர் சிவாஜியும்

தஞ்சை மராட்டியர் குடியின் இரண்டாம் சரபோசியின் ஆட்சி 1798 இல் தொடங்கி 1832 ஆம் ஆண்டுடன் முடிவடைந்தது. (இரண்டாம் சரபோசி :

இ.ச.க.தொகுதி-10:1798-புள்ளி) சரபோசியின் ஆட்சிக்காலத்தில் பல புதிய கலைகள் தோன்றின. அரசரே பல கலைகளை அறிந்திருந்தார். அவருக்கு ஐரோப்பியரின் நட்பு கிடைத்திருந்தது. ஐரோப்பியக் கற்றறிவாளர் மன்றங்களில் உறுப்பினராய்ச் சேர்க்கப் பட்டுமிருந்தார். அவர் த0ன் காலத்திற்கு இயைந்தவாறு நாட்டைக் கலைத்துறைகளில் புதுமைப் படுத்தும் பல பணிகளை மேற்கொண்டார். இவரின் சபையிலிருந்த தமிழ்ப் புலவரான கொட்டையூர் சிவக்கொழுந்து தேசிகர் இவர் பெயரால் சரபோசிக்குறவஞ்சி பாடினார் (இ.ச.க தொகுதி-13: 1830-புள்ளி)

நம் நாட்டில் சரசுவதி பண்டாரங்கள் என்ற பெயரில் கோயில்களிலும் திருமடங்களிலும் மட்டுமே ஏடுகளைத்திரட்டி நூல் நிலையம்போல் வைத்திருந்தனர். அங்கு பெரும்பாலும் சமயத்தொடர்புடைய நூல்களே இருந்தன. தஞ்சையிலுள்ள சரசுவதி மகால் நூல் நிலையம் (இ.ச.க தொகுதி-12 : 1820-புள்ளி) சரபோசியினால் அமைக்கப்பட்டது. இது அவருக்கிருந்த நூலார்வத்தை வெளிப்படுத்துகின்றது. சரசுவதி மகால் நூல் நிலையத்தில் சமயநூல்களும் பொதுத்துறை சார்ந்த நூல்களும் திரட்டிச் சேர்க்கப்பட்டுள்ளன. அங்கு பலவேறு மொழி நூல்களைக் காணலாம்.

சரபோசி தாவரவியலிலும் ஆர்வம் கொண்டிருந்தார். அவர் வட இந்தியா செல்லலின் போது கல்கத்தா சென்றிருந்த காலையில் அங்குள்ள தாவரவியல் பூங்காவிலிருந்து அரிய செடியினங்களைத் தஞ்சைக்குக் கொணர்ந்தார். அவரது முப்பத்தைந்து ஆண்டுக்கால ஆட்சியில் ஓவியக்கலையும் இசையும் மேலும் சிறப்பெய்தின. அவர் அரண்மனையில் ஓவியர் பலரை வைத்திருந்தார். அவர்களுள் சங்கம்மாள் என்ற பெண் ஓவியர் சிறப்பானவர்.

இரண்டாம் சரபோசியையடுத்து இரண்டாம் சிவாஜி (1832-1855) தஞ்சை அரசரானார். இவரே தஞ்சை மராட்டியர் குடியின் கடைசி அரசர். வடக்கே மராட்டிய

மாவீரர் சிவாஜி (1627-1680) தொடங்கிய மராட்டிய அரசியல் மேலாண்மை விரிவு, தெற்கில் அவரது உடன் பிறப்பான ஏகோசியின் தலைமையில் 1676 ஆம் ஆண்டு தஞ்சை மராட்டிய அரசாய் மலர்ந்தது. அதற்கு 179 ஆண்டுகள் சென்றபின் இரண்டாம் சிவாஜி என்ற இந்த அரசருடன் தஞ்சை மராட்டிய அரசு 1855 இல் முற்றுப் பெறப் போகின்றது.

1832

1832

வரலாற்றுப் புள்ளிகள்

1. அரசியல்

(அ) சென்னையின் புது ஆளுனர்:

சர் ஃபிரடரிக்கு ஆடம் 1832 அக்டோபர் 25 அன்று சென்னை ஆளுநராய்ப் பொறுப்பேற்று, 1837 மார்ச்சு 4 வரை பதவியிலிருந்தார்.

(ஆ) ஆங்கில இராணுவ அலுவலரைக் கொல்லச் சதி

பெங்களூரிலிருந்து இராணுவ அலுவலர்களைக் கொன்று, அங்குள்ள கோட்டையைக் கைப்பற்றுவதற்கு நடந்த சதியைப் பிரிட்டிசார் கண்டுபிடித்தனர். இதில் தொடர்பு கொண்டிருந்தவர்களைத் தண்டிக்குமாறு தலைமைப்படைத் தளபதி ஆணை பிறப்பித்தார். குடகின் வீர இராசேந்திரன் மீது நட்புக் கொள்ளலாகாது என்று அவர் விலக்கி வைக்கப்பட்டார்.

(இ) அமெரிந்தியர் மீது அமெரிக்க அரசின் முழு மேலாண்மை

ஒரு மாநிலத்திற்குள்ளிருக்கும் அமெரிக்க இந்தியக் குலத்தினர் மீதும் அவர்களின் நிலங்கள் மீதும் அமெரிக்க ஒன்றிய அரசிற்கு முழுமையான மேலாண்மை அதிகாரம் உள்ளது என்று அமெரிக்க உச்ச நீதிமன்றம் 1832 மார்ச்சு 24 அன்று ஒரு வழக்கில் அளித்த தீர்ப்பில் கூறியது.

கிரீக்கு குலத்தார் (*Creek* : இ.ச.க தொகுதி-12) மிசிசிப்பி ஆற்றின் கிழக்கேயுள்ள தம் நிலங்களை அமெரிக்க ஒன்றியத்திற்கு விட்டுத் தரும் உடன்படிக்கையில் 1832 மார்ச்சு 24 அன்று கையெழுத்திட்டனர்.

ஃபுளோரிடத்திலுள்ள செமினோல்களின் குலத்தைச் சேர்ந்த (*Seminole* : இ.ச.க தொகுதி-12) 15 தலைவர்கள் 1832 மே 9 அன்று அமெரிக்க ஒன்றியத்துடன் செய்து கொண்ட உடன்படிக்கைப்படி மிசிசிப்பி ஆற்றின் மேற்கேயிருந்து புலம் பெயர்ந்து வெளியேற ஒப்பினர்.

சௌக்கு குலம்

இல்லினாய்சு மாநிலத்திலிருந்த சௌக்கு (*Sauk or Sac* : இவர்கள் அல்கோங்கியன் மொழி பேசும் இந்தியக் குலத்தார். இவர்கள் இக்காலத்தில் வட விஸ்கான்சினிலும்

அயோவாவிலும் வாழ்ந்திருந்தனர். இப்போது ஆக்லஹோமா மாநிலத்தில் வாழ்கின்றனர்.) குலத்தின் தலைவரான கறும் பருந்து (*Black Hawk*) மிசிசிப்பி ஆற்றின் மேற்கில் வாழ்ந்திருந்த தன் மக்களுக்குத் தலைமை தாங்கி அமெரிக்கருக்கு எதிராய்ப் போராடினார். அவர் தம் மக்களை அழைத்துச் சென்று ஓர் ஊரை அழித்தார். அவர் நான்கு மாதகாலம் நீடித்த கடும் போரைத் தொடங்கினார். இல்லினாய்சுக் குடிப்படையினர் இந்தியர்களை *1832* ஆகஸ்டு *2* அன்று விஸ்கான்சின் வட்டாரத்திலுள்ள பேடு ஆக்ஸ் ஆற்றினருகே படுகொலை செய்ததும் இந்தப் போர் முடிந்தது. கறும் பருந்து பின்னர் அமெரிக்கரிடம் பணிந்தார்.

சௌக்கு, ஃபாக்ஸ் என்ற இந்தியக் குலத்தினர் (*Fox* : அல்கோங்கியன் மொழிபேசும் குலத்தினராவர். இவர்களும் இக்காலத்தில் விஸ்கான்சினில் வாழ்ந்தனர். பின்னர் சௌக்கு குலத்தினருடன் கலந்துவிட்டனர்.) ஆகிய இருவரும் மிசிசிப்பிக்கு மேற்கில் இருந்து வருவதாய் *1832* செப்டம்பர் *21* அன்று ஓர் ஒப்பந்தம் செய்து கொண்டனர்.

மிசிசிப்பி ஆற்றின் மேற்கேயிருந்த சிக்கசா (*Chicasaw*) என்ற இந்தியக் குலத்தினரின் நிலங்கள் *1832* அக்டோபர் *14* அன்று அமெரிக்க ஒன்றியத்திற்கு விட்டுத் தரப்பட்டன.

இங்ஙனம் சட்ட வரம்பிற்குள் இந்தியக் குலத்தினர் தம் வாழ்விடங்களை விட்டுத் தரும்படியான கட்டாயத்திற்கு ஆளாக்கப்பட்டனர்.

1832

(ஈ) போலந்து இரஷிய மாநிலமானது

போலந்து இன்று நடு ஐரோப்பியத்திலுள்ள ஒரு குடியரசாய் விளங்குகின்றது. இது பால்டிக்குக் கடலின் கரை மீதுள்ளது. இந்நாடு பத்தாம் நூற்றாண்டில் ஒன்றுபடுத்தப்பட்ட,எனினும் பதினெட்டாம் நூற்றாண்டில் *1772, 1793, 1795* ஆகிய ஆண்டுகளில் அதன் அண்டையிலுள்ள இரஷியம், பிரஷியம் ஆகிய இரண்டு நாடுகளாலும் பங்கு போட்டுத் துண்டாடப்பட்ட செய்திகள் முன்னர் சொல்லப்பட்டிருந்தன. (இ.ச.க. தொகுதி-*8:1772*, தொகுதி-*10:1793*)

அமெரிக்க விடுதலைப் போரில் (*1766-1784*) அமெரிக்கக் குடியேறிகளின் தரப்பில் நின்று பிரிட்டீசாருடன் போர் செய்த போலந்தியப் படைத் தளபதியான ஜெனரல் டாடியஸ் கோசியுஸ்கோ (*Thaddeusz [Andrzej] Bonawentura Kosciuszko 1746-1817;* இவர் லிதுவேனியத்தில் சுலோனியம் என்ற ஊரினருகே பிறந்தவர்.) அமெரிக்கத்திலிருந்து தாயகம் திரும்பியதும் *1794* இல் நாட்டின் இயக்கத்தின் தலைவரானார். போலந்தியர் இரஷியத்தையும் பிரஷியத்தையும் எதிர்த்து நடத்திய போரில் தலைமை தாங்கினார். அவர் இரஷியத்தைத் தோற்கடித்து இடைக்கால அரசு ஒன்றை அமைத்தார். எனினும் *1794* ஆம் ஆண்டில் மேசியயோவைஸ் என்ற இடத்தில் அவர் தோற்றதும் சிறையிலடைக்கப்பட்டார்.

போலந்தின் கடைசி அரசரான இரண்டாம் ஸ்டானிஸ்லாஸ் போனியட்டோஃபஸ்கி (*Stanislaw II Poniatowsky, 1732-1798* ஆ.கா. *1764-1795;* இவர் போலந்தின் ஒல் சைன் என்ற இடத்தில் பிறந்தவர். இவர் போலந்து துண்டாடப்பட்டதை (*1772, 1793, 1795*) தடுக்க முடியாமற் போனது என்பதால் *1795* ஆம் ஆண்டு முடி துறந்தார். அதன் பிறகு போலந்து உலக நிலப்படத்திலிருந்தே மறைந்து போனது. போலந்து ஒன்றரை நூற்றாண்டிற்கு மேல் மக்களின் நெஞ்சிலும் மனத்திலும் மட்டுமே நிலவிற்று.

1832

நெப்போலியப் போர்களின் போது (1799-1815) போலந்து தன் விடுதலையை மீட்டுக் கொண்டுவிடும் என்பது போல் தோன்றியது. ஆனால் நெப்போலியன் 1812 இல் இரஷியத்தை (இ.ச.க.தொகுதி-12) தாக்கிய நேரத்தில் போலந்தின் ஆதரவைப் பெறுவதற்காக வார்சா நகரத்துக் கோமகனை வைத்து அரசாட்சி அமைத்தார்.

அப்போது போலந்தியர்கள் நெப்போலியனுக்காகப் போரில் கலந்து கொண்டனர். எனினும் 1815 ஆம் ஆண்டு நடந்த வியன்னாப் பேரவை (இ.ச.க தொகுதி-12:1815-கட்டுரை) முடிவின்படி இரஷியம், பிரஷியம், ஆஸ்திரியம் ஆகிய மூன்று நாடுகளால் போலந்து மீண்டும் துண்டாடப்பட்டது. இப்போது இரஷிய சாரின் பங்கிற்குக் கிடைத்த பகுதி ''பேரவைப் பகுதி'' (Congress Poland) என்றழைக்கப்பட்டது. அதற்கென்று அரசியலமைப்புடைய ஆட்சி ஒன்றும் தரப்பட்டது. எனினும் போலந்திற்கு விடுதலை கிட்டவில்லை.

பின்னர் 1830 ஆம் ஆண்டு படை வீரர் புரட்சி வெடித்தது. இரஷியத்தின் அரசப் பேராளராயிருந்து வந்த வார்சா கோமகன் ஆட்சியிலிருந்து நீக்கப்பட்டார். அந்தக் கிளர்ச்சி இரஷியத்திற்கு எதிரான விடுதலைப் போராட்டமாய் உருவெடுத்தது. போலந்தியர் பீரங்கியும் குதிரைப் படையும் கூடிய 80,000 பேரடங்கிய ஒரு படையைத் திரட்டினர். ஆனால் இந்தக் கிளர்ச்சி இரஷியத்தால் ஒடுக்கப்பட்டது. அதன் பிறகு போலந்து 1832 ஆம் ஆண்டு இரஷியத்தின் ஒரு மாநிலமானது.

(உ) ''இளம் இத்தாலியர்'' இயக்கம்

இத்தாலியின் மீட்சிக்காக நடத்தப்பட்ட ''மறுமலர்ச்சி'' (*Risorgimento*) என்ற இயக்கத்திற்கு வெவ்வேறுபட்ட குணநலன்களையுடைய மூவர் முத்தலைமை ஏற்றிருந்தனர். அவர்கள்: செயல்திறமிக்க மாசினி (*Guiseppe Mazzini*, 1805-1872; இவர் ஜெனோவா நகரில் பிறந்தவர்). அரசியல்காரரான கேமில்லோ பென்சோ கேவூ (*Camillo Benso Cavour*, 1810-1861 இவர் தூரின் நகரில் பிறந்தவர்.) துணிச்சல்காரரான கரிபாலடி (*Guiseppe Garibaldi*, 1807-1882; பிரான்சின் நைஸ் நகரில் பிறந்தவர்.)

மாசினி 1832 ஆம் ஆண்டு இளம் இத்தாலியர் சங்கத்தை (*Young Italy Association*) அமைத்தார். லாம்பார்டியில் 1848 இல் நடந்த கிளர்ச்சியில் ஈடுபட்டார். அவர் புதிய இத்தாலியை ஒரு குடியரசாக்க வேண்டுமென்பதற்காக 1859-1860 காலத்தில் கடுமையாய் உழைத்தும் பயனில்லாமல் போனது.

கேவூ இத்தாலியை 1861 இல் ஒன்றுபடுத்தினார். இவர் தலைமை அமைச்சர் என்ற முறையில் இத்தாலியைப் பற்றிப் பேசுமாறு பாரிஸ் பேரவை (*Congress of Paris*) முன் வேண்டினார். கரிபால்டியின் படையெடுப்பிற்கு மறைவடக்கமாய் 1860 இல் உதவினார்.

கரிபால்டி இத்தாலிய விடுதலைப் போர் மூண்டதும் தன்னுடைய ''ஆயிரம்'' தொண்டர்களுடன் ஜெனோவாவிலிருந்து 1860 ஆம் ஆண்டு கப்பலேறிச் சிசிலியை அடைந்தார். அப்போது தென் இத்தாலியில் பெரும் பகுதியை வென்றார். நேப்பிள்சின் அரசரான ஃபிரான்சிசைத் தலைநகரிலிருந்து விரட்டினார்.

(ஊ) பிரிட்டனில் நாடாளுமன்றச் சீர்திருத்த முதல் சட்டம்

பிரிட்டனில் வாக்குரிமையை விரிக்கவும் தொகுதிகளை மாற்றி ஒதுக்கவும் வகை செய்த முதல் நாடாளுமன்றச் சீர்திருத்தச் சட்டம் 1832 ஆம் ஆண்டு நிறைவேறியது.

2. அறிவியல்

(அ) அபினிலிருந்து கோடீன் பிரிக்கப்படுதல்

நஞ்சு வேதியியலாரான பியரே ஷா ரோபிக்கு (*Pierre Jean Robiquet*) அபினிலிருந்து கோடீன் (*Codine*) என்ற மென்மையான படிகக் காரமத்தை 1832 இல் தனிப்படுத்தினார். இது மார்ஃபினைப் போன்றிருந்தாலும், அதை விடக் காரங் குறைந்தது. இது உறக்கத்தை உண்டாக்கவும் இருமலைத் தணிக்கவும் நோவாற்றவும் மருந்தாய்ப் பயன்படுகின்றது. இதன் வேதி வாய்ப்பாடு $C_{18}K_{21}NO_3$

(ஆ) முதலில் பிரித்தெடுத்த என்சைம்

பார்லி கஞ்சியிலிருந்து டயஸ்டேஸ் (*diastase*) என்ற நொதி 1832 இல் பிரித்தெடுக்கப்பட்டது. இதுவே முதன் முதலில் பிரித்தெடுத்த நொதி (*enzyme*) ஆகும். நொதி என்பது ஓர் உயிரிய வினையூக்கி. தான் எவ்வகை மாற்றமும் அடையாது. தன்னுடன் சேரும் பொருள்களை மாற்றமடையச் செய்வது நொதியாகும்.

(இ) மின் தந்தி உருவாக்கும் முயற்சி

சாமுவேல் ஃபின்லே பிரீஸ் மார்ஸ் (*Samuel Finley Breese Morse, 1791-1872;* ஓவியரும் கண்டுபிடிப்பாளருமாவார். இவர் மசாச்சூசட்சு மாநிலத்தின் சார்லஸ் டௌனில் பிறந்தார். இவர் நியூயார்க்குப் பல்கலைக் கழகத்தில் ஓவியக் கலைப் பேராசிரியராயிருந்தவர். அவர் 1832 ஆம் ஆண்டில் மின் காந்தத் தந்தி முறையை உருவாக்கினார். அவர் இப்பணியில் 1835 வரை ஈடுபட்டு, 1838 ஆம் ஆண்டில் மார்ஸ் சுருக்க முறையை உருப்படுத்தினார். உலகில் முதல் முறையாய் 1844 ஆம் ஆண்டு வாசிங்டனுக்கும் பால்டிமோருக்கும் இடையே தந்திக் கம்பிகள் போட்ட பிறகு, அவருக்குப் பெருமையும் பரிசுகளும் வந்து குவிந்தன. அவரது இக் கண்டுபிடிப்புகள் தகவல் தொடர்பை வெகு துரிதப்படுத்தப் போகின்றன.

3. கலை, இலக்கியம்

பிரஞ்சு மொழியில் சாகுந்தலம்

வங்க ஆசியவியல் சங்கத்தில் 1821 ஆம் ஆண்டு புதிதாய் இரண்டு உறுப்பினர் சேர்க்கப்பட்டனர். டபிள்யூ எச். மில் என்ற பாதிரியார் அவ்வாண்டு ஜூலை 14 அன்றும் அண்டாயின் தெ சேசி (*Antoine de Chezy, 1773-1832*) என்ற பிரஞ்சு விற்பன்னர் அக்டோபர் 18 அன்றும் இச்சங்கத்தின் புது உறுப்பினராயினர்.

தெ செசி வட பிரான்சில் சீன் ஆற்றின் கரையிலுள்ள பாரிசின் புறநகரான நயீ (*Neuilly*) என்ற இடத்தில் 1773 ஜனவரியில் பெயர் பெற்ற ஒரு பொறியாளரின் மகனாய்ப் பிறந்தார். அவர் தந்தையைப் பின்பற்றி ஒரு பொறியாளர் ஆவார் என்று எண்ணப்பட்டது. எனினும் அவர் பாரிஸ் நகரிலுள்ள பிரஞ்சு நாட்டின் நூலகத்தில் ஓர் இளநிலைப் பணியாளராய் 1800 ஆம் ஆண்டு சேர்ந்தார். அங்கு அவருக்குச் சம்ஸ்கிருத இலக்கியத்தில் ஆர்வம் ஏற்பட்டது. ஆதலால் அவர் 1803 இல் சம்ஸ்கிருதம் கற்கத் தொடங்கினார்.

அவர் சம்ஸ்கிருதத்தைக் கற்கத் தொடங்கிய வேளையில் பிரஞ்சு மொழியில்

400 | ப. சிவனடி

அதற்கு இலக்கணமோ, அகராதியோ இருந்திலது. எனினும் தெ செசி மிகக் குறுகிய காலத்தில் பாப் புனையும் அளவிற்குச் சம்ஸ்கிருதத்தில் புலமை பெற்றார்.

பூர்பான் அரச குடி *1793* ஆம் ஆண்டு நடந்த பிரஞ்சுப் புரட்சியில் மணிமுடியை இழந்த பிறகு, மீண்டும் *1818* ஆம் ஆண்டு அக்குடியினர் அரியணை ஏறியதும், பிரஞ்சு அரசு சீன மொழிக்கும் சம்ஸ்கிருதத்திற்கும் இரண்டு பேராசிரியர் பதவிகளை இராயல் கல்லூரியில் உண்டாக்கிற்று. ஐரோப்பியத்தில் முதன் முதலில் உண்டாக்கப்பட்ட சம்ஸ்கிருதப் புலத்தின் தலைவர் என்ற சிறப்புத் தெ செசிக்குக் கிடைத்தது. அவர் இங்கு பேராசிரியர் பதவியைப் பெற்றதும் சம்ஸ்கிருத ஆராய்ச்சியில் தம்மை முற்றிலும் ஈடுபடுத்தியிருந்த விற்பன்னர்களுக்கு மிகுந்த ஊக்கம் தந்தார்.

தெ செசி இறுதிக் காலத்தில் நோயினால் மிக வருந்தினார். எனினும் கடைசி வரையிலும் ஆராய்ச்சிப் பணியில் ஈடுபட்டு வந்தார். அவர் *1832* ஆம் ஆண்டு இறந்ததற்குச் சிறிதுகாலத்திற்கு முன்னால் காளிதாசனின் (கி.பி.5நூ.) சாகுந்தலத்தைப் பிரஞ்சில் மொழிபெயர்த்து விட்டார். (வில்லியம் ஜோன்ஸ் *1746-1794*; அரிதின் முயன்று சாகுந்தலம் ஏடுகளைத் தேடிப் பெற்று, அதை ஆங்கிலத்தில் மொழிபெயர்த்துக் காளிதாசனின் சிறப்பையும் சம்ஸ்கிருதத்தின் செழுமையையும் உலகம் அறியச் செய்திருந்தார். இ.ச.க தொகுதி-*9:1783*-கட்டுரை)

தெ செசி வால்மீகி இராமாயண ஆய்வுரைகளையும் வெளியிடத் திட்டமிட்டிருந்தார். ஆனால் அந்தப் பணி முற்றுப் பெறவில்லை. அவர் மேலையுலகில் சம்ஸ்கிருத ஆராய்ச்சிக்குப் பெரும் பங்காற்றியுள்ளார்.

4. கல்வி

இரேனியசிஸ் பாதிரியாரின் ''பூமி சாஸ்திர நூல்''

கிறித்தவத் தொண்டராய் வந்து தமிழ் கற்றும் அச்சுக்கலை வளர்த்தும் தமிழில் சமய நூல்களையும் பொது நூல்களையும் வெளியிட்டும் வந்த தரங்கம்பாடி டேனிய மிசனைச் சேர்ந்த சீகன்பால்கு *(1682-1719)* திருவிவிலிய மொழிபெயர்ப்பில் கடுமையாய் உழைத்து,அதை *1796* இல் முடித்து வைத்த ஜான் ஃபிலிப்பு ஃபப்ரீசியஸ் பாதிரியார் *(1711-1792)* சீகன்பால்கு விட்டுச் சென்ற திருவிவிலிய மொழிபெயர்ப்புப் பணியை நிறைத்த சூல்ஸ் பாதிரியார் ஆகிய மூவரும் ஜெர்மன் நாட்டவர். தரங்கம்பாடியிலும் சென்னையிலும் சமயப் பணியும் கல்விப் பணியும் செய்தவர்கள். இவர்களைப் பற்றிய செய்திகளை இக்களஞ்சிய வரிசையில் பரக்கக் காணலாம்.

இவர்களின் வழிவந்த மற்றொரு சமயத் தொண்டர் சார்லஸ் தியோஃபிலஸ் எட்வார்டு இரேனியஸ் *(Charles Theophilus Edward Rhenius, 1790-1838)* ஆவார். இவர் லுத்ரன் திருச்சபையில் சேர்ந்து குரு பட்டம் பெற்றுச் சென்னையிலும் தொண்டு புரிந்தார்.

இரேனியஸ் பாதிரியார் முகவை இராமானுசக் கவிராயரிடத்தில் தமிழ் கற்றுத் தேர்ந்தவர். அதனால் அவர் பிழையற்ற தெளிவான தமிழ் நடையில் பல நூல்களை இயற்றினார். இவர் இயற்றியன அனைத்தும் உரைநடை நூல்களாகும்.

இவர் திருப்பாற்கடல் கவிராயரிடமும் பதினான்கு ஆண்டுகள் தமிழ் இலக்கண, இலக்கியங்களைக் கற்றார். அவர் பல தமிழ்ப் புலவர்களிடம் நட்புக் கொண்டிருந்தார்.

அவர் நூல் வெளியீட்டுச் சங்கம் ஒன்றை நிறுவி,அதன் வழியே ''பூமி சாஸ்திர நுல்'' என்ற நூலை எழுதி 1832 ஆம் ஆண்டு வெளியிட்டார். இது நில நூலாகும். ''பல வகைத் திருட்டாந்தம்'' (பல வகைச் சான்று அல்லது எடுத்துக்காட்டு) என்ற பொது அறிவு நூல் ஒன்றையும் இலக்கண நூல் ஒன்றையும் எழுதியுள்ளார். (இரேனியஸ் விவிலிய மொழிபெயர்ப்பு இ.ச.க தொகுதி- 13 :1826)

5. வாணிபம், தொழில், வேளாண்மை

கல்கத்தாவில் வாணிபச் செழிப்பு

கிழக்கிந்தியக் கம்பெனி வாணிப ஏறுகால் இறங்குகால்களினால் வருந்தியதாலும் அபின் வாணிபம் படுத்ததாலும் தன் வாணிபத்தில் ஒரு பகுதிஎயக் கைவிட்டது. அதனால் கல்கத்தாவிலிருந்த ஐரோப்பியர் சிலரும் பெருங் கொண்ட கைமுதல் வைத்திருந்த வணிகச் சீமான்களும் செழுமையான வளர்ச்சி காண்பதற்கு இக்கால கட்டத்தில் வழி திறந்தது.

மேலும் பரிசுக் சீட்டுகள் நடத்தி, அதில் வந்த வருவாயைக் கொண்டு டௌன் ஹால், ஸ்டிராண்டு சாலை போன்ற வெகு நேர்த்தியான பொதுப் பணிகளை நிறைவேற்றினர். சாலைகளையும் அமைத்தனர்.

கல்கத்தாவில் 1804 ஆம் ஆண்டில் ஆறு ஆயுள் காப்பீட்டு நிறுவனங்கள் இருந்தன. இந்த எண்ணிக்கை 1832 ஆம் ஆண்டில் பதினைந்தாய் மிகுந்தது. கிதர்ப்பூர் கப்பல் கட்டுந் துறையில் 1780-1800 ஆகிய ஆண்டுகளுக்கிடையில் முப்பத்தைந்து கப்பல்கள் கட்டப்பட்டிருக்க,1800 தொட்டு 1805 முடிய ஐந்தாண்டுகளில் எழுபத்தைந்து கப்பல்கள் கட்டப்பட்டன.

கல்கத்தாவின் 1790 ஆம் ஆண்டு பதினைந்து முகவர் நிறுவனங்கள் மட்டுமே *(Managing Agency Companies)* செயல்பட்டு வந்தன. அது 1814 ஆம் ஆண்டில் பதினான்கு ஸ்காத்திய நிறுவனங்கள், பத்து ஆங்கில நிறுவனங்கள், பன்னிரண்டு அர்மீனிய நிறுவனங்கள், இரண்டு போர்த்துக்கீச நிறுவனங்கள் என்று இவ்வணிக அமைப்புகளின் எண்ணிக்கை முப்பத்தெட்டாய் உயர்ந்தது.

தனிப்பட்ட இந்நிறுவனங்களின் எண்ணிக்கைப் பெருக்கம் குறிப்பிடத்தக்க வாணிப வளர்ச்சியாகும்.

6. பொருளியல், நிதியியல்

இந்துத்தான் வங்கி நொடிப்பு

நாமறிந்த வரையில் இந்தியத்தில் பம்பாயில்தான் முதல் வங்கி 1720 ஆம் ஆண்டு அமைக்கப்பட்டது என்பது தெரிகின்றது. அது பம்பாயை இடமாய்க் கொண்டு பேங்கு ஆஃப் பாம்பே *(Bank of Bombay)* என்ற பெயரில் தொடங்கப் பெற்றது. எனினும் 1 770 ஆம் ஆண்டில் பேங்கு ஆஃப் இந்துத்தான் *(Bank of Hindustan)* என்ற வங்கி அமைந்தது. இந்த வங்கியை நிறுவிய ஐரோப்பிய நிறுவனம் நொடித்துப் போனதால், இந்த வங்கியும் 1832 ஆம் ஆண்டு வீழ்ந்தது என்ற செய்தி இங்கே சொல்லப்படுகின்றது.

(சென்னையில் 1795 இல் மதராஸ் வங்கி என்ற பெயரில் ஒன்றும் ,1798 இல்

கர்நாடக வங்கி என்ற இன்னொன்றும் 1825 இல் ஏசியாட்டிக்கு வங்கி என்ற ஒன்றும் அமைந்த செய்தி முன்னர் இக்களஞ்சியத்தின் பத்தாம் தொகுதியில் கூறப்பட்டுள்ளது.)

கல்கத்தாவில் நடைபெற்று வந்த அலெக்சாந்தர் அண்டு கம்பெனி (*Alexander and Company*) என்ற முகவர் நிறுவனம் தனது கிளையாய் 1770 ஆம் ஆண்டில் இந்துத்தான் வங்கி என்ற மேற்சொன்ன வங்கியை நிறுவியது. அது ஐரோப்பிய வழிமுறைகளில் அமைந்த முதல் வங்கி என்று கொள்ளப்படுகின்றது. இவ்வங்கி வெளியிட்ட ரூபாய் நோட்டுகள் கல்கத்தாவிலும் அதன் அண்டைப் பகுதிகளிலும் மட்டுமே புழக்கத்தில் இருந்தன. ஏனெனில் வெளியூர் களிலிருந்த மாவட்ட ஆட்சித் தலைவர் கருவூலங்களில் அவற்றை ஏற்பதற்கு அரசு இசையவில்லை. அந்நோட்டுகள் இருந்த இடத்தில் அப்படியே ஏற்கத்தக்கன என்பதையும் அரசு ஏற்கவில்லை. அவ்வங்கி வெளியிட்ட ரூபாய் நோட்டுகளின் எண்ணிக்கை இரண்டு இலட்சத்திலிருந்து இருபத்தெட்டு இலட்சம் வரை இருந்தது என்பது அதன் அங்காடிப் புழக்கத்திலிருந்து தெரிந்தது. இவ்வங்கி மூன்று பெரும் நெருக்கடிகளையும் தாங்கி நின்றது.

லெட்டினண் சாமர்ஸ் (*Lt.Chalmers*) மூன்றாம் மைசூர்ப் போரின்போது (1790-1792 இ.ச.க 10:1791) 1791 ஆம் ஆண்டு நவம்பர் 3 அன்று மைசூர்ப் படையிடம் அடி பணிந்தார் என்ற செய்தி வந்ததும், கல்கத்தாவில் 1791 ஆம் ஆண்டு பெரிய நிதி நெருக்கடி உண்டானது. அது இவ்வங்கியையும் இன்னலுக்குள்ளாக்கியது. ஆனால் இந்துத்தான் வங்கி அரசின் உதவியைக் கோரி நிலைமையைச் சீர் செய்து விட்டது.

பின்னர் சில கள்ள நோட்டுகள் வெளி வந்ததால். 1819 ஆம் ஆண்டு இவ்வங்கிக்கு இன்னொரு சிக்கல் ஏற்பட்டது. உடனே கள்ள நோட்டையும் நல்ல நோட்டையும் கண்டு பிடிக்கும் முறைகளை வங்கி பொதுமக்களுக்கு விளக்கியது. வங்கியின் நோட்டுகளைக் குறிப்பிட்ட ஒரு நாளில் கொண்டு வராவிடில், அதற்குரிய பணம் கிடைக்காது என்ற தவறான எண்ணம் மக்களிடையே பரவுவதற்கு அந்த விளக்கம் வழி செய்துவிட்டது. அதனால் மக்கள் கிலிகொண்டு வங்கியை நெருக்கினர். அப்போது புழக்கத்திலிருந்த நோட்டுகள் அனைத்தும் - அவை சுமார் 15 இலட்சம் ரூபாய் மதிப்புள்ளனவாகும் - வங்கிக்கு வந்து விட்டன.

மக்கள் அவையனைத்தையும் இன்னலின்றி மாற்றிக் கொள்வதற்கு வங்கி ஏற்பாடு செய்தது. பொது மக்களுக்குக் கள்ள நோட்டுப் பற்றித் தெரிவித்த விளக்கத்தின் மெய்யான நோக்கத்தைத் தெளிவாக்கிய பின்னர், சில மணி நேரத்திற்குப் பிறகு பழைய நோட்டுகள் மீண்டும் வெளியாயின.

முகவர் நிறுவனங்கள் நொடிப்பு

பாமர் அன் கம்பெனி (*Palmer and Company*, இ.ச.க தொகுதி-12) 1830 ஜனவரியில் ஐதராபாதில் நொடித்ததும் கல்கத்தாவில் பெருத்த கிலி ஏற்பட்டுவிட்டது. அது இந்தியத்தில் இதற்கு முன்னர் எக்காலத்திலும் ஏற்பட்டிராத ஒரு நெருக்கடியாயிருந்தது. அந்தச் சூறாவளியில் பழைய நிறுவனங்கள் அனைத்தும் சிக்கிக் கொண்டன. இந்திய அரசு ஐரோப்பிய முகவர் நிறுவனங்களுக்கு, பெரிதும் ஸ்காத்திய நிறுவனங்களுக்குப் பெருந் தொகையைக் கடனாய்க் கொடுத்திருந்தது. இந் நெருக்கடியில் அரசு தன் நலன்களைக் காத்துக் கொள்வதற்காக அந்தக் கடன்கள் முழுவதையும் திரும்பிவாங்கிக் கொண்டது. இதனால் பல பெரிய நிறுவனங்கள் வேரற்ற மரம் போல் வீழ்ந்தன.

ஸ்காட்டு அன் கோ *(Scott & Co.,)* அலெக்சாந்தர் அன் கோ *(Alexander & Co.,)* இரண்டும் 1832 இல் வீழ்ந்தன. மக்கின்டேஷ், கால்வின், ஃபெர்குசன் முதலிய நிறுவனங்கள் 1833 இல் வீழ்ந்தன. இரட்டண்டன் மக்கில்லோப்ஸ் 1834 இல் நொடித்தது. இந்நிறுவனங்கள் நொடித்து விழுந்ததற்கு உடனடிக் காரணமாயிருந்தது அவுரியில் நடந்த சூது பேர வாணிபமாகும். அவுரி விலை திடீரென்று ஏறவும் இறங்கவும் செய்யும். அதன் விலை 1813 இல் மணங்கிற்கு 130 ரூபாயிலிருந்து 1824 இல் 300 ரூபாயாகி 1832 இல் 145 ரூபாயாய் விழுந்தது.

இவ்வாண்டில் நொடித்து விழுந்த அலெக்சாந்தர் அண்டு கம்பெனியின் துணை நிறுவனமான இந்துத்தான் வங்கியும் விழுந்துவிட்டது.

பத்தொன்பதாம் நூற்றாண்டில் ஏராளமான வங்கிகள் தோன்றின. அல்லது அவை ஒன்றுடனொன்று இணைந்தன. நாடு தழுவிய அளவில் பல முக்கியமான நகரங்களில் இவ்வங்கிகள் திறக்கப்பட்டன. இந்திய வரலாற்றின் இக்கால கட்டத்தில் வங்கிகளின் தோற்றம் குறிப்பிடத்தக்கது என்பதை மேலே சொல்லக் காணலாம்.

Tandon, Prakash : Banking Century, A Short History of Banking in India and the Pioneer-Punjab National Bank, New Delhi 1988

The House of Binny, Madras, 1969

1832

7. போக்கு வரவு

நீராவிக் கப்பல்களுக்குச் சுழல் பொறி கண்டுபிடிப்பு

நீராவிக் கப்பல்கள் எதிர்காலத்தில் வரப் போகின்றன என்று ஆங்கிலேயரான ஃபிரான்சிஸ்கன் சபைத் துறவியும் கண்டு பிடிப்பாளருமான ரோஜர் பேக்கன் *(Roger Bacon, 1214-1292,* 1267 ஆம் ஆண்டே வருவதுரைத்துவிட்டார். அவர் இருபதாம் நூற்றாண்டில் வந்துவிட்ட விமானம், தொலைக்காட்சி முதலியனவும் வரப்போவது குறித்து அதே ஆண்டில் கூறியிருந்தார்.

ஆங்கிலப் பொறியாளரான தாமஸ் சேவரி *(Thomas Savery,* சு.*1650-1715;* இவர் டேவோன் கோட்டத்தின் சில்ஸ்டோன் என்ற ஊரில் பிறந்தவர்.) நிலக்கரிச் சுரங்கங்களிலிருந்து நீரை இறைப்பதற்குச் செப்பமில்லாத நீராவிப் பொறி ஒன்றை 1698 ஆம் ஆண்டு செய்தார். இதுவே செயற் பாங்கான முதல் நீராவிப் பொறி.

அதன் பிறகு நீராவியால் இயங்கும் பலவிதமான பொறிகளைப் பொறியாளர் பலர் செய்து வந்தனர். இத்தகைய ஒரு பொறியைப் படகு ஒன்றில் பூட்டி 1787 ஆம் ஆண்டு அமெரிக்கத்தில் ஜான் ஃபிச்சு *(John Fitch)* என்றவரும் ஜேம்ஸ் ராம்சே *(James Ramsay)* என்றவரும் முறையே டெலவேர் ஆற்றிலும் போட்டோமாக்கு ஆற்றிலும் செலுத்திக் காட்டினர். இதற்கடுத்த ஆண்டில் செயல் சாத்தியமான முதல் நீராவிப் படகை ஸ்காத்தியரான வில்லியம் சைமிங்டன் *(William Symington)* செலுத்திக் காட்டினார். அடுத்து 1807ஆம் ஆண்டில் இராபட்டு ஃபுல்டன் *(Robert Fultion, 1765-1815)* என்றவரும் ஒரு நீராவிப் படகைக் கட்டினார் (இ.ச.க.தொகுதி-9:1767-புள்ளி,1788-புள்ளி இ.ச.க.தொகுதி-11:1801-புள்ளி) எனினும் அவர்களில் எவரும் வணிக நோக்குடன் இவற்றைக் கட்டவில்லை.

ஆயினும் பலர் பல நாடுகளில் நீராவிக் கப்பல்களை உருவாக்கத் தொடங்கி. அதில்

வெற்றியும் கண்டனர். உலகக் கடல்களில் நீராவிக் கப்பல் சிறுகச் சிறுகச் சுற்றி வரத் தொடங்கிவிட்டது. இருப்பினும் பாய்மரக் கப்பல்களின் ஏற்றம் 1835 வரை தொடர்ந்து நீடித்தது என்பர் வரலாற்றாசிரியர்.

உலோகத்தால் செய்த நீராவிக் கப்பல்களில் பல சாதகக் கூறுகள் இருந்தன. அவற்றில் விசைமிக்க எஞ்சின்கள் பொருத்தப்பட்டிருந்தன. மேலும் ஆயிரக்கணக்கான சீர்திருத்தங்கள் நீராவிக் கப்பல்களில் செய்யப்பட்டன. இருபதாம் நூற்றாண்டின் தொடக்கத்தில் நிலக்கரிக்கு மாற்றாய் எண்ணெய் கப்பல்களில் எரிபொருளாய்ப் பயன்படுத்தப்படத் தொடங்கியதற்கு முன்னரே. நீராவிக் கப்பல்கள் பெரிய அளவில் முன்னேற வெகு வேகத்துடன் உண்டான இச்சீர்திருத்தங்கள் துணை புரிந்தன.

சுழல் பொறி (propeller) 1832 ஆம் ஆண்டு கண்டுபிடிக்கப்பட்டதும்தான் நீராவிக் கப்பல் ஐயத்திற்கிடமின்றி முன்னேற்றம் கண்டது. எனினும் எஃகினால் ஆன கொதிகலன்கள் கப்பல்களில் பயனுக்கு வந்தபிறகுதான், நீராவியின் மிகு அழுத்தத்தையும், அதன் விளைவாய்க் கூடுதலான விசை வேகத்தையும் நீராவிக் கப்பல்களால் பெற முடிந்தது.

Toussaint, Auguste : History of Indian Ocean, Translated From French into English by Julie Guichamaud, London, 1966.

8. மக்கள்

(அ) காமாக்கியாள் கோயிலில் நர பலி நிறுத்தம்

1832

இறைவனை ஆற்றுப்படுத்துவதற்காக மனிதரைப் பலியிடும் மரபு சமயத் தொடர்புடையதாகவே வரலாற்றில் இருந்து வருகின்றது. நாகரிகம் முதிர்ந்த தென்னமெரிக்க அசுடெக்குகள் தம் இறைவனான மனிதரைப் பலியிடும் வழக்கம் பதினாறாம் நூற்றாண்டு வரை இருந்தது. நாகரிக முதிர்ச்சியுற்ற ஆப்பிரிக்கர் இறந்து போன ஆண்டையர்க்காக அவரின் ஈமச் சடங்கில் அடிமைகளைப் பலியிடும் வழக்கம் பதினெட்டாம் நூற்றாண்டு வரை இருந்தது.

சுமார் கி.பி.730 வாக்கில் நிலவிய சம்ஸ்கிருத நாடகாசிரியரான பவபூதி தனது ''மாலதி-மாதவ'' என்ற நாடகத்தில் சாமுண்டி என்ற காளிக்கு நரபலியிடப்பட்டதை விவரிக்கின்றார். நர்மதையாற்றின் நடுவிலுள்ள மந்தத என்ற தீவில் காளியை ஆற்றுப்படுத்துவதற்காக நரபலியிடப்பட்டது என்றொறு கதையுமுண்டு. விக்கிரமாதித்தன் கதையில் அம்மன்னர் தன்னையே காளிக்குப் பலியிடும் நிகழ்ச்சி உள்ளது. தமிழகக் கோயில்களில் வரலாற்று இடைக்காலத்தில் தம் கழுத்தைத் தாமே அறுத்துக் கொள்ளும் வெட்டுவான்கள் இருந்தனர் என்பதையும் அறிகின்றோம். பயங்கரி, சாமுண்டி, காளி என்ற பெயர்களால் அழைக்கப்படும் சக்தி தேவியான இறைவிக்கு மனிதரைப் பலியிடும் வழக்கம் எப்போது தோன்றியது என்பது தெரிந்திலது.

அசாமில் குவாகத்தியிலிருந்து வடமேற்கில் சுமார் 22 கிலோ மீட்டரில் ஹாஜோ என்ற ஊர் உள்ளது. அங்கு அயகரீவனுக்கு ஒரு கோயில் இருக்கின்றது. முஸ்லிம்கள் அசாமின் மீது படையெடுத்த வேளையில் தங்கிய இடங்களில் ஒன்றான இவ்வூர் கூச்சு பிகாரில் அமைந்துள்ளது. *(கூச்சு பிகார் -இ.ச.க.தொகுதி-8 :1772 கட்டுரை)*

அசாமில் வைணவம் பரவியபோது திருமாலின் பத்து அவதாரங்களும் மக்களிடையே சிறப்பிடம் பெற்றன. சுமார் கி.பி. 650 இல் செழித்திருந்த வட மொழிப்

புலவரான பாணபட்டர் தனது ஹர்ஷ சரித்திரம் என்ற நூலில். கி.பி. ஏழாம் நூற்றாண்டில் அரசோச்சிய பாஸ்கரனை வைணவன் என்கிறார். சீன நாடோடியான யுவான்-சுவாங்கு *(602-664)* பாஸ்கர வர்மனை நாராயண தேவனது குடியினர் என்கின்றார்.

அயக்கிரீவர்

அயக்கிரீவரான திருமால் இங்குள்ள மணிகூட மலையில் கோயில் கொண்டிருக்கின்றார். திருமால் ஒரு நாள் அரிதுயில் கொண்டிருந்த வேளையில், பிரமன் அவரது உந்திக் கமலத்தில் உறைந்தார். அப்போது மது, கைடபன் என்ற அசுரர் இருவர் பிரமனிடமிருந்து மறைகளைத் திருடி ஒளித்து வைத்து விட்டனர். பிரமன் அதைத் திருமாலிடம் முறையிடவே, அவர் குதிரை முகத்தோடு கூடிய அயக்கிரீவனாய்ச் சென்று இரசா தலத்திலிருந்த மறைகளை மீட்டுப் பிரமனிடம் ஒப்படைத்தார். பிறகு அவர் களைப்பு மேலீட்டால் பாற்கடலின் வட கிழக்கில் உறங்கப் போய்விட்டார் என்பது தொன்மக் கதை.

பழைய ஹாஜோ நகரம் காலா பகார் என்ற முஸ்லிமின் படையெடுப்பால் அழிக்கப்பட்டது. கோனர்க்கக் கோயிலிலும் நற்கலையழிவு செய்தவர் காலா பகாரேயாவார். ஹாஜோவில் இன்றுள்ள அயக்கிரீவர் கோயில் *1583* இல் சுக்கிலத்துவசனின் மகனான இரகு தேவ நாராயணனால் கட்டப் பெற்றது. அப்போது நடந்த குட முழுக்கில் மனிதப் பலியும் இக் கோயிலில் தரப்பட்டது, இதிலிருந்து வைணவ சமயத்திலும் மனிதரைப் பலியிடும் வழக்கம் இருந்ததென்பதை அறிய முடிகின்றது.

1832

காமகிரியும் காமாக்கியாள் கோயிலும்

இறைவியான சக்தி மிக நீண்ட சிற்றின்ப நுகர்ச்சிக்காகக் காமகிரி மலையில் ஈசுவரனை மறைவாய்ச் சந்திப்பது வழக்கம். சக்தி தேவி இறந்ததும் பெருந்துயருற்ற சிவன் அவளுடலைத் தலையில் ஏற்றிவைத்துப் பாரெல்லாம் திரிந்தார். அப்போது அவளது உடலிலிருந்து உறுப்புகள் பிரிந்து உலகில் பல இடங்களில் விழுந்தன.

காமகிரி மலையில் அவளது யோனி வந்து விழுந்தது. அதனால் அம்மலை நீல நிறமாய்த் தோன்றியது. ஆதலால் அம்மலையானது தேவியின் காமம் நிகழ்ந்த இடமாயும் அவளது இடுகாடாயும் கொள்ளப்படலாயிற்று. *(இ.ச.க தொகுதி-13 :1826-கட்டுரை)*

இந்நிகழ்ச்சி நடந்த இடத்தைத் குறிக்க. அங்கு காமாக்கியாளுக்கு - சக்கி தேவிக்கு ஒரு கோயிலை எழுப்பினர். அக்கோயிலில் இறைவியின் உருவம் எதுவுமிலது. எனினும் கோயிலின் அடியிலுள்ள ஒரு பாறையில் ஒரு சிறு சந்து காணப்படுகின்றது. அது சக்தியின் யோனியாக விளங்குகின்றது. அக்குகைக்குள் இயற்கையாய் அமைந்துள்ள ஊற்றினால், அந்தச் சந்து எப்போதும் ஈரப்பதத்துடன் இருக்கின்றது. இங்குள்ள இறைவியான காமாக்கியாள் அன்பினாலும், பலியிட்டும் வணங்கப்படுகின்றாள்.

இக்கோயில் *1565* ஆம் ஆண்டு நிறுவப்பட்டபோது *140* பேரின் தலைகள் செம்பினாலான தட்டுகளில் வைத்துக் காமாக்கியாளுக்குப் படைக்கப்பட்டன. செம்பு இந்த இறைவியின் வழிபாட்டுடன் தொடர்புடையது. அவளுக்குப் பலியாவதற்கென்றே போகி என்ற வகுப்பினர் முன்னர் இருந்தனர். அவர்கள் தாமே

மனமுவந்து தம்மை இந்தக் கோயிலில் பலியிட்டுக் கொண்டனர்.

காமாக்கியாள் கோயிலில் 1832 ஆம் ஆண்டுவரை மனிதப் பலி நடந்து வந்தது. பிரிட்டிசார் இப்பழக்கத்தை அந்த ஆண்டில் தடை செய்தனர். இன்று இக்கோயிலில் ஆடுகள் பலியிடப்படுகின்றன. இக்கோயில் அகோரி என்ற பழங்குடி மக்களிடையே மிகுந்த செல்வாக்குப் பெற்றது.

இந்தியத்தின் சில பகுதிகளில் வாழ்ந்த பழங்குடியினரிடையிலும் நரபலியிடும் வழக்கம் இருந்தது. அது பற்றி உரிய காலத்தில் சொல்வோம்.

இன்றும் நம் நாட்டில் பல்வேறு காரணங்களுக்காக நரபலியிடும் நிகழ்ச்சி ஆங்காங்கே நடைபெறுவதை நாம் அறிவோம்.

(ஆ) தெரு நாய்களுக்காகப் பம்பாயில் வகுப்புக் கலவரம்

தெருவில் கண்ட மேனிக்குத் திரியும் நாய்களைக் கொல்லவேண்டுமென்று 1832 இல் அரசு ஓர் ஆணை பிறப்பித்தது. இதன் காரணமாய்ப் பம்பாய் நகரில் இந்துக்களுக்கும் பார்சிகளுக்கும் ஜூன் 7 அன்று வகுப்புக் கலவரங்கள் நடந்தன.

8. பொது

(அ) ஆங்கில, பிரஞ்சு மொழிகளில் ''சோஷலிசம்''

பொதுவுடைமைக் கோட்பாடு, பொதுநலக் கூட்டுத் தத்துவம் என்னும் பொருள் தருகின்ற சோஷலிசம் (*Socialism*) என்ற ஆங்கிலச் சொல்லின் வேர் இலத்தீன் மொழியில் உள்ளது. இச்சொல் 1832 முதல் ஆங்கில, பிரஞ்சு மொழிகளில் ஆளப்பட்டு வருகின்றது.

(ஆ) முதல் ஊற்றுப் பேனா

ஆடைப் பையில் எடுத்து செல்வதற்கு வசதியாய் மூடியுடன் கூடிய ஊற்றுப் பேனா (*fountain pen*) 1832 ஆம் ஆண்டில் மை அடைத்ததும், மை அடைத்த குழாயை அழுத்தினால் மை கசிந்து எழுதக் கூடியதுமான ஒருவகை வெள்ளிப் பேனா பாரிசில் இருந்தது.

எனினும் மை சீராய் ஒழுகி எழுதக் கூடிய வழி காணப்படாமல் இருந்தது. அதற்கு லூவிஸ் எட்சன் வாட்டர்மேன் என்ற நியூயார்க்கு நகரத்துக்காரர் வழி கண்டார். அவர் ஆயுள் காப்பீட்டு விற்பனையாளராயிருந்தார்.

சீராய் மை ஒழுகாத பேனாவினால் மை திடீரென்று கசிந்து ஆயுள்காப்பீட்டு விண்ணப்பத்தாளில் கொட்டவே, வாட்டர்மேன் பெருந் தொகைக்கான காப்பீட்டு ஒப்பந்தத்தையே இழக்க நேரிட்டது. ஏனெனில் அவரிடம் அப்போது ஒரே விண்ணப்பத்தாள் மட்டுமே இருந்தது. அதனால் அவர் மாற்றுப் பேனா ஒன்றைக் கண்டுபிடிப்பதற்காகப் பல ஆய்வுகளைச் செய்தார். அவருக்கு 1884 இல் வெற்றி கிடைத்தது. அவர் ஒரே நேரத்தில் மையும் காற்றும் எதிரெதிர்த் திக்குகளில் பாய்வதற்கு வசதியாய் வரிகளுடன் கூடிய ''ஊட்டுவான்'' (*feeder*) ஒன்றைக் கண்டுபிடித்தார். நாம் இன்று எழுதப் பயன்படுத்தும் பேனா உருவாக, அதுவே காரணமாய் அமைந்தது.

9. பிறப்பு

(அ) சி.வை. தாமோதரம் பிள்ளை (1832-1901)

சங்க இலக்கியங்களை முதன் முதலில் அச்சிட்டுப் பதிப்பித்த சி.வை. தாமோதரம் பிள்ளையவர்கள் 1832 ஆம் ஆண்டு ஈழ நாட்டில் பிறந்தார். பழந்தமிழ் நூல் பதிப்பாளர்களில் முதலிடம் பெறும் இவரைப் பற்றிய செய்திகள் இனி வரும் தொகுதிகளில் அவ்வக்காலங்களில் இடம் பெறும்.

(ஆ) கீதைக்கு உரை செய்த பொன்னம்பல சாமிகள்

பொன்னம்பல சாமிகள் (1832-1904) என்ற தமிழ் விற்பன்னர் 1832 இல் பிறந்தவர். இவர் கீதைக்கும் வேதாந்த சூடாமணிக்கும் உரை செய்தவர். மேலும் விசார் சபிகர் என்ற இந்தி நூலைத் தமிழில் மொழி பெயர்த்தார்.

(இ) வாவில்ல இராமசாமி சாஸ்துருலு (1832-1891)

தெலுங்கு மொழி, இலக்கிய, இலக்கண வளர்ச்சிக்கென்று அச்சகம் நிறுவிப் பல நூல்களை வெளியிட்ட வாவில்ல இராமசாமி சாஸ்துருலு (1832-1891) 1832 ஆம் ஆண்டு பிறந்தார். அவர் நிறுவிய வாவில்ல அச்சகம் இன்றும் வட சென்னையில் இயங்கி வருகின்றது.

(ஈ) சர் வில்லியம் குரூக்ஸ் (1832-1919)

சர் வில்லியம் குருக்ஸ் (Sir William Crookes, 1832-1919) இலண்டனில் 1832 ஆம் ஆண்டு பிறந்தார். இவர் வேதியிலார், இயற்பியலார். மிகுந்த காற்றொழிந்த வெறுமை வழியே மின்சாரத்தைச் செலுத்தி இவர் ஆராய்ந்த காலையில் '' அண்டத்தின் அடிப்படைப் பொருளின்'' பகுதியான எதிர் மின்னேறிய துகள்களாகிய ''கத்தோடு ஒழுக்கைக்'' (Cathode Sream) கண்டுபிடித்தவர். இவர் சுகாதாரம் பற்றிய வல்லுநர். தாலியம் (thalium) என்ற தனிமத்தை 1861 இல் கண்டுபிடித்தார். கதிரிய மானியை (radiometer) 1873-1876 காலத்தில் உண்டாக்கினார்.

10. இறப்பு

(அ) சர் வால்டர் ஸ்காட்டு (1771-1832)

சர் வால்டர் ஸ்காட்டு (Sir Walter Scolt, 1771-1832) ஸ்காத்லந்தின் தலைநகரான எடின்பரோவில் 1774 ஆம் ஆண்டு ஆகஸ்டு 15 இல் பிறந்தார். இவரது இலக்கிய வாழ்க்கை தொடக்கத்தில் பாப் புனைவதிலேயே தோன்றியது. அவர் அக்காலத்தில் பெரிதும் பாடல்களையே எழுதினார். அவர் புனைந்த The Border Ministrelsy போன்ற கதைப் பாடல்கள் (ballads) அவரைப் புகழடையச் செய்தன.

அவர் அதன்பிறகு புதினங்கள் எழுதத் தொடங்கினார். அவை பெரிதும் வரலாற்றுப் புதினங்களாய் அமைந்தன. குறிப்பாய் ''வேவர்லி'' (Waverly) உள்பட வேவர்லி வரிசை நாவல்களும் ''ஜவன்ஹோ'' (1819) ''டாலிஸ்மன'' (1825) ஆகியனவும் குறிப்பிடத்தக்கனவாகும். ஸ்காட்டு 1832 ஆம் ஆண்டு செப்டம்பர் 21 அன்று இறந்தார்.

(ஆ) ஜெரமி பெந்தம் (1748-1832)

நற்பயனுடைய செயலெலாம் நற்செயலே என்னும் பயனெறிமுறைக் கோட்பாட்டைத் (*utilitarianism*) தோற்றுவித்த ஆங்கிலேயரான ஜெரமி பெத்தம் (*Jeremy Bentham, 1748-1832*) 1748 ஆம் ஆண்டு இலண்டனில் பிறந்த மெய்யியலார், சமூக சீர்திருத்தக்காரார்; சட்ட வல்லுநர்.

மக்கள் சமூக அமைப்பு முறைகளின் மதிப்பை அவை செயல்படும் விதத்தை வைத்துக் கணிக்க வேண்டுமென்று பெந்தம் நம்பினார். ஏராளமான மக்களுக்கு ஏராளமான நன்மை விளைவிக்கும் வகையில் சமூகம் அமைக்கப்பட வேண்டும்; பொது இன்னலத்திற்காக உழைக்கும் விதத்தில் எல்லா அமைப்புகளையும் மாற்றியமைத்தல் வேண்டும் என்றெல்லாம் பெந்தம் வலியுறுத்தினார். பெந்தம் வெளிப்படுத்திய கருத்துகளின் விளைவாய் வாக்களிப்பு முறை, குற்றவியல் சட்டம், ஏழையர் சட்டம், கல்வி உள்படப் பல துறைகளில் மாற்றம் ஏற்பட்டது.

(இ) ஜார்ஜஸ் குவியர் (1769-1832)

தொல்லுயிர்களை உலகிற்குக் காட்டித் தந்த ஜார்ஜஸ் குவியர் (*Georges Cuvier,1769-1832*) பிரான்சின் மாண்பிளியர்டு என்ற ஊரில் 1769 ஆம் ஆண்டு பிறந்தார். அவரின் ஆய்வுகளும் பிற செய்திகளும் முன்னர் (இ.ச.க தொகுதி-10:1795-கட்டுரை) சொல்லப்பட்டிருந்தன.

இம்மண்ணுலகின் தொல் வரலாற்றை மிகத் துல்லியமாய்க் கணித்தறிவதற்கு வழிவகுத்த அறிவியலாரின் வரிசையில் குவியர் இடம் பெற்றுள்ளார். இவர் பெருந்தலையும் பெரிய மூளையும் உடையவராயிருந்தார். குவியர் 1832 ஆம் ஆண்டு இறந்தார்.

1832

(ஈ) யோகான் உல்ஃபுகாங்கு ஃபான் கதே (1749-1832)

யோகான் உலஃபுகாங்கு ஃபான் கதே (*Johanne Wolfgang Von Goethe, 1749-1832*) ஜெர்மனியின் ஃபிராங்குஃபட்டு நகரில் பிறந்த புலவர், நாடகாசிரியர், நாவலாசிரியர். இவர் தன் நாடகங்களால் ஜெர்மானியரின், நாட்டின் உணர்ச்சியைக் கவர்ந்து கொண்டவர்.

கதே 1775 முதல் வெய்மார் நகரில் வாழ்ந்து வந்தார். அவர் 1776 முதல் உணர்ச்சிப் பாடல்களை (*lyrics*) எழுதிவந்தார். அவருக்குப் பல பெண்களுடன், குறிப்பாய்ச் சார்லோட்டி ஃபான் ஸ்டீன் என்ற பெண்ணுடன் ஏற்பட்ட தொடர்பினால் உண்டான உணர்ச்சிப் பெருக்கே இப்பாடல்கள் எழுதக் காரணமாயிருந்தன. அவர் எழுதியவற்றுள் மிகச் சிறந்தது என்று கொண்டாடப் பெறுவது ''ஃபாஸ்டு'' (*Faust*) என்ற அருங்காவியமாகும். இக்காவியம் 1808,1832 ஆகிய இரண்டாண்டுகளில் இரண்டு பாகங்களாய் வெளி வந்தது. (இ.ச.க தொகுதி-7 :1820-புள்ளி) ஒருவன் தன் ஆன்மாவைச் சாத்தானுக்கு விற்றுவிடுவதைப் பற்றிய கதை ''ஃபாஸ்டு'' ஆகும்.

கதே 1832 மார்ச்சு 22 அன்று இறந்தார்.

1833

1833

அரசியல்

கம்பெனியின் வாணிப உரிமை முற்றிலும் மறைதல்
1833 ஆம் ஆண்டுச் சட்டம்
எகிப்து விடுதலை; எகிப்து வரலாறு
துபாயில் அல்-மக்தும் குடி ஆட்சி தொடக்கம்
ஃபாக்குலந்தில் பிரிட்டீசுக் குடியேற்ற ஆட்சி

அறிவியல்

புவி வளரியல் ஆராய்ச்சி- அகாசீ
கணைய நொதி கண்டுபிடிப்பு
இறைப்பை நீர்கள், செரிமானம்-ஆய்வு

சட்டம். நீதியாட்சி

பிரிட்டீசுப் பேரரசில் அடிமை முறை சட்டப்படி ஒழிப்பு
பிரிட்டனில் தொழிற்சாலைச் சட்டங்கள் சீர்திருத்தம்

கல்வி

பழம் ஏடுகளைக் அழிவிலிருந்து காத்த கர்சான்
இந்தியர்க்கு ஆங்கிலக் கல்வி -மெக்காலே
சம்ஸ்கிருத நூல்களைக் கிரேக்கதில் ஏற்றியவர்
பிரான்சில் தொடக்கப் பள்ளிச் சட்டம்

தொழில், வாணிபம், வேளாண்மை

கருவாமரம் கேரளம், தமிழகத்தில் அறிமுகம்
அமெரிக்கத்திலிருந்து இந்தியத்திற்குப் பனிக்கட்டி

பொருளியல், நிதியியல்

இந்தியம் முழுமைக்கும் நாணய முறை

போக்குவரவு
அட்லாண்டிக்கைக் கடந்த முதல் நீராவிக் கப்பல்

இயற்கைச் சீற்றம், பஞ்சம்
ஜப்பானில் கொடிய பஞ்சம்

மக்கள்
அகாசீ
சதி ஒழிப்பை எதிரான விண்ணப்பம் தள்ளுபடி
பிரிட்டீசுப் பேரரசில் அடிமை முறை ஒழிப்பு
அமெரிக்கத்தில் அடிமை ஒழிப்பு இயக்கம்
ஃபிலடெல்ஃபியத்தில் அடிமை ஒழிப்புச் சங்கம்
பிரிட்டன் தொழிற்சாலைச் சட்டங்கள் சீர்திருத்தம்

வரலாறு
எகிப்து

தொல்லியல்
மொழி ஒப்பியல் ஆய்வு முன்னோடியர்

பிறப்பு
இராபட்டு கிரீன் இங்கர் சால் (1833-1899)
ஆல்ஃபிரடு பெர்னார்டு நோபல் (1833-1896)
சார்லஸ் பிராடுலா (1833-1891)

இறப்பு
இராசா இராம மோகனர் (1772-1833)
வில்லியம் வில்பர்ஃபோர்ஸ் (1759-1833)

1833

1. கிழக்கிந்தியக் கம்பெனியின் வாணிப உரிமை முற்றிலும் மறைதல்

பிரிட்டீசு அரசு இருபதாண்டுகளுக்கு ஒரு முறை கிழக்கிந்தியக் கம்பெனியின் வாணிப உரிமை ஆவணத்தைப் புதுப்பித்து வருவது வழக்கமாகும். இதைப் பற்றிய செய்திகள் இக்களஞ்சிய வரிசையில் ஆங்காங்கு அந்தந்தக் காலப்பகுதியில் சொல்லப்பட்டு வருகின்றன.

இந்தியத்தை ஆள்கின்ற மேலாண்மை எங்கு அமைந்துள்ளது என்பதை வரையறுக்கும் விதத்தில், பிரிட்டனின் நாடாளுமன்றத்தில் *1773, 1784, 1793* ஆகிய ஆண்டுகளில் நிறைவேறி சட்டங்கள் இருந்தன. அவை முப்பெருஞ் சட்டங்கள் என்று அழைக்கப்பட்டுகின்றன, இச்சட்டங்கள் தோன்றிய பின்னர் கிழக்கிந்தியக் கம்பெனி என்ற வணிக நிறுவனம் பிரிட்டீசு நாடாளுமன்றத்திற்கு அடங்கிக் கட்டுப்பட்ட ஓர் அமைப்பாகவே இயங்கி வருகின்றது. அதன் உரிமங்களையும் சலுகைகளையும் நாடாளுமன்றம் கட்டம் கட்டமாய்த் தன் கைக்குள் கொண்டு வந்தது.

கம்பெனியின் வாணிப உரிமை ஆவணத்தை இருபதாண்டுகளுக்கு ஒரு முறை ஆய்ந்து நீட்டிக்கும் மரபுப்படி *1813* ஆம் ஆண்டு கொண்டு வரப்பட்ட சட்டம் *(இ.ச.க.தொகுதி-12 :1813 கட்டுரை)* இந்தியத்தில் நடந்து வந்த ஆட்சி நிர்வாக வரலாற்றில் மிகவும் குறிப்பிடத்தக்கதாகும். எனினும் இச்சட்டப்படி கம்பெனி மேலும் இருபதாண்டுக் காலம் தொடர்ந்து வணிகத்தில் ஈடுபடுவதற்கு வகைசெய்யப்பட்டு இருந்தது. ஆயினும் இந்திய வாணிபத்தில் கம்பெனிக்கு இருந்து வந்த தனிப்பேருரிமை இப்போது ஒழிக்கப்பட்டது. சீன வாணிபத்தில் மேலும் இருபதாண்டுக் காலம் தனியுரிமை செலுத்துவதற்குக் கம்பெனிக்கு இசைவு தரப்பட்டது.

இந்தியத்திலிருந்து சரக்குகளை வெளியே ஏற்றவும் அயலுலகிலிருந்து அங்கு பண்டங்களை இறக்கிக் கொள்ளவும் தனிப்பட்ட வணிகர்களுக்கு வாணிப வாய்ப்புகள் திறந்து விடப்பட்டன. இங்ஙனம் தனியார் வாணிபத்திற்கு இசைவு கிடைத்து விட்டதால், கம்பெனியின் வாணிபம் மிகவும் சுருங்கிப் போனது. அத்துடன் இந்தியத்தில் சமயப்பரப்பியர் பணி செய்வதற்கும் இசைவு வழங்கப்பட்டது. கல்விக்கும் பணம் ஒதுக்கப்பட்டது. அதனால் மக்களிடையே கல்வியைப் பரப்புவதற்கு நல்ல தொடக்கம் உண்டானது.

கம்பெனிக்குத் தனியுரிமை ஏன்?

கம்பெனியின் வாணிப உரிமை ஆவணத்தை மீண்டும் புதுப்பிக்க வேண்டிய வேளை *1833* இல் வந்ததும் வாணிபம் செய்யும் உரிமை கம்பெனிக்கு அறவே இருத்தலாகாது என்று மக்கள் இங்கிலாந்தில் கூறினர்.

இந்தியத்திற்கும் இங்கிலாந்திற்கும் நடந்து வரும் வாணிபத்தை இந்தியத்தின் பெரு நிலப் பரப்பைத் தன் கைகளில் வைத்திருக்கும் கம்பெனியின் நியாயமற்ற போட்டி எதுவும் இல்லாமல், தனி வணிகரிடம் முற்றிலும் விட்டுவிட வேண்டுமென்று இங்கிலாந்து மக்கள் உறுதியாய்க் கூறினார். ஒரு பேரரசை ஆள்பவரின் கடமைகளும்

1833

வணிகரின் கடமைகளும் ஒன்றோடொன்று இசைந்து செல்வதில்லை என்று ஆடம் ஸ்மிது *(1723-1790)* கூறியிருந்ததை அவர்கள் எடுத்துரைத்தனர்.

கம்பெனி இந்திய வாணிபத்தை அறவே கைவிடுமாயின், தம்மால் அங்கு வாணிபத்தைப் பெருக்க முடியும் என்று கிழக்கிந்தியக் கம்பெனி மீது காழ்ப்புணர்ச்சி கொண்ட இலண்டன் நகர வணிகர்களும் இங்கிலாந்தின் வணிக மையங்களில் இருந்தவர்களும் நம்பிக்கை தெரிவித்தனர். பிரிட்டனில் செல்வச் செழிப்பு மிக்கோங்கியவர்கள் எல்லாருமே கூடித் தம் கையிலிருந்த முதலின் அரிப்புத் தாங்காமல், அதைக் கொண்டு இந்தியத்தில் போட்டு, அந்நாட்டை ஒட்ட உறிஞ்சிவிடுவது என்று ஆர்ப்பரித்தது போல் இந்த எண்ணமும் நம்பிக்கையும் இருந்தன. பிரிட்டீசு அரசு அவர்களின் விருப்பத்திற்குச் செவி சாய்க்க ஆயத்தமாயிருந்தது.

ஆதலால் பிரிட்டீசு அரசு இக்கோரிக்கைகளுக்கு இணங்க *1833* ஆம் ஆண்டு உரிமை ஆவணச் சட்டத்தை நாடாளுமன்றத்தில் நிறைவேற்றியது. அதனால் கம்பெனியின் வாணிப உரிமைகள் அறவே வருவாய் இனங்களிலிருந்து தனது ஆதாயப் பங்குகளை எடுத்துக் கொண்டது.

1833

கிழக்கிந்தியக் கம்பெனி என்ற பெயர்

உலகின் முதல் பன்னாட்டு நிறுவனம் *(multi-national)* அல்லது பழமையான பன்னாட்டு நிறுவனம் என்று கொள்ளத்தக்க பிரிட்டனின் தலையாய வணிக நிறுவனத்திற்குக் கிழக்கிந்தியக் கம்பெனி என்ற பெயர் *1833* ஆம் ஆண்டில் தான் ஏற்பட்டது. அதற்கு முன்னர் *232* ஆண்டுகளாய் இந்த அகிலுலக வாணிப அமைப்பின் பெயர் *Governor and Company of Merchants of London, Trading With the East Indies* ஆகும். அதாவது ''கிழக்கிந்தியங்களுடன் வாணிபம் புரியும் இலண்டன் நகரத்து வணிகர்களின் ஆளுநர் நிறுவனம்'' என்று அது அழைக்கப்பட்டது. பிரிட்டன் *1833* ஆம் ஆண்டு அளித்த வாணிப உரிமைப் பட்டயத்தில் புதிதாயும் சுருக்கச் செறிவானதுமான ''கிழக்கிந்தியக் கம்பெனி'' *(East India Company)* என்ற பெயர் அதற்குத் தரப்பட்டது.

ஐரோப்பியத்திலிருந்து இந்தியத்திற்கு வாணிபம் செய்ய வந்த பெரும்பாலான நாடுகளின் வணிக நிறுவனங்கள் கிழக்கிந்தியக் கம்பெனி என்ற பெயரைக் கிட்டதட்டப் பொதுப் பெயர் போல் வைத்துக் கொண்டன.

இந்தியத் தலைமை ஆளுநர்

இதுவரை ''வங்கத்து வில்லியம் கோட்டைத் தலைமை ஆளுநர்'' என்று அழைக்கப்பட்டு வந்த கவர்னர் ஜெனரல்கள் இந்த ஆண்டில் நிறைவேற்றப்பட்ட சட்டப்படி இனிமேல் ''இந்தியத்தின் தலைமை ஆளுநர்'' என்று அழைக்கப் படலாயினர்.

இந்தியத்தில் தலைமை ஆளுநருக்கு உச்சவுயர் மேலாண்மை உண்டு என்பதை இப்புதிய சட்டம் மிகத் தெளிவாக்குகின்றது. மாநிலங்களின் அரசுகள் இனிமேல் தமக்கெனச் சட்டங்களை நிறைவேற்றிக் கொள்ளும் உரிமை இல்லை என்பதையும் இது காட்டியது. மாநில ஆட்சியாளர்கள் ''இன்றியமையாதன என்று கருதுகின்ற சட்டங்கள் அல்லது சட்டவிதிகளின் படிகளை அல்லது திட்டங்களை மட்டும்'' தலைமை ஆளுநரிடம் சமர்ப்பிக்க வேண்டும்.

முதல் இந்தியத் தலைமை ஆளுநர்

விரிந்து பரந்த துணைக் கண்டமான இந்திய நாட்டில் என்ன நடக்கின்றது என்பதும் அதன் முக்கியத்துவம் என்னவென்பதும் இங்கிலாந்து மக்களுக்கு மிகவும் மெதுவாய்த்தான் விளங்கலாயின. கிழக்கிந்தியக் கம்பெனி வணிகமும் போர் முறையும் ஒன்றே என்ற இலக்கணப்படி, இந்தியத்தைச் சிறுகச் சிறுகக் கையகப்படுத்தி வந்ததன் சட்ட நுணுக்கம் எதுவாயிருந்த போதிலும், கம்பெனியின் ஆளுகையில் கோடிக்கணக்கான இந்திய மக்கள் உள்ளனர் என்பதைப் பிரிட்டீசு மக்கள் உணரலாயினர். இதனால் ஏற்பட்ட இயல்பான பெருமையுணர்வை இக்கால கட்டத்துப் பிரிட்டீசு மக்களின் வாழ்க்கையின் பலதுறைகளில், இலக்கியங்களில், கலைகளில் காணமுடியும். இத்தனை பெரிய நாட்டையும் கோடிக்கணக்கான மக்களையும் ஆட்சி செய்யும் நிலையில் கிழக்கிந்தியக் கம்பெனி இருக்கவில்லை என்று அவர்கள் கருதினர்.

பிரிட்டீசு அரசு இதைக் கருத்திற் கொண்டு கம்பெனியை வரைமுறைப் படுத்துவதற்காக 1772 ஆம் ஆண்டு ஒழுங்கு முறைச் சட்டம் என்ற ஒன்றை நார்த்து பிரபு தலைமை அமைச்சராயிருந்த காலத்தில் (1770-1782) நாடாளுமன்றத்தில் கொண்டு வந்தது. இச் சட்டத்தின் சில பகுதிகள் புரட்சித் தன்மை வாய்ந்தவை; சரியான வழியைக் காட்டுவனவாயும் அமைந்தன; எனினும் இச்சட்டத்தின் பிற பகுதிகள் மிக மட்டமான முறையில் வகுக்கப்பெற்று 1773 இல் சட்டமாய் நிறைவேற்றப்பட்டன. (இ.ச.க தொகுதி-8:1773 முதல் கட்டுரை.)

1833

இச்சட்டம் சென்னை, பம்பாய், கல்கத்தா ஆகிய மூன்று மாநிலங்கள் மீது மேலாண்மையுரிமை கொண்ட தலைமை ஆளுநரை அமர்த்துவதற்கு வகை செய்தது. அதை எவ்வாறு நடை முறைப்படுத்துவது என்பது சட்டத்தில் தெளிவின்றி இருந்தது. எனினும் வாரன் ஹேஸ்டிங்சு (*Warren Hastings, 1732-1818* ஆக்ஸ்போர்டு சயர் கோட்டத்துச் சர்ச்சில் என்ற ஊரில் பிறந்தவர்.) இச்சட்டப்படி முதல் தலைமை ஆளுநரானார். அவர் வங்கத்து வில்லியம் கோட்டையிலிருந்த தலைமை ஆளுநராய்ப் பதவி ஏற்று, 1774 முதல் 1785 வரை இப்பதவியில் இருந்தார்.

இதுவரையில் 1774 ஆம் ஆண்டு வாரன் ஹேஸ்டிங்சில் தொடங்கிப் பெண்டிங்குப் பிரபு (1774-1839; ப.கா. 1833-1835) காலம் வரையிலும் பன்னிரண்டு தலைமை ஆளுநர்கள் இருந்து வந்தனர். இவர்களில் நால்வர் இடைக் காலத் தலைமை ஆளுநராயிருந்தனர்.

இந்த ஆண்டு முதல் 1833 ஆம் ஆண்டு உரிமை ஆவணச் சட்டத்தின் கீழ் இந்தியத் தலைமை ஆளுநர்கள் இந்தியத்தின் ஆட்சிப் பொறுப்பிலிருந்து வருவர். ஏற்கெனவே பழைய சட்டப்படி தலைமை ஆளுநராயிருந்து வந்த பெண்டிங்குப் பிரவு 1833 சட்டப்படி, 1833 ஆகஸ்டில் இந்தியத் தலைமை ஆளுநரானார். அவர் 1835 வரை இப்பதவியில் இருந்தார்.

சட்டங்களை முறைப்படுத்த

கிழக்கிந்தியக் கம்பெனியின் வாணிப உரிமை ஆவணத்தைப் புதுப்பிக்க வகை செய்யும் 1833 ஆம் ஆண்டுச் சட்டத்தை நிறைவேற்று முன்னர், அதை ஆயத்தப்படுத்தும் பணிகள் நடந்தன. அப்போது இந்தியத்தில் சட்டத்துறையில் ஒழுங்கில்லாத சூழ்நிலையும் குழப்பமும் இருந்து வந்தன. ஆதலால் இச்சட்டம் பிரிட்டீசு இந்தியத்தின் சட்டத்தை முறைப்படுத்துவதற்கு வேண்டிய நடவடிக்கைகளை முதன் முதலில் எடுத்தது.

இந்திய ஆட்சிப் பணியில் இந்தியர்

இந்தியர் இதுவரை இந்திய ஆட்சிப்பணி எனப்படும் ஐ.சி.எஸ். துறையில் சேர முடியாது இருந்துவந்த தடைகளையும் இச்சட்டம் நீக்கிற்று.

2. புவி வளரியல் ஆராய்ச்சி முன்னோடி அகாசீ

குவாட்டார்டு, குவியர்

நாம் வாழும் புவி பற்றிய வளரியல் அறிவைத் துலக்குவதற்காகப் பதினெட்டாம் நூற்றாண்டில் அறிவியலார் பல புதிய விளக்கங்களைப் பெற்றனர். அவர்களுள் பிரஞ்சு நாட்டைச் சேர்ந்த ஷா எட்டியன் குவட்டார்டு (*Jean Etiene Guettard, 1715-1786* இ.ச.க.தொகுதி- 6) முதல்வராவார். அவர் அமைதி தவழ்ந்து கொண்டிருக்கும் ஐரோப்பியத்தில் கனல் கக்கிய கொடிய எரிமலைகள் ஒரு காலத்தில் இருந்தன என்று தன் ஆராய்ச்சித் திறத்தால் வெளிப்படுத்தினார். இதைக்கேட்ட அன்றைய அறிவியல் உலகம் திடுக்கிட்டுத் திகைத்தது.

மற்றொரு பிரஞ்சுக்காரரான ஜார்ஜஸ் குவியர் (*Georges Cuvier, 1769-1832* இ.ச.க தெகுதி-10) பாரிஸ் நகரம் அமைந்துள்ள பகுதியில் ஒரு காலத்தில் பேரி யானைகள் என்ற மேமோத்துகள் உலவின என்று புதைந்து கிடந்த எலும்புகளைத் தோண்டியெடுத்துக் காட்டினார். மண்ணுலகைப்பற்றி அறிய வேண்டுமாயின், அந்த மண்ணை ஆராய்ந்துதான் அதற்கு விளக்கம் காணமுடியும் என்பதைக் குவியர் எடுத்துக் காட்டினார்.

இவர்களுக்கு முன்னர் வாழ்ந்திருந்த அறிஞர்கள் புவி பற்றிக் கூறிய கருத்துரைகள் அனைத்தும் வெறும் ஊகங்களின் அடிப்படையில்தான் பெரிதும் நிறுவப் பட்டிருந்தன. மேற்சொன்ன பிரஞ்சு அறிஞர் இருவரும் பூமியைத் துருவி ஆராய்ந்து தக்க சான்றுகளுடன் தம் கொள்கைகளை நிறுவினர். ஆதலால் மேலையுலகில் பன்னெடுங்காலமாய், அது வரையில் ஏற்கப்பட்டு வந்த புவியியல் கருத்துகளும் நம்பிக்கைகளும் மல்லாக்கச் சாய்க்கப் பட்டன.

பத்தொன்பதாம் நூற்றாண்டின் தொடக்கத்தில் 1807 ஆம் ஆண்டு மே 28 அன்று சுவிட்சர்லந்தின் மோசியர் என்ற ஊரில் பிறந்து பிற்காலத்தில் அமெரிக்கத்தில் குடியேறிய ஷா லூயி ருடால்ஃபு அகாசீ (*Jean Louis Rudolphe Agassiz, 1807-1873*) புவியியல் பற்றிய மற்றொரு புதிய கொள்கையை இவ்வாண்டில் முன் வைத்தார்.

அகாசி

பேரூழி என்ற பெரு வெள்ளம் மண்ணில் தோன்றிய கால முதல் உலகம் இன்றளவும் அப்படியே மாறாதிருக்கின்றது என்று நம்பி வந்த பழமையாளரை அகாசியின் கண்டுபிடிப்பு மிகுந்த ஆத்திரம் கொள்ளச் செய்தது. ''மிகுந்த உறுதிமிக்க உள்ளங்கள் கூடப் புதியதைக் கண்டு மருண்டன; தொடைநடுங்கிகளோ, அஞ்சத்தக்க ஒரு கனவில் பேயைக் கண்டதுபோல் கிலி கொண்டு ஆடினர்'' என்று ஸ்காத்லந்திய அறிவியலரான சர் சார்லஸ் லயல் மிகப் பொருத்தமாய்க் கூறினார்.

சர் சார்லஸ் லயல்

(சர் சார்லஸ் லயல் Sir Charles Lyell, 1797-1875; பிரிட்டனின் டேசைடு கோட்டத்தின் கின்னோர்டி என்ற ஊரில் பிறந்தவர். நில நடுக்கங்களும் நில அரிப்புகளும் கடந்த காலங்களில் உண்டாகிப் பூமியின் கட்டமைப்பில் மாறுதல்களைத் தோற்றுவித்தன என்ற '' சீர்மைக் கொள்கையை'' [uniformitarianism] 1830-1833 ஆம் ஆண்டுகளில் தனது ''புவி வளரியல் கொள்கை'' [Principles of Geology, 3 தொகுதிகள்] என்ற நூலில் கூறியிருந்தார். இவரின் ''சீர்மைக் கொள்கைக்கு'' எதிரான கொள்கைக்குத் ''திடீர்ப் பேரழிவுக் கொள்கை'' [catastrophism] என்று பெயர். இந்தப் பேரழிவுக் கொள்கையை எடுத்துரைத்தவர்களின் கருத்து: உலகின் பரிணாம வளர்ச்சி படிப்படியாய்ப் பையப்பைய நடக்கவில்லை; திடீரென்று பெரும் பேரழிவுகள் ஏற்பட்டுப் புதையுயிர்கள், பாறைப்படிவுகள் இவற்றில் பெரிய மாறுதல்கள் உண்டாயின என்பதாம்.)

1833

அறிவியலானது என்ன செய்வது என்றறியாத பெரிய தடுமாற்றம் உண்டான காலம் இதுவாகும். அறிவாளிகளிடையே உண்டான அச்சத்தையும் கோழைகளிடம் தோன்றிய பேரச்சத்தையும் பிரஞ்சுப் புரட்சியின் மற்றொரு பயங்கரம் மேலும் திகிலடையச் செய்தது.

பனியூழிக் கொள்கை

உலகில் ஒன்றல்ல, பல பனியூழிகள் (*glacial epochs*) தோன்றின என்று இன்னோர் அறிவியலார் இக்கால கட்டத்தில் எடுத்துக் காட்டினார். அவர் தன் பணியில் முழு ஈடுபாடு கொண்டவர்; அன்புள்ளமுடையவர். அவர் நாம் மேலே குறிப்பிட்ட அகாசீ ஆவார். அவர் அனைவராலும் லூயி அகாசீ என்றறியப்பட்டார். அவர் நடு ஐரோப்பியத்தின் மேற்கிலுள்ள சுவிட்சர்லந்து நாட்டின் மோசியர் என்ற ஊரினர். மோரட்டு ஏரியைப் பார்க்க அமைந்திருந்த பனிபடர்ந்த ஆல்ப்ஸ் மலையின் வட நடுப்பகுதியான பெரினீஸ் ஆல்ப்ஸ் மலையை நோக்கி முகப்புள்ள அவரது வீடு நின்றது. அது பாதிரியாருக்கென்று அளிக்கப்பட்ட வீடாகும். அவ்வீட்டின் தோட்டத்திற்கும் பழத் தோட்டத்திற்கும் அருகில் மலையிலிருந்து இறங்கிவந்த பளிங்கு போன்ற சிற்றோடை ஓடியது. அது பாதிரியாரின் வீட்டிற்குப் பின் புறமிருந்த பெரிய கற்கிடங்கில் தேங்கியது. லூயி அந்தக் கற்கிடங்கிலிருந்து மீன்களைப் பிடித்துச் சேகரிக்கலானார். அது அவரது தனிப்பட்ட மீன் சேகரமானது. அவருக்கு இங்ஙனம் சிறுவயதிலிருந்தே உறைபனிப் படலமும் மீன்களும் இரு ஆர்வப் பணிகளாய் விளங்கி வந்தன. அவர் தொடக்கத்தில் மீன் மீது மிகுந்த கவனம் செலுத்தினார். லூயியும் அவரின் உடன்பிறப்பான அகஸ்தியும் தூண்டிலோ வலையோ இன்றி வெறுங்கையாலேயே மீன்களை மிகவும் கெட்டிக்காரத்தனமாய்ப் பிடிக்கக் கற்றிருந்தனர். அவர்கள் மீன்களை எப்படித்தான் மயக்கி இவ்வாறு தம் கைகளால் பிடித்தனரோ தெரியவில்லை.

இளமைக் கால இலட்சியம்

லூயி பதினான்காவது வயதில் பள்ளிப் படிப்பை முடித்தார். அப்போது மஞ்சள் நிற ஃபுல்ஸ்கேப்புத்தாளை எடுத்துக் கொண்டு அவர் தன் எதிர்காலம் பற்றி அதில் இவ்வாறு எழுதினார்:

''நான் அறிவியல் துறைகளில் முனைந்து முன்னேற விரும்புகின்றேன். அதற்காக டி' ஆன்வில் (*Jean Baptiste Bourguignon d'Anville, 1697-1782;* ஜெர்மன் நில நூலார்; நிலப்படம் தொகுப்பவர்; இவர் பாரிசில் பிறந்தவர். இவர் பண்டைக் காலத்திலும் வரலாற்று இடைக்காலத்திலும் இருந்து வந்த நிலப்படத் தொகுப்பின் தரங்களைச் சீர் திருத்திச் செப்பம் செய்தார். இவர் பிரஞ்சு அரசரின் முதல் நில நூலார் ஆனார்.) ரிட்டர் (*Carl Ritter, 1779-1859;* ஜெர்மனியின் குவடுலின்பர்கில் பிறந்த நில நூலார்; அறிவியல் முறையிலமைந்த தற்கால நில நூலுக்குக் கால் கோளிட்டவர். அவரது மிக முக்கியமான நூல் ''மண்ணுலக அறிவியல்'' [*Earth Science*] ஆகும். அவர் இந்நூலில் மனிதர்க்கும் இயற்கைச் சூழலுக்கும் உள்ள உறவை வலியுறுத்தியிருந்தார். இந்நூல் 1817 ஆம் ஆண்டு ஆங்கிலத்தில் மொழிபெயர்க்கப்பட்டது.) ஆகிய இருவர் எழுதிய நூல்களும் அகராதியும் ஸ்திராபோவின் (*Strabo, 63* கி.மு.-23 கி.பி., கிரேக்க நில நூலார். வரலாற்றாசிரியர்) நூல்களும் வேண்டும். நான் கற்றுத் தேர்ந்த அறிவாளியாவதென்று உறுதி பூண்டுள்ளேன். அதற்காக நான் சூலை மாதம் வரையிலும் (வடமேற்குச் சுவிட்சர்லந்தின் பியன் ஏரிக்கரை மேலிருக்கும்) பியன் நகரில் தங்க விரும்புகின்றேன் அதன் பிறகு ஒன்றரையாண்டுக் காலம் (வட பிரான்சிலுள்ள) ஷேட்டல் நகரில் வாணிபப் பயிற்சி பெறுவேன். அடுத்து ஜெர்மன் பல்கலைக்கழகம் ஒன்றில் நான்காண்டுக் காலம் கற்பேன். இறுதியாய்ப் பாரிஸ் சென்று சுமார் ஐந்தாண்டுகள் இருப்பேன். அதன்பின் எனது இருபதாவது வயதில் எழுதத் தொடங்குவேன்''

மருத்துவப் பயிற்சி

பதினான்கு வயதுச் சிறுவன் ஆழ்ந்த நம்பிக்கையோடு வகுத்துக் கொண்ட இத்திட்டம், கிட்டத்தட்ட அப்படியே தப்பாமல் நிறைவேறிற்று. வாணிபப் பயிற்சி பெறுவது என்ற எண்ணம் மட்டும் கை கூடி வரவில்லை.

லூயி அறிவியல் துறையில் புகுவதற்குச் சரியான வழி மருத்துவ அறிவு என்று எண்ணித் தனது பதினேழாவது வயதில் சூரிச்சு நகரின் மருத்துவப் பள்ளியில் சேர்ந்தார். அங்கிருந்த இயற்கை வரலாற்றுப் பேராசிரியர் வெகு விரைவிலேயே ஆர்வமிக்க இம்மாணவருக்குத் தனது நூலகத்தின் திறவுகோலைத் தந்து விட்டார். லூயி பணம் தந்து நூல்களை விலைக்கு வாங்கிப் படிக்க முடியாத காரணத்தினால், இந்நூலகத்திலிருந்த நூல்களை மணிக்கணக்கில் படியெடுத்தார். அவர் 1826 ஆம் ஆண்டு மிகவும் சிறந்த கல்விச் சான்றுகளுடன் தென்மேற்கு ஜெர்மனியின் நெக்கர் ஆற்றுக் கரை மீதுள்ள ஹைடல்பர்கு நகரை அடைந்தார்.

லூயிக்கு வாணாள் முழுமையும் நண்பராயிருந்த அலெக்சாந்தர் பிரவுன் என்ற ஜெர்மனியரான தாவரவியல் மாணவருடன் சேர்ந்து கொண்டு இரவு பகல் பாராது இயற்கை வரலாற்றைக் கற்கலானார். இடையிடையே மருத்துவமும் படித்துக் கொண்டார். அவர் இக்கால முழுமையிலும் மாதிரிகளைச் சேகரித்து வரலானார். ஆய்வுகள் நடத்தினார். நாட்டுப் புறங்களில் இதற்காக வெகு தொலைவு நடந்து சென்றார். விடுமுறை நாள்களிலும் இத்தகைய ஆய்வுச் செலவுகளை மேற்கோண்டார்.

உயிரியல் ஆய்வு

அவரும் பிரவுனும் *1827* ஆம் ஆண்டு மியூனிக்குப் பல்கலைக் கழகத்தில் சேர்ந்தனர். (மியூனிக்கு நகரம் ஜெர்மனியின் தெற்கிலுள்ளது.) அங்கு அகாசி தங்கியிருந்த அறை '' சிறு அக்காடமி'' போல் விளங்கிற்று. (அக்காடமியை ஒரு கல்விக் கழகம் எனலாம்.) அறிவியலில் பேரார்வம் கொண்ட மாணவரனைவரும் குழுமும் இடமாய் மட்டும் அகாசீயின் அறை இருக்கவில்லை. அகாசீ அங்கு சில வேளைகளில் விரிவுரை நிகழ்த்துவதும் உண்டு. அங்கு பல உயிரினங்கள் இருந்தன; மீன்களும் உண்டு; கூண்டுகளில் பறவைகளும் பாலூட்டிகளும் ஊர்வனவும் இருந்தன. அங்கிருந்த நாற்காலிகள் அனைத்திலும் புத்தகங்கள் கொலு வீற்றிருந்தன. வெள்ளைச் சுவர்களில் அறிவியல் வரைபடங்கள் தீட்டப்பட்டிருந்தன.

மார்டியஸ் (*Martius*), ஸ்பிக்ஸ் (*Spix*) என்ற இருவரும் *1817* இல் மேற்கொண்ட மெக்சிக்கப் பயணத்திலிருந்து கொண்டு வந்த பிரேசில் மீன்களை விவரிக்கும் மறைவடக்கமான பணியில் அகாசீ விரைவில் ஈடுபட்டார். ஸ்பிக்ஸ் மீன்கள் பற்றிய ஆராய்ச்சிச் செய்திகளை எழுதி வெளியிடு முன்னர் இறந்து விட்டார். அகாசீ அப்பணியை மேற்கொள்ள வேண்டுமென்று மியூனிக்குப் பேராசிரியர்கள் பரிந்துரைத்தனர்.

இந்த ஆய்வைக் கொண்டு தன் அறிவியல் துறைப் புகழை நிலை நாட்டிவிடலாமென்று அகாசீ நம்பினார். அதே நேரத்தில் தன் பெற்றோரின் மன நிறைவிற்காக மருத்துவம் படிப்பதையும் தொடர்ந்தார்.

1833

மீன்கள் பற்றிய ஆய்வு

அகாசீ மீன்கள் பற்றிய தன் ஆய்வு நூலிற்குப் படங்களை வரைவதற்காக ஜோசஃபு டிங்கல் என்ற ஓவியரை அமர்த்திக் கொண்டார். அப்போது அகாசியிடம் தனக்கும் டிங்கலுக்கும் சாப்பாட்டிற்கு வேண்டிய பணம் கூட இருந்திலது. எனினும் டிங்கல் அடுத்த பதினாறு ஆண்டுகள் அகாசீயுடன் கூடவே இருந்தார். டிங்கலும் ''சின்ன அக்காடமியில்'' ஒருவரானார். அவர் இரண்டு பலகணிகளருகே ஒரு மேசையைப் போட்டு நின்றவாறு படங்களை எழுதினார்.

மருத்துவப் பட்டம்

அகாசீ தன் பெற்றோரின் மறுக்க முடியாத பிடிவாதத்திற்காக மருத்துவப் படிப்பைத் தொடர்ந்தார். அவர் *1829* ஆம் ஆண்டு மெய்யியல் பட்டச் சான்றிதழைப் (*diploma*) பெற்ற பிறகு, தன்னால் இயன்ற போதெல்லாம் மருத்துவ வகுப்புகளில் சேர்ந்து *1830* ஏப்ரலில் மருத்துவப் பட்டமும் பெற்றார்.

இதனிடையே அவரின் ''பிரேசில் மீன்கள்'' என்ற நூலின் முதற் தொகுதி வெளி வந்தது. அது ஐரோப்பியமெங்கிலுமிருந்த அறிவியலாரின் பாராட்டைப் பெற்றது. இளமாணவரான அகாசீ இம்முதற்பணியைத் தொகுத்து முடித்துவிட வேண்டுமென்பதில் முனைந்து ஈடுபட்டார். அப்போது மியூனிக்கு நகர அருங்காட்சிய இயக்குநர், அகாசீயிடம் மீன் புதைபடிவுகளின் ஒரு தொகுதியைக் கொடுத்து அதை ஆராயுமாறு கேட்டார்.

அதைக்கண்டு வியந்து போன அகாசீ, துணிச்சல் நிறைந்ததும் மிகப்பெரியதுமான

ஒரு திட்டத்தை வகுத்தார். ''படைப்பின் ஒவ்வோர் ஊழிக் காலத்திலும் வாழ்ந்த மீன்களை ஆராய்வது, அவற்றின் தன்மைகளைத் தேடிக் காண்பது; அவற்றுக்கும் இன்று வாழும் மீன்களுக்குமுள்ள தொடர்புகளை ஆராய்வது'' என்பன அத்திட்டத்தில் அடங்கியிருந்தன.

அவரின் கைக்கு வந்த புதைபடிவ மாதிரிகள் சிலவற்றின் வெறும் பல் மட்டுமே இருந்தது. இன்னுஞ் சிலவற்றின் முதுகுத் தண்டு எலும்பு மட்டுமே இருந்தது. அவர் அவற்றிலிருந்து கிட்டத்தட்டப் பதினைந்து வகையான மீன்களை மீண்டும் உருவாக்கித்தான் ஆராய வேண்டிய நிலை ஏற்பட்டது.

ஊர் திரும்புதல்

கையில் சல்லிக்காசு இல்லாவிடினும் ஏற்கெனவே பேரும் புகழும் பெற்று விட்ட இந்த மெய்யியல் முனைவர் (டாக்டர்), மருத்துவ டாக்டர், தன் பெற்றோரின் வீட்டிற்குத் திரும்பினார். அவர் ஏராளமான பெட்டிகளில் மீன்களைத் தன்னுடன் கொண்டு சென்றார். ஓவியர் டிங்கலும் அவருடன் சென்றார்.

அவர் இக்காலத்தில் சில நோயாளிகளைப் பார்த்து அவர்களுக்குப் பண்டுவம் பார்த்தாலும், அவரது பொழுதெல்லாம் மீனின் புதைபடிவுகளை ஆராய்வதிலேயே இருந்தது. அவர் இனிமேல் பாரிஸ் நகரம் செல்வதென்று ஓராண்டிற்குப் பிறகு 1832 இல் முடிவெடுத்தார். அவர் தன் நூல் வெளியீட்டாளரிடம் சிறு தொகையைப் பெற்றுக் கொண்டும் தன் சிற்றப்பனிடம் கடன் வாங்கியும் பாரிசிலிருந்த இயற்கை வரலாற்றுக் காட்சி சாலைக்குச் செல்வதென்று புறப்பட்டார். அங்கு குவியர் மேலாளராயிருந்தார்.

1807

குவியரும் அகாசீயும்

குவியரும் புதைந்து படிவான பண்டை மீன்களை ஆராயத் திட்டமிட்டிருந்தார் என்பது அகாசீக்குத் தெரியும். அகாசீ தனது பணியை அம்மாபெரும் பிரஞ்சு அறிவியலாரிடம் காட்டினார். அகாசீ அதற்குச் சில நாள்களுக்குப் பிறகு ஐயப்பாடுகளால் வருந்தினார். குவியர் பின்னர் அகாசீயைத் தன் வீட்டிற்கு விருந்திற்கு அழைத்தார். அப்போது அவர் இந்த ஆராய்ச்சியில் செய்திருந்த பணிகளை அகாசீக்குக் காட்டினார்.

''அவர் இப்படிச் சொல்வார் என்று எதிர்பார்த்திருந்தேன். அவரும் எதிர்காலத்தில் இந்த ஆய்வுப் பணியைச் செய்யக் கருதியிருக்கின்றார். ஆனால் நான் இத்துறையில் மிகுந்த அக்கறையும் ஆர்வமும் காட்டிப் பணி புரிந்திருந்தமையால், அவர் (குவியர்) தன் ஆராய்ச்சித் திட்டத்தைக் கைவிடுவதென்று முடிவு செய்துவிட்டார். அவர் தன்னிடமிருந்த சேகரங்கள் அனைத்தையும் எழுதிவைத்திருந்த முதல் நிலை ஆய்வுக் குறிப்புகளையும் என்னிடம் தந்துவிட முடிவு கட்டினார்'' என்று அகாசீ தன் சிற்றப்பனுக்குக் கடிதம் எழுதினார்.

குவியர் இறந்ததற்குச் சிறிது காலத்திற்கு முன்னர் இளம் சுவிட்சர்லந்தியரான அகாசீக்குப் பலவழிகளில் உதவினார். இருப்பினும் இப் பெரும்பணி நிறைவேறாது என்றே தோன்றியது. ஏனெனில் பொருள்களுக்கு ஆகும் செலவிற்கும், டிங்கலையும் பிற ஓவியர்களையும் வைத்துக் காப்பாற்றித் தானும் காலந்தள்ளுவதற்கும் போதிய பணம் அகாசீயிடம் இல்லை.

ஹம்போலின் பேருதவி

இனிமேல் சமாளிக்க முடியாது என்ற நிலைமை வந்த நேரத்தில் புகழ்மிக்க இயற்கையியலாரும் நடோடியுமான அலெக்சாந்தர் ஹம்போல் (*Friedrich Wilhelm Heinrich Alaxander Humboldt, 1769-1839*) பெர்லினில் பிறந்தவர்; இவர் *1799-1804* ஆம் ஆண்டுகளில் மைய, தென் அமெரிக்கப் பகுதிகளில் மிக முக்கியமான கடல் நீரோட்டம் ஒன்றுக்கு இவர் பெயர் இடப்பட்டுள்ளது. (இ.ச.க தொகுதி-*10,11*) அகாசீக்கு ஒரு கடிதம் எழுதியிருந்தார். அவர் அகாசீ ஆற்றிவந்த அறிவியல் ஆய்வுப் பணிகளைச் சிறிது காலமாகவே உன்னிப்பாய்க் கவனித்து வந்தார். அகாசீக்கு ஏற்பட்டிருந்த பண நெருக்கடியும் கவலைகளும் அவரின் அறிவியல் பணிகளைக் குலைத்து விடும் என்பதை ஹம்போல் உணர்ந்து தன் இளம் நண்பரான அகாசீயை இவ்வாறு வேண்டிக் கொண்டார்:

''இத்துடன் வரும் சிறுகடன் தொகையைப் பயன்படுத்திக் கொள்க. அதன்மூலம் தாங்கள் எனக்காக நிரம்பச் செய்தவர்களாவீர்கள் என்பது எனக்கு உறுதியாய்த் தெரியும்.'' ஹம்போல் அகாசீக்கு ஆயிரம் ஃபிராங்குகளை அனுப்பியிருந்தார். அகாசீ இந்த உதவியை மிகுந்த நன்றியுடன் ஏற்றுக் கொண்டார். அகாசீ இதற்குச் சிலநாள்களுக்குப் பிறகு தான் பிறந்த ஊருக்கு அருகிலிருந்த நியூ ஷேட்டல் என்ற நகரில் (*Neuchatel:* இந்நகரம் சுவிட்சர்லந்தின் வடமேற்கிலுள்ள ஜூரா மலைகளில் உள்ளது. இது நியூ ஷேட்டல் என்ற கோட்டத்தின் தலைநகரமாகும். சுவிட்சர்லந்தின் கடைசி அரச குடியினர் *1848* வரை இந்நகரிலிருந்துதான் ஆட்சி செய்து வந்தனர்.) இயற்கை வரலாற்றுத் துறையில் பேராசிரியராய் அமர்த்தப்பட்டார். அதே நேரத்தில் பாரிஸ் நகரில் கிடைத்த முக்கியமான ஒரு பதவியை அவர் ஏற்கவில்லை.

1833

பேராசிரியர் பணி

அவர் வெகு சில ஆண்டுகளுக்குள்ளேயே இங்கு பெரிதும் விரும்பப்பட்ட பேராசிரியர் ஆனார். அவர் அங்கு சிறந்த அருங்காட்சியகம் ஒன்றை நிறுவுவதற்கு வேண்டிய பொருள்களைச் சேகரித்து விட்டார். அவர் அச் சிறு நகரில் யாவருமறிந்த, அனைரும் விரும்புகின்ற பெரிய மனிதரானார். அகாசீயின் ஆர்வத்தைக் கண்ட நியூ ஷேட்டல் நகரினரனைவரும் இயற்கையியலில் பேரார்வம் காட்டினர்.

இளம் பேராசிரியர் இக்காலத்தில் மீன் பற்றிய ஆராய்ச்சியை விடாமல் நடத்தி வந்தார். அவர் *1833* வாக்கில் இது பற்றிய ஆராய்ச்சி நூலை வெளியிடுவதற்கு ஆயத்தமாய் விட்டார். அதன் முதல் தொகுதி அவ்வாண்டே வெளிவந்தது. இதற்கு முன்னர் வெளிவந்த இத்துறை நூல் எதனிலும் இதில் ஈடுபடுத்தப்பட்டிருந்த ஆராய்ச்சியும் தீட்டப் பெற்ற ஓவியங்களும் இடம் பெற்றதில்லை. இந்நூலும் இதிலடங்கிய அருஞ்சிறப்பு வாய்ந்த படங்களும் மீனின் உடலமைப்பு வளர்ச்சியைத் தேடிக் காண உதவின.

மீன் ஆராய்ச்சிக்குப் பாராட்டு

இந்நூலைப் பாராட்டிச் சர் லயல் *1834* பிப்ரவரி *4* அன்று ஒரு கடிதம் எழுதியிருந்தார். இலண்டனிலுள்ள புவி வளரியல் சங்கம் (*Geological Socjety*) அகாசீக்குத் தனது ஒல்லஸ்டன் விருதை அளித்துச் சிறப்பித்தது. (*William Hyde Wollaston, 1766-1828;* இவர் இங்கிலாந்தின் நார்ஃபோக்குக் கோட்டத்தைச் சேர்ந்த ஈஸ்டு டெரகாமில்

பிறந்தவர்; வேதியியலார்; இவர் உலோகவியலில் அடிப்படையான உத்தியைப் புகுத்தியவர்; பிளாட்டினத்தை அடித்துத் தகடாக்கத் தக்க மென்மையுடைய தாக்கும் முறையைக் கண்டார்.)

அகாசீ இங்கிலாந்திற்கும் அழைக்கப்பட்டார். இங்கிலாந்தின் அறிவியலார் தம்மிடமிருந்த குறிப்பிடத்தக்க இரண்டாயிரத்திற்குமதிகமான மீன் மாதிரிகளை அகாசீ தேர்ந்தெடுத்து, அவற்றை அவர் இலண்டனுக்குக் கொண்டு சென்று ஆராய்வதற்கு இசைந்தனர். இலண்டன் புவி வளரியல் சங்கம் அகாசீக்கு என்று தனியறை ஒன்றை ஒதுக்கித் தந்தது. மீன்களைப் பற்றிய இந்த ஆய்வுப் பணி பல ஆண்டுகள் நடத்தப்பட வேண்டியது. அகாசீ அதில் வாணாள் முழுவதும் ஈடுபடலாம். அத்தகைய பெரும் பணியாய் அது இருந்தது.

ஆல்ப்ஸ் மலைத் தெடர்

ஆல்ப்ஸ் (*Alps*) மலைத் தொடர் என்பது மிகவும் மேதக்க மலைகள், அழகிய ஏரிகள், உறைபனிக் குவியல்கள் ஆகியன அடங்கிய ஒரு தொகுதியாகும். இம்மலைத் தொடர் மிகப் பெரிய பிறை வடிவில் 800 கிலோ மீட்டர் - சுமார் 500 மைல் - தொலைவு நீள்கின்றது. தென் ஐரோப்பியத்தின் குறுக்கே செல்லும் இம்மலைத் தொடரின் அகலம் சுமார் 160 கிலோமீட்டர் - சுமார் 100 மைல்.

இம்மலைத்தொடர் மொனாக்கோ என்ற மலைப்பாங்கான நிலக்கூம்பின் பின்புறத்திலுள்ள இத்தாலியின் வட மேற்குப் பகுதியான இல்கூரியன் கரையருகே தொடங்கி யுகோஸ்லாவியத்தின் வட பகுதியில் முடிவடைகின்றது. இவ்விரு பகுதிகளுக்குமிடையே அம்மலைத் தொடர் தென் பிரான்ஸ், வட இத்தாலி, சுவிட்சர்லந்து, தென்மேற்கு ஜெர்மனி, ஆஸ்திரியம் முதலிய நாடுகளின் வழியே செல்கின்றது.

கண்டு இன்புறத்தக்க எழில்மிகு இயற்கைக் காட்சிகளும் பனிக்கால விளையாட்டுகளும் மலையேற்றமும் இம்மலையில் இருப்பதால், உலகெங்கிலுமிருந்து ஏராளமான பயணிகள் பல தலைமுறைகளாய் இங்கு செல்கின்றனர். இம் மலைத் தொடரின் உயர்ந்த முகடு மாண் பிளாங்கு (*Mont Blanc*- வெள்ளைமலை) ஆகும். அதன் உயரம் 4807 மீட்டர்-சுமார் 15,771 அடி

1833

உறைபனி ஆய்வு

அகாசீயின் இரண்டு நண்பர்களான ஷார்ப்பெட்டியே (*Charpentier*), வெண்ஸ் (*Ventz*) என்போர் ஆல்ப்ஸ் மலையில் உறைந்து கிடக்கும் உறைபனியை ஆராய்ந்து வந்தனர். அம்மலையில் கண்ட மேனிக்கு ஏராளமான அளவில் இறைந்து கிடக்கும் பாறைகளை உறைபனித் தொகுதிகள் சுவிட்சர்லந்தின் சமவெளிப் பகுதிகளிலும் ஜூரா மலையின் பக்கங்களிலும் கொண்டு வந்து போட்டன என்றும்; எல்லாரும் எக்காலத்தும் நினைத்து வருவதைப் போன்று அவை தண்ணீரால் கொண்டு வந்து அங்கு தள்ளப்படவில்லை என்றும் மேற்சொன்ன இருவரும் கூறினர். இக்கருத்து ஏற்கத்தக்கதென்று அகாசீக்குத் தோன்றியது.

அவர் கோடை விடுமுறையின்போது 1836 ஆம் ஆண்டு தென்சுவிட்சர்லந்திலுள்ள பனிவெளியில் மலையேறி ஆராய்ந்தார். அப்போது அவர் உறை பனிக் குவியல்களை

நுணுகி நோக்கினார். உறைபனிக் கட்டிகளினால் உருட்டித் தள்ளப்பட்ட அல்லது இழுத்துச் செல்லப்பட்ட பனி இடுக்குகளையும் சுற்றி ஆராய்ந்தார். அவர் 1837 ஆம் ஆண்டு குளிர்காலத்தில் மீண்டும் அங்கு சென்றார்.

அகாசீ அப்போது அங்கு கண்டவற்றைக் கொண்டு, ஷார்ப் பெட்டியேயின் கருத்துச் சரியானது என்பதை உறுதிப்படுத்தினார். அகாசீ அங்கு கண்ட இடங்களிலெல்லாம் பாறைகள் வழவழப்பாக்கப்பட்டு வரிப்பள்ளங்கள் போடப்பட்டு, அவை உயிருள்ள உறைபனிக் கட்டிகளால் வழவழப்பாக்கி வரிகள் பதிக்கப்பட்டனவோ என்பதுபோல் அவருக்குத் தோன்றின. அவர் ஏறிச் சென்ற உறைபனிக் குவியல்களின் பக்கங்களிலும் அவற்றின் கடைசிப் பக்கத்திலும் சரிந்து விழுந்து சேர்ந்தன என்னும்படியாய் மிகப் பழைய காலத்தியப் பாறைகள் இடுக்குகளில் கிடந்தன.

உறைபனிக் கட்டிக் குவியல்கள் ஒரு காலத்தில் ஐரோப்பியத்தின் பெரும்பகுதி முழுமையிலும் விரிந்து பரந்திருந்தன என்பதைக் காட்டும் தடயங்கள் போன்று உடைந்து சிதறிக் கிடந்த பாறைத் துண்டுகள் சேர்ந்த குழிகள் வெகு தொலைவிற்குப் பரந்திருந்தன. இயற்கையின் இவ்வியல் நிகழ்ச்சிகளுக்குப் பின்னர் புதைந்திருப்பது என்னவென்பதை அறிவதற்கு அகாசீ அவாவினார்.

1833

உறைபனிக் குவியல்

கிளேசியர் (*glacier*) என்று ஆங்கிலத்தில் சுட்டப்படும் உறைபனிக் குவியலுக்கு இப்படி விளக்கம் தரலாம்:

உறைபனி ஓரிடத்தில் சேர்ந்ததும், அது அந்த இடத்திலிருந்து மெதுவாய்த் திரளொடு நகரத் தொடங்கும்; அது நடுத் திரளிலிருந்து பரவும்; அல்லது உயர்ந்த மலைத் தொடரிலிருந்து கீழ்நோக்கி இறங்கத் தொடங்கும்; முதலில் கூறப்பட்டது *Continental glacier* என்ற கண்ட உறைபனிக் குவியல்; பிற்கூறப்பட்டது *Alpine/glacier* என்ற மலை உறைபனிக் கட்டிக் குவியலாகும். இந்த உறைபனிக் கட்டிக் குவியலை வசதி கருதி இனிக் கிளேசியர் என்றே அழைப்போம்.

இவ்வளவு பெருந் திரளான கிளேசியர் (உறை பனிக்கட்டிகள்) எப்போது உண்டாயின என்பதையும் அவை தன்னைச் சுற்றியிருந்த பகுதிகளில் என்ன விளைவுகளை உண்டாக்கின என்பதையும் ஆராய்ந்து தெளிவது இயற்கையாகும் என்று அகாசீ எண்ணினார்.

ஆழம் என்ன?

கிளேசியரைக் கண்ட ஆயிரக்கணக்கான மக்களுக்கு அவை மிகப் பெரு வியப்பையும் மலைப்பையும் மட்டுமே உண்டாக்கினவேயன்றி, அவர்கள் அவை பற்றி வினா எழுப்பாதது அகாசீக்கு வியப்பாயிருந்தது. இம்மாபெரும் உறைபனி நாக்குள் ஒரு காலத்தில் மிகவும் தடிப்பாயிருந்தனவா? இன்று அவற்றின் தடிமன் எவ்வளவு? அகாசீயும் அவரின் நண்பர்கள் சிலரும் தம் முதுகுகளில் நூற்றுக்கணக்கான இரும்புக் கம்பிகளைச் சுமந்து கொண்டு மிகு கடின உழைப்புடன் கிளேசியர்களை அடைந்தனர். அவர்கள் கிளேசியர்களுக்குள் துளையிட்டுப் பார்க்கும் நோக்குடன் இங்ஙனம் சென்றனர். கடலின் ஆழத்தை அறிய ஆறடி நீளக் கயிற்றை விட்டுப் பார்ப்பது போல், இரும்புக் கம்பிகளை உறைபனிக்குள் செலுத்திப் பார்க்க அகாசீ விரும்பினார்.

அவர் அதன்பிறகு இருநூறு அடி நீளமான இரும்புக் கம்பியை எடுத்துச் சென்றார். அவர்களால் இப்போதும் உறைபனி மர்மத்தின் விளிம்பைக் கூடத் தொட முடியவில்லை. அகாசீ ஆயிரம் அடி நீளமான ஒரு கம்பியை மலைமேல் ஏற்றினார். ஆர் என்ற இடத்தில் கிளேசியரின் கனம் சுமார் ஆயிரம் அடிதான் என்பதை அகாசீ கண்டார்.

பனிக் குவியல் நகர்தல்

பாறைகள் சரிந்து விழுந்து கிடந்த பழமையான பள்ளங்களையும் ஆராய்ந்ததில், கிளேசியர்கள் நகர்ந்து செல்கின்றன என்பதை அகாசீ அறிந்தார். இதற்கு முன்னர் இது பற்றி ஆராய்ந்த சிலரும் இதைக் கூறியுள்ளனர். எனினும் கிளேசியர் ஒவ்வோர் ஆண்டும் ஒரே சீராய் இருப்பதாய்த்தான் தோன்றிற்று. அதனால் அவர்களின் கூற்று ஏற்கப் படவில்லை.

எனினும் ஓராண்டில் குறிப்பிட்ட ஓரிடத்தில் காணப்பட்ட பாறை, மறு ஆண்டில் கிளேசியருக்குக் கீழ் கிடந்தது அறியப்பட்டிருந்தது. ஆனால் பாறை நகர்ந்ததால் கிளேசியரும் நகர்ந்தது என்று கூறமுடியுமா? பள்ளத்தாக்குகளில் உறைபனி அப்போதைக்கப்போது நுழைந்ததையும், அது கிளேசியரின் நகர்ச்சி என்பதையும் மக்கள் ஏற்கவில்லை. கடுமையான குளிர்காலத்தில் உறைபனி எக்காலத்திலுமில்லாதபடி ஏராளமாய்ச் சேர்வதுதான் அதற்குக் காரணம் என்றனர்.

அகாசீ உறைபனி மீது வரிசையாய் முளைகளை நட்டு, அதை ஆராய்வதென்று முடிவெடுத்தார். கிளேசியர் நகருமாயின முளைகளும் அதனுடன் நகரும். முளைகள் நட்ட இடத்திலேயே இருக்குமாயின், அதே கிளேசியரிலுள்ள பிற பொருள்கள் இடம்விட்டு நகர்ந்ததற்கு அவை சரிந்தமையால் அல்லது தாமே எவ்வாறோ நகர்ந்தமையால் உண்டானதாய்க் கருதிக் கொள்ளலாம். இது மிக அருமையான கருத்தாகும். ஆனால் அகாசீ கிளேசியர்களைப் பற்றி அறிந்து கொள்ளவேண்டுவன மிகுதி. அவர் கிளேசியர் மீது அடித்த முளைகளெல்லாம் சிறிது காலத்தில் கீழே வீழ்ந்து விட்டன.

1837

தீராப் புதிர்

அவரால் கிளேசியரின் நகர்ச்சி குறித்து எதுவும் அறிந்து கொள்ள முடியவில்லை. எனினும் அதன் மேற்பரப்பு ஒவ்வோர் ஆண்டுக் கோடையிலும் சுமார் ஐந்தடி ஆழத்திற்குக் கரைகின்றது என்று அவர் கண்டார். அதனால் அவர் நட்ட முளைகள் ஆதரவின்றிக் கீழே சாய்ந்துவிட்டன. அதாவது அவற்றைப் பிடித்துக் கொண்டிருந்த பனிக்கட்டி கரைந்துவிட்டது. இனிமேல் கம்பிகளை அங்கு ஊன்றும்போது பத்து முதல் பதினைந்தடி ஆழத்திற்குக் கீழே ஊன்ற வேண்டும் என்பதை உணர்ந்தார். அவர் சில ஆண்டுகளுக்குப் பிறகு இந்த முறைப்படி செய்து ஆராய்ந்ததில் பரபரப்பூட்டும் பலன்கள் கிடைத்தன.

அகாசீக்கு வயது முப்பத்தொன்று. நல்ல உடல் நலத்துடன் இருந்தார். அவர் மலையிலுள்ள பள்ளங்களைப் பறந்து தாண்டினார். கட்டுடலும் கட்டழகும் வாய்ந்தவராயிருந்தார். அவர் தன் பணியில் மிகுந்த துணிச்சலுடன் ஈடுபட்டார்.

அவர் 1837 ஆம் ஆண்டு ஹெல்வெட்டிக்குச் சங்கத்தில் உரையாற்றினார். (*Helvetic Society* : ஹெல்வெட்டிக்கு என்பது சுவிட்சர்லந்தின் மறு பெயராகும். ஆதலால் இதைச்

சுவிட்சர்லந்துச் சங்கம் எனலாம்.) உலகம் மிகப்பெரிய பனி ஊழியைக் கடந்து வந்திருக்கின்றது என்று அகாசீ அந்த உரையில் மிகத் துணிச்சலாய்க் கூறியிருந்தார். ஏனெனில் ஊசலாடுவதைப் போன்று வெப்ப நிலை மாறிமாறி ஏற்பட்டமையால், ஆர்டிக்கை (வடதுருவம்) மூடியிருப்பதைப் போன்ற உறை பனித் தகடு வடதுருவத்திலிருந்து நடு ஐரோப்பியம், ஆசியம் வரையிலேனும் படர்ந்திருந்தது என்று அகாசீ குறிப்பிட்டிருந்தார்.

சாவுத் திரையும் கடுங் குளிரும்

''இன்று இந்தியம், ஆப்பிரிக்கம் ஆகிய வெப்ப மண்டலப் பகுதிகளில் உயிர் வாழும் செழிப்பான தாவரங்களும் ஏராளமான பாலூட்டிகளும் நிலவிய உலகைச் சைபீரியத்துக் குளிர்பனி குறிப்பிட்ட ஒரு காலத்தில் மூடியிருந்தது. இயற்கை அனைத்தையும் சாவுத் திரையும் கடுங்குளிரும் மூடிக் கொண்டன. அந்தக் குளிர் உச்ச நிலையடைந்து உறைந்து போய், மிகமிக அதிகமான அளவில் கடினமாய் விட்டது'' என்று அகாசீ அந்தப் பனி ஊழியை விவரித்தார்.

இங்குமங்கும் இறைந்து கிடக்கின்ற பாறைகள் பனிக்கட்டியினால் இழுத்து வரப்பட்டவையாகும் என்றும் அவர் கூறினார். நமது இந்த ஊழி தொடங்கியதற்கு முன்னர் பூமியின் வெப்ப நிலை வெகுவாய்க் குறைந்து போனமையால், மாபெரும் மாறுதலைத் தோற்றுவித்த விபத்துகளில் ஒன்று நிகழ்ந்தது என்று அகாசீ குறிப்பிட்டார்.

எதிர்ப்பும் கண்டனமும்

அவர் 1837 இல் ஹெல்வெட்டிக்குச் சங்கத்தில் இந்த உரையை ஆற்றிய காலையில் புகழ் பெற்ற நிலவியலாரில் பலர் அக்கூட்டத்தில் இருந்தனர். அகாசீ மீன்களின் புதைபடிவுகளைப் பற்றிப் பேசுவார் என்றெண்ணி அவர்கள் அக்கூட்டத்திற்கு வந்திருந்தனர். நயமற்ற துடுக்குத்தனமான இத்தகைய உரையை இதற்கு முன்னர் எங்கும் கேட்டதில்லை என்று வான் புக்கு என்ற புவிவளரியலார் ஒருவர் ஒளிவு மறைவின்றிச் சொன்னார். ஹம்போல் கூட இது துடுக்குத்தனமான பேச்சு என்றுதான் கருதினார். அகாசீ கிளேசியர் ஆராய்ச்சியின் பக்கம் தன் கவனத்தைத் திருப்பியது குறித்து ஹம்போல் கலக்கமடைந்தார். அகாசீ தொடர்ந்து மீன்களின் புதைபடிவு ஆராய்ச்சியில் ஈடுபட வேண்டும் என்றும் அவர் வலியுறுத்தினார்.

அகாசீயை இத்தகைய சொல்லம்புகளால் தடுத்து நிறுத்த முடியவில்லை. பனிக்கட்டியானது உலகில் பதித்துச் சென்ற தடங்களைச் சமவெளிகளிலும் மலைகளிலும் தேடி அகாசீ புறப்பட்டு விட்டார்.

ஆராய்ச்சி தொடர்தல்

அவர் அடுத்த கோடை காலத்தில் ஆல்ப்ஸ் மலைக்குச் சென்று மாண் ரோசா (*Mont Rosa*), மேட்டர்ஹான் (*Matterhorn*) என்ற மாபெரும் மலைமுடிகளின் நடுப்பகுதிகளில் என்றென்றும் நிலையாய்ப் படிந்து கிடக்கும் பனிக்கட்டிக் குவியல்களை ஆராய்வதற்குப் புறப்பட்டு விட்டார்.

அவர் அலட்ஷ் (*Aletsch*) என்ற இடத்திலுள்ள கிளேசியரையும் காணச் சென்றார். ஜங்குஃப்ரா (*Jungfrau*) மலை மீது நின்று அலட்ஷ் கிளேசியர் இறங்கி வந்தது.

அகாசீ தென் சுவிட்சர்லந்திலுள்ள ரோன் கிளேசியரை அடைந்து, அங்கு தன் தலைமையகத்தை அமைத்தார். அங்கிருந்து அவரும் அவரின் நண்பர் குழுவும் மலையேறித் தென் சுவிட்சர்லந்திலுள்ள ஃபின்ஸ்டர் மலை முகடும் (இது பெர்னிய ஆல்ப்ஸ் மலைமீதுள்ள மிக உயரமான சிகரம் - உயரம் 4274 மீட்டர், சுமார் 14014 அடி.) லாட்டார் என்ற மலைமுகடும் சந்திக்கின்ற இடத்தை நோக்கி ஏறினர். அவர்கள் கிளேசியரின் இயக்கத்தை ஆராய விரும்பினர்.

4000 அடி நகர்ந்த குடில்

அவர்கள் மிகக் கரடுமுரடானதும் பாறைகள் சரிந்து கிடந்ததுமான இடுக்குகளின் மீது நான்கு மணி நேரம் ஏறினர். அவர்கள் திடீரென்று அங்கு ஒரு குடிலைக் கண்டு வியந்தனர். அது 1827 ஆம் ஆண்டில் ஹியூகி என்ற அறிவியலரான ஒரு பாதிரியார் கட்டிய குடிலாயிருக்கலாம் என்பது அவர்களுக்குத் தெரியும். எனினும் அது அவருடையதாய் இருக்க முடியாது என்றும் தோன்றியது. ஏனெனில் ஹியூகி பாதிரியார் மேற்சொன்ன இரு கிளேசியர்களையும் பிரிக்கின்ற கோணமாய் அமைந்த ஒரு பெரும் பாறையினடியில் தனது குடிலை அமைந்திருந்தார்.

ஆனால் பாதிரியார் மலைமேல் உயரத்தில் அமைத்த இடத்திலிருந்து வேறு இடத்தில் அந்தக் குடிலை அகாசீ குழுவினர் கண்டனர். எனினும் அது பாதிரியாரின் குடில்தான். அவர்கள் ஒரு கற்குவியலுக்குக் கீழே அக்குடில் அமைக்கப்பட்ட தேதி, இடம் ஆகியவற்றொடு பாதிரியார் அதன் பின்னர் அங்கு சென்ற விவரங்கள் பதிந்து வைக்கப்பட்ட குறிப்புகள் அடைத்த ஒரு புட்டியும் கிடந்தது. பாதிரியாரின் குடில் பன்னிரண்டாண்டுக் காலத்தில் நாலாயிரம் அடிக்கும் அதிகமான தொலைவு இடம் பெயர்ந்து கீழே சென்று விட்டது என்பதை இவற்றால் அறிய முடிந்தது.

ஆல்ப்சின் மேல் ஆராய்ச்சியாளர் குழு

அகாசீ அடுத்த 1840 ஆம் ஆண்டுக் கோடையில் தனது நிலையான முதல் தளத்தை ஆல்ப்ஸ் மலைமேல் அமைத்தார். அந்தத் தளம் ஆர் என்ற கிளேசியரின் நடு வண்டல் மேட்டினருகே அமைக்கப்பட்டது. அகாசீக்கு உதவியாய் அவரின் மாணவர் ஃபிரான்சுவர் தெ பூர்தெல்லி இருந்தார். அவர் வானிலை தொடர்பான பணிகளைக் கவனித்துக் கொண்டார். மற்றொருவர் கிளேசியர்களில் பொதுவாய்க் காணப்படும் சிவப்புப் பனிக்கட்டியை ஆராய்ந்தார். இன்னொருவர் கிளேசியரின் தாவரங்களை ஆராய்ந்தார் . வேறொருவர் கிளேசியரின் கூறுகளை ஆராய்ந்தார்.

அவர்கள் பனிக்கட்டி மீது மீண்டும் இரும்புக் கோல்களை அடித்து ஊன்றி அவை தலைசாய்ந்து விடாமல் நிலைக்கும் வேலையைச் செய்தனர். அவர்கள் இம்முறை பதினெட்டு அடி ஆழத்திற்குக் கோல்களை ஊன்றினர். அவை ஒரே வரிசையில் ஊன்றப்பட்டன. அப்பள்ளத்தாக்கின் மலைச் சுவர்களிலுள்ள சில இடங்களைக் குறிப்பு வைத்து நட்ட கோல்களின் இடத்தை உறுதி செய்தனர்.

நகர்ச்சி உறுதியானது

அவர்கள் மறு ஆண்டு அங்கு திரும்பியபோது நேராய் ஊன்றப்பட்ட கோல்கள் பிறைவடிவில் நிற்கக் கண்டனர். அவை இடம் பெயர்ந்து நகர்ந்து நின்றதுடன் நடுவில் ஊன்றிய கோல்கள் பக்கக் கோல்களைவிட வேகமாய் முன் சென்றிருந்தன.

கிளேசியரின் நகர்ச்சியை முதன் முறையாய்த் துல்லியமாய் இவ்வாறு அறிந்து கொண்டனர். இதே சோதனை வெவ்வேறு இடங்களில் செய்யப்பட்டதில் ஒரேவிதமான முடிவுகள் பெறப்பட்டன.

மலையில் காணப்படும் பெரிய பிளவுகளுக்கு விடை காணவும் இச்சோதனைகள் உதவின. இப்பிளவுகள் சில இடங்களில் பல நூறு அடி அகலமும் கிட்டத்தட்ட ஒரு மைல் நீளமும் இருந்தன. இவை பொதுவாய்ச் சுற்றுலாக்காரருக்கும் மலையேறிக்கும் இன்னல் விளைவிக்கக் கூடியனவாகும்.

கிளேசியர் நகர்கின்றது என்பது ஏற்றுக் கொள்ளப்பட்ட பிறகு மிகப் பெரிய பனிக்கட்டிக் குவியல் ஒரு குன்று அல்லது துருத்திக் கொண்டிருக்கும் பாறைமீது வழியும்போது, பனிக்கட்டி அவற்றைப் பிளந்துவிடும் என்பது தெளிவானது. அதனால்தான் குன்று அல்லது பாறையின் குறுக்காய்ப் பெரும் பிளவுகள் உண்டாகின்றன.

1833

பனிக்கட்டிக் குவியல் பாய்ந்து வருகின்ற பள்ளத்தாக்குகளிலும் நீட்டிக் கொண்டிருக்கின்ற ஏதேனுமொரு பாறை இருக்குமானால், அது உடைத்துத் தகர்க்கப்படுவதால் பக்கவாட்டில் பிளவுகள் ஏற்படுகின்றன என்பதையும் அகாசீ கண்டார். கிளேசியர் இத்தகைய தடையைச் சுற்றிக் கொண்டு பாய்ந்து வருகையில் சரிவான நீண்ட வெடிப்பு உண்டாகின்றது. அந்தப் புடவு மேல் நோக்கி அமைந்து கிளேசியருள் நீள்கின்றது. அந்தப் பிளவு வெடிப்பு அப்படியே நெடுங்காலம் இருந்து விடுவதில்லை. ஏனெனில் கிளேசியர் இடம் பெயர்ந்து நகர்கின்றது. அதன் நடுப்பகுதி பக்கப் பகுதிகளைவிட வெகுவேகமாய் நகர்கின்றது. ஆதலால் பிளவுப் பள்ளமும் மணிப்பொறி முள்ளைப் போன்று கீழ்நோக்கி நகர்கின்றது. எனவே பழைய பக்கவாட்டுப் பிளவுகளைப் புதிய பிளவுப் பள்ளங்களை வைத்து எளிதில் அடையாளம் கண்டுவிட முடியும் என்பதை அகாசீ எடுத்துக் காட்டினார். ஏனெனில் பழைய பிளவுப் பள்ளங்கள் கீழ் நோக்கிய கிளேசியரையும் புதியன மேல்நோக்கிய கிளேசியரையும் காட்டுகின்றன.

கிளேசியர் இயக்கத்தின் மேல்மட்ட எல்லைகள் பற்றியும் அவை தோன்றும் இடங்கள் குறித்தும் அகாசீ அறிய விரும்பினார். ஆதலால் அவரும் அவரின் குழுவினரும் ஆல்ப்ஸ் மலையின் முகடுகள் மேல் ஏறலாயினர். அவற்றுள் பல முகடுகளில் மனிதர் அதுவரை ஏறவேயில்லை. அவர்கள் மலை ஏறுவதிலுள்ள இன்னல்களையும் இடுக்கண்களையும் உணராது அறிவியல் தேட்டத்தின்மேல் வைத்த வேகமான நாட்டத்தினால் உந்தப்பட்டுப் பணி செய்தனர்.

அமெரிக்கத்தில் குடியேற்றம்

அகாசீ 1846 இலையுதிர் காலத்தில் அமெரிக்கத்திற்குக் கப்பலில் சென்றார். அங்கு அவர் பாஸ்டன் நகரின் லோவல் கழகத்தில் *(Lovell Institute)* வரிசையாய்ப் பல உரைகளை நிகழ்த்தினார். புகழ்மிக்க சுவிட்சர்லந்திய அறிவியலரான அகாசீயை அமெரிக்கம் அழைத்துக் கொண்டேயிருந்தது. அகாசீ தன் மனைவியையும் மூன்று மக்களையும் ஜெர்மனியிலிருந்த தன் மைத்துனரிடம் அனுப்பிவிட்டு, அமெரிக்கம் சென்றார். அவர் அதன் பிறகு அமெரிக்கக் குடியுரிமை பெற்று அங்கேயே இறுதிக் காலம் வரை தங்கிவிட்டார்.

அவர் அமெரிக்கத்தின் தலையாய மனிதருள் ஒருவராயும் புகழ்மிக்க அறிவியலராயும் விளங்கினார். அவர் நாடெங்கும் சுற்றி அங்கு உரை நிகழ்த்தினார். அவரின் உரையைக் கேட்க ஏராளமான மக்கள் கூடினர். அப்போது தான் தொடங்கப் பெற்ற ''அட்லாண்டிக்கு மந்திலி'' (*Atlantic Monthly*) என்ற இதழில் அவரின் கட்டுரைகள் சிறப்பிடம் பெற்றன. அவர் ஹார்வர்டுப் பல்கலைக் கழகத்தில் விலங்கியல் துறைப் பேராசிரியரானார். அப்பல்கலைகழகத்தின் விலங்கியல் ஒப்பியல் காட்சி சாலையின் அமைப்பாளருமானார்.

அகாசீ கடும் நோய்வாய்பட்டு 1873 டிசம்பர் 6 அன்று உயிர் நீத்தார்.

ஆர் கிளேசியரிலிருந்து கொண்டு செல்லப்பட்ட ஒரு கல் அவரது அமெரிக்கக் கல்லறைக்கு அணி செய்கின்றது. அவர் பனி ஊழியைக் கண்டறிந்ததன் நினைவாய் அக்கல் மறக்க முடியாத நினைவுச் சின்னமாய் உள்ளது. அவர் கண்டுபிடித்த பனி ஊழி மண்ணுலக வரலாற்றில் மாபெரும் கால கட்டமாகும்- யுகமாகும்.

உறைபனி மூடிய காலம்

இம் மண்ணுலகம் கடந்த இரண்டு மில்லியன் ஆண்டுகளில் ஒன்பது முறை கடும் உறைபனிக் காலத்தின் பிடியில் சிக்கியிருக்கின்றது. மிகவும் தொன்மையான பண்டைப் பாறைகளில் பதிந்துள்ள கிளேசியர் வரிகளை ஆராய்ந்ததில் கிட்டத்தட்ட 930 மில்லியன் ஆண்டுகளில் இதைப்போன்ற உறைபனிக்காலம் அப்போதைக்கப்போது மண்ணுலகில் ஏற்பட்டுள்ளது என்பதை நாம் அறிகின்றோம். இத்தகைய இயல் நிகழ்ச்சிகளுக்கு இப்போதைக்குச் சில விளக்கங்கள் தரப்பட்டு வருகின்றன.

சூரிய வெப்பம் அப்போதைக்கப்போது குறைதல்; காற்று மண்டலத்தில் கரியமில வாயுவின் அளவு குறைந்து வெப்ப இழப்பு வானவெளிக்கு மிகுந்த முடுக்கத்துடன் எழும்புதல்; பூமி சூரியனைச் சுற்றி வருகையில் ஏற்படும் தள்ளாட்டம்- என்று இவ்வாறு பல விளக்கங்கள்.

நிலவுலகில் மிக அண்மைக் காலத்தில் அதாவது ஏறத்தாழப் பத்தாயிரம் ஆண்டுகளுக்கு முன்னர், உறைபனிக் காலம் வந்தது. அப்போது அடர்ந்த பனித் திரையானது அண்டார்டிக்கம், தென் ஆண்டீஸ்,காகசஸ், இமயமலை, வட யூரேசியத்தின் பெரும்பரப்பு, அமெரிக்கம் முதலிய பகுதிகளை மூடியிருந்தது.

வட கடலையும் பிரிட்டனையும் மூடியிருந்த பனித் தகடானது இலண்டனின் வடக்கில் புறநகர்ப் பகுதிகள் வரை விரிந்திருந்து பத்தாயிரம் ஆண்டுகளுக்கு முன்னர் சுருங்கத் தொடங்கியது.

இந்தக் கடைசிப் பனியூழியின் மிச்ச மீதிகளை அண்டார்டிக்கத்திலும் கிரீன்லந்திலுமுள்ள உறைபனி முகடுகளில் இன்றும் காணலாம்.

பனிக்கட்டிக் குவியல்களான கிளேசியர்களால் உண்டாக்கப்பட்ட வரிகளைப் பாறைகளிலும் பனிக் கட்டியின் கனம் குறைந்த பின் நிலம் மெதுவாய் உயர்ந்ததைக் கரையோர மேடுகளிலும் காணலாம்.

மிகப் பரந்த பனிக் கட்டித் தகடுகளில் பேரளவில் தண்ணீர் அடங்கியுள்ளது. ஆதலால் தான் கடல் மட்டம் இன்றைய அலையெழுச்சி அடையாளக் குறிகளுக்குக் கீழே சுமார் 135 மீட்டர்-சுமார் 442 அடியாய் இருந்து வருகின்றது.

இன்று கண்டங்களையடுத்திருக்கும் கடற்படுகையானது அந்தக் காலத்தில் உலர்ந்த நிலப்பரப்பாயிருந்தது. பிரிட்டன் உள்படப் பல கரையோரத் தீவுகள் அவற்றையடுத்த பெருநிலப் பகுதிகளுடன் சேர்ந்திருந்தன. இன்று பேரிங்கு நீரிணை இருக்கும் இடத்தில் இரஷியமும் அமெரிக்கமும் இணைந்து ஒரே நிலப்பரப்பாயிருந்தன.

அக்காலத்தில் கடலின் நீர் மட்டம் குறையும்போது மக்களும் விலங்குகளும் நிலப்பரப்புகளுக்கிடையே இடம் பெயர்ந்து செல்வதுண்டு. நமது உலகம் தனது கடைசிப் பனியூழியைக் கண்டு முடித்து விட்டதா என்பது நமக்கு இன்னும் புலனாகவில்லை. நாம் மண்ணுலக வரலாற்றில் தோன்றிய பல உறை பனியூழிகளில் ஒன்றுக்கும் மற்றொன்றுக்கும் இடைப்பட்ட காலத்தில் வாழ்ந்து கொண்டிருக்கலாம். இனிமேல் பத்தாயிரம் அல்லது இருபதாயிரம் அல்லது ஏன் நூறாயிரம் ஆண்டுகளுக்குப் பிறகு உறைபனியூழி மீண்டும் வரலாம். எனினும் நமது மண்ணுலகம் வெப்பம் மிகுந்து பனிக்கட்டிக் குவியலைப் போல் பேரழிவை உண்டாக்கவும் செய்யலாம்.

அகாசீ சென்ற பத்தொன்பதாம் நூற்றாண்டின் நடுவில் கிளேசியர் என்ற கட்டிப் பனிக் குவியல் குறித்துத் தொடங்கி வைத்த ஆராய்ச்சியானது, மனிதன் பூமி பற்றிப் பெற்றிருந்த அறிவைப் பல வழிகளில் விரிக்க உதவியது.

3. எகிப்து விடுதலை

தொடக்கக் கால முடியரசுகள்

எகிப்து மெனஸ் (*Menos*) என்ற அரசரின் கீழ் சுமார் கி.மு.3,200 வாக்கில், அதாவது சுமார் 5,200 ஆண்டுகளுக்கு முன்னர் ஒரே நாடாய் உருப்பெற்றது. அவரே எகிப்தின் முதல் அரசர். அவர் மேல் எகிப்தையும் கீழ் எகிப்தையும் இணைத்து மெம்ஃபில் நகரை உண்டாக்கினார். (*Memphis* : வடக்கே கீழ் எகிப்தில் நைல் ஆற்றின் கரைமீது நிலவிய நகரம். இது அரசாட்சிக்கும் கலைகளுக்கும் மையமாய் விளங்கிய பண்டை நகரம்.

படைப்பாற்றல் உடையது என்று எகிப்தியர் போற்றிய பெருந் தெய்வமான டா (*Ptah*) இங்கு வழிபடப்பட்டது).

பிரமிடுகள் தோற்றம் - பழைய முடியரசுக் காலம்

எகிப்தில் சுமார் கி.மு. 2,600 வாக்கில் பிரமிடுகள் கட்டப்பட்டுவிட்டன. எகிப்திய அரசர்களான ஃபேரோக்கள் (*Pharaoh:* இது *Pr-'o* என்ற எகிப்தியச் சொல்லிருந்தது மருவி வந்தது; இச்சொல்லுக்குப் பெரிய வீடு என்று பொருள்.) இறந்தபின் மறு உலகில் இன்புற்றிருக்க, அவர்களின் உடல்களைப் பாடஞ் செய்து அடக்கம் பண்ணும் வழக்கம் இக்காலத்தில் தோன்றிவிட்டது. மெம்ஃபிஸ் தொடக்க காலத்தில் பழைய முடியரசு (*Old Kingdom*) என்றழைக்கப்படும் முதல் அரச குடியின் தலைநகராயிருந்தது. இந்நகரம் இன்று இடிபாடடைந்து கிடக்கின்றது. இப்பழைய முடியரசு மூன்றாவது அரச குடியிலிருந்து ஆறாவது அரச குடிவரையில் அதாவது சுமார் கி.மு.2700 தொட்டுச் சுமார் கி.மு.2150 வரை நிலவியது. சுமார் கி.மு.2402 வாக்கில் வட்டார ஆட்சி அமைந்ததால் மைய அரசு முடிவுற்றது.

இடைக்கால முடியரசுக் காலம்

ஃபேரோக்கள் தேபஸ் நகரைக் கோ நகராய்க் கொண்டு 2050 ஆம் ஆண்டுவாக்கில் மீண்டும் மைய அரசை நிறுவி விட்டனர். (*Thebes:* நைலின் கரையில் அமைந்த பண்டை எகிப்திய நகரம். இது மேல் எகிப்து அல்லது நாடு முழுமைக்கும் பல்வேறு காலங்களில் கோநகராயிருந்தது.) இதன் பிறகு எகிப்தில் நிலையான ஆட்சி ஏற்பட்டது. இந்தக் காலத்தை இடைக்கால முடியரசு என்று வரலாறு கூறும் (*Middle Kingdom:* இது பிற்காலத்து 11 ஆவது அரசு குடியிலிருந்து 13 ஆவது அரச குடியின் காலம் வரை அதாவது சுமார் கி.மு.2040 முதல் சுமார் கி.மு.1670 வரை நீடித்த அரசாகும்.)

ஒரே சீரான எழுத்து, ஹைக்சோ

இடைக்கால முடியரசு நிலவிய காலத்தில் ஒரே சீரான எழுத்து முறை வழக்கிற்கு வந்தது. ஆரியரான ஹைக்சோக்கள் எகிப்தின் மீது படையெடுத்து வந்து, கி.மு. 1700 முதல் 1600 வரை ஆட்சி புரிந்தனர். (*Hyksos :* வரலாற்றின் பனித் திரைக்கப்பாலிருந்து திடீரென்று கிளர்ந்த இந்தக் குலத்தார் ''இடையர் அரசர்கள்'' அல்லது ''அயல்நாட்டுத் தலைவர்கள்'' என்று பலவிதமாய் அறியப்பட்டுள்ளனர். இந்த ஹைக்சோ குலத்தார் வட கிழக்கிலிருந்து நைல் வடி நிலப் பகுதியின் உள்ளே வெகு தொலைவு முன்னேறினர். அங்கு ஃபேரோக்களை விரட்டிவிட்டு எகிப்தில் ஒரு நூறாண்டு ஆட்சி செய்தனர். அவர்களை எகிப்தியரான ஆமோசிஸ் (*Amosis*) நாட்டை விட்டு விரட்டினார். ஹைக்சோக்கள் எந்த இருளிலிருந்து வந்தனரோ அதனுள்ளே மறைந்து போயினர்.)

புதிய முடியரசு, இராமிசஸ்

எனினும் நாட்டு அரச குடிகளின் ஆட்சி கி.மு.1560 வாக்கில் மீண்டும் மலர்ந்து புதிய முடியரசுக் காலத்திற்குக் கட்டியம் கூறியது. (*New Kingdom :* இது 18 ஆவது அரச குடியில் தொடங்கி இருபதாவது அரசகுடியுடன் முடிவடைந்தது. அதாவது சுமார் கி.மு.1570 முதல் சுமார் கி.மு. 1080 வரை நீடித்தது.) இந்தக் காலத்தில் இரண்டாம் இராமிசஸ் ஆண்டார்.

(*Ramses or Rameses II;* இ.2225 கி.மு.ஆ.கா 1292-1225 கி.மு இவ்வரசரின் காலத்தில் ஹிட்டைட்டுகளுடன் போர் நடந்தது. அபு சிம்பலில் மிகு உயரமான உருவங்கள் செதுக்கப் பெற்றன. இராமிசஸ் நூறு ஆண்டுகளுக்கு மேல் வாழ்ந்தவர் என்பர். எகிப்தில் இராமிசஸ் என்ற பெயரில் 1315 கி.மு. முதல் 1099 கி.மு.வரை பன்னிரண்டு அரசர்கள் இருந்தனர்.)

ஹிட்டைட்டுகள்

(ஹிட்டைட்டுகள்- *Hitites* : வட சிரியத்திலும் அனட்டோலியம் என்ற துருக்கியின் ஆசியப் பகுதியான ஆசிய மைனரிலும் கி.மு. இரண்டாம் மில்லியனியத்தில் பெரும் பேரரசை நிறுவிய மக்கள். இவர்கள் இந்திய - ஐரோப்பிய இனத்தைச் சேர்ந்த மக்கள். விவிலியத்திலும் வரலாற்றினுள்ளும் புதைந்து கிடந்த இம்மக்களைப் பற்றிப் பத்தொன்பதாம் நூற்றாண்டின் பிற்பகுதியில் உலகம் அறிந்தது.)

எகிப்திற்குப் போட்டியாய் எழுந்த பேரரசுகளின் எழுச்சியினால் சுமார் கி.மு. 1200 முதல் எகிப்து ஒடுக்கப்பட்டு வந்தது; தாழ்ச்சியுற்றது.

அசிரிய அரசரான எசர்ஹடான் (*Esarhaddon,* 680-669 கி.மு.) கி.மு. 674 ஆம் ஆண்டு எகிப்தைத் தாக்கினார். இவருக்கு முன்னர் இருந்த அசிரிய அரசர் எவருமே எகிப்தின் துடுக்கை அடக்கியதில்லை. எசர்ஹடான் முதல் படையெடுப்பில் வெற்றி காணவில்லை. அதற்கு மூன்றாண்டுகளுக்குப் பிறகு அவர் மெம்ஃபிசை எட்டிவிட்டார். எகிப்தியர் கடுஞ் சீற்றத்தோடு அசிரியரை எதிர்த்த போதிலும் வரலாற்றில் மறக்க வொண்ணாத அந்நகரம் வீழ்ந்தது. எகிப்தின் எத்தியோப்பிய அரசரான சிர்ஹக்கா (*Sirhakah*) தீபஸ் நகருக்குப் புற முதுகிட்டோடி போனார். எசர்ஹடானை அடுத்து அவரின் மகன் அசுர் பனிபால்; (*Assur banipal* 668-626 கி.மு) ஆட்சிக்கு வந்ததும் அடங்காதிருந்த எகிப்தியரை அடக்க எண்ணங்கொண்டு மெம்ஃபிசைக் கைப்பற்றினார். அது மட்டுமன்று. ஃபினீசியர் கடற்படையைக் கொண்டு நைல் ஆற்றில் சென்று எகிப்தியரின் லக்சார் நகரையடைந்தார். அவர்களின் புனித நகரான தீபசையும் கைப்பற்றினார். அசுர் பனிபால் எகிப்தின் மீது மும்முறை படையெடுத்தார். எகிப்தின் கோயில்களையும் உருவங்களையும் விட்டு விட்டு, அந்நாட்டிலிருந்து பொன்னையும் வெள்ளியையும் அள்ளிச் சென்றார்.

கிரேக்கர்

எகிப்து பின்னர் பாரசிகத்திடமும் அடிமைப்பட நேர்ந்தது. கி.மு 332 இல் அலெக்சாந்தரின் கிரேக்கப் படையிடமும் எகிப்து வீழ்ந்தது.

அலெக்சாந்தர் (356-323 கி.மு.) இறந்ததும் அவரின் படைத் தலைவர்களுள் ஒருவரான தாலமிசோட்டர் (*Ptolemy Soter,* 367-283 கி.மு எகிப்திய அரசர் 323-285 கி.மு. இவரது காலத்தில் அலெக்சாந்திரிய நகரம் கிரேக்கப் பண்பாட்டின் மையமானது. இறவாப் புகழ்பெற்ற அலெக்சாந்திரிய நூலகம் இவரால் நிறுவப்பட்டது.) எகிப்தில் தாலமி குடியின் முதல் அரசரானார். அவர் தோற்றுவித்த இந்த அரசகுடி எகிப்தில் இருநூறு ஆண்டுகள் அரசோச்சியது. இந்தக் காலத்தில் நிலநடுக்கடல் நாகரிகத் தேரின் அச்சுப் போல் அலெக்சாந்திரிய நகரம் எகிப்தில் விளங்கிற்று.

ரோமானியர்

எகிப்து வலுத்து வந்த ரோமின் வலிமையால் கி.மு. முதல் நூற்றாண்டில் அச்சுறுத்தப்பட்டது. தாலமி குடியின் கடைசி அரசியான கிளியோபாத்திரா (Cleopatra, 69-30 கி.மு.) ஜூலியஸ் சீசர் (Gaius Julius Caesar, 100-44 கி.மு.) மார்க்கு அந்தணி (Mark Antony, 83-30 கி.மு.)போன்ற ரோமானியத் தலைவர்களின், அன்பைப் பெற்று எகிப்தின் தன்னாட்சியைக் காக்க முயன்றார். எனினும் எகிப்து கி.மு. 30 ஆம் ஆண்டில் ரோமானியப் பேரரசுடன் இணைந்தது.

எகிப்து ரோமானியப் பேரரசின் தானியக் களஞ்சியமானது. எகிப்தின் நீர்ப் பாய்ச்சல் முறை இக்காலத்தில் திருத்திச் செம்மையாக்கப்பட்டது. பிறகு இந்நாடு சிறிது காலம் பைசாந்தியப் பேரரசின் ஆட்சியில் இருந்தது. அப்பேரரசரின் ஆதரவில் இங்கு காப்டிக்குத் திருச்சபை அமைந்தது. (Coptic Church : எகிப்தின் தொன்மையான கிறித்துவச் சபை.)

இஸ்லாமிய எழுச்சி

மாபெரும் இஸ்லாமியப் பேரரசு விரைந்தெழுந்த போது அரபுகள் கி.பி. 639-642 காலத்தில் எகிப்தை வெற்றி கொண்டனர். எகிப்தின் அரபு ஆட்சியாளர்கள் கி.பி 1200 வாக்கில் தம் படை வீரரும் அமைச்சர்களுமாய் விளங்கிய மாமிலூக்குகளின் சொல்வாக்கிற்கு ஆள்பட்டனர். மாமிலூக்குகள் முதலில் அடிமைகளாயிருந்தனர். எனினும் அவர்கள் 1200 வாக்கில் எகிப்தின் ஆட்சியைக் கைப்பற்றி விட்டனர். மாமிலூக்குகளின் ஆட்சி 1517 வரை எகிப்தில் நீடித்தது.

ஆட்டோமான் துருக்கர்

துருக்கரின் ஆட்டோமான் பேரரசு எகிப்தை 1517 இல் சாய்த்தது. துருக்கர் ஆட்சியிலும் கூடப் பே (bey) என்ற மாமிலூக்கு இளவரசர்கள் தொடர்ந்து எகிப்திய மாநிலங்களைத் தம் கைகளில் வைத்திருந்தனர்.

நெப்போலியன்

நெப்போலியன் போனப்பாட்டு (1769-1821) 1798 ஆம் ஆண்டு எகிப்தின் மீது படையெடுத்துப் பிரமீடு போரில் மாமிலூக்குகளை வென்றார். அவர் மேலும் முன்னேறிச் சென்று இந்தியத்தைக் கைப்பற்ற எண்ணியிருந்தார். ஆனால் அவர் நைல் ஆற்றுப் போரில் பிரிட்டிசாரிடம் தோற்றதால் இந்தியப் படையெடுப்புக் கைகூடவில்லை.

நெப்போலியப் போர்களின் (1799-1815) நெருக்கடிகளுக்கு ஆளான பிரஞ்சுக்காரர் 1800 ஆம் ஆண்டுகளின் தொடக்கத்தில் எகிப்தை விட்டு வெளியேறினர். குழப்பமான இந்நேரத்தில் துருக்கரின் ஊழியத்திலிருந்து முகமது அலி (இ.ச.க தொகுதி-11) 1805 இல் எகிப்திய ஆட்சியை பிடித்துவிட்டார். அவர் 1817 இல் மாமிலூக்குகளைப் படுகொலை செய்தார். (இ.ச.க தொகுதி-12)

முகமதலியின் ஆட்சியில் எகிப்தில் தொழில்கள் வளர்ந்தன. அதனால் பழைய ஆட்டோமான் ஆட்சியிலிருந்த பிற அரபு நாடுகளை எகிப்து தொழில் வளர்ச்சியில் மிஞ்சியது. அது 1833 மே 3 அன்று துருக்கியிடமிருந்து முறைப்படி விடுதலை பெற்றது.

எகிப்தின் சிறப்பு

எகிப்தின் பண்டையச் சிறப்பை அனைவரும் பகிர்ந்து கொள்வதில் பெருமைப் படலாம். ''லகூன் அல்லது துட்டங்காமன் (*Tutankhamen or Tutankhaman, 1361-1352* கி.மு.இவர் *18* ஆவது அரச மரபைச் சேர்ந்தவர். இவர் அடக்கமான பிரமிடு தீபஸ் நகரில் இருக்கின்றது.) கல்லறைக்குள் கண்டுபிடித்த செல்வங்கள் அனைத்தையும் விட,உலோகத்தை உருக்குவதற்காக இரண்டாவது அரச மரபு நிலவிய காலத்தில் (சுமார் கி.மு.*4514-4212*) பயன்படுத்தப்பட்ட ஊதுலையானது மனித நாகரிகத்தின் முன்னேற்றத்திற்கு வெகு முக்கியமான சான்றாகும்.

உலகின் முதல் ஊதுலை

''வெகு தொன்மையான இந்த ஊதுலை எந்த விதிப்படி செயல்பட்டதோ, அதே விதி முறைப்படிதான் அதற்குப் பின்னர் அமைக்கப்பட்ட எல்லா ஊதுலைகளும் வேலை செய்கின்றன. முதலில் எகிப்தியர் அமைத்த ஊதுலைகள் செம்பை உருக்கப் பயன்பட்டபோதிலும் அக் கலப்புலோகம் இப்போது வெண்கலம் என்று அழைக்கப்படுகின்றது .அது தொல்லியலில் குறிப்பிட்ட ஒரு கால வட்டத்தைக் குறிக்கும் பொதுப் பெயராகி ''வெண்கலக் காலம்'' என்றாய் விட்டது.'' என்று மார்கரட்டு ஏ.முரே என்ற வரலாற்றாசிரியர் பெருமைப்படுகின்றார்.

கற்காலத்தையடுத்து லிபியப் புல்வெளிகளிலிருந்து வந்தேறிய மக்களின் நாடாகிய எகிப்து உலக நாகரிகங்களின் தொட்டில்களுள் ஒன்றெனச் சிறப்பிக்கப்படுகின்றது. எகிப்தின் ஆக்கப்பொருள் பண்பாட்டின் (*material culture*)-வெளிப்பாடுகளான கட்டுமானம் தோட்டக்கலை, துணி, உடுப்புகள், ஏன் சமையலும் ஒரு கலை என்ற முதிர் நிலை, தொழில்கள், அறிவியல் துறைகளின் தொடக்கங்கள். இயற்பியல், வானியல், மருந்தியல், பொறியியல்,மதிப்பிட்டுக் கணிக்க முடியாத வகையில் சட்டம், ஆட்சியியல், சமயம் ஆகியவற்றின் தோற்றங்கள் அனைத்தும் பிறந்தன.

இரண்டாம் தாலமி ஃபிலடெல்ஃபஸ் (*309-246* கி.மு. ஆ.கா.*285-246* கி.மு. இவர் காலத்தில் எகிப்தில் செல்வச் செழிப்பும் பண்பாடும் மேலோங்கியிருந்தன. இவர் வல்லமை மிக்க மன்னராயிருந்தார்.) அலெக்சாந்திரியத்தில் கலைத் தெய்வங்களுக்கு (*Muses*) மாபெருங் கோயிலை அமைத்ததற்குப் பல நூற்றாண்டுகளுக்கு முன்னரே ஞானம், அறிவு அனைத்தின் பண்பு நிலமாகக் கிரேக்கர் எகிப்தைக் கருதினர். கிரேக்கர் தமது பெரும்போக்கான ஆர்வத்தில் இக்கருத்தைத் தொடர்ந்து எழுத்தில் பதித்து வந்தனர். அங்ஙனம் கிரேக்கர் எழுதி வைத்ததன் காரணமாய்,அவர்கள் நைல் ஆற்று வெளியில் வாழ்ந்த கற்றறிவாளரிடமிருந்து செவி வழியாய் அறிந்த செய்திகளைப் பிற்கால சந்ததியினரிடம் அந்த ஞானம் போய்ச் சேரும்படி செய்து விட்டனர்.

சமய வளர்ச்சி

அமெரிக்க எகிப்தியவியலரான ஜே.எச்.பிரெஸ்டெடு (*J.H.Breastead, Development of Religion and Thought*) வெகு திறமையுடன் மொழிபெயர்த்துள்ள ஒரு பொறிப்பிலிருந்து எகிப்தின் சமய வளர்ச்சியைத் தெள்ளிதின் உணரமுடிகின்றது. இந்தப் பொறிப்புச் சமய வளர்ச்சி மேம்பாட்டைக் காட்டும் ஓர் எல்லைக் கல்லாக உள்ளது. இக்குறிப்புக் கிறிஸ்துநாதருக்குச் சுமார் ஆயிரத்து நூறு ஆண்டுகளுக்கு முற்பட்டது. அது கிறித்தவத்தின் ஒவ்வொறு பிரிவையும்,அதன் வடிவத்தையும் பாதித்துள்ளது.

பண்டை எகிப்தியரும் அவர் காலத்து வாழ்ந்திருந்த மக்களும் எழுதுவித்த சமயப் பொறிப்புகளிலும் எழுத்துகளிலும் அடங்கியுள்ள ஆழ்ந்த உள் பொருளை எவரும் ஆராய முற்பட்டதாய்த் தெரியவில்லை என்பது அறிஞர் கருத்தாகும்.

எகிப்து பண்டை நாகரிகருக்கு நடுவில் தனிச் சிறப்பு வாய்ந்த நிலையை எப்போதும் எய்தியிருந்தது. அது நிலவியல் அமைப்பில், ஐரோப்பியம், ஆசியம், ஆப்பிரிக்கம் என்ற முப்பெரும் நிலங்களுடன், கண்டங்களுடன் தொடர்பு கொண்டிருந்தது. ஆசியம் அதன் தலைவாயிலில் இருந்தது. அது ஆப்பிரிக்கக் கண்டத்திலேயே அமைந்திருந்தது. ஐரோப்பியம் சிறு கடலுக்கப்பால் வெகு அண்மையில் இருந்தது. பண்பாட்டளவில் ஒருவரிடமிருந்து மற்றவர் வேறுபட்டு நின்ற பல்வேறு மக்களினத்தாருடன் எகிப்து தொடர்புற்றிருந்தமையால், அத்தொடர்வு அதன் நாகரிகத்தில் மாபெரும் தாக்கத்தை உண்டாக்கியது. எகிப்தின் உயர் மேன்மையின் இரகசியத்திற்கு இவையெல்லாம் ஓரளவு காரணமாகும்.

இலிங்க வழிபாடு

எகிப்தில் கி.மு. *1500* வாக்கில் இலிங்க வழிபாடு தொடங்கியது என்பர். (இலிங்க வழிபாட்டை ஆத்திரிகர் என்ற மக்கள் சுமார் கி.மு.*6000-5000* வாக்கில் இந்தியத்திற்குக் கொண்டு வந்தனர் என்றும், அவ்வழிபாடு சிந்துவெளியில் இருந்தது என்றும் கூறுவாருளர்.) இங்கு கி.மு. பதினான்காம் நூற்றாண்டில் சூரிய வழிபாடும் இருந்தது. இறை வழிபாட்டில் வெகு தொன்மையான கோயில் லக்சார் என்ற இடத்தில் இருந்தது. (*Laxor* : பண்டைத் தீபஸ் நகரின் தென் பகுதிக்கு லக்சார் என்று பெயர். இங்கு இன்று பல இடிபாடுகளைக் காணலாம். இவ்விடத்தில் மூன்றாம் அமினோடெப்பு [*Amenhotep III, 1141-1375* கி.மு.] கட்டிய கோயில் முக்கியமானதாகும்.

எகிப்தில் கி.மு.பதினான்காம் நூற்றாண்டிலேயே ஒரு கடவுள் கொள்கை இருந்தது. எகிப்தியருக்கு உடல் ஆன்மா இரண்டையும் பற்றிய நம்பிக்கை இருந்ததால்தான் இறந்த தம் அரசர்களின் உடலைப் பாடம் செய்து, மாபெரும் பிரமிடுகளைக் கட்டி அவற்றினுள் அடக்கம் செய்தனர். எகிப்தில் புதினங்களும் பாக்களும் கி.மு *2000* வாக்கில் புனையப்பட்டன.

உலக நாகரிக மலர்ச்சியின் பல்துறை வெளிப்பாடுகள் எகிப்திலிருந்தே தோன்றின என்பது வரலாற்றாசிரியர் கருத்தாகும் என்பதை மேலே கண்டோம். ஒழுங்கான முதற் போர் கூட கி.மு.*1469* ல் எகிப்தில் நடந்தது என்பர். அந்தப் போரின் பெயர் மெகிடோ. அதில் ஈடுபட்ட அரசர் பெயர் மூன்றாம் துத்மோசு (*Thutmose III, -1450* கி.மு. ஆ.கா.சு. *1504-1450* கி.மு. இவர் சிரியம், நூபியம் ஆகியவற்றை வென்று தன் ஆட்சிப் பரப்பினுள் சேர்த்தவர். கிழக்கு எகிப்தில் நைலின் கரைமீதுள்ள கர்னாக்கு என்ற இடத்தில் அமோன் என்ற தெய்வத்திற்குக் கோயில் எழுப்பியவர். இவர்தான் கிளியோபப்த்திரா ஊசி என்று தவறாய் அழைக்கப்படும் நாற்பட்டைக் கூர் முனைத்தூண் உள்பட பல நினைவுக் கற்களை எழுப்பியவர்.)

சூயசுக் கால்வாய்

இன்றைய சூயசுக் கால்வாய் பத்தொன்பதாம் நூற்றாண்டின் பிற்பகுதியில் ஐரோப்பியரால் வெட்டப்பட்டது. ஆனால் கி.மு.*1480-1475* காலத்திலேயே ஹாட்ஷெப்செட்டு என்ற எகிப்திய அரசி ஒரு கால்வாயை வெட்டத் திட்டமிட்டார்.

பதிந்து வைக்கப் பெற்ற ஐயாயிரமாண்டுகளுக்கு மேற்பட்ட வரலாற்றையுடைய எகிப்தின் கதையை இந்நுண்ணிய கட்டுரையில் சொல்லிவிட இயலுமோ?

Ceran, C.W. Narrow Pass, Black Mountain, The Discovery ot the Hittite Empire, Translated from the German by Richard and Clara Winston, London 1956.

Lloyd, Seton Twin Rivers, A Brief History of Iraq from the earliest times to the present day, OUP London, 1946.

Murray, A. Margaret The Splendour That was Egypt, First Published 1949, New and Revised Edition, Hong Kong, 1987.

1833

வரலாற்றுப் புள்ளிகள்

1. அரசியல்

(அ) துபாயில் அல்-மக்தூம் குடி ஆட்சி தொடக்கம்

அரபு எமிரேட்டுகள் ஒன்றியத்தின் (United Arab Emirates) கடற்கரை நீளம் சுமார் 600 கிலோ மீட்டராகும். இங்குள்ள ஏழு எமிரேட்டுகளில் துபாய் (Dubai) ஒன்றாகும். பாரசிக வளைகுடா மீதுள்ள அது இப்போது எண்ணெய் வளத்தினால் செழிப்படைந்து விட்டது.

இந்தக் கடற்கரை ஒரு காலத்தில் கொள்ளையர் கடற்கரை (Pirates Coast) என்று பெயர் பெற்றிருந்தது. அச்சமூட்டும் வளைந்த குத்துவாள்களையும் (dagger-kunjah) கொடுவாள்களையும் (அகன்ற முனைப் பகுதிகளையுடைய Scimitter - quatara) ஏந்திய அரபுக் கடற்கொள்ளையர், அரபு வளைகுடாவில் வாணிபம் செய்து வந்த ஐரோப்பியக் கப்பல்களைக் கொள்ளையடித்து வந்தனர். அதனால் அக்கரையோரம் இழிபெயர் பெற்றுவிட்டது. அங்கு இக்கடற் கொள்ளையரின் இடிந்த கோட்டைகளையும் காவற் கோபுரங்களையும் இன்றும் காணலாம்.

பிரிட்டன் இப்பகுதியில் நடந்த கடற் சண்டைகளை நிறுத்துவதற்காக 19 ஆம் நூற்றாண்டில் முயன்றது. இங்குள்ள எமிரேட்டுகள் என்ற இளவரசர் ஆளுகைப் பகுதிகளுக்கும் பிரிட்டிசாருக்குமிடையே நடந்த பேச்சின் முடிவில் ஓர் உடன்படிக்கை ஏற்பட்டது. அது அரபுத் தீவக் குறையின் வடக்குக் கரை வரையிலும் செல்லத்தக்க உடன்பாடாய் விளங்கிற்று.

அதனால் இப்பகுதியிலிருந்த சிற்றரசுகள் "போர் நிறுத்த உடன்படிக்கை நாடுகள்" (Trucial States) என்று பெயர் பெற்றன. இதன்பிறகு இப்பகுதியில் கடற் கொள்ளை நின்றது.

இப்பகுதியில் அடங்கிய துபாயில் 1833 ஆம் ஆண்டு அல்-மக்தூம் என்ற அரச குடியின் ஆட்சி தொடங்கியது. இதன் முதல் எமீரான மக்தும் 1833 முதல் 1852 வரை ஆட்சி செய்தார்.

(ஆ) ஃபாக்லந்துத் தீவில் பிரிட்டீசுக் குடியேற்ற ஆட்சி

ஃபாக்லந்துத் தீவுகள் (*Falkland Islands*) தென் அட்லாண்டிக்குக் கடலில் உள்ளன. இங்கு ஏறத்தாழ 200 தீவுகள் இருக்கின்றன. அவற்றுள் இரண்டு மட்டுமே பெரியவை. ஏனையவை சிறு தீவுகளாகும். இத்தீவுத் திரளை ஸ்பானிய மொழியில் ஐலாஸ் மால்வினாஸ் (*Islas Malvinas*) என்பர். இங்குள்ள பெரிய ஊர் ஸ்டேன்லி தென்னமெரிக்கத்தின் தொங்கலில் சிலி நாட்டிற்கு உரிமையான ஒரு தீவின் பாறைகள் நிறைந்த கொம்பு முனையின் (*Cape Horn*) வட கிழக்கே சுமார் 770 கிலோ மீட்டரில் இத்தீவுக் கூட்டம் இருக்கின்றது. இத்தீவுகளின் மொத்த நிலப்பரப்பு சுமார் 4700 சதுர மைலாகும்.

இரு பெரிய தீவுகள் கிழக்கு, மேற்கு ஃபாக்லந்து எனப்படும் இத்தீவுகளை ஆங்கிலக் கடலோடியான ஜான் டேவிஸ் (*John Davis, 1550-1605*) கடலில் வட வழியைத் தேடிக் கொண்டிருந்த காலையில் 1592 ஆம் ஆண்டு கண்டுபிடித்தார் என்று நம்புகின்றனர். எனினும் பிரஞ்சுக்காரர்தாம் அங்கு முதலில் குடியேறினர். அவர்கள் கிழக்கு ஃபாக்லந்திலுள்ள போட்டு லூயி என்ற இடத்தில் 1764 ஆம் ஆண்டில் ஸ்பானியருக்கு விற்றனர்.

மேற்கு ஃபாக்லந்தில் 1765 முதல் இருந்து வந்த பிரிட்டீசுக் காவற் படை ஸ்பானியருடன் மோதியது. அதன் பிறகு பிரிட்டன் 1774 இல் அங்கிருந்து வெளியேறிற்று. அர்ச்சண்டினம் 1828 இல் புதிதாய் விடுதலை பெற்றதும் கிழக்கு ஃபாக்லந்துத் தீவில் ஒரு குடியேற்றத்தை அமைத்தது. இப்பகுதியில் சீல்களை வேட்டையாடி வந்த அமெரிக்கரைக் கிழக்கு ஃபாக்லந்திலிருந்தவர்கள் தாக்குகின்றனர் என்று அமெரிக்கப் போர்க் கப்பலான ''லெக்சிங்டன்'' அத்தீவைத் தாக்கியது.

பிரிட்டிசார் 1833 முதல் இவ்விரு தீவுகளிலும் குடியேறினர். அவை அது முதல் பிரிட்டனின் குடியேற்றமாய் இருந்து வருகின்றது.

அர்ச்சண்டினம் இத்தீவுகள் மீது உரிமை கொண்டாடி அவற்றை ஐலாஸ் மால்வினாஸ் என்று அழைத்து வருகின்றது.

இத்தீவுகளின் உரிமை குறித்து 1980 ஆம் ஆண்டுகளில் பிரிட்டனுக்கும் அர்ச்சண்டினத்திற்கும் சிறு போர் நடந்தது.

2. அறிவியல்

கணைய நொதி கண்டுபிடிப்பு

பிரஞ்சு வேதியியலரான அன்செல்மிபேயன் ,ஷா ஃபின்சுவா பெர்சோஸ் (*Anselmi Payen and Jean Francois Persoz*) என்ற இருவரும் மாவூறலிருந்து எடுக்குப்பட்ட அமிலோஸ் (*amylace*) என்ற கணைய நொதி (*malt enzyme*)பற்றி ஆராய்ந்ததில் அது ஸ்டார்ச்சைச் சர்க்கரையாய் மாற்றுகின்றது என்று கண்டனர்.

3. மருத்துவம்

இரைப்பை நீர்கள், செரிமானம் பற்றிய ஆய்வு

வில்லியம் பூமான் (*William Beaumont, 1785-1853*) என்ற அமெரிக்க மருத்துவர்

உணவுச் செரிமானம் பறிய ஆய்வில் முன்னோடியாய் விளங்குகின்றார். அவர் 1833 ஆம் ஆண்டில் இரைப்பை நீர்கள், செரிமானவியல் ஆகியன பற்றிய ஆய்வுகளும் சோதனைகளும் (*Experiments and Observations on the Gastric Juices and Physiology of Digestion*) என்ற நூலை எழுதினார். இந்நூல் மருத்துவ முறைப் பாடங்களைக் கற்பிப்பதில் செந்நூலாய் விளங்கியது.

4. கல்வி

(அ) பழம் ஏடுகளை அழிவிலிருந்து காத்தவர்

உலகெங்கிலும் பழைய கையெழுத்துப் படிகள், ஏடுகள், நூல்கள் முதலியவற்றின் சிறப்பையும் பயனையும் அருமையையும் அறியாமல் அவற்றை அழிக்கும் மக்கள் இருந்து வருகின்றனர். தமிழ்நாட்டில் ஆடிப் பெருக்கின்போது வீட்டின் பரண்களில் குவிந்து கிடந்த பழம் ஏட்டுச் சுவடிகளையெல்லாம் ஆற்றில் விட்ட கொடுமையைப் போன்று எகிப்து, பாலத்தீனம், கிரேக்கம் ஆகிய நாடுகளில் அமைந்த துறவி மடங்களில் பண்டை ஏடுகளையும் நூல்களையும் அவற்றின் அருமை தெரியாது தீயிலிடும் வழக்கம் இருந்தது.

எனினும் மனித இனத்தின் அறிவுத் திரட்டுகளான பழம் ஏடுகளை வருங்காலத் தலைமுறையினருக்காகக் காத்து வைக்க அரும்பாடுபட்ட மனிதர்களும் வாழ்ந்து வருகின்றனர். அத்தகையருள் ஆங்கிலப் பயணியும் பழம் ஏடுகளைச் சேகரிப்பவரும் அரசுத் தூதுவருமான இராபட்டு கர்சான் (*Robert Curzon, 1810-1873*) குறிப்பிடத் தக்கவராவார்.

1833

அவர் இத்தகைய அறிவுச் செல்வங்களைத் தேடி 1833 ஆம் ஆண்டு ஐரோப்பியத்தின் பல நாடுகளுக்குச் சென்றார். அவர் எண்ணற்ற இடுக்கண்களின் நடுவே பல ஏடுகளைச் சேகரித்தார்.

(நமது நாட்டில் சி.வை.தாமோதரம்பிள்ளை,உ.வே.சாமிநாதய்யர் போன்ற ஏடு தேடிகளை இனிமேல் நாம் காணப் போகின்றோம்).

(ஆ) இந்தியர்க்கு ஆங்கிலக் கல்வி : மெக்காலே கருத்து

கிழக்கிந்தியக் கம்பெனியின் சட்டக் குழு உறுப்பினராய் அமர்த்தப்பட்ட தாமஸ் பேபிங்டன் மெக்காலே (*Thomas Babington macaulay, 1800-1859*) இந்தியர்க்கு ஆங்கிலக் கல்வி வேண்டும் என்று 1833 ஆம் ஆண்டு பிரிட்டீசு நாடாளுமன்றத்தில் கருத்துரைத்தார்.

(இ) சம்ஸ்கிருத நூல்களைக் கிரேக்கத்தில் ஏற்றியவர்

அலெக்சாந்தருக்கு முன்பிருந்தும் ஆட்டோமான் துருக்கரிடம் அடிமைப்பட்டுக் கிடந்த இக்காலத்திலும் கிரேக்கத்திலிருந்து கற்றறிவாளர், வணிகர், சில்லறைக் கடைக்காரர், கலைஞர் முதலானோர் தொடர்ச்சியாய் இந்தியத்திற்கு வந்தனர்.

சம்ஸ்கிருதச் சுவடிகளை முதன் முதலில் கிரேக்க மொழியில் மொழி பெயர்த்த கிரேக்கக் கீழையியல் விற்பன்னரான டிமிட்டிரியஸ் கலானோஸ் (*Dimitrius Galanos*) தனது 72 ஆவது வயதில் 1833 மே 3 அன்று காசியில் இறந்தார். அவர் கல்கத்தாவிலுள்ள கிரேக்க மாதா கோயிலின் கல்லறைத் தோட்டத்தில் அடக்கமாயிருக்கின்றார்.

அந்தக் கிரேக்கக் கோயில் எழுப்புவதற்குக் காரணராயிருந்த கிரேக்கரின் பெயர் அகீரி (*Ageeri*). இவர் 1770 வாக்கில் கல்கத்தாவில் குடியேறினார்.

(ஈ) பிரான்சில் தொடக்கக் கல்விச் சட்டம்

பிரான்சில் 1833 சூன் 28 அன்று தொடக்கக் கல்விச் சட்டம் நிறைவேறியது .கிறித்தவத் திருச்சபை நாட்டின் தொடக்கப் பள்ளிகள் மீது விரிந்த அளவில் மேலாண்மை செலுத்துவதற்கு இச்சட்டம் வழிவகுத்தது.

5. தொழில், வாணிபம், வேளாண்மை

(அ) கருவா மரம் தமிழ் நாட்டில் அறிமுகம்

கருவா மரம் ஆசியத்தின் வெப்ப மண்டலப் பகுதிகளில் வளர்கின்றது; அது தோல் போன்ற இலைகளையுடையது; மணக்காரச் சரக்கான கருவாப்பட்டையைத் தருவதுமாகும். இம்மரத்தின் தாவரவியல் பெயர் *Cinnamomum zeylancium* ஆகும். இதன் மஞ்சள் பழுப்பு நிறமான பட்டை மணக்காரப் பொருளாய்ப் பயன்படுகின்றது. கருவாப்படை பற்றிய செய்திகள் இ.ச.க இரண்டாம் தொகுதியில் விரிவாய்ச் சொல்லப்பட்டிருந்தன.

கருவா மரத்தின் (*cinnamon*) தாயகம் இலங்கை. இத்தீவு 1795 ஆம் ஆண்டு கிழக்கிந்தியக் கம்பெனியின் வசமானதிலிருந்து (இ.ச.க தொகுதி-10 : 1795 கட்டுரை) அந்நாட்டின் கருவாப்பட்டை வாணிபத்தில் கம்பெனி முழுத் தனியுரிமை செலுத்திவந்தது. இந்த உரிமை 1833 ஆம் ஆண்டுச் சட்டப்படி நீக்கப்பட்டது வரையிலும் கருவாப்பட்டை வாணிபம் கம்பெனியின் கையிலேயே இருந்தது.

1833

கம்பெனி சென்னை மாநிலத்தில் கருவாப்பட்டையை விளைவிக்க முயன்றது. கருவாப்பட்டைக் கன்றுகளைத் தமிழ்நாட்டிற்கு அனுப்பிவைக்குமாறு கொழும்பிலிருந்த வாணிபப் பேராளர் கேட்டுக் கொள்ளப்பட்டார். அத்துடன் கருவா மரத்தை வளர்க்கவும் வளர்ந்த மரங்களிலிருந்து பட்டையை உரித்தெடுக்கவும் தமிழ் நாட்டு ஆள்களைப் பழக்குவதற்காகச் சிங்களர் குழு ஒன்றை அனுப்புமாறும் அவரிடம் கேட்கப்பட்டது.

இலங்கையிலிருந்து கருவா மரக் கன்றுகள் தூத்துக்குடிக்கு வந்தன. அவை மலபாரின் ரந்ததேரா தோட்டத்திலிருந்த மர்டோக்கு பிரகனிடம் ஒப்படைக்கப்பட்டன. அவர் ரந்ததேரா தோட்டத்தின் மேற்பார்வையாளராயிருந்தார். இவர் பூர்பான் பருத்தி வகையை மலபாரில் பயிரிட்டு வெற்றி கண்டவர். (இ.ச.க தொகுதி - 9 :1790-கட்டுரை)

பிரகன் இரண்டே ஆண்டுகளில் கருவ மரங்களிலிருந்து சுமார் 14 பெட்டிப் பட்டைகளை எடுத்து விட்டார். அவர் சுமார் ஒன்றரை இலட்சம் கருவாக் கன்றுகளை நட்டும் வெற்றி கண்டார். அரசு இதில் இன்னும் சிறிது அக்கறை காட்டியிருந்தால் மேலும் சிறந்த பலன் கண்டிருக்க முடியும் என்று பிரகன் சொன்னார்.

கிழக்கிந்தியக் கம்பெனி குற்றாலத்தில் நடத்தி வந்த மணக்காரப் பண்டத் தோட்டத்திலும் கருவாக் கன்றுகளை நட்டு வளர்த்தது. எனினும் கம்பெனி இது குறித்துச் சரியான கவனம் செலுத்த தவறியது.

(ஆ) அமெரிக்கத்திலிருந்து இந்தியத்திற்குப் பனிக்கட்டி

அமெரிக்க ஒன்றியத்திலிருந்து முதன் முறையாய்ப் பாஸ்டன் துறைமுகப் பட்டினத்திலிருந்து இந்தியத்திற்குப் பனிக்கட்டி அனுப்பப்பட்டது .இந்தப் பயண காலம் 4 மாதம் 7 நாள். ஃபிரடரிக்கு டியூடர் என்றவர் தனது ''டஸ்கனி'' என்ற கப்பலில் 180 டன் பனிக்கட்டியையும் ஆப்பிள், வெண்ணெய், பாலாடைக்கட்டி ஆகியவற்றையும் ஏற்றிக் கொண்டார். அவர் தலைமை ஆளுநர் பெண்டிங்கிற்காகவும் கல்கத்தாவிலிருந்த கம்பெனியின் '' நவாபுகளுக்காவும்'' அவற்றைக் கொண்டு வந்தார். அவர் வந்த வழியிலும், இறக்கிய போதும் பனிக்கட்டியில் பாதி கரைந்தது. இந்தப் பயணத்தினால் அவருக்கு ஆதாயமில்லை. (ஐஸ் ஹௌஸ் 1840 புள்ளி)

6. பொருளியல், நிதியியல்

1833

இந்தியம் முழுமைக்குமான நாணயமுறை

சென்னை மாநிலத்தில் 18 இறுதியில் ஒருலோக அடிப்படையில் ஒரே சீரான நாணய முறை புழக்கத்தில் இருந்து வருகின்றது. (இ.ச.க .தொகுதி-12 :1812,1818 கட்டுரைகள்) ஆனால் அதே நேரத்தில் ஈருலோக அடிப்படையில் இந்தியம் முழுமைக்கும் பொதுவான நாணயமுறை வேண்டுமென்று இந்திய ஆட்சியாளர் வலியுறுத்தி வந்தனர்.

இந்தியம் முழுமைக்கும் சட்டங்கள் இயற்றும் முழு உரிமையும் ஆட்சியதிகாரமும் முற்றிலும் மையத்தில் நிறைந்த பேரரசாட்சி முறை ஒன்று இந்தியத்திற்கு வேண்டும் என்று 1833 ஆம் ஆண்டு நிறைவேறிய கம்பெனி வாணிப உரிமை ஆவணச் சட்டம் எதிர்பார்த்தது.

ஆட்சி நிர்வாகத்தில் இதனால் உண்டான மாறுதல் காரணமாய் நடைமுறையிலிருந்த நாணய முறையில் மேலும் மாறுதல்களைக் கொண்டு வர வேண்டிய கட்டாயம் எழுந்தது.

பேரரசாட்சி நாணய முறை

ஒரே சீரான நாணய முறையை விடுத்துப் பொதுவான ஒரு நாணய முறையைக் கொண்டு வர வேண்டும் என்பது பேரரசாட்சி (*Imperial*) நாணய முறையின் நோக்கமாகும். பிரிட்டீசு நாடாளுமன்றம் இந்தியத்தை ஆள்வதற்கென்று அமைத்த பேரரசாட்சியானது (*Imperial Goovernment*) முகலாயரின் திவானாய் அல்லது முகவராய் இருப்பதுடன் மன நிறைவடைந்து விடவில்லை. அது மறைந்துவிட்ட முகலாய அரசர்களின் பெயரால் நாணயங்களை வெளியிடவும் விரும்பவில்லை.

இத்தகைய போலிப் புனைவுகளையெல்லாம் களைந்துவிட்டுத் தன் பெயரில் பேரரசாட்சி நாணங்களை வெளியிடுவதென்று கிழக்கிந்தியக் கம்பெனி உறுதி கொண்டது. அத்தகைய நாணயம் ஒன்றையும் அது வெளியிட்டது.

அது இந்தியம் முழுமைக்கும் பொதுவானது. அந்நாணயம் சாதாரண மக்களிடமும் பேரரசாட்சியின் ஆட்சியாண்மையை வெகு தெளிவாய் எடுத்துக் காட்டிற்று.

அதற்கிணங்கப் பேரரசு ஒரு சட்டத்தையும் (1835 ஆம் ஆண்டின் 17 ஆவது சட்டம்) கொண்டு வந்து, இந்தியம் முழுமையிலும் செல்லக் கூடிய பொதுவான ஒரே நாணய முறையை அறிமுகப்படுத்திற்று (1835)

7. போக்கு வரவு

அட்லாண்டிக்கைக் கடந்த முதல் நீராவிக் கப்பல்

கனடியருக்கு உரிமையான "இராயல் வில்லியம்" என்ற நீராவிக் கப்பல் கிழக்குக் கனடாவின் செயின் லாரன்ஸ் வளைகுடாவிற்கும் ஃபண்டி வளைகுடாவிற்கும் நடுவிலிருக்கும் நேவா ஸ்காசிய (Nova Scotia) என்ற தீவக் குறையிலிருந்து 1833 ஆகஸ்டு 17 அன்று அட்லாண்டிக்குக் கடலில் பயணப்பட்டது. அது தென் இங்கிலாந்தின் ஒயிட்டுத் தீவை (Isle of Wight) நோக்கிச் சென்றது. இதுவே அட்லாண்டிக்குக் கடலைக் கடந்த முதல் நீராவிக் கப்பலாகும். (இ.ச.க தொகுதி-15: 1842 -புள்ளிகள்)

8. இயற்கைச் சீற்றம், பஞ்சம்

ஜப்பானில் கொடிய பஞ்சம்

இக்கால கட்டத்து ஜப்பானிய வரலாற்றில் அடிக்கடி பஞ்சமும் இயற்கைச் சீற்றங்களான நில நடுக்கமும் ஏற்பட்டு அந்நாடு இன்னலுறுவதை நாம் கண்டு வருகின்றோம்.

ஜப்பானில் மூன்றாண்டுகள் நீடித்த கொடிய பஞ்சம் 1833 இல் தொடங்கியது. இது இதற்கு ஐம்பதாண்டுகளுக்கு முன்னர் 1785 இல் வந்த பஞ்சத்தைவிடக் கொடுமையானது.

9. மக்கள்

(ஆ) சதி ஒழிப்பிற்கு எதிரான விண்ணப்பம் தள்ளுபடி

இந்தியத்தில் சதி என்ற உடன்கட்டை ஏறும் வழக்கத்தை ஒழித்த சட்டத்தை எதிர்த்து இந்தியரில் சிலர், பிரிட்டீசு நாடாளுமன்றத்தில் முறையிட்டனர். அவ்விண்ணப்பம் 1833 சூலை 11 அன்று அம் மன்றத்தினரால் தள்ளப்பட்டது. நாடாளுமன்றம் இலண்டனில் இத்தீர்ப்பை வழங்கியபோது இராம மோகனர் அங்கு இருந்தார்.

(ஆ) பிரிட்டீசுப் பேரரசில் அடிமை முறை ஒழிப்பு

குவாக்கர் தலைவர்களும் வில்லியம் வில்பர்ஃபோர்ஸ் (William Wilberforce, 1759-1833) போன்றவர்களும் அடிமை முறையை ஒழிக்க வேண்டுமென்று விடாமல் கிளர்ச்சி செய்து வந்தனர். அவர்கள் பட்டபாட்டிற்குப் பலன் கிடைத்தது. பிரிட்டீசு அரசு பேரரசான தன் குடியேற்றங்களில் அடிமை முறையைச் சட்டத்திற்கு புறம்பானதாக்கும் அடிமை ஒழிப்புச் சட்டத்தை 1833 ஆகஸ்டு 23 அன்று நிறைவேற்றியது. பிரிட்டீசுக் குடியேற்றங்களில் 1834 ஆகஸ்டு முதல் தேதி முதல் அடிமை முறை ஒழிக்கப்பட வேண்டும் என்று இச்சட்டம் கூறியது.

ஆறு வயதிற்குக் குறைந்த அடிமைப் பிள்ளைகளை உடனே விடுதலை செய்து விட வேண்டும். ஆறு வயதிற்கு மேற்பட்டவர்களைத் தொழிற் பயிற்சி அளித்தபின் 1837 இல் விடுவிக்க வேண்டும் என்றும் இச்சட்டம் விதித்தது. இதற்கு முன்னர் 1807 ஆம் ஆண்டில் பிரிட்டனில் அடிமை வாணிபம் சட்டப்படி ஒழிக்கப்பட்டு விட்டது (இ.ச.க தொகுதி-11)

அடிமைகளை வைத்திருந்த ஆண்டையர்க்கு இழப்பீடு தருவதற்கென்று 120 மில்லியன் பவுன் ஒதுக்கப்பட்டது.

பிரிட்டீசு ஆட்சியில் இந்தியத்தில் இருந்த அடிமை முறை 1834 ஆம் ஆண்டின் கட்டுரையில் விவரிக்கப்பட்டுகின்றது.

(இ) அமெரிக்கத்தில் அடிமை ஒழிப்பு இயக்கம்

அமெரிக்க ஒன்றியத்தின் தென் மாநிலங்களில் அடிமை முறையை ஒழிப்பதற்காகப் பத்தொன்பதாம் நூற்றாண்டில் ஓர் இயக்கம் (*abolitionism*) எழுந்தது. இது இதற்கு முன்னர் இயங்கிய இயக்கங்களிலிருந்து மாறுபட்டது. ஏனெனில் இந்த இயக்கம் தன் கொள்கைகளை இம்மியும் விட்டுக் கொடாமல் உறுதியாய் நின்றது. இது 1833 ஆம் ஆண்டு அமைக்கப் பெற்ற அடிமை ஒழிப்புச் சங்கத்தைச் (*American Anti-Slavary Society*) சுற்றியே வளர்ந்தது. அடிமை முறையை ஒழிப்பதைப் புறக்கணிக்கவே முடியாது என்பது இவ்வியக்கத்தின் கருத்தாகும். இவ்வியக்கத்தில் வெள்ளையரும் கறுப்பரும் நிறவேறுபாடின்றி ஆண்களும் பெண்களுமாய்க் கலந்து முனைந்து செயல்பட்டனர்.

(ஈ) ஃபிலடெல்ஃபியத்தில் அமெரிக்க அடிமை ஒழிப்புச் சங்கம்

அமெரிக்க ஒன்றியத்தில் அடிமை முறையை ஒழிக்க வேண்டுமென்று போராடும் இயக்கத்தவர் ஒன்றுகூடி ஃபிலடெல்ஃபிய நகரில் 1833 ஆம் ஆண்டு ''அமெரிக்க அடிமை ஒழிப்புச் சங்கத்தை'' அமைத்தனர். இதில் ஜேம்ஸ் மோட்டு (*James Mott*) என்றவரும் அவரின் மனைவி லுக்ரீசிய மோட்டும் (*Lucretia Mott*) சேர்ந்திருந்தனர். அவர்கள் இதே ஆண்டில் ஃபிலடெல்ஃபிய நகரில் அமெரிக்கப் பெண்ணடிமை ஒழிப்புச் சங்கத்தையும் நிறுவினர்.

(உ) பிரிட்டனில் தொழிற்சாலைச் சட்டங்கள் சீர்திருத்தம்

பிரிட்டனின் நாடாளுமன்றத்தில் 1833 ஆம் ஆண்டு நிறைவேற்றப்பட்ட இச்சட்டம், தொழிற்சாலைச் சட்டம் அல்லது அதைக் கொண்டு வந்தவரின் பெயரால் ஆல்தோர்ப்புச் (*Althorp*) சட்டம் என்றும் வழங்குகின்றது. இச்சட்டம் நெசவாலைகளுக்கு மட்டுமே பொருந்தும். இது குழந்தைகள், குமரப் பருவத்தினர் முதலானோரின் வேலை நேரத்தை வரையறுத்தது.

ஒன்பது முதல் பன்னிரண்டு வயதுள்ள குழந்தைகள் ஒரு நாளில் கூடுதல் பட்சமாய் ஒன்பது மணி நேரம் வேலை செய்யலாம்; அவர்கள் வாரத்தில் 48 மணி நேரத்திற்கு மேல் வேலை செய்யலாகாது.

பதின்மூன்று முதல் பதினெட்டு வயது வரையிலுள்ள குமரர்கள் ஒரு நாளில் மிகையாய்ப் பன்னிரண்டு மணி நேரத்திற்கு மேல் வேலை செய்யலாகாது.

ஒன்பது வயதிற்குக் குறைந்த குழந்தைகளை வேலைக்கு வைத்துக் கொள்ளலாகாது. அவர்களைப் பட்டுத் தொழிற்சாலைகளில் மட்டும் வேலைக்கு அமர்த்தலாம். பதினெட்டு வயதிற்குக் குறைந்தவர்கள் இரவில் வேலை செய்யலாகாது. அவர்கள் பின்னல் வேலை நடக்குமிடங்களில் மட்டும் வேலை செய்யலாம்

ஒன்பது முதல் பதினோறு வயது வரையிலுள்ள குழந்தைகள் (பின்னர் இது 13 வயதாய் உயர்த்தப்பட்டது) கட்டாயம் ஒரு நாளில் இரண்டு மணி நேரம் படிப்பதற்கு வகை செய்ய வேண்டும்.

முதன்முதலாய்த் தொழிற்சாலை ஆய்வாளர்களாய் நால்வர் அமர்த்தப்பட்டனர்.

(ஊ) அமெரிக்கக் கறுப்பரின் பொது நூலகங்கள்

அமெரிக்கத்தில் அடிமைத் தனத்தை முதல் முதலில் எதிர்த்தவர்கள் அடிமைகளேயாவர். கறுப்பு அமெரிக்கர் விடுதலை பெறுவதற்காக வெள்ளை அமெரிக்கரில் பலர் பல தியாகங்களைச் செய்துள்ளனர். எனினும் தமது மீட்சிக்குத் தாமே முயன்று பாடுபடவேண்டுமென்பதை அமெரிக்கக் கறுப்பர்கள் நன்கு உணர்ந்திருந்தனர். விடுதலையடைந்த கறுப்பர்கள் தம்மை மேலேற்றுவதற்காகப் பல வழிகளில் பாடுபட்டனர். அவர்கள் 1832-1833 காலத்தில் ஃபிலெடெல்ஃபியத்திலும், நியூயார்க்கிலும் பொது நூலகங்களை நிறுவினர்.

10. தொல்லியல்

மொழி ஒப்பியல் ஆய்வு முன்னோடியர்; இந்திய - ஐரோப்பிய மொழிக் குடும்பம்

வரலாற்றுத் துறைகள் அனைத்திலும் கிட்டத்தட்ட முழுமையான செல்வாக்குச் செலுத்துவது மொழி ஒப்பியல் ஆய்வாகும். அது பண்டை வரலாற்று ஆராய்ச்சியில் பயன்மிகு கருவியாய் உள்ளது. மக்களின் மாபெரும் புலப் பெயர்வுகள் பற்றியும் இனங்களும் பண்பாடுகளும் ஒன்றுடனொன்று கலத்தல் ஆகிய மனித இனவகை வேறுபாடுகள் பற்றிய நமது அறிவையும் அது விரித்திருக்கின்றது. மேலும் பண்டை நிலவியல் அமைப்பு, குடும்ப விதிமுறைகள், தொடக்க காலச் சமூக அமைப்புகளும் பரவியமை, மனிதன் விலங்குகளை எந்த அளவிற்குப் பழக்கியிருந்தான் என்பன போன்ற துறைகள் அனைத்திலும் மொழி ஒப்பியல் ஆய்வு அறிஞர்களுக்கு மிகவும் பயன்பட்டது.

மொழி ஒப்பியல் துறையைத் தோற்றுவித்த பெருமை சர்.வில்லியம் ஜோன்சிற்குத் தரப்படுகின்றது. (*Sir William Jones, 1746-1794* இ.ச.க தொகுதி-9:1783-கட்டுரை) அவர் மொழி ஒப்பியலுக்கு 1786 ஆம் ஆண்டு வழிகாட்டினார் என்கின்றனர். அவருக்குப் பாரசிகம், அரபி ஆகிய மொழிகள் தெரியும். அவர் சம்ஸ்கிருதத்திலும் விற்பன்னர். அவர் சம்ஸ்கிருதத்தை ஆராய்ந்து வந்த வேளையில் தான் அறிந்த மொழிகளையெல்லாம் ஒப்பு நோக்கினார். அப்போது அவர் அவற்றின் மெய்யான முகத்தையும் ஒத்த சாயல்களையும் உய்த்துணர முடிந்தது. அதனால் சம்ஸ்கிருதமும் ஏனைய ஐரோப்பிய மொழிகளும் ஒரே குடும்பத்தைச் சேர்ந்தவை என்பதைத் தெளிவாய்க் கண்டார். எனினும் அவரால் இந்த ஒப்பியல் ஆய்வில் தொடர்ந்து ஈடுபட முடியவில்லை.

எனினும் அவர் கூறிய கருத்துகளை அடிப்படையாய் வைத்து அவருக்குப் பின் வந்தவர்கள் அதன்மேல் புதிய உண்மைகளை நிறுவினர்.

ராஸ்மஸ் (கிறிஸ்டியன்) ராஸ்கு (*Rasmus [Kristian] Rask, 1787-1832* டென்மார்க்கின் பிரயண்டக்கில்டை என்ற ஊரில் பிறந்த வரலாற்று மொழி ஒப்பியலார்.) அவர் *1818* ஆம் ஆண்டில் ''பண்டை ஸ்காண்டிநேவிய அல்லது ஐசிலந்திய மொழியின் தோற்றுவாய் பற்றிய கட்டுரை'' (*Essay on the Origin of the Ancient Scandinavian or Icelandic Tongue*) எழுதியிருந்தார். இக்கட்டுரை மொழி ஒப்பியல் துறையைத் தோற்றுவித்தது. இவர் டேனிய மொழியியலார்; நாடு சுற்றி. அவர் தனக்கு ஆர்வமூட்டும் பல்வேறு துறைகளை நேரில் சென்று அந்த இடத்திலேயே ஆராயும் இயல்பினராயிருந்தார். அவர் நான்காண்டுக் காலம் பாரசிகத்திலும் இந்தியத்திலும் சுற்றி வந்து அந்நாடுகளின் பண்டை மொழிகளை ஒப்பு நோக்கி ஆராய்ந்தார்.

அவரையடுத்து இப்பணியை நிறைவு செய்ய முயன்ற மற்றொருவர் ஜெர்மானிய மொழியியலார். அவரது பெயர் பிரான்ஸ் பாப்பு. (*Franz Bopp, 1791-1867*) இவர் ஜோன்சின் கருத்திற்கு முத்தாய்ப்பு வைக்கும் விதத்தில் ஒரு நூலை எழுதும் பணியில் *1833* ஆம் ஆண்டு ஈடுபட்டார். அவர் பதினாறாண்டுக் காலம் உழைத்து இந்நூலை எழுதினார். ''சம்ஸ்கிருதம், செந்து, கிரீக்கு, இலத்தீனம், லிதுவேனியன், கோத்திக்கு, ஜெர்மன் மொழிகளின் ஒப்பிலக்கணம்'' (*Vergliechende Grammatik des Sanscrit, Zend, Griechischen, Lateinischen, Lithauischen, Gothischen und Deutschen*) என்ற இந்நூல் *1833* முதல் *1852* வரை ஆறு தொகுதிகளில் வெளி வந்தது.

இந்தியம், நடு-மேற்கு இந்தியம், மேற்கு ஆசியம், ஐரோப்பியத்தின் பெரும் பகுதிகளில் வழங்கும் மொழிகளின் கூட்டம் ஒன்று உள்ளது என்பதைப் பாப்பு நிறுவி அவற்றை ''இந்திய-ஐரோப்பியன்'' (*Indo-European*) என்று வகைப்படுத்தினார். அவை சொற்றொகுதி, அமைப்பு ஆகியவற்றில் வியப்பூட்டும் வகையில் ஒன்றையொன்று ஒத்திருந்தன. இதை விளக்கும் வகையில் சொல்லிச் சொல்லிப் பழக்கப்பட்டுள்ள இம்மொழிகளின் ஒரு பெயர்ச் சொற்கள் : ஆங்கிலம் *father*, ஜெர்மன் *Vatar*, பிரஞ்சு *pere*, ஸ்பானியம் *padre*, அயர் மொழி *athir*, இலத்தீனம் *pater*, கிரேக்கம் *fater*, கோத்திக்கு *fadar*, சம்ஸ்கிருதம் *pitar*. இவை ஒன்றுடனொன்று ஒட்டுறவுடையன என்பதை இங்ஙனம் நிறுவினார். இவை இன்று இப்படித் தோன்றிய போதிலும், அவை பொதுவான மூலமொழி ஒன்றிலிருந்து பிறந்திருத்தல் வேண்டும் என்று அறிஞர் முடிவு செய்தனர்.

Ceran, C.W.Narrow Pass, Black Mountain, Translated from German by Richard and Clara Winston, London 1956

11. பிறப்பு

(அ) இராபட்டு கிரீன் இங்கர்சால் (1833-1899)

பகுத்தறிவுச் சிந்தனையாளரில் பலர் சமய குருமாரின் மக்களாய் இருந்ததைப் போலவே, இராபட்டு கிரீன் இங்கர்சாலும் (*Robert Green Ingersoll, 1833-1899*) பிரஸ்பைட்டீரியக் கிறித்தவப் பிரிவின் பாதிரி ஒருவருக்கு மகனாய் *1833* ஆகஸ்டு *11* அன்று அமெரிக்க நியூயார்க்கு மாநிலத்திலுள்ள டிரஸ்டன் என்ற ஊரில் பிறந்தார். இவர் இள வயதில் திறந்த வெளியில் வெகு சுதந்திரமான வாழ்க்கை வாழ்ந்தார். இவரைப் பெற்றோர் அடக்கி வைக்கவில்லை; இவருக்குக் கல்லூரிக் கல்வியும் இலது.

இங்கர்சால் பதினெட்டு வயதில் சட்டம் படிக்கலானார். சிறிது காலம் ஒரு பள்ளியிலும் ஆசிரியராயிருந்தார். பின்னர் ஒரு வழக்குரைஞரின் அலுவலகத்தில் எழுத்தராய்ச் சேர்ந்தார். இருபத்தோரு வயதான பிறகு இல்லினாய்சு நீதிமன்றத்தில் வழக்குரைஞரானார். அவர் கடினமாய் உழைத்தார். சில வேளைகளில் பொழுது விடியும் வரையிலும் இங்கர்சால் படிப்பதுண்டு.

அவர் இல்லினாய்சு மாநிலத்தின் பியோரியா நகரில் தன் உடன் பிறப்புடன் சேர்ந்து சட்டத் தொழில் செய்தார். அவர் இந்நிறுவனத்துடன் ஏறத்தாழ இருபது ஆண்டுகள் உறவு வைத்திருந்தார்.

இங்கர்சால் பத்தாண்டுக் காலத்திற்குள் இல்லினாய்சு மாநிலத்தின் சட்டத்துறைத் தலைவர் (attorney general) ஆனார். அவர் அமெரிக்கத்தின் மாபெரும் வழக்குரைஞர்களுள் ஒருவராய் விளங்கினார்.

அவர் 1868 ஆம் ஆண்டில் மாநில ஆளுநர் பதவிக்காகத் தேர்தலில் நின்றார். அவரை எதிர்ப்பதில்லை என்று சொல்லிக் கொண்ட ஒருவர் பின்னர் மனம் மாறி ஒரு "நாத்திகரை" எதிர்ப்பது தன் கடமை என்று தேர்தலில் போட்டியிட்டு இங்கர்சாலைத் தோற்கடித்தார். அவர் ஆளுநர் பதவியைப் பெற மிகவும் விரும்பினார்; எனினும் அதற்காகத் தன் கொள்கைகளை மறைப்பதற்கு இங்கர்சால் ஒப்பவில்லை.

கிரீன் இங்கர்சால்

இங்கர்சால் பச்சை நாத்திகர். சுதந்திரச் சிந்தனையாளர்களான முரணியர் அனைவரையும் போலவே, இங்கர்சாலிடமும் மானுட நேயமும், சுதந்திர வேட்கையும் நிறைந்திருந்தன. மனிதன் உடலாலும் மனத்தாலும் தளையுண்டு தவிப்பதை அவர் ஏற்கவில்லை. அவர் கூறிய சில கருத்துகள் கீழே தரப்படுகின்றன:

விவிலியத்தில் கூறப்படுள்ள கடவுள், மிகத் தாழ்ந்த காட்டுமிராண்டி வழிபடும் கடவுளை விடக் கொடியது. விலங்குத் தனமானது; விவிலியம் நூற்றுக்கணக்கான இடங்களில் அடிமை முறையை ஏற்கின்றது; பல நூறு குற்றங்களுக்குக் கொலைத் தண்டனையைக் கூறுகின்றது.

உண்மையைத் தேடுவது தான் மெய்யான பணி.

மேன்மையான கடவுள் மேன்மையான மனிதனால் ஆக்கப்பட்டவன்.

அடிமைத்தனம் என்பதே இல்லை; அறியாமைதான் உள்ளது. சுதந்திரம் என்பது அறிவுக் கூர்மைக்குப் பிறந்த பிள்ளை.

இந்திய சரித்திரக் களஞ்சியம்

கலை என்பது எண்ணங்களை வெளிப்படுத்தும் வெகு மேலான வடிவம்; கலையின் வாயிலாய் எண்ணங்கள் கண்ணுக்குத் தெரிகின்றன.

வில்லியம் ஷேக்ஸ்பியர் நமது உலகின் மாமேதை. மறைந்த மேலான மனிதரனைவரும் தந்த செல்வங்களனைத்தையும் அவர் நமக்காக விட்டுச் சென்றுள்ளார்.

மாமனிதர் என்போர் உடல்களுக்கு விடுதலை பெற்றுத் தந்த வீரராவர்; அவர்கள் துன்பத்திற்கு விடுதலை அளித்த மெய்யியலார் சிந்தனையாளரும் ஆவர்; அவர்கள் சாதாரணமானவற்றை உருமாற்றிய கவிஞர்; பலகோடி மக்களின் வாழ்க்கை அன்பாலும் இசையாலும் நிறைந்தவர்கள்.

தமிழ்நாட்டுத் தன்மான இயக்கத்தவர்க்கும் திராவிட இயக்கத்தின் மூத்த தலைவர்களுக்கும் இங்கர்சால் நன்கு அறிமுகமானவர். அவர் பகுத்தறிவுக் கருத்துகளை மிகுந்த வாதத் திறமையொடு எதிராளி மறுத்துரைக்க முடியா வண்ணம் ஆற்றொழுக்குப் போன்ற நடையில் உரையாற்றும் நாவன்மை படைத்தவர். இவரின் நூல்கள் பெரியாரின் குடியரசு வெளியீடுகளாய் வந்திருக்கின்றன.

(ஆ) ஆல்ஃபிரடு பெர்னார்டு நோபல் (1833-1896)

இன்று உலகெங்கிலுமுள்ள அறிவியலார்க்கும் அறிஞர்க்கும் அளிக்கப்படும் பரிசுகளுள் முதன்மையாய் விளங்கும் நோபல் பரிசை நிறுவிய ஆல்ஃபிரடு பெர்னார்டு நோபல் (Alfred Bernhard Nobel, 1833-1896) சுவீடனின் தலைநகரான ஸ்டாக்கோமில் 1833 அக்டோபர் 21 அன்று பிறந்தார். இவர் வேதியியலார்; பொருளியலார்; வள்ளல்.

இவர் பாதுகாப்பானதும் எளிதில் கையாளத் தக்கதுமான நைட்டிரோ கிளிசரினை 1866 ஆம் ஆண்டு கண்டுபிடித்தார். (nitroglycerin) இது நிறமற்றது; நச்சுத்தன்மையுள்ளது; எண்ணெய் போன்ற நீர்மம்; டைனமைட்டின் ஒரு பகுதிப் பொருள்; இதை டைனமைட்டு என்பர். டைனமைட்டைத் தமிழில் வெடியம் என்பர். இது [dynamite] ஆற்றல் வாய்ந்த வெடிபொருள். நைட்ரோகிளிசரினிலிருந்து செய்யப்படுகின்றது.) நோபல் 1875 இல் புகையாத வெடி மருந்தையும் ஜெலிக்னைட்டு (gelignite) என்ற உயர் வெடி மருந்தையும் கண்டுபிடித்தார். இவர் இத்தகைய கண்டுபிடிப்புகளால் பெருஞ்செல்வம் சேர்த்துவிட்டார். இவற்றில் பெரும் பகுதியைப் பரிசளிப்பதற்கென்று அவர் விட்டுச் சென்றார்.

(இ) சார்லஸ் பிராடுலா (1833-1891)

சார்லஸ் பிராடுலா (Charles Bradlaugh, 1833-1891) இலண்டனில் பிறந்த பகுத்தறிவாளர்; சமூக சீர்திருத்தக்காரர்; அரசியல்காரர். இவர் பல புரட்சி குடியரசுக் கோட்பாடுகளுடன் தொடர்பு கொண்டவர். இவர் Iconoclast (உருவங்களை உடைப்பவர்) என்ற புனை பெயரில் அவை பற்றி எழுதி வந்தார்.

பிராடுலா 1862 ஆம் ஆண்டில் National Reformer என்ற இடதுசாரி இதழை விலைக்கு வாங்கினார். இவர் அன்னிபெசண்டுடன் (Annie Besant, 1847-1933) பல காலம் நெருங்கி உழைத்தார். இவ்விருவரும் சேர்ந்து குடும்பக் கட்டுப்பாடு பற்றி எழுதிய சிறு வெளியீட்டிற்காக அவர்கள் மீது 1877 ஆம் ஆண்டு வழக்குத் தொடரப்பட்டது.

பிராடுலா 1880 ஆம் ஆண்டு நார்த்தாம்டன் தொகுதியிலிருந்து நாடாளுமன்ற உறுப்பினராய்த் தேர்ந்தெடுக்கப்பட்டார். அவர் இறை நம்பிக்கையில்லாதவராதலால்

கடவுள் பெயரால் உறுதி மொழி எடுக்க மறுத்துவிட்டார். அதனால் மன்றிலிருந்து நீக்கப்பட்டார். பிறகு *1886* ஆம் ஆண்டு வரை தேர்தலில் நின்று வெற்றி பெறவும் நீக்கவும்பட்டு வந்து கடைசியில் மன்றில் உறுப்பினராவதற்கு இசைவு தரப்பட்டது.

12. இறப்பு

(அ) இராம மோகனர் (1772-1833)

இந்திய மறுமலர்ச்சி இயக்கத்தின் முன்னோடியருள் தலையாயவரான இராசா இராம மோகனராய், இங்கிலாந்து சென்றிருந்த காலையில், அந் நாட்டின் தட்ப வெப்ப நிலை ஒவ்வாததால் நோய்வாய்ப்பட்டார். சதி ஒழிப்புச் சட்டத்தை எதிர்த்து இந்தியச் சனாதனியர் செய்த முறையீட்டைப் பிரிட்டீசு நாடாளுமன்றம் தள்ளிய நேரத்தில் இராம மோகனர் அம்மாமன்றத்தில் இருந்தார். நோய்ப்பட்ட இராம மோகனரை யூனிட்டரியன் இயக்க நண்பர்கள் பேணினர். அவர் பிரிஸ்டலில் *1833* செப்டம்பர் 27 அன்று மூளைக் காய்ச்சலால் இறந்தார்.

இரண்டாம் அக்பர் (ஆ.கா. *1806-1837*) இராம மோகனருக்கு ''இராசா'' என்ற பட்டத்தை *1830* ஆம் ஆண்டு அளித்தார்.

(ஆ) வில்லியம் வில்பர்ஃபோர்ஸ் (1759-1833)

வில்லியம் வில்பர்ஃபோர்ஸ் (*William Wilberforce, 1759-1833*) பிரிட்டனின் ஹம்பர்சைடு கோட்டத்திலுள்ள ஹல் என்ற ஊரில் *1759* ஆம் ஆண்டு ஆகஸ்டு *24* அன்று பிறந்தார். அவர் இளம் நாடாளுமன்ற உறுப்பினராய் *1780* ஆம் ஆண்டு மக்களவைக்குள் நுழைந்தார். அவர் முற்போக்குக் கருத்துகளை உடையவரெனினும் பிரஞ்சுப் புரட்சியினால் அச்சங் கொண்டு பழம் போக்கினரானார். அதனால் அரசு எடுத்த ஒழுங்கு முறை நடவடிக்கைகளை ஆதரித்தார். அவர் *1788* ஆம் ஆண்டு தொடங்கிய இயக்கத்தின் (இ.ச.க தொகுதி-*9 : 1787*- கட்டுரை) பயனாய்ப் பிரிட்டீசுக் கிழக்கிந்தியத் தீவுகளில் *1807* ஆம் ஆண்டு அடிமை வாணிபம் ஒழிக்கப்பட்டது. (இ.ச.க தொகுதி-*11 :1807*- புள்ளி)

அவர் நாடாளுடன்றத்தில் பணியாற்றிய காலம் முழுமையிலும் அடிமை ஒழிப்புக் கருத்திலிருந்து சிறிதும் பிறழவில்லை. அவர் அப்பணிகளில் நெருக்கமான ஈடுபாடு கொண்டிருந்தார். அவரது அரு முயற்சியினால்தான் அடிமை வாணிபத்தை ஒழிக்கும் நோக்கமுள்ள நாடாளுமன்றச் சட்ட முன்வரைவு *1807* ஆம் ஆண்டு சட்டமாய் நிறைவேறியது. அவர் இந்த *1833* ஆம் ஆண்டு சூலை *29* அன்று இறந்தார்.

அவர் இறந்த சிறிது காலத்தில் பிரிட்டீசுப் பேரரசு முழுமைபிலும் அடிமை முறை ஒழிந்தது.

இந்தியத்தில் கிறித்தவ சமயப்பரப்பியர் செயல்படுவதற்கு எதிராய்க் கம்பெனி அரசு கையாண்டு வந்த கொள்கையை வில்பர்ஃபோர்ஸ் எதிர்த்து வந்தார். இத்தகையோர் விடாது முயன்று வந்ததன் பயனாய் *1813* ஆம் ஆண்டு நிறைவேறிய வாணிப உரிமை ஆவணச் சட்டத்தில் சமயப் பரப்பியர்க்கு இந்தியம் திறந்து விடப்பட்டது. இவர் இந்து சமயம் பற்றி மிகவும் கடுமையர்ன கருத்துகளைக் கொண்டிருந்தார்.

1834

அரசியல்

பிரிட்டனில் புதிய அமைச்சர்கள்
மெல்போன், பீல் குடகு அரசர் சிக்கவீர ராசேந்திரர் தோல்வி
ஸ்பானிய உள்நாட்டுப் போர்
மாசினியின் ''இளம் ஐரோப்பியிர்'' இயக்கம்

சமயம்

மதுரையில் அமெரிக்கக் கிறித்தவர்-குழாம்

சட்டம். நீதியாட்சி

இந்தியச் சட்ட ஆணையம் அமைப்பு-மெக்காலே
இந்தியர் குற்ற நடுவராக இசைவு

இசை

தியாகய்யர் சுற்றுலா, கிளாரிநாட்டும் பிடிலும் இந்திய இசையில்
மேண்டலினும் சேக்சஃபோனும்

கலை, இலக்கியம்

தஞ்சைவாணன் கோவை பதிப்பு

கல்வி

பிரெயில் எழுத்து உருவானது, தொழில், வாணிபம், வேளாண்மை
கம்பெனி சீன வாணிபத் தனியுரிமையை இழத்தல்
தேயிலை பயிரிட வழிகாட்டும் குழு அமைப்பு

மக்கள்

ஆங்கில ஆட்சியில் அடிமை முறை
மெக்காலே சென்னையில் சேர்ந்தார்
ஆஸ்திரேலியத்தில் குடியேற்றம்
பிரிட்டன் தொழிலாளர் நாடு கடத்தல்
அமெரிக்கத்தில் 28 மில்லியன் ஏக்கர் நிலம் விற்பனை

பொது

இலண்டன் நாடாளுமன்றக் கட்டடம் தீக்கிரை

நிலவியல்

''நடு நிரல் கோட்டு வில்'' அளவைப் பணி

பிறப்பு

டிமிட்டிரி ஐவனோவிச்சு மெண்டலியேஃபு *(1834-1907)*
சிட்டிங்கு புல் இந்தியர் தலைவர் *(1834-1890)*

இறப்பு

தாமஸ் இராபட்டு மால்தஸ் *(1766-1834)*,
டாக்டர் வில்லியம் கேரி *(1761-1834)*

1834

1. ஆங்கில ஆட்சியில் அடிமை முறை

உலகெங்கும் மனிதனை மனிதன் விலைப் பொருளாக்கிய கொடுமையான அடிமை வாணிபமும், அடிமை முறையும் ஒழிக்கப்பட்டு வரும் இக்காலச் சுழியில் இக்கட்டுரையில் கூறப்படும் செய்திகள் எண்ணிப் பார்க்கத்தக்கன. இச்செய்திகள் தமிழில் 1984 ஆம் ஆண்டு வெளியான ஒரு நூலிலிருந்து பிழிந்து தரப்படுகின்றன.

இராமசாமி நாயுடு என்பவர் கொத்தடிமை முறைபற்றி 1834 ஆம் ஆண்டு விரிவாய் எழுதி வைத்திருக்கின்றார். *(Ramasamy Naidu- Remarks on the Revenue Systems and Ianded tenures of the Province, under the Presidency of Fort St.George-Journal of the Royal Asiatic Society {1984} Part I)*

கொத்தடிமை

தொண்டை மண்டலத்திலுள்ள வேளாளர்கள் பறையரையும் பிற சாதியினரையும் அடிமைகளாய் விற்கவும் அடமானம் வைக்கவும் தானமாய்க் கொடுக்கவும் உரிமை பெற்றிருந்தனர்.

ஒரு பெண்ணைக் குழந்தைகளுடன் ஒருவர் விலைக்கு வாங்கினால் அது கொத்தடிமையாகும். *(A, cluster of Vassals or slaves)* கொத்தடிமையின் விலை இரண்டு அல்லது மூன்று பகோடா (ஒரு பகோடா அல்லது வராகன் ரூ.3.50) விற்கு மேற்படாது. அப்பெண்ணின் ஆண்டையைத் தவிர வேறு யாரும் அவளை விற்கமுடியாது. அவளுக்கு ஆண்டை இல்லையென்றால் அவளின் நல்லம்மான் (தாயுடன் பிறந்தவன்) அவளை விற்கும் உரிமை பெற்றிருந்தான். அவளுக்கு ஆண்டையோ நல்லம்மானோ இல்லாது போகு மாயின் அவள் பரதேசிக் கொத்து என்று அழைக்கபடுவாள். அவளை விலைக்கு வாங்குபவன் நாட்டான்மைக்காரனுடனோ பறைச்சேரித் தலைவனுடனோ தொடர்பு கொள்வான். இவ்வேலைகளில் அடிமையின் விலை மிகுதியாகும். இவ்விற்பனைப் பத்திரம் பனையோலைகளில் எழுதப்படும்.

''கொத்தடிமைக்கு ஆண்டையின் இசைவின்றித் தன் மகளை மண முடித்துத்தரும் உரிமை கிடையாது. இசைவு பெற்றுத் திருமணம் நடக்கும் பொழுது அதற்காகும் செலவுகளை அடிமை உரிமையாளன் ஏற்க வேண்டும். அத்துடன் அவன் ஒவ்வொரு பொங்கலின் போதும் அவர்களுக்குப் பரிசுகள் தருவான். அவள் பெற்றெடுக்கும் குழந்தைகள்,அவர்களின் பிறப்பு இறப்புகளுக்கு ஆகும் செலவுகள் உரிமையாளனைச் சேரும். ஓர் அடிமைத் தாய் தன் மகனுக்கு மணம் செய்விக்க விரும்பினால் அவளின் உடைமையாளனான ஆண்டை பரிசப்பணம், சேலை, தாலி முதலியவற்றை வழங்குவான்.ஆனால் அடிமை மகனுக்குப் பிறக்கும் குழந்தைகள் அவனுடைய உரிமையாளனைச் சேரும்.

''ஓர் ஆண் அடிமையின் விலை அரைப்பகோடா (ரூ.1.75) ஆகும். பூப்படையாத பெண்ணின் விலை ஒரு பகோடாவிற்கு மேற்போகாது.''

வாடகைக்கு அடிமைகள்

"வேளாண்மைத் தொழிலிலும் கால்நடை வளர்ப்பிலும் இவ்வடிமைகள் ஈடுபடுத்தப்பட்டனர். ஆண்டையர் தமக்கு அடிமையரின் பணிவேண்டாத நேரத்தில் பிறருக்கு அவர்களை வாடகைக்குக் கொடுத்து அதற்குரிய கூலியை பெற்றுக் கொண்டனர்." தர்ம குமார் (Dhrama Kumar, Land and Caste in South India, 1965) தனது நூலில் கூறுகின்றார்:

"திருநெல்வேலியில் 1835-36 இல் நிலவுடைமையாளர் ஒருவருக்கு 500 அடிமைகள் இருந்தனர். அவர்கள் அனைவருக்கும் அவரால் வேலை தர முடியாததால் அவர்கள் பிறரிடம் வேலை பார்ப்பதற்கு இசைந்து அவர்கள் ஒருவ்வொருடமிருந்து குறிப்பிட்ட ஓரளவு தானியத்தை நாள் தோறும் பெற்றுக் கொண்டனர்.

"அவர்கள் இவ்வாறு அடிமைகளை வாடகைக்குக் கொடுத்ததுடன், பிறரிடம் அடமானமும் வைத்தனர். நிலம் விற்கப்பட்டபோது பண்ணையாள்களும் அத்துடன் சேர்த்து விற்கப்பட்டனர்."

தர்ம குமார் மேலும் குறிப்பிடுகின்றார்:

"இவர்களுக்கு (அடிமைகளுக்குச்) சிறு அளவில் ஏதேனும் உடைமைகள் இருப்பின் நிலவுடைமையாளருக்கு அதன் மேலும் உரிமையுண்டு. கோவை மாவட்டத்தில் அடிமையின் கால்நடைகள், அவனுடைய ஆண்டைக்கு உரிமையாயின. பண்ணையாள் இறந்த பின்னர் அவனுக்கு வாரிசு இருந்தாலும் இல்லாவிட்டாலும் அவனுடைய உடைமைகள் ஆண்டையையே சேரும்."

அவர் இன்னும் சொல்வார்:

"பண்ணையடிமைகள் தம்மை விடுவித்துக் கொள்ள விரும்பினால் அப்போதைய நிலவரப்படி அடிமையின் விலையை விட இரண்டு மடங்குப் பணம் தர வேண்டும்."

கம்பெனி அரசும் அடிமை முறையும்

தர்மகுமாரின் நூல் கம்பெனி அரசையும் அடிமை முறையையும் பற்றித் தரும் செய்தி:-

அடிமைமுறை கம்பெனி ஆட்சிகாலத்தில் சட்ட ஒப்புதல் பெற்றிருந்தது. கம்பெனி அலுவலர்கள் அம்முறையைப் பாதுகாக்கும் பணியைச் செய்து வந்தனர். அடிமை முறையை விலக்குவது வேளாண் விளைச்சலுக்குக் குந்தகம் உண்டாக்குமென்று அவர்கள் எண்ணினர். அதற்கு எடுத்துக்காட்டாய்ச் சில செய்திகளைக் கூறலாம்:

தஞ்சை மாவட்ட ஆட்சியர் பள்ளர், பறையர், குடி அடிமைகள் அம்மாவட்டத்திலிருந்து வேறு ஆண்டையிடம் ஊழியம் செய்வதைத் தடுத்து 1800 ஆம் ஆண்டு ஆணை பிறப்பித்தார். அரசிற்காகவும் நில உடைமையாளருக்காகவும் ஊழியம் செய்யும்படி அடிமைகளைக் கட்டாயப்படுத்த வேண்டுமென்று அவர் பேரரசிற்குப் பரிந்துரைத்தார்.

பிராமண ஆண்டையரிடம் ஏவல் செய்த பள்ளர் குல அடிமைகளில் சிலர் 1828 இல் திருச்சிராப்பள்ளி மாவட்டத்திலிருந்து கோயமுத்தூர் மாவட்டத்திற்குச் சென்று விட்டனர். திருச்சிராப்பள்ளி மாவட்டத்து வட்டாட்சியர் முன்னிலையில் எழுதிக் கொடுத்த ஆவணத்தில் கண்டுள்ளபடி பிராமண ஆண்டையரிடம் அவர்கள் திரும்பச் செல்லக் கடமைப்பட்டவர்கள் என்று திருச்சிராப்பள்ளி மாவட்ட ஆட்சியர் கோயமுத்தூர் மாவட்ட ஆட்சியருக்கு எழுதிய கடிதத்தில் குறிப்பிட்டார்.

திருச்சிராப்பள்ளி மாவட்டத்திலிருந்து ஓடிப்போன பத்து அடிமைகளைத் தனது மாவட்டத்திற்குத் திருப்பியனுப்புமாறு அம் மாவட்டத்து ஆட்சியர் சேலம் மாவட்ட ஆட்சியருக்கு 1830 இல் இங்ஙனம் கடிதம் எழுதினார்:-

''அவர்கள் இம்மண்ணின் அடிமைகள். அவர்கள் தாம் சார்ந்திருக்கும் பண்ணையை விட்டுச் செல்லும் உரிமை இல்லாதவர்கள். பண்ணையின் ஆண்டையான வேதியர் அவர்களின் உதவியின்றிச் சாகுபடி செய்ய முடியாத நிலையில் உள்ளார். அவர்கள் மீது அவருக்குள்ள உரிமையை நிலை நாட்ட உதவாவிடில் நிலம் தரிசாய்ப் போவதொடு அரசும் (வரி வருவாயின்றி) இழப்பிற்குள்ளாகும்.''

படியாள் முறை

இந்தியத்தில் நிலவிய அடிமை முறையை ஒழிப்பதற்கு 1843 இல் அடிமை ஒழிப்புச்சட்டம் நிலைவேற்றப்பட்டது. பல்வேறு தடைகளைக் கடந்துதான் இச்சட்டம் நிறைவேறியது.

அடிமை ஒழிப்புச் சட்டம் வந்த பின்னர் அச்சட்டத்தின் பிடியிலிருந்து நிலக்கிழார்கள் தப்புவதற்கு அடிமை முறை நிலவிய காலத்தில் நடைமுறையிலிருந்த படியாள்முறை அவர்களுக்கு உதவியது. விலைக்கு வாங்கிய அல்லது பரம்பரையாய் இருந்துவந்த அடிமைகள் செய்து வந்த வேலைகளைப் படியாள்களும் பண்ணையாள்களும் அடிமை ஒழிப்புச் சட்டம் வந்த பின்னர் செய்தனர். அவர்களின் வாழ்க்கை அடிமை வாழ்க்கையிலிருந்து எவ்வகையிலும் மாறுபட்டதன்று.

படியாள் முறை என்பது என்ன?

படி என்பது முகத்தலளவையும் ஆள் என்பது மனிதனையும் குறிக்கும். நிலக்கிழார் தன்னிடம் ஏவல் செய்யும் படியாளுக்கு மாதந்தோறும் நெல் அல்லது தானியங்களை இம் முறைப்படி கொடுப்பார். இதற்காக இருதரப்பினரும் எழுத்தில் ஓர்

ஒப்பந்தம் செய்து கொள்வர். இதற்குப் படியாள் பத்திரம் (Workmen's Breach of Contract) என்று பெயர். இப்பத்திரம் முறைப்படி பத்திரப் பதிவாளரிடம் பதிவு செய்யப்பட்டது. மாதந்தோறும் பெறுகின்ற தானியம் தவிர கதிரடிக்கும்போது களத்தில் உதிர்ந்து கிடக்கும் தானியங்களைக் கடைசியில் கூட்டியள்ளிக் கொள்ளும் உரிமையும் படியாளுக்கு இருந்தது. இதற்குக் களவாசல் என்று பெயர். படியாளுக்கு நண்பகலில் கஞ்சி ஊற்றப்படும்.

பொங்கல் தீபாவளியின் போது படியாளுக்கு ஓர் ஆடை அல்லது ஒரு ரூபாய் தரப்படும். உடைமையாளர் வீட்டில் திருமணம் நடந்தால் ஓர் உடுதுணியும், குழந்தை பிறந்தால் நான்கு அல்லது எட்டணாவும் சிறிதளவு நல்லெண்ணெயும், மூன்று படி நெல்லும் கொடுக்கப்படும். உடைமையாளர் வீட்டில் படி நெல்லும் கொடுக்கப்படும். உடைமையாளர் வீட்டில் இழவு விழுந்தால் ஒரு ரூபாயும் பன்னிரண்டுபடி நெல்லும் தருவர். இடையில் படியாளின் மனைவிக்குச் சேலை வாங்க அல்லது வேறு செலவிற்கு உடைமையாளரிடம் படியாள் கடன் வாங்கினால் அக்கடனுக்கு வட்டியாய் மாதந் தோறும் தரப்படும் தானியத்தில் ஒரு பகுதி கழித்துக் கொள்ளப்படும்.

இத்தகைய புதுக் கடன் காரணமாய் அவர்கள் படியாள் பத்திரத்தை மீண்டும் புதுப்பித்துக் கொள்வர். ஒரு பண்ணையில் தொடக்கத்தில் மாதக் கூலிக்கு வேலையில் சேரும் பையன் இளைஞனாகித் தன் திருமணத்திற்கு முன்பணம் வாங்கிப் படியாளாய் விடுவான். மூன்று நான்கு தலைமுறைகளாய்ப் படியாள் குடும்பங்கள் இருந்து வந்தன என்று அறிகின்றோம். (Thomas. P.J, and Ramakrishnan, K.G., Some South Indian Villages, A Resurvey, 1979)

படியாள் பத்திரம் சட்டப்படி படியாள் மீது நடவடிக்கை எடுக்கக் கூடிய முறையில் அமைந்தது:

"அடி, உதை உதவாத இடங்களில் விக்டோரியா அரசியின் அலை போட்ட பத்திரங்கள் (bond paper) உதவிக்குக் கூப்பிடப்பட்டிருக்கின்றன" என்று செங்கோ தனது "வனாந்தரப் பூக்கள்" என்ற நூலில் குறிப்பிடுகின்றார்.

" வறுமைப் பிடியில் சிக்கித் தவித்த உழைக்கும் மக்கள் படியாள் பத்திரம் எழுதிக் கொடுத்த அடிமைகளாயினர். இத்தகைய படியாள் பத்திரத்தின் மொழி பெயர்ப்புகள் சென்னை மாநில வருவாய்த் துறை (Madras Revenue proceedings) அறிக்கைகளில் இடம் பெற்றுள்ளன. பத்தொன்பதாம் நூற்றாண்டில் கூட இம்முறை வழக்கில் இருந்தது என்பதை இத்தகைய ஆவணங்களின் வாயிலாய் அறிகின்றோம். (S.Manickam, Slavery in Thamil Country)

இப்பண்ணையடிமைகள் தஞ்சாவூர் மாவட்டத்தில் எத்தகைய அவலத்திற்குள்ளானர் என்பதைச் சோமு சுப்பய்ய தனது "மண்ணின் மைந்தர்கள்" என்ற நூலில் இங்ஙனம் கூறுவார்:

சாணிப் பாலும் கொக்குப் பிடிக்கும் தண்டனையும்

"பண்ணையார்கள் வீடுகளின் தேட்டில் எப்போதுமே தொங்கிக் கொண்டிருக்கும் திருக்கு வால் சவுக்கை எடுத்து மயக்கம் வருமளவிற்குப் பண்ணையாளை அடிப்பர். மயங்கிக் கீழே விழுந்த பிறகும் அவர்கள் விடுவதில்லை. மாட்டுச் சாணத்தைக் கரைத்து மாட்டுக்கு மருந்து புகட்டும் மூங்கில் கொட்டத்தில் நிரப்பி அந்தச் சாணிப் பாலைப் பருகவும் செய்வர்.

''சவுக்கடியால் உடம்பில் கசிந்து வழியும் செங்குருதியும் அதனால் ஏற்படும் வேதனையும் சேர்ந்து சாணிப்பால் பருகுவதைத் தவிர வேறு வழியில்லாமற் செய்துவிடும். இது மட்டுமா? கொக்குப் பிடிக்கும் தண்டனையையும் அம் மனிதாபிமானியர் மண்ணின் மைந்தர்களுக்குத் தரத் தவறுவதில்லை. கொக்குப் பிடிப்பது என்றால் என்ன? இது யாருக்கும் புரியாத தண்டனைதான். ஒரு காலைத் தூக்கிக் கொண்டு சுடு மணலில் வெகு நேரம் நிற்க வேண்டும்.

''கால்களுக்குக் கிட்டி போடும் தண்டனைகளும் அளித்தனர். இரத்த நாளங்கள் விண் விண்ணென்று தெறிக்க, மரம்வெட்டிச் சாய்ந்தது போல் (மண்ணின் மைந்தர்கள்) கீழே விழும் காட்சியைக் கண்டு நிலப் பிரபுக்கள் வாய் விட்டுச் சிரிப்பர். இன்னும் எத்தனையோ கொடுமைகள். ஒரு மரக் கிளையில், அந்த உழைக்கும் மகனைத் தொங்கச் செய்து, கீழே தரையில் கற்றாழை முள்களையும் எழுத்தாணியையும் பரப்பி வைப்பர். தொங்குகின்ற மனிதன் வலி பொறாது கையை விட்டால்,கீழே பரப்பியிருக்கும் முள்ளாலும் எழுத்தாணியாலும் குத்தப்படுவான்.''

இவை மட்டுமோ?

''உழைக்கும் வர்க்கத்தை உருவாக்கும் பெண்ணினத்தை, பண்ணை அடிமைகளான தாழ்த்தப்பட்ட குலத்தின் தாயை எவ்வளவு மோசமாய் நடத்தினர் என்பதைச் சொல்வதற்கே வெட்கமாயிருக்கின்றது. அத்தாயின் மார்பகத்தைக் கிட்டியால் முறுக்கிக் கசக்கிப் பிழிந்து சேறாக்கி, அவள் வேதனையால் துடித்த அலங்கோலத்தைக் கண்டு இரசித்தனர்.''

இத்தகைய அவலங்கள் சில இடங்களில் இருபதாம் நூற்றாண்டின் முற்பகுதியிலும் நாடு விடுதலை பெற்ற பி ன்னரும் நடந்தன.

ஒப்பந்தக் கூலி முறை

அடிமை ஒழிப்புச் சட்டத்தில் இருந்த ஓட்டைகளையும் சந்து பொந்துகளையும் தந்திரமாய்ப் பயன்படுத்திக் கொள்ளக் கையாண்ட முறைகளில் படியாள் முறை போன்றதே, ஒப்பந்தக் கூலி (*indentured labour*) முறையாகும்.

பத்தொன்பதாம் நூற்றாண்டின் இக்கால கட்டத்தில் மேற்கிந்தியத் தீவுகளில் அடிமை முறை ஒழிக்கப்பட்டதும் அங்கிருந்த தோட்ட முதலாளிகள், தம்மிடமிருந்த அடிமைகளை விடுவித்ததற்காகப் பெருந்தொகைகளை இழப்பீடாய்ப் பெற்றதுடன் அடங்கிவிடவில்லை. அவர்கள் கட்டைக் கூலியில் வேலை செய்வதற்குத் தோட்டத் தொழிலாளரைத் தேடினர். இலங்கை, மலேயம் போன்ற அண்டை நாடுகளில் புதிதாய் வளர்ந்து வந்த தேயிலை, பால்மரத் தோட்டங்களில் ஊழியம் செய்வதற்கு ஏராளமான தொழிலாளிகள் ஐரோப்பியத் தோட்ட முதலாளிகளுக்கு வேண்டியிருந்தனர். *(1838)*

அடிமை ஒழிப்புச் சட்டம் நிறைவேறியதற்கு முன்னரே தமிழகத்திலிருந்து உழைக்கும் மக்கள் ஒப்பந்தக் கூலிகளாய் அயல் நாடுகளுக்குச் சென்றனர். இலங்கைக்கு 1830 ஆம் ஆண்டில் 2432 பேர் ஒப்பந்தக் கூலிகளாய்ச் சென்றனர். அதற்கு இரண்டாண்டுகளுக்குப் பிறகு ஒப்பந்தத்தை மீறித் தாயகம் திரும்பிய தொழிலாளர் மீது குற்ற நடவடிக்கை எடுக்கும் உரிமையைத் தோட்ட முதலாளிகளுக்கு அளிக்கும் சட்டம் நிறைவேற்றப்பட்டது. பின்னர் 1843-1864 ஆகிய ஆண்டுகளுக்கு இடைப்பட்ட

காலத்தில் *14,46,407* தொழிலாளர் இலங்கை சென்றனர். *(Dharma Kumar, Land and Caste in South India, 1965)*

சிவசுப்பிரமணியன், ஆ.அடிமை முறையும் தமிழரும், சென்னை,1984

2. பிரிட்டனில் புதிய தலைமை அமைச்சர்கள்

மெல்போன் பிரபு

விக்கு கட்சியினர் வெகு காலத்தின் பின்னர் இந்த ஆண்டு இங்கிலாந்தை ஆள்வதற்கு வந்துவிட்டனர். அவர்கள் *1834* ஆம் ஆண்டில் இயற்கையாய் அடைய வேண்டிய இடத்தைப் பெற்றனர். விக்கு கட்சியினரான வில்லியம் லேம்பு என்ற இரண்டாவது வைக்கவுணான மெல்போன் *(William Lamb Melboume, 2 nd Viscount, 1779-1848)* பிரிட்டனின் தலைமை அமைச்சரானார். அவர் *1834,1835-1839,1839-1841* ஆகிய காலத்தில் பிரிட்டனின் தலைமை அமைச்சராயிருந்தார்.

(விக்கு கட்சி 1697 முதல் 1832 வரை இங்கிலாந்தில் நிலவிய அரசியல் கட்சியாகும். இக்கட்சிதான் பின்னர் லிபரல் [Liberal] கட்சியானது. இது டோரி [Tory : டோரி என்றால் ஆதியில் கொள்ளையன் என்றும் பின்னர் சட்ட விரோதி என்றும் பெயர் கொள்ளப்பட்டு, இறுதியில் ஓர் அரசியல் கட்சியின் பெயரானது]என்ற கட்சிக்கு எதிர்க் கட்சியாயிருந்தது.)

1834

விக்குகளை ஒரு கட்சியினர் என்பதைவிட, ஒரு சாதியைச் சேர்ந்தவர்கள் எனலாம். சான்றாக அவர்கள் மேலான உயர் குடியினர்; அரச குடும்பத்தை அளவிற்கு அதிகமாய் மதியாதவர்கள்; பெரும் பணக்காரர்கள்; பொறைமிக்கவர்கள்; மடிமையுடையோருமாவர்; ஒழுக்கப் பண்புகளைப் பெரிதாய்க் கருதாதவர்கள்; மத குருக்களை எதிர்ப்பவர்கள்; விக்குகள் சுதந்திரத்தைப் பேரார்வத்துடன் நம்பி வந்தனர்; அவர்கள் சுதந்திரத்தைப் போல் வேறு எதையும் அத்தனை ஆர்வத்தோடு நோக்குவதில்லை.

அவர்களின் தலைமையகம் புரூக்ஸ் கிளப்பு என்ற இடம். இதைத் தவிர வேறு சில மிகப் பெரிய மாளிகைகளும் (டேவன்சயர் இல்லம், பான்ஷாங்கர், ஆலந்து இல்லம் போன்றவை) விக்குகுகள் கூடும் இடங்களாய் இருந்தன. வெறும் பிலுக்குத் திறனை அரசியல் ஆர்வத்துடன கலந்து விக்குகளை வரவேற்று விருந்தளித்த சீமாட்டிகள் விக்குகளின் அமைப்பு முறையில் இன்றியமையா இடம் பெற்றிருந்தனர்.

வில்லியம் லேம்பு *1779* மார்ச்சு *15* இல் இலண்டனில் பிறந்தவர். அவர் தக்க வேளையில் மெல்போன் பிரபானார். அவர் சோம்பேறி; ஆனால் கெட்டிக்காரர்; பார்க்க அழகாயிருப்பார்; லேம்பு குடும்பத்தினர் விக்கு கட்சியைச் சேர்ந்த பழமையானவர்கள் அல்லர். ஏனெனில் நாட்டிங்காமைச் சேர்ந்த வெற்றி பெற்ற ஒரு வழக்குரைஞர் மூன்று தலைமுறைகளுக்கு முன்னர்தான் இக்குடும்பத்தை நிறுவினார். முதல் மெல்போன் வைக்கவுணான வில்லியம் லேம்பின் தந்தை பணச் செல்வாக்கினால் நாடாளுமன்றத்தினுள் நுழைந்தார். அவர் தாயான எலிசபெத்து பாக்கின் ஆறுமக்களில் மூத்தவர் மட்டுமே தன் தந்தைக்குப் பிறந்தவர் என்பர்.

எலிசபெத்தை ''இக்காலத்து அஸ்பேசியா'' என்று ஆங்கிலப் புலவரான ஜார்ஜ் கார்டன் பைரன் பிரபு *(1788-1824* இ.ச.க தொகுதி-13 :புள்ளி) கூறினார். *(Aspasia:* இவள் கி.மு.ஐந்தாம் நூற்றாண்டில் வாழ்ந்த வேசை. இவள் ஏதன்ஸ் நகரத்து

அரசியல்காரராயும் மக்கள் கட்சியின் தலைவராயும் விளங்கிய பெரிக்கிளிசின் [*Pericles*, இ 429 கி.மு.] காமக்கிழத்தி.)

எலிசபெத்தின் மகனான வில்லியமே தன் தாயைக் ''கற்புடையவலல்லள் ,'' என்று ஒப்புக் கொண்டிருக்கின்றார். வில்லியம் பெருஞ் செல்வரும் கோட்டிக்காரருமான அகிரிமான் பிரபிற்குப் பிறந்திருக்கலாம். வில்லியத்தின் தம்பி ஜார்ஜ், வேல்ஸ் இளவரசருக்குப் பிறந்தார் என்று கூறுவர். ஏனைய பிள்ளைகளின் பிறப்பும் இலைமறை காயாகவே உள்ளது.

வில்லியம் ஈட்டனிலும் கேம்பிரிட்ஜிலும் படித்த பின்னர்,பிரான்சில் சண்டை நடந்து கொண்டிருந்ததால், மேட்டுக் குடியினர் வழக்கமாய் மேற்கொள்ளும் மேலான பயணத்தைக் (இ.ச.க தொகுதி-13:1830: புள்ளி) கைவிட்டுக் கிளாஸ்கோ பல்கலைக் கழகத்தில் இரண்டாண்டுகள் மேலும் கற்றார். அவர் தனது 26 ஆவது வயதில் லியோமின்ஸ்டர் தொகுதியிலிருந்து நாடாளுமன்றத்திற்குத் தேர்ந்தெடுக்கப்பட்டார்.

பைரனின் காதலி

வில்லியம் லேம்பு இக்கால கட்டத்தில் பெஸ்பரோ சீமாட்டியின் அழகிய மகளான கரோலைன் போன்சன்பை என்ற உயர்குடிப் பெண்ணை மணந்தார். ஆனால் இத்திருமணம் பெரிய அவப் பேராய் முடிந்தது. அச் சீமாட்டி கண்டதே காட்சி கொண்டதே கோலம் என்று வளர்ந்தவர். அவரது தன்னிச்சையான வாழ்க்கை வெறித்தனமாகவே மாறிவிட்டது. அவர்களின் ஒரே மகனான அகஸ்டஸ் உளப் பிணியாளரானார்.

கரோலைன் ஒரு நாள் மாலையில் புகழ்வாய்ந்த ஆங்கிலப் புலவரான பைரன் பிரபைச் சந்தித்தார். பைரன் ''அறிந்து பழகுவதற்கு ஆபத்தானவன், கிறுக்கன்'' என்று கரோலைனின் கண்ணுக்குத் தெரிந்தது. ஆனால் அவர் தனக்குக் காதலனாய் வர வேண்டும் என்று கரோலைனுக்குத் தோன்றிற்று. பைரனும் கரோலைனின் காதலரானார். இந்தக் காதல் தொடர்பு மேட்டுக் குடி வட்டாரமெங்கும் பேசப்பட்டது. பைரனுக்கு நாகரிகமான பிறன் மனைவியின் காதலனாகும் வாழ்க்கையில் ஆழ்ந்துவிடும் நோக்கம் இல்லை. அதனால் கண்மூடித்தனமான வெறியுடைய ஒருத்தியின் பிடியில் சிக்கிக் கொண்டோம் என்பதை அவர் உணர்ந்தார். அவர் அந்த வெளி பிடியிலிருந்து சிறிது சிரமப்பட்டுத்தான் விடுதலையானார். கரோலைனோ மரியாதைக் குறைவானவையும் மடத்தனமானவையுமான காதல் சாகசங்களில் ஈடுபடலானார்.

வில்லியம் லேம்பு தன் மனைவி திருந்தமாட்டாள் என்ற எண்ணத்தில் இவற்றையெல்லாம் கசப்போடு பார்த்துக் கொண்டிருந்தார். பொறுமையையெல்லாம் மீறக்கூடிய விதத்தில் அவர்தன் கேடு கெட்ட மனைவியின் நடத்தைக்காக அவள் மீது இரக்கமும் காட்டினார்.

கரோலைன் லேம்பு சீமாட்டி (1785-1828) ''கிளநர்வோன்'' என்ற நாவலை எழுதியிருந்தார். அவர் பைரனுடன் நடத்திய காதல் விளையாட்டுகளை மெல்ல மூடி மறைத்து அந்த நாவலில் எழுதியிருந்தார். மெல்போன் குடும்பத்ினரையும் அ தன் நண்பர்களையும் பற்றி அதில் இரக்கமின்றி எழுதப்பட்டிருந்தது. அதனால் கரோலைன் மதிப்புமிக்க சமூகத்தவரிடமிருந்து ஒதுக்கி வைக்கப்பட்டார். ஆனால் லேம்பு தன் மனைவியை விலக்கி வைக்கவில்லை. அவர் கரோலைனால் அப்படிக் கவரப்பட்டிருந்தார்.

பிரஞ்சுப் புரட்சி (இ.ச.க தொகுதி-9 :1788-கட்டுரை) அக்காலத்து மக்களைப் பாதித்தது போலவே,மெல்போனையும் அதிர்ச்சி கொள்ள வைத்தது. மெல்போனைப் போலவே, மேட்டுக் குடியில் பிறந்தவர்கள் அனைவரும் ''முன்னேற்றத்தின் அசிங்கமான முகமே புரட்சி'' என்று எண்ணி நடுங்கினர்.

லேம்பு நார்த்தாம்டன் தொகுதியின் நாடாளுமன்ற உறுப்பினரானார். அவரின் மனைவி கரோலைன் 1828 இல் இறந்தார். லேம்பு அப்போது கேனிங்கின் அமைச்சில் (இ.ச.க தொகுதி-13: 1827 - புள்ளிகள்) அயர்லந்து அமைச்சராயிருந்தார். அவரின் தந்தை 1828 இல் இறந்ததால், மெல்போனுக்கு வைக்கவுண் என்ற பிரபுப் பட்டம் கிடைத்தது. அவர் இரண்டாவது மெல்போன் வைக்கவுண் ஆனார்.

அவர் டப்ளினில் ஓராண்டுக் காலம் இருந்தார். (Dublin : இன்று அயர்லந்துக் குடியரசின் தலைநகர்) அங்கு பிராண்டன் பிரபு என்ற அயர்லாந்துப் பிரபின் மனைவியான அழகிய சீமாட்டி மீது மையல் கொண்டார். அப்பெண்ணின் கணவர் தன் மனைவியின் நடத்தையைக் கண்டும் காணாமலிருக்க இசைந்தார். ஆனால் மெல்போன் பிரபு அதற்குக் கைம்மாறாய்த் தனக்கு மேலுயர் பிரபுப் பட்டம் வாங்கித் தர வேண்டுமென்று அந்தக் கணவர் கேட்டார். மெல்போன் எந்த அளவிற்கு அச் சீமாட்டியுடன் தொடர்பு கொண்டிருந்தார் என்று உறுதியாய்த் தெரியவில்லை. எனினும் அவர் தன் உயிலில் இச் சீமாட்டிக்குப் பணம் விட்டுச் சென்றார்.

அவர் அயர்லந்தில் இருந்த வேளையில் கேனிங்கின் அமைச்சராயும் (18270 கோடரிச்சின் அமைச்சராயும் (1827-1828) இருந்தார். அவர்களையடுத்து வெலிங்டன் பிரபு தலைமை அமைச்சராவார் என்பது தெளிவானதும் அது டோரிக் கட்சியின் ஆட்சியானது. ஆதலால் மெல்போன் தன் பதவியை விட்டு விலகினார்.

அவர் கிரே பிரபின் அமைச்சில் 1830 ஆம் ஆண்டு உள்துறை அமைச்சரானார். நாடாளுமன்றச் சீர்திருத்தச் சட்ட முன்வரைவு நாடாளுமன்றத்தில் கொண்டு வரப்பட்டபோது கலவரங்கள் வெடித்தன. அப்போது சட்டத்தையும் ஒழுங்கையும் நிலை நாட்டும் பொறுப்பு மெல்போனுக்கு இருந்தது.

பிரிட்டனின் அரசர் நான்காம் வில்லியம் கிரே பிரபின் தலைமையிலிருந்த அரசை 1834 நவம்பரில் நீக்கிவிட்டு வெலிங்டன் பிரபை அழைத்து இடைக்கால அரசை அமைக்கச் செய்தார்.

அதன்பிறகு மெல்போன் 1834 இல் தலைமை அமைச்சரானார். அவர் அரசியல் நலன்களில் ஆர்வமில்லாதிருந்தமையே, அவரது செல்வாக்கு ஏறியதற்குக் காரணமாகும். மெல்போனின் அமைச்சில் கருத்து வேறுபாடுகள் எழுந்ததாலும் ஸ்பென்சர் பிரபு இறந்தமையால் ஆல்தோர்ப்புப் பிரபு பிரபுக்கள் சபைக்குச் செல்ல நேர்ந்ததாலும், அரசர் இவற்றைச் சாக்கிட்டு மெல்போனின் அமைச்சை 1834 நவம்பரில் கலைத்தார். மெல்போன் தன் அரசு இங்ஙனம் திடீரென்று கலைக்கப்பட்டதைக் கேட்டு நகைத்தார். அன்றிரவு எக்கவலலையுமின்றி நாடகம் பார்க்கச் சென்று விட்டார்.

டோரிகள் பொதுத் தேர்தலில் வென்றனர். இரபட்டு பீல் (Sri Robert Peel, 1788-1850) தலைமை அமைச்சரானர். ஆனால் அது பீலுக்குப் பெரும்பான்மை தரக்கூடிய அளவிற்குப் பெரிய வெற்றியமாய் அமையவில்லை. பீலுக்குப் போதிய பெரும்பான்மை இல்லாமையால் மெல்போன் 1835 மார்ச்சில் மீண்டும் தலைமை அமைச்சரானார்.

அவர் புதிய அமைச்சை உருவாக்குவதில் இரண்டு இடுக்கண்கள் இருந்தன. டர்ஹம் பிரபும் புரூகம் பிரபும் முந்திய தலைமையமைச்சர் கிரேக்கு மிகுந்த தொல்லை கொடுத்திருந்தனர். மெல்போன் அவர்களைத் தன் அமைச்சில் சேர்த்தால் அவ்விருவரும் அவருக்குத் தொல்லை தரக் கூடும்.

ஆதலால் அவர் டர்ஹம் பிரபைக் கனடாவிற்கு அனுப்பிவிட்டார். புரூகம் பிரபு தனக்குச் சட்ட - நீதித்துறையின் தலைமைப் பதவி (*Lord Chancellor*) வேண்டுமென்று கேட்டபோது, அதைத் தர முடியாது என்று மெல்போன் மறுத்து விட்டார்.

மெல்போனின் அமைச்சை அரசர் வெறுத்தார். எனினும் மெல்போனுக்கும் பிரிட்டனுக்கும் சாதகமான சூழ்நிலை 1837 ஆம் ஆண்டு உண்டானது. நான்காம் வில்லியம் (1765-1837 ஆ.கா.1830-1837) அந்த ஆண்டு இறக்கவே விக்டோரியாள் அரசியானார். அப்போது விக்டோரியாளுக்கு வயது பதினெட்டு.

மெல்போன் விக்டோரியாளுக்கு ஆசானும் வழிகாட்டியுமானார். பிரிட்டனில் அரசியல் வளர்ச்சி ஏற்பட்டு வந்த காலத்தில் ஓர் அரசியை அரசியாய்ப் பழக்குவது என்பது கடினமான பணியாகும். அந்த அரசி மூன்றாம் ஜார்ஜ் போன்றவராய் இல்லாது போகலாம்; அல்லது நான்காம் வில்லியம் போன்றும் இல்லாது போகக் கூடும். ஆனால் இந்த அரசி எப்படிப்பட்டவராய் இருப்பார்? எப்படி இருக்க முயல்வார்? உணர்ச்சி வயப்படுபவரும் பிடிவாத குணமுள்ளவருமான அப்பெண்ணால் தான் இவற்றுக்கெல்லாம் விடைகூற முடியும்.

1834

இருப்பினும் தலைமை அமைச்சர் அரசிக்கு அமைதியாயும் ஆற்றுப்படுத்தும் முறையிலும் நல்லுரைகள் கூறியதால், அது மிகவும் பயனுள்ளதாய் அமைந்தது. விக்டோரியாள் தன் கணவரான இளவரசர் ஆல்பட்டை அரசராக்க விரும்பியபோது,மெல்போன் மனந்திறந்து அறிவுரை கூறினார் : ''பெருமாட்டியே! அருள்கூர்ந்து இனிமேல் இது பற்றிப் பேச வேண்டாம். நீங்கள் அரசர்களை எப்படி ஆக்குவது என்பதை ஆங்கில மக்களுக்கு ஒரு முறை செய்து காட்டிவிட்டால், அரசர்களே இல்லாமல் செய்வது எப்படி என்பதற்கு வழிகாட்டியாய் விடுவீர்கள்.''

பொறுப்புணர்ச்சி வாய்ந்த அரசியார், வயது முதிர்ந்த பழுத்த விக்கு கட்சியின் அனுபவசாலியிடமிருந்து ஆட்சியியலின் அரிச்சுவடியைக் கற்றார். மெல்போன் பிரபு பட்டறிவு இல்லாத முடியரசிக்கு மிக அருமையான ஆசானாய் வந்து வாய்த்தார். அவர் தலைமை அமைச்சராயிருந்து ஆற்றிய சிறந்த பணி இதுவாய்த் தானிருக்க வேண்டும். இதைத் தவிர வேறு எதையும் வைத்து, அவரது ஆட்சியைப் பெரிய வெற்றி என்ற கொள்ள முடியாது.

விக்டோரியாள் இளவரசர் ஆல்பட்டைக் காதலித்து மணம் புரிந்தார். மெல்போன் அதன்பிறகு அரசிக்கு ஆசானாயிருக்கவில்லை. அவர் 1841 ஆம் ஆண்டு தலைமை அமைச்சர் பதவியிலிருந்து விலகி நாட்டு மக்களின் ஆதரவை நாடினார். மக்கள் அவரை ஏற்கவில்லை. மெல்போன் அதற்கு ஏழாண்டுக்குப் பிறகு 1848 நவம்பர் 5 அன்று மாரடைப்பில் இறந்தார்.

விக்கு கட்சியின் மேட்டுக் குடியினர் மெல்போனுடன் அரசியலுக்கு ஒரு கும்பிடு போட்டு விட்டனர். பொருளாக்குவோர் நடுத்தர பேராளராய்ச் சர் இராபட்டு பீல் இருந்தார்.

சர் இராபட்டு பீல்

பிரிட்டன் 1830 ஆம் ஆண்டு இலையுதிர் காலத்தில் கொந்தளித்துக் கொண்டிருந்தது. ஒழுக்கம் கெட்ட நான்காம் ஜார்ஜ் தனது 67 ஆவது வயதில் சூலை மாதம் இறந்தார். (நான்காம் ஜார்ஜ். 1762-1830; ஆ.கா. 1820-1830). அவரையடுத்து அவரின் தம்பியான கிளான்ஸ் கோமகன் நான்காம் வில்லியம் என்ற பேரில் 64 ஆவது வயதில் அரசரானார். கிட்டத்தட்ட ஐம்பதாண்டுக் காலம் இடையறாமல் பிரிட்டனை வழிநடத்திச் சென்ற டோரி கட்சியினர் பொதுத் தேர்தலில் தோற்கவும், விக்கு கட்சி சார்லஸ் கிரேயின் தலைமையில் ஆட்சிப் பொறுப்பிற்கு வந்தது. (இ.ச.க தொகுதி-13 : 1830- புள்ளி)

அவ்வாண்டுக் கோடையில் பிரான்சில் புரட்சி நடந்து வந்த செய்திகள் இங்கிலாந்தை எட்டின. அப்புரட்சி ஆங்கிலக் கால்வாயைத் தாண்டி இங்கிலாந்தை எட்டிவிடுமோ? பிரிட்டனில் ஏற்கெனவே கலவரங்கள் நடந்து கொண்டிருந்தன. அப்போது நாற்பத்திரண்டு வயதான ஒரு பிரபு ஸ்டாஃபோர்டு சயரிலிருந்து (*Staffordshire:* இது நடு இங்கிலாந்திலுள்ள ஒரு கோட்டம்; இது தொழில், நிலக்கரி, இரும்பு ஆகியவற்றுக்காக வரலாற்றில் பெயர் பெற்றிருந்தது. இதன் கிழக்கே நிலக்கரி வயல்கள் உள்ளன. அங்கு பதின்மூன்றாம் நூற்றாண்டிலிருந்து நிலக்கரி இரும்புத் தொழில்கள் நடந்து வருகின்றன.) தன் இல்லத்திலிருந்து இங்ஙனம் எழுதினார்:

''பிரிட்டனில் சிந்தப்பட்ட குருதியினால் எழுதப்பெற்ற பாடங்களை ஆழ்ந்து படிப்போமாயின், சொத்தோ, புத்தியோ இல்லா மக்கள் கூட்டம், புரட்சிகளின் ஆபத்துகள் அல்லது அவற்றுக்குத் தரப்படும் சில விலைகள் என்னவாயிருக்கும் என்பதைக் கற்றுக் கொள்ளக் கூடும் என்பதில் இன்னும் நம்பிக்கை இருக்கின்றது........''

இராபட்டு பீல்

இதை எழுதியவர் இராபட்டு பீல் (*Sir Robert Peel, 1788-1850*; இவர் லங்காசயர் கோட்டத்தின் பரி என்ற ஊரில் பிறந்தவர். இவர் இலண்டன் மாநகரில் காவல் படையைச் சீர்திருத்தி அமைத்தவர். (இ.ச.க தொகுதி- 13 :1829 புள்ளிகள்) தலைமை அமைச்சர் 1834 - 1835 ; 1841 - 1846) அப்போது பிரிட்டனிலும் புரட்சி வரலாம் என்று முன்னெச்சரிக்கை கொண்டவருள் பீலும் ஒருவர்.

நியூ கேசில் பிரபு கிளம்பர் என்ற இடத்திலிருந்த தன் மாளிகையைக் காப்பதற்காக இரு நூறு பேரைத் திரட்டிப் பத்துப் பீரங்கிகளை அதன் முன்னால் நிறுத்திவைத்தார்.

பீரங்கிப் படை சார்ஜன் ஒருவர் பெல்வோயிர் என்னுமிடத்தில் ரட்லண் பிரபின் வேலைக்காரர்களுக்கு நாள் தோறும் பீரங்கி சுடும் பயிற்சி அளித்தார்.

பீல் விக்கு கட்சியையோ, டோரி கட்சியையோ, வேறு எந்தக் கட்சியையுமோ சேர்ந்த உயர் குடி மூத்தோரல்லர். அவர் தொழிற்புரட்சி பெற்றெடுத்த பிள்ளைகளில் ஒருவர். அவரின் தந்தை பருத்தித் துணி நெசவில் பெருஞ் செல்வம் திரட்டியிருந்தார். அதனால் பீலின் அரசியல் எதிரிகள் அவரை ''ஸ்பின்னிங்கு ஜென்னி'' என்று கேலி செய்வதுண்டு.

இராபட்டு பீல் தொடக்கக் காலத்திலிருந்து பருத்தி நெசவுத் தொழிலில் ஈடுபட்டிருந்த லங்காசயர் நெசவாலைக் குடும்பத்தில் பிறந்தவர். அவர் 1788 பிப்ரவரி 5 அன்று பரி என்ற ஊரிலுள்ள சேம்பர் ஹால் என்ற இடத்தில் பிறந்தார் (*Bury:* வட மேற்கு இங்கிலாந்தில் நெசவுத் தொழில் பிறந்த நகரம். இது அகண்ட மாஞ்செஸ்டர் நகரில் ஒரு பகுதியாகும்.)

பீல் ஹாரோ பள்ளியில் பைரனுடனும் பாமர்ஸ்டனுடனும் (*Henry John Temple Palmerston, 1784-1865;* பிரிட்டீசு அரசியல்காரர்; இவர் 1855-1858; 1859-1865 காலத்தில் தலைமை அமைச்சராயிருந்தார்.) பயின்ற ஒரு சாலை மாணவர். அவர் ஆக்ஸ்ஃபோர்டு கிறைஸ்டுச் சர்ச்சு கல்லூரியிலும் சேர்ந்து பண்டை இலக்கியங்களிலும் கணிதத்திலும் இரட்டை முதல் மாணவராய்த் தேறினார். அவர் 1809 ஆம் ஆண்டு இருபத்தொன்றாவது வயதில் காஷல் என்ற தொகுதியிலிருந்து நாடாளுமன்றத்திற்குத் தேர்ந்தெடுக்கப்பட்டார். அதற்கடுத்த ஆண்டு குடியேற்ற நாடுகள், போர் ஆகிய துறைகளின் அமைச்சில் உயர் அலுவலரானார்.

லிவர்ப்பூல் பிரபு 1812 இல் (இ.ச.க தொகுதி-12) தலைமையமைச்சரானதும் பீலை அயர்லந்தின் தலைமைச் செயலாளராக்கினார். அவர் அப்பதவியில் ஆறாண்டுகள் இருந்தார்.

1834

நல்லரசு ஒன்றின் கொள்கையால் அடக்குமுறை கட்டாயம் இருத்தல் வேண்டும் என்று கருதப்பட்ட காலகட்டத்தைப் போரும் புரட்சியும் தோற்றுவித்திருந்த நேரத்தில், இளம் பீல் அனைவரையும் போல உறுதியாய் நின்றார்.

அயர்லந்தில் அவருக்கு ஆரஞ்சுத் தொலி என்று பெயர். (*orange peel; peel* தொலி) அவர் மக்களின் உணர்ச்சிகளைக் கட்டுப்படுத்தி, அடக்கி வைக்க வேண்டும் என்ற கொள்கைளை உறுதியாய்ப் பின்பற்றினார். அவர் டோரிக் கட்சிக்காரர். எனினும் சீர்திருத்த டோரியராயிருந்தார். தொழில் வளம் செழித்துப் பெருகி வருகின்ற இங்கிலாந்தானது, இதற்கு முற்பட்ட நிலப்பிரபுக்களும் குடியானவர்களும் அடங்கிய வேளாண்மைச் சமுகத்திலிருந்து மாறுபட்டது என்பதை நன்கறிந்து கொண்ட டோரியாய்ப் பீல் விளங்கினார்.

அவர் 1822 ஆம் ஆண்டு உள்துறை அமைச்சரானதும், அரசு தொழிலாளர்க்கு எதிராய் உளவுபார்த்து வந்த முறையை ஒழித்தார். ஒரு நூறு குற்றங்களுக்கு விதிக்கப்பட்டிருந்த மரண தண்டனையை ஒழித்தார். இலண்டன் மாநகரக் காவல் படையை உண்டாக்கியவர் பீல் ஆவார்.

அவர் இக்காலத்தில் பேரழகு வாய்ந்த ஜூலியா ஃபிலாய்டு என்ற பெண்ணை மணந்தார். அவர் இப்பெண்மணியுடன் இறுதி நாள் வரை இனிதே இல்லறம் நடத்தினார். அவர்களுக்கு மக்கள் ஐவரும் பெண் மக்கள் இருவரும் பிறந்தனர்.

அவர் மக்களவையில் ஆற்றிய உரையை மக்கள் மிகுந்த மதிப்புடன் செவிமடுத்தனர். எனினும் அவர் நாடாளுமன்ற உறுப்பினர்களுடன் நெருக்கமான தொடர்பு வைத்துக் கொள்ளவில்லை.

விக்டோரியாள் தன் பெற்றோருடன் பிறந்த மக்களோடு பழகுவதைப் போன்று தலைமையமைச்சரான மெல்போன் பிரபுடன் உறவு வைத்திருந்தனர். அவருக்கு எவருடனும் பழகாத தலைமை அமைச்சராயிருந்த பீலைப் பிடிக்கவில்லை.

கத்தோலிக்கர் மீதிருந்த சமூகத் தடைகளை நீக்குவதில் பீலுக்கு உடன்பாடு இல்லை. எனினும் அவர் சூழ்நிலைகளின் படிப்பினையை ஏற்று,அதற்கேற்பத் தன் போக்கைச் சரி செய்து கொள்பவர். அயர்லந்தில் உள் நாட்டுப் போர் மூளப் போகின்றது என்ற ஆபத்தைப் பீல் நன்குணர்ந்ததும், கத்தோலிக்கருக்குச் சலுகைகள் அளிப்பது அவசியம் என்பதை அறிந்தார். அவர் அதற்கு வேண்டிய சட்ட முன் வரைவைத் தொகுத்து விட்டுப் பதவியிலிருந்து நீங்கினார்; மீண்டும் தேர்தலில் நின்று வெற்றி பெற்றார். அவர் தொகுத்த வரைவு சட்டமாய் நிறைவேறியது.

அவர் அப்போது வெலிங்டன் அமைச்சில் உள்துறையமைச்சராயிருந்தார். பீலிடம் பிறரொடு பழகும் பண்புகள் இல்லை என்பதை வெலிங்டன் கண்டு கொண்டார். எனினும் அவரது அமைச்சு 1830 ஆம் ஆண்டு தோற்கடிக்கப்பட்டது வரையிலும் பீலைப் பதவியில் வைத்துக் கொண்டார்.

இந்நேரத்தில் பீலுக்கு அவருடைய தந்தையின் உடைமைகள் வந்து கிடைத்தன. அவர் அப்போது இங்கிலாந்தின் பெருஞ்செல்வருள் ஒருவரானார். அவர் ஸ்டிராஃபோர்டு சயரில் டிரேடன் என்ற இடத்தில் அருமையான நிலப்பரப்பை விலைக்கு வாங்கி, அதை மேலும் சீர்திருத்தினார். அங்கு சிறந்த புது மாளிகை ஒன்றைக் கட்டினார்.

1834

நாடாளுமன்றச் சீர்திருத்தம் சட்டமானது. அதன்பிறகு நடந்த பொதுத் தேர்தலில், பீல் மக்களவையில் பலங்குன்றிய டோரிக் கட்சியின் தலைவராகி வெற்றியும் கண்டார்.

பிரிட்டீசு அரசியலில் மிக வேகத்தில் பல நிகழ்ச்சிகள் நடந்தன. கிரே 1834 இல் தலைமையமைச்சர் பதவியிலிருந்து விலகினார். அவரையடுத்து மெல்போன் பிரபு தலைமையமைச்சரானார். அவரும் பதவியிலிருந்து தள்ளப்பட்டார். இந்நிலையில் பீலைத் தேடிக் கண்டுபிடிக்க ஒருவர் புறப்பட்டார். பீல் அப்போது இத்தாலியில் எங்கோ ஓரிடத்தில் ஓய்வெடுத்துக் கொண்டிருந்தார். அவரை ரோம் நகரில் கண்டுபிடித்தனர். பீல் அங்கிருந்து அவசர அவசரமாய்ப் புறப்பட்டு இலண்டன் திரும்பித் தலைமையமைச்சரானார்.

அவர் 1834 ஆம் ஆண்டு வெறும் நூறு நாள் மட்டுமே இப்பதவியில் இருந்தார். பீல் மீண்டும் எதிர்க்கட்சி அணியில் 1835 ஆம் ஆண்டு அமர்ந்தார். பிரிட்டனின் டோரிக் கட்சி இந்தக் காலத்தில்தான் கன்சர் வேட்டிவு (Conservative Party) கட்சியாய் உருவெடுத்தது. அக்கட்சி கலப்புப் பொருளியலையும் சொத்துரிமையையும் ஆதரித்தது.

பீல் கன்சர்வேட்டிவு கட்சியைக் கட்டி எழுப்பும் பெரும் பணியில் ஈடுபட்டார். அவர் ஸ்டேன்லி, டிசரேலி, கிளாடுஸ்டோன் போன்றவர்களையெல்லாம் இக்கட்சிக்கு ஈர்த்தார்.

எனினும் இளம் அரசிக்கும் கன்சர் வேட்டிவுக் கட்சித் தலைவர்களுக்குமிடையே கருத்து வேறுபாடு இருந்தது. அரசி தன் அரண்மனையைச் சேர்ந்த சீமாட்டிகளை மாற்றாமல் அப்படியே வைத்துக் கொள்ள விரும்பினார். அப்பெண்களில் சிலர் பீலின் எதிர்க்கட்சியைச் சேர்ந்தவர்களுடைய மனைவியராய் அல்லது பெண் மக்களாய் இருந்தனர். எனவே அவர்களை மாற்ற வேண்டுமென்று பீல் விரும்பினார்.

அரசி ஓர் அற்பக் காரணத்திற்காகப் பீலைப் பதவியிலிருந்து நீக்கினார். எனினும் இதில் தான் நடந்து கொண்டது தவறு என்பதை விக்டோரியாள் பிற்காலத்தில் உணர்ந்து கூறியிருக்கின்றார்: ''எனக்கு அப்போது இருபது வயது தான். அதைப்போல் நான் இனிநடந்து கொள்ள மாட்டேன்; நான் செய்தது தவறுதான்.''

பீல் 1841 ஆம் ஆண்டில் தலைமையமைச்சர் என்ற முறையில், பிணங்கவும் அஞ்சவும் செய்கின்ற இளம் அரசிக்கு ஒத்தவற்றைச் செய்வதைவிட ஆழ்ந்த சிக்கல்களையெல்லாம் சமாளிக்க வேண்டியவரானார்.

நாட்டின் தொழிற் பகுதிகளில் வேதனையும் வருத்தமும் பரவலாய் இருந்தன. மேலும் 1848 வரை நடந்த பேருரிமை இயக்கம் (*Chartism*) வலுத்திருந்தது; இவ்வியக்கத்தினர் வயது வந்தோர் வாக்குரிமை, நாடாளுமன்ற உறுப்பினர்க்கு ஊதியம், சமமான நாடாளுமன்றத் தொகுதிகள், வாக்குச் சீட்டு வழியே மறைவான வாக்கெடுப்பு, நாடாளுமன்ற உறுப்பினராவதற்குச் சொத்து இருக்க வேண்டுமென்ற தகுதியை நீக்குதல் போன்ற இலட்சியங்களுக்காகப் போராடி வந்தனர். தானிய இறக்குமதித் தடைச் சட்டத்தை எதிர்த்துப் போராட்டமும் நடந்தது.

பீலின் முதல் வரவு, செலவுத் திட்டத்தில் ஒரு பவுன் வருமானத்திற்கு ஒரு பென்ஸ் வருமான வரி விதிக்கப்பட்டது. மறைமுக வரிகளில் பெரிய வெட்டு இருந்தது. அது பொது மக்களால் உடனே வரவேற்கப்பட்டது. அவர் இதையடுத்து வரிசையாய் வரவு, செலவுத் திட்டங்களைக் கொண்டு வந்தார். அவை தங்கு தடையற்ற சுதந்திர வாணிபத்தை வளர்ப்பதற்குத் தொடர்ந்து உதவின.

அவர் தானிய விலையைக் குறைக்க வேண்டுமென்பதற்காகக் கோதுமை மீதிருந்த இறக்குமதித் தீர்வையை 1842 ஆம் ஆண்டில் ஏற்கெனவே மாற்றியமைத்தார். அதனால் கோதுமை விலை போதிய அளவில் குறையவில்லை. அதே ஆண்டு நாட்டில் எங்கும் பரவலாய்த் துன்பங்களும் கலவரங்களும் உண்டாயின. அவை 1830 ஆம் ஆண்டு நடந்தவற்றை ஒத்திருந்தன. விக்டோரியாள் கொலை செய்யப்பட்டுவிட்டாள் என்ற வதந்தியைக் கூடக் கிளப்பினர். இலண்டன் தெருக்களில் கலகக்காரர் திரிந்தனர். இந் நெருக்கடி பின்னர் தணிந்தது. எனினும் அதற்கு மூன்றாண்டுகளுக்குப் பிறகு 1845 இல் மிகப் பெரிய நெருக்கடியைப் பீல் சந்திக்க நேர்ந்தது.

ஆங்கிலக் கோதுமை விளைச்சல் கெட்டது. அயர்லந்தில் பூச்சிகள் தாக்கி உருளைக் கிழங்குப் பயிர்களை அழித்தன. இந்நிலையில் நிலக்கிழார்களுக்கு வழிவழியாய்ப் பாதுகாவலராயிருந்தவரும் கன்சர்வேட்டிவு கட்சியைச் சேர்ந்தவருமான தலைமையமைச்சர் தானியச் சட்டத்தை ஒழித்தே தீருவதென்று உறுதி பூண்டார். அதற்குப் பல எதிர்ப்புகள் எழுந்தன. இருப்பினும் அவர் தன் அரசியல் எதிரிகளின் உதவியுடன் தக்க சட்ட முன் வரைவைக் கொண்டு வந்து தானியச்சட்டத்தை (*Corn Laws*) 1846 இல் சட்டப்படி நீக்கினார்.

அதனால் அவர் உடனே நாட்டு மக்களின் செல்வாக்கைப் பெற்றார். இலண்டனில் அவருக்குப் பெரும் பாராட்டுக் கிடைத்தது. மாநிலங்களிலிருந்து வெளியான இதழ்கள் அவரைப் பாராட்டின.

தொழிற் பகுதிகளில் நிலவிய துயரத்தைத் தீர்ப்பதற்குத் தர்மம் செய்வது போன்ற சமூகச் சீர்திருத்தச் சட்டங்களை நிறைவேற்றிவிடுவது சரியான வழியன்று என்று பீல் நம்பினார். ''நம் நாட்டில் நன்றாய் வாழ்வதற்குப் பொருள்களின் விலைகள் மலியுமாறு செய்தல் வேண்டும்'' என்று பீல் சொன்னார்.

இது இவ்வாறிருக்க நாட்டில் குழப்பம் நீடித்து வந்தது. பீலின் நேர்முகச் செயலாளர் சுட்டுக் கொல்லப்பட்டார். அவரை ஸ்காத்லந்தைச் சேர்ந்த உளப்பிணியாளர் ஒருவர் ஒயிட்டு ஹாலில் சுட்டுக் கொன்றார் (White Hall : இது டிராஃபால்கர் சதுக்கத்திலிருந்து நாடாளுமன்றங்கள் வரை நீளும் இலண்டன் நகரத் தெரு. அரசின் முக்கியமான அலுவலகங்கள் இங்குதான் உள்ளன. பொதுவாய்ப் பிரிட்டீசு அரசைக் குறிக்க ஒயிட்டு ஹால் என்றே கூறுவர்.) அக்கொலையாளி தலைமையமைச்சரைக் கொல்லவே இலண்டன் வந்திருந்தார்.

பீல் தனக்கு உயிர்மேல் கவலையில்லை என்று அரசியிடம் கூறினார். அவர் நாள்தோறும் மக்களவையிலிருந்து நடந்தே தன் இல்லம் சென்றார். அவருக்கு எவ்விதமான இன்னலும் நேரவில்லை.

பீல் தான் பிரிட்டனில் புது வகையான அரசியல்காரராய் முதன்முதலில் தோன்றினார். அவர் தன் பணியில் மெய்யாகவே முனைந்து ஈடுபட்டார். கடுமையாய் உழைத்தார். அவருக்கு ஆழ்ந்த சமயப்பற்றும் இருந்தது.

பீல் கடைசியாய் மக்களவையில் தோற்கடிக்கப்பட்டார். அவர் பதவியிலிருந்து விலகி நாட்டுப்புறத்திலிருந்த தன் இல்லத்திற்கு ஓய்வு கொள்ளச் சென்று விட்டார். அவர் நாடாளுமன்றக் கூட்டத்தில் கலந்துக் கொள்வதில்லை.

அவர் வெருண்ட குதிரையொன்றால் 1850 ஆம் ஆண்டு கீழே தூக்கியெறியப்பட்டார். பீல் அதற்கு இரண்டு நாளைக்குப் பிறகு ''ஒயிட்டு ஹால் தோட்டம்'' என்ற தன் மாளிகையில் 1850 சூலை 2 அன்று இறந்தார்.

''அவர் குறைந்தது அரை நூற்றாண்டுக் காலம் இங்கிலாந்தின் முதன்மையான பொது ஊழியராயிருந்தார் என்பதில் கேள்விக்கே இடமில்லை'' என்று தற்கால எழுத்தாளர் ஒருவர் குறிப்பிடுகின்றார்.

Thomson, George malcolm, The Prime Ministers - From Robert Walpole to Margaret Thatcher, London, 1980.

1834

1. அரசியல்

வரலாற்று புள்ளிகள்

(அ) குடகு அரசர் சிக்க வீரராசேந்திரர் பிரிட்டீசாரிடம் தோல்வி

குடகு என்ற தமிழ்ச் சொல்லுக்கு மேற்கு என்று பொருள். இது மேற்கிலிருந்த நாடாகையால் இப்பெயர் பெற்றது. மலை வளஞ் செறிந்த குடகு நாட்டில் காவிரி, இலட்சுமண தீர்த்தம், சுவர்ணவதி என்ற பெரிய ஆறுகள் பாய்கின்றன. இந்நாட்டின் முக்கியமான மலைகள்: பொங்க நாடு, பிரம்மகிரி, கொட்டபெட்டா, இகுடப்ப குண்டு, மௌலம்பி மலை, புஷ்பகிரி, சோம மலை, தடியண்ட மலை, குடகின் பெரிய ஊர்கள்:

குடலிப்பேட்டை, கேலப்பேட்டை, ஃபிரேசர் பேட்டை, மேற்கர (மேற்குக் கரை). சனிவாரச் சந்தை, சோமவாரப் பேட்டை; வீரராசேந்திரப் பேட்டை.

வீரத்திற்குப் பெயர் பெற்ற குடகு மன்னர்கள் பிரிட்டிசாரை எதிர்த்துக் கிட்டத்தட்ட *43* ஆண்டுகளாய்த் தொட்ட வீரராசேந்திரன் *(1739-1809)* காலம் முதல் இப்போது அரசராயிருக்கும் சிக்கவீர இராசேந்திரன் *(1820-1834)* காலம் வரை தொடர்ந்து விடுதலைப் போர் நடத்தி வருகின்றனர்.

சிக்க வீரராசேந்திரருக்கும் பிரிட்டீசாருக்கும் நல்லுறவு இருக்கவில்லை. அவர் அட்டூழியம் செய்வதாய்ப் பிரிட்டிசார் அவரை எச்சரித்தனர். குற்றம் புரிந்தவர்கள் என்று மரணதண்டனை வழங்கும் வழக்குகள் அனைத்தையும் குடகு அரசர் சென்னை அரசிடம் மாற்றித் தர வேண்டும் என்றும் *1833* ஆம் ஆண்டில் அவரிடம் கூறப்பட்டது. ஆனால் அரசர் இதற்குப் பணிய மறுத்துவிட்டார்.

ஆதலால் பிரிட்டிசார் *1834* மார்ச்சில் நான்கு டிவிசன்களாய் *6000* பேர் அடங்கிய ஒரு படையைக் குடகிற்கு அனுப்பினர். கர்னல் லிண்சேயின் *(Col. Lindsay)* தலைமையில் சென்ற டிவிசன் ஏப்ரல் *2* அன்று குடகுப் படைகளைச் சிதறச் செய்தபின் மதிக் கரைக்குள் நுழைந்தது. கர்னல் ஸ்டூவட்டின் *(Col. Stuart)* படையும் வந்து ஏப்ரல் *3* அன்று லிண்சேயின் டிவிசனுடன் சேர்ந்து கொண்டது.

கர்னல் ஃபௌலிஸ் நடத்திய படை முன்னேற முடியாது குடகுப் படையின் எதிர்ப்பைத் தாங்கி நின்றது. அது ஸ்டூவட்டின் படையுடன் வீரராசேந்திரப் பேட்டையில் வந்து சேர்ந்தது. வடக்கிலிருந்து கர்னல் வாகின் தலைமையில் வந்த படை குடகுக்காரரின் தொல்லைக்குள்ளானது. அது பாக்கு என்ற கணவாயிலிருந்து பின்வாங்க நேர்ந்தது.

எனினும் குடகு அரசர் சிக்கவீர இராசேந்திரர் *1834* ஏப்ரல் *10* அன்று கர்னல் லிண்சேயிடம் மதிக்கரையில் அடிபணிந்தார். குடகு அரசு கம்பெனியின் ஆட்சிப் பகுதிக்கு மாற்றப்பட்டது என்று கம்பெனியின் அரசியல் முகவரான கர்னல் ஃபிரேசர் *(Col. Fraser)* மே *7* அன்று அறிவித்துவிட்டார்.

இருபதாம் நூற்றாண்டுக் கன்னட எழுத்தாளரான மாஸ்தி வெங்கடேச ஐயங்கார் *(1891-1986)* குடகு மன்னரான சிக்கவீர இராசேந்திரனைப் பற்றிய வரலாற்று நாவல் ஒன்றை எழுதியிருக்கின்றார். ''சிக்க வீரராசேந்திர'' என்ற அந்தக் கன்னட நாவலுக்காக அவருக்கு *1984* ஆம் ஆண்டின் ஞான பீடப் பரிசு கிடைத்தது. இந்நாவல் மக்களிடையே முப்பதாண்டுக் காலம் இலக்கிய வெறியை உண்டாக்கியது. அது கன்னட மொழிக்குப் பெருமைக்குரிய இடத்தைப் பெற்றுத் தந்தது.

குடகு இருபதாம் நூற்றாண்டில் மாபெரும் படைத் தலைவர் இருவரை இந்தியத்திற்கு அளித்தது : ஃபீல்டு மார்சல் கே.எம்.கரியப்ப *(1900-1993)* ஜெனரல் கே.எஸ்.திம்மய்ய *(1906-1965)*

(ஆ) ஸ்பானிய உள்நாட்டுப் போர் (1834-1839)

ஸ்பானிய அரசியான இரண்டாம் இசபெல்லாவின் *(1830-1894;* ஆ.கா.*1833-1868)* அரியணை மீது அவரின் *46* வயதான சிற்றப்பன் டான் கார்லோஸ் மரியா இசிடோரா தெ பூர்பான் *(Don Carlos Maria Isidora de Bourbon)* *1834* இல் உரிமை கொண்டாடவே ஸ்பெயினில் உள்நாட்டுப் போர் மூண்டது. இது ஐந்தாண்டுகள் நீடித்தது. கார்லோசைக்

கிறித்துவத் திருச சபையினரும் பாஸ்குகளும் காட்டலோனியரும் அரகான், நவரா ஆகிய இடங்களிலிருந்த பழம்போக்கினரும் ஆதரித்தனர். அவரைப் போர்ச்சுக்கல், பிரிட்டன், பிரான்ஸ் ஆகிய நாடுகளும் இசபெல்லாவின் ஆதரவாளரும் எதிர்த்தனர். இந்நான்கு தரப்பினரும் ஒரு நாற்காலி அணியை அமைத்துப் போரிட்டனர்.

(இ) மாசினியின் ''இளம் ஐரோப்பியர்'' இயக்கம்

இத்தாலிய வழக்குரைஞரான ஜிசூப்பி மாசினி *(Guissipe mazzini,1805-1872) 1832* ஆம் ஆண்டில் தொடங்கிய தனது ''இளம் இத்தாலி'' இயக்கத்தை விரிவுபடுத்தும் வகையில், *1834* ஆம் ஆண்டு இளம் ஜெர்மனி, இளம் போலந்து என்று ஐரோப்பிய நாடுகளில் பல அமைப்புகளைத் தோற்றுவித்தார். இவற்றின் தலைமையகம் இலண்டனில் இருந்தது.

2.சமயம்

மதுரையில் அமெரிக்கக் கிறித்தவர் குழாம்

கிறித்துவத் தொண்டர்கள் பதினாறாம் நூற்றாண்டு முடியு முன்னரே முதன் முதலாய் மதுரைக்கு வரத் தொடங்கிவிட்டனர். அங்கு புற நகரங்களில் ஏராளமான போர்த்துக்கீசர் வாழ்ந்திருந்தனர். வாணிபத்தில் ஈடுபட்டிருந்த பரதவர் குடும்பத்தினர் சிலரும் கரையோரத்திலிருந்து இங்கு வந்து உள்நாட்டில் குடியிருந்தனர். அவர்களைப் பேணுவதற்காக ஏசு சபை அச்சனான கோன்சலோ ஃபெர்னாண்டஸ் *1560* ஆம் ஆண்டு மதுரைக்கு அனுப்பி வைக்கப்பட்டார். இங்கு அமைந்த மதுரை மிசனில் தத்துவ போதக சாமி என்ற ரொபட்டே தெ நோபிலி *(1577-1656)* போன்ற அருந் தொண்டர்கள் பணியாற்றியுள்ளனர்.

பதினெட்டாம் நூற்றாண்டின் தொடக்கத்தில் தரங்கம்பாடிக்கு லூத்தரன்கள் எனப்படும் சீர்திருத்தக் கிறித்தவர்களான புராட்டஸ்டண்டுகள் சமயப் பணிசெய்ய வந்தனர். (இச்செய்திகள் யாவும் இக்களஞ்சிய வரிசையில் ஆங்காங்கே காலப் பிரிவுகளில் சொல்லப்பட்டு வருகின்றன.)

அதனால் தமிழகத்தைக் கிறித்துவச் சமயத்தின் இந்தியத் தொட்டில் என்பது பொருந்தும்.

அமெரிக்கச் சமயப் பரப்பியர் பத்தொன்பதாம் நூற்றாண்டிலிருந்து நாட்டின் பல பகுதிகளுக்குத் தொண்டு புரிய வந்தனர். அவர்களுள் அமெரிக்கன் காங்கிரிகேசனல் சபை *(American Congregation)* என்ற புராட்டஸ்டண்டுக் கிறித்தவர்கள் *1834* ஆம் ஆண்டு மதுரையில் அமெரிக்கக் கிறித்தவர் குழாம் *(American Congregational Church)* என்ற சபையை நிறுவினர். இக்குழாத்தினர் தாம் பழனிமலைப் பகுதியை உலகிற்குத் திறந்துவிட்டனர்.

3. சட்டம்

(அ) இந்தியச் சட்ட ஆணையம் அமைப்பு

கிழக்கிந்திய கம்பெனியின் வாணிப உரிமை ஆவணம் *1833* ஆம் ஆண்டுச் சட்டப்படி புதுப்பிக்கப்பட்டதையடுத்து, அச்சட்டத்தில் கண்டுள்ளபடி இந்தியத்தில்

சட்டங்களை முறைப்படுத்தும் பணிகள் 1834 இல் மேற்கொள்ளப்பட்டன. அதன்படி இந்தியச் சட்ட ஆணையம் (The Indian Law Commission) 1834 இல் அமைக்கப்பட்டது. அதன் தலைமைப் பொறுப்புப் பேபிங்டன் மெக்காலேயிடம் விடப்பட்டது.

இந்தியத்தின் சமய,சாதி அமைப்புகளுக்கு மதிப்பளிக்கும் வகையிலும் ''வேண்டுகின்ற இடத்தில் ஒரு சீரானதும், கட்டாயம் வேண்டுமென்ற இடத்தில் பலவிதமாயும் ஆக மொத்தத்தில் ஐயத்திற்கிடமில்லாதவாறு நிச்சயமானதாயும்'' சட்டங்களைத் தொகுக்கும் பணி இந்த ஆணையத்திடம் தரப்பட்டது.

இந்த ஆணையம் பரிந்துரைத்த சட்ட விதிகள் 1858 ஆம் ஆண்டுதான் நடைமுறைக்கு வந்தன. அதுவரையிலும் பிரிட்டிசார் ஆட்சியாண்மை செலுத்திய காலத்தில், இங்கு நடைமுறையிலிருந்த குற்றவியல் சட்டத்தை அப்படியே வைத்துக் கொண்டனர்; அவற்றைச் சீர்திருத்தியும் கைக்கொண்டனர்.

''நமது குற்றவியல் சட்டத்தின் அடிப்படை இன்னும் முஸ்லிம் சட்ட விதியாய்த் தான் இருந்து வருகின்றது. எனினும் நமது விதிமுறைகளுடன் மாற்றியும் சேர்த்தும் அவற்றைக் கையாள்வதால், அவை, அடையாளம் தெரியாமல் இருக்கின்றன.'' என்று சர் ஜார்ஜ் கேம்பல் 1853 இல் எழுதினார்.

(ஆ) இந்தியர் குற்றநடுவர்களாக இசைவு

இந்தியக் குடிமக்கள் மாஜிஸ்திரேட்டுகள் என்ற குற்ற நடுவர் பதவிகளை வகிக்கலாம் என்று 1834 மே முதல் நாளன்று பிரிட்டீசு அரசு இசைவு தந்தது.

1834

4. இசை

(அ)தியாகய்யர் சுற்றுலா

கர்நாடக இசையுலகின் மும்மூர்த்திகளில் தலையாயவரான தியாகய்யர் (1767-1847) 1834 ஆம் ஆண்டு பல்லக்கில் சுற்றுலா வந்த செய்திகள் இக்கட்டுரையில் விவரிக்கப்படுகின்றன.

தியாகய்யரின் தந்தை இராம்பிரும்மமும் உபநிசத்துப் பிரும்மமும் ஒரே குருவிடம் பயின்ற ஒரு சாலை மாணக்கர். உபநிசத்துப் பிரும்மம் காஞ்சிபுரத்தில் வாழ்ந்து வந்தார். அவருக்கு நூறு வயதிற்கு மேலிருக்கும். அதனால் திருவாரூர் வந்து தியாகய்யரைக் காண முடியவில்லையென்றும் தியாகய்யர் காஞ்சி வர வேண்டுமென்றும் உபநிசத்துப் பிரும்மம் அழைத்திருந்தார். அவர் தியாகய்யரின் பாடல்களைப் பலர் பாடக் கேட்டிருந்தார். அவர் வேதங்கள் பலவற்றை ஆய்ந்து அவற்றுக்கு விரிவுரை எழுதியவர்.

தியாகய்யர் வேத விற்பன்னரான உபநிசத்துப் பிரும்மத்தின் அழைப்பை ஏற்றுத் தம் மாணாக்கர்களுடன் 1834 ஆம் ஆண்டு பல்லக்கேறிக் காஞ்சிக்குப் புறப்பட்டார். தியாகய்யர் காஞ்சியில் உபநிசத்துப் பிரும்மத்தின் வீட்டில் விருந்தினராய்ச் சில நாள் தங்கிவிட்டு,அங்கிருந்து திருப்பதிக்குப் புறப்பட்டார்.

அவரும் மாணாக்கரும் விடியற் காலையில் திருப்பதி மலைமேல் ஏறலாயினர். நண்பகலுக்கு ஒரு மணி நேரத்திற்கு முன்னர் மலைக்கு மேலே சென்றுவிட்டனர். பிறகு நீராடி விட்டுப் பெருமாளைத் தொழுவதற்காகக் கோயிலுக்குப் போயினர்.

தியாகய்யர் கருவறையை அடைந்த நேரம் பூசை முடிந்த வேளையாகும். சந்நிதியில் திரைபோடப்பட்டிருந்தது. அங்கிருந்த அர்ச்சகர்கள் திரையை நீக்க மறுத்து விட்டனர். இத்தனை தொலைவு வந்தும் இறைவனைக் காண முடியவில்லையே என்று மனம் வருந்திய தியாகய்யர் '' தெர திய்யக ராதா'' என்று பாடினார். ''எனக்குள்ளிருக்கும் சினம், ஆணவம், பொறாமை முதலியனவாயிருக்கும் திரையை விலக்கலாகாதா? பசியால் வருந்திய மீன் செம்படவனின் வலையில் சிக்கிக் கொண்டது போல், இதனால் நான் வருந்துகின்றேன். வேடனின் வலையில் அகப்பட்டுக் கொண்ட விலங்குகள்போல், என்னைச் சுற்றிச் சூழ்ந்த பாவங்களில் சிக்குண்டு உழலுகின்றேன். உன்னையே பின் தொடரும் என் அகத் திரையை விலக்கு'' என்று பாடி முடித்ததும் திரை விலகியது என்பர். தியாகய்யர் அதன் பின்னர் வேங்கடவனைப் பற்றி ஒரு பாடல் பாடினார்.

(ஆ) கிளாரிநட்டும் பிடிலும் இந்திய இசையுடன் இசைதல்

செவ்விய இசையான கர்நாடக இசையுடன் இன்று மேலை இசைக் கருவிகள் இசைந்து இந்நாட்டு இசைக் கலையுடன் ஒன்றிவிட்டன. கி.பி.14 முதல் 17 ஆம் நூற்றாண்டு வரை ஐரோப்பியத்தில் இயம்பப்பட்டு வந்த லூட்டு (*Iute*) என்ற யாழ்வகைக் கருவியுடன் உறவுடைய மேண்டலின் சுமார் 15-20 ஆண்டுகளுக்கு முன்னர் கர்நாடக இசையில் கருவியாய்ப் பயன்படலானது. சேக்ஸஃபோன் (*Saxophone* ; அடால்ஃபு சேக்ஸ் (1814-1894) என்ற பெல்ஜிய இசைக்கருவி செய்பவர் 1846 இல் இக்கருவியைச் செய்ததால், இது அவர் பெயரால் சேக்ஸஃபோன் என்று வழங்குகின்றது.) என்ற காற்றுக் கருவி 1960 ஆம் ஆண்டுகளிலிருந்து நமது செவ்விய இசையின் கருவிகளுள் ஒன்றானது. சிதார் என்ற யாழ்வகைக் கருவி மேலையுலகில் மிகுந்த செல்வாக்குப் பெற்றது. இவையன்றி இன்றைய திரை இசையில் மேலை இசைக் கருவிகளின் ஆண்மை மேலோங்கியுள்ளது. மனிதர் இசை வழியே இங்ஙனம் ஒன்றுபடுவது பத்தொன்பதாம் நூற்றாண்டில் தஞ்சைத் தரணியில் தொடங்கிற்று.

கிளாரினட்டு

கிளாரினட்டு (*Clarinet* ; இது பிரஞ்சுச் சொல்லாகும்) என்பது அழுத்தி மீட்டக்கூடிய பித்தான்களையுடைய காற்றுக் கருவி வகையைச் சேர்ந்தது. இந்த ஐரோப்பிய இசைக் கருவியை நம் நாட்டு இசைக் கருவியாய் அமைத்து, முதன் முதலில் ஊதி இயம்பியவர் தஞ்சை நால்வர் எனப்படும் வடிவேல் சகோதரர்களுள் ஒருவரான சின்னய்ய பிள்ளை ஆவார். வடிவேலு சகோதரர்கள் தஞ்சை மராட்டி அரசவையில் இசைப் புலவர்களாயிருந்தனர்.

தஞ்சை அரண்மனையிலிருந்த பேண்டு இசைக்குழு பெரும் புகழ் வாய்ந்தது. அதுவே தமிழகத்தின் முதல் பேண்டு இசைக் குழுவாகும். பேண்டு முழங்கியபோது அதனுடன் சேர்ந்து இசைத்த பல கருவிகளுள் கிளாரினட்டும் பிடிலும் இருந்தன.

சின்னய்ய பிள்ளை கிளாரினட்டை நுணுகி ஆராய்ந்து அதனை இசைக்கக் கற்றுக் கொண்டார். அதன்பிறகு அதை நம் நாட்டு இசைக் கருவியாய் இயம்பலானார். பரத நாட்டியத்தில் பயன்படுத்தப்பட்ட முகவீணை நாணற் குழல் கருவியின் இடத்தில் கிளாரினட்டை, அவர் ஊதலானார்.

வயலின்

தஞ்சை நால்வரில் மூத்தவரான வடிவேலுப் பிள்ளை வயோல் அல்லது வயலின் *(Voil or violine)* என்ற குடும்பத்தைச் சேர்ந்த மேலை இசைக் கருவியைத் தன் தம்பி போன்று கற்றார். அவரே அதை நாட்டு இசைக்குப் பக்க வாத்தியமாய்ப் பயன்படுத்துவதற்கு வழிவகுத்தவர். இவர் தலைக் கோல் ஆசான்; நட்டுவனார். இவர் தஞ்சை அரசவையில் இசைப் புலவராயிருந்ததுடன் வேணாட்டு அரசர் சுவாதித் திருநாளின் (இ.ச.க தொகுதி-13 : 1829-புள்ளி) அன்பிற்குரியவராயுமிருந்தார். (சுவாதித் திருநாள் இயற்றப்பட்டதாய்க் கூறப்படும் சில சாகித்தியங்கள் வடிவேலால் செய்யப்பட்டவை என்பது சிலரது கருத்தாகும்.)

சுவாதித் திருநாள் வடிவேலின் பிடில் *(piddle)* மீட்டும் திறமையை மெச்சி, அவருக்கு 1834 ஆம் ஆண்டு தந்தத்தில் செய்த பிடிலைப் பரிசாய் அளித்தார்.

5. கலை, இலக்கியம்

தஞ்சைவாணன் கோவை பதிப்பு

பண்டைத் தமிழ் நூல்களைப் பதிப்பதற்காகச் சென்னை அரசு அமர்த்திய தமிழ்ப் புலவர் சிலரும் இத்துறையில் முன்னோடியராவர். அவர்களுள் குறிப்பிடத்தக்கவர் நயனப்ப முதலியார் (1719 - 1845) ஆவார். இவர் பல நூல்களை எழுதியிருக்கின்றார். அவர் சென்னைக் கல்லூரியில் பணி செய்தவர். அவர் பதின்மூன்றாம் நூற்றாண்டில் பொய்யா மொழிப் புலவர் இயற்றிய தஞ்சைவாணன் கோவை என்ற நூலையும் 1834 ஆம் ஆண்டில் பதிப்பித்தார்.

1834

தஞ்சைவாணன் கோவை

இது நாமறிந்த தஞ்சாவூரைக் குறிப்பதன்று. இன்றைய திருநெல்வேலி மாவட்டத்தின் தென்காசி வட்டத்திலிருந்த ஓர் உள்நாடு, இதில் கூறப்படும் தஞ்சை ஆகும். இங்கு வாழ்ந்திருந்த வாணன் என்பவனைப் பாட்டுடைத் தலைவனாய்க் கொண்டு பொய்யாமொழிப் புலவர் பாடிய கோவை நூல் தஞ்சை வாணன் கோவையாகும். கோவை என்பது அகப் பொருள் துறைகளைப் பொருள் தொடர்ந்து வருமாறு ஒழுங்கு பெற அமைத்து ஒரு நாடகக் காப்பியம் போல் நானூறு கட்டளைக் கலித்துறைப் பாக்களால் பாடப்படுவதாகும். கோவை நூல்களில் பொய்யா மொழியாரின் தஞ்சை வாணன் கோவை மிகச் சிறந்தது என்பது புலவர் கருத்து

6. கல்வி

பிரெயில் எழுத்து உருவானது

லூயி பிரெயில் (*Louis Braille, 1809-1852;* பிரான்சின் கூவரே என்ற ஊரில் பிறந்தவர்.) மூன்று வயதிலிருந்தே பார்வையற்றவராயிருந்தார். அவர் தனது இருபத்தைந்தாவது வயதில், 1834 ஆம் ஆண்டு புடைப்பு எழுத்து முறை ஒன்றைக் கண்டுபிடித்தார். குருடர் அதைத் தடவிப் பார்த்துப் படிக்க முடியும். இதற்குப் பிரெயில் எழுத்து என்று, அதை உருவாக்கியவரின் பெயரையே சூட்டியுள்ளனர். இந்த எழுத்து விரைவில் உலகெங்கும் பரவியது. அவர் 1828 முதல் கண் பார்வையில்லாதவர்களுக்கு ஆசிரியராய் இருந்து வந்தார்.

1834

7. தொழில், வாணிபம், வேளாண்மை

(அ) கம்பெனி சீன வாணிபத் தனியுரிமையை இழந்தது

பிரிட்டீசுத் தலைமையமைச்சர் சார்லஸ் கிரே (*Charles Grey, 1764-1845; தலைமையமைச்சர் 1830 - 1834;* இ.ச.க .தொகுதி-*13 :1830*-புள்ளி) *1834* ஏப்ரலில் கொண்டு வந்த ஒரு சட்டத்தின் விளைவாய்க் கிழக்கிந்தியக் கம்பெனிக்குச் சீன வாணிபத்தில் இருந்து வந்த தனியுரிமை ஒழிக்கப்பட்டது. இவ்வாணிபத்தில் பெரிதும் தேயிலையே முக்கியமான பொருளாயிருந்தது. அதன்பிறகு பிரிட்டன் சீனத்துடன் நடத்திய வாணிபம் மிகப்பெரிய அளவில் பெருகியது; துடிப்பும், முனைப்பும், வேணவாவும் மிக்க ஆங்கில வணிகர்கள் தனிப்பட்ட முறையில் சீன வாணபத்தில் இறங்கினர். அவர்கள் அகன்று பரந்த கடல்வெளித் தடங்கள் எங்கும் கலஞ்செலுத்திச் சீனத்தின் பட்டு, பருத்தி இவையனைத்திற்கு மேலாய்ச் சீனத் தேயிலை வாணிபத்தில் பெரும் போட்டியாய் எழுந்து நின்றனர்.

(ஆ) தேயிலை பயிரிட வழிகாட்டிக் குழு

பிரிட்டன் சீனத்துடன் கொண்டிருந்த உறவு சீரற்று இருந்ததால், சீனத் தேயிலைக்கு மாற்றாய் இந்தியத்தில் தேயிலை பயிரிடும் எண்ணம் அதற்கு உண்டானது. கல்கத்தாவில் தாவரவியல் பூங்காவில் தேயிலை பயிரிடும் குழு ஒன்று *1834* ஆம் ஆண்டு உருவாக்கப்பட்டது. இந்தியத்தின் வடகிழக்கில் அசாமில் காட்டுத் தேயிலை ஏராளமாய் விளைந்து கிடந்தது கண்டுபிடிக்கப்பட்டது. (இ.ச.க. தொகுதி-*13 : 1823*- புள்ளி) தொடக்கத்தில் தேயிலை பயிரிடுவதில் சில சிக்கல்கள் இருந்தன. பின்னர் அது நன்கு வேரூன்றியது.

8. மக்கள்

(அ) மெக்காலே சென்னை வந்து இறங்கினார்

கல்கத்தாவிலுள்ள கிழக்கிந்தியக் கம்பெனி ஆட்சி மன்றத்தின் சட்ட ஆணையத்தில் உறுப்பினராய்ப் பணியாற்றுவதற்காகத் தாமஸ் பேபிங்டன் மெக்காலே (*Thomas Babington Macaulay, 1800-1859*) *1834* சூனில் சென்னை வந்து இறங்கினார். (அவர் இப்பணிக்கென்று ஓராண்டிற்கு *10,000* பவுன் ஊதியம் பெறுவார். இக்காலத்தின் மதிப்புப்படி ஒரு பவுன் ஸ்டெர்லிங்கின் விலை சுமார் பத்து ரூபாய். அதாவது மெக்காலேயின் மாதச் சம்பளம் *840* ரூபாய். அவர் இப்பதவியில் *1838* வரை இருந்தார். சாதாரணமான ஒரு தொழிலாளி மாதம் ஏழு ரூபாய் ஊதியம் பெற்றாலே, அவர் கொடுத்து வைத்தவர் என்ற நிலை இப்போது இருந்தது.)

மெக்காலே நடு இங்கிலாந்தின் லைச்செஸ்டர் கோட்டத்தைச் சேர்ந்த ராத்லி டெம்பிள் என்ற ஊரில் *1800* அக்டோபர் *25* அன்று பிறந்தார். அவர் பன்னிரண்டாவது வயதில் கேம்பிரிட்ஜ் பல்கலைக்கழகத்தில் சேர்ந்தார். அவர் அங்கு *1824* ஆம் ஆண்டு ஆசிரியராய்த் தேர்ந்தெடுக்கப்பட்டார். அவர் மில்டனைப்பற்றி (*John Milton, 1608-1674;* புகழ் பெற் ஆங்கிலப் புலவர்.) எழுதிய முதல் கட்டுரை *1825* ஆகஸ்டில் எடின்பரோ ரிவியூ என்ற இதழில் வெளியானது.

அம் முதற் கட்டுரை வெளியானதிலிருந்து, அவர் தொடர்ந்து இதழ்களுக்கு எழுதி வந்தார். அப்போது டோரி கட்சியின் நீதித் துறை அமைச்சரும் நாடாளுமன்றப் பிரபுக்கள்

சபையின் தலைவருமான லிண்டர்ஸ்டுப் பிரபின் கவனம் மெக்காலே மீது விழுந்தது. அவர் மெக்காலேயின் அரசியல் சார்பையும் பாராது, தொழிலில் நொடித்துப் போனவர்களைப் பற்றி ஆராயும் ஆணையராய் மெக்காலேயை 1828 ஆம் ஆண்டு அமர்த்தினார். அதற்கடுத்த ஆண்டில் லான்ஸ்டெலின் பிரபு அவருக்கு நாடாளுமன்றத்தில் ஓரிடத்தைத் தர முன் வந்தார்.

மெக்காலே

மெக்காலே நாடாளுமன்றத்தில் 1830 ஏப்ரல் 5 அன்று முதல் உரையை நிகழ்த்தினார். அவர் கிழக்கிந்தியக் கம்பெனியின் நடவடிக்கைகளைக் கவனித்து வந்த கட்டுப்பாட்டு வாரியத்திற்குச் செயலாளராக்கப்பட்டார். (*Board of Control* : இ.ச.க. தொகுதி-10) மெக்காலே அதற்கடுத்த ஆண்டில் அதன் தலைவரோடு சேர்ந்து, கம்பெனியின் வாணிப உரிமை ஆவணத்தைப் புதுப்பிக்கும் சட்ட முன் வரைவை நாடாளுமன்றத்தில் கொண்டு வரும் பொறுப்பை ஏற்றார்.

(ஆ) ஆஸ்திரேலியத்தில் குடியேற்றம்

எட்வார்டு கிப்பன் வேக்குஃபீல்டு (*Edward Gibbon Wakefield, 1796-1862*; இவர் இலண்டனில் பிறந்தவர்.) உதவித் தொகை கொடுத்து மக்களைப் பிரிட்டனிலிருந்து அயல் நாடுகளில் குடியேறச் செய்ய வேண்டுமென்ற கருத்தைக் கூறிவந்தார். அவரைப் பின்பற்றுவோர் ஒன்று சேர்ந்து தென் ஆஸ்திரேலியச் சங்கம் என்ற ஓர் அமைப்பை 1834 ஆம் ஆண்டு அமைத்தனர். அவர்கள் தமது தென் ஆஸ்திரேலியச் சங்கத்திற்கு வெலிங்டன் பிரபின் ஆதரவையும் பெற்றனர். தென் ஆஸ்திரேலியத்தில் பிரிட்டனிலிருந்து சென்ற முதல் குடியேறியர் 1836 ஆம் ஆண்டு முதன் முதலில் வந்து இறங்கப் போகின்றனர்.

தென் ஆஸ்திரேலியத்திலுள்ள விக்டோரியாள் என்ற பகுதியில் மேற்கு ஆஸ்திரேலியக் கால்நடைப் பண்ணையாளரான எட்வர்டு ஹெண்டி என்பவரும் அவருடன் பிறந்தவர்களும் முதன் முறையாய்ப் போட்லண் வளைகுடாவில் குடியேறினர். அவர்களையடுத்துப் பலர் அங்கு குடியேறலாயினர்.

(இ) பிரிட்டனில் ஆறு தொழிலாளர்கள் நாடு கடத்தல்

பிரிட்டனில் தொழிற்சங்க நடவடிக்கைளில் ஈடுபட்டனர் என்பதற்காக வேளாண்மைத் தொழிலாளர்கள் டார்ச்செஸ்டர் என்ற இடத்தில் தண்டிக்கப்பட்டனர். அவர்களை ஏழாண்டுக் காலத்திற்கு நாடு கடத்தும் தீர்ப்பு அளிக்கப்பட்டது. அவர்களுக்கு ''டோல்படில் தியாகிகள்'' (*Tolpuddle Martyrs*) என்று பெயர் ஏற்பட்டது.

தென் மேற்கு இங்கிலாந்தின் டார்செட்டு என்ற கோட்டத்திலுள்ள டோல்படில் என்ற ஊரில் அவர்கள் தொழிற்சங்கம் அமைத்தனர் என்ற குற்றத்திற்காக நாடு கடத்தப்பட்டனர். ஆதலால் அவர்கள் அந்த ஊரின் பெயரால் டோல்படில் தியாகியர் ஆயினர்.

(ஈ) அமெரிக்கத்தில் 28 மில்லியன் ஏக்கர்

பொது நிலம் விற்பனை

அமெரிக்க ஒன்றியத்தில் இந்த *1834* ஆம் ஆண்டும் அடுத்த ஆண்டும் சுமார் *28* மில்லியன் ஏக்கர் பொது நிலங்கள் மக்களுக்கு விற்கப்படும். ''இந்தியரை அப்புறப்படுத்தும் சட்டத்தின்'' கீழ் அமெரிந்தியர் தமது வாழ் நிலங்களிலிருந்து அப்பலேச்சியன் மலைகளுக்கு மேற்கே பெயர்க்கப்பட்டதால், ஐரோப்பியத்திலிருந்து குடியேறுபவர்கள் அந்நிலங்களில் அமர்வர்.

9. பொது

இலண்டன் நாடாளுமன்றக் கட்டடம் தீக்கிரை

இலண்டனில் *1834* அக்டோபர் *16* அன்று மூண்ட தீயினால் நாடாளுமன்றக் கட்டடமும் நகரின் ஒரு பகுதியும் அழிந்தன. தீயணைப்புப் படையினரால் வெஸ்டு மினிஸ்டர் மண்டபத்தையும் ஸ்டீஃபன் சேப்பலையும் மட்டுமே காப்பாற்ற முடிந்தது. இனிமேல் இலண்டனைப் புதுப்பித்து எழுப்பும் மிகப் பெரிய கட்டுமானப் பணி தொடங்கப் போகின்றது.

10. நிலவியல்

''நடுநிரல் கோட்டு வில்'' அளவைப் பணி

வில்லியம் லேம்டன் (*William Lampton*) *1800* ஆம் ஆண்டு இந்தியத்தின் தலைமை அளவையாளராய் வந்தார். இந்திய நில அளவாய்வுத் துறையின் தோற்றம் (இ.ச.க. தொகுதி-*7* :*1767*-கட்டுரை) முதல் இந்திய நிலப்படம் (இ.ச.க. தொகுதி-*9* : *1783*-புள்ளி) ஆகியன பற்றிய செய்திகள் முன்னர் சொல்லப்பட்டன.

லேம்டன் இதற்கு முன்னர் அமெரிக்க விடுதலைப் போரின்போது (*1775-1781*) யார்க்கு டவுன் என்ற இடத்தில் நடந்த சண்டையில் அமெரிக்கரிடம் சிறைப்பட்டார். அவர் சிறையிலிருந்து விடுதலை பெறக் காத்திருந்த காலத்தில் நில அளவைக்கும் கணிதத்திற்கும் உள்ள தொடர்பு குறித்து ஆராய்ந்து, அதில் தேர்ச்சி பெற்றிருந்தார். அவரால் *1796* ஆம் ஆண்டிற்குப் பிறகு தான் தனது காலாள் படைப்பிரிவுடன் சேர முடிந்தது. அப்படை அப்போது இந்தியத்தில் இருந்தது. அப்போது அதன் கர்னலாய் ஆர்தர் வெல்லஸ்லி (பின்னாளில் வெலிங்டன் பிரபு) இருந்தார்.

லேம்டனின் அருந்திறனை வெல்லஸ்லி உடனே பயன்படுத்தினார். அவரைப் பொறியாளர் பிரிவில் பிரிகேடு- மேஜர் என்ற பதவியில் வைத்து உயர்த்தினார். அப்போது கம்பெனி அரசு மைசூருடன் போரிட்டுக் கொண்டிருந்தது. லேம்டன் சீரங்கப் பட்டணத் தாக்குதலில் முக்கிய பங்காற்றினார். கோட்டை மீது நடந்த தாக்குதலுக்கு அவரே தலைமை ஏற்றார். நான்காவது மைசூர்ப்போர் *1799* ஆம் ஆண்டு முடிவடைந்ததும் லேம்டன் அமைதியான சூழலில் பணியாற்ற விரும்பினார்.

அவர் சென்னை அரசிடம் ஒரு திட்டத்தைக் கொடுத்தார். அப்போது அவருக்கு வயது நாற்பத்தி நான்கு. சென்னையிலிருந்து மேற்கே சீரங்கப் பட்டணம் வழியாய் இந்தியத்தின் குறுக்கே ''மிகவும் துல்லியமான முறையில் கணித அடிப்படையிலும்

இடக்கிடப்பியல் முறையிலும் நில அளவை செய்ய வேண்டும்'' என்பது அத்திட்டமாகும், அவர் அதற்காகும் செலவைப் பற்றிக் கூறிய கணக்குக் கம்பெனியின் உயரலுவலர்களை மலைக்க வைத்தது.

''ஒருவர் சீரங்கப் பட்டணம் செல்ல விரும்பினால் பல்லக்குத் தூக்கிகளின் தலைவனிடம் சொன்னால்போதும், அவன் கர்னல் லேம்டனின் நிலப்படம் இல்லாமலே அங்கு கொண்டு போய்ச் சேர்த்து விடுவான்'' என்று அவர்களுள் ஒருவர் சொன்னார். ஆனால் வெல்லஸ்லியும் கம்பெனியின் இலண்டன் இயக்குநர்களும் லேம்டனின் திட்டத்திற்கு ஆதரவு தரவே, அவர் அப்பணியில் இறங்கிவிட்டார்.

லேம்டன் அடிமட்டத்திலிருந்து இத்துறையில் தன் பணியைத் தொடங்கினார். அவருக்கு உதவியாய் வந்து சேர்ந்தவரின் பெயர் ஜார்ஜ் எவரஸ்டு. லேம்டன் தொடங்கிய மாபெரும் திரி கோணமிதி அளவையாய்வில் எவரஸ்டு அவருக்கு உதவியாளராய் அமைந்தார்.

அவர்கள் மெதுவாய், ஆனால் சீராய், இந்தியத் துணைக் கண்டத்தின் நடு மாநிலங்களிலிருந்து, மாபெரும் முக்கோணங்களைப் போட்டுப் கொண்டே உலகம் பற்றிய மனிதனின் அறிவில் உயிர் நாடியான தகவல்களைச் சேர்த்து வந்தனர். இப்பணி தங்கு தடங்கலின்றி மெதுவாகவேனும் நடந்து கொண்டேயிருந்தது.

லேம்டனையடுத்துக் கர்னல் பிளாக்கர் அளவாய்வுத் துறையில் தலைமைச் சர்வேயராய்ப் பொறுப்பேற்றார். நிலப்படம் பிரிட்டனுக்கும் உலகிற்கும் மிகுந்த பயன் தருவது என்ற கருத்தை லேம்டனைப் போன்று பிளாக்கரும் உணர்ந்தவர். அதனால் அளவாய்வுத் துறையில் எவரஸ்டு ஊக்கம் பெற்றார்.

பிளாக்கரும் எவரஸ்டும் கம்பெனி இயக்குநர்களுடன் வாதிட்டு மாபெரும் முக்கோண அளவைச் சர்வேக்கு (G.T.S.) உயர் முதன்மை தருமாறு செய்துவிட்டனர். எனவே அந்தப் பணி தொடர்ந்து நடந்துவரலானது.

இந்தியம் முழுமையிலும் வடக்கு நோக்கி முக்கோண அளவை முறைப்படி நில அளவை செய்வது என்ற லேம்டனின் கோண அளவை முறைக்கு மாறாய், தீர்க்க ரேகையில் நடுநிரல் கோடுகள் நெடுகிலும் வரிசையாய் முக்கோணங்களை இட்டு அவற்றை அட்ச ரேகையின் இணைகோடுகள் நெடுகிலும் குறுக்காய் இணைப்பதில் கவனம் செலுத்தினால் நேரமும், பணமும் மிச்சமாகும் என்று பிளாக்கர் கம்பெனியிடம் எடுத்துக் கூறினார். இந்த ''பின்னல் கட்ட'' முறை கைக்கொள்ளப்பட்டது. இம்முறையே இன்றும் வழக்கில் உள்ளது.

இந்த அளவை முறை ஒப்புக் கொள்ளப்பட்டு அது நடைமுறைக்கு வந்ததால் ''நடுநிரல் கோட்டு வில்'' அளவைப் பணியைத் தொடர்ந்து முன்னேற்றும் வாய்ப்பு எவரஸ்டிற்குக் கிடைத்தது.

நடுநிரல் கோட்டு ஆரத்தை அளக்கும் மிகக் கடினமான பணியைச் சுமார் ஆறு ஆண்டுகளுக்கு முன்னர் 1828 வாக்கில் லேம்டன் தொடங்கினார். அவர் சென்னையிலிருந்து இந்தியத்தின் குறுக்கே சர்வே செய்து முடித்த பிறகு, இவ்வேலை தொடங்கிற்று. அவர் பதினாறு ஆண்டுகளுக்கு பிறகு இறந்த நேரத்தில், அந்த நடுநிரல் கோட்டின் வில்லில் ஆரத்தில் பாதிக்கும் குறைந்த நீளமே அளவை செய்யப்பட்டிருந்தது.

இந்தியத்தின் தென் தொங்கலிலுள்ள குமரிமுனைக்குச் சற்று கிழக்கேயிருந்து செல்லும் 78 ஆவது அட்சரேகை வடக்கே மைசூரின் மலைகள் வழியேயும் ஐதராபாதின்

உயர்ந்த பீட பூமிகள் வழியாயும், அதன் பின்னர் தக்காணச் சமவெளியின் குறுக்கே பாய்ந்து மராட்டியத்திலும் ஜம்முவிலும் இமயத்தின் பனிபடர்ந்த முகடுகளைத் தாண்டியும் செல்கின்றது. இந்நேர்கோட்டின் மொத்த நீளம் கிட்டத்தட்ட 2940 கிலோ மீட்டர்.

எனினும் இம்மாபெரும் வில் அல்லது ஆரம் அதன் இறுதியான அடிமூலமாகிய வரை கோட்டு நீளத்தை அளப்பதற்கு இயன்ற விதத்தில், அது ஓரிடத்தில் முகடுகளைத் தொடு முன்னரே முடியவேண்டும். அதன் நீளம் சுமார் 2400 கிலோ மீட்டருக்கும் அதிகமாயிருக்கும். அதன் நீளத்தைத் துல்லியமாய் அளந்து எடுத்து விட்டால், அது புவியின் அளவை, உலகின் மெய்யான வடிவத்தைக் கணிப்பாளர் நிறுவுவதற்குத் துணை புரியும்.

இம்மாபெரும் பணி 1 828 ஆம் ஆண்டு தொடங்கி 1834 ஆம் ஆண்டுடன் முற்றுப் பெற்றது.

11. பிறப்பு

(அ) டிமிட்டிரி ஐவனோவிச்சு மெண்டலியேஃபு (1834-1907)

டிமிட்டிரி ஐவனோவிச்சு மெண்டலியேஃபு (*Dimitri Ivanovich Mendeleyev, 1834-1907;* இரஷ்யத்தின் டோபோஸ்கு என்ற இடத்தில் பிறந்த வேதியியலார்.) 1834 ஆம் ஆண்டில் பிறந்தார்.

1834

அவர் 1869 பிப்ரவரி 17 அன்று வேதித் தனிமங்களின் குறிகளைக் குறித்துக் கொண்டே வந்தார். அவற்றின் அணு எடைக்கு ஏற்ப அவற்றை வரிசையாய் எழுதினார். அவை அறியப்பட்டிருந்த போக்குகளின் ஒழுங்கு முறைகளுக்கு (*regularities*) அல்லது ''இடையீட்டு ஒழுங்குகளுக்கு'' (*periodicities*) ஏற்ப ஒரு கூட்டமாய் முடிகின்ற வகையில், அவர் எழுதியிருந்த வரிசை முறை அமைந்திருந்தது. வேதியியல் வரலாற்றில் இந்தத் தனிம வரிசை அட்டவணை மாபெரும் புதிய பாதை என்று கூறுவர்.

(ஆ) சிட்டிங்கு புல் (1834-1890)

சிட்டிங்கு புல் என்ற சூயிஸ் குல இந்தியர் தலைவரின் இயற் பெயர் ததங்க அயாடேக்கு. (*Sitting Bull,* இவரது சூயிஸ் குலப் பெயர் *Tatanka Iyotake, 1834-1890*) டக்கோட்டா சூயிஸ் (*Dakota Sioux*) இந்தியக் குலத்தைச் சேர்ந்த மறவர். இவர் தென் டக்கோட்டாவின் கிரேண்டு ரிவர் அருகில் 1834 ஆம் ஆண்டு பிறந்தார்.

இக்குலத்தினர் மிச்சிகன் ஏரியிலிருந்து ராக்கிமலைத் தொடர்கள் வரையிலுள்ள சமவெளிப் பகுதிகளில் வாழ்ந்திருந்தனர். இந்தியர்களை அப்புறப்படுத்தும் சட்டப்படி இம்மக்களின் நிலங்களை வெள்ளையர் கவர்ந்ததைச் சூயிஸ் மக்கள் எதிர்த்துப் போராடினர். சிட்டிங்கு புல் அவர்களுக்குத் தலைமை ஏற்றார். அவர் 1876-1877 ஆகிய ஆண்டுகளில் நடந்த சூயிஸ் போரை (*Sioux War*) நடத்தினார். இவர் 1876 ஆம் ஆண்டு இப்போரில் அமெரிக்கரிடம் தோற்றார்.

12. இறப்பு

(அ) தாமஸ் இராபட்டு மால்தஸ் (1766-1834)

பிரிட்டீசுப் பொருளியலாரான தாமஸ் இராபட்டு மால்தஸ் (*Thomas Robert Malthus,*

1766-1834; சர்ரே கோட்டத்தின் டார்க்கிங்கு என்ற இடத்தில் 1766 இல் பிறந்தார்.) ஹெயில்பரியில் (இ.ச.க தொகுதி-11) 1834 டிசம்பர் 23 அன்று 68 ஆவது வயதில் இறந்தார். இவர் மூன்று மக்களைப் பெற்றார். அவர்களுள் ஒருவர் 17 வயதில் இறந்து விட்டார். மால்தஸ் குடும்பத்தின் தீமைகள் பற்றிப் பேசியவர்; அதனால் அவர் தன் கொள்கைக்கு மாறாய் நடந்து கொண்டார் என்று அவரைத் தாக்கினர். மால்தஸ் போர், கொள்ளை நோய், அடிமை முறை, சிசுக் கொலை ஆகியவற்றை ஆதரித்தார் என்று வில்லியம் ஹேசலிட்டு (1778-1830) என்ற கட்டுரையாளர் மால்தசைச் சாடினார். அவர் இத்தனை தாக்குதல்களுக்கும் எதிர்ப்புகளுக்கும் நடுவே 1805 முதல் ஹெயில்பரிக் கல்லூரியில் அரசியல், பொருளியல் துறைத் தலைவராய் இறுதிக் காலம் வரை இருந்தார்.

(ஆ) டாக்டர் வில்லியம் கேரி (1761-1834)

வில்லியம் கேரியின் (1761-1834) சுருக்கமான வரலாறும் இந்தியத்தில் அவர் முப்பத்தைந்து ஆண்டுகள் ஆற்றிய பணிகளும் முன்னர் கூறப்பட்டுள்ளன (இ.ச.க தொகுதி-11) மேலும் இக்களஞ்சிய வரிசையின் பல இடங்களில் அவர் திருவிவிலியத்தையும் பிற நூல்களையும் இந்திய மொழிகளில் மொழி பெயர்த்து வெளியிட்ட செய்திகள் ஆங்காங்கே கூறப்பட்டுள்ளன.

செராம்பூரிலிருந்து பணிசெய்த வில்லியம் கேரி 1834 ஆம் ஆண்டு சூன் 9 அன்று இந்தியத்திலேயே இறந்தார்.

1835

அரசியல்
    ஆப்கானித்தானத்தில் புதிய அரசகுடி
    சிக்கிம் அரசர் டார்ஜிலிங்கைக் கம்பெனிக்குத் தருதல்
    தலைமை ஆளுநர் மாற்றம், அச்சுச் சுதந்திரம் வந்தது

அறிவியல்
    சேலிசைக்கிளிக்கு அமிலம் ஆக்கப்படுதல், ஹேலி வால்மீன் வந்தது

சமயம்
    சூஃபியமும் குணங்குடி மஸ்தானும், தூக்குக்குடியில் "சின்னக் கோயில்"

கலை, இலக்கியம்
    இலண்டனில் டசாடு மெழுகுப் பொம்மைக் காட்சி
    வேலூர் கோயில் மண்டபம் கொண்டு செல்ல முயற்சி
    கோகலின் நாவல்கள்
    ஹன்ஸ் கிறிஸ்தியன் ஆண்டர்சனின் புதிய கதைகள்
    "கலை கலைக்காகவே"

கல்வி
    மெக்காலேயின் கல்வி அறிக்கை, அசாமில் ஆங்கிலப்பள்ளி
    கல்கத்தாவில் மருத்துவக் கல்லூரி
    அச்சுச் சுதந்திரம் வந்தது-இலக்கிய வளர்ச்சி

பொருளியல், நிதியியல்
    புதிய பேரரச நாணய முறை

போர், இராணுவம்
    இந்திய நாட்டுப் படையில் கொலைத் தண்டனை ஒழிப்பு

போக்குவரவு
    முதல் ஜெர்மன் இருப்புப்பாதை, அமெரிக்கத்தில் 1098 மைல் இருப்புப் பாதை
    பெல்ஜியத்தில் இரயில், சிந்து ஆற்றில் கப்பல் போக்கு வரவு

மக்கள்
    மெட்காஃபு, இரஷியத்தில் கொத்தடிமைகள் மிகுதல்
    போயர்கள் குடிப் பெயர்ச்சி

பொது
    மெல் போன் நகரம் அமைந்தது

வரலாறு
    ஆங்கிலேயர்க்கு இந்தியத் தொன்மை மீது ஆர்வம்

பிறப்பு
    மார்க்கு டுவைன் (1835-1910)

இறப்பு
    குணங்குடி மஸ்தான் (1787-1835)
    புனித ரோமன் பேரரசர் (1768-1835)

1835

1. மெக்காலேயின் கல்வித் திட்டம்

இந்திய மக்களின் வாழ்க்கைக்கூறுகள் அனைத்திலும் பல்லாண்டுகளாய் இன்றும் நீடித்து வருகின்ற வலுவான தாக்கத்தை உண்டாக்கிய ஒற்றை மனிதர் இவரையன்றி வேறு எவரும் இலர்.

இந்தியத்தின் அரசியலிலும் சட்டங்கள் செய்வதிலும் நீதி பரிபாலனத்திலும் சமூகப் பொல்லாங்குகளில் சிலவற்றை ஒடுக்கியதிலும் தொன்மைச் சிறப்பு வாய்ந்த இலக்கிய, இலக்கண மேன்மைகள் மொழிகளின் வளங்கள்-ஆகியவற்றை உணர்ந்ததிலும் அவற்றை உலகிற்கு உணர்த்தியதிலும் தம் முத்திரையை வரலாற்றில் பதித்துக் கொண்டவர்களின் பெயர்களை அடுக்கி கொண்டே போகலாம். ஆனால் தொன்மை மிகும் இந்திய மக்களின் வாழ்க்கைக் கூறுகளில் கிட்டதட்ட அனைத்திலும் வலுவான தாக்கத்தை உண்டாக்கிய ஒரே மனிதர் தாமஸ் பேபிங்டண் மெக்காலே மட்டுமேயாவர்.

அவர் 1834 ஆம் ஆண்டு இந்தியத்தை அடைந்ததுமே இந்தியக் கல்வி பற்றி எழுதிய கருத்துரை 1835 ஆம் ஆண்டு பிப்ரவரி 2 ஆம் நாளில் வெளிவந்தது. தலைமை ஆளுநரான பெண்டிங்குப் பிரபு அதை மார்ச்சு 7 அன்று ஏற்றுக் கொண்டார். இங்ஙனம் சுமார் ஒரே மாதத்திற்குள் செயலாக்கப்பட்ட இந்த அறிக்கை கடந்த 163 ஆண்டுகளுக்குள் இந்திய வாழ்க்கையில் ஏற்படுத்திய பல்துறை விளைவுகளை மதிப்பிட்டு, அதன் வீரியமும் வீச்சும் எத்தகையது என்பதை இச் சிறு கட்டுரையில் கணித்துவிட முடியாது

இந்தக் கல்வியறிக்கை, இந்திய மக்களின் பல்வேறு பண்பாடுகளை, என்னற்ற மொழிகளை, பல தலைமுறையினரைப் பிணைத்துச் சேர்த்து உலகொடு ஒட்டி முன்னேற வழிவகுத்த அன்புக் கயிறு என்பதா? அல்லது நெடிய பண்பாட்டையும் மரபுகளையும் கொண்ட மக்களின் நாகரிகத்தையும் மொழிகளையும் கட்டி இழுத்துக் கொண்ட பாசக் கயிறு என்பதா?

தோற்றுவாய்

வில்லியம் பெண்டிங்குப் பிரபு இந்தியத் தலைமை ஆளுநர் பொறுப்பிலிருந்த இந்தக் காலத்தில் இந்தியத்திற்கான உச்ச ஆணையத்தின் *(Supreme Council of India)* உறுப்பினராய்ச் சட்டம், கல்வி பற்றி ஆராய்வதற்கென்று மெக்காலே பிரிட்டீசு அரசினரால் அமர்த்தப்பட்டார். தலைமை ஆளுநர் அவரைப் பொதுக்கல்விக் குழுவின் *(Committee on Public Education)* தலைவராக்கினார். மெக்காலே அந்தப் பொறுப்பில் தான் இங்கு பேசப்படும் கல்விக் குறிப்பை எழுதினார்.

அந்தக் குழுவில் பத்து உறுப்பினர் இருந்தனர், இந்நாட்டில் எந்தக்கல்வி முறையைக் கைக்கொள்வது என்பது குறித்து அக்குழுவினரிடையே கருத்து வேறுபாடு எழுந்தது. அவர்கள் சரிபாதியாய் இரு பிரிவினராய்ப் பிரிந்து நின்றனர். அக்குழுவினரில் பாதிப் பேர் மாணவர்க்கு உதவித்தெகை தந்து, அவர்களுக்குச் சம்ஸ்கிருதம், பாரசிகன், அரபி மொழிகளில் கல்வி கற்பிக்கும் கீழைக் கல்வி முறை நீடிக்க வேண்டும் என்று

1835

விரும்பினர். இம் மொழிகளில் பாடநூல்கள் வெளியிடுவதற்கு அரசு தாராளமாய்ப் பண உதவிசெய்ய வேண்டுமென்றும் அவர்கள் அவாவினர். ஏனைய பாதிப் பேர் தொடக்கக் கல்வியை நாட்டு மொழிகளிலும் உயர்கல்வியை ஆங்கிலத்திலும் கற்பிக்க வேண்டும் என்று விரும்பினர்.

மெக்காலே தன் எண்ணக் குறிப்பை *1835* பிப்ரவரி *2* அன்று வெளியிட்டார். அவர் அதை அஞ்சல் அறிக்கை (*dispatch*), விண்ணப்பம் (*memorial*) அறிக்கை (*report*) ஒரு முடிவு (*a decision*) என்று சுட்டாமல் ''சிறு குறிப்பு'' (*minute*) என்று கூறினார். பொதுக்கல்விக் குழுவில் ஆங்கிலக் கல்விமுறையை ஆதரித்து நின்றவர்களின் கருத்து, அந்தக் ''குறிப்பில்'' ஏற்றுக்கொள்ளப்பட்டிருந்தது. ஆங்கிலக் கல்வி முறையை ஆதரித்தவர்கள் இராம மோகனரின் மரபை ஒட்டிய அறிவாளியராயும் கீழை மொழியை ஆதரித்தவர்கள் இரதாகாந்த தேவரின் மரபை ஆதரித்தவர்களாயும் இருந்தனர்.

இந்திய மக்கள் தம் தாய்மொழி வழியே கல்வி கற்பதற்கு முடியாது; அவர்களுக்கு ஏதேனுமொரு அயல் மொழி வழியே கல்வி புகட்ட வேண்டும்; அந்த மொழி ஆங்கிலமாக இருத்தல் வேண்டும் என்பது மெக்காலே அளித்த ''சிறு குறிப்பின்'' மையக் கருத்தாகும்.

இந்திய மக்களிடையே ஐரோப்பிய இலக்கியத்தையும் அறிவியலையும் வளர்ப்பது அரசின் மாபெரும் குறிக்கோளாயிருத்தல் வேண்டும் என்ற எண்ணத்தில் வில்லியம் பெண்டிங்கின் அரசு *1835* மார்ச்சு *7* ஆம் நாளன்று இது குறித்து முடிவெடுத்தது. அதற்கு *1835* பிப்ரவரியில் மெக்காலே அளித்திருந்த கல்வியறிக்கை வழிகாட்டியது. அரசு இரண்டு நோக்கங்களைக் கொண்டு இந்தியக் கல்வியை வளர்க்கத் தொடங்குகின்றது.

(1) உயர் கல்வியில் ஆங்கிலம் பாடமொழியாய் இருத்தல் வேண்டும்.

(2) மேற்கத்திய அறிவைப் பரப்புவது கல்வியின் நோக்கமாய் இருத்தல் வேண்டும்.

இம் முடிவானது நாம் முதலில் குறிப்பிட்டவாறு இந்தியத்தின் பண்பாட்டு, அரசியல் வாழ்கையில் வெகு ஆழமான விளைவுகளை உண்டாக்கிற்று. அரசு இம்முடிவை எடுப்பதற்கு முன்னர் (*1835* ஆம் ஆண்டிற்கு முன்பு) இந்திய மொழியையே பாட மொழியாக்க வேண்டும் என்று கோரிய சம்ஸ்கிருத, பாரசிக மொழிகளின் அடிப்படையில் ''கீழ்த்திசைக் கல்வி'' வேண்டும் என்ற ஆதரவாளர்களுக்கும் ஆங்கில மொழியில் கல்வி வேண்டும் என்பதை ஆதரித்தவர்களுக்குமிடையே பெரிய அளவில் அப்போதைக்கப்போது கசப்பான கருத்து வேறுபாடுகள் எழுந்து வந்தன.

ஆங்கிலப் பற்று

இந்தியத்தின் புதிய நடுத்தர வகுப்பினரிடையே, குறிப்பாய் வங்காளியரிடையே ஆங்கில மொழிக்கு வலுவான ஆதரவு இருந்தது.

பிரிட்டீசார் இந்தியத்திற்கு வந்த வேளையில் இந்துக்களும் முஸ்லிம்களும் பெற்ற கல்வி கிட்டத்தட்ட முற்றிலும் சமயஞ் சார்ந்ததாயும் இலக்கியம் பற்றியதாயும் இருந்து வந்தது.

மேல் வகுப்பினரான பிரமணர்கள் பேச்சு வழக்கற்றுப் போன சம்ஸ்கிருதத்தில் எழுதப்பட்ட நூல்களைக் கற்பதில் தம் காலத்தைச் செலவிட்டனர். அப்போது பேச்சு

வழக்கிலிருந்த மொழிகளில் கற்பிக்கும் பள்ளிகள் பல இருந்தன. பிராமணர் தம் குழந்தைகளை அத்தகைய பள்ளிகளுக்கு அனுப்புவது அரிது. இப்பள்ளிகளில் கணக்கெழுதுவது தான் முக்கியமான கல்வியாய் வழக்கத்தில் இருந்தது.

முஸ்லிம் கல்வி வாழும் மொழியான அரபியில் கற்பிக்கப்பட்டது. ஆனால், அம் மொழி இந்தியத்தில் பேசப்படுவதில்லை. எனினும் 1837 வரை இந்திய அரசின் ஆட்சி மொழியாயிருந்து வந்த பாரசிகமும் முஸ்லிம் பள்ளிகளில் கற்பிக்கப்பட்டது. அங்கு சமயச் சார்பற்ற சில துறைகளும் சொல்லித் தரப்பட்டன.

இந்து, முஸ்லிம் கல்வி முறைகள் இரண்டும் பெரிதும் ஒன்றையொன்று ஒத்திருந்தன. அதாவது அவை மக்களுக்குத் தெரியாத மொழியைப் பயன்படுத்தி வந்தன. எனினும் முஸ்லிம் கல்வி இந்துக் கல்வியை விட அனைவருக்கும் பேதமின்றி சமமான முறையில் இருந்தது. இந்துக் கல்வியோ முற்றிலும் பிரமாணர்க்கே கிடைத்தது. முஸ்லிம் கல்வி பேதமின்றி அனைவருக்கும் அளிக்கப்பட்டது.

கிழக்கிந்தியக் கம்பெனி அரசின் பொறுப்பில் கல்விப் பணி நடந்தது என்பதை இக்களஞ்சியத்தின் பல இடங்களில் கண்டோம். தனிப்பட்டவர்களாலும் அல்லது பொது நிதியிலிருந்தும் பள்ளிகளும் கல்லூரிகளும் நடத்தப்பட்டன.

பொருளியல் காரணத்தைத் தவிர வேறு காரணங்களுக்காகவும் ஆங்கில மொழியில் மேற்கத்திக் கல்வியை இந்தியருக்கு அளிப்பது என்று அரசு முடிவெடுத்தது. இருப்பினும் பொருளியல் தான் இதில் முதல் முக்கியத்துவம் வாய்ந்தது என்பதில் ஐயமில்லை.

மெக்காலே போன்றவர்களின் நோக்கில் கல்வி என்பது அறநெறி, அரசியல், வாணிபம் ஆகிய கூறுகளைக் கொண்டதாகும். அவரும் அவரைப் பின்பற்றியவர்களும் சமயப்பரப்புக் கோட்பாடுகளையே பின்பற்றினர்.

இந்தியத்திற்கு ஆங்கில மொழிவழிக் கல்வி வேண்டும் என்று முதலில் கூறியவர் சார்லஸ் கிரண்டு ஜேம்ஸ் மில் அல்லர்,சார்லஸ் கிரண்டு, வில்லியம் வில்பர்ஃபோர்சின் சொல்லாலும் செயலாலும் அகத்தூண்டுதல் பெற்றவர். அவர் இந்திய மக்களுக்குக் கிறித்துவ இலக்கியங்களைக் கற்பிக்க வேண்டுமென்பதைக் குறிக்கோளாய்க் கொண்டிருந்தவர்.

இந்தியத்தில் எவ்வகைக் கல்வியாயினும் அது ஆக்கமாய் இருக்கும் என்பதில் ஜேம்ஸ் மில்லுக்கு ஐயப்பாடு இருந்தது. எனினும் இவ்விருவரின் கருத்துகளிலும் ஒலித்த உச்ச சுருதியானது கிறித்துவத் தன்மை வாய்ந்ததாகவே இருந்தது.

மெக்காலே தன் தந்தைக்கு 1836 ஆம் ஆண்டு எழுதிய கடிதத்தில் இந்தக் கருத்துத்தான் எதிரொலித்தது. இன்னும் முப்பதாண்டுகளுக்குள் வங்கத்தின் மதிப்புக்குரிய வகுப்பினரில் உருவத்தை வழிபடுவோர் ஒருவர் கூட இருக்க மாட்டார் என்று மெக்காலே அக்கடிதத்தில் உறுதியாய்க் கூறியிருந்தார். இம் மக்களிடையே அறிவைப் பரப்புவதனாலேயே இந்நிலை உருவாகி விடுமென்று அவர் நம்பினார்.

இந்தியர்க்கு ஆங்கிலக் கல்வியை அளிப்பதன் நோக்கம் அவர்களை மதம் மாறச் செய்வதற்குத்தான் என்று இந்தியரில் பலர் கருதினர். (இ.ச.க தொகுதி-12 :1820 புள்ளி - பிஷப்பு கல்லூரி.)

இக்கல்வித் திட்டத்தின் நன்னெறிக் கோட்பாடு உடனடியாயும் விரைவாய்ச் செயல்படும் விதத்திலும் கொண்டு வரப்பட்டது. நாட்டில் ஏற்பட்டு வந்த ஆட்சி

இந்திய சரித்திரக் களஞ்சியம் | 475

நிர்வாகச் சீர்திருத்தத்தின் பயனாய் ஏராளமான இந்தியர்கள் அரசு ஊழியத்தில் சேர்ந்து கூடுதலான பொறுப்பையும் அதிகாரங்களையும், குறிப்பாய் நீதி, வருவாய்த் துறைகளில் பெறலாயினர் (இந்தியர்கள் குற்ற நடுவர்களாவதற்கு 1833 ஆம் ஆண்டிற்குப் பிறகு இசைவு தரப்பட்டது. அதைப்போலவே அவர்கள் இந்திய ஆட்சிப் பணியிலும் (I.A.S.) சேரும் வாய்ப்பு இப்போது கிடைத்தது.

இந்தியர்கள் ஐரோப்பிய நாகரிகத்தின் சுவையைத் துய்த்துப் பழகியதும் அதன் அமைப்பு முறைகளைக் கைக்கொள்வர்; ஏன் தமக்கு ஆங்கிலேயரிடமிருந்து விடுதலை வேண்டுமென்றும் கோருவர் என்று மெக்காலேயும் பிறரும் எதிர்பார்த்தனர். எனினும் அந்தக் காலம் வெகு தொலைவில் இருந்தது. அங்ஙனம் கருதியவர்களுள் மெக்காலேயின் மைத்துனர் சார்லஸ் டிரவலியனும் ஒருவராவார்.

இக்கோட்பாடு பற்றிக் கருத்துக் கூறியவர்கள் 1835 ஆம் ஆண்டில் அளவிற்குமதிகமாய் நன்னம்பிக்கை கொண்டனர். இந்திய சமுதாயத்தின் மேல் மட்டத்திலிருப்பவர்களை மாற்றிவிட்டால் அவர்கள் பாமர மக்களை மாற்றிவிடுவர் என்று அவர்கள் நினைத்தனர். அவர்கள் செய்த கணிப்புகள் தவறானவை என்பது வருந்தத்தக்கது. ஏனெனில் ஆங்கிலக் கல்வியின் வரப் பிரசாதங்களைப் பெற வேண்டுமென்று மிகவும் வலியுறுத்தி வேண்டி வந்த இந்தியரில் ஒருசாரார் தந்நலமின்றி அவ்வாறு கோரவில்லை.

புதிதாய்ப் பள்ளிகள் 1835 ஆம் ஆண்டு திறக்கப்பட்டதும், ஆயிரக்கணக்கான கிறித்துவப் பிள்ளைகள் புதுப் பள்ளிகளில் சேர்வதற்கு முன் வந்தனர்.

கல்கத்தாவில் 1817 ஆம் ஆண்டு அமைந்த பள்ளிப் புத்தகச் சங்கம் இரண்டே ஆண்டுகளில் முப்பதாயிரத்திற்குமதிகமான ஆங்கிலப் புத்தகங்களை விற்றது. அரசின் பள்ளிகளில் சாதி, மத வேறுபாடுகளின்றி அனைவருக்கும் ஆங்கிலக் கல்வி கற்பிக்கப்பட்டது. ஆனால் இந்துக்களில் பிராமணர் தாம் இந்த வாய்ப்பை மிகவும் பயன்படுத்திக் கொண்டனர்.

முஸ்லிம்கள் புதிய கல்வியில் அத்தனை ஆர்வம் காட்டவில்லை. ஆங்கிலம் அரசின் ஆட்சி மொழியாக்கப்பட்டபோது, கல்கத்தாவைச் சேர்ந்த முஸ்லிம்களில் எண்ணாயிரவர்,அதை வன்மையாய் எதிர்த்து அரசிடம் விண்ணப்பித்தனர்.

கல்கத்தா மதரசாவில் (முஸ்லிம் கல்விக்கூடம்) ஆங்கில மொழி வகுப்பு ஒன்று நடந்து வந்த போதிலும் அடுத்த ஐந்தாண்டுகளில் 1826 வாக்கில் இருவர் மட்டுமே அதில் தேர்ச்சி பெற்றனர். படைவீரர் புரட்சி 1857 ஆம் ஆண்டு நடந்து முடிந்த பிறகுதான், தமக்கிருந்த கல்வி வாய்ப்பை நழுவ விட்டோமே என்பதை முஸ்லிம்கள் உணர்ந்தனர்.

வங்கத்தில் ஆதரவு

வங்கமொழி வழங்கும் வங்கத்தில் தான் ஆங்கிலக் கல்வி வேண்டுமென்பதில் பேரார்வம் இருந்தது. பிற இடங்களில் ஆங்கிலத்தைப் பாடமொழி ஆக்குவதற்குக் கடும் எதிர்ப்பு இருந்தது:

வங்க மாநிலத்தின் ஒரு பகுதியாய் இக்காலத்தில் இருந்துவந்த பீகாரில் 1858 வரை முஸ்லிம் நிலக்கிழார்கள் ஆங்கிலத்தை எதிர்த்து வந்தனர்.

பம்பாயில் ஆதரவில்லை

பம்பாய் மாநிலத்தில் ஆங்கிலக் கல்விக்குப் போதிய ஆதரவு கிடைத்திலது. அங்கு அரசின் உதவி பெற்ற பள்ளிகளில் 1850 வாக்கில் சுமார் இரண்டாயிரம் பேரே பயின்றனர்.

சென்னையில் மோசமான நிலை

சென்னை மாநிலத்தில் நிலைமை இதைவிட மோசமாயிருந்தது. அங்கு 1854 வாக்கில் அரசுப் பள்ளி அல்லது அரசின் ஆதரவு பெற்ற பள்ளிகளின் என்ணிக்கை மூன்றேயாகும். கல்விப் பணிக்கு உயர் சாதியினரின் எதிர்ப்பும் ஆதரவின்மையும் இதற்குக் காரணங்களாகும்.

இருப்பினும் அரசின் உதவி பெற்று வந்த கிறித்துவ சமயப்பரப்பியர் இந்தியத்தில் நடத்தி வந்த பள்ளிகளில் ஏறத்தாழ முப்பதாயிரம் பிள்ளைகள் பயின்று வந்தனர் என்று கணிக்கப்பட்டுள்ளது.

இந்தியத்திலிருந்த பிரிட்டீசுக் குடியேற்ற ஆட்சிப் பகுதிகள் அனைத்திலும் (நாட்டரசுகள் நீங்கலாய்) 1845 ஏப்ரல் 30 அன்று மொத்தம் 17,630 பிள்ளைகள் அரசின் செலவில் கல்வி கற்று வந்தனர் என்ற கணக்குப் பிரிட்டீசு நாடாளுமன்றத்தில் அளிக்கப்பட்ட ஒரு புள்ளி விவரத்திலிருந்து தெரிகின்றது. அவர்களில் 13,699 பேர் இந்துக்கள், 1636 பேர் முஸ்லிம்கள், 236 பேர் கிறித்தவர்.

மெக்காலேயின் கல்வியறிக்கை

இந்தியக் கல்வியில் மட்டுமல்லாது இந்திய நாகரிகம் முழுமையிலும் நெடிது நீண்ட விளைவை உண்டாக்கிய மெக்காலே கல்வியறிக்கை இங்கு சுருக்கி உரைக்கப்படுகின்றது:-

இந்நாட்டு மக்களின் அறிவுத்திறனை வளர்ப்பதற்காக அரசை வழிநடத்திச் செல்வதற்குப் பயன்படும் நிதிவளம் நம்மிடம் உள்ளது. அதை மிகவும் பலன் தரத்தக்க விதத்தில் பயன்படுத்தும் வழி யாது என்ற வினா எழுகின்றது.

இந்தியத்தின் இப்பகுதியில் வாழும் மக்களிடையே பொதுவாய் வழங்கும் வட்டார மொழிகளில் இலக்கிய அல்லது அறிவியல் செய்திகள் இல்லை என்பதில் எல்லாருக்கும் ஒத்த கருத்து இருக்கின்றது. மேலும் இம்மொழிகள் வளங் குன்றியனவாயும் செப்பமற்றனவாயும் இருப்பதால், பிறமொழி ஏதேனுமொன்றின் வாயிலாய் அவை தம்மை வளப்படுத்திக் கொள்கின்ற வரையில் அவற்றில் பயனுள்ள நூல் எதையும் மொழி பெயர்ப்பது எளிதாயிராது. உயர் கல்வி கற்கும் வசதிகளையுடைய இவ்வகுப்பு மக்களின் அறிவுத்திறனைச் சீர்படுத்துவதற்கு,அவர்களிடையே இல்லாத ஏதேனுமொரு வேற்று மொழியைத் தான் இப்போது பயன்படுத்த முடியும் என்பதை அனைத்துத் தரப்பினரும் ஒப்புக்கொள்கின்றனர் என்று தோன்றுகின்றது.

அவ்வாறாயின் அது எம்மொழியாயிருத்தல் வேண்டும். அது ஆங்கில மொழியாயிருக்க வேண்டுமென்று (அது பற்றி ஆராய்ந்த) குழுவினரில் பாதிப்பேர் நிலை நாட்டுகின்றனர். மறு பாதியினர் அரபி. சம்ஸ்கிருத மொழிகளாய் அது இருத்தல் வேண்டும் என்று வன்மையாய்ப் பரிந்துரைக்கின்றனர். ஆகவே எந்த மொழி கற்றறிவதற்குச் சிறந்த மதிப்புடையது என்பது தான். இது குறித்த முழுமையான வினா என்று எனக்குத் தோன்றுகின்றது.

எனக்குச் சம்ஸ்கிருதமோ, அரபியோ தெரியாது. எனினும் அவற்றைச் சரியான முறையில் மதிப்பிடுவது குறித்து என்ன செய்ய முடியுமோ, அதை நான் செய்தேன். நான் புகழ்வாய்ந்த அரபி, சம்ஸ்கிருத நூல்களில் பெரும்பாலானவற்றின் (ஆங்கில) மொழிபெயர்ப்புகளைப் படித்தேன். நான் கீழை மொழிகளில் துறைபோகிய விற்பன்னர்களுடன் இந்தியத்திலும் தாயகத்திலும் உரையாடினேன். நான் கீழ்த்திசைக் கல்வியின் மதிப்பைக் கீழ்த்திசை மொழிகளின் விற்பன்னர் செய்த கணிப்பை அப்படியே ஏற்க ஆயத்தமாயிருக்கின்றேன்.

இந்தியம் ,அரேபியம் ஆகிய நாடுகளின் நாட்டு இலக்கியம் முழுமையும் மிகச்சிறந்த ஐரோப்பிய நூலகம் ஒன்றின் ஒற்றை அடுக்கிலுள்ளவற்றின் மதிப்பிற்கு ஈடாகாது என்பதை மறுக்கும் ஒருவரைக்கூட நான் அவர்களிடையே கீழை மொழிகளின் விற்பன்னரிடையே,கண்டேனில்லை. மேற்கத்தி இலக்கியத்தின் உள்ளார்ந்த மேதமையைக் கீழை மொழிக் கல்வித் திட்டத்தை ஆதரிக்கும் உறுப்பினர்கள் முற்றிலும் ஒப்புக்கொண்டனர் என்பது மெய்யாகும்.

கிழக்கத்தி எழுத்தாளரின் இலக்கியத்துறையில் செய்யுள் வடிவம் உயர்ந்து நிற்கின்றது என்பதை விவாதத்திற்குரிய பொருளாக்க முடியாது என்று நான் எண்ணுகின்றேன். அரபு சம்ஸ்கிருதச் செய்யுள்களை ஐரோப்பிய நாடுகளின் மாபெரும் படைப்புகளுடன் ஒப்பிடமுடியும் என்பதை நிலைநிறுத்த முற்படுகின்ற கீழை மொழி விற்பன்னர் எவரையும் நான் எப்போதும் சந்தித்ததில்லை என்று உறுதியாய்க் கூறுவேன்.

1835

ஆனால் நாம் கற்பனைப் படைப்புகளான நூல்களை விட மெய்க்கருத்துகளையும் பொதுமையான கோட்பாடுகளையும் ஆராயும் நூல்களைப் படித்துச் செல்கையில் ஐரோப்பியர் அளவிடமுடியாத அளவிற்கு முழுமை பெற்றுள்ளனர் என்பதை உணரலாம். சம்ஸ்கிருத நூல்களிலிருந்து திரட்டப்பெற்ற வரலாற்றுச் செய்திகளைவிட இங்கிலாந்திலுள்ள தொடக்கப் பள்ளிகளில் பயன்படும் மிகச்சிறிய சுருக்க நூல்களில் காணப்படும் செய்தியே மதிப்புமிக்கது என்று சொன்னால் அது மிகையாகாது என்று நான் நம்புகின்றேன். மெய்யும் உள்ளமும் சார்ந்த மெய்யியல் துறை ஒவ்வொன்றிலும் இருநாடுகளின் நிலையும் ஒன்றேயாம்.

அவ்வாறாயின் கல்வி பற்றிய நிலை தான் என்ன? தம் தாய்மொழி வழியே கல்வி கற்க இயலாத மக்களுக்குக் கல்வி புகட்ட வேண்டியவர்களாய் நாம் இருக்கின்றோம். அவர்களுக்கு நாம் ஏதோ ஓர் அயல் மொழியைக் கற்பிக்கவேண்டும். அந்த இடத்தை நமது மொழிக்குத் தர வேண்டும் என்று நாம் கூறுவதைச் சுருங்கக் கூறவேண்டிய அவசியமிலது. அம்மொழி மேற்கு மொழிகளிலேயே மேலோங்கி நிற்கின்றது.

கிரேக்கம் நமக்கு விட்டுச் சென்றுள்ள மேதமை வாய்ந்த இலக்கியப் படைப்பிற்குக் குறைந்த தல்லாத கற்பனைப் படைப்புகள் நமது மொழியில் நிறைந்திருக்கின்றன. சொல்லாற்றலின் வகைகள் ஒவ்வொன்றும் உள்ளன. கதை வடிவில் சொல்லப்பட்டுள்ளன என்று கருதப்படும் வரலாற்று நூல்களும் (வேறு எதனாலும்) மிஞ்சப்பட்டது என்பது அரிதாகும். அவை அறநெறி அரசியல் ஆகியவற்றைக் கற்பிக்கும் கருவிகளாய்க் கருதப்பட்டு வந்திருக்கின்றன. அவற்றுக்கு நிகரானது வேறு எதுவும் வந்ததில்லை. மானுட வாழ்க்கையையும் மனிதத் தன்மையையும் நேரிய முறையிலும் உயிர்த் துடிப்புடனும் அவை எடுத்துக்

காட்டுகின்றன. அந்நூல்கள் அறிவியல் வாதம், ஒழுக்கப் பண்புகள், அரசு, நீதிநெறிகள், வாணிபம் ஆகியன பற்றிய ஆழ்ந்த சிந்தனைகளை உள்ளடக்கியுள்ளன. உடல் நலத்தைக் காத்து,வாழ்க்கை வசதிகளைப் பெருக்கி அல்லது மனிதனின் அறிவுத் திறனை விரிவடையச்செய்யும் அறிவியல் துறை ஒவ்வொன்றைப் பற்றியும் முழுமையானதும் பிசகற்றதுமான செய்திகளைத் தருகின்றன.

அம்மொழியை (ஆங்கிலத்தை) அறிந்தவர் எவராயினும், அவரால் பரந்த அறிவுச்செல்வம் அனைத்தையும் தாராளமாய் அடைய முடியும். அவை (அம் மொழியிலுள்ள நூல்கள்) மண்ணுலகின் அறிவுச் செழுமை வாய்ந்த நாடுகளனைத்தும் உண்டாக்கித் தொண்ணூறு தலைமுறைகளாய்ச் சேகரித்துத் திரட்டிய அருஞ் செல்வங்களாகும். உலக மொழிகள் அனைத்தும் சேர்ந்து முந்நூறு ஆண்டுகளாய் ஆக்கிவைத்த இலக்கியமனைத்தையும் விட, (ஆங்கில) மொழியில் இப்போது இருக்கின்ற இலக்கியம் மிகுந்த மதிப்பு வாய்ந்தது என்று தங்குதடையின்றிக் கூற முடியும். இவை மட்டுமன்று.

இந்தியத்தின் ஆளும் வர்க்கம் பேசும் மொழி ஆங்கிலமாகும். அரசின் பதவிகளில் இருக்கும் மேல்சாதியார் அதைப் பேசுகின்றனர். கீழைக் கடலெங்கும் அது வாணிப மொழியாய் விளங்குகின்றது எனலாம். அது இரு பெரும் ஐரோப்பிய சமூகங்களின் மொழியாகும். அவற்றிலொன்று ஆப்பிரிக்கத்தின் தெற்கிலும் மற்றொன்று ஆஸ்திரேலியத்திலும் எழுச்சி கண்டு வருகின்றது. அவை ஆண்டுதோறும் முக்கியத்துவம் பெற்றுவரும் சமூககங்களாகும். அவை இந்தியப் பேரரசுடன் நெருங்கிய தொடர்பு கொண்டுள்ளன. நாம் நமது இலக்கியத்தின் உள்ளார்ந்த பெரு மதிப்பை வைத்துப் பார்த்தாலும் அல்லது இந்நாட்டின் குறிப்பிட்ட நிலையை வைத்து நோக்கினாலும் ஆங்கில மொழிதான் நம் குடிமக்களுக்கு மிகவும் பயனுள்ளதாய் இருக்கும் என்பதைக் காணலாம். அதற்கு வலுவான காரணம் உள்ளது.

இம்மொழியை (ஆங்கிலத்தைக்) கற்பிக்கும் அதிகாரம் நம்மிடம் இருக்கின்ற இந்தக் கட்டத்தில் நம்முன்னுள்ள வினா இப்போது எதுவெனில் நமது மொழியுடன் ஒப்பிடக்கூடிய நூல்கள் எத்துறையிலும் (இங்கு) இல்லை என்ற நிலையில், எங்கும் ஒப்புக்கொள்ளப்பட்ட மொழிகளில் கற்பிப்பதா? நம்மால் ஐரோப்பிய அறிவியலை நமது மொழியில் கற்பிக்க முடிகின்ற போது, ஐரோப்பியத்திலுள்ள அறிவியல் துறைகளிலிருந்து வேறுபட்டு நிற்கின்ற மிகவும் மட்டமாய் வேறுபடுகின்ற- இது எங்கும் ஏற்கப்பட்டது-(நாட்டுக்) கல்விமுறைகளில் கற்பிப்பதா? ஆழ்ந்த மெய்யியலையும் மெய்யான வரலாற்றையும் போற்றி வளர்க்கக் கூடிய நிலையில் நாம் இருக்கின்றபோது, பொதுப் பணத்தைச் செலவிட்டுச் சாதாரண ஆங்கிலேயரே அவமானப்படக்கூடிய மருத்துவக் கோட்பாடுகளை ஏற்று ஒப்புவதா? ஆங்கிலப் போர்டிங்குப் பள்ளிகளில் பயிலும் சிறுமிகளைச் சிரிக்கவைக்கும் இந்நாட்டு வானியலைக் கற்பிப்பதா? முப்பதடி உயரமான அரசர்களையும் அவர்கள் முப்பதாயிரமாண்டுக் காலம் ஆட்சி செய்ததையும் பலபடக் கூறுகின்ற (இந்நாட்டு) வரலாற்றை, சர்க்கரைப் பாகும் வெண்ணெயும் நிறைந்துள்ள கடல்களைப் பற்றிக்கூறும் (இவர்களின்) நிலநூலைக் கற்பிப்பதா?

நாம் நாட்டு மக்களின் ஒத்துழைப்பைப் பெற வேண்டும் என்று கூறப்படுகின்றது. நாம் சம்ஸ்கிருதத்தையும் அரபியையும் கற்பித்துத்தான் அதைப் பெற முடியும் என்கின்றனர்.

அறிவுத் திறனில் பெருஞ்சாதனைகளை அடைந்துள்ள ஒரு நாடு, ஒப்புநோக்குகையில் அறியாமையில் மூழ்கிக்கிடக்கும் ஒரு நாட்டின் கல்வியை மேற்பார்வையிடும் பொறுப்பை ஏற்கையில் தமக்குக் கற்பிக்கப் போகின்ற ஆசிரியர்கள் எந்த வழியில் கற்றுத்தரவேண்டும் என்று வகுத்துக் கூறுவதற்கு முற்றிலும் இடமுள்ளது. எனினும் தமக்கு எந்தப் பாடத்தைக் கற்றுத் தருவது என்று அவர்கள் கூறவேண்டிய அவசியமில்லை. நாம் இப்போது இதற்கு நாட்டு மக்களின் ஒப்புதலைப்பெற வேண்டியதில்லை.

அவர்கள் ஆர்வத்தொடு வேண்டிநிற்கும் கல்வி அவர்களுக்குக் கிடைக்காமல் நாம் நிறுத்தி வைத்திருக்கின்றோம். அவர்களுக்குக் குமட்டலை உண்டாக்கக்கூடிய போலிக் கல்வியை அவர்கள் மீது நாம் திணிக்கின்றோம்.

நாம் நமது அரபி, சம்ஸ்கிருத ஆசிரியர்களுக்கு ஊதியம் தரக்கூடிய கட்டாயத்தில் இருக்கின்றோம். ஆங்கிலம் கற்ற வகுப்பார் நமக்குப் பணம் தர வருகின்றனர். நாம் பணம் கொடுத்தால் தான் தனது வட்டார மொழிகளை கற்பதற்கு இசைவேன் என்று கூறும் ஒரு மாணவனைக் காணவே முடியாது என்பது மறுக்கவியலாத உண்மையாகும். இந்நாட்டாருக்குத் தம் புனிதமான வட்டார மொழிகள் மீது காதலும் பக்தியும் உள்ளன என்று உலகில் உரத்துக் கூறப்படுகின்ற வாதத்தை இது செல்லாததாக்குகின்றது என்பது நடுநிலையானவர்களின் உள்ளத்திற்குத் தெரியும்.

1835

மெக்காலே கல்வியறிக்கை; மேலும் சில செய்திகள்

தாமஸ் பேபிங்டன் மெக்காலே இந்திய மொழிகளையும் இந்தியச் சிந்தனைகளையும் அறிந்து கொள்வதற்குப் போதிய நேரம் இருந்திராது. ஆனால் அவர் இந்தியத்திற்குக் கிளம்பிய போது, இந்திய வரலாற்றை நன்கு அறிந்து கொண்டு தான் வந்தார். அவர் கல்கத்தாவில் தங்கியிருந்த குறுகிய காலத்தில், அங்கு கல்வி பற்றி எழுந்த கருத்து வேறுபாடுகளை ஆராய்ந்தார். குறிப்பாய், கல்வியுடன் தொடர்புடைய சட்டக் கூறுகளை ஆராய்ந்தார். அவர் சட்டத் தொடர்புடைய பணிக்காகத் தான் இந்தியம் வந்திருந்தார்.

குறிப்பாய் இரண்டு செய்திகளை மனத்திற் கொள்ள வேண்டும். முதற்கண், மெக்காலே கல்வி பற்றிய தன் குறிப்பை அச்சிடக் கருதியதேயில்லை. அது தலைமை ஆளுநரின் பார்வைக்கென்று எழுதி அனுப்பப்பெற்ற பொது நிலையான அறிக்கையேயாகும். சொல்லப்போனால், அந்தக் குறிப்புரை 1853 வரை அச்சிடப்படவேயில்லை. அது அந்த ஆண்டில் வெளிவந்த சி.எச்.கேமராண் என்றவரின் ‘‘இந்தியத்தில் பிரிட்டனின் கடமைகள் குறித்த நாடாளுமன்ற உரை’’ என்ற நூலில் இடம் பெற்றது.

இரண்டாவதாய் அது குறித்த விவாதத்திலும் அதுபற்றி எடுக்கப்பட்ட முடிவிலும் மெக்காலேக்கு இருந்த செல்வாக்கின் அளவு பெரிதும் மிகைப்படுத்தப்பட்டது என்று கருதுவோரும் உளர். அவர் தனக்கேயுரிய சர்வாதிகாரமான, சொல்லாட்சி நிறைந்த நடையில் அந்த அறிக்கையைச் சுருக்கியுரைத்ததையன்றி வேறெதையும் செய்யவில்லை. கல்கத்தாவில் இருந்துவந்த இந்தியரும் ஐரோப்பியருமான சிந்திக்கக்கூடிய மக்களில் பெரும்பாலரின் கருத்து என்ன என்பதைத் தான் மெக்காலே அந்தச் சிறு குறிப்பில் கணித்திருந்தார்.

மெக்காலேயின் சிற்றறிக்கை தலைமை ஆளுநருக்கு ஊக்குதல் தந்தது போல தோன்றியமையால், அவர் அதை நடைமுறைக்குக் கொண்டுவர முனைந்தார். எனினும் அவர் இச்சிற்றறிக்கை வந்ததற்குச் சிறிது காலத்திற்கு முன்னரே அது பற்றி முடிவெடுத்திருக்கலாம். (மெக்காலேயும் இந்தியத்திற்கு வருமுன்னரே பிரிட்டீசு நாடாளுமன்றத்தில் இந்தியர்க்கு ஆங்கிலக் கல்விவேண்டும் என்று க ருத்துரைத்திருந்தார்.)

வில்லியம் வில்பர்ஃபோர்ஸ் *(1759-1833)* ''நமது அமைப்பு முறைகள் நடை உடைபாவனைகள், சமயம், ஒழுக்கமுறைகள் ஆகியவற்றை நிறுவுவதன் வாயிலாய்ப் பிரிட்டன் இந்தியத்திற்குச் சிறந்த முறையில் தொண்டு செய்ய முடியும்'' என்று *1813* ஆம் ஆண்டு நாடாளுமன்றத்தில் கூறினார். அதற்கு இருபதாண்டுகளுக்குப்பிறகு, வில்பர்ஃபோர்சின் இக்கருத்துகளை அடிப்படையாய் வைத்துத்தான் மெக்காலே தன் கல்விக் குறிப்பை எழுதினார்.

Bryant, Arthur Macaulay, London, 1932

Edwards, Michael British India, 1772-1947, A Survey of the nature and effects of alien rule, London, 1967

Neil, Stephen A History of Christianitty in India, 1707-1858

1835

ஆங்கில மொழி

இந்திய மக்களின் வாழ்வியல், சமயம், பண்பாடு, வழக்காறு ஆகிய அகவியல்கள் அனைத்திலும் ஆளுகைக் கொள்ள வேண்டும் என்ற எண்ணம் மெக்காலேக்கு முற்பட்ட இந்தியப் பேரரசச் சிற்பி எவருக்கும் தோன்றவில்லை. அதற்கு மொழியைக் கருவியாய்க் கொள்ளும் கருத்து எந்த ஆங்கிலேயருக்கும் உண்டானதில்லை. ஆனால் இந்தியத்தில் ஆங்கில மொழியை இந்தியரில் மேலோரே வரவேற்றனர் என்பது புதுமையான வரலாற்றுச் செய்தியாகும். கற்றறிந்த இம் மக்கள் ஆங்கிலத்தை, ஆங்கில வழிக் கல்வியை ஆதரித்ததற்குக் கூறிய காரணங்கள் யாவும் குறுகிய தந்நல நோக்குடையன என்று அவற்றை முற்றிலும் தள்ளிவிட இயலாது. நாட்டுக் கல்வியில் இடம் பெற்றிருந்த சம்ஸ்கிருதம், அரபி, பாரசிகம் ஆகிய மொழிகளை ஆதரித்தவர்களின் கூற்றுப் பொதுமைப் பண்புடையனவாயிருக்கவில்லை. இருப்பினும் இவ்விரு சாராரும் கல்விக் குழுவில் சம எண்ணிக்கையில் இருந்தனர். மெக்காலேயின் தனி முதன்மையினால் தான் ஆங்கில வழிக் கல்வி வேண்டும் என்ற கருத்து அங்கு நிறைவேறியது.

பத்தொன்பதாம் நூற்றாண்டின் இக் காலச் சுழியில் வங்கத்தின் மேன்மக்களிடையே இத்தகைய கருத்து மோதலை ஏற்படுத்திய மொழிக் கொள்கையில் மையமாயிருக்கும் ஆங்கில மொழி மேற்சொன்ன சம்ஸ்கிருதம், அரபி, பாரசிகம் ஆகிய மொழிகளுடன் ஒட்டுறவுடையது என்பது குறிப்பிடத் தக்கதாகும்.

மொழிகளின் தோற்றுவாய்

மொழியின் தோற்றுவாய் குறித்து எழுந்த எண்ணங்கள் யாவும் முற்றிலும் ஊகங்கள் என்று தள்ளிவிடமுடியாதனவெனினும், மொழிகள் பற்றிக் கடந்த இரண்டு நூற்றாண்டுகளுக்கு மேல் நடந்து வரும் ஆராய்ச்சியின் அடிப்படையில் கிளர்ந்த உத்தேசமான கணிப்பு என்று அவற்றைக் கொள்ளலாம்.

வரலாற்றுக் காலத்தில் முப்பது மொழிக் குடும்பங்கள் இருந்தன என்று அறிஞர் இனங் காண்கின்றனர். அவற்றுள் முதன்மையானவையாய் 2,500 மொழிகளும் கிளை மொழிகளும் உள்ளன என்பர். எனினும் பல மொழிகள் இந்த வகைப்பாட்டினுள் அடங்கவில்லை. ஐரோப்பியர் ஆஸ்திரேலியத்தைக் கண்டு பிடித்தபோது, அங்கு ஒவ்வொன்றிலும் 500 முதல் 600 பேர் வரை அடங்கிய ஐநூறு குலத்தார் வாழ்ந்திருந்தனர். ஐரோப்பியமும் ஒரு காலத்தில் அப்படித்தான் இருந்திருக்கும். ஐரோப்பியர் தென்னாப்பிரிக்கத்தை அடைந்தபோது, மொழி வேறுபாடுகள் மிகப் பெரியனவாய் இருந்தன. ஆணும் பெண்ணும் வெவ்வேறு மொழி பேசினர்.பலர் விரலசைத்தும் சீழ்க்கையடித்தும் தமக்குள் பேசிக் கொண்டனர்.

கூட்டமாய்ச் சேர்ந்து வேட்டையாட வேண்டுமென்ற சமூகத் தேவையினால் பேச்சுப் பிறந்தது என்று எண்ணுவாருமுளர். முதலில் தோன்றிய மொழிகளில் சொல்லிலக்கணக் கூறுகள் இல்லாதிருக்கலாம். பெரும்பாலான சொற்றொடர்களும் எண்ணங்களும் ஒரே சொல்லால் வெளிப்படுத்தப்பட்டிருக்கலாம். பேச்சு ஒரே குலத்தால் செய்யப்பட்ட கண்டுபிடிப்பா? அதை பிற குலத்தார் செம்மையின்றிப் போலி செய்தனரா?

இரண்டு ஓரின மொழிகள் இருபதாயிரமாண்டுக்கு மேற்பட்ட காலத்தில் திரிந்து, தம்மிடையிலிருந்த உறவின் தடங்கள் அனைத்தையும் இழந்துவிடலாம் என்று விற்பன்னர் கருதுவர். எனினும் மொழிகள் அனைத்தும் ஒரே தாய் மொழியிலிருந்து தோன்றியிருக்குமாயின் அவை கி.மு.20,000 ஆண்டுகளுக்குப் பல்லாயிரம் ஆண்டுகளுக்கு முன்னரே முதலில் பிறந்திருக்கலாம்.

வரலாற்றுக் காலத்தில் சுமார் ஐயாயிரமாண்டுகளுக்கு முன்னர் ஈராற்று வெளியான மெசபடோமியத்திலும் எகிப்திலும் செழுமை வாய்ந்த செம்மையான மொழிகள் வழங்கின என்பதற்கு நிலைபேறான சான்றுகள் உள. அவையும் அவற்றின் காலத்தில் நிலவிய இட்டைட்டு போன்ற மொழிகளும் பன்னெடுங் காலத்தின் முன்னரே வழக்கிழந்து மறைந்தன. அவற்றினடியாய்ப் பல மொழிகள் புதிதாய்த் தோன்றவும் மறையவும் செய்தன என்பது வரலாறாகும்.

1875

ஆங்கில மொழி

ஆங்கில மொழி தோன்றிய காலத்தை ஓரளவு துல்லியமாய்க் கூறிவிட முடியும். அம் மொழி சுமார் பதினான்கு நூற்றாண்டுகளாய்ப் பேச்சு வழக்கில் இருந்து வருகின்றது. ஜெர்மானியக் குலத்தவரான ஆங்கில்கள் (*Angles*) என்பவரின் பெயரால் இம்மொழி ஆங்கிலம் என்று அழைக்கப்படுகின்றது. இம்மக்கள் கி.பி.449 ஆம் ஆண்டு இங்கிலாந்தின் மீது படையெடுக்கத் தொடங்குகின்றனர் என்று ஆங்கில-சேக்சன் விற்பன்னரும் இறையியலாரும் வரலாற்றாசிரியருமான வணக்கத்திற்குரிய பீடு (*St.Bede,* சு. *673-735*) குறிப்பிடுகின்றார். ஆங்கில்களுடன் சேக்சன்கள் (*Saxons*), ஜட்டுகள் (*Jutes*), முதலானோரும் பிரிட்டன் மீது படை கொண்டு வந்தனர். அவர்கள் அனைவரும் மேற்கு ஜெர்மானிக்கு (*West Germanic*) என்ற ஒரு மொழியின் குழு வழக்கு மொழிகளைப் பேசினர் என்பர் அறிஞர். அம் மொழிகள் பற்றிய அக்காலத்து ஆவணச் சான்று எதுவுமிலது. ஜெர்மானிக்கு என்ற மொழிக் குடும்பத்தில் கிழக்கு ஜெர்மானிக்கு, மேற்கு ஜெர்மானிக்கு, வடக்கு ஜெர்மானிக்கு என்ற மூன்று பிரிவுகளில் மேற்சொன்ன குலத்தார் பேசியது மேற்கு ஜெர்மானிக்கில் அடங்கும்.

மேற்கு ஜெர்மானிக்கில் இன்று வழக்கிலுள்ள ஆங்கிலத்துடன் டச்சு, ஜெர்மன் மொழிகள் சேரும் .மேற்கு ஜெர்மானிக்கு வடக்கு ஜெர்மானிக்குடன் நெருங்கிய உறவுடையது. வட ஜெர்மானிக் கு இன்று நார்விஜியன், சுவீடியன், டேனியம் போன்ற ஸ்காண்டிநேவிய மொழிகளில் பிழைத்திருக்கின்றது. மேற்கு ஜெர்மானிக்கும் வட ஜெர்மானிக்கும் ஆதியில் ஜெர்மானிக்கு என்றழைக்கப்பட்ட மொழியாய்த்தானிருந்தது. அதன் பிறகுதான் அம்மொழி பேசிய மக்கள் தமக்கென்று தனித் தனி மொழிகளை உண்டாக்கிக் கொண்டனர்.

ஜெர்மானிக்கு மொழியானது ஐரோப்பியத்திலும், ஆசியத்திலும் வழங்கிய கிரேக்கம், இலத்தீனம், சுலாவிக்கு, கெல்டிக்கு, இட்டைட்டு, இண்டிக்கு என்ற பிற பண்டை மொழிகள் பலவற்றுடன் உறவுடையதாயிருந்தது. இட்டைட்டு போன்ற மொழிகளிலிருந்து பிறந்த மொழி எதுவும் இன்று இலது. இலத்தீனம் போன்ற மொழிகளுக்கோ, அவற்றிலிருந்து பிறந்த பிரஞ்சு, இத்தாலியன், ஸ்பானியம், போர்த்துக்கீசம் என்ற மொழிகள் இன்று வழக்கிலுள்ளன. ஜெர்மானிக்கு மொழியின் கிளைகளைப் போலவே, இப் பண்டை மொழிகள் யாவும் வரலாற்றிற்கு முற்பட்ட ஒரே மொழி மூலத்திலிருந்து பிறந்தன. அறிஞர் இதை இந்திய ஐரோப்பிய மொழி என்று அழைக்கின்றனர்.

இப்பெருங் குடும்பத்தைச் சேர்ந்த ஆங்கில மொழி சுமார் பதினான்கு நூற்றாண்டுகளில் இலக்கணம், சொற்றொகுதி, ஒலிப்பு போன்றவற்றில் அடிப்படையான மாறுதல்களைப் பெற்று உலகு தழுவிய மொழியாய் விளங்குகின்றது. இலண்டன் பகுதியில் ஏழாம் நூற்றாண்டில் வாழ்ந்த ஒருவருக்கு இன்று இலண்டன் நகரைச் சேர்ந்தவர் பேசும் ஆங்கிலம் முற்றிலும் விளங்காது. ஜெர்மானியப் படையெடுப்பாளர் ஐந்தாம் நூற்றாண்டில் பிரிட்டனுக்குக் கொண்டு வந்த மொழி சுமார் பதினோராம் நூற்றாண்டு வரையில் பழைய ஆங்கிலம் என்று பெயர் பெறும். படையெடுப்பாளர் வாழ்ந்திருந்த வெவ்வேறு திசைகளிலிருந்து வந்த தனித் தனியான பல திசை வழக்குகளைப் பழைய ஆங்கிலம் என்ற இப் பொதுப் பெயர் சுட்டுகின்றது. இங்கிலாந்தின் தெற்கிலும் தென் மேற்கிலும் வழங்கிய மேற்கு சாக்சன் பேச்சு வழக்கே இறுதியில் தரமான ஒரு மொழி என்று கொள்ளப்படலாயிற்று. இம்மொழி வடிவத்தில் தான் பெரும்பாலானவை எழுதி வைக்கப்படலாயின.

1835

பழைய ஆங்கிலம் ஏறத்தாழ ஏழாம் நூற்றாண்டிலிருந்து இலத்தீன் எழுத்தில் எழுதப்படலாயிற்று. அதை அயர்லாந்திலிருந்து வந்த சமயப் பரப்பியர் இங்கிலாந்திற்குக் கொண்டு வந்திருக்கலாம். பழைய ஆங்கிலத்தின் திசை மொழிகளுடைய மிகச் சிக்கலான ஒலியியல்புகளை வெளிப்படுத்துவதற்கு இலத்தீன் எழுத்துப் போதியதாயிருக்கவில்லை. ஆதலால் புது எழுத்துக்கள் சேர்க்கப்படலாயின.

இங்கிலாந்தில் பதினொன்றாம் நூற்றாண்டு தொட்டுப் பிரஞ்சு மேலாண்மை ஓங்கத் தொடங்குகின்றது. அதனால் ஆங்கில மொழியின் ஒலிப்பு மிகுந்த மாறுதலுக்குள்ளானது. இதை இடைக்கால ஆங்கிலம் என்பர். இக் காலம் சுமார் *1100-1450* ஆகும். ஆங்கிலம் இக்காலத்தில் மக்களின் பேச்சு வழக்கு மொழியாய் நிலைபெற்று விட்டது. எனினும் மேட்டுக் குடியினர் பிரஞ்சு மொழியைப் பேசி வந்தனர். ஆட்சியிலும் நீதி நிர்வாகத்திலும் பிரஞ்சு மொழியே இடம் பெற்றது. இந்தக் காலக் கட்டம் முடிந்த பிறகுதான் சமூகத்தில் மக்களனைவரும் வழங்குகின்ற மொழி என்ற நிலையை ஆங்கிலம் பெற்றது.

ஆங்கில மொழி சாசரின் காலத்தில் (1343-1400) தற்கால ஆங்கில மொழிபோல் தோன்றத் தொடங்கிற்று. அது தற்காலத்தவருக்குப் புரியக் கூடிய வளர்ச்சியை அடைந்துவிட்டது. அதற்கடுத்தது தற்கால ஆங்கிலம் தொடக்க நிலை என்று பெயர் பெறுகின்றது. இதன் காலம் 1450-1600 ஆகும். இதன் ஒலிப்பு இன்றைய ஆங்கில மொழியை மிகவும் ஒத்திருந்தது. ஷேக்ஸ்பியரின் ''குளோபு'' நாடகக் கொட்டகையில் நடந்த நாடகங்களில் பேசப்பட ஆங்கில உரையாடலைத் தற்கால இலண்டன்காரர் விளங்கிக் கொள்வது சற்று கடினமாகும்.

இதையடுத்து வருவது தற்கால ஆங்கிலம் ஆகும். ஆங்கில மொழி இந்த ஆயிரத்து நானூறு ஆண்டுக் காலத்திற்குள் மொழியியல் உள்படப் பல்வேறு துறைகளில் கண்ட வளர்ச்சி, பதினாறாம் நூற்றாண்டிற்குப் பிறகுதான் பெரு வியப்பூட்டுவதாய் இருக்கின்றது. அதனால் தான் மெக்காலே தன் மொழியில் இல்லாதது எதுவுமிலது என்று மார் தட்டிப் பேச முடிந்தது.

2. ஆங்கிலேயர்க்கு இந்தியத் தொன்மை மீது ஆர்வம்

1835

இந்தியரின் சமயம், பண்பாடு, பழக்கவழக்கம் அனைத்தும் நாகரிக முதிர்ச்சியற்றவை என்ற கருத்தில் இந்தியரை ஒதுக்கிவிட்டுத் தனித்தீவு போல் பிரிட்டிசார் வாழ்ந்த நிலை உண்டான காலத்திலேயே, ஹேஸ்டிங்சின் (1732-1818) ஆதரவுடன் வில்லியம் ஜோன்ஸ் (1746-1794) போன்ற சம்ஸ்கிருத விற்பன்னர்கள் சம்ஸ்கிருத இலக்கியங்களைக் கற்று, ஆங்கிலமும் பிற ஐரோப்பிய மொழிகளும் இதற்கு முன்னர் கருதப்பட்டு வந்ததைப்போல் எபிரேயத்திலிருந்து பிறந்தன அன்று என்பதையும், அவை சம்ஸ்கிருதத்தின் கூட்டமான இந்திய-ஐரோப்பிய மொழி இனத்தைச் சேர்ந்தன என்பதையும் 1786 ஆம் ஆண்டிற்குப் பிறகு உலகிற்கு உணர்த்தினர்.

அதன் பிறகு ஆங்கிலேயர் பலர் இந்தியத் தொன்மை மீது ஆர்வங்கொண்டு, அதை அறிந்து கொள்ள முயன்றனர். கம்பெனியின் ஊழியத்திலிருந்த அலுவலர்கள்-பொது, இராணுவத் துறையினர்-இந்தியம் பற்றி எழுதி வரலாயினர்.

கேப்டன் ஹோர் என்றவர் டெல்லியிலும் அலகாபாதிலும் பெறப்பட்ட வரை படங்கள், கல்வெட்டுகள் ஆகியன பற்றிய நூலை 1801 ஆம் ஆண்டு எழுதி, அதை இங்கிலாந்திற்கு அனுப்பினார்.

பிரிட்டிசார் பத்தொன்பதாம் நூற்றாண்டின் தொடக்கத்தில் பிரிட்டீசு இந்தியத்தின் ஒரு பகுதியாயிராத பாஞ்சாலத்தின் மீது ஆர்வ மிகக் கொண்டிருந்தனர். அப்போது பிரிட்டனுக்குக் கட்டுப்பட்டிராத அந்தச் சீக்கிய அரசில் படை ஊழியம் செய்து வந்த ஐரோப்பியர் விலை மதிப்பற்ற அறிவியல் செய்திகளை ஐரோப்பியத்திற்கு அனுப்பி வந்தனர்.

எகிப்தியப் பிரமிடுகளில் பெருஞ்செல்வம் கண்டுபிடிக்கப்பட்ட செய்திகளால் தூண்டப்பெற்ற ஜெனரல் வெண்டுரா என்ற கூலிப் படைத்தலைவர், பாஞ்சாலச் சமவெளி எங்கும் பரந்து இடிபாடடைந்து கிடந்த கோட்டைகளில் சிலவற்றைத் தோண்டினார். அவர் அங்கு ஏராளமான பழங் காசுகளை எடுத்தார்.

வேறு சிலர் மேலும் பல நாணயங்களைக் கண்டெடுத்தனர். அவற்றுள் சில கிரேக்க, ரோமானியக் காசுகளாகும். சிலர் கண்டுபிடித்த காசுகளின் இனம் தெரிந்திலது. அவர்கள் சற்றுக் கிரேக்கச் சிற்பங்கள் போல் தோன்றிய உருவங்களையும் கண்டனர்.

அக்கண்டுபிடிப்புகளில் பெரும்பாலானவை கல்கத்தாவைச் சென்றடைந்தன. அங்கு அக்கசாலை உயர் அலுவலராயிருந்த ஜேம்ஸ் பிரின்செப்பு (*James Princep, 1799-1840*, இ.ச.க.தொகுதி-12 - 1819 - புள்ளிகள்) இப்புதிய கண்டுபிடிப்புகள் மீது கவனம் செலுத்தினார். பிரின்செப்பை இந்தியத் தொல்லியலின் தந்தை எனலாம். பிரின்செப்பு நாணயங்கள் மீதுதான் கவனம் கொண்டிருந்தார் என்பது, அவர் நாணயச் சாலையின் தலைவராயிருந்தமையால் அது பொருத்த முடையதாயிருந்தது.

கிரேக்கம், கரோஷ்டி என்ற இரு எழுத்துகளில் பொறித்த காசுகளை வைத்து (அவற்றிலிருந்த சில பெயர்கள் ஏற்கெனவே படிக்கப்பட்டிருந்தன.) எழுத்து நெடுங்கணக்கு ஒன்றைப் பிரின்செப்பினால் உண்டாக்க முடிந்தது.

கரோஷ்டி எழுத்து

கரோஷ்டி என்ற எழுத்துப் பற்றிப் பலவிதமான கருத்துகள் கூறப்படுகின்றன. கரோஷ்டி ஃபினீசியர் காலத்து எழுத்து முறையைப் பின்பற்றி எழுந்தது, இது பாரசிகத்தின் வழியாய் இந்தியத்தை அடைந்தது.கரோஷ்டி வகை எழுத்துகள் கழுதையின் உதடுகள் போன்ற அமைப்பை அடிப்படையாய்க் கொண்டு தோன்றின என்றும் சிலர் கூறுவர். நடு ஆசியத்திலிருந்து வந்த கரோஷ்டர் என்றவரால் உருவாக்கப்பட்டதால் இவ்வெழுத்து அவர் பெயரைப் பெற்றது என்றும் சொல்வர்.

(தட்சசீலத்திலும் அதன் அண்டைப் பகுதியிலும் அகழ்ந்த போது கரோஷ்டி எழுத்தில் எழுதப்பெற்ற சில பொறிப்புகள் அகப்பட்டன. அவை பெஷாவருக்கு அருகிலுள்ள ஷாபாஷ்கடி என்ற இடத்திலும் பாஞ்சாலத்தின் மன்சோரா என்ற இடத்திலும் காணப்பட்டன. கரோஷ்டி எழுத்து அராமிக்கு மொழியிலிருந்து தோன்றியது என்பர். அது வலமிருந்து இடமாய் எழுதப்பட்டது. இந்த எழுத்து காந்தார நாட்டிலிருந்து தோன்றியது என்பாருமுளர். அவற்றுள் முக்கியமான நகரங்கள் சிந்து ஆற்றின் மேற்கிலுள்ள புஷ்கலவதி-ஹஸ்தவிகர், அவ்வாற்றின் கிழக்கேயுள்ள தட்சசீலம், தட்சசீலத்தின் இன்றைய பெயர் ஷா தேரி- அந்த எழுத்துப் பிராமியுடன் சேர்த்துப் பயன்படுத்தப்படுகின்றது. எனினும் அது எப்போதும் இரண்டாவது இடத்தையே பெற்றிருந்தது என்பதைத் தட்ச சீலப் பொறிப்புகளிலிருந்து அறியலாம். அக்கிமினிய ஈரானியர் கி.பி. நான்காம் நூற்றாண்டிலிருந்து கரோஷ்டி எழுத்தைப் பயன்படுத்தி வந்தனர்.)

அசோகர் கல்வெட்டுகள்

பிரின்செப்பு அதன் பிறகு மௌரியப்பேரரசர் அசோகர் (சு.264-238 கி.மு) காலத்துக் கல் வெட்டுகள் குறித்து ஆராயத் தொடங்கினார். அவற்றில் அலெக்சாந்தர் உள்படக் கிரேக்க அரசர்களின் பெயர்கள் இருக்கக் கண்டு.அக்கல்வெட்டுகளின் காலத்தைப் பிரின்செப்பு உறுதி செய்தார்.

பிரின்செப்பு 1840 இல் இறந்தார். அவரது பணியை அலெக்சாந்தர் கன்னிங்காம் தொடர்ந்தார். கன்னிங்காம் 1833 இல் இராணுவப் பொறியாளராய் இந்தியம் வந்து 1860 வரை பணிபுரிந்தார். அந்தக் காலக்கட்டம் வரையிலும் செய்யப்படாதிருந்த கண்டுபிடிப்புகள் பெரும்பாலும் நிலவியல் அளவாய்வுக் குழுக்களின் முயற்சியால் பெறப்பட்டனவாகும்.

கன்னிங்காம் *1842* இல் சங்கிச *(Sankissa)* என்ற முக்கியமான இடத்தைக் கண்டுபிடித்தார். அதற்கு ஒன்பதான்டுகளுக்குப் பிறகு சாஞ்சியிலுள்ள பெரிய புத்த தூபியைத் தோண்டி யெடுத்ததற்குப் பொறுப்பாயிருந்தார்.

கன்னிங்காம் சங்கிசவைக் கண்டுபிடித்த பின்னர், இலண்டனிலிருந்த ஒரு நண்பருக்கு அது பற்றி எழுதினார். தொல்லியல் துறை ஒன்று இந்தியத்தில் அமையுமாயின், அது இந்தியத்திற்கு அரசியலிலும் பிரிட்டீசு மக்களுக்குச் சமயத் துறையிலும் மிகப்பெரிய முக்கியத்துவம் வாய்ந்ததாய் அமையும். இந்தியம் பல்வேறு சிற்றரசுகளாய்ப் பிளவுண்டு கிடந்தது என்பதும் இந்தியத்தை நோக்கி வந்த ஒவ்வொரு படையெடுப்பிற்கும் அதுவே தப்பாமல் காரணமாய் அமைந்தது என்பதும் அரசியலைப் பொறுத்தவரையில் தெளிவாகும். இந்தியம் ஓர் அரசரின் கீழ் இருந்த போதெல்லாம் வலுவான உறுதியுடன் அயல் படையெடுப்பை எதிர்த்து நின்று வந்தது என்பது புலனாகும்.

''பல்லாண்டுக் காலம் நிலை நின்று வந்த பிராமணியம் மாறாததும் மாற்ற முடியாததுமாகும் என்ற நிலை உண்டானதற்கு மாறாய், ஒப்பு நோக்குகையில் அது புதிய மாற்றங்களுக்கும் தேவைகளுக்கும் ஏற்ற முறைகளையும் தன்மைகளையும் கொண்டு அமைந்த தற்காலத்தது என்பதும் அதில் தொடர்ந்து பல கூறுகள் சேர்ந்தும் மாற்றமடைந்தும் வருகின்றது என்பதும் சமயத்தைப் பொறுத்தவரையில் அறிந்து கொள்ளக்கூடிய செய்திகளாகும். கிறித்தவம் இந்தியத்தில் இறுதியாய் வெற்றியடையும் என்பதை நிலை நாட்டக் கூடிய உண்மைகளையும் கண்டறியலாம்.''

1835

மிகவும் சரியாய்க் கூறுவதாயின் ஸ்காத்தியரான ஜேம்ஸ் ஃபெர்குசன் என்ற அவுரித் தோட்டக்காரர் *1835-1842* ஆகிய ஆண்டுகளுக்கு இடைப்பட்ட காலத்தில் மேற்கொண்ட ஆய்வுப் பயணத்தை முதல் தொல்லியல் ஆய்வுப் பணி எனலாம். அப்பயணத்தின்போது குகைக் கோயில்கள் என்ற குடைவரைகள் பற்றிக் கண்டறியப்பட்ட செய்திகள் குறிப்பிடத்தக்கனதாகும். அவைதாம் முதன் முறையாய் வெளியிடப்பட்ட தொல்லியல் ஆய்வு முடிவுகளாகும்.

கம்பெனியின் ஊக்குதல்

பத்தொன்பதாம் நூற்றாண்டின் தொடக்கக் காலத்தில் கிழக்கிந்தியக் கம்பெனி பிரிட்டனின் அயலுறவு அமைச்சின் ஒரு துறை போலவே செயல்பட்டது. அதனால் நடுக் கிழக்கு, இந்தியம், சீனம் ஆகிய பகுதிகளெங்கும் இருந்த பெரிய வாணிப நகரங்களில் பணி செய்த கம்பெனிப் பேராளர்கள் பிரிட்டீசுத் தூதுவர்களின் நிலையில் இருந்தனர். அங்கு பணி செய்த இளைஞர்கள் முற்றிலும் வாணிபத்தில் ஈடுபட்டேயாக வேண்டும் என்று கம்பெனி எதிர்பார்க்கவுமில்லை. அலுப்புச் சலிப்பூட்டும் வாணிப வேலைகளைப் பார்த்துக் கொள்வதற்குத் துணை அலுவலரும் நாட்டு எழுத்தர்களும் இருந்தனர். கம்பெனி ஊழியர்கள் அந்தந்த நாட்டின் அரசியல், அரசியல் தந்திரம் ஆகியவற்றில் அக்கறை காட்டுமாறு ஊக்குவிக்கப்பட்டனர். அவர்கள் பணி செய்கின்ற நாடுகளின் வரலாறு, நிலநூல், நாகரிகம் முதலியவற்றின் மேல் ஆர்வம் இருப்பின், அவற்றை ஆராய்வதில் ஈடுபடலாம் என்று கம்பெனி அவர்களை ஊக்குவித்தது.

ஆதலால் படை சார்ந்தவர்களும் பொது ஊழியத்தவருமான அலுவலரில் பலர் *1858* ஆம் ஆண்டிற்கு முன்னரே, இந்தியத்தின் பண்டைக்காலம் பற்றி அறிவதற்கு மேற்கொண்ட பணிகளிலெல்லாம் பெரும் பங்காற்றினர். அவர்களுள் இரசபுதனத்தின் பேராளரான *(resident)* கர்னல் டாடு *(Col.Tod)* ஒருவராவார்.

ஐரோப்பியத்திலிருந்த கீழையியல் விற்பன்னர்கள் ஆற்றி வந்த பணியும் இந்தியத்திலிருந்த ஐரோப்பியரைப் பெரிதும் கவர்ந்தது. எடுத்துக்காட்டாய் ஏபல் ரெமுசாத்து என்ற பிரஞ்சுக்காரர் சீன நாடோடியான ஃபாகியானின் ''இந்தியப் பயணம்'' *(405-441 கி.பி.)* என்ற நூலை மொழிபெயர்த்தமையால், இந்தியத்தில் மறக்கப்பட்டு விட்ட இடங்களையும் ஊர்களையும் பற்றிய செய்திகள் அந்நூலிலிருந்து பெறப்பட்டன.

Wellard, James By the Waters of Babylon, London, 1972

3. சூஃபிச் சித்தர் குணங்குடி மஸ்தான்

ஆன்ம நேயமும் சமரச நோக்கும் கொண்டு இறையுணர்வில் திளைத்திருந்த தமிழ்ச் சித்தரான குணங்குடி மஸ்தான் *(1787-1835)* இந்த ஆண்டு இறையிலொடுங்கினார். சூஃபி மெய்ஞ்ஞான அறிவரான அவரது வாழ்க்கையும் அதன் பயனும் இன்றும் ஞான விளக்காய் எரிகின்றன.

தமிழ் ஞானியராகிய நிறைமொழி மாந்தர் சித்தர் என்றும் இஸ்லாமிய ஞானியர் சூஃபி என்றும் அழைக்கப்படுகின்றனர். சூஃபியம் என்பது ''செல்வழிக்கு நல்வழி'' *(The Way to thee Way)* என்று சூஃபி ஞானியும் ஆசானுமான இதிரிஸ் ஷா கூறுவார்.

சூஃபியம்

சூஃபி என்ற சொல்லின் தோற்றம் குறித்துப் பல்வேறு விளக்கங்கள் தரப்படுகின்றன. அச்சொல்லுக்கு வெவ்வேறு பொருளும் பலவகையாய்க் கூறப் படுகின்றது. நபிகள் நாயகத்திடமும் *(560-632 கி.பி.)* சித்தர்க்குரிய பண்புகள் காணப்பட்டன என்பாருமுளர். பண்டை நாளில் உறைவிடமில்லா ஏழை முஸ்லிம்கள் நபிகள் மதீனத்தில் நிறுவிய பள்ளி வாசலின் பலகைகளில் காலத்தைக் கழித்தனர் என்றும் சூஃபி என்பது அந்தப் பலகையை குறிக்கும் என்றொறு கருத்தும் உள்ளது.

சூஃபி என்ற சொல்லை முதன் முதலில் தாங்கியவர் சூஃபியான் அல்டாதவூரியின் காலத்தில் *(கி.பி.778)* வாழ்ந்தவரும் கஃபாவைச் *(Kafa)* சேர்ந்தவருமான அபு ஹாஷிம் என்று ஜாமி கூறுகின்றார். அது கி.பி. 815 ஆம் ஆண்டு வழக்கிற்கு வந்துவிட்டது என்று குஷைரி குறிக்கின்றார். சூஃபி என்ற சொல் பாக்தாது நகர மக்களால் ஆக்கப்பட்டது என்பது அல்-சுர்ராஜ் கூற்றாகும்.

இச்சொல்லின் வேர் எது என்பது தெரியாமலிருக்கின்ற போதிலும் ஹிஜிராவின் இரண்டாவது நூற்றாண்டுவாக்கில், துறவு வாழ்க்கை சித்தர் வாழ்க்கைக்கு *(asceticism to mysticism)* மாறிய காலத்தில் வழக்கிற்கு வந்துவிட்டது என்பர்.

இன்றைய வழக்கில் சூஃபி, சூஃபியம் என்பன ''முகமதியச் சித்தர்'' , ''முகமதியச் சித்தர் போகம்'' என்ற பொருளில் கொள்ளப்படுகின்றன. பண்டைச் சூஃபியத்தில் வலுவான துறவுப் போக்குகள் காணப்பட்டன. சித்தர் தொடர்பான கருத்துகள் சிறிதளவே இருந்தன. சூஃபியர் எப்போதும் துறவியராயும் பக்திமான்களாயும் இருந்து வருகின்றமையால் அவர்களைச் சித்தர் எனலாம்.

இஸ்லாத்தில் சித்தர் கோட்பாடு

பெரிதும் கிறித்தவர்களின் செல்வாக்கினால் கி.பி. ஏழாம் நூற்றாண்டு வாக்கில் உண்டான மாபெரும் துறவு இயக்கக் காலத்திலிருந்து இஸ்லாத்தில் சித்தர் கோட்பாடு

(*mysticism*) இருந்து வருகின்றது. தலையாய சூஃபியர் பற்றிய குறிப்புகள் அடங்கிய வாழ்க்கை வரலாற்று நூல்களில் அதைக் காண முடிகின்றது. அந் நூல்களில் துறவியர் பலரைப் பற்றிய செய்திகள் உள்ளன. இந்த இயக்கம் சிலவழி முறைகளைப் பொறுத்தவரையில் வைதிகமாய் இருந்தது.

சமயக் கோட்பாடுகளைத் தீவிரமான முறையில் ஏற்றிப் புகழ்தல்,மனிதனின் வலுவின்மையை நன்குணர்ந்து கொண்டிருத்தல், இறைவன் மீது எல்லையற்ற பேரச்சம் காட்டுதல், அவனது சித்தத்திற்கு முற்றிலும் அடிபணிதல் என்பன இக்கொள்கைகளின் பண்புகளாய் இருந்தன. இந்த இயக்கத்தில் கிறித்தவத்தையும், பௌத்தத்தையும் போன்று முறையாய் அமைக்கப்பெற்ற துறவும் மட வாழ்க்கையுமில்லை.

ஏன் தோன்றியது?

டமாஸ்கசைத் தலைநகராய்க் கொண்டு ஆண்ட உமயாது காலிஃபாக்களின் காலத்தில் (*661-750* கி.பி.) ஆட்சியினரால் உருவான சமூக, அரசியல் மாற்றங்கள் சூஃபியம் தோன்றியதற்கு முக்கியமான தூண்டுதல்களாயிருந்தன என்றும் சொல்லப்படுவதுண்டு. உமாயதுகளின் உலகியல் ஈடுபாடுகளுக்கு எதிரான போக்காய்ச் சூஃபியக் கோட்பாடு எழுந்தது. திருக்குரானில் உரைக்கப்பட்டுள்ள பண்டை இஸ்லாமிய மதிப்புகளுக்குத் திரும்பிச் செல்ல வேண்டும் என்று ஞானியராகிய சிலர் தனித்தனியாய்ப் போதிக்கலாயினர். அவர்கள் பண வெறி, அதிகார வெறி ஆகியவற்றை முதன்மையாய்க் கொண்ட உலகியல் வாழ்வை வெறுத்தனர். அவற்றை அங்ஙனம் மறுப்பதன் வாயிலாய்த் தூய இறைக் கருத்தை நெருங்க முடியும் என்று நம்பினர் என்பது சூஃபியர் தோற்றம் பற்றிக் கூறப்படும் இன்னொரு கருத்தாகும்.

1835

மேலுமொரு விளக்கம்

அரபி மொழியில் சூஃபி என்றால் முரட்டுக் கம்பளம் என்று பொருள்படும். ஆடம்பர வாழ்வைத் துறந்து உள்ளத்து இச்சைகளை அடக்கி எளிய வாழ்வின் அடையாளமாய்க் கம்பளியை விரும்பி அணிந்து கொண்டதால் அவர்கள் சூஃபியர் என்று பெயர் பெற்றனர். சூஃபி என்ற சொல் திருக்குரானில் இடம் பெற்றிலது.

பண்டை ஆன்மிக மறைக் கூட்டம்

சூஃபியர் பண்டைக் காலத்தைச் சேர்ந்த ஆன்மிக மறைக் கூட்டத்தினருள் ஒருவர். அவர்களின் தோற்றுவாயை அறிந்தவரும், அதன் காலத்தைக் கண்டவரும் இலர். அத்தகைய ஆராய்ச்சிகளில் சூஃபியர் அக்கறை கொண்டவருமல்லர். அவர்கள் பல்வேறு இடங்கள், பல்வேறு காலங்களில், தம் சிந்தனை செல்லும் போக்கைச் சுட்டிக் காட்டுவதோடு அமைந்து விடுகின்றனர். சூஃபியர் முஸ்லிம் பிரிவுகளில் ஒன்றைச் சேர்ந்தோர் என்று பொதுவாய்த் தவறாய்க் கொள்ளப்படுகின்றது. எனினும் அவர்களுக்கு எம்மதமும் சம்மதமேயாம்.

சூஃபியரும் இஸ்லாமும்

இஸ்லாம் சூஃபியத்தின் கூடு (*shell*) என்று சொல்லப்படுகின்றதெனின், அதற்கு அனைத்துச் சமயங்களினுள்ளும் மறைவாய்ப் பொதிந்துள்ள மறை ஞானம் சூஃபியம் என்று அவர்கள் கருதுவதே காரணமாகும். திருநபிகளே இங்ஙனம் செப்பியதாய் மிகவும்

பழமையானவரும் நம்புதற்குரியருமான அலி-எல்-ஹியூஜ்விரி (*Ali-el-Hujwiri*) கூறுகின்றார்.

''சூஃபியின் குரலைக் கேட்டு 'அங்ஙனமே ஆகுக' (ஆமென்) என்று கூறாதவன் எவனோ, அவன் இறைவன் திரு முன்னர் நல்லதற்குச் செவி மடுக்காதவருள் ஒருவன் என்று கொள்ளப்படுவான்.''

திருநபிகளை என்னற்ற பல மரபுகள் சூஃபியத்துடன் இணைத்துக் கூறுகின்றன. அவர் சூஃபியர் கூறும் பாணியில், ''ஒரு புனித நூலைப் பின்பற்றும் மக்கள்'' அனைவரையும் மதியுங்கள் என்று தம்மைப் பின்பற்றியவர்களிடம் சொன்னார். அவர் கூறிய அம் ''மக்களுள்'' ஐராதுஷ்டிர சமயத்தவரும் அடங்குவர்.

சூஃபியர் ஒரு சமயப் பிரிவினரும் அல்லர். அவர்கள் எச்சமயக் கோட்பாடாயினும், அது எவ்வளவு நொய்தாயினும் அதனிடம் கட்டுண்டு கிடப்பதில்லை. அவர்கள் குறிப்பிட்ட ஓரிடத்தில் கூடி வழிபாடு செய்வதில்லை; அவர்களுக்குப் புனித நகரென்றோ, துறவு மடம் என்றோ, சமயக் கருவிகள் என்றோ எதுவுமிலது. அவர்கள் தம்மை ஒரு கோட்பாட்டினுள் இசைந்து செல்லுமாறு வலிந்து புகுத்துகின்ற எந்தத் தனிப் பெயரையும் விரும்புவதில்லை.

சூஃபி-செல்லப் பெயர்

''சூஃபி'' என்பது ''குவாக்கர்'' என்பதைப் போன்ற செல்லப் பெயர்தான். அவர்கள் இப்பெயரை இன்முகத்தோடு ஏற்றுக் கொள்கின்றனர். அவர்கள் ''நண்பர்களாகிய நாம்'' அல்லது ''எம்மைப் போன்றவர்கள்'' என்று தம்மைக் குறிப்பிட்டுக் கொள்கின்றனர். அவர்கள் ஒருவரையொருவர் இயற்கைத் திறன், பழக்க வழக்கம், சிந்திக்கும் தன்மை ஆகியவற்றைச் சுட்டும் விதத்தில் அழைத்துக் கொள்கின்றனர்.

சூஃபிக் குழாங்கள் குறிப்பிட்ட சில ஆசான்களைச் சுற்றியே சேர்கின்றன. ஆனால் அங்கு படி நிலை எதுவும் இராது. தம்முடன் இருக்கின்ற சூஃபியருடன் நெருக்கமான கூட்டுறவு கொண்டு தமது படிப்பைச் செம்மைப்படுத்த வேண்டும் என்ற வசதிக்காகவே அவர்கள் ஒன்றாய்க் கூடுகின்றனர்.

சூஃபியருக்கேயுரிய தனித்தன்மை வாய்ந்த சுவடுகளைக் கிறித்தவ அப்தத்திற்கு முற்பட்ட இரண்டாம் மில்லினியத்திலிருந்து கிடைக்கும் இலக்கியங்களிலெல்லாம் பரவலாய்க் காண முடிகின்றது. சூஃபியரின் தாக்கம் கி.பி. எட்டு-பதினெட்டாம் நூற்றாண்டுகளுக்கு இடைப்பட்ட காலத்தில் மிகத் தெளிவாய்த் தெரிகின்றது. எனினும் அவர்கள் இந்நாட்டில் இன்றும் வீறுடன் விளங்குகின்றனர்.

இங்ஙனம் சூஃபியத்திற்கு நாலாயிரமாண்டுப் பழமையைக் கூறுவோரும் அது திருநபிகளின் ஒப்புதலைப் பெற்றிருந்தது என்று நிலை நாட்டுவோரும் அதன் மானுட ஒருமைக் கோட்பாட்டை வலியுறுத்தி அதை ஏற்றிப் பிடிப்போரும் உள்ளனர். இதிரிஸ் ஷா எழுதிய ''சூஃபியர்'' (*The Sufis*) என்ற நூலின் முன்னுரையில் இராபட்டு கேவ்ஸ் இங்ஙனம் கூறுகின்றார்.

ஈரானும் சூஃபியரும்

இந்தியத்தில் பக்தி இயக்கம் தோன்றி ஆன்ம நேய ஒருமைப்பாட்டை எழுப்ப முயன்று கொண்டிருந்த காலத்தில், சுமார் பதினொன்றாம் நூற்றாண்டு முதல் பாரசிகச்

சித்தர் இயக்கமான ஈரானியச் சூஃபியம் இந்தியத்தை அடைந்தது என்பர். இந்தியப் பண்பாட்டு வாழ்க்கையில் இறை பற்றிய சிந்தனைக்குப் புது உந்து விசையையும் ஆற்றலையும் சேர்த்ததில் சூஃபியம் பெரும் பங்கு பற்றியுள்ளது.

சூஃபிய மறை ஞானம் ஈரானிய உள்ளத்தை வெளிப்படுத்தும் மிகச் சிறந்த மெய்யியல் முதிர்ச்சி என்று மெத்தச் சரியாகவே சொல்லப்படுகின்றது. ஈரானின் பெருஞ் சிறப்பெலாம்,அதன் இலக்கியத்தில், குறிப்பாய் அதன் பாடல்களில் பொதிந்துள்ளது. அந்நாட்டின் புலவோரில் பெரும்பாலர் சூஃபி மறை ஞானப் பேரார்வத்தின் அகத் தூண்டுதலைப் பெற்றுப் பாடினர்.

ஈரானிய மக்கள் எப்போதும் மகிழ்ச்சி நிறைந்த வாழ்க்கையை நாடுவர். அவர்களுக்கு மதுவிலும் வாழ்க்கையின் சிறந்த பொருள்களிலும் விருப்பு மிகுதி. அவர்கள் அழகிலும் காதலிலும் எளிதில் மயங்கி விடுவர். ஆதலால் அவர்களின் உள்ளத்து ஆழத்தில் இடம் பெற்றுள்ள ஆன்மிக ஏக்கம் சூஃபியர் பாடல்களின் வழியே வெளிப்படுவதைப் போன்று சிற்றின்ப கொண்டாட்டக் கற்பனைகளாயிருப்பது வியப்பன்று. இத்தகைய இலக்கிய மரபு எங்கும் பரவலாய்ப் பின்பற்றப்பட்டது. பாரசிகக் கவிதை இலக்கியம் பதினாறாம் நூற்றாண்டில் தாழ்வுறத் தொடங்கியது வரையிலும் இத்தகைய இலக்கிய மரபை அதில் பரக்கக் காணலாம்.

சூஃபிப் புலவர் பாரசிகப் புலவர் பெரும்பாலும் ஒரு சூஃபியாயிருப்பர்; அல்லது சூஃபியாக வேண்டும் என்று அவாவுவார். தன்னைத் தெய்விகக் காதலியின் *(sanam)* காதலன் *(ashiq)* என்று கற்பித்துக் கொள்வது வழக்கம். சூஃபியரின் பாடல்கள் உருவகம் என்னும் ஆடை புனைந்திருக்கும். தெய்விக அகத்தூண்டுதலைத் தேறல் *(mai)* என்றும் தெய்விக மறை பொருள்களை உள்ளத்தில் வளர்க்கும் திருமடங்களை மதுக்கடை *(maikhana)* என்றும் சூஃபி ஆசானை மதுக்கடைக்காரர் *(pirmakhan)* என்றும் தேறல் உண்டாக்கும் போதையினால் *(masti)* ஏற்படும் பேரின்ப நிலையை ஹால் *(hal)* என்றும் அவர்கள் உருவகித்துப் பாடினர். தெய்விகத்தோடு ஒன்றிணைவதை *(wasl ul wasul)* நாடுவோனைப் பித்தன் *(rind)* என்றும் கூறினர்.

பாரசிகக் கவிதை இலக்கியத்தில் மறை ஞான உணர்வு தோய்ந்திருந்தமையால் பேரின்பமூட்டுகின்ற ஹஃபீசின் கசல்களாய் *(ghazals)* முதிர்ந்தன. ஹஃபீசின் கசல்களான ஈரடிப் பாக்களைப் போன்று வேறு எந்தப் பாடலும் என்னற்ற மக்களை மனக்கிளர்ச்சிக் கொள்ளச் செய்ததில்லை.

பாரசிக மொழியின் எதிரொலி எனப்படும் உருது மொழியில் இந்திய-பாரசிகக் கவிதை நயமும் அதே சிற்றின்ப நறுந்தேறல் போதையுணர்வுகளும் அமீர் குஃரூ *(1235-1325)* தொடங்கிப் பல புலவர்களின் பாடல்களில் தோய்ந்திருக்கக் காணலாம்.

சூஃபிய, வேதாந்த, பௌத்த ஒற்றுமை

சூஃபியக் கோட்பாட்டை உருப்படுத்திய பல்வேறு அகத்தூண்டுதல்களில் இந்தியத்தின் இரண்டு மெய்த்திறங்களுக்கும் பங்கு உண்டு. அவை பௌத்தக் கொள்கைகளும் வேதாந்தமும் ஆகும். பல்வேறு நாடுகளில் இறை நிலையை அடைவதற்காகக் கைக் கொள்ளப்படும் மறை ஞானக் கோட்பாடுகளுக்கிடையே குறிப்பிட்டுக் கூறக்கூடிய ஒற்றுமைகளை எப்போதும் காணலாம். ஆதலால், சூஃபிய, வேதாந்த முறைகளுக்கு இடையிலுள்ள ஒற்றுமை வியப்பூட்டுவதன்று.

வேதாந்தமும் சூஃபியமும் ஒரு கடவுள் கொள்கைளையும் நிலைபேறான ஒரே மெய்ம்மையயன்றி அனைத்துமே மாயை என்பதையும் ஆன்மா தெய்வத்தன்மை பொருந்தியது என்ற கோட்பாட்டையும் இறைவன் மனிதனிடத்தில் எப்போதும் இருக்கின்றான் என்பதையும் வரம்பிற்குற்பட்ட ஆன்மமானது வரம்பே இல்லாத நிலை பேற்றை அடைவதற்காக ஏங்கி நிற்கின்றது என்பதையும் நம்பின.

சூஃபியம் பௌத்தச் செல்வாக்கிற்கும் ஆள்பட்டது. சூஃபியர் புத்த பிக்குகளைப் பார்த்துச் செப மாலைகளைக் கைக்கொண்டனர். பௌத்தத்திலும் கிறித்தவத்திலும் இருக்கின்ற துறவு வாழ்க்கை சூஃபியரை வெகுவாய்க் கவர்ந்தது. பௌத்தரின் பரி நிர்வாணக் கொள்கைக்கும் ஆன்மம் இறைவனிடத்தில் அழிவுறும் (ஃபனா ஃபி அல்லா - *Fana fie Allah*) என்ற சூஃபிக் கொள்கைக்கும் மிகுந்த ஒற்றுமை உள்ளது.

பௌத்தப் பிக்குகளும் சமயப் பரப்பியரும் செய்த தொண்டுகளின் பயனாய்ப் பௌத்தம் இஸ்லாம் தோன்றியதற்குச் சுமார் ஆயிரத்து எண்ணூறு ஆண்டுகளுக்கு முன்னரே ஈரானிலும் நடு ஆசியத்திலும் பரவியிருந்தது. சூஃபியத்தின் தோற்றுவாய்க்குப் பௌத்தம் ஒரு காரணமானது என்று கொள்ளலாம் என்பது சிலரது கருத்தாகும்.

இந்தியத்தில் சூஃபியர்

1835

வைதிக இஸ்லாமியர் சூஃபியத்தை ஏற்காவிடினும், அதை அவர்கள் சமய எதிர்ப்பு இயக்கம் என்று ஒடுக்க முற்பட்டாரிலர். டெல்லியை ஆண்ட சுல்தான்களும் *(1206-1526)* பின்னர் அக்பர் *(1542-1605 ; ஆ.கா.1556-1605)*, ஔரங்கசீபு *(1618-1707 ; ஆ.கா.1658-1707)* போன்ற முகலாய அரசர்களும் சூஃபி ஞானியரின் பக்தர்களாயிருந்தனர். இசைக்கு எதிரி என்று கருதப்படும் ஔரங்கசீபு சூஃபியரின் இசையைப் பொறுத்துக் கொண்டார். அக்பரின் தீன இலாகி இயக்கம் சூஃபியக் கோட்பாட்டின் தாக்கத்தால் தோன்றியதாகும். எனினும் வைதிகர்கள் சூஃபியரைச் சமய முரணியர் என்று தள்ளாமல், இஸ்லாத்திற்குப் புறம்பானவர்கள் என்று எண்ணிக் கொண்டிருந்தனர்.

சூஃபியமும் சீக்கியரும்

எனினும் இந்திய மக்கள் கூட்டம் அவர்களை அன்புடன் வரவேற்றது. சூஃபியர் பரந்த நோக்குள்ளோராயும் சமரச சன்மார்க்கத்தினராயும் விளங்கியமையால், உபநிடத மெய்ப்பொருள் கருத்துகளை ஒரு தளத்தில் கூடியும், ஒருவர் மீதொருவர் தம் செல்வாக்குகளைச் செலுத்தவும் கூடிய நிலை தோன்றச் சூஃபியர் உதவினர். சூஃபியரும் பக்தி இயக்கமும் இவ்விருவேறு வகுப்பினரிடையிலும் நிலவிய வேறுபாடுகளை அழித்தன.

சாதியமைப்பு, வெற்றுச் சடங்குகள் ஆகியவற்றை எதிர்த்தும் பிராமணிய இந்து சமயத்தைப் பொறாமலும் இருந்து வந்த பக்தி மார்க்கத்தினர், வன்செயலை விட்டொழித்து அன்பால் மதமாற்றம் நிகழவேண்டுமென்பதை விரும்பியவர்களும் முஸ்லிம் படையெடுப்பாளர் செய்த இந்த இறைப்படிம அழிவை ஏற்காதவர்களுமான சூபிச் சித்தர்கள் ஆகியோரின் கோட்பாடுகளைக் கலந்து, குருநானக் *(1469-1533)* புதிய சமயம் ஒன்றை அறிவித்தார். அதுவே சீக்கிய சமயமாகும்.

ஸூஃபியக் கல்வி முறை

கற்பவனின் கல்வியும் அறிவும் வளர்ச்சியும் முதிர்ச்சியுறுவது என்பது, அவன் அடுத்தடுத்து அடைகின்ற பட்டறிவுகளில் அடங்கியுள்ளது என்பது ஸூஃபியரின் கருத்தாகும். ஒவ்வொரு பயனும் என்ணிய இலக்கை எட்டிவிட்டதாய் மக்கள் நினைப்பரேயாகில், அத்தகைய ஒவ்வொரு நிலையிலும் அவர்கள் அசையாது சமைந்து விடுகின்றனர். அடுத்தடுத்து அடைவனவும் அதையடுத்து வருவனவுமான பாடங்களை அவர்களால் கற்க முடியாது என்று ஸூஃபியரின் கல்விக் கோட்பாட்டை இதிரிஸ் மணிச் சுருக்கமாய்க் குறிப்பிடுகின்றார்.

ஸூஃபி கதைகள்

இக்கதைகள் ஜாலாலுதீன் ரூமியின் (1207-1273) நூலில் காணப்படுகின்றன.

பச்சை குத்தியவன் பட்டபாடு

ஒருவன் பச்சை குத்துபவனிடம் சென்று தன் முதுகில் சிங்கத்தின் உருவைக் குத்துமாறு கேட்டான். முதுகில் பச்சை குத்தத் தொடங்கியதும், அவன் வலியால் அலறினான். அவன் சிங்கத்தின் எந்த உறுப்பைப் பச்சை குத்துகின்றாய் என்று குத்துபவனிடம் கேட்டான் ''வால்'' என்று மறுமொழி வந்தது.

1835

''வாலை விட்டு விடு; வலிக்கின்றது, வேறோர் உறுப்பைக் குத்து'' என்று கோழை கதறினான்.

பச்சை குத்துபவன் மற்றோர் உறுப்பைப் பச்சை குத்தத் தொடங்கியதும், அப்போதும் வலிக்கின்றது என்று வேறோர் உறுப்பைக் குத்தச் சொன்னான். பச்சை குத்துபவன் வண்ணத்தையும் ஊசியையும் கீழே வைத்து விட்டு இதற்கு மேல் தன்னால் குத்த இயலாது என்று சொல்லி விட்டான். ஆதலால் பச்சை குத்த வேண்டுமென்று பச்சை குத்துபவன் கொண்ட விருப்பமும் குத்த வந்தவன் தனக்கு வலியில்லாதிருக்க வேண்டுமென்று என்ணிய விருப்பமும் நிறைவேறி விட்டன. ஆனால் முடிவு என்ன? எதுவுமே முழுமையாய் நடக்காமற் போனதுதான்.

நோக்கலும் அறிதலும்

ஸூஃபியொருவர் உரையாற்றியதைக் கேட்ட ஓர் அரசன், மிகவும் பொறுமையிழந்தான். அவன் ஸூஃபியை மடக்க வேண்டும் என்று எண்ணினான். ''பன்னூறு பேர் கண்ணிருந்தும் குருடர். அவர்கள் குருடராயிராவிடினும் தாம் காண்பது என்ன என்பதை விளங்கிக் கொள்ள முடியாதவர்கள்'' என்று ஸூஃபி பன்னிப் பன்னிக் கூறியபோது அரசன் அவரை இடைமறித்தான்.

''நீர் வாயால் சொல்வதை மெய்ப்பித்துக் காட்ட வேண்டும் என்று அரசன் என்ற முறையில் நான் வலியுறுத்துகின்றேன். கண்ணிருந்தும் குருடராயும், கண்டும் அதைக் காண முடியாதவர்களாயும் இருப்போரை நீர் எமக்குக் காட்ட வேண்டும். அப்படி நீர் காட்டாவிட்டால் உம்மைக் கொல்லும்படி கட்டளையிடுவேன்.''

''கட்டாயம் காட்டுகின்றேன் மன்னா. அதில் அரசனாகிய நீயே பங்கெடுக்கும் பெருமையை உனக்குத் தர விரும்புகின்றேன்.''

''நான் என்ன செய்ய வேண்டும்?''

''நீ நம்மூர்ச் சந்தையில், உன்னுடைய மகுடத்தையும் உடைகளையும் அணிந்து கொண்டு அரச கோலத்தில் அமர்ந்திருந்து ஒரு பித்தளைத் தட்டைச் சுத்தியினால் தட்டிக் கொண்டிருக்க வேண்டும், அவ்வளவுதான்.''

அரசன் அங்ஙனமே செய்தான். சூஃபி அவனருகில் அமர்ந்து கொண்டார். சற்று நேரத்திற்கொரு முறை யாரேனும் ஒருவர் வந்து ''என்ன செய்கின்றீர்கள்'' என்று அரசனைக் கேட்ட வண்ணம் இருந்தனர். சூஃபி அவர்களின் பெயர்களையெல்லாம் குறித்துக் கொண்டார்.

அன்று பகற்பொழுது முடிந்ததும் சூஃபி சொன்னார் : ''அரசே உன் முன்னே வந்து நின்றவர்களின் பட்டியல். நீர் பித்தளைத் தட்டைச் சுத்தியால் தட்டிக் கொண்டிருந்ததைக் கண்ணால் கண்டபின்னும் என்ன செய்கின்றீர் என்று கேட்ட குருடர்களின் பட்டியல்.''

அரசன் அதைக் கேட்டு மிகவும் மனம் நிறைந்தான். எனினும் அவனுக்கு ஓர் என்ணம் தோன்றியது.''சரிதான், குருடராயில்லாதிருந்தும் தாம் எதைக் காண்கின்றோம் என்பதை விளங்கிக் கொள்ளாதவர்களின் பட்டியல் எங்கே?''

''இதே பட்டியலுக்கு இன்னொரு படியெடுத்தால் போதும்.''

மாணாக்கனுக்குச் சூஃபி அறிவுரை

''அறிந்தவனை, தனக்குத் தெரியும் என்பதை அறிந்தவனைப் பின்பற்றிச் செல்;

''அறியாதவனை, தனக்குத் தெரியும் என்பதனை அறியாதவனை அவன் உறங்குகின்றான் என்பதால் அவனைத் தட்டி எழுப்பு;

''அறியாதவனை, தனக்குத் தெரியாது என்பதனை அறியாதவனை அவன் கற்றுக் கொள்ள விரும்புவதால், அவனைக் கற்கச் செய்;

''அறியாதவனை, தான் அறியாதவன் என்பதனை அறியாத மூடனை ஒதுக்கிவிடு.''

1835

விடுதலையடைந்த கிளி

ஒரு வணிகன் ஒரு கிளியைக் கூண்டில் அடைத்து வைத்து வளர்த்தான். அவன் வாணிபம் கருதி இந்தியம் செல்ல நேர்ந்தபோது தன் கிளியிடம் கேட்டான்:

''நான் உன் தாயகம் செல்கின்றேன். அங்குள்ள உன் உறவினர்க்கு ஏதேனும் சொல்ல விரும்புகின்றாயா?''

''நான் இங்கு கூண்டில் வாழ்கின்றேன் என்று மட்டும் கூறுங்கள்.''

வாணிகன் இந்தியத்திலிருந்து மீண்டு தாயகம் திரும்பியதும் கிளியிடம் சொன்னான் :

''நான் காட்டிலிருந்த உன் உறவினர்களைப் பார்த்து நீ கூண்டில் அடைபட்டிருக்கின்றாய் என்றதும் அவற்றில் ஒன்றுக்கு மிகுந்த அதிர்ச்சி ஏற்பட்டது என்பதை உனக்கு வருத்தத்துடன் கூறுவேன். அக்கிளி நான் சொன்ன சேதியைக் கேட்டதும் மரக் கிளையிலிருந்து கீழே விழுந்தது. அது வருத்தம் தாளாமல் இறந்தது என்பதில் ஐயமில்லை.''

அவர் இங்ஙனம் கூறியதைக் கேட்ட கூண்டுக் கிளி மயங்கி விழுந்தது. அது கூண்டின் தட்டில் அப்படியே அசைவுற்றுக் கிடந்தது.

வணிகன் வருத்தத்தொடு கிளியைக் கூண்டிலிருந்து வெளியே எடுத்துத் தோட்டத்தில் வைத்தான். வெளியே வைக்கப்பட்ட கிளி தன் உறவுக்காரக் கிளி அனுப்பிய செய்தியைப் புரிந்து கொண்டதால் மெல்ல எழுந்து கைக் கெட்டாதபடி பறந்து போய் விட்டது.

சூஃபி ஆசான் இருவர்

டெல்லியில் நிசாமுதீன் என்றொரு பகுதி உள்ளது. அது டெல்லியில் மக்கள் வாழ்ந்து வரும் பழமையான இடமாகும். அது நிசாமுதீன் ஒளலிய *(1239-1325)* வாழ்ந்து அடக்கமான ஊராகும். இது வரலாற்று இடைக்காலத்தில் சூஃபியரின் ஊராயிருந்தது. நிசாமுதீன் ஒளலிய நோய்வாய்ப்பட்டிருந்தபோது அவரின் சீடரும் சிறந்த பாரசிகப் புலவருமான அமீர் குஸ்ரூ ''நான்கு தெர்விஷ்களின் கதை'' என்ற உருவகக் கதையைச் சொன்னார். நிசாமுதீன் நோயிலிருந்து எ ழுந்ததும் அந்நூலை வாழ்த்தியருளினார். இந்நூலை ஓதினால் நோயாளர் நலம் பெறுவர் என்ற நம்பிக்கை எங்கும் பரவியது. ஆன்மிக ஞானம் பெறுவதற்காக மனத்தை ஆயத்தப்படுத்தும் விதத்தில் அந்நூல் அமைந்துள்ளது. அது ஓர் ஆசான் கற்பிக்கும் மாதிரியில் எழுதப் பெற்ற உவமை அடங்கிய நூலாகும். இந்நூல் ஏறத்தாழ நூற்றைம்பது ஆண்டுகளுக்கு முன்னர் உருது மொழியில் மொழி பெயர்க்கப்பட்டு விட்டது. அது அன்றிலிருந்து உருது மொழியின் சிறந்த இலக்கியமாய்க் கருதப்படுகின்றது.

அமீர் குஸ்ரூக்குப் பல சிறப்புகள் உண்டு. அவர் மதி நுட்பம் வாய்ந்த அமைச்சராயும் கலை வளஞ்செறிந்தவராயும் விளங்கினார். இந்தச் சூஃபிய ஆசானே இந்துத்தானி இசை வடிவத்தைத் தோற்றுவித்தார் என்பது மரபு.

ஜலாலுதீன் ரூமி

ஜலாலுதீன் ரூமி சூஃபி ஆசான்களில் சிறந்த மற்றொருவர் ஆவார். இவர் ஆப்கானித்தானத்திலுள்ள பால்கு (*Balkh*) என்ற இடத்தில் 1207 ஆம் ஆண்டு பிறந்து துருக்கியின் ஆசியப் பகுதியான கோனிய (*Konia*) என்னுமிடத்தில் 1273 ஆம் ஆண்டு இறந்தார். அவர் மஸ்னவி என்ற மாபெரும் நூலை எழுதி முடிக்க 43 ஆண்டுகளாயின. பாரசிகர் இதைக் கடந்த ஏழு நூற்றாண்டுகளாய்ப் ''பாரசிகக் குரான்'' என்று போற்றுகின்றனர். சூஃபியத்தில் நடு நாயகமான இடத்தைப் பெற்றிருக்கும் நூல் இதையன்றி வேறெதுவும் இலது.

ஐரோப்பியத்தில் ''நாட்டியமாடும் தெர்விஷ்கள்'' (*Dancing Dervishes*) என்றும் கீழையுலகில் ''ஆசான் காட்டிய வழி'' (*The Path of the Master*) என்றும் அழைக்கப்படும் துறவியர் அமைப்பை நிறுவியதில் ரூமிக்கும் பங்குண்டு.

தமிழகத்தில் சூஃபியர்

இன்று சித்தர் என்று வழங்கி வரும் முப்பது நாற்பது பேருக்கு மேற்பட்ட தமிழ்ச் சித்தர்களின் காலம் அறிஞர்களால் பலபடக் கூறப்பட்டு வந்தாலும், தமிழகத்தில் சித்தர் மரபு தொன்மையானது என்று கொள்வதற்கு இடமுளது என்பர்.

சூஃபிச் சித்தர்க்கும் ஐராதுஷ்டிரம், பௌத்தம், வைணவம், கிறித்தவம் ஆகிய சமயக் கோட்பாடுகளுக்கும் தொடர்புகள் உள்ளன என்று கூறப்படுவதைப்போல் தமிழ்ச் சித்தர் மரபிற்கும் சூஃபியத்திற்கும் தொடர்பு எதுவும் இருப்பதாய் இதுவரை எதுவும் சொல்லப்படவில்லை. எனினும் பிற்காலச் சித்தருள் இஸ்லாமியர் ஒருவரும் காணப்படுகின்றார்.

எனினும் பதினாறாம் நூற்றாண்டின் இறுதியில் வாழ்ந்த பீர் முகமது சாகிபு ஒலியுல்ல (இவர் தென்காசியில் பிறந்து தக்கலையில் காலமானவர்.) பதினேழு-பதினெட்டாம் நூற்றாண்டில் வாழ்ந்திருந்த சதக்கத்துல்லா அப்பா (1630-1703; இவர் பற்றி இ.ச.க.தொகுதி-2 : 1715 காண்க). அதே நூற்றாண்டினரான கடையநல்லூர் ஷெய்கனா உதுமான் ஒலி, மேலப்பாளைய முகையதீன் பஷீரொளி, கோட்டாற்று ஷெய்கு முகையதீன் மலுக்கு, பத்தொன்பதாம் நூற்றாண்டினரான கோட்டாற்று செய்குத் தம்பி ஞானியார் சாகிபு போன்ற சூஃபித் தமிழ்ச் சித்தர் பலர் வாழ்ந்திருந்தனர்.

இஞ்ஞானியர் பாடியுள்ள ஞானப் பாடல்கள் சித்தர் பாடல்களொடும் திருமந்திரம், திருவாசகம் போன்ற அரும் நூல்களொடும் பல்வேறு நிலைகளில் ஒப்பு நோக்கத்தக்கன என்பது அறிஞர் கருத்தாகும்.

சூஃபி ஞானியரான இவர்கள் பாடியுள்ள ஞானப் பாடல்களில் மும்மலம் (ஆணவம், மாயை, கன்மம்). பதி, பசு, பாசம், சிவராச யோகம், அரிசிவநம, நமசிவாய, பாரநந்தி, சிவமயம், பாற்கடல், சிவனருணன், நந்தீசுவரம், மனோன்மணி, வாலை அம்பிகை, ஐங்கரன், அங்கரன், சிவபோகம், சிவானந்தம், தத்வமசி, அகம் பிரம்மாஸ்மி, நிர்வாணம் போன்ற பல சொற்கள் பயின்று வருகின்றன.

இஞ்ஞானியர் தமிழ் மரபுடன் ஒன்றி நின்றனர் என்பதையும் சமரச சன்மார்க்கத்தைப் பற்றி நின்றனர் என்பதையும் சமயங்களுக்கு அப்பாற்பட்டு நின்று ஆன்மநேய ஒருமைப்பாட்டை வலியுறுத்தினர் என்பதையும் காண்கின்றோம்.

குணங்குடி மஸ்தான்

தமிழகத்துச் சூஃபியருள் மூத்த புலவராயும் ஞானியராயும் பதினாறாம் நூற்றாண்டில் விளங்கிய பீர் முகமது சாகிபு ஒலியுல்ல அவர்களுக்குப் பிறகு, பத்தொன்பதாம் நூற்றாண்டில் புகழ் பெற்றுச் சி றந்த ஞானக் குன்றெனக் குணங்குடி மஸ்தானைக் கொள்ள வேண்டும்.

குணங்குடி மஸ்தானின் காலத்தைக் குறித்தும் கருத்து வேறுபாடுகள் தெரிகின்றன. அவரது காலம் 1787 தொட்டு 1835 வரை என்பாருளர். எனினும் அவர் 47 ஆண்டுகள் வாழ்ந்தார் என்பதில் கருத்து வேறுபாடு இலது.

குணங்குடி மஸ்தானின் இயற்பெயர் சுல்தான் அப்துல் காதிர். அவர் தம் தந்தையின் ஊரான தொண்டியில் பிறந்தார் என்று சிலரும், அந்தக் கடற்கரை ஊருக்கு வட மேற்கில் சுமார் 16 கிலோ மீட்டரிலுள்ள தாயின் ஊரான குணங்குடியில் பிறந்தார் என்றும் வேறு சிலரும் கூறுகின்றனர்.

''மஸ்து'' என்ற பாரசிகச் சொல் மயக்கம் தரக் கூடிய பொருளை, உள்ளக் கிளர்ச்சியூட்டும் பொருளைக் குறிக்கும். இறைமீது காதலாகித் தம்முணர்வை முற்றிலும் இழந்து தம்மையே இறையில் கலந்து விட்ட இறைப் பித்தரை ''மஸ்தான்'' என்ற சொல் குறிக்கும்.

ஆதலால் மஸ்தான் என்ற சிறப்புப் பெயருக்கு முன்னால் ஊர்ப் பெயரையும் சேர்த்துக் குணங்குடி மஸ்தான் என்று அழைக்கப் படலாயினர். இவரின் தந்தை பெயர் நயினா முகமது. அவர் மின்னா நூருதீன் என்ற புலவரின் வழிவந்தவர். மஸ்தானின் தாயாரான பாத்திமா தொண்டியைச் சேர்ந்தவர்.

குணங்குடி மஸ்தான் தனக்குத் திருமணம் வேண்டாமென்று கூறிப் பதினெட்டாவது வயதில் தொண்டியை விட்டு கீழக் கரையை அடைந்தார். (கீழக்கரை இ.ச.க. தொகுதி - 2 : 1715 கட்டுரை) அங்கு தைக்க சாசிபு வலியுல்ல நடத்திய பள்ளியில் சேர்ந்து படித்தார். புலவர் நாயகம் என்று பெயர் பெற்ற செய்கு அப்துல் காதிர் நயினார் லெப்பையும் குணங்குடி மஸ்தானும் அங்கு ஒரு சாலை மாணவர்.

அங்கு ஆசான் தைக்கா சாகிபு வலியுல்ல குணங்குடி மஸ்தானுக்கு ஹதீதுப் பாடத்தைக் கற்பித்தார். ஹதீது என்பது மறைச் சொல் என்று பொருள்படும். "மன்ஸ சத்த வெலீம்" என்ற மறைச் சொல்லை ஆசான் அவருக்கு ஓதிக் கொடுத்தார். அதன் பொருள் "வாய் மூடிய மௌனி மன அமைதியடைந்தான்" என்பதாகும். "மன அமைதி பெற இது போதுமா?" என்று குணங்குடி மஸ்தான் வினவ, "இது நபி நாயகம் கூறிய சொற்றொடராகும். இதனைப் போதுமா என்று வினவுகின்றீரே" என்று ஆசான் கேட்டார்.

இதைக் கேட்ட குணங்குடியார் ஏட்டை மூடிவைத்து விட்டுத் துறவறம் மேற்கொண்டு விட்டார். அதன் பிறகு அவர் வாய் திறந்து பேசியதேயில்லை என்று கூறப்படுகின்றது. ஆனால் அவர் பேசினார் என்று சிலர் கூறுவர்.

குணங்குடி மஸ்தான் கீழக் கரையில் ஓதித் தேர்ந்ததும் திருச்சிராப்பள்ளியை அடைந்தார். அங்கு ஷாம் சாகிபு என்ற ஞானியைக் கண்டு அவருடன் சில நாள் இருந்தார். அவரிடம் முறையாய்த் தீக்கை பெற்றார். வறுமையை வலிந்தும் விரும்பியும் ஏற்பது சூஃபியர்க்குள்ள இலக்கணங்களுள் ஒன்றாகும். அவர்கள் அதற்காகப் புலனின்பத்தை மட்டுமன்றி உலகியல் இன்பங்களையும் துறந்து விடுகின்றனர். குணங்குடியார் சூஃபி வழிகாட்டியான ஆசானின் துணை கொண்டு ஏழு நிலைகளைக் கடந்து செல்கின்றார். அவ்வழிகாட்டிகளை மூர்ஷீது அல்லது பீர் என்று அழைக்கின்றனர். சூஃபி கடக்க வேண்டிய ஏழு நிலைகள் :

முதல் நிலை : மானுட நிலை; இந்நிலையில் பாவங்களுக்காக வருந்தி ஆன்மத்தைத் தூய்மைப்படுத்துகின்றனர்.

இரண்டாம் நிலை : காதல் நிலை; ஐம்புலன்களின் இன்பங்களைத் துறந்து இறைப் பற்றில் தோய்ந்திருத்தல்.

மூன்றாம் நிலை : துறவு நிலை எய்துதல் ; இந்நிலையில் இறைவனைத் தவிர, உலகின் அனைத்தையும் துறந்து விடுவதாகும்.

நான்காம் நிலை : இது பரம்பொருளின் இயல்பு, பண்பு, செயல் முதலியவற்றைச் சிந்தித்து உணரும் நிலை

ஐந்தாம் நிலை : ஆனந்த பரவச நிலை ; பரம்பொருளைத் தியானித்துப் பேரின்ப சுகத்தில் தன்னை மறந்து பரமான்மத்துடன் ஒன்றாகும் நிலை.

ஆறாம் நிலை : உள்ளம் மெய்யான பரம்பொருளின் தன்மையினால் விளக்கமுறும் உண்மை நிலையாம்

ஏழாம் நிலை : இந்நிலை எல்லையற்ற பரம்பொருளை நேருக்கு நேர் கண்டுணரும் ஒருமை நிலையாகும்

இவ்வேழு நிலைகளையும் கடந்த பின் இறுதியில் 'தான்' என்னும் தன்மையை ஒருவன் முற்றிலும் அழித்துக் கொண்டு பரமான்மத்தொடு அத்து விதமாகின்றான்.

மேற்சொன்னவற்றுள் மூன்றாம் நிலையை அடைந்தவனுக்குப் ''பக்கீர்'' என்று பெயர். பக்ரூ என்ற அரபிச் சொல் வறுமை, இன்மை என்ற பொருள்களில் வழங்குகின்றது. சூஃபியத்தின் ஊற்றுக் கண் என்று கொள்ளப்படும் திருநபியவர்கள் ''வறுமை என்பது பெருமை; அவ்வறுமை என்னிடத்தது'' என்று கூறுகின்றார். *(அல் பக்ரு பக்ரி வல் பக்ரு மின்னி.)*

இங்கு பக்ரு என்பது பெருமானார் குறிக்கும் சொல், வெறும் வறுமையை மட்டும் சூட்டவில்லை. இன்மை என்ற பொருளையும் குறிக்கின்றது. அவ்வாறு அச்சொல்லுக்கு இன்மை என்று பொருள் கொண்டால். ''யான், எனது'' என்ற இரண்டு உணர்வும் அற்றிருப்பது என் பெருமை என்றும், தான் என்னும் உணர்வை முற்றிலும் அழித்துப் பரம்பொருளுடன் ஒன்றி விட்டவன் என்றும் பெருமானார் குறிப்பிட்டது நன்கு புலனாகும்.

தரீஃகா நெறி

குணங்குடி மஸ்தான் காதிரிய்யாத் தரீஃகாவைச் சேர்ந்தவர்.

யோக, ஞான நெறிகளில் பலவகை இருப்பதுபோல் சூஃபியத்திலும் பல முறைகள் உள. இம்முறைகள் அல்லது வழிகளுக்குத் தரீஃகா என்று பெயர்.

சூஃபியத்திலுள்ள பல தரீஃகாக்களுள் காதிரிய்யாத் தரீகா பெரும் புகழ் வாய்ந்தது. இந் நெறியை ஏற்படுத்தியவர் ஜீலானில் பிறந்து பாக்தாதில் மறைந்த ஞானி அப்துல் காதிர் ஜீலானி *(1077-1186)* ஆவார்.

முகமது நபிகளின் அன்பிற்குரிய மருமகனான அலி அவர்களால் இந்நெறி விளக்கமுற்றது. ஹசன் படுல்ரீ என்றவரால் நிலை நிறுத்தப்பட்டது. அவரின் மாணாக்கர் ஹபீபுல் அஜமி, ஹபியா என்ற நெறியைத் தோற்றுவித்தார். இந்நெறியின் எட்டுப் பிரிவுகளுள் ஒன்று, அபுல் பராஹ் சர் சவ்சி என்றவரால் ஏற்படுத்தப்பட்ட சர் சவ்சிய என்ற நெறியாகும்.

இந்நெறித் தலைவர்களுள் சர் சவ்சியாவிற்குப் பின்னர் நான்காவது பட்டத்தில் முகிய்யுத்தீன் என்ற அப்துல் காதிர் ஜீலானி தலைமை ஏற்றார். அவரது மறைவிற்குப் பின் *300* ஆண்டுகள் கழித்து. வட மேற்குச் சிரியத்திலுள்ள அலெப்போ என்ற ஊரில் பிறந்த சையில் முகம்மது கவுஸ் என்றவரால் காதிரிய்யா என்ற நெறி இந்தியத்தில் பரப்பப்பட்டது.

இந் நெறியைத் தமிழகத்தில் பரப்பியவருள் சாகுல் ஹமீது ஆண்டகை *(1490-1558)* குறிப்பிடத்தக்கவராவார். நாகூர், காயல்பட்டடினம், கீழ்க்கரை ஆகிய ஊர்கள் இந்நெறியின் சிறந்த மையங்களாய் உள்ளன.

குணங்குடி மஸ்தான் பின்னர் சிக்கந்தர் மலை என்ற மலையை அடைந்து நாற்பது நாள் ஊனுறக்கமின்றி யோக நிட்டையில் இருந்தார். பிறகு சதுரகிரி, புறாமலை, நாகமலை முதலிய மலைகளிலும் காடுகளிலும் தனித்திருந்து தியானம் செய்தார். அவர் இங்ஙனம் ஏழாண்டுகள் இறையுணர்வில் திளைத்திருந்தார்.

அவர் பின்னர் நாகூர் சென்று அங்கு நாகூர் ஆண்டவர் மீது ''திக்குத் திகந்தமும் கொண்டாடியே வந்து தீன் கூறி நிற்பார் கோடி'' என்று தொடங்கும் பாடலைப் பாடினார். அவர் நாகூரிலிருந்து காரைக்காலை அடைந்து அங்குக் குப்பை மேடுகளில் தங்கிவிட்டுப் பின்னர் பல இடங்களுக்குச் சென்றார். அவர் பல ஊர்களில் சுற்றித் திரிந்து இறுதியாக சென்னையை அடைந்தார்.

குணங்குடி மஸ்தான் சென்னை இராயபுரத்தில் முள் புதர்கள் நிரம்பிய பகுதியில் தங்கியிருந்து தவமியற்றினார். (இராயபுரத்திற்குச் சிறு தொலைவில் சித்தரான பட்டினத்தார் அடங்கிய திருவொற்றியூர் உள்ளது.) அவர் இராயபுரத்திலிருந்து பாடல்களைப் பாடிக்கொண்டு அங்கப்ப நாயக்கன் தெருவிற்கு வருவது வழக்கம். மக்கள் குணங்குடியாரைத் தேடி இராயபுரத்திற்கும் சென்றனர். இப்போது இவருக்கு மஸ்தான் சாகிபு என்ற பெயர் எங்கும் வழங்கலாறிற்று. அவர் இராயபுரத்திலேயே 1835 ஆம் ஆண்டு காலமானார்.

மஸ்தான் சாகிபும் தாயுமானவரும்

குணங்குடி மஸ்தானின் பாடல்கள் இந்துக்களின் பாடல்கள் போலவே தமிழ்நாட்டில் இந்துக்களால் பாடப்படுகின்றன என்பதைப் பன்மொழிப் புலவர் தெ.பொ. மீனாட்சி சுந்தரனார் எடுத்துக் காட்டித் தாயுமானவரின் (1704-1742 ;இ.ச.க. தொகுதி-5:1742-கட்டுரை) பாடல்களை விடக் குணங்குடியாரின் பாடல்கள் எளிமையானவை என்பார்.

தாயுமானவரின் ஆசான் அவருக்குச் ''சும்மா இரு'' என்ற மந்திரத்தைக் கற்றுக் கொடுத்தார். சும்மாயிருந்து காணும் மெய்ஞ்ஞான இன்பத்தையே குணங்குடி மஸ்தானும் பல இடங்களில் வேண்டுகின்றார்.

குணங்குடி மஸ்தானின் நூலைப் பயிலும் போது, அது இஸ்லாமியப் பெருநூலா அல்லது இந்து சமய நூலா என்பது தெளிவாய்த் தெரியாத அளவிற்கு எல்லாம் வல்ல இறைவனை, மூல முதல்வனைப் பாடும் நூலாய் அது அமைந்துள்ளது. அவரும் தமிழ்நாட்டுச் சித்தருள் ஒருவராய் எண்ணிப் போற்றப்படுகின்றார். ''அவரைப் போன்ற மெய்ஞானச் செல்வர்களையே இஸ்லாமிய மக்கள் சூஃபியர் என்றும் அவருடைய இலக்கியங்களை மெய்ஞ்ஞானப் பாடல்களைச் சூஃபி இலக்கியம் என்றும் வழங்குகின்றனர்'' என்பது இரா.முத்துக்குமாரசாமியின் கருத்தாகும்.

தமிழ் மக்கள் குணங்குடி மஸ்தானைத் தம் சித்தருள் ஒருவராய் மதிக்கின்றனர் என்பதால்தான் அவரின் நூல்கள் பல பதிப்புகளில் வெளிவந்துள்ளன. குணங்குடி மஸ்தானின் பாடல்களை அருணாசல முதலியார் என்றவர் தொகுத்து வைத்திருந்தார். அவற்றைச் செம்மைப்படுத்தும் பணியைச் சேகனாப் புலவர் என்றவரிடம் அருணாசல முதலியார் ஒப்படைத்தார்.

சேகனாப் புலவரின் இயற்பெயர் செய்கப்துல்லா காதிர் நெயினார் லெப்பை ஆலிம் என்ற நீண்ட பெயராகும். அவர் குணங்குடி மஸ்தானின் ஒரு சாலை மாணவர் என்பதை முன்னே கூறியிருந்தோம். அவர் குணங்குடியாரை ''வித்தையிற் றோழன்'' என்று பாடுகின்றார்.

குணங்குடி மஸ்தானின் பாடல்கள் மட்டும் பல பதிப்புகளில் வந்துள்ளன. அருணாசல முதலியாரைத் தொடர்ந்து சுந்தர விலாச அச்சுக் கூடத்தின் வாயிலாய் மஸ்தான் சாகிபின் பாடல்கள் அச்சேறி 1880 இல் வெளி வந்தன.

அதன் பின்னர் வடிவேலு முதலியாரின் உரையை அச்சிடும் உரிமையைச் சென்னை சாகுல் அமீதியா அச்சியந்திர சாலை பெற்று 1928 இல் இரண்டாம் பதிப்பு வெளி வந்தது.

இராமசாமி நாயுடு பதவுரையும் வடிவேலு முதலியாரின் பொழிப்புரையும் வெளி வந்த பின்னரும் இஸ்லாமிய சமயத்தைச் சார்ந்த ஒரு நூலுக்கு, அச்சமயத்தைச் சேர்ந்த ஒருவர் உரை எழுதுவது பொருத்தமாயிருக்கும் என்பதைக் கருத்திற் கொண்டு திருத்தணி என்.ஏ.ரசீது அதற்குப் புதிய உரையொன்றை எழுதினார். அவர் அந்த உரையைத் தனது ஞான வள்ளல் பதிப்பகத்தின் வழியே மஸ்தான் சாகிபின் பாடலும் உரையும் என்ற தலைப்பில் 1979 ஆம் ஆண்டில் வெளியிட்டார்.

மஸ்தான் சாகிபு பாடல்கள்

மஸ்தான் சாகிபு சதகம், கண்ணி என்ற இருவகைப் பாவினங்களில் பாடல்கள் பாடியுள்ளார். அவர் இயற்றிய சதகங்கள்:-அகத்தீர் சதகம், முஹியத்தீன் சதகம், கண்ணிப் பாடல்கள், நிராயமக் கண்ணி, பராபரக் கண்ணி, ரஹ்மான் கண்ணி, மனோன்மணிக் கண்ணி, நந்தீசுவரக் கண்ணி. கண்ணி என்பது இரண்டடிகளைக் கொண்ட இசைப் பாடல்.

சைவ சித்தாந்த அடிப்படைகளான சரியை, கிரியை, யோகம், ஞானம் ஆகிய நான்கு நிலைகளையும் சூஃபியத்தின் ஷரீயத்து (மானுட நிலை), தரீஃகத்து (தவ நிலை), ஹகீகத்து (உண்மை நிலை), மஃரீபத்து (ஞான நிலை) என்ற நான்கு படி நிலைகளொடு ஒப்பிடும் போக்கையும் குணங்குடி மஸ்தானின் பாடல்களில் காணலாம்.

அவர் மானுட ஒருமை நிலை, பொய்ம்மைச் செயல் வெறுப்பு, செல்வ மறுப்பு, பெண்ணாசை மறுப்பு என்ற நான்கு கருத்துகளைத் தம் பாடல்களில் கூறுகின்றார். இறையொருமையை இயம்புகின்ற நேரத்தில் உலகில் கற்பிக்கப்பட்டு வரும் பல்வகைப் பேதங்களுக்கெல்லாம் அப்பாற்பட்ட மானுட ஒருமையைக் குணங்குடியார் அருமையாய்ப் பாடுகின்றார்.

வேதங்களாலும் வெளிப்படாச் சுந்தரமாஞ்
சோதி எனக் கென்றே துலங்கு நிராமயமே
சாத்திரங்கள் ஓதும் சதுர்மறை யோகிக் கெட்டாத
சூத்திரமாய் நின்ற சுழியே பராபரமே
மண்ணான வஞ்ச நெஞ்சத் தினர்க் கேற்றாது
மறைவுதரு புதைய லாகி
மதபேத மோதி மதிகெட்டார்க் கெட்டாத
வான் கருணை வெள்ளமாகி

உலக வாழ்வில் நேர்மைக்குப் புறம்பான மானுடனின் பொய்ம்மைச் செயல்களைக் குணங்குடியார் வெறுத்து ஒதுக்குகின்றார்.

சந்தியாச மென்று பொய்வேடம் தரித்தவர்கள்
  நம்மை நிகர் சொன்ன வம்பன்
செபமாலை கைக்கொண்டுவாய் முணுமுணுத்துப்
  பேசிய நானென்ற வம்பன்

1835

கல்லாத வம்பன் அறிவில்லாத வம்பன்
காசும் பெறாத வம்பன்
கருவாயினுங் கொடிய வம்பன் வெருட்டிக்
கடிக்கு நாயான வம்பன்
பொல்லாத வம்பன் உற வில்லாத வம்பன்
பொறாமை கொண்ட வம்பன்

முஸ்தபா, மணவை தமிழில் இஸ்லாமிய மெய்ஞ்ஞான இலக்கியங்கள், சென்னை, *1980*

Davar, Feroze Cowasji, Iran and India through Ages, Bombay 1962

Hastings, James Editor : Encyclopaedia of Religion and Ethics, New York

sha, Idries The Sufis, New York, 1964

1875

1835

வரலாற்றுப் புள்ளிகள்

1.அரசியல்

(அ) ஆப்கானித்தானத்தில் புதிய அரச குடி

ஆப்கானித்தானம் இன்று நடு ஆசியத்திலுள்ள குடியரசு. இது பொதுவாய் வறண்டதும் மலைப் பாங்கானதுமான நாடாகும். இங்கு இந்து குஷ் மலைத் தொடர் உள்ளது. அமு தாரிய, ஹெல்மாண், காபூல் ஆகிய ஆறுகள் பாயும் செழிப்பான பள்ளத்தாக்குகளும் இந்நாட்டில் உள்ளன. ஆப்கானியரையும் ஆப்கானித்தானத்தையும் பற்றிப் (இ.ச.க.தொகுதி-*1,5,6,7*) பல இடங்களில் சொல்லிவருகின்றோம்.

தோஸ்து முகமது கான் ***1835*** இல் ஆப்கானித்தானம் முழுவதையும் தன் கைக்குள் கொண்டு வந்துவிட்டார். அவர் எமீர் என்ற பட்டத்தை ஏற்றுத் தனது நான்காண்டுக் கால ஆட்சியை இந்த ஆண்டில் தொடங்குகின்றார். தோஸ்து முகமது கான் ***1793*** இல் பிறந்தவர். இவர் இவ்வாண்டில் ஆப்கானித்தானத்தின் பரக்குசாயி *(Baraksai Dynasty, 1843-1929)* என்ற ஆளுங் குடியைத் தோற்றுவித்தார். இக்குடியினர் **1929** வரை ஆட்சியிலிருப்பர்.

(ஆ) சிக்கிம் அரசர் டார்ஜிலிங்கைக் கம்பெனிக்குத் தந்தார்

இன்று இந்தியத்தின் மாநிலங்களில் ஒன்றாயிருக்கும் சிக்கிம் *(Sikkim)* இக்காலத்தில் சிறு முடியரசாயிருந்தது. அது சீன எல்லையில் நேபாளத்திற்கும் பூட்டானுக்கும் நடுவில் இந்திய-திபேத்திய வாணிப வழிகளில் ஒன்றில் அமைந்துள்ளது. இதன் வடக்கே கஞ்சஞ்சுங்க மலை முகடு உள்ளது. சிக்கிம் நாட்டைத் தெஞ்சோங்கு என்று அழைக்கின்றனர். அதற்கு ''நெல் விளையும் வெளி'' என்று பொருள். இங்கு இப்போது ஆட்சியிலிருந்த நம்கியால் குடியின் அரசரான சுகுபூது நம்கியால் டார்ஜிலிங்கை ***1835*** ஆம் ஆண்டில் கிழக்கிந்தியக் கம்பெனிக்குக்

கொடுத்துவிட்டார். அவர் இதற்கு மாற்றாய்க் கம்பெனியிடமிருந்து ஆண்டுதொறும் 3000 ரூபாயை ஓய்வூதியமாய்ப் பெறுவார்.

டார்ஜிலிங்கு (*Darjeeling*) மேற்கு வங்க மாநிலத்திலுள்ள மலை நகரமாகும்; நேபாள எல்லையிலுள்ளது. மலைச்சரிவின் உச்சியில் 2150 மீட்டர் உயரத்தில் அமைந்தது. இது பிரிட்டீசு ஆட்சிக் காலத்தில் வங்க அரசின் கோடை காலத் தலைநகராயிருந்தது.

இங்குள்ள மலைகளில் இருக்கும் தேயிலைத் தோட்டங்களில் உலகின் மிகச் சிறந்த கறுப்புத் தேயிலை விளைகின்றது.

(இ) தலைமை ஆளுநர் மாற்றம்

வில்லியம் பெண்டிங்கிற்குப் பிறகு இந்தியத்தின் தலைமை ஆளுநராய் ஹெயிட்டஸ்பரிப் பிரபு (*Lord heytesbury*) பொறுப்பேற்பது என்று இருந்தது. ஆனால் பிரிட்டனில் அமைச்சு மாறிப் போனதால், அவர் பதவியேற்பதை அரசு 1835 மே 4 அன்று நிறுத்திவிட்டு ஆக்லந்துப் பிரபு அப்பதவியை ஆகஸ்டு 12 அன்று ஏற்குமாறு செய்தது.

2. அறிவியல்

(அ) சேலிசைக்கிளிக்கு அமிலம் ஆக்கப்படுதல்

வெள்ளைப் படிகமாயும் சிறிதளவு நீரில் கரையக் கூடியதாயும் இனிப்புச் சுவையுடையதாயும் பின்னர் கசப்புத் தன்மையதாயும் இருக்கின்ற சேலிசைக்கிளிக்கு அமிலத்தை (*salicyclic acid*) வேதியியலார் சேர்க்கை முறையில் 1835 ஆம் ஆண்டில் ஆக்கினார். இந்த அமிலம் ஆஸ்பிரின், துணிச் சாயங்கள், நறுமணப் பொருள்கள் ஆகியவற்றிலும் பூஞ்சைக் கொல்லியாயும் பயன்படுவது. இதன் வேதி வாய்ப்பாடு $C_6H_4(OH)(COOH)$.

ஆனால் அவர்களால் சேர்மானத்தால் அனோடைனை (*anodyne*) உண்டாக்க முடியவில்லை.

1835

(ஆ) ஹேலி வால்மீன் மீண்டும் வந்தது

பிரிட்டீசு வானியலாரான எட்மன் ஹேலி (*edmand Halley, 1656-1742*; இலண்டனில் பிறந்தவர்.) இளவயது முதலே வானியலில் மிகுந்த ஈடுபாடு கொண்டவர். அவர் தன் இருபதாவது வயதில் செயின் ஹெலினாத் தீவு சென்று, அங்கு இரண்டாண்டுக் காலம் தங்கி, தென் வானில் காணும் விண்மீன்களின் துல்லியமான பட்டியலைத் தொகுத்து 1679 ஆம் ஆண்டு வெளியிட்டார். (செயின் ஹெலினாத் தீவு:இ.ச.க. தொகுதி-13 : 1821 கட்டுரை) அவர் 1682 ஆம் ஆண்டு தோன்றிய பெரிய வால் மீனைக் (*Comet*) கண்ட பின்னர் வால்மீன்கள் பற்றிய ஆராய்ச்சியில் முனைந்து ஈடுபட்டார். அவர் ஏற்கெனவே அறியப்பட்டிருந்த 24 வால்மீன்களின் கோள்வழிப் பாதைகளைக் கணித்துப் பார்த்தார்.

அவர் 1456, 1531, 1607, 1682 ஆகிய ஆண்டுகளில் காணப்பட்ட வால்மீன்களின் கோள்வழிப் பாதையைக் கணித்துப் பார்த்துவிட்டு இவை அனைத்தும் ஒரே வால்மீன் தான் என்றும், அது 1758 ஆம் ஆண்டு மீண்டும் தோன்றும் என்றும் வருவதுரைத்தார். அவர் முன்னுரைத்தவாறே, அந்த வால்மீன் 1758 ஆம் ஆண்டு தோன்றியது. அதன் பிறகு, அது அவர் பெயரில் ஹேலி வால்மீன் (*Halley's Comet*) என்றே அழைக்கப்பட்டு

வருகிறது. அது அவர் வருவதுரைத்தபடி 76 ஆண்டுகளுக்கு ஒரு முறை தோன்றிக் கொண்டே வருகின்றது. அதன்படி இந்த 1835 ஆம் ஆண்டிலும் அது தோன்றியது.

3. சமயம்

தூத்துக்குடியில் ''சின்னக் கோயில்''

திருமந்திர நகர் என்ற தூத்துக்குடியில் 1713 ஆம் ஆண்டு நிறுவப்பட்ட ''திவ்விய பனிமய நாயகி தேவாலயம்'' என்ற பெரிய கோயிலையும் அதையொட்டித் தமிழரின் தொன்மையான பரதவர் குடியினர் கிறித்தவம் தழுவிய மரபையும் பற்றிய செய்திகள் முன்னர் இரண்டாம் தொகுதியில் விவரிக்கப்பட்டிருந்தன.

இங்கு புனித இதயக் கோயில்(*Sacred Heart Catherdral*) எனப்படும் சின்னக் கோயில், தூத்துக்குடியில் பேராயர் வாழுமிடமாகிய பெரும் பருத்திச் சாலையில் 1835 வாக்கில் கட்டப் பெற்றது பற்றிக் கூறப்படுகின்றது. உண்மையில் பெரிய கோயில் என்று பெயர் பெற்றுள்ள 132 ஆண்டுப் பழமையான கோயிலைவிட, இந்த ஆண்டுவாக்கில் கட்டப் பெற்ற சின்னக் கோயில் தான் அளவில் பெரியதாகும்.

சின்னக் கோயிலில் ஒரே நேரத்தில் 500 பேர் இருந்து தொழ முடியும். இக்கோயில் கோபுரத்தின் உச்சியில் சிலுவை அமைந்துள்ள இடம் தரை மட்டத்திலிருந்து 180 அடி உயரமாகும். பிரஞ்சு அச்சன்மார் சொன்ன வண்ணம் இந்து ஆசாரிமார் அழகாய்ச் செதுக்கிய மரவேலைப்பாடுகளை இக்கோயிலில் காணலாம்.

1835

4. கலை, இலக்கியம்

(அ) திவாகரம் : தாண்டவராய முதலியார் பதிப்பு

ஆதி திவாகரம் என்றொரு நூல் இருந்தது என்று முன்னர் கூறி வந்தனர். அதற்கு இலக்கியத்தில் சான்று எதுவுமிலது. ஒன்பதாம் நூற்றாண்டினரான திவாகரர் இயற்றி, அவர் பெயரால் வழங்கும் திவாகரம் என்பதே, தமிழில் தோன்றிய முதல் நிகண்டு. ஆகையால், அது ''ஆதி நிகண்டு'' என்ற சிறப்பைப் பெற்றுள்ளது. திவாகரர் தன் நூலுக்கு என்ன பெயர் என்ற சொல்லவில்லை. அவர் தன் நூலின் இறுதியில் பன்னிரண்டு இடங்களில் ''திவாகரத்து'' என்று மட்டும் கூறுகின்றாரேயொழிய, அங்கு வேறு சொல்லை வைக்கவில்லை.

திவாகரம் 2180 நூற்பாக்களில் 9500 சொற்களைக் கூறுகின்றது. இந் நிகண்டு 1835 ஆம் ஆண்டு முதன் முதலாய் அச்சில் பதிக்கப்பட்டது. அதைப் பதிப்புப் பணியின் முன்னோடியான தாண்டவராய முதலியார் பதிப்பித்தார். இவரைப் பற்றிய செய்திகள் இக்களஞ்சிய வரிசையில் ஆங்காங்கே கூறப்பட்டு வருகின்றன. (நிகண்டுகள் : இ.ச.க. தொகுதி-4 : 1732 கட்டுரை)

(ஆ) இலண்டனில் டசாடு மெழுகுப் பொம்மைக் காட்சி

மேடம் டசாடு (*Madame tussaud 1760-1850*) என்ற சுவிட்சர்லந்தியப் பெண்மணியின் ஆசானும் ஆதரவாளருமான டாக்டர் ஃபிலிப்பு கர்சியஸ் 1783 ஆம் ஆண்டு பாரிசில் திறந்து வைத்த மெழுகுப் பொம்மைக் காட்சி முன்னர் (இ.ச.க. தொகுதி-9 :1783-புள்ளி) சொல்லப்பட்டது.

மெழுகுப் பொம்மைக் காட்சியின் முன்னோடியான ஃபிலிப்பு கர்சியசின் மாணவியாயும் ஒரே வாரிசாயும் மேடம் டசாடு இருந்தார். சுவிட்சர்லந்தியரான டசாடு, கர்சியஸ் செய்த சில மெழுகுப் பொம்மைகளொடு 1802 ஆம் ஆண்டு குளிர் காலத்தில் இங்கிலாந்திற்குச் சென்றார்.

அவர் இலண்டனிலுள்ள லைசியம் என்ற கொட்டகையில் இப்பொம்மைகளைத் தனிப்பிரிவில் காட்சிக்கு வைத்தார். அவர் இங்கிலாந்தில் பல ஆண்டுகள் பல இடங்களில் சுற்றி வந்தபோது இப்பொம்மைகளைத் தனியாகவே மக்களுக்குக் காட்டினார்.

அவர் 1835 ஆம் ஆண்டு தன் பொம்மைகளை நிலையான ஓரிடத்தில் காட்சிக்கு வைத்து விட்டார். கொடிய குற்றவாளிகளின் பொம்மைகள் அடங்கிய தனிப் பிரிவிற்குத் ''தனி அறை'' (*Separate Room*) என்ற பெயர் இங்குதான் ஏற்பட்டது. அது 1846 ஆம் ஆண்டிற்குப் பிறகு ''பயங்கரக் கூடம்'' (*Chamber of Horrors*) என்று அழைக்கப்படலானது.

உலகெங்கிலுமிருந்து இலண்டனுக்கு வந்த மக்கள் இந்தப் பயங்கரக் கூடத்தை விரும்பிப் பார்த்தனர். மேடம் டசாடின் மெழுகுப் பொம்மைக் காட்சியின் தாக்கத்தினால் ''மெழுகுப் பொம்மை வீடு'' (*House of Wax*) என்ற நாவலும் அதைத் தழுவி ஒரு திரைப்படமும் வெளிவந்தன. அப்படத்தில் ஆங்கில மொழியைச் சுவைபடப் பேசும் வின்செண் பிரைஸ் (*Vincent Price*) நடித்திருந்தார்.

1835

(இ) வேலூர்க் கோயில் மண்டபத்தை அயல்நாடு கொண்டு செல்ல முயற்சி

வேலூர்க் கோட்டைக்குள்ளிருக்கும் சலகண்டேசுவரர் கோயிலின் கருங்கல் மண்டபம் சிறந்த வேலைப்பாடு அமைந்த சிற்பங்களுக்குப் பெயர் பெற்றது. இதன் கலையழகைக் கண்டு வியப்படையாதார் இலர். இம்மண்டபத்தை அடியொடு பெயர்த்து எடுத்துக்கொண்டு போய் இங்கிலாந்தில் மீண்டும் அமைப்பதற்கு ஆங்கிலேயர் இக்காலத்தில் முனைந்தனர். ஆனால் இம்மண்டபத்தை ஏற்றிக் கொண்டு செல்வதற்காக வந்த கப்பல், நல்ல வேளையாய்க் கடலுள் மூழ்கியது. அக்கப்பல் அவ்வாறு மூழ்கியிராவிடில் வேலூர்க் கோயில் மண்டபம் இன்று இங்கிலாந்தில் ஏதோ ஓர் அருங்காட்சியகத்தை அணி செய்து கொண்டிருக்கும்.

(ஈ) கோகலின் நாவல்கள்

நிக்கோலை வாசிலியவிச்சு கோகல் (*Nikolai Vasilievich Gogol, 1809-1852*) உக்ரேனிலுள்ள சோரோச்சிண்சி என்ற ஊரில் 1809 ஆம் ஆண்டு பிறந்தவர். அவர் 1836 ஆம் ஆண்டு வெளியான ''இன்ஸ்பெக்டர் ஜெனரல்'' (*The Inspector General*) என்ற நாவலினால் பெரும் புகழ்பெற்றார். இதில் மாநில அரசு அலுவலரிடம் நிலவிய ஊழலும் வீண் ஆரவாரமும் நையாண்டி செய்யப்பட்டிருந்தன. இவர் பல சிறுகதைகளும் எழுதினார்.

அவரின் சில கதைகளின் தொகுதியான ''மிரிகிராடு''. ''நெவ்ஸ்கி பிராஸ்பெக்டு''. ''தி போட்ரயிட்டு''. ஆகிய அடங்கிய ''அரபெஸ்கி'' என்ற நூல் 1835 இல் வெளி வந்தது. அவர் இவற்றை எழுதிய பின்னர் அயல் நாட்டில் வாழச் சென்றுவிட்டார். அவர் பெரிதும் ரோமில் வாழ்ந்தார்.

(உ) ஹன்ஸ் கிறிஸ்தியன் ஆண்டர்சனின் புதிய கதைகள்

ஹன்ஸ் கிறிஸ்தியன் ஆண்டர்சன் (*Hans Christian Anderson, 1805-1875* டென்மார்க்கிலுள்ள லுடன்ஸ் என்ற ஊரில் பிறந்தார். இவர் பற்றி இ.ச.க. தொகுதி-11 : 1805-புள்ளி காண்க) எழுதிய தேவதைக் கதைகளின் முதற்தொகுதி 1835 ஆம் ஆண்டு வெளிவந்தது. அவரது நாவலும் இதே ஆண்டில் வெளி வந்தது. இந்நாவல் மிகுந்த வரவேற்பைப் பெற்றதால், ஆண்டர்சன் நாடகம் எழுதுவதையும் தேவதைக் கதைகள் எழுதுவதையும் ஒதுக்கிவிட்டு நாவல்கள் எழுதத் தொடங்கினார். அவர் 1831-1832 ஆம் ஆண்டுகளில் பாக்களும் புனைந்தார்; பயண நூல்களும் எழுதினார். உலகப் புகழ் பெற்ற அவரின் தேவதைக் கதைகள் : *The Tinderbox* (தீப்பற்றும் பெட்டி), *''The princess and the pea''* (இளவரசியும் பட்டாணியும்), *''The Ugly Duckling"* (அழகிலி வாத்துக் குஞ்சு) *''The Red Shoes''* (செங் காலணிகள்) *''The Emperror's New Clothes''* (பேரரசரின் புதிய ஆடை).

(ஊ) ''கலை கலைக்காகவே''

கலை யாருக்காக? கலை கலைக்காகவேயாம் என்று பிரஞ்சு மெய்யியலாரான விக்டர் கூசி (*Victor Cousin, 1792-1867;* பாரிஸ் நகரில் பிறந்தவர்) 1835 ஆம் ஆண்டில் அழுத்திக் கூறினார் (*L'Art pour I'Art.*) கூசி விரிந்த மனப் போக்குடையவர்; கல்விச் சீர்திருத்தக்காரர்.

1835

5. கல்வி

(அ) அசாமில் ஆங்கிலப் பள்ளி

அசாமில் முதல் ஆங்கிலப் பள்ளி 1835 ஆம் ஆண்டு திறக்கப்பட்டது. அதற்குக் கௌகாத்தி ஆங்கிலப் பள்ளி என்று பெயர். இது பின்னர் காட்டன் கல்லூரிப் பள்ளி (*Cotton Collegiate School*) என்று பெயர் பெற்றது.

பூரியிலும் இவ்வாண்டு ஆங்கில பள்ளியை நிறுவினர். போதிய எண்ணிக்கையில் மாணவர் சேராததால், இப்பள்ளி 1840 இல் மூடப்பட்டது.

(ஆ) கல்கத்தாவில் மருத்துவப் பள்ளி

இந்தியத்தில் மருத்துவம், மருத்துவக் கல்வி ஆகியன பற்றி முன்னர் விரித்துரைத்திருந்தோம். (இ.ச.க. தொகுதி-13 : 1822 கட்டுரை) இந்தியத்தில் பல்துறைக் கல்விக்குப் பத்தொன்பதாம் நூற்றாண்டில் பெரிய அளவில் வழி திறந்து விடப்பட்டு வருகின்றது.

கல்கத்தாவில் 1835 ஆம் ஆண்டு ஒரு மருத்துவக் கல்லூரி திறக்கப்பட்டது. இக்கல்லூரியில் சேர்ந்த மாணவருள் பெரும்பாலர் முஸ்லிம்களாயிருந்தனர்.

(இ) அச்சகச் சுதந்திரம் வந்தது

தலைமை ஆளுநர் பெண்டிங்குப் பிரபு நோய்வாய்ப்பட்டுப் பதவியிலிருந்து 1835 இல் விலகிச் சென்றதும், கல்கத்தாவின் தலைமை ஆளுநர் ஆட்சி மன்றக் குழுவின் மூத்த உறுப்பினரான சார்லஸ் தியோபிலஸ் மெட்காஃபு (*Charles Theopilus Metcalfe, Ist Baron of Metcalfe 1785-1846*) அப்பதவியை இவ்வாண்டு ஏற்றார். அவர் 1835 மார்ச்சு முதல் 1836 மார்ச்சு வரை இடைக்காலத் தலைமை ஆளுநராயிருந்தார். இந்தியர்க்கு அச்சுச் சுதந்திரம்

தரும் வகையில் 1835 ஆம் ஆண்டு பதவியேற்றதும் செப்டம்பர் 15 அன்று ஒரு சட்டத்தைக் கொண்டு வந்தார். அதற்கு ''1835 ஆம் ஆண்டின் 11 ஆவது சட்டம்'' என்று பெயர்.

இதற்கு முன்னர் அச்சகம் தொடர்பாய் நடைமுறையிலிருந்த ஒழுங்குமுறை விதிகள், சட்ட விதிகள், அவசரச் சட்டங்கள் முதலியவற்றை இச்சட்டத்தைக் கொண்டு வந்து மெட்காஃபு ஒழித்தார்.

உரிமம் பெறாமல் அச்சகங்களை நிறுவலாகாது; சில சூழ்நிலைகளில் அரசு அவற்றைக் கட்டுப்படுத்தும்; அச்சிட்ட புத்தகங்கள், அறிக்கைகள் முதலியவற்றைச் சுற்றுக்கு விடுவதைக் கட்டுப்படுத்துதல் என்றெல்லாம் 1823 ஏப்ரல் 5 அன்று கொண்டு வரப்பட்ட ஒழுங்கு முறைக் கட்டளை விதித்தது. இப்புதிய சட்டம் அதையும் ஒழித்தது.

இவ்வாறே, அச்சகம் நிறுவி நடத்தவும், இதழ்களை நடத்தவும் இருந்து வந்த கட்டுபாடுகளும் பிற தடைகளும் இச்சட்டத்தால் நீக்கப்பட்டன.

அச்சகம் அமைக்கவும் இதழ்கள் வெளியிடவும் விரும்புவோர் குற்றநடுவர் ஒருவர் முன்னிலையில் சென்று தன்னை அச்சாளர் அல்லது வெளியீட்டாளர் என்று விண்ணப்பித்து, அவரிடமிருந்து உரிமம் பெற்றால் போதும். இவ்வாறு விண்ணப்பிப்பவர் தனது பெயர், முகவரி, அச்சகம் அல்லது பத்திரிகை அலுவலகங்களின் முகவரி ஆகியவற்றை எழுத்தில் அறிவிக்க வேண்டும். இவற்றில் ஏதேனும் மாறுதல் இருப்பின் அவற்றைக் குற்ற நடுவரிடம் முறைப்படி அறிவிக்க வேண்டும்.

அச்சகம் அமைக்கவும் இதழ் வெளியிடவும் இருந்து வந்த கட்டுப்பாடுகளும் தடைகளும் இப்புதிய சட்டத்தினால் 1835 இல் நீக்கப்பட்டு விட்டதால், இதே ஆண்டில் புதிய அச்சகங்கள் பல தோன்றின. பல இதழ்கள் வெளிவந்தன.

மெட்காஃபு

இச்சட்டம் கொண்டு வரக் காரணமாயிருந்த இடைக்காலத் தலைமை ஆளுநரான மெட்காஃபு பிரிட்டீசு இந்தியத்தைக் கட்டியெழுப்பிய முன்னோடிகளில் ஒருவராவார். அவர் தன் தலைமுறையைச் சேர்ந்த கம்பெனி ஊழியர்களைப் போன்று, வெல்லஸ்லி நிறுவிய வில்லியம் கோட்டைக் கல்லூரியில் ஈடுபாடு உடையவர். அவர் கம்பெனியின் தூதுவராய் ஆப்கன் தலைநகரான காபூலில் இருந்தபோது ஏராளமாய் எழுதி இருக்கின்றார்.

பாரசிகம், ஆப்கானித்தானம், பாஞ்சாலம் ஆகியவற்றொடு கம்பெனிக்காக அரசியல் உறவுகளை நிலைப்படுத்தியதில் மெட்காஃபின் பங்கு மிகப் பெரிதாகும்.

அவர் முன்னர் கூறிய அச்சுச் சுதந்திரச் சட்டத்தைக் கொண்டு வந்தது குறித்துக் கம்பெனிக்கும் அவருக்கும் இருந்து வந்த உறவில் சிக்கல் ஏற்பட்டது. அதனால் அவர் 1838 ஆம் ஆண்டு கம்பெனியின் ஊழியத்திலிருந்து நீங்கினார். அவர் பின்னர் 1839 ஆம் ஆண்டு ஜமைக்கத்தின் (*Jamaica*) ஆளுநரானார். மெட்காஃபு விக்கு கட்சிச் சார்புடையவர்.

இந்தியத்தில் பிரிட்டீசு ஆட்சி நிலைப்பது குறித்துத் தனக்கு இருந்து வந்த ஐயப்பாடுகளை அவர் வெளியிட்டார். பிரிட்டனின் மேலாண்மை எளிதில் விழுந்து விடும் என்று அவர் கூறினார்.

அச்சுச் சுதந்திரமும் இலக்கிய வளர்ச்சியும்

இந்தியர்கள் அச்சகம் அமைக்கும் நல்லச் சூழல் 1835 இல் ஏற்பட்டதும் மக்கள் இலக்கியங்களை அணுகுவது எளிதாயிற்று.

பெர்சிவல் 1835 ஆம் ஆண்டிற்குச் சிறிது காலத்திற்கு முன்னர், வீரமா முனிவரின் சதுரகராதிக் கையெழுத்துப் படியை 150 ரூபாய்க்கு வாங்கினார். இந்த அகராதி 1732 ஆம் ஆண்டு தொகுக்கப் பெற்றது. (சதுரகராதி இ.ச.க. தொகுதி-4 : 1732 கட்டுரை) அக்காலத்திலிருந்து இந்த அகராதியைக் கையால் படியெடுத்து வெகு சிலர் மட்டுமே பயன்படுத்தி வந்தனர். அதனால் அந்நாளில் பெருந்தொகை கொடுத்துச் சதுரகராதிப் படியை வாங்க நேர்ந்தது. அதே படி அச்சிட்டு வந்த பிறகு இரண்டு ரூபாக்கு எல்லார்க்கும் கிடைக்கலாயிற்று.

இக்காலத்தில் அச்சிடப் பெற்ற பெரும்பாலான நாடகங்கள் ஒவ்வொன்றும் நான்கணா விலையில் கிடைத்தன. பல நாடகங்கள் பத்தாண்டுக் காலத்திற்குள் மீண்டும் மீண்டும் பதிக்கப் பெற்றன. எடுத்துக்காட்டாய், மகாபாரதம்-சூதாடல், துகிலுரிதல் என்ற நாடகம் மட்டும் 1876,1877 ஆகிய ஆண்டுகளில் ஆறுமுறை பதிக்கப்பட்டு விட்டது.

மேலும் பத்தொன்பதாம் நூற்றாண்டின் இக்காலகட்டத்தில் கீழ்த்திசைச் சுவடிகள் நூலகம் ஒன்று அமைக்கப்பட்டுப் பணிகள் நடந்தன. இந்நூலகத்தின் முயற்சியால் நாடெங்கும் ஏட்டு வடிவில் சிதறிக் கிடந்த பல்வேறு நல்ல இலக்கியங்கள் தொகுக்கப் பெற்று நூல் வடிவில் அச்சாயின. இனி நெடுகிலும் இந்திய மொழிகளில் நடந்த அச்சும்-பதிப்பும் பற்றிய செய்திகளைப் பரக்கக் காணலாம்.

6. பொருளியல், நிதியியல்

புதிய பேரரச நாணய முறை வந்தது

இந்தியம் முழுமைக்குமான ஒரே சீரான பேரரசாட்சி நாணய முறையைக் கொண்டுவர அரசு மேற்கொண்ட முயற்சி 1833 ஆண்டுப் புள்ளிப் பகுதியில் சொல்லியிருந்தோம். அத்தகைய ஒரே நாணயமுறையைக் கொண்டு வருவதற்கென்று இந்தியப் பேரரசு *(Imperial Government of India)* 1835 ஆம் ஆண்டில் ஒரு சட்டத்தைக் *(1835 Act of XVII)* கொண்டு வந்தது.

இந்திய அரசு அதற்கிணங்க 1835 ஆம் ஆண்டில் செப்பமற்ற இரட்டை உலோக நாணய முறையைக் கைவிட்டு, வெள்ளி அடிப்படையில் ஒரு நாணய முறையைக் கைக் கொள்ளலாயிற்று.

இந்த 1835 ஆம் ஆண்டின் பதினேழாவது சட்டப்படி சென்னை மாநிலத்தில் புழங்கி வரும் ரூபாய் நாணயமே, இந்தியம் முழுமையிலும் செல்லக்கூடிய அடிப்படை நாணயமாய்ப் புழங்கி வருவதற்கு வகை செய்யப்பட்டது. இதனால் சென்னைக்கு இந்தச் சிறப்புக் கிடைத்தது.

ஏனெனில் கிழக்கிந்தியக் கம்பெனியின் இயக்குநர் மன்றம் *(Court of Directors)* நாணயச் சீர்திருத்தம் குறித்து எடுத்த முடிவை நடைமுறைக்குக் கொண்டு வந்த முதல் மாநிலம் சென்னையேயாகும். (இந்தியத்தில் புழங்கி வந்த நாணயமுறை பற்றியும் பிரிட்டிசார் பதினெட்டு, பத்தொன்பதாம் நூற்றாண்டுகளில் கொண்டு வந்த நாணயச் சீர்திருத்தங்கள் குறித்தும் இக்களஞ்சிய வரிசை பல செய்திகளை நெடுகிலும் சொல்லி வருகின்றது என்பதைப் படிப்பாளிக்கள் நினைவிற் கொள்ள வேண்டும்.)

பிரிட்டீசு இந்தியத்தில் இனிமேல் தங்க நாணயம் செல்லாது என்று மேற்சொன்ன சட்டம் விதித்துவிட்டது. அதனால் இதுவரை நாட்டில் புழங்கி வந்த பொற்காசுகள் அனைத்தும் (வராகன்-பகோடா போன்றன) செல்லாதனவாயின.

ரூபாயை நாடு முழுமைக்குமான அடிப்படை நாணயமாய் ஏற்றுக் கொண்டதன் விளைவாய் நாணய முறையில் இருந்து வந்த குழப்பங்களை அரசு ஒழித்து நிலையான ஒரு நாணய முறைக்குக் கடைகாலிட்டுவிட்டது.

இப்புதிய நாணய முறைக்குத் தென் மாவட்டங்களில் எதிர்ப்பு இருந்தது. எனினும் பொது நன்மை கருதிப் புதிய முறை நடைமுறைக்குக் கொண்டு வரப்பட்டது. தொடக்கத்தில் சில இடர்ப்பாடுகள் ஏற்பட்ட போதிலும் நாளாவட்டத்தில் அனைத்தும் சீர்திருத்தப்பட்டன.

(இந்திய நாணயம் : 1740,1793, 1800, 1812, 1818, 1833, காண்க.)

7. போர், இராணுவம்

இந்திய நாட்டுப் படையில் கொலைத் தன்டனை ஒழிப்பு

இந்தியத்தின் தலைமை ஆளுநரான பெண்டிங்குப் பிரபு நாட்டுப் படையில் கொடிய குற்றங்களுக்கு அளிக்கப்பட்டு வந்த கொலைத் தண்டனை முறையை *1835* பிப்ரவரி *5* அன்று ஒழித்தார்.

1835

8. போக்கு வரவு

(அ) முதல் ஜெர்மன் இருப்புப் பாதை

இங்கிலாந்தில் ஏற்பட்ட தொழிற் புரட்சியின் விளைவாய்த் தோன்றிய இரயில், இன்று உலகையே தண்டவாளங்களைக் கொண்டு கட்டும் விதத்தில் ஒவ்வொரு நாட்டிலும் இருப்புப் பாதைகள் போடப்படுவதைக் காண்கின்றோம்.

ஜெர்மனியின் முதல் இருப்புப் பாதை நியூரம்பர்கிற்கும் ஃபர்த்திற்குமிடையே *1835* இல் போடப்பட்டது.

(ஆ) அமெரிக்கத்தில் 1098 மைல் இருப்புப் பாதை

இருப்புப் பாதை பத்தொன்பதாம் நூற்றாண்டு அமெரிக்கப் பண்பாட்டில் தனி முதலான இடம் பெற்றுள்ளது. அதன் வரலாறே தனியாகும்.

அமெரிக்க ஒன்றியத்தில் *1835* ஆம் ஆண்டில் *1098* மைல் (சுமார் *1760* கிலோ மீட்டர்) நீளத்திற்கு இருப்புப் பாதைகள் அமைத்து, அதில் போக்கு வரவு நடந்து வருகின்றது.

(இ) பெல்ஜியத்தில் இரயில் ஓடியது

வடமேற்கு ஐரோப்பியத்திலுள்ள முடியரசான பெல்ஜியத்தில் இருப்புப் பாதை அமைத்து, *1835* மே *6* அன்று அதன் தலைநகரான பிரசல்சிற்கும் *(Brussels)* அதன் வடக்கே சுமார் அறுபது கிலோ மீட்டரிலுள்ள மெலைன்ஸ் *(Malines)* என்ற இடத்திற்கும் இரயில் விடப்பட்டது.

(ஈ) சிந்து ஆற்றில் கப்பல் போக்கு வரவு

சிந்து ஆறு தென் மேற்குத் திபேத்திலுள்ள இமயத்தின் கைலாய மலைத் தொடரில் 5,200 மீட்டர் உயரத்தில் தோன்றுவது. அது அங்கிருந்து இறங்கிக் காசுமீரம் வழியாய் வடமேற்கில் ஓடிப் பின்னர் பாகித்தானத்தின், குறுக்கே தென்மேற்கில் சென்று அரபுக் கடலில் கலக்கின்றது. இந்த ஆறு வரலாறு நெடுகிலும் புகழ் பெற்று விளங்குவது. இந்த ஆற்று வெளியில் தான் வெகு தொன்மையான சிந்துவெளி நாகரிகம் சுமார் நாலாயிரம் ஆண்டுகளுக்கு முன்னர் செழித்திருந்தது. இந்த ஆற்றின் நீளம் சுமார் 2900 கிலோ மீட்டர்.

கிழக்கிந்தியக் கம்பெனி இந்த ஆற்றை வாணிபப் போக்குவரவிற்கென்று 1835 ஆம் ஆண்டில் திறந்து விட்டது. அப்போது முதன் முதலாய்ச் சிந்து ஆற்றில் அவர்கள் வாணிபக் கப்பலைச் செலுத்தினர். தொடக்கத்தில் இதற்குச் சில இடர்ப்பாடுகள் ஏற்பட்ட போதிலும் நாளாவட்டத்தில் அனைத்தும் சீர்திருந்தி விட்டன.

9. மக்கள்

(அ) இரஷியத்தில், கொத்தடிமைகள் எண்ணிக்கை 11 மில்லியன்

இஷியத்தில் கொத்தடிமைகளின் (*serfs*) எண்ணிக்கை 1835 இல் பதினோரு மில்லியனைத் தொட்டுவிட்டது. இது 1816 ஆம் ஆண்டில் பத்து மில்லியனுக்கும் குறைவாயிருந்தது. இங்ஙனம் இந்நாட்டில் அடிமைகள் மிகுந்து விட்டதால், உணவு விளைச்சல் குறையுங் காலங்களில் மிகவும் கடுமையான நெருக்கடிகள் உண்டாயின.

(ஆ) போயர்கள் வெளியேற்றம்

தென்னாப்பிரிக்கத்தில் குடியேறிய டச்சுக்காரர் அல்லது ஹியூகோ நாட்டுகள் என்ற பிரஞ்சுப் புராட்டஸ்டண்டுகளின் வழி வந்தவர்களுக்குப் போயர் (*Boer*) என்று பெயர். இது டச்சுப் பெயராகும்.

பிரிட்டன் 1833 இல் அடிமை முறையை ஒழித்து விட்டதால் தென்னாப்பிரிக்கத்தின் கால்நடைப் பண்ணையாளர்களான போயர்களுக்குச் சினமூண்டு விட்டது. அதனால் அவர்கள் வரலாற்றில் ''மாபெரும் குடிப்பெயர்ச்சி'' (*Great Trek*) என்று அறியப்பட்டுள்ள நெடும் பயணத்தைத் தொடங்கினர். அவர்கள் ஆரஞ்சு ஆற்றின் வடக்கு, கிழக்குப் பகுதிகளை நோக்கிச் சென்றனர். அடுத்த இரண்டாண்டுகளுக்குள் சுமார் 10,000 போயர்கள் டிரான்சுவாலிலுள்ள வால் ஆற்றுக்கு அப்பால் அமைந்த புது நிலங்களுக்குள் குடிபுகப் போகின்றனர். அதனால் கேப்பு குடியேற்றத்தின் கிழக்குப் பகுதியில் மக்கள் எண்ணிக்கை வெகுவாய்க் குறையப் போகின்றது.

10. பொது

மெல்போன் நகரம் அமைந்தது

இன்று ஆஸ்திரேலியத்தின் இரண்டாவது பெரிய நகராயும் விக்டோரியாள் மாநிலத்தின் தலைநகராயும் இருக்கின்ற மெல்போன் (*Melbourne*) நகரம் 1835 ஆகஸ்டு 29 அன்று நிறுவப்பட்டது. இராபட்டுரசல் என்றவர் இந்நகரத்தை வடிவமைத்தார். இக்காலத்தில் (1835-1839) பிரிட்டனின் தலைமை அமைச்சராயும் விக்டோரியாளின் ஆலோசகராயுமிருந்த வில்லியம் மெல்போன் பெயரை இந்நகருக்கு இட்டனர்.

இந்நகரினருகேக 1851 ஆம் ஆண்டில் தங்க வயல்கள் கண்டுபிடிக்கப்பட்டதும், இது விரைந்து பெரிதாய் விட்டது. இங்கு இப்போது மூன்று பல்கலைக் கழகங்கள் உள்ளன.

இந்நகரின் மையப் பகுதி கம்பி வலைபோல் அமைக்கப்பட்டது. அகன்ற பெரிய தெருக்களை இந்நகரில் அமைத்தனர். இங்கு 1845 ஆம் ஆண்டு அமைத்த தாவரவியல் பூங்கா உள்ளது. இது 43 ஏக்கர்ப் பரப்புடையது. அங்கு உலகெங்கிலுமிருந்து கொண்டு செல்லப்பட்ட பன்னீராயிரத்திற்குமதிகமான தாவரங்கள் உள்ளன.

11. பிறப்பு

மார்க்கு டுவைன் (1835-1910)

மார்க்கு டுவைன் (*Mark Twain, 1835-1910;* மிசோரி மாநிலத்தின் ஃபிளோரிடத்தில் பிறந்த எழுத்தாளர்) என்பது சாமுவேல் லாங்குஹான் கிளமண்ஸ் (*Samuel Longhorn Clemens*) என்றவரின் புனைபெயராகும். அவரின் *The Innocents Abroad* என்ற நாவல், அவரைச் சிறந்த நகைச்சுவை எழுத்தாளர் என்று நிலை நிறுத்தியது.

அவரது தனிச் சிறப்பு வாய்ந்த நாவல்கள் : *Tom Sawyer (1876); Huckleberry Fin (1884)*

இவர் இந்தியத்திற்கும் வந்திருந்தார்.

12. இறப்பு

(அ) கடைசிப் புனித ரோமன் பேரரசர் இரண்டாம் ஃபிரான்சிஸ் (1768-1835)

புனித ரோமன் பேரரசு பற்றி முன்னர் விளக்கியிருந்தோம். (இ.ச.க. தொகுதி-6 : இ.ச.க. தொகுதி 10) இக்குடியின் கடைசிப் பேரரசரான இரண்டாம் ஃபிரான்சிஸ் (*Francis II, 1768-1835* ஆ.கா. *1792-1806*) இந்த ஆண்டு இறந்தார். இவர் முதலாம் ஃபிரான்சிஸ் என்ற பெயரில் ஆஸ்திரியத்தின் முதல் பேரரசராயும் (*1804-1835*), அங்கேரி நாட்டு அரசராயும் (*1792-1830*), பொகீமிய அரசராயும் (*1792-1835*) இருந்தவர். இவர் இத்தாலியின் ஃபுளாரன்ஸ் நகரில் பிறந்தவர். இவர் நெப்போலியனால் பலமுறை தோற்கடிக்கப்பட்டவர்; அவருடன் சிறிது காலம் மட்டும் சேர்ந்திருந்தார். பின்னர் இரஷியத்துடனும் பிரஷியத்துடன் அணி சேர்ந்து நெப்போலியனை லீப்சிகில் தோற்கச் செய்தவர்.

நெப்போலியன் ஜோசஃபினை *1810* ஆம் ஆண்டில் மணவிலக்குச் செய்தபின் இரண்டாம் ஃபிரான்சிசின் மகளான மாரி லூசியை (*Marie Louise, 1791-1874*) மணந்தார். (இ.ச.க. தொகுதி -*11* : *1810*-புள்ளி) இவர்களுக்கு *1811* இல் ஒரு மகன் பிறந்தான். அவர் இரண்டாம் நெப்போலியன் என்று பட்டங் கட்டப்பட்டார்.

இரண்டாம் ஃபிரான்சிசையடுத்து அவரின் நான்கு வயது மகன் முதலாம் ஃபெர்டினாந்து என்ற பெயரில் *1835* இல் ஆட்சிக்கு வந்து *1848* வரை நிலவினார்.

(ஆ) குணங்குடி மஸ்தான் (1787-1835)

சூஃபி ஞானியான குணங்குடி மஸ்தான் (*1787-1835*) *1840* ஆம் ஆண்டு இறந்தார்.

1836

அரசியல்

மலபாரில் மாப்பிள்ளைமார் கிளர்ச்சி, புதிய தலைமை ஆளுநர் ஆக்லந்துப் பிரபு
சென்னை மாநிலம் மாவட்டங்களும் கோட்டங்களும்
போயர்களின் புதிய குடியேற்றங்கள்
அர்க்கான்சஸ் அமெரிக்க ஒன்றியத்தில் இணைதல்

அறிவியல்

அசிட்டிலின் கண்டுபிடிப்பு, துத்தநாகம் பூசிய இரும்பு
பாஸ்பரத் தீக்குச்சி, ''பீகிள்'' திரும்பியது

சமயம்

தஞ்சைத் தரணியில் பிராமணர் வேள்விகள்
அசாமில் சமயப் பரப்பியர்

கலை இலக்கியம்

காஜுராகோ
''காசி யாத்திரைச் சரித்திர'' தெலுங்கு பயண நூல்
சவரிராயப் பிள்ளை நாள் குறிப்பு, தெலுங்கில் சமையற் கலை நூல்

கல்வி

இந்து மாணவர் பிணம் அறுக்க எதிர்ப்பு, கல்கத்தா நூலகம்

தொழில், வாணிபம், வேளாண்மை

சென்னையில் வேளாண்மை, தோட்டக்கலைச் சங்கம்
கொள்ளிடத்தின் குறுக்கே அணை

பொறியியல்

கொள்ளிடத்தின் குறுக்கே அணை

போக்குவரவு

இரயிலில் செல்ல முதல் பயணச் சீட்டு, முதல் கனடிய இருப்புப் பாதை
ஈரி கால்வாய் விரிப்பு, கல்கத்தாவில் பலூன்

மக்கள்

பிரிட்டனில் பிறப்பு, இறப்பு கட்டாயப் பதிவு

பொது

பாரிசின் வெற்றி வளைவு

தொல்லியல்

கல், உலோகங்கள் பெயரால் காலப் பகுப்பு

பிறப்பு

''கன்னடக் கல்வெட்டியல் தந்தை'' ரைஸ்
பொன்னம்பலம் பிள்ளை *(1836-1902)*
இராமகிருஷ்ண பரமஹம்சர் *(1836-1886)*

இறப்பு

ஆந்திரே மாரி ஆம்பியர் *(1775-1836)*
முத்தப்பச் செட்டியார் (1760-1836), பேகம் சம்ரூ *(?-1836)*

1836

1836

1. காஜுராகோ காட்டுவது என்ன?

உலகில் மறக்கப்பட்டு விட்ட பல்வேறு இடங்களையும் அங்கு மறைந்தும் புதைந்தும் கிடந்த கலைச் செல்வங்களையும் வரலாற்றுச் சான்றுகளையும் இலக்கியங்களையும் இன்றைக்கு ஏறத்தாழ இருநூறு ஆண்டுகளுக்கு மேலாய்க் ''கண்டுபிடித்து வருவோர்'' ஐரோப்பியராய் இருந்து வருவதற்கிணங்க, இந்த *1836* ஆம் ஆண்டிலும் சுமார் பத்தாம் நூற்றாண்டு வாக்கில் எழுந்த காஜுராகோ கோயில்களையும் டி.எஸ்.பர்ட்டு (*T.S.Burt*) என்ற ஆங்கிலேயர் ''கண்டுபிடித்து'' வெளிப்படுத்தினார்.

சந்தேலர் குடியினர் சுமார் *950* ஆம் ஆண்டிற்கும் *1050* ஆம் ஆண்டிற்கும் இடைப்பட்ட காலத்தில் கட்டுவித்த இக்கோயில்களைப் பற்றி இன்று வரையிலும் ஏராளமான ஆராய்ச்சிக் கட்டுரைகளும் நூல்களும் வந்து கொண்டேயிருக்கின்றன.

இதன் பழம் பெயர் கஜர்ரா என்பது; புந்தேல் கண்டிலுள்ள பழைய சந்தர்ப்பூர் நாட்டிலிலுள்ளது. (புந்தேல்கண்டு, புந்தேலர் : இ.ச.க. தொகுதி-2 செஞ்சிக் கோட்டைக் கட்டுரை) விந்தியப் பிரதேசத்தின் ஹரபல்பூரின் தெற்கே சரத்பூர் மாவட்டத்தில் பன்னாவின் அருகே காஜுராகோ உள்ளது. கான்பூர் நகரின் தெற்கில் சுமார் 150 கிலோ மீட்டரில் கோயில்கள் நிறைந்த காஜுராகோ இருக்கின்றது.

அல் பிரூணி (*973-1038*) இதை ஜேஜாகுதி (*Jejaguti*) என்று குறிப்பிடுவார். இங்கு ஜேஜக புக்தி என்ற அரசகுடி கி.பி. *9-13* ஆம் நூற்றாண்டுகளில் ஆட்சி புரிந்தது. பிருது தன் பெயரால் இம்மண்ணுலகிற்குப் பிருதிவி என்று பெயர் இட்டதைப் போன்று ஜேஜர் (ஜெயசக்தி) தன் பெயரை *Jeja (ka) Bhuktti* என்று இதற்குத் தந்தார் என்று மகோப என்ற இடத்திலுள்ள ஒரு கல்வெட்டுக் கூறும். ஜேஜாபுக்தி என்பது புந்தேல்கண்டின் பழம் பெயர் என்பது பொதுவாய் ஏற்கப்படுகின்றது.

இதைக் கர்ஜுரவாக்கம் என்று செப்பேடுகள் செப்புகின்றன. இந்நகர வாயிலை இரண்டு பேரீச்சை மரங்கள் அழகு செய்வதால், வந்த காரணப் பெயர் அதுவாகும்.

சந்தேலர் இரசபுத்திர குடியின் ஒரு பிரிவைச் சேர்ந்தவராவர். அவர்கள் கானோஜிற்கு அடங்கித் திறை செலுத்தி வந்த சிற்றரசர் ஆவர். சந்தேலர் ஹர்ஷர் (*606-647*) காலத்திலேயே வலிமை பெற்று விளங்கினர். இலட்ச வர்மன் என்ற யசோ வர்மன் சேதி குடியினரான யுவராசனையும் மாளவத்தையும் வென்று வலிமை மிக்க அரசரானார்.

இவ்வரசரே கலிஞ்சார் மலையை வென்று இராமச் சந்திர சதுர் புயக் கோயிலைக் காஜுராகோவில் கட்டினார். யசோ வர்மன் திபேத்திலிருந்த தேவிபால பிரதிகாரனிடமிருந்து இக் கோயில் மூர்த்தியை பெற்று வந்து திருநிலை செய்தாராம். இவருடைய மகனான மகாராசாதிராசன் தஸ்கன் ஆவார். அவர் கானோஜை வென்று நூறாண்டுகள் வாழ்ந்து காஜுராகோவில் மேலும் பல கோயில்களைக் கட்டினார்.

தஸ்கனின் பெயரரான வித்தியாதரன் *1022* ஆம் ஆண்டு கசனி முகமதின் படையெடுப்பை எதிர்ப்பதற்காக மகோபா, கலிஞ்சார் முதலிய எல்லைகளில் தன்

கவனத்தைச் செலுத்தினார். அதனால் காஜுராகோ தன் சிறப்பை இழக்கத் தொடங்கிற்று, கீர்த்திவர்மன் என்ற சந்தேல அரசர் பிரபோதச் சந்திரோதயம் என்ற நாடகத்தை எழுதிய கிருஷ்ண மிச்ரதியை ஆதரித்தார் என்று அல் பிரூணி எழுதி வைத்துள்ளார்.

இபின் பதூதா (1304-1374) கூற்றிலிருந்து இங்கு ஒரு மைல் நீளமான ஏரி இருந்தது என்று அறிகின்றோம். அதைச் சுற்றிப் பல கோயில்கள் இருந்ததாயும் அதிலிருந்து தெரிந்து கொள்ள முடிகின்றது. அந்த ஏரியை இப்போது நினோர தால் என்கின்றனர். இந்த ஏரியின் நடுவே மூன்று மைய மண்டபங்கள் கோபுரங்களுடன் இருந்தன என்றும் இபின் பதூதா எழுதியிருக்கின்றார். அங்கு சடா முடியுடன் கூடிய யோகியர் இருந்தனர் என்பதையும் அவர் தெரிவிக்கின்றார். இது பெரிய வழிபாட்டுத் தலமாய் இருந்தது என்று கொள்ள இடமுளது.

டெல்லியை ஆண்ட லோடி மரபின் மூன்றாவது சுல்தானான இபுராகிம் லோடி (1517-1526) இக்கோயில்களில் சிலவற்றை இடித்தார் என்று கொள்ளலாம் என்கின்றனர். சந்தேலரின் முன்னோர் வைணவர். அவர்கள் பின்னர் சைவந் தழுவினர்.

காஜுராகோக் கோயில்களுக்கும் ஒரிசத்திலுள்ள புவனேசுவரம், கோணர்க்கம் போன்ற இடங்களிலுள்ள கோயில்களுக்கும் பொதுவான பல கூறுகள் தென்படுகின்றன, எனினும் காஜுராகோக் கோயில்கள் மிகச் சிறந்த மேன்மையுடையனவாகும். அங்கு முதலில் சிவன், திருமால், சூரியன் ஆகிய இறைவர்க்கென்று 82 கோயில்கள் இருந்தன. இன்று 25 கோயில்கள் மட்டுமே எஞ்சி நிற்கின்றன. இவையனைத்திலும் காந்தாரிய மகாதேவர் கோயில் மிகப் பெரியதாகும். இக்கோயில் மொத்தம் கிட்டத்தட்ட 900 படிமங்கள் உள்ளன. அவை சுவர்களிலும் தூண்களிலும் உள் கூரைகளிலும் அமைத்துச் செதுக்கப்பட்டிருக்கின்றன.

காஜுராகோக் கோயிலின் உள் புறத்தை எண்ணற்ற அரிய சிற்ப வேலைப்பாடுகள் அழகுபடுத்திய போதிலும், அதன் புறச் சுவர்கள் தாம் அவற்றை விட மிக அருமையான,

இணையிணையான புடைப்புச் சிற்பங்களாய், அடுக்கடுக்காய் அழகுறச் சுற்றிலும் அமைந்துள்ளன. அவை வெகு நேர்த்தியான கோலங்களில் தெய்விக உருவங்களைக் காட்டுகின்றன. நேர்த்தி மிக்க கவினுறு பெண்ணுருவங்களும் தொன்மங்களில் வரும் சிங்கங்களும் இன்னும் பிற விலங்குகளும் செடி, கொடிகளும் அவற்றில் செதுக்கப்பட்டுள்ளன.

காஜுராகோவைப் படைத்த சிற்பியர் வாழ்க்கைச் சூழற்சி முழுவதையும் அதன் சிறு பின்னணிகளையும் கூட விட்டு விடாது, உயிருள்ள தோலிற்கு உள்ள உணர்ச்சிகளைக் கல்லுக்கு ஊட்டியுள்ளனர்.

தனித்தன்மை வாய்ந்த செழுமையான இந்திய- ஆரியக் கோயில் கட்டுமானக் கலையை இரசபுதனம் பதினொன்றாம் நூற்றாண்டு வரையிலும் குஜராதும் கத்தியவாடும் பத்து முதல் பதினான்காம் நூற்றாண்டு வரையிலும் கண்டன. இக்காலத்தே இரசபுதனத்தில் கோயில்கள் மலர்ந்தன. துரதிருஷ்ட வசமாய் அவற்றில் ஏராளமான கோயில்கள் முஸ்லிம் படையெடுப்பாளரால் அழிக்கப்பட்டன.

இரசபுதனக் கலை இயக்கம் குஜராதையும் கத்தியவாடையும் சென்றடைந்தது. அங்கு நிலையான ஆட்சி புரிந்த சோலங்கி அரச குடியினர் முழு நிறைவும் கலைச் சிறப்பும் செறிந்த பெரியனவும் அழகியனவுமான கோயில்களை இந்திய - ஆரியக் கட்டுமானக் கலைப் பாணியில் கட்டுவித்தனர். பெரும்பாலான கோயில்கள் 1025 ஆம் ஆண்டிற்கும் குஜராது டெல்லிச் சுல்தான்களால் 1298 ஆம் ஆண்டு அடிமைப் படுத்தப்பட்ட காலத்திற்கும் இடைப்பட்ட காலப்பரப்பில் எழுந்தன.

1836

இங்கு வெகு அழகும் நேர்த்தி பொலிகின்றவையுமான பல கோயில்கள் இடிபாடடைந்து கிடக்கின்றன. அவை படையெடுப்பாளரின் சீற்றத்தினால் மட்டுமன்றிப் பத்தொன்பதாம் நூற்றாண்டில் உலுக்கிய நில நடுக்கத்தாலும் இடிந்து, தகர்ந்து அவை ஒரு காலத்தில் எய்தியிருந்த சிறப்பொளியை இழந்தன. எனினும் அங்கு இன்று எஞ்சி நிற்கும் கோயில்கள் வடிவிற்கும் நேர்த்திக்கும் சிறப்புத் தந்து, கலைஞன் கல்லில் வடித்த மேன்மையைக் காட்டி நிற்கின்றன. அக்கலைஞன் முந்நூறு ஆண்டுகளுக்கு மேல் அலுக்காமல் சலிக்காமல் இக்கோயில்களைக் கட்டி எழுப்பிக் கொண்டேயிருந்தான். அவை கட்டுமானக் கலையின் முக்கியமான புதுக் கூறுகளை வெளிப்படுத்துகின்றன.

வட பாரதத்தில் கோயில் கட்டுமானக் கலையின் மாபெரும் காலம் பதின்மூன்றாம் நூற்றாண்டுடன் முடிவடைந்தது. சோழர்கள் காலத்தில் (846-1279) தென் பாரதத்தில் தொடர்ந்து கோயில்கள் எழுப்பப்பட்டு வந்தன. அவர்களின் நிலையான ஆட்சியில் இக்கலை திராவிடப் பாணியாய்த் தமிழ் நிலத்தில் வளர்ச்சியடைந்தது.

காஜுராகோவில் சிவன், மாலவன், அம்பிகை, சூரியன், கணபதி முதலிய கடவுளர் கோயில் கொண்டுள்ளனர். இங்குள்ள முக்கியமான கோயில்கள்: காந்தாரிய மகாதேவர் கோயில், பரத்துஜீ கோயில், சதுர்புயக் கோயில், மதங்கேசுவரர் கோயில் ஆகியனவாகும்.இங்குள்ள மைதுனச் சிற்பங்கள் தர்க்க வாதங்களுக்குக் காரணமாயின.

இங்கு காணப்படும் புணர்ச்சிக் காட்சிகளை வெளிப்படுத்தும் உருவங்களை விட, அவற்றின் சமயத் தொடர்பான கற்பனையே மிகவும் முக்கியமானதாகும். அது சிறிதளவே விளங்கிக் கொள்ளப்பட்டுள்ளது. வாத்சியானரின் (கி.பி.4 நூ.) காமசூத்திரத்தில் காதல் வழிபடப்படவில்லை என்பது உறுதி; அது உடலின்ப

உத்திகளுடன் தொடர்புடைய நூலேயாகும். காமசூத்திரம் சமயச் சார்பற்ற சிற்றின்ப வழிகாட்டியேயாகும். காஜூராகோ, புவனேசுவரம், கோணர்க்கம் பின்னும் பிற இந்துக் கோயில்களில் காணப்படும் உருவங்கள் தாந்திரிகமும் உலகப் பற்றும் ஒன்று சேர்கின்ற வேறுபட்ட ஒரு மரபைச் சேர்ந்தனவாகும் என்று விளக்கம் தருகின்றனர்.''ஆதலால் இச்சிற்பங்களைக் காமசூத்திரத்துடன் தொடர்பு படுத்துவதைக் கைவிட வேண்டும்'' என்று தேவன் கணதேசாய் என்ற ஆராய்ச்சியாளர் கூறுகின்றார். அவர் இக்கருத்தை விளக்கி அண்மையில் ஒரு நூலை (*The Religious Imagery of Khajuraho, 1997*) எழுதியுள்ளார்.

ஸரோஜினி, ஜகன்னாதன் க்ஷேத்திராஞ்சலி, புது டெல்லி.

Saletore, R.N. Encyclopaedia of Indian Culture, Vol.II New Delhi, 1982

Sircar, Anjali When deity, devotee unite, an article in The Hindu, 11.1.1992

1836

வரலாற்றுப் புள்ளிகள்

1. அரசியல்

(அ) மலபாரில் மாப்பிள்ளைமார் கிளர்ச்சி

தம்மைக் கலப்படமற்ற தூய ஆரியர் என்று இன்றும் நம்பி வருகின்ற நம்பூதிரிப் பிராமணர், திப்பு சுல்தானுக்கு (1753-1799) அஞ்சி வட கேரளமான மலபாரை விடுத்துத் தெற்கில் வேணாடான திருவிதாங்கூரில் புகலடைந்தனர். (இ.ச.க. தொகுதி-9: 1788-கட்டுரை) அவர்கள் அங்கு ஆயிரக்கணக்கில் சென்றனர். திப்பு சுல்தான் 1799 ஆம் ஆண்டு நடந்த நான்காம் மைசூர்ப் போரில் சீரங்கப்பட்டணத்தில் இறுதியாய்க் களம்பட்டதையடுத்து மலபார்ப் பகுதி முற்றிலும் கிழக்கிந்தியக் கம்பெனியின் வசமாயிற்று. இரண்டாம் மைசூர்ப் போரின் இறுதியில் (1790-1792) மலபாரின் பெரும் பகுதி கம்பெனிக்குக் கிடைத்து விட்ட போதிலும் திப்பு போரில் இறந்த பிறகு தான் மலபார் முழுமையையும் அது பெற்றது.

திப்பு சுல்தான் அச்சம் நீங்கி விட்டதால், கேரளத்தில் நிலக்கிழார்களான ஜன்மி என்ற நம்பூதிரி ஆண்டையர் வேணாட்டிலிருந்து மலபாருக்குத் திரும்பிச் சென்று தம் நில உரிமையை மீண்டும் பெற்றுவிட்டனர். அவர்கள் மதம் மாறிக் கொண்ட குடியானவர்களான மாப்பிள்ளைமாரை நசுக்கி நெருக்கத் தொடங்கினர். மாப்பிள்ளைமார் பள்ளிவாசல் கட்டவும் இடுகாடு நிறுவவும் கூட நம்பூதிரிமார் நிலம் தர மறுத்தனர். (மாப்பிள்ளைமார் : இ.ச.க. தொகுதி-9 : 1790 கட்டுரை)

இதனால் நிலக்கிழார்களான நம்பூதிரிமாருக்கும் அவர்களின் நிலங்களில் பாடுபட்ட கூலிகளான மாப்பிள்ளைமாருக்குமிடையில் கசப்பு உண்டானது. ஆதலால் மாப்பிள்ளைமார் நம்பூதிரிமாருக்கு எதிராய்க் கிளர்ச்சி செய்யத் தொடங்கினர். அவர்கள் மதம் மாறியதற்கு முன்னிருந்த நிலை இப்போது மாறிவிட்டது. அது அடிப்படையில் நிலக்கிழாருக்கும் உழவருக்கும் நடந்த போராட்டமேயாகும்.

மாப்பிள்ளைமார் கிளர்ச்சி 1836 இல் தொடங்கி 1898 வரை அறுபத்திரண்டு ஆண்டுகள் நீடித்தது. அவர்கள் செய்த கிளர்ச்சிகளினால் மலபாரின் (வட கேரளத்தின்) அமைதி குலைந்தது. இக்கிளர்ச்சிகள் அடுத்தடுத்து ஒன்றன் பின் ஒன்றாய் வெடித்துக் கொண்டேயிருந்தன. அப்போது நம்பூதிரிப் பிராமணரில் சிலர் கொல்லப்பட்டனர். சில நேரங்களில் இது சிறு கிளர்ச்சியாய் நின்று போனதுமுண்டு.

மாப்பிள்ளைமாரை ஒடுக்குவதற்கென்றே 1850 ஆம் ஆண்டுகளில் மலபாரில் தனிக் காவல்படை (*Malabar Special Police-MSP*) என்ற அரைகுறை இராணுவத் தன்மை வாய்ந்த சிறப்புக் காவலர் படை உண்டாக்கப்பட்டது (இத்தனிக்காவல்படை நாடு விடுதலை பெற்ற பின்னரும் கேரளத்தில் இன்னும் இருந்து வருகின்றது.)

மாப்பிள்ளைமார் கிளர்ச்சி பற்றி லோகன் குழு 1881 இல் ஆராய்ந்தது. இக்கிளர்ச்சி சமய வெறியினால் நிகழ்வில்லை; அது உழவர்க்கு உண்டான இன்னல்களின் காரணமாய்த்தான் தோன்றியது என்பதை இக்குழு கண்டறிந்து கூறியது வரையிலும் இக்கிளர்ச்சி நீடித்தது. வட கேரளத்தில் குத்தகைக்கு நிலத்தில் பாடுபடும் குடியானவர்களின் இன்னலைத் தணிக்கும் நடவடிக்கைகளை வரிசையாய் மேற்கொள்ள வேண்டுமென்று லோகன் பரிந்துரைத்ததும் கிளச்சியின் வேகம் குறைந்தது.

(ஆ) புதிய தலைமை ஆளுநர் ஆக்லந்துப் பிரபு

இந்தியத் தலைமை ஆளுநராயிருந்த பெண்டிங்குப் பிரபு உடல் நலங் குன்றியதால் தாயகம் திரும்பியதும் கிழக்கிந்தியக் கம்பெனியின் மிகச் சிறந்த பொது ஆட்சிப் பணி ஊழியரான சர் சார்லஸ் மெட்காஃபு சிறிதுகாலம் தலைமை ஆளுநராயிருந்தார். அப்போது அவர் நடந்து கொண்ட முற்போக்கைக் குறித்துக் கம்பெனி இயக்குநர்களுக்கு ஐயப்பாடு எழுந்தது. எனினும் கம்பெனி ஊழியர் எவரும் இந்தியத்தில் மேலுயர் பதவி வகிக்கலாகாது என்ற விதி இருந்ததால் மெட்காஃபு பதவியில் நீடிக்க முடியவில்லை.

அதனால் ஆக்லாந்துப் பிரபு (*George Eden, Earl of Auckiand, 1784-1849*) 1836 ஆம் ஆண்டு இங்கிலாந்திலிருந்து வந்து இவ்வாண்டு மார்ச்சு மாதம் இந்தியத் தலைமை ஆளுநர் பதவியை ஏற்றார்.

இப்போது பிரிட்டனின் தலைமையமைச்சராயிருந்தவர் மெல்போன்; அயலுறவு அமைச்சராயிருந்தவர் பாமர்ஸ்டன் (1784 - 1865) இரஷியம் இந்தியத்தின் மீது படையெடுக்கக் கூடும் என்பதை ஆக்லந்து நம்பும் வண்ணம் அவர்கள் அவரிடம் கூறியனுப்பியிருந்தனர். அவ்வாறு எந்தத் தாக்குதலும் நடக்கவேயில்லை.

ஆக்லந்து பதவிப் பொறுப்பேற்றதும் பொறுப்பற்றதும் பாடழிவு தந்ததுமான ஆப்கன் போரில் ஆக்லந்து ஈடுபடுவதற்கும் பாமர்ஸ்டன் இசைவு தந்து விட்டார்.

ஆக்லந்தின் தனிப்பட்ட வாழ்க்கையில் இரஷியம் பற்றிய அச்சமே மேலோங்கி நின்றது. பேய்க் கனாக் காண்பது போலிருந்த இக்கால கட்டத்தில் எடுக்கப்பட்ட கிறுக்குத்தனமான கொள்கை முடிவுகளுக்கெல்லாம் இந்த அச்சமே காரணம் என்பது கண்கூடு. இரஷியப் பூச்சாண்டியினால் பிரிட்டிசார் பெண்டிங்கின் காலத்திலிருந்தே நடுங்கி வருகின்றனர். இதற்குப் ''பெரிய விளையாட்டு'' என்று பெயரிட்டிருந்தனர். இதில் ஈடுபட்டிருந்த பெரும் புள்ளிகள் அனைவரும் வதந்திகளைக் கேட்டுச் சித்திரவதைக்குள்ளாகி வந்தனர். இரஷியம் பிரிட்டிசு இந்தியத்தின் தலைவாயிலில்

வந்து நிற்பதாய் அவர்களுக்குத் தோன்றியது. இந்தியத்திற்கு அருகிலிருந்த இரஷியத் தளமான ஓரன்பர்கிற்கும் பிரிட்டனின் எட்டாக்கைத் தளமான லூதியானத்திற்கும் இடையில் இரண்டாயிரம் மைல் இடைவெளி இருந்தது. இவ்விரண்டு இடங்களுக்கும் நடுவே ஆப்கானித்தானமும் இரஞ்சித்து சிங்கின் பாஞ்சாலமும் இருந்தன.

பேரரச உச்சியை எட்டி வந்த பிரிட்டிசார் பதினெட்டாம் நூற்றாண்டில் திப்பு சுல்தானுக்கும், நெப்போலியனுக்கும் அஞ்சி நடங்கினர். இப்போது இரஷியப் பூச்சாண்டி வரப் போகின்றது என்று கிலி கொண்டு கிடந்தனர். அதற்குக் காரணம் இருந்தது. அதை இனிக் காண்போம்.

(இ) சென்னை மாநிலம் : மாவட்டங்களும் கோட்டங்களும்

சென்னை மாநிலத்தில் (*Madras Presidency*) சிறு மாவட்டமான சென்னை நீங்கலாய் இருபது மாவட்டங்கள் (*districts*) அல்லது ஆட்சியரின் (*Collector*) ஆட்சிப் பகுதிகள் இக்காலத்தில் இருந்தன. (சென்னை, பம்பாய், கல்கத்தா ஆகிய இடங்களிலிருந்த கம்பெனி ஆட்சி மன்றக் குழுவிற்குப் பொறுப்பாய்த் ''தலைவர்கள்'' (*Presidents*) இருந்தனர். அவர்களின் ஆட்சிப் பொறுப்பில் இருந்த இடங்கள் *Presidency* என்று பெயர் பெற்றன.) சென்னை மாநிலத்தின் மொத்தப் பரப்பு 1,38,249 சதுர மைல்.

வட மாவட்டங்களான கஞ்சம், விசாகப்பட்டினம், மச்சிலிப் பட்டினம் ஆகிய மூன்றும் பெயரளவில் ஆண்டையர் (சமீந்தர்) ஆட்சி முறையின் கீழ் இருந்ததால், அச்சமீன்களின் உள் பொருளியல் அமைப்பில் அரசு அலுவலரின் பங்கு சிறிதளவேயாகும்.

ஏனைய மாவட்டங்கள் இரயத்து வாரி முறையின் கீழ் (இரயத்துவாரி முறை - இ.ச.க._தொகுதி-10) பல கோட்டங்களாய்-தாலுகாக்களாய்ப் பிரிக்கப்பட்டிருந்தன. ஒவ்வொரு கோட்டமும் ஒரு வட்டாட்சியரின் (தாசில்தார்) கீழ் இருந்தது. அவரே தலைமை வருவாய் அலுவலராயும் இருந்தார். தலைமைக் காவல் துறைத் தலைவராயும் இருந்தார்; அவர் ஆட்சியரின் (*Collector*) கீழ் இருந்த வட்டங்களின் பொதுப் பணிகளுக்குப் பொறுப்பாயிருந்தார்.

கோட்டங்களின் எண்ணிக்கை மாவட்டத்திற்கு மாவட்டம் வேறுபட்டது. திருச்சிராப்பள்ளி மாவட்டத்தில் எட்டுக் கோட்டங்கள் இருந்தன. (வடகேரளமான) மலபார் மாவட்டத்தில் அந்த எண்ணிக்கை பதினெட்டாயிருந்தது. கோட்டங்களின் சராசரி எண்ணிக்கை பதின்மூன்று. மொத்தம் இருபது மாவட்டங்களிலும் சேர்த்து 256 கோட்டங்கள் இருந்தன.

(ஈ) போயர்களின் புதிய குடியேற்ற மாநிலங்கள்

கேப்புக் குடியேற்றத்திலிருந்து (*Cape Colony*) 1835 இல் வெளியேறிய தென்னாப்பிரிக்கப் போயர்கள் 1836 இல் நேட்டால், டிரான்ஸ்வால், ஆரஞ்சு ஃபிரீ மாநிலம் என்ற மூன்று மாநிலங்களை அமைத்தனர். அவர்களின் குடிப் பெயர்ச்சி இன்னும் முற்றுப்பெறாமல் தொடர்ந்து நடந்து வருகின்றது. (1835 காண்க)

(உ) அர்க்கான்சஸ் அமெரிக்க ஒன்றியத்துடன் இணைந்தது

வடக்கிலும் மேற்கிலும் மலைப்பாங்கான தென் மாநிலமான அர்க்கான்சஸ் (*Arkansas*) 1836 ஆம் ஆண்டு அமெரிக்க ஒன்றியத்துடன் இணைந்தது. இதன் கிழக்கே மிசிசிப்பி ஆற்றின் வண்டல் படியும் சமவெளி உள்ளது. அமெரிக்கத்தின் ஒரே வைரச்

சுரங்கம் அர்க்கான்சசில் உள்ளது. இங்குதான் பாக்சைட்டும் மிகுதியாய்க் கிடைக்கின்றது.

இதன் தலைநகரம் லிட்டில் ராக்கு (*Little Roack*) : பரப்பளவு **1,34,537** சதுர கிலோ மீட்டர்.

2. அறிவியல்

(அ) அசிட்டிலின் கண்டுபிடிப்பு

ஆங்கில வேதியியலாரான எட்மண் டேவி (*Edmond Davey*) **1836** இல் அசிட்டிலினைக் கண்டுபிடித்தார். இது எத்தைன் (*ethyne*) எனவும் படும். இது கால்சியம் கார்பைடில் நீரைச் சேர்த்துப் பெறும் வளியாகும். மிகு வெள்ளொளியுடன் எரிவது; அதனால் இதற்கு ஒள் வளி என்ற தமிழில் பெயர். நிறமற்றதும் நீரில் கரையக் கூடியதும் தீப்பற்ற வல்லதுமான இவ் வளியைக் கரிம வேதிப் பொருள்களைச் செய்யும் உலோகங்களைத் துண்டிக்கவும் இணைக்கவும் பயன்படுத்துகின்றனர். இது காய்களைச் செயற்கையாய்ப் பழுக்க வைக்கவும் பயன்படுகின்றது. இதன் வேதி வாய்ப்பாடு C_2H_2

(ஆ) துத்தநாகம் பூசிய இரும்பு கண்டுபிடிப்பு

துத்தநாகம் பூசிய இரும்பு **1835** ஆம் ஆண்டு பிரான்சில் கண்டுபிடிக்கப்பட்டது. கந்தகக் காடியில் துப்புரவு செய்த இரும்பு உருகிய துத்தநாகத்தில் தோய்த்து எடுக்கப்படுகின்றது. இதுவே துத்தநாகம் அல்லது நாகமுலாம் பூசிய இரும்பு (*galvanised iron*) எனப்படும்.

(இ) பாஸ்வரத் தீக்குச்சி

உரசிப்பற்ற வைக்கும் தீக்குச்சி பற்றிய செய்திகள் முன்னர் சொல்லப்பட்டிருந்தன (இ.ச.க. தொகுதி-**13** : **1827** புள்ளி) அடுப்புகளை ஏற்றவும், கணப்பு, சிகரட்டு ஆகியவற்றைப் பற்ற வைக்கவும் இன்று பயன்படுகின்ற தீக்குச்சியின் முன்னோடியான பாஸ்வரத் தீக்குச்சிக்கு **1836** ஆம் ஆண்டில் வாணிபக் காப்புரிமை (*patentt*) தரப்பட்டது. அதை அமெரிக்கத்தைச் சேர்ந்த மசாச்சூசட்சு மாநிலத்திலிருக்கும் ஸ்பிரிங்கு ஃபீல்டு என்ற ஊரினரான அலோன்சோ டி ஃபிலிப்ஸ் (*Alanzo D.Phillips*) பெற்றார். இவர் காலணி செய்பவர்.

(ஈ) ''பீகிள்'' ஆராய்ச்சிக் கப்பல் திரும்பியது

இயற்கையியலரான சார்லஸ் டார்வினுடன் (*Charles Darwin, 1809-1882*) தென்னமெரிக்கக் கடல்களில் உயிரியல் ஆய்வுகளை மேற் கொள்ளச் சென்றிருந்த ''பீகிள்'' (*Beagle*) என்ற ஆராய்ச்சிக் கப்பல் ஐந்தாண்டுக்குப் பிறகு இந்த **1838** அக்டோபர் **22** அன்று பணி முடித்து இங்கிலாந்து திரும்பிற்று.

3.சமயம்

(அ) தஞ்சைத் தரணியில் பிராமணர் செய்த வேள்விகள்

வேள்வி எனப்படும் யாகத்தை நான்கு வகையாய்ப் பிரிக்கின்றனர்; வேதம் ஓதுதல் என்பது பிரம யாகம்; ஓமம் வளர்த்தல் தெய்வ யாகம்; பலி ஈதல் பூத யாகம்; தர்ப்பணம் செய்தல் பிதுர் யாகம்; இரப்போர்க்கு ஈதல் மானுட யாகம். ''இவ் வேள்விகள் பற்றிய

1836

செயல் முறைகளும் மந்திரங்களும் ஆங்காங்கு வழக்கங் குறைந்தும் சிதைந்தும் பிறழ்ந்தும் கிடத்தலால், அவை பற்றி எழுதாது அவற்றின் பெயர் மட்டும் கூறுகின்றேன்'' என்று அபிதான சிந்தாமணி பட்டியலிட்டுள்ள வேள்விகளின் பெயர்கள் வருமாறு:

(1) அக்னிஷ்டோமம் (2) அத்தியக்கினிஷ்டோமம் (3) உக்தீயம் (4) சோடசீ (5) வாசபேயம் (6) அதிராத்திரம் (7) அப்தோரியாமம் (8) அக்கினியாதேயம் (9) அக்கினிகோத்திரம் (10) தரிச பூர்ணமாசம் (11) சாதுர் மாஸ்யம் (12) நிரூட சுபந்தம் (13) ஆக்கிரயணம் (14) சௌத்திராமணி (15) அஷ்டகை (16) பார்வணம் (17) ஆச்வயூசீ (22) விசுவசித (23) ஆதானம் (24) நாசிகேதசயனம் (25) காடக சயனம் (26) ஆருன கேதுக சயனம் (27) கருட சயனம் (28) பௌண்டரீகம் (29) சத்திரயாகம் (30) சாவித்திரி சயனம்

யாக விருட்சங்கள் : 8,10,12 விதம் என்று அபிதான் சிந்தாமணி வகைப்படுத்தும். அவை : வில்வம், ஆல் , வன்னி, கருங்காலி, மா, நறுமுருக்கை, அத்தி, பலாசம், சந்தனம், வேங்கை , அரசு, வாகை

பிங்கள நிகண்டு (கி.பி.10 நூ.) பதினெட்டு வகை வேள்விகளைக் கூறுகின்றது :-

சோதிட்	டோமம்	அங்கிட்	டோமம்
உத்தியம்	சோடசீ	வாச	பேயம்
உத்தி	ராத்திரம்	சோம	யாகம்
சாதுர்	மாசியம்	பவுத்திர	பேதம்
மணி	புண்டரீகம்	அங்கி	சயனே
இராச	சூயம்	அச்சுவ	மேதம்
பிரணவ	மேதம்	பாசுபந்த	தம் எனப்
பாற்படும்	பதினெண்	யாக	மென்ப.

பிராமணர்கள் தஞ்சைத் தரணியில் இக்காலகட்டத்தில் கீழ்வரும் யாகங்களைச் செய்தனர் :-

அக்கினிஷ்டோமம் : இது தலையாய யாகம்; வசந்த காலத்தில் ஐந்து நாளில் செய்து முடிப்பது. ''அக்கினிஷ்டோம ப்ருஷ்ட ஸாமா'' என்ற சாம வேத மந்திரத்தில் இவ்வேள்வி முடிவதால் இதற்கு அக்கினிஷ்டோமம் என்று பெயர் ஏற்பட்டது. திருவாலங்காட்டில் வாழும் அப்பய்ய தீட்சிதர் (1520-1592) வழியினரான குப்பா தீட்சிதர், 1824 இல் அக்கினிஷ்டோம யாகம் செய்திருக்கின்றார். சிவராம புரியில் இருக்கும் இராம வாசபேயரின் தகப்பனார் இந்த வேள்வியை 1825 ஆம் ஆண்டிற்கு முன்னர் செய்திருக்கின்றார்.

மந்திரிவர்ய ராஜஸ்ரீ சதாசிவ கேசவ் தீட்சித் பண்டித் அவர்களும் சேனாபதி கிருஷ்ணஸ்ரீ கேசவ் தீட்சித் பண்டித் அவர்களும்

'' சேனா துரந்தரர் பிரவேக காரிய ராஜஸ்ரீ சோம நாத சதாசிவ் தீட்சித் பண்டித் அவர்களும்''

''சேனா துரந்தரர் ராஜேஸ்ரீ கங்காதர ரக்மோஜி தீட்சித் அவர்களும் வெங்காஜி

ரக்மாஜி தீட்சித் அவர்களும் தருமையா தீட்சித் அவர்களும் சேனா துரந்தர் வரதப்பய்ய தீட்சித் அவர்களும் அக்கினிஷ்டோம யாகத்தை 1836 இல் செய்துள்ளனர்''.

''தச்சன், கம்மாளன், குயவன் வகேறாக்கள் கேட்டுக் கொண்டது; அக்கினிஷ்டோம யாகத்தில் பசு ஒன்றுக்கு ஐந்து பணம் கிடைக்க வேண்டும் என்பதால் (சிறந்த) உறுப்பு இலக்கணம் பொருந்திய பசு ஒன்றுக்கு வேள்வியில் அவியாகச் சொரிய (பலியிட) ஐம்பது பணம் கேட்டனர் என்று தெரிகின்றது.''

பசு பந்தம் : இது பதினெட்டு வகை யாகங்களுள் ஒன்று. ஓராண்டில் ஒரு முறை அல்லது இரு முறை செய்யப்பெறும். இது இரண்டு அல்லது ஒரே நாளில் செய்து முடிக்கப்பெறும்.

வாசபேயம், சோடசீ : இது பிராமணராலும் ,சத்திரியராலும் செய்யப்படும் பல வேள்விகளில் ஒன்று. இது சரத்து ருதுவில் (ஐப்பசியும் கார்த்திகையுமாகிய கூதிர் காலம்) செய்யப் பெறுவது, இதில் ரதிரோகணம் (தேர் ஏறுதல்) சுவேதா சத்திர தாரணம் (வெண்குடை பிடித்தல்) முதலில் ஆறு கூறுகள் உண்டு.

பௌண்டரீகம் : இது புண்ட ரீகம் என்ற வேள்வியாகும், இது 36 நாள் செய்யப் பெறும். இதற்கு ஏகாதச ராத்திரம், மகாவிரதம் என்ற பெயர்களும் உள்ளன.

சோடசீ : இது அக்கினிஷ்டோமம் போன்று ஐந்து நாள் செய்யப்பெறும் வேள்வியாகும். அக்கிஷ்டோமத்திற்கு 12 தோத்திரங்கள்; உத்தியம் என்ற வேள்விக்கு மேலும் மூன்று தோத்திரங்கள். பதினாறாவது தோத்திரம் ''சோடசீ தோத்திரம்'' என்ற நீண்ட தோத்திரமாகும். இந்தப் பதினாறுடன் இவ்வேள்வி முடிவதால் இதற்கு ''ஷோடசீ'' (பதினாறு) என்று பெயர்.

சர்வதோமுகம் : இது அபூர்வ கிருது : புதிதாய்ச் செய்யப் பெறுவது. அக்கினிஷ்டோம யாகமும் இரண்டு சோடசீ யாகங்களும் செய்தால் அதற்குச் ''சர்வதோமுகம்'' என்று பெயர்.

வைசுப யாகம் : ராஜேஸ்ரீ சோமநாத சதாசிவ பண்டிதர் 1836 இல் வைசுபதேவம் தொடங்கினார், என்று தஞ்சை மாரட்டிய மோடி ஆவணக் குறிப்பு ஒன்றுள்ளது. வைசுப தேவமாவது, விசுவ தேவர் பொருட்டு நாள்தோறும் பகலில் உண்ணு முன்னர் செய்யும் வேள்வியாகும். விசுவதேவர் என்பவர் தேவ சாதியில் ஒருவர். தருமனுக்கு விசுவா என்பவளிடம் பிறந்தவர். சிரார்த்தத்தில் பூசிக்கப்படுபவர்.

தர்ச பூர்ணமாசா : இது சுக்கில், கிருஷ்ண(வளர் பிறை, தேய் பிறை) பிரதமைகளில் (முதல் நாளில்) செய்யும் சிரௌதச் சடங்காகும். சிரௌதம் என்பது வேதத்தில் விதிக்கப்பட்டது என்று பொருள்படும். வெங்காஜி ரக்மாஜி என்றவர் ''தர்ச பூர்ண மாஸா'' என்ற சடங்கை 1836 இல் செய்தார் என்று தெரிகின்றது.

ஆபஸ்தம்ப சோம பூர்வசு அதனம் : ஆபஸ்தம்பம் என்பது யசுர் வேதப் பிரிவாகும்; இந்தச் சோம யாகம் யசுர் வேதியர் செய்வதாகும், ராமய்ய வர சுப்பய்யர் 1836 இல் இவ்வேள்வியைச் செய்திருக்கின்றார். யாகங்களுக்கும் பொதுவான பெயர் சோம யாகமாகும். சேனா துரந்தரர் ராஜேஸ்ரீ கங்காதர ரம்மாஜி என்றவர் ''போதாயன சோம பூர்வ யக்ஞும்'' செய்தார் என்பதை மோடி ஆவணக் குறிப்பில் காண்கின்றோம். போதாயனம் என்பது வைதிகச் சடங்குகளைக் கூறும் கற்ப நூல் வகையாகும். ஆபஸ்தம்ப யக்ஞுத்திற்கும் போதாயனத்திற்கும் என்ன வேறுபாடு என்பது தெரிந்திலது.

குண்ட இஷ்டி : இது இன்னது என்பது தெரிந்திலது. இவ்வேள்விகள் தஞ்சை மராட்டியரில் கடைசி அரசரான இரண்டாம் சிவாஜியின் காலத்தில் (1832-1855) நடந்தன.

வெங்கட ராமையா, கே.எம். தஞ்சை மராட்டிய மன்னர்கால அரசியலும் சமுதாய வாழ்க்கையும், தமிழ்ப் பல்கலைக் கழகம், தஞ்சாவூர், 1984.

(ஆ) அசாமில் சமயப் பரப்பியர்

கிழக்கிந்தியக் கம்பெனி தன் ஆட்சிப் பரப்பினுள் சமயப்பணி செய்வதற்கு இசைவு தந்ததன் பயனாய்க் கிறித்தவ சமயத் தொண்டர்கள் இந்தியத்தின் பல பகுதிகளுக்குள் செல்லத் தொடங்குகின்றனர். (அதற்கு 1813 ஆம் ஆண்டு இயற்றப்பட்ட சட்டம் வழிவகுத்தது. இ.ச.க.தொகுதி-12 :1813 கட்டுரை)

ரெவரண் நாதன் பிரௌன் (*Rew.Nathan Brown, 1804-1886*) டாக்டர் மைல்ஸ் பிரான்சன் (*Dr.Miles Bronson, 1812-1883*) என்ற சமய ஊழியர் இருவரும் 1836 ஆம் ஆண்டு அசாமிற்குச் சமயம் பரப்பச் சென்றனர்.

1836

4. கலை, இலக்கியம்

(அ) ''காசி யாத்திரைச் சரித்திர'' தெலுங்குப் பயண நூல்

கோமளேசுவரப்பூ சீனிவாசப் பிள்ளை (1804-1859) பத்தொன்பதாம் நூற்றாண்டின் முற்பாதியில் சென்னை நகரின் பெரும் புள்ளியாய் விளங்கியவர். அவர் பச்சையப்பன் அறக்கட்டளையில் உறுப்பினராயுமிருந்தார். தமிழிலும் தெலுங்கிலும் புலமை மிக்கவர்.

கம்பெனி ஆட்சிக் காலத்தில் சென்னையிலிருந்த உச்சநீதிமன்றத்தில் மொழிபெயர்ப்பாளராய்ப் பணி செய்த எனுகுலவீர சாமய்யவின் நெருங்கிய நண்பராய்ச் சீனிவாசபிள்ளை இருந்தார். வீர சாமய்ய 1836 இல் காசிக்குச் சென்றார். அவர் அப்போது அன்றாடம் தன் நாள் குறிப்பில் யாத்திரை பற்றிய செய்திகளை எழுதி வந்தார். அவர் அதைக் ''காசி யாத்திரைச் சரித்திர'' என்ற பெயரில் தெலுங்கு மொழி நூலாய் வெளியிட்டார். அந்நூலில் வட நாட்டிலும் தென்னாட்டிலுமுள்ள தலங்கள் பற்றிய செய்திகள் இருந்தன; அங்கு வாழ்ந்த மக்களின் பழக்க வழக்கங்களும், நடையுடைபாவனைகளும் ஆடையணிகளும் அதில் சொல்லப்பட்டிருந்தன.

சீனிவாச பிள்ளை தன் நண்பர் வீர சாமய்ய மீது கொண்ட மதிப்புக் காரணமாய் அவரின் வரலாற்றை எழுதிக் ''காசி யாத்திரைச் சரித்திர' என்ற இந்நூலுடன் சேர்த்து அச்சிட்டார். அத்துடன் தெலுங்கில் எழுதப் பெற்ற இப்பயண நூல் முழுவதையும் தமிழ், ஆங்கிலம், மராட்டி ஆகிய மொழிகளிலும் மொழிபெயர்க்கச் செய்தார், சீனிவாச பிள்ளை தெலுங்கு இலக்கிய விற்பன்னர்களின் திறனறிந்து பாராட்டுவார். ஆதலால் அவர் பச்சையப்பன் அறக்கட்டளையில் உறுப்பினராயிருந்தபோது மிகச் சிறந்த இலக்கண ஆசிரியரும் தற்காலத்து உரை நடை எழுத்தாளருமான பரவஸ்து சின்னய்ய சூரி என்றவரைப் பச்சையப்பன் கல்லூரியில் தெலுங்குப் பண்டிதராய் அமரச் செய்தார்.

(பரவஸ்து சின்னய்ய சூரியின் நூற்றாண்டு 1961 ஆம் ஆண்டு கொண்டாடப்பட்டது. அவர் சென்னைப் பல்கலைக் கழகத்தின் முதல் தெலுங்குத் தலைமை ஆசிரியராய் 1845 முதல் 1861 வரை பணியாற்றினார்.)

சீனிவாச பிள்ளை எனுகுல வீரசாமய்யவுடனும் வெம்பாக்கம் சீனிவாசாச்சாரியுடனும் அமர்ந்திருக்க அவர்களுக்குப் பின்னால் வழக்குரைஞர் ஏ.டீ.நாட்டன் நிற்கும் தைல வண்ண ஓவியத்தைப் பச்சையப்பன் கல்லூரியில் காணலாம்.

(ஆ) சவரி ராயப் பிள்ளை நாள் குறிப்பு

சவரிராயப் பிள்ளை என்றவர் எழுதிய நாள் குறிப்பிற்குச் ''சவரிராயப் பிள்ளை அவர்களின் சர்னலும் காகிதங்களும்'' என்று பெயர். இது ஆனந்தரங்கம் பிள்ளையின் நாள் குறிப்பைப் போன்று அவ்வளவாய் அறியப்படாதது.

இதன் முதல் தொகுதியைச் சவரி ராயப்பிள்ளையின் மகனாகிய யோவான் தேவசகாயம் பாளையங்கோட்டையிலுள்ள கந்தா மலை அச்சகத்தில் அச்சிட்டார். இது சவரிராய பிள்ளை 1836 முதல் 1863 வரை எழுதி வந்த நாள் குறிப்பின் மறுபதிப்பாகும். இந்நூலிலிருந்து சிறந்த இம்மனிதரின் வாழ்க்கைக் குறிப்புகளையும் திருநெல்வேலி மாவட்டத்தின் கிறித்தவ சமயத் தொண்டர்களைப் பற்றிய நேரடிச் செய்திகளையும் காண முடியும்.

இந்நூலின் பிற்சேர்க்கை 214 பக்கங்களையுடையது. இதை இந்நூலின் பதிப்பாசிரியர் 1893 ஆம் ஆண்டில் எழுதியிருக்கலாம் என்று கருதப்படுகின்றது. இந்நூல் சென்னையிலுள்ள ஆவணக் காப்பகத்தில் உள்ளது.

(இ) தெலுங்கில் சமையற் கலை நூல்

சரசுவதி பாய் என்ற பெண்மணி 1836 இல் ''பாக சாஸ்திரமு'' என்ற சமையற்கலை நூலைத் தெலுங்கில் எழுதினார். தெலுங்கு மொழி இக்கால கட்டத்தில் இலக்கியத்திலும் பிற துறைகளிலும் ஆளப்பட்டதற்கு இது சான்றாகும். இந்நூலைக் காவலி வேங்கடராமசாமி *"Modern Culinary Recipes of the Hindus''* என்ற பெயரில் ஆங்கிலத்தில் மொழி பெயர்த்தார்.

1836

5. கல்வி

(அ) இந்து மருத்துவ மாணவர் பிணம் அறுக்க வைதிகர் எதிர்ப்பு

பிணத்தைத் தொடுவது தீட்டு என்று இன்றும் கருதப்படுகின்றது. இந்த எண்ணம் பத்தொன்பதாம் நூற்றாண்டில் மிகவும் வலுவாய் இருந்தது. கல்கத்தா மருத்துவக் கல்லூரியைச் சேர்ந்த பண்டித் மதுசூதன குப்த என்ற இந்து மாணவர் துணிந்து பிணத்தை அறுத்து ஆராய்ந்தார். இதை வைதிகர் எதிர்த்தனர். முற்போக்காளர் அவரை வீரர் என்று பாராட்டினர். கல்கத்தாவில் சென்ற ஆண்டு மருத்துவக் கல்லூரி திறந்த போது, அதில் சேர்ந்த மாணவரில் பெரும்பாலர் முஸ்லிம்களாயிருந்தனர். பிணத்தை அறுத்து ஆய்வு செய்து படிப்பதில் முஸ்லிம்களுக்கு எவ்விதமான தடையும் இல்லாதிருந்தது இதற்குக் காரணமாகும்

மருத்துவம் கற்கும் மாணவர்க்கு உடல் உள்ளமைப்பியல்(*anatomy*) பற்றிய அறிவு இன்றியமையாதது என்பது தெளிவு. இந்தியத்தில் அந்த அறிவைப் பெறுவதற்கு மனித உடல்கள் எளிதாய்க் கிடைத்தன. ஆனால் மேனாடுகளில் இந்நிலை இல்லை. அங்கு இன்னொரு வகையான சமயத் தடை இருந்தது. அதனால் இந்தக் காலத்தில் உடலை

அறுத்துப் பார்ப்பதற்கு வேண்டிய பிணங்களைப் பெறுவதற்காகக் கள்ளத்தனமாய்க் கல்லறைகளைத் தோண்டிப் பிணங்களை எடுத்து விலைக்கு விற்றனர்.

மருத்துவர்களுக்கும் மருத்துவ மனைகளுக்கும் பிணங்களை விற்பவர்கள் அங்கு பலவிதமான தந்திரங்களைக் கையாண்டனர். இடுகாடுகளில் பிணங்களை அடக்கம் செய்ததுமே தோண்டியெடுத்து வந்தனர். இலண்டனில் பிஷப்பு, வில்லியம் ஜேம்ஸ் என்ற இருவரும் எடின்பரோ நகரில் பர்க்கு. ஹேர் என்ற இருவரும் அப்பாவிகளைக் கொன்று அவர்களின் பிணங்களை விற்றனர். எனவே இதை ஒழுங்குபடுத்துவதற்கு என்றே பிரிட்டனில் சட்டம் இயற்றப்பட்டது.

(ஆ) கல்கத்தாவில் நூலகம்

கல்ககத்தாவில் பொதுமக்களுக்கென்று ஒரு பொது நூலகம் *1836* மார்ச்சு *21* அன்று திறந்து வைக்கப்பட்டது. அது இன்று தேசிய நூலகமாய் (*National Library*) வளர்ந்து நிற்கின்றது. நாடு தழுவிய முறையில் சென்னையில் கன்னிமாரா நூலகம், பம்பாயில் டௌன் ஹால் நூலகம் ஆகியன இரண்டும் இதே காலத்தில் அமைந்தன.

கல்ககத்தா நூலகத்தை இங்கிலிஷ்மென் (*Englishman*) என்ற ஆங்கில நாளிதழின் (இது இன்று *Statesman* என்ற பெயரைப் பெற்றுள்ளது.) ஆசிரியரான ஜே.எச்.ஸ்டோக்குயிலர் (*J.H.Stocqueler*) என்றவரும் மருத்துவரான டாக்டர் எஃப்.பி.ஸ்டிராங்கு (*Dr.F.P.Strong*) என்றவரும் முக்கியமான இந்தியர் இருவரும் தொடங்கினர். இந்நூலகம் வில்லியம் கோட்டைக்குள் கொண்டுச் செல்லப்பட்டது. அதற்குச் சிறிது காலத்திற்குப் பிறகு *1844* ஆம் ஆண்டு பெல்விடியரிலுள்ள மெட்காஃபு கூடத்திற்கு மாற்றப்பட்டது. இந்நூலகத்திற்குத் தலைசிறந்தவர்கள் தலைவர்களாய் இருந்தனர். எனினும் இந்நூலகம் பத்தொன்பதாம் நூற்றாண்டின் இறுதியில் தாழ்வுறத் தொடங்கிற்று.

அப்போது இந்தியத் தலைமை ஆளுநராயிருந்த சர் கர்சான் (*1859-1925*) இதையறிந்து இந்நூலகத்தைப் பேரரச நூலகத்துடன் (*Imperial Library*) இணைத்து விட்டார். இந்நூலகம் *1903* ஆம் ஆண்டில் பொது மக்களுக்குத் திறந்து விடப்பட்டது.

6. தொழில், வாணிபம், வேளாண்மை

சென்னையில் வேளாண்மை, தோட்டக் கலைச் சங்கம்

கிழக்கிந்தியக் கம்பெனி சென்னை மாநிலத்தில் வேளாண்மையைப் பெருக்குவதற்காகப் பதினெட்டாம் நூற்றாண்டிலிருந்து பலவிதமான முயற்சிகளில் ஈடுபட்டு வருவதை இக்களஞ்சிய வரிசை பல இடங்களில் எடுத்துச் சொல்லி வருகின்றது.

அது பருத்தி, கரும்பு ஆகியவற்றில் புது வகைகளை அறிமுகம் செய்து, அவற்றின் விளைச்சலைப் பெருக்குமாறு தன் ஊழியர்களை ஊக்குவித்தது. (பருத்தி இ.ச.க. தொகுதி-*9 : 1790* - கட்டுரை ; கரும்பு இ.ச.க. தொகுதி - *10 : 1797* -கட்டுரை) இதற்கென அமெரிக்கத்திலிருந்தும் எகிப்திலிருந்தும் புது வகைப் பருத்திகளையும் மோரீசிலிருந்து புது வகைக் கரும்புகளையும் வரவழைத்து, இந்தியத்தில் அவற்றின் விளைச்சலைப் பெருக்க முயன்றது.

இந்நாட்டிற்குப் புதியனவாகிய கருவாப்பட்டை, கிராம்பு, சாதிக்காய், உருளைக் கிழங்கு, காப்பி, தேயிலை முதலியவற்றையும் அயல் நாடுகளிலிருந்து கம்பெனி

கொண்டு வந்து இந்தியத்தில் அறிமுகம் செய்த செய்திகளும் ஆங்காங்கே வருகின்றன. பிரிட்டீசாரால் அமர்த்தப்பட்ட வாணிபப் பேராளர்களும் (*residents*) பிற ஊழியர்களும் இம்முயற்சியில் முனைந்து ஈடுபட்டனர்.

இப்பணிகளின் தொடர்பாய் 1836 ஆம் ஆண்டு சென்னை வேளாண்மை, தோட்டக் கலைச் சங்கம் (*Madras Agri and Horticultural Society*) என்ற அமைப்பு நிறுவப்பட்டது. இச்சங்கம் வேளாண்மைப் பணிகளைத் தூண்டிவிடுவதற்காகவும் பயிர்செய் முறைகளைச் சீர்திருத்தவும் அமைக்கப்பட்டது.

இச்சங்கத்தின் ஆய்வுப் பணிகளுக்கென்று அரசு நிலம் தந்தது. பொதுவாய் நாட்டில் விளைவிக்கப்பட்டு வரும் பயிர்வகைகளை விடச் சிறந்தவற்றை விளைவிப்பதை ஊக்குவிப்பது இச்சங்கத்தின் முக்கியமான குறிக்கோளாகும்.

இச்சங்கம் மாவட்ட ஆட்சியர்களின் வழியே பருத்தி வித்துகளையும் கரும்புக் கன்றுகளையும் வேளாளர்க்கு வழங்கியது. அரசின் பண உதவியைப் பெற்று மாவட்டங்களில் வேளாண்மைக் காட்சிகளை இச்சங்கம் நடத்தியது. மாநிலத்தில் வெற்றியாய்ப் பயிர் செய்யக் கூடிய பல்வேறு பயிர்கள் பற்றிய அறிவை வேளாளரிடையே பரப்புவதுதான் மாவட்ட வேளாண்மைக் காட்சிகளின் நோக்கமாயிருந்தது.

பல்வேறு பருத்தி, அவுரி, கரும்பு, புகையிலை வகைகளைச் சிறந்த முறையில் பயிர் செய்பவர்களுக்கென்று 2100 ரூபாய் வரை பரிசு தருவதென்று இச்சங்கம் 1843 இல் திட்டமிட்டது. ஆனால் சங்கம் நடத்திய வேளாண்மைக் காட்சிகளில் கலந்து கொண்ட அனைவரும் அல்லது பெரும்பாலரும் ஐரோப்பியராயிருந்தமையால், இக்காட்சிகளினால் நாட்டு வேளாளர்களைக் கவர முடியவில்லை.

ஆதலால் மாவட்ட அளவில் போட்டிகள் நடத்தப்பட்டன. அதில் வெற்றி பெற்ற வேளாளர்களுக்கு மாவட்ட ஆட்சியர் பரிசுகளையும் பதக்கங்களையும் அளித்தார்.

சென்னையில் வணிக சபை

கல்கத்தாவில் அண்மையில் அமைந்து நடந்து வருவதைப்போன்று சென்னையிலும் ஒரு வணிக சபை 1836 இல் நிறுவப்பட்டது.

7. பொறியியல்

கொள்ளிடத்தின் குறுக்கே அணை

ஏறத்தாழ ஐயாயிரம் ஆண்டுகளுக்கு முன்னரே மனிதன் ஆற்றின் நீரோட்டத்தை மறித்து அணைகட்டி, அதன் நீரைத் தேக்கி வடிகால்களும் கால்வாய்களும் அமைத்து வயல்களுக்கு நீர்பாய்ச்சக் கற்றுக் கொண்டான் என்பதை வரலாறு காட்டுகின்றது. பண்டைத் தமிழகத்தில் காவிரியின் குறுக்கே அணைகட்டும் பணி கி.பி. முதல் நூற்றாண்டில் நடந்தது என்பர். சோழ வேந்தர் கரிகாலன் (சு.50-95 கி.பி.) காவிரியை மடக்கிக் கல்லணை என்ற அணையைக் கட்டினார் என்று பரவலாய் நம்பப்பட்டு வருகின்றது. எனினும் பிற்காலச் சோழ அரசரான வீர ராசேந்திரன் தான் (1063-1960) அதை எழுப்பினார் என்று தி.வை.சதாசிவப் பண்டாரத்தார் (1892-1960) கருத்துக் கூறுகின்றார். எது எவ்வாறாயினும் சுமார் 750 ஆண்டுகளுக்கு முன்னர் காவிரியில் ஏற்பட்ட வெள்ளப்

பெருக்கினால் காவிரியின் ஒரு பகுதி கொள்ளிடமானது என்று கருதப்படும் ஆற்றில் இருந்த கல்லணை மிகப் பழுதுற்ற நிலையில் இருந்ததை 1801 ஆம் ஆண்டில் கண்டனர்.

ஆதலால் அதைச் சீராக்கும் பணி தொடங்கிற்று. ஆற்றுப் படுகையில் தொடர்ந்து வண்டல் படிந்து மேடிட்டு வந்தது. கல்லணையிலிருந்து நீர்ப் பாய்ச்சல் பெற்று வேளாண்மை செய்வது குறைந்து விட்டது. அதனால் வருவாய் குன்றியது. மக்களின் வாழ்க்கை நிலையும் சிறுகச் சிறுகத் தாழலாயிற்று. இந்நிலைமை *1829-1830* வாக்கில் வெகு மோசமானது. அப்போது கல்லணையைச் செப்பனிட்டுச் சீர் செய்வது குறித்துத் திட்டங்களும் மதிப்பீடுகளும் செய்யப்பட்டன.

பொறியாளர் ஆர்தர் காட்டனின் (*Arthur Cotton, 1803-1899,* இ.ச.க. தொகுதி-*13 : 1830* - கட்டுரை) ஆர்வம் காரணமாய்க் கொள்ளிடத்தின் குறுக்கே அணை கட்டும் பணிகள் திட்டமிட்டு மேற்கொள்ளப்பட்டன. இந்தப் பணி *1836* முதல் முறையாயும் வேகமாயும் நடந்தது.

கொள்ளிடத்தில் மேலணையும் கீழணையும் கட்டி முடிப்பதற்கு மொத்தம் *80,000* பவுனிற்கு மேல் செலவாகும் என்று மதிப்பிட்டனர். இப்பணியொடு தஞ்சாவூர் மாவட்டத்திலும் திருச்சிராப்பள்ளி, தென்னார்க்காட்டு மாவட்டங்களின் சில பகுதிகளிலும் நீர் பாய்வதற்கென்று துணை நிலைப் பணிகள் மேற்கொள்வதற்கு மேலும் சுமார் *1,00,000* பவுனில் திட்டமிட்டனர்.

கொள்ளிடம், காவிரி ஆறுகளிலிருந்து 1536 ஆம் ஆண்டிற்கு முன்னர் சுமார் *6,30,613* ஏக்கர் நிலப்பரப்பிற்கு நீர்ப்பாய்ச்சல் வசதி கிடைத்தது. அங்கு மேற்கூறிய சீர்திருத்தங்களைச் செய்ததும், அந்த நிலப்பரப்பு (*1850* வரையில்) *7,16,524* ஏக்கராய் உயர்ந்தது. ஆண்டு வரி வருவாயில் சுமார் *44,000* பவுன் அதிகரித்தது. அதனால் வேளாண்மையைத் தொழிலாய்க் கொண்டவர்களுக்கு ஆண்டுதொறும் குறைந்தது *66,000* பவுன் வரை ஆதாயம் கிடைத்தது. மேலும் ஆண்டுக்காண்டு முதலின் மதிப்பும் மேற்சொன்ன கணக்கைப் போலவே அந்த அளவு மிகுந்தது.

1836

8. போக்கு வரவு

(அ) இரயிலில் செல்ல முதல் பயணச் சீட்டு

இருப்புப் பாதைகளில் பத்தொன்பதாம் நூற்றாண்டின் முற்பாதியில் வண்டிகள் ஓடியதற்கு முன்னரே பயணச் சீட்டுகள இருந்தன. ஐரோப்பியத்தில் ஸ்டேஜ் கோச்சு (*Stage Coach* : அஞ்சல் முறை வண்டி; நெடும் பயணத்தின் இடையிடையே குதிரைகளை மாற்றிக் கொண்டு செல்லும் வசதிகளுடன் கூடிய நான்கு சக்கரக் குதிரை வண்டி இ.ச.க. தொகுதி- *4: 232*) செல்லும் வழியில் ஆங்காங்கே குதிரைகளை மாற்றிக் கொண்டே செல்வார்கள். இவ்வாறு வண்டி நிற்கும் இடங்களில் ''சத்திரங்கள்'' இருக்கும். பயணியர் அங்கு சென்று இடங்களை முன்பதிவு செய்யலாம்.

இடம் பதிவு செய்யும் எழுத்தர் தன்னிடமுள்ள பதிவேட்டில் பயணியின் பெயர், அவர் கோச்சில் கேட்கும் இடம் போன்ற விவரங்களைப் பதிவு செய்வார். அவர் அதில் ஒரு படியைத் தன்னிடம் வைத்துக் கொண்டு மற்றொன்றைக் கோச்சின் தலைவரிடம் தந்து விடுவார். மூன்றாம்படி பதிவேட்டில் இருக்கும். பயணியர் சேர வேண்டிய இடத்தை அடைந்ததும், வண்டிக்காவலரிடம் கட்டணத் தொகையைத் தருவர். இன்று நாம் செய்வதைப் போன்று இடப் பதிவு செய்கையிலேயே கட்டணம் செலுத்த வேண்டியதில்லை.

இடம் பதிவு செய்யும் முறை இருப்புப் பாதைகள் உண்டான தொடக்கக் காலத்திலும் நீடித்தது. எனினும் இரயில்களில் பயணியர் எண்ணிக்கை மிகத் தொடங்கியதும், இதை விடச் சிக்கல் குறைந்ததும் அதிகநேரம் பிடிக்காததுமான ஒருமுறை வேண்டி வந்தது. லைமிங்டன் அண்டு சுவாமிங்டன் என்ற இருப்புப் பாதை நிறுவனம் முதன்முதலாய் 1832 ஆம் ஆண்டு பயணச் சீட்டுகளை வழங்கத் தொடங்கியது.

பித்தளையினாலான எண்கோணத் தகட்டின் மேல் இருப்புப் பாதை நிறுவனத்தின் பெயர், வரிசை எண் ஆகியன பொறிக்கப்பட்டிருந்தன. ஆனால் அது என்று வழங்கப் பட்டது என்பது அதில் பொறிக்கப்படவில்லை. இந்தப் பயணத் தகட்டை வட்டு என்றழைத்தனர்.

பயணியர் பதிவு செய்யும் போதே கட்டணம் செலுத்தினர். வட்டிலிருந்த வரிசை எண்ணின்படி பயணியர் வண்டிக்குள் ஏற்றப்பட்டனர். பயண முடிவில் கார்டு என்ற காவலர் இவ்வட்டுகளைப் பயணியரிடமிருந்து வாங்கிக் கொண்டு, அவை எங்கு விற்கப்பட்டனவோ, அங்கு திருப்பியனுப்பி விட்டார். இங்ஙனம் அவை மீண்டும் மீண்டும் பயன்படுத்தப்பட்டன.

அக்காலத்தில் நிலவிய பெரும்பாலான இருப்புப் பாதை நிறுவனங்கள் பிரிட்டிசாரின் இந்த முறையைப் பின்பற்றி உலோக வட்டுகளைப் பயணச் சீட்டுகளாய்ப் பயன்படுத்தின. மேலை நாடுகளில் இன்றுங்கூட இரயில்வே அலுவலர்களுக்கு உலோக வட்டுகள் வழங்கப்பட்ட போதிலும், இம்முறை நெடுங்காலம் நீடிக்கவில்லை.

மேலும் பயணியர் எண்ணிக்கை மிகவே, பயணியர்களுக்குச் சீட்டுகள் வழங்குவதைத் துரிதமாக்க வேண்டிய கட்டாயம் உண்டானது. வடமேற்கு இங்கிலாந்திலுள்ள நியூ கேசில்-கார்லிஸ்லி இருப்புப் பாதையிலிருந்த மில்டன் என்ற இரயில் நிலையத்தின் தலைவரான தாமஸ் எட்மண் சன் (*Thomas Edmonson*) இன்று வழக்கிலுள்ள பயணச்சீட்டு முறையைக் கண்டுபிடித்தார். அவர் 1792 ஆம் ஆண்டு பிறந்தவர். அவர் சிறிது காலம் பெட்டி செய்பவராயும் மளிகைக் கடைக்காரராயும் இருந்தவர்.

அவர் 1836 ஆம் ஆண்டு இரயில் நிலையத் தலைவராய் அமர்த்தப்பட்டார். அப்போது நடைமுறையிலிருந்து வந்த பயணச் சீட்டு வழங்கும் முறையின் குறைகளை உணந்தார்.

அவர் உலோக எழுத்துகளை ஒரு மரக்கட்டையில் பதித்து, அதை அட்டைத் துண்டுகளில் அழுத்தி அச்சிட்டார். இந்த முறையில் வழங்கப்பட்ட பயணச் சீட்டில் ஊர்ப் பெயரும் வகுப்பும் அச்சாயின. இச்சீட்டுகளுக்கு வரிசையாய் எண்கள் தந்து, அவற்றுக்கென்று தனியாய்ச் செய்த அரங்குப் பெட்டியில் அவற்றை எண் வரிசைப்படி ஒன்றன் மேல் ஒன்றாய் அடுக்கினார். இறங்கு வரிசையிலுள்ள எண்கள் அச்சிட்ட சீட்டுகள் மேலே வருமாறு அடுக்கப்பட்டன.

இந்த அரங்குப் பெட்டியின் அடித் தகடு கயிறுகளும் கம்பிகளும் கொண்டு கனமான பொருள்களைத் தொங்கவிடும் அமைப்புடையதாயிருந்தது. இதிலிருந்து மேல் சீட்டை எடுக்க எடுக்க அதற்கடுத்த சீட்டு மேலே ஏறிக் கொண்டே வரும். பின்னர் இந்த அமைப்பைத் தலைகீழாய் மாற்றி இறங்கு வரிசை எண்ணுள்ள சீட்டுகளை

அடியிலும் ஏறு வரிசைச் சீட்டுகளை மேலேயும் அடுக்கிக் கீழேயிருந்து சீட்டுகளை உருவ உருவ மேல் சீட்டுகள் வரிசைப்படி கீழிறங்கி வரும் ஏற்பாடு வந்தது.

அதன் பிறகு பயணச் சீட்டில் தேதியடிக்கும் கருவி வந்தது. இவ்வாறாய் ஒன்றையடுத்து ஒன்றாய்ப் பல சீர்திருத்தங்கள் வந்தன.

(ஆ) முதல் கனடிய இருப்புப் பாதை

கனடாவில் செயின் லாரன்ஸ் ஆற்றின் கரை மேலுள்ள லேப்புனார் என்ற ஊரை ரிச்சிலியூ ஆற்றின் கரையிலிருக்கும் செயின் ஜானுடன் இணைக்கும் முதல் கனடிய இருப்புப் பாதை 1836 சூலை 21 அன்று திறக்கப்பட்டது.

(இ) ஈரி கால்வாய் விரிவு

அமெரிக்க ஒன்றியத்தின் நியூயார்க்கு மாநிலத்திற்கும் ஆல்பனி பஃபலோ ஆகியவற்றுக்குமிடையே 1825 ஆம் ஆண்டு ஒரு கால்வாயை வெட்டி ஹட்சன் ஆற்றை ஈரி ஏரியுடன் இணைத்தனர். இக்கால்வாயின் நீளம் 576 கிலோ மீட்டர். இதில் பெரிய சரக்குப் படகுகளின் போக்குவரவு நடைபெற வேண்டுமென்பதற்காக 1836 ஆம் ஆண்டில் அதை விரிக்கவும் ஆழப்படுத்தவும் வேண்டிய பணிகள் நடந்தன.

(ஈ) கல்கத்தாவில் பலூன்

இராபட்சன் (Robertson) என்ற பிரஞ்சுக்காரர் கல்கத்தாவின் கார்டன் ரீச்சு பகுதியைச் சுற்றி 1836 ஆம் ஆண்டு பலூனில் பறந்தார். பலூன்களைக் கட்டுவதிலும் அவற்றில் ஏறிச் செல்வதிலும் பிரஞ்சுக்காரர் முன்னோடியாவர். (பலூன் வரலாறு; இ.ச.க தொகுதி-10 : 1794 -புள்ளி; இ.ச.க. தொகுதி-11 : 1804 புள்ளி)

கிட்டத்தட்ட இதற்கு ஐம்பதாண்டுகளுக்குப் பிறகு கிரேட்டு இந்தியன் சர்க்கசைச் சேர்ந்த இராமச்சந்திர சட்டர்ஜி 1889 மே 4 அன்று கல்கத்தாவின் கேஸ் ஓர்க்ஸ் என்ற இடத்திலிருந்து பலூனில் பறந்தார். அவர் ஏறிய பலூன் 4000 அடி உயரம் எழும்பியது. அவர் 40 நிமிடத்திற்குப் பிறகு மூன்று கிலோ மீட்டருக்கு அப்பால் நடகூர் என்ற இடத்தில் இறங்கினார்.

1836

9. மக்கள்

பிரிட்டனில் பிறப்பு, இறப்பு கட்டாயப் பதிவு

பிரிட்டனில் பிறப்பு, இறப்பு, திருமணங்களைக் கட்டாயம் பதிவு செய்வதற்கு வகை செய்யும் சட்டம் 1836 இல் நிறைவேறியது. அதன்படி பொதுப் பதிவாளர் அலுவலகம் (General Register Office) அமைக்கப்பட்டது. இவ்வலுவலகத்தின் கட்டுப்பாட்டு அலுவலர் பெயர் வில்லியம் ஃபேன் (William Fan) இவர் புள்ளியியல் வல்லுநர்; ஷிராஃபுசயரைச் சேர்ந்த ஏழை உழவரின் மகன். பாரிஸ் மருத்துவப் பள்ளியில் பயின்றவர்.

இவ்வலுவலகம் நாடாளுமன்றத்திற்கு ஆண்டுதொறும் புள்ளிவிவரங்களைத் தொகுத்துத் தர வேண்டும்.

10. பொது

பாரிசில் வெற்றி வளைவு முற்றுப் பெறுதல்

நெப்போலியன் போனப்பாட்டு பாரிஸ் நகரில் வெற்றி வளைவைக் (*Arc de Triomphe*) கட்ட வேண்டுமென்று 1806 ஆம் ஆண்டு ஆணை பிறப்பித்தார். அந்தப் பணி முப்பதாண்டுகளாய் நடந்து வந்து, 1836 ஆம் ஆண்டில் முற்றுப் பெற்றது.

இந்த வளைவு பேலஸ் தெ எட்டோயில் (*Palace de I'Etoile*) என்ற இடத்திலுள்ளது. இதன் உயரம் 164 அடி. அகலம் 148 அடி. இது உலகிலேயே மிகப் பெரிய வெற்றி வளைவாகும். பிரஞ்சுப் படை 1790 முதல் 1814 வரை கண்ட களங்களின் காட்சிகள் இங்கு சிற்பங்களில் வடிக்கப்பட்டுள்ளன.

11. தொல்லியல்

கல், உலோகங்கள் பெயரால் காலப் பகுப்பு

செப்பமற்ற முறையில் கொத்திய அல்லது பளபளப்பாக்கப்பட்ட கற்கள், கோடரி அல்லது அம்பு முனை வடிவில் இருந்த கற்கருவிகள் நெடுங்காலத்திற்கு முன் கண்டெடுக்கப்பட்டபோது, அவை கடவுளரால் வீசப்பட்ட எறி படைகள் என்று மக்கள் பண்டைக் காலத்தில் கருதினர்.

மனித இன நலக் கோட்பாட்டாளரான மைக்கேல் மெர்க்காட்டி (*Michael Mercati, 1541-1593*) என்ற விற்பன்னர் பதினாறாம் நூற்றாண்டு இறுதிவாக்கில் இது பற்றிப் புரட்சித் தன்மை வாய்ந்த கருத்தைக் கூறினார். தெய்வங்களின் படைக்கலன்கள் என்று கருதப்படும் இக்கற்கருவிகள், உலோகம் பயன்படுத்தப்படாத காலத்திற்கு முன்னர் மனிதனால் ஆக்கப்பட்டவை என்று அவர் சொன்னார். எனினும் இது பற்றிய அவரது கொள்கை 1719 வரை வெளியிடப்படாமல் இருந்து வந்தது.

எனினும் ஜார்ஜஸ்- லூயி லெக்லெர்க்கு பஃபன் (1707-1788, இயற்கையியலார்; பிரான்சில் மாண்பார்டு என்ற ஊரில் பிறந்தவர். இவர் பற்றிய குறிப்புகள் இக்களஞ்சிய வரிசையில் பல இடங்களில் உள்ளன.) 1778 ஆம் ஆண்டில் இவை பன்டைக்காலக் கருவிகள் என்று மெர்க்காட்டி கூறிய கருத்தை ஏற்று உறுதி செய்தார். அதற்குச் சிறிது காலத்திற்குப் பிறகு ஜான் ஃபிரீரே (*John Frere, 1740-1807*) இங்கிலாந்தின் சஃபோக்குக் கோட்டத்தின் ஹோக்சேன் (*Hoxane*) களிமண் பள்ளங்களில் மனிதனால் இதுவரை தொடப்படாத படிவுகளில் ஏராளமான கற்கருவிகளையும் வெகுகாலத்திற்கு முன் வாழ்ந்து மறைந்த விலங்களின் எலும்புகளையும் கண்டுபிடித்தார். அருகருகே கிடந்த இவை பற்றி எந்த முடிவிற்கு வருவது?

''இக்கருவிகள் கண்டுபிடிக்கப்பட்ட சூழலிலிருந்து, அவை மிகப் பழைய காலத்தவை என்று கூறத் தோன்றுகின்றது; அவை இவ்வுலகிற்கு முற்பட்டனவாயும் இருக்கலாம்'' என்று ஃபிரீரே கவின்கலை ஆர்வலர் சங்கத்தில் (*Society of Antiquaries*) அளித்த ஓர் அறிக்கையில் கூறினார்.

இக்கருவிகள் உலோகத்தை அறியாதிருந்த மக்களால் உண்டாக்கிப் பயன்படுத்தப்பட்டவை என்று மெர்க்காட்டி பதினாறாம் நூற்றாண்டில் கூறிய கருத்தை அவர் எதிரொலித்தார்.

இக்கருத்தை டேனியத் தேசிய அருங்காட்சியத்தைச் சேர்ந்த சி.ஜே.தாம்சன் (*C.J.Thomson, 1788-1865*) கைக்கொண்டு தனது காட்சியத்திலிருந்த பொருள்களை

வகைப்படுத்தி, அவை மூன்று காலங்களைச் சேர்ந்தவை, அதாவது கல், வெண்கலம், இரும்புக் காலங்களைக் குறிப்பன என்று பிரித்தார்.

அவர் பண்டைக் கால மக்கள் கையாண்ட கற்கோடரியை அடிப்படையாய் வைத்து அதைப் பழைய கற்காலம் (*paleolithic*), புதிய கற்காலம் (*neolithic*), என்ற கிரேக்க ஒட்டுச் சொற்களால் பெயர் சூட்டினார். அவர் *1836* ஆம் ஆண்டு வடித்த இச்சொற்கள் இன்றும் வழக்கிலுள்ளன.

தாம்சனுக்கு இரண்டாயிரத்து ஐநூறு ஆண்டுகளுக்கு முன்னரே ஹீசியோடு (*Hesiod* கி.மு.*8* நூ.) என்ற கிரேக்கப் புலவர் காலங்களை இங்ஙனம் வகை பிரித்திருந்தார். அவரைப் போலவே லுக்குரீஷியஸ் (*Lueretius 96-55* கி.மு.) என்ற ரோமன் புலவர் இவ்வாறு பாடியிருந்தார்-

மானுடனின் முதல் ஆயுதம் விரல், பல் ,நகம்,

கல்லும் கிளைத்த மரத் துண்டுகளுமாம்

செம்பு அடுத்தது; கடைசியாய் இரும்பு.

அறிவியல் கண்டுபிடிப்புகளுக்கு அகத்தூண்டுதலளிப்பவன் கவிஞன் என்று ஷெல்லி கூறியது எத்தனை பொருத்தம்!

எனினும் ஃபிரீரேயின் அறிக்கை உண்டாக்கக் கூடிய ஆழ்ந்த விளைவுகள் பதினெட்டாம் நூற்றாண்டில் கவனிக்கப்படவில்லை. அவர் இறந்து ஐம்பதாண்டுகள் ஆன பிறகுதான், அவர் கண்டு சொன்னதன் முக்கியத்துவம் உணரப்பட்டது.

வட பிரான்சிலுள்ள ஏபிவில் (*Abbeville*) என்ற ஊரைச் சேர்ந்த தெ பெர்த்தஸ் (*Jaeques Boucher de Crevecoeur de Perthes, 1788-1868*) இதைப் போன்று பலவற்றைக் கண்டுபிடித்தபோதுதான் ஃபிரீரேயின் முக்கியத்துவம் உணரப்பட்டது.

Cleator, P.E .Archaeology in tthe Making, London, 1916

Thomas, Hugh An Unfinished History of the World, London,1979

12. பிறப்பு

(அ) ''கன்னடக் கல்வெட்டியல் தந்தை'' ரைஸ்

கன்னடக் கல்வெட்டியலின் தந்தை என்று கொண்டாடப் பெறும் பி.எல்.ரைஸ் (*B.L.Rice*) என்ற ஆங்கிலேயர் *1836* ஆம் ஆண்டு பிறந்தார். இவர் கன்னட நாட்டில் பிறந்தவர். பின்னர் இங்கிலாந்து சென்று கல்வி கற்றுத் திரும்பியதும், பெங்களூரின் மைய உயர்நிலைப் பள்ளியின் தலைமை ஆசிரியர் பொறுப்பை ஏற்றார்.

இவர் முதன்முதலாய்க் கன்னட இலக்கிய வரலாற்றை ஆங்கிலத்தில் எழுதினார்.

(ஆ) வில்லி பாரதத்திற்கு உரை செய்த பொன்னம்பலம் பிள்ளை

வில்லி பாரதத்திற்கும் மயூர கிரிப் புராணத்திற்கும் உரை செய்த சா.பொன்னம்பலம் பிள்ளை *1836* ஆம் ஆண்டு பிறந்தார். அவர் இரகுவம்சம், திருக்கோட்டீச்சுர மகிமை ஆகிய நூல்களையும் பதிப்பித்தார்.

(இ) இராமகிருஷ்ண பரமஹம்சர் (1836-1886)

பத்தொன்பதாம் நூற்றாண்டில் முகிழ்த்த இந்திய மறுமலர்ச்சிக் காலத்தில் ஞானஒளி ஏற்றியோரில் முதன்மையான இராமகிருஷ்ணர் வங்கத்தின் ஊக்ளி மாவட்டத்தைச் சேர்ந்த காமார்ப்புக்கூர் என்ற சிற்றூரில் வைதிகப் பிராமணர் குடியில் *1836* பிப்ரவரி *17* அன்று பிறந்தார்.

13. இறப்பு

(அ) ஆந்திரே மாரி ஆம்பியர் (1775-1836)

ஆந்திரே மாரி ஆம்பியர் (*Andre Marie Ampere, 1775-1836* பிரான்சின் லயன் நகரில் பிறந்தவர்.) இயற்பியலார்; கணிதவியலார். ஆம்பியர் காந்தவியலிலும் மின்னியலிலும் மாபெரும் கண்டுபிடிப்புகளைச் செய்தார். அவரின் பெயர் என்றென்றும் நிலைத்து நிற்கும் வண்ணம், ஆம்பியர், ஆம்பியர் மணி, ஆம்பியர் விதி, ஆம்பியர் திரும்பு கை என்று மின்னியலில் அவர் நிலையான இடம் பெற்றுள்ளார்.

மின்னோட்ட அலகு இவர் பெயரால் ஆம்பியர் என்றழைக்கப்படுகின்றது; மின்னேற்றத்தின் செயல் முறை அலகிற்கு ஆம்பியர் மணி (*ampere hour*) என்று பெயர்; ஆம்பியர் விதி (*Ampere rule*) என்பது மின்காந்த விதி; ஆம்பியர் திரும்புகை (*ampere turn*) என்பது காந்த இயக்க விசையின் எல்லை அலகு.

ஆம்பியர் *1836* சூன் *10* அன்று இறந்தார்.

(ஆ) நகரத்தார் வரலாறு எழுதிய முத்தப்பச் செட்டியார் (1760-1836)

முத்தப்பச் செட்டியார் பெருந்தமிழ்ப் புலவர், செயங்கொண்டார் சதகம், செயங்கொண்ட சோழீசர் பிள்ளைத் தமிழ் என்ற இரண்டு தமிழ் நூல்களை இயற்றியவர். அவர் உரைநடையில் நகரத்தார் பற்றி எழுதியிருக்கும் ''செட்டிமார் வரலாறு'' பயனுள்ள நூலாகும்.

அவர் *1836* ஆம் ஆண்டு காலமானார்.

(இ) பேகம் சம்ரூ (1746-1836)

இந்துத்தானத்தின் பதினெட்டாம் நூற்றாண்டு அரசியலைப் பின்னோக்கிப் பார்க்கும்போது இருபதாம் நூற்றாண்டு வல்லாளியர் சிலரின் சாயல்களை அல்லது இவர்களின் சாயல்களை அவர்களிடம் காணத் தோன்றுகின்றது.

சிறுமி ஃபர்சானா டெல்லியின் வடக்கே சுமார் எண்பது கிலோ மீட்டரிலுள்ள குதனா (*Kutana*) என்ற இடத்திலிருந்து *1760* ஆம் ஆண்டு டெல்லிக்கு வந்து, அங்கு ஒரு பொதுமகள் வீட்டில் வளர்ந்தாள். ஆஸ்திரியக் கூலிப்படைத் தலைவரான ஜெனரல் சம்ரூ ரெயின்ஹாட்டு இந்தப் பெண்ணைப் பொதுமகள் விடுதியிலிருந் து கொண்டு சென்று, அவளை மணந்தார். (*Reinhardt*-ரெயின் ஹாட்டு துயரம் நிரம்பிய முகத்தோடு காணப்பட்டதால் அவரை *sombre* என்றழைத்தனர். அதுவே சம்ரூ என்று திரிந்தது. ரெயின்ஹாட்டையும் பேகம் சம்ரூவையும் பற்றிய செய்திகள் : இ.ச.க. தொகுதி *-7: 1763* புள்ளி : இ.ச.க தொகுதி*-8 : 1778-* வீரமும் அதன் விலையும்)

ரெயின்ஹாட்டு *1778* ஆம் ஆண்டு இறந்ததும் முகலாய அரசர் ஷா ஆலம் (ஆ.கா. *1760-1788*) பேகம் சம்ரூவிற்குச் சர்தானா என்ற இடத்தில் ஒரு சாகீரைக் கொடுத்தார்.

இதற்குப் பிறகுதான் அவர் பேகம் சம்ரூ என்று அழைக்கப்படலானார். சம்ரூ இறந்த மூன்றாண்டுகளுக்குப் பிறகு பேகம் கத்தோலிக்க சமயம் தழுவினார். அப்போது அவருக்கு ஜோவன்னா என்ற திருமுழுக்குப் பெயர் தரப்பட்டது. அவருக்கு ஐரோப்பியர் பலர் காதலராயிருந்தனர். அவர் பாவத்திலும் ஒழுக்கமின்மையிலும் வாழ்ந்தார். அதனால் கழிவிரக்கம் கொண்டு, கிறித்தவம் தழுவினார். அரசியல் நன்மை கருதி அவர் சமயம் மாறவில்லை என்று தற்கால எழுத்தாளர் ஒருவர் கூறுகின்றார்.

அவர் கிறித்தவம் தழுவினாலும் ஒரு முஸ்லிமைப் போலவே அவரின் நடையுடை பாவனைகள் இருந்தன. அவர் அவற்றை மாற்றிக் கொள்ளவில்லை. பேகம் பிரஞ்சுக்காரரான லெ வசூல் (*Le Vassoult*) என்றவரை மணந்தார். அவர் பாதுகாப்பற்றதும் நிலையற்றதுமான வாழ்க்கையை நெடுகிலும் வாழ்ந்து வந்ததால் அவை தனக்கு வேண்டுமென்பதற்காக வசூலை மணந்தார். அவரின் நண்பர்களும் முகலாய அரசரும் இத்திருமணம் வேண்டாமென்று அறிவுரை கூறியதையும் கேளாது இந்தப் பிரஞ்சுக்காரரை மணந்தார். அவர்களின் திருமணம் 1793 ஆம் ஆண்டு மறைவடக்கமாய் நடந்தது. அதனால் பேகத்தின் கிறித்தவப் பெயரான ஜோவன்னாவுடன் (*Joanna*) ''நொபிளிஸ்'' (*Nobilis*) என்ற பெயரும் இப்போது சேர்ந்து கொண்டது.

அவரிடம் ஊழியம் செய்த கூலிப்படையினரான பிரஞ்சு இராணுவ அலுவலர்கள் அவரைப் பிரஞ்சு வீராங்கனை ஜோன் என்று ஏற்றிப் புகழ்ந்தாலும், அவர் எப்போதும் பேகம் சம்ரூவாகவே இருந்தார். வசூல் தற்கொலை செய்து கொண்டதும், பேகம் தனது இன்னொரு பழைய காதலரான ஜார்ஜ் தாமஸ் என்ற அயர்லந்துக்காரரைச் சேர்த்துக் கொண்டார். (ஜார்ஜ் தாமஸ் :இ.ச.க தொகுதி-8 : 1778 வீரமும் அதன் விலையும்.)

பேகம் பலராலும் விரும்பப்பட்டார். முகலாய அரசர் ஷா ஆலம் அவருக்கு ஜெபுன்னிசா என்ற பட்டத்தைக் கொடுத்தார். பிரிட்டீசு வட்டாரங்களால் அவர் உயர்த்திப் பாராட்டப்பட்ட போதிலும், பேகம் அவர்களுக்காக விசுவாசத்தோடு செய்த செயல்களையெல்லாம் அவர்கள் மறந்து விட்டனர். பேகத்தை அருகில் அண்ட விடாமல் வைத்திருந்து ஒதுக்கித் தள்ளினர். ஆதலால் அவர் வீர இளவரசியாயிருந்தும் பிரிட்டிசாரை அண்டி வாழ வேண்டிய நிலை ஏற்பட்டது.

பேகம் சம்ரூவின் வாழ்க்கை தேவதைக் கதையன்று. ஐரோப்பியர் பேகத்தைச் ''சர்தானாச் சூனியக்காரி'', ''கொடூரமான காமக் கிழத்தி'', ''இரக்கமும் மனமிரங்கும் பண்பும் இல்லாதவர்'', தந்திரக்காரி, கொடியவள், கிழவி, தீயெண்ணமுடையவள், சூழ்ச்சிக்காரக் கைம்பெண், நெறி கெட்டவள் என்றெல்லாம் அர்ச்சித்திருக்கின்றனர்.

ஃபர்சானா என்ற பேகம் சம்ரூ என்ற ஜோவன்னா நொபிளிஸ் என்ற ஜெபுன்னிசா என்ற இப்பெண்மணியின் வாழ்க்கையை ஒரு புரட்டுப் புரட்டிப் பார்த்தால் மேற்சொன்ன அர்ச்சனைகள் பொருந்துமா அல்லவா என்பது புரிந்து விடும்.

(இக்கட்டுரை 1998 மார்ச்சு முதல் நாள் இந்து இதழில் Begam Samru : Fading portrait in a Gilded Frame-by John Lall எழுதிய நூலின் திறனாய்வுக் கட்டுரையிலிருந்து பெறப்பட்ட செய்திகளையொட்டி எழுதப்பெற்றது.)

அரசியல்

வங்கத்தில் அரசியல் எழுச்சி-சமீன்தாரிச் சங்கம் அமைப்பு
ஆங்கிலம் இந்திய ஆட்சி மொழி ஆனது
முகலாய அரசர் பகதூர ஷா அரியணை ஏறுதல்
விக்டோரியாள் அரியணை ஏறுதல்
ஜப்பானில் ஷோகன் ஐயனாரி பதவி விலகல்
மிக்சிகன் இருபத்தாறாவது மாநிலமானது
சென்னை புது ஆளுநர், பிரிட்டன் ஏடனைக் கவர்தல்

அறிவியல்

ஒளிச்சேர்க்கையில் பச்சையம் இன்றியமையாமை
நிகழ்தகவு விதிகள் நிறுவப்படுதல்
தெலுங்கில் வானியல் நூல், காற்றுகளும் பருவ நிலையும்
சந்திரனின் நிலப்படம்

சமயம்

இந்தியத்தில் அமெரிக்கச் சமயப் பரப்பியர்
தீவிர இஸ்லாமிய இயக்கம் செனூசி

கலை, இலக்கியம்

தெலுங்கில் வானியல் நூல்
முதல் உருது இதழ், டிக்கன்சு, பால்சாக்கு நூல்கள்
பிரிட்டனில் உருவரைப் பள்ளி

கல்வி

உலகின் முதல் கிண்டர் கார்டன் பள்ளி
பிரிட்டனில் பெருமக்கள் பள்ளி, பிட்மன் சுருக்கெழுத்து
திருவனந்தபுரத்தில் முதல் ஆங்கிலப்பள்ளி

பொருளியல் நிதியியல்

பம்பாயில் முதல் வங்கி

மக்கள்

இலண்டனில் இளவயது வேசையர், மெட்காஃபு

பொது

இந்தியத்தில் அஞ்சல் ஊழியம்

தொல்லியல்

பிராமி எழுத்து மர்மம் துலங்குதல்

இறப்பு

அலெக்சாந்தர் செர்சியேவிச்சு புஷ்கின் *(1799-1837)*
ஜோசஃபு கிரிமால்டி *(1799-1837)*

1837

பிராமி எழுத்து மர்மம் பிரின்செப்பு துலக்கினார்

அசோகரை அறிந்தோம்

இந்தியவியலில் அறிவியல் முறைப்படி ஆய்வு செய்யும் புது வழியைக் காட்டிய ஜேம்ஸ் பிரின்செப்பு (*James Princep 1799-1840*) பற்றி (இ.ச.க தொகுதி-12 : 1819 -புள்ளி) 1819 ஆம் ஆண்டு கண்டோம். அவர் அசோகர் கல்வெட்டுகளிலும் பாறைப் பொறிப்புகளிலும் காணப்படும் எழுத்துகளை எவ்வாறு படித்தறிந்தார் என்பதையும் அசோகர் (273-232 கி.மு) என்ற மாமன்னர் இந்தியத்தில் அறநெறி வழுவா நல்லாட்சி செய்தார் என்பதையும் அப்பேரரசரை இந்தியமும் உலகும் மறந்து விட்ட நிலையில் அவர் மறைந்த 2069 ஆண்டுகளுக்கு பிறகு 1837 ஆம் ஆண்டில் உலகறியச் செய்தார் என்பதையும் இக்கட்டுரையில் காணப் போகின்றோம்.

இந்தியத் தொல்லியலின் தந்தை என்று போற்றப்படுபவரும் இந்தியத் தொல்லியத் துறையைத் தோற்றுவித்து, அதன் தலைமைப் பொறுப்பில் இருந்தவருமான அலெக்சாந்தர் கன்னிங்காமைப் (*Alexender Conuingham*) பிரின்செப்பு மிகவும் சரியாய்த்தான் தனது மதிப்பார்ந்த மாணாக்கராய்த் தேர்ந்தெடுத்தார். பத்தொன்பதாம் நூற்றாண்டு இந்தியத்தின் தலையோங்கிய விற்பன்னர் என்று கன்னிங்காமைக் கொள்ளலாம்.

1837

தேவனாம்பிய

பிரின்செப்பு அசோகர் பொறிப்புகளின் மர்மங்களை அவிழ்ப்பதற்குத் துணை நின்றவர்களுள் கன்னிங்காம் ஒருவராவார். பிரின்செப்பு பண்டைய நாணயங்களில் காணப்பட்ட எழுத்துகளைப் பல ஆண்டுகளாய் நுணுகி ஆராய்ந்தார். அவர் 1834 ஆம் ஆண்டு முதல் பண்டை எழுத்துகளின் நெடுங் கணக்கை நன்கு அறிந்து கொள்ளலானார். அவர் இந்த அறிவைக் கொண்டு டெல்லி அசோகர் தூணின் பொறிப்புகளைப் படித்தறிய முயன்றார். அதன் தொடக்கச் சொற்றொடர் பொதுவான ஒன்றாயிருந்தது. கிர்னார் என்ற இடத்திலும் கலிங்கப் போர் நிகழ்ந்த தௌலி என்ற இடத்திலுமிருந்து பெறப்பட்ட அசோகர் பொறிப்புகளிலும் வட இந்தியத்திலிருந்து கண்டுபிடிக்கப்பட்ட அசோகர் தூண்களின் பொறிப்புகளிலும் காணப்பட்டவற்றை ஒத்ததாய் அந்தத் தொடக்கச் சொற்றொடர் இருந்தது. பிரின்செப்பு இப்பொறிப்புகள் அனைத்தையும் கருத்திற் கொண்டு, அந்தத் தொடக்கச் சொற்றொடர் இதுதான் என்ற முடிவிற்கு வந்தார்:-

தேவனாம்பிய பியதசி

லஜ ஹேவம் அக

இச் சொற்றொடரில் இலக்கணப் பிழைகளும் அமைப்புப் பிழைகளும் இருந்தன. கிர்னார் பொறிப்புகளை முழுக்க ஆய்ந்த பின்னர் அப் பிழைகள் நீக்கப்பட்டன . இப்போது அச்சொறொடர்:-

பிரின்செப்

கன்னிங்காம்

1837

தேவாம்பிரிய பியதசி ராஜா ஏவம் அக என்று சரியாகப் படிக்கப்பட்டது. இச் சொற்றொடர் எதைக் குறிக்கின்றது? பிரின்செப்பு அது குறித்து வங்க ஆசியவியல் சங்கத்தின் ''ஜெர்னல்'' என்ற இதழின் ஆறாவது தொகுதியில் இவ்வாறு கூறினார்:-

''மேற்சொன்ன கூற்றுகளை ஒன்று கூட்டிப் பார்க்கும் போது, தொடக்கச் சொற்றொடர் திருப்திகரமாய் உறுதி செய்யப்பட்டுவிட்டது என்பது ஏற்கப்படும் என்று நான் நம்புகின்றேன். அது ஓர் அரசாணையைப் பறைசாற்றும் வாய்ப்பாடு அல்லது சமய நம்பிக்கையில் ஏதோ ஒன்றை வெளிப்படுத்தும் சொற்றொடர் என்பதை அதன் தோற்றம் காட்டுகின்றது. ''இங்ஙனம் மொழிந்த தீர்க்கதரிசி'' அல்லது பாரசிக அரசரின் பிரகடனத்தில் சொல்லப்பட்டது போல 'பாரசிக அரசர் சைரஸ் இங்ஙனம் செப்பினார்' என்பவற்றைப் போன்ற பொதுவான சொற்றொடர் போல மிகவும் எளிய வடிவில் இது இருந்தது''.

சரி, இந்தத் தேவனாம்பிரிய பியதசி என்றவர் யார்? அது புத்தராய் இருக்கக் கூடும் என்று பிரின்செப்பு ஒரு கட்டத்தில் முடிவிற்கு வரப் பார்த்தார். ஏனெனில் அக்காலத்தில் வாழ்ந்த அறிஞரில் எவரும் அறிந்த வரையில் இத்தூண்களும் கல்வெட்டுகளும் பரவிக் கிடந்த இத்தனை பெரிய நிலப்பரப்பை ஆண்ட ஒரே இந்திய அரசர் எவரும் இருந்திலர். எனினும் அப்பொறிப்புகளில் ''எம் ஆட்சியில் இத்தனையாவது ஆண்டில்'' என்ற குறிப்பு அடிக்கடி வந்தது. ஆனால் புத்தர் முடிவுடை வேந்தரோ அரசரோ அல்லர் என்பதால்,''இந்தியம் முழுமையிலும் அதற்கப்பாலும் தன் ஆணைகளைப் பரப்பிய ஓர் ஆளுநராய் அவர் இருத்தல் கூடுமோ?'' என்ற வினா எழுந்தது. அதனால் புத்தர் என்ற விளக்கத்தைக் கைவிட நேர்ந்தது. பிரின்செப்பு இது குறித் து மேற்சொன்ன ''ஜெர்னல்'' என்ற ஆராய்ச்சி இதழில் எழுதிய கட்டுரையில் குறிப்பிட்டிருந்தார்:-

1837

தேவனிப் பியத்திச

''நானறிந்த இந்திய அரசர்களின் வமிசாவழிப் பட்டியல் அனைத்திலும் தனிச் சிறப்பிற்குரிய இப் பெயரினரான அரசர் எவரையும் என்னால் காண முடியவில்லை. அத்தகைய ஓர் அரசர் இந்தியத்தில் அரசோச்சியிருந்தால் இந்தியத்தை ஆண்ட நாமறிந்த பௌத்த அரச குடிகளின் பிற ஆவணங்களைப் போலவே, இவர் பற்றிய குறிப்புகளும் நினைவிலிருந்து அடித்துச் செல்லப்பட்டிருத்தல் வேண்டும்.''

ஜார்ஜ் டர்னூர் (*George Turnour*) எழுதிய ''இலங்கை வரலாறு பற்றிய சுருக்கக் குறிப்பு'' (*An Epitome of the History of Cylon*) என்ற நூலில் காணப்பட்ட ஒரு பகுதியின் காரணமாய்த் ''தேவனாம்பிய'' என்பவர் யார் என்று அடையாளங் காண்பதில் இருந்த இடர்ப்பாடுகள் பலவாகின. தேவனிப்பியத்திச (*Devenipeatissa*) என்ற இலங்கை அரசர் அரியணை ஏறியதும் தம்ப தீவமும் (ஜம்புத் தீவம் அல்லது இந்தியம்: அதாவது நாவலந் தீவு) அடங்கிய பல முடியரசுகளை ஆண்டு வந்த தர்ம சோகர் என்ற முடி மன்னரை-அவரின் கோநகரம் பாட்லிபட்டா ஆகும்-இணங்க வைத்து அவரின் மகன் மிகுந்தையும் மகள் சங்கமித்திரையையும் இதர பல பிக்குகளுடன் புத்த சமயத்தை அறிமுகம் செய்யும் நோக்கத்துடன் அனுராதபுரத்திற்கு அனுப்பி வைக்கச் செய்தார் என்று அந்நூலில் சொல்லப்பட்டுள்ளது.

தேவனாம்பிய, தேவனிப்பியத்திச என்ற இரு பெயர்களும் ஒத்திருந்தமையால் அவையிரண்டும் ஒருவரைக் குறிக்கின்றன என்றும் தேவனாம்பிய அத்தீவில் பௌத்தம்

நுழைவதற்குப் பொறுப்பாயிருந்ததுடன், பல கல்வெட்டுகளும் தூண்களும் நிறுவக் காரணமாய் இருந்தார் என்றும் பிரின்செப்பு துணிந்தார். அவர் தனது இக்கொள்கைக்கு ஆதாரமாய் மேற்சொன்ன அதே கட்டுரையில்:

''தேவனிப்பியத்திசவின் காலம் வாணிபத்தால் செழித்து வளமோங்கியிருந்த இலங்கை முடியரசின் காலமாயும் இருந்தது... பண்டை இலங்கை அரசர்களின் காலத்தவை என்று குறிக்கப்படும் நினைவுச் சின்னங்களிலும் குடைவரைகளிலும் நிறைந்திருக்கும் பொறிப்புகளின் எழுத்துகள், இந்தியத் துணைக் கண்டத்தில் கண்டுபிடித்த நான்கு பொறிப்புகளிலிருந்து அடிப்படையில் வேறுபட்டுக் காணப்படவில்லை. எனவே (பௌத்த சமயத்திற்கு) மாறிய அரசரான தேவனாம்பியத்திச தனது ஆர்வத்தின் காரணமாய்த் தான் தழுவிய சமயத்தின் கோட்பாடுகளைத் தன் செலவில் எங்கும் பரவலாய் அறிவிக்கச் செய்தார் என்ற கருத்திற்கு ஆதரவாய் எடுத்த எடுப்பிலேயே வலுவாய் வாதம் செய்ய இடமுளது.''

எனினும் இம்மாபெரும் தவறு எதிர்பாராத விதமாய் நீக்கப்பட்டது. இத்தவறு நேர்ந்ததற்குக் காரணமான நூலை எழுதிய ஜார்ஜ் டர்னூரே தேவனாம்பிய என்பது யார் என்றும் அடையாளம் காட்டியுள்ளர்.

பாளி மொழி

பிராகிருதம் மக்களின் பேச்சு வழக்கில் இருந்த மொழியாதலால் அதில் மிகப் பழமையான காலத்தில் அசோகரின் கல்வெட்டுகள் பொறிக்கப்பட்டன. பிராகிருதத்தின் ஒரு பிரிவான பாளியில் புத்தரின் அறிவுரைகளும் பௌத்த இலக்கியங்களும் எழுதப் பெற்றன.

ஆரியர்கள் இந்தியத்தின் பல பகுதிகளில் பரவி வாழத் தொடங்கிய பின்னர் சம்ஸ்கிருத மொழியானது அங்கெல்லாம் பல வேறுபாடுகளுடன் பயின்று வந்தது. புத்தர் பெருமான் தம் உரைகளைப் பிராகிருதத்தின் ஒரு பிரிவான மாகதி என்ற மொழியில் நிகழ்த்தினார். அவர் மறைந்து இரண்டு நூற்றாண்டுகள் சென்ற பின்னர், அதாவது கி.மு.மூன்றாம் நூற்றாண்டில் அவரின் உரைகள் மாகதி மொழியில் எழுதப் பெறலாயின. அவ்வுரைகள் அடங்கிய பௌத்த நூலுக்குத் திரிபிடகம் என்று பெயர்.

1837

புத்தர்பிரானின் மொழிகள் இங்ஙனம் காத்து வைக்கப்பட்டதால், அவற்றைப் பாளி என்றழைத்தனர். பாளி என்பது காத்து வைப்பது என்று பொருள்படும். ஆகவே பௌத்த சமய நூல்கள் பாளி எனப்பட்டன. நாளடைவில் அவை பயின்ற மாகதி என்ற மொழியும் பாளி என்று பெரும்பாலும் ஐரோப்பியரால் அழைக்கப் பெற்றது. அசோகரின் கல்வெட்டுகளும் பாளி மொழியிலேயே உள்ளன. பௌத்தர்கள் இப்போது தாய்லந்து, இலங்கை, மியான்மார் ஆகிய நாடுகளில் பாளி மொழியையே தம் சமயச் சார்பான கிரியைகளில் பயன்படுத்தி வருகின்றனர்.

பாளி மொழிக்கு முதலில் இலக்கணம் வகுத்தவர் தமிழ் நாட்டினரான காச்சாயனர் ஆவார். பின்னர் பர்மாவைச் சேர்ந்த பன்னிரண்டாம் நூற்றாண்டிற்கான (1154) அக்க வம்சரும் பாளிக்கு இலக்கணம் செய்தார். ஏறத்தாழ ஒரு நூற்றாண்டிற்கு முன்பு வரை பாளி என்ற சொல்லோ, ஏன் மகாயானம், ஈனாயானம் என்ற பௌத்த சமயப் பிரிவுகளின் பெயர்களோ இலங்கை, மியான்மார், ஜப்பான் முதலிய நாடுகளுக்கு வெளியே அறியப்படாமல் இருந்தன.

டர்னூர்

இத்தகைய சூழ்நிலையில் ஓர் ஐரோப்பியர் இதில் உதவிக்கு வந்தார். அவர் பெயர் டர்னூர். அவர் 1799 ஆம் ஆண்டு இலங்கையில் பிறந்தவர். இங்கிலாந்தில் கல்வி கற்றுவிட்டு 1818 இல் இலங்கையில் பொது ஆட்சிப் பணியில் சேர்ந்தார். அவர் அங்கு நாட்டு மொழிகள் மீது ஆர்வம் கொண்டு அவற்றைக் கற்றுத் தேர்ந்தார். அவர் பையப் பையப் பாளி மொழி மேல் ஆர்வங் காட்டினார். பாளி சிங்களத்திற்கு அடிப்படையான மொழியாகும்.

இக்காலத்தில் பாளி மொழிச் சொற்களின் பொருளை அறிய அகராதி எதுவும் இருந்திலது. அம்மொழிச் சொற்களை ஆங்கிலத்தில் மொழி பெயர்க்கத்தக்க ஆசிரியர்கள் எவரும் இல்லாததாலும், அதைக் கற்பதென்பது மிகவும் கடினமாய் இருந்தது.

இத்தனை இடுக்கண்கள் இருந்தமோதிலும் டர்னூர் விடாமுயற்சியுடன் பாளியைக் கற்றார். சஃபரகம என்ற இடத்து விகாரையின் தலைமைப் பிக்கு டர்னூருக்கு மகாவம்சம் என்ற பாளி மொழி நூலைத் தந்தார். அதில் இலங்கைத் தீவின் பண்டை வரலாறு கூறப்பட்டிருந்தது. டர்னூர் அதை ஆங்கிலத்தில் மொழிபெயர்த்தார். அப்பணி பற்றி அவர் வங்க ஆசியவியல் சங்கத்திற்கு எழுதினார். இந்நூல் 1837 ஆம் ஆண்டு வெளிவந்தது.

மகாவம்சம் இலங்கை வரலாற்றையும் பௌத்த சமய வரலாற்றையும் தெளிவுபடுத்தியது. எனினும் அது அசோக மன்னரின் ஆளுமை பற்றிச் சிக்கல்களை உண்டாக்கிவிட்டது. டர்னூரே அதைச் சீர்படுத்தினார்.

ஒரு காலத்தில் பௌத்தப் பிக்குவாயிருந்த ஜார்ஜ் நடோரிஸ் பாளிமொழியில் எழுதப் பெற்ற ஏராளமான நூல்களை எடுத்துக் கொண்டு தாய்லந்திலிருந்து இலங்கைக்கு வந்திருந்தார். டர்னூர் அவற்றை 1837 ஆம் ஆண்டு ஆராய்ந்து கொண்டிருந்தபோது, பௌத்தம் பற்றிய தீப வம்சம் என்ற மற்றொரு நூலைக் காண நேர்ந்தது. அவர் இந்நூலை மேலோட்டமாய்ப் பார்த்துக் கொண்டு வந்த போது, அதில் ஒரு பகுதி திடீரென்று அவரது கண்ணில் பட்டது.

''புத்தர் விண்ணுலகேகிய இருநூற்றிப் பதினெட்டு ஆண்டுகளுக்குப் பிறகு பியதஸ்ஸி தொடக்கமாயினார்... அவர் சந்திர குப்தரின் பேரர்; பிந்து சாரரின் உரிமை மகன். அவர் அப்போது உச்சயினியில் அரசப் பேராளராய் இருந்தார்.'' டர்னூர் அதை மேற்கூறியவாறு ஆங்கிலத்தில் மொழி பெயர்த்தார்.

இதில் பியதஸ்ஸியின் அடையாளம் வெளிப்பட்டது. அவர் அசோக மன்னரேயன்றி வேறெவரும் அல்லர். டர்னூர் தனது இக் கண்டுபிடிப்பை உடனே வங்க ஆசியவியல் சங்கத்திடம் தெரியப்படுத்தினார். பிரின்செப்பு அதை வெளியிட்டுத் தவற்றை ஏற்றுக் கொண்டு, டர்னூர் இதில் ஆற்றிய பங்கை ஒப்பினார்.

சில மாதங்களுக்குப் பிறகு டர்னூருக்கு மேலும் சில சான்றுகள் கிடைத்தன. இலங்கை அரசரான தேவாம்பியதிஸ்ஸ அசோகரை அறிந்தவராயும் அவரின் கூட்டாளியாயும் இருந்தார் என்பது தெரிய வந்தது. எனவே அவர் அசோகரிலிருந்து வேறானவர். இந்த ஆராய்ச்சியில் கண்டியிலிருந்த புத்த பிக்குகள் டர்னூருக்கு உதவியாயிருந்தனர். அவர்கள் டர்னூரிடமிருந்த மற்றொரு பாளி மொழி நூலை நினைவுபடுத்தினார். அதில் பியதாரோவின் பட்டப்பெயரான தர்ம சோக பற்றிய குறிப்பு இருந்தது.

கல்வெட்டுகளிலும் தூண் பொறிப்புகளிலும் காணப்படும் பியதஸ்ஸியும் அசோகரும் ஒருவரே என்பது இதன் பிறகு ஐயம் திரிபறத் தெளிவானது. இந்தக் கண்டுபிடிப்பு இந்திய வரலாற்று ஆய்வில் ஒரு திருப்புமுனையானது.

ஜேம்ஸ் பிரின்செப்பு நாடெங்கும் பரவியிருந்த தூண்களிலும், பாறைகளிலும் பொறித்திருந்த எழுத்துகள் பிராமி என்றும் மொழி பாளி என்றும் 1838 ஆம் ஆண்டு அறிந்து கொண்டதால், இப்பொறிப்புகளை வெட்டச் செய்தவர் அசோகர் என்ற மாமன்னர் என்பது இரண்டாயிர மாண்டுகளுக்குப் பிறகு இப்போது புலனானது. கால வெளியில் புதைந்து கிடந்த அசோகரின் வரலாற்றையும் இந்திய வரலாற்றையும் கட்டி எழுப்புவதற்குப் பிரின்செப்பின் கண்டுபிடிப்புப் பெரும் பங்காற்றியது.

பிராமி எழுத்து

சம்ஸ்கிருதம் முதலான வட இந்திய மொழிகள் எழுதப் பெறுவது நாக வரிவடிவமாகும். ஆங்கிலம் போன்ற ஐரோப்பிய மொழிகள் ரோமன் எழுத்தில் எழுதப்படுகின்றன. அதைப் போல் மாகதி என்றும் பாளி என்றும் வழங்கப்பெறும் பாளி மொழி பிராமி என்ற வடிவத்தில், எழுத்தில் எழுதப் பெற்றது. பண்டைத்தமிழ் மொழி கூட பிராமி வரி வடிவில் எழுதப் பெற்றது. வள்ளுவரின் குறள் கூட பிராமி எழுத்தில் எழுதப் பெற்றிருக்கலாம் என்று ஆராய்ச்சியாளர் சிலர் கூறுவர். பிராமி பாரதம் முழுவதும் கையாளப்பட்ட வரி வடிவமாகும்.

பிராமி எழுத்துத்தான் ஒரு காலத்தில் இந்தியத்தின் எல்லாப் பகுதிகளிலும் பரவியிருந்த எழுத்து முறை என்றும் அது தான் இந்திய எழுத்து முறைக்குத் தாய் என்றும் தொல்லெழுத்தறிஞர் ஜார்ஜ் பூலர் தனது நூலில் *(George Buhler, On the origin of the Indian Brahmi Alphabet, 1835)* கருத்துக் கூறியிருந்தார்.

அசோகரின் பிராமி அல்லது தற்காலத்துத் தேவநாகரி, தமிழ் போன்ற பிற்காலத்து இந்திய வரிவடிவங்கள் சிந்துவெளி எழுத்திலிருந்து தோன்றின என்று தற்கால ஆராய்ச்சியாளர் ஒருவர் கூறுகின்றார். *(Dr.Subash Kak-Louisiana University)*

எனினும் பிராமி எழுத்தின் தோற்றுவாய் குறித்து அறிஞர்களிடையே ஒத்த கருத்து இலது. இது குறித்து இன்னும் (1998) ஆராய்ச்சிகள் நடந்து வருகின்றன.

பிராமியின் தோற்றுவாய் குறித்துக் கூறப்படும் பல்வேறு கருத்துகள்:

1. திராவிடத் தோற்றுவாய் *(Edward Thomas)*

2. சித்திர எழுத்திலிருந்து உருவானது *(Alexander Cunningham)*

3. ஹெல்லனியச் செல்வாக்கில் வளர்ந்தது *(Princep, Senant and others)*

4. செமித்திய அகர வரிசை *(Kepp, Lepsius and otthers)*

5. தென் செமித்திய அகர வரிசையிலிருந்து பிறந்தது. *(Duke, Canon, Taylor and Selte)*

6. ஈராற்று வெளியில் (மெசபடேமியம்) செமித்தியருக்கு முந்திய ஆப்பு வடிவ எழுத்திலிருந்து படி முறை வளர்ச்சி பெற்றது. *(Rhys Davis)*

7. பண்டைய அராமிக்கு அகரவரிசையிலிருந்து வந்தது. *(Divinger,The Alphabets)*

8. இந்திய எழுத்து முறை இந்திய மக்களால் எவ்வகையிலும் தனியாய்

உண்டாக்கப்பட்டதன்று. எனினும் அவர்கள் எழுத்து முறையை மிகச் சிறந்த அளவில் விரித்துப் பெருக்கிவிட்டனர். அவர்கள் பிறரிடமிருந்து பெற்ற கடன். *(R.N.Cust On the Origin of the Indian Alphabet, J.R.A.S., XVI, 1884)*

9. உயிர் எழுத்து, மெய்யெழுத்து ஒலிகளைக் குறிக்கக் குறியீடுகளை அமைத்தல். அல்லது தனியான (*pure*) அகர வரிசை எழுத்து முறையை உருவாக்குதல் என்பன மேற்காசியத்திலிருந்து பெறப்பட்டன என்பதில் ஐயத்திற்கிடமில்லது.

10. பிராமி எழுத்துகள் சிந்துவெளி எழுத்துகளிலிருந்து பிறந்து ஒரே நிலையில் நில்லாது பல்வேறு வகையாய்த் திரிந்து கிளைத்து மாபெரும் மாற்றம் பெற்றுள்ளது.

இது தொடர்பாய் அ.இராகவன் ''தமிழ்-பிராமி வரிவடிவம்'' என்ற தனது நூலில் *(சென்னை, 1966)* கூறியிருப்பது:-

கி.மு.முதலாம் நூற்றாண்டில் பிராமி, குசாண பிராமியாய்த் திரிபுற்று எழுந்தது; கி.பி. நான்காம் நூற்றாண்டில் அது குப்த பிராமியாய்க் கிளைத்தது. இறுதியாய்க் கி.பி. பத்தாம் நூற்றாண்டில் நாகரி வடிவாயும் மலர்ந்தது. இதுவே வங்கம், மைதிலி, அசாமி, நெவாரி, ஓரியம், காசுமீரி முதலிய வரி வடிவங்களின் தாயானது. மேலும் கி.பி.ஏழாம் நூற்றாண்டில் பல்லவரின் வரிவடிவாயும் பரிணமித்தது. பிராமியே தமிழ், மலையாளம், சிங்களம், கன்னடம், கிரந்தம், ஆகிய வரிவடிவங்களுக்கு மூலக் கருவாயிருக்கின்றது.

இக்கருத்துகள் யாவும் ஒருதலைச் சார்புடையன; மெய்யான அடிப்படை ஏதும் இல்லாதவை. இந்திய எழுத்து முறை-வரிவடிவம் வட அல்லது தென் செமியத்திய மூலத்திலிருந்து தோன்றியது என்பதை ஏற்கத்தக்க விதத்தில் நிறுவுவதற்குக் கல்வெட்டு, இலக்கிய, நாணய, தொல்லியல் அல்லது பிறதுறைச் சான்று எதுவும் இலது.

செந்தமிழ்ச் சொற்பிறப்பியல் பேரகர முதலி, சென்னை

Kajariwal O.P. Asiattic Society of Bengal, OUP

Saletore, R.N, Encyclopaedia of Indian Culture, Vol I, New Delihi, 1991.

1837

வரலாற்றுப் புள்ளிகள்

1. அரசியல்

(அ) வங்கத்தில் அரசியல் எழுச்சி

வங்கத்தில் முதன்முதலில் அரசியல் நோக்குடன் சமீந்தாரிச் சங்கம் என்ற பெயரில் *1837* ஆம் ஆண்டு ஓர் அமைப்புத் தோன்றியது.

புதிதாய்க் கல்வி கற்ற நடுத்தர வகுப்பினரைச் சேர்த்துக் கொண்டு, புதிதாய் உண்டான நிலக் கிழார்களான சமீந்தார்கள் *1830* ஆம் ஆண்டுகளில் அரசியல்

முனைப்பொடு வங்கத்தில் எழுந்தனர். அவர்களுள் இராமமோகனரின் சீடர்களான துவாரகநாத தாகூர், பிரசன்ன குமார் தாகூர் போன்றோரும் இருந்தனர்.

இன்னும் இருபதாண்டுகளுக்குப் பிறகு 1857 இல் குமுறி எழப் போகும் கிளர்ச்சிக்கு முன்பு முகிழ்த்த நாட்டின் இயக்கத்திற்கு மேற்கூறியோரைப் போன்ற உயர் நிலை மாந்தரே முதலில் அரசியல் திட்டங்களை வகுத்தனர். அவர்களால் 1837 இல் தொடங்கப் பெற்ற இச்சங்கம் மறு ஆண்டில் நில உடைமையாளர் சங்கம் (*Landholders Society*) என்ற பெயர் மாற்றம் பெற்றது. இது விரைவிலேயே செத்துப் போனது.

இத்தகைய தொடக்கத்தைத் தொடர்ந்து இந்தியத்திலுள்ள பிரிட்டீசுக் குடிமக்களனைவரின் நியாயமான நலன்களையும் உரிமைகளையும் காக்கும் நோக்குடன் 1843 ஏப்ரலில் பிரிட்டீசு இந்தியச் சங்கம் (British Indian Society) என்ற அமைப்புத் தோன்றியது. நிலப்பிரபுக்களின் பெயரால் எந்தச் சங்கமும் இருத்தலாகாது என்ற முற்போக்கான எண்ணத்துடன் தேவேந்திரநாத தாகூரின் கருத்துப்படி இந்தச் சங்கம் அமைக்கப் பெற்றது. அதை அவர் இங்கிலாந்திலிருந்து அழைத்து வந்த ஜார்ஜ் தாம்சன் என்றவர் நிறுவினார்.

எனினும் இச்சங்கம் தொடங்கப் பெற்ற இரண்டு கிழமைக்குள் இது வங்கப் பிரிட்டீசு இந்தியச் சங்கம் என்ற மறுபெயரைப் பெற்றது. அதற்கு ஜார்ஜ் தாம்சன் தலைவரானார். இத்தகைய சங்கங்கள் வங்கத்தில் அரசியல் உணர்ச்சி துளிர் விடுவதற்குத் தம்மாலியன்ற பங்கைச் சிறு அளவிலேனும் அளித்தன.

ஏற்கெனவே இருந்த நிலக்கிழார் சங்கங்களையும் நடுத்தர வகுப்பினரின் சங்கங்களையும் பிரிட்டிசு இந்தியச் சங்கம் 1851 அக்டோபரில் தன்னுள் இணைத்து விட்டது.

இந்த அமைப்பு அனைத்திந்திய அளவிலும் விரியும் எண்ணத்தொடு சென்னையிலும் பூனாவிலும் இருந்த முற்போக்கினருடன் தொடர்பு கொண்டு அவர்களும் தம் மாநிலங்களில் இது போன்ற சங்கங்களை அமைக்குமாறு வேண்டியது.

இச் சங்கம் இங்கிலாந்தின் நாடாளுமன்ற உறுப்பினர்கள், அந்நாட்டு அரசியல் தந்திரிகள், பொது மக்கள் ஆகியோரின் கருத்துகளைத் தனக்கு ஆதரவாய்த் திரட்டுவதற்காக நீண்ட முறையீடுகளை எழுதி, அவர்களிடம் அளிக்கும் பணியைத் தனது அரசியல் வழிமுறையாய்க் கைக் கொண்டது.

இச் சங்கம் 1851 முதல் 1853 வரை அளித்த முறையீடுகளில் எத்தனையோ பல கோரிக்கைகளை எழுப்பியிருந்த போதிலும், ''பொறுப்பும் தகுதியும்'' வாய்ந்த இந்திய உறுப்பினர்களைப் பெரும் பான்மையாய்க் கொண்ட சட்டப் பேரவை வேண்டுமென்றும் அவற்றுக்குச் சென்னை, வங்கம், வடமேற்கு மாநிலங்கள் இங்கெல்லாமிருந்து மூன்று உறுப்பினர் தேர்ந்தெடுக்கப்பட வேண்டும் என்றும் எழுப்பிய கோரிக்கை மிகவும் குறிப்பிடத்தக்கதாகும்.

(ஆ) ஆங்கிலம் இந்திய ஆட்சி மொழியானது

இந்தியத்தில் இது வரையில் பாரசிக மொழி ஆட்சி மொழியாக இருந்து வந்தது. அம்மொழி 1837 இல் கைவிடப்பட்டது. அதன் இடத்தை இந்த ஆண்டு முதல் ஆங்கிலம் பெற்றது. இதனால் மக்களின் பேச்சு வழக்கிலிருந்த உருது மொழி வளமும் ஏற்றமும் பெறுவதற்கு வாய்ப்பு ஏற்பட்டது.

(இ) முகலாய அரசர் பகதூர் ஷா அரியணை ஏறினார்.

தாமர்லேன் என்ற இயற்பெயரையும் தைமூர் என்ற துருக்கப் பெயரையும் (*1336-1405: Tamerlene, Timur*) உடைய மங்கோலிய வெற்றி வீரரின் வழி வந்த ஜாகிருதீன் முகமது பாபர் (*1483-1530*) டெல்லியை ஆண்ட ஆப்கானியரான லோடி குடியின் இபுராகிம் லோடியை (ஆ.கா *1517-1526*) *1526* ஏப்ரல் *21* அன்று பானிப்பட்டுப் போரில் வெற்றி கொண்டபின், இந்தியத்தில் முகலாயர் குடியின் ஆட்சி அமைந்தது. பாபர் *1526* இல் தோற்றுவித்த இக் குடியைச் சேர்ந்தவர்கள் *1858* வரை *332* ஆண்டுகள் இந்தியத்தை ஆண்டனர்:

ஜாகிருதீன் முகமது பாபர்	(*1826-1530*)
நசீருதீன் உமாயூன்	(*1530-1556*)
ஜலாலுதீன் அக்பர்	(*1556-1605*)
நூருதீன் ஜகாங்கீர்	(*1605-1628*)
ஷிகாபுதீன் ஷாஜகான்	(*1628-1658*)
முகியூதீன் ஔரங்கசிபு	(*1658-1707*)
ஷா ஆலம் பகதூர் ஷா I	(*1707-1712*)
ஜகந்தர் ஷா	(*1712*)
ஃபரூக்கியர்	(*1713-1719*)
ஷம்சுதீன் ரஃபியுத்து தரஜத்து	(*1719*)
நிக்குசியார்	(*1719*)
முகமது ஷா	(*1719-1748*)
அகமது ஷா	(*1748-1754*)
அசீசுதீன் ஆலம்கீர் II	(*1754-1760*)
ஷா ஆலம் II	(*1760-1788*)
முயினுதீன் அக்பர் II	(*1788-1806*)
சிராஜுதீன் பகதுர் ஷா	(*1837-1858*)

இவர்களில் முதல் ஆறு அரசர் மட்டுமே வரலாற்றில் குறிப்பிடத்தக்க வர்களாயிருந்தனர். ஏனையோரில் இன்னொருவரும் குறிப்பிடத்தக்கவர் எனலாம். வீடும் வாசலும் சொத்து சுகமும் இல்லாத முகலாய அரசரான இரண்டாம் ஷா ஆலம் *1765* ஆம் ஆண்டு ஆகஸ்டு *12* அன்று ஏற்பட்ட அலகாபது உடன்படிக்கைப்படி வங்க மாநிலத்தின் தன்னாண்மைப் பொறுப்பைக் கிழக்கு இந்தியக் கம்பெனிக்குக் கொடுத்துவிட்டார் (இ.ச.க. தொகுதி-7 : 1765 கட்டுரை) அவர் அதற்கு மாற்றாய் ஆண்டு தொறும் இருபந்தைந்து இலட்சம் ரூபாயைக் கம்பெனியிடமிருந்து பெற்றுக் கொண்டார். இது ஓர் அரசவையில் இதற்கு முன்னர் நடந்தேயிராத ஒரு கேலிக் கூத்து எனலாம். இந்நிகழ்ச்சி முகலாயர் தாழ்ச்சியில் குறிப்பிடத்தக்க ஒன்றாய் விளங்குகின்றது. பிரிட்டிசாரின் அரசியல் தந்திர வெற்றிக்கு இது சின்னமாய் உள்ளது.

ஔரங்கசீபு 1707 ஆம் ஆண்டு இறந்ததிலிருந்து முகலயாரின் தாழ்ச்சி தொடங்குகின்றது. இக்குடியினர் மராட்டியரால் பன்முறை தலைகுனிய நேர்ந்தது. மராட்டியர் முகலாய அரியணைக்குக் காவலாய் இருக்கும் நிலையும் ஏற்பட்டது.

பிரிட்டிசார் இந்தியத்தில் நிலை கொள்ளவும் வாணிபச் செழிப்பில் திளைக்கவும் மிக முக்கியமான துணைவர்களாயிருந்த முகலாயரிடம் பட்ட நன்றிக் கடனுக்காக அவர்களைச் சிறிது காலம் இந்நாட்டின் பேரரசர் என்று பெயரளவிலேனும் மதித்துவந்தனர்.

தேய்பிறையாகி வந்த இப்பேரரச குடியின் பதினைந்தாவது அரசராய்ச் சிராஜுூதன் பகதூர் ஷா 1837 ஆம் ஆண்டு பட்டத்திற்கு வந்தார். இவரே இக்குடியின் கடைசி அரசர் என்ற இடத்தை இன்னும் இருபதாண்டுகளுக்குப் பிறகு பெறவிருக்கின்றார்.

(ஈ) விக்டோரியாள் அரியணை ஏறினார்

பிரிட்டிசு அரசர் நான்காம் வில்லியம் (1765-1837 ; ஆ.கா 1830-1837) 1837 ஜூன் 20 அன்று இறந்ததும், மூன்றாம் ஜார்ஜ் அரசரின் பேத்தியான அலெக்சாந்திரினா விக்டோரியாள் (*Alexandrina Victoria, 1819-1901*, இவர் இலண்டனில் பிறந்தவர். மூன்றாம் ஜார்ஜ் அரசரின் நான்காவது மகனான எட்வடிற்கும் ஜெர்மனியின் சேக்ஸ்-கோபர்கைச் சேர்ந்த விக்டோரியாள் மரியாள் லுயிசாவிற்கும் மகளாய் விக்டோரியாள் பிறந்தார்) 1837 ஜூனில் அரியணை ஏறினார்.

விக்டோரியாள் பிரிட்டனின் அரசியாய் 1837 முதல் 1901 வரையிலும் இந்தியப் பேரரசியாய் 1876 முதல் 1901 வரையிலும் அரசோச்சினார். இவர் 1837 சூலை 13 முதல் பக்கிங்காம் அரண்மனையில் குடியேறினார்.

விக்டோரியாள் ஆட்சியின் முதல் நாடாளுமன்றம் 1837 நவம்பரில் கூடியது. மெல்போன் பிரபு இவர் காலத்தில் தலைமை அமைச்சராயிருந்தார்.

(உ) ஜப்பானில் ஷோகன் ஐயனாரி பதவி விலகினார்

ஜப்பானில் அரசு குடி நிலவிய போதிலும் அந்நாட்டின் ஆட்சிப் பொறுப்பைக் கைகளில் வைத்திருந்த தோக்குகவே (*Tokugawa*) குடியின் ஷோகனான (*Shogun :* இதற்குத் தலைமை இராணுவத் தளபதி என்று பொருள்). ஐயனாரி 1787 ஆம் ஆண்டு ஆட்சிப் பொறுப்பை ஏற்றிருந்த பின்னர், தன் 64 ஆம் வயதில் இந்த 1837 இல் பதவியிலிருந்து விலகிவிட்டார். ஐயனாரி அரசாட்சியைச் சீரமைக்கவும் கல்வியைச் சீர்திருத்தவும் முயன்றதால் நாடெங்கும் குழப்பங்கள் உண்டாயின. அவருக்கு 40 காமக் கிழத்தியர் இருந்தனர். அவரின் 54 மக்களில் பாதிபேர் கைக் குழந்தையாயிருந்த போதே இறந்தனர்.

இப்போது அவரையடுத்து அவரின் 45 வயது மகனான ஐயயோசி இவ்வாண்டு ஆட்சிக்கு வந்து 1853 வரை ஆளப்போகின்றார். இப்புதிய ஷோகன் ஆட்சிக் காலத்தில், நாட்டில் மீண்டும் பேரரசாட்சியை நிறுவ வேண்டும் என்றும் அயல் வாணிபத்திற்கு ஜப்பானியத் துறைமுகங்களைத் திறந்துவிட வேண்டுமென்றும் கோரிக்கைகள் வலுக்கின்றன.

(எ) மிக்சிகன் இருபத்தாறாவது மாநிலமானது

வடஅமெரிக்கத்தின் நடுப்பகுதியில் சுப்பீரியர், ஹியூரன், மிக்சிகன், ஈரி ஆகிய ஏரிகளுக்கு இடையிலுள்ள இரண்டு தீவக்குறைகளில் மிக்சிகன் மாநிலம் அமைந்துள்ளது. இம்மாநிலம் 1837 ஆம் ஆண்டு அமெரிக்க ஒன்றியத்தின் இருபத்தாறாவது மாநிலமாய் இணைந்தது.

இதன் தலைநகரம் லேன்சிங்கு (*Lansing*). பரப்பளவு 58,000 சதுர கிலோ மீட்டர். இது தாழ்வான நிலப்பரப்புடையது.

(ஏ) சென்னையில் புது ஆளுநர்

சென்னை ஆளுநர் சர் ஃபிரடரிக்கு ஆடனின் பதவிக் காலம் *1837* மார்ச்சு *4* ஆம் நாளுடன் முடிவடைந்தது. அவரிடமிருந்து எல்ஃபின்ஸ்டன் பிரபு மார்ச்சு *6* அன்று ஆளுநர் பொறுப்பை ஏற்றார். அவர் இப்பதவியில் *1842* செப்டம்பர் *24* வரை நீடித்திருந்தார்.

(ஐ) பிரிட்டன் ஏடனைக் கவர்தல்

ஏடன் (*Aden*) இந்துமாக் கடலின் ஒரு பகுதியான ஏடன் வளைகுடாக் கரையின் வடக்கே செங்கடலின் நுழைவாயில் அமைந்துள்ளது. இன்று தென் ஏமனின் தலைநகராயும் துறைமுகமாயும் ஏடன் இருக்கிறது. கி.பி. முதலாம் நூற்றாண்டில் எழுதப் பெற்ற பெரிப்புளூஸ் என்ற நூல் ஏடனை யூடோமான் அரேபிய (*Eudoemon Arabia*) என்று சுட்டுகின்றது.

ஏடன் வெகு தொன்மையான காலத்திலிருந்து முக்கியமான வாணிப மையமாய் விளங்கி வருகின்றது. கிழக்கத்தி நாடுகளிலிருந்து ஏடனில் வந்து இறங்கிய பண்டங்கள் அங்கிருந்து நில நடுக்கடல் நாடுகளுக்கு மறு ஏற்றுமதி செய்யப்பட்டன.

ஏடன் ஆறாம் நூற்றாண்டிலிருந்து பதினாறாம் நூற்றாண்டுவரை அரபு நாடுகளின் வசம் இருந்தது. ஆட்டோமான் துருக்கர் இதை *1538* இல் கவர்ந்தனர். ஏடனைத் தளமாய்க் கொண்ட கடற்கொள்ளையரை ஒடுக்குவதற்காகக் துருக்கியுடன் கையெழுத்தான உடன்படிக்கைப்படி *1837* ஆம் ஆண்டில் ஏடன் பிரிட்டனின் கட்டுப்பாட்டில் வந்தது. பிரிட்டன் அதை *1837* ஆம் ஆண்டில் தனது பேரரசுடன் இணைத்து கொண்டது. இதற்காக நடந்த சண்டையில் இரஷியக் கப்பற் படையும் கலந்துகொண்டது.

1837

2. அறிவியல்

(அ) ஒளிச்சேர்க்கைக்குப் பச்சையம் இன்றியமையாமை

தாவரங்களின் ஒளிச்சேர்கைக்குப் (*photosynthesis*) பச்சையம் (*chlorophyll* : தாவர உறுப்புகளிலுள்ள பசும் பொருள். இதனால் தாவரம் தன்னூட்ட வாழ்வியாய் அமைய முடிகின்றது.) இன்றியமையாதது என்பதைப் பிரஞ்சு உடலியலாரான (*physiologist*) ரெனி ஜோக்சிம் ஹென்றி தூட்ரோஷே (*Rene Joachim Henri Dutrochet, 1876-1939*. இவர் பிரான்சின் நியோன் நகரில் பிறந்தவர்.) *1837* இல் நிறுவினார்.

இவர் கரைசல்கள் ஊடு பரவுதலை ஆராய்ந்து அதற்கு ஊடு பரவுதல் (*osmosis*) என்ற பெயரையும் தந்தார். (ஊடு பரவுதல் என்பது படலம் வழியாய் இரண்டு கரைசல்கள் பரவுதல்; அடர்குறை கரைசல் ஒரு வழிச் செல் படலம் வழியாய் அடர்மிகு கரைசலுக்குச் செல்லுதல். *osmos* என்ற ஆங்கிலச் சொல் தள்ளு என்ற பொருளைத்தரும் கிரேக்கச் சொல்லிருந்து பெறப்பட்டதாகும்.)

(ஆ) நிகழ்தகவு விதிகள் நிறுவப்படுதல்

பிரஞ்சுப் படையில் கோவேறு கழுதைகள் உதைத்தனால் உண்டான சாவுகளின் எண்ணிக்கை அடிப்படையில் பிரஞ்சுக் கணிதவியலாரான சிமியோன் டெனிஸ் பவாசோ (*Simeon Denis Poisson, 1781-1840* ; பிரான்சின் பிதிவியர்ஸ் என்ற ஊரில் பிறந்தவர்)

நிகழ்தகவு (*probability*) விதிகளை 1837 ஆம் ஆண்டு தனது *Recherches sur la Probabilite des Judgements* என்ற நூலில் நிறுவினார். (நிகழ்தகவு என்பது குறிப்பிட்ட ஒரு நிகழ்ச்சி ஏற்படக்கூடிய வாய்ப்பைப் பற்றியதாகும்.)

(இ) தெலுங்கில் வானியல் நூல்

அல்லாடி இராமச்சந்திர சாஸ்திரி மிக எளிமையான தெலுங்கு உரைநடையில் ''சித்தாந்த சிரோன்மணி'' என்ற வானியல் நூலை 1837 ஆம் ஆண்டில் எழுதினார். தெலுங்கு மொழியின் தற்கால வளர்ச்சியை இது போன்ற நூல்கள் சுட்டிக் காட்டுகின்றன.

(ஈ) காற்றுகளும் பருவ நிலையும்

துருவங்களிலும் நில நடுப்பகுதியிலும் இயங்குகின்ற காற்று வீச்சுகள் ஐரோப்பியத்தின் பருவநிலையை நிர்ணயிக்கின்றன. இவ்வாறு ஹென்றிக்கு டபிள்யு. டோவு (*Heinrich W.Dove, 1803-1879*)1837 ஆம் ஆண்டு கூறினார்.

(உ) சந்திரனின் நிலப் படம்

பியர் (*Beer*); மேடலர் (*Madler*) என்ற இருவரும் 1837 ஆம் ஆண்டில் சந்திரனின் நிலப்படத்தை மிகவும் துல்லியமாய வரைந்திருந்தனர்.

பூமியின் துணைக் கோளான சந்திரன் இம்மண்ணுலகிலுருந்து 3,84,400 கிலோ மீட்டரில் உள்ளது. இதன் குறுக்களவு 3,476 கிலோ மீட்டர்.

3. சமயம்

(அ) இந்தியத்தில் அமெரிக்கச் சமயப் பரப்பியர்

அமெரிக்க மிசனரிகள் (*American Missionaries*) என்ற கிறித்தவ சமயப் பரப்பியர் மதுரையில் தம் அமைப்பை நிறுவியதை முன்னர் (1834) கண்டோம். இந்த அமைப்பைச் சேர்ந்தவர்கள் இலங்கையிலும் மதுரையிலும் சென்னையிலும் கிளைகள் அமைத்துச் சமயப் பணிசெய்து வந்தனர்.

இலங்கையில் யாழ்ப்பாண வெளியீட்டுக் கழகம் 1823 ஆம் ஆண்டு அமைக்கப்பட்டது. இதற்கு வேண்டிய துண்டு வெளியீடுகள் சென்னையிலிருந்து முதலில் வாங்கிக் கொள்ளப்பட்டன.

கொழும்பில் கோட்டை என்ற இடத்திலிருந்த மிசனரிச் சங்கத்தினர் 1825 ஆம் ஆண்டு யாழ்ப்பாணத்தில் நல்லூர் என்ற இடத்தில் ஓர் அச்சகத்தை அமைத்தனர். அமெரிக்க மிசனரிகள் நல்லூர் அச்சகத்தை விலைக்கு வாங்கி விரிவு படுத்தி வேலை செய்தனர். இந்த அமைப்பைச் சேர்ந்தவர்களில் புகழ் பெற்றது ஸ்கடர் குடும்பமாகும்.

இக்குடுப்பத்தினர் 1837 முதல் ஆர்க்காட்டில் இடையறாது சமயத் தொண்டாற்றி வருகின்றனர். வேலூரிலுள்ள மிசன் மருந்துவமனை இக்குடும்பத்தினரால் அமைக்கப் பட்டதாகும்.

அமெரிக்க மிசனரிகள் மதுரைக்கருகிலுள்ள பசுமலையிலும், 1871 ஆம் ஆண்டில் மர அச்சுப் பொறிவுடன் (*Wooden Press*) ஓர் அச்சகத்தை நிறுவினர்.

1837

(ஆ) தீவிரமான இஸ்லாமிய இயக்கம் செனூசி

சமயப்பற்று மிகக் கொண்டதும் மூர்க்கத்தனமுடையதுமான செனூசி (*Senussi*) என்ற தீவிர இஸ்லாமிய இயக்கம் 1837 இல் வட ஆப்பிரிக்கத்திலும், அரேபியத்திலும் தோன்றியது. இதைச் சிதி முகமது இபின் அலி அஸ் செனூசி (1787-1839)என்பவர் தோற்றுவித்தார்.

4. கலை, இலக்கியம்

(அ) முதல் உருது இதழ்?

முஸ்லிம்கள் இக்காலத்தில் சமயச் சார்பற்ற ஆங்கிலக் கல்வியை எதிர்த்ததால், அவர்கள் கல்வியில் மிகவும் பின்தங்கி நிற்க நேர்ந்தது. அதனால் முஸ்லிம்களுக்கு இந்தியத்தில் செய்தி இதழ்களோ, வேறு இதழ்களோ தோன்றவில்லை எனலாம். அக்குறையைச் சர் சையது அகமதுகான் (1817-1898), சையது முகமது கான் என்ற இரண்டு சகோதரர்கள போக்கினர். அவர்கள் 1837 ஆம் ஆண்டு டெல்லியில் ''சையதுல் அக்பர்'' என்ற உருது மொழி இதழை நிறுவினர். இதுவே இந்தியத்தின் முதல் உருது இதழாயிருக்கலாம். (அலிகடு முஸ்லிம் பல்கலைக் கழகத்தை 1875 ஆம் ஆண்டு நிறுவிய பெருமை இவ்விரு சகோதவரரையே சேரும்.)

அவர்கள் தொடங்கிய இந்த உருது இதழின் ஆசிரியராயிருந்தவர் இளவயதிலேயே இறந்து விட்டதாலும், சர் சையது அகமது கான் வேறு பணியில் ஈடுபட்டிருந்ததாலும் இந்த இதழை நிறுத்த நேர்ந்தது.

பின்னர் 1838 ஆம் ஆண்டு ''டெல்லி அக்பர்'' என்ற இன்னோர் உருது இதழ் வெளிவந்தது. அதைத் தொடர்ந்து இந்துக்களை ஆசிரியராய்க் கொண்டு, ஃபனவதி-நாசரின், குரான்-உல்-சாதிக்கு என்ற இரண்டு உருது இதழ்கள் வெளிவந்தன.

(ஆ) டிக்கன்ஸ், பால்சாக்கு நூல்கள்

சார்லஸ் (ஜான் ஹஃபம்) டிக்கன்ஸ் (*Charles [John Huffam] Dickens, 1812-1870;* இவர் ஹாம்சயர் கோட்டத்தின் லேண்போட்டு என்ற ஊரில் பிறந்தவர்). இலண்டனில் பத்திரிக்கையாளராய்ப் பணியாற்றினார். இந்த ஆண்டு அவரது ''பிக்விக் பேப்பர்ஸ்'' (*Pickwick Papers*) என்ற நாவல் வெளிவந்தது. இவர் 1837 முதல் 1839 வரை எழுதி வந்த ''ஆலிவர் டுவிஸ்டு'' (*Oliver Twist*) என்ற தொடர் நாவலின் முற்பகுதிகள் இலண்டனில் வாழும் ஏழையரான மக்களிடையே பட்டினி பரவலாயிருக்கின்றது என்பதை எடுத்துக்காட்டின . இவரின் நாவல்கள இன்றும் உலக மக்களால் விரும்பப்படுகின்றன.

ஹானர் தெ பால்சாக்கு (*Honore de Balzac 1799-1850;* பிரன்சின் தூ நகரில் பிறந்தவர்) எழுதிய *Le Cure de Village* என்ற பிரஞ்சு நாவலும் 1837 இல் வெளிவந்தது. இவர் தன் எழுத்துகளில் தற்கால நாகரிகத்தை முழுமையாய் எழுத்தோவியமாக்கிக் காட்டியவர்.

(இ) பிரிட்டனில் உருவரைப் பள்ளி

தொழிற் புரட்சி தோன்றியமையால் வடிவமைப்புகளின் உயிர்த் துடிப்பும் வழிவழியாய் வருகின்ற கை நுட்பத் திறனும் இழக்கப்பட்டுவிட்டன என்ற அச்சம் 1830 ஆம் ஆண்டுகளில் பிரிட்டனில் தோன்றியது, (இது பற்றிய அச்சமும், கவலையும்

காந்தியடிகள் இந்திய சமூக வாழ்க்கையில் தோன்றிய இருபதாம் நூற்றாண்டிற்குப் பிறகு தான் இந்நாட்டில் உண்டாயின.)

அரசு இது குறித்து அக்கறை கொண்டு, இங்கிலாந்தின் கலைத் தொழில் ஆக்கம் எங்ஙனம் உள்ளது என்பதை 1835 ஆம் ஆண்டு ஆராய்ந்து அதன் பலனாய் 1837 ஆம் அண்டு உருவரைப் பள்ளி (*School of Design*) ஒன்று அமைக்கப்பட்டுள்ளது. இப்பள்ளி 1897 ஆம் ஆண்டில் இலண்டன் நகரில் இராயல் கலைக் கல்லூரியாய் உருப்பெற்றது.

5. கல்வி

(அ) உலகின் முதல் கிண்டர்கார்டன் பள்ளி

ஜெர்மனியன் துரிஞ்சிய (*Thurigia*) என்ற பகுதியிலிருக்கும் பிளாங்கன்பர்கு (*Blankenburg*) என்ற ஊரில் ஜெர்மன் கல்வியாளரான ஃபிரடரிக்கு ஃபுரோபெல் (*Frederich Frobel*) என்றவரின் வழிகாட்டுதலில் முதல் கிண்டர்கார்டன் பள்ளி 1837 இல் திறக்கப்பட்டது. கிண்டர்கார்டன் (*Kindergarden*) என்ற ஜெர்மன் சொல்லுக்குக் குழந்தைகள் பூங்கா என்பது பொருளாகும்.

(ஆ) பிரிட்டனில் பெருமக்கள் பள்ளி

இந்தியத்தில் பள்ளிகளும் நூல்களும் பிற கல்வி அமைப்புகளும் ஆங்காங்கே எழுந்துவரும் இந்தக் காலத்தில் பிரிட்டனில் நிலவிவரும் கல்விப் பணிபற்றி அறிந்து கொள்வது இன்றியமையாததும் ஆர்வத்தைத் தூண்டுவதுமாகும். இன்று பிரிட்டனில் நடைபெற்று வரும் சில பள்ளிகூடங்கள் பல நூற்றாண்டுகளாய் நிலவிவருகின்றன. அவை உயிர் பிழைத்து நிற்பதற்காகச் சமய பொருளியல் நெருக்கடிகளைத் தாங்கி நிற்க நேர்ந்தது. மக்கள் தொகையில் ஏற்பட்ட ஏற்ற, இறக்கங்களையும் நோய்களால் உண்டான இன்னல்களையும் இப்பள்ளிகளின் செல்வாக்கு மங்கி மாறியதையும் குறிப்பிட வேண்டுவதில்லை.

இத்தனை இன்னல்களும், இடுக்கண்களும் வந்து அச்சுறுத்திய காலத்திலும் இப்பள்ளிகளின் ஆசான்கள் எத்தனை துன்பங்கள் வந்தாலும் பட்டினி கிடந்து உழல நேர்ந்தாலும் துவளாமல் சோர்ந்து போகாமல் இப்பள்ளிகளில் தொடர்ந்து பணியாற்றி வந்தனர் என்பதைச் சான்றுகள் காட்டுகின்றன.

நடு இலண்டனிலுள்ள ரக்பி (*Rugby*) என்ற இடத்தைச் சேர்ந்த புகழ் வாய்ந்த பெருமக்கள் பள்ளியின் தலைமை ஆசிரியர் 1651 இல் மெய்யாகவே பட்டினி கிடக்க நேர்ந்தது. அப்போதும் அவர் தன் பணியை விட்டு நீங்கினாரிலர். (ரக்பி பள்ளி 1567 ஆம் ஆண்டு நிறுவப்பட்டது. இப்பள்ளியில் முதன்முதலாய் ஆடப்பட்ட நீள் உருளை வடிவான பந்தாட்டம் ரக்பி பந்தாட்டம் என்று இன்றும் ஆடப்படுகின்றது.)

எனினும் ஆண்டுகள் செல்லச் செல்ல ஒவ்வொரு பள்ளியிலும் முறை கேடுகள் புகுந்துவிட்டன. இப்பள்ளிகளை நடத்துவது அறப்பணி என்பது மறக்கப்பட்டு அங்கு மனம் போன போக்கில் பணம் செலவழிக்கப்பட்டது. சில ஆசிரியர்கள் எப்பணியும் புரியாது அல்லது சிறிதளவே உழைத்து ஊதியம் பெற்றனர். இன்னும் சில இடங்களில் ஈட்டன் பள்ளியில் நடந்ததைப் போன்று, பள்ளி பணம் பண்ணும் குடும்ப வாணிபம் போன்ற சூழ்நிலை உண்டானது. இப்பள்ளிகள் உயர்பிழைத்து நிற்பதற்கு உறுதியான முறையில் தப்பாது வருவாய் கிடைத்தாக வேண்டும். பதினெட்டாம் நூற்றாண்டின்

பிற்பகுதியிலும் பத்தொன்பதின் முற்பகுதியிலும் பெரிய பள்ளிகளுக்கு நிறைந்த வருவாய் கிடைத்து,அவை செல்வத்தில் செழித்தன.

ஒரு பள்ளிக் கூடத்தின் சிறப்பிற்கு உயிர் நாடியாயிருப்பது அங்கு பணிபுரியும் ஆசிரியரின் தரம் அடிப்படையாய் அமைவதாகும். இலத்தீனப் பள்ளிகளில் (*Grammar School*) பணியாற்றும் ஆசிரியர்கள் ஆக்ஸ்ஃபோர்டு அல்லது கேம்பிரிட்ஜில் பட்டம் பெற்றிருக்க வேண்டும் என்று விதி செய்யப்பட்டிருந்தது. இப்பள்ளிகள் முற்கால இலத்தீன் இலக்கணப் பள்ளிகளாய் இருந்தன. இத்தகைய இடைநிலைப் பள்ளிகளில் இலத்தீன் மொழிக்கே சிறப்பும் இருந்தது. பண்டைச் செம் மொழிகளைக் கற்றுத் தேர்ந்தவர்களாய் இருந்தால் போதும். வேறு துறைகளை அவர் அறிந்திருக்க வேண்டியதில்லை என்று இத்தகைய பள்ளிகள் கருதின. ஆதலால் இப்பள்ளிகள் பழைய பல்கலைக்கழகங்களில் சேர்வதற்குத் தகுந்த செவ்விய கல்வி மீதே தனிக் கவனம் செலுத்தின.

''பெருமக்கள் பள்ளி'' (*public school*) என்ற பெயர் வழக்குத் தெளிவில்லாமலேனும் பத்தொன்பதாம் நூற்றாண்டில் நிலவி வந்தது. விஞ்செஸ்டர் கல்லூரி எனப்படும் பெருமக்கள் பள்ளி 1382 இல் நிறுவப்பட்டது. இதுவும் தொன்மையான ஆங்கிலப் பெருமக்கள் பள்ளியாகும் (*Winchester* தென் இங்கிலாந்து நகரம்) ஈட்டன் (*Eton* என்பதும் தென் இங்கிலந்து நகரம், தேம்ஸ் ஆற்றின் அருகிலுள்ள இவ்வூரில் ஈட்டன் கல்லூரி என்ற பெருமக்கள் பள்ளி உள்ளது. இது 1440 ஆம் ஆண்டு அமைக்கப்பட்டது.) வெஸ்டுமினிஸ்டர் (இது லண்டன் மாநகரிலடங்கிய கோட்டத்தில் அமைந்த பெருமக்கள் பள்ளி) ஹாரோ (வடமேற்கு இலண்டன் மாநகரக் கோட்டத்திலுள்ள பெருமக்கள் பள்ளி. இது 1571 இல் திறக்கப்பட்டது.) மாஞ்செஸ்டர் (வடமேற்கு இங்கிலாந்தில் அமைந்த பெருமக்கள் பள்ளி) வேக்குஃபீல்டு (வட இங்கிலாந்திலுள்ள இந்நகரில் அமைந்த பெருமக்கள் பள்ளி) என்று இங்கிலாந்தில் மொத்தம் ஏழு பெருமக்கள் பள்ளிகளைக் கணக்கில் எடுத்துக் கொள்வது வழக்கமாய் இருந்து வருகின்றது.

மேற்குறித்த ஏழு பள்ளிகளும் 1820 வாக்கில் ஒரு கூட்டமாய்ச் சேர்த்துக் குறிப்பிடப்பட்டன என்பது தெளிவு. அவற்றிடையே பொதுவான சில தன்மைகள் இருந்தன. அவை அறக்கட்டளைகளால் நடத்தப் பெறுபவைகளாகும், ஓரளவு வரலாற்றுச் சிறப்புடைய பள்ளிகளாயும் இருந்தன. அங்கு தொன்மைச் சிறப்பான, குறிப்பாய் இலத்தீனக் கல்வியையும் சிறு அளவில் கிரேக்க மொழி, இலக்கியம் ஆகியவற்றையும் அடிப்படையாய்க் கொண்ட கல்வி கற்பிக்கப்பட்டது. அவை மேட்டுக்குடியினராலும் நிலப்பிரபுக்களாலும் ஆதரிக்கப்பட்டன. முழுமையாய் மேட்டுக்குடியினால் ஏற்கப்படாவிடினும், இந்தக் கூட்டத்தில் சேராதவர்களாயும் இவர்களின் வாழ்க்கை முறை, பழக்க வழக்கம் ஆகியவற்றைக் கடைப்பிடிக்காதவர்களாயும் உயர் குடியினருடன் மணவுறவு வைத்துக் கொண்டவர்களாயும் இருந்த பெருமக்களும் இப்பள்ளிகளைப் புரந்தனர்.

கிறித்தவத் திருச்சபையில் செல்வாக்குப் பெற்ற உயர் தொழில் முனைவோரும் சட்டத் தொழில், மருத்துவத் தொழில் இவற்றில் மேன்மை அடைந்தோரும் மட்டுமே இப்பள்ளிகளில் தம் மக்களை சேர்த்தனர். நடுத்தர வகுப்பினர், கடை கண்ணிகள் வைத்திருப்போர், உழவர் போன்றோரின் பிள்ளைகள் இப்பள்ளிகளில் இடம் பெறவேயில்லை.

ஈட்டன் பள்ளி முன்னர் ஏழைப்பிள்ளைகளில் பலரைச் சேர்த்துக் கொண்டது என்று அறிகின்றோம். அதாவது 1753 முதல் 1790 வரையிலான இருபத்தெட்டாண்டுக் காலத்தில் அத்தகையோரில் 38 பேர் மட்டுமே அங்கு சேர்க்கப்பட்டனர். அப்பள்ளியில் 3000 பிள்ளைகள் சேர்ந்திருந்தனர். அதனுடன் ஒப்பிடுகையில் 38 பேர் என்பது சிறு எண்ணிக்கையாகும். எனினும் நடுத்தர வகுப்புப் பிள்ளைகள் ஹாரோவையும் ஈட்டனையும் நோக்கிப் படையெடுக்கவில்லை என்பது குறிப்பிடத்தக்கது.

இவ்வேழு பள்ளிகளும் மிச்சிறந்தவை என்று 1820 வாக்கில் நாடெங்கும் பெயர் பெற்றிருந்தன. அவற்றில் சில பள்ளிகளில் அயல் நாடுகளிலிருந்த வந்த மாணவர்களும் படித்தனர். எனினும் அவர்கள் பிரிட்டனை விட்டு அயலுலகில் வாழ்ந்த பிரிட்டிசாரின் மக்களாவர். இப்பள்ளிகளில் பெரிதும் தங்கிப் படிக்கும் வசதிகள் இருந்தன. ஆகஸ்ஃபோர்டு, கேம்ரிட்ஜ் ஆகிய பல்கலைக்கழகங்களுடன் அவை நேரடித் தொடர்பு கொண்டிருந்தன. மேலும் அவை ஆட்சியை வலுவாய் ஆதரித்து நின்றமையால் தான் பன்னெடுங்காலமாய் இருந்து வந்த சமய அடக்கு முறைக் கெல்லாம் ஈடுகொடுத்துப் பிழைத்து வாழ முடிந்தது.

பெருமக்கள் பள்ளிகள் பழைய மரபுகளுக்குக் காவலாய் நின்றன. நிலவியல், சமூகவியல், காரணங்களுக்காகத் தனிப்பட்டவர்கள் நடத்திவந்த எண்ணற்ற கல்விக் கூடங்களிலும் தங்கிப் படிக்கும் சிலவாகிய பள்ளிகள், கல்லூரிகளிலும் ஏற்பட்டு வந்த குறிப்பிடத்தக்க உணர்ச்சிகளைப் புறக்கணித்துத் தனித்து ஒதுங்கிய புது உலகில் பெருமக்கள் பள்ளிகள் இருந்து வந்தன. பதினெட்டாம் நூற்றாண்டின் பிற்பகுதியிலிருந்து 1837 வரை பட்டறிவை அடிப்படையாய்க் கொண்டு கல்வித் துறையில் நடந்து வந்ததைப் போன்ற போக்கைப் பெருமக்கள் பள்ளிகள் கவனித்ததாகவே தெரியவில்லை.

Bamford T.W. Rise of the Public Schools, London, 1967.

1837

(இ) பிட்மன் சுருக்கெழுத்து

சர் ஐசக்கு பிட்மன் (*Sir Isaac Pitman, 1831-1897*) இங்கிலாந்தின் வில்ட்டுசயர் கோட்டத்தின் டிரோபிரிட்ஜ் என்ற ஊரில் பிறந்தவர். கல்வித்துறை வித்தகர், சுருக்கெழுத்தைக் கண்டுபிடித்தவர். அவர் முதன்முறையாய் அறிவியல் அடிப்படையில் சுருக்கெழுத்து முறை ஒன்றை 1837 ஆம் ஆண்டு உருப்படுத்தினார். அது ஒலிப்பு முறையை அடிப்படையாய்க் கொண்டு கோடுகள், வளைவுகள், ஊக்குகள், முதலிய குறிகளையும் அடிக்கடி சொற்களின் இடத்தில் ''ஒரு கீற்றுச் சொற்களையும்'' (*grammalogues*) பயன்படுத்தி உண்டாக்கப்பட்டது. சர் ஐசக்கு பிட்மன் *Stenographic Shorthand* என்ற நூலை 1837 நவம்பர் 15 அன்று வெளியிட்டார். அவர் 1835-1843 காலத்தில் சுருக்கெழுத்தைக் கற்பிப்பதற்காகப் பாத்து நகரில் ஒலியியல் கழகம் ஒன்றை நிறுவினார். *Phonetic Joumal* என்ற இதழை 1842 ஆம் ஆண்டு வெளியிட்டார்.

இவரின் தம்பி பெயர் பெஞ்சமின் பிட்மன் (*Benjamin Pitman, 1822-1910*) இவரும் டிரோபிரிட்டிஜில் பிறந்தவர். கல்வித்துறை வித்தகர். இவர் 1852 இல் அமெரிக்கம் சென்றார். அங்கு சுருக்கெழுத்து முறையைக் கொண்டு வந்த முன்னோடியானார். அமெரிக்கத்தின் சிஞ்சினாட்டி நகரில் 1853 ஆம் ஆண்டில் ஒலியியல் முறை கற்பிக்கும் ஒரு சங்கத்தை நிறுவினார்.

(ஈ) திருவனந்தபுரத்தில் ஆங்கிலப் பள்ளி

திருவிதாங்கூர் அரசர் சுவாதித் திருநாளின் ஆதரவில் திருவிதாங்கூர் அரசு திருவனந்தபுரத்தில் 1837 ஆம் ஆண்டு ஓர் ஆங்கிலப் பள்ளியை அமைத்தது.

6. பொருளியல், நிதியியல்

பம்பாயில் வங்கி

பம்பாயில் ஒரு வங்கியை அமைக்கத் திட்டமிட்டு இந்த 1837 ஆம் ஆண்டு ஜனவரி 3 ஆம் நாளன்று மக்களிடம் பங்குத் தொகைகள் வாங்கப்பட்டன. அவ்வங்கிக்கு ஏ.எஸ் பின்லே ஜனவரி 20 அன்று தலைவரானார். இவ்வங்கிக்குப் பிப்ரவரி 2 ஆம் நாளன்று ஐம்பது இலட்சம் ரூபாய் பங்கு மூலதனம் திரண்டது. சர்.சார்ஸ் மால்கம் வங்கியின் தலைவரானார். இந்த வங்கித் திட்டத்திற்கு 1840 வரை வங்கத்திலிருந்து எதிர்ப்பு இருந்து வந்தது.

7. மக்கள்

இலண்டனில் இளவயதுப் பரத்தையர்

''இங்கிலாந்தைத் தவிர வேறு எங்கும் செல்வப் பகிர்வில் இத்தனை ஏற்றத் தாழ்வு இல்லை; அதனால் தான் அங்கு விபச்சாரம் இவ்வளவு பெருகியுள்ளது'' என்று இங்கிலாந்தை 1831, 1835, 1839 ஆகிய ஆண்டுகளில் சுற்றிவந்த சோஷலிச இயக்க முன்னோடியும் பிரஞ்சு எழுத்தாளியுமான ஃபுளோரா திரிஸ்தன் (*Flora Tristan*) என்ற பெண்மணி இங்கிலாந்து பற்றிய தன் பயணநூலில் சொல்லியிருக்கின்றார்.

திரிஸ்தன்

ஓர் ஆண் உயில் எழுதிவைக்கும் உரிமைக்கு ஆங்கில நாட்டுச் சட்டம் எவ்விதமான கட்டுபாட்டையும் விதிக்க வில்லை. ஆனால் உயர்குடியினர் உண்டாக்கி வைத்துள்ள முன்னுதாரண மரபுகளை மாளிகையில் வாழும் உயர்குடிப் பிரபுவிலிருந்து குடிசையில் வாழும் ஏழைக் குடியானவன் வனரயிலும் பின்பற்றி ஒரு குடும்பத்திற்கு ஒரே ஆண் வாரிசு தான் என்பதை ஒப்புக் கொண்டதன் விளைவாய் அக்குடும்பத்தில் பிறந்த மகளுக்குக் கிடைக்கக் கூடிய சீதனம் சிறிதளவேயாகியது. அவளுடன் வேறு சகோதரர்கள் பிறவாதிருந்தால் தான் அதுவும் கிடைக்கும்.

இங்கிலாத்தில் இங்னனம் பல

உரிமைகள் பெண்ணுக்கு மறுக்கப்பட்டிருந்தன. இத்தகைய ஒரு சமூகத்தில் வேசியர் பெருகியது வேடிக்கையன்று.

இலண்டனில் வேசியர் பலர் இருந்தனர். அவர்களை எல்லா நேரங்களிலும் எல்லா இடங்களிலும் காணமுடிந்தது (''வேசியரே மல்கும் ஊர்'' என்று ஒரு தமிழ்ப்புலவன் பாடிய பாடல் நினைவிற்கு வருகின்றது). ஊரெங்கும் வேசியர் திரிந்தனர். அவர்களில் சில வேசியர் தாம் வாழ்ந்த புறநகர்ப் பகுதிகளுக்குப் பெருங்கும்பலாய்ச் செல்வதுண்டு. வேசியர் நாடகக் கொட்டகைகளிலும் பொது இடங்களிலும் கூடி அங்கு திரண்டிருந்த கூட்டங்களுக்குள் கலந்து விடுவர். அவர்கள் ஆடவரைத் தம் வீடுகளுக்கு இட்டுச் செல்வதைக் காண்பது அரிது. மேலும் அவர்கள் குடியிருந்த இடங்கள், அவர்களின் தொழிலுக்கு உகந்தனவன்று. எனவே அவர்கள் தம்மிடம் சிக்கிய ''இரைகளைத்'' தம் தொழிலுக்கென்று அமர்த்தியிருந்த வீடுகளுக்குக் கொண்டு செல்கின்றனர். அத்தகைய வீடுகள் இலண்டன் மாநகரம் எங்கிலும் பரவியிருந்தன. அவை மதுக் கடைகளைப் போன்று எண்ணற்றனவாய் இருந்தன என்று டாக்டர் கைகேல் ரயான்(1800-1841) கூறினார்.

டாக்டர் ரயான் இலண்டன் மாநகர இலவச மருத்துவமனையில் ஒரு மருத்துவராயும் ''இலண்டன் மருத்துவ, அறுவை மருத்துவ இதழ்'' (*London Medical and Surgical Joumal*) என்ற இதழின் ஆசிரியராயும் 1832-1838 வரை பணியாற்றினார். அவர் எழுதி 1837 ஆம் ஆண்டு வெளிவந்த திருமணம் பற்றிய மெய்யியல் கருத்து: அதன் சமூக ஒழுக்கநெறி, உடல் கூறுகளையொட்டி என்ற நூல் முப்பதாண்டுக்காலத்தில் பன்னிரண்டு பதிப்புகள் வெளி வந்தன.

1837

டாக்டர் ரயான் இலண்டனில் நடந்த வேசித் தொழில் பற்றி எழுதிய நூல் 1839 இல் வெளி வந்தது. அவர் அதில் 1837, 1838 ஆம் ஆண்டுகளில் தீயொழுக்க ஒழிப்புச் சங்கம் என்ற அமைப்பு நாடாளுமன்றக் குழுவிடம் அளித்த அறிக்கைகள், அவ்வாண்டு மாநகரக் காவல் துறையினர் அளித்த அறிக்கைகள், ஜேம்ஸ் பியர்டு டால்பட்டு (1801-1881) 1835 ஆம் ஆண்டு அமைத்த இளவயதினர் வேசித் தொழில் ஒழிப்புச் சங்கம், 1836, 1837, 1838 ஆகிய ஆண்டுகளுக்கென்று அளித்த அறிக்கைகள், அச்சங்கத்தின் செயலாளரான டால்பட்டு கொடுத்த அறிக்கைகள், காவல் துறை ஆணையர்கள் நாடாளுமன்றத்திடம் வழங்கிய அறிக்கைகள் முதலியவற்றில் வேசித்தொழில் பற்றித் தந்திருந்த துல்லியமான செய்திகளை விவரித்துக் கூறியிருந்தார்.

மேற் குறித்த ஆவணங்களிலிருந்து இலண்டனில் நடந்து வந்த வேசித் தொழில் பற்றிய செய்திகள் தெரிய வந்தன. ஊதியம் பெறும் அமைதிக் காப்புக் குற்ற நடுவரான பேட்ரிக்குக் கால்கூன் (*Patrick Cauhoun*) 1793 ஆம் ஆண்டு செய்திருந்த ஒரு கணிப்பின்படி இலண்டனில் 50,000 வேசியர் இருந்தனர் என்பது தெரியவந்தது. அவர் சமுகத்தில் மதிப்புமிக்க மனிதர். அவர் அது பற்றி நீண்ட காலம் ஆராய்ந்து இதைக் கணித்தார். ஆனால் இது குத்து மதிப்புக் கணிப்பேயாகும்.

ஏனெனில் இந்தக் காலத்தில் காவல் துறை நல்ல முறையில் அமைக்கப்பட்டிருப்பினும், அவர்களால் துல்லியமான புள்ளி விவரங்களைத் தொகுக்கும் வழிவகை உண்டாகவில்லை. எனவே பதினெட்டாம் நூற்றாண்டில் எழுந்த இந்தக் கணக்குத் துல்லியமாய் இருக்க முடியாது.

மேலும் இலண்டனில் மக்கள் தொகை 1793 ஆம் ஆண்டிற்குப் பிறகு இரட்டித்துவிட்டது. ஆதலால் விபச்சாரமும் அந்த அளவிற்கு இரட்டித்திருக்கும் என்று

கணிப்பது அவரறிவிற்குப் பொருந்தாது என்று தள்ளி விட முடியாது. ஏனெனில் செல்வப் பகிர்வு அன்று போல் இன்றும் ஏற்றத் தாழ்வாகவே இருந்தது.

எனவே மேலே கூறிய சங்கங்களும் அமைப்புகளும் காவல் துறையினரும் டால்பட்டும் குற்ற நடுவர்களும் அளித்த கணக்குகளின்படி இலண்டனில் எண்பது ஆயிரத்திலிருந்து ஓரிலட்சம் பேர் வரையிலும் வேசியராய்த் தொழில் செய்திருக்கலாம் என்று ரயான் கணித்தார். அவர்களில் பாதிப்பேர்-மூன்றில் ஒரு பங்கினர் என்று வேறு சிலர் கணிக்கின்றனர் -இருபது வயதிற்குக் குறைந்தவர்கள் என்று ரயான் கணிக்கின்றார்.

வேசியரின் சராசரி வாணாள் குறித்து 1838 வரை ஊகித்துத் தான் சொல்ல முடியும் என்ற நிலை இருந்தது. ஏனெனில் அந்த ஆண்டு வரையிலும் பிறப்பு-இறப்புப் பதிவுச்சட்டம் நிறை வேற்றப்படவில்லை. இலண்டன் நகரத்துக் கடைசிச் சேம்பர்லேனான் (*Chamberlain* என்பவர் அரசக் குடும்பத்து அலுவலர்) கிளார்க்கு என்றவர் வேசியரின் சராசரி வயது நான்கு என்றார். வேறு சிலரோ ஏழு என்றனர்.

1837

ஆண்டுதொறும் இறக்கும் வேசியரின் எண்ணிக்கை எண்ணாயிரம் என்பது, இளவயதினர் வேசைத் தடுப்புச் சங்கத்தின் கணிப்பாகும். அச்சங்கத்தின் செயலாளரான டால்பட்டு இலண்டனில் 5000 வேசி வீடுகள் உள்ளன என்று கூறினார். இவ்வீடுகளுக்கு வேண்டிய பெண்களைப் பொறுக்கும் பணியில் ஐயாயிரம் ஆடவரும் பெண்டிரும் ஈடுபட்டிருந்தனர். பத்து முதல் பன்னிரண்டு வயது வரையிலும் உள்ள சிறுமியரை ஏமாற்றி அவர்களின் விருப்பத்தோடு அல்லது வலுக்கட்டாயப்படுத்திப் பயங்கரமான வேசி விடுதிகளுக்குள் கொண்டு சென்றனர். டால்பட்டின் கணிப்புப்படி வேசித் தொழில் நேரடியாய் அல்லது மறைமுகமாய் நான்கு இலட்சம் பேர் இக்காலத்தில் ஈடுபட்டிருந்தனர். ஆண்டுதொறும் இந்தச் செயலுக்கென்று இலண்டனில் எண்பது இலட்சம் பவுன் செலவழிக்கப்பட்டது.

இளவயதினர் விபச்சாரத் தடுப்புச் சங்கம் ஜேம்ஸ் பியர்டு டால்பட்டினால் 1835 ஆம் ஆண்டு தொடங்கப்பட்டது. அச்சங்கம் இலண்டன் மாநகரில் ஆய்வு செய்து வெளியிட்ட ஓர் அறிக்கை திடுக்கிட வைப்பதாய் உள்ளது.

இலண்டனில் வாழ்ந்த ஏழை மக்களின்-தாழ் நிலையிலிருந்த வகுப்பினரின் ஒழுக்கக் கேட்டை அவ்வறிக்கை அம்பலப்படுத்தியது. சிறுவர்க்கும் சிறுமியர்க்கும் எல்லா வகையான மோசடிகளையும் ஒழுக்கக் கேடுகளையும் கற்பிக்கும் பள்ளிகள் இலண்டனில் இருந்தன. வேசித்தனத்தாலும் திருட்டுத் தொழிலாலும் பயனடைந்தவர்கள் அவற்றைப் பலரறிய ஊக்குவித்தனர். நன்கு திட்டமிட்டுக் குற்றங்கள் புரிந்தனர்.

இலண்டனில் பலர் பத்துப் பதினைந்து வயதுச் சிறுமிகளை ஏமாற்றித் தம் தீய வலைகளுக்குள் சிக்கவைத்து, அச்சிறுமியரை வேசித் தொழிலுக்கென்று விற்றனர். இந்த இழிந்த வேலையில் ஆடவரும் பெண்டிரும் ஈடுபட்டனர். சிறுமிகளிடம் ஏதாவது பொய் சொல்லி ஏமாற்றி வேசியர் விடுதிக்குக் கொண்டு சென்று அங்கு சுமார் பதினைந்து நாட்கள் அடைத்து வைத்தனர். அதன் பிறகு அச்சிறுமியர் தம் பெற்றோரை என்றென்றைக்கும் மறந்துவிட வேண்டியதுதான்.

இங்கிலாந்தில் வேசித் தொழில் சட்டப்படி தடை செய்யப்பட்டிருந்தது. எனினும் அத்தொழில் நடந்து கொண்டுதானிருந்தது. ஆனால் அது நடந்து வருவதைக் காட்டும் சான்றுகளைப் பெற முடியாது. வேசி வீடுகளுக்குச் செல்பவர்கள், நீதி

மன்றத்திற்குச் சென்று அவற்றுக்கு எதிராய்ச் சாட்சியளிப்பதில்லை. ஏனெனில் அது அவர்களுக்கு அவமானத்தை உண்டாக்கும். ஏதேனும் கலவரம் அல்லது சச்சரவு ஏற்படாவிடில் காவல்துறையினரால் வேசியர் வீடுகளுக்குள் நுழைய முடியாது. அங்கு சட்டத்திற்கு எதிரான செயல்கள் நடைபெறுகின்றன என்பதை அவர்களால் நிறுவ முடியாது. அவ்வீடுகளுக்கு அருகில் வாழும் மக்கள் உண்மையில் அமைதி கெடுகின்றது என்று குற்றஞ்சாட்டினால், அரசு அலுவலரின் உதவியொடு மட்டுமே அவற்றை ஒடுக்க முடியும்.

இலண்டனின் பல்வேறு பகுதிகளில் மிகச் சிறந்த பொதுமனைகளும் வேசி வீடுகளும் இருந்தன. அவை செல்வம் படைத்தவர்கள் செல்கின்ற வேசி மடங்களாகும். இங்கு இருநூறு வேசியர் வரையிலும் ஒரு நேரத்தில் கூடுவதுண்டு. பணம் படைத்தவர்களும் நாகரிகமானவர்களுமான இளைஞர்கள் அங்கு சென்று தமக்கு வேண்டிய பெண்களைத் தேர்ந்தெடுக்கின்றனர். இப்போது மனைகளுடன் மதுக் கடைகளும் இணைக்கப்பட்டிருப்பதுண்டு. அங்கு செல்வம் பொழியும். அவை நாகரிக மாந்தர் குழுமும் இலண்டனின் வெஸ்டுடெண்டுப் பகுதியிலும் *(West End)*அதைத் தாண்டியும் இருந்தன. அவற்றுக்கு நெடும் அறைகள் என்று பெயர். இப்பெயர் பெற்ற பொதுப் பெண்டிர் மனைகள் தேம்ஸ் ஆற்றங்கரை நெடுகிலும் அமைந்திருந்தன. இந்நெடும் அறைகளில் ஒரே நேரத்தில் ஐநூறு பேர் கூடலாம்.

பிரிட்டனில் தீயொழுக்கத் தடுப்புச் சங்கம் *(The Society for the Suppression of Vice)* *1801* ஆம் ஆண்டு நிறுவப்பட்டது. அதன் முதற் செயலாளராய் வில்லியம் வில்பர்ஃபோர்ஸ் *(1789-1833)* இருந்தார். ஹென்றி பிரிச்சர்டு *1836* முதல் *1839* வரை செயலாளரானார்.

வெறுக்கத்தக்க வேசித் தொழிலைக் கைவிட முன்வந்த பெண்களுக்கு உதவுவதற்காக இலண்டனில் ஐந்து அமைப்புகள் இருந்தன. மகதலன் என்ற அமைப்பு *1758* ஆம் ஆண்டு நிறுவப்பட்டது. (மேரி மகதலன் விவிலியத்தில் கூறப்பட்டுள்ள பொருள் பெண்டிர் ஆவார். ஏசுபிரான் அவளின் பாவங்களைப் போக்கினார் என்று லூக்கின் திருச்செய்தி கூறும்) இலண்டன் திருந்திய மகளிர் சிறை *(London Female Penitentiary) 1801* இல் அமைந்தது. தீயொழுக்கத் தடுப்புச் சங்கம் *(Society for the Suppression of Vice) 1802* ஆம் ஆண்டிலும் ஆதரவாளர் சங்கம் *(Guardian Society) 1812* ஆம் ஆண்டிலும் இலண்டன் இளவயதினர் விபச்சாரத் தடுப்புச் சங்கம் *(London Society for the Prevention of Juvenile Prostitution) 1835* ஆம் ஆண்டிலும் நிறுவப்பட்டன.

8. பொது

அனைத்திந்திய அஞ்சல் ஊழியம்

இந்தியத்தில் பொது அஞ்சல் ஊழியத்தை நிறுவதற்கென்று *1837* ஆம் ஆண்டு தலைமை ஆளுநர் ஆக்லந்துப் பிரபு காலத்தில் *(1836-1842)* இந்திய அஞ்சல் பணிகளை ஒழித்தது. அரசின் பொறுப்பிலுள்ள அஞ்சலகங்களே கடிதங்களை எடுத்துச் செல்லும் தனி முதல் உரிமை பெற்றன. இச்சட்டம் வங்கம், சென்னை , பம்பாய் ஆகிய மூன்று மாநிலங்களிலும் செயல்பட்டு வந்த அஞ்சல் ஊழியங்களை இணைத்தது. இதனால் அனைத்திந்திய அஞ்சல் ஊழியம் அமைந்தது.

இதற்குப் பத்தாண்டுகள் கழித்து ஹார்டிஞ்சுப் பிரபு தலைமை ஆளுநராயிருந்த காலத்தில் *(1844-1848)* முதன்முதலில் அஞ்சல் தலை வெளியிடப்பட்டது. இந்தியத்தில்

அஞ்சல் பணிகள் வளர்ந்தது பற்றிய செய்திகள் முன்னர் சொல்லப்பட்டுள்ளன. (இ.ச.க தொகுதி-8 : 1774-கட்டுரை)

9. மக்கள்

ஆட்சிப் பணியில் சிறந்த மெட்காஃபு

சார்லஸ் தியோஃபிலஸ் மெட்காஃபு பேரன் மெட்காஃபு (*Charles Theophilus Metcalfe, Baron Metcalfe, 1785-1846*) பிரிட்டனின் குடியேற்ற ஆட்சித்துறையில் பணி செய்தவர். அவர் 1800 ஆம் ஆண்டு இந்தியத்தில் பணிபுரிவதற்கு வந்தார். மெட்காஃபு தலைமை ஆளுநர் மிண்டோ பிரபின் (*Gelbert Elliot, 1st Earl of Minto*) (இ.ச.க. தொகுதி-11 : 1807 புள்ளி) தூதுவராய்ச் சீக்கிய அரசர் இரஞ்சித்து சிங்கின் (1780-1835) அவைக்கு 1808 ஆம் ஆண்டு லாகூருக்குச் சென்றார். அவர் கிழக்கிந்தியக் கம்பெனியின் வடமேற்கு எல்லையிலிருந்த முனையில் உண்டான அரசியல் விரிசலைச் செப்பனிடுவதற்காக அங்கு போனார்.

மெட்காஃபு பின்னர் 1811-1818 காலத்தில் டெல்லியில் பிரிட்டீசுப் பேராளராய் (*resident*) இருந்தார். அவர் அப்போது டெல்லிப் பகுதியில் உடன் கட்டை ஏற்றத்தை ஒழித்தார். அடுத்து அவர் ஐதராபாதில் பேராளராயிருந்தார் (1820-1825). பாமர் அன் கம்பெனி என்ற நிறுவனம் செய்து வந்த ஊழல்களை அம்பலப்படுத்தினார். அவர் 1800 முதல் இந்தியத்தில் தொடர்ந்து பணி செய்தார். பெண்டிங்குப் பிரபு தலைமை ஆளுநராயிருந்த வேளையில் (1833-1835) அவருக்கு வலக்கரம் போல் இருந்து, சதி ஒழிப்புப் போன்ற பல நற்பணிகள் நிறைவேற உதவினார். பெண்டிங்குப் பிரபு பதவி நீங்கிச் சென்றதும் மெட்காஃபு சிறிது காலம் இடைக்காலத் தலைமை ஆளுநராயிருந்தார். அவர் இக்காலத்தில் (1835) அச்சுச் சுதந்திரச் சட்டத்தைக் கொண்டு வந்தார்.

அவர் 1837 ஆம் ஆண்டு இந்தியத்தில் பதவியிலிருந்து நீங்கியதும் ஜமைக்கத்தின் தலைமை ஆளுநராய் 1839 இல் பொறுப்பேற்றார். அவர் அதன் பிறகு 1834 ஆம் ஆண்டில் கனடாவின் தலைமை ஆளுநரானார். மெட்காஃபு 1845 ஆம் ஆண்டு பதவியிலிருந்து ஓய்வு பெற்று மறு ஆண்டில் இறந்தார்.

10. இறப்பு

(அ) அலெக்சாந்தர் செர்ஜியோவிச்சு புஷ்கின் (1799-1837)

அலெக்சாந்தர் செர்ஜியோவிச்சு புஷ்கின் (*Alexander Sergeyevich Pushkin, 1799-1837*) மாஸ்கோவில் பிறந்தவர். இவர் இரஷியத்தின் மாபெரும் கவிஞர் என்று ஏற்றிப் புகழப்பட்டார். அவர் இயற்றிய ''இரஸ்லன் அண்டு லுட்மிலா'' (*Ruslan and Lyumilla*) என்ற காதற்காவியம் 1820 ஆம் ஆண்டு வந்த போது, அது அவருக்கு மிகப் பெரிய வெற்றியைக் கொடுத்தது. அதையடுத்து 1825 ஆம் ஆண்டில் ''யூஜின் ஓனேஜின்'' (*Eugene Onegin*) என்ற உரைநடைப் பாடலும் 1831 ஆம் ஆண்டில் வரலாற்றுத் துன்பியல் காவியமான போரிஸ் குடுனோவு (*Boris Gudunov*) என்ற பாடலும் 1833 ஆம் ஆண்டில் ''வெண்கலக் குதிரைக்காரன்'' (*The Bronze Horseman*) என்ற பாடலும் இயற்றப்பட்டன. புஷ்கின் நாடகங்கள், சிறுகதைகள் முதலியனவும் எழுதியுள்ளார். அவர் புரட்சிக் கருத்துகளை வெளியிட்டதற்காக இருமுறை தென் இரஷியத்திற்கு நாடு

கடத்தப்பட்டார். அரசவைச் சூழ்ச்சிகளின் காரணமாய்ப் புஷ்கின் ஒற்றைக் கொற்றைச் சண்டையில் (*dual*) இவ்வாண்டு கொல்லப்பட்டார்.

(ஆ) கோமாளி ஜோசஃப்பு கிரிமால்டி (1799-1837)

ஜோசஃப்பு கிரிமால்டி இத்தாலிய பெற்றோருக்கு இலண்டனில் பிறந்த கோமாளி; ஊமைக்கூத்தர். இவர் இரண்டு வயதில் நாடக மேடையேறி நடிக்கலானார்; அவர் சிறு பையனாயிருந்த போது, இலண்டன் நாடகக் கொட்டகையில் மிகவும் பாராட்டப்பட்ட நடிகராயிருந்தார். அவர் ஊமைக் (*pantomine*) கூத்தில் மிகவும் வல்லவர். அவர் தம் உழைப்பினால் உடல் மிகவும் தளர்ந்து போனார். அவர் உடல் நலம் கெட்டு நாற்பத்தைந்து வயதிலேயே செயலற்றுப் போனார். அவர் 1837 மே 31 அன்று இறந்தார்.

ஒரு நாள் அந்த டாக்டரிடம் மிகுந்த மனவாட்டமுற்ற ஒருவர் வந்தார். தன்னைக் கவலைகள் அழுத்துகின்றன என்றும் அவற்றிலிருந்து மீள்வதற்கு வழி சொல்ல வேண்டுமென்றும் டாக்டரிடம் அம்மனிதர் மன்றாடினார். டாக்டர் அவரிடம் சொன்னார், ''இந்த ஊரில் நாடகங்களில் ஒரு கோமாளி நடிக்கின்றார்; அவரது நகைச்சுவைக் கூத்துகளை நீங்கள் கண்டால் உங்கள் கவலையெல்லா ஓடிப்போகும். அவர் பெயர் கிரிமால்டி''

கவலை தோய்ந்த முகத்தினரான அம்மனிதர் பெருமூச்சுடன் டாக்டரிடம் சொன்னர் ''ஐயா, நான் தான் அந்தக் கிரிமால்டி.''

கிரிமால்டியின் வாழ்க்கையினால் அகத்தூண்டுதல் பெற்றுத் தான் இருபதாம் நூற்றாண்டில் இந்திய இரஷியக் கூட்டுறவில் ராஜ் கபூர் நடித்த ஒரு திரைப்படம் வந்தது. இதன் கதையை கே.ஏ.அப்பாசு எழுதியிருந்தார்.

1838

அரசியல்

பிரிட்டனில் பேருரிமை இயக்கம்

இரஷியப் பூச்சாண்டி-ஆப்கானித்தானப் படையெடுப்பு

அறிவியல்

உயிரணுக்கள் பற்றிய கொள்கை விளக்கம்;

நுண்ணோக்கி முன்னோடியர், ''புரோட்டோப்பிளாசம்'' என்ற சொல்

''புரோட்டீன்'' என்ற சொல், நொதித்தலுக்கு ஈஸ்டு

குருதியில் இரும்பு

மருத்துவம்

குமரி முனையில் நோய் தீர்க்கும் கிறித்தவத் தொண்டு

சட்டம், நீதியாட்சி

பிரிட்டனில் கொலைத் தண்டனை ஒழிப்பு

கலை இலக்கியம்

வீரமா முனிவரின் ஐந்திலக்கணம் பதிப்பு, சென்னையிலிருந்து தெலுங்கு இதழ்

தெலுங்கு இலக்கியம்-வில்சன் கட்டுரை

கேசனோவாவின் நினைவுக் குறிப்புகள் வெளியீடு

கால்டுவல் இந்திய வருகை

தொழில், வாணிபம், வேளாண்மை

தமிழகத்தில் தேயிலை அறிமுகம், தேயிலை வரலாறு

இலண்டனில் இராயல் வேளாண்மைச் சங்கம்

போக்குவரவு

அட்லாண்டிக்கில் முதல் நீராவிப் பயணக் கப்பல்

கனடாவில் முதல் இரயில், இரஷியத்தில் முதல் இருப்புப் பாதை

அஞ்சல், தகவல் தொடர்பு, மார்ஸ் தந்திக் குறியீடுகள் தோற்றம்

இயற்கைச் சீற்றம்

அயர்லந்தில் பஞ்சம்

மக்கள்

குயானாவில் இந்தியர் குடியேற்றம், ''பம்பாய் பயணியர் தங்க வசதியற்றது''

சிவப்பு இந்தியர் நடந்துபோன ''கண்ணீர்த் தடம்'' செரோக்கி இந்தியர்

வரலாறு

போதி தர்மன் - தேயிலை

பிறப்பு

பங்கிம் சந்திர சட்டர்ஜி (1838-1894)

சர் வில்லியம் ஹென்றி பெர்க்கின் (1838-1907)

இறப்பு

சார்லஸ் மாரைஸ் தெ டெலிராண் - பெரிகார்டு (1754-1838)

1838

''நீலக் கண் அந்தணன்''

தேயிலை வரலாறு

மலர்களும் கதைகளும் மலிந்த சீனப் பெரு நிலத்தில், அதன் நாட்டினப் பானமான தேநீரையும் அதைத் தரும் தேயிலையையும் பற்றிப் பல கதைகள் உள்ளன. எனினும் தேயிலையின் தோற்றுவாய் பற்றிய இந்தக் கதை தமிழகத்திலிருந்து சீனம் சென்றவர் என்று கருதப்படும் பௌத்தத் துறவி ஒருவரைப் பற்றியதாகும்.

அச்சம் தரத்தக்க முகத்தையுடைய மகாயன மெய்யியலாரான அவரது பெயர் போதிதர்மன் *(450-535 கி.பி.)* இவர் இந்தியத்தில் அறியப்படாதவர். ஏற்கப்பட முடியாத கற்பனைதான் போதிதர்மன் என்று அறிஞர் பலர் கருதுகின்றனர்.

புத்தர் புகழ் வாய்ந்த தம் அறிவுரைகளில் ஒன்றின் போது, கையில் பொன்னிறப் பூ ஒன்றை வைத்தபடி எதுவும் கூறாது இருந்தார் என்று சொல்லப்படுகின்றது. அவரது சீடரில் ஒருவரான காசியபர் சிறிது நேரத்திற்குப் பின் முறுவலித்தார். பௌத்தத்தின் தியான மார்க்கம் இதிலிருந்து தோன்றியதாகும். முறுவலில் முகிழ்த்த ஞானம் வரிசையாய் இருபத்தெட்டுப் பேரின் வழியாய்த் தலைமுறை தலைமுறையாய்ச் சென்றது. இந்த வரிசையில் கடைசியாய் வந்தவர் போதிதர்மன்.

போதிதர்மன் சீனப் பேரரசரின் அழைப்பிற்கிணங்கக் கி.பி. 480 ஆம் ஆண்டு தமிழகத்திலிருந்து கேண்டனுக்குச் சென்றார். (*Canton* : தென் கிழக்குச் சீனத்தில் முத்து ஆற்றின் கரைமீதுள்ள துறைமுகம்; இது ஐரோப்பிய வாணிபத்திற்கென்று திறந்து விடப்பட்ட முதல் துறைமுகம்; கவாங்குதுங்கு மாநிலத்தின் தலை நகரம்). பேரரசர் தன் நற்பணிகளையும் கட்டுவித்த கோயில்களையும் மடங்களையும் தான் கற்றுப் படியெடுத்த ஏடுகளையும் காத்துப் புரந்த பிக்குகளையும் பற்றி எடுத்து சொல்லி, இவ்வள்ளல் தன்மையால் அடையும் சிறப்பு யாது என்று போதிதர்மனிடம் வினவினாராம். இவற்றில் ''எந்தச் சிறப்பும் இல்லை'' என்று போதிதர்மன் கூறினாராம். ''மனத்தை ஆற்றுப்படுத்துங்கள்'' என்று அவர் தம் மாணாக்கர்க்குக் கூறிவந்தார்.

அவருக்கு மறை நூல்களிலோ, சடங்குகளிலே நம்பிக்கை இருந்ததில்லை. ஒருவர் ஆசைகள், மனக் கலக்கம் இவையனைத்தையும் திரும்பிப் பாராது உள்ளார்ந்த தியானத்தில் ஈடுபட வேண்டும் என்பதை உருவக முறையில் ''சுவரைப் பார்க்க'' இருந்துவிட வேண்டுமென்றார். இவர் கண்ட தியான முறை சீனத்தில சாசுன் என்றும் ஜப்பானின் சென் என்றும் வழங்குகின்றன.

கோஸ்ஜு சவ மன்னரின் மூன்றாம் மகனான இளவரசர் போதிதர்மன் ஆழ்ந்த பக்தியுள்ள புத்த பிக்கு; புத்த சமயப் பரப்பி. அவருக்குச் சீன மொழியில் தா-மோ (*Ta Mo*) என்று பெயர். தர்ம என்பது சீனத்தில் இங்ஙனம் திரிந்தது. இவரை ''நீலக் கண் அந்தணன்'' என்று சீனர் அழைத்தனர்.

1838

முதல் தேயிலைச் செடி

போதிதர்மன் தம் மாணாக்கர் நன்னோக்கமற்ற முயற்சிகளை விடுத்துப் புத்தத்துடன் மெய்யாய் ஒன்றுவதற்காக ஆசைகளனைத்தையும், தான் என்ற உணர்வையும் ஒழிக்க வேண்டுமென்று வலியுறுத்தியிருந்தார். அவர் இறுதியாய்ச் சீனத்தின் வட பகுதி மலைகளுக்குச் சென்று ''சுவரைப் பார்க்கப்'' பத்தாண்டுகள் இருந்து தியானித்திருந்தார்.

அவர் விழித்திரு, துதித்திரு, தியானித்திரு என்ற கோட்பாட்டைக் கடைப்பிடித்ததால் உறங்குவதில்லை என விரதம் பூண்டிருந்தார். அவர் பல ஆண்டுகள் அங்ஙனம் உறக்கமின்றி விழித்திருந்து போதித்து வந்த காலையில், உறக்கம் ஒருநாள் அவரைப் பற்ற வந்தது. போதிதர்மன் தன் உடலின் வலுவின்மையைக் கண்டு புனிதச் சினங் கொண்டு கண்ணிமைகளை வெட்டித் தரையிலெறிந்தார். அவை வேர் விட்டுத் துளிர்க்குமாறு புத்தர் அருளினார். அதுவே உலகின் முதல் தேயிலைச் செடியாகும் என்பது சீனரின் நம்பிக்கை. அது என்றென்றும் விழித்திருப்பதைக் குறிக்கும் சின்னமானது. அதன் இலைகள் இமை வடிவில் இருப்பதற்கு இதுவே காரணமாகும். அந்த இலைக்கு உறக்கத்தைத் தடுக்கும் ஆற்றல் உள்ளது.

முதல் தேத் தண்ணீர்

தேயிலையைச் சுடுநீரில் கொதிக்க வைத்து வடித்தெடுக்கும் குடி எங்ஙனம் தோன்றியது என்பதையுத் அதன் அருங் குணங்களையும் பற்றி வழங்கும் சீனக் கதைகள்:

ஒரு பௌத்தத் துறவி காய்ந்து போன தேயிலைச் செடிகளைத் தீயிலிட்டு எரியச் செய்து கொண்டிருந்தார். அவர் அப்போது அந்தியுணவிற்காகக் கொதிக்க வைத்துக் கொண்டிருந்த நீரில் தேயிலை மாரிலிருந்து சில இலைகள் விழுந்தன. இதுதான் உலகின் முதல் ''கலத் தேநீர்'' (pot tea). அவர் சூடான அந்நீரை அருந்தியதும் அவருக்கு மிகுந்த கிளர்ச்சியுண்டானது. அவர் அன்றிலிருந்து தேயிலையை இவ்வாறு கொதிக்க வைத்துக் குடிக்கும் பழக்கத்தை மேற்கொண்டார். அவர் தேயிலைக் கொதிநீரில் காய்ச்சித் தேநீர் வடிக்கும் முறையை மற்றவர்களுக்கும் காண்பித்துத் தந்தார். விரைவிலேயே சீன மக்களிடம் அந்தப் பழக்கம் பரவியது.

தேத் தண்ணீரின் இன்னொரு கதை

சீனத்தின் கொடிய பேரரசரான வான் தூ என்றவரை அவரின் முதலமைச்சர் வீழ்த்தி, நாட்டைவிட்டு வெளியேற்றிவிட்டார். அரசர் காட்டில் உண்ண உணவின்றி ஒரு செடிப் புதரின் கீழே அமர்ந்து கசப்பான சிந்தனைகளில் ஈடுபடலானார். அவருக்கு வெந்நீர் மட்டும் அருந்தக் கிடைத்தது. அவர் அதைக் குடித்துக் தன் வயிற்றை நிரப்பினார். ஒரு நாள் அவர் அமர்ந்திருந்த புதர்ச் செடியிலிருந்து சில இலைகள் அவரது வெந்நீர் ஏனத்தில் விழுந்தன. அவர் இலை விழுந்த கொதி நீரை அருந்தியதும் அவருக்கு இளைப்பாறுதலும் தெம்பும் உண்டாயின.

அது அவரது மனத்தில் தெளிவை உண்டாக்கிற்று. அதனால் அவர் அந்தப் புதர்ச்செடியின் கீழ் ஏழாண்டுகள் அமர்ந்து அதன் இலை விழுந்த கொதி நீரைப் பருகி வந்தார். அப்போது அவர் தன் தீச் செயல்களுக்காக வருந்தினார். அவர் இக் கொதி நீரைத் ''தை'' என்று அழைத்தார். தை என்ற சொல்லுக்குச் சீன மொழியில் அமைதி என்று பொருள். அந்த இலை நீர் அவரிடத்தில் அத்தகைய அமைதியை உண்டாக்கிற்று.

வான் தூ தான் முன்னர் ஆண்ட நாட்டிற்கு அடையாளம் தெரியாமல் திரும்பிச் சென்று, அங்கு அப்போது ஆட்சியிலிருந்த தன் பழைய அமைச்சருக்கு ஓர் ஆலோசகரானார். அமைச்சர் பணி செய்த அரசர், மிகுந்த அறிவாளியாயும் நியாயமானவராயும் இருந்ததால், ஆட்சியிலிருந்த முதலமைச்சர் இறந்ததும், மக்கள் வான் தூவைத் தமக்கு அரசராயிருக்குமாறு வேண்டினர். அவரும் அதை ஏற்று நீதிநெறி தவறாமல் பல ஆண்டுகள் அரசோச்சினார். வான் தூ மரணப் படுக்கையில்தான் தன்னை இன்னாரென்று அடையாளம் காட்டினார்.

தாயகம் இந்தியமா? சீனமா?

Theaceae என்பது தேயிலைச் செடியின் குடும்பப் பெயர். தேயிலை கெமிலியா சைனன்சிஸ் (*camelia sinensis*) என்ற பிரிவைச் சேர்ந்தது.

தேயிலையின் தாயகம் சீனம் அன்று; இந்தியமேயாகும் என்று நிலை நிறுத்தக்கூடியவர்களும் நம்பத்தகுந்தவர்களுமான பண்டைச் சீன வரலாற்றாசிரியர்கள் கூறுகின்றனர். சீனத்தை லயோங்கு (*Lyong Dynasty, 907-923*) என்ற ஓர் அரச குடி ஆண்டு வந்தபோது, இந்தியத்திலிருந்து சீனத்திற்கு தேயிலை கொண்டுச் செல்லப்பட்டது என்பர். இதற்கு வரலாற்றுச் சான்று எதுவுமிலது.

எனினும் சீனத்திலிருந்து தான் இந்தியத்திற்குத் தேயிலை வந்தது என்பது வரலாறு. தென் சீனத்தின் மலைகளிலிருந்து தொன்மையான தாய்லந்துத் தடங்களின் வழியே

வந்து தேயிலை பரவி, அசாமை அடைந்தது என்று அறிஞர் கருதுவர். எனினும் அசாமில் இயற்கையாய் வளர்ந்து (இ.ச.க. தொகுதி-13 : 1823 புள்ளிகள்) கிடந்த தேயிலைக் காடுகளின் தோற்றுவாய் எது என்பது இன்னும் நமக்குப் புலனாகவில்லை.

ஜப்பானுக்குத் தேயிலை

பௌத்த சமயப் பரப்பியும் புனிதருமான தெங்கியோ டெயிஷ் *(Dengyo Daish)* பௌத்தத்தை ஜப்பானில் பரப்புவதற்காகச் சீனப் பெரு நிலத்திலிருந்து சென்றார். அவர் தம் மாணாக்கர்க்குத் தேயிலை பயிரிடும் முறையையும் தேநீர் காய்ச்சும் முறையையும் கற்றுத் தந்தார்.

தே இலை என்ற பெயர்

சீன வணிகர்கள் ஆசியப் பெரு நிலத்தில், மங்கோலியத்திலிருந்து காஸ்பியன் கடல் வரையில் சீனக் கடலிலிருந்து பாரசிகம் வரையிலும் தேயிலையைப் பரப்பினர். டே *(te)*என்ற அமாய் மொழிச் சொல்லிலிருந்து டீ *(tea)*என்ற ஆங்கிலச் சொல் பிறந்தது. *(Amoy* : சீனத்தின் தென்கிழக்கிலுள்ள அமாய், தைவான் மற்றும் பிற இடங்களில் பேசப்படும் கிளை மொழிக்கு அமாய் என்று பெயர்.) தமிழில் டே என்பது தே ஆனது. அதாவது தேன் சுவை தரும் இலை என்பது.

ஆசிய நாடுகளில் தேநீர்

தேநீர் களிப்புத் தரும் பானமாய் ஆசிய மக்கள் நடுவே விளங்குவதோடு மிகுந்த முக்கியத்துவமும் பெற்றுள்ளது. அண்மைக் கிழக்கில் காப்பியைப் போல, மேற்குலகில் ஒயின் என்னும் திராட்சைத் தேறல்போல,தொலைக் கிழக்கில் தேநீர் அருந்துவது என்பது கூடிக் கலந்து உறவாடுவதாயும் ஒரு சடங்கு போலவும் உள்ளது.

சீனச் சமூக வாழ்க்கையிலும் ஒழுங்காசாரத்திலும் அரச அலுவலர் அனைவர்க்கும் விருந்தினர்க்கும் தேநீர் அளிப்பது என்பது தனிச் சிறப்பு வாய்ந்த ஓர் அம்சமாய் உள்ளது. இவ்வழக்கம் சங்கு அரச குடியின் *(Sung Dynasty, 960-1279)* காலத்திலிருந்து வழக்கத்தில் இருந்தது. அக் குடியினர் அரசவையில் எல்லா நிகழ்ச்சிகளிலும் தேநீர் வழங்கினர்.

ஜப்பானின் ''சா-தோ-யூ'' அல்லது தேநீர்ச் சடங்கு முறை சமுராயி என்ற மறவர்களால் பதினாறாம் நூற்றாண்டில் தொடங்கி வைக்கப்பெற்றது. சமுராயிகள் தேநீர்ச் சடங்கைத் தம் வகுப்பினரின் தனிப் பண்பாடாயும் நேர்த்தியான வாழ்க்கையின் வெளிப்பாடாயும் கருதினர்.

ஐரோப்பிய நாடுகளில் தேயிலை

டச்சுக்காரர் 1666 ஆம் ஆண்டு ஜாவாவில் பரந்த நிலப்பரப்பில் தேயிலையைப் பயிரிடலாயினர். அவர்கள் 1610 வாக்கில் ஐரோப்பியத்திற்குத் தேயிலையைக் கொண்டு சென்றனர். நெதர்லந்தின் ஹேகு நகரில் *(The Hague*, நெதர்லந்து அரசு அமைந்துள்ள இடம்) தேநீர் அருந்துவது நாகரிகமானது. புதிய நெதர்லந்தின் தலைமை இயக்குநரான பீட்டர் ஸ்டைவசன் *(Peter Stuyvesant, 1592-1672*; டச்சு ஆட்சியாளர்; இவர் 1646 முதல் புதிய நெதர்லந்துக் குடியேற்றங்களின் நிர்வாகத்தைப் பார்த்து வந்தார்.

அவர் மனமின்றி *1664* ஆம் ஆண்டு ஆங்கிலேயரிடம் அடிபணிந்தது வரையில், அமெரிக்கத்திலிருந்து நியூ ஆம்ஸ்டர்டாமின் வாணிபச் செழிப்பிற்கென்று பல பணிகளைச் செய்தவர்.) புது உலகிலமைந்த நியூ ஆம்ஸ்டர்டாம் நகருக்கு (இன்றைய நியூயார்க்கு) *1650* ஆம் ஆண்டு தேயிலையை அனுப்பினார். வட அமெரிக்கத்தில் இப்போதுதான் முதன் முறையாய்த் தேயிலை இறக்கப்பட்டது.

தேயிலையும் இங்கிலாந்தும்

இன்று உலகில் மிகுந்த அளவில் தேநீர் அருந்தும் ஆங்கில மக்கள் பதினேழாம் நூற்றாண்டில் தேயிலையை அறியாதிருந்தனர். தேயிலை முதலில் *1652* ஆம் ஆண்டில்தான் இங்கிலாந்தை அடைந்தது. அப்போது சில இராத்தல் அளவே அங்கு தேயிலை சென்றது. அட்மிரல் இராபட்டு பிளேக்கு என்ற கப்பல் தலைவர், தன்னால் கைப்பற்றப்பட்ட டச்சுக் கப்பல்களின் சமையற்காரரிடமிருந்து அந்தத் தேயிலையை எடுத்தார். கப்பல்களின் சமையற்காரரிடமிருந்து அந்தத் தேயிலையை எடுத்தார். இங்கிலாந்தில் முதன் முறையாய்த் தாமஸ் கார்வே (*Thomas Garway*) என்றவரின் காப்பிக் கடையில் *1660* ஆம் ஆண்டு தேநீர் விற்கப்பட்டது. (இலண்டன் காப்பிக் கடைகள் : இ.ச.க. தொகுதி-*2* : *1711* கட்டுரை)

தேநீரின் எண்ணற்ற பல்வேறு தன்மைகள் உடல் நலத்தையும் ஒழுங்கையும் பொது ஒழுங்கு முறையையும் கெடுத்துச் சமுகத்திற்குத் தீங்கு விளைவிக்குமென்று சொற்பொழிவாளரும் எழுத்தாளரும் கூக்குரல் எழுப்பினர். எனினும் அந்தக் கூச்சல் விரைவில் அடங்கிப் போனது.

மேற்குலகில் *17,18* ஆம் நூற்றாண்டுகளில் தேநீர் எங்கும் பரவலாய்ப் பருகப்பட்டது. தேயிலை வாணிபத்தில் கிழக்கிந்தியக் கம்பெனிக்குக் கற்பனையை மிஞ்சுகின்ற ஆதாயம் கிடைத்தது. அக்கம்பெனியின் கப்பல்களும் அவற்றில் ஏற்றிய பண்டங்களும் அப்படியே கடலில் மூழ்கிப்போனாலும் அதனால் ஏற்படக்கூடிய இழப்பையெல்லாம் ஈடுசெய்யக் கூடிய அளவில் தேயிலையில் ஆதாயம் பெற முடிந்தது.

அத்தனையும் சீனத் தேயிலை

இங்கிலாந்தில் தேயிலை நுகர்வு பதினேழாம் நூற்றாண்டின் இறுதியிலும் பதினெட்டாம் நூற்றாண்டின் தொடக்கத்திலும் சிறு அளவில் தானிருந்தது. அது *1783* இல் ஆறு மில்லியன் இராத்தலாயும் *1785* இல் பதினைந்து மில்லியன் இராத்தலாயும் ஏறிக் கொண்டே சென்றது. தேநீர் அரை நூற்றாண்டிற்கும் குறைந்த காலத்தில் ஆங்கிலேயரின் நாட்டினப் பானமானது. தேயிலை வாணிபமே கிழக்கிந்தியக் கம்பெனியைச் செழிக்கச் செய்தது. அத்தனை தேயிலையும் சீனத்திலிருந்தே அங்கு சென்றது.

கிழக்கிந்தியக் கம்பெனிக்குத் தேயிலை வாணிபத்தில் இருந்து வந்த தனிமுதல் ஏகபோகத்தை ஒழிக்க வேண்டுமென்று ஐரோப்பியத்தின் அயல் குடியேற்ற அரசுகள் அனைத்துமே முயன்றன. அதனால் அவை ஆப்பிரிக்கத்திலும் இரட்டை அமெரிக்கங்களிலும் இருந்த வெப்ப மண்டலப் பகுதிகளுக்குக் கீழே தேயிலை நட்டு வளர்த்த போதிலும், அவற்றால் இதில் வெற்றி காண்பதற்கு முடியவில்லை.

பிரிட்டனில் பெருகி வந்த தேயிலை நுகர்வின் அளவையும் அதன் விரிந்து பரந்த சந்தையையும் சமாளிக்கும் எண்ணத்துடன் கிழக்கிந்தியக் கம்பெனி இந்தியத்திலிருந்து தேயிலையைப் பெறும் நோக்கத்தில் இந்நாட்டில் தேயிலை பயிரிடும் முயற்சியில் இக்கால கட்டத்தில் முனைந்தது.

தமிழகத்தில் தேயிலை அறிமுகம்

சென்னை மாநில அரசில் பணி செய்த டாக்டர் கிறிஸ்டி (*Dr.Christie*) நீலகிரியில் தேயிலை, காப்பி, மல்பரி ஆகியவற்றைப் பயிரிடுவதற்காகத் தனக்கு நிலம் ஒதுக்கித் தரவேண்டும் என்று கம்பெனி அரசிடம் *1832* ஆம் ஆண்டு கேட்டிருந்தார். அவர் இம்முயற்சியில் எவ்வித முன்னேற்றமும் காணாமல் அதே ஆண்டு இறந்து போனார்.

எனினும் கம்பெனி அரசு *1838, 1839* ஆம் ஆண்டுகளில் தேயிலையைச் சென்னை மாநிலத்தில் அறிமுகம் செய்ய முன் வந்தது. அது ஏற்கெனவே *1790* இல் உயர்வகைப் பருத்தியையும் *1797* இல் சாதிக் காயையும் *1805* இல் உருளைக் கிழங்கையும் *1808* இல் அவுரியையும் *1833* இல் கருவாப் பட்டையையும் தமிழகத்தில் அறிமுகம் செய்து வெற்றி கண்டதையெல்லாம் முன்னர் கூறியிருந்தோம். அவற்றின் வரிசையில் இவ்வாண்டு தேயிலை சேர்கின்றது.

எனினும் தென்னிந்தியத்தில் தேயிலை பயிரிடப்பட்டது குறித்து நம்மிடம் பெரிய அளவில் செய்திகள் இல்லை என்பது வருந்தத் தக்கதாகும்.

நீலகிரியில் தோட்டத் தொழிலுக்கு அடிப்படையாய் இருப்பது காப்பியாகும். காப்பி இந்நாட்டிற்குப் பதினேழாம் நூற்றாண்டில் வந்தது என்று அறிஞர் காலம் கணிக்கின்றனர். *(கேரளத்தில் காப்பித் தோட்டம் இ.ச.க.தொகுதி-10: 1793 கட்டுரை)* தேயிலை அதற்கு நூறாண்டுகளுக்கு மதிகமான காலம் கழிந்த பின்னரே, இங்கு தோன்றியது.

கம்பெனியின் சென்னை அரசைச் சேர்ந்த டாக்டர் கிறிஸ்டி தென்னிந்திய வானிலை, மண்ணியல் ஆய்வுகளை நடத்தும் சிறப்புப் பணிக்கென்று *1832* ஆம் ஆண்டு நீலகிரி மலைக்கு அனுப்பப்பட்டார். அவர் நாம் மேலே கூறியவாறு தேயிலை, காப்பி, மல்பரி ஆகியவற்றைப் பயிரிட்டு ஆய்வதற்காகத் தனக்கு நீலகிரியில் நிலம் அளிக்க வேண்டுமென்று அரசிடம் கோரினார். அவர் சென்னை மாநிலத்தில் பனிக் கட்டியை (*ice*) விற்கும் முழுத் தனியுரிமையும் தனக்கு வேண்டுமென்று கேட்டிருந்தார். ஆனால் அவர் *1832* நவம்பரில் இறந்து போகவே, அவர் வளர்த்திருந்த தேயிலைச் செடிகள் உதக மண்டலத்தில் இருந்த படைத் தலைவரான கர்னல் குரூவி (*Col.Crewe*) என்றவருக்குத் தரப்பட்டன.

அவர் தேயிலைச் செடிகளில் சிலவற்றை குரூவி ஹால் என்ற தன் மாளிகையில் நட்டார். எஞ்சிய செடிகள் நீலகிரி மலையின் பல பகுதிகளுக்குப் பிரித்துத் தரப்பட்டன. இந்தியத்தில் தேயிலை பயிர் செய்ய வேண்டுமென்று இலண்டனிலுள்ள கீவு தோட்ட (*Kew Gardens*) அலுவலர்கள் *1788* ஆம் ஆண்டிலிருந்து வலியுறுத்தி வந்தனர்.

இந்தியத்தின் தலைமை ஆளுநராயிருந்த பெண்டிங்குப் பிரபு அசாம் காடுகளில் தேயிலைச் செடிகள் மானாவாரியாய் மண்டிக் கிடக்கின்றன என்பதை அறியாமல், *1834* ஆம் ஆண்டு தேயிலை வித்துகளையும் தேயிலை பயிரிடத் தெரிந்தவர்களையும் சீனத்திலிருந்து கொண்டு வருமாறு ஒரு தூதுக் குழுவை அனுப்பியிருந்தார். *(1834: புள்ளிகள் காண்க)*

கெட்டி

நீலகிரியில் தேயிலைச் செடிகள் கெட்டி என்ற இடத்திலிருந்த ஆய்வுப் பண்ணையில் பெரிதும் வளர்க்கப்பட்டன. அவற்றைக் குரூவியும் பெரோட்டி (*Perrotte*) என்ற பிரஞ்சுத் தாவரவியலாரும் வளர்த்து வந்தனர். கெட்டியில் தேயிலைச் செடிகள் செழித்து வளர்வதாய் அறிவிக்கப்பட்டது. (கெட்டி:இது கன்னடத்தில் கெட்டி எனப்படுகின்றது. இது குன்னூரிலிருந்து மேற்கே வடமேற்கில் எட்டுக் கிலோ மீட்டரில் உள்ளது. உதக மண்டலத்திலிருந்து தென் மேற்கில் சுமார் ஐந்து கிலோ மீட்டர்.)

(இது நீலகிரியில் ஐரோப்பியர் முதலில் குடியேறிய பகுதிகளுள் ஒன்றாகும். கோயமுத்தூர் ஆட்சியர் ஜான் சல்லிவன் இங்கு *1832* இல் அரசு ஆய்வுப் பண்ணை ஒன்றை நிறுவினார். இங்கு தேயிலை *1835* இல் நடப்பட்டது. இப்பண்ணை *1838* இல் கைவிடப்பட்டது.)

எனினும் இதற்குப் பதினைந்து ஆண்டுகள் கழித்துத் தான் நீலகிரியில் வாணிப அளவில் தேயிலை விளைவிக்கப்பட்டது.

உலகின் விலையுயர்ந்த தேயிலை

உலகின் விலையுயர்ந்த தேயிலையின் பெயர் மக்கைபாரி *F.T.G.F.O.P* அல்லது *Flowery Tippy Golden Flowery Orange Pekoe.* இதன் ஒரு கிலோ கிராம் விலை ரூ.*12,000.*

Lehner. Ernest and Johanna Folklore and Odysseys of Food and Medicinal Plants, New York, 1922.

Toussaint, Auguste History of the Indian Ocean, Translated from French by Guircharnaud, June, English Edition, London, 1966

1838

2. குமரி முனையில் நோய் தீர்க்கும் கிறித்தவத் தொண்டு

நாவலந் தீவான பாரதத்தின் தென் தொங்கலிலுள்ள குமரி முனைக்கு எத்தனையோ சிறப்புகள் உள்ளன. அவற்றொடு அங்கு பன்னெடுங் காலமாய் நிலவிவரும் பல்வேறுபட்ட மருத்துவ முறைகளால் உண்டான சிறப்பும் அடங்கும். மேலும் அங்கு மருந்து வாழ் மலை என்னும் மூலிகைகள் செழித்திருக்கும் மலையும் மருந்துச் செடிகள் நிறைந்து வளரும் பிற மலைகளும் உள்ளன.

சித்த மருத்துவத்தின் தந்தை என்று போற்றப்படுபவரும் அத்துறையில் பல நூல்கள் எழுதியவர் என்று நம்பப்படுபவருமான அகத்தியருக்கும் குமரிநாட்டிற்கும் மிகுந்த தொடர்புகள் உண்டென்று எடுத்துக் காட்டுவர். (அகத்தியர் : இ.ச.க. தொகுதி-*12: 1813* கட்டுரை)

இத்தகைய மருத்துவச் சிறப்பு வாய்ந்த குமரி நாட்டில் *1838* ஆம் ஆண்டில் நாகர்கோயிலை வந்தடைந்த டாக்டர் ராம்சே என்ற ஆங்கிலேயர் இங்கு மருத்துவத் தொண்டு அமைப்பு ஒன்றை-மிசனை நிறுவினார் என்பது குறிப்பிடத்தக்கது. அம்மருத்துவமனை இன்றும் நிலவுகின்றது. அதன் நூற்றைம்பதாவது ஆண்டு விழா *198 8* இல் சிறப்பாய்க் கொண்டாடப்பட்டது.

மருந்துவாழ் மலை

தமிழரின் தொன்மையான சித்த மருத்துவம், வர்மம், ஆயுர்வேதம் ஆகியனவும் அலோபதி என்ற மேலை மருத்துவ முறையும் ஒரு சேரச் செழித்திருப்பது குமரி மாவட்டத்தின் சிறப்பாகும். இங்கு மருந்து வாழ் மலையுடன், நாம் மேற் கூறியவாறு மருந்துப் பூண்டுகள் நன்கு வளரும் வேறுபல குன்றுகளும் உள்ளன. மருந்து வாழ் மலை என்ற மருத்துவ மாமலை நாகர்கோயிலிலிருந்து குமரி முனைக்குச் செல்லும் நெடுஞ்சாலையில் அமைந்துள்ளது. மலை என்றிருந்தால், அது தொன்மங்களில் ஏறிச் சிறப்படைவது நம் பண்பாடன்றோ! அத் தொன்மக் கதைகளுள் சுவையான ஒன்று, ஆதி காவியம் எனப்படும் இராமாயணத்தில் வருவது :

கந்த மாதனம்

இராம-இராவணப் போரின் போது இலக்குவன் பேச்சு மூச்சற்று வீழ்ந்தான். அனுமன் அவனை எழுப்புவதற்காக இலங்கைக்கு எடுத்துச் சென்ற கந்த மாதனம் என்ற மலையின் துண்டு ஒன்று மருத்துவ மாமலையானது என்று தொன்மம் கூறும்.

கந்த மாதனம் எண்வகை மலைகளுள் ஒன்று என்று அபிதான சிந்தாமணி கூறும் : கயிலை, இமயம், மந்தரம், விந்தியம், நிடதம், ஏம கூடம், நீலம், கந்த மாதனம்.

இம்மலைகள் அனைத்தையும் போலவே கந்த மாதனமும் முனிவோரின் இருக்கையாகும். கந்த மாதனம் காண்டவன நாட்டிலுள்ள ஒரு மலையாகும். கந்த மாதன மலைத் தொடர் பத்திரிகாசிரமத்தின் வட கிழக்கே சிறு தொலைவிலிருந்து தொடங்குகின்றது. அனுமன் அந்தக் கந்த மாதனத்தை அடியொடு பெயர்த்து இலக்குவனுக்காக இலங்கைக்கு எடுத்துச் சென்ற வழியில், அதனின்று சிதறி விழுந்த சிறு துண்டே மருந்து வாழ்மலை என்பது கதை.

அது மெய்யோ; பொய்யோ; ஆனால் இன்றும் அம்மலையில் எண்ணற்ற மருந்துப் பூண்டுகள் கிடைக்கின்றன என்பது மெய். கசப்பனவும் நச்சுத் தன்மை வாய்ந்தனவுமான இலைகளையும் பூண்டுகளையும் அம்மலையில் வைத்துச் சமைத்த பின்னர் ,அந்த உணவு தேன் போலிருக்கும் என்று மக்கள் நம்புகின்றனர். நாராயண குரு தேவர் இம்மலையில் சிறிது காலம் தங்கியிருந்து தவமியற்றினார்.

அகத்தியர்

அசோகர் காலத்தில் *(273-232 கி.மு)* இலங்கை சென்ற பௌத்த பிக்குகள் மருந்துவாழ் மலையின் மருத்துவ, ஆன்மிகச் சிறப்புகளை அறிந்து, அம்மலையில் சிறிது காலம் தங்கிச் சென்றனர் என்று பௌத்த சமய மரபுகள் கூறுகின்றன.

மருந்துவாழ் மலையினருகே அகத்தியர் பெயரால் அகத்தீசுவரம் என்ற ஊர் உள்ளது. இவ்வூர் நூல்களில் காணப்படாவிடினும், திருநாவுக்கரசு சுவாமிகளின் *(570-655 கி.பி.)* தேவாரத்தில் இடம் பெற்றிருக்கின்றது. இவ்வூரிலுள்ள சிவனுக்கு அகத்தீசுவர முடையான் என்று பெயர். இக்கோயிலை அகத்தியர் நிறுவினார் என்பது நம்பிக்கை. அங்கு சித்த மருத்துவம் பற்றி அவர் எழுதியதாய் நம்பப்படும் பல நூல்கள் உள்ளன.

வர்மம்

அகத்தியர் இயற்றியதாய் நம்புகின்ற ''வர்மானி'' ''வர்ம சாத்திரம்'' என்ற நூல்கள் இன்றும் குமரி மாவட்டத்தில் வழக்கிலுள்ளன. அகத்தியர் தன் பட்டறிவையும் ஆன்மிக ஞானத்தையும் கொண்டு வாய் மொழியாய்க் கூறிய மருத்துவ முறைகள் தலைமுறை தலைமுறையாய்ச் செவிவழிவந்து ஓலைச் சுவடிகளில் இங்ஙனம் எழுதிவைக்கப் பட்டிருத்தல் வேண்டும் என்று எண்ணுகின்றனர்.

''பழங்காலத்தில் களரிகளில் பயிற்று முறைகள் மட்டுமன்றி, வீரர்களுக்குப் போரில் தல்லல், சதைவு, எலும்பு முறிவு, நரம்புத் தெற்றல் இவை ஏற்படும்போது, அவற்றைக் குணப்படுத்தும் அடிமுறை, தடைமுறை, ஒழிமுறை என்னும் முறைகளைக் கைக்கொள்ளும் ஒருவருக்குப் பண்டுவ முறையும் கற்பிக்கப்பட்டது. போரில் ஆடி, ஓடி, காயங்கள் கொண்டோரைக் குணப்படுத்தி மேலும் போருக்கு அனுப்பி வைக்கும் பொறுப்பு ஆசான்களான வர்மானியரைச் சார்ந்திருந்தது.

''திராவிட அறிவியலுலகில் நிலவிய பதினெண் சித்தருள் ஒருவரும் சிறந்தவரும் தலைவருமான அகத்திய முனிவரே வர்ம சிகிச்சையை உலகிற்குக் கொடுத்தார்'' என்றும்-

''பாரதத்தின் குருமார் வர்மத்திற்குப் பல மாற்றுப் பெயர்களைக் கூறினும், வர்மம் உடலில் ஒளித்துக் காத்து வைக்கப்பட்டிருக்கின்ற சக்தியின் இருப்பிடம்; அவற்றில் ஏற்படும் காயமும் சாவிற்குக் காரணமாய் அமையலாம்; ஆகையால் வர்மத்திற்கும் உயிருக்கும் அதிகமான ஒற்றுமைகள் உண்டு என்பதை அறிஞரனைவரும் ஒப்புக்கொள்கின்றனர்.'' என்றும்-

1838

வர்மங்களின் எண்ணிக்கை

''மனித உடலில் முக்கியமாய் நூற்றெட்டு வர்மங்கள் காணப்படுகின்றன. அவற்றுள் படு வர்மங்கள் பன்னிரண்டு; தொடு வர்மங்கள் தொண்ணூற்றாறு; மேலும் அகத்தியரின் நாலு மாத்திரைத் திறவுகோலின்படி ஒவ்வொரு வர்மத்திற்கும் நான்கு முறைகள் அல்லது மாத்திரைகள் விளம்பப்படுகின்றன'' என்றும்

திருவனந்தபுரத்தில் புகழ்பெற்ற மருத்துவரான டாக்டர் எடிசன், ஆறாவது உலகத் தமிழ் மாநாட்டில் (கோலாலம்பூர்) ஆற்றிய உரையில் கூறினார். இந்த வர்மக் கலை இன்றும் குமரி மாவட்டத்தில் குரு-மாணாக்கர் முறையில் கற்பிக்கப்படுகின்றது.

ஆயுர் வேதம், சரகர்

ஆயுர்வேத மூல சித்தாந்தங்களை ஆராய்ச்சி முறையில் வாதத்திற்கு ஏற்கத்தக்க காரணங்களோடு சரகர் (சு.80-180 கி.பி) தான் முதன்முதலில் அறிவியல் முறையில் தோற்றுவித்தார் என்பர்.

திணைப் பாகுபாட்டையும் அதன் குணங்களையும் நோய்க் காரணம் என்று எடுத்துக் காட்டியவர் சரகரேயாவார். மூட நம்பிக்கையை விடுத்து அறிவியல் நோக்கோடு நோய்களைத் தீர்க்கும் முறையைக் காண வேண்டுமென்பதில் அவர் நாட்டம் கொண்டிருந்தார். ஞானம் விளங்க அறிஞர் பலரைக் குழுக்களாய்ச் சேர்த்து, ஆராய்ச்சி முறையில் அவர்கள் தத்தம் கருத்துகளைச் சொல்வதற்கு வாய்ப்பளித்து,

இறுதியில் (மூ ட நம்பிக்கையை விடுத்து) நேர்மையான முடிவு காண வேண்டும் என்பதை ஆயுர்வேத வரலாற்றில் முதன் முதலாய்க் கூறிய பெருமை சரகரையே சேரும்.

அதையொட்டிப் புனர்வசு, ஆத்திரேயர் ஆகியோர் புலவர் குழுவிற்குத் தலைமை ஏற்று ஆராய்ச்சி முறையில் முனிவோர் பலரின் வாதங்களைக் கேட்டுத் தீர்ப்பளித்ததைச் சரக சங்கிதையில் பல இடங்களில் காணலாம். ஒரு முனிவர் மட்டும் கூறினார் என்பதையே முழு முடிவாய்க் கொள்ளாது, அதையும் ஆய்ந்து முடிவு காணும் முறை அக்காலத்திலும் இருந்து வந்தது என்பது இதனால் புலனாகின்றது.

மூளைதான் சிந்தனையின், பெரிதும் உயிர் வாழ்க்கையின் மூலாதாரம் என்று இந்து மறைகள் கூறுகின்றன. சரகர் உடலின் முக்கிய உறுப்புத் தலைதான் என்று கூறினார். மக்கள் நெடுங்காலம் வாழ்வதற்குச் சரகர் பல உத்திகளைக் கூறியுள்ளார். (அவரே கிட்டத்தட்ட நூறு ஆண்டுகள் வாழ்ந்தார் என்று கொள்ள இடமுளது.)

சரகர் - பௌத்தர்

சரகர் குசாண அரசன் கனிஷ்கரின் (78-100 கி.பி) அரசவையில் மருத்துவராயிருந்தார் என்று சீன நூல்கள் கூறுகின்றன என்றும் அந்நூல்கள் எப்போதும் நம்பற்குரியனவாயிருப்பதில்லை என்றும் சிலர் கூறுவர். இவ்வரசரின் மனைவி பேறுகாலத்தின் போது துன்புற்ற நேரத்தில் சரகர் மருத்துவம் பார்த்தார். சரகர் ஆதிசேடனின் மறு அவதாரம் என்றும் நோவாற்றும் ஆற்றலை நாகரிடமிருந்து அறிந்தவர் என்றும் மரபுகள் உள்ளன. எனினும் சரகர் பௌத்தர் என்பதைக் காட்டும் குறிப்புகள் உள. அவர் எழுதிய முதல் நூல்கள் மறைந்தொழிந்தன. இன்று அவர் பெயரில் வழங்கும் நூல் (சரக சங்கிதை) இன்னோர் ஆசிரியரின் கைவண்ணம் கலந்து தொகுக்கப்பெற்றது.

சரகரின் நூலில் கூறப்பட்டுள்ள நெறி முறைகள் அறநெறி சார்ந்துள்ளன. அவை ஹிப்போக்கிரேட்சின் (சு.460-சு.370 கி.மு.) கோட்பாட்டைப் பெரிதும் ஒத்திருக்கின்றன. (ஹிப்போக்கிரேட்சும், தனது 103 ஆவது வயதில் இறந்தார் என்று கூறுவர்.) இந்து மருத்துவர்களின் நெறிமுறை பற்றிய பெரும்பாலான விதிகள் சரகரிடமிருந்து மேற்கொள்ளப்பட்டனவாம்.

நீடிய ஆயுள், மருந்துச் சரக்குகள், மருந்தளிக்கும் முறைகள், களிம்புகள், அறுநூறு வகையான பேதி மருந்துகள் போன்ற பல்வேறு தலைப்புகளில் கூறப்பட்ட சருக்கங்களைச் சரகரின் நூல் கொண்டுள்ளது. சல்லியம் (அறுவை) பற்றிய சருக்கம் இலது. அதில் காணப்படும் பெரும்பாலான தலைப்புகள் (ஸ்தான) கூறியது கூறுகின்றன. இந்நூல் பொருத்தமில்லாத செய்திகளோடு சீரற்ற முறையில் தொகுக்கப் பெற்றுளது. எனினும் மருத்துவ மரபுகள் செறிந்த அறிவுக் களஞ்சியமாய்ச் சரக சங்கிதை விளங்குகின்றது. இது இந்திய மருத்துவம் பற்றிய ஆய்விற்கு அளப்பரிய பயன் தருவது.

சரகரின் பண்டுவ முறைகள்

இந்திய மரபுப்படி சரகர் சுசுருதருக்கு (சு.கி.பி.350) முற்பட்டவர். சரகரின் நூல்கள் எட்டாம் நூற்றாண்டில் அரபியிலும் பாரசிகனிலும் மொழிபெயர்க்கப்பட்டன. அல் பிரூணி (973-1038) இம் மொழிபெயர்ப்புகளிலிருந்து மேகோள் காட்டுகின்றார்.

சரகர் இயற்றிய சரக சங்கிதையில் எட்டுப் பாகங்கள் (ஸ்தானங்கள்) காணப்படுகின்றன:-

1838

(1) சூத்திர-ஸ்தான : இதில் மருந்துப் பொருளியல் (pharmacology) உணவு பற்றிய முறைகள், பண்டுவங்கள் இன்னும் பல செய்திகள் கூறப்படுகின்றன.

(2) நிதான-ஸ்தான : முக்கியமான எட்டு நோய்களைப் பற்றியது.

(3) விமான-ஸ்தான : நோய்க் குறியியல் பற்றிய செய்திகள்

(4) சரீர-ஸ்தான : உடல் நூல், கருவியல் பற்றியது.

(5) இந்திரிய-ஸ்தான : நோய் வருவதுரைத்தலும் நோயறிதலும்

(6) சிகித்ச-ஸ்தான : சிறப்பான பண்டுவ முறை

(7) கல்ப-ஸ்தான :

(8) சித்த-ஸ்தான : பொதுப் பண்டுவ முறை

சரகர் கூட்டிய மருத்துவப் பேரவையில் அட்டாங்கம்

சரகர் கூட்டியதாய்ச் சரக சங்கிதை கூறும் மருத்துவப் பேரவையில், அகத்தியர் கலந்து கொண்டதாய் அதில் சொல்லப்படுகின்றது. அப்பேரவை கூடியதன் மைய நோக்கத்தை அடிப்படையாய் வைத்து எண்வகைப் பண்டுவங்களான அட்டாங்கத்தைப் பற்றிப் பேசப்பட்டது. அவை வருமாறு :

(1) காயம் - பொதுவான மருந்து

(2) பாகம் - குழந்தை மருந்து

(3) கிருகம் - இசிவு நோய்

(4) ஊர்த்தங்கம் - கண்,மூக்கு, தொண்டை நோய்

(5) சல்லியம் அல்லது சால்யம் - அறுவை மருத்துவம்

(6) விஷம் - நச்சியல்

(7) ரேசஜீனம் - ஆண்மைப் பெருக்கம்

(8) வஜீசர்மம் - ஆண்மை தரும் பண்டுவம்

பண்டை இந்திய மருத்துவ முறைகள் யாவும் குமரி நாட்டில் இருந்தன என்பதை இவற்றால் அறியலாம். இப்போது புதியதொரு பண்டுவமுறையும் குமரி நாட்டிற்கு வருகின்றது.

கிறித்தவ அமைப்பின் மருத்துவத் தொண்டு

அலோபதி (allopathy) என்ற மேலையுலகின் எதிர் மறை மருத்துவம் பத்தொன்பதாம் நூற்றாண்டின் இக்காலத்திலிருந்து குமரியில் தன் பங்கை ஆற்றத் தொடங்குகின்றது. எதிர் மறை மருத்துவம் என்றால், நோய்க் கூறுகளின் எதிர்க் கூறுகளை உடலுக்குள் ஊட்டி நோயைத் தீர்க்கும் முறையாகும்.

இன்று தென்னிந்தியக் கிறித்தவப் பேரவை (Church of South India) என்று அழைக்கப்படும் இலண்டன் மிசன் என்ற தொண்டு நிறுவனம் குமரி மாவட்டத்தில் மருத்துவத் துறையில் மிகப் பெரிய பணியை ஆற்றிவருகின்றது. அந்தத் தொண்டு

அமைப்பைச் சேர்ந்த புராட்டஸ்டண்டுக் கிறித்தவச் சமயப் பரப்பியர் மக்களுக்கு மருத்துவ வசதிகளை அளித்து கிறித்தவச் சமயப் பரப்பியர் மக்களுக்கு மருத்துவ வசதிகளை அளித்து நோய் தீர்க்கப் பாடுபடுகின்றனர். இந்தியத்தில் மிகச் சிறந்த மருத்துவ வசதிகள் இச்சிறு மாவட்டத்தில் உள்ளன என்ற சிறப்பிற்கு இலண்டன் மிசனின் தொடக்ககாலத் தொண்டே காரணமாகும். அவர்கள் தாம் இப்பகுதியில் அலோபதி மருத்துவ முறையைக் கொண்டுவந்தனர்.

டாக்டர் ராம்சே என்ற ஆங்கிலேயர் இந்தியத்தை அடைந்ததும், 1838 ஆம் ஆண்டு முதல் நாகர்கோயிலில் மருத்துவத் தொண்டு தொடங்கிற்று. அந்த அமைப்புத் தொடங்கிய மூன்றே மாதங்களுக்குள் ஏறத்தாழ 1500 பேருக்கு மருத்துவ உதவி செய்யப்பட்டது. டாக்டர் ராம்சே அங்கு ஓராண்டுதான் பணி செய்தார். அவரது மருத்துவத் தொண்டின் தொடர்ச்சியாய்,இங்கிலாந்திலிருந்து டாக்டர்களும் மருத்துவச் செவிலியரும் மாவட்டத்திற்கு வந்து தம் பணியைத் தொடர்ந்தனர்.

நெய்யூரில் டாக்டர் லெயிச்சு (*Dr.Leisch*)1852 ஆம் ஆண்டு நெய்யூரில் ஒரு மருந்தகத்தைத் திறந்தார். டாக்டர் ஜான் லோ (*Dr.John Low*) அங்கு 1864 இல் முதன் முறையாய் ஒரு மருத்துவப் பள்ளியைத் தொடங்கினார். நெய்யூரில் இங்ஙனம் மருத்துவ வசதியும் மருத்துவப் பயிற்சியும் மக்களுக்கு அளிக்கப்பட்டன. இன்றும் அங்கு செவிலியர்க்குப் பயிற்சியளிக்கப்படுகின்றது. இன்று அங்குள்ள செவிலியர் பள்ளி 1885 ஆம் ஆண்டு தொடங்கப் பெற்ற பள்ளியிலிருந்து வளர்ச்சிபெற்று, இன்று பலவிதமான வசதிகளைக் கொண்டுள்ளது.

சமயத் தொண்டரும் மருத்துவருமான டாக்டர் சர்.கூடு என்றவர் ஏதிலியரான தொழு நோயர்க்கென்று நெய்யூர் மருத்துவமனையில் புகலிடம் தருவதற்கு வசதி செய்தார். அங்கு 1880 ஆம் ஆண்டு தொழுநோயர்க்கென்று தனியாய்க் கொட்டகை போட்டுத் தொழுநோய் மருத்துவ மனையையும் அவர் தொடங்கினார்.

இன்று (1998) குளச்சலில் தற்கால வசதிகள் அனைத்தும் உடையதாயும் 200 படுக்கைகள் கொண்டதாயும் செயல்படும் மருத்துவமனைக்கு நெய்யூர்த் தொழுநோய்க் கொட்டகைதான் கருவாய் அமைந்தது. இப்போது குளச்சல் மருத்துவமனையில் ஏழாயிரத்திற்குமதிகமான தொழுநோயர் மருத்துவ வசதி பெறுகின்றனர். (குளச்சல் : இ.ச.க. தொகுதி-5 : 1741 கட்டுரை)

ஃபெல்ஸ், பெண்டல் போன்ற தலைசிறந்த மருத்துவர்கள் ''உலகின் மிகப் பெரிய மருத்துவத் தொண்டு அமைப்பு'' என்று குமரி மாவட்டத்தில் நடந்த பணியை 1910 வாக்கில் உயர்த்தி விட்டனர். அந்த ஆண்டு இரண்டு சமயத் தொண்டர்களும் பதினேழு இந்திய டாக்டர்களும் ஆறு இந்தியச் செவிலியரும் பெருஞ்சாதனையாய் 76,000 நோயாளியர்க்குப் பண்டுவம் பார்த்தனர். ஐயாயிரம் அறுவைகளைச் செய்தனர்.

இந்தச் சமயத் தொண்டு நிறுவனத்தின் மருத்துவப் பணி நாடு விடுதலை பெற்ற பின்னரும் இன்று வரை தொடர்ந்து நீடிக்கின்றது. மெய்யாகவே இது உலகின் மிகப்பெரிய தொண்டேயாகும்.

தேசிகன், ஸ்ரீராம அறிவியலை அறிமுகப்படுத்திய ஆயுர்வேதம், தினமணி சுடர்,7.3.1992

Saletore, R.N. Encyclopaedia of Indian Culture, Vol. I New Delhi, 1991

Walker, Benjamin Hindu World, Vol I, Delhi, Reprint, 1983

1838

3. பிரிட்டனில் பேருரிமை இயக்கம்

ஆக்கத் தொழில் செயல்முறைகளில் மூன்று பெரும் புரட்சிகள் இப்போது இங்கிலாந்தில் ஏற்பட்டன. அதாவது, தொழிற் புரட்சியின் விளைவாய் மூன்று பெரிய மாறுதல்கள் இக்கால கட்டத்தில் தோன்றின.

வெவ்வேறு தொழில்களை வெவ்வேறு ஆட்களுக்குப் பகுத்துத் தரும் உழைப்புப் பங்கீடு முழு அளவில் செய்யப்பட்டது;

ஆக்கப் பணியின் ஒவ்வொரு கட்டமும் எந்திரத்தின் ஆளுகைக்கு உட்பட்டு விட்டது;

நீராவி எந்திரத்தின் வரம்பிலா ஆற்றல் வளங்கள் முதலாளிகளின் கைகளில் இருந்தன.

இம் மூன்று மாறுதல்களும் சமூகத்தின் அரசியல் அமைப்பு முறையில், அவற்றுக்கு ஈடான பெரும் புரட்சிகளைத் தோற்றுவிக்கும் நிலை உண்டானது. தனித்து ஒதுங்கிக் கிடந்த தொழில்களெல்லாம் சிறுகச் சிறுக மறைகின்றன.

பெருந் தொழிற்சாலைகளில் எந்திரங்களைக் கொண்டு செய்த பொருள்களை அன்றி, வேறு பொருள்களை மனிதர் பயன்படுத்தியதில்லை என்ற நிலையைத் தொழிற்புரட்சி தோற்றுவித்தது. அதாவது தொழிலாளி செய்ய வேண்டிய வேலைக்கு எந்தத் திறமையும் வேண்டியதில்லை; அந்த வேலையை எவர் வேண்டுமானாலும் செய்யலாம்.

தொழில்களில் ஏற்பட்ட இம் முன்னேற்றங்களினால் முதலில் தொழிலாளர் ஆதாயமடைந்தனர் : அதாவது தரம் உயர்ந்த பொருள்கள் குறைந்த விலையில் கிடைத்தமையால், நுகர்வோரின் எண்ணிக்கையும் ஊதியமும் உயர்ந்தன. ஆனால் போரொழிந்து அமைதி ஏற்பட்டதும் பிரிட்டீசுத் தொழிலாளர்க்கு ஐரோப்பியக் கண்டத்திலிருந்து போட்டிகள் உண்டாயின.

ஆங்கில தொழில் முதலாளிகள் தம்மிடம் பெருவாரியாய்க் குவிந்து கிடந்த கைமுதல், ஆங்கிலேயர் உள் நாட்டிலும் உலகெங்கிலும் நிறுவிய வாணிப நிலைகள் ஆகியவற்றின் துணை கொண்டு ஐரோப்பிய போட்டியைத் தோற்கடித்தனர்; அவர்கள் அடுத்தடுத்துத் தொழிலாளரின் ஊதியத்தையும் குறைத்துக் கொண்டு வந்தனர்.

இந்நிலையில் ஆங்கிலத் தொழிலாளி முற்றிலும் தொழில் ஆக்க முதலாளியின் கைகளில் சிக்கிக் கொண்டிருந்தார். அம் முதலாளியானவர் தன் தொழிலாளரைப் பற்றிச் சிறிதளவேனும் எண்ணிப் பார்க்கும் நிலையில் இல்லை. அவர் தனக்குக் கிடைத்த ஆதாயத்தில் ஒவ்வொரு சல்லிக் காசையும் தன் மடியில் கட்டிக் கொண்டனர். தொழிலாளியின் பதினான்கு மணிநேர உழைப்பிற்குக் கிடைத்தது அன்றாட உணவு மட்டுமேயாகும்.

எனவே நாம் மேலே குறிப்பிட்டதைப் போன்று, இந்நிலை சமூகத்தின் அரசியலமைப்பின் முக்கியமான புரட்சிகளைத் தோற்றுவிக்கலாயிற்று.

பிரிட்டனில் விக்குகள், டோரிகள், சீர்திருத்தக்காரர்கள், பழமைப் போக்கினர், புரட்சிப் போக்கினர், சார்டிசம் (*Chartism*) எனப்படும் பேருரிமை இயக்கத்தவர் என்று பல்வேறு கட்சியினரும் கூட்டத்தினரும் கிளர்ந்து ஒருவரொடொருவர்

போராடலாயினர். ஆனால் பெரிய போராட்டம், சமூக அமைப்பையே மாற்றுகின்ற போராட்டம், ஒரு புறத்தில் நிலக்கிழார்களுக்கும் இன்னொரு புறத்தில் நாட்டுப்புறத் தொழிலாளர்களுக்குமிடையில் தான் நடந்தது.

அதாவது செல்வத்தையும் அதிகாரத்தையும் கையில் வைத்துக் கொண்டிருந்தவர்களுக்கும்- இத்தகையோரின் ஆதாய நன்மைக்காகவே ஆட்சி நடந்து வந்தது-நிலமோ, கையில் முதலோ அரசியல் அதிகாரமோ எதுவுமில்லாது வரிகளை மூன்றில் இருபங்கைச் செலுத்துகின்றவர்களுக்கும் -தரைப் படைக்கும் கடற்படைக்கும் வேண்டிய ஆள்களை அளிக்கும் மக்களுக்கும் இடையில்தான் போராட்டம் நடக்கின்றது. உழைக்கும் மக்களான இவர்களைப் பணக்காரர் பட்டினி போடுகின்றனர். அவர்கள் தம் நலன்களுக்கு இயைந்தவாறு இம்மக்களின் கூலிகளைக் குறைக்கின்றனர்.

இத்தகைய சூழலில் பேருரிமைக் கிளர்ச்சி இயக்கம் பிரிட்டனில் எழுகின்றது. இவ்வியக்கம் இயல்பு மீறியது. இதற்கு முன்னர் தோன்றாதது. அது உழைப்பாளி மக்களின் நாடு தழுவிய உணர்ச்சிக் குமுறலாய் வெளிப்பட்டது.

1838

குறைந்த ஊதியம், நீண்ட வேலை நேரம், எங்கும் பரவலாய் நிலவிய வேலையின்மை, திகைக்க வைக்கின்ற படு மோசமான வாழ்க்கை நிலை. இவற்றைப் படித்த தொழிலாளர்கள் பொதுவாய் எதிர்த்துத் தமக்கு அரசில் பங்கு வேண்டுமென்று கேட்டனர். இங்ஙனம் ஏற்கெனவே இருந்து வந்த மனக் குறையை, *1834* ஆம் ஆண்டில் நிறைவேற்றிய வறியோர் சட்டம் (*Poor Law*) மேலும் அதிகரிக்கச் செய்தது. இச்சட்டம் உடலுழைப்புத் திறன் உள்ளவர்களுக்கு அளித்து வந்த நிவாரணத்தை ஒழித்தது. அந்நிவாரணம் பெற வேண்டுமாயின், அவர் ஏழையர் விடுதியில் சேர்ந்தாக வேண்டுமென்று விதி செய்தது.

தொழிற்சங்கங்கள் அமைக்கப்படுவதை ஒடுக்குவது என்ற கொள்கையை அரசு கொண்டிருந்தமையாலும் மனக் கசப்பு மிகுந்தது. தீவிரமான தொழிலாளர் கூட்டம் ஒன்று, *1836* ஆம் ஆண்டு இலண்டன் உழைப்பாளர் சங்கத்தை அமைத்தது. அச்சங்கம் *1837* இல் புகழ்வாய்ந்த ஆறு கோரிக்கைகள் அடங்கிய ஒரு வேண்டுகோளை விடுத்தது:

அனைவர்க்கும் வாக்குரிமை; இரகசிய வாக்கெடுப்பு; தொகுதிகளைச் சமமான முறையில் பிரித்தல்; நாடாளுமன்ற உறுப்பினராவதற்குச் சொத்துடைமை வேண்டும் என்ற தகுதியை ஒழித்தல்; நாடாளுமன்ற உறுப்பினர்க்கு ஊதியம் தருதல்; நாடாளுமன்றத்தை ஆண்டுதோறும் கூட்டுதல் வேண்டும்-என்பன ஆறு கோரிக்கைகளாகும்.

இதுவே பேருரிமை இயக்கத்தின் (*Chartism*) அடிப்படையாகும். மக்கள் தம் மனக் குறையை, அதிருப்தியைக் காட்டுவதற்காக அணி திரளும் மையமாய் இந்த இயக்கம் அமைக்கப்பட்டது.

இப் பேருரிமை இயக்கம் பர்மிங்காமில் நடந்த ஒரு பொதுக்கூட்டத்தில் முறைப்படி தொடங்கப் பெற்றது. (*Burmingham* : நடு இங்கிலாந்தின் மேற்கு மிட்லந்துப் பகுதியிலுள்ள பெரிய தொழில் நகரம். இது இன்று இங்கிலாந்தின் பெரிய நகரமாகும்.) இதன் முதல் மக்கள் மாநாடு *1839* பிப்ரவரியில் இலண்டனில் கூடிற்று. இதற்குப் பிரிட்டன் முழுமையிலுமிருந்து பேராளர் தேர்ந்தெடுக்கப்பட்டனர். இம்மாநாடு நாடாளுமன்றத்தில் அளிப்பதற்கென்று உரிமைக் கோரிக்கைகளைத் தொகுத்தது.

எனினும் பேருரிமை இயக்கத்தின் கோரிக்கைகளை அரசு உடனடியாய் ஏற்கவில்லை. ஆதலால் மக்கள் இயக்கம் தொடர்ந்து நடந்தது.

இப்பேரவை இலண்டனின் காக்ஸ்பர் தெருவிலிருந்த பிரிட்டீசு காப்பி ஹௌஸ் என்ற காப்பிக் கடையில் *1839* பிப்ரவரி *4* ஆம் நாளன்று திறக்கப்பட்டது. பின்னர் ஃபிளீட்டுத் தெருவிற்கு அப்பால் இருந்த போல்டு கோட்டு என்ற மதுக்கடைக்கு மாறியது. அது மே *13* ஆம் நாளுக்கும் ஜூலை *5* ஆம் நாளுக்கும் இடைப்பட்ட காலத்தில், அன்று அரசியலில் இலண்டனை விடத் தீவிரமாயிருந்த பர்மிங்காம் நகருக்கு மாற்றப்பட்டது. ஜூலை *5* அன்று நடந்த அதன் இறுதிக் கூட்டத்தைக் காவலர் கலைத்தனர்.

பேருரிமை இயக்கத்தின் தலைவரான வில்லியம் லோவட்டு சிறை செய்யப்பட்டார். ஆதலால் இயக்கத்தின் பேரவை மீண்டும் இலண்டனுக்குச் சென்றது. இயக்கத்தின் முதல் உரிமைக் கோரிக்கையை நாடாளுமன்றம் ஜூலை *12* அன்று ஏற்காது ஒதுக்கியது. எனவே ஆகஸ்டு *12* தொடங்கிப் ''புனித மாதம்'' என்று அறிவித்து ஒரு மாத காலம் வேலை நிறுத்தத்தை அறிவிப்பது குறித்துச் சூன் *22* முதல் *24* வரை மூன்று நாள் கூடிப் பேசப்பட்டது. இத்திட்டத்திற்கு ஆதரவு இல்லாது போனதால் அது கைவிடப்பட்டது. லோவட்டு சிறைப்பட்ட பின்னர். இயக்கத்தின் செயலாளராய், அவரின் மனைவி தேர்ந்தெடுக்கப்பட்டார்.

வில்லியம் லோவட்டு *(1800-1877)* காரன்வாலில் பிறந்து *1821* இல் இலண்டனுக்கு வந்தார். அவர் இலண்டன் உழைப்பாளர் சங்கத்தைத் தோற்றுவித்து, அதன் முதல் உறுப்பினரும் செயலாளருமானார். அவர் எழுதிய முறையீட்டு விண்ணப்பத்தை அடிப்படையாய் வைத்துத்தான் உரிமைக் கோரிக்கைகள் வரையப் பெற்றன. அவரை மேற்கூறியவாறு பர்மிங்காமில் சிறை செய்து வார்விக்குச் சிறையில் அரசு அடைத்து விட்டது. லோவட்டு வன் செயலை விடாது எதிர்த்து வந்தார். வாக்குரிமையை விரிப்பதால், மக்களின் சமுதாய, பொருளியல் வாழ்க்கை புத்துயிர் கொள்ளுமென்று அவர் நம்பினார். அவர் எழுதிய ''உண்மையைத் தேடி நடத்திய வாழ்க்கையும் போராட்டமும்'' என்ற நூல் *1876* இல் வெளிவந்தது.

பிரிட்டனில் பேருரிமை இயக்கம் *1838* முதல் *1848* வரை நடந்தது என்பது குறிப்பிடத்தக்கது.

Tristan, Flora The London Journal of Flora Tristan of the Autocracy and the Working Class of England, Translation, London, 1982

1838

வரலாற்றுப் புள்ளிகள்

1. அரசியல்

(அ) இரஷியம் பூச்சாண்டிக்கு அஞ்சி ஆப்கானித்தானப் படையெடுப்பு

மேற்கத்தி வல்லரசுகள் நடு ஆசியத்தினுள் தம் பேரரசை விரிக்க முனைந்திருந்ததால், பிரிட்டீசு இந்தியம் ஆப்கானித்தானத்தைத் தொட நேர்ந்தது என்பர்.

(ஆப்கானித்தானம் : இ.ச.க. தொகுதி -7 : 1761 கட்டுரை) சுருக்கமாய்ச் சொல்வதாயின் கிழக்கிந்தியக் கம்பெனி சிந்தையும் பாஞ்சாலத்தையும் வளைப்பதற்காக, அவற்றை நோக்கி வடக்கே விரிந்த காலையில், தெற்கு நோக்கிப் படர்ந்து வந்த இரஷியத்துடன் மோதும் நிலை ஏற்பட்டது. இரஷியம் ஆப்கானித்தானத்தின் மீதும் தன்னைச் சுற்றியுள்ள நிலப்பரப்பின் மீதும் பற்றுக் கொண்டு அவற்றோடு ஈடுபாடு கொள்வது தன் நலன்களுக்கு இன்னலாய் முடியுமென்று பிரிட்டன் எண்ணியது. இரஷியம் தன்னை நடு ஆசியச் சந்தைகளிலிருந்து வெட்டி விடுகின்றது என்று பிரிட்டன் ஆழ்ந்த கவலை கொண்டது.

பிரிட்டன் தொடக்க காலத்தில் இப்பகுதிகள் மீது அக்கறையின்றியும் மடத்தனமாயும் நடந்து கொண்டதை இரஷியம் பயன்படுத்திக் கொண்டு, 1828 ஆம் ஆண்டு பாரசிகத்துடன் டர்க்கோமாஞ்சை (*Turkomanchai*) உடன்படிக்கையைச் செய்தது. பிரிட்டீசு அரசு இதைக் கண்டு திடுக்கிட்டுச் சிந்து அமீர்களுடனும் பாஞ்சாலத்துச் சீக்கியருடனும் அரசியல் உறவுகளை வலுப்படுத்திற்று. எனினும் ஆப்கானித்தானத்து பரக்காசை (*Barakazai*) குடி ஆளுநரான தோஸ்து முகமதுடன் (1826-1863) பிரிட்டனால் உடன்படிக்கை செய்து கொள்ள முடியவில்லை.

தோஸ்து முகமது முதலில் அலெக்சாந்தர் பர்னஸ் தலைமையில் சென்ற தூதுக் குழுவுடன் இணக்கமாய் நடந்து கொண்டார். (*Alexander Burnes, 1805-1841*; இவர் பாரசிகன், அரபு, இந்துத்தானி மொழிகளை நன்கறிந்தவர்.) தோஸ்து முகமது பாரசிகத்தைக் கண்டு அஞ்சியதாலும் வலிமை வாய்ந்த இரஷியம் வலுக்குன்றிய பாரசிகத்தின் வழியே வந்து தனது நாட்டைக் கவர்ந்து விடும் என்று எண்ணியதாலும் அவர் பிரிட்டீசுத் தூதுக் குழுவுடன் அவ்வாறு இணக்கமாய் நடந்தார். எனினும் பர்னசின் தூது பலன் தரவில்லை . தலைமை ஆளுநர் ஆக்லந்து, பர்னஸ் கூறிய கருத்துகளுக்குச் செவி சாய்க்கவில்லை.

பாரசிகர் வடமேற்கு ஆப்கானித்தானத்தில் ஹரி ரூடு (*Hari Rud*) ஆற்றின் கரைமீதுள்ள ஹெராட்டு நகரை 1827 இல் தாக்கியபோது, இரஷியர் அவர்களை ஊக்குவித்தனர். (*Herat* : ஹெராட்டு நகரம் ஆப்கானித்தானத்தின் ''நுழைவாயில்'' என்று அழைக்கப்பட்டது. இந்த இடத்தில் பழங்காலத்தில் பல நகரங்கள் இருந்தன. இது கடல் மட்டத்திற்கு மேலே 914 மீட்டர் உயரத்திலுள்ளது.) மேலும் ஆப்கானித்தானத்தின் இறையாண்மை பாரசிகத்திற்கேயுரியது என்று அங்கு புதிதாய் ஆட்சிக்கு வந்த குவாஜர் ஆளுநரான முகமது ஷா (1834-1848) உரிமை கொண்டாடினார்.

இதனிடையே இரஞ்சித்து சிங்கிற்கும் (1780-1839) தோஸ்து முகமதிற்கும் நல்லிணக்கம் ஏற்படுத்தவும் இவ்விரு தரப்பினருக்கும் பாதுகாப்புத் தருகின்ற ஓர் உடன்படிக்கையைச் செய்து கொள்ளவும் பர்னஸ் மேற்கொண்ட முயற்சி தோற்றது. பர்னஸ் மீது கல்கத்தாவில் மேலும் மேலும் ஐயப்பாடு இருந்து வந்ததால், ஆப்கானிய அமீரான தோஸ்து முகமதிற்குக் கணிசமான அளவில் உதவி தருவதாய் உறுதியான வாக்குறுதியைப் பர்னசால் அளிக்க முடியவில்லை.

சீக்கியருடன் தனக்குள்ள கூட்டு ஏற்பாட்டைக் குலைக்கப் பிரிட்டிசார் எதுவும் செய்யார் என்பது ஆப்கானிய அமீருக்கு 1838 இல் உறுதியானது. ஆதலால் அவர் இரஷிய வெற்றி வேட்டைக்காரரான கேப்டன் ஐவான் விட்கிவிச்சின் சொல்பேச்சைக் கேட்கத் தொடங்கி விட்டார். அந்த இரஷியக் கேப்டன் பிரிட்டீசுத் தூதுவரைப் போலன்றி, ஆப்கானித்தானத்திற்கு ஏராளமான வாக்குறுதிகளை அள்ளித் தந்தார்.

ஆப்கன் அமீருடன் முறையான ஒப்பந்தம் எதையும் செய்து கொள்ளுமன்னர், காபூலிலிருந்த இரஷிய முகவர் அங்கிருந்து வெளியேறி விட வேண்டுமென்று பிரிட்டிசார் முன் நிபந்தனை விதித்தனர். மேலும் சீக்கியர் கவர்ந்து விட்ட மாநிலங்கள் மீது ஆப்கானித்தானம் கோரும் உரிமையையும் ஏற்க முடியாது என்று பிரிட்டன் கூறிவிட்டது.

பிரிட்டிசார் தமக்கு இணக்க வணக்கமான ஒரு பொம்மை அரசை ஆப்கானித்தானத்தில் அமர்த்துவதற்கு இந்தக் கட்டத்தில் திட்டமிட்டனர். ஆப்கானித்தானத்துச் சடோசை குலத்தவரும் (*Sadozai*) அக்குடியிலிருந்து விலக்கப்பட்டிருந்தவருமான ஷா சுஜா பிரிட்டிசாரிடமிருந்து உதவித் தொகை பெற்றுக் கொண்டு *1809* முதல் இந்தியத்தில் வாழ்ந்து வந்தார். இரஞ்சித்து சிங்கும் ஷா சுஜாவை அரசராக்குவதை ஏற்றுக் கொண்டார். அவர்களிடையே இது குறித்து முத்தரப்பு உடன்படிக்கை *1838* ஜூனில் கையெழுத்தானது.

சீக்கிய அரசரும் பிரிட்டிசாரும் ஷா சுஜாவை ஆப்கானிய அரியணையில் அமர்த்தத் திட்டமிட்டுக் கொண்டிருந்த வேளையில், தோஸ்து முகமது இரஷியத்துடன் கூடிப் பேசினார். எனினும் பிரிட்டனின் பேராளர்கள் *1838* செப்டம்பரில் இரஷிய அரசிடம் வற்புறுத்திக் காபூலிலிருந்த இரஷியத் தூதரைத் திருப்பியழைக்குமாறு செய்து விட்டனர். தோஸ்து முகமது இப்போது தன்னந் தனியரானார். கிட்டத்தட்ட இதே நேரத்தில், பாரசிக வளைகுடாவிலுள்ள கரக்கு (*Kharak*) என்ற தீவைப் பிரிட்டீசுப் படை அடைந்ததும் பாரசிகர் ஹெராட்டு முற்றுகையை விலக்கிக் கொண்டனர். தலைமை ஆளுநர் ஆக்லந்தும் அவரின் ஆலோசகர்களும் மாறிவிட்ட இந்நிலையிலும் தம் முடிவை மாற்றிக் கொள்ளாது *1838* அக்டோபர் முதல் நாளன்று ஆப்கானித்தானத்தின் மீது போர் தொடுத்து விட்டனர்.

பிரிட்டீசுப் படை பாஞ்சாலத்தின் வழியே ஆப்கானித்தானம் செல்வதற்கு இரஞ்சித்து சிங்கு இசையாததால், சர் ஜான் கீயன் (*Sir John Keane*), லெப்டினண் ஜெனரல் வில்லோபி காட்டன் (*Lt. General Willoughby Cotton*) ஆகியோரின் தலைமையில் *21,000* பேரடங்கிய சிந்துப் படை, சிந்து வழியே ஃபிரோஸ்பூர் சென்று, போலன், கோஜக்குக் கணவாய்களைக் (*Khojak*) கடந்து ஆப்கானியத் தலைநகரான காபூலுக்குள் நுழைந்தது.

(*Kabul* : ஆப்கானித்தானத்தின் பெரிய நகரும் இதுவேயாகும். நாட்டின் வடகிழக்கில் காபூல் ஆற்றின் கரை மீது *1800* மீட்டர் உயரத்தில் உள்ளது. கைபர்க் கணவாயிலிருந்து சுமார் *190* கிலோ மீட்டரில் இருக்கின்றது. மூவாயிரமாண்டுப் பழமையானது. கி.மு. நான்காம் நூற்றாண்டில் படை கொண்டு வந்த அலெக்சாந்தர் உள்பட இந்தியத்தை நோக்கி வந்த படையெடுப்பாளரெல்லாம் காபூல் வழியே தான் புகுந்தனர். பாபர் *1504* ஆம் ஆண்டு காபூலைத் தன் கோ நகராய்க் கொண்டிருந்தார். பாபரின் கல்லறை காபூலின் மேற்குப் புறநரில் உள்ளது. இவ்வாண்டு தொடங்கிய முதல் ஆப்கன் போரின்போது, *1842* ஆம் ஆண்டு இந்நகரின் ஒரு பகுதி அழிந்தது. இது *19* ஆம் நூற்றாண்டின் பிற்பகுதியில் அமீர் அப்தர்-ரகுமான் கானால் *(1879-1901)* புதுப்பிக்கப்பட்டது.)

சீக்கியப் படை லூதியானாவில் முகவராயிருந்த கர்னல் கிளாடு வேடு (*Col.Claud Wade*), சுஜாவின் அடுத்த பட்டத்து இளவரசரான தைமூர் ஷா ஆகியோருடன் சேர்ந்து பெஷாவர், கைபர்க் கணவாய் ஆகியன வழியே காபூலுக்குப் புறப்பட்டது. பிரிட்டீசுப் படை *1839* ஏப்ரலில் கண்டகாரைப் பிடித்தது. (*Kandahar* : தென் ஆப்கானித்தானத்துக்

கண்டகார் மாநிலத்தின் தலைநகரம் பண்டை நகரங்கள் பல நிலவிய மண்ணின் மேல் கண்டகார் அமைந்துள்ளது. இதை அகமது ஷா துரானி (1724-1773) தனது தலைநகராய்க கட்டினார். இது காபூலின் தெற்கே சுமார் 470 கிலோ மீட்டரில் இருக்கின்றது. முக்கியமான சாலைகள் கூடுமிடத்தில் சிறப்பு வாய்ந்த வாணிப மையமாய் இந்நகரம் உள்ளது. இங்கு 1748 இல் அமைத்த 42 படிகளுக்கு மேல் பாபரின் அரியணை உள்ளது.)

பிரிட்டீசுப் படை சூலையில் கசனியையும் ஆகஸ்டில் காபூலையும் கவர்ந்தது. தோஸ்து முகமது காபூலை விட்டு ஓடிப் போனார். ஷா சுஜா ஆகஸ்டு 7 அன்று ஆப்கானிய அரியணை மீது ஏறினார்.

இக்கட்டுகள் சூழ நெருக்குண்ட தோஸ்து முகமது 1840 நவம்பர் 4 அன்று அடிபணிந்தார். அவரைப் பிடித்து இந்தியத்திற்கு அனுப்பிவிட்டனர். இதற்கிடையே ஷா சுஜா நாட்டையாளும் திறமையற்றவர் என்பது தெரியவந்ததால், பிரிட்டீசுப் படை உடனடியாய் அந்நாட்டைவிட்டு வெளியேற முடியாமல் இருந்தது. இத்தகைய நிலை வருமென்று முன் கூட்டி எண்ணிப் பாராததால், தக்க முன்னேற்பாடு எதையும் பிரிட்டிசாரால் செய்ய முடியவில்லை.

இரஞ்சித்து சிங்கிற்குப் பிறகு பாஞ்சாலத்தில் ஆட்சிக்கு வந்தவர்கள் பிரிட்டீசுப் படை தம் நாட்டின் வழியே ஆப்கானித்தானம் செல்வதை ஏற்கவில்லை. எனவே நட்புறவில்லாத நாடுகளின் வழியே படைக்கலன்களையும் பிற பொருள்களையும் வெகு தொலைவிலிருந்து ஆப்கானித்தானத்திற்குத் திருப்தியான முறையில் அனுப்புவதற்கு இயலாது போனது.

மனம் வெறுத்திருந்த ஆப்கன் படை வீரர்கள் 1841 ஆம் ஆண்டு கிளர்ந்து பிரிட்டீசாரான பர்னசையும் மக்னாட்டனையும் கொன்றனர். மேலும், தலை குனியும் படியான ஓர் ஒப்பந்தத்தில் பிரிட்டிசார் கையெழுத்திடவும் நேர்ந்தது. பிரிட்டிசார் தம்மிடமிருந்த போர்த் தளவாடங்கள் அனைத்தையும் ஆப்கானியரிடம் ஒப்படைத்தனர். இதனால் 16,500 பேரடங்கிய பிரிட்டீசுப் படை 1842 ஜனவரி 6 அன்று ஆப்கானியரிடம் அடிபணிந்தது. அப்படை ஜலாலாபாதையும் பெசாவரையும் நோக்கிப் பின் வாங்கிற்று.

2. அறிவியல்

(அ) உயிரணுக்கள் பற்றிய கொள்கை விளக்கம்

உயிர்கள் அனைத்திற்கும் மூலாதாரமான உயிரணு என்னும் செல் (*cell*) பற்றிய ஆராய்ச்சி பதினேழாம் நூற்றாண்டின் பிற்பகுதியிலிருந்தே நடந்து வருகின்றது. இந்த ஆராய்ச்சியில் இராபட்டு ஹூக்கு (*Robert Hooke, 1635-1703*), லமார்க்கு (*Jean Baptiste Pierre Antoine de Monet Chevalier de Lamarck, 1744-1829*; இ.ச.க. தொகுதி-13 : 1822 புள்ளி; 1829 புள்ளி), இராபட்டு பிரௌன் (*Robert Brown, 1773-1858*) இன்னும் சிலர் ஈடுபட்டு வந்துள்ளனர்.

எனினும் உயிரணுவான செல் பற்றிய கொள்கை 1838 ஆம் ஆண்டு வெளியிடப்பட்டது என்ற கருத்துச் சரியாகவோ, தவறாகவோ இருபதாம் நூற்றாண்டின் முற்பாதிவரையிலும் ஏற்கப்பட்டிருந்தது என்ற காரணத்தினால் உயிரணு பற்றிய ஆராய்ச்சி முடிவு வெளியான ஆண்டாக இந்த 1838 ஐக் கொண்டு அது பற்றிய செய்திகளை இங்கு தருகின்றோம்.

''உயிர்ச் சுருள்'' (*The Coil of Life*) என்ற பெயரில் ரூத்து மூர் (*Rooth Moore*) என்ற பெண்மணி 1962 ஆம் ஆண்டு எழுதிய நூலின் ஒரு பகுதியும் இதில் இடம் பெற்றுள்ளது.

கண்ணால் காணாத மெய்நிலையில் பகுதியை மட்டுமே, அதைவிடப் புதுமை என்னவெனில் மேற்பரப்பிற்குக் கீழேயிருந்த உடலின் உள் பகுதியைக் கண்டுபிடித்தவர் என்ற சிறப்பைப் பிரஞ்சுக்காரரான மாரி ஃபிரான்சுவா சேவியர் பிசாட்டு (*Marie Francois Xavier Bichat, 1771-1802;* விரிந்த செய்திகளுக்கு *இ.ச.க.* தொகுதி*-10 : 1799 :* திசுக்கள் முன்னோடி ஆய்வு; இ.ச.க தொகுதி*-13 :* கட்டுரை) என்ற அறிவியலாருக்குத் தர வேண்டும். உடலுறுப்புகள் திசுக்களால் ஆனவை என்றால், அத்திசுக்கள் இன்னும் அடிப்படையான ஒரு பொருள் அடங்கியதாய் இருக்க வேண்டுமோ?

அதை அறியவேண்டும் என்ற ஆர்வங் கொண்டவர்கள் வியப்பொடு மட்டுமே கட்டுண்டு விட்டனர். எனினும் பிசாட்டிற்குப் பிறகு கிட்டதட்ட முக்கால் நூற்றாண்டு முடிந்த பின்னர் சுற்றுவழியில் அது கண்டறியப்பட்டது. அப்போது கண்டறிந்த உண்மை கற்பனைக்கு அடங்காததாயிருந்தது. மனிதர் ஏற்கெனவே அறிந்திருந்து மூலகங்களிலிருந்து அதை எடுத்துச் சேர்த்து விட முடியுமா என்பது ஆராயப்பட்டது. அது மனித அனுபவத்தையெல்லாம் கடந்து நின்றது.

மனிதனால் தெய்வங்களை, குறளிகளை, ஒற்றைக் கொம்புள்ள குதிரைகளையெல்லாம் கற்பனை செய்து பார்த்துவிட முடியும்; ஆனால் உடல் என்பது கண்களால் பார்த்தறிய முடியாத, கைகளால் தொட்டுணர முடியாத, புலன்களினால் வேறு எந்த வழியிலும் அறிந்து கொள்ள முடியாத மிகச் சிறிய, நுண்ணிய செல்களால்-உயிரணுக்களால் ஆனது என்பதைக் கனவியலாரான வெகு சிலரையன்றி வேறு எவரால் கற்பனை செய்திருக்க முடியும்?

செல் என்ற உயிரணு இருக்கின்றது என்ற உண்மையைக் கிட்டத்தட்ட முந்நூறு ஆண்டுகளுக்கு மதிகமான காலம் மனிதன் தட்டுத் தடுமாறி, இடறி விழுந்து, எழுந்துதான் தற்செயலாய்க் கண்டுபிடிக்க முடிந்தது.

மாத்தியாஸ் ஜேகபுஷிலைடன் (*Matthias Jakob Sehleidon, 1804-1881;* தாவரவியலார்). தியோடர் ஷிவான் (*Theodor Schwann, 1810-1882*) என்ற இரண்டு ஜெர்மன் அறிவியலார் ஆராய்ச்சி செய்த பின்னர் தான் 1808 ஆம் ஆண்டில் மனிதர் அதைக் கண்டுபிடித்துப் புதிய வழியில் நடைபோட முடிந்தது. அவ்விருவரும் ஆய்ந்து கண்ட உயிரணுக் கொள்கையின் (*Cell theory*) விளக்கவுரையாய்த் ''தாவரங்கள், விலங்குகள் ஆகியவற்றின் கட்டமைப்பு, வளர்ச்சி பற்றிய பொருத்தம் குறித்த நுண்ணோக்கி ஆய்வுகள்'' (*Microscopic Investigations on Accordance with the Structure and Growth of Plants and Animals*) என்ற நூலை 1838 ஆம் ஆண்டு எழுதி வெளியிட்டனர்.

நுண்ணோக்கி

கத்தியினால் அறுத்துத் திறந்த உடலின் மேற்பகுதிக்குக் கீழே உடம்பு எப்படி ஆக்கப்பட்டுள்ளது என்பதை அறிந்து கொள்வதற்குப் பதினாறாம் நூற்றாண்டின் கடைசி ஆண்டுகள் வரையிலும் எவ்விதமான கருவியும் இருந்திலது. நோக்கப்படும் ஒரு பொருளைப் பெருக்கிக் காட்டுவதற்காக இரண்டு கண்ணாடி வில்லைகளைச் சரியாக அமைத்தால் முடியும் என்பதை டச்சுக்காரர்கள் பதினாறாம் நூற்றாண்டின் கடைசி ஆண்டுகளில் தான் கண்டனர்.

மாபெரும் அறிவியலாரான வில்லியம் ஹார்வி (*William Harvey,1578-1657;* இவர் இங்கிலாந்தின் கெண் கோட்டத்திலுள்ள ஃபோக்ஸ்டோன் என்ற இடத்தில் பிறந்தவர்; மருத்துவர்; இவர்தான் குருதியோட்டத்தை முதன்முதலில் விவரித்தவர்) குளவிகள், ஈக்கள் முதலியவற்றின் இருதயத் துடிப்பைக் காண்பதற்காகத் ''தெளியக் காட்டி'' (*perspicullum*) என்ற உருப்பெருக் காடியைப் பதினேழாம் நூற்றாண்டில் பயன்படுத்தியிருக்கின்றார்.

எனினும் அதற்குச் சுமார் ஐம்பதாண்டுகளுக்குப் பிறகுதான் நுண்ணோக்கிகள் (*microscope*) உடலின் பொருள்களையும் நுணுகிக் காண்பதற்குப் பயன்படலாயின. (நுண்ணோக்கி ஆய்வு : இ.ச.க. தொகுதி-*3 : 1723* கட்டுரை; நுண்ணோக்கி வளர்ச்சி : இ.ச.க தொகுதி-*13 :1830* கட்டுரை) இந்த நுண்ணோக்கியில் மிகுந்த மதியூகத்தோடு கண்ணாடி வில்லைகள் அமைக்கப்பட்டிருந்தன. அது ''புலன்களின் குறைபாடுகளைச்'' சமாளிக்க வல்லதாயிருந்தது. இக்கருவி இராபட்டு ஹூக்கு என்ற ஆங்கில அறிவியலாரின் ஆர்வத்தைத் தூண்டியது.

இராபட்டு ஹூக்கு

இவர் தென் இங்கிலாந்தில், ஆங்கிலக் கால்வாயிலுள்ள ஒயிட்டு என்ற தீவில் *1635* சூலை *18* அன்று பிறந்தார். எட்டு வயதில் பெற்றோரை இழந்து விட்டார். அவர் சர் பீட்டர் லீலி (*Sir Peter Lely,* இயற்பெயர் *Pieter vander Faes, 1618-1680;* இவர் நெதர்லந்தில் சோயஸ்டு என்ற இடத்தில் பிறந்தார். இவர் பிரிட்டீசு அரசர் இரண்டாம் சார்லசின் ஓவியராய் *1661* ஆம் ஆண்டு அமர்த்தப்பட்டார்.) என்ற ஓவியரிடம் உதவியாளராய்ச் சேர்ந்தார். பெற்றோர் விட்டுச் சென்ற சொத்து சிறிது அளவு இருந்தது. அதை ஹூக்கு விடாப்பிடியாய்ப் பிடித்திருந்தமையால், அவரால் ஆக்ஸ்ஃபோர்டுப் பல்கலைக் கழகத்தில் சேர்ந்து படிக்க முடிந்தது.

இராபட்டு
பாயில்

1838

அவர் அப்பல்கலைக் கழகத்தில் சேர்ந்த 1650 ஆம் ஆண்டுகளில் நீர் இறைக்கும் குழாய் ஆயினும், கோள்களின் இயக்கம் ஆயினும் வெகு சிக்கலானதும் குழப்பம் நிறைந்ததுமான எதுவாயினும், அவற்றின் மீதெல்லாம் ஆர்வங் கொண்டு, அவை பற்றி ஆராயும் துடிப்புமிக்க இளைஞர்களின் கூட்டம் அங்கு இருந்தது.

பாயிலும், ஹூக்கும்

அக்கூட்டத்தாருள் இராபட்டு பாயில் என்ற வேதியியல் விற்பன்னர் ஒருவரும் இருந்தார். *(Robert Boyle, 1627-1691; இவர் அயர்லந்திலுள்ள கோ வாட்டர்ஃபோர்டு கோட்டத்தின் லிஸ்மோர் கேசில் என்ற இடத்தில் பிறந்தார். இவர் காற்று, வெற்றிடம், உள்ளெரிதல், மூச்சுவிடுதல் ஆகியனபற்றி ஆய்வுகளை நடத்தியவர்; 1662 இல் பாயில் விதிகளை உருவாக்கியவர். மாறா வெப்பநிலையில் குறிப்பிட்ட அளவு பொருண்மையுள்ள வளியின் பருமனும் அதைத் தாக்கும் அழுத்தமும் ஒன்றுக் கொன்று எதிர் வீதத்தில் இருக்கும் என்பது அவ்விதியாகும். PV என்பது மாறா எண்; P- அழுத்தம்; V-பருமன். வேதியியலை இரசவாதத்திலிருந்து பிரித்தெடுத்து அதைத் தனித் துறையாக்கியவர் என்ற பெருமை பாயிலுக்குண்டு. பாயில் : இ.ச.க.தொகுதி-8 : 1774 வேதியில் கட்டுரை)*

பாயில் ஏழையானவரும் அழகிலியுமான ஹூக்கைத் தன் உதவியாளராய் வைத்துக் கொண்டார். பாயில் எழுதிய முதல் நூலில் விவரிக்கப்படும் காற்றுப் பம்பை வடிவமைத்துச் செய்தவர் ஹூக்கு ஆவார். பாயில் விதி எனப்படும் வளிக் கொள்கை உருவானதில் ஹூக்கிற்குப் பெரும் பங்கு இருக்கலாம் என்று கருதுவாருளர்.

பதினெட்டு வயதான ஹூக்கின் மனத்தை விசைக் குழாய்கள், சுருள் வில்கள் போன்ற எந்திர சாதனங்கள் அனைத்தும் ஈர்த்தன. கடியாரத்தின் ஊசலைக் கட்டுப்படுத்துவதற்கு ஒரு வில்லைப் பயன்படுத்தலாம் என்ற எண்ணம் அவருக்குத் தோன்றியது. அதைப் பொருத்தித் தாறுமாறாய் ஓடிக் கொண்டிருந்த கடியாரத்தைத் துல்லியமாய் மணி காட்டுமாறு ஹூக்கு செய்தார்.

இராயல் சங்கம்

ஹூக்கு பழகுவதற்கு ஏற்றவரல்லர். எனினும் அவரின் புத்தாக்கத் திறனையும் தற்படைப்பாற்றலையும் மறுக்க முடியாது. அறிவியல் ஆராய்ச்சியை வளர்ப்பதற்காக இரண்டாம் சார்லஸ் அரசரால் *(1630-1685; ஆ.கா. 1660-1685)* 1662 ஆம் ஆண்டு இராயல் சொசைட்டி என்ற அறிவியல் சங்கம் நிறுவப்பட்டபோது, இராபட்டு ஹூக்கு அதன் பொறுப்பாளராய் அமர்த்தப்பட்டார். அவர் கிழமைதொறும் நடக்கின்ற சங்கக் கூட்டங்களுக்கென்று, ‘‘மூன்று அல்லது நான்கு பெரிய ஆய்வுகளை நடத்த வேண்டும்’’ என்ற கடமைப் பொறுப்பு அவரிடம் ஒப்படைக்கப்பட்டிருந்தது.

ஹூக்கின் நுண்ணோக்கி

அத்தகைய ஒரு கூட்டத்திற்காகவென்று அவர் கடுமையாய் உழைத்துப் பல கண்ணாடி வில்லைகளைக் கொண்ட நுட்பமான நுண்ணோக்கியைச் செப்பம் செய்து புதுக்கினார். இருபதாம் நூற்றாண்டுக் கண்களுக்கு, அது தீயணைக்கும் சிறு குப்பிபோல் தோன்றும்.

சுருள் ஒப்பனை வேலைப்பாடுகள் கொண்ட ஓர் உருளையில் தூம்பு வாய் போன்ற கண்ணாடி வில்லை பொருத்தப்பட்டிருக்கும். ஆராயப்பட வேண்டிய பொருள் மீது வெளிச்சம் படுவதற்காக அதனருகே ஒரு மெழுகு திரி ஏற்றி வைக்கப்பட்டது. ஒரு பிரதிபலிப்பானைக் கொண்டு சிறு புறக் குவி வில்லையை வைத்தும், ஆராயப்படும் பொருள் மீது வெளிச்சம் குவியுமாறு செய்யப்படும்.

"இந்த உருப்பெருக்காடியின் உதவியினால் மிகச் சிறிய ஒன்று கூட நமது ஆய்விலிருந்து தப்ப முடியாது" என்று ஹூக்கு இராயல் சங்கக் கூட்டத்தில் விளக்கினார்.

அறிவியல் இந்த நுண்ணோக்கியைக் கொண்டு, உடல்களின் கூட்டமைவுகளையும், "அவற்றிலுள்ள பொருள்களின்" பல்வேறு இழையமைப்புகளையும், ஒரு வேளை அவற்றின் "உள் நோக்கிய இயக்கத்தையும் கண்டுபிடிக்கக் கூடும்" என்று ஹூக்கு வருவதுரைத்தார்.

ஹூக்கு மெழுகுதிரி ஒளியைப் பூனைக் காஞ்சொறி என்றும் செந்தட்டி என்றும் அழைக்கப்படும் செடியின் நுண்ணிய முள்மயிர் மீதும் ஈயின் தலை மீதும் ஒலுங்குத் தலை மீதும் (ஒலுங்கு-ஒரு வகைக் கொசு) கத்தியின் கூரிய முனையிலும் மற்றும் நூற்றுக்கணக்கான இதர மாதிரிகளின் மீதும் செலுத்தித் தன் நுண்ணோக்கி வழியே ஆராய்ந்தார்.

அவற்றுள் என்று கார்க்கு எனப்படும் மரத் தக்கை ஆகும். அது புட்டிகளிலிருந்து காற்று வெளியேறாதிருக்கும் அடைப்பானாய்ப் பயன்படுகின்றது. கார்க்கு நீரை உறிஞ்சுவதில்லை; அதன் வழியே காற்றுக் குமிழி வெளியேறுவதுமில்லை.

ஹூக்கு ஒரு நாள் தன் பேனாக் கத்தியை மழிப்பானைப் போன்று மிகக் கூராய்த் தீட்டினார். அதைக் கொண்டு தெளிவான நல்ல கார்க்குத் துண்டு ஒன்றை வெட்டினார். அதன் மேற்பரப்பு மிகவும் வழவழப்பாயிருந்து. அவர் அத்துண்டை நுண்ணோக்கி வழியே நோக்கினார். அது மிகச் சிறிய துளைகளை உடையதாய் இருக்கக் கண்டார். அது கனமற்றும் நெகிழக் கூடியதாயும் இருந்தபோதிலும் அதில் சிறு கண்கள் இருக்கக் கூடுமா என்பது அவருக்கு நிச்சயமாய்த் தெரியவில்லை.

அவர் மேலும் முயன்று கார்க்கின் கட்டமைப்பைத் தெளிவாய்க் கண்டறிய வேண்டுமென்று எண்ணினார். அவர் பேனாக் கத்தியைக் கொண்டு கார்க்கின் மேற்புறத்திலிருந்து மெல்லிய துண்டு ஒன்றை வெட்டினார். இத் துண்டு சற்று வெளுப்பாயிருக்கவே அதைக் கறுப்பான ஒரு தட்டின் மீது வைத்தார்.

"அதன் மீது புறக்குவி கண்ணாடி வில்லையைக் கொண்டு ஒளியைப் பாய்ச்சியதில், எனக்கு அதிலுள்ள துளைகளும் ஓட்டைகளும் பெரிய தேனடை அமைப்பைப் போன்று தெயிவாய்த் தெரிந்தன" என்று ஹூக்கு கூறுகின்றார்.

செல் என்ற பெயர்

இவ்வாறு கண்ணுக்குத் தெரிந்த துளைகள் ஒழுங்காய் இருந்தன எனினும் முற்றிலும் ஒழுங்காய் இருக்கவில்லை. தேனடையில் உள்ளதைப் போன்றும் வேறுபட்டிருந்தன தேனடைக்கும் இதற்கும் இன்னும் அதிகமான ஒற்றுமை இருந்தது.

ஹூக்கு உயிர்ப் பொருள்களின் அடிப்படையான கூறுக்கு எக்காலத்தும் நிலைத்திருக்கும் வகையில் ஒரு பெயரையும் இங்ஙனம் சூட்டினார். "அந்தத் துளைகள்

அல்லது செல்கள் ஆழமாயிருக்கவில்லை. எனினும் அதில் (கார்க்கில்) ஏராளமான சிறு பெட்டிகள் இருந்தன.''

''நான் வெகு விரைவிலேயே அவற்றை உய்த்துணர்ந்துவிட்டேன். அவைதாம் நான் முதல் முதலில் மைக்கிராஸ்கோப்பின் வழியே பார்த்தவையாகும். ஒருவேளை அவை இக்காலத்திற்கு முன்னால் காணப்படாதனவாயுமிருக்கலாம். ஏனெனில் அவை பற்றி இதற்கு முன்னர் ஏதேனும் குறிப்பிட்ட எந்த எழுத்தாளரையும் ஆசிரியரையும் நான் சந்தித்ததேயில்லை. ஆனால் நான் அவற்றைக் கண்டுபிடித்து விட்டமையால் கார்க்கு (என்ற தக்கை) பற்றிய இயல்தன்மை அனைத்தின் உண்மையானதும் அறிவிற்குகந்ததுமான காரணம் எனக்கு எடுத்துக் காட்டப்பட்டுவிட்டது என்று நான் நினைத்தேன்.''

செல் படங்கள்

ஹூக்கு தேனடை செல்களைக் குனிந்து உற்று நோக்கினார். அவர் தன் அனுபவம் வாய்ந்த கைகளினால் இரு வேறு நோக்குகளிலிருந்த படங்களாய் வரைந்தார். ஒரு படத்தில் சிறு சதுர அறைகள் அடங்கிய கட்டமைப்புக் காட்டப்பட்டது. அவை தாம் ஹூக்கினால் புதிதாய்ப் பெயரிடப்பட்ட செல்கள். மற்றொன்று. மேலிருந்து நோக்குகையில், அத்துளைகள் வட்ட வடிவாய்த் தெரிகின்றன. அவை சீராய், வரிசை வரிசையாய் அல்லது அடுத்தடுத்து அமைந்திருந்ததை இந்தப் படம் காட்டிற்று.

அவர் இவ்விரு படங்களையும் அருகருகே வைத்து ஒன்றை ''ஏ'' என்றும் மற்றொன்றை ''பி'' என்றும் எடுத்துக்கொண்டு வட்டமான கறுத்த பின் புலத்தின் மீது அவற்றை வைத்தார். அவர் ஓவியர் லீலியிடம் பணியாற்றியது வீண் போகவில்லை.

ஹூக்கு புதிய கால கட்டத்தைத் தோற்றுவிக்கத்தக்க தன் கண்டுபிடிப்பின் உள்ளார்ந்த முழுச் சிறப்பைக் கண்டு எதிர்காலத்தை உணராது போனார் என்றபோதிலும் அக்கண்டுபிடிப்பு மிக முக்கியமானது என்பதையும் அது சிறந்த எதிர்காலத்தை உடையது என்பதையும் அறிந்து வைத்திருந்தார்.

கார்க்கு நீரில் மிதக்கின்றது. அது கண்ணாடிக் குப்பிக்குள்ளிருக்கும் காற்றை ஏன் வெளியே விடாதிருக்கின்றது என்பவற்றை ஹூக்கு ஆராயப்போக, அவற்றுக்கெல்லாம் விடை கிடைத்துவிட்டது போல் தோன்றுகின்றது. செல்களில் காற்று நிரம்பியுள்ளது; தனித் தனியான ஒவ்வொரு சிறு ''பெட்டிக்குள்ளும்'' அதாவது செல்லுக்குள்ளும் அக்காற்று ''நன்கு அடைக்கப்பட்டடுள்ளத'' என்பது ஹூக்கிற்குத் தெரிந்தது.

''தண்ணீரோ காற்றோ எதுவாயினும் அவற்றினுள் எளிதாய் ஏன் புக முடியவில்லை என்பது மிகத் தெளிவாய்த் தெரிகின்றது. ஏனெனில் அது ஏற்கெனவே அதனுள் அடைபட்டிருக்கின்றது. அதனால்தான் கார்க்குத் துண்டுகள் வலைகளில் நல்ல மிதவைகளாயும் கண்ணாடிப் புட்டிகளில் அடைப்பான்களாயும் அல்லது பிற ஏனங்களில் அடைப்பான்களாயும் பயன்படுகின்றது'' என்று ஹூக்கு கண்டார்.

''நுண்ணோக்கி வழியே அதை நோக்கியபோது, அது மொத்தமும் காற்றடைத்த எண்ணற்ற சின்னஞ்சிறு பெட்டிகளின் தொகுதி என்பது நன்கு தெரிந்தது.''

ஹூக்கு உடல் வலுவில்லாதவர்; அவர் பல முறை நோய்வாய்ப்பட்டவர். எனினும் அவர் பல கார்க்குத் துண்டுகளை எடுத்து. அவற்றை மிகக் கடினமாய் நசுக்கி

ஆராய்ந்தார். அவரால் அவற்றை அவற்றின் வழக்கமான வடிவைவிடப் பன்மடங்கு சிறியதாய்க் குறுக்க முடிந்தது. அவர் கைகளாலேயே அவற்றை இவ்வாறு நசுக்கினார்.

எத்தனை செல்கள்

ஹூக்கு பல்வேறு கார்க்குத் துளைகளைப் பிரித்துக் கொண்டு. அவற்றிலிருந்த துளைகளை நுண்ணோக்கி வழியே எண்ணிப் பார்த்தார். ஓர் அங்குலத்தில் பதினெட்டில் ஒரு பகுதியில் வழக்கமாய்ச் சுமார் அறுபது செல்கள் இருந்தன. ஹூக்கு கணிதத்தில் தேர்ந்தவரல்லர். எனினும் சாதாரணமான கூட்டல், கழித்தல் கணக்கு அவருக்குக் கடினமன்று. அவர் எண்ணியதில் ஓர் அங்குலத்தில் ஆயிரத்திற்கு மேற்பட்ட செல்கள் இருந்தன. ஒரு சதுர அங்குலத்தில் ஒரு மில்லியனுக்கும் அதிகமான-சரியாய்ச் சொல்வதாயின். *11,66,400* செல்களும் ஒரு கன அங்குலத்தில் *125,97,12,000* செல்களும் இருந்தன.

ஹூக்கு இதைக் கண்டு திடுக்கிட்டுப் போனார். அதை நம்புவதற்கு முடியவில்லை; நுண்ணோக்கி இதைக் கண் முன்னே காட்டியிராவிடில் நம்பவே முடியாது. இங்ஙனம் நம்மை வாய்மூடி மௌனியாகச் செய்யும் எண்ணற்ற செல்கள் கார்க்கிற்கு மட்டுமே உரியனவன்று, பிற தாவரங்களிலும் இதைப் போன்ற ''பெட்டிக் கட்டுமானங்கள்'' இருந்ததை ஹூக்கு கண்டார். அவற்றுள் சிலவற்றில், கார்க்கில் காணப்பட்டதை விடச் சிறிய செல்கள் இருந்தன. ஹூக்கு பலவிதமான காய்கறிகளின் தட்டைகளான தண்டுகளின் தக்கைகளை நுண்ணோக்கி வழியே ஆராய்ந்தார். இறகுகளின் நடுத்தண்டுத் தக்கைகளிலும், செடிகளின் தக்கைகளில் காணப்படுவதைப் போன்ற அதே செல் கட்டமைப்புகளைக் கண்டார்.

1838

செல்களைத் துளைக்க

ஹூக்கு மிகுந்த ஆர்வத்தோடு ஆய்ந்து வந்த செல்கள் முற்றிலும் தடுத்து அடைக்கப்பட்டிருந்தன. இருந்தாலும் வெளிப் பார்வைக்குத் திண்மையான தடுப்புகள் போல் தோன்றுவனவற்றின் வழியாய்ச் சாறுகள் கடந்து சென்றாக வேண்டும் என்பதை ஹூக்கு கண்டார். ஏனெனில் உயிருள்ளவற்றின் செல்களுக்குள் சாறுகள் நிறைந்திருந்தன. ஆனால் தீய்க்கப்பட்டுவிட்ட பொருளின் உருக் குலையாத செல்களுக்குள் ''காற்றைத் தவிர வேறு எதுவும் இல்லை'' என்பதையும் ஹூக்கு கண்டார்.

இது எப்படிச் சாத்தியமாகும்? உருக்குலையான சுவர்களின் வழியே பொருள் எவ்வாறு கடந்து செல்ல முடியும்? அந்த வழி எங்கே இருக்கின்றது என்பதை ஹூக்கு தேடினார். அவர் செல்களிலிருந்து காற்றை ஊதி வெளியே தள்ளிவிட முயன்றார். அவரால் அதில் வெற்றி காண முடியவில்லை.

செடிகளில் காணப்படும் துளைகளில்-செல்களில் விலங்குகளின் இதயத்தில் காணப்படுவது போன்ற வால்வுகள் இருக்குமோ? அவ்வால்வுகள் திரவச் சாறுகளுக்கு ஒரு வழியில் வழிவிடுத்து. அத்திரவங்கள் திரும்பி நுழையாதவாறு அடைத்துக் கொள்கின்றனவோ? அவர் எவ்வளவோ முயன்றும் அத்தகைய வால்வுகளைக் கண்டுபிடிக்க முடியவில்லை. அவரால் நுழைவழியையும் வெளிவழியையும் கண்டுபிடிக்க முடியவில்லை; அதனால் இயற்கை தன் சூழ்ச்சித் திறத்தை இதில் காட்டவில்லை என்பது பொருளாகாது. சிறந்த நுண்ணோக்கி கொண்டு அதைக் கண்டுபிடித்து விடலாம் என்று ஹூக்கு நம்பினார்.

அவர் கார்க்கையும் இதர பொருள்களையும் வைத்து நடத்திய ஆய்வுகளில் பெறப்பட்ட செய்திகளையெல்லாம் தொகுத்து ஒரு நூலை (*Micrographia or Some Physiological Description of Minute Bodies Made by Magnifying Glasses with Observations and Inquiries Thereupon*) எழுதி அரசருக்குக் காணிக்கையாக்கினார். இந் நூல் 1665 ஆம் ஆண்டு வெளியானது.

இந்நூல் மீது யாரும் கவனமே செலுத்தமாட்டார்கள் என்று கருதப்பட்ட அந்தக் காலத்தில், அதற்கு மாறாய் ஆழ்ந்த ஆர்வம் ஏற்பட்டது. ஏனெனில் 1665 ஆம் ஆண்டில்தான் மிகக் கொடிய பிளேக்கு என்ற கறுங்கொள்ளை நோய் உச்சகட்டத்தில் தொற்றியிருந்தது. அப்போது அந்நோய்க்கு மக்கள் ஆயிரக் கணக்கில் பலியாயினர். அதற்கடுத்த ஆண்டில் இலண்டன் நகரத்தில் தீப்பற்றி அழித்தது.

இங்ஙனம் கொள்ளை நோயும் பெருந்நீயும் தாண்டவமாடிக் கொண்டிருந்த வேளையில்தான் கட்புலனுக்குத் தெரியாதனவெல்லாம் தெரியத் தொடங்கின. அது வெளிப்படுத்திய உண்மை பெரும் பரபரப்பை ஏற்படுத்தியது. ஹூக்கிற்கு இக்கால கட்டத்தில் வயது இருபத்தொன்பதுதான். அவர் இந்த வயதிலேயே பெரும் புகழடைந்துவிட்டார். செல்லும் அவ்வாறே பலரால் அறியப்பட்டது. அனைத்திற்கும் அடியில் சின்னஞ்சிறு செல்கள் அல்லது நுண்ணிய ‘பெட்டிகள்’ இருப்பதை மனிதன் கடைசியாய் அறிந்து கொண்டுவிட்டான்.

பிற அறிவியலாரும் எதையும் அறியவேண்டுமென்ற ஆர்வமுடையவர்களும் புதுமை விளைவிக்கின்ற நுண்ணோக்கி என்ற இக்கருவியைக் கொண்டு ‘‘கண்ணுக்குத் தெரியாமல் மறைக்கப்பட்டுக் கிடக்கின்ற’’, எப்போதும் இருந்து வருகின்ற பொருள்களை மனிதனால் கான முடியும் என்பதை அறிந்தனர்.

மேற்சொன்ன ‘‘மைக்கிரோகிராஃபியா’’ வெளியான எட்டாண்டுகளுக்குப் பிறகு, இராயல் அறிவியல் சங்கத்திற்கு அதன் டச்சு நிருபர்களுள் ஒருவரான ரெயினியர் தெ கிராஃபு 1673 ஆம் ஆண்டு ஒரு கடிதம் எழுதியிருந்தார்:

‘‘இந்நாட்டில் வாழும் அருந்திறன் வாய்ந்த லூவன் ஹோயக்கு என்னும் பெயரினர் ஒரு நுண்ணோக்கியைச் செய்திருக்கின்றார்; இதுவரை நாம் கண்டுள்ள இக்கருவிகளை எல்லாம் மிஞ்சும் வகையில் இந்நுண்ணோக்கி உள்ளது என்பதைத் தெரிவிக்கவே, இக்கடிதம் எழுதலானேன்...’’

லூவன் ஹோயக்கு

அந்நிருபர் ‘‘அறிவுக் கூர்மை’’ வாய்ந்த லூவன் ஹோயக்கு (*Antony van Leeuwenhoek, 1632-1723*) எழுதிய ஒரு கடிதத்தையும் தன் கடிதத்துடன் இணைத்திருந்தார். அவருக்குத் தரப்பட்ட அடை மொழியை மிஞ்சுவதாய், அவர் எழுதிய கடிதத்தில் காணப்பட்ட செய்தி இருந்தது. ஏனெனில் அது பூஞ்சைக் காளான், தேனீக் கொடுக்கு, அதன் வாய்ப் பகுதி, கண்கள், பேன்கள் முதலியவற்றை நுண்ணோக்கி வழியே பார்த்துச் செய்த ஆய்வுகளை விவரித்து, லூவன் ஹோயக்கு தொடர்ந்து மேலும் செய்யக்கூடிய ஆய்வுகள் பற்றிய குறிப்புகளைத் தனக்கு அனுப்பி வைக்க வேண்டுமென்று, அவரைக் கேட்குமளவிற்கு இராயல் சங்கம் அக்கடிதத்தினால் பெரிதும் கவரப்பட்டுவிட்டது. (லூவன் ஹோயக்கு : இ.ச.க. தொகுதி-3 : 1723 கட்டுரை)

அந்தணி வான் லூவன் ஹோயக்கு இதைப் போன்ற அறிவியல் பணியிலோ அது பற்றிய கடிதப் போக்குவரவிலோ எந்தப் பயிற்சியும் பெற்றவரல்லர். அவர் துணிக்

கடைக்காரராய்த்தான் பயிற்சி பெற்றிருந்தார். தெ கிராஃபு கூறியதைப் போன்ற நேர்த்தியான நுண்ணோக்கியைச் செய்து கொண்டிருந்தபோது, ரிப்பன்களையும் பித்தான்களையும் விற்பனை செய்து கொண்டு ஒன்றுக்கொன்று தொடர்பில்லாத வேலையைச் செய்து வந்தார். அத்துடன் டெல்ஃப்டு நகர மன்றத்தைத் தகுந்த முறையில் பேணிவரும் வேலையையும் செய்தார். அவர் நகர முதல்வர்களின் உதவியாளராயிருந்து நகர மன்றத்தில் நெருப்பேற்றிவைத்து, அதை நல்ல முறையில் பராமரித்தும் வந்தார். (*Delft* என்ற நகரம் தென் ஆலந்து மாநிலத்தில் தென் மேற்கு நெதர்லந்திலுள்ளது. இந்நகரம் பதினேழாம் நூற்றாண்டிலிருந்து டெல்ஃப்டுவேர் என்ற பீங்கான் பாண்டங்களுக்குப் பெயர் பெற்று விளங்கியது.)

அவர் நுண்ணோக்கிகளைச் செய்யத் தொடங்கிய நேரத்தில் அவற்றைப் பூதக் கண்ணாடிகள் என்றுதான் கூற வேண்டும்-தானே தனக்கு வேண்டிய கண்ணாடி வில்லைகளைக் கடைந்து எடுத்து மெருகேற்றிக் கொண்டார். உலகின் சிறந்த மெய்யியலார் அடங்கிய இராயல் சங்கம்-அன்று அது மெய்யியலார் சங்கம் என்றுதான் அழைக்கப்பட்டது-தன் மீது ஆர்வம் கொண்டு கவனம் செலுத்துகின்றது என்பது லூவன்ஹோயக்கிற்குப் பெரு மகிழ்ச்சி தந்தது. அத்தகைய பெரிய படிப்பாளிகளும் அறிஞர்களும் அடங்கிய ஒரு மன்றத்திற்கு முறையாய் எழுத வேண்டுமாயின், இலத்தீன் மொழி அறிந்திருக்க வேண்டும். லூவன் ஹோயக்கிற்கு அம் மொழி தெரியாது. இருப்பினும் அவர் தன் கடிதங்களுடன் தான் வரைந்த தேனீயின் படங்களையும் அனுப்பி, இலக்கிய நயமற்ற டச்சு மொழியில் எழுதினார்.

1838

லூவன்ஹோயக்கு தனது நாற்பத்தொன்றாவது வயதிற்குள் பல நுண்ணோக்கிகளைச் செய்துவிட்டார். அவர் ஆய்விற்காக நுண்ணோக்கியின் அடியில் வைத்த மாதிரிகளை மாற்றிக் கொள்ளாமல் அப்படியே வைத்துக் கொண்டு, அவர் ஆராய விரும்பிய ஏராளமான பல வகைப்பட்ட மாதிரிகளை ஆராய்வதற்கென்று மேலும் அதிகப்படியாய் நுண்ணோக்கிகளைச் செய்து கொண்டார். ஒரு பொருளை ஆடியின் கீழே ஊசிகளைக் கொண்டு குத்திவைப்பதைப் போன்று புதுப்புது நுண்ணோக்கிகளைச் செய்வது அவருக்கு எளிதாய் இருந்தது போலும்.

குறு விலங்குகள்

லூவன் ஹோயக்கு சுமார் *1674* வாக்கில் டெல்ஃப்டு நகர ஏரியருகே நடந்து சென்ற நேரத்தில் பச்சை முகில்கள் போன்ற ஒன்று அங்கு தரையில் படர்ந்திருக்கக் கண்டார். ஒவ்வொரு கோடையிலும் பனித்துளியினால் இது வளர்கின்றது என்று நாட்டுப்புறத்து மக்கள் கூறினர். அந்தப் பசுமையான சேற்றில் சிறிதளவை லூவன் ஹோயக்கு எடுத்துத் தனது நுண்ணோக்கியில் வைத்தார்.

அதில் பாம்புகளைப் போல் பின்னிக் கொண்டு கிடந்த பச்சைக் கீற்றுகள் தாவித் துள்ளித் திரிந்ததைக் கண்டார். அங்கு பச்சையான வட்ட உருண்டைகள் பல தெரிந்தன. அவற்றிடையே உருண்டையாய்ச் சிலவும் நீர் வட்ட வடிவாய் சிலவும் ஆகப் பல ''குறுவிலங்குகள்'' (*animalcules*) தென்பட்டன.

''கடைசியாய்க் குறிப்பிட்ட இரண்டிலும் அவற்றின் தலையருகே இரண்டு சிறுகால்களும் உடம்பின் கடைக்கோடியில் இரண்டு சிறிய துடுப்புகளும் இருக்கக் கண்டேன். இக்குறு விலங்குகள் நீரில் மிக வேகமாய் இயங்கின. அவை பலவிதமாய் இருந்தன. மேலேறின, கீழே சென்றன, பம்பரம் போல் சுழன்றாடின. அவை போன்று

எண்ணற்ற பல உயிர்கள் இன்னும் பல இருந்தன. மிக நுண்ணியவற்றுடன் ஒப்பிடுகையில், அவற்றுள் சில இராக்கத அளவிலும் இருந்தன.''

லூவன் ஹோயக்கு கற்பனைக் கோட்டை கட்டுபவரல்லர்; எனினும் அவர் அடிப்படையான சில வினாக்களை எழுப்பினார். மனம் போன போக்கிலெல்லாம் ஓடுகின்ற இவ்விலங்குக் கூட்டம் எங்கிருந்து வந்தது? இக்குறு விலங்குகள் மழையொடு வானத்திலிருந்து இறங்கி வந்தனவா?

மழை நீரிலும் குறு விலங்குகள்

டெல்ஃப்டு நகரில் 1676 மே 26 அன்று பெரு மழை பெய்தது. லூவூன் ஹோயக்கு மழை சிறிது ஓய்ந்த நேரம் பார்த்துச் சுத்தமான ஒரு கண்ணாடிக் குவளையை எடுத்து, அதில் கூரையிலிருந்து சிந்திய மழை நீரைப் பிடித்தார். அவர் அதை எடுத்துக் கொண்டு உள்ளே சென்று, அதில் ஒரு துளியை எடுத்து நுண்ணோக்கியின் ஆடியில் வைத்தார். அதில் சில உயிரிகள் நீந்தித் திரிந்தன. அவை கூரையிலிருந்து மழைநீர் வடிந்து வந்த வடிகாலில் உண்டாகியிருக்க வேண்டும் என்று லூவன் ஹோயக்கு நினைத்தார்.

மழை தொடர்ந்து பெய்தது. அவர் பெரிய பீங்கான் தட்டு ஒன்றைத் தன் வீட்டின் திறந்த முற்றத்திற்கு எடுத்துச் சென்று, மழைநீர் தரையில் விழுந்து சேறு சிதறி விடாதபடி உயரமான ஒரு தொட்டியின் மேல் அதை வைத்தார். அதில் நிரம்பத் தண்ணீர் சேர்த்துக் கொண்டார். அந்த நீரில் எந்த உயிரியும் காணப்படவில்லை. எனவே உயிரிகள் வானிலிருந்து மழை நீருடன் கீழே வருவதில்லை.

ஆனால் அந் நீரைச் சில நாள்கள் வைத்திருந்தாலோ, அதன் மீது காற்று வீசினாலோ அதில் ஒரு துளியிலேயே ஆயிரக்கணக்கான உயிரிகள் காணப்பட்டன. இவ்வுயிரிகள் ஆற்று நீரில், கடல் நீரில், ஏன் பதினைந்தடி ஆழமான கிணற்று நீரிலும் இருந்தன என்பதை அவர் கண்டார்.

லூவூன்ஹோயக்கு தற்செயலாய்த்தான் மிளகு நீரை நுண்ணோக்கி வழியே நோக்க நேர்ந்தது. மிளகில் காரம் அல்லது உதட்டை எரியச் செய்யும் தன்மை எப்படி வந்தது என்பது குறித்து லூவன் ஹோயக்கு எண்ணிப் பார்த்ததுண்டு. மிளகை நுண்ணோக்கியில் வைத்து ஆய்வது கடினமாகையால், அவர் அதை நீரில் ஊற வைத்தார். அது மூன்று கிழமைகளுக்குப் பிறகு எப்படியிருக்கின்றது என்பதைக் கண்டபோது, அவர் வியப்பினால் வாயடைத்துப் போனார். ஏனெனில் மிளகு நீரில் அவர் இதற்கு முன்னர் கண்டிராத எண்ணிக்கையில் ஏராளமான நுண்ணுயிர்கள் இருந்தன. அவற்றுள் மிகச் சிறிய குழாய் போன்ற உயிரிகள் இருந்தன. அவை மிகச் சிறிய நுண்ணுயிரிகளை விட வெகு நுண்ணியனவாயிருந்தன.

குச்சியம் என்ற பாக்டீரியா

லூவன் ஹோயக்கு இவ்வாறு கண்டது குச்சியம் என்ற பாக்டீரியா (*bacteria*) ஆகும். எனினும் அது மனிதனுக்குச் சொல்ல முடியாத தீங்கையும் நன்மையையும் விளைவிக்கக் கூடிய கண்ணுக்குத் தெரியாத உயிரி என்பதை லூவன்ஹோயக்கு அறியவே மாட்டார். அல்லது அதுவாய் இருக்கலாம் என்ற உண்மையும் அவருக்குத் தெரியாது. லூவன் ஹோயக்கு கழி போன்ற உருவுடைய இவ்வுயிரிகளின் அளவையும் எண்ணிக்கையையும் கண்டு வியக்க மட்டுமே முடிந்தது. அவை ஒரு துளி நீரில் ஆறாயிரம் முதல் எட்டாயிரம் வரை இருந்தன.

லூவன் ஹோயக்கு புதிதாய்க் கண்டுபிடித்த இந்த உலகையும், அதன் அற்புதங்களையும் பற்றி ஓர் அறிக்கையை எழுதி இராயல் சங்கத்திற்கு அனுப்பினார். பதினேழு பக்கங்கள் வரை நீண்ட இந்த அறிக்கை மிகுந்த பரபரப்பை உண்டாக்கியது. ஒரு துளி நீரில் இவ்வுலகில் உள்ள உயிர்களைப் போன்று, அத்தனை உயிர்கள் இருந்தன! இராயல் சங்கம் இதையறிந்து வியப்பினால் மலைத்தது.

லூவன் ஹோயக்கு மிகுந்த நுட்பத்துடன் ஆய்வு செய்திருந்தார்; ஆனால் அவர் கூறுபவற்றையெல்லாம் கடும் ஆய்விற்குப் பிறகு கண்டறியும் சான்றைக் கொண்டுதான் ஏற்க முடியும். எனவே மேலும் பல செய்திக் குறிப்புகளை அளிக்குமாறு அவரிடம் சங்கம் கேட்டது.

இராபட்டு ஹூக்கு 1677 ஆம் ஆண்டு இராயல் சங்கத்தின் செயலாளராயிருந்தார். அவர் நுண்ணோக்கியில் ஆய்வு செய்து தேர்ந்தவராயிருந்ததால், ஆலந்திலிருந்து லூவன் ஹோயக்கு அனுப்பியுள்ள கற்பனையை மிஞ்சும் இந்த அறிக்கையை உறுதி செய்ய முடியுமா என்று கேட்டனர்.

ஹூக்கு பல ஆண்டுகளாய் நுண்ணோக்கிகளைத் தொடாமல் இருந்து வந்தார். அவருக்கு வேறு துறைகளில் அவசரமான பணிகள் இருந்தமையே அதற்குக் காரணமாகும். எனினும் லூவன்ஹோயக்கு செய்ததைப் போன்று சிறிதளவு மிளகு நீரை எடுத்து ஹூ க்கு ஆராயலானார். அங்கு அவர் எண்ணற்ற குறு விலங்குகளையும் அவை மனம் போனவாறு துள்ளித் திரிந்ததையும் கண்டார்.

லூவன் ஹோயக்கு தன் ஆய்வில் முன் தோன்றிகள் என்று நாம் அழைக்கும் புரோட்டோசோவா (*protozoa*), குச்சியம் எனப்படும் பாக்டீரியா என்ற நுண்ணுயிரிகளைக் கண்டுபிடித்ததை ஹூக்கு உறுதி செய்தார். எனினும், இப்புதிய நுண்ணுயிரிகள் பற்றி மனிதன் இன்னும் எண்ணிப் பார்க்கவேயில்லை என்பது இவ்விருவருக்குமே தெரியாது.

மக்கள் இந்த அற்புதத்தைக் காண்பதற்கு ஆர்வத்துடன் இராயல் சங்கத்திற்குச் சென்றனர். அச்சங்கத்தைத் தோற்றுவித்த இரண்டாம் சார்லஸ் அரசரே அங்கு வந்து விட்டார். சங்கத்தின் முறையான கூட்டத்தில், உறுப்பினர்களின் முன்னர், உயிரிகளைக் காட்டுமாறு ஹூக்கு கேட்கப்பட்டார். அவர் 1677 நவம்பர் 1,8 ஆகிய நாள்களில் இச்சோதனைகளை நடத்துவதற்கு ஏற்பாடுகள் செய்யப்பட்டிருந்தன. ஆனால் அவை அன்று நடக்காது போகவே நவம்பர் 15 அன்று நடக்கவிருந்த அடுத்தவாரக் கூட்டத்திற்கு ஒத்திவைக்கப்பட்டன.

சர் கிறிஸ்தபர் ரென் (*Sir Christopher Wren, 1632-1723;* இங்கிலாந்தின் வில்சயர் கோட்டத்தில் கிழக்கு நொயில் என்ற ஊரில் பிறந்தவர்; புகழ் பெற்ற கட்டுமான வல்லுநர். இவர் இலண்டனில் புதிய புனிதபால் சர்ச்சிற்கும் கிரீன்விச்சு வானாய்வுக் கூடம், கென்சிங்டன் அரண்மனை போன்ற பொதுக் கட்டடங்களுக்கும் வடிவமைத்தவர். (இ.ச.க. தொகுதி-*3 : 1723*) மற்றும் பலர் அடங்கிய சிறப்புக் குழு அந்த ஆய்வை நேரில் கண்டது. லூவன் ஹோயக்கு கூறியதைப் போன்றே நுண்ணிய விலங்குகள் இங்குமங்கும் நீந்தின என்பதை அக்குழு கண்டு அறிவித்தது. கற்றறிவாளரல்லாத டச்சுக்காரரான லூவன் ஹோயக்கு மிகப் பெரிய உண்மையைக் கண்டறிந்துவிட்டார் என்ற செய்தி இந்த ஆய்வினால் தெளிவானது.

தன் மீது புகழொளியைப் பாய்ச்சிய இந்த உறுதியுரையொடு லூவன் ஹோயக்கு ஓய்வு கொள்ள விரும்பினாரல்லர். வானிலிருந்து அப்போதே விழுந்த மழை நீரையன்றி

அனைத்து நீரிலும் குறுவிலங்குகள் இருக்குமாயின், அவை மனித உடலினுள்ளும் இருக்கக் கூடும். அவை அவ்வாறு உடம்பினுள் இருக்குமாயின் வாய்க்கு வரக் கூடும்.

எங்கும் குறு விலங்குகள்

லூவன் ஹோயக்கு நாள்தோறும் காலையில் உப்பைக் கொண்டு பல் குச்சியால் பல் விளக்குவது வழக்கம். அவர் பூதக் கண்ணாடியால் பல்லை நோக்கியபோது, அங்கு வெள்ளையாய் ஒரு பொருள் சிறிதளவு இருக்கக் கண்டார். அவர் அதில் சிறிதளவைச் சுரண்டி எடுத்துச் சிற்றுயிர்கள் இல்லாத மழைநீரில் கலந்து கொஞ்சம் எச்சிலையும் அதில் சேர்த்துக் கொண்டார்.

மெழுகு திரி உருப்பெருக்காடி மீது வெளிச்சத்தைப் பாய்ச்சியதும் லூவன் ஹோயக்கு இதில் மிகுந்த அனுபவப்பட்டிருந்த போதிலும் நுண்ணோக்கி வழி கண்டவற்றைப் பார்த்துத் திடுக்கிட்டுப் போனார். அவர் கலக்கிய இக் கலவையில் மிகமிக நுண்ணிய உயிரிகள் ''அழகாய் நகர்ந்து'' சென்றதைக் கண்டார். பெரியதும் நீண்டதுமான உயிரி மீன் போன்று துள்ளிப் பாய்ந்தது. மற்றொரு வகை உயிரி ஒலுங்குக் கூட்டம்போல் அந்தரத்தில் திரிந்தது.

தூய்மையானதும் வெள்ளை நிறத்ததுமான பல்லிலிருந்து எடுத்த ஊத்தையில், இப்போது எண்ணற்ற உயிரிகள் வேகமாய்த் திரிந்தன என்பதால், பற்களையே விளக்காத ஒரு முதியவரின் பல்லிலிருந்து எடுத்த ஊத்தையில் ஏராளமான பல வகை உயிரிகள் இருந்ததை அவர் ஒப்பு நோக்கிக் கண்டார்.

மனிதரின் வாயில் குறு விலங்குகள் இருக்கின்றன என்பதை லூவன் ஹோயக்கு இராயல் சங்கத்திடம் அறிவித்தார். வாயிலும் உடம்பிலும் கெட்டுப்போன பகுதிகளிலும் வளைந்து நெளிந்தும் குட்டிக்கரணம் போட்டும் திரிந்த குற்றுயிரிகள் தீங்கு தர வல்லவை என்பதை அவர் அனுமானிக்கவேயில்லை. அவை அங்கு இருந்தன என்பதோடு அவர் நிறுத்திக் கொண்டார். லூவன் ஹோயக்கு அவை பற்றி மிகவும் தெளிவாயும் மறுக்க முடியாத வகையிலும் விவரித்து விளக்கியதோடு அமைந்துவிட்டார்.

1838

கௌரவமும் கண்டனமும்

இராயல் சங்கம் தனக்கு ஆராய்ச்சிக் கடிதங்கள் எழுதி வந்த லூவன் ஹோயக்கைத் தன் உறுப்பினர் என்று எதிர்ப்பின்றி ஒரு மனதாய்த் தேர்தெடுத்தது. அது பற்றிய சான்றிதழை வெள்ளிப் பேழையுள் வைத்து அனுப்புவதென்று முடிவு செய்தது. சங்கத்தின் சின்னம் அந்தப் பெட்டி மீது செதுக்கப்பெற்றிருந்தது.

அது அவருக்குக் கிடைத்த மிகப் பெரிய மேன்மையான மதிப்பாகும். லூவன் ஹோயக்கு இதைக் கேட்டு மகிழ்ச்சியில் திளைத்தார். அவர் நன்றிப் பெருக்குடன் தனிச் சிறப்பு வாய்ந்த இந்தக் கௌரவத்தை ஏற்றுக் கொண்டார்.

பல்கலைக் கழகங்கள் அவரைக் கண்டித்தன. இல்லாத ஒன்றைக் காணுமாறு செய்கின்ற மந்திரவாதி என்று பொதுமக்கள் அவரை இழித்துப் பேசினர். ஆனால் இராயல் சங்கத்தின் இத்தகைய சிறப்பைப் பெற்ற பின்னர், அவரைத் தாக்குதல்களால் எதுவும் செய்ய முடியாமற் போனது.

உலகெலாம் தேடி வந்தது

இந்த டச்சுக் கடைக்காரரைக் காண்பதற்கு எங்கெல்லாமோ இருந்து ஆள்கள் வந்தனர். இரஷிய மன்னரான மா பீட்டர் *(1672-1725; ஆ.கா. 1682-1725)* 1698 ஆம் ஆண்டு நெதர்லந்திற்கு வந்தபோது டெல்ஃப்டுக்கு வந்தார். அவர் தன் ஆள்களில் இருவரை அனுப்பித் தன் இரு கப்பல்களில் ஒன்றுக்கு லூவன் ஹோயக்கின் ஈடு இணையற்ற நுண்ணோக்கியைக் கொண்டுவரச் செய்தார். சார் மன்னர் இரண்டு மணி நேரம் லூவன் ஹோயக்கின் நுண்ணோக்கி வழியே பார்த்து, அவர் கண்ட புகழ் பெற்ற காட்சிகளையெல்லாம் கண்டார்.

லூவன் ஹோயக்கு தன் கடைசிக் காலம் வரையிலும் இராயல் சங்கத்திற்காகப் பணி செய்து வந்தார். அவர் மொத்தத்தில் இருநூறுக்குமதிகமான கடிதங்களை இலண்டனுக்கு எழுதியனுப்பினார். அவர் *1723* ஆம் ஆண்டு தொண்ணூற்று ஒன்றாவது வயதில் மரணப்படுக்கையில் கிடந்தபோது, கடைசியாய்ச் செய்த பணி எதுவெனின், தன் நண்பர் ஒருவரை அழைத்துத் தன் இரு கடிதங்களையும் இலத்தீனில் மொழி பெயர்க்கச் செய்ததேயாகும். அக்கடிதங்கள் இராயல் சங்கத்திற்கு அனுப்பப்பட்டன.

லூவன் ஹோயக்கு *1723* இல் இறந்த பிறகு அவரது பணியைத் தொடர்ந்து செய்வதற்கு எவருமில்லாது போயினர். தாறுமாறான முறையில் நுண்ணோக்கி வழியே ஒரு பொருளை ஆராயும் அவரது ''இரகசிய'' முறை அவரோடு மறைந்தது. ஏனெனில் அவர் அதை வேறு எவருக்கும் கற்றுத் தரவில்லை. ஆதலால் நுண்ணுயிர்களைத் தேடிக் கண்டுபிடிக்கும் பணி அடுத்த நூற்றைம்பது ஆண்டுகள் வரையிலும் சிறந்த நுட்பத்துடன் நடைபெறவில்லை.

புதிய பாதையில் அறிவியல்

அறிவியல் வேறொரு பாதையில் நடைபோடலானது. மனிதன் தோன்றுகின்ற முதல் செல்லின் நுண்பதிப்பாக இருக்கின்றான் என்ற கொள்கையைக் குறித்து அறிவியல் உலகம் விவாதிக்கத் தொடங்கிவிட்டது.

வரிசையாய் மேலும் சிறந்த பல கண்டுபிடிப்புகள் விளைந்து அறிவியல் துறையில் முடுக்கம் ஏற்படாதிருந்த நிலையிலும் அறிவியல் முட்டுச் சந்திற்குள் திருப்பி விடப்பட்ட நிலையிலும் உள்ளடங்கிய செல்களையும் விலங்குகளையும் விளங்கிக் கொள்ளவும் அவற்றுக்கும் உயிருக்குமுள்ள தொடர்பை அறிந்து கொள்ளவும் மனிதன் சிறிதளவே முயன்றான்.

இத்துறையில் புலரொளி புறப்பட இன்னுஞ்சில ஆண்டுகள் காத்திருக்க வேண்டி வந்தது.

(ஆ) ''புரோட்டாப்பிளாசம்'' என்ற சொல்

உயிரியலில் ''புரோட்டாப்பிளாசம்'' *(protoplasm)* என்ற சொல்லை ஹியூகோ ஃபான் மோகல் *(Hugo von Mohal,37)* என்ற ஜெர்மன் தாவரவியலார் முதன்முதலில் ஆளலானார். இது ஓர் ஒட்டுச் சொல்; புரோட்டா என்ற இலத்தீனச் சொல்லும் பிளாசம் என்ற கிரேக்கச் சொல்லும் சேர்ந்தது. இதைத் தமிழில் ஊன்மம் என்றும் முன்கணியம் என்றும் கூறுவர். இது இழுது போன்றது. உயிரியின் இயற்பியல் அடிப்படை இது கண்ணறைக் கணியம் *(cytoplasm)* உள்கரு, கண்ணறைச் சுவர், கண்ணறைப் படலம் முதலிய பகுதிகளைக் கொண்டது. உயிரணுவின் மூலக் கூறிலிருந்த இதை வேறுபடுத்திக் கூறுவதற்காக அவர் இச்சொல்லைப் பயன்படுத்தினார்.

(இ) ''புரட்டீன்'' என்ற சொல்

டச்சு வேதியிலாரான ஜெரார்டு யோகான் முல்டர் (*Gerard Johann Muldern, 36*) முதன்மையான என்ற பொருளைத் தரும் *proteios* என்ற கிரேக்கச் சொல்லைத் தழுவிப் புரட்டீன் (*protein*) என்ற புதுச் சொல்லை ஆக்கினார். நாம் அதைத் தமிழ்ப்படுத்திப் புரதம் என்கின்றோம்.

புரதம் என்பது கரி, நீர்வளி, வெடிவளி, உயிர்வளி முதலிய தனிமங்களைக் கொண்ட கரிமச் சேர்மம். இது அமீனோ காடிகளால் ஆனது. இது முன் கணியத்தின் (மேலே காண்க) இன்றியமையாப் பகுதி. உயிரை வளர்ப்பது, இறைச்சி, பருப்பு வகை முதலிய உணவுப் பொருள்களில் உள்ளது.

(ஈ) நொதித்தலுக்கு ஈஸ்டு வேண்டும்

நொதித்தலுக்கு ஈஸ்டு (*yeast*) என்ற நொதிவேண்டும் என்பதைப் பிரஞ்சு இயற்பியலாரான சார்லஸ் கேனியர்டு தெ லா தூர (*Charles Cagniard de la Tour, 64*) 1838 ஆம் ஆண்டில் மெய்ப்படுத்திக் காட்டினார்.

(உ) குருதியில் இரும்பு

குருதியில் இரும்பு இருப்பதால், அது மிகுதியான அளவில் ஆக்சிஜனை உறிஞ்சுவதற்கு உதவுகின்றது என்று ஜோன்ஸ் ஜேகபு பெர்சிலியஸ் (*Johns Jakob Bezelius, 1779-1848;* சுவீடனில் லிங்கோப்பிங்கு என்ற இடத்திற்கருகில் பிறந்த வேதியிலார்.) 1838 ஆம் ஆண்டு முடிவிற்கு வந்தார். பெர்சிலியஸ் பற்றிய பல செய்திகள் இக்களஞ்சிய வரிசையில் ஆங்காங்கே காணக் கிடைக்கும்.

3. சட்டம், நீதியாட்சி

பிரிட்டனில் கொலைத் தண்டனை ஒழிப்பு

பிரிட்டனில் கொலைத் தண்டனை பெறத் தக்கன என்று நூற்றியறுபது குற்றங்களை 1822 ஆம் ஆண்டு வகை செய்தனர். எனினும் கொலைத் தண்டனை ஒழிக்கப்படவேண்டும் என்று சர் சாமுவல் ரோமில்லி (*Sir Samuel Romilly, 1757-1818;* இலண்டனில் பிறந்த வழக்குரைஞர்; சட்டச் சீர்திருத்தக்காரர். இவர் ஆங்கிலக் குற்றவியல் சட்டத்தின் கடுமையைத் தளர்த்துவதற்காகப் போரிட்டவர்; இவர் அடிமை ஒழிப்பு இயக்கத்திலும் பங்கேற்றிருந்தார்.) ஓர் இயக்கத்தை இந்நாட்டில் நடத்தி வந்தார். அதற்குப் பிரிட்டனில் பரவலாய் ஆதரவு இருந்தது.

கொலைத் தண்டனை பற்றிய சட்டத்தில் 1818 ஆம் ஆண்டு ஒரு மாறுதல் செய்யப்பட்டது. சேப்படித் திருட்டுக்கு மரண தண்டனை தராது நாடு கடத்துவது என்று குற்றவியல் சட்டத்தை அப்போது திருத்தினர். இக்காலத்தில் ஒரு கடையிலிருந்து ஐந்து சில்லிங்கு திருடியவருக்குக் கூட மரண தண்டனை விதிக்கப்பட்டது. எனவே இங்ஙனம் பல சிறு குற்றங்களுக்கெல்லாம் கொலைத் தண்டனை தருவதை நிறுத்த வேண்டுமென்று ரோமில்லி கோரினார். அவர் அத்தகைய சிறு குற்றங்களை 1810 இல் எடுத்துக் காட்டினார். ஆனால் நாடாளுமன்றத்தின் பிரபுக்கள் அவையில் அவரின் கோரிக்கை ஏற்கப்படவில்லை.

ரோமில்லி *1818* ஆம் ஆண்டு தற்கொலை செய்து கொண்ட பிறகு, இந்த இயக்கத்திற்குச் சர் ஜேம்ஸ் மக்கின்டோஷ் தலைமை ஏற்றார். அவருக்கு வழக்குரைஞரும் எழுத்தாளரும் ஆதரவு தந்தனர். ஜூரர் என்ற குற்ற நடுவர்கள் சட்டப்படி நீதி செலுத்த ஆயத்தமில்லாதிருக்கும் செயல்கள் மிகுந்து வருகின்றன என்று அவர்கள் வாதாடினர். சிறு குற்றங்களுக்குக் கொலைத் தண்டனை தர விரும்பாத குற்ற நடுவர்கள் குழாம், அத்தகையவர்களைக் ''குற்றமற்றோர்'' என்று தீர்ப்பளித்தது. இதனால் சட்டத்திற்குக் கெட்ட பெயர் உண்டானது.

பிரிட்டிசுத் தலைமையமைச்சர் இராபட்டு பீல் (*Sir Robert Peel, 1788-1850;* ப.கா. *1834-1835; 1841-1846*) சுமார் நூறு குற்றங்களுக்கு மரண தண்டனை இல்லாதொழிக்குமாறு நாடாளுமன்றத்தை இசையச் செய்தார். பின்னர் *1830* ஆம் ஆண்டுகளில் மேலும் பல குற்றங்களுக்குக் கொலைத் தண்டனை இல்லாமற் போனது. இந்த *1838* ஆம் ஆண்டிற்குப் பிறகு நாட்டுத் துரோகம் அல்லது கொலைக் குற்றம் தவிர ஏனைய குற்றங்களுக்குப் பிரிட்டனில் கொலைத் தண்டனை அளிக்கப்படவில்லை.

Jane, Peter Success In British History, 1760-1914, London, 1978

1838

4. கலை இலக்கியம்

(அ) வீரமா முனிவரின் ஐந்திலக்கணம் பதிப்பு

ஏசு சபை அச்சனான வீரமா முனிவர் (*1680-1746*) இயற்றிய ஐந்திலக்கணத் தமிழ் விளக்கம் என்ற நூலை வேதகிரி முதலியார் *1838* ஆம் ஆண்டு பதிப்பித்தார். வீரமா முனிவர் தமிழ் இலக்கணத்தை ஐந்தாய்ப் பிரித்து இந்நூலில் விளக்குகின்றார்.

(ஆ) சென்னையிலிருந்து தெலுங்கு இதழ்

சென்னையிலிருந்து ''விருத்தாந்தினி'' என்ற தெலுங்குக் கிழமை இதழ் *1838* ஆம் ஆண்டு வெளி வந்தது. இதற்கு மண்டிகல வேங்கடராய சாஸ்திரி ஆசிரியராயிருந்தார். இவ்விதழ் பற்றிப் பல குறிப்புகள் இருந்தபோதிலும் இதன் ஒரே படி மட்டுமே கிடைக்கின்றது.

(இ) தெலுங்கு இலக்கியம் : வில்சன் கட்டுரை

ஹோரேஸ் ஹேமன் வில்சனையும் (*Horace Hayman Wilson, 1786-1860*) அவரது இந்தியவியல் ஆய்வையும் பற்றி இ.ச.க. தொகுதி-*12* ஆம் தொகுதியில் (*1819* புள்ளிகள்) கூறியிருந்தோம். அவர் சம்ஸ்கிருத விற்பன்னராய் இருந்ததுடன் தமிழ், தெலுங்கு, மராட்டி உள்பட எட்டு இந்திய மொழிகளில் புலமை பெற்றிருந்தார். அவர் காலின் மெக்கன்சியின் திரட்டிற்கு விரிவான பட்டியலிட்டு, அவற்றை மூன்று தொகுதிகளாய்த் திரட்டினார்.

அவர் தெலுங்கு இலக்கியத்தின் வரலாற்றுக் கூறுகளை ஆராய்வதற்காகப் பல்வேறு காலங்களில், பல்வேறு இடங்களில் வாழ்ந்த தெலுங்குப் புலவர்களின் வரலாற்றைக் கட்டுவதற்காக *1838* இல் தெலுங்கு இலக்கியம் பற்றி ஒரு கட்டுரை எழுதினார்.

(ஈ) கேசனோவா நினைவுக் குறிப்புகள்

கியாக்கோமா ஜிரோலோமோ கேசனோவா (தெ செயிங்கால்டு) (*Giacomo Girolomo*

Cassanova (de Seingalt), 1725-1795) வெனிசில் பிறந்த இன்ப வேட்டைக்காரர். இவரைப் பற்றி இக்களஞ்சிய வரிசையின் மூன்றாம் தொகுதியில் கூறியுள்ளோம். அவர் எழுதிய வாழ்க்கைக் குறிப்புகள் *Cassnova's Memoirs Ecrits par Lui Meme* என்ற பெயரில் பல தொகுதிகளாய் வெளியிடப்பட்டு வந்தன. அதன் முதற்தொகுதி *1826* ஆம் ஆண்டு அச்சானது. அதாவது கேசனோவா இறந்து *28* ஆண்டுகளுக்குப் பிறகு வெளியானது. இந்நூல் விறுவிறுப்பான நடையில் இன்பச் சுவை சொட்டச் சொட்டப் பிரஞ்சு மரபு மொழியில் எழுதப்பட்டது. அதன் கடைசித் தொகுதி இவ்வாண்டு வந்தது. இதற்கு ஆங்கில மொழி பெயர்ப்பு உள்ளது.

(உ) கால்டுவல் இந்தியம் வந்தார்

இராபட்டு கால்டுவல் *(Robert Caldwell, 1814-1892)* இலண்டன் சமயப் பரப்பு அமைப்பின் *(London Mission)* ஊழியத்திற்கென்று *1838* ஜனவரி *18* அன்று இந்தியத்தை அடைந்தார். அவர் ஆழ்ந்து ஆராய்ந்த பின்னர் இங்கிலாந்தின் இந்தச் சமயத் தொண்டு அமைப்பில் சேர்ந்தார். அவர் தன்னைக் கிறித்தவத் தொண்டில் ஈடுபடுத்தும் தீக்கை பெறுவதற்காக *1841* ஆம் ஆண்டு நீலகிரிக்கு நடந்துசென்று, அங்கிருந்த சென்னை ஆயரான ஸ்பென்சரிடம் தீக்கைபெற்றார். அவர் வழியில் தஞ்சாவூருக்கும் சென்றார். அங்கு வந்து தங்கியிருந்த ஹோகல் ஹாஃபு என்ற சமயப்பரப்பியைக் கால்டுவல் சந்தித்தார்.

இடையன் குடி

கால்டுவல் பின்னர் *1841* டிசம்பரில் நெல்லை மாவட்டத்தின் இடையன்குடியை அடைந்து, அங்கு நாற்பதாண்டுக் காலம் வாழ்ந்திருந்து பல்வேறு துறைகளில் தொண்டு செய்தார்.

இடையன் குடி திசையன்விளையின் கீழ்ப்புறத்தில் அமைந்த ஊர். இங்கிருந்து நான்கு கிலோ மீட்டரில் கடலோரமாய் இளஞ்சி என்னும் சிற்றூர் உள்ளது. கால்டுவல் இங்கிருந்தபோது தான் திருநெல்வேலி வரலாறு, திராவிட மொழிகளின் ஒப்பிலக்கணம் போன்ற சிறந்த நூல்களை ஆங்கிலத்தில் எழுதினார்.

செம்மண் மேடுகளும் பள்ளங்களும் அமைந்த தேரிக்காட்டுப் பகுதியில் இவ்வூர் உள்ளது. கார்டுவல் இங்கு வந்தபோது, அவ்வூருக்கு வல்லிடையன் குடியிருப்பு என்று பெயர். இதற்குத் தென்கிழக்கிலுள்ள குட்டம் என்ற கடற்கரைச் சிற்றூரில் வாழ்ந்த நிலக்கிழார் குடும்பங்களுக்கு இடையன் குடியின் நிலப் பகுதி உரிமையாயிருந்தது. அக்குடும்பத்தினர் அந்நிலங்களுக்கு ஆண்டுதொறும் குடியிருப்பு வரி செலுத்தி வந்தனர். அத்துடன் இடையன் குடியில் அவர்களின் நிலங்களில் குடியிருந்த மக்கள், நிலக்கிழார்களின் வீடுகளில் நடந்த மங்கல அமங்கல நிகழ்ச்சிகளுக்கும் பூப்பு வரி, கலியாண வரி என்ற பெயரில் செலுத்திய வரிகள் கிடைத்தன. இவ்வரிகளை ஒழுங்காய்ச் செலுத்தாதவர்களை ஊர்க் கிணறுகளில் நீரெடுக்க விடுவதில்லை.

கால்டுவல் வல்லிடையன் குடியிருப்பின் கீழ்ப் பகுதியை *99* ஆண்டுகளுக்குக் குத்தகை எடுத்துக் குத்தகைப் பணத்தை மொத்தமாய்ச் செலுத்திவிட்டார். இப் பகுதியில் மதம் மாறிய மக்களுக்காக நன்கு திட்டமிட்டுக் குடியிருப்பு பகுதியை உருவாக்கினார். அவர் தென் பகுதியைப் பள்ளிக்கூடம், கோயில் ஆகியவற்றுக்கு ஒதுக்கியதுடன், வட பகுதியிலும் கீழ்ப் பகுதியிலும் அகலமான தெருக்களை அமைத்து, வரிசையாய்

வீடுகளைக் கட்டச் செய்தார். அவர் நாள்தொறும் குதிரையில் அமர்ந்தவாறு தெருவின் ஒரு முனையிலிருந்து மறுமுனை வரை பார்வையிடுவார். யாராவது வீட்டின் முன்புற வேலியைத் தெருப்பக்கமாய்ச் சற்று நகர்த்தியிருந்தால், அதை உடனடியாய்த் தூக்கி எறிந்துவிட்டு வீட்டுக்காரரை அழைத்து எச்சரிப்பார். ஒரு மரத்தையாவது நடுவதை வழக்கமாய்க் கொண்டிருந்தார்.

குட்டத்து நிலக்கிழார்கள் இங்கு வாழ்ந்த கிறித்தவரிடமும் மங்கல அமங்கல நிகழ்ச்சிகளுக்கு வரி கேட்டனர். தான் 99 ஆண்டுகளுக்கான நில வரியைக் குத்தகைப் பணமாய்ச் செலுத்திவிட்டதால் இனி வரி எதுவும் தர முடியாது என்று கால்டுவல் மறுத்துவிட்டார். நிலத்தில் குடியிருக்கும் உரிமையை மட்டுமே குத்தகைக்குக் கொடுத்துள்ளதாயும் மரபு வழி உரிமைகளைக் குத்தகைக்கு விடமுடியாது என்றும் நிலக் கிழார்கள் வாதிடக் கால்டுவல் தன் நிலையில் உறுதியாய் இருந்தார். இதனால் சினமுற்ற குட்டத்து நிலக்கிழார்கள் ஊர் மக்கள் குடி தண்ணீர்க் கிணற்றுக்குச் செல்ல முடியாதவாறு உடை மரத்து முள்ளை வெட்டி வழியை அடைத்துவிட்டனர். வரிகொடுத்தால் நீரெடுக்க முடியும் என்ற நிலை உண்டானது. அதனால் கால்டுவல் புதிதாய்க் கிணறு வெட்டிச் சிக்கலைத் தீர்த்தார். இடையன் குடிக் கிறித்தவர்கள் இறுதிவரை குட்டத்து நிலக்கிழார்களுக்கு வரி செலுத்தியதில்லை. அதனால் குட்டம் கிராமத்தில் கால்டுவலின் சமயப் பணிகளுக்கு இடையூறுகள் உண்டாயின. அவர் அங்கு கட்டிய ஒரு சிறு கோயிலை இடித்துவிட்டனர்.

இடையன் குடியில் வாழ்ந்த கிறித்தவரில் பெரும்பாலர் பனைத் தொழில் புரிந்து வந்தனர். பனைப் பருவம் முடிந்து விட்டால் பெண்களுக்கு வேலை இராது. ஆதலால் கால்டுவலின் மனைவி எலைசா அங்கு பூத்தையல் பயிற்சிப் பள்ளியை அமைத்து அப்பெண்களுக்குப் பயிற்சி அளித்தார். பின்னர் அவர்களுக்குப் பூத்தையல் வேலைப்பாடுள்ள பின்னல் பொருள்களைச் செய்யும் தொழிற் கூடத்தை நிறுவி வேலை வாய்ப்பளித்தார். இடையன் குடியில் உருவான பூத்தையல் துணிகள் தமிழ்நாட்டின் முக்கிய நகரங்களுக்கும் இங்கிலாந்திற்கும் சென்றன.

கால்டுவலும் அவர் குடும்பத்தாரும் இங்ஙனம் இடையன்குடி மக்களின் வாழ்க்கையில் ஒன்றிக் கலந்திருந்தனர்.

கால்டுவல் இங்கு அமைத்த கோயில் இன்றும் இடையன் குடியில் உள்ளது. இக்கோயில் கிளாஸ்கோ நகரிலுள்ள கோயிலின் அமைப்பைப் பின்பற்றியது. (*Glascow* : இது நடு ஸ்காத்லந்தின் மேற்கிலுள்ள துறைமுகப்பட்டினம்; கிளைடு ஆற்றின் கரை மீது உள்ளது; இன்று ஸ்காத்லந்தின் பெரிய நகரமாகும். இது ஸ்காத்லந்தின் மிகப் பெரிய தொழில் பகுதியின் மையமுமாகும்.) இடையன்குடிக் கோயிலிலுள்ள ஜாய் பெல் (*Joy bell*) என்ற மணியிலிருந்து சலதரங்கம் ஒலிப்பது போன்ற ஓசை எழும். சிறப்பான நாள்களில் மட்டும் இம்மணியை அடிப்பர். இம்மணியின் ஓசை மூன்று கிலோ மீட்டர் சுற்றளவிற்குக் கேட்கும்.

சென்னை ஆளுநராயிருந்த நேப்பியர், கால்டுவல் கட்டிய இக் கோயிலின் திருப்பணியைக் காண இடையன் குடிக்கு வந்திருந்தார். கால்டுவல் அவருக்குக் கோயிலின் ஒவ்வொரு பகுதியையும் காட்டினார். ஆளுநர் சாளரம் ஒன்றின் அழகைக் கண்டு வியந்து, அதன் விலையாகிய ஐநூறு ரூபாயை அப்போதே அளித்தார்.

ஆ.சிவ சுப்பிரமணியன்; கால்டுவல்லும் இடையன் குடியும். ''காலச் சுவடு'' ஏப்-ஜூன் 98.

5. தொழில், வாணிபம், வேளாண்மை

இலண்டனில் இராயல் வேளாண்மைச் சங்கம்

இலண்டனில் *1838* ஆம் ஆண்ட இராயல் வேளாண்மைச் சங்கம் அமைக்கப்பட்டது.

6. போக்கு வரவு

(அ) அட்லாண்டிக்கில் முதல் நீராவிப் பயணக் கப்பல்

அட்லாண்டிக்குக் கடலில் நீராவிக் கப்பல் முதன் முதலாய்ப் பயணிகளை ஏற்றிக் கொண்டு நடத்திய கடலோட்டம் *1838* ஏப்ரல் *8* அன்று தொடங்கிற்று. இக்கப்பலின் பெயர் ''கிரேட்டு வெஸ்டன்'' (*Great Western*) இக்கப்பலை இசம்பார்டு கிங்டம் புரூனல் என்ற ஆங்கிலப் பொறியாளர் வடிவமைத்தார் (*Isambard Kingdom Brunel, 1806-1859;* இவர் சர் மார்க்கு இசம்பார்டு புரூனல் என்ற புகழ்பெற்ற பொறியாளரும் கண்டுபிடிப்பாளருமானவரின் மகனாவார். இவர் ஹாம்சயர்க் கோட்டத்தின் போட்ஸ்மதில் பிறந்தவர். இவர் *1828* ஆம் ஆண்டில் கிளிஃப்டன் தொங்குபாலத்திற்கும் வடிவமைத்திருந்தார். மேலும் பல இருப்புப் பாதைகள், சுரங்கங்கள், பாலங்கள் ஆகியவற்றையும் அமைத்தார். இவரே *Great Britain* என்ற கப்பலுக்கு *1845* ஆம் ஆண்டிலும் *Great Eastern* என்ற கப்பலுக்கு *1849* ஆம் ஆண்டிலும் வடிவமைத்தார். கடைசியாய்க் கூறப்பட்ட கப்பல்தான், அதுவரை கட்டப்பட்டவற்றுள் மிகப்பெரிய கப்பலாகும்.)

''கிரேட்டு வெஸ்டன்'' என்ற கப்பல் *1838* ஏப்ரல் *8* அன்று இங்கிலாந்தின் பிரிஸ்டலிலிருந்த நியூயார்க்கு நகருக்குப் பயணியரை ஏற்றிக் கொண்டு புறப்பட்டது. அது நியூயார்க்கை அடையப் பதினைந்து நாள்களாயின. வெகு விரைவாய்ச் செல்லும் பாய்மரக் கப்பல் எடுத்துக்கொள்ளும் பயண காலத்தில் இது பாதி ஆகும்.

(ஆ) கனடாவில் முதல் இரயில்

உலகெங்கிலும் இரயில் போக்குவரவு பல நாடுகளில் வெகு துரிதமாய்ப் பரவி ஓடுகின்றது. வட அமெரிக்கத்தின் வட பகுதியான கனடாவில் *1838* ஆம் ஆண்டில் முதல் இரயில் ஓடியது.

(இ) இரஷியத்தின் முதல் இருப்புப் பாதை

இரஷியத்தின் முதல் இருப்புப் பாதை கோ நகரான செயின் பீட்டர்ஸ்பர்கையும் (இ.ச.க. தொகுதி-*2 : 1712* கட்டுரை) சாரின் கோடைகால அரண்மனை அமைந்துள்ள சார்ஸ்கோ செலோ (*Tsarskoe Selo*) என்ற இடத்தையும் இணைக்கின்றது. இந்த இருப்புப் பாதை *1838* இல் திறக்கப்பட்டது.

(ஈ) மார்ஸ் தந்திக் குறியீடுகள் தோற்றம்

சாமுவல் ஃபின்லே பிரீஸ் மார்ஸ் (*Samuel Finley Breese Morse, 1791-1872;*) அமெரிக்க மசாச்சூசட்ஸ் மாநிலத்தின் சார்லஸ் டௌனில் *1791* ஆம் ஆண்டு பிறந்தவர். அவர் இளவயதில் இலண்டனில் கற்றவர். அவர் இலண்டன் இராயல் அகாடமியில் தன்

இரண்டு ஓவியங்களைக் காட்சிக்கு வைத்திருக்கின்றார். அவர் ஆளுயர ஓவியங்களை வரைவதில் புகழ் பெற்றவர். அத்துடன் 1832-1835 காலத்தில் மின்காந்தத் தந்தியைக் கண்டுபிடித்து உருவப்படுத்தவும் செய்தார். அதையொட்டி இந்த 1838 ஆம் ஆண்டில் தந்திக் குறியீடுகளையும் உண்டாக்கினார்.

அவர் உண்டாக்கிய இந்தக் குறியீட்டு முறை செய்திகளை அனுப்புவதற்கு இன்று உலகெங்கும் பயன்படுத்தப்படுகின்றது. எழுத்துகள், எண்கள் முதலியவற்றைக் கட்டுக் கடகடா என்ற ஒலிகளின் தொகுதிகள் விட்டு விட்டு எழுப்பப்பட்டு, அக்குறியீடுகளை, அடிப்படையாய் வைத்து இந்த முறை வேலை செய்கின்றது. இந்தப் புதுமுறை 1838 ஜனவரி 6 அன்று மக்களுக்குச் செய்து காட்டப்பட்டது. முதன் முதலாய் 1844 ஆம் ஆண்டு வாசிங்டனுக்கும் பால்டிமோருக்குமிடையே தந்தி அமைப்பு உண்டான பின்னர் மார்சிற்குப் புகழும் வெகுமதிகளும் வந்து குவிந்தன.

7. இயற்கைச் சீற்றம்

அயர்லந்தில் பஞ்சம் : ஆயிரக்கணக்கானோர் மடிதல்

வட அயர்லந்தில் பயிர்கள் பொய்த்ததால் இந்த 1838 ஆம் ஆண்டு கொடிய பஞ்சம் வந்தது. இதனால் ஆயிரக்கணக்கானோர் மடிந்தனர்.

8. மக்கள்

(அ) குயானாவிற்கு இந்திய ஒப்பந்தக் கூலிகள்

பிரிட்டன் 1807 இல் அடிமை வாணிபத்தையும் 1833 இல் தன் பேரரசு முழுமையிலும் அடிமை முறையையும் ஒழித்ததும், மனிதர் உழைப்பை மனிதர் உறிஞ்சும் நடைமுறையில் உண்டான வெறுமையை நிரப்புவதற்கென்று கொடுமைக்கார மதியூகியர் கண்டுபிடித்த புதிய சுரண்டல் ஏற்பாட்டிற்கு இந்திய ஒப்பந்தக் கூலி முறை (*Indian Indentured Labour*) என்று பெயர். இதற்கு முன்னர் அடிமை முறையில், மக்கள் ஆப்பிரிக்கத்திலிருந்து புத்துலகிற்குக் கப்பலில் கொண்டு செல்லப்பட்டனர்; இப்புதிய உழைப்புச் சுரண்டலுக்கென்று இந்தியத்திலிருந்து மக்களைக் கப்பலேற்றி அங்கு கொண்டு போய்க் குவித்தனர். இந்த ஒப்பந்தக் கூலி ஏற்பாடு 1838 ஆம் ஆண்டு தொடங்கி 1917 வரை நிலவியது.

அடிமை முறை ஒழிந்ததால் பிரிட்டீசு மேற்கிந்தியத் தீவுகளில் நெல் வயல்களிலும் கரும்புத் தோட்டங்களிலும் வேலை செய்வதற்குப் போதிய ஆள்கள் இல்லாமற் போயினர். ஆதலால் பிரிட்டீசு மேற்கிந்தியத் தீவுகளின் அரசுகள் பம்பாய், கல்கத்தா, சென்னை ஆகிய நகரங்களில் குடிப்பெயர்ச்சி அலுவலகங்களை 1834 ஆம் ஆண்டில் திறந்தன. அவை ஒப்பந்த அடிப்படையில் ஐந்தாண்டுக் காலம் பணிசெய்ய வருபவர்களை அழைத்தன. அவ்வாறு வருபவர்களுக்கு இலவசமாய் உணவுப் பொருள்களையும் தாயகம் திரும்புவதற்கு ஆகும் செலவு தொகையையும் அளிக்க அவை முன் வந்தன. கடைசியாய்க் கூறிய நிபந்தனை 1854 ஆம் ஆண்டிற்குப் பிறகு கைவிடப்பட்டது. குடிபெயர்ந்து சென்றவர்களில் பலர் தம் ஒப்பந்தக் காலம் முடிந்ததும், அங்கேயே தங்கித் தமக்கென்று அரசு நிலங்களை மலிவான விலைக்கு வாங்கி வேர் விட முனைந்தது அதற்குக் காரணமாகும்.

இன்று தென்னமெரிக்கத்தின் வட கிழக்கில் வெனிசுலம், பிரேசில் ஆகிய நாடுகளின் கிழக்கிலும் சூரி நாமிற்கு வட அட்லாண்டிக்கின் தெற்கிலும் உள்ள குயானா (*Guyana*) 17,18 ஆம் நூற்றாண்டுகளில் பெரிதும் டச்சுக்காரர் குடியேற்றமாயிருந்தது. அது பின்னர் 1831 பிரிட்டனின் குடியேற்ற ஆட்சிக்குத் கீழ் வந்தது.

இங்கு ஒப்பந்தக் கூலி ஏற்பாட்டின்படி 1838 மே மாதம் சுமார் 400 பேர் அடங்கிய கூட்டம் கிழக்கிந்தியத் தீவிலிருந்து வந்து இறங்கியது. அம்மக்கள் மிகவும் மோசமாய் நடத்தப்பட்டனர். அக் கொடுமைகளிலிருந்து பிழைத்தவர்களில் இருபது பேர் சுமார் ஓராண்டிற்குப் பிறகு வங்கத்திற்குத் தப்பிச் செல்லும் நோக்கத்துடன் புதர்களை வெட்டிக் கொண்டு போகப் பார்த்தனர். இதற்கிடையே குயானத்திலிருந்த கொடுஞ் சூழல்களை அறிந்த இந்தியத் தலைமை ஆளுநர் மேற்கொண்டு அங்கு கூலிகளை அனுப்பலாகாது என்று தடுத்துவிட்டார். மேற்கிந்தியத் தீவுகள் அதன் பிறகு மெடீரா, ஆப்பிரிக்கம் இங்கெல்லாமிருந்து உழைப்பாளிகளைக் குடியேற்றுவதற்கு எடுத்த பல முயற்சிகளும் தோற்றன.

குயானம் வந்த மெடீரா தீவுக் கூலிகளில் ஏராளமானவர்கள் இறந்தனர். கடந்த காலத்தில் உழைப்பாளிகளை அளித்து வந்த ஆப்பிரிக்கத்தை இனி நம்ப முடியாது. ஆதலால் குடியேற்றங்கள் பிரிட்டனை நெருக்கின. இதைப் பொறாத பிரிட்டீசு அரசு இந்தியத்திலிருந்து அங்கு கூலிகளை அனுப்புவதற்கு வழியைத் திறந்து விட்டது. அதனால் இந்தியத்திலிருந்து குயானத்திற்கு ஏராளமான கூலிகள் சென்றனர். அங்கு 1917 வரையிலும் சென்ற இந்திய ஒப்பந்தக் கூலிகளின் எண்ணிக்கை 2,36,000. இவ்வாண்டு வரை அங்கு இறங்கிய மொத்தக் கூலிகளின் எண்ணிக்கை 3,41,000 இக்கூலிகள் பத்தாண்டுகளுக்கு ஒப்பந்தம் செய்யப்பட்டனர். அவர்கள் தம் தாயகம் திரும்பிச் செல்வதற்கு 35 டாலரை அளிக்க முடியுமாயின் ஒப்பந்தக் காலம் ஐந்தாண்டாய்க் குறைக்கப்பட்டது.

1838

சுமார் 2,15,000 சதுர கிலோ மீட்டர் பரப்புள்ள குயானத்தின் மொத்த மக்கள் தொகையான சுமார் எண்பத்தாறு இலட்சத்தில், இந்தியரின் எண்ணிக்கை 1997 ஆம் ஆண்டில் சரி பாதியாய் உள்ளது.

இந்தியக் குடி வழியைச் சேர்ந்த டாக்டர் செட்டி ஜெகன் (1917-) இங்கு 1953 ஆம் ஆண்டிலும் 1957 ஆம் ஆண்டிலும் தேர்தலில் நின்று பதவிக்கு வந்தார். எனினும் அவர் கம்யூனிசச் சார்புள்ளவர் என்று பிரிட்டீசு ஆளுநர் அவரைப் பதவியிலிருந்து இறக்கி விட்டார். டாக்டர் ஜெகன் இப்போது எதிர்க் கட்சித் தலைவராயிருக்கின்றார்.

Segal, Ronald The Black Diaspora, London, 1995

(ஆ) ''பம்பாய் பயணியர் தங்கும் வசதியற்றது''

''நாடிச் சென்று விருந்தோம்பலைத் தரக்கூடிய ஒருவர் இல்லாவிட்டால், பம்பாய்க்கு வரக்கூடிய ஒவ்வொரு குடும்பமும் பொதுமக்கள் தங்குவதற்குரிய ஓட்டலோ, பிற இடங்களோ இல்லாத பெரிய வசதிக்குறையை உணர நேரிடும். பயணியரை விக்டோரியாள் ஓட்டல் வரவேற்கின்றது. ஆனால் கோட்டைப் பகுதியைச் சேர்ந்த குறுகலான தெருக்களைத் தாண்டி, மிகுந்த அழுக்கடைந்த ஒரு தெருவில் அந்த ஓட்டல் இருக்கின்றது. அத்துடன் கொசுக்கடிகளின் தொல்லை வேறு.''

இங்ஙனம் போஸ்டன்ஸ் என்ற பெண் 1838 ஆம் ஆண்டு வெளிவந்த தனது ''மேற்கிந்தியம்'' (*Western India*) என்ற நூலில் குறிப்பிடுகின்றார். இவர் கம்பெனியின் இளநிலை அலுவலர் ஒருவரின் மனைவி. இந்தியத்திற்கு 1837 இல் வந்தார். அவர் இந்நூலில் பம்பாயைப் பற்றிய விரிந்த செய்திகளைக் கூறுகின்றார்.

(இ) இந்தியர் நடந்துபோன கண்ணீர்த் தடம்

செரோக்கி (*Cherokee*) என்ற வட அமெரிக்க மக்கள் இரோக்குவாய் என்ற இந்தியக் குலத்தைச் சேர்ந்தோராவர். இவர்கள் முக்கியமான குலத்தினராவர். அவர்களின் மொழியும் செரோக்கி ஆகும். இம்மக்களில் பதினான்காயிரத்திற்கு மேற்பட்டோர், தாம் ஜார்ஜியம், அலபாம, டென்னசி ஆகிய இடங்களில் வழிவழியாய்த் தொன்றுதொட்டு வாழ்ந்து வந்த நிலங்களை விடுத்து, டென்னசி, ஒகையோ, மிசிசிப்பி, அரக்கான்சஸ் ஆகிய ஆறுகள் நெடுகிலும் மேற்கு நோக்கி 800 மைல் தொலைவிற்குக் ''கண்ணீர்த்தடம்'' என்று வரலாற்றில் பெயர் பெற்றுவிட்ட குடிப்பெயர்ச்சியை இந்த ஆண்டு தொடங்கினர்.

அவர்கள் லிட்டில் ராக்கு (*Little Rock*) என்ற இடத்தை அடைந்து அங்கிருந்து சிவப்பு ஆற்றின் மேற்கே இந்தியர்க்கென்று ஒதுக்கியிருந்த இடத்தை அடைவர். அவர்களையும் அவர்களின் குதிரைகளையும் கால்நடைகளையும் ஜெனரல் வின்ஃபில்டு ஸ்காட்டின் (*General Winfield Scott*) தலைமையிலிருந்த படைவீரர் அழைத்துச் சென்றனர்.

செரோக்கியரின் இந்தப்பயணம் வண்டிகளிலும், படகுகளிலுமாய் 93 முதல் 139 நாள் வரை நடந்தது. அவர்களில் பெரும்பாலர் கைக்குழந்தைகளும் குழந்தைகளும் முதியோருமாயிருந்தனர். அவர்கள் வழியில் அம்மை, கக்குவான், நிமோனியா என்ற முறைக்காய்ச்சல், காசம், நுரையீரல் நோய் போன்ற பல நோய்களால் இறந்தனர். அவர்கள் வழியெல்லாம் ஆற்றாது அழுது சிந்திய கண்ணீரைக் குறிக்கும் விதத்தில் இந்தக் கொடிய குடிப்பெயர்ச்சியைக் ''கண்ணீர்த் தடம்'' என்றனர். அவர்களில் கடைசிக் கூட்டத்தார் 1839 மார்ச்சு 25 ஆம் தேதிதான் தாம் சேர வேண்டிய இடத்தை அடைந்தனர்.

இந்தியரை அப்புறப்படுத்தும் சட்டம் (*Indian Removal Act*) எத்தகைய கொடியது என்பதற்கு இது எடுத்துக்காட்டாகும்.

9. பொது

பிரிட்டனில் பொது ஆவணக் காப்பகம்

அரசி விக்டோரியாள் ஆட்சிக்காலத்தின் தொடக்கத்தில் வரலாற்று ஆவணம் என்பது பெரிதும் பொது ஆவணங்களுடன் தொடர்புடையது என்று தான் கருதப்பட்டு வந்தது. இந்த 1838 ஆம் ஆண்டில் தான் பொது ஆவணக் காப்பகம் (Public Record Office) ஒன்று அமைக்கப்பட்டது. விக்டோரியாள் ஆட்சியின் இடைக்காலத்தில் ஆவணங்களை திரட்டி, அவற்றுக்குப் பட்டியலிடும் பணி தொடங்கியது. புதிய பொது ஆவணக் காப்பகத்திற்கு என்று புதிய கட்டடம் 1866 ஆம் ஆண்டு கட்டப்பட்ட பிறகு, இப்பணி பற்றிய நெறி முறைகள் வகுக்கப்பட்டன.

Briggs, Asa - Victorian Things, London, 1988

10. பிறப்பு

(அ) பங்கிம் சந்திர சட்டர்ஜி (1838-1894)

வங்க மொழியில் முதல் நாவலான துர்க்கேச நந்தினியை (1865) எழுதிய பங்கிம் சந்திர சட்டர்ஜி 1838 ஆம் ஆண்டு பிறந்தார் . வந்தே மாதரம் என்ற பாடலும் அவரால் 1872 ஆம் ஆண்டு எழுதப் பெற்றது. இவரின் நாவல்கள் தமிழில் மொழிபெயர்க்கப் பட்டுள்ளன.

(ஆ) சர் வில்லியம் ஹென்றி பெர்க்கின் (1838-1907)

சர் வில்லியம் ஹென்றி பொர்க்கின் (Sir William Henrry Perkin, 1838-1907) இலண்டனில் 1838 ஆம் ஆண்டு பிறந்தார். இவர் நிலக்கரிக் கீலிலிருந்த (coal-tar) முதன் முதலாய் அனிலைன் சாயப் பொருள்களை எடுத்தவர் (Aniline : இது எண்ணெய் போன்ற நீர்மம்; நிறமற்றது; நச்சுத்தன்மையது; அருவருக்கும் மணம்; நீரில் கரையாது; சாயங்களும் மருந்துகளும் செய்யப்பயன்படுவது. இதன் வேதி வாய்ப்பாடு $C_6H_5NH_2$. இதற்கு ஃபினிலமைன் என்ற பெயரும் உண்டு.) அவர் நிலக்கரிக் கீலில் அடங்கிய கூறுகளை மூலப் பொருள்களாய் வைத்து இயங்கும் பல சாயத் தொழில்கள் உண்டாகக் காரணமானார். முதலில் அனிலைன் சாயம் அவுரியிலிருந்து எடுக்கப்பட்டு வந்தது.

11. இறப்பு

சார்லஸ் மாரைஸ் தெ டெலிராண் - பெரிகார்டு (1754-1838)

சார்லஸ் மாரைஸ் தெ டெலிராண் - பெரிகார்டு (Charles Maurice de Talleyrand - Perigord, 1754-1838) பாரிஸ் நகரில் மேட்டுக்குடியில் பிறந்தவர். அவர் 1789 முதல் கிறித்தவத் திருச்சபையைச் சேர்ந்தவராய் இருந்தார். எனினும் அவர் 1791 ஆம் ஆண்டில் பிரஞ்சு நாடாளுமன்றத்தில் புரட்சியாளரை ஆதரித்தார். அரசின் வருவாயைப் பெருக்கத் திருச்சபையின் உடைமைகளைப் பறிக்க வேண்டுமென்று கருத்துக் கூறியவர். அதனால் அவர் 1791 ஆம் ஆண்டு கத்தோலிக்கத் திருச்சபையிலிருந்து நீக்கப்பட்டார். பின்னர் 1792 ல் பிரிட்டனுக்குப் பிரான்சின் தூதுவராய் அனுப்பப்பட்டார். பதினாறாம் லூயி தலை வெட்டிக் கொல்லப்பட்ட பிறகு டெலிராண் அமெரிக்கம் சென்று விட்டார். அவர் பிரஞ்சு நாட்டை ஆள்வதற்கு இயக்குநர் மன்றம் (Directorate) அமைக்கப்பட்டது வரை நாடு திரும்பவில்லை. அமெரிக்கத்திலிருந்து தாயகம் திரும்பியதும் டெலிராண் அயலுறவு அமைச்சரானார். அவர் இப்பதவியில் 1797 முதல் 1807 வரை இருந்தார். அவர் நெப்போலியன் அரசியலில் ஏற்றம் பெறுவதற்கு உதவினார்.

நெப்போலியன் போனப்பாட்டு 1799 நவம்பர் 9 அன்று (புரூமையர் மாதப் புரட்சி) புரட்சி செய்து இயக்குநர் மன்றத்தை நீக்கிவிட்டுக் குடிநலன் ஆணையராய் அமர்வதற்கு டெலிராண் ஆதரவு தந்தார். நெப்போலியன் அவர் அயலுறவு அமைச்சராய் நீடிக்கச் செய்தார். டெலிராணுக்கு ரைன் கூட்டணியை உருவாக்கியதில் பெரும் பங்குண்டு. அவர் 1806 ஆம் ஆண்டு பெனிவெண்டோ இளவரசர் (Benevento Prince) ஆக்கப்பட்டார். நடு ஜெர்மன் நகரான எஃபட்டில் 1808 ஆம் ஆண்டு நடந்த மாநாட்டில் டெலிராண் கலந்து கொண்டார். அவர் தன்னல வசதி கருதிப் பிரஞ்சு எதிர்ப்புக் கூட்டணிகளுடன் தொடர்பு கொண்டார். நெப்போலியனிடம் மனங்கசந்து அயலுறவு அமைச்சர் பதவியை விட்டு 1807 இல் விலகினார்.

1838

இருபதாம் நூற்றாண்டில் அரசுப் பதவியைப் பயன்படுத்திப் பெருஞ்செல்வம் திரட்டும் அரசியல்காரர்களின் நெறிகெட்ட வாழ்க்கைக்கு ஊழல் என்று பெயர் சொல்வர். இத்தகைய பேர்வழிகள் ''பொது வாழ்க்கையில்'' பாராட்டும்படியான செயல்களைச் செய்துள்ளனர். பத்தொன்பதாம் நூற்றாண்டினரான டெலிராணையும் அந்தக் கும்பலில் சேர்க்கலாம்.

நெப்போலியன் வாட்டர்லூ போரில் தோற்று நாடு கடத்தப்பட்ட பின்னர், பதினெட்டாம் லூயி ஆட்சிக்கு வந்ததும் டெலிராண் அவரிடமும் அயலுறவு அமைச்சரானார். அப்போது அரசியல் சட்டத்தைத் திருத்துவதற்கு டெலிராண் அரசரின் இசைவைப் பெற்றார். வியன்னாப் பேரவையில் டெலிராண் பிரான்சின் பேராளராய்க் கலந்துகொண்டு, வல்லரசுகள் பிரான்சிற்கு எதிராய்ச் செய்த சூழ்ச்சிகளைக் கை கூடாமல் செய்தார். (இ.ச.க. தொகுதி-12:1815 கட்டுரை)

பிரான்சிற்கு எதிராய்த் திரண்டிருந்த முன்னாள் கூட்டணி நாடுகளிடையே டெலிராண் பிளவை உண்டாக்கினார். அவர் 1815 ஆம் ஆண்டு பதவி ஓய்வு பெற்றார். எனினும் 1830 இல் ''சூலை முடியரசை'' உருவாக்கியதில் டெலிராணின் பங்கும் இருந்தது. அவர் அப்போது லூயி ஃபிலிப்பியின் தலைமை ஆலோசகராயிருந்தார். அதன் பிறகு அவர் 1830-1834 காலத்தில் பிரிட்டனில் பிரஞ்சுத் தூதுவரானார்.

இந்த அரசியல் தந்திரியின் தனி வாழ்க்கை பற்றிச் சொல்லாமல் தீராது. டெலிராணை மணந்து கொண்ட காதரைன் அல்லைன் தரங்கம்பாடியில் பிறந்தவர் என்பது சுவையான செய்தியாகும். காதரைன் முதலில் ஷா பியரி வெர்லி என்ற பிரஞ்சுப் படை வீரரை மணந்திருந்தார். அதன் பிறகு ஃபிரான்சிஸ் கிராண்டு என்றவரை மணந்து கல்கத்தாவில் வாழ்ந்திருந்தார். அப்போது தலைமை ஆளுநராயிருந்த வாரன் ஹேஸ்டிங்சின் (1732-1818; ப.கா.1773-1785) ஆட்சிக்குழுவில் உறுப்பினராயிருந்தவரும் அவருக்குப் பெரிய எதிரியாய் விளங்கியவருமான ஃபிலிப்பு ஃபிரான்சிஸ் என்றவருடன் காதரைன் ஓடிப் போனார். (இ.ச.க. தொகுதி-9: 1787 புள்ளிகள்) அவர் ஓடிப்போன செய்தி ஒழுக்கக்கேடுகள் மலிந்திருந்த கல்கத்தாவில் ஐரோப்பியரிடையே மிகுந்த பரபரப்பை உண்டாக்கியது.

டெலிராண் தாழ்ந்த குலத்தவரும் ஒழுக்கமில்லாதவருமான காதரைனை மணந்து கொண்டதால், மக்களிடையே அவரது ஒழுக்க நெறி குறித்து ஐயப்பாடு தோன்றியது.

அவர் நெப்போலியனின் அயலுறவு அமைச்சராயிருந்த காலத்தில் முறையற்ற வழிகளில் பணம் திரட்டினார். அவர் அயல்நாடுகளுக்குப் பிரான்சில் சலுகைகளை அளிப்பதற்காக, அவற்றிடமிருந்து கைக்கூலியாய்ப் பெருந்தொகைகளைச் கறந்தார். அவரிடம் செல்வம் பொழிந்தது. அவர் ஆடம்பரமாயும் கேளிக்கைகளிலும் வாழ்க்கை நடத்தினர். அவருக்கு மேட்டுக் குடியைச் சேர்ந்த ஏராளமான வைப்பாட்டிகள் இருந்தனர். அவர் ஓர் ''அந்தப்புரமே வைத்திருந்தார்'' என்று அந்தக்காலத்தவர் கூறுவதுண்டு. அவர் இப்பெண்களையெல்லாம் நகைப்பூட்டும் வேடிக்கைப் பேச்சினாலும் இனிய ஆளுமையினாலும் கவர்ந்திருந்தார்.

காமுகராயும் ஊழல்காரராயும் இருந்த டெலிராண், உள்நாட்டு அயல்நாட்டு அரசுகள் குறித்தும் எதிர்காலத்தைக் கணித்தும் செயல்படும் கூர்த்த மதி படைத்தவராயும் இருந்தார் என்பது குறிப்பிடத்தக்கது. அவர் 45 ஆண்டுக்காலம் பிரஞ்சு அரசியலில் ஓங்கி விளங்கினார்.

நெப்போலியன் 1815 ஆம் ஆண்டு வாட்டர்லூ போரில் தோற்ற பின் பிரான்சில் மீண்டும் முடியரசை நிறுவியதில் டெலிராணுக்குப் பெரும் பங்குண்டு என்பதை மேலே காட்டினோம். அம்முடியரசு நிலைத்து நிற்கும் என்ற நம்பிக்கையில் அவர் மனந்திறந்து லூயிக்குப் பல கருத்துகளை எழுதி, அரசியலில் தாராளப் போக்கு வேண்டுமென்று தூண்டினார். ஆனால் அரசர் அவற்றைப் புறக்கணித்தார். ஆதலால் டெலிராண் அரசருக்கு ஆதரவு தரவில்லை. இதற்குப் பிறகு பிரான்சின் மீது வெறுப்புற்ற நேசநாடுகளுடன் இரண்டாவது முறையாய் அமைதிப் பேச்சு நடத்த வேண்டிய வேதனை தரும் சூழ்நிலை உண்டானது. அவர் இக்காரணங்களால் அயலுறவு அமைச்சர் பதவியிலிருந்து நீங்கினார்.

எனினும் அவர் இழிவு படுத்தப்படவில்லை. அவர் இன்னும் மாபெரும் அரச ஊழியராகவேதான் (*Great Chamberlain*) இருந்தார். அவருக்கு இந்த அலங்காரப் பதவிக்காக ஆண்டுதொறும் ஓரிலட்சம் பிராங்குகள் கிடைத்து வந்தன. அவர் இன்னும் லோயர் (*Loire*) ஆற்றின் கரை மீதமைந்த வேலன்சி (*Valency*) என்ற வெகு நேர்த்தியான மாளிகையில் வாழ்ந்திருந்தார். அரசியல் நிகழ்வுகளுடன் தொடர்ந்து தொடர்பு வைத்திருந்தார். அவர் பத்தாம் சார்லசின் (1757-1836 ஆ.கா. 1824-1830) ஆட்சிக்கால இறுதியான 1830 வரையிலும் அரசியல் நிகழ்வுகளுடன் ஈடுபாடு கொண்டிருந்தார்.

எனினும் அரசர் 1830 ஆம் ஆண்டு இங்கிலாந்திற்கு ஓடிப்போன பின்னர், லூயி ஃபிலிப்பி (1773-1850: ஆ.கா. 1830-1848) ஆட்சிக்கு வந்ததும் டெலிராணுக்குப் பதவி கிடைத்தது. அப்போது அவர் பிரஞ்சுத் தூதுவராய்ப் பிரிட்டனுக்கு மீண்டும் அனுப்பப் பட்டார்.

அவர் அதன்பிறகு எண்பதாவது வயதில் வேலன்சி மாளிகைக்குத் திரும்பினார். அங்கு அவரைத் தேடி வந்தவர்களிடமெல்லாம், தன் இளவயதில் பதினைந்தாம் லூயி அல்லது நெப்போலியனின் அரசவையில் நடந்த கற்பனையை மிஞ்சும் கதைகளைச் சொல்லி மகிழ்ந்திருந்தார். அவருக்குப் பிறந்த பெண் என்று கருதப்படும் வாலைன் என்ற இளம் பெண்ணுடன் டெலிராண் சில வேளைகளில் பாரிசிற்குச் செல்வதுண்டு. அவர் இக்காலத்தில் தன் வாழ்க்கை வரலாற்றை எழுதுவதில் பெரிதும் ஈடுபட்டார். அந்நூல் 1891 வரை வெளிவரவில்லை. அவர் இறுதியில் கிறித்தவத் திருச்சபையுடன் இணங்கிச் சென்றுவிட்டார். அவர் தனக்கு ''வழிகாட்டும் தேவதை'' என்று கூறிக்கொண்ட பாலைன் அருகிருக்க 1838 மே 27 அன்று முடிந்தார்.

அரசியல்

அயர்லாந்தியரின் இரங்கத்தக்க நிலை
சீனத்தில் அபினி போர் தொடக்கம் *(1839-1842)*
கொச்சி நாடு கம்பெனியுடன் இணைதல்
ஏடனைப் பிரிட்டன் இந்தியத்துடன் இணைத்தல்

அறிவியல்

ஓசோன் கண்டுபிடிப்பு, லாந்தனம் கண்டுபிடிப்பு

சமயம்

ஜி.யூ.போப்பு இந்தியம் வந்தார்
கிறித்தவ மத மாற்றத்திற்குப் பார்சியர் எதிர்ப்பு

கலை, இலக்கியம்

திருவிதாங்கூர் அரசின் முதல் அச்சகம், அசாமி மொழி இலக்கணம்
பாரசிக மொழி இதழ்கள் - இந்தியத்தில் பிற இதழ்கள்

தொழில், வாணிபம், வேளாண்மை

இலங்கைக்குக் கல்கத்தாவிலிருந்து தேயிலை விதைக் கன்று

போக்குவரவு

கல்கத்தா-டெல்லி சாலையமைப்புத் தொடக்கம்
மெய்யான முதல் சைக்கிள், இத்தாலியில் முதல் இருப்புப் பாதை

மக்கள்

''திறனுக்கேற்ற உழைப்பு, தேவைக்கேற்ற ஊதியம்''
தகியர் ஒழிப்புத் துறை - சிலீமன்
அடிமை ஒழிப்பும் சர்க்கரை ஆக்கம் குறைதலும்
ஈசுவரச் சந்திர வித்தியாசாகரர்- குலின் பிராமணர்
பெண் கல்வி கைம்பெண் மறுமணம்.

பொது

புகைப்படக் கருவியும் புகைப்படமும்

வரலாறு

இந்தியச் சாலைகள், அயர்லாந்து வரலாறு
ஏடன் வரலாறு, மெக்காலேயின் ''இங்கிலாந்து வரலாறு''

பிறப்பு

கேசவச் சந்திர சென் *(1839-1884)*
ஜாம்ஷட்ஜி நசர்வாஞ்சி டாட்டா *(1839-1904)*

இறப்பு

இரஞ்சித்து சிங்கு *(1780-1839)*

1839

1. கல்கத்தா- டெல்லி சாலையமைப்புத் தொடக்கம்

உலகில் நகரங்கள் தோன்றி நாகரிகமும் அதனடியில் நடமாட்டம் மிகுந்ததுமே, ஒற்றையடிப் பாதையில் தொடங்கிச் சாலைகள் அமைக்கும் பணி வரலாற்றுக் காலத்திற்கு முன்னரே தோன்றியது. இன்றைக்கு ஏறத்தாழ நாலாயிரம் ஆண்டுகளுக்கு முன்னரே பாபிலோனில் சாலை அமைத்து விட்டனர் என்பதற்குச் சான்றுகள் உள. இத் தொடக்கக் காலத்தில் வாணிப நோக்கத்திற்காகவே சாலைகள் அமைக்கப்பட்டன என்பது தெளிவு. இந்தியத்தில் கிறித்தவ அப்தத்திற்கு முன்னர் நடைமுறையிலிருந்த சாலைகள் அதைத்தான் காட்டுகின்றன.

சீனம் சென்ற சாலை

பாரத நாட்டின் வட கிழக்கில் காடுகள் நிறைந்து குன்றுகளும் பள்ளத்தாக்குகளும் இருக்கின்றன. அயலார் இந்நாட்டின் மீது படையெடுத்து வராமல், அவைதாம் காத்து நின்றன. இருப்பினும் முன்காலத்தில் மணிப்புரியிலிருந்து சீனம் செல்லச் சாலை இருந்தது. இச்சாலை வழியே நம் நாட்டிற்கும் சீனத்திற்குமிடையே வாணிபம் நடந்து வந்தது. கி.மு.ஐந்தாம் நூற்றாண்டிலிருந்தே சாலைகளில் நடமாட்டம் இருந்து வந்துள்ளது. கி.மு. இரண்டாம் நூற்றாண்டில் சாங்கியோன் என்ற அரச தூதன் நடு ஆசியத்திலுள்ள பால்கு (*Balkh*) என்ற இடத்திற்குச் சென்றபோது, அங்கு தென் சீனத்து மூங்கில் இருக்கக் கண்டு வியந்தார். எனினும் வடகிழக்குப் பகுதி சாலைகளால் பெயர் பெறவில்லை. ஏனெனில் அங்குள்ள மலைகளைக் கடப்பது கடினம்.

1839

வட நெடுஞ்சாலை

எனினும் நாட்டின் வட பகுதியில் அரண்போல் உயர்ந்து நிற்கும் இமயம், வடமேற்குப் பகுதியில் சற்று வளைந்தாற்போல் இருக்கின்றது. இங்குள்ள பரிசிந்துப் பகுதி குளிர் மிக்கதாயும் பொட்டல் வெளியாயும் உள்ளது. இங்கிருந்து வானளாவிய பனிக் குன்றுகளுக்கிடையே ஒரு பாதை சீனம், துருக்கி போன்ற தாழ்வான இடங்களுக்குச் செல்கின்றது. இப்பாதை வரலாறு தொடங்கிய நாளிலிருந்து இந்தியத்தையும் ஆசியத்தின் உயர்ந்த பாதைகளையும் இணைக்கின்றது. எனினும் இப்பாதை கடப்பதற்கு எளிதானதன்று. இப்பாதையில் வழிமறந்து போனவர்கள், இயற்கையின் திடீர்ச் சீற்றத்திற்கு ஆளாயினர். அங்கு பொதி ஏற்றிச் சென்ற ஆயிரக்கணக்கான விலங்குகள், வணிகர் முதலானோரின் எலும்புகள் இங்குமங்குமாய்ச் சிதறிச் கிடக்கின்றன. இவர்கள்தாம் மிகுந்த துணிச்சலுடன் வாணிபத்திற்காகவும் பண்பாட்டைப் பரப்பவும் இப்பாதையைப் பயன்படுத்தியிருக்கின்றனர்.

இந்த வட நெடுஞ்சாலை வெகு பெருமை வாய்ந்தது. இது ஒரு காலத்தில் தென்கிழக்கு ஐரோப்பியத்திற்கும் ஆசியத்திற்கும் நடுவிலிருந்த உப்பு ஏரியான காஸ்பியன் கடலிலிருந்து சீனம் வரைக்கும் வால் ஹிக்கியிலிருந்து பாடலிபுத்திரம்-தாம்ரலிப்தி வரைக்கும் ஆசியம் முழுமையிலும் நரம்புபோல் பரவியிருந்தது. பாணினி (சு.கி.மு.500) இதை ''உத்தரபாத்'' என்று சம்ஸ்கிருதத்தில் குறிக்கின்றார். மெகஸ்தனிஸ்

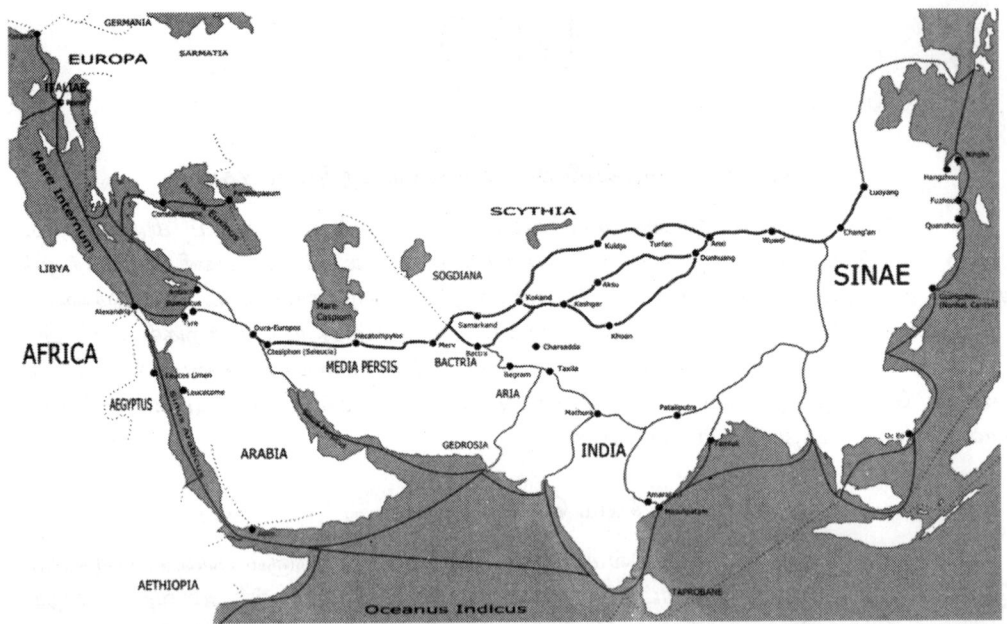

(கி.மு. 3 நூ.) என்ற கிரேக்கர் இதைத்தான் "வட வழி" (Northern Route) என்று சொல்லி, இதன் பல்வேறு பகுதிகளையும் குறிப்பிடுகின்றார். கௌடில்யர் (கி.மு.4 நூ.) கூறும் ஹைமவத மார்க்கம் இந்தச் சாலையின் கிளையாகும்.

நடு ஆசியத்தில் வாழ்ந்த நாகரிகமற்ற மாந்தரில் பலர் இந்தியத்தினுள் நுழைய இந்தப் பாதையைத் தான் பயன்படுத்தினர். உலகிலுள்ள வாணிப வழித்தடங்களில் இதுதான் மிகவும் மோசமானது எனலாம். இந்தச் சாலையில் மரஞ் செடி கொடிகளே இல. அழகான உறைபனிக்கட்டிகளையும் இங்கு காண முடியாது. ஏனெனில் இமயத்தின் பின் பகுதியில் உயரமாயிருக்கும் இடங்களில் பனி அதிகமாய் உறைவதில்லை. இதுதான் நமது நாட்டின் வட எல்லையாகும்.

ஜில்ஜிட்டு

வாணிபம் காரணமாயும் அயலார் படையெடுப்பினாலும் இப்பகுதி முக்கியமானதாயிருந்தது. இதே வழியில் ஜில்ஜிட்டு என்னுமிடத்தினருகில் சீனம், இரஷியம், ஆப்கானித்தானம் ஆகிய நாடுகளின் எல்லைகள் கூடுகின்றன. (Gilgit : ஜில்ஜிட்டு என்ற பெயரில் மாவட்டம், இம்மண்ணுலகில் உயர்ந்தனவும் இயற்கைக் காட்சிகளையுடையனவுமான உயர்ந்த சில மலைகளின் நடுவே ஜில்ஜிட்டு உள்ளது. வரலாற்றுப் புகழ் வாய்ந்த பட்டுச் சாலை (Silk Road) ஜில்ஜிட்டின் வழியேதான் செல்கின்றது. இன்று மேற்குச் சீனத்தினுள் செல்கின்ற காரக்கோரம் நெடுஞ்சாலை 8000 மீட்டருக்குமதிகமான உயரமுள்ள மலைகளின் வழியே செல்கின்றது.)

கடந்த ஐயாயிரமாண்டுகளில் வடக்கிலுள்ள இந்தப் பாதையில் ஏதேனும் மாறுதல் ஏற்பட்டிருக்கின்றதா? என்ற வினா எழுவது இயற்கையே. இங்கு மிகச்சில மாறுதல்களே உண்டாயின. இயற்கை இங்கு செய்யும் மாறுதல் ஒருபுறமிருக்க, இச்சாலை எந்தெந்த நாட்டின் வழியே செல்கின்றதோ, அங்கெல்லாம் முன்போலவே மற்ற நாடுகளுடன் தொடர்பற்று நிற்கின்றது. எனினும் இச்சாலையில்

ஒரு மாறுதல் ஏற்பட்டுள்ளது. இச்சாலை வழியே நடந்த வாணிபம் இப்போது கடல் வழியே நடக்கின்றது.

பால்கு, பாமியன்

இச்சாலையின் வாணிப முக்கியத்துவத்தை அறிந்து கொண்டால், மங்கோலியர் 13 ஆம் நூற்றாண்டில் பால்கு, பாமியின் ஆகிய இடங்களின் மீது படையெடுத்ததற்கும் பிரிட்டிசார் பத்தொன்பதாம் நூற்றாண்டில் ஆப்கானியரைத் தடுத்து நிறுத்தியதற்கும் காரணம் எது என்பது புரிந்துவிடும். (*Balk, Bamian* : இரண்டும் ஆப்கானித்தானத்தில் உள்ளன. பால்கு கிறித்தவ அப்தத்திற்கு முன்னர் சீனத்திற்கும் ரோமிற்குமிடையே நடந்து வந்த வாணிபத்தில் முக்கியமான இடைத் தங்குமிடமாய் இருந்தது. செங்கிஸ்கான் பால்கை 13 ஆம் நூற்றாண்டில் அழித்தார். பாமியன் என்ற ஊர் இந்துக் கொல்லி என்ற இந்து குஷ் மலைகளின் சமவெளியில் உள்ளது. இதை ''இறைவனின் சமவெளி'' என்பர். இங்கு 53 மீட்டர் உயரமும் 3 5 மீட்டர் உயரமுமான மிகப்பெரிய புத்தர் சிலைகள் இரண்டு உள்ளன. ஆப்கானித்தானத்தில் ஆட்சி நடத்தும் தலிபன் என்ற சமய வெறியர்கள் இச்சிலைகளைத் தகர்க்கப் போவதாய் 1997 மே மாதம் அறிவித்தனர். இஸ்லாம் உருவ வழிபாட்டை ஏற்கவில்லை என்பது அவர்களின் வாதமாகும். இங்கு மலைகளில் பௌத்தப் பிக்குகள் வாழ்ந்த பல குடைவரைகளும் உள. இப்போது இச்சாலையின் வாணிபச் சிறப்புக் குன்றிவிட்டது. மேலும் இங்கு நெடுங்காலமாய் அரசியல் நிகழ்வு எதுவும் ஏற்படாததால், நாட்டுப் பிரிவினைக்குப் பின்னர், காசுமீரத்திற்காகப் பாரதத்திற்கும் பாகித்தானத்திற்கும் ஏற்பட்ட பூசல்களின் காரணமாய், அதன் முக்கியத்துவத்தை இந்தியம் மீண்டும் இப்போது உணரத் தொடங்கியுள்ளது.

இப்பாதையின் வழியே வேற்று நாட்டவர் எத்தனையோ பேர் இந்நாட்டின் மீது படையெடுத்து வந்ததையும் இரஷியப் பேரரச விரிவிலிருந்து இந்நாட்டைக் காக்கப் பத்தொன்பதாம் நூற்றாண்டில் ஆங்கிலேயர் தொடர்ந்து முயன்றதையும் மறந்து விடமுடியாது. இந்நாட்டின் மீது எதிர்காலத்தில் எவரேனும் படையெடுக்கக் கூடும் என்ற எண்ணத்துடன், ஆங்கிலேயர் கைபர், அட்டோக்கு என்னுமிடங்களில் கோட்டைகளைக் கட்டியும் பாஞ்சாலத்தில் படைகளை நிறுத்தியும் முன்னேற்பாடுகளைச் செய்தனர். (அக்பரும் முன்னர் இதைச் செய்தார்) இந்தியத்திலிருந்து பாகித்தானம் பிரிந்ததும், இவ்விடங்களைப் பாதுகாக்கும் பொறுப்பும் அது தொடர்பான ஏனைய சிக்கல்களும் பாகித்தானத்தைச் சேர்ந்து விட்டன.

நம் நாட்டிற்கு வட மேற்கிலுள்ள இப் பெரு வழியைத் தவிர வேறு பாதையேயில்லை என்று கூறுவதற்கு இயலாது. எனினும் இந்நெடு வழிதான் இந்தியம் மேற்கு நாடுகளுடன் தொடர்பு கொள்ள உதவியது என்பதை இங்கு கூறியாக வேண்டும்.

வட இந்தியம், ஆப்கானித்தானம், பாரசிகம், நடுக் கிழக்கு நாடுகள் இவற்றின் நிலப்படத்தை நோக்குவோமாயின், இந்நெடுஞ்சாலையில் பாரசிகம், சிந்துப் பகுதி ஆகிய இடங்களின் பாலை நிலங்களை ஒதுக்கி விட்டு நேர் வடக்கேயுள்ள சித்திரல், சுவாத்து முதலிய பள்ளத்தாக்குகளை நோக்கி இப்பெருவழி சென்றிருக்கின்றது என்பது புலனாகும். பண்டைக் காலத்திலும் அதன் பின்னரும் இந்நெடுஞ்சாலை வழியே பயணம் செய்தவர்கள், இங்கு பயணிகளுக்கு ஏற்பட்ட இன்னல்களைப் பற்றி அடிக்கடி கூறிவந்த போதிலும், வேதகால ஆரியர், பாரசிக நாட்டுப் போர் வீரர், அலெக்சாந்தர், அவருக்குப் பின்வந்தோர், அவர்களின் படைத் தலைவர்கள், சாக்கியர் (சகர்), ஹுணர்,

துருக்கர் முதலானோர் பால்கு என்ற இடத்தைக் கடந்து இந்நெடுஞ்சாலை வழியே இந்து தேசத்தை அடைந்தனர். (இ.ச.க.தொகுதி-3 : 1724 நடு ஆசியம் பற்றிய கட்டுரை.)

வெகு தொன்மையான காலத்தில்கூட இந்நெடுஞ்சாலையின் வழியே வணிகர், துறவியர், கலைஞர், மருத்துவர், சோதிடர், மந்திரக்காரர், வீரதீரர் முதலானோர் வரவும் போகவுமாய் இருந்தனர். இந்தியத்திற்கும் மேலை நாடுகளுக்குமிடையே பண்பாட்டுத் தொடர்புகள் இருந்து வந்தன. பன்னெடுங்காலம் வரையிலும் இந்நெடுஞ்சாலைதான் இந்தியமும் சீனமும் தொடர்பு கொண்ட வழியாயிருந்தது. இமயமலைத் தொடரின் பகுதியிலுள்ள வழி நடமாட்டத்திற்கு எளிதாய் இராது போனது இதற்குக் காரணமாகும்.

இரண்டாம் உலகப் போரின் போது (1939-1945) இந்தியத்திற்கும் சீனத்திற்கும் இடையே போக்குவரவு மிகவே இச்சாலை மறுபடியும் பயன்படுத்தப் பட்டது. போர் முடிந்ததும் பழையபடி போக்குவரவு குறையவே, இவ்வழிகளில் காடுகள் மண்டலாயின. நாளடைவில் முற்றிலும் போக்குவரவு நின்றுவிட்டது.

இந்தியத்தின் பண்டைச் சாலைகள்

கி.மு.ஐந்தாம் நூற்றாண்டில் போக்குவரவு நடந்த சாலைகள் கி.பி. ஏழாம் நூற்றாண்டிலும் பயன்பட்டன என்பது தெரிய வருகின்றது. பதினோராவது நூற்றாண்டில் இச்சாலைகளின் மீதிருந்த பழைய நகரங்கள் அழிந்து போய்ப் புதிய நகரங்கள் எழுந்தபோதிலும் இச்சாலைகளே பாரதத்தின் போக்குவரவிற்குப் பயன்பட்டு வந்தன. பதினோராவது நூற்றாண்டில் இம்மாதிரியான பதினைந்து சாலைகள் இருந்தன என்று அல்-பிரூணி (973-1048) கூறுகின்றார்.

இச்சாலைகள் கானோஜ், மதுரா, அனில் வாடா, தார், பாடி, பயானா வழியாய்ச் சென்றன.

கானோஜ் சென்ற மார்க்கம் பிரயாகை வழியே வடக்கு நோக்கிச் சென்று கிழக்குக் கரையிலிருந்த தாம்ரலிப்தியை அடைந்தது. அது அங்கிருந்து கடற்கரையோரமாக் காஞ்சிபுரம் சென்று, அங்கிருந்து வெகு தொலைவு வரையிலும் நீண்டது.

கானோஜிலிருந்து பிரயாகை செல்லும் சாலையின் இடையே ஜாஜ் மாவு, அம்புரி, கடா, பிரும்பசில முதலான இடங்கள் இருக்கின்றன. இதிலிருந்து இச்சாலை தெற்கு நோக்கிச் செல்லும் வழியில் ஒரு பகுதி என்பது தெளிவாகின்றது. பாடி (தௌல்பூரின் ஒரு வட்டம்) என்ற இடத்திலிருந்து கங்காசாகர் செல்லும் நெடுஞ்சாலையில் வடக்கு நோக்கிச் செல்லும் வழியில் பழஞ்சின்னங்கள் கிடக்கின்றன.

இச்சாலை பாடியிலிருந்து அயோத்தி வழியாய் வாரணாசி வரை சென்றுள்ளது. இச்சாலை தெற்கிலிருந்து வரும் சாலையுடன் இங்கு சேர்ந்து வட கிழக்காய்ச் சென்று சர்வாரர் (கோரக்பூர், உத்தரப் பிரதேசம்) வழியாய்ப் பாட்னா, மூங்கேர், சம்பா (பாகல்பூர்), துகம்பூர் முதலான இடங்களைத் தாண்டிக் கங்கை கடலில் கலக்கும் இடமான கங்கா சாகரத்தைச் சென்றடைகின்றது. (கங்கா சாகரம்: இ.ச.க. தொகுதி-11)

இன்னொரு சாலை கானோஜிலிருந்து ஆசி (அலிகர்வாடி), ஐந்தரா, ரஜௌரி வழியாய்ப் பயனா (பரத்துப்பூர், இரசபுதனம்) சென்றடைந்திருக்கின்றது.

கானோஜிலிருந்து பானிப்பத்து, அட்டோக்கு வரையிலும், பின்னர் காபூலிலிருந்து கசனி வரையிலும் ஒரு சாலை சென்றிருக்கின்றது.

தமிழகத்தின் பண்டைச் சாலைகள்

தமிழகத்தில் பண்டைக் காலத்தில் இருந்த சாலைகள் பற்றிய குறிப்புகள் இல. சங்க காலத்துச் சாலைகள் பற்றிக் குறிப்புகள் உள்ளன. வடுக வழி என்ற கீழ்க்கடற்கரைப் பாதை பற்றிக் கல்வெட்டுகளில் அறிகின்றோம், இப்பாதை பல்லவர், சோழர் காலங்களில் தமிழகத்தையும் ஆந்திரத்தையும் வட இந்தியத்தையும் இணைத்தது. ஆனால் சங்க காலத்தில் இவ்வழி காடுகள் மண்டியும் எளிதில் கடக்க முடியாததாயும் இருந்தது. ஏனெனில் பயணியரும் படையெடுப்பாளரும் நீலகிரி வழியாயும் குடகு வழியாயும் சென்று வந்தனர்.

தமிழகத்திற்கு நிலநடுக்கடல் நாடுகளுடன் வணிகத் தொடர்பு இருந்தது என்பதைத் தமிழ் நாட்டின் சில பகுதிகளில், குறிப்பாய்க் கொங்கு நாட்டில் ஏராளமான ரோமன் காசுகள் கிடைத்ததிலிருந்து அறிய முடிகின்றது. மேற்கத்தி வணிகர்கள் மேற்குக் கரைகளுக்கு வந்து கொங்கு நாட்டின் வழியே தமிழக நகரங்களுடன் வாணிபம் நடத்தினர். அதற்கு நிலநூல் அடிப்படையில் காரணங்கள் உள்ளன.

கணவாய்கள்

பாலக்காட்டுக் கணவாயும் இன்னும் பிற கணவாய்களும் கொங்கு நாட்டைச் சூழ்ந்துள்ள மலைத் தொடர்களில் அமைந்துள்ளன. இம்மலைகள் கொங்கு நாட்டிற்கு அரண்களாய் நின்றபோதிலும், அவற்றில் அமைந்த வழிகளான கணவாய்கள் அயல் படையெடுப்பிற்கு வழிவகுத்தன. எனவே பாதுகாப்பைக் கருதி இக்கணவாய்களின் அருகே நிலையாய்ப் படைகளை நிறுத்தி வைக்க நேர்ந்தது.

இக்கணவாய்கள் வாணிபத்தைப் பெருக்கியதில் குறிப்பிடத்தக்கனவாயிருந்தன. அவற்றினருகே முக்கியமான பல வாணிப மையங்கள் இருந்தன. அவற்றுள் கசலட்டிக் கணவாய் (இ.ச.க.தொகுதி-9:1790 கட்டுரை) அருகிலிருந்த டனாய்க்கன் கோட்டை குறிப்பிடத்தக்கதாகும். காவேரிபுரம் அருகிலுள்ள பருகூரும் காவேரிபுரமும் சிறந்த வாணிப மையங்களாயிருந்தன. பாலக்காட்டுக் கணவாயருகிலும் பல வாணிப நிலைகள் இருந்தன. அவற்றுள் வெள்ளலூர், பொள்ளாச்சி, ஆனைமலை, போரூர் ஆகியன சிறப்பு மிக்கனவாகும்.

நெடுஞ்சாலைகள்

பாலக்காட்டுக் கணவாயிலிருந்து நெடுஞ்சாலைகள் பிரிகின்றன. அச்சாலைகள் சங்க காலத்திலிருந்து (சு.250 கி.மு.-சு.250 கி.பி.) நடமாட்டத்திலிருந்தன.

முதல் நெடுஞ்சாலை கோயமுத்தூர், அவிநாசி, ஈரோடு, திருச்செங்கோடு, சேலம், ஆத்தூர் வழியாய்க் காஞ்சிபுரத்தை அடைந்தது.

இரண்டாவது நெடுஞ்சாலை காங்கேயம், கரூர், திருச்சிராப்பள்ளி, தஞ்சாவூர் வழியாய்ச் சென்று காவிரிப்பூம்பட்டினத்தை எட்டியது.

மூன்றாம் நெடுஞ்சாலை ஆனைமலை, பொள்ளாச்சி, வடபுதினட்டம் (உடுமலைப் பேட்டை), கலயமுத்தூர், பழனி, திண்டுக்கல் வழியே சென்று மதுரையைச் சேர்ந்தது.

இந்நெடுஞ்சாலைகளினருகே ரோமானிய நாணயங்களும் கைவினைப்

பொருள்களும் கண்டெடுக்கப்பட்டன. கிழக்கத்தி வாணிப மையங்களிலிருந்து இந்நெடுஞ்சாலைகளின் வழியே மேற்குக் கரைத் துறைமுகங்களுக்குப் பண்டங்களைக் கொண்டு சென்று, அங்கிருந்து அயல் நாடுகளுக்குக் கப்பலேற்றினர்.

இங்ஙனம் தமிழகத்தின் மேற்கரையிலிருந்து பண்டங்கள் ரோமானியத் துறைமுகங்களுக்கு ஏற்றப்பட்டன என்பதற்குப் பெரிப்புளூஸ் (கி.பி.60) என்ற நூலில் சான்றுள்ளது. யவனர் கிழக்குக் கரைத் துறைமுகங்களுக்கு வந்தது பற்றிப் பத்துப் பாட்டும் பாடுகின்றது. அலெக்சாந்தரியக் கிரேக்கரான தாலமி தான் (கி.பி.87-150) கிழக்குக் கரைத் துறைமுகங்கள் பற்றி முதன் முதலில் குறிப்பிட்ட அயல்நாட்டு எழுத்தாளராவர்.

இப்பண்டை நெடுஞ்சாலைகள் நெடுகிலும் பல வாணிப மையங்கள் செழித்திருந்தன. அவற்றுள் கரூரும் பொதினியும் குறிப்பிடத்தக்கன. (கரூர் இ.ச.க. தொகுதி-6 : 1760 கட்டுரை) அவை சங்கப் பாடல்களில் குறிப்பிடப்படுகின்றன. மேலும் ஆனைமலை, கொடு மணல், போரூர், வெள்ளூர், வட புதினட்டம் போன்ற ஊர்களும் இச்சாலைகளில் வாணிபச் செழிப்பு மிக்கோங்கி இருந்தன. வரலாற்று இடைக்காலப் பொறிப்புகளில் ஆனைமலை, நன்னனூர் என்று சொல்லப்படுகின்றது. கொடு மணல் பண்டை இலக்கியத்தில் கொடுமணம் என்று சுட்டப்படுகின்றது.

தற்காலத்து நெகமம் மேற்சொன்ன ஊர்களின் பட்டியலில் இடம் பெறவில்லை. எனினும் அது பதிற்றுப் பத்துக் குறிக்கும் நியமம் என்ற ஊரன்றி வேறன்று. வணிகர் இவ்வூர்களில் தங்கி வாணிபம் புரிந்தனர். இவ்விடங்கள் அனைத்திலும் அயல்நாட்டினரின் கைவினைப் பொருள்கள் கண்டெடுக்கப்பட்டன.

கருநாடகத்தில் நெடுஞ்சாலைகள்

கங்கரின் ஆட்சி நான்காம் நூற்றாண்டுக் கடைசியிலும் ஐந்தாம் நூற்றாண்டிலும் கருநாடகத்தில் அமைந்தது. அந்த ஆட்சி கொங்கு நாட்டின் வாணிபம் தொடர்ந்து நடைபெறுமாறு செய்தது. இவ்வாணிபத்தில் கசலட்டிக் கணவாயும் காவேரிக் கணவாயும் பெரும் பங்காற்றின. அதன் விளைவாய்க் கருநாடகத்தை ஒட்டிய வட கருநாடகத்தில் புதிய நெடுஞ்சாலைகள் தோன்றின.

பவானி சாகரத்தையும், தாளவடியையும் இணைக்கின்ற சுல்தான் சாலை, கங்கர் காலத்திலிருந்தே பயன்பட்டு வருகின்றது. இன்று பவானி சாகர அணைக்குள் மூழ்கிக் கிடக்கும் டனாய்கன் கோட்டை வரலாற்று இடைக்காலத்தில் செழித்திருந்தது என்பதைக் கல்வெட்டுச் சான்றுகள் புலப்படுத்துகின்றன.

டனாய்கன் கோட்டை

(டனாய்கன் கோட்டை, தன நாயகன் கோட்டை என்பதிலிருந்து திரிந்து இப்பெயரானது. குபேரனுக்குத் தனநாயகன் என்று பெயர். இது உவான் சவாங்கு (602-647) குறிப்பிடும் தொனாக்கி-ட்சே-கியா என்ற இடமாகும். இது அவர் குறித்துள்ள ஒன்பது தென்னிந்திய அரசுகளுள் ஒன்றாகும்.)

பவானி சாகரத்திலிருந்து புஞ்சை புளியம்பட்டி வழியாய்ச் செல்லும் சாலை, பண்டை நெடுஞ்சாலையுடன் அவிநாசியில் இணைக்கின்றது.

பவானி ஆற்றின் வடகரை வழியே செல்லும் இன்னொரு சாலை சேலம் மாவட்டத்திலுள்ள பெண்ணாடத்தை அடைகின்றது.

மேலே கூறியவற்றிலிருந்து சங்க காலத்தில் புதிதாய்ப் பல சாலைகள் தோன்றின என்பது புலனாகும்.

இராசசேகரப் பெருவழி

அண்மையில் இராசசேகரப் பெருவழிக் கல்வெட்டுக் கண்டுபிடிக்கப்பட்டது. (*Indian Express, 1978*, நவம்பர் 4) இக்கல்வெட்டின் காலம் குறித்துப் பல்வேறு கருத்துகள் உள்ளன. அது கண்டராதித்தன் காலத்தது *(950-957)* என்றும் முதலாம் இராசராசன் காலம் *(985-1014)* என்றும் கூறுகின்றனர்.

எனினும் இக்கல்வெட்டிலுள்ள பொறிப்புகளை ஆராய்ந்ததில் இவற்றுக்கு மாறுபட்ட கருத்துகள் கிடைக்கின்றன என்பதைப் பொள்ளாச்சி எம்.ஜி.எம். கல்லூரிப் பேராசிரியர் எஸ்.பி. கந்தசாமி கூறுகின்றார்.

மேலும் கோநாட்டு வேந்தர்கள், பராந்தக சோழன் *(907-953)* காலத்திலேயே சோழரின் சிற்றரசராயினர். கோவை மாவட்ட ஆலத்தூரில் திரட்டப் பெற்ற கல்வெட்டுகளில் வீர சோழ பெருமான் அடிகள் என்ற மன்னரின் பெயர் காணப்படுகின்றது. அம்மன்னர் பராந்தகன் காலத்தில் வாழ்ந்தவராகலாம் என்கின்றனர்.

கொங்கு நாட்டில் சோழரின் மேலாண்மை ஓங்கியபின் மேலும் பல நெடுஞ்சாலைகள் உண்டாயின. அவற்றுள் : சேரணை மேற்கொண்ட பெருவழி, வீர நாராயணப் பெருவழி, இராசமகேந்திரப் பெருவழி, ஆதன் பெருவழி முதலியன குறிப்பிடத்தக்கனவாம்.

முகலாயர் கால நெடுஞ்சாலைகள்

முகலாயர் காலத்து நெடுஞ்சாலை ஆப்கானித்தானத்தின் காபூலிலிருந்து தொடங்கிப் பேகரம், ஜகதலக்கு, கண்டமக்கு, ஜலாலாபாது, அளமஸ்ஜிது வழியாய்ப் பெசாவர் வரை சென்றது. இச்சாலை பெசாவரிலிருந்து அட்டோக்கு வழியாய் ஹசன் அப்தால் சென்று பின்னர் இராவல்பிண்டியை அடைந்தது. அங்கிருந்து ரோஹதாஸ், குஜராது வழியாய் இச்சாலை லாகூருக்குச் சென்றது. காபூலிலிருந்து இன்னொரு நெடுஞ்சாலை சாரிகர் வழியாய்க் கோர்பந்து, தலிகான் சென்று பின்னர் பதக்கு ஷானை அடைந்தது.

ஜகாங்கீர் *(1569-1627)* குஸ்ரூவின் கலகத்தை அடக்கிவிட்டு ஆப்கானித்தானத்தில் இருந்து இந்தச் சாலை வழியாய்த் தான் வந்தார். லாகூரிலிருந்து காபூல் வரை செல்லும் இச்சாலை ஷாஹ்தௌல் பாலத்தின் வழியாய் இரவி ஆற்றைக் கடந்து கக்கர் சீமா (இது குஜரன் வாலவிலிருந்து சுமார் 17 கிலோ மீட்டரில் உள்ளது.) வரை சென்றது. இதே சாலை மேலும் வசீராபாது வரை சென்ற பிறகு செனாபு ஆற்றைக் கடந்து குஜராது வரை நீண்டிருக்கின்றது.

அது குஜராதை அடைந்த பின்னர் சீலம் ஆற்றையும் தாண்டி இராவல் பிண்டியை அடைந்து, அங்கிருந்து உடக்கு என்னுமிடத்தில் சிந்து ஆற்றையும் கடந்து மேலே சென்றிருக்கின்றது.

லாகூரிலிருந்து காசுமீரம் வரை செல்லும் சாலை குஜராது வரை நெடுஞ் சாலையாகவே இருந்தது. இக்கிருந்து காசுமீரம் செல்லும் சாலை பிரிந்து பீம்பர், நௌசோரா, ரஜௌரி, தானா, ஷா திமார்க்கு, சிர்ப்பூர் வழியாய் ஸ்ரீ நகர் வரை சென்றுள்ளது.

ரஜௌரியிலிருந்து ஒரு சாலை பூஞ்சு வழியாய்ப் பாராமுலாவிற்குச் சென்றிருக்கின்றது. காசுமீரச் சிக்கல் காரணமாய் இங்கு கொடிய சண்டைகள் நடந்திருக்கின்றன. பதினெட்டாம் நூற்றாண்டின் கடைசியில் ஏற்பட்ட அரசியல் குழப்பம் காரணமாய் வணிகர்கள் காசுமீரம் செல்வதற்கு நஜீபுகடு, ஆஜம் கடு, தாம்பூர், சகரன்பூர், தாஜ்பூர், நகான் , பிளாஸ்பூர், ஹரிப்பூர், மகரோடா, பிசூலி, பதூவா, கஷ்டகர் ஆகிய இடங்களைச் சுற்றிக் கொண்டு போயினர். இது சுற்று வழியாயிருந்தாலும் ஆபத்திலில்லாததாயிருந்தது. சிம்லாக் குன்றுகளின் நடுவே சென்ற இச்சாலை வணிகரைக் கொள்ளையரிடமிருந்து காப்பாற்றி வந்தது.

லாகூர்-மூல்தான் சாலையானது ஔரங்கபாது, நௌசரா, சௌக்கி, பக்து, ஹடப்ப, துலும்ப ஆகிய இடங்களின் வழியே சென்றது. அங்கு நகரின் மேற்கில் ஓடும் கால்லா ஆற்றிலும் சட்லஜ் ஆற்றிலும் அமைந்த துறைமுகங்களின் வழியே செல்ல வேண்டியிருந்தது.

அதன் பிறகு ஜகாங்கீர்புரத்தில் சட்லஜ் ஆற்றின் மணல் படிவங்கள் தென்பட்டன. மேலே சென்றால் ஃபில்லோர், லூதியானம் முதலிய இடங்கள் இருந்தன. இச்சாலை இங்கிருந்து மறுபடியும் பெர்ஹிந்து, அம்பால, தானேசுவரம், தரவாடி, கர்னால், பானிப்பத்து வழியாய் டெல்லியை அடைந்தது.

டெல்லி- ஆக்ராச் சாலை படாபுல், பகர்ப்பூர், வல்பகடு, பல்வல், மட்ரா, ஔரங்கபாது. ஃபிரஹ்சராய், சிக்கந்தரா வழியாய்ச் சென்றது.

டெல்லி-முராதுபாது-வாரணாசி-பாட்னா சாலையானது காசியுதீன் நகர், தாஸ்னா, ஹரபுட்டு, பாகசார், கட்முக்தேசுவர். அம்ரோகா வழியாய் முராதாபாதை அடைந்தது.

முராதாபாதிலிருந்து வாரணாசி வரையிலுள்ள சாலையிலிருந்த இடங்களைப் பற்றிய குறிப்பு எதுவும் கிடைத்திலது. இச்சாலை வாரணாசியிலிருந்து காசிப்பூர் வழியாய்ப் பக்சார் சென்றது. அங்கிருந்து சுமார் 11 கிலோ மீட்டர் தொலைவிலுள்ள கங்கையைக் கடந்தபின் இராணிசாகர் வழியாய்ப் பாட்னா சென்றது.

பிரஞ்சு வைர வணிகரும் நாடோடியுமான டேவர்னியர் *(1605-1689)* கூறியதை வைத்துப் பார்க்கும்போது ஆக்ரா-பாட்னா- தாக்கா சாலை, ஆக்ராவிலிருந்து ஃபிரோசாபாது, இடாவா, ஔரங்கபாது வழியாய் அலகாபாது சென்றது. அலகாபாதில் வரி தண்டிய பின்னர், அரசு அலுவலரின் இசைவு பெற்று வணிகர்கள் கங்கையைக் கடந்து ஜகதீஷ் சராய் வழியே வாரணாசியை அடைந்தனர். கங்கையைக் கடக்கும் போது பயணியரின் பொருள்களைச் சோதித்து அவர்களிடமிருந்து வரி வாங்கப்பட்டது.

இச்சாலை பின்னர் வாரணாசியிலிருந்து சையது விஜா, மோகன் கி-சராய் வழியாய்ப் பாட்னாவை நோக்கிச் சென்றது. குர்மாபாதில் கர்மநாச ஆற்றையும் சாசராயில் சோன் ஆற்றையும் கடக்க வேண்டி வந்தது. அதன் பின்னர் தாவூது நகர், அரவல் வழியாய்ப் பாட்னா வரை இச்சாலை நீண்டது.

டேவர்னியர் படகில் தாக்கா சென்றார். அவர் வழியில் பாட், கியூல், பாகல்பூர், ராஜ்மகால் ஆகியவற்றைக் கடந்து ஹஜராப்பூர் வந்தார். தாக்கா அங்கிருந்து 45 கோசத் தொலைவில் இருந்தது. டேவர்னியர் திரும்புகாலில் தாக்காவிலிருந்து காசிம் பசார் வழியாய்ப் படகில் ஊக்ளி ஆற்றைக் கடந்தார்.

முகலாயர் காலத்துச் சாலையமைப்புகளைக் கவனிக்கையில், இடைக்காலச் சாலையமைப்புகளில், சில கிளைப் பாதைகளைத் தவிர மிகக் குறைந்த மாறுதல்களே ஏற்பட்டுள்ளன என்பது தெரிகின்றது.

காபூலிலிருந்து பெசாவர் வரை நேரான சாலை இருந்தது. பெசாவர்-வங்காளச் சாலையில் இருந்த டெல்லி-லாகூர்க் கிளைப் பாதை பண்டைக் காலத்தில் போலவே மாறாதிருந்தது.

கங்கைச் சமவெளியிலுள்ள வடக்குச் சாலை டெல்லியிலிருந்து முராதாபாது வழியாய்ப் பாட்னாவை அடைந்தது. டெல்லியிலிருந்து மூல்தானுக்கும் சாலை இருந்தது. முகலாயர் காலத்துச் சாலைகள் அவர்களுக்கு முன்னர் ஆண்ட முஸ்லிம் பேரரசர்களின் காலத்தில் தோன்றிச் செழித்திருந்த நகரங்களின் வழியாய்ச் சென்றன.

பிரிட்டிசார் காலத்துச் சாலைகள்

மேற்கூறிய இந்தியச் சாலைகள் பண்டைக் காலத்திலிருந்து, தாமே தோன்றியனவாய் இருக்கின்றன. அவற்றை உண்டாக்க வேண்டுமென்று எவரும் திட்டமிட்டு அமைக்கவில்லை. இப்படித்தான் இந் நாட்டில் சாலைகள் தோன்றியிருக்க வேண்டும். பிரிட்டானியர் இந்தியத்தில் திட்டமிட்டே சாலைகளை அமைக்கலாயினர். அவர்கள் அறிந்தோ அறியாமலோ இராபட்டு கிளைவு காலத்திலிருந்து *(1725-1774)* மிகுந்த தொலைநோக்குடன் இந்தியத்தில் இத்தகைய பணிகளை ஆற்றினர் என்பதற்கு இவை யாவும் சான்றாகும்.

1879

இந்தியத்தின் சாலைகள் வரலாற்றில், சாலைகள் பண்டுதொட்டு வணிகம் பண்பாடு ஆகியவற்றின் பரிமாற்றத்திற்காகவே பெரிதும் பயன்பட்டு வந்தன. அவற்றைப் படையெடுப்பாளர்கள் எப்போதோ ஒரு குறிப்பிட்ட காலத்தில் பயன்படுத்தியிருக்கலாம். எனினும் அவை எக்காலத்தும் அமைதிச் சாலைகளாகவே இருந்தன. ஆனால் பதினெட்டாம் நூற்றாண்டின் இறுதியிலிருந்து அறிவியல் ஏற்றம் பெற்று வந்த பிரிட்டிசாருக்குச் சாலையமைப்பில் இராணுவ நோக்கங்களும் இருந்தன.

அவர்கள் இந்தியத்தை முற்றாய்க் கவர்ந்ததற்கு முன்னரே, 1757 ஆம் ஆண்டில் கண்ட பிளாசி வெற்றியையடுத்து, இந்தியத்தில் தம் விதி எது என்பதை உணரத் தொடங்கி விட்டனர். இராபட்டு கிளைவு போன்றவர்கள் மேற்கொண்ட அளவாய்வுப் பணிகள் போன்றனவும் முன்னோக்குள்ள நாணயச் சீர்திருத்தங்கள், நீதியாட்சி முறை ஆகியனவும் அவர்களின் நோக்கம் எத்தகையது என்பதைத் தெளிவாய்க் காட்டின. பரந்து விரிந்த ஒரு பெரிய துணைக் கண்டத்தைக் கட்டி ஆள்வதற்குரிய ஆயத்தப் பணிகள் அனைத்தும் பதினெட்டாம் நூற்றாண்டின் பிற்பாதியிலேயே இந்நாட்டில் மேற்கொள்ளப்பட்டு விட்டன. (காலக் கண்ணாடி போன்ற இக்களஞ்சிய வரிசையில் பிரிட்டீசு வல்லாளரின் நோக்கங்களும் செயல்களும் படிப்பாளிகள் உணர்ந்து தெரிந்து கொள்ளும் விதத்தில் அந்தந்தக் காலப் பகுப்பில் சொல்லிக் கொண்டே வரப்படுகின்றன.

அவற்றுள் மிகவும் உயிர் நாடியானது என்னவெனில், கிளைவின் கட்டளைப்படி ஜேம்ஸ் ரென்னல் *(1742-1830)* இந்தியத்தை அளந்து, அதன் முதல் நிலப்படத்தை

வரைந்ததாகும். (இ.ச.க.தொகுதி-7 : 1767 கட்டுரை; இ.ச.க.தொகுதி-9 : 1783 புள்ளிகள்) இந்திய அளவாய்வுத் துறை 1797 தொட்டுத் தன் பணியைத் தொடர்ந்து செய்து வந்தது. இது பின்னாளில் சாலைகள், இருப்புப் பாதைகள் போன்று போக்குவரவு அமைப்புகளை நிறுவுவதற்கு வழிகாட்டியானது.

கல்கத்தாவிற்கும் டெல்லிக்குமிடையே சாலையமைக்கும் பணி 1839 ஆம் ஆண்டு தொடங்கியது. வாரன் ஹேஸ்டிங்சு தலைமை ஆளுநராயிருந்த காலத்திலேயே (1732-1818; ப.கா.1774-1785) இத்தகைய சாலையை அமைக்கும் பணி தொடங்கிவிட்டது. இந்த ஆண்டில் ஏறத்தாழ 1600 கிலோ மீட்டர்த் தொலைவிற்கு இரண்டு சாலைகள் அமைக்கும் பணியைக் கிழக்கிந்தியக் கம்பெனி தொடங்கிற்று. கிராண்டு டிராங்குச் சாலைக்கு இப்போது தான் வித்திடப்பட்டது.

அப்பாத்துரை, கா.தென்னாட்டுப் போர்க்களங்கள், சென்னை, 1957.

கந்தசாமி, எஸ்.பி. கொங்கு நெடுஞ்சாலைகளும் அவற்றின் முக்கியத்துவமும்-கட்டுரை

மோதி சந்திரர் இந்திய வணிக நெறிகள், இந்தி மூலம், தமிழாக்கம்
எம்.சுப்பிரமணியம், டெல்லி, 1970

1839

2. அயர்லந்தியரின் இரங்கத்தக்க நிலை

அயர்லந்து வட மேற்கு ஐரோப்பியத்திற்கு அப்பாலுள்ள பிரிட்டீசுத் தீவுத் திரளில் அடங்கியது. பிரிட்டீசுத் தீவுகளையும் அயர்லந்தையும் அயர்க் கடலின் வட கால்வாயும் செயிண் ஜார்ஜ் கால்வாயும் பிரிக்கின்றன. அயர்லந்தின் பெரும்பகுதி சதுப்புநிலம். தென் கிழக்கில் 900 மீட்டருக்குமதிகமான உயரமுள்ள மலைகள் எழுகின்றன. இது மிகப்பெரிய ஏரிகளையுடைய நாடு.

இது மிதமான தட்ப வெப்ப நிலையுடைய நாடுதானெனினும் அது தன் விடுதலைக்காக நடத்திய போராட்டங்கள் அத்தகையனவன்று. அதனால் அயர்லந்து தனது அளவினும் பெரிய இடத்தை வரலாற்றில் இன்றும் பெற்றிருப்பது குறிப்பிடத்தக்கது.

அயர்லந்து வரலாறு

ஐரோப்பியத்திலிருந்து சென்ற மக்கள் சுமார் கி.மு.6000 வாக்கில் அயர்லந்தில் குடியேறினர். அங்கு கெலிக்கு மொழி பேசுகின்ற ஒரு சமூகம் மெல்ல உருவானது. (*Gaelic*: அயர்லந்திலும் ஸ்காத்துலந்திலும் ஐல் ஆஃப் மேன் தீவிலும் வாழும் கெல்ட்டு மக்கள் பேசும் மொழி.) கெல்ட்டுகள் (*Celts*), பிக்டுகள் (*Picts*), ஏராயிண்கள் (*Erainns*) ஆகிய மக்கள் அந்தச் சமுகத்தில் இருந்தனர். வடமேற்கு அயர்லந்தில் நிலவிய காணாட்டு (*Connaught*) என்ற பண்டை முடியரசை ஆண்ட காண் (*Conn*) சுமார் கி.பி.150 வாக்கில் அயரிய முடியரசை உண்டாக்கினார். எனினும் அவரோ, அவருக்குப்பின் வந்தவர்களோ நாட்டை ஒன்றுபடுத்தினாரிலர்.

புனிதர் பேட்ரிக்கு

அயரியர் (*Irish*) கி.பி.ஐந்தாம் நூற்றாண்டு வரையிலும் கிறித்தவர் அல்லாதாராயிருந்தனர். முன்னர் அயர்லந்தில் சிறைப்பட்டு மீண்ட புனித பேட்ரிக்கு

(St.Patrick,சு.385-461; இவர் தென் வேல்சில் பிறந்திருக்கலாம்; தனது 45 ஆவது வயதில் ஆயரானார்; கி.பி 432 ஆம் ஆண்டு சமயம் பரப்பும் தொண்டராய் அயர்லந்து சென்றார். அவர் அங்குதான் அடக்கமாயிருக்கலாம்.) அயர்லந்திற்குக் கி.பி. 432 இல் திரும்பிச் சென்று அங்கு கிறித்தவத்தைப் பரப்பினார். அங்கு கிறித்தவமடங்கள் பல நிறுவப்பட்டன. கிறித்தவ சமயத் தொண்டர்கள் வரலாற்று இருள் காலத்தில் *(Dark Ages, கி.பி 5 நூ.-சு.கி.பி.1000)* வட இங்கிலாந்திலிருந்து சென்று அயர்லந்து மக்களைக் கிறித்தவராக்கினார்.

வைக்கிங்குகள், நார்மன்கள்

வைக்கிங்குப் படையெடுப்பாளர்கள் அயர்லந்தின் கிழக்குக் கரையோரமாய் எட்டாம் நூற்றாண்டில் தளங்கள் அமைத்தனர். வைக்கிங்குகளால் தமக்கு உண்டான இன்னலை அயரியர் மெதுவாய்த் தான் எதிர்த்து நின்றனர். அம்மக்களின் நாட்டின் வீரருள் ஒருவரான பிரியன் போரு *(Brian Boru : 941-1014: ஆ.கா.1002-1014)* என்ற அரசரின் கீழ் அயரியர் ஒன்றுபட்டனர். அவர்கள் வைக்கிங்குகளைக் குளோண்டார்ஃபு *(Clontarf, டப்ளினின் புறநகரம்)* என்ற இடத்தில் 1014 இல் தோற்கடித்தனர். எனினும் முதியவராயிருந்த பிரியன் போரு போரில் களம்பட்டார். அவரைப் போல அவரின் மகனும் பேரனும் போர்க்களத்தில் உயிரிழந்தனர்.

ஆயினும் அயர்லந்தியரிடம் அப்போது காணப்பட்ட ஒற்றுமை நெடுங்காலம் நீடிக்கவில்லை. நார்மன்கள் *(Normans: பிரான்சின் நார்மண்டியில் வாழ்ந்த மக்கள்)* 1168 ஆம் ஆண்டு முதன் முதலாய் அயர்லந்தின் மீது படையெடுத்து வந்து வெற்றி கொண்டனர். எனினும் காலப்போக்கில் நார்மன்களின் கட்டுப்பாட்டிலிருந்த நிலப்பரப்புச் சுருங்கிற்று. ஏனெனில் நார்மன் ஆளும் வகுப்பினர் அயர்லந்தியருடன் கலப்புமணம் செய்து, அவர்களின் வாழ்க்கை முறையை ஏற்று விட்டனர்.

மனக் கசப்புத் தோன்றுதல்

அப்போது ஆங்கில அரசரான இரண்டாம் ஹென்றி *(1113-1189; பிளாண்டஜெனட்டு அரச குடியின் முதல் அரசர் : ஆ.கா. 1154-1189. இவர் பிரான்சின் லெ மான்ஸ் என்ற இடத்தில் பேரரசி மடில்டாவிற்கும் அஞ்சூவைச் சேர்ந்த காஃபரேக்கும் மகனாய்ப் பிறந்தவர். இவர் 1153 ஆம் ஆண்டு இங்கிலாந்தின் மீது படையெடுத்து மேற்சொன்ன அரச குடியைத் தோற்றுவித்தார். இவருக்கும் தாமஸ் பெக்கட்டிற்கும் ஏற்பட்ட போட்டியும், பெக்கட்டு 1170 ஆம் ஆண்டு கொல்லப்பட்டதும் வரலாற்றில் இடம் பெற்றுள்ள நிகழ்ச்சிகளாகும்.)* தன் பிரபுக்களை ஒரு படையுடன் அயர்லந்திற்கு அனுப்பினார். இந்தக் காலத்திலிருந்து தான் அயர்லந்திற்கும் வல்லமை வாய்ந்த அதன் அண்டை நாடான இங்கிலாந்திற்குமிடையே மனக்கசப்பும் பகைமையும் விளைந்தன.

சமயப் பொறையின்மை, கிளர்ச்சி, அடக்குமுறை நாடு கடத்தப்படுதல்,வன் செயல்கள், பழி வாங்குதல் போன்ற கொந்தளிப்புகளும் குமுறல்களும் அயர்லந்தில் அடிக்கடி உண்டாயின.

பிரிட்டீசு ஆட்சி

பிரிட்டீசு டியூடர் அரச குடியின் ஆட்சிக் காலத்தில் (1485-1603) அயர்லந்தில் பிரிட்டனின் நேரடி ஆட்சி தொடங்கியது. டியூடர்கள் அங்கு ரோமன் கத்தோலிக்கத்தின்

இடத்தில், புராட்டஸ்டண்டுச் சமயத்தை நிறுவுவதென்று உறுதி பூண்டனர். இதே நிலை ஸ்டூவட்டு அரச குடியினர் *(1371-1714)*, ஆலிவர் கிராம்வல் *(1653-1658)* ஆகியோரின் காலத்திலும் நீடித்தது. பதினாறு, பதினேழாம் நூற்றாண்டுகளில் அயரியரின் நிலங்கள் பறிக்கப்பட்டன. வட அயர்லந்திலிருந்த அல்ஸ்டர் (Ulster) என்ற அயரிய முடியரசு 1461 ஆம் ஆண்டில் ஆங்கில அரச குடிக்கு உரிமையானது. ஆங்கிலேயர் இங்கிலாந்திலிருந்தும் ஸ்காத்துலந்திலிருந்தும் புராட்டஸ்டண்டுகளைக் கொண்டு வந்து, அயரியரிடமிருந்த நிலங்களில் ''தோட்டம்'' போட்டனர்.

அயர்லந்தில் கத்தோலிக்கரும் அயர்லந்து முடியரச ஆதரவாளரும் நடத்திய கிளர்ச்சிகளை ஆலிவர் கிராம்வல் 1649 ஆம் ஆண்டில் இரக்கமின்றி அடக்கினார்.

அயர்லந்தியர் ஆட்சியிலிருந்து இறக்கப்பட்ட இரண்டாம் ஜேம்ஸ் என்ற பிரிட்டீசு அரசருக்கு ஆதரவாய்க் கிளர்ச்சி செய்தனர். பிரிட்டீசு அரசரான மூன்றாம் வில்லியம் *(1650-1702;ஆ.கா.1672-1702)* 1690 ஆம் ஆண்டு இரண்டாம் ஜேம்சையும் அயர்லந்தியரையும் போயினி சண்டையில் தோற்கடித்தார். அதன் பிறகு கத்தோலிக்கர் தம் சமயத்தை ஒழுகுவதற்கு அயர்லந்தில் தடை விதிக்கப்பட்டது.

ஹென்றி கிராட்டன், உல்ஃபு

புராட்டஸ்டண்டுத் தலைவரான ஹென்றி கிராட்டன் (*Henry Grattan, 1746-1820;* இவர் டப்ளினில் பிறந்த அயர்லந்து அரசியல் தந்திரி; இவர் 1779 ஆம் ஆண்டு அயர்லந்திற்குத் தடையற்ற வாணிப உரிமைகளையும் 1782 ஆம் ஆண்டில் தன்னுரிமையுள்ள சட்டமன்றத்தையும் பெற்றுத் தந்தவர்.) நடத்திய இயக்கம் ஓரளவில் வெற்றி கண்டபோதிலும், அயரியரின் மனக் குறை நீங்கவில்லை.

உல்ஃபு டோனும் (*Theobald Wolfe Tone, 1763-1798;* இவர் டப்ளினில் பிறந்த அயர் நாட்டின் இயக்கத் தலைவர்.) அவரது ''ஒன்றுபட்ட அயரியர்'' என்ற அயரியர் ஒற்றுமை இயக்கமும் பிரிட்டீசு ஆட்சிக்கு எதிராய் *1798* இல் கிளர்ச்சி செய்தனர். இக்கிளர்ச்சி விலங்குத்தனமாய் ஒடுக்கப்பட்டது. அதனால் உல்ஃபு அமெரிக்கத்திற்கும் பிரான்சிற்கும் ஓட நேர்ந்தது. பிரான்ஸ் அயர்லந்தின் மீது படையெடுக்க வேண்டுமென்று உல்ஃபு வற்புறுத்தினார். எனினும் அவர் பிடிப்பட்டார் உல்ஃபு தற்கொலை செய்து இறந்தார்.

இக்கிளர்ச்சி ஒடுக்கப்பட்ட பின்னர் அயர்லந்து பிரிட்டனுடன் 1800 ஆம் ஆண்டு ஒன்றி விட்டது. (இ.ச.க.தொகுதி-*10 : 1798* புள்ளிகள்; *1800* புள்ளிகள்) அயரிய நாடாளுமன்றம் அப்போது கலைக்கப்பட்டது. பிரிட்டீசு நாடாளுமன்றத்தில் அயர் உறுப்பினர்களுக்கு இடம் தரப்பட்டது. இருப்பினும் 1829 வரை அயர்லந்துக் கத்தோலிக்கருக்கு வாக்குரிமை தரப்படவில்லை.

இக்கால கட்டத்தில் அயர்லந்து மீது இங்கிலாந்தில் எதிர்ப்புணர்ச்சி வலுத்தது. கத்தோலிக்கர் பொதுப் பதவிகளை வகிக்க முடியாது. எனினும் கத்தோலிக்கரான டேனியல் ஆக்கன்னலைன் கிளேர் தொகுதியிலிருந்து பிரிட்டீசு நாடாளுமன்றத்திற்குத் தேர்ந்தெடுக்கப்பட்டார். (கிளேர் என்பது அயர்லந்தின் மேற்குக் கரையிலுள்ளது. பிற்காலத்தில் ஏமன் டிவேலரா *(1882-1975)* என்ற அயரிய விடுதலைப் போராட்டத் தலைவர் 1917 ஆம் ஆண்டு மேற்குக் கிளேர் தொகுதியிலிருந்து தேர்தெடுக்கப்பட்டார் என்பதும் அவரே பின்னர் விடுதலை பெற்ற அயர்லந்தின் தலைமை அமைச்சராயும் குடியரசுத் தலைவராயும் ஆனார் என்பதும் குறிப்பிடத்தக்கன.) ஆக்கன்னலைனின்

வெற்றிக்குப் பிறகு பிரிட்டீசு அரசு மறு ஆண்டில் கத்தோலிக்கருக்கு மறுவாழ்வு அளிப்பதை ஏற்க வேண்டியதாயிற்று.

இலண்டனில் அயரியர் இழி நிலை

இத்தகைய அரசியல் சூழ்நிலை *1839* ஆம் ஆண்டு இலண்டனில் அயர்லந்தியர் எந்நிலையில் வாழ்ந்தனர் என்பதைப் பிரஞ்சு எழுத்தாளரும் பொதுவுடைமை இயக்க முன்னோடியுமான ஃபுளோரா திரிஸ்தன் என்ற பிரஞ்சுப் பெண்மணி ''இலண்டன் பயணக் குறிப்புகள்'' என்ற தனது நூலில் விவரிக்கின்றார்:

இலண்டன் மாநகரின் பல்வேறு பகுதிகளில் அயர்லந்து உழைப்பாளி வகுப்பினரில் இரண்டு இலட்சத்திற்குமதிகமானோர் வாழ்கின்றனர். அவர்கள் சுமை கூலிகளாய் வேலை செய்கின்றனர்; அதாவது கட்டைக் கூலிக்குக் கடினமான வேலைகளில் ஈடுபடுகின்றனர். அவர்கள் வறியோர் என்பதை இறைவன் அறிவான். எனினும் அவர்களுக்கு ஏதோ வேலையாவது கிடைக்கின்றது. இதை வைத்து அயர்லந்தியரின் வறுமை பற்றிய மெய்யான நிலையை நாம் அறிந்து கொள்ள முடியாது. அவர்கள் கந்தையுடுத்தி, உருளைக் கிழங்குத் தொலிகளுக்காகத் தெரு நாய்களுடன் மல்லாடுகின்றனர்.

அயரியரின் வறுமை குறித்துப் பிரஞ்சு எழுத்தாளரான குஸ்தாவு தெ போமாண் இவ்வாண்டு வெளியான ''அயர்லந்து, அதன் சமூகம், அரசியல், சமயம்'' என்ற தனது நூலில் எழுதியிருப்பவற்றை, இலண்டனில் செல்வம் படைத்த பகுதிகளில் ஒன்றின் நடு மையத்தில் அப்படியே காணலாம். உயர் குடியினரின் நலன்களுக்காக ஆட்சி நடக்கும் ஒரு நாட்டில் வறுமையின் கொடுமைகள் அனைத்தையும் முழுமையாய்க் காண வேண்டுமாயின், நாம் அங்கு சென்றால் பார்க்க முடியும்.

டப்ளின்

இலண்டனில் அயரியர் வாழும் பேட்டைக்கு செயிண் ஜுல்ஸ் என்று பெயர். அதற்குச் சின்ன டப்ளின் என்ற பெயரும் உண்டு. (*Dublin* : இது இன்று அயர் குடியரசின் தலை நகரம். இது வரலாற்றில் இடம் பெற்ற நகராகும். லிஃபே (*Liffey*) என்ற ஆற்றின் கரை மீதுள்ளது. வைக்கிங்குகள் இங்கு ஆற்றுமுகத்தில் ஒன்பதாம் நூற்றாண்டில் குடியேறினர். அவர்களை அயர்லந்தின் போர் மறவரான பிரியன் போரு என்ற அரசர் *1014* ஆம் ஆண்டு தோற்கடித்ததை மேலே கூறியுள்ளோம்.) நார்மன்கள் அயர்லந்தை வெற்றி கொள்ளும் தளமாய் டப்ளினை வைத்துக் கொண்டனர். வரலாற்று இடைக்காலம் முழுமையிலும் டப்ளின் ஆங்கிலேயரின் ஆளுகைக்குள் (*1171* முதல் *1972* வரை) அடங்கியிருந்தது.

டப்ளினுக்கும் இலக்கியத்திற்கும் செழுமையான பல தொடர்புகள் உள்ளன. ''கலிவரின் பயணம்'' எழுதிய ஜானதன் ஸ்விஃப்டு (*1667-1745*) டப்ளினில் பிறந்தவர். அவர் அங்குள்ள ஒரு கதீட்ரலில் *1713* முதல் *32* ஆண்டுக் காலம் குருவாயிருந்தார். நாடகாசிரியரான பெர்னார்டு ஷா (*1856-1950*) டப்ளினின் சிஞ்சு தெருவில் பிறந்தவர்.

எழுத்தாளர் ஆலிவர் கோல்டு ஸ்மிது (*1728-1774*) இங்குள்ள டிரினிட்டி கல்லூரியில் பயின்றவர். பெயர் பெற்ற ஆங்கில நாடகாசிரியரான ஆஸ்கார் ஓயில்டு (*1854-1900*) மெரியன் சதுக்கத்தில் பிறந்தார். ''டப்ளினர்ஸ்'', ''யுலிசஸ்'' நாவல்களை

எழுதிய ஜேம்ஸ் ஜாய்ஸ் கூட (1882-1941 : இ.ச.க.தொகுதி-12 : 1818 புள்ளிகள்) டப்ளின் நகரில் பிறந்தவரேயாவார்.

சின்ன டப்ளின்

இலண்டனின் சின்ன டப்ளினில் 1837 ஆம் ஆண்டுக் குடிக் கணக்கின்படி 36,432 அயரியர் வாழ்ந்தனர் என்று அறிகின்றோம். அயர்லந்தில் பிறந்து பிரிட்டனில் வாழ்வோரின் எண்ணிக்கை 1841 ஆம் ஆண்டுக் கணக்கின்படி 82,291 ஆகும். இது இலண்டன் மக்கள் தொகையில் 3 சதம். இதில் இலண்டனைச் சேர்ந்த அயரியப் பெற்றோருக்குப் பிறந்தவர்கள் சேர்க்கப்படவில்லை. அந்த எண்ணிக்கை 1851 ஆம் ஆண்டில் 1,09,000 ஆக (4.6 சதம்) உயர்ந்தது. இதற்கு அயர்லந்தில் 1845 ஆம் ஆண்டு ஏற்பட்ட உருளைக்கிழங்குப் பஞ்சம் காரணமாகும்.

சின்ன டப்ளினில் குப்பையும் கூளமும் நிறைந்த வீச்சம் பிடித்த வழிகளில் ஆடவரும் பெண்களும் சிறாரும் வெறுங்காலில் நடந்து திரிந்தனர். இருக்க இடமில்லாத காரணத்தால் சிலர் சுவரில் சாய்ந்து சுருண்டு கிடந்தனர். குழந்தைகள் பன்றிகளைப் போன்று சேற்றில் உளைகின்றனர். ஆனால் நீங்கள் கண்ணால் கண்டால் தான் இத்தகைய கொடிய வறுமையை, இழிநிலையை நம்புவீர்கள். உடம்பில் துண்டுத் துணிகூட இல்லாத குழந்தைகள், வெறுங்காலில் திரியும் பெண்டிர், உடம்பு முழுவதையும் வெளியே காட்டக்கூடிய கிழிந்த உடுப்பு மட்டும் அணிந்தவாறு கைக்குழந்தைக்குப் பால் கொடுக்கும் தாய்மார்கள் முதலியோரைச் சின்ன டப்ளினில் காண முடியும். சாணிக் குவியலில் கூனிக் குறுகிக் கிடக்கும் கிழவர்கள். கந்தைகொண்டு மேனியை மூடிய இளையவர்கள் ஆகியோரையும் இங்கு காணலாம்.

மாட்டுத் தொழுவம் போலிருந்த இப்பகுதியில் வாழ்ந்த மக்கள் பொந்துகள் போலிருந்த வீடுகளில் குடியிருந்தனர். பெரும்பாலான வீடுகளின் கதவுகளையோ, சன்னல்களையோ மூட இயலாது. வீட்டினுள் தரை பாவப்பட்டிராது. கரடு முரடான பழைய ஒக்கு மர மேசை, மரப் பெஞ்சு, சிறு ஸ்டூல், சில தகரத் தட்டுகள் போன்ற இவ்வீடுகளில் தாய், தந்தை, ஆண்மக்கள், பெண்மக்கள், நண்பர்கள் என்று அனைவரும் பேதமின்றி ஒரு சேர உறங்கினர். அயரியரின் பேட்டையில் மக்களுக்கு இருந்த வசதி இதுவேயாகும்

இலண்டனில் 1839 ஆம் ஆண்டிற்குச் சில ஆண்டுகளின் பின், சேரி ஒழிப்புப் பணி தொடங்கியது என்பது குறிப்பிடத்தக்கது.

3. புகைப்படக் கருவியும் புகைப்படமும்

ஐரோப்பியத்தின் இருவேறு நாடுகளில், கிட்டத்தட்ட ஒரே காலத்தில் இரு வேறு முன்னோடியர் புகைப்படக் கருவியை உருவாக்கினர் என்பது பெரு வியப்பளிக்கும் செய்தியாகும்.

லூயி ஷா மேண்டி டாகர் (Louis Jacquis Mande Daguerre, 1789-1851; இவர் பிரான்சின் கார்மெயில் என்ற ஊரில் பிறந்த புகைப்படக்கலை முன்னோடி) 1830 ஆம் ஆண்டுகளின் பிற்பகுதியில் புகைப்படம் எடுக்கும் முறையை முதன்முதலில் உருவாக்கினார். டாகர் இளவயதில் ஓவியராய் விளங்கினார். முப்பத்தைந்தாவது வயதிற்குப் பிறகு சிறப்பான ஒளியமைப்புடன் கூடிய நல்ல ஓவியக் காட்சியை டாகர் நடத்தினார். அவர் இக்காட்சியில் வரிசையாய்ப் பல ஓவியங்களை வைத்து, அவை எல்லாத் திக்குகளிலும் தெரியும்படி (panorama) வியப்பூட்டும் விதத்தில் அமைத்திருந்தார்.

டாகரும் நியப்சும்

டாகர் இப்பணியில் ஈடுபட்டிருந்தபோது உலகின் காட்சிகளைத் தூரிகையோ, சாயமோ இன்றித் தானாய்ப் படியெடுக்கும் உருப்பதிவு கருவியை, அதாவது படம்பிடிக்கும் கருவியை (*camera*) உண்டாக்க முயன்றார். அவர் இதில் மேற்கொண்ட முதன்முயற்சி பயன் தரவில்லை. அவர் 1827 ஆம் ஆண்டு ஜோசஃபு நைஸ் ஃபோர் நியப்ஸ் (*Joseph Nicepore Niepce, 1765-1833*) என்றவரைச் சந்தித்தார். பிரஞ்சுக்காரரான இவரும், டாகர் போன்று உருப்பதிவு கருவி ஒன்றை உருவாக்கும் பணியில் முனைந்திருந்தார். இவ்விருவரும் இரண்டாண்டுகளுக்குப் பிறகு நெருங்கிய நண்பராயினர். நியப்ஸ் 1833 இல் இறந்தார். ஆனால் டாகர் தன் பணியைத் தொடர்ந்தார். அவர் 1837 ஆம் ஆண்டில் செயல்படத்தக்க ஒரு புகைப்படக் கருவியை உண்டாக்கினார். அதற்கு டாகரோடைப்பு (*daguerroetype*) என்று பெயர்.

டாகர் இக்கருவிக்குக் காப்புரிமை (*patent*) எதுவும் பெறாமல் இதைப் பற்றி 1839 ஆம் ஆண்டில் பலரறியக் கூறிவிட்டார். அதனால் பிரஞ்சு அரசு அவரைப் பாராட்டி அவருக்கும் நியப்சின் மகனுக்கும் அவர்களின் வாணாள் முழுமையும் கிடைக்கும் படியாய் உதவித் தொகை வழங்கிற்று.

டாகரின் கண்டுபிடிப்பு பற்றிய அறிவிப்புப் பொதுமக்களிடையே பெரும் பரபரப்பை ஏற்படுத்தியது. அதனால் அவர் அன்று பிரஞ்சு மக்களின் மனம் கவர்ந்தவராய் மதிக்கப்பட்டார். அவர் கண்டுபிடித்த டாகரோடைப்பு என்ற கருவி எங்கும் பயன்படுத்தப்பட்டது. டாகர் விரைவில் ஓய்வெடுத்துக் கொண்டார்.

நிலாவைப் படமெடுத்தவர்

டாகர் பற்றி இங்கு குறிப்பிடத்தக்க ஒரு செய்தி உண்டு. லூயி டாகர் 1839 ஜனவரி முதல் நாளன்று பாரிசிலிருந்து நிலாவைத் தன் படமெடுக்கும் கருவிகொண்டு முதன்முதலாய்ப் படம் எடுத்தார். இதற்கு 120 ஆண்டுகளுக்குப் பிறகு 1959 இல் சோவியத்து யூனியனின் முதலாம் லூனா (*Luna I*) என்ற செயற்கைக் கோள் சந்திரனைக் கடந்து சென்றபோது அதை முதன்முதலாய்ப் படம் பிடித்தது.

லூயி டாகர் 1851 இல் பாரிசின் அருகிலுள்ள சிற்றூரில் தன் இல்லத்தில் இறந்தார்.

புகைப்படக் கருவியைப் போன்று பல்வேறு விதங்களில் பயன்படும் கண்டுபிடிப்புகள் வெகுசிலவேயாகும். அது கிட்டத்தட்ட அறிவியல் ஆராய்ச்சித் துறை அனைத்திலும் பயன்படுகின்றது. தொழிலிலும் படைகளிலும் பல வழிகளிலும் கையாளப்படுகின்றது. சிலர் அதைச் சிறந்த கலை வடிவமாய் உயர்த்தி உள்ளனர். அது எண்ணற்றோர் மகிழும் பொழுதுபோக்குக் கலையாயும் விளங்குகின்றது. அது கல்வி, ஆய்வுத்துறை, விளம்பரம் போன்ற துறைகளில் தகவல் தரும் கருவியாயும் பயன்படுகின்றது. புகைப்படம் கடந்த காலத்தை அப்படியே உயர்த்துடிப்புடன் நினைவில் கொண்டு வந்து நிறுத்துகின்றது.

டாகரின் முன்னோடியர்

எந்தக் கண்டுபிடிப்பையும் ஒரு தனி மனிதரின் முயற்சி என்று முற்றிலும் கொள்வதற்கு இயலாது. டாகருக்கு முன்னர் பலர் இத்துறையில் முயன்றிருக்கின்றனர். அவர்களின் பணி டாகருக்குப் பெரிதும் ஆதாயமாய் அமைந்தது. ஊசிக் காதுக் கேமரா எனப்படும் கேமராவை ஒத்த அப்ஸ்கியூரா (*obscura*) என்ற பிலிம் இல்லாத ஒரு கருவி

டாகருக்குச் சுமார் எட்டு நூற்றாண்டுகளுக்கு முன்னர் கண்டுபிடிக்கப்பட்டிருந்தது. இக்கருவியின் முன் துவாரத்தில் கிரோலாமோ கார்டோனோ என்றவர், ஒரு கண்ணாடி வில்லையை (Lens) வைத்துப் பதினாறாம் நூற்றாண்டில் மிகப்பெரிய முன்னேற்றத்தை உண்டாக்கினார். இதுவே தற்காலத்துக் கேமராவின் முன்னோடி எனலாம். எனினும் இக்கருவி உண்டாக்கும் உருவம் நிலைத்திருப்பதில்லையாதலால், அதைப் புகைப்படம் என்று கருதமுடியாது.

வெள்ளி நைட்டிரேட்டு முக்கியமான மற்றோர் அடிப்படைக் கண்டுபிடிப்பு 1727 இல் தோன்றியது. அதை யோகான் சூல்ஸ் என்பவர் கண்டுபிடித்தார். வெள்ளி நைட்டிரேட்டு ஒளியை வாங்கிக் கொள்ளக் கூடியது என்பதை அவர் கண்டார். (Silver nitrate : நீர்த்த நைட்டிரேட்டுக் காடியில் வெள்ளியைக் கரைத்து ஆவியாக்கி உண்டாக்கப்படும் சாய் சதுரமான படிகங்கள். இவை நிறமற்றவை, நீரற்றவை, வேதிக் குறி $AgNO_3$) அவரின் இக்கண்டுபிடிப்பைக் கொண்டு உருவங்களைத் தற்காலிகமாய்ப் பதிய முடிந்தது. எனினும் சூல்ஸ் இப்பணியில் தொடர்ந்து ஈடுபடவில்லை. சுவிடிய வேதியியலாரான காரல் வில்லம் ஷீல் (Karl Wilhelm Scheele, 1742-1786; இவர் ஜெர்மனியின் ஸ்டிரால்சண்டு என்ற ஊரில் பிறந்த வேதியியலார். இவர் ஆக்சிஜனைத் தனியே பிரித்தெடுத்தவர். இந்தச் சிறப்பு ஆங்கிலேயரான பிரீஸ்டிலிக்கும் உண்டு.) 1777 ஆம் ஆண்டு வெள்ளி உப்புக் கலவையை வைத்து நடத்திய ஆய்வையும் புகைப்படம் தொடர்பான தொடக்க நிலை ஆய்வாய்க் கொள்ளலாம். (இ.ச.க.தொகுதி-8:1777 புள்ளி, ஷீல் பற்றிய செய்திகள் இக்களஞ்சிய வரிசையில் பல இடங்களில் காணப்படும்.)

நியப்ஸ்

டாகரின் கண்டுபிடிப்பிற்குச் சற்று இணையாய் வந்தவர் மேற்கூறிய நியப்ஸ் ஆவர். இவர் பின்னர் டாகரின் கூட்டாளியானார். நியப்ஸ் 1820 வாக்கில் ஒளியை வாங்கிக் கொள்ளக்கூடிய ஒரு வகையான கீலைக் கண்டுபிடித்தார். அது ஜூடியா கீல் என்று அழைக்கப்பட்டது. அவர் இந்தக் கீலைக் கேமரா அப்ஸ் கியூராவுடன் இணைத்து உலகின் முதல் புகைப்படங்களை எடுத்தார். நியப்ஸ் 1826 இல் எடுத்த புகைப்படம் இன்றும் உள்ளது. அந்தக் காரணத்தினால் தான் புகைப்படம் எடுக்கும் முறையைக் கண்டுபிடித்தவர் என்ற பெருமையையும் சிறப்பையும் நியப்சிற்குத் தரவேண்டும் என்று கூறுவோர் உளர்.

ஆனால் நியப்சின் படமெடுக்கும் முறை முற்றிலும் செயல் சாத்தியமற்றது. ஏனெனில் ஓர் உருவத்தைப் பதிக்க இம்முறையில் சுமார் எட்டு மணிநேரம் ஆகும். அதன் பிறகும் படம் தெளிவின்றி மங்கலாய்த் தான் இருக்கும்.

டாகரின் முறையில் வெள்ளி அயோடைடு தோய்த்த ஒரு தட்டில் உருவத்தைப் பதிக்கலாம். (Silver iodide வெளிரிய மஞ்சுள் நிற வீழ்படிவு. வெள்ளி நைட்டிரேட்டுக் கரைசலுடன் கரையக் கூடிய அயோடைடுக் கரைசலைச் சேர்த்துப் பெறலாம். இது புகைப்படத் தொழிலில் பயன்படுவது. வேதிக் குறி AgI.)அதில் பதினைந்து அல்லது இருபது நிமிடங்களில் உருவம் பதிந்து விடும். இது கையாளச் சற்று கடினமானதெனினும் செயல்முறையில் சாத்தியமானது.

டாகர் இம்முறையை எல்லாரும் அறியும்படி வெளியிட்ட இரண்டு ஆண்டுகளுக்குப் பிறகு, ஏனையோரும் சிறு மாற்றங்களுடன் புகைப்படக் கருவிகளைச் செய்யலாயினர். ஒளியைப் பதிக்கும் பொருளாய்ச் சில்வர் அயோடைடுடன்

புரோமைடையும் அவர்கள் சேர்த்துக் கொண்டனர். இச்சிறு மாற்றத்தினால் உருவம் தட்டில் பதியும் நேரம் மிகக்குறைந்தது. அதனால் மனிதரைப் படமெடுப்பது கை கூடியது. (*silver bromide* : வெளிரிய மஞ்சள் நிற வீழ்படிவு. வெள்ளி நைட்டிரேட்டுக் கரைசலுடன் கரையக் கூடிய அயோடைடுக் கரைசலைச் சேர்த்துப் பெறலாம். இதன் வேதிக் குறி *Ag Br.*)

இன்னொரு முன்னோடி டால்பட்டு

டாகர் தன் கண்டுபிடிப்பை அறிவித்த சிறிது காலத்திற்குள்ளேயே வில்லியம் ஹென்றி ஃபாக்ஸ் டால்பட்டு (*William Henry Fox Talbot, 1800-1877*) என்ற ஆங்கிலேயர், வேறுபட்ட புகைப்பட முறை ஒன்றைக் கண்டுபிடித்திருப்பதாய் 1839 ஆம் ஆண்டிலேயே அறிவித்தார்.

தென்மேற்கு இங்கிலாந்தின் டாட்செட்டுக் கோட்டத்திலுள்ள பாத்து (*Bath*) நகரினருகே லேக்கோக்கு ஆபே என்ற பண்ணையில் டால்பட்டு பிறந்தார். அவர் பாரிசில் வெளியான செய்திகளைக் கேட்டு அதிர்ச்சியடைந்தார். அவர் 1835 முதல் பலகணிகள், செடிகள், பின்னல் துணிகள் போன்ற பலவற்றைப் படம் பிடித்து வந்தார். அப்போது எவரும் இவரைக் கண்டுகொள்ளவில்லை.

டால்பட்டு உயர் குடியில் பிறந்தவர். பல துறைகளில் ஆர்வம் கொண்டவர். அவர் கணித இதழ்களில் கட்டுரைகள் எழுதிவந்தார். அவர் ஒளி முனைபடுதல் (*polarization of light*) பற்றி ஆய்வுகள் நடத்தி வந்தார். உள்ளெரி பொறி ஒன்றையும் உண்டாக்கியிருந்தார். பல மொழிகளை அறிந்தவர்; தாவரவியலாளருமாவார். பண்டைக் கிரேக்க மொழி விற்பன்னர். சொற்பிறப்பு, தொன்மங்கள், பண்டை எகிப்து ஆகியன குறித்து ஆராய்ந்து கட்டுரைகளை எழுதி வெளியிட்டவர்.

அவர் 1833 ஆம் ஆண்டு இத்தாலி சென்றிருந்த போது அந்நாட்டின் வட பகுதியிலுள்ள கோமோ ஏரியின் (*Lake Como*) மின்னும் காட்சியை ஓவியமாய்த் தீட்டிக் கொண்டிருந்த நேரத்தில், அவருக்குப் புகைப்படம் பற்றிய எண்ணம் பளிச் சென்று வந்தது. அவர் ஓவியம் வரைவதற்கு வசதியாய்க் கேமரா அப்ஸ்கியூரா என்ற பெட்டியைப் பயன்படுத்தினார். அந்தப் பெட்டியில் ஒரு குவி ஆடியும் ஓர் ''உருவத்தின்'' மீது குவியும் கண்ணாடியும் இருக்கும். அதன் வழியே வெளிப்பட்ட ''இயற்கையான இத்தோற்றங்கள் நிலைத்து நிற்கும் படியாய்த் தானே ஒரு தாளில் பதிந்து அதை நிலையாய் இருக்குமாறு செய்து விட்டால் எப்படியிருக்கும்'' என்று டால்பட்டு எண்ணிப் பார்த்தார்.

சூரிய ஒளி வெள்ளியின் கூட்டுப் பொருள்களைக் கறுப்பாக்கும் என்பது 1725 முதல் அறியப்பட்டிருந்தது. டால்பட்டு ஓர் இருட்டறையில் வெள்ளித் தாள்களைச் சோடியம் குளோரைடில் முக்கி எடுத்தார். (*sodium chloride* : சாதாரன உப்பு) அவை காய்ந்ததும் அவற்றின் மீது வெள்ளி நைட்டிரேட்டைப் பூசினார். இரண்டும் கலந்து வெள்ளிக் குளோரைடு ஆகிவிட்டன. அவர் பிறகு அவற்றை வெளியில் வைத்தார். அவையனைத்தும் வெயில்பட்டு மெல்ல மெல்லக் கறுப்பாயின. எனினும் தாள்களின் சில பகுதிகள் மட்டும் பிற பகுதிகளை விட வேகமாய்க் கறுத்தன. அவர் பின்னர் காரம் குறைந்த உப்புக்கரைசலைப் பயன்படுத்திப் பார்த்ததும் எண்ணிய பலன் கிடைத்தது.

டால்பட்டு 1835 கோடைக்காலத்தில் இத்தாள்களை வெளிச்சத்தில் வைத்து எடுக்கும் நேரத்தை மணிக்கணக்கிலிருந்து நிமிடக்கணக்கிற்குக் குறைத்தார். அவர்

மிகுந்த பகல் வெளிச்சத்தில் மட்டுமே வேலை செய்தார். அவர் மிகச் சிறிய புகைப்படக் கருவியிலிருந்த பெரிய குவிவில்லை வழியே கூடுதலான ஒளி செல்லுமாறு செய்தார். அவர் தன் புகைப் படக்கருவிகளைத் தனது பண்ணை வீட்டை நோக்கித் திருப்பினார். அரைமணி நேரம் கழித்து அவற்றை வீட்டினுள் எடுத்துச் சென்றார். ஒவ்வொரு கேமராவிலும் சிறுபடம் பதிந்திருந்தது.

அப்படங்கள் அஞ்சல் தலையளவில் சிறியனவாயிருந்தன. நாம் இன்று நெகடிவு (*negative*) என்றழைக்கும் நிழற்படங்களை டால்பட்டு இவ்வாறு உண்டாக்கினார். புகைப்படங்களை ஒளியிலும் கையாள வேண்டும் என்பதற்காக, அவர் அடுத்தபடியாய் ஒளிக்குள் படாத வெள்ளி உப்புகளைக் கழுவுவதற்காக உப்பு நீரைப் பயன்படுத்தினார். அதன்பிறகும் அவை கறுத்து மெல்ல மறைந்தன.

இந்நிலையில் 1839 ஜனவரியில் ஒருநாள் டாகரின் கண்டுபிடிப்பு அறிவிக்கப் பட்டது. டால்பட்டை விடச் சிறிதளவே இத்துறையில் செய்திருந்த டாகர் பெரும் புகழ் பெற்றுவிட்டார். டாகர் தன் கண்டுபிடிப்பின் செயல்முறை பற்றி விவரமாய் எதுவும் கூறாததால், டால்பட்டு இதில் முந்திக் கொள்வதற்கு விரைந்தார். அவர் இலண்டனிலுள்ள இராயல் கழகத்தில் (*Royal Institute*) ஜனவரி 25 அன்று ''ஒளியினால் வரைந்த படங்கள்'' (*photogenic drawings*) என்ற பெயரில் தன் புகைப்படங்களைக் காட்சிக்கு வைத்தார். அதன்பிறகு, பிறரும் தன் செயல்முறைகளைக் கையாள வேண்டுமென்பதற்காகப் போதிய செய்திகள் அடங்கிய தொழில்நுட்ப அறிக்கைகள் இரண்டையும் வெளியிட்டார்.

டாகருக்கும் டால்பட்டிற்கும் பிறகு புகைப்படமெடுக்கும் முறையில் மிகப் பெரிய சீர்திருத்தங்களும் முன்னேற்றங்களும் ஏற்பட்டுவிட்டன.

1839

வரலாற்றுப் புள்ளிகள்

1. அரசியல்

(அ) சீனத்தில் அபின் போர் தொடக்கம் (1839-1842)

அயல் வணிகர்களான ஐரோப்பியர்கள் சட்டத்திற்குப் புறம்பாய்க் கொண்டு வந்து, கேண்டன் பட்டினத்துக் கிட்டங்கிகளில் அடுக்கி வைத்திருந்த சுமார் ஆறு மில்லியன் டாலர் மதிப்புள்ள இந்திய அபினை அழிக்குமாறு சீன உயர் அரசலுவலரான லின் சே சூ (*Lin Tse-hsu*) 1839 ஆம் ஆண்டு ஆணை பிறப்பித்தார். முன்னர் கேண்டன் என்று வழங்கிய குவாங்கு சூ பட்டினத்தில் ஐரோப்பியர் வாணிபம் செய்யும் உரிமை நீடிக்க வேண்டும் என்பதற்காக அபின் பற்றிய சீனக் கொள்கையைச் சாக்காய் வைத்துப் பிரிட்டன் இந்த அபின் போரைத் தொடங்கியது.

மேற்கத்தி மருத்துவர்கள் அபினைப் பல வழிகளில் பயன்படுத்தினர். ஆனால் கிழக்கிந்தியக் கம்பெனி சீன மக்களை அபினுக்கு அடிமையாகும்படி செய்தது. இக்களஞ்சிய வரிசையில் நெடுகிலும் பிரிட்டிசாரின் ''நேர்மையற்ற'' இவ்வாணிபம்

பற்றிக் கூறிவருகின்றோம் (இ.ச.க. தொகுதி-7 : 1770 கட்டுரை. இ.ச.க.தொகுதி-8 : 1773 கட்டுரை இ.ச.க.தொகுதி-13: 1826 புள்ளி) இக்கட்டுரைகளில் அபின் பற்றிய வரலாறும் செய்திகளும் காணக் கிடைக்கும். இங்கு மேலும் சில செய்திகளைப் படிக்கலாம்.

தாயகம் எகிப்து?

அபினின் தோற்றுவாய் எகிப்து என்பர். அங்கு நைல் ஆற்றங்கரையிலுள்ள தீபஸ் பகுதியெங்கும் விளைக்கப்பட்ட அபின் ஏடனிலிருந்து கீழை நாடுகளுக்குப் பெரிய அளவில் ஏற்றுமதியானது என்பர். இஸ்லாத்தொடு அபினும் பாரசிகம், மலேயம் இந்திய நாடுகளில் பரவியது என்றொரு கருத்தும் உண்டு.

அக்பரும் அபினும்

இந்தியத்தை அடைந்த அபின் என்ற கம்புகம் மாளவம், பிகார், வங்கம் முதலிய இடங்களில் பரவியது. அபின் கிட்டத்தட்ட 15 ஆம் நூற்றாண்டு முதல் இந்தியத்திலிருந்து அயல்நாடுகளுக்கு ஏற்றுமதியாகின்றது என்று அறிகின்றோம். முகலாய அரசரான அக்பர் (1542-1605; ஆ.கா 1556-1605) பெசாவர்ச் சந்தை வழியே சென்ற பொதிவிலங்குகளில் அபினை ஏற்றிப் பாரசிகத்திற்கும் நடுக் கிழக்கு நாடுகளுக்கும் அனுப்பியிருக்கின்றார். எனினும் அபின் வணிகம் பேராதயம் தந்தது பதினெட்டாம் நூற்றாண்டிலேயாம். அதற்கு அப்போது சந்தையாய் வாய்த்தது சீனப் பெருநாடாகும்.

போர்த்துக்கீசர் பதினேழாம் நூற்றாண்டின் தொடக்கத்தில்தான் சீனத்திற்குப் புகையிலையைக் கொண்டு சென்றனர். அதற்குச் சிறிது காலத்திற்கு பின் அபின் கலந்த புகையிலை சீனத்தில் கிடைத்தது. சீனம் அபினிச் செடியை அறிந்திருந்ததெனினும், அது மனிதரைக் கொடிய போதைக்கு அடிமையாக்கவல்லது என்பது பிற்காலத்தில் தான் தெரிந்தது. சீன அரசு அபின் இறக்குமதியை 1729 இல் தடை செய்தது.பொது இடங்களில் அபின் விற்பதைத் தடுக்கும் ஆணையைப் பேரரசர் யுங்கு செங்கு பிறப்பித்தார். (இ.ச.க. தொகுதி-3 : 1729 கட்டுரை)

அதனால் அபினி வணிகம் கள்ள வழியில் நடக்கத் தொடங்கியது. இத்தீச் செயலுக்கு இந்தியம் களமானது. கிழக்கிந்தியக் கம்பெனி கள்ளத்தனமாய்ச் சீனத்திற்கு அபின் ஏற்றியதற்கு மார்வாரியரும் பார்சியரும் துணை நின்று ஆதாயமடைந்தனர். அபின் வாணிபத்தில் போர்த்துக்கீசரும் டச்சுக்காரரும் தொடக்கக் காலத்தில் ஈடுபட்டனரெனினும் அதை விரிந்த அளவில் செய்து ஏகபோகமாய் நின்றது கிழக்கிந்தியக் கம்பெனி மட்டுமேயாம்.

சீனத் தேயிலை ஐரோப்பியத்தில் மிகவும் விரும்பிவாங்கப்பட்டது. சீன அரசிற்கு ஐரோப்பியப் பண்டங்கள் பயனற்றனவாயிருந்தன. அதனால் பண்டமாற்றாய்த் தேயிலையை அதனிடமிருந்து பெறமுடியாதிருந்தது. வெள்ளியைக் கொடுத்துத்தான் சீனத் தேயிலையைக் கொள்முதல் செய்ய முடிந்தது. சீனம் வெள்ளியையன்றி வேறு எதையும் வாங்கிக் கொள்ள மறுத்துவிட்டது. வெள்ளி வரவு குறைந்தபின்னரும் கம்பெனி வெள்ளிக்கு மாற்றாய்க் கப்பல்கள், பீரங்கிகள் ஆகியவற்றை அளிக்க முன் வந்ததையும் சீனம் ஏற்கவில்லை.

சீனத் தேயிலையை விற்று ஆதாயம் பார்த்துச் சுவைத்துவிட்ட கம்பெனி வெள்ளிக்கு எங்கே போவது என்று திகைத்து மலைத்தது. சீனத்தில் ஏராளமாய்க் குவிந்து கிடந்த தங்கத்தையும் வெள்ளியையும் சீன வணிகரின் வழியே பெறுவதைத் தவிர

அதற்கு வேறு வழி தோன்றவில்லை. இந்நிலையில் கம்பெனி தனி வணிகர் ஒருவரின் மரக்கலத்தில் இந்திய அபினை மட்டும் கல்கத்தாவில் ஏற்றியது. கள்ளத்தனமாய் இங்ஙனம் ஏற்றிச் சென்ற அபினை வெள்ளிக் கட்டிகளுக்கு மாற்றாய்ச் சீனருக்கு விற்க முன்வந்தது. அபின் நாம் மேலே கூறியவாறு பிகாரிலும், வங்கத்திலும் ஏராளமாய் விளைந்தது. அதை இந்தியத் தரகர்களின் வழியே வாங்கிக் கள்ளத்தனமாய் கம்பெனி சீனத்திற்கு ஏற்றியது. *(இ.ச.க. தொகுதி-8:1773 கட்டுரை) (வங்க நவாபு சிராசுத் தௌலவைப் பிரிட்டிசாரிடம் காட்டிக் கொடுத்த ஒமிச்சந்து பிரிட்டிசாரின் தயவில் அபின் வாணிபத்தில் தனக்கென்று ஏக போகத்தை உண்டாக்க 1756 இல் முயன்றார்.)*

மேற்சொன்ன அபின் கள்ள வாணிபத்தில் கம்பெனியின் கப்பல்கள் ஈடுபடவில்லை. கறுப்புத் தங்கமான அபினைத் தொட்டவர்களிடமெல்லாம் செல்வம் குவிந்தது.

காலப்போக்கில் கிழக்கிந்தியக் கம்பெனி 1833 இல் முதலில் இந்திய வாணிபத்திலிருந்தும் 1834 ஏப்ரலுக்குப் பிறகு சீன வாணிபத்திலிருந்தும் மறைந்துவிடவே, தனிப்பட்ட வணிகர்கள் அபினையும், துணிகளையும் வெகு விரைவில் சீனத்திற்குக் கொண்டு சென்றனர். அவர்கள் அவற்றிற்கு மாற்றாய்ச் சீன வணிகரிடமிருந்து தேயிலையையும் வெள்ளிக் கட்டிகளையும் அள்ளித் தம் கப்பல்களில் போட்டுக் கொண்டு திரும்புவதற்காகவென்றே. ''கிளிப்பர்'' என்ற விரைவேகக் கப்பல்களை இங்கிலாந்தில் கட்டினர். *(clipper : இ.ச.க. தொகுதி-12 : 1815 புள்ளி)* இவை பாய்மரக் கப்பல்களாகும். அவைதாம் புகழ் பெற்ற சீனக் கிளிப்பர்கள் ஆகும். கிளிப்பர்கள் கடற் கொள்ளையரையும் எதிரிகளையும் வெருட்டுவதற்காக மட்டுமன்றி, வேளை வரும் போது போட்டியாளரைத் தாக்கவும் பீரங்கிகள் பொருத்தப்பட்டிருந்தன. இத்தகைய கப்பல்களுக்கு முதலாளிகளாயிருந்த கப்பல் தலைவர்களில் சிலர், இரக்கமற்ற முறையில் கொடிய வழிமுறைகளைக் கையாண்டு தேயிலை, அபின் வாணிகத்தில் மிகப் பெரிய வணிகப் பேரரசுகளை உண்டாக்கினர்.

கேண்டன்-குவாங்குசூ

சீனத்தின் ''விண்ணுலக அரசு'' கேண்டன் நகருக்குள் அடக்கிவைக்கப்பட்டிருந்த அயலாரின் வாணிபத்தை மிகவும் கட்டுப்படுத்தியது. சீனம் மேலையுலக வாணிபத்திற்கென்று கேண்டன் பட்டினத்தை மட்டும் திறந்துவிட்டிருந்தது. ''நாகரிகமற்றவர்களான வணிகர்கள்'' கேண்டனின் சிறு பகுதிக்குள் மட்டும் செயல்படமுடிந்தது. *(Canton : இப்பட்டினம் இன்று குவாங்குசூ (Guangzhou) என்று அழைக்கப்படுகின்றது. இது சீனத்தின் தொன்மையான துறைமுகம், இன்று சீனத்தின் ஆறாவது பெரிய நகராய் விளங்குகின்றது. இப்பட்டினம் முத்து ஆறு (சூஜியாங்கு ஆறு) பாய்கின்ற செழிப்பான வடிநிலப் பகுதியில் அமைந்துள்ளது. இந்நகரம் ஹன் அரச குடியின் காலத்தில் (206 கி.மு.-220 கி.பி.) கடல் வாணிபத்தின் தலையாய பட்டினமானது. போர்த்துக்கீச வணிகர் இப்பட்டினத்திற்கு 1514 ஆம் ஆண்டு வந்தனர். அவர்களைத் தொடர்ந்து பிரிட்டிசார் பதினேழாம் நூற்றாண்டில் வந்தனர். இப்பட்டினம் பின்னர் அபின் வாணிப மையமானது. சீன அரசு அபின் வணிகத்தை தடை செய்த காலத்திலிருந்து, பிரிட்டன் அவ்வாணிபத்தை அங்கு ஊக்குவித்தது.)*

ஐரோப்பிய வணிகர்களால் கேண்டன் வளவைவிட்டு வெளியேறி நாட்டினுள் செல்ல முடியாது. கேண்டனைத் தவிர சீனம் முழுமையுமே அவர்களுக்கு

அடைக்கப்பட்டிருந்தது. பிரிட்டீசு வணிகர்களுக்கு இந்தக் கட்டுப்பாடு மிகுந்த வருத்தம் தந்தது. பரந்த உள்நாட்டினுள் வாணிபத்தை விரிக்க முடியாதது குறித்து அவர்கள் ஏமாற்றமடைந்தனர். அவர்கள் பிரிட்டீசு அரசை அணுகிச் சீனத்துடன் அரசியல் உறவு கொள்ளுமாறு தூண்டினர். சீனம் இதற்கு 45 ஆண்டுகளுக்கு முன்னரே 1794 ஆம் ஆண்டு பிரிட்டனின் தூதுவராய்ச் சென்ற மக்காட்னிப் பிரபுவிடம் அரசியல் உறவு கொள்ள முடியாது என்று மறுத்திருக்கின்றது. (இ.ச.க. தொகுதி-10:1794 கட்டுரை)

சீன அரசு உலக மக்களைத் தனக்கு அடிமைப்பட்டவர்கள் என்று கருதியது. அது தன்னிடம் வரும் அரசியல் தூதர்களைத் தனக்குக் கீழடங்கிய அரசர்களிடமிருந்து திறை கொண்டு வருவோர் என்று தான் கருதியது. அதனால் அது பிரிட்டனுடன் அரசியல் உறவு கொள்வதை ஏற்கவில்லை.

இந்நிலையில் சீன அரசு பெருகிவந்த அபின் இறக்குமதி மீது நடவடிக்கை எடுப்பதென்று 1839 இல் முடிவெடுத்தது. கேண்டனினுள்ள வணிகர்கள் தம்மிடமுள்ள அபினை அழிப்பதற்காக அரசிடம் ஒப்படைக்க வேண்டுமென்றும் அவர்கள் இனிமேல் அபின் வணிகத்தில் ஈடுபடப் போவதில்லை என்று பத்திரம் எழுதித் தரவேண்டும் என்றும் அவர்களைக் கட்டாயப் படுத்தியது.

இது வரம்பு மீறிய நடவடிக்கை என்று பிரிட்டீசு அரசினரும் வணிகரும் கருதினர். இதனால் அங்கு நெருக்கடி முற்றியது. பிரிட்டனுக்கும் சீனத்திற்கும் 1839 ஆம் ஆண்டு நவம்பரில் போர் மூண்டுவிட்டது. இந்தச் சண்டையில் பிரிட்டனின் கடற்படை சீனத்தைத் தோற்கடித்தது. சீனப் பேரரசு அமைதி பேசுவதற்கு இறங்கி வந்தது. அமைதிப் பேச்சின் பிறகு 1842 ஆகஸ்டு 29 அன்று நாங்கிங்கு உடன்படிக்கை கையெழுத்தானது.

நாங்கிங்கு உடன்படிக்கை

Treaty of nanking என்ற நாங்கிங்கு உடன்படிக்கை ஏற்பட்ட நாங்கிங்கு சீனத்தின் நடுக்கிழக்கிலுள்ள துறைமுகப்பட்டினமாகும். யாங்ட்சி ஆற்றின் கரை மீதுள்ளது. இது சீனப் பேரரசின் கோ நகராயும் இலக்கிய மையமாயும் 14 ஆம் நூற்றாண்டு முதல் 17 ஆம் நூற்றாண்டு வரை இருந்தது. இன்று இப்பட்டினத்தின் பெயர் நாஞ்சிங்கு (*Nanjing*). இது ஷாங்காய் நகரிலிருந்து சுமார் 250 கிலோ மீட்டரில் உள்ளது.

இந்த உடன்படிக்கைப்படி சீனம் பிரிட்டனுக்கு ஆங்காங்குத் துறைமுகத்தை (*Hong Kong*) தர வேண்டி வந்தது. அயல்நாட்டினர் வாணிபம் புரிவதற்கென்று அமோய் (*Amoy*), ஃபியூச்சோவு (*Fuchow*), நிங்குப்போ (*Ningpo*), ஷாங்காய் (*Shanghai*), கேண்டன் (*Canton*) என்ற ஐந்து துறைமுகங்களைச் சீனம் திறந்துவிட நேர்ந்தது. இது சீனத்திற்கு மிகவும் பாதகமான உடன்படிக்கை. இதனால் பிரிட்டன் மிகுந்த பலன் அடைந்தது. பிரிட்டனுக்கு 1839 இல் கிடைத்த ஆங்காங்கு நகரம் 1997 ஆம் ஆண்டு சீனத்திடம் ஒப்படைக்கப்பட்டது.

(ஆ) கொச்சி நாடு கம்பெனியுடன் இணைந்தது.

கொச்சி அரசர் பதினொன்றாம் இராமவர்மன் (ஆ.கா. 1837-1844) தவறாய் நடந்து கொண்டார் என்று, கொச்சி நாட்டைக் கம்பெனி ஆட்சிப் பரப்புடன் இணைத்து விட்டதாய் 1839 ஆம் ஆண்டு அறிவிக்கப்பட்டது. அதனால் இந்த அரசின் ஆட்சிப் பொறுப்புக் கம்பெனியின் கைக்குச் சென்றுவிட்டது.

(இ) ஏடன் பிரிட்டீசு இந்தியத்துடன் இணைக்கப்படுதல்

இன்று தென் ஏமன் குடியரசு என்று அழைக்கப்பெறும் நாட்டின் தலைநகராய் இருக்கின்ற ஏடன் (*Aden*) மிகவும் தொன்மையான துறைமுகமாகும். மிகுந்த முக்கியத்துவம் வாய்ந்த ஏடனைப் பிரிட்டிசார் *1839* ஆம் ஆண்டு கவர்ந்து பிரிட்டீசு இந்தியத்துடன் இணைத்துவிட்டனர்.

கி.பி. முதல் நூற்றாண்டினது என்று கொள்ளப்படும் பெரிப்புளூஸ் என்ற கடலோட்டக் கையேடான நூலில் ஏடன் துறைமுகம் பற்றியும் கூறப்படுள்ளது. (The Periplus of the Erithrean sea- எரித்திரியக் கடலைச் சுற்றி) ஏடன் நெடுங்காலமாய் இந்தியத்திலிருந்து வரும் வணிகர்கள் கூடும் சந்திப்பாய் இருந்ததால் அது இப்பெயர் பெற்றது என்று பெரிப்புளூஸ் விளக்குகின்றது.

ஏடன் கடல் வழியிலும் மேற்குக்கரை நோக்கிச் செல்லும் நில வழியிலும் அமைந்திருப்பதால், அது மிகுந்த தனிச்சிறப்புரிமையுடைய இடத்தைப் பெற்றிருக்கின்றது. செங்கடல், தென்மேற்கு அரேபியத்தில் செங்கடலின் கரைமீதுள்ள ஏமன் கடற்கரைகள், ஹதரமௌத்து ஆகியவற்றுக்குச் செல்லும் தலை வாயிலாய் ஏடன் இருக்கின்றது. (செங்கடல், அரேபியத்திற்கும் வடமேற்கு ஆப்பிரிக்கத்திற்கும் நடுவிலுள்ள குறுகலான கடல். ஹதரமௌத்து-*Hadramaut:* தென் ஏமனின் கிழக்கேயுள்ள சமவெளிப் பகுதி.) ஆண்டுதொறும் கோடைக் காலத்தில் இந்தியத்தினுள் மரக்கலங்களை உந்தித் தள்ளும் காற்றுகள் வீசுகின்ற மண்டலத்தில் அமைந்துள்ள இக்கடல் வழித் தடங்கள் ஏடன் வழியே சென்று மக்கத்திலும் அதற்கப்பாலும் ஒருமுகப்படுகின்ற குறுக்கும் நெடுக்குமான சாலைகளும் பொது வாணிபத் தடங்களும் அடங்கிய நில வழிகளொடு சேர்ந்து முழுமையடைகின்றன. இந்துமாக் கடலையும், நில நடுக்கடலையும் இணைக்கும் ஓர் இணைப்பு ஏடனுக்கும் காசாவிற்கும் இடையில் இருந்தது. (Gaza-நில நடுக்கடலின் தென் கிழக்கு மூலையிலுள்ள கரையோரப் பகுதியிலிருக்கும் நகரம்)

1839

ஏடன் அவிந்து போன ஓர் எரிமலை இருந்த இடத்தில் கட்டப்பெற்றது. அது ஒரு காலத்தில் தீவாயிருந்தது. வேலை ஏற்றத்தின் போது கடல் நீரால் மூடப்படும் பூசந்தி (நில இடுக்கு) ஒன்றொடு ஏடன் அப்போது இணைந்திருந்தது. மலையிலுள்ள ஓர் இடுக்கு உள்நாட்டு வழித்தடங்களுக்கு வழிவிட்டது. இங்கு கோட்டைகளும் கொத்தளங்களும் உள்ளன. ஓர் உயர்ந்த கல் மாளிகையைச் சுற்றிலும் மதில்கள் எழும்பியிருந்தன. அங்கு பள்ளிவாசல்களும் நீர்த் தேக்கங்களும் உள்ளன. அங்கு பண்டைக்காலத்திலிருந்தே குடியேற்றங்களும் தொடர்ந்தமையால் மக்கள் பொதுப் பற்றுடையோராயிருந்தனர். ஆசியத்தில் இஸ்லாம் பரவியமையால், ஏடன் வணிகரை மட்டுமன்றிப் புனித நகரங்களுக்குச் சென்ற முஸ்லிம் பயணிகளையும் தன்பால் ஈர்த்தது.

வடமேற்காப்பிரிக்கப் பகுதியான மகரபிற்கும் ஐரோப்பியத்திற்கும் சென்ற மணக்காரப் பொருள்கள் அனைத்தும் கிட்டத்தட்ட ஏடனின் சுங்கச் சாவடிகள் வழியே தான் சென்றன. (*Maghreb or, Maghrib :* மொராக்கோ, அல்ஜிரியம், துனிசியம், சிலவேளைகளில் லிபியமும் அடங்கிய நிலப்பரப்பிற்கு மகரபு என்று பெயர். இந்த அரபுச் சொல்லுக்கு மேற்கு என்று பொருள்.) அங்ஙனம் ஏடனில் இறங்கிய பொருள்கள் அங்கிருந்து ஜித்தாவிற்கு ஏற்றியனுப்பப்பட்டன. ஜித்தாவைக் குறுகலான கால்வாய்கள் வழியே சென்றுதான் அடைய முடியும். ஜித்தாவில் தன் கீழையுலகப் பண்டங்களும் ஐரோப்பியப் பண்டங்களும் மாற்றிக் கொள்ளப்பட்டன. (*Jidda or Jedda:* சவூதி

அரேபியத்தின் மேற்கிலுள்ள துறைமும். செங்கடலில் ஹெஜாஸ் மாநிலத்திலுள்ளது. மக்கம் இங்கிருந்து சுமார் எண்பது கிலோ மீட்டரில் உள்ளது. ஜித்தாவில் இறங்கித்தான் மக்கம் செல்ல வேண்டும்.)

ஜித்தாவில் கிடைத்த சுங்கத் தீர்வை வருவாய் குறித்து ஹெஜாஸ் (*Hejaz*)செரீபுகளுக்கும் மாமிலூக்குகளின் முகவர்களுக்கும் அடிக்கடி சச்சரவு நடந்து வந்தது. (ஹெஜாஸ் என்பது செங்கடல். அக்குவாப வளைகுடா ஆகியன நெடுகிலும் அமைந்திருந்த முடியரசு. அது இக்காலகட்டத்தில் தன்னாட்சி செய்த முடியரசாயிருந்தது. இதன் தலைநகரம் மக்கம். இம்மாநிலம் மையச் சவூதி அரேபியத்துடன் 1932 ஆம் ஆண்டு இணைக்கப்பட்டது.)

ஜித்தா வந்திறங்கிய சரக்குகள் பின்னர் செங்கடலின் பாறை இடுக்குகள் வழியே செல்லத்தக்க சிறு தோணிகளில் ஏற்றப்பட்டுச் சூயசிற்குப் போகும். அங்கு அலெக்சாந்திரியத்திற்கும் லெவண்டின் துறைமுகங்களுக்கும் செல்வதற்காகப் பொதி வணிகக் கூட்டங்கள் காத்திருக்கும்.

கிழக்குக் கரையில் நடந்த ஏடனின் போக்குவரவு மிகவும் நெருக்கமான முறையில் எரித்திரியன், சோமாலியம் ஆகியவற்றின் துறைமுகங்களோடு தொடர்புடையதாகும். அதாவது அயிதாப, சவாக்கின், தஹ்லக்கு, செயல், பெர்பெரா (*Aydhab, Sawakin, Dahlak, Zeila and Berbera*) ஆகிய துறைமுகங்களுடன் தொடர்பு கொண்டிருந்தது.

இத்துறைமுகங்கள் எத்தியோப்பியத்திலிருந்து வந்த யானைத் தந்தம், உணவுப் பொருள்கள், அடிமையர் முதலியவற்றில் வாணிபம் செய்தன. ஏமன், ஹதரமௌத்து ஆகியவற்றின் துறைமுகங்களுடன் ஏடனுக்குக் கிழக்கில் தொடர்பிருந்தது. மேற்சொன்ன இருபகுதிகளும் கரையோர மலைத் தொடரையடுத்து அமைந்திருந்த மையால், அம்மலைகளிலிருந்து நாடோடி அரபுகளான பெடுவின்கள் கொண்டு வந்த நறுமணப் புகைப் பொருள்களொடு குதிரைகளும் வந்து ஏற்றுமதியாயின. இக்குதிரைகள் ஓர்மசுத் தீவிலிருந்து வந்தவற்றைவிட மிக அருமையானவையாயிருந்தன (*Hermuj or Ormuz* : ஈரானின் தென்கிழக்குக் கரையிலுள்ள சிறு தீவு. இது வரலாற்று இடைக் காலத்தில் மிகப் பெரிய வாணிப மையமாயிருந்தது. இத்தீவு சுமார் 44 சதுர மைல் பரப்புடையது.) இங்கிருந்து வந்த குதிரைகளை இந்திய அரசர்கள் பொன் கொடுத்து வாங்கினர்.

இச் செய்திகளிலிருந்து ஏடனின் சிறப்பும் அது அமைந்திருந்த இடத்தின் முக்கியத்துவமும் புலனாகும்.

2. அறிவியல்

(அ) ஓசோன் கண்டுபிடிப்பு

ஓசோன் (*ozone*) என்பது மிகு வேதி வினையுள்ள நீல நிற வளி. ஒலியிலா மின்னிறக்கத்தின் வழியே ஆக்சிஜனைச் செலுத்தி இதைப் பெறலாம். இது வெளுக்கும் பொருள், புழுக்கொல்லி, காற்றையும் நீரையும் தூய்மையாக்க வல்லது.

இதன் வேதிக்குறி O_3. அடர்த்தி 2.14 கிலோ கிராம்/ மீ^{3}. உருகு நிலை 192^0 செ. கொதிநிலை 110.51^0 செ. கிரேக்க மொழியில் கமழ் என்ற பொருளைத்தரும் சொல்லிலிருந்த ஓசோன் என்ற இந்த ஜெர்மன் சொல் ஆக்கப்பட்டது.

ஜெர்மன்-சுவிட்சர்லாந்திய வேதியலாரான காரல் குஸ்தாவு மோசண்டர் (*Carl Gustav mosander*) 1839 ஆம் ஆண்டில் ஓசோனைக் கண்டுபிடித்தார்.

(ஆ) லாந்தனம் கண்டுபிடிப்பு

லாந்தனம் (*Lanthanum*) அடித்து நீட்டத்தக்க வெண்ணிறத் தனிமம். இது லாந்தனைடு என்ற தனிமக் கூட்டத்தைச் சேர்ந்தது. இது பாஸ்டனிசைட்டு (*bastanaesite*), மோனோசைட்டு (*monozite*) ஆகிய கனிமங்களிலிருந்து பெறப்படுகின்றது. இதை வெப்ப உலோகக் கலவைகளிலும் மின்னனுக் கருவிகளிலும் கண்ணாடி செய்வதிலும் பயன்படுத்துகின்றனர்.

இதன் வேதிக் குறி *La.* அணு எண் 57. அணு எடை 138.91. இணைதிறன் 3. ஒப்படர்த்தி 6.17. உருகுநிலை 920^0 செ.கொதிநிலை 3454^0செ.

லாந்தனீன் (*Lanthanein*) என்ற கிரேக்கச் சொல்லுக்குக் கண்ணுக்குத் தெரியாமல் கிடப்பது என்று பொருள். இச்சொல்லிலிருந்து இத்தனிமத்திற்கு லாந்தனம் என்று பெயரிட்டனர்.

இதை மேலே கூறிய மோசான்டர் 1839 இல் கண்டுபிடித்தார்.

3. சமயம்

(அ) ஜி.யூ.போப்பு இந்தியம் வந்தார்

இங்கிலாந்தின் தென்கிழக்கில் அமைந்திருக்கும் மலைப்பாங்கான பகுதிக்குக் காரன்வால் (Cornwall) என்று பெயர். அதனுள் சிசிலித் தீவுகளும் அடங்கும். தமிழ்நாட்டிற்கு 1839 ஆம் ஆண்டு சமயத் தொண்டு புரிய வந்திருந்த ஜார்ஜ் யூக்குளோ போப்பு (1820-1908) என்ற ஜி.யூ.போப்பு அந்தப் பகுதியிலிருந்து வந்தவர். அவரை வெஸ்லியன் மெதாடிஸ்டுத் திருச்சபைச் சங்கம் என்ற சமயப் பரப்பு அமைப்பு தமிழகத்திற்கு அனுப்பியது.

ஜி.யூ.போப்பு

போப்பும் கால்டுவெல்லைப் போன்று இங்கிலாந்துத் திருச்சபையே தனக்கு ஏற்ற தொண்டு அமைப்பு என்று முடிவெடுத்தார். அவர் அந்த அமைப்பில் சேர்ந்து திருநெல்வேலி மாவட்டத்திலுள்ள சாயர்புரம் என்ற ஊரில் 1842 ஆம் ஆண்டு பணி தொடங்கினார். (சாயர்புரத்தின் அருகிலுள்ள சுப்பிரமணியபுரம் என்ற ஊரிலும் அதைச் சுற்றியிருந்த வேறு சில சிற்றூர்களிலும் கிறித்தவம் தழுவிய நாடார் சமூகத்தினருக்கு மிகுந்த தொல்லைகள் உண்டாயின. அவர்களனைவரும் குடியிருப்பதற்குச் சமயத் தொண்டர்கள் ஓரிடம் தேடினர். அப்போது

பாளையங்கோட்டையில் வணிகம் செய்து வந்த சாமுவல் சாயர் என்ற ஆங்கில வணிகர் சாண்பத்து என்ற பகுதியைச் சுற்றிலும் 150 ஏக்கர் நிலத்தை விலைக்கு வாங்கி, அதைத் தொண்டர்களுக்கு அளித்தார். அப்பகுதியைக் கொடை கொடுத்தவரின் பெயரால், அது சாயர்புரம் ஆனது. இவ்வூர் சீவை குண்டத்திற்கும் தூத்துக்குடிக்கும் இடையிலுள்ள பெருங்குளத்தில் கட்டப்பட்டிருக்கும் பெருங்குளம் அணைக்கட்டிற்கு எதிர்க்கரையிலுள்ள பண்ணையார் வளைவிலிருந்து சுமார் ஐந்து கிலோ மீட்டர். தூத்துக்குடியிலிருந்து சாயர்புரம் 23 கிலோ மீட்டர். கடற்கரையிலிருந்து எட்டுக் கிலோ மீட்டர்.)

போப்பு விரிந்தகன்ற கல்வியறிவுடையவராயும் தமிழில் கற்றுத் துறை போகிய பேரறிஞராயும் அருமையான ஆசானாயும் விளங்கினார்.

போப்பு 1844 ஆம் ஆண்டில் சாயர்புரம் செமினரி என்ற கல்விக் கூடத்தைத் தொடங்கினார். இங்கு பல ஐரோப்பிய மொழிகள் கற்றுத் தரப்பட்டன. ஆக்ஸ்ஃபோர்டுப் பல்கலைக்கழகம் இந்தச் செமினரியின் பெருமையை உணர்ந்து, இங்கு ஒரு நூல் நிலையத்தை அமைக்க 1848 இல் பொருளுதவி செய்தது. (இது 1880 முதல் 1882 வரை கல்லூரியாயிருந்தது. பின்னர் 1930 முதல் போப்பு நினைவுப் பள்ளி என்ற பெயரில் நடைபெற்று வருகின்றது. இக்கல்வி நிறுவனத்தின் நூற்றாண்டு விழா 1944 இல் நடந்தது. பழைய மாணவர்களின் நன்கொடையில் கே.காமராசரின் பெயரால் இங்கு நூற்றாண்டு விழா மண்டபம் கட்டப்பட்டுள்ளது. டாக்டர் போப்பு படித்த தமிழ் நூல்கள் போப்பு உயர் நிலைப்பள்ளியில் உள்ளன.)

போப்பு பின்னர் ஆக்ஸ்ஃபோர்டுப் பல்கலைக்கழகத்தில் இருபதாண்டுகள் தமிழ்ப் பேராசிரியராயிருந்தார். அவர் திருக்குறள்,நாலடியார், திருவாசகம் ஆகியவற்றையும் புறநானூறு, புறப்பொருள் வெண்பா மாலை ஆகிய நூல்களின் சில பகுதிதகளையும் மணிமேகலை கதையையும் ஆங்கிலத்தில் மொழி பெயர்த்துள்ளார். தமிழர் இவரை போப்பையர் என்று சிறப்பித்து அழைக்கின்றனர்.

(ஆ) கிறித்தவ மதமாற்றத்திற்குப் பார்சியர் எதிர்ப்பு

பம்பாய் பிரிட்டீசு ஆட்சியில் செல்லப் பிள்ளையாகவே எப்போதும் இருந்துவந்திருக்கின்றது. அது கிறித்தவ சமயப் பரப்பு அமைப்புகளைப் பொருத்தும் உண்மையாகவே இருந்தது. இம்மாநிலத்தில் எஸ்.எம்.எஸ். (*S.M.S*) என்ற ஸ்காத்திய மிசன் சங்கம் (*Scotish Mission Society*) இக்காலத்தில் சமயப் பணியில் ஈடுபட்டிருந்தது. அந்த அமைப்பு சமயப் பணிக்கென்று ஜான் வால்சன் (1804-1875) என்பவரை 1828 ஆம் ஆண்டில் பம்பாய்க்கு அனுப்பியது. அவர் இந்தியத்தில் 47 ஆண்டுக்காலம் சமயப்பணி செய்தார்.

அவர் இம்மாநிலத்தில் இருந்து பணி செய்த காலத்தில் பார்சியர் எனப்படும் ஜராதுஷ்டிர சமயத்தவர் கிறித்தவம் தழுவினர். பம்பாயில் நெருப்பை வழிபடும் ஜராதுஷ்டிர சமயஞ்சார்ந்த பார்சியர் என்ற மக்கள் வாழ்கின்றனர். (இச்சமயத்தை நிறுவிய ஜராதுஷ்டிரர் 628-551 கி.மு. காலத்தில் பழம் பாரசிகத்தில் வாழ்ந்தவர்) இம் மக்கள் ஒரு கடவுள் கொள்கையினர். குருதிப் பலியை விட ஒருவர் தன்னையே தியாகம் செய்வது தான் சிறந்தது என்று ஜராதுஷ்டிரர் கற்பித்திருந்தார்.

திருத்தூதர் நபிகள் இறந்து ஐந்தாண்டுகளான பின்னர், அரேபியர் பாரசிகத்தை 637 ஆம் ஆண்டில் கைப்பற்றினர். இஸ்லாத்திற்கு முந்திய பாரசிகத்தின் பழஞ்சிறப்பு எல்லாம் இருண்ட காலம் என்று அப்போது பறை சாற்றப்பட்டது. பாரசிகர் இஸ்லாந்

தழுவியதும் தம்மைத் தூய முஸ்லிம் என்று கருதலாயினர். அதனால் பாரசிகத்தைத் தாயகமாய்க் கொண்ட ஜராதுஷ்டிர சமயத்தவர் துன்புறுத்தப்பட்டனர். எனினும் அவர்கள் இஸ்லாத்திற்கு அடிபணியாது பாரசித்தை விடுத்துச் சுமார் 760 ஆம் ஆண்டு வாக்கில் இந்தியத்திற்குப் புறப்பட்டனர். அவர்களுக்கு இங்கு மேற்குக் கரையிலிருந்த அரசர்கள் புகலிடம் தந்தனர். அம்மக்களுக்குக் குஜராது புதிய தாயகமானது. அவர்கள் குஜராத்தி மொழியைப் பேசினர். குஜராத்திப் பெண்களை மணந்து செழித்தனர்.

பம்மாய் நகரம் அமைந்த போது குஜராத்திலிருந்த செயல் முனைப்புள்ள பார்சியர் பம்பாயில் குடியேறினர். பம்பாயின் வளர்ச்சியில் பார்சியரின் பங்கு பெரியது. பார்சியர் தம்மை இந்தியரை விட மேலானோர் என்று எண்ணிக் கொண்டு ஆங்கில நடையுடை பாவனை, பழக்கவழக்கம் அனைத்தையும் மாற்றிக் கொண்டு பிரிட்டிசாரின் அன்பிற்குரியரானார். எனினும் அவர்கள் தம் சமய நம்பிக்கையிலிருந்து சற்றும் மாறினாரிலர்.

மேலே கூறிய ஸ்காத்திய மிசனைச் சேர்ந்த ஜான் வில்சன் பம்பாய்க்குவந்து பார்சியரின் சமயம், மொழி ஆகியவை பற்றி ஆராய்ந்து ஆங்கிலத்தில் ஒரு நூல் எழுதினார். அது 1843 ஆம் ஆண்டு வெளிவந்தது. வில்சன் பம்பாய்க்கு வந்த காலத்தில் அங்கு கல்வி நிலை மிகவும் தாழ்ந்திருந்தது. அரசு கல்விக்காக எம் முயற்சியும் மேற்கொள்ளாதிருந்தது. அவர் கிறித்தவ சமயத்தைப் பரப்புவதற்குக் கல்வியை நல்ல கருவியாய்க் கொள்வது சிறப்பு என்பதைக் கண்டார்.

பார்சியர் தம் சமயத்தவர்களை வேற்றுச் சமயத்திற்கு மாற்றலாகாது என்பதில் உறுதியாயிருந்தனர். ''ஒரு பார்சியை மதம் மாற்றிவிடலாம் என்று நீங்கள் கனவு கூடக் காணமுடியாது. ஏனெனில் தொட்டிலில் கிடக்கும் பார்சிக் குழந்தை கூட வணக்கத்திற்குரிய ஜராதுஷ்டிரர் மீது அசைக்க முடியாத நம்பிக்கை வைத்திருக்கும்'' என்று பார்சியர் கூறிவந்தனர்.

1839

பம்பாயில் ஸ்காத்தியக் கிறித்தவ அமைப்பு 1835 இல் ''பம்பாய்க் கல்லூரி'' என்ற உயர் கல்விக் கூடத்தைத் திறந்ததும் அதில் ஏராளமான பார்சிப் பிள்ளைகள் சேர்ந்தனர். அவர்களின் எண்ணிக்கை 1839 இல் அங்கு 106 ஆக இருந்தது. அந்த ஆண்டில் மூன்று பார்சிப் பிள்ளைகள் தமக்குத் திருமுழுக்குச் செய்வித்துத் தம்மைக் கிறித்தவராய் ஏற்க வேண்டுமென்று சமயத் தொண்டரை அணுகினர்.

அம்மூவருள் இளையவரான தன் ஜீபாய் நவரோசிற்குப் பதினாறரை வயது தான் இருக்கும். இக்காலத்தில் பதினாறு வயதில் ஒருவர் சட்டப்படி வயது வந்தவராய் ஏற்றுக் கொள்ளப்படவில்லை.

ஹோர் மஸ்தஜி பெஸ்தோன்ஜிக்குப் பத்தொன்பது வயது: அவருக்கு மணமாகி ஒரு குழந்தை இருந்தது.

பிராம்ஜி பகமான்ஜிக்கும் வயது பத்தொன்பது.

அவர்களுக்குத் தீக்கை கொடுத்துச் சமயம் மாற்றியது வெளியே தெரிந்தால் பெரிய அமளி உண்டாகும் என்பதை வில்சன் நன்கு அறிந்திருந்தார். ஆதலால் பார்சி மக்களுக்குச் சினத்தை உண்டாக்கும்படி நடந்துகொள்ள வில்சன் விரும்பவில்லை. ஆனால் பார்சிப் பிள்ளைகள் கிறித்தவ சமயத்தின் மீது மெய்யான பற்றுக் கொண்டுள்ளனர் என்பதை அவர் அறிந்ததும், தன்ஜீ பாய்க்கு 1839 மே முதல் நாளன்றும் ஹோர் மஸ்தஜிக்கு அடுத்த ஞாயிற்றுக்கிழமையும் திருமுழுக்குச் செய்வித்துச் சமயம் மாற்றிவிட்டனர்.

வில்சன் என்னென்ன நடக்குமென்று எதிர்பார்த்தாரோ அவை அத்தனையும் நடந்தன. சமயத் தொண்டர்களுக்கு எதிராய் நீதிமன்றத்தில் வழக்குத் தொடரப்பட்டது. ஆனால் கிறித்தவ சமயப்பரப்பியர் மீது தொடுக்கப்படும் எந்த வழக்கும் நீதிமன்றத்தில் நில்லாது என்று சட்ட வல்லுநர் கருத்து கூறினர். ஏனெனில் சமயத் தொண்டர்கள் சட்ட வரம்பிற்குள்பட்டு மிகுந்து கவனத்தொடு நடந்திருந்தனர்.

ஆதலால் சமயக் கல்வி இடம் பெறாத போட்டிப் பள்ளிகளை நிறுவப் பார்சியர் திட்டமிட்டனர். கல்கத்தாவில் போலவே பம்பாயிலும் தகுதிவாய்ந்த ஆசிரியர்கள் கிடைக்காமற்போகவே தனிப்பள்ளிகளை அமைக்கும் திட்டம் கைவிடப்பட்டது.

அடுத்துப் பார்சிப் பிள்ளைகளைப் பள்ளிக்கு அனுப்புவதில்லை என்று முடிவு செய்தனர். அதன் விளைவாய் 285 ஆக விருந்த பள்ளிப் பிள்ளைகளின் எண்ணிக்கை ஒரே நாளில் 75 ஆகக் குறைந்தது. பார்சிப் பிள்ளைகள் பள்ளிக்கு அனுப்பப்படவேயில்லை.

எனினும் இது வெகு நாள் நீடிக்கவில்லை. எத்தனை பிள்ளைகள் சேராமல் நின்றனரோ, அவர்களை விட அதிகமான பார்சிப் பிள்ளைகள் கிறித்தவப் பள்ளியில் சேரலாயினர்.

இதற்கிடையே பிரிட்டிசு நாடாளுமன்றத்திடம் முறையிட்டு, இனிமேல் சமயப் பரப்பியரை இந்தியத்திற்கு அனுப்பவேண்டாம் அல்லது அவர்கள் அனுப்பப் பட்டாலும் மதம் மாற்றும் வேலையில் ஈடுபடுவதைத் தடுக்க வேண்டும் என்று மன்றாடுவதற்குப் பார்சியர் திட்டமிட்டனர். ஆனால் இந்திய அரசு அது குறித்து நடவடிக்கை எடுக்க மறுத்துவிட்டது. ஏனெனில் வரையறுத்த பொதுச் சட்ட *(1832)* வரம்பிற்கு முரணாய் எதுவும் நடைபெறவில்லை என்று அரசு குறிப்பிட்டது.

1839

4. கலை, இலக்கியம்

(அ) திருவிதாங்கூர் அரசின் முதல் அச்சகம்

திருவிதாங்கூர் நாட்டரசு முதல் அரசு அச்சகத்தை *1839* ஆம் ஆண்டு திருவனந்தபுரத்தில் அமைத்தது.

(ஆ) அசாமி மொழி இலக்கணம்

வில்லியம் இராபின்சன் என்ற ஆங்கிலேயர் *1839* ஆம் ஆண்டில் ''அசாமி மொழி இலக்கணம்'' *(A Grammar of Assamese Lannguage)* என்ற இலக்கண நூலை எழுதினார். *(இ.ச.க.தொகுதி-13)*

(இ) பாரசிக மொழி இதழ்கள்

ஆங்கிலம் நீதிமன்றங்களில் ஆட்சிமொழியாய் ஏற்கப்பட்டு இக்காலத்தில் வழங்கி வந்த போதிலும் பாரசிக மொழி தொடர்ந்து பேச்சு வழக்கிலும் செய்தித் தொடர்பிலும் பரவலாய்ப் பயன்பட்டு வந்தது. அதனால் இக்காலத்தில் கல்கத்தாவிலிருந்து பாரசிக மொழியில் ஐந்து இதழ்கள் வெளிவந்தன.

1. ஜாமி ஜகான் நூமா-இது சிறிது காலம் அரசின் ஆதரவு பெற்ற இதழாய் வெளி வந்தது.
2. அயினி சிக்கந்தர்

3.மகி ஆலம் அஃபரோஸ்

4.மிகர் முனீர்

5.சுல்தான்-உல்-அக்பர்.

கல்கத்தாவிலிருந்து 1839 ஆம் ஆண்டில் 26 ஐரோப்பிய மொழி இதழ்கள் வெளியாயின. அவற்றுள் ஆறு நாளிதழ்களாகும். இந்திய மொழி இதழ்களில் ஆறு வெளி வந்தது.

பம்பாயிலிருந்து பத்து ஐரோப்பிய மொழி இதழ்களும் நான்கு இந்திய மொழி இதழ்களும் வெளியாயின.

சென்னையில் ஒன்பது ஐரோப்பிய மொழி இதழ்கள் வெளிவந்தன. லூதியான, டெல்லி, மௌல்மீன் (பர்மா), ஆக்ரா, செராம்பூர் ஆகிய ஊர்களில் ஒவ்வொன்றிலிருந்தும் ஓர் இதழ் வெளிவந்தது.

5. தொழில், வாணிபம், வேளாண்மை

1839

இலங்கைக்குக் கல்கத்தாவிலிருந்து தேயிலை விதை கன்று

கல்கத்தாவிலுள்ள தாவரவியல் பூங்கா 1786 ஆம் ஆண்டு அமைக்கப்பட்டது. (இ.ச.க. தொகுதி-9 : 1786 புள்ளிகள்) இங்கிருந்து 1839 ஆம் ஆண்டில் இலங்கைக்குத் தேயிலை விதைகளும் கன்றுகளும் அனுப்பப்பட்டன. இதற்கு இருபத்தெட்டாண்டு களுக்குப் பிறகு 1867 ஆம் ஆண்டில் தேயிலை இலங்கையில் வலுவாய் வேரூன்றி விட்டது. இன்று (1998) இலங்கைக்குப் பெரும் பொருள் வருவாய் தருவது தேயிலையாகும்.

இக்கால கட்டத்தில் தேயிலை பற்றிய செய்திகள் மிகுதியாய்க் காணப்படுவதைப் படிப்பாளிகள் உணர்ந்திருக்கலாம். வாணிப வல்லாளரின் முதன்மையானவர்களாய் விளங்கும் பிரிட்டிசார் தேயிலை அளித்துவந்த சீனத்திடமிருந்து, அதன் பெருகிய வாணிபச் சந்தைக்குப் போதிய அளவினதாய்த் தேயிலை கிடைக்கவில்லை. அதனால் பிறவழிகளிலும் தேயிலைப் பெறுவதற்குப் பிரிட்டன் மிகவும் முயன்றது. அதன் இலக்கு இப்போது இந்தியமாகிவிட்டது. இலங்கையும் அதன் இலக்காகின்றது.

6. போக்கு வரவு

(அ) மெய்யான முதல் சைக்கிள்

ஸ்காத்லாந்திலுள்ள டம்ஃபிரிஸ் (*Dumbries*) என்ற இடத்தில் ஆக்கமான முதல் சைக்கிள் 1839 ஆம் ஆண்டில் செய்யப்பட்டது. அதைக் கோட்டுஹில் (*Courthill*) என்ற ஊரைச் சேர்ந்த 29 வயதுக் கரு மானனான கிர்க்குப்பேட்டிரிக்கு மேக்மில்லன் (*Kirckpatrick Mac Millan*) செய்தார். அவர் வண்டியை மிதித்து இயக்கும் முறையையும் நிறுத்தத் தடையையும் இதில் இணைத்தார். சார்பிரௌன் (*Sauerbrown*), நியப்ஸ் (*Neipce*) என்ற பிரஞ்சுக்காரர் இருவரும் (இ.ச.க.தொகுதி-12 :1816 புள்ளிகள்) வடிவமைத்திருந்த சக்கரங்கள் இதில் பூட்டப்பட்டிருந்தன. மேக்மில்லனின் சைக்கிள் எடை 57 இராத்தல்; முன் சக்கரம் 32 அங்குலம், பின் சக்கரம் 42 அங்குலம், ஒருவர் தன் ஆற்றலைக் கொண்டு, ஓடுவதை விட ெ வகுவிரைவாய்ச் செல்வதற்கு இந்த வண்டி உதவியது.

(ஆ) இத்தாலியில் முதல் இருப்புப்பாதை

இத்தாலியின் முதல் இருப்புப்பாதை நேப்பிள்ஸ் நகரத்திற்கும் போட்டிசி *(Portici)* என்ற இடத்திற்குமிடையே 1839 இல் திறக்கப்பட்டது.

7. மக்கள்

(அ) ''திறனுக்கேற்ற உழைப்பு, தேவைக்கேற்ற ஊதியம்''

பிரஞ்சு அரசியல் தந்திரியும் வரலாற்றாசிரியருமான ஷா ஜோசஃபு சார்லஸ் லூயி பிளாங்கு *(Jean Joseph Charles Louis Blanc, 1811-1882)* மாட்ரிடில் பிறந்தவர். அவர் பொதுவுடைமைக் கொள்கையினர். அவர் இவ்வாண்டில் பொதுவுடைமைக் கருத்துகளை வெளிப்படுத்தும் *Organisation du travail* (உழைப்பின் அமைப்பு முறை) என்ற நூலை எழுதியிருந்தார். அரசின் உதவித் தொகையுடன் கூடிய கூட்டுறவுத் தொழிற் சாலைகளை அமைக்க வேண்டுமென்றும் அவர் இந்நூலில் கோரினார். ''திறனுக்கேற்ற உழைப்பும் தேவைக்கேற்ற ஊதியமும்'' வேண்டும் என்பதை அவர் வலியுறுத்தினார். அவர் தன் பொதுமைக் கருத்துகளைப் பரப்புவதற்காக ஓர் இதழையும் *(Revue du Progress)* நடத்தினார். இவர் பிரஞ்சுப் பேரரசு வீழ்ந்ததும் நாட்டினப் பேரவைக்கு 1871 இல் உறுப்பினராய்த் தேர்தெடுக்கப்பட்டார். பின்னர் 1876 ஆம் ஆண்டு சட்டப்பேரவைக்குத் தேர்ந்தெடுக்கப்பட்டார்.

(ஆ) தகியர் ஒழிப்புத் துறை

ஏமாற்றுக் கள்ளரும், கொலைகாரருமான தகியரையும் *(Thugs)* கொள்ளையரையும் ஒழிக்கும் துறைக்குச் *(Thugee Suppression Department)* சிலீமன் 1839 ஆம் ஆண்டு ஆணையராக்கப்பட்டார். தகியர் கூட்டத்திற்குச் சிற்றரசர்களும், நிலக்கிழார்களும் பணக்கார வேளாண்மையாளரும் ஆதரவு தந்து, அவர்கள் அடிக்கின்ற கொள்ளையில் பங்கு போட்டு வந்தனர். பிண்டாரியரைப்போன்று தகியரையும் ஒழித்துவிடுவதென்று பிரிட்டிசார் உறுதி கொண்டனர்.

(இ) அடிமை ஒழிப்பும் சர்க்கரை ஆக்கம் குறைதலும்

பிரிட்டிசு மேற்கிந்தியத் தீவுகளிலுள்ள ஜமைக்கத் தீவில் இனிவரும் இரண்டாண்டுகளில் சர்க்கரை ஆக்கம் ஆண்டில் 20,000 முதல் 25,000 டன் வரை குறையும் என்று 1839 இல் கணித்தனர். அடிமை ஒழிப்பின் விளைவாய்ச் சர்க்கரை ஆக்கம் இங்ஙனம் விழுந்துவிட்டது.

(ஈ) உணவுப் பழக்கமும் உயிர் வாழ்க்கையும்

நல வாழ்வு நடத்துவோர் கடைபிடிக்க வேண்டிய உணவு முறைகளை வலியுறுத்திச் சில்வஸ்டர் கிரேட்டன் என்றவர் ''உயிர்வாழ்க்கை பற்றிய விரிவுரைகள்'' என்ற பெயரில் இரண்டு தொகுதியில் ஒரு நூல் எழுதியிருந்தார். *(Lectures on Science of Life)* அமெரிக்கர் வறுத்த இறைச்சியை உண்பதாலும், வேகவேகமாய் உணவை உட்கொள்வதாலும் மது அருந்துவதாலும் ''இயற்கைக்கு மாறான'' முறையில் நயப்படுத்திய கோதுமை மாவைப் பயன்படுத்துவதாலும், உணவு செரியாமல் மந்தத்தால் வாடுகின்றனர். அவர்களின் உடம்பு வெளுப்பேறிப் போயுள்ளது என்று அவர் இந்நூலில் கூறுகின்றார்.

இவர் சைவ உணவைச் சிறப்பித்துப் பேசுகின்றார். எல்லாரும் காய்கறிகளை உண்ணவேண்டும். சலிக்காத கோதுமை மாவை ரொட்டி செய்வதற்குப் பயன்படுத்த வேண்டும். செரிமானமாவதற்காக நன்கு மென்று தின்ன வேண்டும். மது அருந்துவதைத் தவிர்க்க வேண்டும். காம உணர்ச்சியைக் கட்டுப்படுத்த வேண்டும் என்றெல்லாம் அவர் கேட்டுக் கொள்கின்றார்.

(உ) ஈசுவரச்சந்திரரும் வங்கச் சமூக நிலையும்

பிரிட்டிசு ஆட்சியாளர் ''தம்மையறியாமல் வரலாற்றுக் கருவியாயிருந்து'' மேற்குலகின் மறுமலர்ச்சி, மேற்கத்திச் சீர்திருத்தம், பிரஞ்சுப் புரட்சி ஆகியவற்றின் உயிர் நாடியான கூறுகளை இந்திய நாட்டில் அறிமுகம் செய்த காலம் இதுவாகும்.

அவர்கள் அங்ஙனம் அறிமுகம் செய்த முக்கியமான கூறுகள்: நாட்டின் சமூக-பொருளியல் அடிப்படையாய் 1793 ஆம் ஆண்டில் உருவான சமிந்தாரி முறை என்ற நிலக்கிழார் அமைப்பு (இ.ச.க தொகுதி-10 : 1793 கட்டுரை.) முதலாவதாகும்;

இரண்டாவது : கல்கத்தா, மதரசா, வாரணாசிச் சம்ஸ்கிருதக் கல்லூரி, பின்னர் கல்கத்தாவில் சம்ஸ்கிருதக் கல்லூரி ஆகியவற்றைத் தொடங்கியது;

மூன்றாவது : இந்தியவியலையும் கீழைப் பண்பாட்டையும் ஆராய்வதற்காகக் கல்கத்தாவில் சர் வில்லியம் ஜோன்ஸ் 1784 ஆம் ஆண்டில் வங்க ஆசியவியல் சங்கத்தைத் தோற்றுவித்தது;

நான்காவது : கல்காத்தாவில் 1800 ஆம் ஆண்டு வில்லியம் கோட்டைக் கல்லூரி அமைக்கப்பட்டது;

இராசராம மோகனர் 1815 முதல் சமய, சமூக, கல்வி, இதழியல், பொதுத் தொண்டு ஆகியவற்றில் பெரும்பங்காற்றி அறிவுச் சுடர் கொளுத்தியிருந்தார்.

ஆங்கிலம் கற்கவும் மேற்கத்திக் கல்வியளிக்கவும் இந்துக்களில் சிலர் ஐரோப்பிய நண்பர்களின் உதவியுடன் 1818 டிசம்பரில் இந்துக் கல்லூரியைக் கல்கத்தாவில் அமைத்தனர்.

இத்தகைய சமூகச் சூழலில் கேசவச்சந்திரர் கல்கத்தாவிலிருந்து சுமார் 96 கிலோ மீட்டர் தொலைவிலுள்ள பிர்சிங்கா என்ற சிற்றூரில் 1820 ஆம் ஆண்டு, வீடுகளில் புரோகிதராயிருந்து பள்ளிகள் நடத்தி வந்த பிராமணப் பண்டிதர் குடியில் பிறந்தார்.

அவர் 1829 முதல் 1841 வரை சம்ஸ்கிருதக் கல்லூரியில் பயின்றார். அங்கு தனது ஒன்பதாவது வயதில் சேர்ந்து இருபத்தோராவது வயதில் சம்ஸ்கிருதத்தின் எல்லாத் துறைகளையும் கற்றுத் தேர்ந்த சிறந்த பரிசுகளைப் பெற்றார். மிகச் சிறந்த மாணவராய்த் தேறியமையால் அவருக்கு வித்தியாசாகர் என்ற பட்டம் தரப்பட்டது.

அவர் பயின்ற சம்ஸ்கிருதக் கல்லூரிக்கு அடுத்த வளவில் இந்துக் கல்லூரி, இவ்விரு கல்லூரிகளையும் ஒரு கட்டைச் சுவர் பிரித்திருந்தது. ஆனால் இரு கல்லூரிகளின் மாணவர்களையும் பிரித்தது. இந்தச் சுவரன்று, அவர்கள் இரு வேறுபட்ட சமூகப் பண்பாட்டுக் புலங்களிலிருந்து வந்திருந்தனர்.

இரு வேறு உலகம்

இந்துக் கல்லூரியில் பயின்றவர்கள் நகரத்தைச் சேர்ந்த பணக்காரப் பிள்ளைகள்.

வித்தியாசாகரும் அவரைப்போன்றவர்களும் சிற்றூர்களிலிருந்து படிக்க வந்த ஏழைப் பிள்ளைகள் இவர்களைப் போன்றவர்களே சம்ஸ்கிருதக் கல்லூரியில் பயின்றனர்.

''இந்துக் கல்லூரி மாணவனால் பொய் சொல்ல முடியாது'' என்று அந்தக் காலத்தில் பொதுவாய்க் கூறப்படுவதுண்டு. அக்கல்லூரி மாணவர்கள் சங்கங்கள் அமைத்து அங்கு அரசின் ஊழல்கள் குறித்துப் பேசினர் என்று ஈசுவரச்சந்திரர் கேள்விப் பட்டிருந்தார்.

அவர்கள் தம் இதழ்களில் மக்களுக்குப் பொருளியல் முன்னேற்றமும், நீதியும் கிடைக்க வேண்டுமென்று எழுதி வந்தனர். அவர்களின் கோமாளித்தனம் கூட குறிப்பிடத் தக்கதாயிருந்தது.

அவர்கள 1830 ஆம் ஆண்டு கல்கத்தாதப் பூங்காவிலிருந்த ஒரு நினைவுச் சின்னத்தின் மீது பிரஞ்சுப் புரட்சியின் நினைவாய் பிரஞ்சு மூவண்ணக் கொடியை ஏற்றினர். இவையனைத்திற்கும் மேலாய் அவர்கள் தம் காலத்தின் உயர்ந்த அறிவுத் திறனைப் பெற்றுத் தாம் கொண்ட கொள்கைகளில் உறுதியாய் நின்றனர்.

ஆனால் அவர்களின் நிலைப்பாடு தவறு என்று ஈசுவரச்சந்திரர் கருதினார். அவர்களின் கருத்துகளோ. செயல் முறைகளோ, நடையுடை பாவனைகளோ தவறு அல்ல, மேலும் அவர்களின் எண்ணிக்கை மிகவும் சிறிதேயாகும்.

அவர்களிடம் செயல்திட்டம் எதுவுமில்லை, அவர்கள் இயக்கம் எதையும் தொடங்கவில்லை. அவர்களின் மட்டுமீறிய செயல்கள் அவர்களின் மேலான நோக்கத்தைக் குலைத்தன, எனவே புரட்சியினால் பலன் இல்லை; சீர்திருத்தம் ஒன்றே சரியான வழி முறை என்று ஈசுவவரச்சந்திர வித்தியாசாகர் கண்டார்.

மெக்காலேயின் கல்வித் திட்டத்தினால் மேலை நாட்டினர் கண்ட வெற்றி மீது வித்தியாசாகருக்கு ஐயப்பாடு இருந்தது. ஆங்கிலம் பயிற்று மொழியாகுமாயின், கல்வியறிவு மேல்மட்ட வகுப்பினரைத் தாண்டிப் பரவாது பொதுமக்களுக்கு அவர்களின் தாய்மொழியிலன்றி வேறு மொழியில் கல்வி கற்பிக்க இயலாது. மக்களுக்கு அவர்களின் தாய் மொழியிலேயே கல்வி புகட்ட வேண்டும் என்று வித்தியாசாகர் கருதினார்.

அவர் ஆங்கிலம், இந்தி ஆகிய இரு மொழிகளின் உறவு கட்டாயம் வேண்டும் என்பதை நன்குணர்ந்தார். ஆதலால் சுரேந்திநாத பாணர்சியின் தந்தையான டாக்டர் துர்க்கா சரண் பானர்சி அரவிந்தரின் பாட்டனாரும் ''புரட்சித் தேசியத்தின் பாட்டன்'' என்று கருதப்படுபவருமான இராஜ நாராயண போஸ் போன்றோரின் உதவியுடன் ஆங்கிலம் கற்றார்.

கிறித்தவ சமயத்தின் வேகமான அலையெழுச்சி போன்ற தாக்குதலை எதிர்த்து நிற்கும் நோக்கத்துடன் இந்து சமயம் பற்றிப் பேசிப் பரப்பவும் இராசாராம மோகனரின் பிரம்ம சமாசத்தை உயிர்ப்பிக்கவும் தேவேந்திரநாத தாகூர் விரும்பினார். அவர் தனது தத்துவபோதினி சபையை 1839 இல் தொடங்கினார். அத்துடன் மக்களின் முதிர்ந்த சிந்தனைகளையும் அறிவுசார்ந்த விவாதங்களையும் தாங்கி வெளிவந்த ''தத்துவபோதினி பத்திரிக'' என்றொரு வங்கமொழி இதழையும் அவர் தொடங்கினர்.

வித்தியாசாகரர் இந்த அமைப்புடன் தொடர்பு கொண்டார். அதற்கு அட்சய குமார் தத்தர் காரணமாயிருந்தார். தத்தர் மேற்சொன்ன இதழில் எழுதி வந்த எழுத்தாளருள் குறிப்பிடத்தக்கவர். அவர் இராமமோகனரின் கொள்கைகளைப் பின்பற்றுபவர்.

1839

கல்விப்பணி

வித்தியாசாகரர் கல்விப் பணிக்கென்று தன்னை முற்றிலும் ஈடுபடுத்திக் கொண்டார். அவர் கல்விச் சீர்திருத்தத்தில் மிகுந்த அக்கறை கொண்டிருந்தார். அவர் கல்கத்தா சம்ஸ்கிருதக் கல்லூரியில் 1851 ஜனவரி 22 அன்று முதல்வரானார். அவர் இப்பதவியில் ஏழண்டுக் காலம் இருந்தபின் 1858 நவம்பர் 3 அன்று விலகினார்.

இக்கால கட்டத்தில், சம்ஸ்கிருதக் கல்வியைச் சீர்திருத்துவது பற்றி வித்தியாசாகரர் கூறிய கருத்துகள் 1852 ஏப்ரலில் வெளியிடப்பட்டன. அவை சம்ஸ்கிருதக் கல்வியில் புரட்சித் தன்மை வாய்ந்த மாறுதல்களைக் கொண்டுவரும் நோக்கமுடையனவாயிருந்தன. வாரணாசி சம்ஸ்கிருதக் கல்லூரி முதல்வரான டாக்டர் ஜே.ஆர்.வாலண்டைன் வித்தியாசாகரரின் கருத்துகளை ஏற்கவில்லை. அதனால் பெரிய கருத்து வேறுபாடு எழுந்தது.

வில்லியம் கோட்டைக் கல்லூரியில் வித்தியாசாகரரின் மாணவராயிருந்து, இப்போது வங்கத்தின் லெப்டினண் கவர்னராயிருந்த சர் ஃபிரடரிக்கு ஹாலிடே, வித்தியாசாகரைப் பள்ளிகளின் சிறப்பு ஆய்வாளராய் அமர்த்தினர். அதற்கு அவருக்கு 500 ரூபாய் ஊதியம் தரப்பட்டது. எனவே அவர் ஒரே நேரத்தில் சம்ஸ்கிருதக் கல்லூரி முதல்வராயும் பள்ளி ஆய்வாளராயும் இரட்டைப் பதவிகளை வகித்தார். இவை தவிர வேறு பல பொதுப் பணிகளிலும் அவர் ஈடுபட்டார்.

அவர் பள்ளி ஆய்வாளர் பதவியை ஏற்றதும் தாய்மொழிக் கல்வி கற்பிக்கும் ''வங்க வித்தியாலயங்கள்'' பலவற்றை மாவட்டத்திற்கு ஒவ்வொன்றாய் ஆண்டுதொறும் திறந்தார். இப்பள்ளிகளுக்கு வேண்டிய ஆசிரியர்களை அளிக்கும் ஆசிரியப் பயிற்சிப் பள்ளியையும் அமைத்தார். அத்துடன் அரசின் ஒப்புதலின்றித் தன் செலவில் பெண்களுக்கென்று 32 பள்ளிகளைத் திறந்தார். அவற்றுக்கு முதலில் ஆகும் செலவையும் அவரே ஏற்றுக்கொண்டார். ஆனால் இவை அரசின் இசைவின்றித் திறக்கப்பட்டதால் எதிர்ப்புப் புயல் கிளம்பிற்று. அதனால் வித்தியாசாகரர் 1858 ஆம் ஆண்டு ஆய்வாளர் பதவியிலிருந்து விலகினார். அரசு பெண்கல்விக்கு இங்ஙனம் எதிர்ப்புக் காட்டிய போதிலும், வித்தியாசாகரர் பெண்கல்வியை உயிரெனக் கருதினார்.

கைம்பெண்டிர் திருமணம்

கைம்பெண்டிர் மறுமணத்திற்காகப் பாடுபட்டது தான் தனது வாழ்க்கையின் பெரிய சாதனை என்று வித்தியாசாகரர் தன் தம்பி சம்பு சந்திரருக்கு 1860 ஆகஸ்டில் எழுதிய கடிதத்தில் பெருமையாய்க் குறிப்பிடுகின்றார்.

கைம்பெண் மறுமண இயக்கம் கிளப்பிய எதிர்ப்புப் புயலின் வேகத்திலிருந்து, அது எவ்வளவு பெரிய சாதனை என்பதை விளங்கிக் கொள்ளலாம்.

இந்துக் கைம்பெண்கள் என்ன வயதினரானாலும் என்ன நிலையிலிருப்போர் ஆயினும் மறுமணம் செய்து கொள்வதைச் சாத்திரங்கள் மறுக்கின்றன என்று பொதுவாய் நம்பப்பட்டு வந்தது. வித்தியாசாகரரும் அவருடைய தாயார் பகவதி தேவியும் இக்கொடிய வழக்கத்தை இளவயதிலிருந்தே கண்டித்து வந்துள்ளனர். வங்கத்தில் பிறரும் இவ்வழக்கம் கொடியது என்று கூறினர். அவர் இவ்வழக்கத்ததை எதிர்த்து ஓர் இயக்கத்தை நடத்துவதென்று திட்டமிட்டார். அவர் சாத்திரங்களை முற்றிலும் நன்கு அறிந்துகொண்டு 1854 ஆம் ஆண்டு விதவை மறுமணம் பற்றி மக்களிடையே தன் கருத்துகளைப் பரப்பலானார். அது குறித்து இதழ்களில் எழுதினார். சமூக சீர்திருத்த இயக்கத்தவருடன் பேசினர்.

மிகுந்த செல்வாக்குடைய மேட்டுக் குடியினரும் பிராமணரில் கற்றறிந்த மேதைகளும் இது குறித்து மெத்தக் கவனத்துடனும் மிகுந்த மரியாதையுடனும் அணுகப்பட்டனர். இங்ஙனம் இக்கருத்தை வித்தியாசாகரர் பரப்பிக் கொண்டிருந்த வேளையில் வைதிகர் பெருங்குரலில் எதிர்ப்புக் கிளப்பினர். வித்தியாசாகரர் அந்த எதிர்ப்பிற்குத் தக்க மறு மொழி பகன்றார்.

இங்ஙனம் இரு தரப்பினரும் பிரிந்து நின்று விளக்கவுரைகளை வெளியிட்டுக் குவித்தனர். இந்துக் கைம்பெண்களின் மறுமணத்திற்குக் குறுக்கே நிற்கும் சட்டத்தடைகள் அனைத்தையும் நீக்கும் வகையில் ஆளுநர் சட்டம் இயற்ற வேண்டுமென்று வித்தியாசாகரர் 1855 ஆம் ஆண்டில் கேட்டுக்கொண்டார். இதற்கு ஆதரவாயும் எதிர்த்தும் ஆயிரக்கணக்கானவர்கள் இந்தியமெங்கிலும் கையெழுத்திட்டு விண்ணப்பம் கொடுத்தனர். இந்தப் புயல் வங்கத்தில் தான் மையம் கொண்டிருந்தது.

வித்தியாசாகரரின் தனிச் செல்வாக்கினால், அரசு கைம்பெண் மறுமணச் சட்டத்தை 1856 ஆம் ஆண்டில் இயற்றியது. இதன் பிறகு கைம்பெண் மறுமணத்தை மக்கள் சமூகமே ஏற்க வேண்டும் என்பதற்காக அத்தகைய திருமணங்களுக்கு வித்தியாசாகரர் ஏற்பாடு செய்தார். அதற்கு மிகவும் கடுமையான எதிர்ப்புகள் எழுந்தன. அடிதடி, கைகலப்புகள் ஏற்படும் நிலையும் தோன்றியது.

கல்கத்தாவில் முதல் மறுமணம் 1856 டிசம்பர் 7 அன்று நடந்தது.

பல மனைவியருடைமைக்கும் எதிர்ப்பு

ஒருவர் பல பெண்களை மணந்து கொள்வதையும் எதிர்த்து வித்தியாசாகரர் போராடினார். அரசு இதற்குச் சட்டம் கொண்டுவந்து இத்தீய வழக்கத்திற்கு முற்றுப் புள்ளி வைக்கவேண்டுமென்று வித்தியாசாகரர் வேண்டினார்.

வங்கப் பிராமணரிடையே "குலினி" என்ற பலதார மணம் வழக்கிலிருந்தது. வித்தியாசாகர் இதைக் குறிப்பாய் எதிர்த்தார். குலினி என்ற பல மனைவியர் திருமண முறைக்குச் சமய, சாஸ்திர சம்மதம் எதுவுமில்லை.

குலின் பிராமணர் திருமணம் செய்வதை ஆதாயந்தரும் தொழிலாய்க் கொண்டிருந்தனர். அவர்கள் பொறுப்பின்றிப் பல பெண்களை மணந்தனர்; மணப் பெண் கூடுதலாய்ப் பணம் தராவிடில் அவளை வாழா வெட்டியராக்கினர். ஆதலால் ஏழைக் குடும்பங்களில் பிறந்த குலின் பிராமணப் பெண்கள் வாணாளெல்லாம் கன்னி கழியாதிருக்க வேண்டும் அல்லது தம் பெற்றோரின் கௌரவத்திற்காக மணந்தும் பிள்ளை பெறமுடியாதவாறு, பலரை மணந்த ஒருவனுக்கு வாழ்க்கைப்பட வேண்டும்.

வித்தியாசாகரர் இவ்வழக்கத்தை வன்மையாய் எதிர்த்தார். துரதிருஷ்டவசமாய் 1857 இல் படை வீரர் புரட்சி வந்துவிட்டது. இக்கலகத்தில் ஈடுபட்ட படைவீரர்களின் வெறுப்புகளுக்கான பல காரணங்களுள் கைம் பெண் மறுமணச் சட்டமும் ஒன்று என்று கூறப்பட்டது.

ஆதலால் இனிமேலும் சமூக நடப்புகளில் தலையிடுவதில்லை என்று ஆட்சியாளர் முடிவு செய்துவிட்டனர்.

"வங்கமொழித் தந்தை"

வித்தியாசாகரரின் சமுதாய சீர்திருத்தப் பணிகளில் கருத்து வேறுபாடு

கொண்டவரும் அவரிடம் அவ்வளவு பெருந்தன்மை காட்டாதவருமான பங்கிம் சந்திர சட்டர்ஜி *(1838-1894)* வித்தியாசாகரரின் உரைநடையைப் பற்றிக் குறிப்பிட்ட போது, வித்தியாசாகரருக்கு முன்னரும் பின்னரும் அவரைப் போல் கருத்துச் செறிந்த நடையில் எழுதியவர் எவருமிலர் என்று சொன்னார். பங்கிம் சந்திரர் வித்தியாசாகரரின் காலத்தில் வாழ்ந்த இளவயதினர். வித்தியாசாகரரை ''வங்கமொழித் தந்தை'' என்று போற்றுவார்.

வித்தியாசாகரர் கருத்து ஒல்லியானவர்; பார்க்கக் கவர்ச்சியாயிருக்க மாட்டார். அவர் *1891* ஆம் ஆண்டு இறந்தார்.

9. வரலாறு

மெக்காலேயின் இங்கிலாந்து வரலாறு

தாமஸ் பேபிங்டன் மெக்கலே (*Thomas Babington Macaulay, 1800-1859*) *1834* முதல் இந்திய உச்சமன்றத்தில் (*Supreme Council of India*) கல்கத்தாவில் பணியாற்றிவிட்டு *1838* ஆம் ஆண்டு இங்கிலாந்து திரும்பினார். அவர் தாயகத்தை அடைந்ததும் ''இங்கிலாந்து வரலாறு'' எழுதத் தொடங்கினார்.

வரலாற்றில் எடுத்துரைக்கப்பட்ட கருத்து எதையும் விட, மா பிரிட்டன், ஆசியம் ஆகிய இரண்டின் விதிகள் மீது மிகப்பெரிய செல்வாக்கைச் செலுத்திய கல்வியறிக்கைதான் மெக்கலேக்குப் பெரும்புகழ் சேர்த்தது. ஆயினும் அவரது புகழ் முற்றிலும் அவர் இயற்றிய இங்கிலாந்து வரலாற்றையே சாரும் என்பர்.

இந்தியத்தின் கல்விமுறை ஆங்கிலத்தில் நடக்க வேண்டுமேயன்றிக் கீழை மொழிகளின் வாயிலாய் இருத்தலாகாது என்பதை மெக்கலேயின் கல்வியறிக்கை வலியுறுத்தியது. அந்த அறிக்கையின் அடிப்படைதான் இந்தியக் கல்வி முறையில் ஆழமாய் வேரூன்றி இன்றும் நிற்கின்றது. அவர் பத்தொன்பதாம் நூற்றாண்டின் இக்காலகட்டத்தில் எதிர்பார்த்தவாறே இந்தியர்கள் மேலை நாகரிகத்தையும் பண்பாட்டையும் அரசியல் அமைப்புகளையும் விரும்பி ஏற்று ஆங்கில மொழி நீடிக்க வேண்டுமென்று போராடுகின்றார்.

மெக்காலே, மெல்போன் பிரபுவின் அரசு ஆதரவாளராய் *1839* ஆம் ஆண்டு நாடாளுமன்றத்தில் உறுப்பினரானார். அவர் அந்த அரசில் போர் அமைச்சரானார். மெல்போன் அரசு *1841* இல் விழுந்ததும், எதிர்க்கட்சி அணியில் இருந்து தீவிரமாய் அரசியலில் மெக்காலே ஈடுபட்டபோதிலும், தொடர்ந்து இங்கிலாந்து வரலாற்றை எழுதிவந்தார்.

Jerrold, Douglas in the introduction to Macaulay's History of England in 4 Volumes. I Volume, London, 1959.

10. பிறப்பு

(அ) கேசவச் சந்திர சென் (1839-1884)

பிரம்ம ஞான சங்கத்தில் தனது பதினெட்டாவது வயதில், *1857* ஆம் ஆண்டில் சேர்ந்து, அதன் வளர்ச்சியில் பெரும்பங்கு கொண்டும் சீர்திருத்தப்பணிகளில் ஈடுபட்டும் வந்த கேசவச் சந்திர சென் *1839* ஆம் ஆண்டு பிறந்தார்.

(ஆ) ஜாம்ஷட்ஜி நசர் வாஞ்சி டாட்டா (1839-1904)

இந்தியத் தொழில் வளர்ச்சியின் முன்னோடியான ஜாம்ஷட்ஜி நசர் வாஞ்சி டாட்டா 1839 ஆம் ஆண்டு பிறந்தார். அவர் ஜராதுஷ்ரச் சமயத்தில் செழித்து வாழ்ந்த பைசாரி என்ற ஊரில் பார்சி வகுப்பில் பிறந்தார்.

11. இறப்பு

இரஞ்சித்து சிங்கு (1780-1839)

இரஞ்சித்து சிங்கின் வாழ்க்கைக் குறிப்புகள் முன்னர் சொல்லப்பட்டன. (இ.ச.க.தொகுதி-10 : 1799 கட்டுரை) தலைமை ஆளுநரான ஆக்லாந்துப் பிரபுவிற்கு அளித்த விருந்துக் கேளிக்கைகளின் விளைவாய்ப் பாஞ்சாலச் சிங்கம் என்றழைக்கப்பட்ட இரஞ்சித்து சிங்கு இறந்தார் என்று கூறப்படுகின்றது. அவருக்கு ஏற்கெனவே இருமுறை மாரடைப்பு ஏற்பட்டது. ஆக்லாந்துப் பிரபின் பரிவாரம் ஒருமாத காலக் கேளிக்கைகளின் பின் கல்கத்ததா கிளம்பிச்சென்றதும் இரஞ்சித்து சிங்கிற்கு மூன்றாவது முறையும் மாரடைப்பு வந்து சாகக் கிடந்தார். அவர் 1839 ஜூன் 27 அன்று இறந்தார்.

அவரின் மருத்துவராலும் சோதிடராலும் மூன்று குருமாராலும் அவருக்கு மருந்து காணமுடியவில்லை. அவர் மாணிக்கக் கற்களை பொடி செய்து உண்டாக்கிய கலவையை அருந்திப் பார்த்தார்; இருநூறு டன் எடையுள்ள சமையல் கொழுப்பைச் சமய அமைப்புகளுக்கு அளித்தார்; பல இலட்ச ரூபாய் மதிப்புள்ள பொற்காசுகளை மக்களுக்குத் தானமாய்த் தந்தார்; ''ஒளி மலை'' எனப்படும் கோகினூர் வைரத்தைச் சீக்கியக் கோயில் ஒன்றிற்குக் கொடுக்கப் போனார்; பெரும்பாடுபட்டு அதைத் தடுத்து நிறுத்தினர்.

அவர் அனைவரும் காணும்படி உயரமான ஒரு மேடைமீது கிடத்தப்பட்டார். அவர் அங்கு பேச்சு மூச்சு இல்லாமல் கிடந்து இறந்தார். அவர் இறந்ததும் கப்பலைப் போல் செய்யப்பட்டிருந்த ஒரு தங்கச் சப்பரத்தில் அவரது உடலை வைத்துச் சுடுகாட்டிற்குக் கொண்டு சென்றனர். அங்கு ஆறடி உயரத்திற்குச் சந்தனக் கட்டைகள் அடுக்கப்பட்டிருந்தன. அவற்றின் மேல் நறுமண எண்ணெய்களை ஊற்றியிருந்தனர். அவரின் மனைவியர் நால்வர் தலைமாட்டிலும் இளம் வைப்பாட்டியர் எழுவர் கால்மாட்டிலும் சிதையில் அமர்ந்துகொண்டனர். எண்ணெயில் ஊறவைத்த கோரைப் பாய்களைப் போட்டு அவர்களை மூடினர். இந்து சமய வழக்கப்படி மூத்த மகன் தந்தைக்குக் கொள்ளி வைத்தான். நறுமணம் கமழ்ந்த சிதையில் தீப்பற்றியதும், அது இருபதடி உயரத்திற்குப் பற்றி எரிந்தது. அந்த மாலை நேரத்தில் சிதைக்கு மேலே பறந்து சென்று கொண்டிருந்த ஒரு நீலப் புறா இத்தீயில் பட்டுக் கருகிச் செத்தது.

பின்னர் தக்க வேளை வந்ததும் அவரின் மகன் தந்தையின் மண்டையோட்டை கோலால் தட்டினான். அது வெப்பத்தால் வெடித்துச் சிதறியது. வெடித்த மண்டையோட்டின் வழியே அரசரது ஆன்மா பிரிந்து சென்றது என்பது நம்பிக்கை.

Lord, John - The Maharajahs, London.

1840

1840

அரசியல்

''உடைமை என்பது திருட்டு'' நியூசிலாந்து பிரிட்டனின் குடியேற்ற நாடானது

அறிவியல்

டார்வினின் உயிரியல் ஆய்வு நூல்

மருத்துவம்

மீண்டும் உலகெங்கும் வாந்திபேதி
எலும்பு வளர்ச்சிக்குக் கால்சியம் வேண்டும்

இசை

சேக்சஃபோன் கண்டுபிடிப்பு

கலை இலக்கியம்

குறள் மொழிபெயர்ப்பில் உதவிய இராமானுசக் கவிராயர்
தமிழில் ஒருசேர வெளியான முழு விவிலியம்
தாயன்பைப் பாடும் தெலுங்கு இலக்கியம்
தெலுங்கில் அரபுக் கதைகள்
தெலுங்கில் சுக சப்ததி கதாலு

கல்வி

கிண்டர்கார்டன் கல்விமுறை தோற்றம்
கட்டாக்கில் ஆங்கிலப் பள்ளி
பம்பாய் மாநிலத்தில் கல்வி வாரியம்
முதல் அஞ்சல் வழிக் கல்வி தொடக்கம்

தொழில், வாணிபம், வேளாண்மை

ரப்பரின் வரலாறும் குட்இயரும்
நீலகிரியில் காப்பித் தோட்டம்
டார்ஜிலிங்கில் தேயிலை விளைச்சல்
இந்திய நெசவுத் தொழில் சீர்குலைவு

அஞ்சல்

உலகின் முதல் அஞ்சல் தலை

போக்குவரவு

காட்டன் அமைத்த இந்தியத்தின் முதல் இருப்புப் பாதை
கியூனார்டு கப்பல் நிறுவனம் அமைப்பு

மக்கள்

பிரிட்டனில் தேநீர்ப் பழக்கம்
ஐரோப்பிய மக்கள் தொகை
அமெரிக்கத்தில் குடியேறும் ஐரோப்பியர்
அமெரிக்கத்தில் இருபது மில்லியனர்கள்
இலங்கையில் தமிழர் குடியேற்றம்
விக்டோரியாள் - ஆல்பட்டு திருமணம்

பொது

மதுரை விரிவடைதல்
சென்னை ஐஸ் ஹௌஸ்

பிறப்பு

தாமஸ் ஹார்டி (1840-1928)
எமில் சோலா (1840-1902)
சிற்பி ரொடீன் (1840-1917)
யாப்பிலக்கணப் புலவர் தண்டபாணிசாமிகள் (1840-1893)
இசைப்பாடலாசியர் முருகதாச சாமிகள் (1840-1895)
முத்துச் சாமி பிள்ளை (1840-1910)

இறப்பு

ஜேம்ஸ் பிரின் செப்பு (1799-1840)

1840

1840

அழிப்பானின் வரலாறும் குட் இயரும்

பல் வகைப் பால் மரம்

அமெரிக்கக் கண்டுபிடிப்பாளரான சார்லஸ் குட் இயருக்குச் (*Charles Goodyear, 1800-1860;* இவர் கனக்டிக்கட்டின் நியூ ஹேவன் என்ற ஊரில் பிறந்தவர்). சுமார் ஐயாயிரம் ஆண்டுகளுக்கு முன்னரே உலகின் மேற்குப் பகுதியில் வாழ்ந்த நாகரிகமற்ற மக்கள் ரப்பரைப் பச்சையாய், அதாவது பதப்படுத்தாமல் பயன்படுத்தி வந்திருக்கின்றனர். நடு, தென்அமெரிக்கத்திலிருந்த இரண்டு மர இனங்களிலிருந்து பால் போன்ற சாறு சுரந்தது. ஒரு மரத்தின் பெயர் *Castilloa.* இது நடு அமெரிக்கக் காடுகளில் பிற மரங்களை விட நெடிது வளரும் பெரிய மரவகையாகும். காஸ்டிய்யோவின் இரண்டு இனங்களைச் சேர்ந்த எந்த மரமாயினும் அதில் ஒரு மரத்தில் ஒரே வெட்டில் காலன் கணக்கில் பால் எடுக்கலாம். மற்றோர் இனம் *Havea.* இதில் நான்கு வகைகள் உள்ளன. அவற்றுள் *Havea basilienses* மிகச்சிறந்ததாகும். அதில் கேஸ்டிய்யோ இனத்தின் மரப் பாலை விடச் சிறந்த இயற்கை ரப்பர் கிடைக்கும்.

பனாமாப் பூசந்திக்கு வடக்கில் ஹெவியா மரங்கள் காட்டில் வளர்ந்து கிடப்பதில்லையாதலால், மாயர் மக்கள் பயன்படுத்திய ரப்பர் கேஸ்டிய்யோ இன மரத்திலிருந்து கிடைத்திருக்க வேண்டும் அல்லது வெகு தொலைவில் வாழ்ந்த காட்டு மக்களிடமிருந்து அவர்கள் பண்டமாற்றாய்ப் பெற்றிருத்தல் வேண்டும்.

உலகெங்கும் பால் சுரக்கும் வேறு பல ரப்பர் மரங்களும் உள. இரஷியத்திலுள்ள டேண்டலியன் (*danndelian officinale*) என்ற மரத்தின் வேரிலிருந்து ரப்பர் எடுக்கின்றனர். இதன் தாவரவியல் பெயர் *Taraxacum kok-saphyz;* இந்தியத்தில் *Ficus elastica* என்ற ரப்பர்ப் பால் மரம் வளர்கின்றது.

ஆப்பிரிக்கத்திலுள்ள மூன்று லேண்டோல்ஃபிய (*Landolphia*) என்ற கொடிகளிலிருந்து ஹெவியா ரப்பரைவிட மட்டமான ரப்பர் கிடைக்கின்றது. மடகாஸ்கரிலுள்ள ஒரு புதர்ச் செடி, மெக்சிக்கத்திலுள்ள குவயுல் (*guayule*) என்ற வகைச் செடி ஆகியவற்றிலிருந்தும் ரப்பர்ப் பால் எடுக்கலாம். வாணிப அளவில் அவசர காலத்தில் பால் எடுத்து ரப்பராய்ப் பயன்படுத்தக் கூடிய விதத்தில் பால் சுரக்கின்ற சுமார் பதினைந்து தாவரங்கள் உலகிலுள்ளன.

சராசரி ஹெவிய மரத்திலிருந்து ஆண்டுதொறும் நான்கு இராத்தல் உலர்ந்த ரப்பரை எடுக்கலாம். பொறுக்கியெடுத்த உயர் விளைச்சல் மரவகைகளிலிருந்து ஓர் ஆண்டில் பத்து இராத்தல் வரை பரா ரப்பரை எடுக்கலாம். பரா என்பது வட பிரேசிலிலுள்ள மாவட்டமாகும். இவ்வகைப் பால் மரங்கள் அப்பகுதியில் இருப்பதால் அதன் பெயரால் நேர்த்தியான பாலை பரா ரப்பர் என்கின்றனர்.

வரலாறு-அமேசான் ஆறும், காடும்

தென்னமெரிக்க நாகரிக மாந்தரான மாயர், இங்கர், அசுடெக்குகள் முதலியோர்

ரப்பரைக் கண்டுபிடித்ததற்கு முன்னரே, ரப்பரின் வரலாறு தொடங்குகின்றது. உலகின் மிகப் பெரியதான அமேசான் ஆற்றில் அந்த வரலாறு தொடங்கியிருத்தல் கூடும். நைல் ஆற்றிற்குப் பிறகு உலகின் இரண்டாவது பெரிய ஆறு அமேசான் ஆறு (*Amazon*) ஆகும். பெரு நாட்டின் ஆண்டீசு மலையில் தோன்றுமிடத்திலிருந்து பிரேசிலின் வட கோடியிலுள்ள வடி நிலப்பகுதி வரையிலும் சுமார் 6440 கிலோ மீட்டர்-சுமார் 4000 மைல் நீளமாகும். அது ஆஸ்திரேலிய நாட்டின் பரப்பை விடப் பெரிய நிலப்பரப்பில் வடிகின்றது. அதன் நீளத்தில் பாதி உலகின் மிகப்பெரிய மழைக் காட்டிற்குள் ஓடுகின்றது. அந்தக் காட்டின்-அமேசான் காட்டின் பரப்பளவு சுமார் 6.5 மில்லியன் கிலோ மீட்டர். அதாவது சுமார் 2.5 மில்லியன் சதுர மைல். இந்தக் காட்டின் பரப்பளவு ஐரோப்பியம் முழுமையையும் விடப் பெரியதாகும். இந்தக் காடு இயற்கையாலும் மனிதனாலும் இப்போது அழிக்கப்பட்டுக் கொண்டே வருகின்றது.

மாபெரியதும் வெப்பமும் ஈரப்பதமும் நிறைந்ததுமானது அமேசான் காட்டுப் பகுதியின் மழைக்காடுகளில் ஆண்டில் 75 அங்குலம் மழை பொழியும், ஆதலால் அமேசான் கடலில் கலக்கும் இடத்தில் நூறு மைல் அளவு அகலமுடையதாயிருக்கும். அது ஆண்டீசு மலையிலிருந்து நெடுந் தொலைவு ஓடிவருகையில் ஆழமாயும் ஆற்றல் மிகுந்தும் இருக்கும். அங்கிருந்து முதல் வெள்ளம் ஓடிவருகையில் அமேசான் இரண்டு முதல் ஐந்து மைல் அகலமிருப்பதும் வியப்பன்று. அதன் முக்கியமான கிளையாறுகள் ஒவ்வொன்றும் உலகில் நாம் அறிந்த எந்த ஆற்றையும் விடக் கூடுதலான அளவில் நீரை எடுத்துச் செல்கின்றது.

வெப்பமும் ஈரப்பதமும் பெரும் பரப்பும் பால் மரத்தின் தாயகமாயிற்று. (மலேசியத் தமிழில் ரப்பர் மரத்திற்குப் பால் மரம் என்று பெயர்) இங்கு வளர்கின்ற என்ற *H.brasiliensis* என்ற பால்மர இனங்கள் பெரிய வில்லைப் போல் நூற்றுக்கணக்கான மைல் அளவிற்குத் தெற்கு நோக்கி வளர்ந்திருக்கின்றன.

அமேசான் ஆறு வெள்ளி நாணைப் போல் வளைந்துள்ளது. அது பாயும் நிலப்பரப்பு மிகவும் விரிந்து பரந்து கிடப்பதால், ஏக்கருக்கு ஒன்றிரண்டு *Hevea brasiliensis* வளர்ந்திருந்தாலும் அவற்றின் எண்ணிக்கை மொத்தத்தில் ஐநூறு மில்லியன் தேறும். வடக்கே அமேசான் ஆற்றுக்கும் கரீபியன் கடலுக்கும் நடுவிலுள்ள பகுதியில் *Hevea benthamiana* என்ற வகையைச் சேர்ந்த பால் மரங்கள் எண்ணத் தொலையா மில்லியன் கணக்கில் வளர்ந்திருக்கின்றன. பூமியின் வெப்பமும் ஈரப்பதமும் மிகுந்த பகுதிகளில் ஒன்றான இங்கு பால் மரங்கள் செழித் தோங்கி வளர்கின்றன.

அமேசான் காடுகளில் வாழ்ந்திருந்த தொன்மையான பண்டை மக்கள் தாம் முதன்முதலில் ரப்பரை அறிந்திருந்தனர். பளபளப்பானதும் கறும் பச்சை நிறமுடையதுமான இலைகளையுடைய மிகப் பெரிய பால்மரங்களிலிருந்து கட்டியான வெள்ளை நிறப் பால் சுரப்பதை நாடோடியரான நாகரிக முதிர்ச்சியற்ற அம்மக்கள் தாம் முதலில் கண்டனர். அதன் பாலைச் சேகரிப்பதை அவர்கள் அறித்திருந்தனரெனினும், அதை வெகு சில வழிகளில் மட்டுமே பயன்படுத்தினர்.

போக்கடோக்கு ஆட்டம்

கடைசி மில்லீனியத்தில் முதிர்ந்த நாகரிகமற்ற மாந்தராயிருந்த மாயர் கூட கோமாளித்தனமான காலணிகள், பல தெய்வ உருவங்கள் ஆகியவற்றைச் செய்வதற்கு மட்டுமே பால்மர ரப்பரைப் பயன்படுத்தினார். அவர்கள் அதைக் கொண்டு பத்து

அங்குல அளவினதான பந்தைச் செய்து, கால்பந்து போன்று போக்க டோக்கு என்ற (*Pok-a-tok*) ஆட்டத்தை ஆடினர். இவ்விளையாட்டிற்கு இக் காலத்தில் புத்துயிர் தரப்பட்டுள்ளது.

அந்த விளையாட்டு ஓரளவு சமயத் தொடர்புடையதாகும். அது சுற்றிலும் அடைக்கப்பட்ட மிகப்பெரிய திடலில் விளையாடப்பட்டது. அத்திடல்கள் தற்காலத்துக் கால்பந்தாட்ட மைதானங்களை விட இரண்டு மடங்கு பெரியதாயிருக்கும். ஆட்டத் திடலின் பக்கச் சுவர்களில் தரையிலிருந்து முப்பதடி உயரத்தில் இரண்டு கல் வளையங்கள் இருக்கும். ஆட்டக்காரர்கள் முழங்கால் அல்லது முழங்கை கொண்டு பந்தை அடித்து அல்லது இடுப்பால் பந்தை இடித்து மேலேயுள்ள வளையத்திற்குள் போட முயல்வர். அவ்வளையங்கள் பந்தைவிடச் சிறிதளவு அகன்றவையாயிருந்ததால் கோல்கள் போடுவது எளிது. கோல்கள் போட்ட ஆட்டக்காரர்கள் ஆரவாரமான முறையில் சிறப்பிக்கப்படுவது வழக்கம். ஆட்டம் காண வந்தவர்கள் அவர்களுக்கு நகைகள், உடுப்புகள் அனைத்தையும் கொடுப்பர். ஆனால் தோற்றுப்போன குழுவினைத் தெய்வங்களுக்கு பலியிட வேண்டும் மென்று குருமார் விதித்திருந்தனர்.

அமெரிந்தியர் எண்ணற்ற இன்னல்களுக்கு ஆள்பட்டு அல்லது பொறுமையாய் ஆராய்ந்த பிறகே பால் மரம், அதன் பால் ஆகியவற்றின் இரகசியங்களை எப்படியோ கற்றுக் கொண்டனர். அவர்கள் பால் மரத்தின் மேல் பட்டையை வடுப்படுத்தி அதிலிருந்து கொட்டிய கட்டியான பாலை ஓர் ஏனத்தில் பிடித்துக் கொண்டனர். அவர்கள் அந்தப் பாலை உறையவைத்து நெருப்பின் வெப்பத்தில் உலர்த்தினர். சூரிய வெப்பத்தில் ஆவி பறக்கும் பால் மரங்கள் வளர்ந்து நின்ற அதே காட்டில் வளரும் ஒரு வகையான மரத்தின் கொட்டைகளை எடுத்து ரப்பரைப் பயன்படுத்தும் வழியைக் கண்டனர். அவர்கள் அந்த ரப்பரைக் கொண்டு காலணிகள், ஊதுகுழல்கள், மார்புக் கவசங்கள், பயனுள்ள மேலும் பல பொருள்களை ஆக்கிக் கொண்டனர்

1840

கிறிஸ்தபர் கொலம்பசும் (*Christopher Columbus, 1457-1506;* இவர் இத்தாலியின் ஜெனோவா பட்டினத்தில் பிறந்தவர்.) அவருடன் மனமின்றி வந்து கொண்டிருந்த மாலுமியரும் இஸ்பானியாலோ தீவில் வாழ்ந்த இந்தியரிடம் பல ரப்பர் பொருள்கள் இருக்கக் கண்டனர். ஸ்பானியக் கொடுவீரரான ஹெர்னன் கோர்டசும் (*Hernan Cortes. 1485-1547* ஸ்பெயினின் மெடய்யின் என்ற ஊரில் பிறந்தவர்) அவரின் வெற்றி வீரர்களும் நாலரை நூற்றாண்டிற்கு முன்னர் தொய்வகம் என்ற இந்த ரப்பரைப் புது உலகில் கண்டனர். தென்னமெரிக்கத்தில் தன்னாட்சி புரிந்த அரசரைப் போல் வாழ்ந்திருந்த ஆளுநர்களும் வியர்த்துக் கொட்டிய வெப்பநிலையில் உழைத்து வந்த சாதாரணப் படை வீரர்களுமான பலதரப்பட்ட ஸ்பானியர்கள் புது உலகின் அறியாப் பொருளான ரப்பரை வலித்துப் பார்த்தனர். நசுக்கிப் பார்த்தனர். அதைத் தரையில் அடித்து எழும்பியதைக் கண்டு வியந்தனர். ரப்பர் என்பது அவர்களுக்கு அதிசயமான பொருளாய் இருந்தது.

புது உலகின் காடுகளில் பயன்படாத விளையாட்டுப் பொருளாய் இருந்து வந்ததும் பதம் செய்து கெட்டிப்படுத்தப்படாததுமான ரப்பரைப் பற்றி ஐரோப்பிய மக்கள் இரண்டரை நூற்றாண்டுகளாய் அறிந்திருந்தது சிறிதளவேயாகும். எனினும் இதைப் பற்றி மேலும் அறிந்து கொள்ளும் ஆவல் இருந்தது.

சார்லஸ் மாரி தெ லாக்கண்டமீன் (*Charles Maire de Lacondamine, 1701-1774*) என்ற கணிதவியலாரும் அறிவியலாரும் ஃபிரான்சுவ பிரஸ்னு (*Francois Bresneau*) என்றவருமான பிரஞ்சுக்காரர் இருவரும் **1736** ஆம் ஆண்டு தென்னமெரிக்கத்தில்

அறிவியல் ஆய்வுப்பயணம் மேற்கொண்டு அதுபற்றி எழுதினர். (இ.ச.க தொகுதி- 4 : 1736 கட்டுரை) ஐரோப்பிய நாட்டினர் அவர்கள் எழுதியதைப் படித்த பிறகு தான் ரப்பரைப் பற்றி அறிந்து கொள்ள முடிந்தது.

வீர தீரச் செயல் ஆர்வலரும் பொறியாளருமான பிரஸ்னு பிரேசிலின் பரா (*Para*) என்ற பகுதியிலிருந்து ஐரோப்பியத்திற்கு கொண்டு சென்ற ரப்பர் பொருள்களைப் பார்த்துவிட்டுக் கருத்தைக் கவரும் அப்புதிய பொருளையும் அதன் பிறப்பிடத்தையும் அறிந்து கொள்வதற்குப் பிரஞ்சுக் கயானாவின் தலைநகரான கேயீனிலிருந்து புறப்பட்டார். அவர் பராவில் கண்டவற்றை ஓர் அறிக்கையாய் எழுதினார். லாக்காண்டமீன் அதை 1751 ஆம் ஆண்டு பிரஞ்சு அறிவியல் கழகத்தில் படித்தார்.

இப்புதிய பொருள் பலரின் ஆர்வத்தைத் தூண்டியது. எனினும் பல்லாண்டுகளாய் அது பற்றி எவரும் சரியான கவனம் செலுத்தவில்லை இருப்பினும் போர்த்துக்கீசர் அடுத்த அரை நூற்றாண்டுக் காலத்தில் தமது பிரேசிலியக் குடியேற்றப் பகுதியிலிருந்து ரப்பர்ப் பொருள்களை ஐரோப்பியத்தில் இறக்கினர்.

ஆப்பிரிக்க, ஆசியத்தில் பால் மரங்கள்

ஆப்பிரிக்கத்திலும் இந்தியத்திலும் ரப்பர் தரும் பால் மரங்கள் கண்டுபிடிக்கப்பட்டன. உயிர்வளியைக் கண்டுபிடித்தவர்களுள் குறிப்பிடத்தக்கவரும் வேதியியலாருமான ஜோசஃபு பிரீஸ்டிலி (*Joseph Priestly, 1733-1804* இ.ச.க தொகுதி-8) கிட்டத்தட்ட இதே காலத்தில் கட்டியான பால் மரப்பாலுக்கு ரப்பர் என்ற பெயரைக் கொடுத்தார். அது பென்சில் எழுத்துக்களை அழித்ததால், அழிப்பான் என்னும் பொருளில் *rubber* என்று அவர் அதற்குப் பெயரிட்டார். பிரஞ்சுக்காரர் அதை இன்னும் கூட்ஷூக்கு (*Caoutchoue*) என்றே அழைக்கின்றனர். இந்தப் பிரஞ்சுச் சொல்லுக்கும் அழிப்பான் என்று தான் பொருள். அதனால் நாமும் ரப்பரைத் தமிழில் அழிப்பான் என்றோம்.

போர்த்துக்கீச அரசரும் அரசும் நெப்போலியனுக்கு அஞ்சி 1808 ஆம் ஆண்டு அரசையும் கோ நகரையும் பிரேசிலுக்குக் கொண்டு சென்றனர். (இ.ச.க.தொகுதி -11 : 1808 கட்டுரை) அதனால் நெடுங் காலமாய் அடைத்து வைக்கப்பட்டிருந்த பிரேசிலியத் துறைமுகங்கள் வாணிபத்திற்காக நட்பு நாடுகளுக்குத் திறந்து விடப்பட்டன. அமெரிக்க ஒன்றியத்திற்கு 1820 வாக்கில் முதன்முறையாய் ரப்பரினாலான பூட்டுகள் (காலணிகள்) பிரேசிலிருந்து வந்து இறங்கின. அவை செப்ப மற்றும் விலை கூடுதலாயும் இருந்த போதிலும், 1850 வாக்கில் அமெரிக்க மக்களால் விரும்பப்பட்டதால், ஆண்டு தொறும் அரை மில்லியனுக்கும் அதிகமான காலணிகள் வந்து இறங்கலாயின. இவையனைத்தும் பிரேசில் இந்தியர்கள் செய்தவற்றைப் போலிருந்தன.

அமெரிக்கரும், ரப்பரும்

அமெரிக்கப் பொருளியல் பத்தொன்பதாம் நூற்றாண்டின் முதற்பாதியில் இன்று இருப்பதைப் போல் அத்தனை வலுவாய் இருக்கவில்லை. வளர்ந்து வரும் நாட்டின் செல்வத்தையெல்லாம் அடையக் கூடிய புதிய வாய்ப்புகளைப் பற்றிப் பிடித்து விரிய வேண்டும் என்று வணிகரெல்லாம் பேரவாக் கொண்டு கட்டுத்திட்டமின்றிச் சூது பேரத்தில் இறங்கினர். அதனால் தாழ்வுற்ற விலையிருந்த பொருளியல் திடீர் வளர்ச்சி நோக்கிச் செல்லத் தொடங்கிற்று. எனவே 1830 முதல் தொடங்கிய பத்தாண்டுக்

காலத்தில் எண்ணற்றோர் கடன் தீர்க்க வகையற்று நொடித்தனர். ஃபிலடெல்ஃபிய நகரில் இரும்பு பொருள்களைச் செய்து வந்தவரும் அவரின் ஆண்மக்களும் அடங்கிய நிறுவனம் ஒன்றும் நொடித்துப் போன்றவற்றுள் ஒன்றாகும்.

சிறைப் பறவை

ஏ.குட் இயர் அன் சன்ஸ் என்ற அந் நிறுவனம் 1830 இல் நொடித்தது. இந்நிறுவனத்தினர் தாம் கடன் தீர்க்க வகையற்றோர் என்று அறிவிக்கப்படும் வகையில் சட்டத்தின் துணையை நாடியிருந்தால், இந்த இறக்கத்திலிருந்து தப்பியிருக்கமுடியும். ஆனால் அவர்களுள் சார்லஸ் என்ற மகன் மட்டும் மதிப்பு மிக்க சில காப்புரிமைகளை இழந்து விடக் கூடாது என்பதற்காகத் தானே கடன்களைத் தீர்த்து விடுவதாய்த் தன் தோள் மேல் பொறுப்பை ஏற்றிக்கொண்டார்.

அமெரிக்கத்தில் கடனாளிகளின் நிலை 1830 ஆம் ஆண்டுகளில் சிறைப்பட்ட பறவை படும் இன்னலைப் போன்றது என்பதைச் சார்லஸ் விரைவில் கண்டு கொண்டார். அவர் இந்தப் பத்தாண்டுக் காலத்தில் சிறை செல்வதும் அங்கிருந்து மீள்வதுமாயிருந்தார்.

அப்போது அமெரிக்கத்தில் எல்லாரும் அதியற்புதப் பொருளான ரப்பரைப் பற்றிப் பேசிக் கொண்டிருந்தனர். அவர் கடனுதவி பெறுவதற்காக நியூயார்க்கு நகருக்குப் பயனில்லாது பலமுறை சென்று வந்தபோது ஒரு கடையில் ரப்பரில் செய்த உயிர் காப்புப் பொருள் காட்சிக்கு வைத்திருக்கக் கண்டார். அவர் அக்கடைக்குள் விரைந்து சென்று, அப்பொருள்களைப் பார்க்கவேண்டுமென்று கேட்டார்.

குட் இயர்

சார்லஸ் அந்த உயிர் காப்பு மிதவையை விலைக்கு வாங்கினாரெனினும், அது பயனற்றுப் போனது. அதில் காற்றடைக்கும் வால்வு பழுதுபட்டுப் போனது. அதற்குச் சிறந்த வால்வைக் கண்டு பிடித்து விடலாமென்று சார்லஸ் குட்இயர் எண்ணினார்.

சார்லஸ் அடுத்த முறை நியூயார்க்கு சென்ற போது அங்கு முன்னர் ரப்பராலான உயிர்காப்பு மிதவை வாங்கிய ராக்ஸபரி இந்திய ரப்பர்க் கடை அடையாளம் தெரியாதபடி மாறியிருந்தது. சூலை மாத வெயிலின் வெக்கையில் கடையின் உள்புறம் தகித்துக் கொண்டிருந்தது. அங்கு முந்திய இளவேனிலின் போது பல கணிகளில் காட்சிக்கு வைக்கப் பட்டிருந்த ரப்பர் கோட்டுகள், காலணிகள், தொப்பிகள் ஆகிய

எந்தப் பொருளையும் இப்போது காண முடியவில்லை. குட்இயர் மனமுடைந்து கடைக்குள் நுழைந்தார். ராக்ஸ்பரி ரப்பர்க் கடையும் கடன் தீர்க்க வகையற்றுப் போனது போலும்.

குட்இயரின் மாபெரும் கனவு

கடை நடந்து கொண்டுதானிருந்தது; நொடித்துவிடவில்லை என்று அதன் மேலாளர் சொன்னார். இதைக் கேட்டுக் குட்இயரின் கண்கள் மலர்ந்தன. ரப்பர் உயிர்காப்பு மிதவைக்கென்று தான் கண்டுபிடித்த சரியான வால்வைக் குட்இயர் பெருமையுடன் சிப்பத்திலிருந்து பிரித்தார். கடைக்காரர் அதற்கு மறுமொழி கூறுவது போல் குட்இயரைக் கடையின் பின்னாலிருந்த கிடங்கிற்கு,அழைத்துச் சென்றார். அங்கு அந்நிறுவனத்தின் ரப்பர்ப் பொருள்கள் இளகி நாற்றமடித்துக் கிடந்தன. சார்லசிற்கு என்ன செய்வதென்று தெரியவில்லை. தட்பவெப்ப நிலையைத் தாங்கி இளகாது நிற்கும் ரப்பரை உண்டாக்குவது வரையில் தனது வால்வு பயன்படாது என்பதை உணர்ந்தார். இளகி உருகிய ரப்பரின் நாற்றத்தில் குட்இயரின் மாபெரும் கனவு பிறந்தது.

''சார்லஸ் குட் இயராகிய நான் கோடை காலத்தில் இளகாததும் குளிர்காலத்தில் விறைக்காததுமான ரப்பரைக் கண்டுபிடிப்பேன்'' என்று அவர் உறுதி பூண்டார்.

அவர் தன் வாழ்நாளில் எஞ்சியிருந்த காலம் முழுமையிலும்-அது கால் நூற்றாண்டு ஆகும்-விழித்திருந்து வேலை செய்த நேரத்திலெல்லாம் ரப்பரைப் பற்றிய ஏதேனுமொரு திட்டத்தைப் பற்றி எண்ணிக்கொண்டேயிருந்தார். அவர் மனம் அதிலேயே கிடந்து உழன்றது. அதனால் அவர் தன் கைப்பணத்தையெல்லாம் அதற்காகச் செலவு செய்தார். அவரது ஒரு முகமான எண்ணம், சிந்தனை, அவரை மேலே மேலே தள்ளிக் கொண்டேயிருந்தது.

அவர் பல்லைக் கடித்துக்கொண்டு குன்றாத மனவலிமையுடன் ஏச்சையும் ஏளனத்தையும் பொருள் படுத்தாது, தன் மனைவியின் அன்பும் உதவியும் துணையிருக்கத் தன் கனவை நனவாக்கும் முயற்சியில் முனைந்தார். கணவர் இதில் வெற்றி பெறுவதற்கு அவருக்கு எல்லா வகையிலும் துணை நிற்பதென்று மனைவியும் உறுதி பூண்டார்.

கடன்காரர் சிறையில் குட்இயர்

குட்இயர் *1834* ஆம் ஆண்டிற்குச் சிறிது காலத்திற்கு முன்னர், கடன்காரர் சிறையிலிருந்தார். (இந்தக் காலத்தில் கடன்பட்ட ஒருவர் கடனை அடைக்க முடியாவிட்டால், அவருக்குக் கடன் தந்தவர் அவர் மீது வழக்குப் போட்டுச் சிறையில் அடைப்பது வழக்கம். இதற்குக் கடன்காரர் சிறை என்று பெயர். இந்த வழக்கம் விடுதலைக்குச் சில காலத்திற்கு முன்னர் இந்தியத்திலும் இருந்தது). அதற்கடுத்த ஆண்டுகளிலும் பொறுமையில்லாத கடன்காரர்கள் அவரை ஓட்டலுக்குள் தள்ளுவது போன்று நினைத்த நேரத்திலெல்லாம் சிறையில் அடைக்கச் செய்தனர். ஆனால் குட்இயரின் உறுதிப்பாடோ, இவையனைத்தையும் தாங்கிக் கொள்ளக்கூடிய வலிமை பெற்றிருந்தது. அவர் சிறைக்குள்ளேயே ஒரு மேசையைப் போட்டுக்கொண்டு அங்கு ரப்பரில் எதையாவது கலப்பதும் உருக்குவதுமாயிருந்தார்.

அவர் ரப்பருடன் கரியகம் என்று கார்பனைச் சேர்த்துப்பார்த்தார்; டர்பண்டைனைச் சேர்த்தார்; ரப்பர் கர்ப்பூரத் தைலமான டர்ப்பண்டையில் கரைய

வல்லது என்பது 1762 இல் கண்டுபிடிக்கப்பட்டிருந்தது. (இ.ச.க. தொகுதி-7: 1762 புள்ளி) அவர் ரப்பருடன் எதையெல்லாமோ கலந்து அதைப் பதப்படுத்த முயன்றார்.

கனவும் இளகிக் கரைதல்

அவர் நண்பர் ஒருவரிடம் கடன்வாங்கி 1835 இளவேனிற் காலத்தில் ரப்பர் பூட்சுகளை செய்வதற்குத் தன் வீட்டினுள்ளேயே ஒரு பட்டறையை அமைத்தார். அவர் மனைவியும் வீட்டிலிருந்த குழந்தைகளும் சார்லசுடன் சேர்ந்து ஒத்துழைத்தனர். அவர் செய்த காலணிகள் அழகாயிருந்தன. பளிச்சென்று தெரியும் வண்ணங்களில் சாயம் வந்ததும் வெப்பமும் வந்தது. குட்இயரின் காலணிகள் வெப்பத்தில் இளகின; அவரது கனவும் இளகிக் கரைந்தது.

மெய் நிலையை உணரக்கூடியவராயிருந்தால் இத்துடன் தன் முயற்சியைக் கைவிட்டிருப்பார். ஆனால் குட்இயர் கொண்டது விடுபவரல்லர். அவர் ரப்பரில் மக்னீசியத்தைக் கலந்து ஆராய்ந்த அன்று என்றாவது ஒரு நாள் சரியான ரப்பரை உண்டாக்க முடியும் என்று நம்பினார். மக்னீச ரப்பர் கலவை அடுத்த கோடை வரையிலும் நிலைத்தது. அதன் பிறகு வெப்பமும் ஈரப்பதமும் நிறைந்த தட்பவெப்பநிலை அவரை மூன்றாவது முறையும் தோற்கடித்தது. அவர் தன் மனைவியின் நகைகள், துணிமணிகள் முதலியவற்றை அடகு வைத்து வீட்டு வாடகைக்கும் குடும்பத்தினரின் உணவிற்கும் பணம் வாங்கினார். அவர் மீண்டும் நியூயார்க்கை நோக்கிச் சென்றார்.

1840

அவருக்கு நியூயார்க்கில் நடந்த சந்தையில் ஒரு பரிசு கிடைத்து. இதுவே அவரது உழைப்பிற்குக் கிடைத்த முதற்பரிசாகும் அவர் மக்னீசியம் -சுண்ணாம்பு ரப்பர்க் கலவையில் செய்திருந்த பொருளுக்காக இந்தப் பரிசு. அந்தப் பொருள் தோலைப்போல் இருந்தது. அவர் ரப்பர் பொருள்கள் சிலவற்றையும் செய்து விற்றார். ஆனால் குட்இயர் பதப்படுத்திய ரப்பரைக் காரப் பொருள் (*acid*) கெடுக்கின்றது என்பது விரைவில் அறியப்பட்டது.

தோல்வி, எதிலும் தோல்வி

அவரின் நண்பர்கள் இப்போது அவரை ''ரப்பர் மனிதன்'' என்று அழைக்கலாயினர். அவர் இது வரை முயன்று பார்த்த பொருளையெல்லாம் விட நைட்டிரிக்குக் காடி ரப்பரைச் சிறந்த முறையில் பதனப்படுத்தியது. அவர் இதைத் தற்செயலாய் அறிந்து அந்தச் செயல் முறைக்குக் காப்புரிமை பெற்றுவிட்டார்.

நியூயார்க்குக்காரர் ஒருவர் இந்த ரப்பர்த் தொழிலில் ஆயிரக்கணக்கான டாலரை முதல் போட்டார். எனினும் புதிதாய் அமைத்த இத்தொழில் 1837 ஆம் ஆண்டு ஏற்பட்ட பொருளியல் கலவர உணர்ச்சியினால் நொறுங்கிப் போனது. குட்இயரும் அவரின் குடும்பத்தினரும் கைவிடப்பட்ட அந்த ரப்பர்த் தொழிற்சாலையில் தங்கி நியூயார்க்குத் துறைமுக மீனை உண்டு அந்த ஆண்டின் எஞ்சிய காலத்தைத் தள்ளினர்.

சார்லஸ் குட்இயர் அஞ்சல் பைகைகளை ரப்பரில் செய்யும் அரசு ஒப்பந்தம் ஒன்றைப் பெற்று 1839 ஆம் ஆண்டு பாஸ்டனில் தொழில் தொடங்கினார். அவர் செய்த பைகள் உறுதியாயும் வலுவாயும் இருந்தாலும், கோடை பாதாளத்திற்குப் போய்விட்டது. நல்லெண்ணமுள்ள பண்ணைக்காரர்கள் அவர்களுக்குத் தாராளமாய்ப்

பாலையும் பாதி விளைந்த உருளைக்கிழங்கையும் தந்திராவிடில் *1839* ஆம் ஆண்டின் இடைக்காலத்தில் அவரின் குழந்தைகள் பட்டினியால் வாட நேர்ந்திருக்கும்.

மாபெரும் கண்டுபிடிப்பு

இந்நிலையில், முன்பின் தெரியாதவர்கள் கூட அவரை மடையன் என்றும் பயனற்றவன் என்றும் அழைத்தனர். அந்த நேரத்தில் அவர் கண்டுபிடித்தது மிகப் பெரிய வெற்றியாய் அமைந்தது.

குட்இயர் தனக்கு அண்டையிலிருந்த பல்பொருள் அங்காடிக்காரர்கள் சிலர் பேசியதையும் பொருள்படுத்தாது *1840* ஆம் ஆண்டுத் தொடக்கத்தில், கந்தகமும் ரப்பரும் சேர்ந்த புதிய கலவை நல்ல தீர்ப்பாய் அமையக்கூடுமென்று கருதி அதில் முனைந்து ஆய்வைத் தொடங்கினார். அப்போது அவர் கையிலிருந்த பிசுபிசுப்பான ரப்பர் நழுவி பழுக்கச் சிவந்திருந்த அடுப்பில் விழுந்தது. பச்சை ரப்பர் அல்லது வேறு எந்த ரப்பர்க் கலவையானாலும் நெருப்பில் விழுந்தால், அது எரிந்து கருகிச் சிறு துண்டுகளாகிவிடும். ஆனால் கந்தகம் கலந்த இந்த ரப்பர் கருகியதொடு சரி. குட்இயர் அதை அடுப்பிலிருந்து எடுத்து சுரண்டிப்பார்த்ததும் தான் கடந்த ஐந்தாண்டுக்காலமாய்த் தேடித்திரிந்த புதிருக்கு விடை கிடைத்து விட்டது என்பதை அறிந்தார். கந்தகத்தைப் பச்சை ரப்பருடன் சேர்க்கையில் அது பதனமடைகின்றது என்பதைக் குட்இயர் கண்டுபிடித்துவிட்டார்.

அவர் இத்தனை ஆண்டுகள் கடுமையாய் உழைத்ததால் அவரது உடல்நலம் கெட்டது. எனினும் ரப்பரை வெப்ப முறையில் தக்க அளவுகளில் பதனப்படுத்தும் ஆயிரக்கணக்கான ஆய்வுகளைத் தொடர்ந்து நடத்திவந்தார்.

1840

வெற்றியும் செல்வச் செழிப்பும்

அவரின் முயற்சிகள் கனிந்து முற்றப்பெற்று மெய்யான வெற்றியாகும் நேரத்தில் குட்இயர் ஏராளமான பொருள்களை ரப்பரில் செய்வதற்குத் திட்டமிட்டார். அவர் ரப்பரில் செய்த தட்டுகளில் அவரின் குடும்பத்தினர் உண்டனர். அவர் ரப்பரால் செய்த கையில்லாத உள்சட்டையை *(vest)* அணிந்தார். ரப்பரில் கப்பல்களையும், பாய்மரங்களையும் கொடிகளையும் செய்யவேண்டுமென்று கனவு கண்டார்.

தொழில் ஆர்வம் கொண்ட பலர் *1840* இல் குட்இயரை நாடி, அவருக்கு உதவி செய்ய முன் வந்தனர். அவர் ரப்பர் பொருள்களைச் செய்யும் உரிமைகளைப் *(patents)* பெற்றார். செல்வம் பெருகலானது. அவரின் குடும்பம் செல்வச் செழிப்பில் வாழலானது. அவர் நேர்மையற்ற தயாரிப்பாளர்களை எதிர்த்துத் தன் உரிமைகளை நிலை நாட்டுவதற்காக அடிக்கடி நீதிமன்றங்கள் செல்ல நேரிடினும், குட்இயரின் மடியில் ஏராளமான பணம் எஞ்சியிருந்தது.

அவர் குடும்பத்துடன் இங்கிலாந்து சென்றார். அப்போது அந்நாடு உலகின் மிகப்பெரிய தொழில் வளஞ்செறிந்த நாடாய் விளங்கிற்று. அவர் தன் கண்டுபிடிப்பிற்கு நான்காண்டுகள் கழித்துப் பிரிட்டிசுக் காப்புரிமையைக் கோரினார். ஆனால் அவர் அதில் ஒரு மாதம் பிந்திவிட்டார். ஆங்கிலக் கண்டுபிடிப்பாளரான ஹேன்காக்கு *(Hancock)*குட்இயரின் பதனப்படுத்திய ரப்பர்ப் பொருள்களில் சிலவற்றை ஆராய்ந்த பிறகு கெட்டிக்காரத்தனமாய்த் தானே செயல்முறை ஒன்றை உண்டாக்கிக் கொண்டு,

அதற்குப் பிரிட்டனில் காப்புரிமையும் வாங்கிவிட்டார். ஹேன்காக்கு ரப்பரை ''வல்கனைசிங் செய்தது'' என்று அழைப்பது பொது வழக்கானது. (கந்தகம் கலந்த ரப்பருக்கு வலுவூட்டுவது வல்கனைஸ் என்று பொருள்படும்.)

வழக்கும் வம்பும்

ஹேன்காக்கு பிரிட்டீசுக் காப்புரிமைகளில் பாதியைக் குட்இயருக்குத் தர முன்வந்தார். குட்இயர் அதை ஏற்கவில்லை. அதனால் பெருஞ்செலவு செய்து நீதிமன்றத்தில் வழக்காடுவது என்று அவர் உறுதியாய் நின்றார். ஆனால் வழக்குத் தோற்றுப் போனது. குட்இயருக்குப் பிரிட்டீசுச் சந்தை அடைபட்டுப் போனது.

குட்இயர் அதன் பிறகு இங்கிலாந்தை விட்டுப் பிரான்ஸ் சென்றார். அவர் பாரிசில் நடந்த பெரிய பொருள்காட்சியில் தன்னுடைய பலவிதமான ரப்பர்ப் பொருள்களைக் காட்சிக்கு வைத்தார். அவர் காட்சிக்கு வைத்த அரங்கு முழுவதும் ரப்பரால் நிறுவப் பட்டது. அவருக்குப் பிரான்சின் மிகப் பெரிய விருது (*Cross of the Legion of Honour*) கிடைத்தது. ஆனால் அந்த விருதைப் பிரஞ்சுக் கடனாளிகள் சிறையில் தான் குட்இயருக்கு அளிக்க முடிந்தது. அவரது பிரஞ்சுக் காப்புரிமை நீக்கப்பட்டது. கடன்காரர் மீண்டும் அவர் மீது பாய்ந்தனர். அவர் எப்படியோ பணந் திரட்டிப் பிரஞ்சுச் சிறையிலிருந்து மீண்டும் அமெரிக்கம் சென்றார்.

குட்இயரின் உள்ளம் உறுதியாயிருந்தது. ஆனால் உடல்நலம் கெட்டுவிட்டது. அவர் 1860 ஆம் ஆண்டு நியூயார்க்கு நகர ஓட்டல் அறையில் இறந்து கிடந்தார். அவர் தன் குடும்பத்தினருக்குக் கடனையன்றி வேறு எதையும் விட்டுச் செல்லவில்லை. அழிப்பான் அவரை அழித்துவிட்டது.

Carefoot, G.and Sprott, E.R Famine on the Wind, Plant Diseases and Human History, London, 1967.

1840

வரலாற்றுப் புள்ளிகள்

1. அரசியல்

(அ) ''உடைமை என்பது திருட்டு''

பிரஞ்சுப் பொதுவுடைமையாளரான பியரே ஜோசஃபு புரூதோ (*Pierre Joseph Proudhan, 1809-1865;* பிரான்சின் பெசன்சான் என்ற ஊரில் பிறந்தவர்.) 1840 ஆம் ஆண்டு எழுதிய ''உடைமை என்பது என்ன'' என்ற ஆய்வுரையில் ''உடைமை என்பது திருட்டு'' என்று விளக்கம் தந்தார். இவர் எழுதிய மாபெரும் நூல் ''பொருளியல் கட்டுக்கோப்பின் முரண்பாடுகள்'' (*System of Economic Contradictions*) 1845 ஆம் ஆண்டு வெளிவந்தது.

இவர் 1848 ஆம் ஆண்டு பிரான்சில் நடந்த புரட்சியின் போது, வன் செயலைத் தூண்டி விடும்படி பேசியதால், மூன்றாண்டுகள் சிறைத் தண்டனை பெற்றார்.

(ஆ) நியூசிலாந்து பிரிட்டனின் குடியேற்ற நாடானது

தென் பசிபிக்கில் ஒரு மூலையில் அமைந்த இரு பெருந்தீவுகளும் பல சிறு தீவுகளும் சேர்ந்த திரள் நியூசிலாந்து ஆகும். இங்கு சுமார் கி.பி.பதினாறாம் நூற்றாண்டில் கிழக்குப் பாலினீசியத்தைச் சேர்ந்த மக்கள் சென்று குடியேறினர். இன்று நியூசிலாந்தில் வாழும் மாவோரி மக்களின் *(Maori)* முன்னோர் அவர்களாவர். பாலினீசியத் தீவுகளைச் சேர்ந்த மக்கள் தம் குடைவு படகுகளில் ஏறித் தீவு தீவாய்த் தாண்டிச் சுமார் ஆயிரம் மைல் தொலைவிற்குக் கடற் பயணம் செய்து பசிபிக்குக் கடலின் தென்பகுதியிலுள்ள நியூசிலாந்தைச் சுமார் பதினாறாம் நூற்றாண்டு வாக்கில் அடைந்தனர். மாவோரியர் தமக்கு முன்னர் பாலினீசியத்திலிருந்து இங்கு வந்த மக்களுக்குப் பிறகு குடியேறினர் என்று தோன்றுகின்றது. மாவோரியர் பதினெட்டாம் நூற்றாண்டு வாக்கில் நியூசிலாந்தில் நிலை பெற்று விட்டனர். இம்மக்கள் பேசும் மொழி மாவோரி. இது மலேய-பாலினீசிய மொழிக் குடும்பத்தைச் சேர்ந்தது.

நியூசிலாந்தை முதன் முதலில் *1642* ஆம் ஆண்டில் அடைந்த ஐரோப்பியர் டச்சுக் கடலோடியான ஏபல் ஜான்சூன் டாஸ்மன் *(Abel Janszoon Tasman, 1603-சு.1659;* இவர் நெதர்லந்தின் குரோனிஞ்சன் என்ற ஊரினருகில் பிறந்தவர்) ஆவார். கேப்டன் ஜேம்ஸ் குக்கு *(Captain James Cook, 1728-1779;* வட யார்க்குசயரிலுள்ள மார்டன் என்ற ஊரினர்) *1762* ஆம் ஆண்டில் நியூசிலாந்தை மீண்டும் கண்டுபிடித்தார். (ஜேம்ஸ்குக்கு : இ.ச.க தொகுதி -7:1768 கட்டுரை) அவர் வரலாற்றுச் சிறப்பைப் பெற்றுள்ள பசிபிக்கு கடற்பயணத்தில் நியூசிலாந்தின் வட, தென் தீவுகள் இரண்டையும் சுற்றி வந்து துல்லியமான நிலப்படங்களை வரைந்தார். மாவோரியருடன் தொடர்பு கொண்டார்.

குக்கிற்குப் பிறகு ஐரோப்பிய வணிகரும் திமிங்கில வேட்டைக்காரரும் இத்தீவுகளுக்குச் சென்றனர். மாவோரியரில் பெரும்பாலர் இவர்களை முதலில் வரவேற்றனர். அவர்களிடம் தம் பண்டங்களைக் கொடுத்து, மாற்றாய் மஸ்கட்டுத் துப்பாக்கிகளை வாங்கினர். அவர்கள் இத்துப்பாக்கிகளைக் கொண்டு தம் பண்டை எதிரிகளைத் தாக்கினர்.

மாவோரியரை ஐரோப்பிய வணிகரின் சுரண்டலிலிருந்து காக்கவும் அவர்கள் குலச் சண்டைகளில் ஈடுபட்டு அழிந்து போவதைத் தடுக்கவும் நியூசிலாந்தைப் பிரிட்டனுடன் இணைக்க வேண்டும் என்று பிரிட்டனில் இருந்த மனித நேயர்கள் *1830* ஆம் ஆண்டுகளில் கோரினர். அதற்கிணங்க மாவோரியர் குலத்தலைவர்களின் கூட்டம் *1840* ஆம் ஆண்டு வட தீவில் நடந்தது. அப்போது பிரிட்டீசுத் தூதுவரான வில்லியம் ஹட்சன் மாவோரியர் தலைவர்களுடன் வைதங்கி உடன்படிக்கையில் *(Treaty of Waitangi)* கையெழுத்திட்டார். அதன்படி மாவோரியர் அரசி விக்டோரியாளின் இறையாண்மையை ஏற்றுக் கொண்டனர். அதற்கு மாற்றாய்ப் பிரிட்டனின் பாதுகாப்பு அவர்களுக்குக் கிடைத்தது. அவர்கள் தம் நிலங்களைத் தம்மிடம் வைத்துக் கொள்வதற்கு வகை செய்யப்பட்டது.

எட்வர்டு கிப்பன் வேக்ஃபீல்டு என்பவரால் அமைக்கப்பட்ட நியூசிலாந்துக் கம்பெனி *(The New Zealand Company)* நியூசிலாந்தில் நிலத்தை விலைக்கு வாங்கிப் பிரிட்டீசுக் குடியேறியரை அங்கு கொண்டுபோய்க் குடியேற்றியது. *(Edward Gibbon Wakefield, 1796-1862;* இலண்டனில் பிறந்தவர். பிரிட்டனிலிருந்து குடிபெயர்பவர்களுக்கு அரசின் துணையாதரவு வேண்டும் என்ற கொள்கையை முதலில் கூறியவர். பிரிட்டனின் குடியேற்றங்களில் அரசிடமிருந்து ஆதரவு விலையில்

நிலங்களை வாங்கிப் பிரிட்டனிலுள்ள ஏழைகளை அங்கு குடியேற்ற வேண்டும் என்ற திட்டத்தை 1829 ஆம் ஆண்டில் அவர் கூறினார். இவை பின்னர் வேக்ஃபீல்டு குடியேற்றங்கள்- *Wakefield settlements*-என்று அழைக்கப்பட்டன.

ஆனால் குடியேறியர் மாவோரியரின் நிலங்களைப் பறிக்கலாயினர். அதனால் மேற்சொன்ன உடன்படிக்கை விதிகள் மீறப்பட்டன. இதைப் பொறாத மாவோரியர் கிளர்ச்சி செய்தனர். ஆனால் கிளர்ச்சி 1840 ஆம் ஆண்டுகளின் நடுவில் அடக்கப்பட்டது.

நியூசிலாந்து 1840 மே 21 அன்று பிரிட்டனின்குடியேற்ற நாடு என்று அறிவிக்கப்பட்டது.

2. அறிவியல்

டார்வினின் உயிரியல் ஆய்வு நூல்

சார்லஸ் டார்வின் ''பீகிள்'' என்ற ஆராய்ச்சிக்கப்பலில் அறிவியல் பயணம் மேற்கொண்டு (1831-1836) திரும்பி வந்ததும், 1840 இல் ''பீகிள் பயணத்தின் உயிரியல் ஆய்வு'' (*Zoology of the Voyage of the Beagle*) என்ற எழுதியிருந்தார். (*Charles (Robert) Darwin, 1809-1882;* இவர் ஷிராப்ஃசயரைச் சேர்ந்த ஷுரூஸ்பரியில் பிறந்தவர். இவர் 1825 ஆம் ஆண்டு எடின்பரோ பல்கலைக்கழகத்தில் மருத்துவமும் 1828 ல் கேம்பிரிட்ஜில் உயிரியலும் பயின்றார். (இ.ச.க. தொகுதி-11: இ.ச.க. தொகுதி-14 : 1831-புள்ளி)

தாமஸ் இராபட்டு மால்தஸ் (*Thomas Robert Malthus, 1766-1834;* இ.ச.க. தொகுதி-10 : 1798 கட்டுரை; இ.ச.க. தொகுதி-11: 1806 புள்ளி : இ.ச.க. தொகுதி-12 : 1817 புள்ளி) 1798 ஆம் ஆண்டில் எழுதிய ''மக்கள் தொகைப் பெருக்கக் கட்டுரையை'' இரண்டாண்டுகளுக்கு முன்னர் படித்த போது, தன் எண்ணத்தில் தோன்றிய கருத்தை டார்வின் இந்த ஆய்வுரையில் குறிப்பிடவில்லை. இயற்கையிலுள்ள உயிரினங்கள் உயிர் வாழ்வதற்காக ஒன்றொடொன்று போட்டியிட்டாக வேண்டும் : அப்போது போட்டியிட முடியாதவற்றை இயற்கை கொன்றுவிடுகின்றது என்பதை டார்வின் உணர்ந்தார். ஆனால் அவர் இந்த எண்ணத்தை இன்னும் இரண்டாண்டுக் காலம் வரை தாளில் எழுதிவைக்கத் துணிந்தாரிலார்.

3. மருத்துவம்

(அ) மீண்டும் உலகெங்கும் வாந்திபேதி பரவுதல்

உலகெங்கும் காலரா என்ற வாந்திபேதி 1829 ஆம் ஆண்டு பரவிய செய்தி முன்னர் சொல்லப்பட்டது. (இ.ச.க. தொகுதி-13 :1829 கட்டுரை) வாந்திபேதி புதிதாய் உலகெங்கும் 1840 ஆம் ஆண்டில் பரவத் தொடங்குகின்றது. இந்தக் கொடிய தொற்றினால் அடுத்த 22 ஆண்டுக் காலத்தில் மக்கள் மில்லியன் கணக்கில் மடியவிருக்கின்றனர்.

(ஆ) எலும்பு வளர்ச்சிக்குக் கால்சியம் வேண்டும்

எலும்புகளின் தகுந்த வளர்ச்சிக்குக் கால்சியம் (*calcium*) என்ற சுதையம் இன்றியமையாததாகும். இதைச் சுவிட்சர்லாந்திய வேதியியலாரான சார்லஸ் ஜே.சோஸ் (*Charles J.Choss*) 1840 ஆம் ஆண்டு மெய்ப்பித்துக் காட்டினார்.

4. இசை

சேக்சஃபோன் கண்டுபிடிப்பு

செவ்விய இந்திய இசையில் இன்று இடம் பெற்றிருக்கும் சேக்சஃபோன் *(saxaphone)* என்ற பித்தான்களையுடைய ஊதற் கருவி *1840* ஆம் ஆண்டு உண்டாக்கப்பட்டது. இதைப் பெல்ஜிய நாட்டின் இசைக்கருவி செய்பவரான ஆண்டையின் ஜோசஃபு சேக்ஸ் *(Antoine Joseph Sax, 1814-1894;*பிரான்சின் டைனன் என்ற ஊரில் பிறந்தார்.) தன் தந்தையோடு சேர்ந்து இந்த ஆண்டில் அதை உருவாக்கினார். இவருக்கு அடால்ஃபி சேக்ஸ் என்ற பெயரும் உண்டு. அவர் இக்கருவிக்கு *1845* ஆம் ஆண்டு காப்புரிமை *(patent)*பெற்றார். அவர் இக்கருவிக்கு *sax-phone* என்று அழைத்தார். இக்கருவிக்கு சேக்சஃபோன், சேக்ஸ்டிரோம்பா *(saxtroma)*, சேக்ஸ்டியூபா *(sax-tuba)*என்ற பெயர்களும் உள்ளன. கிளாரிநட்டு, வயலின், மேண்டலின் என்று இந்தியத்தின் செவ்விய இசையினர் பக்க இசைக் கருவிகளாய் விளங்கும் மேலைக் கருவிகளுடன் சேக்சஃபோனும் இணைந்துவிட்டது.

5. கலை, இலக்கியம்

(அ) குறள் மொழிபெயர்ப்பில் உதவிய இராமானுசக் கவிராயர்

இராமானுசக் கவிராயர் தமிழறிஞர், புலவர், அந்தாதி வகைகளில் சிற்றிலக்கியம் செய்தவர், குறள், நன்னூல், கொன்றை வேந்தன் ஆகிய நூல்களுக்கு உரை செய்தவர். அவர் துரூ *(Drew)*என்ற ஐரோப்பியர் குறளை மொழி பெயர்த்தபோது, அவருக்கு *1840* ஆம் ஆண்டில் உதவினார்.

(ஆ) தமிழில் ஒருசேர வெளியான முழு விவிலியம்.

தமிழை முறையாய்ப் பயின்றவரும் சமய நூல்களன்றிப் பிற நூல்களையும் தமிழில் எழுதியவருமான இரேனியஸ் பாதிரியார் *(1790-1838)*.ஃபப்ரீசியசின் *(1711-1791)* திருவிவிலிய மொழிபெயர்ப்பு வெளிவந்த ஐம்பதாண்டுகளுக்குப் பிறகு (இ.ச.க. தொகுதி-*10:1791* புள்ளி) விவிலியத்தைத் தமிழில் மீண்டும் மொழிபெயர்த்தார்.

இவர் ஃபப்ரீசியசின் மொழி பெயர்ப்பிலிருந்த இலக்கணப் பிழைகளைத் தனது மொழி பெயர்ப்பில் நீக்கவும், மொழி நடையை அழகும் தெளிவுமுள்ளதாய் ஆக்கவும் பாடுபட்டார்.

இரேனியஸ் மொழி பெயர்த்த நான்கு திருச்செய்திகளும் (சுவிசேஷங்களும்) அப்போஸ்தலர் நடபடிகளும் *1827* ஆம் ஆண்டு வேதாகமச் சங்கத்தினால் சென்னையில் அச்சிடப் பெற்றன. இவரின் புதிய ஏற்பாடு முழுமையும் *1833* இல் அப்படியே அச்சானது.

இதன் பிறகு பழைய ஏற்பாடும் புதிய ஏற்பாடும் சேர்ந்த ஒரே படியாய்ச் சென்னையிலிருந்த அமெரிக்க மிசன் அச்சகத்தின் *1840* இல் அச்சிட்டனர். இதிலடங்கிய பழைய ஏற்பாடு ஃபப்ரீசியஸ் முன்னர் செய்திருந்த மொழி பெயர்ப்பாகும்.

இவ்விரண்டுமடங்கிய தொகுதியின் மறுபதிப்பு *1844* ஆம் ஆண்டு அச்சானது.

(இ) தாயன்பைப் பாடும் தெலுங்கு இலக்கியம்

அப்பாவு முதலி என்ற தமிழர் தெலுங்கில் நூறு பாடல்கள் அடங்கிய ''மாத்துரு சதகம்'' என்ற தெலுங்கு நூலை இயற்றினார். ஒவ்வொரு பாடலின் ஈற்றடியிலும் ''அன்னைக் கொப்பானார் எவருமிலர்'' என்று முடியும் தாயன்பை எடுத்துரைக்கும் இத்தெலுங்குப் பாக்களுக்கு இணையான பாடல் எதுவும் தெலுங்கு இலக்கியத்தில் இல்லை என்பர். இச்சதகம் முன்னர் பள்ளிகளில் பாடமாயிருந்தது. தெலுங்குச் சதக இலக்கியத்தில் அப்பாவு முதலிக்கு மேலுயர் இடமுண்டு என்று போற்றுகின்றனர்.

இந்நூலை அப்பாவு முதலியின் மகனான மீனாட்சி முதலி 1861 ஆம் ஆண்டு முதன் முதலில் அச்சேற்றினார். இந்நூலின் பல பதிப்புகள் வெளி வந்துள்ளன என்பதிலிருந்து இதன் சிறப்பை உணரலாம். வட சென்னையிலுள்ள வாவில்ல அச்சகம் அதை 1949 இல் அச்சிட்டது.

(ஈ) தெலுங்கில் அரபுக் கதைகள்

இராம கிருஷ்ண சாஸ்துருலு என்றவர் 1840 ஆம் ஆண்டில் ''அரேபியன் இராத்துருலு'' என்ற பெயரில் ஆயிரத்தோர் இரவுகள் என்று வழங்கும் புகழ் பெற்ற அரேபிய இரவுக் கதைகளைத் தெலுங்கில் எழுதி வெளியிட்டார்.

(உ) தெலுங்கில் சுக சப்ததி கதாலு

சென்னை ஜார்ஜ் கோட்டைக் கல்லூரிப் பண்டிதருள் ஒருவரான பாடூரி இராமசாமி சாஸ்திரி, சம்ஸ்கிருத மூலத்திலிருந்து ''சுக சப்ததி கதாலு'' என்ற நூலை 1840 ஆம் ஆண்டு தெலுங்கில் மொழி பெயர்த்தார்.

6. கல்வி

(அ) கிண்டர்கார்டன் கல்வி முறை தோற்றம்

ஃபிரடரிக்கு (வில்லம் ஆகஸ்டு) ஃபுரேபல் (Frederich (Willhelm, August) Froebel, 1782-1852) என்ற ஜெர்மன் கல்வியாளர் 1840 ஆம் ஆண்டில் கிண்டர்கார்டன் என்ற தொடக்கக் கல்வி முறையை உண்டாக்கினார். அவர் 1837 இல் அத்தகைய ஒரு பள்ளியைத் தொடங்கிய செய்தி முன்னர் கூறப்பட்டது (1837பள்ளி) இவர் ஜெர்மனியின் ஒபர்வெயில்பாக்கு என்ற ஊரில் பிறந்தவர். இவர் 1826 வாக்கில் ''மனிதனின் கல்வி'' என்ற நூலை எழுதினார். குழந்தையின் உள்ளம் இயல்பாயும் தானாயும் வளர்வதற்கு உதவ வேண்டும் என்று அவர் இந்நூலில் கூறியிருந்தார்.

நான்கு வயதிற்கும் ஆறு வயதிற்கும் இடைப்பட்ட வயதுள்ள குழந்தைகளைத் தொடக்கப் பள்ளிக்கு ஆயத்தப்படுத்துவதற்காக அமைக்கப்பட்ட சிறு வகுப்பு அல்லது பள்ளிக்குக் கிண்டர்கார்டன் (kindergarten)என்று பெயர்.

(ஆ) கட்டாக்கில் ஆங்கிலப்பள்ளி

இந்தியத்தில் ஆங்காங்கே ஆங்கிலப் பள்ளிகள் அமைக்கப்பட்டு வருவதற்கிணங்க ஒரிசத்தின் கட்டாக்கு நகரில் 1840 ஆம் ஆண்டில் ஓர் ஆங்கில இடைநிலைப் பள்ளி திறக்கப்பட்டது.

(இ) பம்பாய் மாநிலத்தில் கல்வி வாரியம்

பம்பாய் மாநிலத்தில் 1840 ஆம் ஆண்டு கல்வி வாரியம் (Board of Education)அமைக்கப்பட்டது. மக்கள் நாட்டு மொழியில் பள்ளிகளை அமைப்பதற்கு ஆகும் செலவில் ஒரு பகுதியை ஏற்பராயின் இரண்டாயிரத்திற்கும் அதிகமான மக்கள் வாழும் ஒவ்வோர் ஊரிலும் ஒரு பள்ளியை அமைப்பதில் இவ்வாரியம் முழுக் கவனம் செலுத்திற்று. பம்பாய் மாநிலத்தில் 1842 வாக்கில் ஏறத்தாழ ஏழாயிரம் மாணவர் பயிலும் நாட்டு மொழிப் பள்ளிகள் அமைந்தன.

(ஈ) முதல் அஞ்சல் வழிக் கல்வி தொடக்கம்

இந்த 1840 ஆம் ஆண்டு தொடங்கிய ''சல்லி அஞ்சல்'' என்ற பென்னி அஞ்சல் (penny post)முறையொடு கூடவே, முதல் அஞ்சல் வழிக் கல்வியும் இந்த ஆண்டு நடக்கலானது. சுருக்கெழுத்துக் கண்டுபிடிப்பாளரான சர் ஐசக்கு பிட்மன் (Sir Isaac Pitman, 1813-1897)தனது சுருக்கெழுத்துப் பாடத்தை அஞ்சல் வழியே இவ்வாண்டு கற்பிக்கத் தொடங்கினார்.

7. தொழில், வாணிபம், வேளாண்மை

(அ) நீலகிரியில் காப்பித் தோட்டம்

1840

இந்தப் பத்தாண்டுக் காலத்தை வேளாண்மைப் பத்து என்றே கூறலாம். ஏனெனில் கருவாப்பட்டை தேயிலை, இலங்கைக்குத் தேயிலை விதை அனுப்புதல், டார்ஜிலிங்கில் தேயிலை, சென்னையில் தோட்டக்கலைச் சங்கம் அமைதல் என்று வேளாண்மைத் தொடர்பான பல செய்திகளைக் காண்கின்றோம். இப்போது நீலகிரியில் 1840 ஆம் ஆண்டு காப்பித் தோட்டம் அமைக்க நடந்த பணிகள் விவரிக்கப்படுகின்றன.

ஐரோப்பியர் போர்த்துக்கீசர் காலத்திலிருந்து உலகின் பல பகுதிகளில் விளைந்த பல பொருள்களை இந்தியத்திலும் அவர் குடியேற்றம் அமைத்த பிற இந்துமாக்கடல் நாடுகளிலும் அறிமுகம் செய்து வேளாண் வளத்தைப் பெருக்கி வருகின்றனர். போர்த்துக்கீசர் ஆப்பிரிக்கத் தென்னை வகைகளை இந்தியத்தின் மேற்குக் கரை நெடுகிலும் நட்டனர். அவர்கள் புது உலகிலிருந்து புகையிலையையும் இந்நாட்டிற்குத் கொண்டு வந்தனர். பிரிட்டிசார் பருத்தி, கரும்பு முதலியவற்றின் விளைச்சலைப் பெருக்கும் நோக்குடன் எகிப்திலும், மோரீசிலிருந்தும் கொண்டு வந்த புதிய வகைகளை அறிமுகம் செய்தனர்.

அவர்கள் கிராம்பு, கருவாப்பட்டை போன்ற மணக்காரப் பொருள்களையும் தமிழகத்தில் பயிர் செய்யக் காரணமாயிருந்தனர். இவற்றைப் போலவே உருளைக் கிழங்கு, தேயிலை, காப்பி ஆகியனவும் பலவகைக் காய்கறிகளும் இந்நாட்டிற்குக் கொண்டுவரப்பட்டன. இச்செய்திகள் இக்களஞ்சிய வரிசையில் பரந்து காணப் படுகின்றன.

பிரிட்டிசார் கேரளத்தில் அமைத்த முதல் காப்பித்தோட்டம் பற்றி இ.ச.க தொகுதி-10:1799 ஆம் ஆண்டுக் கட்டுரை பேசிற்று. இக்கட்டுரையில் கூட்டிணைவான மேட்டு நிலங்களின் தொகுதியாய் விளங்கும் நீலகிரி மலையில் காப்பி அறிமுகமான கதை இயம்பப்படுகின்றது.

நீலகிரி மலை

ஊட்டியையும் சல்விவனையும் பற்றிச் சொல்லப்புகுந்த காலையில் நீலகிரி மலை பற்றிச் சிறிது கூறியிருந்தோம். (இ.ச.க. தொகுதி-13:1823 கட்டுரை) நீலகிரி மலை சுமார் 56 கிலோ மீட்டர் நீளமும் 32 கிலோ மீட்டர் அகலமும் உள்ள ஒரு மேட்டு நிலத்தில் அமைந்துள்ளது. இங்குள்ள பெரிய மலை எனப்படும் தொட்ட பெட்டா என்ற இடத்தின் உயரம் 2636 மீட்டர். இம்முகடு உதக மண்டலத்தின் கிழக்கே உள்ளது. இம்மேட்டுப் பகுதியின் சராசரி உயரம் சுமார் 6500 அடி. இம்மலையின் பழந்தமிழ்ப் பெயர் மலை நாடு. இந்த மேட்டு நிலப்பகுதியில் ஒரு சதுர கிலோ மீட்டர்ப் பரப்புக் கூட சமதளமாய் இருக்கவில்லை. அதன் மேற்பரப்பில் உருண்டையான பச்சைக் குன்றுகள் நிற்கின்றன. அவை இங்கு மங்குமாய் உயர்ந்து உச்சமாய்க் காணப்படுகின்றன.

மலைத் தொடர்களில் குட்டையான புதர்கள் பரந்துள்ளன. அங்குமிங்கும் வண்ணஞ் செறிந்த மலர்கள் ஒளி சிந்தும். உருண்டையான இக்குன்று ஒவ்வொன்றையும் சிறு ஓடைகள் பிரிக்கின்றன. அங்கு சிறுசிறு காடுகள் நிறைந்துள்ளன. மேற்குத் தொடர்ச்சி மலையும் கிழக்குத் தொடர்ச்சி மலையும் கூடுகின்ற இடத்தில் நீலகிரி மலை உள்ளது.

1840

குன்றூர் குன்னூரானது

நீலகிரியிலுள்ள குன்றூர் என்பது திரிந்து குன்னூரானது. இவ்வூரைச் சேர்ந்து டாசன் (Dawson) 1838 ஆம் ஆண்டு நீலமலையில் ஒரு காப்பித் தோட்டம் போட்டார். ஆய்வின் அடிப்படையில் இன்னொரு தோட்டம் 1839 ஆம் ஆண்டு சீகூர் மலையிலுள்ள கல்லட்டி என்ற இடத்தில் போடப்பட்டது. இங்கு மானாந்தோடை என்ற இடத்திலிருந்து கொண்டு சென்ற காப்பிக் கன்றுகள் நடப்பட்டன.

அடுத்துக் காக்குபன் (Cockburn) என்றவர் 1840 ஆம் ஆண்டு நீலகிரியின் கோத்த கிரியைச் சுற்றிக் காப்பித் தோட்டம் அமைத்தார்.

கோத்தகிரி என்பது கோத்தர் என்ற பழங்குடியினர் வாழும் மலைப் பகுதியாகும். இவர்கள் இங்கு வாழும் தோடரைப் போன்று குடியானவர்களாவர். கோத்தர் செப்பமற்ற கன்னட மொழி பேசுகின்றனர்.

இதன்பிறகு கோத்தகிரியின் அருகில் ஹரதுரை காப்பித் தோட்டமும் குலிக்காலில் பாஷைட்டி தோட்டமும் திறக்கப்பட்டன. இங்ஙனம் நீலகிரி மலையில் காப்பித் தோட்டங்கள் பரவலாயின.

Krishnamurthi, S.Dr. Editor : Horticultural and Economic Plants of the Nilgiris, Annamalai University, 1953.

(ஆ) டார்ஜிலிங்கில் தேயிலை

டார்ஜிலிங்கு மேற்கு வங்கத்தின் வடக்கே நேபாள எல்லையில் உள்ளது. இது 2,150 மீட்டர் (7,053 அடி) உயரமான ஓரிடத்தில் அமைந்துள்ளது. இந்த இடம் இரண்டு மலைச் சரிவுகள் கூடும் மேல் வரையில் உள்ளது. பிரிட்டீசு ஆட்சியின்போது டார்ஜிலிங்கு வங்க மாநில அரசின் கோடை காலத் தலைநகராயிருந்தது. இந்நகரைச் சுற்றியுள்ள தேயிலைத் தோட்டங்கள் மிகுந்த புகழ் வாய்ந்தவையாகும்.

சீனத் தேயிலை வித்துக்களைக் கொண்டுவந்து டார்ஜிலிங்கு மலைகளில் 1840 ஆம் ஆண்டு நட்டனர். இந்தியத் தேயிலை சீனத்தேயிலையிலிருந்து வேறானது. இந்தியத் தேயிலை காட்டமாயிருந்தாலும் மணம் மிகுந்தது. அதனால் டார்ஜிலிங் தேயிலை உலகெங்கும் விரும்பப்படுகின்றது.

(இ) இந்திய நெசவுத் தொழில் சீர் குலைவு

இந்தியத் தொழில் சீர் குலைந்த செய்தி முன்னர் ஓரிடத்தில் சொல்லப்பட்டிருந்தது. (இ.ச.க. தொகுதி-13 :1826 கட்டுரை) கிழக்கிந்தியக் கம்பெனியின் வாணிப உரிமை ஆவணம் 1813 ஆம் ஆண்டு புதுப்பிக்கப்பட்ட பிறகு, இந்தியத்தில் தனிப்பட்ட பிரிட்டீசு வணிகரும் வணிகத்தில் முனைந்து இறங்கியதால் உள்நாட்டுத் தொழில்கள் சீர்குலையத் தொடங்கின.

இந்தியத் தொழில்களைக் காப்பாற்றும் காலம் கடந்துவிட்டது என்பதையும் அதற்கு மருந்து காண வேண்டிய வேளை போய்விட்டது என்பதையும் சர் சார்லஸ் டிரவலியன் 1840 ஆம் ஆண்டு பிரிட்டீசு நாடளுமன்றத் தேர்வுக் குழுவின் முன்னர் கூறிய கருத்துகள் தெளிவாக்குகின்றன.

''முன்னர் வங்கத்தில் விளைந்து வந்த தனித்தன்மையதான பட்டுப் போன்ற நேர்த்தியான பருத்தி இழையிலிருந்து தான் தாக்கா மஸ்லின் போன்ற மெல்லிய துணிகள் நெய்யப்பட்டன. அந்தத் துணியை இப்போது காணவே முடியவில்லை. தாக்கா நகரின் மக்கள் தொகை ஒன்றரை இலட்சத்திலிருந்து 40 அல்லது 30 ஆயிரமாய்க் குறைந்துவிட்டது. அதனால் ஊருக்குள் காடு விரைந்து பரவுகின்றது. மலேரியாவும் பெருகிவிட்டது. மிகவும் முரடான துணிகளை நெய்பவர்கள் மட்டும் இன்று இந்தியத்தில் நிலைத்து நிற்கின்றனர். இந்திய மெங்கிலும் மிகவும் ஏழையாயிருக்கின்ற மக்கள் கூட பொதுவாய் ஆங்கிலப் பருத்தித் துணிகளை உடுத்துகின்றனர். இந்தியத்தின் மாஞ்செஸ்டர்ராயிருந்த தாக்கா மிகச் செழிப்பான நகரம் என்ற மேலான நிலையிலிருந்த இறங்கி, பெரியதும் சிறியதுமான ஊராய் விட்டது. அங்குள்ள துன்பம் மெய்யாகவே கொடியது.''

பத்தொன்பதாம் நூற்றாண்டு முழுமையிலும் பருத்தித் துணிகளின் இறக்குமதி இந்தியத்தில் பெருகத் தொடங்கியதால் இந்நாட்டின் நெசவுத் தொழில்கள் சீர் கெட்டு நலிந்தன.

பொதுவாய்ச் சொல்வதாயின், கைவினைத் தொழில்கள் அனைத்தும் இன்னலுக்குள்ளாயின. வேலையற்ற கைவினைஞரை நிலமற்ற குடியானவர்களாய்ப் பயன்படுத்துவதைத் தவிர வேறு வழியில்லாமற் போய் விட்டது.

8. அஞ்சல்

உலகின் முதல் அஞ்சல் தலை

உலகின் அஞ்சல் வரலாறும் சென்னை முதலிய இடங்களில் 1786 ஆம் ஆண்டு அஞ்சல் நிலையங்கள் அமைந்ததும் முன்னர் இக்களஞ்சிய1 வரிசையில் சொல்லப்பட்டிருந்தன. (இ.ச.க. தொகுதி-8 : 1774 கட்டுரை; இ.ச.க. தொகுதி-9;1786 கட்டுரை; இ.ச.க.தொகுதி-14; 1837 புள்ளிகள்)

இந்தக் காலத்தில் அஞ்சல் முறையானது, கடிதம் அனுப்புகின்ற ஒருவர் அதற்காக முன்னதாய்ப் பணம் செலுத்துவது, அல்லது அக்கடிதத்தை பெறுகின்றவர் பணம் தந்து அதை வாங்கிக் கொள்வது என்ற ஏற்பாட்டின் அடிப்படையில் நடந்து வந்தது. கடிதம் செல்ல வேண்டிய தொலைவை வைத்து, அதற்கு அஞ்சல் கட்டணம் வாங்கப்பட்டது. இந்த ஏற்பாட்டின்படி அஞ்சல் கட்டணம் செலுத்தாமலே பெரும்பாலான கடிதங்கள் அனுப்பப்பட்டன. அதனால் வருவாய் இழப்பு மிகுதியானது. இந்நிலை பத்தொன்பதாம் நூற்றாண்டின் இந்தக் கால கட்டம் வரை நீடித்தது.

எனவே சர் ரோலண்டு ஹில் (*Sir Rowland Hill. 1795-1879;*இவர் ஓர்ச்சஸ்டர் சயரின் கிடர் மின்ஸ்டர் என்ற ஊரில் பிறந்தவர்) 1837 ஆம் ஆண்டில் ''அஞ்சலகச் சீர்திருந்தம்'' (*Post Office Reform*) என்ற நூலை எழுதினார். முன்னதாய் அஞ்சல் தலைகளை வாங்கி எளிமையான கட்டண விகிதங்களில் அஞ்சல் அனுப்புவதற்குரிய ஏற்பாடு வேண்டும் என்று சர் ரோலண்டு அந் நூலில் கேட்டுக் கொண்டார். அவரது பரிந்துரைப்படி 1840 ஆம் ஆண்டில் ஒரே சீரான கட்டணத்தில் கடிதங்களில் அஞ்சல் தலைகளை வாங்கி ஒட்டி அனுப்புகின்ற முறை முதன்முதலாய்க் கொண்டுவரப்பட்டது. கடிதங்களில் ஒட்டக் கூடிய அஞ்சல் தலை உலகிலேயே முதன்முறையாய் 1840 மே முதல் நாளன்று பிரிட்டனில் விற்பனைக்கு வந்தது. அதை மே 6 ஆம் நாள் முதல் பயன்படுத்த முடிந்தது. இந்த அஞ்சல் தலைக்குக் ''கறுப்புப் பென்னி'' (*Penny Black*)என்று பெயர். அதில் விக்டோரியாளின் தலை அச்சடிக்கப்பட்டிருந்தது.

1840

அமெரிக்கக் கண்டுபிடிப்பாளரான ஜேகபு பெர்க்கின்ஸ் (*Jacob Perkins 1766-1849*)மசாச் சூசட்சு மாநிலத்தின் நியூப்போட்டு என்ற ஊரில் பிறந்தவர். இவர் கள்ள நோட்டு அச்சிடுவதைக் கடினமாக்கும் விதத்தில் அச்சிடும் செப்புத் தகடுகளை நீக்கிவிட்டு, அவற்றுக்கு மாற்றாய் எஃகுத் தகடுகளில் செதுக்கு வேலை செய்து நோட்டுகளை அச்சிடும் முறையை உருவாக்கினார். இந்த முறையில் மிகவும் சிக்கலான கோலங்களைக் கொண்டு நோட்டுகளை அச்சிட முடிந்தது. இவர் அதற்கென்று 1834 ஆம் ஆண்டில் ஓர் அச்சுப் பொறியை உண்டாக்கியிருந்தார். அவரே இந்தப் பென்னி அஞ்சல் தலையை அச்சிட்டுத் தந்தார்.

பென்னி அஞ்சல் தலையை அயர்லந்திய ஓவியரான முல்ரீடீ (*William Mulready, 1786-1863*) வரைந்தார். அதில் விக்டோரியாளின் தலை வரையப்பட்டிருந்தது. இப்புதிய அஞ்சல் தலையில் முதலில் 64 மில்லியன் அச்சிடப்பட்டது. இது சிறுநாணயமான பென்னியின் விலையுடையதாயிருந்ததால் ''சல்லி அஞ்சல்'' (*penny post*)என்றும் கறுப்பு மையால் அச்சிடப்பட்டிருந்ததால் ''கறுப்புச் சல்லி'' (*black punny*)என்றும் பெயர் பெற்றது. இது ஒட்டிக் கொள்ளக் கூடிய தலையாகும்.

(*penny* என்பது பிரிட்டன் 1971 ஆம் ஆண்டு பதின்மான நாணய முறைக்கு மாறிக் கொண்டது வரையில் புழக்கத்திலிருந்த சிறுகாசு. ஒரு சில்லிங்கிற்குப் பன்னிரண்டாயும் ஒரு பவுனுக்கு இருநூற்றி நாற்பதாயும் இருந்த செப்புக்காசு பென்னியாகும். இப்போது இந்தச் செப்புக்காசு பென்னி என்றே வழங்கினும் அது ஒரு பவுனுக்கு நூறாகும்.)

பிரிட்டனையடுத்து அஞ்சல் தலை வெளியிட்ட நாடு பிரேசில் ஆகும். இந்நாடு 1843 ஆம் ஆண்டு அஞ்சல் தலைகளை வெளிக்கொணர்ந்தது. ஏனைய நாடுகளும் ஒவ்வொன்றாய் அஞ்சல் தலையை வெளியிடலாயின; 1850 ஆம் ஆண்டிற்குப் பிறகு எண்ணற்ற நாடுகள் அஞ்சல் தலைகளை வெளியிட்டன.

ஒட்டிக் கொள்கின்ற இந்த அஞ்சல் முத்திரைகளில் முதலில் அரசர், அரசியர், முதலானோரின் தலைகள் நாணயங்களில் போலவே அச்சிடப்பட்டமையால் அவை அஞ்சல் தலை என்று தமிழில் பெயர் பெற்றுவிட்டன.

சிந்து மாநிலத்தின் ஆளுநராயிருந்த பார்டில் ஃபிரியர் *1852* ஆம் ஆண்டில், அம்மாநிலத்தில் அஞ்சற்கட்டணச் சின்னமாய், அஞ்சல் தலைகளை வெளியிட்டார். இவ்வஞ்சற் தலைகள் அஞ்சல் தலைச் சேகர உலகில் மிகவும் புகழ் பெற்ற தொகுதியாய் விளங்குகின்றன. இவை இந்தியத்திலும் ஏன் ஆசியத்திலும் முதலில் வெளியிடப்பட்ட முதல் அஞ்சல் தலைகள் என்ற சிறப்பைப் பெற்றுள்ளன.

உலகின் பல்வேறு நாடுகள் இதுவரை ஏறத்தாழ இரண்டு இலட்சம் அஞ்சல் தலைகளை வெளியிட்டுள்ளன என்று கணிக்கின்றனர். ஆண்டுதொறும் *6000-7000* அஞ்சல் தலைகள் வெளிவருகின்றன. ஒரு நாட்டின் வரலாறு, கலை, இலக்கியம், இயற்கைச் சூழல், பறவைகள், விலங்குகள் ஆகியவற்றை எடுத்துக்காட்டும் விதத்தில் சில நாடுகள் பல வகையான அஞ்சல் தலைகளை வெளியிட்டு வருகின்றன.

அஞ்சல் அலைகளைச் சேகரிக்கும் அஞ்சல் தலைச் சேகரக் கலை முதன் முதலில் இங்கிலாந்தில் தோன்றியது. ஒரு பெண் தன் வீட்டின் ஆடையணி அறையின் சுவர்களில் முத்திரை குத்திய அஞ்சல் தலைகளை ஒட்டி அழகு படுத்தினார். அவர் *16,000* அஞ்சல் தலைகளைச் சேகரித்திருந்தார். மேலும் தனக்கு அஞ்சல் தலைகள் வேண்டும் என்று இலண்டன் ''டைம்ஸ்'' நாளிதழின் படிப்பாளிகளுக்கு *1841* ஆம் ஆண்டு அப்பெண்மணி வேண்டுகோள் விடுத்திருந்தார். உடனே அஞ்சல் தலை சேகரிக்கும் ஆர்வம் எங்கும் பரவிற்று.

9. போக்கு வரவு

(அ) காட்டன் அமைத்த இந்தியத்தின் முதல் இருப்புப் பாதை

ஆர்தர் காட்டன் (*Arthur Cotton, 1803-1899*) என்ற பொறியாளர் தற்கால இந்தியத்தின் நீர்ப் பாய்ச்சல் பணிகளில் முன்னோடியாய் இருந்தார் என்பதைக் கல்லணைத் தொடர்பான கட்டுரையில் *(1836 புள்ளி)* கண்டோம். அவரே இந்தியத்தில் முதன் முதலாய் இருப்புப் பாதை அமைத்தார் என்பது வரலாறு மறந்து விட்ட செய்தியாகும்.

காட்டன் சென்னைத் துறைமுக மேம்பாட்டுப் பணியில் ஈடுபட்டிருந்த போது, அதற்கு வேண்டிய கட்டுமானப் பொருள்களைக் கொண்டு வருவதற்காகச் சென்னைக்கும் செங்குன்றத்திற்குமிடையே *1840* ஆம் ஆண்டு ஓர் இருப்புப் பாதையை அமைத்தார். இதுவே இந்தியத்தில் போடப்பட்ட முதல் இருப்புப்பாதையாகும். காட்டன் இப்பணியை முடித்ததும் ஆஸ்திரேலியம் சென்றுவிட்டார்.

(ஆ) கியூனார்டு கப்பல் நிறுவனம் அமைப்பு

சர் சாமுவல் கியூனார்டு (Sir Samuel Cunard, 1787-1865) கனடாவின் நோவாஸ்காசியத்திலுள்ள ஹாலிஃபாக்சில் பிறந்த கப்பல் உரிமையாளர். அவர் *1838* ஆம் ஆண்டு பிரிட்டனில் குடியேறினார். கியூனார்டு லிவர்ப்பூலையும் கிளாஸ்கோலையும் சேர்ந்த வணிகர்களுடன் கூட்டுச் சேர்ந்து பிரிட்டனில் *1833* ஆம் ஆண்டில் ''பிரிட்டீசு வட அமெரிக்க இராயல் நீராவிக் கப்பல் அஞ்சல் நிறுவனம்'' (*British* *and North American Royal Mail Steam Packet Co.)*என்ற நிறுவனத்தை அமைத்தார். இதுவே இந்த ஆண்டில் கியூனார்டு கப்பல் நிறுவனம் (*Cunard Line*) என்று பெயர் பெற்றது.

10. மக்கள்

(அ) பிரிட்டனில் தேநீர் அருந்தும் பழக்கம்

இலண்டனில் மிகவும் பழமையான தேயிலை விற்பனைக் கடை ஒன்று உள்ளது. அதன் பெயர் டுவைனிங்ஸ் (*Twinings*). அங்கு பதினெட்டாம் நூற்றாண்டின் தொடக்கத்திலிருந்து தேயிலை விற்கப்பட்டு வருகின்றது. ஆனால் பிரிட்டனுக்குப் பதினேழாம் நூற்றாண்டின் நடுப் பகுதியிலேயே சீனத்திலிருந்து தேயிலை சென்று விட்டது. கிழக்கிந்தியக் கம்பெனி சீனத் தேயிலை வாணிபத்தில் 1833 வரையிலும் தனியுரிமை பெற்றிருந்தது. அந்த ஆண்டில் கம்பெனி அந்த உரிமையை இழந்து விட்டது. எனினும் சீனத்திலிருந்து பிரிட்டனுக்குத் தொடர்ந்து தேயிலை சென்று கொண்டிருந்தது. பிறகு இந்த வாணிபத்தில் இந்தியத் தேயிலையும் சேர்ந்துகொண்டது.

அசாமின் மலைக் காடுகளில் கண்ட மேனிக்குத் தேயிலை புதர்களாய் வளர்ந்து கிடந்ததைக் கண்டதும், கம்பெனி அங்கு முறையாய்த் தேயிலை வளர்க்கத் தொடங்கிற்று. (இ.ச.க. தொகுதி-13:1823 புள்ளி) அசாமிலிருந்து 1839 ஆம் ஆண்டில் சுமார் 85 தேயிலைப் பெட்டிகள் இலண்டனைச் சென்றடைந்து அங்கு ஏலத்தில் விற்கப்பட்டன. சீனத் தேயிலை பச்சை நிறமாயிருக்கும். ஆனால் இந்தியத் தேயிலை கருப்பாயும், பச்சைத் தேயிலையை விடக் காட்டம் குறைந்தும் இருந்தது. இந்தச் சுவை இலண்டன் மக்களுக்கு மிகவும் பிடித்துப்போனது.

இலண்டன் மாநகர மக்களிடம் மாலையில் தேநீர் அருந்தும் வழக்கம் இது வரை இருந்திலது. பெட்ஃபோர்டு கோமகளான (*Bedford Duches,Anna*)அன்னா மாலை நேரத்தில் தேநீர் அருந்தும் வழக்கத்தை அறிமுகம் செய்த வைத்தார். அவர் பழக்கத்திற்குக் கொண்டு வந்த தேனீர் இடைவேளை என்ற பழக்கம் நெடிய பிரிட்டீசு மரபாய் இன்றும் நீடித்து வருகின்றது. எனினும் ஆங்கிலேயர் தேநீரை விடக் காப்பியையே இன்றும் விரும்பி அருந்தி வருகின்றனர்.

(ஆ) ஐரோப்பிய மக்கள் தொகை

ஐரோப்பிய மக்கள் தொகை பதினெட்டாம் நூற்றாண்டிலிருந்து சீராக உயர்ந்து வருவதைப் புள்ளி விவரங்கள் காட்டுகின்றன. இங்கு 1840 ஆம் ஆண்டு இருந்த மக்களின் எண்ணிக்கை தரப்பட்டுள்ளது. அடைப்புக் குறிக்குள் 1830 ஆம் ஆண்டுக் கணக்குத் தரப்படுகின்றது.

பிரிட்டன் 26 மில்லியன் (24 மில்லியன்)

பிரான்ஸ் 33 மில்லியன் (32 மில்லியன்)

இத்தாலி 22.4 மில்லியன் (21 மில்லியன்)

ஜெர்மனி 31 மில்லியன் (30 மில்லியன்)

இரஷியம் 55 மில்லியன் (50 மில்லியன்)

(இ) அமெரிக்கத்தில் குடியேறிய ஐரோப்பியர்

அமெரிக்கத்தில் 1831-1850 காலத்தில் ஐரோப்பியத்திலிருந்து குடியேறியோரின் எண்ணிக்கை ஆண்டுக்கு ஆண்டு பெருகிக் கொண்டே வந்தது என்பதைக் கீழ்க் காணும் கணக்குகள் காட்டுகின்றன:

பிரான்ஸ் 45,500 பேர்; ஜெர்மனி 1,52,000 பேர்; பிரிட்டன் 2,83,000 பேர்; இத்தாலி 2,000 பேர்; இரஷியம் 500 பேர். இந்த எண்ணிக்கை அடுத்த பத்தாண்டான 1841-1850 இல் இன்னும் அதிகரித்தது.

(ஈ) அமெரிக்கத்தில் இருபது மில்லியனர்கள்

அமெரிக்கத்தில் 1840 ஆம் ஆண்டில் இருபது மில்லியனர்கள் இருந்தனர் என்று கணித்தனர்.

(உ) இலங்கையில் தமிழர் குடியேற்றம்

பிரிட்டிசார் 1795 ஆம் ஆண்டு டச்சுக்காரரிடமிருந்து இலங்கையைப் பெற்றதும் (இ.ச.க. தொகுதி-10) இந்தியத்திற்கும் இலங்கைக்கும் நடந்து வந்த வாணிபம் பெருகியது. அதன் பலனைப் பெறுவதற்காகப் புதிய வணிகக் குடும்பங்கள் இலங்கையில் குடியேறின. அப்போது கொழும்பில் இந்துக் கோயிலைக் கட்டி விரித்தனர். அதன் பிறகு 1840 ஆம் ஆண்டு ஏராளமான தமிழர்கள் இலங்கையின் நடுவிலுள்ள மலைப் பகுதிகளின் தேயிலைத் தோட்டங்களில் வேலை செய்வதற்காக ஒப்பந்தக் கூலிகளாய்க் கொண்டு செல்லப்பட்டனர்.

அடிமை முறை ஒழிக்கப்பட்ட பின்னர் இந்தியத்திலிருந்து ஒப்பந்தக் கூலிகள் என்ற பெயரில் ஏராளமானவர்கள் கடல் கடந்த நாடுகளுக்கு ஒப்பந்தக் கூலிகளாய்க் கொண்டு செல்லப்படுகின்றனர்.

1840

(ஊ) விக்டோரியாள்-ஆல்பட்டு திருமணம்.

பிரிட்டனின் அரசி விக்டோரியாளுக்கும் (1819-1901) ஜெர்மனியைச் சேர்ந்த இளவரசர் ஆல்பட்டுக்கும் (முழுப் பெயர் Albert Francis Augustus Emmanual of Saxe-Coburg-Gotha, 1819-1861) 1840 பிப்ரவரி 10 அன்று செயின் ஜேம்ஸ் அரண்மனையிலுள்ள அரச குடும்பத்தின் தனிக் கோயிலில் திருமணம் நடந்தது.

11. பொது

(அ) மதுரை விரிவடைகின்றது

உலகில் மனிதர் தொடர்ந்து வாழ்ந்துவரும் தொன்மையான சில நகரங்களில் மதுரை ஒன்றாகும். பரிபாடல், மதுரைக் காஞ்சி, மதுரைக் கலம்பகம், சிலப்பதிகாரம், திருவிளையாடற்புராணம், திரு முருகாற்றுப்படை என்ற பழந்தமிழ் இலக்கியங்களில் மதுரை சிறப்பிக்கப்பட்டுள்ளது. இந்நகரம் தமிழில் மட்டுமின்றித் தெலுங்கிலும் சமஸ்கிருதத்திலும் பாடப் பெற்ற தனிச் சிறப்புடையதாகும். கடைச்சங்கம் சுமார் கி.பி.250 ஆம் ஆண்டு வாக்கில் மறைந்த பிறகு, சமண ஆசாரியார் பூச்சிய பாதரின் மாணாக்கரான வச்சிர நந்தி கி.பி.470 ஆம் ஆண்டில் திராவிட சங்கத்தை மதுரையில் நிறுவினார். தொல்காப்பிய உரையாசிரியரான நச்சினார்க்கினியர் கி.பி. பதினான்காம் நூற்றாண்டில்

மதுரையில் பிறந்தார். வேத சமயம், பௌத்தம், சமணம், இஸ்லாம், கிறித்தவம் என்று பல சமயங்களுக்கு மையமாய் விளங்கிய பெருமையும் மதுரைக்கு உண்டு.

போசள அரசரான வயது முதிர்ந்த மூன்றாம் வீரவல்லாளர் *(1232-1342)* மதுரைச் சீமையில் சுல்தான் ஆட்சியை எதிர்த்ததற்காக, அவரைக் கொன்று தோலையுரித்து மதுரைக் கோட்டையில் தொங்கவிட்டனர். இதே மதுரைக் கோட்டையில் பாண்டியரின் மீனக் கொடியோடு ஆற்காட்டு நவாப்பின் கொடியும் பிரஞ்சுக் கொடியும் பிரிட்டீசும் கொடியும் பறந்திருக்கின்றன. இவை இங்கு அடுத்தடுத்து நடந்து வந்த அரசியல் மாற்றங்களைக் குறிக்கின்றன.

கண்ணகி முலை திருகி மட்டார் மறுகு என்ற கள்ளுக் கடைத் தெருவில் எறிந்து தான் மதுரை நகரையே தீக்கிரையாக்கினாள் என்று சிலப்பதிகாரம் செப்பும்.

சுல்தான்கள் ஆட்சிக்காலத்தில் *(1323-1317)* மதுரை மீனாட்சியம்மன் கோயில் *44* ஆண்டுகள் அடைந்துக் கிடந்தது.

மதுரையைப் பற்றிச் சொல்லிக் கொண்டே போகலாம். அது அத்தனை விரிவானது. அந்த மதுரை *1840* ஆம் ஆண்டில் பிரிட்டீசு ஆட்சியில் விரிவடையத் தொடங்குகின்றது.

(ஆ) சென்னை ஐஸ் ஹௌஸ்

அயல் நாடுகளிலிருந்து கடலில் கொண்டுவரும் பனிக்கட்டிகளைச் சேமித்து வைப்பதற்காகச் சென்னை நகரில் *1840* ஆம் ஆண்டு வட்ட வடிவமான ஒரு கிடங்கு கட்டப் பெற்றது.

இதற்கு ஐஸ் ஹௌஸ் *(Ice House)*என்று பெயர். இங்கு ஓர் இராத்தால் பனிக்கட்டி நான்கணாவிற்கு விற்றது.

இன்று காமராசர் சாலை என்று வழங்கும் கடற்கரைச் சாலை நெடுகிலும் சென்னை நகர வரலாற்றொடு ஒட்டிய பல கட்டடங்கள் உள்ளன. ஜார்ஜ் கோட்டை போர் நினைவான வெற்றி மண்டபம், இன்று சென்னைப் பல்கலைக்கழகமாய் விளங்கும் ''மெரீனா வில்லா'' சேப்பாக்கத்திலுள்ள வாலாசாக்களின் அரண்மனை, இவற்றிற்குத் தெற்கே இன்று விவேகானந்தர் இல்லம் என்று வழங்கும் பனிக்கட்டிக் கிடங்குகளான ஐஸ் ஹௌஸ் அனைத்திற்கும் வரலாறுகள் உள்ளன.

கடைசியாய்ச் சொல்லப்பட்ட பனிக்கட்டிக் கிடங்கு மேற்கூறிய கட்டடங்களைப் போன்று கட்டுமானச் சிறப்பு எதையும் கொண்டதன்று. எனினும் சென்னை நகருக்குப் பனிக்கட்டி கொண்டு வந்த வரலாற்றுடன் அதற்குத் தொடர்புள்ளது என்ற காரணத்தினால்தான் அதைப்பற்றிய செய்திகள் இங்கு இடம் பெறுகின்றன. அது அண்மைக்காலம் வரையிலும் ஐஸ் ஹௌஸ் என்றே பெயர் பெற்றிருந்தது. இன்றும் அந்தப் பெயரே மக்களிடையே வழக்கிலுள்ளது.

பத்தொன்பதாம் நூற்றாண்டின் இந்தக் காலப்பகுதியில் நீரை உறைய வைத்துப் பனிக்கட்டிகளைச் செய்யும் வகை அறியப்படவில்லை. ஆதலால் ஆயிரக்கணக்கான மைல்களுக் கப்பால் அமெரிக்கத்திலிருந்து கப்பலில் பனிக்கட்டிப் பாளங்கள் சென்னைக்குக் கொண்டுவரப்பட்டன. அவற்றைப் பதனப்படுத்தி வைப்பதற்காகச் சென்னை நகரின் கடற்கரையோரமாய் இந்தப்பனிக்கட்டிக் கிடங்கு கட்டப்பட்டது.

பனிக்கட்டி வாணிபம் இந்தியத்திலும் உலகெங்கிலும் பரவியதற்கு ஓர் அமெரிக்கரின் துணிச்சலான முயற்சி காரணமாயிருந்தது.

12. பிறப்பு

(அ) தாமஸ் ஹார்டி (1840-1928)

தென்மேற்கு இங்கிலாந்தில் ஆங்கிலக் கால்வாய் மீதமைந்த டார்செட்டு *(Dorset)* என்ற கோட்டத்தைச் சேர்ந்த அப்பர் பிராக்காம்டன் *(Brockampton)*என்ற ஊரில் தாமஸ் ஹார்டி *(Thomas hardy, 1840-1928)***1840** இல் பிறந்தார். அவர் கட்டுமானக் கலைஞராய்ப் பயிற்சி பெற்றவர். அவர் அப்பணியில் சிறிது காலம் இருந்த பின்னர், எழுத்தை முழுநேரத் தொழிலாக்கிக் கொண்டார். அவரின் நாவல்களில் வரும் பெரும்பாலான மாந்தர்கள், மேற்கத்திச் சாக்சன் *(Saxon)*மக்களின் பழைய முடியரசான வெசக்சைக் களமாய் கொண்டவராவர். *(Wessex:* இம் முடியரசு தென், தென்மேற்கு இங்கிலாந்தில் நிலவிய ஆங்கில-சாக்கன்களின் நாடாகும். இந்த ஆங்கில முடியரசு பத்தாம் நூற்றாண்டளவில் வலிமை மிக்கதாயிற்று.)

அவர் எழுதியன வரலாற்றில் ஆய்ந்து தோய்ந்த நாவல்களாகும். அவை: *The Return of the Native (1878); The Mayor of Castebridge* **(1886)** அவர் முப்பகுதிகள் அடங்கிய ஒரு நாவலையும் எழுதியுள்ளார். *The Dynasties (1903-1908)* என்ற அந்நாவல் நெப்போலியப் போர்கள் **(1799-1815)** பற்றியதாகும்.

(ஆ) எமில் சோலா (1840-1902)

எமில் சோலா *(Emile Zola 1840-1892)*ஓர் இத்தாலியப் பொறியாளரின் மகனாய் **1840** ஆம் ஆண்டு ஏப்ரல் **2** அன்று பாரிஸ் நகரில் பிறந்தார். இவர் நாவலாசிரியர்; திறனாய்வாளர்; இயற்கையோடு இயைந்த வாழ்க்கையை ஆதரித்தவர். அவர் எழுதிய *Les Rougon-Macquart* **(1871-1893)** என்ற பிரஞ்சு நாவல் இருபது பாகங்களில் வெளியானது. அவர் இப்பெரிய நாவலில் வரும் கதை மாந்தரின் குணப் பண்புகளைக் குலத்தாலே ஆகுமா குணம் என்பதைச் சித்தரிக்கின்றார். அவர் **1880** இல் எழுதிய நானா சுமார் நாற்பதாண்டுகளுக்கு முன்னர் தமிழில் வந்துள்ளது.

டிரைஃபஸ் என்ற பிரஞ்சு இராணுவ அலுவலர் யூதர் என்ற காரணத்திற்காக ஒற்றர் என்று பொய்க் குற்றம் சாட்டப்பட்டுச் சிறைக்கு அனுப்பப்பட்டார். எமில் சோலா நீதி பிழைத்தது என்று இந்தத் தண்டனைக்கு எதிர்ப்புத் தெரிவித்தார். அவர் ''நான் குற்றஞ் சாட்டுகின்றேன்'' *(J'accuse)* என்று அரசைக் கண்டித்து **1898** ஆம் ஆண்டு திறந்த கடிதம் ஒன்றை எழுதினார். பின்னர் டிரைஃபஸ் விடுதலையானார்.

(இ) சிற்பி ரொடீன் (1840-1917)

அகஸ்டி ரொடீன் *(Auguste Rodin,1840-1917)*சிற்பி; மனித வடிவை உருவாக்கிக் காட்டுவதில் வல்லவர்; அவர் **1840** ஆம் ஆண்டு நவம்பர் **12** அன்று பாரிசில் பிறந்தார். அவர் நடராச வடிவத்தின் உள்பொருளை உணர்ந்து வியந்த கலைஞர்.

அவர் வடித்த சிறந்த சிற்பங்கள்: ''முத்தம்'' *(The Kiss, 1886)*

''சிந்தனையாளன்'' *(The Thinker, 1905)*

(ஈ) யாப்பிலக்கணப் புலவர் தண்டபாணி சாமிகள் (1840-1899)

சிறந்த யாப்பிலக்கணப் புலவரான தண்டபாணி சாமிகள் (1840-1899) 1840 ஆம் ஆண்டில் பிறந்தார். இவர் அந்தாதி, மாலை, சதகம், கோவை என்ற சிற்றிலக்கியங்கள் பலவற்றை இயற்றியவர். தமிழ்ப் புலவர்களின் வரலாற்றைப் "புலவர் புராணம்" என்ற பெயரில் பாடல்களாய்ப் பாடியுள்ளார்.

(உ) இசைப் பாடலாசிரியர் முருகதாச சாமிகள் (1840-1899)

வண்ணச் சரபம் முருகதாச சாமிகள் 1840 ஆம் ஆண்டு பிறந்தவர். இவர் பல இசைப் பாடல்களைப் புனைந்துள்ளார்.

13. இறப்பு

(அ) முத்துச்சாமி பிள்ளை (?-1840)

முத்துச்சாமி பிள்ளை தமிழ், ஆங்கிலம், இலத்தீனம், தெலுங்கு, சம்ஸ்கிருதம் ஆகிய மொழிகளில் சிறந்த விற்பன்னர். இவர் வீரமா முனிவரின் வரலாற்றை 1822 ஆம் ஆண்டில் எழுதியவர். இவர் சென்னை ஜார்ஜ் கோட்டைக் கல்லூரியுடன் தொடர்புடையவர்.

(ஆ) ஜேம்ஸ் பிரின்செப்பு (1799-1840)

இலண்டனில் பிறந்த ஜேம்ஸ் பிரின்செப்பை (1799-1840) இக்களஞ்சிய வரிசையின் பல பக்கங்களில் சந்தித்திருக்கின்றோம். அவர் இந்திய வரலாற்றின் இருண்ட பகுதிகளுக்கு ஒளியேற்றித் துலங்கச் செய்தவர். அசோகர் என்னும் மாமன்னரை உலகம் அறிந்து கொள்வதற்கு இவரது ஆராய்ச்சி பெருந்துணையாயிருந்தது.

பிரின்செப்பு 1840 ஆம் ஆண்டு இறந்தார்.

சொல்லடைவு

அக்கர் பிளாடு 107
அக்கியாப்பு 154
அசாந்தி 106
அசாமி மொழி இலக்கணம் 623
அஞ்சலகச் சீர்திருத்தம் 650
அட்டதிக்கசங்கள் 165
அடக்கமான நல்ல மனிதர் 374
அடிமை ஒழிப்பு 440
அப்பலேச்சியன் மலை 247
அமின் தீவு 254
அமெரிக்கக் குடியேறிகள் 390
அமெரிக்கன் அகர முதலி 250
அரசு குடி 541
அருங்காட்சியகம் 420
அரேபியன் இராத்துருலு 646
அல்கமியோனின் 90
அல்ஸ்டர் 608
அலவுங்கபய 154
அன்னிபெசண்டு 444
ஆங்கில-அரபிப் பள்ளி 217
ஆங்கிலக் கல்வி 436
ஆண் அடிமை 447
ஆண்டீசு மலைத் தொடர் 202
ஆத்திரிகர் 198
ஆத்திரேயர் 92
ஆதி சங்கரர் 196
ஆந்தை 82
ஆம்பியர் 529
ஆர்.டி.பானர்ஜி 185
ஆர்சனிக்கு 61
ஆல்ப்ஸ் மலை 425
ஆலிவர் கிரம்வல் 161
இடைநிலைப் பள்ளிகள் 546
இடையர் அரசர்கள் 429
இந்திய வரலாறு 142
இந்து குஷ் 89
இயற்கை ரப்பர் 634
இரகசிய முறை 584
இரண்டாம் நரசிம்மன் 255
இரஷிய தூதர் 571
இராசராசேசுவரி அரசி 55
இராத்தல் 559
இராபட்டு ஓர்மி 207
இராபர்டு ஃபுல்டன் 108
இராமலிங்கர் 267
இராயல் சங்கம் 580
இருள் காலம் 607
இலண்டன் பயணக் குறிப்புகள் 609
இலிங்க வழிபாடு 433
இலையுதிர்கால இலைகள் 385
இழுப்பு விசிறி 388
இளைய பிட்டு 299
இறைவனின் சமவெளி 599
ஈக்குவாடர் 76
ஈஸ்டு 585
உடைமை என்பது என்ன 642
உத்தரபாத் 597
உயிர்ச் சுருள் 573
உயிரெழுத்து 538
உயில் 548
உரிமை ஆவணச் சட்டம் 417
உழைக்கும் வர்க்கம் 459
உறைபனி 421
ஊட்டுவான் 407
ஊதுலை 432
எச்.ஜெகபி 275
எண்டர்பிரைஸ் 174
எதிர் மின்னேற்றி 408
எமில் 74
எலிசாஃபே 134
ஏ.ஜே.பலார்டு 202
ஒப்பந்தக் கூலி முறை 590
ஒரிச மாநிலம் 394
ஒளி மலை 631
ஒளியியல் களஞ்சியம் 372
ஒளியினால் வரைந்த படங்கள் 614
ஒன்றுபட்ட அயரியர் 608
ஓம் விதி 227
கடற் படை 430
கடைசிப் பேஷ்வா 231
கண்ணீர்த் தடம் 592
கண்ணூர் 263

இந்திய சரித்திரக் களஞ்சியம் | 657

கணையநொதி	435	கோமாளி	553
கரக்காஸ்	73	கோனலி	83
கருவா மரம்	437	சக்திபீடம்	195
கரைசல்	542	சடையா எனுமால்	171
கல்கத்தா இந்துக் கல்லூரி	256	சமத்துவச் சங்கம்	264
கல்குளம்	54	சமிந்தாரி முறை	626
கலத் தேநீர்	556	சமையற்காரர்	387
கலோமல்	62	சயிமா சாஸ்திரி	234
கவர்னர் ஆட்சி மன்றம்	210	சர் தாமஸ் மன்றோ	105
கள்ள நோட்டு	403	சரோனிய	50
களிமண் தகடு	369	சல்லி அஞ்சல்	647
காக்குபன்	648	சாக்கபுக்கோ	155
காச்சாயனர்	535	சாக்த சமயம்	195
கஸ்தூரி ரங்க கவி	164	சாமித் தோப்பு	256
காம கோட்டம்	189	சாயர்புரம்	620
காமாக்கியாள் கோயில்	194	சார்லஸ் பேபேஜ்	131
காமாக்கியாள்	406	சிசோமா தெ கோரோஸ்	98
கார்க்கு	577	சித்த மருத்துவம்	92
காரப் பொருள்	640	சிந்தனையாளர்	655
காரமம் மார்ஃபீன்	228	சிவாஜி	232
கியூனார்டு கப்பல் நிறுவனம்	652	சிற்றரசுகள்	434
கிரேக்கர்	51	சிறுமணி	265
கிரேட்டு வெஸ்டன்	589	சீர்திருத்த முதல் சட்டம்	393
கிளிப்பர்	616	சுருக்கெழுத்து	547
கிளேசியர் இயக்கம்	426	சுழல் பொறி	404
கிறித்தவத்தின் செல்வாக்கு	55	சூலை முடியரசு	594
கிறித்துவ சமயப் பரப்பியர்	445	செர்சஸ்	49
கீழை நாட்டுக் காட்டலாணி	135	சேட்டர்டே ஈவினிங்கு போஸ்டு	81
குணாட்டியரின்	89	சைமன் பொலிவா	77
குதசியாப் பேகம்	215	சையது அகமது கான்	218
கும்ப விழா	122	சோதி ராவ் ஃபூலே	231
குயானா	591	சோம்பற் பொழுதுகள்	156
குலினி	629	டப்ளினர்ஸ்	609
குவாட்டர்லி ரிவியூ	158	டஸ்கனி	438
குற்றமற்றோர்	586	டெல்ஃப்டு நகர்	581
குற்றமும் தண்டனையும்	85	டெல்லிக் கல்லூரி	218
குறிக் கணக்கியல்	219	டேவிடு ஹியூம்	256
குறு விலங்குகள்	580	தமிழ் மெய்யியல்	392
கெலிக்கு மொழி	606	தமிழ்ப் பத்திரிகை	384
கேலன்	269	தரங்கம்பாடி	203
கையோஸ்	52	தலைமை ஆளுநர்	413
கொடிய பஞ்சம்	439	தவைஃபு	150
கோடரிச்சு	225	தாண்டவராயர் முதலியார்	247

தாய்மார்கள்	238	பனிக் குவியல்	423
தாலமி சோட்டரின்	249	ஃபர்க்குண்ட அலி	268
தாஸ்தவஸ்கி	85	பாம்பன் தீவு	251
திகிங்கு ராஜா	198	பால்சாக்கு	57
திடீர்ப் பேரழிவுக் கொள்கை	416	பியரன்	69
திருச்சி	449	பிரஞ்சு நாவல்	544
திருநெல்வேலித் தொழிற்சாலை	200	பிராக ஜோதிசம்	196
தீப்ஸ்	248	பிராமிய எழுத்து	537
துருக்கர்	51	பிரிட்டிசு குடிமக்கள்	539
தேயிலை	555	பிரின்செப்பு	532
தேனோஸ்	89	பிரேசில் மீன்கள்	418
தேவதைக் கதை	530	பிளாட்டிய	49
தொட்டபெட்டா	125	பிளாட்டோ	50
தொல்லியல் தந்தி	532	ஃபிரடரிக்கு பிரைஸ்	128
தோட்டத் தொழில்	560	பீகிள்	644
தோஸ்து முகமது கான்	215	பீத்தோவன்	234
நட்சத்திரத் தூதுவன்	377	புதிய கலைகள்	395
நடு ஐரோப்பியம்	397	புரட்சித் தேசியத்தின் பாட்டன்	627
நடுமேற்கு இந்தியம்	442	புரட்டீன்	585
நர பலி	194	புவி வளரியல் சங்கம்	420
நாஞ்சில் நாடு	52	புளியக வாந்தி மருந்து	62
நாணய முறை	438	பூமி சாத்திர நூல்	393
நாராயண குரு	267	பூனா கல்லூரி	175
நிசாம் அலிகான்	150	பெத்துநாயக்கன் முறை	213
நியப்ஸ்	612	பெர்காம்பூர்	253
நிலவுலகு	427	பெர்பெரா	619
நினைவுச் சின்னம்	535	பெருவழி	603
நீ மன் ஆறு	222	பெலப்பனீசியன் போர்கள்	49
நுண்ணோக்கி	576	பெலப்பனீசியன்	49
நெடும் அறைகள்	551	பேரவைப் பகுதி	398
நெப்போலியன்	56	பேருரிமைக் கிளர்ச்சி	568
நேச்சர்	66	பைரன்	117
பக்கை	197	பைரனின் காதலி	453
பகுத்தறியும் தத்துவம்	111	பொது ஆட்சிப் பணி	536
பச்சை முகில்கள்	580	பொது நூலகம்	441
படியாள்	450	பொலிவியம்	167
பத்தாம் சார்லஸ் அரசர்	71	போக்கர்	83
பம்பாய்	215	போட்டிசி	625
பயனெறி முறைக் கோட்பாடு	135	போதி தர்மன்	555
பர்சோ	170	போப்பம் பிராடுவே	212
பராசிகப் பேரரசு	48	போரும் அமைதியும்	257
பலக்கோட்டுச் சண்டை	205	மண்ணுலகு	409
பழைய முடியரசு	429	மணி முடி	401

மந்திரவாதி	373	வடவழி	598
மரபு விருது	219	வந்தே மாதரம்	593
மராட்டிய அரசு	396	வர்ம சாத்திரம்	563
மருத்துவ இதழ்	549	வல்கனைஸ்	642
மருத்துவப் பயிற்சி	566	வல்லாளர்	48
மனிதனின் கல்வி	646	வழிகாட்டும் தேவதை	595
மாத்துரு சதகம்	646	வாகாபி இயக்கம்	204
மாபெரும் விளையாட்டு	382	வாடகை அடிமை	448
மார்த்தாண்ட வர்மன்	261	வாணிப உரிமை	412
மாரி ஆன் கோஸ்டல்லோ	221	வாணிபச் செழிப்பு	402
மாலதி-மாதவ	405	வானியல் நூல்	543
மாறுவேடம்	386	வாஸ்கோட காமா	102
மியூனிக்கு நகரம்	418	விருத்தாந்தினி	586
மிருத்-உல்-அக்குபர்	80	வில்லியம் சர்ச்சு	103
மின்காந்தத் தந்தி முறை	399	வீரஞ்செறிந்த காலத்து	235
மினிக்காய்	254	வெம்பாக்கம் இராகவாச்சாரியார்	214
மீனாட்சியம்மன் கோயில்	654	வெர்மாண் மாநிலம்	328
முகமது அலி	431	வெல்லஸ்லி	130
முடியரசு	112	வெள்ளை மலை	421
முத்தம்	655	வெனிசுலம்	76
முத்துக் குட்டி	259	வேய்	231
முதல் மின்னியக்கி	379	வேல்ஸ் இளவரசர்	223
முன்தோன்றிகள்	582	வைகுண்டர்	54
மெய்யியல் நடப்புகள்	312	ஜகாங்கீர் முகமது கான்	217
மெரீனா வில்லா	654	ஜார்ஜ் கேனிங்கு	220
மேற்கிந்தியம்	592	ஜார்ஜ்கோட்டை	210
யுன்னான்	197	ஜான் கீட்ஸ்	86
யூனானி	88	ஜான் பாமர்	247
யோகான் சூல்ஸ்	612	ஜாஸ் பெல்	588
ரப்பர் மனிதன்	640	ஜி.யு.போப்	620
ரெயின்ஹாட்டு	529	ஜெர்னல்	534
ரேசஸ்	94	ஜோசஃபு லிஸ்டர்	233
ரொமேஷ் தத்தர்	201	ஜோன்ஸ் ஜேகபு	246
லகோக்கு ஆபே	278	ஹாத்தி கும்ப	120
லாந்தனீன்	620	ஹிரண்ய கர்ப்ப தானம்	262
லிவர்ப் பூல்	224	ஹெயிடல்பர்கு	145
லூசிஃம்பர்	230	ஹெலினா தீவு	58
லெக்சிண்டன்	435	ஹெலினாத் தீவு	71
வகுப்புக் கலவரம்	407	ஹென்றி எச்.துரை	229
வங்க வித்தியாலயங்கள்	628	ஹென்றி பெர்கு	155
வங்கம்	215	ஸ்காத்திய மிசன் சங்கம்	621
வங்கமொழித் தந்தை	629	ஸ்ரீநகர்	251